# ಕನ್ನಡ ಸಾಹಿತ್ಯ ಚರಿತ್ರೆ

**ಡಾ.ರಂಗನಾಥ ಶ್ರೀನಿವಾಸ ಮುಗಳಿ**—ಸುಪ್ರಸಿದ್ಧ ಕನ್ನಡ ವಿದ್ವಾಂಸರು–ಲೇಖಕರುಗಳಲ್ಲೊಬ್ಬರಾದ ಇವರ ಜನನ ಧಾರವಾಡ ಜಿಲ್ಲೆಯ ಹೊಳೆ ಆಲೂರಿನಲ್ಲಿ (ಜುಲೈ ೧೫, ೧೯೦೬). ಬಾಗಲಕೋಟೆ, ಬಿಜಾಪುರಗಳಲ್ಲಿ ಶಾಲಾ ಶಿಕ್ಷಣ ಮುಗಿಸಿದ ಇವರು, ಮುಂಬಯಿ ವಿಶ್ವವಿದ್ಯಾನಿಲಯದ ಬಿ. ಎ. (೧೯೨೮), ಎಂ. ಎ. (೧೯೩೦), ಬಿ. ಟಿ. (೧೯೩೩) ಪದವಿಗಳನ್ನು ಪಡೆದರು. ಇವರ ವಿದ್ವತ್ ಕೃತಿ 'ಕನ್ನಡ ಸಾಹಿತ್ಯ ಚರಿತ್ರೆ'ಗೆ ಪುಣೆ ವಿಶ್ವವಿದ್ಯಾನಿಲಯ ಡಿ. ಲಿಟ್. ಪದವಿ (೧೯೫೬) ನೀಡಿ ಗೌರವಿಸಿತು.

ಹುಬ್ಬಳ್ಳಿಯ ಪ್ರೌಢಶಾಲೆಯೊಂದರಲ್ಲಿ ಮಾಸ್ತರರಾಗಿ ಶಿಕ್ಷಕ ವೃತ್ತಿಯನ್ನು (೧೯೩೩) ಆರಂಭಿಸಿದ ಮುಗಳಿಯವರು, ಸಾಂಗ್ಲಿಯ ವಿಲಿಂಗ್ಡನ್ ಕಾಲೇಜಿನಲ್ಲಿ ಕನ್ನಡ ಮತ್ತು ಇಂಗ್ಲಿಷ್ ಪ್ರಾಧ್ಯಾಪಕರಾಗಿ (೧೯೩೩-೬೬), ಅದೇ ಕಾಲೇಜಿನ ಪ್ರಿನ್ಸಿಪಾಲರಾಗಿ (೧೯೬೧-೬೬) ಸೇವೆ ಸಲ್ಲಿಸಿದರು. ಕೆಲಕಾಲ ಮೈಸೂರು ಸರ್ಕಾರದ ಸಾಹಿತ್ಯ ಮತ್ತು ಸಂಸ್ಕೃತಿ ಇಲಾಖೆಯ ನಿರ್ದೇಶಕರಾಗಿದ್ದ (೧೯೬೬-೬೭) ಇವರು ಬೆಂಗಳೂರು ವಿಶ್ವ ವಿದ್ಯಾನಿಲಯದ ಕನ್ನಡ ವಿಭಾಗದ ಪ್ರಥಮ ಪ್ರಾಧ್ಯಾಪಕರಾಗಿದ್ದರು (೧೯೬೭-೭೦).

ಡಾ. ರಂ. ಶ್ರೀ. ಮುಗಳಿಯವರು ಐವತ್ತಕ್ಕೂ ಹೆಚ್ಚು—'ರಸಿಕರಂಗ' ಕಾವ್ಯನಾಮ ದಲ್ಲಿನವೂ ಸೇರಿದಂತೆ—ಕೃತಿಗಳನ್ನು ರಚಿಸಿದ್ದಾರೆ. ಅವರು ಪ್ರಧಾನವಾಗಿ ಕಾವ್ಯ, ಕಾದಂಬರಿ, ಸಣ್ಣ ಕತೆ, ನಾಟಕ, ವಿಮರ್ಶೆ, ಸಂಶೋಧನೆ ಮತ್ತು ಸಾಹಿತ್ಯಚರಿತ್ರೆ ಕ್ಷೇತ್ರಗಳಲ್ಲಿ ಕೆಲಸ ಮಾಡಿದ್ದಾರೆ. ಅವರ 'ಕನ್ನಡ ಸಾಹಿತ್ಯ ಚರಿತ್ರೆ'ಗೆ ಕೇಂದ್ರ ಸಾಹಿತ್ಯ ಅಕಾದೆಮಿ ಪ್ರಶಸ್ತಿ (೧೯೫೬) ಲಭಿಸಿದೆ. ಅವರ ಇಂಗ್ಲಿಷ್ ಕೃತಿ *The Heritage of Karnataka* ಎರಡನೆಯ ಸಂಸ್ಕರಣ ಕಂಡಿದೆ ; ಇನ್ನೊಂದು ಇಂಗ್ಲಿಷ್ ಕೃತಿ *History of Kannada Literature* ಕೇಂದ್ರ ಸಾಹಿತ್ಯ ಅಕಾದೆಮಿಗಾಗಿ ಅವರು ಬರೆದ 'ಕನ್ನಡ ಸಾಹಿತ್ಯದ ಇತಿಹಾಸ'ದ ಅನುವಾದವಾಗಿದ್ದು, ಇದು ಅನೇಕ ಭಾರತೀಯ ಭಾಷೆಗಳಿಗೆ ಅನುವಾದಗೊಂಡಿದೆ. ೧೯೬೪ರಲ್ಲಿ ಶ್ರೀ ಸಿದ್ಧಗಂಗಾ ಕ್ಷೇತ್ರದಲ್ಲಿ (ತುಮಕೂರು) ನಡೆದ ಅಖಿಲ ಭಾರತ ಕನ್ನಡ ಸಾಹಿತ್ಯ ಸಮ್ಮೇಳನದ ಅಧ್ಯಕ್ಷರಾಗಿದ್ದ ಮುಗಳಿಯವರನ್ನು ಕರ್ನಾಟಕ ಸರ್ಕಾರ ರಾಜ್ಯ ಪ್ರಶಸ್ತಿ (೧೯೮೮) ನೀಡಿ ಗೌರವಿಸಿದೆ.

ಕನ್ನಡ ಸಾಹಿತ್ಯ ಪರಿಷತ್ತು, ಪಿ. ಇ. ಎನ್. ಮುಂತಾದ ಸಂಸ್ಥೆಗಳ ಸದಸ್ಯರಾಗಿದ್ದ ಡಾ. ಮುಗಳಿಯವರು, ಒಂದು ದಶಕ ಕಾಲ ಕೇಂದ್ರ ಸಾಹಿತ್ಯ ಅಕಾದೆಮಿಯ ಮಹಾ ಮಂಡಳಿ ಮತ್ತು ಕಾರ್ಯಕಾರಿ ಸಮಿತಿಗಳ ಸದಸ್ಯರಾಗಿದ್ದರು. ಇಂಗ್ಲೆಂಡ್, ಫ್ರಾನ್ಸ್, ಹಾಲೆಂಡ್, ಬೆಲ್ಜಿಯಂ, ಸ್ವಿಟ್ಜರ್ಲೆಂಡ್ ಮುಂತಾದ ದೇಶಗಳಲ್ಲಿ ವ್ಯಾಪಕ ಪ್ರವಾಸ ಮಾಡಿದ್ದ ಅವರು, ಬೆಂಗಳೂರಿನಲ್ಲಿ ನೆಲಸಿ, ನಾಡಿನ ಸಾಹಿತ್ಯ ಮತ್ತು ಸಾಂಸ್ಕೃತಿಕ ಚಟುವಟಿಕೆಗಳಲ್ಲಿ ಸಕ್ರಿಯ ಪಾತ್ರ ವಹಿಸಿದ್ದರು. ಫೆಬ್ರುವರಿ ೨೦, ೧೯೯೩ರಂದು ನಿಧನ ರಾದರು.

ಕನ್ನಡ ಸಾಹಿತ್ಯ ಕ್ಷೇತ್ರಕ್ಕೆ ಡಾ. ಮುಗಳಿಯವರು ನೀಡಿರುವ ಕೊಡುಗೆ, ಆದರ್ಶ ಶಿಕ್ಷಕರಾಗಿ, ಸಂಶೋಧಕರಾಗಿ ಅವರು ಮಾಡಿದ ದುಡಿಮೆಯನ್ನು ಸ್ಮರಿಸುತ್ತಿರುವ ಅವರ ಶಿಷ್ಯರು ಮತ್ತು ಕನ್ನಡಾಭಿಮಾನಿಗಳು ಅವರ ಜನ್ಮಶತಾಬ್ದಿಯನ್ನು (೨೦೦೫-೦೬) ಕೃತಜ್ಞತೆ ಮತ್ತು ಧನ್ಯತಾ ಭಾವದಿಂದ ಕರ್ನಾಟಕ ಸರ್ಕಾರದ ಆಶ್ರಯದಲ್ಲಿ ಹಾಗು ರಾಜ್ಯದ ವಿಶ್ವವಿದ್ಯಾನಿಲಯಗಳು ಮತ್ತಿತರ ಸಂಘಸಂಸ್ಥೆಗಳಲ್ಲಿ ಆಚರಿಸಿದರು.

# ಕನ್ನಡ ಸಾಹಿತ್ಯ ಚರಿತ್ರೆ

ಕೇಂದ್ರ ಸಾಹಿತ್ಯ ಅಕಾದೆಮಿ ಪ್ರಶಸ್ತಿ

ರಂ. ಶ್ರೀ. ಮುಗಳಿ

೨೯

ಪರಿಷ್ಕೃತ ಇಪ್ಪತ್ತೊಂಬತ್ತನೆಯ ಮುದ್ರಣ ೨೦೨೪

ಗೀತಾ ಬುಕ್ ಹೌಸ್ : ಪ್ರಕಾಶಕರು : ಮೈಸೂರು ೫೭೦ ೦೦೧

*Kannaḍa Sāhitya Charitre (A History of Kannada Literature)* by (Late) Dr. R. S. Mugali, M.A., B.T., D.Litt. Published by Geetha Book House, K. R. Circle, Mysore 570 001. First Published 1953 ; Revised Twentyninth Printing 2024.

ಪ್ರಥಮ ಪ್ರಕಾಶನ ೧೯೫೩
ಪರಿಷ್ಕೃತ ಇಪ್ಪತ್ತೊಂಬತ್ತನೆಯ ಮುದ್ರಣ ೨೦೨೪



ಡಿ.ಟಿ.ಪಿ. : ಎಂ. ಸಿ. ಆನಂದ, ೧೫ನೆಯ ತಿರುವು, ಬಸವೇಶ್ವರ ರಸ್ತೆ, ಮೈಸೂರು
ಮುದ್ರಣ : ಹರ್ಷ ಪ್ರಿಂಟರ್ಸ್, ಬಸವೇಶ್ವರ ರಸ್ತೆ, ಮೈಸೂರು ೫೭೦ ೦೦೪

# ಮುನ್ನುಡಿ
## (ಮೊದಲನೆಯ ಆವೃತ್ತಿ)

ಕನ್ನಡ ಸಾಹಿತ್ಯ ಚರಿತ್ರೆಯನ್ನು ಕುರಿತು ಈವರೆಗೆ ಹಲವು ಗ್ರಂಥಗಳು ಪ್ರಕಟವಾಗಿವೆ. ದಿ|| ಆರ್. ನರಸಿಂಹಾಚಾರ್ಯರ 'ಕವಿಚರಿತ್ರೆ'ಯ ಮೂರು ಸಂಪುಟಗಳಂತೂ ಬೆರಗುಗೊಳಿಸುವ ಸಾಮಗ್ರಿಯನ್ನೊಳಗೊಂಡಿವೆ, ಚರಿತ್ರಲೇಖಕರಿಗೆ ಮುಖ್ಯ ಆಕರಗಳಾಗಿವೆ. ತರುವಾಯದ ಗ್ರಂಥಗಳಲ್ಲಿ ಒಂದೊಂದು ಗುಣವಿಶೇಷವಿದೆ. ಆದರೂ ಕನ್ನಡ ಸಾಹಿತ್ಯವನ್ನು ಆಧುನಿಕ ದೃಷ್ಟಿಯಿಂದ ವ್ಯಾಸಂಗ ಮಾಡಬೇಕೆನ್ನುವವರಿಗೆ ಅವಶ್ಯವೆಂದು ತೋರುವ ಚಾರಿತ್ರಿಕ ಮತ್ತು ವಿಮರ್ಶಾತ್ಮಕ ವಿವೇಚನೆ ಒಂದು ಸಮಗ್ರವಾದ ಗ್ರಂಥರೂಪದಲ್ಲಿ ದೊರೆಯಬೇಕಾಗಿತ್ತು. ಪಾಠ ಹೇಳುವ ಅಧ್ಯಾಪಕರಿಗೂ, ಕೇಳುವ ವಿದ್ಯಾರ್ಥಿಗಳಿಗೂ ಇಂಥ ಗ್ರಂಥದ ಅಗತ್ಯವು ವಿಶೇಷವಾಗಿ ತೋರಿತ್ತು. ಅದನ್ನು ಪೂರೈಸುವ ಮನೀಷೆಯಿಂದ 'ಕನ್ನಡ ಸಾಹಿತ್ಯ ಚರಿತ್ರೆ' ಎಂಬ ಗ್ರಂಥವನ್ನು ಬರೆದು ಕನ್ನಡಿಗರಿಗೆ ಇಲ್ಲಿ ಅರ್ಪಿಸುತ್ತಿದ್ದೇನೆ.

ವ್ಯಾಸಂಗಪ್ರಿಯರಿಗೆ ಬೇಕಾದುದೆಲ್ಲ ಈ ಗ್ರಂಥದಲ್ಲಿದೆ ಎಂದು ನಿಜವಾಗಿಯೂ ಹೇಳಲಾರೆ. ತೀರ ಪ್ರಾರಂಭಕಾಲದಿಂದ ೧೯ನೆಯ ಶತಮಾನದ ಕೊನೆಯವರೆಗಿನ – ಅಂದರೆ ಹೆಚ್ಚಾಗಿ ಹಳೆಯ ಕನ್ನಡ ಸಾಹಿತ್ಯದ – ಚರಿತ್ರೆ ಮಾತ್ರ ಇಲ್ಲಿದೆ. ಅದು ವಿಸ್ತಾರಕ್ಕಿಂತ ಸಂಗ್ರಹದಲ್ಲಿ ನೆಟ್ಟದೃಷ್ಟಿಯುಳ್ಳುದು. ಯಾವುದೇ ಚರಿತ್ರೆಯ ಅಧಿಷ್ಠಾನವು ಅದರ ಸಾಮಗ್ರಿಗಳಲ್ಲಿರುತ್ತದೆ. ಕನ್ನಡ ಸಾಹಿತ್ಯದ ಮಟ್ಟಿಗೆ ಇಂದು ಸಾಮಗ್ರಿ ಸಮಗ್ರವಾಗಿ ದೊರೆತಿಲ್ಲ ; ಅಂದರೆ ಸಾಮಗ್ರಿ ಎಂಬ ಹೆಸರಿಗೆ ತಕ್ಕುದಾಗಿಲ್ಲ. ದೊರೆತ ಸಾಮಗ್ರಿಯೂ ಹಲವು ಸಲ ಪಾಠದೋಷಗಳಿಂದ ದೂಷಿತವೂ, ಅರಕೆಗಳಿಂದ ಅತೃಪ್ತಿಕರವೂ ಆಗಿದೆ. ಕಾಲದೇಶಾದಿ ಚರಿತ್ರೆಯಂತೂ ಅಲಭ್ಯವೆಂಬ ಸ್ವರೂಪದಲ್ಲಿರುತ್ತದೆ. ಈ ಎಲ್ಲ ಅಪರಿಹಾರ್ಯವಾದ ಎಡರುಗಳನ್ನು ಮನದಂದು ಎದೆಗುಂದದೆ ಕನ್ನಡ ಸಾಹಿತ್ಯ ಚರಿತ್ರೆಯನ್ನು ಬರೆಯಬೇಕಾಗುತ್ತದೆ. ಅದರ ವಿವೇಚನೆಯಲ್ಲಿ ಊಹೆಗಳು ಕೆಲವು ಸಲ ಅಭಿಪ್ರಾಯಗಳೆಂದು ಮೆರೆಯಬಹುದು, ಅನುಮಾನಗಳು ನಿರ್ಣಯಗಳ ಸೋಗು ಹಾಕಬಹುದು. ನಾನು ಕೈಗೊಂಡ ಈ ಚರಿತ್ರಲೇಖನದಲ್ಲಿ ಹಾಗೆ ತೋರಿದರೆ ಅದು ಸ್ವಾಭಾವಿಕ. ಅದರ ಅರಿವು ನನಗಿದೆ ಎಂದು ಮಾತ್ರ ಹೇಳಬಯಸುತ್ತೇನೆ.

ಈ ಚರಿತ್ರೆಯಲ್ಲಿ ಸಾಮಾನ್ಯವಾದ ಒಂದು ಕ್ರಮವನ್ನು ಇಟ್ಟುಕೊಂಡಿದೆ. ಚರಿತ್ರೆಯನ್ನು ಕೆಲವು ಯುಗಗಳಲ್ಲಿ ವಿಭಾಗ ಮಾಡಿ ಆಯಾ ಯುಗದ ಪ್ರಮುಖ ಗ್ರಂಥಕಾರರ ಪಟ್ಟಿ, ತತ್ಕಾಲೀನ ಜೀವನಚಿತ್ರ, ಯುಗದ ಸಾಹಿತ್ಯವೈಶಿಷ್ಟ್ಯಗಳು – ಇವನ್ನು ಮೊದಲಿಗೆ ಕೊಟ್ಟು, ಆಮೇಲೆ ಆ ಯುಗದಲ್ಲಿ ಬರುವ ಗ್ರಂಥಕಾರರ ಮತ್ತು ಗ್ರಂಥಗಳ ಸಂಗ್ರಹ ವಿಮರ್ಶೆಯನ್ನು ಬರೆಯುವ ಪ್ರಯತ್ನ ಮಾಡಿದೆ. ಪ್ರಮುಖರೆಂಬ ಎಲ್ಲರ ವಿಮರ್ಶೆ ಸಂಗ್ರಹವಾಗಿ – ಆದರೂ ಸಂಪೂರ್ಣವಾಗಿ – ಇದರಲ್ಲಿ ಬರಬೇಕೆಂಬುದು ನನ್ನ ಉದ್ದೇಶವಿತ್ತು. ಅದು ಎಲ್ಲ ಕಡೆಗೆ ಕೈಗೂಡಿದೆ ಎಂದು ಹೇಳುವುದು ಧಾರ್ಷ್ಟ್ಯವಾದೀತು. ಆದರೆ ಪ್ರಮುಖ ಗ್ರಂಥಕಾರರಲ್ಲಿಯೂ ತಾವು ಒಂದು ಎತ್ತರಕ್ಕೆ ಮುಟ್ಟಿ ಕನ್ನಡದ ಎತ್ತರವನ್ನು ಹೆಚ್ಚಿಸಿರುವ ಎಂಟು–ಹತ್ತು ಶ್ರೇಷ್ಠ ಪ್ರತಿಭಾಶಾಲಿಗಳನ್ನು ಕುರಿತು ಸಾಧ್ಯವಾದಷ್ಟು ವಿಮರ್ಶನಸಾಮಗ್ರಿಯನ್ನು ಒದಗಿಸುವ ಪ್ರಯತ್ನ ಮಾಡಿದ್ದೇನೆ. ಈ ಪ್ರಯತ್ನವು ವ್ಯಾಸಂಗಿಗಳಿಗೆ ಯಶಸ್ವಿಯೆಂದು ತೋರಿದರೆ ನನಗೆ ತುಂಬ ಸಮಾಧಾನವಾಗುವುದು.

ಇದರಲ್ಲಿ ವಿಮರ್ಶೆಯ ಸಂದರ್ಭದಲ್ಲಿ ಗ್ರಂಥಕಾರರ ಬಗ್ಗೆ, ಗ್ರಂಥಗಳ ಬಗ್ಗೆ ವಿಮರ್ಶಕರ ಅಭಿಪ್ರಾಯಗಳನ್ನು ಅವತರಿಸಿ ಅವನ್ನು ಚರ್ಚಿಸಿದ್ದೇನೆ ; ನನ್ನ ಪ್ರಾಮಾಣಿಕವಾದ ನಿರ್ಣಯಗಳನ್ನು ನಿರೂಪಿಸಿದ್ದೇನೆ. ಅದಕ್ಕೆ ಸಂಕ್ಷೇಪವಾಗಿ ಕಾರಣಗಳನ್ನು ಕೊಟ್ಟಿದ್ದೇನೆ. ಕೆಲವು ಸಲ ಮನಸ್ಸಿನಲ್ಲಿರುವ ವಿವರಣೆ ಸಾಧ್ಯವಾಗದೆ ಹೋಗಿರಬಹುದು. ವಿವರಣೆಯಿದ್ದಲ್ಲಿಯೂ ನನ್ನ ನಿರ್ಣಯಗಳು ಕೆಲವರಿಗೆ ಸಂಮತವಾಗದೆ ಹೋಗಬಹುದು. ಅದೇನೇ ಇದ್ದರೂ ಸಾಹಿತ್ಯದೃಷ್ಟಿಯಿಂದ ನನಗೆ ತೋರಿದ್ದನ್ನು ಬರೆದಿದ್ದೇನೆ ಎಂದು ವಾಚಕರು ಗ್ರಹಿಸುವರೆಂದು ಭಾವಿಸುತ್ತೇನೆ.

ಕಾಲವಿಚಾರದ ಚರ್ಚೆಯಲ್ಲಿ ನಾನು ಬಹುಮಟ್ಟಿಗೆ ಪ್ರವೇಶಿಸಿಲ್ಲ. ಅವಶ್ಯ ಕಂಡಲ್ಲಿ ಕೆಲವು ಅಂಶಗಳನ್ನು ಎತ್ತಿಹೇಳಿ ನನಗೆ ಒಪ್ಪಿತವಾದ ಕಾಲವನ್ನು ಸೂಚಿಸಿದ್ದೇನೆ. ಅಭ್ಯಾಸಿಗಳ ಸೌಕರ್ಯದೃಷ್ಟಿಯಿಂದ ಗ್ರಂಥಕಾರರ ಪಟ್ಟಿಯಲ್ಲಿ ಕಾಲನಿರ್ದೇಶವನ್ನು ಸ್ಥೂಲಮಾನದಿಂದ ಕೊಟ್ಟಿರುತ್ತದೆ. ಗ್ರಂಥರಚನೆಯ ಕಾಲವು ಗೊತ್ತಿರುವಲ್ಲಿ 'ಗ್ರಂ.ರ.' ಎಂಬುದಾಗಿ ಅದನ್ನು ಹೇಳಿರುತ್ತದೆ.

ಈ ಗ್ರಂಥವು ಹಲವಾರು ವರ್ಷಗಳ ನನ್ನ ಪರಿಶ್ರಮದ ಫಲವೆಂಬುದೇನೋ ನಿಜ. ಆದರೆ ಇದಕ್ಕೆ ವಿಷಯಸಂಗ್ರಹ ಮಾಡುವಲ್ಲಿ, ವಿಮರ್ಶೆ ಮಾಡುವಲ್ಲಿ, ಅನೇಕ ವಿಧದಲ್ಲಿ ನನ್ನ ಅನೇಕ ಮಿತ್ರರು ನೆರವಾಗಿದ್ದಾರೆ. ನಮ್ಮ ನಾಡಿನ ವಿದ್ವಾಂಸರು ಮತ್ತು ವಿಮರ್ಶಕರು, ಇವರ ಗ್ರಂಥ ಹಾಗೂ ಲೇಖನಗಳಿಗೆ ನಾನು ಎಷ್ಟು ಋಣಿಯಾಗಿದ್ದೇನೆ ಎಂಬುದನ್ನು ಈ ಗ್ರಂಥವು ಪುಟಪುಟದಲ್ಲಿ ಸಾರುತ್ತದೆ. ಶ್ರೀ ಗೋವಿಂದ ಪೈ, ಡಾ. ಉಪಾಧ್ಯೆ, ಪ್ರೊ. ಕುಂದಣಗಾರ ಮುಂತಾದವರು ನನಗೆ ಬೇಕಾದ ಆಧಾರಗಳನ್ನು ಒದಗಿಸಿ ಕೊಟ್ಟು ಉಪಕಾರ ಮಾಡಿದ್ದಾರೆ. ಶ್ರೀಗಳಾದ ದೊ. ಲ. ನರಸಿಂಹಾಚಾರ್ ಮತ್ತು ತೀ. ನಂ. ಶ್ರೀಕಂಠಯ್ಯ ಇವರಿಬ್ಬರೂ ಪ್ರಾರಂಭದಿಂದ ಪ್ರೋತ್ಸಾಹ-ಸಹಾಯಗಳನ್ನು ಕೊಡುವುದಲ್ಲದೆ ಹಸ್ತಪ್ರತಿಯನ್ನೂ ಮುದ್ರಿತ ಪುಟಗಳನ್ನೂ ಓದಿ ಸೂಕ್ತ ಸಲಹೆಗಳನ್ನು ಇತ್ತಿದ್ದಾರೆ. ಶ್ರೀ ಕ. ವೆಂ. ರಾಘವಾಚಾರ್ಯರು ಮುದ್ರಿತ ಪುಟಗಳನ್ನು ನೋಡಿ ಮೆಚ್ಚಿಗೆಯನ್ನು ತಿಳಿಸಿದ್ದಾರೆ. ನನ್ನ ವಿದ್ಯಾರ್ಥಿಗಳಾಗಿದ್ದ ಶ್ರೀ ಆರ್. ವಿ. ಕುಲಕರ್ಣಿ, ವರದರಾಜ ಹುಯಿಲಗೋಳ, ಎಸ್. ವಿ. ಸಂಪತ್ತು, ಕೆ. ಜಿ. ಶಾಸ್ತ್ರಿ ಮುಂತಾಗಿ ಹಲವರು ನನಗೆ ಹಲವು ಬಗೆಯಲ್ಲಿ ಸಾಮಗ್ರಿಯನ್ನು ಸಂಗ್ರಹಿಸಿ ಕೊಟ್ಟಿದ್ದಾರೆ. ಇವರೆಲ್ಲರಿಗೂ ನನ್ನ ಹೃತ್ಪೂರ್ವಕವಾದ ಕೃತಜ್ಞತೆಯನ್ನು ಸಲ್ಲಿಸುತ್ತೇನೆ.

ಈ ಗ್ರಂಥವನ್ನು ಅಚ್ಚುಗೊಳಿಸಿ ಪ್ರಕಾಶನಗೊಳಿಸುವ ಭಾರವನ್ನು ಪ್ರೀತಿಯಿಂದ ಹೊತ್ತುಕೊಂಡು, ಯಾವ ತೊಂದರೆಗಳನ್ನೂ ಗಮನಿಸದೆ ಉಷಾ ಮುದ್ರಣಾಲಯದ ಒಡೆಯರಾದ ಶ್ರೀ ರಾ. ನಾ. ಹಬ್ಬು ಅವರು ಬಹು ಪರಿಶ್ರಮದಿಂದ ಇದನ್ನು ಪ್ರಕಟಗೊಳಿಸಿದ್ದಾರೆ. ಅಚ್ಚಿನ ಅಂದ, ಹೊರಮೈ ಅಂದ, ಇದಕ್ಕೆಲ್ಲ ಅವರೇ ಶ್ರೇಯೋಭಾಗಿಗಳು. ಅವರಿಗೆ ನಾನು ಋಣಿಯಾಗಿದ್ದೇನೆ. ಶ್ರೇಯಸ್ಸಿನ ಜೊತೆಗೆ ವಿಪರೀತ ವೆಚ್ಚಕ್ಕೂ ಅವರೇ ಭಾಗಿಯಾಗಿದ್ದಾರೆ. ಇಂಥ ಗ್ರಂಥವನ್ನು ನಾಡು ಮೆಚ್ಚಬಹುದು ಎಂಬ ದೃಢವಾದ ನಂಬಿಗೆಯಿಂದ ಅವರು ಇದನ್ನು ಕೈಗೊಂಡರು. ಇದನ್ನು ಹೆಚ್ಚು ಜನ ಕೊಂಡು ಓದಿ ಅವರ ಭಾರವನ್ನು ಇಳಿಸುವರೆಂದು ನಾನು ಹಾರೈಸುತ್ತೇನೆ.

ಸಾಹಿತ್ಯ ಚರಿತ್ರೆಯ ಕೆಲಸ ಯಾವೊಬ್ಬನಿಂದಲೂ ಸಮರ್ಪಕವಾಗಿ ನಡೆಯದು. ಸುದೈವದಿಂದ ಎಲ್ಲ ಪಂಡಿತರ ಸಹಕಾರ ಪಡೆದು ಒಂದು ವಿಸ್ತಾರವೂ ಸಮರ್ಪಕವೂ ಆಗಿರುವ ಕನ್ನಡ ಸಾಹಿತ್ಯ ಚರಿತ್ರೆಯನ್ನು ಪ್ರಕಟಿಸಬೇಕೆಂದು ಕರ್ನಾಟಕ ವಿಶ್ವವಿದ್ಯಾನಿಲಯವು ಯೋಜನೆ ಮಾಡಿದೆಯೆಂದು ತಿಳಿದಿದೆ. ಅದು ಬರುವುದಕ್ಕೆ 'ಕಣ್ಣಸನ್ನೆ'ಯಾಗಿ ಈ ಗ್ರಂಥವು ತೋರಿದರೆ ನನಗದೇ ತೃಪ್ತಿ. ಇದನ್ನು ವಿದ್ಯಾರ್ಥಿಗಳಿಗೆ ಮತ್ತು ವ್ಯಾಸಂಗಿಗಳಿಗೆ ಮುಖ್ಯವಾಗಿ ಬರೆದಿರುವುದಾದರೂ ಸಾಮಾನ್ಯ ವಾಚಕರೂ ಇದರಿಂದ ಕನ್ನಡ ಸಾಹಿತ್ಯ ಸಂಪತ್ತಿಯನ್ನು ಅರಿತುಕೊಳ್ಳಬೇಕೆಂದು ಅಪೇಕ್ಷೆಯಿದೆ. ವಿದ್ವಾಂಸರು ಇದನ್ನೋದಿ ತಮ್ಮ ಅಭಿಪ್ರಾಯಗಳನ್ನೂ ಸೂಚನೆಗಳನ್ನೂ ತಿಳಿಸಬೇಕೆಂದು ಬಿನ್ನವಿಸುತ್ತೇನೆ. ಅವನ್ನು ಮುಂದಿನ ಆವೃತ್ತಿಯಲ್ಲಿ ಉಪಯೋಗಿಸಬಹುದಾಗಿದೆ.

ಇದರಲ್ಲಿಯ ಅಭ್ಯಾಸಸೂಚಿಯನ್ನು ಸಿದ್ಧಗೊಳಿಸುವ ಕಾರ್ಯದಲ್ಲಿ ನನ್ನ ಮಿತ್ರರಾದ ಶ್ರೀ ಕೆ. ಜಿ. ಶಾಸ್ತ್ರಿ, ಎನ್. ಪ್ರಹ್ಲಾದರಾವ್, ಪಿ. ಟಿ. ಕುಲಕರ್ಣಿ ಮುಂತಾದವರು ನೆರವಾಗಿದ್ದಾರೆ. ಅವರಿಗೆ ನನ್ನ ಕೃತಜ್ಞತೆ ಸಲ್ಲುತ್ತದೆ.

ಸಾಹಿತ್ಯರೂಪಗಳ ದೃಷ್ಟಿಯಿಂದ ಸಾಹಿತ್ಯ ಚರಿತ್ರೆ ಮತ್ತು ಹಳೆಯ ಸಾಹಿತ್ಯಕ್ಕೆ ಸಂಬಂಧಿಸಿದ ಇತರ ಪ್ರಶ್ನೆಗಳು – ಇವನ್ನು ಕುರಿತು ಇನ್ನೊಂದು ಗ್ರಂಥವನ್ನು ಬರೆಯುವ ಉದ್ದೇಶವಿದೆ. ಹೊಸಗನ್ನಡ ಸಾಹಿತ್ಯ ಚರಿತ್ರೆಯನ್ನೂ ಬರೆಯುವ ವಿಚಾರವಿದೆ. ಇವುಗಳಿಗೆ ಮೂರ್ತಸ್ವರೂಪ ಬರಲಿ ಎಂದು ಆಶಿಸುತ್ತೇನೆ.

**ರಂ. ಶ್ರೀ. ಮುಗಳಿ**

ವಿಶ್ರಾಮಬಾಗ, ಸಾಂಗಲಿ
ವಿಜಯದಶಮಿ : ೧೭-೧೦-೧೯೫೩

## ಎರಡನೆಯ ಆವೃತ್ತಿ

ಸುಮಾರು ಏಳು ವರ್ಷಗಳಾದಮೇಲೆ ಈ ಗ್ರಂಥದ ಎರಡನೆಯ ಆವೃತ್ತಿ ಪ್ರಕಟವಾಗುತ್ತಿದೆ. ತೀರ ಆವಶ್ಯಕವೆಂದು ತೋರಿದ ತಿದ್ದುಪಡಿಗಳನ್ನೂ ಸೇರ್ಪಡೆಗಳನ್ನೂ ಇದರಲ್ಲಿ ಅಳವಡಿಸಲಾಗಿದೆ. ಅಭ್ಯಾಸಿಗಳಿಗೆ ಸುಕರವಾಗಲೆಂದು ಪ್ರಕರಣಗಳ ಒಳಭಾಗದಲ್ಲಿ ವಿಷಯಾನುಗುಣವಾಗಿ ಸಣ್ಣಸಣ್ಣ ಶೀರ್ಷಿಕೆಗಳನ್ನು ಕೊಟ್ಟಿದೆ. ಉದಾಹೃತವಾದ ಪೂರ್ಣಪದ್ಯಗಳನ್ನು ಪದ್ಯಕಾವ್ಯದ ರೀತಿಯಲ್ಲಿ ಪ್ರಕಟಿಸಲಾಗಿದೆ. 'ಅಭ್ಯಾಸಸೂಚಿ'ಯನ್ನು ಅದ್ಯಾವತ್ತಾಗಿ ಮಾಡಿರುವುದಲ್ಲದೆ ಅಕ್ಷರಾನುಕ್ರಮವನ್ನು ಅನುಸರಿಸಲಾಗಿದೆ. ಅಭ್ಯಾಸಸೂಚಿಯ ಕಾರ್ಯವನ್ನು ನನಗಾಗಿ ಮಾಡಿಕೊಟ್ಟ ಶ್ರೀ ಶ್ರೀನಿವಾಸ ಹಾವನೂರ ಅವರಿಗೆ ನನ್ನ ಹಾರ್ದಿಕ ಕೃತಜ್ಞತೆಗಳು ಸಲ್ಲುತ್ತವೆ.

ಮೊದಲನೆಯ ಆವೃತ್ತಿ ಪ್ರಕಟವಾದಮೇಲೆ ಅದನ್ನು ಸ್ವಾಗತಿಸಿ ತಮ್ಮ ಮೆಚ್ಚಿಗೆಯನ್ನು ತಿಳಿಸಿದ, ಸಲಹೆಸೂಚನೆಗಳನ್ನು ಮಾಡಿದ ಮತ್ತು ವಿವಿಧ ದೃಷ್ಟಿಕೋನಗಳಿಂದ ವಿಮರ್ಶಿಸಿದ ಎಲ್ಲರಿಗೆ ನಾನು ಅತ್ಯಂತ ಕೃತಜ್ಞನಾಗಿದ್ದೇನೆ. ಯಾವುದೇ ವಿಮರ್ಶೆಯನ್ನು ತಿಳಿದುಕೊಳ್ಳಲು ಮತ್ತು ಅದರಲ್ಲಿ ನನಗೆ ಗ್ರಾಹ್ಯವೆಂದು ತೋರಿದ್ದನ್ನು ಸ್ವೀಕರಿಸಲು ನಾನು ಯಾವಾಗಲೂ ಸಿದ್ಧನಾಗಿದ್ದೇನೆ. ನನ್ನ ಗ್ರಂಥವು ಪರಿಪೂರ್ಣವೆಂದು ನಾನು ತಿಳಿದಿಲ್ಲ ; ನನ್ನ ಮೌಲ್ಯಮಾಪನ ಅಥವಾ ಅಭಿಪ್ರಾಯಗಳು ಕೊನೆಯ ಮಾತುಗಳೂ ಅಲ್ಲ. ನನ್ನ ಮಟ್ಟಿಗೆ ಕನ್ನಡ ಸಾಹಿತ್ಯದ ಎಲ್ಲ ವಿಭಾಗಗಳನ್ನೂ ಎಲ್ಲ ಅಂಗಗಳನ್ನೂ ಶುದ್ಧ ಹೇತುವಿನಿಂದ, ಸಮಬುದ್ಧಿಯಿಂದ ವಿವೇಚಿಸುವ ಪ್ರಯತ್ನ ಮಾಡಿದ್ದೇನೆ. ನನ್ನ ಬರವಣಿಗೆಯ ವಿಷಯದಲ್ಲಿ ಮತಭೇದವುಳ್ಳ ಮಿತ್ರರು ಅವಶ್ಯವಾಗಿ ತಮ್ಮ ಅಭಿಪ್ರಾಯವನ್ನು ವ್ಯಕ್ತಮಾಡಬೇಕು, ಆದರೆ ನನ್ನ ಸದ್ಧೇತುವಿನ ಬಗ್ಗೆ ಅವರು ನನ್ನಲ್ಲಿ ನಂಬಿಕೆಯನ್ನಿಡಬೇಕು ಎಂದು ಕೇಳಿಕೊಳ್ಳುತ್ತೇನೆ. ಯಾರೊಡನೆಯೂ ಈ ಗ್ರಂಥಕ್ಕೆ ಸಂಬಂಧಿಸಿದ ಯಾವುದೇ ವಿಷಯವನ್ನು ಕುರಿತೂ ಮುಕ್ತಮನಸ್ಸಿನಿಂದ ಚರ್ಚೆ ಮಾಡಲು ನಾನು ಆತುರನಾಗಿದ್ದೇನೆ. ಇಂಥ ಸಂದರ್ಭದಲ್ಲಿ ಮಾತಿಗೆ ಮಾತು, ಉತ್ತರಕ್ಕೆ ಪ್ರತ್ಯುತ್ತರ ಎಂಬ ವಾದ ಸರಣಿ ಲೇಖನರೂಪದಲ್ಲಿ ಬರುವುದು ನನಗೆ ಸಂಮತವಲ್ಲ. ನಾಡಿನ ಪ್ರಗತಿಯ ದೃಷ್ಟಿಯಿಂದ, ಸಾಹಿತ್ಯದಲ್ಲಿ ಸದ್ಭಾವನೆ ಬೆಳೆಯುವ ದೃಷ್ಟಿಯಿಂದ ಇದು ಹಿತವಲ್ಲ ಎಂದು ನನ್ನ ತಿಳಿವಳಿಕೆ.

ಈ ಗ್ರಂಥವನ್ನು ಕನ್ನಡ ಪಂಡಿತರಿಂದ ಅವಲೋಕನಗೊಳಿಸಿ ಅವರ ಸೂಚನೆಯ ಮೇರೆಗೆ ನನಗೆ ಡಿ. ಲಿಟ್. ಪದವಿಯನ್ನು ದಯಪಾಲಿಸಿದ ಪುಣೆ ವಿದ್ಯಾಪೀಠಕ್ಕೂ, ಇದಕ್ಕೆ ರಾಷ್ಟ್ರಪ್ರಶಸ್ತಿಯನ್ನು ನೀಡಿದ ಸಾಹಿತ್ಯ ಅಕಾದೆಮಿಗೂ ನಾನು ಋಣಿಯಾಗಿದ್ದೇನೆ.

**ರಂ. ಶ್ರೀ. ಮುಗಳಿ**

ಸಾಂಗಲಿ, ೨೮-೨-೧೯೬೦

## ಮೂರರಿಂದ ಎಂಟನೆಯ ಆವೃತ್ತಿಗಳು

'ಕನ್ನಡ ಸಾಹಿತ್ಯ ಚರಿತ್ರೆ'ಯ ಮೂರು–ನಾಲ್ಕನೆಯ ಆವೃತ್ತಿಗಳು ಯಾವ ಹೆಚ್ಚಿನ ವ್ಯತ್ಯಾಸವಿಲ್ಲದೆ, ಹೊಸ ಸಾಮಗ್ರಿಯ ಸೇರ್ಪಡೆಯಿಲ್ಲದೆ ಪ್ರಕಟವಾದುವು. ಐದನೆಯ ಆವೃತ್ತಿ(೧೯೭೧)ಯಲ್ಲಿ ಈಚಿನ ಸಂಶೋಧನೆಯ ಫಲವಾಗಿ ದೊರೆತ ಕೆಲವು ಹೊಸ ಅಂಶಗಳನ್ನು ಅಲ್ಲಲ್ಲಿ ಸೇರಿಸಿ, ಶ್ರೀ ಎಸ್. ಶಿವಣ್ಣ ಅವರ ನೆರವಿನಿಂದ ಅಭ್ಯಾಸಸೂಚಿಯನ್ನು ನವೀಕರಿಸಲಾಯಿತು. ಆರನೆಯ ಆವೃತ್ತಿ(೧೯೭೮)ಯಲ್ಲಿ ಅತ್ಯಾವಶ್ಯಕವೆಂದು ತೋರಿದ ಹೊಸ ಸಂಗತಿ ಮತ್ತು ವಿಚಾರಗಳನ್ನು ಸೇರಿಸಲಾಯಿತು. ಏಳನೆಯ ಆವೃತ್ತಿ(೧೯೮೪)ಯಲ್ಲಿ ಅನಿವಾರ್ಯವಾಗಿ—ವಿಶೇಷವಾಗಿ ಬೆಲೆ ಹೆಚ್ಚಳವಾದೀತೆಂಬ ಅಂಜಿಕೆಯಿಂದ—ಶ್ರೀ ಶಿವಣ್ಣ ಅವರು ತುಂಬಾ ಆಸ್ಥೆಯಿಂದ ಈ ಹಿಂದಿನ ಮೂರು ಮುದ್ರಣಗಳಿಂದಲೂ ನವೀಕರಿಸಿಕೊಂಡು ಬಂದಿದ್ದ ಅಭ್ಯಾಸಸೂಚಿಯನ್ನು ಕೈಬಿಡಲಾಯಿತು.

ಈ ಗ್ರಂಥದ ಮೊದಲನೆ ಆವೃತ್ತಿಯಿಂದ ಏಳು ಆವೃತ್ತಿ ಪೂರ್ತಿಯಾಗಿ ನನ್ನ ಮಿತ್ರರಾದ ಶ್ರೀ ರಾ. ನಾ. ಹಬ್ಬು ಅತ್ಯಂತ ಆಸ್ಥೆಯಿಂದ ಅಚ್ಚುಕಟ್ಟಾಗಿ ಮುದ್ರಿಸಿ, ಪ್ರಕಟಿಸುತ್ತ ಬಂದಿರುತ್ತಾರೆ. ಅವರ ಮಗ ಶ್ರೀ ರಮೇಶ ಹಬ್ಬು ಅವರಿಗೆ ತಕ್ಕ ನೆರವು ನೀಡಿದ್ದಾರೆ. ಇವರಿಗೆ ನನ್ನ ಹಾರ್ದಿಕ ಧನ್ಯವಾದಗಳನ್ನು

ಸಲ್ಲಿಸುತ್ತೇನೆ. ಅಭ್ಯಾಸಸೂಚಿಯ ಬಗೆಗೆ ತುಂಬ ಆಸಕ್ತಿಯಿಂದ ಸಹಾಯ ಮಾಡಿದ ಶ್ರೀ ಎಸ್. ಶಿವಣ್ಣ ಅವರಿಗೂ ನನ್ನ ಕೃತಜ್ಞತೆ ಸಲ್ಲುತ್ತದೆ.

* * *

ಶ್ರೀ ರಾ. ನಾ. ಹಬ್ಬು ಅವರು ತಮ್ಮ ಅನಾರೋಗ್ಯದ ಕಾರಣ ಎಂಟನೆಯ ಆವೃತ್ತಿಯನ್ನು ಪ್ರಕಟಿಸುವುದು ಸಾಧ್ಯವಾಗದೆಂದು ನನಗೆ ತಿಳಿಸಿದಮೇಲೆ, ಗೀತಾ ಬುಕ್ ಹೌಸ್‌ನ ನನ್ನ ಮಾನ್ಯ ಮಿತ್ರರಾದ ಶ್ರೀ ಎಂ. ಸತ್ಯನಾರಾಯಣರಾವ್ ಮತ್ತು ಅವರ ಸೋದರರು ಸಂತೋಷದಿಂದ ಒಪ್ಪಿಕೊಂಡು ಈ ಹೊಸ ಮುದ್ರಣವನ್ನು ಹೊರತಂದಿದ್ದಾರೆ. ಶ್ರೀ ರಂಗರಾವ್ ರೋಹಿಡೇಕರ ಅವರು ಶ್ರಮವಹಿಸಿ ಕರಡಚ್ಚುಗಳನ್ನು ನೋಡಿದ್ದಾರೆ. ಇವರಿಗೆಲ್ಲ ನನ್ನ ಹೃತ್ಪೂರ್ವಕವಾದ ಕೃತಜ್ಞತೆಗಳನ್ನು ಸಲ್ಲಿಸುತ್ತೇನೆ.

**ರಂ. ಶ್ರೀ. ಮುಗಳಿ**

## ಪ್ರಕಾಶಕರ ಎರಡು ಮಾತು

ಡಾ. ರಂ. ಶ್ರೀ. ಮುಗಳಿಯವರ ಜೀವಮಾನದ ಮಹತ್ಸಾಧನೆ ಮಾತ್ರವಲ್ಲದೆ ಕನ್ನಡ ಸಾಹಿತ್ಯದ ಇತಿಹಾಸವನ್ನು ಕುರಿತಂತೆ ಅತಿ ಮಹತ್ವದ ಹಾಗೂ ಆಧಾರಪೂರಿತ ಗ್ರಂಥವೆಂದು ವಿದ್ವಜ್ಜನರು ಗುರುತಿಸಿರುವ ಅವರ ಮೇರುಕೃತಿ '**ಕನ್ನಡ ಸಾಹಿತ್ಯ ಚರಿತ್ರೆ**'ಯ ಮತ್ತೊಂದು ಸಂಸ್ಕರಣವನ್ನು ಪ್ರಕಾಶಿಸಲು ಹರ್ಷಿಸುತ್ತೇವೆ.

ಈ ಕೃತಿಯ ಒಂಬತ್ತನೆಯ ಸಂಸ್ಕರಣ ಮುದ್ರಣ–ಹಂತದಲ್ಲಿದ್ದಂತೆಯೇ ಡಾ. ಮುಗಳಿಯವರು ರ್ಗ್ಷಿರಲ್ಲಿ ನಿಧನರಾದರು. ಅದಕ್ಕೆ ಮುನ್ನ ಅವರು ಹಿಂದಿನ ಸಂಸ್ಕರಣದಲ್ಲಿ ತಲೆದೋರಿದ್ದ ಕೆಲವು ಮುದ್ರಣದೋಷಗಳ ತಿದ್ದುಪಡಿ ಮತ್ತು ಈಚಿನ ಸಂಶೋಧನೆಗಳ ಹಿನ್ನೆಲೆಯಲ್ಲಿ ಅತ್ಯಗತ್ಯವೆಂದೆನಿಸಿದ್ದ ಕೆಲವಾರು ತಿದ್ದುಪಡಿ ಮತ್ತು ಮಾರ್ಪಾಟುಗಳನ್ನು ಮಾಡುವ ಕಾರ್ಯದಲ್ಲಿ ತಮ್ಮನ್ನು ತೊಡಗಿಸಿಕೊಂಡಿದ್ದರು. ಆದರೆ ಇಳಿವಯಸ್ಸಿನ ಸಮಸ್ಯೆಗಳಿಂದಾಗಿ ತಾವು ಮಾಡಲಾಗದ ಈ ಕೆಲಸವನ್ನು ತಾವು ವಿಶ್ವಾಸ ಹೊಂದಿದ್ದ ಕನ್ನಡ ಪ್ರಾಧ್ಯಾಪಕ ಡಾ. ಎನ್. ಎಸ್. ತಾರಾನಾಥ ಅವರಿಗೆ ವಹಿಸಿಕೊಟ್ಟರು. ಈ ಕಾರ್ಯವನ್ನು ಸಮರ್ಪಕವಾಗಿ ನಿರ್ವಹಿಸಿದ ಡಾ. ತಾರಾನಾಥ ಅವರಿಗೆ ಹಾಗೂ ಅವರೊಂದಿಗೆ ಸಹಕರಿಸಿ ಸೂಕ್ತ ನೆರವು ನೀಡಿದ ಕನ್ನಡ ಪ್ರಾಧ್ಯಾಪಕ ಡಾ. ಪ್ರಧಾನ್ ಗುರುದತ್ತ ಅವರಿಗೆ ನಮ್ಮ ಕೃತಜ್ಞತೆಗಳು.

ಅಂತೆಯೇ ಈಚಿನ ಹೊಸ ಮುದ್ರಣಗಳ ಕರಡಚ್ಚುಗಳನ್ನು ನೋಡಿಕೊಟ್ಟ (ದಿವಂಗತ) ಶ್ರೀ ರಂಗರಾವ್ ರೋಹಿಡೇಕರ ಮತ್ತು ಶ್ರೀ ಬಸವಣ್ಣ ಅವರಿಗೆ, 'ಅಕಾರಾದಿ'ಯನ್ನು ತುಂಬ ಆಸ್ಥೆಯಿಂದ ಸಿದ್ಧಮಾಡಿಕೊಟ್ಟ ಮೈಸೂರು ವಿಶ್ವವಿದ್ಯಾನಿಲಯದ ವಿಶ್ರಾಂತ ಉಪಗ್ರಂಥಪಾಲ (ದಿವಂಗತ) ಶ್ರೀ ಕೆ. ಬಾಲಸುಂದರ ಗುಪ್ತ ಅವರಿಗೆ ಹಾಗೂ ಈ ಗ್ರಂಥಪ್ರಕಾಶನ ಕಾರ್ಯದಲ್ಲಿ ನಮ್ಮೊಂದಿಗೆ ಸಹಕರಿಸುತ್ತಿರುವ ಲೇಖಕರ ಪುತ್ರ ಡಾ. ಆನಂದ ಆರ್. ಮುಗಳಿ ಮತ್ತು ಅವರ ಕುಟುಂಬವರ್ಗದವರಿಗೆ ನಾವು ಆಭಾರಿಯಾಗಿದ್ದೇವೆ.

**ಪ್ರಕಾಶಕರು**

## ಸಂಕ್ಷೇಪಗಳ ವಿವರ

| | |
|---|---|
| ಅರುಣೋ. | ಅರುಣೋದಯ, ಬೆಳಗಾವಿ |
| ಕ.ಕಾ.ಪ. | ಕರ್ನಾಟಕ ಕಾಲೇಜು ಪತ್ರಿಕೆ, ಧಾರವಾಡ |
| ಕ.ಚ. | ಕವಿಚರಿತೆ |
| ಕ.ನು. | ಕನ್ನಡ ನುಡಿ, ಬೆಂಗಳೂರು |
| ಕ.ಭಾ. | ಕರ್ನಾಟಕ ಭಾರತಿ, ಧಾರವಾಡ |
| ಕ.ರಾ.ಮಾರ್ಗ | ಕವಿರಾಜಮಾರ್ಗ |
| ಕ.ಸಾ.ಪ. | ಕನ್ನಡ ಸಾಹಿತ್ಯ ಪರಿಷತ್ಪತ್ರಿಕೆ, ಬೆಂಗಳೂರು |
| ಕಾ.ಲೋ. | ಕಾವ್ಯಾವಲೋಕನ |
| ಜ.ಕ. | ಜಯಕರ್ನಾಟಕ, ಧಾರವಾಡ |
| ಪ್ರ.ಕ. | ಪ್ರಬುದ್ಧ ಕರ್ನಾಟಕ, ಬೆಂಗಳೂರು – ಮೈಸೂರು |
| ಬ.ಸ್ಮಾ.ಸಂ. | ಬಸವನಾಳ ಸ್ಮಾರಕ ಸಂಪುಟ |
| ಮ.ಸಾ.ಪ.ಪ. | ಮಹಾರಾಷ್ಟ್ರ ಸಾಹಿತ್ಯ ಪರಿಷತ್ ಪತ್ರಿಕೆ |
| ಮೈ.ಪ್ರ.ಪು.ಮಾ. | ಮೈಸೂರು ವಿಶ್ವವಿದ್ಯಾನಿಲಯ ಪ್ರಚಾರ ಪುಸ್ತಕ ಮಾಲೆ |
| ರಾ.ಕಾ.ಪ. | ರಾಜಾರಾಮ ಕಾಲೇಜ್ ಪತ್ರಿಕೆ, ಕೊಲ್ಹಾಪುರ |
| ಲಿಂ.ವಿ.ಪ. | ಲಿಂಗಾಯತ ವಿದ್ಯಾಭಿವೃದ್ಧಿಯ ಸಾಹಿತ್ಯ ಸಮಿತಿ ಪತ್ರಿಕೆ, ಧಾರವಾಡ |
| ವ.ಕೋ. | ವಸ್ತುಕೋಶ |
| ವಾಗ್ಭೂ. | ವಾಗ್ಭೂಷಣ, ಧಾರವಾಡ |
| ಶ.ಸಾ. | ಶರಣ ಸಾಹಿತ್ಯ |
| ಶಿಭ./ಶಿವಾ. | ಶಿವಾನುಭವ, ಬಿಜಾಪುರ |
| ಹ.ಭಾ. | ಹರಿದಾಸ ಭಾರತೀ, ಬೆಂಗಳೂರು |
| ವಿ.ವಾ. | ವಿಶ್ವವಾಣಿ (ಮಾಸಿಕ), ಬೆಂಗಳೂರು |
| *A.O.R.I.* | *Annals of Oriental Research, Madras* |
| *B.O.R.I.* | *Bhandarkar Oriental Research Institute, Pune* |
| *E.C.* | *Epigraphia Carnatica* |
| *GOKI* | *Grammar of Old Kannada Inscriptions* |
| *I.A.* | *Indian Antiquary* |
| *I.H.Q.* | *Indian Historical Quarterly* |
| *J.A.* | *Jaina Antiquary* |
| *JBBRAS* | *Journal of Bombay Branch of Royal Asiatic Society* |
| *J.K.U.* | *Journal of Karnatak University, Dharwad* |
| *JRAS* | *Journal of Royal Asiatic Society* |
| *J.O.R., U.M.* | *Journal of Oriental Research, University of Madras* |
| *K.H.R.* | *Karnataka Historical Review, Dharwad* |
| *K.S.* | *Kannada Studies, Mysore* |
| *M.A.R.* | *Mysore Archaeological Reports, Mysore* |
| *M.Y.T.* | *Quarterly Journal of Mythic Society, Bangalore* |

# ರಂ. ಶ್ರೀ. ಮುಗಳಿಯವರ ಕೃತಿಗಳು

**ಕಾವ್ಯ**

ಬಾಸಿಗ
ಅಪಾರ ಕರುಣೆ
ಓಂ ಅಶಾಂತಿಃ
ನಿತ್ಯನಿರಂತರ
ನವಮಾನವ
ಮಣಿಮಾಲೆ
ಮೋಟುಮರ ಮಾತಾಡಿತು
ಶ್ರೀ ಅರವಿಂದರ 'ಸಾವಿತ್ರಿ' (ಮಹಾಕಾವ್ಯದ ಕನ್ನಡ ಪದ್ಯರೂಪ – ಭಾಗ ೧, ೨, ೩)

**ಸಣ್ಣ ಕತೆ**

ಕನಸಿನ ಕೆಳದಿ

**ಕಾದಂಬರಿ**

ಬಾಳುರಿ
ಕಾರಣಪುರುಷ
ಅನ್ನ
ಅಗ್ನಿವರ್ಣ

**ನಾಟಕ**

ಎತ್ತಿದ ಕೈ (ಏಕಾಂಕ ಸಂಗ್ರಹ)
ಸೇವಾಪ್ರದೀಪ
ಅಕ್ಕಮಹಾದೇವಿ
ಪಾವನಪಾವಕ
ನಾಮಧಾರಿ
ವಿಜಯ ಸಾಮ್ರಾಜ್ಯ
ಮನೋರಾಜ್ಯ
ಧನಂಜಯ
ಅಪೂರ್ವ
ಪ್ರಳಯದ ಕಸ
ಜೀವನ ಚರಿತ್ರೆ
ಅರವಿಂದ ಮಕರಂದ
ಶಾಂತಕವಿ
ಜೀವನ ರಸಿಕ (ಆತ್ಮಕಥನ)

**ಸಾಹಿತ್ಯ ಚರಿತ್ರೆ**

ಕನ್ನಡ ಸಾಹಿತ್ಯ ಚರಿತ್ರೆ
ಕನ್ನಡ ಸಾಹಿತ್ಯದ ಇತಿಹಾಸ
ಕನ್ನಡವೆಂಬಾ ಮಂತ್ರ (ಆಯ್ದ ಮುತ್ತುಗಳ ಸಂಕಲನ)
ಪ್ರಾಚೀನ ಕನ್ನಡ ಸಾಹಿತ್ಯ ರೂಪಗಳು

**ಸಾಹಿತ್ಯ ವಿಮರ್ಶೆ**

ರನ್ನನ ಕೃತಿರತ್ನ
ಸಾಹಿತ್ಯೋಪಾಸನೆ
ಕನ್ನಡ ಸಾಹಿತ್ಯದಲ್ಲಿ ಸರಸ್ವತಿಯ ದರ್ಶನ
ತವನಿಧಿ
ಸಾಹಿತ್ಯ ವಿಮರ್ಶೆಯ ಮಾರ್ಗದರ್ಶನ ಸೂತ್ರಗಳು
ವಿಮರ್ಶೆಯ ವ್ರತ
ಬೇಂದ್ರೆ ಕಾವ್ಯ
ಮಹಾಕೃತಿ
ಪುನರ್ನವೋದಯ

**ಲಘು ನಿಬಂಧ, ವೈಚಾರಿಕ ಕೃತಿ**

ಮಾತೆಂಬುದು ಜ್ಯೋತಿರ್ಲಿಂಗ
ಕನ್ನಡದ ಕರೆ
ಶಿಕ್ಷಣದ ಮುನ್ನಡೆ
ಕನ್ನಡ ನಾಡಿನಲ್ಲಿ ಪರೋಪಕಾರ
ಕನ್ನಡ ನುಡಿ ತನ್ನ ಕಾಲ ಮೇಲೆ ತಾ ನಿಲ್ಲಬಹುದೇ?
ನವೀನ ಪ್ರಜ್ಞೆಯ ಸೂತ್ರಗಳು
ಕಟು ಸತ್ಯ
ಪಾಥೇಯ

**ಇಂಗ್ಲಿಷ್ ಕೃತಿಗಳು**

*The Heritage of Karnataka*
*History of Kannada Literature*

# ವಿಷಯಾನುಕ್ರಮ

## ಓದುಗರಲ್ಲಿ ಬಿನ್ನಹ

### (ಉಲ್ಲೇಖಿತ ಗ್ರಂಥಗಳ ಮುದ್ರಣ / ಆವೃತ್ತಿಗಳ ಬಗ್ಗೆ)

ಈ ಗ್ರಂಥದ ಟಿಪ್ಪಣಿಗಳಲ್ಲಿ ಉಲ್ಲೇಖಿಸಲಾಗಿರುವ ಗ್ರಂಥಗಳ ಮೊದಲನೆಯ ಮುದ್ರಣ ಅಥವಾ ಆವೃತ್ತಿಯ ಪುಟಗಳನ್ನು ಸಾಮಾನ್ಯವಾಗಿ ಸೂಚಿಸಲಾಗಿದೆ. ಬೇರೆ ಮುದ್ರಣ ಅಥವಾ ಆವೃತ್ತಿಗಳನ್ನು ಸೂಚಿಸಿರುವಲ್ಲಿ ಆಯಾ ಗ್ರಂಥಗಳ ಹೆಸರುಗಳನ್ನು ವಿವರಗಳೊಂದಿಗೆ ಈ ಕೆಳಗೆ ಸೂಚಿಸಲಾಗಿದೆ.

**ಕರ್ನಾಟಕ ಕವಿಚರಿತೆ**—ಆರ್. ನರಸಿಂಹಾಚಾರ್ : ಸಂಪುಟ ೧, ತಿದ್ದಿದ ಮುದ್ರಣ, ೧೯೨೪ ; ಸಂಪುಟ ೨ ಮತ್ತು ೩ ಮಾತ್ರ ಮೊದಲನೆ ಮುದ್ರಣ – ಅನುಕ್ರಮವಾಗಿ ೧೯೧೯, ೧೯೨೯

**ಕವಿರಾಜಮಾರ್ಗ**—ಸಂ : ಪಿ. ವೆಂಕಟರಾವ್ ; ಎಚ್. ಶೇಷಯ್ಯಂಗಾರ್ (ಮದ್ರಾಸ್ ಆವೃತ್ತಿ), ೧೯೩೦

**ವಡ್ಡಾರಾಧನೆ**—ಸಂ : ಡೊ. ಲ. ನರಸಿಂಹಾಚಾರ್ (ಕನ್ನಡ ಸಾಹಿತ್ಯ ಪರಿಷತ್ತು), ೧೯೪೫

**ಬಸವೇಶ್ವರರ ವಚನಗಳು**—ಸಂ : ಫ. ಗು. ಹಳಕಟ್ಟಿ, ೧೯೩೧

**ಪ್ರಭುದೇವರ ವಚನಗಳು**—ಸಂ : ಫ. ಗು. ಹಳಕಟ್ಟಿ, ೧೯೩೧

**ಮಹಾದೇವಿಯಕ್ಕನ ವಚನಗಳು**—ಸಂ : ಫ. ಗು. ಹಳಕಟ್ಟಿ, ೧೯೨೭

***A History of Kannada Literature***—E. P. Rice, Second Edition, 1920

# ಕನ್ನಡ ಸಾಹಿತ್ಯ ಚರಿತ್ರೆ

## ಅತ್ಯಂತ ಪ್ರಾಚೀನ ಕನ್ನಡ ಶಾಸನ

### (ಹಲ್ಮಿಡಿಯಲ್ಲಿ ದೊರೆತುದು)

೧. ಜಯತಿ ಶ್ರೀಪರಿಷ್ವಙ್ಗಶ್ಯಾರ್ಙ್ಗ [ಮ್ಯಾನತಿ] ರಚ್ಯುತಃ
ದಾನವಾಕ್ಷ್ಣೋರ್ಯುಗಾನ್ತಾಗ್ನಿಃ [ಶಿಷ್ಟಾನಾನ್ತು] ಸುದರ್ಶನಃ
೨. ನಮಃ ಶ್ರೀಮತ್ಕದಂಬನ್ತ್ಯಾಗಸಂಪನ್ನಕಲಭೋರ [ನಾ] ಅರಿ ಕ-
೩. ಕುಸ್ಥಭಟ್ಟೋರನಾಳೆ ನರಿದಾವಿ[ಳೆ] ನಾಡುಳ್ ಮೃಗೇಶ ನಾ-
೪. ಗೇನ್ದ್ರಾಭೀಳಭ್ಟರ್ಟಹರಪ್ಪೋರ್ ಶ್ರೀಮೃಗೇಶನಾಗಾಹ್ವಯ-
೫. ರಿರ್ವ್ವರಾ ಬಟರಿಕುಲಾಮಲವ್ಯೋಮತಾರಾಧಿನಾಥನ್ನಳಪ-
೬. ಗಣಪಶುಪತಿಯಾ ದಕ್ಷಿಣಾಪಥ ಬಹು ಶತಹವನಾ-
೭. ಹವದು[ಳ್] ಪಶುಪ್ರದಾನ ಶೌರ್ಯೋದ್ಯಮಭರಿತೋ[ನ್ದಾನ] ಪ-
೮. ಶುಪತಿಯೆನ್ದು ಪೊಗಟೆಪ್ಪೊಟ್ಟಣ ಪಶುಪತಿ-
೯. ನಾಮಧೇಯನಾ ಸರಕ್ಕೆಲ್ಲ ಭಟರಿಯಾ ಪ್ರೇಮಾಲಯ-
೧೦. ಸುತನ್ಗೆ ಸೇನ್ದ್ರಕಬಣೋಭಯ ದೇಶದಾವೀರಾಪುರುಷಸಮಕ್ಷ-
೧೧. ದೆ ಕೇಕಯಪಲ್ಲವರಂ ಕಾದೆಜೆದು ಪೆತ್ತಜಯನಾ ವಿಜ
೧೨. ಅರಸನ್ಗೆ ಬಾಳ್ಗಟ್ಟೆ ಪಲ್ಮಿಡಿಉಂ ಮೂಟಿವಳ್ಳಿಉಂ ಕೊ-
೧೩. ಟ್ಟಾರ್ ಬಟಾರಿಕುಲದೊನಳಕದಮ್ಬನ್ಕಳ್ದೋನ್ ಮಹಾಪಾತಕನ್
೧೪. ಇರ್ವ್ವರುಂ ಸಟ್ಬಿಙ್ಗದರ್ ವಿಜಾರಸರುಂ ಪಲ್ಮಿಡಿಗೆ ಕುಱು-
೧೫. ಮ್ಬಿಡಿವಿಟ್ಟಾರ್ ಅದಾನಟಿವೊನ್ಗೆ ಮಹಾಪಾತಕಮ್ ಸ್ವಸ್ತಿ
೧೬. ಬಟ್ಟಗ್ಗ್ರೀಗಟ್ದೆ ಒಡ್ಡಲಿ ಆಪತ್ತೊನ್ದಿವಿಟ್ಟಾರಕರ

# ಸಾಹಿತ್ಯ ಚರಿತ್ರೆಯ ಪೂರ್ವಪೀಠಿಕೆ

## ಪ್ರಕರಣ : ೧

## ಸಾಹಿತ್ಯೋದಯ

ಸಾಮಾನ್ಯವಾಗಿ ಯಾವುದೇ ಭಾಷೆಯ ಉದಯದೊಡನೆ ಒಂದು ಬಗೆಯ ಸಾಹಿತ್ಯದ ಉದಯವೂ ಆಗುತ್ತದೆ. ಇಷ್ಟೇ ಯಾಕೆ, ಭಾಷೆಯ ಉದಯವೆಂದರೆ ಸಾಹಿತ್ಯದ ಉದಯವೇ ಸರಿ. ಸ್ಥೂಲವಾಗಿ ಹೇಳುವುದಾದರೆ, ರಸಾನುಭವದ ಸುಂದರವಾದ ಅಭಿವ್ಯಕ್ತಿಯೇ ಸಾಹಿತ್ಯ. ಸಾಹಿತ್ಯದ ಈ ಮೂಲಸತ್ವವು ಅಭಿವ್ಯಕ್ತಿಯ ಸಾಧನವಾದ ಭಾಷೆಯಲ್ಲಿಯೂ ಇರುತ್ತದೆ. ಇದಕ್ಕೆ ಮೂಲವಾದ ಸೌಂದರ್ಯದ ಪ್ರಜ್ಞೆ ಮನುಷ್ಯನಷ್ಟು ಪ್ರಾಚೀನವಾಗಿದೆ. ಒಂದೊಂದು ಭಾಷೆಯ ನಿರ್ಮಾಣದಲ್ಲೂ ಅದು ತಲೆದೋರಿದೆ. ಇಂದಿನ ಭಾಷೆಗಿಂತ ತೀರ ಹಿಂದಿನ ಭಾಷೆ ಹೆಚ್ಚು ಕಾವ್ಯಮಯವಾಗಿತ್ತೆಂದು ಬಲ್ಲವರು ತೋರಿದ್ದಾರೆ. ಒಂದು ವರ್ಣದಲ್ಲಿ ಇಲ್ಲವೆ ಶಬ್ದದಲ್ಲಿ ಒಂದು ಕವನ ಇಲ್ಲವೆ ಗ್ರಂಥದಲ್ಲಿ ಇರುವಂಥ ಸ್ವಾರಸ್ಯವನ್ನು ಕೆಲವು ಸಲ ಗುರುತಿಸಬಹುದು. ಹೀಗೆ ಒಂದು ಕಾಲಕ್ಕೆ ಭಾಷೆಯೇ ಸಾಹಿತ್ಯವಾಗಿತ್ತು. ಇಂದಿಗೂ ಕಾಡುಜನ ಎಂದು ಕರೆಸಿಕೊಳ್ಳುವವರ ನುಡಿಯಲ್ಲಿ ಕಾಡುತನವೆಷ್ಟೇ ಇರಲಿ, ಸಾಹಿತ್ಯದ ಸವಿಯಿದೆ. ಜನ ಬೆಳೆದಂತೆ ಎಲ್ಲಿ ಭಾಷೆ ಬೆಳೆದಿದೆಯೊ ಅಲ್ಲಿ ಸಹಜಸ್ಫೂರ್ತವಾದ ಸಾಹಿತ್ಯವೂ ಬೆಳೆದಿದೆ. ಭಾಷೆಯ ಉದಯದ ತೀರ ಮೊದಲಿನ ಅವಸ್ಥೆಯಲ್ಲಿ ಭಾಷೆಯೇ ಸಾಹಿತ್ಯವಾಗಿದ್ದರೆ ಎರಡನೆಯ ಅವಸ್ಥೆಯಲ್ಲಿ ಭಾಷೆಯಷ್ಟೇ ಸಹಜವಾದ ಆದರೂ ಪ್ರತ್ಯೇಕವಾದ ಸಾಹಿತ್ಯವು ಉದಯವಾಗಿರಬೇಕು. ಈ ಬಗೆಯ ಸಾಹಿತ್ಯಕ್ಕೆ ಬಾಯಿಯೇ ಆಧಾರ. ಇದಕ್ಕೆ ಲಿಪಿಯಿಲ್ಲ. ಕರ್ತೃ ಯಾರೆಂದು ತಿಳಿಯುವುದು ಸುಲಭವಲ್ಲ. ಹಲವು ಕಾಲದ ಹಲವು ಬಾಯಿ ಇದನ್ನು ಹೇಳುಹೇಳುತ್ತ ರೂಪಿಸಬಹುದು, ತಿದ್ದಬಹುದು, ಒಮ್ಮೊಮ್ಮೆ ಕೆಡಿಸಲೂಬಹುದು. ಇದಕ್ಕೆ ಇಂದು ನಾವು ಜನಪದ ಸಾಹಿತ್ಯ ಎಂದು ಹೇಳುತ್ತೇವೆ.

ಸಾಹಿತ್ಯಚರಿತ್ರೆಯಲ್ಲಿ ಜನಪದ ಸಾಹಿತ್ಯಕ್ಕೆ ಮೇಲಾದ ಸ್ಥಾನವಿದೆ. ಇತರ ಸಾಹಿತ್ಯದ ಮೇಲೆ ಅದು ಬೀರಿದ ಪ್ರಭಾವದ ದೃಷ್ಟಿಯಿಂದಂತೂ ಅದನ್ನು ಅಲ್ಲಗಳೆಯುವುದು ಸಾಧ್ಯವಿಲ್ಲ. ಬಹುಶಃ ಎಲ್ಲ ಪಳಗಿದ ಭಾಷೆಗಳಲ್ಲಿ ಇರುವಂತೆ ಕನ್ನಡ ಭಾಷೆಯಲ್ಲಿಯೂ ಜನಪದ ಸಾಹಿತ್ಯವು ತೀರ ಪ್ರಾಚೀನ. ವಿಪುಲ ಹಾಗೂ ವಿವಿಧವಾಗಿದೆ. ಕ್ರಿ.ಶ. ೭ನೆಯ ಶತಮಾನದ ಶಾಸನದಲ್ಲಿಯ ತ್ರಿಪದಿಗಳು, ೮ನೆಯ ಶತಮಾನದ ಓವನಿಗೆ-ಒನಕೆವಾಡು, ೯ನೆಯ ಶತಮಾನದಲ್ಲಿ ಬೆದಂಡೆ–ಚತ್ತಾಣಗಳಲ್ಲಿ ಕನ್ನಡ ಛಂದೋರೂಪಗಳು ಇವೆಲ್ಲ ಅಲ್ಲದೆ ಕ್ರಿ.ಶ. ೨ನೆಯ ಶತಮಾನದಲ್ಲಿ (ಇಲ್ಲವೆ ಕೆಲವರ ಪ್ರಕಾರ ೫ನೆಯ ಶತಮಾನದಲ್ಲಿ) ರಚಿತವಾದ 'ಶಿಲಪ್ಪದಿಗಾರಂ' ಎಂಬ ಹೆಸರಾದ ತಮಿಳು ಕೃತಿಯಲ್ಲಿ ವರ್ಣಿಸಲಾದ ನೀಲಗಿರಿಯ ಕನ್ನಡಿತಿಯರ ಕುಣಿತದ ಹಾಡು ಈ ಮುಂತಾದ ನಿದರ್ಶನಗಳು ಮೇಲಿನ ಮಾತಿಗೆ ಸಾಕ್ಷಿಯಾಗಿವೆ. ಕನ್ನಡ ಸಾಹಿತ್ಯವನ್ನು ಅಭ್ಯಾಸ ಮಾಡುವಾಗ ಈ ಬಗೆಯ ಸಾಹಿತ್ಯದ ಕಡೆಗೆ ಗಮನವನ್ನೀಯುವುದು ಅವಶ್ಯವಾಗಿದೆ. ಕಳೆದ ಕೆಲವು ವರ್ಷಗಳಿಂದ ಅದು ರಾಶಿರಾಶಿಯಾಗಿ ಪ್ರಕಟವಾಗುತ್ತಲಿದೆ. ಆದರೆ ಹಿಂದಿನಿಂದ ಬರೆಹಕ್ಕೆ ಒಳಪಟ್ಟ ಆಧಾರಗಳು ಇಲ್ಲದ ಕಾರಣ, ಅದನ್ನು ಕಾಲಾನುಕ್ರಮದಿಂದ ಕ್ರಮಬದ್ಧವಾಗಿ ಅಭ್ಯಸಿಸಲು ಬರುವಂತಿಲ್ಲ. ಅಂತೇ ನಾವು ಕೈಕೊಂಡ ಚಾರಿತ್ರಿಕ ವಿವೇಚನೆಯಲ್ಲಿ, ಬರೆಹದಲ್ಲಿ ದೊರೆತ ಸಾಹಿತ್ಯಕ್ಕೆ ಹೆಚ್ಚು ಎಡೆ ದೊರೆಯುವುದು ಸ್ವಾಭಾವಿಕವಾಗಿದೆ. ಸಾಹಿತ್ಯೋದಯದ ಸಂದರ್ಭದಲ್ಲಿಯೂ

ಅದು ತಪ್ಪಿದ್ದಲ್ಲ. ಆದ್ದರಿಂದ ಇನ್ನುಮುಂದೆ ಕನ್ನಡ ಸಾಹಿತ್ಯದ ಉದಯವು ಎಂದು, ಯಾರಿಂದ ಎಂಬ ಮಾತುಗಳನ್ನು ಬರೆಯುವಾಗ ಗ್ರಂಥಸ್ಥವಾದ ಅಂದರೆ ಬರೆಹಕ್ಕೆ ಇಳಿದ ಸಾಹಿತ್ಯವನ್ನು ಪ್ರಮುಖವಾಗಿ ಗಮನದಲ್ಲಿ ಇಡುತ್ತೇವೆ.

## ಸಾಹಿತ್ಯೋದಯದ ಕಾರಣಗಳು

ಯಾವುದೇ ಬೆಳೆಯುತ್ತಿರುವ ಭಾಷೆಯಲ್ಲಿ ಯಾವುದೋ ಒಂದು ಕಾಲಕ್ಕೆ ಗ್ರಂಥಸ್ಥವಾದ ಸಾಹಿತ್ಯವು ತಲೆದೋರುತ್ತದೆ, ಮುಂದೆ ಪರಂಪರೆಯಾಗಿ ಸಾಗುತ್ತದೆ. ಆಯಾ ಕಾಲಕ್ಕೆ ಮಾತ್ರ ಸಾಹಿತ್ಯವು ಉದಯವಾಗಲು ಕಾರಣಗಳೇನು ಎಂಬುದನ್ನು ನಾವು ತಿಳಿದಿರಬೇಕು. ಕಾರಣಗಳು ಎಲ್ಲ ಸಾಹಿತ್ಯಗಳಿಗೆ ಸಮಾನವಾದುವು ಕೆಲವಿದ್ದರೆ ವಿಶಿಷ್ಟ ಪರಿಸ್ಥಿತಿಯಲ್ಲಿ ಭಿನ್ನವಾದುವೂ ಕೆಲವು ಇರಬಹುದು. ಗ್ರಂಥಸ್ಥವಾದ ಸಾಹಿತ್ಯ ಎಂದು ಹೇಳುವಾಗ ನಾವು ಎರಡು ಮಾತುಗಳನ್ನು ಗೃಹೀತ ವಾಗಿ ಹಿಡಿಯುತ್ತೇವೆ. ಸಾಹಿತ್ಯವು ಗ್ರಂಥರೂಪದಲ್ಲಿ ನಿಲ್ಲಲು ಆಯಾ ಭಾಷೆಗೆ ಲಿಪಿಯೊಂದು ಉಂಟಾಗಿರಬೇಕು. ಗ್ರಂಥ ಬರೆಯಲು ಪ್ರವೃತ್ತನಾದ ವ್ಯಕ್ತಿಯಲ್ಲಿ ಗ್ರಥನದ ಅಂದರೆ ಕಲಾಯುತ ವಾದ ರಚನೆಯ ಉದ್ದೇಶ ಮತ್ತು ನೈಪುಣ್ಯ ತೋರಿರಬೇಕು. ಸೌಂದರ್ಯದೃಷ್ಟಿ ಹಾಗೂ ಪ್ರತಿಭೆ ಇವಿಷ್ಟೇ ಇದ್ದರೆ ಸಾಲದು. ಸಾಮಾನ್ಯವಾಗಿ ಎಲ್ಲ ಸಾಹಿತ್ಯದ ಉದಯಕ್ಕೆ ಕಾರಣವಾಗಿ ಮೇಲಿನ ಎರಡು ಸಂಗತಿಗಳು ಇದ್ದೇ ಇರುತ್ತವೆ. ಇದಕ್ಕೆ ಅಪವಾದವಿಲ್ಲ ಎಂದು ತಿಳಿಯಕೂಡದು. ಜನಪದ ಸಾಹಿತ್ಯದಷ್ಟೇ ಸಹಜಸ್ಫೂರ್ತವಾದರೂ ಅದಕ್ಕಿಂತ ಹೆಚ್ಚು ಸಂಸ್ಕಾರಹೊಂದಿದ, ಬರೆಹದ ಹಿಡಿತಕ್ಕೆ ಸಿಕ್ಕದ ಸಾಹಿತ್ಯವು ಹಿಂದಿನಿಂದಲೂ ನಿರ್ಮಾಣವಾಗಿದೆ. ಜಗತ್ತಿನ ಅತಿಪ್ರಾಚೀನ ವಾಙ್ಮಯದಲ್ಲಿ ಅಳವಡುವ ವೇದ-ವೇದಾಂತಗಳು ಸಂಸ್ಕೃತದಲ್ಲಿವೆ, ವಚನ-ಕೀರ್ತನೆಗಳು ಕನ್ನಡದಲ್ಲಿವೆ. ಇವುಗಳ ಸಾರವತ್ತಾದ ಭಾಗದಲ್ಲಿ ಜೀವನ ಮತ್ತು ಕಾವ್ಯ ತಮ್ಮ ಹಿರಿಮೆಯನ್ನು ಪಡೆದಿವೆ. ಆದರೆ ಇವುಗಳನ್ನು ಬರೆದ ಸಾಹಿತ್ಯ ಎಂದು ಯಾವಾಗಲೂ ಹೇಳಬಹುದೆ ? ಋಷಿಗಳ ಹಾಗೂ ಭಕ್ತರ ಕಿವಿಗಳಲ್ಲಿ ಕೇಳಿದಂತಾಗಿ ಹೃದಯಪಟಲದಲ್ಲಿ ನೆಲೆನಿಂತ ಕಾರಣ ಇವಕ್ಕೆ ಶ್ರುತಿಯೆಂಬ ಸಾರ್ಥಕವಾದ ಹೆಸರು ಬಂದಿತು. ಕೃತಿಯೆಂಬ ಸ್ವರೂಪದ ಸಾಹಿತ್ಯಕ್ಕಿಂತ ಇವು ಬೇರೆಯಾದುವು. ಆಮೇಲೆ ಇವನ್ನು ಲಿಪಿಬದ್ಧಗೊಳಿಸಿದರು, ಕೃತಿಯ ದೃಷ್ಟಿಯಿಂದ ನೋಡತೊಡಗಿದರು. ಅಂತೇ ಇವಕ್ಕೆ ಸಾಹಿತ್ಯಚರಿತ್ರೆ ಯಲ್ಲಿ ಮಿಗಿಲಾದ ನೆಲೆಯಿದೆ.

ಸಾಹಿತ್ಯೋದಯಕ್ಕೆ ಇರಬಹುದಾದ ಕಾರಣಗಳು ಆಂತರಿಕ, ಬಾಹ್ಯ ಎಂದು ಇಬ್ಬಗೆಯಾಗಿ ಇರುತ್ತವೆ. ಎಲ್ಲವೂ ಎಲ್ಲ ಸಾಹಿತ್ಯಕ್ಕೆ ಸರಿಹೋಗುತ್ತವೆ ಎಂದಲ್ಲ, ಅವುಗಳಲ್ಲಿ ಕೆಲವು ಏಕಕಾಲಕ್ಕೆ ಕೂಡಿಬಂದಾಗ ಸಾಹಿತ್ಯವು ಉದಯವಾಗುತ್ತದೆ. ಮನುಷ್ಯನ ಮನಸ್ಸು ಬೆಳೆದಂತೆ ಅವನು ಹೊಸ ಹಂಬಲುಗಳನ್ನು ಪಡೆಯುತ್ತಾನೆ, ಹೊಸ ಸಂಸ್ಕಾರಗಳನ್ನು ಹೊಂದುತ್ತಾನೆ. ಅಂದಂದಿನ ಮಟ್ಟಿಗೆ ಯೋಚಿಸುವ ಅವನು ಹಿಂದುಮುಂದನ್ನು ಬಗೆಯುತ್ತಾನೆ. ತಾನು ಕಂಡ ಚೆಲುವು, ಉಂಡ ನಲಿವು ತನ್ನಂತೆ ಇತರರಿಗೆ ದೊರೆಯಲಿ, ಇಂದಿನಂತೆ ಮುಂದೆಯೂ ದೊರೆಯಲಿ ಎಂಬ ಸಾಮಾಜಿಕ ಪ್ರೇರಣೆ, ಕೀರ್ತಿಯ ಹಂಬಲಿಕೆ, ಅವನಲ್ಲಿ ಹುಟ್ಟುತ್ತವೆ. ನಾಗರಿಕತೆ ಈ ನೆಲೆಗೆ ಬಂದಾಗ ಗ್ರಂಥಸ್ಥವಾದ ಸಾಹಿತ್ಯಕ್ಕೆ ಭೂಮಿಕೆ ಸಿದ್ಧವಾಗುತ್ತದೆ. ಇದರಲ್ಲಿ ವ್ಯಕ್ತಿಯ ಆಂತರಿಕ ಆಕಾಂಕ್ಷೆಯಂತೆ ಸಮಾಜದ ಸಾಮೂಹಿಕ ಅಪೇಕ್ಷೆ ಅಷ್ಟೇ ಮಹತ್ವದ್ದಾಗಿದೆ. ಸಮಾಜದಲ್ಲಿ ಪರಂಪರೆಯ ಪ್ರೀತಿ, ಪ್ರಗತಿಯ ಒಲವುಗಳು ಉದಯವಾದರೆ ಸಾಹಿತ್ಯೋದಯಕ್ಕೆ ಕಾರಣವುಂಟಾಗುತ್ತದೆ. ಅದರೊಡನೆ ಒಂದಿ ಲ್ಲೊಂದು ಬಗೆಯಲ್ಲಿ ಸಾಮಾಜಿಕ ಜೀವನದಲ್ಲಿ ಸಂಘಟನೆ ಎಂಬುದಾಗಬೇಕು. ಅದರಿಂದ ವಿದ್ಯಾ ಬುದ್ಧಿಯನ್ನು ಪಡೆಯುವ ಸಾಧನಗಳು, ಕಲೆಯನ್ನು ಕುದುರಿಸಿಕೊಳ್ಳುವ ಸೌಕರ್ಯಗಳು, ಶೌರ್ಯ ಧೈರ್ಯವನ್ನು ತೋರಿಸುವ ಸಂದರ್ಭಗಳು ಹೆಚ್ಚಬೇಕು. ಸಾಹಿತ್ಯವು ಅವುಗಳಿಂದ ಸ್ಫೂರ್ತಿಹೊಂದಿ

ಅವುಗಳಿಗೆ ಸ್ಫುರಣಕೊಡಲು ಜನ್ಮತಾಳುತ್ತದೆ. ಜೀವನವಿಕಾಸವಿಲ್ಲದೆ ಸಾಹಿತ್ಯದ ಉದಯವೂ ಇಲ್ಲ, ವಿಕಾಸವೂ ಇಲ್ಲ. ಅಲೌಕಿಕ ವ್ಯಕ್ತಿಗಳು ಕುಂಠಿತವಾದ ಜೀವನವನ್ನೂ ಸಾಹಿತ್ಯವನ್ನೂ ತಮ್ಮ ಆಂತರಿಕ ಬಲದಿಂದ ವಿಕಾಸಗೊಳಿಸಬಹುದು, ಯುಗಪುರುಷರಾಗಿ ಹೊಸ ಸಂಪ್ರದಾಯಗಳನ್ನು ಸ್ಥಾಪಿಸಬಹುದು. ಆದರೆ ಸಾಮಾನ್ಯವಾಗಿ ಸಾಹಿತ್ಯನಿರ್ಮಾಣದ ಸ್ಥಾಯಿಗೆ ವಿಕಾಸಗೊಳ್ಳುತ್ತಿರುವ ಜೀವನವೇ ಉದ್ದೀಪಕವಾಗುತ್ತದೆ. ನಿರ್ಮಾಣವಾದ ಸಾಹಿತ್ಯವನ್ನು ಮೆಚ್ಚಬಲ್ಲ ರಸಿಕರೂ ಆಶ್ರಯ ಕೊಟ್ಟು ಪ್ರೋತ್ಸಾಹಿಸುವ ಅರಸರೂ ಇನ್ನೂ ಹೆಚ್ಚಾದ ಸಾಹಿತ್ಯನಿರ್ಮಾಣಕ್ಕೆ ಕಾರಣರಾಗುತ್ತಾರೆ. ಬರೀ ಜನದ ಮಾತಾಗಿ ಯಾವುದೊಂದು ಭಾಷೆ ಇದ್ದರೆ, ಜನರ ಮಾತಾಗಿರದ ಬೇರೆಯಾದೊಂದು ಭಾಷೆ ಪರಂಪರೆಯಿಂದ ಗ್ರಂಥರಚನೆಯ ಭಾಷೆಯಾಗಿದ್ದರೆ, ಜನದ ಮಾತನ್ನು ಗ್ರಂಥರಚನೆಯ ನುಡಿಯಾಗಿಸಿ ಅದಕ್ಕೆ ಮನ್ನಣೆ ಕೊಡಲು ಕ್ರಾಂತಿಕಾರಕವಾದ ಘಟನೆಗಳೂ ಆಂದೋಲನಗಳೂ ಉಂಟಾಗುತ್ತವೆ. ಹೊಸ ದೃಷ್ಟಿ ತಲೆದೋರುತ್ತದೆ, ಹಳೆಯ ದೃಷ್ಟಿಯೊಡನೆ ತಾಕಲಾಡಿ ಮಿನುಗುತ್ತದೆ. ಆಗ ಸಾಹಿತ್ಯೋದಯಕ್ಕೆ ತಕ್ಕ ಸಂದರ್ಭವು ಒದಗುವುದು. ಹೊಸ ತತ್ತ್ವ, ಹೊಸ ಧರ್ಮ ಇವುಗಳ ಪ್ರಸಾರಕ್ಕೆ ಹೊಸ ವಾಹಕವಾಗಿ ಜನಭಾಷೆ ತಲೆಯೆತ್ತುವುದು. ಹೀಗೆ ಜನಜೀವನದ ತಿದ್ದುಪಡಿಗೆ ಮತ್ತು ಮತಪ್ರಚಾರಕ್ಕೆ ಒಂದು ಸಾಧನವಾಗಿ ಜನಭಾಷೆಯಲ್ಲಿ ಸಾಹಿತ್ಯವು ಕಣ್ದೆರೆಯುತ್ತದೆ. ಒಟ್ಟಿನಲ್ಲಿ ಬಾಹ್ಯಜೀವನದ ವ್ಯವಸ್ಥೆಯ ಗುರುತಾದ ನಾಗರಿಕತೆ, ಆಂತರಿಕ ಜೀವನದ ಗುರುತಾದ ಸಂಸ್ಕೃತಿ-ರಸಿಕತೆಗಳು ಒಂದು ಮಟ್ಟಕ್ಕೆ ಬಂದಾಗ ಮಾತ್ರ ಸಾಹಿತ್ಯವು ಉದಯವಾಗುತ್ತದೆ, ಪರಂಪರೆಯಾಗಿ ಮುನ್ನಡೆಯುತ್ತದೆ.

ಯಾವುದೊಂದು ಜನದ ಮಾತು ಸಾಹಿತ್ಯಪದವಿಗೆ ಏರಲು ಮೂರು ಕಾರಣಗಳು ಬೇಕೆಂದು ಬೇಂದ್ರೆಯವರು ಹೇಳಿದ್ದಾರೆ: (೧) ಶ್ರವಣಪ್ರಿಯ ಬಹುಜನಸಮಾಜ, (೨) ಪ್ರತಿಷ್ಠಾಪ್ರಿಯ ವಿದ್ವಾನ್ ಪಂಡಿತವರ್ಗ, (೩) ಕೀರ್ತಿಪ್ರಿಯ ಆಶ್ರಯಶೀಲ ರಾಜರು. ಇವುಗಳಲ್ಲಿ ಎರಡು ಕಾರಣಗಳು ಅನುಕೂಲವಿದ್ದರೆ ಮೂರನೆಯ ಕಾರಣವು ಅನುಕೂಲವಾಗುತ್ತ ಹೋಗುತ್ತದೆ. ಈ ತ್ರಿಕೂಟಕ್ಕೆ ಸಂಮತವಾದ ಭಾಷೆ ವಾಙ್ಮಯದಲ್ಲಿಳಿದು ಇತಿಹಾಸದಲ್ಲಿ ಸ್ಥಾನ ಪಡೆಯುತ್ತದೆ. ಆದರೆ ಆ ಮೂರನೆಯ ಕಾರಣವು ಅತಿ ಬಲಿಷ್ಠವಾಗಿದ್ದರೆ ಅದು ಅನುಕೂಲವಾಗುವುದು ಕಠಿಣವಾಗಿ ಇಷ್ಟ ಪರಿಣಾಮಕ್ಕೆ ಕಾಲಾವಧಿ ಹಿಡಿಯುತ್ತದೆ. ಎರಡು ಕಾರಣಗಳು ಒಕ್ಕಟ್ಟಾದರೆ ಮಾತ್ರ ಗೆಲುವು ದೊರೆಯಲೇಬೇಕು. ಬಹುಜನದ ಭಾಷೆ ಪಂಡಿತರಿಗೆ ಮಾನ್ಯವಾದರೆ ರಾಜಾಶ್ರಯವನ್ನು ದೊರಕಿಸುವುದು ಕಠಿಣವಾಗಲಾರದು. ಪಾಲಿ ಮತ್ತು ಅರ್ಧಮಾಗಧಿಗಳ ಇತಿಹಾಸವು ಇದನ್ನೇ ಹೇಳುತ್ತದೆ. ಪಂಡಿತರು, ರಾಜರು ಬಹುಜನಸಮಾಜವನ್ನು ಒಲಿಸಿಕೊಳ್ಳಬಹುದು. ಉರ್ದು ಮತ್ತು ಇಂಗ್ಲಿಷ್ ಭಾಷೆಗಳ ಇತಿಹಾಸವು ಇದನ್ನೇ ಹೇಳುತ್ತದೆ. ರಾಜರು, ಬಹುಜನಸಮಾಜವು ಒಂದುಗೂಡಿದರೆ ಪಂಡಿತರನ್ನು ಮಣಿಸಬಹುದು. ಅಪಭ್ರಂಶ ಮತ್ತು ದೇಶೀಯ ಭಾಷೆಗಳ ಇತಿಹಾಸವು ಈ ತತ್ತ್ವವನ್ನು ಸಾರುತ್ತದೆ. ಕರ್ಣಾಟಕದಲ್ಲಿ ರಾಜರು ಮತ್ತು ಬಹುಜನಸಮಾಜ ಇವರ ಒಕ್ಕಟ್ಟಿನಿಂದ ಪಂಡಿತವರ್ಗವು ಸಂಸ್ಕೃತ, ಪ್ರಾಕೃತಿ, ಅಪಭ್ರಂಶಗಳ ವ್ಯೂಹದಿಂದ ಬೇಗನೆ ಹೊರಬಿದ್ದಿತೆಂದು ದೇಶೀಯ ಭಾಷೆಗಳಿಗೆ ಭಾಗ್ಯದ ದಿವಸವು ಬೇಗ ಬಂದಿತು. ದೇಶೀಯ ಭಾಷೆಗಳ ವಿಷಯವೆಂದರೆ ಬಹುಜನ ಸಮಾಜದ ವಿಜಯ. ಆದರೆ ಈ ವಿಜಯವು ದೊರಕಬೇಕಾದರೆ ಅನೇಕ ಯುದ್ಧಗಳಾದುವು.

[1]ಸರ್ವಸಾಮಾನ್ಯವಾಗಿ ಸಾಹಿತ್ಯೋದಯದ ಕಾರಣಗಳನ್ನು ಕುರಿತು ನಾವು ಹೇಳಿದ ಮಾತುಗಳೊಂದಿಗೆ ಭಾರತದೇಶದ ವಿಶೇಷ ಪರಿಸ್ಥಿತಿಯಲ್ಲಿ ಜನಭಾಷೆ ಸಾಹಿತ್ಯದ ಭಾಷೆ ಯಾವಾಗ ಆಯಿತು ಎಂಬ ವಿಚಾರದಲ್ಲಿ ಮೇಲಿನ ವಿಂಗಡಣೆ ತುಂಬ ವಿಚಾರಣೀಯವಾಗಿದೆ. ಹಿಂದಿನ ಸಾಹಿತ್ಯಪ್ರಪಂಚದ ಮೂರು ಘಟಕಗಳೆಂದರೆ ಶ್ರೋತೃಗಳು (ಬಹುಜನರು), ನಿರ್ಮಾಪಕರು (ಪಂಡಿತರು, ಕವಿಗಳು), ಆಶ್ರಯದಾತರು (ರಾಜರು). ಈ ಮೂವರಲ್ಲಿ ಸ್ವಭಾಷೆಯ ಸಾಹಿತ್ಯದ

ಬಗ್ಗೆ ಅನುಕ್ರಮವಾಗಿ ಸಹೃದಯತೆ ಇಲ್ಲವೆ ಅಭಿರುಚಿ, ನಿರ್ಮಾಣಪ್ರೇರಣೆ, ಆಶ್ರಯಬುದ್ಧಿ— ಈ ಗುಣಗಳು ತಲೆದೋರಬೇಕು. ಮೇಲಿನ ವಿವೇಚನೆಯಲ್ಲಿ ಹೇಳಲಾದ ಶ್ರವಣಪ್ರಿಯತೆ ಅಭಿರುಚಿಯ ಅಂಗ, ಪ್ರತಿಷ್ಠಾಪ್ರಿಯತೆ ನಿರ್ಮಾಣಪ್ರೇರಣೆಯ ಅಂಗ, ಕೀರ್ತಿಪ್ರಿಯತೆ ಆಶ್ರಯ ಬುದ್ಧಿಯ ಅಂಗ ಎಂದು ವಿವರಿಸಬಹುದು. ಸ್ಥಿರವಾದ ಮೂಲಗುಣಗಳು ತಲೆದೋರಿದಾಗ ಅದರ ಅಂಗಭೂತವಾದ ಗುಣಗಳ ಪರಿಣಾಮವಾಗಿ ಸಾಹಿತ್ಯವು ಉದಯವಾಗುತ್ತದೆ, ಸಾತತ್ಯದ ದಾರಿಯಲ್ಲಿ ಸಾಗುತ್ತದೆ. ಕೇವಲ ಅಂಗಭೂತವಾದ ಗುಣಗಳ ಸಮುಚ್ಚಯದಿಂದ ಸರಿಯಾದ ಸಾಹಿತ್ಯವು ಉದಯವಾಗಲಿಕ್ಕಿಲ್ಲ, ಸಾತತ್ಯಕ್ಕೂ ಬಾಧೆ ಬರಬಹುದು. ಮೂರು ಕಾರಣಗಳು ಕೂಡಿದರೆ ಸರಿಯೆ, ಎರಡು ಕೂಡಿದಾಗ ಮೂರನೆಯದನ್ನು ಹೇಗೆ ಅನುಕೂಲಗೊಳಿಸುತ್ತವೆ ಎಂಬ ಪೃಥಕ್ಕರಣೆ ಬೆಲೆಯುಳ್ಳದ್ದಾಗಿದೆ. ಆದರೆ ಅದರಲ್ಲಿ ಬಂದಿರುವ ಬಹುಜನ ಸಮಾಜ ಎಂದರೇನು, ಅದು ಅಷ್ಟು ಪ್ರಭಾವಿಯಾದ ಶಕ್ತಿಯಾಗಿತ್ತೇ ಎಂಬುದನ್ನು ಚರ್ಚಿಸಬೇಕು. ನಮಗೆ ತೋರುವಮಟ್ಟಿಗೆ ಹಿಂದಿನ ಕಾಲದಲ್ಲಿ ಬಹುಜನ ಸಮಾಜವು ಅಶಿಕ್ಷಿತವಾದರೂ ಸಹೃದಯ ವಾಗಿತ್ತು. ಆದರೆ ತಾನಾಗಿ ಒಂದು ಪ್ರಭಾವವಾಗುವಷ್ಟು ಜಾಗೃತ ಶಕ್ತಿಯಾಗಿರಲಿಲ್ಲ. ಬಹುಜನ ಸಮಾಜದ ವಿಜಯವಾದಲ್ಲಿ ಆಯಾ ಕಾಲದ ಪ್ರಮುಖರಲ್ಲಿ ಬಹುಜನದೃಷ್ಟಿಯುಳ್ಳವರ ವಿಜಯ ವಾಗಿದೆ ಎನ್ನುವುದು ಹೆಚ್ಚು ವಿಹಿತ. ತಮ್ಮ ನುಡಿಯಲ್ಲಿ ಸಾಹಿತ್ಯನಿರ್ಮಾಣವಾಗಲು ಸಂಸ್ಕೃತಾದಿ ಗಳ ಮೋಹವನ್ನು ಪಂಡಿತರು ಬಿಡಲು, ಅದನ್ನು ನೋಡಿ ಬಹುಜನ ಮೆಚ್ಚಿದೆ. ನೇರವಾಗಿ ಹೊಸ ಮತದ ಸಂದೇಶವನ್ನರಿತು ಅದನ್ನು ಸ್ವೀಕರಿಸಿದೆ. ಸ್ವಭಾಷೆಯ ಸಾಹಿತ್ಯವನ್ನು ಗಮಕಿಗಳ ಬಾಯಿಂದ ಕೇಳಿ ಅಭಿರುಚಿಯನ್ನು ಬೆಳೆಸಿಕೊಂಡಿದೆ. ಇತರ ಭಾಷೆಗಳಲ್ಲಿ ಹೇಳಿದ್ದು ಅರ್ಥವಾಗದೆ, ಹೃದಯ ಕರಗದೆ, ನಿಷೇಧರೂಪದಲ್ಲಿ ಪಂಡಿತರ ಮೇಲೆ ಪ್ರಭಾವವನ್ನು ಬೀರಿದೆ. ಆದರೆ ಜನಭಾಷೆ ಸಾಹಿತ್ಯದ ಭಾಷೆಯಾಗಬೇಕೆಂದು ಆಂದೋಲನ ಹೂಡುವಷ್ಟು ಸ್ವಂತ ಪ್ರೇರಣೆ ಇಲ್ಲವೆ ತಿಳಿವಳಿಕೆ ಬಹುಜನರಲ್ಲಿ ಸಾಮಾನ್ಯವಾಗಿ ತೋರಿದಂತಿಲ್ಲ. ಯಾವ ಕಾಲಕ್ಕೆ ಯಾವ ಎರಡರ ಪ್ರಭಾವದಿಂದ ಮೂರನೆಯದು ಅನುಕೂಲವಾಯಿತು ಎಂಬ ಬಗ್ಗೆ ಬೇಂದ್ರೆಯವರು ಕೊಟ್ಟ ಉದಾಹರಣೆಗಳ ಪರಾಮರ್ಶೆ ಈಗ ಪ್ರಕೃತವಲ್ಲ. ಕನ್ನಡ ಸಾಹಿತ್ಯದ ಉದಯಸಂದರ್ಭದಲ್ಲಿ ಯಾವ ಕಾರಣಗಳು ಕೈಗೊಟ್ಟುವು ಎಂಬುದು ನಮಗೆ ಪ್ರಸ್ತುತವಾದುದು. ಅದನ್ನು ಈ ಮುಂದೆ ಉಚಿತ ಸಮಯದಲ್ಲಿ ಎತ್ತಲಾಗುವುದು.

## ಟಿಪ್ಪಣಿ

1. ದ.ರಾ. ಬೇಂದ್ರೆ : ಜ್ಞಾನೇಶ್ವರಪೂರ್ವಕಾಲೀನ ಕಾನಡೀ ವಾಙ್ಮಯ (ಮಹಾರಾಷ್ಟ್ರ ಸಾಹಿತ್ಯ ಪರಿಷತ್ ಪತ್ರಿಕೆ, ೭-೪, ಪು. ೫೫-೫೬).

## ಪ್ರಕರಣ : ೨

# ಕನ್ನಡ ಸಾಹಿತ್ಯೋದಯ

**ಕ**ನ್ನಡ ಸಾಹಿತ್ಯದ ಉದಯವು ಯಾವ ಕಾಲದಲ್ಲಿ ಆಯಿತು, ಅದಕ್ಕೆ ಯಾವ ಕಾರಣಗಳು ಕೂಡಿ ಬಂದುವು ಎಂಬ ಪ್ರಶ್ನೆಯಷ್ಟು ಉತ್ತರ ಸರಳವಾಗಿಲ್ಲ. ಖಚಿತವಾದ ಆಧಾರಗಳಂತೂ ಇಲ್ಲ. ದೊರೆತ ಸಾಮಗ್ರಿಯ ಬಲದಿಂದ ಯಾರೂ ತಮಗೆ ತಿಳಿದಂತೆ ಊಹೆಯ ಕುದುರೆಯನ್ನು ಓಡಿಸ ಬಹುದು. ಸುನಿಶ್ಚಿತವಾದ ಒಂದು ಸಂಗತಿಯೆಂದರೆ ಕ್ರಿ.ಶ. ೯ನೆಯ ಶತಮಾನದಲ್ಲಿ ರಚಿತವಾದ 'ಕವಿರಾಜಮಾರ್ಗ'ವು ನಮಗೆ ನಿರ್ವಿವಾದವಾಗಿ ದೊರೆತ ಮೊದಲನೆಯ ಗ್ರಂಥವಾದರೂ ಕನ್ನಡದಲ್ಲಿ ಅದು ಮೊದಲನೆಯ ಗ್ರಂಥವಲ್ಲ. ಅದಕ್ಕಿಂತ ಹಿಂದೆ ಕನ್ನಡದಲ್ಲಿ ಸಾಹಿತ್ಯ ಹುಟ್ಟಿತ್ತು ಮಾತ್ರವಲ್ಲ, ಒಂದು ಶಿಷ್ಟಸಂಪ್ರದಾಯವಾಗಿ ರೂಪಗೊಳ್ಳುತ್ತಲಿತ್ತು. ಇದಕ್ಕೆ 'ಕವಿರಾಜಮಾರ್ಗ'ದಲ್ಲಿಯೂ ಬೇರೆಯಾಗಿಯೂ ಪ್ರಮಾಣಗಳು ಸಿಗುತ್ತವೆ. ಆದರೆ ಎಷ್ಟು ಹಿಂದೆ ಎಂಬುದರ ಖಚಿತವಾದ ಅರಿವಿಲ್ಲ. ಕನ್ನಡ ಸಾಹಿತ್ಯ ಬಹಳ ಪ್ರಾಚೀನವಾಗಿತ್ತು ಎಂದು ಅಲ್ಪ ಆಧಾರಗಳ ಮೇಲಿಂದ ಸಾಧಿಸುವುದು ಅಂಥ ಹೆಮ್ಮೆಯ ಮಾತಲ್ಲ. ಪ್ರಾಚೀನತೆಯಲ್ಲಿಯೇ ಸಾಹಿತ್ಯದ ಶ್ರೇಷ್ಠತೆಯನ್ನು ಅಳೆಯುವ ಅಳತೆಗೋಲಿಲ್ಲ. ಇದನ್ನು ನೆನೆದು ದೊರೆತಿರುವ ಆಧಾರಗಳು ತೋರಿದ ದಾರಿಗುಂಟ ಒಂದು ಮಿತಿಯಲ್ಲಿ ಊಹೆಯನ್ನು ನಡೆಸಿ ಸಾಹಿತ್ಯದ ಹಳಮೆಯನ್ನು ಅರಿಯಬೇಕು. ಆ ಆಧಾರಗಳನ್ನು ಹೀಗೆ ಪರಿವಿಡಿಗೊಳಿಸಬಹುದು : (೧) ಅನ್ಯದೇಶ ಇಲ್ಲವೆ ಅನ್ಯಭಾಷೆಯಲ್ಲಿ ದೊರೆಯುವ ಪ್ರಾಚೀನ ಅವಶೇಷಗಳು, (೨) ಕರ್ನಾಟಕದಲ್ಲಿಯ, ಅದರಲ್ಲಿಯೂ ಕನ್ನಡದಲ್ಲಿ ಬರೆದ, ಪ್ರಾಚೀನ ಶಾಸನಗಳು, (೩) 'ಕವಿರಾಜಮಾರ್ಗ'ದಲ್ಲಿ ದೊರೆತ ಆಧಾರಗಳು, (೪) ಇತರ ಗ್ರಂಥಗಳಲ್ಲಿ ದೊರೆತ ಆಧಾರಗಳು. ಇವನ್ನು ಪರೀಕ್ಷಿಸುವಾಗ ಹೊಳೆಯುವ ಊಹೆಗಳನ್ನು ಅಲ್ಲಲ್ಲಿ ನಿರೂಪಿಸಲಾಗುವುದು.

## ಪ್ರಾಚೀನ ಅವಶೇಷಗಳು

ವೇದಪೂರ್ವಕಾಲ, ಇಲ್ಲವೆ ವೇದಕಾಲದಿಂದಲೂ ಕನ್ನಡ ನಾಡುನುಡಿಗಳು ಅಸ್ತಿತ್ವದಲ್ಲಿರಬೇಕೆಂಬ ಊಹೆಯ ಸಾಹಸವನ್ನು ತಮ್ಮ ರೀತಿಯಲ್ಲಿ ಹಲಕೆಲವರು ಮಾಡಿದ್ದಾರೆ. ನಮ್ಮ ಮಟ್ಟಿಗೆ ಕನ್ನಡ ಭಾಷೆ ಮತ್ತು ಅದನ್ನಾಡುವ ಜನವುಳ್ಳ ದೇಶ ಇವು ಕ್ರಿಸ್ತಪೂರ್ವದ ೩ನೆಯ ಶತಕದಿಂದಲಂತೂ ಇದ್ದುವೆಂಬುದಕ್ಕೆ ಎಲ್ಲರೂ ಒಪ್ಪಬಹುದಾದ ನಿದರ್ಶನಗಳಿರುತ್ತವೆ.[1] ಭಾಷೆ ಇದ್ದಮಾತ್ರಕ್ಕೆ ಗ್ರಂಥಸ್ಥವಾದ ಸಾಹಿತ್ಯವು ಇರಲೇಬೇಕೆಂದಿಲ್ಲ. ಇಜಿಪ್ತ ದೇಶದಲ್ಲಿ ಸಿಕ್ಕ ಒಂದು ಗ್ರೀಕ್ ಪ್ರಹಸನದಲ್ಲಿ ಕನ್ನಡ ಮಾತುಗಳಿವೆ ಎಂಬ ಕಾರಣದಿಂದ ಕನ್ನಡವು ಕ್ರಿ.ಶ. ೨ನೆಯ ಶತಮಾನಕ್ಕಿಂತ ಮುಂಚೆ ದಕ್ಷಿಣ ಕನ್ನಡ ಸಮುದ್ರತೀರದಲ್ಲಿ ವ್ಯವಹಾರಭಾಷೆಯಾಗಿತ್ತೆಂದು ಹಲವು ಪಂಡಿತರು ಸಿದ್ಧಗೊಳಿಸಿದ್ದಾರೆ. ಇವರಲ್ಲಿ ಗೋವಿಂದ ಪೈಯವರು ಗ್ರೀಕ್ ಮೂಲವನ್ನೇ ಪರಿಶೋಧಿಸಿ ಅಲ್ಲಿಯ ಮಾತು ಕನ್ನಡವೆಂಬುದನ್ನು ತೋರಿಸಿದ್ದಾರೆ.[2] ಈ ವಿಷಯದಲ್ಲಿ ಮತಭೇದವಿದೆ. ಸದ್ಯಕ್ಕೆ ಇದನ್ನು ಗೃಹೀತವೆಂದು ಭಾವಿಸಿದರೂ ಕನ್ನಡ ಸಾಹಿತ್ಯವು ಆ ಕಾಲಕ್ಕೆ ಉದಯವಾಗಿತ್ತು ಎಂದು ಹೇಳಬರುವುದಿಲ್ಲ. ಯಾಕೆಂದರೆ ವ್ಯವಹಾರದಲ್ಲಿದ್ದ ಮಾತ್ರಕ್ಕೆ ಯಾವುದೊಂದು ಭಾಷೆಗೆ ಗ್ರಂಥಸ್ಥ ಸಾಹಿತ್ಯವಿದ್ದೇತೀರಬೇಕೆಂದಿಲ್ಲ. ಅಲ್ಲದೆ ಆ ಪ್ರಹಸನದಲ್ಲಿ ಕನ್ನಡವೆನ್ನಬಹುದಾದ ಶಬ್ದ ಹಾಗೂ ವಾಕ್ಯಗಳು ಯಾವುವೆಂಬ ಬಗ್ಗೆ ಸಂಶೋಧಕರಲ್ಲಿ ಏಕವಾಕ್ಯತೆಯಿಲ್ಲ. ಆದುದರಿಂದ ಮಾತಿನ ಭಾಷೆ ವಾಙ್ಮಯದ ಪೀಠ

ವನ್ನೇರಿತ್ತೋ ಹೇಗೆಂಬುದನ್ನು ನೆಲೆಗೊಳಿಸುವಂತಿಲ್ಲ. ಗೋವಿಂದ ಪೈಗಳ ಅಭಿಪ್ರಾಯದಂತೆ ಈ ಪ್ರಹಸನಕಾರರು ನಮ್ಮ ನಾಡಿಗೆ ಬಂದು ಪ್ರತ್ಯಕ್ಷವಾಗಿ ಕನ್ನಡ ಸೊಲ್ಲನ್ನು ಕೇಳಿದವನಾಗದೆ ಗ್ರೀಕ್ ವ್ಯಾಪಾರಿಗಳಿಂದ ತಿಳಿದುಕೊಂಡವನೆಂಬುದು ನಿಜವಾದರೆ ಈ 'ಕೈಕಡದ ಹರದ'ನನ್ನು ನಂಬುವುದು ಕಷ್ಟ. ಮೇಲಿನದು ಅನ್ಯದೇಶದಲ್ಲಿ ದೊರೆತ ಅವಶೇಷಗಳಾದರೆ ಅನ್ಯಭಾಷೆಯಲ್ಲಿ ದೊರೆತ ಅವಶೇಷವೊಂದನ್ನು ಗೋವಿಂದ ಪೈಗಳು ಮಾರ್ಮಿಕವಾಗಿ ಪರೀಕ್ಷಿಸಿದ್ದಾರೆ. ಅದೆಂದರೆ 'ಗಾಥಾಸಪ್ತಶತಿ' ಎಂಬ ಪ್ರಾಕೃತ ಭಾಷೆಯಲ್ಲಿಯ ಪದ್ಯಕಾವ್ಯ. ಇದನ್ನು ಸಂಕಲನ ಮಾಡಿದ ಹಾಲ ರಾಜನು ಕುಂತಲು ಜನಪದೇಶ್ವರ ಎಂದು ತನ್ನನ್ನು ಕರೆದುಕೊಂಡ ಶಾತವಾಹನವಂಶದ ರಾಜನು. ಇವನು ಕ್ರಿ.ಶ. ೧-೨ನೆಯ ಶತಕದಲ್ಲಿದ್ದವನೆಂದು ಅವರ ಅಭಿಪ್ರಾಯವಿದೆ. ಇವನ ಆ ಕಾವ್ಯದಲ್ಲಿ ಪೊಟ್ಟ (ಹೊಟ್ಟೆ), ತುಪ್ಪ ಎಂಬ ನಾಮಪದಗಳಲ್ಲದೆ ಪೆಟ್ಟು (ಹೊಡೆ), ತೀರ್ (ಶಕ್ಯವಾಗು) ಎಂಬ ಧಾತುಗಳನ್ನು ಪ್ರಾಕೃತ ರಚನೆಯಲ್ಲಿ ಬಳಸಿಕೊಂಡಿದೆ. ನಾಮಪದಗಳನ್ನು ಆಗ ಬಳಕೆಯಲ್ಲಿದ್ದ ಕನ್ನಡದಿಂದ ತೆಗೆದುಕೊಂಡಿರಬಹುದು. ಆದರೆ ಕ್ರಿಯಾಪದದ ಮೂಲ ಪ್ರಕೃತಿಗಳನ್ನು ಪ್ರಾಕೃತವು ತನಗಿಂತ ಸಮೃದ್ಧವಾದ ಅಂದರೆ ಸಾಹಿತ್ಯ ಸಂಪತ್ತಿಯುಳ್ಳ ಭಾಷೆಯಿಂದಲೇ ಎರವಲಾಗಿ ತೆಗೆದು ಕೊಳ್ಳುವುದು ಯುಕ್ತವಾದ ಕಾರಣ ೧-೨ನೆಯ ಶತಮಾನಕ್ಕಿಂತ ಮುಂಚೆನಿಂದಲೇ ಕನ್ನಡದಲ್ಲಿ ಕಾವ್ಯರೂಪದಲ್ಲಿಯ ಸಾಹಿತ್ಯವಿದ್ದಿರಬೇಕೆಂದು ಅವರು ಊಹಿಸಿದ್ದಾರೆ.[3] ಸಂಸ್ಕೃತ-ಪ್ರಾಕೃತ ಭಾಷೆ ಗಳಲ್ಲಿ ಸೇರಿಕೊಂಡ ಕನ್ನಡ ಮುಂತಾದ ದ್ರಾವಿಡವರ್ಗದ ಶಬ್ದಗಳು ಯಾವುವು, ಯಾವ ಕಾಲಕ್ಕೆ ಯಾವ ಪರಿಸ್ಥಿತಿಯಲ್ಲಿ ಅವು ಸೇರಿದುವು, ಅವನ್ನು ನಿಶ್ಚಿತಗೊಳಿಸುವ ಕ್ರಮವೇನು ಎಂಬುದು ಜಟಿಲ ವಾದ ಪ್ರಶ್ನೆಯಾಗಿದೆ. ಅದಕ್ಕೆ ವ್ಯಾಸಂಗ ಹೆಚ್ಚಬೇಕು. ಅಲ್ಲಿಯವರೆಗೆ ಈ ಊಹೆ ವಿಚಾರಣೀಯ ವೆನ್ನಬಹುದಾದರೂ ನಿರ್ಣಾಯಕವಾಗಲಾರದು. ಸಾಹಿತ್ಯಪದವಿಗೇರದ ವ್ಯವಹಾರ ಭಾಷೆಗಳಿಂದ ಸಾಹಿತ್ಯವುಳ್ಳ ಭಾಷೆಗಳು ನಾಮಪದಗಳನ್ನು ಮಾತ್ರ ಎರವಲಾಗಿ ತೆಗೆದುಕೊಳ್ಳುತ್ತವೆ, ಕ್ರಿಯಾಪದ ಗಳನ್ನಲ್ಲ. 'ಯಾವೊಂದು ಭಾಷೆ ಇನ್ನೊಂದರಿಂದ ಕ್ರಿಯಾಪದಗಳನ್ನು ಕೊಳ್ಳುವುದಾದರೆ, ತನಗಿಂತ ಸಮೃದ್ಧವಾದ (ಅಲ್ಲದೆ ಕನಿಷ್ಠ ಪಕ್ಷಕ್ಕೆ ತನ್ನಷ್ಟೇ ಆದರೂ ಸಮೃದ್ಧವಿರುವ) ಭಾಷೆಯಿಂದಲ್ಲದೆ, ತನಗಿಂತ ಕಡಿಮೆಯಾಗಿರುವ ಭಾಷೆಯಿಂದ ಎಂದಿಗೂ ಅಲ್ಲ' ಎಂಬುದನ್ನು ಸರ್ವಂಕಷವಾದ ಅಭ್ಯಾಸದಿಂದ ಭಾಷಾಪಂಡಿತರು ಸಿದ್ಧಮಾಡುವವರೆಗೆ ಅದು ವಿವಾದ್ಯವೆಂದೇ ಹೇಳಬೇಕಾಗು ತ್ತದೆ.

## ಪ್ರಾಚೀನ ಶಾಸನಗಳು

ಕರ್ನಾಟಕದಲ್ಲಿ ಕ್ರಿ.ಪೂ. ೩ನೆಯ ಶತಮಾನದ ಅಶೋಕನ ಕಾಲದಿಂದಲೂ ಶಿಲಾಲಿಪಿಗಳು ಸಿಕ್ಕಿವೆ. ಅವು ಪ್ರಾಕೃತ ಇಲ್ಲವೆ ಸಂಸ್ಕೃತ ಭಾಷೆಯಲ್ಲಿ ಬರೆದುವು. ಕನ್ನಡ ಭಾಷೆಯಲ್ಲಿಯೇ ಬರೆದ ಶಾಸನಗಳು ತೀರ ಹಳೆಯವು. ಕ್ರಿ.ಶ. ೬-೭ನೆಯ ಶತಮಾನದಿಂದಲೇ ದೊರೆಯುತ್ತವೆಂದು ಮೊದಲು ಗ್ರಹಿಸಲಾಗಿತ್ತು. ಹಲ್ಮಿಡಿಯ ಶಾಸನವು ದೊರೆತ ಮೇಲೆ ಕ್ರಿ.ಶ. ೫ನೆಯ ಶತಮಾನದವರೆಗೆ ಹಳಮೆಯ ಗಡುವು ಹಿಂದೆ ಸರಿಯಿತು. ಕ್ರಿ.ಶ. ೨, ೩, ೪ನೆಯ ಶತಮಾನಗಳಲ್ಲಿ ನಿರ್ದಿಷ್ಟ ಶಕವನ್ನು ಹೇಳಿದ ೩-೪ ಕನ್ನಡದ ಶಾಸನಗಳೇನೋ ಇವೆ.[4] ಆದರೆ ಕೆಲವರು ಅವುಗಳ ಕಾಲವು ಕೃತಕವೆಂದು ಅಭಿಪ್ರಾಯಪಟ್ಟಿದ್ದಾರೆ.[5] ಬೇರೆ ಪಂಡಿತರು ಕೃತಕವೆಂದು, ಆದರೆ ರೈಸರು ೫ನೆಯ ಶತಮಾನದವೆಂದು ಹೇಳಿದ ಶಾಸನಗಳಲ್ಲಿ ಒಂದು ಗದ್ಯವಿದ್ದರೆ ಇನ್ನೊಂದು ಅಂದವಾದ ಪದ್ಯವಾಗಿದೆ.[6] ಕ್ರಿ.ಶ. ೭ನೆಯ ಶತಮಾನದಿಂದ ೫ನೆಯ ಶತಮಾನದಲ್ಲಿಯ ಈ ಪದ್ಯದವರೆಗೆ ಲಭಿಸಿದ ಕೆಲವು ಶಾಸನಪದ್ಯಗಳನ್ನು ಉದಹರಿಸಿ ಗೋವಿಂದ ಪೈಯವರು ಹೀಗೆ ತೀರ್ಮಾನಿಸಿರುತ್ತಾರೆ : "ಈ ಶಿಲಾಲೇಖಗಳಿಗೆ ಕಡಿಮೆ ಅಂದರೆ ೨-೩ ಆದರೂ ಶತಮಾನಗಳ ಹಿಂದಣಿಂದಲೇ ಅಂದರೆ ಕ್ರಿ.ಶ. ೨-೩ನೆಯ ಶತಕದಿಂದ

ಲಾದರೂ ಸಂಸ್ಕೃತಮಿಶ್ರವಾದ ಹಾಗೂ ಸಂಸ್ಕೃತಛಂದೋಬದ್ಧವಾದ ಕನ್ನಡಸಾಹಿತ್ಯವಿದ್ದಿರಬೇಕು."[7] ಕನ್ನಡದಲ್ಲಿ ಸಾಕಷ್ಟು ಸಮೃದ್ಧವಾದ ಸಾಹಿತ್ಯವಿರದ ಮುಂಚೆ ಶಾಸನಗಳು ರಚಿಸಲ್ಪಡವು. ಬೇಕಾದಷ್ಟು ಪದ್ಯಸಾಹಿತ್ಯವಿರದ ಪದ್ಯಶಾಸನಗಳ ರಚನೆಯಾಗದು. ಇಲ್ಲಿಯ ಪದ್ಯಶಾಸನಗಳಲ್ಲಿ ಹಲವು ಸಂಸ್ಕೃತದಲ್ಲಿಯೂ ದೊರೆಯದ ಸಂಸ್ಕೃತವೃತ್ತಗಳಲ್ಲಿವೆ, ಶೈಲಿಯಲ್ಲಿ ಸಂಸ್ಕೃತಶಬ್ದಗಳ ಹೆಚ್ಚಳವಿದೆ. ಈ ಮೊದಲು ಅಚ್ಚಗನ್ನಡ ಛಂದಸ್ಸು, ಶೈಲಿ ಇವುಗಳಿಂದ ಪ್ರಚುರವಾದ ಒಂದು ಕನ್ನಡ ಸಾಹಿತ್ಯ ಯುಗವು ಗತಿಸಿಹೋಗಿರಬೇಕು ಎಂದು ಮುಂತಾಗಿ ತಮ್ಮ ತೀರ್ಮಾನವನ್ನು ಸಮರ್ಥಿಸುತ್ತ ಅವರು ವಾದಿಸಿದ್ದಾರೆ. ಇದರಂತೆ ಕ್ರಿ.ಶ. ೭ನೆಯ ಶತಕದಿಂದ ೪ನೆಯ ಶತಕದವರೆಗೆ ಅಂದರೆ ಅವರ ಅಭಿಪ್ರಾಯದಲ್ಲಿ ಕ್ರಿ.ಶ. ೨೬೫-೨೮೨ರೊಳಗೆ ರಚಿಸಲ್ಪಟ್ಟಿರಬಹುದಾದ ಹಲ್ಮಿಡಿಯ ಶಾಸನದವರೆಗೆ ದೊರೆತ ಗದ್ಯಶಾಸನಗಳನ್ನು ಕೊಟ್ಟು "ಹಲ್ಮಿಡಿಯ ಶಿಲಾಲೇಖದ ಕ್ರಿ.ಶ. ೩ನೆಯ ಶತಕಕ್ಕೆ ಸಾಕಷ್ಟು ಹಿಂದಿನಿಂದಲೇ ಕನ್ನಡದಲ್ಲಿ ಸಂಸ್ಕೃತಮಿಶ್ರವಾದ (ಅತ ಏವ ಸಂಸ್ಕೃತಛಂದೋಬದ್ಧವಾದ) ಕನ್ನಡ ಸಾಹಿತ್ಯವು ಇದ್ದಿರಬೇಕು" ಎಂದು ಅವರು ನಿರ್ಣಯಕ್ಕೆ ಬಂದಿದ್ದಾರೆ.[8] ಇದಕ್ಕೆ ಅವರ ವಾದಸರಣಿ ಬಹುಶಃ ಹಿಂದಿನಂತೆಯೇ ಇದೆ. ಹೆಚ್ಚಿನದಾಗಿ ಹೇಳಿದ ಅಂಶವೆಂದರೆ ವಿಸ್ತಾರವಾದ ಸಾಹಿತ್ಯವನ್ನನುಸರಿಸಿ ಬಂದ ವ್ಯಾಕರಣಬದ್ಧವಾದ ಭಾಷೆ ಪ್ರಚಾರದಲ್ಲಿ ಇರದೆ ಶಾಸನಗಳಲ್ಲಿ ಅದು ಬಳಸಲ್ಪಡದು ಎಂಬುದು. ಈ ವಿಷಯದ ಚರ್ಚೆಯಲ್ಲಿ ಶಾಸನಗಳ ಕಾಲನಿರ್ಣಯ, ಆಮೇಲೆ ಸಾಹಿತ್ಯದ ಪ್ರಾಚೀನತೆಯನ್ನು ಕುರಿತ ವಾದಸರಣಿ ಇವು ಒಳಗೊಳ್ಳುತ್ತವೆ. ಕ್ರಿ.ಶ. ೭೦೦ರವೆಂದು ಹೇಳಿದ ಪದ್ಯಶಾಸನಗಳ ಕಾಲ ವಾದಗ್ರಸ್ತವಾಗಿಲ್ಲ. ಆದರೆ ತಮಟಕಲ್ಲಿನ ಶಾಸನಪದ್ಯದ ಕಾಲ ಕ್ರಿ.ಶ. ೫೦೦ ಎಂಬುದು ವಾದಕ್ಕೆ ಬಿದ್ದಿದೆ. ಗದ್ಯಶಾಸನದಲ್ಲಿ ತೇದಿಯನ್ನು ನೇರವಾಗಿ ಹೇಳದಿರುವ ಅನೇಕ ಶಾಸನಗಳಿವೆ. ಅವನ್ನು ಇತರ ಪ್ರಮಾಣಗಳಿಂದ ಗೊತ್ತುಪಡಿಸುವಲ್ಲಿ ಗಂಗ-ಕದಂಬ ರಾಜರ ಅರಸೊತ್ತಿಗೆಯ ಕಾಲವನ್ನು ತಾವು ನಿರ್ಣಯಿಸಿದಂತೆ ಅವರು ತೆಗೆದುಕೊಂಡಿದ್ದಾರೆ. ಇದರಿಂದ ಹಲ್ಮಿಡಿಯ ಶಾಸನವು ೩ನೆಯ ಶತಕಕ್ಕೆ ಸಂಬಂಧಪಟ್ಟುದಾಗಿದೆ. ಇದರ ಇತ್ಯರ್ಥವನ್ನು ತಜ್ಞರು ಮಾಡಬಲ್ಲರು. ನಮ್ಮ ಮಟ್ಟಿಗೆ ಕ್ರಿ.ಶ. ೫ನೆಯ ಶತಕಕ್ಕಿಂತ ಹಿಂದೆ ಕನ್ನಡ ಶಾಸನಗಳು ಇದ್ದುದು ಅಸಂಭವವಲ್ಲವಾದರೂ ಸದ್ಯಕ್ಕೆ ಅನೇಕರಿಗೆ ಒಪ್ಪಿಗೆಯಾದ ೫ನೆಯ ಶತಮಾನದ ಗಡುವನ್ನು ದಾಟದಿರುವುದು ಒಳ್ಳೆಯದು. ಪ್ರಾಚೀನತೆಯ ಸಂಬಂಧದಲ್ಲಿ, ತಕ್ಕಮಟ್ಟಿಗೆ ಸಂಸ್ಕಾರಹೊಂದಿದ ಶಾಸನಪದ್ಯವಾಗಲಿ ಗದ್ಯವಾಗಲಿ ತನ್ನ ಮತ್ತು ಹಿಂದಿನ ಕಾಲದಲ್ಲಿಯ ಭಾಷೆ ಹಾಗೂ ಸಾಹಿತ್ಯದ ಬೆಳವಣಿಗೆಯನ್ನು ತೋರಿಸುತ್ತದೆಂಬುದು ಒಪ್ಪತಕ್ಕ ಮಾತು. ಶಾಸನ ವಿಷಯವು ತತ್ಕಾಲೀನ ಚರಿತ್ರೆಯನ್ನು ಮೂಡಿಸುವಂತೆ ಅದರ ರಚನೆ ಆಯಾ ಕಾಲದ ಭಾಷೆಯ ಮಾದರಿಯನ್ನು ಮೂಡಿಸುತ್ತದೆ. ಈ ದೃಷ್ಟಿಯಿಂದ ಕ್ರಿ.ಶ. ೭೦೦ಕ್ಕಿಂತ ೧-೨ ಶತಕಗಳ ಹಿಂದಿನಿಂದಲಾದರೂ ಕನ್ನಡದಲ್ಲಿ ಪದ್ಯರಚನೆಯಾಗುತ್ತಿರಬೇಕು ಎಂಬುದು ನಿರ್ವಿವಾದವಾಗಿದೆ. ಕ್ರಿ.ಶ. ೫ನೆಯ ಶತಕದ ಪದ್ಯವು ಅದಕ್ಕೆ ಹಿಂದಿನ ಸಾಹಿತ್ಯ ನಿರ್ಮಾಣವನ್ನು ಸೂಚಿಸುತ್ತಿರಬಹುದು. ಆದರೆ ಅದರ ಕಾಲವು ಖಚಿತವಾಗಿಲ್ಲ. ತನ್ನಷ್ಟಕ್ಕೆ ಆ ಪದ್ಯವು ಮಾತ್ರ ತೀರ ಹಳೆಯ ಕನ್ನಡದಲ್ಲಿದ್ದು ಸಾಹಿತ್ಯಗುಣದಿಂದ ಕೂಡಿದ ಚೊಕ್ಕಾದ ಸ್ವಭಾವಚಿತ್ರವಾಗಿದೆ.[9] ಕ್ರಿ.ಶ. ೭ನೆಯ ಶತಕದ ಬದಾಮಿಯ ಶಾಸನದಲ್ಲಿಯ ಕಪ್ಪೆ ಅರಭಟ್ಟನ ಸ್ವಭಾವಚಿತ್ರದೊಡನೆ ಹೋಲಿಸಿದರೆ ಇಂಥ ಬರವಣಿಗೆ ನಡೆಯುತ್ತಿರಬೇಕೆಂದು ತೋರುತ್ತದೆ.[10] ಕನ್ನಡದಲ್ಲಿ ಮೊದಲು ಅಚ್ಚಗನ್ನಡದ ಯುಗವಾಗಿಹೋಗಿರಬೇಕೆಂಬ ಊಹೆ ನಮಗೆ ಸಂಮತವಿಲ್ಲ. ಕನ್ನಡ ಭಾಷೆ-ಸಾಹಿತ್ಯಗಳು ಗ್ರಂಥಸ್ಥವಾದ ರೂಪದಲ್ಲಿ ಸಂಸ್ಕೃತದ ಸಾಕಷ್ಟು ಪ್ರಭಾವದಿಂದಲೇ ಹುಟ್ಟಿ ಬೆಳೆದಿವೆ. ಅಚ್ಚಗನ್ನಡ ದೇಸಿ ಹಾಗೂ ಛಂದಸ್ಸಿನ ಎಳೆಗಳನ್ನು ಕನ್ನಡದ ನೇಯ್ಗೆಯಲ್ಲಿ ಗುರುತಿಸಬಹುದಾದರೂ ತಮಿಳಿನ ಹಾಗೆ ಸಂಸ್ಕೃತದಿಂದ ಬಹುಶಃ ಅಲಿಪ್ತವಾದ ಗ್ರಾಂಥಿಕ ಸ್ವರೂಪವು ಕನ್ನಡಕ್ಕೆ

ಇದ್ದಿತೆಂದು ತೋರುವುದಿಲ್ಲ. ಬೆದಂಡೆ-ಚತ್ತಾಣಗಳು ಕನ್ನಡಕ್ಕೆ ವಿಶಿಷ್ಟಗಳಾದ ಕಾವ್ಯರೂಪಗಳೇನೋ ನಿಜ. ಆದರೆ ಅವುಗಳಲ್ಲಿ ವೃತ್ತ-ಕಂದಗಳ ಜೊತೆಗೆ ಮಾತ್ರ ಅಚ್ಚಗನ್ನಡ ಛಂದಸ್ಸಿಗೆ ಎಡೆದೊರೆತಿದೆ. 'ಕವಿರಾಜಮಾರ್ಗ'ದಿಂದ ಮುಂದೆಲ್ಲ ಸಂಸ್ಕೃತ-ಕನ್ನಡಗಳ ಸಮನ್ವಯ ಪ್ರಯತ್ನವು ಕಾಲಕಾಲಕ್ಕೆ ನಡೆದಿದೆ. ಮೂಲದಲ್ಲಿಯೇ ಬೆರೆತುಬಂದ ಸಂಸ್ಕೃತದ ತ್ಯಾಗವಲ್ಲ, ಅತಿರೇಕತ್ಯಾಗ ಎಂಬ ವಿವೇಕವು ಅದರಲ್ಲಿ ಅಡಗಿದೆ. ಸಂಸ್ಕೃತದಲ್ಲಿ ಪ್ರಚುರವಾದ ವೃತ್ತಗಳನ್ನು ಮೊದಲು ಪ್ರಯೋಗಿಸಿ ಕನ್ನಡಕ್ಕೆ ಅವು ಒಗ್ಗವೆಂದು ತಿಳಿದು ಒಗ್ಗುವ ಬೇರೆ ಸಂಸ್ಕೃತ ವೃತ್ತಗಳನ್ನು ರೂಢಿಗೊಳಿಸಲು ಕೆಲಕಾಲವು ಹಿಡಿದಿರಬಹುದು. ಒಟ್ಟಿನಲ್ಲಿ ಸಂಸ್ಕಾರಹೊಂದಿದ ಶಾಸನಗದ್ಯವಾಗಲಿ ಪದ್ಯವಾಗಲಿ ತನ್ನ ಕಾಲಕ್ಕಿಂತ ಒಂದೆರಡು ಶತಮಾನಗಳ ಹಿಂದಿನಿಂದ ಕನ್ನಡ ಭಾಷೆ-ವಾಙ್ಮಯಗಳ ಬೆಳವಣಿಗೆಯನ್ನು ಸೂಚಿಸುವುದೇ ಹೊರತು ಇನ್ನೂ ಹೆಚ್ಚಿನ ಪ್ರಾಚೀನತೆಯನ್ನಲ್ಲ ಎಂದು ತೋರುತ್ತದೆ.

ಶಾಸನಗದ್ಯದಲ್ಲಿ ಹಲ್ಮಿಡಿಯ ಶಿಲಾಲೇಖ ಎಲ್ಲಕ್ಕಿಂತ ಹಳೆಯದೆಂದು ಹಿಂದೆ ಹೇಳಿದೆ. ಅದರ ಅಭ್ಯಾಸದಿಂದ ನಾಲ್ಕು ಸಂಗತಿಗಳನ್ನು ಕಂಡುಹಿಡಿಯಲಾಗಿದೆ : (೧) ಕನ್ನಡ-ಸಂಸ್ಕೃತ ಸಂಬಂಧ ಕ್ರಿ.ಶ. ೪೫೦ಕ್ಕೆ ಬಹಳ ಹಿಂದೆಯೇ ಆರಂಭವಾಗಿ ಸಂಸ್ಕೃತ ಸಮಸ್ತಪದಗಳಿಂದ ಕೂಡಿದ ಪ್ರೌಢವಾದ ಕನ್ನಡವು ೫ನೆಯ ಶತಮಾನದ ವೇಳೆಗೆ ಚೆನ್ನಾಗಿ ಬಳಕೆಗೆ ಬಂದಿತ್ತು. (೨) ಜನಬಳಕೆಯಲ್ಲಿ ಶುದ್ಧ ಕನ್ನಡ ಪದಗಳಿದ್ದರೂ ಪಂಡಿತರ ಬರವಣಿಗೆಗಳಲ್ಲಿ ಸಂಸ್ಕೃತ ಪ್ರಚುರವಾದ ಭಾಷೆಯಿತ್ತು. (೩) ಪೂರ್ವದ ಕನ್ನಡದ ಪದರೂಪಗಳು ವ್ಯಾಕರಣ ನಿಯಮಗಳಿಗೆ ಕಟ್ಟುಬಿದ್ದು ಕನ್ನಡವು ಚೆನ್ನಾಗಿ ಬಲಿತ ಭಾಷೆಯಾಗಿತ್ತು. (೪) ಈ ಭಾಷೆಯೂ ಇದರ ವಾಙ್ಮಯವೂ ಇದಕ್ಕೆ ಕೆಲವು ಶತಮಾನಗಳ ಹಿಂದೆಯೇ ಬೆಳೆದು ಬದುಕಿ ಬಾಳಿರಬೇಕು.[11] ಈ ಶಾಸನಕಾರನು ಪ್ರೌಢಸಂಸ್ಕೃತಕ್ಕೆ ಮಾರುವೋದ ಪಂಡಿತಕವಿಯೆಂಬುದನ್ನು ಅವರ ಒಂದೆರಡು ರೂಪಕಗಳೂ ಸಮಸ್ತಪದಗಳೂ ತಿಳಿಸುತ್ತವೆ. ಆದರೆ ಶಾಸನದ ತೀರ ಸಂಕ್ಷಿಪ್ತವಾದ ಚಾರಿತ್ರಿಕ ನಿವೇದನದಲ್ಲಿ ಕವಿತ್ವಕ್ಕೆ ಹೆಚ್ಚಿನ ಅವಕಾಶ ದೊರೆತಿಲ್ಲ. ಇದರಲ್ಲಿಯ 'ಪೆತ್ತಜಯನ್' ಎಂಬ ಸಮಾಸವು ಕನ್ನಡ-ಸಂಸ್ಕೃತಗಳ ಚಿರಕಾಲದ ಸಂಬಂಧಕ್ಕೆ ಸಾಕ್ಷಿಯಾಗಿದೆ. ಯಾಕೆಂದರೆ ಕನ್ನಡ ಕ್ರಿಯಾರೂಪವೊಂದು ಸಂಸ್ಕೃತ ಶಬ್ದದೊಡನೆ ನಿರ್ದೋಷವಾಗಿ ಬೆರೆತಿರುವುದು ಸಂಬಂಧವು ಹೊಸತಾಗಿದ್ದಾಗ ಸಾಧ್ಯವಿಲ್ಲ. ಪೂರ್ವದ ಹಳಗನ್ನಡವೆಂಬ ರೂಪದಲ್ಲಿ 'ಪೊಗಟಿಪ್ಪೊಟ್ಟಣ' ಎಂಬುದು ಕರ್ಮಣಿಪ್ರಯೋಗದ ಪ್ರಾಚೀನರೂಪವಾಗಿದೆ ಮಾತ್ರವಲ್ಲ, ಕನ್ನಡದ ಮೇಲಾದ ಸಂಸ್ಕೃತ ವರ್ಚಸ್ಸಿನ ಹಳಮೆಗೆ ಗುರುತಾಗಿದೆ. ಈ ಶಾಸನದಿಂದ ೧-೨ ಶತಕಗಳ ಹಿಂದಿನಿಂದ ಕನ್ನಡವು ಗ್ರಾಂಥಿಕಭಾಷೆಯಾಗಿ ಬೆಳೆಯತೊಡಗಿತ್ತು ಎಂದು ಹೇಳಬಹುದೇ ಹೊರತು ಬಹಳ ಹಿಂದಿನಿಂದ ಮೊದಲಾಗಿ 'ಚೆನ್ನಾಗಿ ಬಲಿತ ಭಾಷೆಯಾಗಿತ್ತು' ಎಂದೆನ್ನುವಂತಿಲ್ಲ. ಉಳಿದ ಪೂರ್ವದ ಹಳಗನ್ನಡ ನಿದರ್ಶನಗಳಂತೆ ಇದೂ ರೂಪುಗೊಳ್ಳುತ್ತಲಿದ್ದ ಹಳಗನ್ನಡದ ಸಂಕ್ರಮಣಾವಸ್ಥೆಗೆ ನಿದರ್ಶನವಾಗಿದೆ. ಕನ್ನಡ ವಾಙ್ಮಯವು ಕೆಲವು ಶತಮಾನಗಳ ಹಿಂದೆಯೇ ಬೆಳೆದು ಬದುಕಿದ ಬಗೆಗೆ ಇದು ಆಧಾರವಾಗಲಾರದು. ಬಹುಶಃ ಸಂಸ್ಕೃತಮುಗ್ಧರಾದ ಪಂಡಿತರು ಕನ್ನಡಕ್ಕೆ ಕೆಲಕಾಲದಿಂದ ಮಾತ್ರ ಒಲಿದು ಸಂಸ್ಕೃತಭೂಯಿಷ್ಠವಾದ ಕನ್ನಡಶೈಲಿಯುಳ್ಳ ಗ್ರಂಥರಚನೆಗೆ ತೊಡಗಿದ್ದರೆಂದು ಅದು ಸೂಚಿಸುತ್ತಿರಬಹುದು. ಬಳಕೆಯ ಕನ್ನಡದಲ್ಲಿ ಇದಕ್ಕಿಂತ ಪೂರ್ವದಲ್ಲಿಯೇ ಸಂಸ್ಕೃತ ಪದಗಳು ಸೇರಿ ಕನ್ನಡವೇ ಎನ್ನುವಷ್ಟು ಒಂದಾಗಿರಬೇಕು.

ಇದರ ತರುವಾಯ ಸು. ಕ್ರಿ.ಶ. ೪೭೦ರ ಗಂಗರಾಜರ ತೀರ ಹಳೆಯ ಉಲ್ಲೇಖವುಳ್ಳದೆಂದು ರೈಸರು ವರ್ಣಿಸಿದ ಸಿರಗುಂದದ ಶಾಸನವಿದೆ.[12] ಇದರಲ್ಲಿ ನಿವ್ವನೀತ ಎಂಬ ಹೆಸರಿನಲ್ಲಿ ಅಡಕವಾಗಿರುವ ದುರ್ವಿನೀತನ ಚರಿತ್ರಾಂಶವಿದೆ. ಶೈಲಿ ಅಸ್ಪಷ್ಟವಾಗಿದ್ದರೂ ಪೂರ್ವದ ಹಳಗನ್ನಡವೆಂಬುದು ಸ್ಪಷ್ಟವಿದೆ. ಈಚೆಗೆ ದೊರೆತಿರುವ ಕೆಲಗುಂದಿ ಕಲ್ಬರಹವು ಕದಂಬ ದೊರೆ

ರವಿವರ್ಮನ ಉಲ್ಲೇಖ ಮಾಡಿರುವುದರಿಂದ ೫ನೇ ಶತಮಾನದ ಉತ್ತರಾರ್ಧವೆಂದೂ ಹಲ್ಮಿಡಿ ಶಾಸನ ಬಿಟ್ಟರೆ ಇದೇ ಕನ್ನಡದ ಮೊದಲ ಶಾಸನವೆಂದೂ ಇದರಲ್ಲಿ ಅಚ್ಚಕನ್ನಡ ಪದಗಳೇ ಹೆಚ್ಚಾಗಿವೆಯೆಂದೂ ಊಹಿಸಲಾಗಿದೆ. ಇದರ ಪಾಠ ಕೆಳಗಿನಂತೆ ಇದೆ :

ಸ್ವಸ್ತಿ ಶ್ರೀ ರವಿವರ್ಮ್ಮ (ರ್)
ನಾಡಾಳೆ ಮಲ್ಲಿಗೆ ಆ
ಅರಸರಾ ಪೆರಿಯಾ ಅರಸಿ
ಕಳಿ ಗುಜ್ಜೆನಿಯಾ ಪಡುಗ (ಲ್)
ಇನ್ನಿ ದಾನ್ನ ಮಿ ವೋರ್ಪ (ಇ್ವ ಪಾ)
ದಗೆ ಸಂಯುಕ್ತರಪ್ಪಾ (ರ)[13]

ಈ ನಂತರ ಬದಾಮಿಯ ಚಾಲುಕ್ಯರಾಜ ಮಂಗಲೀಶನ ಕ್ರಿ.ಶ. ೫೭೮ರ ಚಿಕ್ಕ ಶಿಲಾಲೇಖವಿದೆ.[14] ಹಲ್ಮಿಡಿಯ ಶಾಸನ ದೊರೆಯುವುದಕ್ಕಿಂತ ಮುಂಚೆ ಇದೇ ನಿರ್ವಿವಾದವಾಗಿ ಮೊದಲನೆಯ ದೆಂದಾಗಿತ್ತು. ಇದರಲ್ಲಿ ಷಷ್ಠಿಯ ದೀರ್ಘಾದೇಶ ಮುಂತಾಗಿ ಹಳೆನುಡಿಯ ಪಡಿಯಚ್ಚಿದೆ. ಈ ಎರಡರಲ್ಲಿಯೂ ಸಾಹಿತ್ಯಗುಣದ ಲವಲೇಶವಿಲ್ಲ. ಕ್ರಿ.ಶ. ೭ನೆಯ ಶತಮಾನದಲ್ಲಿಯೇ ಸಾಹಿತ್ಯ ಗುಣವುಳ್ಳ ಹೇರಳವಾದ ಶಾಸನಗಳನ್ನು ಬದಾಮಿ, ಶ್ರವಣಬೆಳ್ಗೊಳಗಳಲ್ಲಿ ಕೆತ್ತಲಾಗಿದೆ. ಅದರಿಂದ ಶಾಸನಸಾಹಿತ್ಯದ ಯುಗವು ೭ನೆಯ ಶತಮಾನದಿಂದ ಮೊದಲಾಯಿತೆನ್ನಬೇಕು. ಕಪ್ಪೆ ಅರಭಟ್ಟನ ಸ್ವಭಾವಚಿತ್ರವುಳ್ಳ ಬದಾಮಿಯ ಶಾಸನವು ಅನೇಕ ದೃಷ್ಟಿಯಿಂದ ಸ್ಮರಣೀಯವಾಗಿದೆ.[15] ಕನ್ನಡ ಛಂದಸ್ಸಿನ ತಾಯಿಬೇರಾದ ತ್ರಿಪದಿಯ ಮೊಟ್ಟಮೊದಲನೆಯ ರೂಪವು ಅದರಲ್ಲಿದೆ. ಒಬ್ಬ ಕನ್ನಡ ವೀರನ ಆವೇಶಯುತವಾದ ಸ್ವಭಾವಚಿತ್ರವು ಅಲ್ಲಿದೆ. ಭಾವ-ಭಾಷೆಗಳ ಯೋಗ್ಯ ಮಿಲನವುಳ್ಳ ಒಂದು ಚಿಕ್ಕ ಕವಿತೆಯ ಸತ್ತ್ವವೂ ಅದರಲ್ಲಿದೆ. ಶ್ರವಣಬೆಳ್ಗೊಳದ ಸು. ೩೦ ಶಾಸನಗಳಲ್ಲಿ ಪದ್ಯರಚನೆಯಿದೆ. ಅವುಗಳಲ್ಲಿ ಜೈನಮುನಿಗಳ ಹಾಗೂ ಕಂತಿಯರ ವೈರಾಗ್ಯ, ತಪೋಮಹಿಮೆ ಮುಂತಾದ ಗುಣಗಳ ಚಿತ್ರಣವು ಮೆಚ್ಚುವಂತಿದೆ. ಉದಾಹರಣೆಗೆಂದು ಶ್ರ.ಬೆ. ೨೨, ೨೯, ೮೮ ಇವನ್ನು ನೋಡಬಹುದು.[16] "ಸುರಚಾಪಂಬೋಲೆ ವಿದ್ಯುಲ್ಲತೆಗಳ ತೆಱವೊಲ್ಮಂಜುವೊಲ್ತೋಱಿ ಬೇಗಂ I ಪಿರಿಗುಂ ಶ್ರೀರೂಪಲೀಲಾಧನ ವಿಭವಮಹಾರಾಶಿಗಳ್ ನಿಲ್ಲವಾರ್ಗಂ" ಎಂಬ ಪದ್ಯವು ಸೊಗಸಾದುದು. ಇಷ್ಟಾದರೂ ಇವುಗಳ ರಚಕರು ಬೇರೆ ಕನ್ನಡ ಕಾವ್ಯಗಳನ್ನು ರಚಿಸಿರಬೇಕೆಂದು ನಿರ್ಧರಿಸುವಷ್ಟು ಕಾವ್ಯಗುಣವು ಪ್ರಕರ್ಷದಲ್ಲಿ ಕಂಡುಬರುವುದಿಲ್ಲ. ಕ್ರಿ.ಶ. ೭ನೆಯ ಶತಮಾನದಿಂದ ಹಿಂದೆ ಹೋಗಿ ೩ನೆಯ ಶತಮಾನದವರೆಗೆ ರಚಿತವಾದುವೆಂದು ತಿಳಿದು ಗೋವಿಂದ ಪೈಯವರು ಕೊಟ್ಟ ಗದ್ಯಶಾಸನಗಳಲ್ಲಿ ಕನ್ನಡ ಭಾಷೆಯ ದೃಷ್ಟಿಯಿಂದ ಅಭ್ಯಸನೀಯವಾದ ರೂಪಗಳಿದ್ದರೂ ಸಾಹಿತ್ಯಾಂಶಗಳು ಶೂನ್ಯವಾಗಿವೆ. ಶಿಲಾಲೇಖವಾಗಲಿ ತಾಮ್ರಶಾಸನವಾಗಲಿ ಮುಖ್ಯವಾಗಿ ಚಾರಿತ್ರಿಕ ಹಾಗೂ ರಾಜಕೀಯ ಮಹತ್ವದ ಬರೆಹಗಳು. ಅವುಗಳಲ್ಲಿ ಸಾಹಿತ್ಯ ಆನುಷಂಗಿಕ. ಆದರೂ ಮುಂದುಮುಂದಿನ ಕಾಲದ ಶಾಸನಗಳಲ್ಲಿ ಸಾಹಿತ್ಯಗುಣವು ತೋರಿದೆ ಮಾತ್ರವಲ್ಲ, ಮೇಲ್ತರದ ಕಾವ್ಯಸಂಪತ್ತಿ, ವಿಶಿಷ್ಟವಾದ ಭಾಷಾವೈಖರಿ ಕೆಲವು ಕಡೆಗೆ ಪ್ರಕಟವಾಗಿವೆ ಎಂಬುದನ್ನು ಒಪ್ಪಬೇಕು.[17]

ಶಾಸನಗಳಿಂದ ತಿಳಿದ ಸಾಹಿತ್ಯಗುಣವಲ್ಲದೆ ಒಬ್ಬ ನಟ ಮತ್ತು ಸಾಹಿತ್ಯಕನ ವರ್ಣನೆಯೂ ಪಟ್ಟದಕಲ್ಲಿನ ೮ನೆಯ ಶತಮಾನದ ಒಂದು ಶಿಲಾಲೇಖದಲ್ಲಿ ದೊರೆತಿದೆ.[18] ಅದರಲ್ಲಿ "ಇನ್ನಾತನೆ ನರ್ತಕಂ ನಟರೊಳಗ್ಗಳಂ ಈ ಭುವನಾನ್ತರಾಳದೊಳ್" ಎಂಬುದಾಗಿ ಆ ನಟನ ಬಾಯ್ತುಂಬ ಹೊಗಳಿಕೆಯನ್ನು 'ದೇವಯ್ಯಗಳಾ ಮಗ ಅಚಲನ್' ಎಂಬ ಕವಿ ಮಾಡಿದ್ದಾನೆ. ಮಧುರಚೆನ್ನರು ಗೊತ್ತುಪಡಿಸಿದ ಈ ಶಾಸನಕಾಲವು ಸರಿಯೆಂದುದಾದರೆ ೮ನೆಯ ಶತಮಾನದ ಶಾಸನಕವಿಯೊಬ್ಬನ

ಹಾಗೂ ನಟನ ಉಲ್ಲೇಖವು ಸಿಕ್ಕಂತಾಯಿತು. ಪ್ರಾಚೀನ ಗಂಗಶಾಸನಗಳಲ್ಲಿ ಗಂಗರಾಜನಾದ ೨ನೆಯ ಮಾಧವನು ದತ್ತಕಸೂತ್ರದ ಮೇಲೆ ಗ್ರಂಥವನ್ನು ರಚಿಸಿದಂತೆ ಹೇಳಿದೆ.[19] ಅದರ ಕಾಲ ಕ್ರಿ.ಶ. ೩ನೆಯ ಶತಕವಾಗಬಹುದು. ಅದು ಸಂಸ್ಕೃತದಲ್ಲಿಯೇ ಇರಬೇಕು. ಅದು ಬಹುಶಃ ಕನ್ನಡದಲ್ಲಿ ಇರಬೇಕೆಂದು ರೈಸರು ಅಭಿಪ್ರಾಯಪಟ್ಟಿದ್ದಾರೆ.[20] **ಪೊಲಕೇಶಿ ವಲ್ಲಭಂ** ಎಂಬ ಬದಾಮಿ ಚಾಳುಕ್ಯರಾಜನ 'ವಿಕ್ರಮಯಜ್ಞವಿಧಾನ'ವನ್ನು ಬಣ್ಣಿಸಿದ ಲಕ್ಷ್ಯಪದ್ಯವೊಂದು ನಾಗವರ್ಮನ ಕಾವ್ಯಾವಲೋಕನದಲ್ಲಿದೆ (ಪದ್ಯ ೪೮೮). ಅದು ಶಾಸನಪದ್ಯವಾಗಿರದೆ, ೧ನೆಯ ಪುಲಿಕೇಶಿಯ ಕಾಲದಲ್ಲಿ ಅಂದರೆ ೬ನೆಯ ಶತಮಾನದ ಉತ್ತರಾರ್ಧದಲ್ಲಿ ಇಲ್ಲವೆ ೮ನೆಯ ಶತಮಾನದ ಒಳಗೆ ರಚಿತವಾದ ಯಾವೊಂದು ಕನ್ನಡ ಕಾವ್ಯದಿಂದ ಎತ್ತಿಕೊಂಡುದಾಗಿರಬೇಕು. ಕ್ರಿ.ಶ. ೬೩೪ರ ಐಹೊಳೆ ಶಾಸನವನ್ನು ಬರೆದ ರವಿಕೀರ್ತಿಯೇ ಅದನ್ನು ಬರೆದಿರಬಹುದು ಎಂಬುದಾಗಿ ಗೋವಿಂದ ಪೈಯವರು ಊಹಿಸಿದ್ದಾರೆ.[21] ಜಯಕೀರ್ತಿ ತನ್ನ 'ಛಂದೋನುಶಾಸನ'ದಲ್ಲಿ ಉಲ್ಲೇಖಿಸಿದ 'ಕರ್ಣಾಟೇಶ್ವರ ಕಥಾ' ಎಂಬುದೇ ಆ ಕನ್ನಡ ಕಾವ್ಯವಾಗಿರುವ ಸಂಭವವೂ ಇದೆ. ಈ ಊಹೆಯನ್ನೂ ಇತರ ಊಹೆಗಳನ್ನೂ ಪರಿಶೀಲಿಸಿ ಆ ಕಾವ್ಯ ಯಾವುದೆಂಬುದನ್ನು ನಿರ್ಧರಿಸಬೇಕಾಗಿದೆ.

## ಟಿಪ್ಪಣಿಗಳು

1. R. S. Mugali : *The Heritage of Karnataka*, II Edition, 1990 (Chapters II and III, 'Ancient Karnataka').
2. ಗೋವಿಂದ ಪೈ : ಗ್ರೀಕ್ ಪ್ರಹಸನದಲ್ಲಿ ಕನ್ನಡ ಮಾತುಗಳು (ಪ್ರ.ಕ., ೧೧-೧).
3. ಗೋವಿಂದ ಪೈ : ಕನ್ನಡ ಸಾಹಿತ್ಯದ ಪ್ರಾಚೀನತೆ (ಉದಯಭಾರತ, ೨-೫, ಪು. ೧೧೬-೭).
4. *E.C.*, Vol III, NJ. 110 (103 A.D.), NJ. 199 (189 A.D.), NJ. 122 (266 A.D.) ; *E.C.*, Vol. VII, SK 52 (357 A.D.) ; *E.C.*, Vol. I, CGI (466 A.D.).
5. A. N. Narasimhiah : *GOKI* (Pp. xiv-xv, Preface).
6. *E.C.*, Vol. CM 50, Vol. XI, Cd. 43.
7. ಗೋವಿಂದ ಪೈ : ಕನ್ನಡ ಸಾಹಿತ್ಯದ ಪ್ರಾಚೀನತೆ ('ಮೂರು ಉಪನ್ಯಾಸಗಳು', ಪು. ೧೩೧).
8. ಅದೇ (ಪು. ೧೩೮).
9. ಬಿಣಮಣಿ ಅನ್ತು ಭೋಗಿ ಬಿಣದುಳ್ಮಣಿವಿಲ್ಮನದೋನ್
ರಣಮುಖದುಳ್ಳ ಕೋಲಂ ನೆರಿಯರ್ಕುಮನಿನ್ದ್ಯಗುಣನ್
ಪ್ರಣಯಿಜನಕ್ಕೆ ಕಾಮನಸಿತೋತ್ಪಲವರ್ಣ್ಣನವನ್
ಗುಣಮಧುರಾಂಕ್ಕ ದಿವ್ಯಪುರುಷನ್ ಪುರುಷಪ್ರವರನ್ ॥ — *E.C.*, XI, Cg. 43.

—ಈ ಪದ್ಯದ ಮೊದಲಿನೆರಡು ಸಾಲುಗಳ ಸರಿಯಾದ ಪಾಠವು
'ಫಣಿಮಣಿ ಅನ್ತು ಭೋಗಿ ಫಣದುಳ್ಮಣಿವಿಲ್ಮನದೋನ್
ರಣಮುಖದುಳ್ಳೆ ಕಾಲನರಿಯಕ್ಕುಮನಿನ್ದ್ಯಗುಣನ್'
ಎಂದೂ ಈ ಶಾಸನದ ಕಾಲವು ೫೦೦-೫೫೫ ಎಂದೂ ಅಭಿಪ್ರಾಯಪಡಲಾಗಿದೆ. (ದೇವರಕೊಂಡಾರೆಡ್ಡಿ ಮತ್ತು ಆರ್. ಶೇಷಶಾಸ್ತ್ರಿ : 'ತಮಟಕಲ್ಲಿನ ಗುಣಮಧುರನ ಶಾಸನಗಳು – ಪುನಃಪರಿಶೀಲನೆ', ಪು. ೭೦-೭೭, ಸಾಧನೆ, ೧೦-೩).

10. *I.A.*, X, p. 61.
11. ಎಂ. ಎಚ್. ಕೃಷ್ಣ : ಅತ್ಯಂತ ಪ್ರಾಚೀನ ಕನ್ನಡ ಶಾಸನ (ಪ್ರ.ಕ., ೨೦-೩, ಪು. ೩೮).
12. *E.C.*, Vol. VI, Cm. 50.
13. ಎಚ್.ಆರ್. ರಘುನಾಥಭಟ್ಟ : ಅಚ್ಚಗನ್ನಡದ ಹಳೆಯ ಶಾಸನ (ಪ್ರಜಾವಾಣಿ ದಿನಪತ್ರಿಕೆ, ೭-೨-೮೩, ಪು. ೬). ಇದಕ್ಕೆ ಪಾಠಾಂತರಗಳನ್ನು ಸೂಚಿಸಿ ೫ನೆಯ ಶತಕದ ಉತ್ತರಾರ್ಧವೆಂಬ ಇದರ ಕಾಲ ನಿರ್ದೇಶವು ಖಚಿತವಲ್ಲವೆಂದು ಬಿ. ರಾಜಶೇಖರಪ್ಪ ಮತ್ತು ಶ್ರೀಕೃಷ್ಣ ಇವರು ಅಭಿಪ್ರಾಯಿಸಿದ್ದಾರೆ. (ಪ್ರಜಾವಾಣಿ ದಿನಪತ್ರಿಕೆ, ೧೬-೨-೮೩, ಪು. ೫).

14. *I.A.*, X (1881), p. 60.

15. *I.A.*, X, p. 61.

ಸಾಧುಗೆ ಸಾಧು ಮಾಧೂರ್ಯನ್ಗೆ ಮಾಧೂರ್ಯಂ ।
ಬಾಧಿಪ್ಪ ಕಲಿಗೆ ಕಲಿಯುಗವಿಪರೀತನ್ ।
ಮಾಧವನೀತನ್ ಪೆಱನಲ್ಲ ॥

ಒಳ್ಳಿತ್ತ ಕೆಯ್ವೊರಾರ್ ಪೊಲ್ಲದುಮದಱಂತೆ ।
ಬಲ್ಲಿತ್ತು ಕಲಿಗೆ ವಿಪರೀತಾ ಪುರಾಕೃತ ।
ಮಿಲ್ಲಿ ಸಂದಿಕ್ಕುಮದು ಬಂದು ॥

ಕಟ್ಟಿದ ಸಿಂಘಮನ್ ಕೆಟ್ಟೋದೇನೆಮಗೆಂದು ।
ಬಿಟ್ಟವೋಲ್ ಕಲಿಗೆ ವಿಪರೀತಂಗಪಿತರ್ಕ್ಕಳ್ ।
ಕೆಟ್ಟರ್ ಮೇಣ್ ಸತ್ತರವಿಚಾರಂ ॥

16. ಗೋವಿಂದ ಪೈ : ಕನ್ನಡ ಸಾಹಿತ್ಯದ ಪ್ರಾಚೀನತೆ ('ಮೂರು ಉಪನ್ಯಾಸಗಳು', ಪು. ೧೨೬-೭).

17. ಈ ವಿಷಯದ ಸೋದಾಹರಣ ವಿವೇಚನೆಗಾಗಿ ನೋಡಿ—ಎಂ. ಎಂ. ಕಲಬುರ್ಗಿ : ಕವಿರಾಜಮಾರ್ಗದವರೆಗಿನ ಶಾಸನಸಾಹಿತ್ಯ ('ಸಮಗ್ರ ಕನ್ನಡ ಸಾಹಿತ್ಯ ಚರಿತ್ರೆ', ಸಂಪುಟ 1, ಪು. 64-69, ಬೆಂಗಳೂರು ವಿಶ್ವವಿದ್ಯಾನಿಲಯ).

18. ಮಧುರಚೆನ್ನ : ಪ್ರಾಚೀನ ಕರ್ನಾಟಕದ ಒಬ್ಬ ನಟಶ್ರೇಷ್ಠ ಹಾಗೂ ಒಬ್ಬ ಆದಿಕವಿ (ಜ.ಕ., ೯-೫, ೬).

19. *E.C.*, Mr. 73, DB. 68.

20. Rice : *Mysore and Coorg*, p. 196.

21. ಗೋವಿಂದ ಪೈ : ಕನ್ನಡ ಸಾಹಿತ್ಯದ ಪ್ರಾಚೀನತೆ ('ಮೂರು ಉಪನ್ಯಾಸಗಳು', ಪು. ೧೦೮-೧೧೧).

ಪ್ರಕರಣ : ೩

# ಕನ್ನಡ ಸಾಹಿತ್ಯೋದಯ ಮತ್ತು ಕವಿರಾಜಮಾರ್ಗ

**'ಕವಿರಾಜಮಾರ್ಗ'ದಲ್ಲಿ ದೊರೆತ ಆಧಾರಗಳು :** 'ಕವಿರಾಜಮಾರ್ಗ'ವು ದಂಡಿಯ 'ಕಾವ್ಯಾ-ದರ್ಶ'ವೆಂಬ ಸಂಸ್ಕೃತ ಅಲಂಕಾರಗ್ರಂಥದ ತದ್ರೂಪ ಅನುವಾದವಲ್ಲ, ಸ್ವತಂತ್ರವಾದ ಅನುವಾದ ಇಲ್ಲವೆ ರೂಪಾಂತರವಾಗಿದೆ. ಅನುವಾದ ದೃಷ್ಟಿಯಿಂದ ಅದು ಸ್ವತಂತ್ರವೆಂಬುದಲ್ಲದೆ ಅಂದಿನ ಕನ್ನಡ ನಾಡುನುಡಿಗಳ ಸ್ವರೂಪ, ಸಾಹಿತ್ಯಸ್ಥಿತಿ, ಕವಿಗಳಿಗೆ ರಾಜಮಾರ್ಗವನ್ನು ತೋರುವ ವಿಮರ್ಶಾತ್ಮಕ ವಿಚಾರಪ್ರಣಾಲಿ ಎಂಬಿವುಗಳಿಂದ ಸ್ವತಂತ್ರವಾದ ಮತ್ತು ಬೆಲೆಯುಳ್ಳ ಪ್ರಮಾಣ ಗ್ರಂಥವಾಗಿದೆ. ಇದರಿಂದ ಕನ್ನಡ ಸಾಹಿತ್ಯೋದಯದ ಬಗ್ಗೆ ನಮ್ಮ ಅಜ್ಞಾನವು ಕಡಿಮೆಯಾಗಿದೆ. ಕತ್ತಲೆ ಇರುವಲ್ಲಿ ಕೆಲವು ಸ್ಪಷ್ಟವಾದ ಬೆಳಕಿನ ಪಟ್ಟಿಗಳು ಮೂಡಿವೆ. ಕನ್ನಡ ಸಾಹಿತ್ಯ ಅದರ ಕಾಲದಲ್ಲಿ ಮತ್ತು ಅದಕ್ಕಿಂತ ಹಿಂದಿನಿಂದಲೂ ಇದ್ದಿತೆಂಬುದನ್ನು ಅದರಲ್ಲಿಯ ಕೆಳಗಣ ಅವತರಣಗಳು ಸಾರುತ್ತವೆ : (೧) "ಕನ್ನಡ ಗಬ್ಬಂಗಳೊಳ್" ಎಂದರೆ ಕನ್ನಡ ಕಾವ್ಯಗಳಲ್ಲಿ ಅಗಣಿತಗುಣ ಗದ್ಯಪದ್ಯಸಂಮಿಶ್ರಿತವನ್ನು ಗದ್ಯಕಥಾಪ್ರಗೀತಿಯಿಂದ ಚಿರಂತನಾಚಾರ್ಯರು ಹೇಳುತ್ತಾರೆ.[1] ಅಂದರೆ ಹಳೆಗಾಲದಿಂದ ಹೆಸರಾದ ವಿಮರ್ಶಾಚಾರ್ಯರು (ಚಿರಂತನಾಚಾರ್ಯರು) ಕನ್ನಡ ಕಾವ್ಯಗಳಲ್ಲಿ (ಬಹುವಚನವನ್ನು ಲಕ್ಷಿಸಬೇಕು) ಗದ್ಯಪದ್ಯಮಿಶ್ರವಾದ ಗದ್ಯಕಥೆ ಎಂಬ ಸಾಹಿತ್ಯರೂಪವಿತ್ತೆಂದು ಹೇಳುತ್ತಾರೆ. ಇಲ್ಲಿ ಚಂಪೂಕಾವ್ಯಕ್ಕಿಂತ ಗದ್ಯಭಾಗ ಹೆಚ್ಚಾಗಿರುವ ಗದ್ಯಕಥೆ ಎಂಬ ಪ್ರಕಾರದ ಉಲ್ಲೇಖವಿರಬೇಕು. (೨) "ನುಡಿಗೆಲ್ಲಂ ಸಲ್ಲದ ಕನ್ನಡದೊಳ್" ಚತ್ತಾಣ ಮತ್ತು ಬೆದಂಡೆ ಎಂದು ಈಗಡಿನ ಹೆಸರಾದ ಕಬ್ಬದಲ್ಲಿ ಪುರಾತನ ಕವಿಗಳು ಒಡಂಬಡಂ ಮಾಡಿದರು.[2] ಈ ಪದ್ಯದ ಅರ್ಥ ಅಷ್ಟು ಸ್ಫುಟವಾಗಿಲ್ಲ. ಆದರೂ ಇಲ್ಲಿ ಬಂದಿರುವ ಚತ್ತಾಣ, ಬೆದಂಡೆಗಳ ಉಲ್ಲೇಖ ಮತ್ತು ಪುರಾತನ ಕವಿಗಳ ನಿರ್ದೇಶನ ಇವು ಗಮನಿಸತಕ್ಕುವು, ಚಿರಂತನಾಚಾರ್ಯರಿದ್ದಂತೆ ಪುರಾತನ ಕವಿಗಳೂ ಕನ್ನಡದಲ್ಲಿ ಇದ್ದರೆಂಬುದು ತಿಳಿಯುತ್ತದೆ. ಇದೇ ಅರ್ಥದಲ್ಲಿ 'ಪುರಾಣ ಕವಿಗಳ್',[3] 'ಪೂರ್ವಾಚಾರ್ಯರ್'[4] ಎಂಬ ಪ್ರಯೋಗಗಳು ಮುಂದೆ ದೊರೆಯುತ್ತವೆ. ಪೂರ್ವಾಚಾರ್ಯರು ಯತಿಯನ್ನು ಮೀರಿ ಖಂಡಪ್ರಾಸವು ಕನ್ನಡಕ್ಕೆ ಅತಿಶಯವೆಂದು ಎತ್ತಿಹಿಡಿದು ತಮ್ಮ ಸ್ವತಂತ್ರಬುದ್ಧಿಯನ್ನು ತೋರಿದ ವಿಮರ್ಶಾಚಾರ್ಯರಾಗಿದ್ದರು. 'ಕವಿವೃಷಭರಾ ಪ್ರಯೋಗಂಗಳೊಳಂ',[5] 'ಪೂರ್ವಕಾವ್ಯರಚನೆಗಳಂ',[6] 'ಪರಮಕವಿಪ್ರಧಾನರ ಕಾವ್ಯಂಗಳ್',[7] 'ಪುರಾಣಕಾವ್ಯಪ್ರಯೋಗದೊಳ್',[8] 'ಬಗೆದು ನೋಡಿ ಪುರಾಣಕವಿ ಪ್ರಭು ಪ್ರಯೋಗಾವಿಲ ಸದ್ಗುಣೋದಯಮಂ',[9] ಇಂಥ ಪ್ರಯೋಗಗಳು ಕನ್ನಡದಲ್ಲಿ ಪ್ರಾಚೀನ ಕಾವ್ಯಗಳ ನಿರ್ಮಿತಿಯಾಗಿತ್ತೆಂಬುದನ್ನು ನಿಃಸಂಶಯವಾಗಿ ತಿಳಿಸುತ್ತವೆ. ಇದರಲ್ಲಿಯ ಒಂದೆರಡು ಪ್ರಯೋಗಗಳು ಕನ್ನಡ-ಸಂಸ್ಕೃತ ಮುಂತಾದ ಸರ್ವಸಾಮಾನ್ಯವಾದ ಪ್ರಾಚೀನ ವಾಙ್ಮಯವನ್ನು ಸೂಚಿಸುತ್ತಿರಬಹುದು. ಆದರೆ ಕನ್ನಡವೆಂದು ಮಾತ್ರ ಅರಿಪುವ ಇತರ ಪ್ರಯೋಗಗಳ ಜೊತೆಗೆ ಇದನ್ನು ತೆಗೆದುಕೊಂಡರೆ ಕನ್ನಡವೆಂಬ ಸೂಚನೆಯೂ ಇವುಗಳಲ್ಲಿರಬಹುದೆಂದು ತಿಳಿಯಬಹುದು. (೩) ಕನ್ನಡ ಭಾಷೆ ಮತ್ತು ಸಾಹಿತ್ಯಗಳು ಪರಂಪರೆಯಾಗಿ ಬೆಳೆಯುತ್ತ ಬಂದು ಒಂದು ನಿಲುಗಡೆಯನ್ನು ಮುಟ್ಟಿದ್ದವೆಂಬುದನ್ನು ಹೇಳುವ ಪದ್ಯವೊಂದು ಈ ಗ್ರಂಥದಲ್ಲಿದೆ.[10] ಅದರ ಅಭಿಪ್ರಾಯವೆಂದರೆ, ನೆಲಸಿದ ಕಾವ್ಯವು ಕಾವ್ಯಕ್ಕೆ ಸತತವೂ ಲಕ್ಷಣವೆಂದೇ ತಿಳಿದು ಆಗಮಬಲಹೀನರಾದ ಕೆಲವರು ಅದು ದೇಶಿಯಲ್ಲ ಎಂದು ಅರಿತಿದ್ದರೂ ಪಟಿಗನ್ನಡವನ್ನು ಪೊಲಗಿಡಿಸಿ ನುಡಿಯುವರು. ಇಲ್ಲಿ 'ಕವಿರಾಜಮಾರ್ಗ'ದ ಕಾಲಕ್ಕೆ ಪಟಗನ್ನಡ ಎಂಬ ಸ್ವರೂಪ

ಕನ್ನಡ ಭಾಷೆಗೆ ಬಂದಿತ್ತೆಂಬ ಮಾತಿದೆ. ಅಲ್ಲದೆ ನೆಲಸಿದ ಕಾವ್ಯ ಎಂಬುದು ಅಂದಿನ ಕಾವ್ಯಕ್ಕೆ ಮಾದರಿಯಾಗುವಂಥದಾಗಿ ಇದ್ದಿತೆಂಬ ಮಾತೂ ಇದೆ. ಇವೆರಡೇ ಈಗ ಪ್ರಕೃತ ಅಂಶಗಳು. (೪) ಕನ್ನಡ ನಾಡಿನ ವಿಸ್ತಾರ, ತಿರುಳ್ಗನ್ನಡ ಸೀಮೆ, ಕನ್ನಡ ನಾಡವರ ಪೆರ್ಮೆ ಇವನ್ನು ಹೇಳಿರುವಲ್ಲಿ, ನಾಡವರ್ಗಳು ನಿಜವಾಗಿಯೂ ಚದುರರು, ಕುರಿತೋದದೆಯೂ ಕಾವ್ಯಪ್ರಯೋಗಪರಿಣತಮತಿಗಳು[11] ಎಂಬ ಸ್ತುತಿ ವಾಕ್ಯವಿದೆ. ಇದರಲ್ಲಿ ಅತಿಶಯೋಕ್ತಿ ಇಲ್ಲವೆಂದಾದರೆ, ಆ ಕಾಲದ ಕರ್ನಾಟಕದಲ್ಲಿ ಅಪಂಡಿತರೂ ಕೂಡ ಸಹೃದಯರೂ ಸಹಜಕವಿಗಳೂ ಆಗಿದ್ದರೆಂಬ ಅಭಿಪ್ರಾಯವು ಹೊರಡುತ್ತದೆ. ಆಗ ಕನ್ನಡ ಕಾವ್ಯಪರಂಪರೆ ಸಮೃದ್ಧವೂ ಅವ್ಯಾಹತವೂ ಆಗಿದ್ದಿತೆಂಬುದನ್ನು ಸೂಚಿಸುತ್ತದೆ. 'ಕಾವ್ಯಪ್ರಯೋಗ ಪರಿಣತಮತಿಗಳ್' — ಈ ಪದದ ಬಗೆಗೆ ಈಚೆಗೆ ನಡೆದಿರುವ ಒಂದು ಚರ್ಚೆಯಲ್ಲಿ ಕಾವ್ಯದಲ್ಲಿ ಮತ್ತು ನಾಟಕಪ್ರಯೋಗದಲ್ಲಿ ನಾಡವರ್ಗಳು ಚದುರರಾಗಿದ್ದರೆಂಬ ಅರ್ಥದ ಸೂಚನೆ ಬಂದಿದೆ. ಈ ಸಂದರ್ಭದಲ್ಲಿ ಇದು ಗ್ರಾಹ್ಯವೆಂದು ನಮಗೆ ತೋರುವುದಿಲ್ಲ. ಕಾವ್ಯರಚನೆ ಮತ್ತು ರಸಗ್ರಹಣಗಳಿಗೆ ಮಾತ್ರ ಇದು ಸೀಮಿತವಾಗಿದೆ.

'ಕವಿರಾಜಮಾರ್ಗ'ದ ತುಂಬ ನೃಪತುಂಗದೇವಮತ, ಅತಿಶಯಧವಳೋಕ್ತಿಕ್ರಮ ಇವನ್ನು ಅನುಸರಿಸಿ ಅಭಿಪ್ರಾಯಗಳನ್ನು ಹೇಳಿದಂತಿದೆ. ಪೂರ್ವಶಾಸ್ತ್ರವಿಧಿಯನ್ನು ತೆರೆದಿರೆ ಕನ್ನಡದಲ್ಲಿ ಇಷ್ಟು ಹೇಳುವೆ,[12] ಪುರಾಣಕವಿಗಳ ವಿದಿತಾಂತರವನ್ನು ಹೇಳುವೆ[13] ಎಂಬ ಉಕ್ತಿಗಳಿವೆ. ಇವುಗಳಿಂದ ಈ ಗ್ರಂಥಕ್ಕಿಂತ ಮುಂಚೆ ಕನ್ನಡದಲ್ಲಿ ಇತರ ಅಲಂಕಾರಗ್ರಂಥಗಳಿದ್ದುವೆಂದು ಊಹಿಸಬಹುದಾಗಿದೆ. ಆದರೆ ನೃಪತುಂಗನ ಮತವೆಂದಿದ್ದ ಅನೇಕ ಸಂದರ್ಭಗಳಲ್ಲಿ ಪ್ರಾಚೀನ ಸಂಸ್ಕೃತ ಆಲಂಕಾರಿಕರ ಅಭಿಪ್ರಾಯವೇ ಇದ್ದುದು ಕಂಡುಬಂದಿದೆ. ಪದ್ಯಕ್ಕೆ ಪೂರಕವಾಗಿ ಮಾತ್ರ ಆ ಮಾತುಗಳು ಸೇರಿಕೊಂಡಿವೆ. ಹಾಗೆ ಪೂರ್ವಶಾಸ್ತ್ರವಿಧಿ ಎಂದು ಹೇಳಿದಲ್ಲಿ ಸಂಸ್ಕೃತ ಲಾಕ್ಷಣಿಕರು ಹೇಳಿದ ವಿಧಿಯೇ ಆಗಿದೆ. ಆದ್ದರಿಂದ ಕನ್ನಡದಲ್ಲಿ ಪ್ರಾಚೀನಕಾಲದಿಂದಲೂ ವಿಮರ್ಶಕರು ಇದ್ದರೆಂದೂ, ಅವರು ಗ್ರಂಥಗಳನ್ನು ಬರೆದಿರಬಹುದೆಂದೂ ತಿಳಿಯಲು ಬೇರೆ ಆಧಾರಗಳು ಇದೇ ಗ್ರಂಥದಲ್ಲಿರುವಾಗ ಮೇಲಿನ ಆಧಾರಗಳನ್ನು ಕೈಬಿಡುವುದೇ ಮೇಲು.

(೫) 'ಕವಿರಾಜಮಾರ್ಗ'ದಲ್ಲಿ ಸಂಸ್ಕೃತ ಗದ್ಯಪದ್ಯಗಳಲ್ಲಿಯ ಕವಿಕಾವ್ಯಗಳನ್ನು ಹೇಳಿದ ಮೇಲೆ ಕನ್ನಡ ಗದ್ಯಪದ್ಯ ಕವಿಗಳ ಹಲವು ಹೆಸರುಗಳನ್ನು ಕೊಡಲಾಗಿದೆ.[14] ಕನ್ನಡ ಸಾಹಿತ್ಯದ ಸಮೃದ್ಧತೆಯನ್ನೂ ಪ್ರಾಚೀನತೆಯನ್ನೂ ತೋರಿಸಲು ಈ ಆಧಾರಗಳು ಬಹಳ ಸಹಾಯಕವಾಗಿವೆ. "ವಿಮಳೋದಯ, ನಾಗಾರ್ಜುನ, ಜಯಬಂಧು, ದುರ್ವಿನೀತಾದಿಗಳ್ ಈ ಕ್ರಮದೊಳ್ ನೆಗೞ್ಚಿ ಗದ್ಯಾಶ್ರಮಪದಗುರುತಾಪ್ರತೀತಿಯಂ ಕೆಯ್ಕೊಂಡರ್"[15] ಎಂಬಲ್ಲಿ ಕನ್ನಡದ ಪ್ರಸಿದ್ಧ ಗದ್ಯಕಾರರ ಹೆಸರುಗಳಿವೆ. ಕನ್ನಡಗಬ್ಬಗಳಲ್ಲಿ ಚಿರಂತನಾಚಾರ್ಯರು ಹೇಳಿದ ಅಗಣಿತಗುಣದ ಗದ್ಯಕಥೆಯ ಉಲ್ಲೇಖ, ಎಲ್ಲ ಕಲೆ, ಭಾಷೆ, ಲೋಕ, ಶಾಸ್ತ್ರ ಮುಂತಾದ್ದರ ವರ್ಣನೆ ಉಳ್ಳ ವಸ್ತುವಿಸ್ತರವನ್ನು ಅರಿಯದವನಿಂದ ಗ್ರಂಥರಚನೆ ಆಗದೆಂಬ ಉಕ್ತಿ ಇವು ಈ ಹಿಂದಿನ ಪದ್ಯಗಳಲ್ಲಿರುವುದನ್ನು ನೆನೆದರೆ, ಈ ಕನ್ನಡ ಗದ್ಯಕಾರರು ಸಾಮಾನ್ಯರಲ್ಲ ಎಂದೂ ಹಿಂದಿನಿಂದಲೂ ಪ್ರಖ್ಯಾತರಾದವರೆಂದೂ ತಿಳಿಯುತ್ತದೆ. ಇಷ್ಟೆಲ್ಲ ಹೇಳಿಯೂ ಇವರ ಗ್ರಂಥಗಳಾವುವು ಎಂಬುದನ್ನು ಇಲ್ಲಿ ಹೇಳಿಲ್ಲ. ಬೇರೆ ಕಡೆಯಿಂದ ಒಬ್ಬಿಬ್ಬರ ವಿಷಯ ತಿಳಿಯುತ್ತದೆ. ಇವರಲ್ಲಿ ಯಾರ ಗ್ರಂಥಗಳೂ ದೊರೆಯದಿರುವುದು ಕನ್ನಡ ಸಾಹಿತ್ಯಕ್ಕೆ ಹಾನಿಯೇ ಸರಿ. ಇವರ ಬಗ್ಗೆ ತಿಳಿದ ಕೆಲವು ಅಂಶಗಳನ್ನು ಸಂಗ್ರಹಿಸಬಹುದು. ವಿಮಲ, ಉದಯ ಇವರಿಬ್ಬರೂ ಬೇರೆ, ವಿಮಲನು ೭೭೦ರಲ್ಲಿದ್ದ ವಿಮಲಚಂದ್ರ ಎಂಬ ಗುರುವಾಗಿರಬಹುದು, ಉದಯನಾರೋ ಗೊತ್ತಿಲ್ಲ ಎಂದು ಕವಿಚರಿತಕಾರರು ಹೇಳಿದ್ದಾರೆ.[16] ಈ ವಿಮಲನು 'ಪ್ರಶ್ನೋತ್ತರರತ್ನಮಾಲೆ'ಯೆಂಬ ಸಂಸ್ಕೃತ ಕವಿತೆಯ ಕರ್ತೃವಾದ ವಿಮಲನಾಗಿರಲಾರನೆಂದು ಅವರ ಮತ. ಆದರೆ ವಿಮಲೋದಯ ಒಂದೇ ಹೆಸರೆಂದೂ 'ಪ್ರಶ್ನೋತ್ತರರತ್ನಮಾಲಿಕೆ'ಯ ಕರ್ತನೇ

ಅವನೆಂದೂ ಗೋವಿಂದ ಪೈಗಳು ಹೇಳಿದ್ದಾರೆ.[17] ಯಾಕೆಂದರೆ ಈ ಕವಿತೆಯ ತಿಬೇಟ ಭಾಷೆಯ ಅನುವಾದದಲ್ಲಿ ರಚಯಿತನ ಹೆಸರು 'ಅಮೋಘೋದಯ' ಎಂದಿದೆ. ಈ ಕವಿತೆಯನ್ನು ನೃಪತುಂಗನೇ ಬರೆದಿರಬಹುದೆನ್ನಲಿಕ್ಕೆ ಆಧಾರವಿದೆ. ಆದರೆ ಅದನ್ನು ಅಲ್ಲಗಳೆಯುವುದಕ್ಕೂ ಆಧಾರವಿದೆ.[18] ಅದೇನೇ ಇದ್ದರೂ ಕನ್ನಡದಲ್ಲಿ ವಿಮಲೋದಯನು ಬರೆದ ಗ್ರಂಥವಾವುದೆಂಬ ಬಗ್ಗೆ ನಾವು ಇನ್ನೂ ಚೋದ್ಯಬಡುವ ಸ್ಥಿತಿಯಲ್ಲಿಯೇ ಇದ್ದೇವೆ. ನಾಗಾರ್ಜುನ ಎಂಬ ಹೆಸರು ಕ್ರಿ. ಶ. ೨ರಿಂದ ಮುಂದೆ ಹಲವಾರು ಸಂದರ್ಭಗಳಲ್ಲಿ ಬರುತ್ತದೆ. ಬೌದ್ಧ, ಜೈನ ಈ ಎರಡೂ ಮತದ ಗ್ರಂಥಕಾರರಿಗೆ ಈ ಹೆಸರಿರುವಂತೆ ತಿಳಿದುಬಂದಿದೆ. ಪೂಜ್ಯಪಾದನ ಸೋದರಳಿಯನಾದ ನಾಗಾರ್ಜುನ ಎಂಬುವವನು ವೈದ್ಯಶಾಸ್ತ್ರದಲ್ಲಿ ಮಹಾನಿಪುಣನಾಗಿ ರಸವಾದದಲ್ಲಿ ನುರಿತು ಬೆಟ್ಟಗಳನ್ನೆಲ್ಲ ಬಂಗಾರ ಮಾಡುತ್ತಿದ್ದನಂತೆ. 'ನಾಗಾರ್ಜುನಕಕ್ಷಪುಟ' ಎಂಬ ವೈದ್ಯಗ್ರಂಥವು ದೊರೆಯುತ್ತದೆ.[19] ಇಲ್ಲಿಯ ನಾಗಾರ್ಜುನನು ಅವನೇ ಇರುವ ಸಂಭವವಿದೆ. ಆದರೆ ಅವನ ಕನ್ನಡ ಗ್ರಂಥವಾವುದೋ ಗೊತ್ತಿಲ್ಲ. ಜಯಬಂಧು ಯಾರೆಂಬುದು ತಿಳಿದೇ ಇಲ್ಲ. 'ಜಯಬಂಧುನಂದನ'ನ 'ಸೂಪಶಾಸ್ತ್ರ'ವೆಂಬುದು ಪ್ರತ್ಯೇಕ ಗ್ರಂಥವೆಂದು ಕವಿಚರಿತಕಾರರು ಭಾವಿಸಿದ್ದು ಸರಿಯಲ್ಲ.[20] ಅದು ಚಾವುಂಡರಾಯನ 'ಲೋಕೋಪಕಾರ' ಎಂಬ ಗ್ರಂಥದಲ್ಲಿಯ ಲನೆಯ ಆಶ್ವಾಸವೆಂದು ತಿಳಿದು ಬಂದಿದೆ. 'ಜಯಬಂಧುನಂದನ' ಇದು ಚಾವುಂಡರಾಯನು ತನ್ನ ಪದ್ಯಗಳ ಕೊನೆಯಲ್ಲಿ ಉಪಯೋಗಿಸಿದ ಶಿಷ್ಟಕಲ್ಪದ್ರುಮ, ಬುಧೈಕಾಶ್ರಯ ಮುಂತಾದ ಅಂಕಿತಗಳಲ್ಲಿ ಒಂದಾಗಿ ಅವನಿಗೆ ಆಶ್ರಯ ಕೊಟ್ಟ ದೊರೆಯ ಹೆಸರಾಗಿರಬೇಕು. ಈ ಚಾವುಂಡರಾಯನು (೧೦೨೫) 'ಚಾವುಂಡರಾಯಪುರಾಣ'ದ ಚಾವುಂಡರಾಯನಲ್ಲ ಎಂಬಂತೆ ಇವನಿಗೆ ಆಶ್ರಯಕೊಟ್ಟಿರಬಹುದಾದ ಜಯಬಂಧುನಂದನನು 'ಕವಿರಾಜಮಾರ್ಗ'ದಲ್ಲಿ ಹೇಳಿದ ಜಯಬಂಧುವಿನ ಮಗನಾಗಲಾರನು.

ದುರ್ವಿನೀತನ ವಿಷಯವಾಗಿ ಉಳಿದವರಿಗಿಂತ ಹೆಚ್ಚು ಸಂಗತಿಗಳು ತಿಳಿದಿರುತ್ತವೆ. ಗಂಗವಂಶದ ರಾಜರಲ್ಲಿ ಪರಾಕ್ರಮದಲ್ಲಿಯೂ ಪಾಂಡಿತ್ಯದಲ್ಲಿಯೂ ಅಷ್ಟೇ ಹೆಸರಾದ ದುರ್ವಿನೀತನೆಂಬ ಅರಸನಿದ್ದನು. ಅವನ ಕಾಲ ಕ್ರಿ.ಶ. ೬೦೦. ಅವನೇ 'ಕವಿರಾಜಮಾರ್ಗ'ದಲ್ಲಿಯ ದುರ್ವಿನೀತನಾಗಿರಬೇಕು. ಗಂಗಶಾಸನಗಳಲ್ಲಿ ಅವನ ಬಹುಮುಖವಾದ ಪಾಂಡಿತ್ಯ-ಪ್ರತಿಭೆಗಳ ವರ್ಣನೆಯಲ್ಲದೆ ಅವನು ರಚಿಸಿದ ಹಲವು ಗ್ರಂಥಗಳ ಸ್ಪಷ್ಟವಾದ ಉಲ್ಲೇಖವಿದೆ.[21] ವಿಶೇಷವಾಗಿ "ಅನೇಕ ಕಾವ್ಯ-ಕಥಾನಾಟಕ-ಪ್ರಣಯನ ಪ್ರರೂಢಪಾಟವೇನ" ಎಂದು ಮೊದಲಾದ ಅವನ ಸ್ತುತಿಯನ್ನು ಗಮನಿಸಬೇಕು. ಜೊತೆಗೆ ಸಂಸ್ಕೃತಕವಿಯಾದ ಭಾರವಿಯ 'ಕಿರಾತಾರ್ಜುನೀಯ' ಕಾವ್ಯದ ೧೫ನೆಯ ಸರ್ಗದ ಟೀಕಾಕಾರ, 'ಬೃಹತ್ಕಥೆ'ಯನ್ನು ಸಂಸ್ಕೃತದಲ್ಲಿ ರಚಿಸಿದವನು, ಶಬ್ದಾವತಾರಕಾರ ಎಂದು ಅವನನ್ನು ವರ್ಣಿಸಲಾಗಿದೆ. 'ಅವಂತಿಸುಂದರೀ ಕಥಾಸಾರ'ದಿಂದ ಭಾರವಿ ದುರ್ವಿನೀತನ ಆಸ್ಥಾನದಲ್ಲಿದ್ದನೆಂದು ತಿಳಿಯುತ್ತದೆ. ಅದೇ ಸಮಯಕ್ಕೆ ಶಬ್ದಾಲಂಕಾರದ ವಿವಿಧ ಪ್ರಭೇದಗಳಿಗೆ ಉದಾಹರಣೆಯಾಗಿ ಬರೆದಂತಿದ್ದ 'ಕಿರಾತಾರ್ಜುನೀಯ'ದ ೧೫ನೆಯ ಸರ್ಗಕ್ಕೆ ಟೀಕೆಯನ್ನು ಬರೆದು ದುರ್ವಿನೀತನು ತನ್ನ ನೈಪುಣ್ಯವನ್ನು ತೋರಿರಬೇಕು. ಈ ಟೀಕೆ ನಿಸ್ಸಂಶಯವಾಗಿ ಕನ್ನಡದಲ್ಲಿಯೇ ಇರಬೇಕೆಂದು ರೈಸರು ಹೇಳಿದ್ದಾರೆ.[22] ನಿಸ್ಸಂಶಯವಾಗಿ ಎಂದು ನಾವು ಹೇಳುವಂತಿಲ್ಲ, ಸಂಸ್ಕೃತದಲ್ಲಿ ಇದ್ದಿರಬಹುದೆಂಬ ಸಂಶಯಕ್ಕೆ ಹೆಚ್ಚು ಆಸ್ಪದವಿದೆ. ಅವನು ಗುಣಾಢ್ಯನ 'ಬೃಹತ್ಕಥೆ'ಯನ್ನು ಪೈಶಾಚಿಭಾಷೆಯಿಂದ ಸಂಸ್ಕೃತಕ್ಕೆ ಅನುವಾದಿಸಿದ್ದು ಬಹುದೊಡ್ಡ ಸಾಹಿತ್ಯಕಾರ್ಯ. ಅದು ಬುಧಸ್ವಾಮಿ (ಕ್ರಿ.ಶ. ೮೦೦), ಕ್ಷೇಮೇಂದ್ರ (ಕ್ರಿ.ಶ. ೧೧೦೦) ಮತ್ತು ಸೋಮದೇವ (ಕ್ರಿ.ಶ. ೧೧೦೦) ಇವರಿಗಿಂತ ಪ್ರಾಚೀನವಾದ ಮೊದಲನೆಯ ಅನುವಾದವಾಗಿದೆ. ಅದು ದೊರೆಯದೆ ಇದ್ದುದು ಸಂಸ್ಕೃತ ವಾಙ್ಮಯಕ್ಕೆ ದೊಡ್ಡ ನಷ್ಟವೇ ಸರಿ. ಕನ್ನಡ ಗದ್ಯಕಾರನೆಂದು ಹೆಸರಾದ ದುರ್ವಿನೀತನು ಈ ಬೃಹತ್ಕಥೆಯನ್ನು 'ವಡ್ಡಕಥಾ' ಎಂಬ ಹೆಸರಿನಲ್ಲಿ ಕನ್ನಡಿಸಿರಬೇಕೆಂದೂ ಪಂಚತಂತ್ರ ಕಥೆಗಳ

ಮೂಲ ಪರಂಪರೆ ದಕ್ಷಿಣದಲ್ಲಿಯೇ ಆರಂಭವಾಯಿತೆಂದೂ ಎಂಬ ಒಂದೂಹೆ ವ್ಯಕ್ತವಾಗಿದೆ.[23] ಇದಕ್ಕೆ ಪ್ರಬಲವಾದ ಆಧಾರವೇನೂ ಇಲ್ಲ. ಹೆಬ್ಬೂರು ಶಾಸನದ ಸರಿಪಡಿಸಿದ ಪಾಠ "ದೇವಭಾರತೀಬದ್ಧ ಬೃಹತ್ಕಥಃ" ಎಂದಿದ್ದರೆ ಗುಮ್ಮರೆಡ್ಡಿಪುರದ ಶಾಸನಪಾಠ "ದೇವಭಾರತೀನಿಬದ್ಧ ವಡ್ಡಕಥೇನ" ಎಂದಿದೆ. ಎರಡನೆಯ ಪಾಠದಲ್ಲಿರುವ 'ವಡ್ಡಕಥಾ' ಎಂಬ ಪ್ರಯೋಗದಿಂದ ಮಾತ್ರ ಅದು ಕನ್ನಡ ಕೃತಿಯಾಗಿರಬೇಕೆಂದು ಹೇಳಲಾಗದು. ಗುಣಾಢ್ಯನಿಂದ ಉದಯಿಸಿ ಬಂದ ವಸುಭಾಗಭಟ್ಟನ 'ಪಂಚತಂತ್ರ' ಪರಂಪರೆ ದುರ್ಗಸಿಂಹನ 'ಪಂಚತಂತ್ರ'ದಿಂದ ತಿಳಿದ ಮೇರೆಗೆ ಜೈನಪರವಾದ ಅಂಶಗಳಿಂದ ಕೂಡಿದ್ದಾಗಿ ದಕ್ಷಿಣದಲ್ಲಿ ತಲೆದೋರಿತು ಎಂದು ಇತರ ಆಧಾರಗಳಿಂದ ಹೇಳಬಹುದಾದರೆ ಮೇಲಿನ ಊಹೆಗೆ ಸಂಭವನೀಯತೆ ಬರುತ್ತದೆ. ತಮಿಳಿನ 'ಪೆರುಂಗತೈ'ಯಲ್ಲಿರುವ ದಾಕ್ಷಿಣಾತ್ಯ ಸಂಪ್ರದಾಯದ ಅಂಶಗಳು, ಭಾಸನ ಒಂದೆರಡು ನಾಟಕಗಳ ಕಥಾವಸ್ತು ಮತ್ತು ಭೋಜನ 'ಶೃಂಗಾರಪ್ರಕಾಶ'ದಲ್ಲಿಯ ಕೆಲವು ಉಲ್ಲೇಖಗಳು— ಇವುಗಳಿಂದ ದಕ್ಷಿಣದಲ್ಲಿ ದುರ್ವಿನೀತನಿಂದ ಪ್ರಣೀತವಾದ 'ಬೃಹತ್ಕಥೆ'ಯ ಪರಂಪರೆಯೊಂದಿರಬೇಕೆಂದು ವಿ. ರಾಘವನ್ ಸೂಚಿಸಿದ್ದಾರೆ. 'ಶಬ್ದಾವತಾರ' ಇದು ಅವನ ಮೂರನೆಯ ಗ್ರಂಥ. ಇದು ವ್ಯಾಕರಣಗ್ರಂಥವೆಂಬುದು ಸ್ಪಷ್ಟ. ಯಾವ ಭಾಷೆಯಲ್ಲಿ ಬರೆದುದು ಎಂಬುದು ತಿಳಿದಿಲ್ಲ. ಇದು ಪಾಣಿನಿಯ ವ್ಯಾಕರಣದ ಟೀಕೆಯೆಂದು ಒಂದು ಅಭಿಪ್ರಾಯವಿದೆ.[24] ಇವನ ಗುರುಗಳೂ ಸುಪ್ರಸಿದ್ಧ ವ್ಯಾಕರಣಪಂಡಿತರೂ ಆದ ಪೂಜ್ಯಪಾದರೂ 'ಶಬ್ದಾವತಾರ'ವೆಂಬ ಪಾಣಿನೀಸೂತ್ರವೃತ್ತಿಯನ್ನೂ 'ಜೈನೇಂದ್ರವ್ಯಾಕರಣ'ವನ್ನೂ ರಚಿಸಿದರು. ಆ ಟೀಕೆಗೆ ವಿವರಣೆಯಾಗಿ ದುರ್ವಿನೀತನು ಇನ್ನೊಂದು ಟೀಕೆಯನ್ನು ಸಂಸ್ಕೃತದಲ್ಲಿ ಬರೆದನೋ ಇಲ್ಲವೆ ಕನ್ನಡದಲ್ಲಿ ಬರೆದನೋ ಎಂಬುದು ತಿಳಿಯದಾಗಿದೆ. ಗ್ರಾಂಥಿಕ ಭಾಷೆಯಾಗಿ ಬೆಳೆಯತೊಡಗಿದ್ದ ಕನ್ನಡ ನುಡಿಗೆ ಅಗತ್ಯವಾದ ಒಂದು ವ್ಯಾಕರಣಗ್ರಂಥವೆಂದು ಕನ್ನಡದಲ್ಲಿ ಅದನ್ನವನು ಬರೆದಿರಬಹುದೇ ಎಂದು ಪ್ರಶ್ನೆ. ಈ ಪ್ರಶ್ನೆಗೆ ಉತ್ತರ ಅನುಕೂಲವಾದರೆ, ಶಾಸನಗಳಲ್ಲಿ ಹೇಳಲಾದ ಅವನ ಮೂರು ಗ್ರಂಥಗಳಲ್ಲಿ 'ಶಬ್ದಾವತಾರ'ವೊಂದು ಮಾತ್ರ ಕನ್ನಡ ಗ್ರಂಥವಾಗುತ್ತದೆ. ಈ ಎಲ್ಲ ಗದ್ಯಕಾರರ ಕನ್ನಡ ಗ್ರಂಥಗಳ ವಿಷಯವಾಗಿ ಏನೂ ನಿಶ್ಚಿತವಾಗಿ ತಿಳಿಯದೆ ಹೋದರೂ, ಅವರಲ್ಲಿ ಒಬ್ಬನಾದ ದುರ್ವಿನೀತನು ೬ನೆಯ ಶತಮಾನದ ಗಂಗರಾಜನಾಗಿದ್ದು ಸ್ವತಃ ಬಹುಶ್ರುತನೂ ಸಂಸ್ಕೃತ-ಕನ್ನಡ ಗ್ರಂಥಕಾರನೂ ಕವಿಗಳಿಗೆ ಆಶ್ರಯದಾತನೂ ಆಗಿ ಹೆಸರು ಪಡೆದನೆಂಬ ಸಂಗತಿ ಕನ್ನಡ ಸಾಹಿತ್ಯ ಚರಿತ್ರೆಯ ಆರಂಭಕಾಲದ ನಿರೂಪಣೆಯಲ್ಲಿ ನೆನೆಯತಕ್ಕದ್ದಾಗಿದೆ.

ಪದ್ಯಕಾರರಲ್ಲಿ ಪರಮಶ್ರೀವಿಜಯ, ಕವೀಶ್ವರ, ಪಂಡಿತ, ಚಂದ್ರ, ಲೋಕಪಾಲಾದಿಗಳನ್ನು 'ಕವಿರಾಜಮಾರ್ಗ'ವು ಉಲ್ಲೇಖಿಸಿದೆ. ಅವರ "ನಿರತಿಶಯವಸ್ತುವಿಸ್ತರವಿರಚನೆ ಲಕ್ಷ್ಯಂ ತದಾದ್ಯಕಾವ್ಯಕ್ಕೆಂದುಂ" ಎಂದರೆ ಅವರ ವಿಸ್ತಾರವಾದ ಕಾವ್ಯಬಂಧವು ಅವರ ಶ್ರೇಷ್ಠ (ಪ್ರಾಚೀನ ?) ಕಾವ್ಯಕ್ಕೆ ಉದಾಹರಣೆ ಇಲ್ಲವೆ ಗುರುತು ಆಗಿದೆ ಎಂದರ್ಥ. ಗದ್ಯಕಾರರಂತೆ ಈ ಪದ್ಯಕಾರರೂ ಸಣ್ಣಪುಟ್ಟ ಕವಿಗಳಲ್ಲವೆಂದೂ ಮಹಾಕಾವ್ಯರಚನೆಯಿಂದ ಶ್ರೇಷ್ಠತ್ವವನ್ನು ಪಡೆದವರೆಂದೂ ಧ್ವನಿತವಾಗುತ್ತದೆ. ಇವರಲ್ಲಿ ಶ್ರೀವಿಜಯನ ಉಲ್ಲೇಖ 'ಕವಿರಾಜಮಾರ್ಗ'ದ ಮೂರು ಪರಿಚ್ಛೇದದ ಕೊನೆಗಳಲ್ಲಿ ಬರುತ್ತದೆ. ಅವನೇ ಈ ಗ್ರಂಥವನ್ನು ಬರೆದವನೆಂದು ತಿಳಿಯಲು ಸಾಕಾಗುವಷ್ಟು ಆಧಾರವಿದೆ. ಆದರೆ ಶ್ರೇಷ್ಠ ಕವಿಗಳ ಸಾಲಿನಲ್ಲಿ ತನ್ನ ಹೆಸರನ್ನೇ ತಾನು ಅದರಲ್ಲಿಯೂ ಮೊದಲನೆಯದಾಗಿ ಗ್ರಂಥಕರ್ತನು ಹೇಳಲಾರನು. ಮುಂದಿನ ಕಾಲದ ಉಲ್ಲೇಖಗಳಲ್ಲಿ "ಶ್ರೀವಿಜಯರ ಕವಿಮಾರ್ಗಂ" ಎಂಬುದನ್ನು ದುರ್ಗಸಿಂಹನು ಆದರಪೂರ್ವಕವಾಗಿ ಹೇಳಿದ್ದು ನೋಡಿದರೆ, 'ಕವಿಮಾರ್ಗ' ಎಂಬ ಲಕ್ಷಣಗ್ರಂಥವನ್ನು ಹಳಗಾಲದ ಶ್ರೀವಿಜಯನು ಬರೆದಿರಬೇಕು, ಅದನ್ನೇ 'ಕವಿರಾಜಮಾರ್ಗ' ಎಂದು ವಿಸ್ತಾರ

ಗೊಳಿಸಿ ಕವೀಶ್ವರನೆಂಬೊಬ್ಬನು ನೃಪತುಂಗನ ಸಭಾಸದನಾಗಿ ರಚಿಸಿದನೆಂಬ ಅಭಿಪ್ರಾಯ ಹುಟ್ಟಿತು. 'ಚಂದ್ರಪ್ರಭಪುರಾಣ'ವನ್ನು ಚಂಪುವಾಗಿ ಬರೆದ ಶ್ರೀವಿಜಯನನ್ನು ಮುಂದಿನ ಒಬ್ಬಿಬ್ಬರು ಬಣ್ಣಿಸಿದ್ದಾರೆ. 'ಕವಿರಾಜಮಾರ್ಗ'ದಲ್ಲಿ ಹೇಳಲಾದ ಶ್ರೀವಿಜಯನೇ ಆ ಪುರಾಣಕಾರನು ಇರಬಹುದೇ ಎಂಬ ಪ್ರಶ್ನೆಯೂ ತಲೆಯೆತ್ತಿದೆ. ಅವನೇ ಇವನು ಎಂದೂ ನೃಪತುಂಗನ ಹೆಸರಿನಲ್ಲಿ 'ಕವಿರಾಜ ಮಾರ್ಗ'ವನ್ನು ಬರೆದನೆಂದೂ ಕವಿಚರಿತೆಕಾರರು ಊಹಿಸಿದ್ದಾರೆ. ಈ ವಿಷಯದ ವಿಸ್ತೃತ ಚರ್ಚೆ ಇಲ್ಲಿ ಪ್ರಕೃತವಲ್ಲ. ಆದರೆ ಇನ್ನೂ ಪ್ರಾಚೀನನಾದ ಶ್ರೀವಿಜಯನೆಂಬ ಗ್ರಂಥಕಾರನಿದ್ದನೆಂದು ತಿಳಿಯು ವವರೆಗೆ ಕವಿರಾಜಮಾರ್ಗಕಾರನೇ ಶ್ರೀವಿಜಯನೆಂದು ನಮಗೆ ತೋರುತ್ತದೆ. ಅವನೇ 'ಚಂದ್ರಪ್ರಭ ಪುರಾಣ'ವನ್ನು ಬರೆದನೆಂಬುದು ಮಾತ್ರ ಅಷ್ಟು ಖಚಿತವಲ್ಲ. ಆತ್ಮಸ್ತುತಿಯ ದೋಷಕ್ಕೆ ಶ್ರೀವಿಜಯನು ಗುರಿಯಾಗುವನಲ್ಲ ಎಂದರೆ ಅದಕ್ಕೆ ಪಕ್ಕಾಗದ ಕನ್ನಡ ಕವಿಗಳನ್ನು ಬೆರಳಿನಿಂದ ಎಣಿಸಬೇಕಾಗುತ್ತದೆ. ತನ್ನ ಹೆಸರನ್ನು ಮೊದಲನೆಯದಾಗಿ ಇಟ್ಟು ತಾನೇ 'ಕವಿರಾಜಮಾರ್ಗ'ದ ಕರ್ತೃ ಎಂಬುದನ್ನು ಸೂಚಿಸುವುದು ಅವನ ಉದ್ದೇಶವಾಗಿರಬಹುದು. 'ಕವಿರಾಜಮಾರ್ಗ'ದ ಬಗ್ಗೆ ಮುಂದೆ ಬರೆಯುವ ಪ್ರಕರಣದಲ್ಲಿ ಈ ಅಭಿಪ್ರಾಯವನ್ನು ವಿಶದಗೊಳಿಸಲಾಗುವುದು. ಕವೀಶ್ವರ ಎಂಬುದು ಬೇರೊಬ್ಬ ಕವಿಯ ಬಿರುದು. ಕವಿರಾಜಮಾರ್ಗದ ಕರ್ತೃ ಅವನೇ ಎಂದು ಒಂದಿಲ್ಲೊಂದು ಬಗೆಯಲ್ಲಿ ಹಲವರು ಅಭಿಪ್ರಾಯಪಟ್ಟಿದ್ದಾರೆ.[25] ಆದರೆ ನಮಗೆ 'ಶ್ರೀವಿಜಯ ಕವೀಶ್ವರ' ಇದೊಂದೇ ಪದವಾಗಿ ಇರಬಹುದೆಂದೂ ತೋರುತ್ತದೆ. 'ವಿಜಯಕವೀಂದ್ರ' ಎಂದು 'ಚಂದ್ರಪ್ರಭಸಾಂಗತ್ಯ'ದಲ್ಲಿ ದೊಡ್ಡಯ್ಯನು ಕರೆದದ್ದನ್ನು ನೆನೆಯಬೇಕು. ಹಾಗಿರದಿದ್ದರೆ ಕವೀಶ್ವರ ಎಂಬ ಬಿರುದಿನ ಬೇರೊಬ್ಬ ಕವಿಯಿರಬೇಕು. 'ಕವಿರಾಜಮಾರ್ಗ'ದ ರಚನೆಯಲ್ಲಿ ಅವನ ಸಂಬಂಧ ವಿರಲಾರದು. ಈ ಸಂದರ್ಭದಲ್ಲಿ ಸಮಂತಭದ್ರನೇ ಶ್ರೀವಿಜಯನಾಗಿರಬೇಕೆಂಬ ಊಹೆಯೊಂದನ್ನು ಆಲೋಚಿಸಬಹುದು.[26] ಈ ಊಹೆಯಲ್ಲಿ ತಥ್ಯಾಂಶವಿದ್ದರೆ ಕ್ರಿ.ಶ. ೨ನೆಯ ಶತಮಾನದಲ್ಲಿಯೋ ೪ನೆಯ ಶತಮಾನದಲ್ಲಿಯೋ ಇದ್ದ ಸಮಂತಭದ್ರನು ಶ್ರೀವಿಜಯನೆಂಬ ಇನ್ನೊಂದು ಹೆಸರಿನಲ್ಲಿ 'ಕವಿಮಾರ್ಗ'ವೆಂಬ ಕನ್ನಡ ಗ್ರಂಥವನ್ನು ರಚಿಸಿದನೆಂದು ಹೇಳಿ ಕನ್ನಡ ಸಾಹಿತ್ಯದ ಹಳಮೆಯನ್ನು ಕ್ರಿ.ಶ. ಆರಂಭದ ಶತಕಗಳವರೆಗೆ ಹಿಂದೆ ಸರಿಸಲು ಅನುವು ದೊರೆಯುತ್ತದೆ. ಆದರೆ ಈ ಸಮೀಕರಣಕ್ಕೆ ಇನ್ನೂ ಹೆಚ್ಚಿನ ಪ್ರಮಾಣಗಳು ಬೇಕು. 'ಪಂಡಿತ' ಎಂಬುದೂ ಬಿರುದೇ ಆಗಿರಬೇಕು. ಯಾರ ಬಿರುದು ಗೊತ್ತಿಲ್ಲ. ಪೂಜ್ಯಪಾದನು ವ್ಯಾಕರಣಪಂಡಿತನೂ ವೈದ್ಯನೂ ಆಗಿದ್ದ ಕಾರಣ ಅವನ ಉಲ್ಲೇಖವೇ ಇಲ್ಲಿ ಇರಬೇಕು. ಕ್ರಮವಾಗಿ ಶ್ರೀವಿಜಯ ಎಂದರೆ ಸಮಂತಭದ್ರ, ಕವೀಶ್ವರ ಎಂದರೆ ಕವಿಪರಮೇಷ್ಠಿ, ಪಂಡಿತ ಎಂದರೆ ಪೂಜ್ಯಪಾದ ಎಂದು ಬೇಂದ್ರೆಯವರು ಊಹಿಸಿದ್ದಾರೆ.[27] ಈ ಜೋಡಣೆಯಲ್ಲಿ ಸತ್ಯತೆ ಎಷ್ಟಿದೆ ಎಂಬುದನ್ನು ಬಲ್ಲವರು ಪರಿಕಿಸಬೇಕು. ಆ ಮೂವರು ಕನ್ನಡದಲ್ಲಿ ಗ್ರಂಥಗಳನ್ನು ರಚಿಸಿದರೇ ಎಂಬುದನ್ನೂ ಸಂಶೋಧಿಸಬೇಕು.

ಚಂದ್ರ-ಲೋಕಪಾಲ ಇವರಿಬ್ಬರ ವಿಷಯವಾಗಿ ನಿಚ್ಚಳವಾಗಿ ಏನೂ ತಿಳಿದಿಲ್ಲ. ಚಂದ್ರ ನೊಬ್ಬನ ಬಗ್ಗೆ ಮುಂದಿನ ಕಾವ್ಯಗಳಲ್ಲಿ ಹಲವು ಉಲ್ಲೇಖಗಳಿವೆ. ಶ್ರೀಧರಾಚಾರ್ಯ (೧೦೪೯) ತನ್ನ 'ಜಾತಕತಿಲಕ'ದಲ್ಲಿ 'ಅಂಬುಜಾರಿ' ಎಂಬ ಪದದಿಂದ ಅವನನ್ನು ಸೂಚಿಸಿದಂತಿದೆ.[28] ಚೌಂಡರಸ (ಸು. ೧೨೦೦) ಪೂರ್ವಕವಿಗಳನ್ನು ಹೊಗಳುವಲ್ಲಿ ಪಂಪ, ರನ್ನ, ರುದ್ರರ ಜೊತೆಗೆ ಒಬ್ಬ ಚಂದ್ರನನ್ನೂ ಹೊಗಳಿದ್ದಾನೆ.[29] ದುರ್ಗಸಿಂಹ (೧೦೩೧), ರುದ್ರಭಟ್ಟ (ಸು. ೧೧೮೫), ಕೇಶಿರಾಜ (ಸು. ೧೨೬೦), ಅರ್ಹದ್ದಾಸ (೧೩೦೦) – ಇವರು ಒಬ್ಬ ಚಂದ್ರಭಟ್ಟನನ್ನು ಉಲ್ಲೇಖಿಸಿದ್ದಾರೆ.[30] ೧೧೬೭ರಲ್ಲಿದ್ದ ಚಂದ್ರಭಟ್ಟನೆಂಬ ಕವಿ ೧೦೪೦ರ 'ಮದನತಿಲಕ'ದ ಚಂದ್ರರಾಜ ಇವರು ಬೇರೆ ಗ್ರಂಥಕಾರರೆಂಬುದು ಸ್ಪಷ್ಟವಾಗಿದೆ. ಮೇಲಿನ ಉಲ್ಲೇಖಗಳಲ್ಲಿ 'ಕವಿರಾಜಮಾರ್ಗ'ದ ಚಂದ್ರ ಯಾರೆಂಬುದನ್ನು ಕೈಯಿಟ್ಟು

ಹೇಳಲಾಗದು. ಅರ್ಹದ್ದಾಸ ಹೇಳಿದ 'ಚಂದಿರಭಟ್ಟ' ಮಳೆಯ ಶಾಸ್ತ್ರವನ್ನು ಕುರಿತು ಬರೆದ ಶಾಸ್ತ್ರಕಾರನೆಂಬುದರಿಂದ ಅವನು ದುರ್ಗಸಿಂಹಾದಿಗಳು ಕವಿಯೆಂದು ಸ್ತುತಿಸಿದ ಚಂದ್ರಭಟ್ಟನಿಗಿಂತ ಬೇರೆಯಾಗಿರಬಹುದು, ಇಲ್ಲವೆ ಕವಿಯಾದ ಚಂದ್ರಭಟ್ಟನು ಶಾಸ್ತ್ರಕಾರನೂ ಆಗಿರಬಹುದು. ಚಂದ್ರಭಟ್ಟ ಹಾಗೂ ಚಂದ್ರ ಇವರು ಬೇರೆ ಕವಿಗಳೆಂದು ಈವರೆಗಿನ ಉಲ್ಲೇಖಗಳಿಂದ ಹೊರಡುವುದಿಲ್ಲ. ಪ್ರಸಿದ್ಧ ಕವಿಗಳೊಂದಿಗೆ ಈ ಎರಡೂ ಹೆಸರುಗಳನ್ನು ಎತ್ತಿಹೇಳಿದ್ದರಿಂದ 'ಕವಿರಾಜಮಾರ್ಗ'ದ ಚಂದ್ರನೇ ಉದ್ದಿಷ್ಟನಾಗಿರಬೇಕು. ದುರ್ಗಸಿಂಹನ (೧೦೩೧) ಉಲ್ಲೇಖದಿಂದ ಅದಕ್ಕಿಂತ ಹಿಂದೆ ಪ್ರಸಿದ್ಧಿಯನ್ನು ಪಡೆದ ಚಂದ್ರ ಇಲ್ಲವೆ ಚಂದ್ರಭಟ್ಟ್ಟ ಇಲ್ಲವೆ ೧೦ನೆಯ ಶತಮಾನದಲ್ಲಿ ಇದ್ದವನಾಗಬೇಕಾಗುತ್ತದೆ. ಅದಕ್ಕಿಂತ ಹಿಂದೆಯೂ ಇದ್ದಿರಬಹುದು. ಈ ಚಂದ್ರಕವಿ ಭಾಗವತ ಧರ್ಮದ ಬೋಧನೆಯುಳ್ಳ ಬ್ರಾಹ್ಮಣಕಾವ್ಯದ ಪ್ರಾರಂಭಮಾಡಿದನು. ಇವನ ಸ್ಮರಣವನ್ನು ದುರ್ಗಸಿಂಹ ಮೊದಲಾದ ಶೈವ-ವೈಷ್ಣವ ಕವಿಗಳೂ ತಪ್ಪದೆ ಮಾಡಿದ್ದಾರೆ, ಪ್ರಮುಖ ಜೈನಕವಿಗಳು ಮಾಡಿಲ್ಲ, ವೈದಿಕವೆಂದುಕೊಂಡ ಬ್ರಾಹ್ಮಣರು ೫-೬ನೆಯ ಶತಮಾನದಲ್ಲಿಯೇ ಕನ್ನಡ ಭಾಷೆಯ ಸ್ವೀಕಾರ ಮಾಡಿದರು ಎಂದು ಮುಂತಾಗಿ ಬೇಂದ್ರೆಯವರು ಹೊಸ ಊಹೆಯನ್ನು ಮಾಡಿದ್ದಾರೆ.[31] ಈ ಊಹೆಯನ್ನು ವಿಮರ್ಶಿಸುವಲ್ಲಿ ಚಂದ್ರ ಇಲ್ಲವೆ ಚಂದ್ರಭಟ್ಟನು ಬ್ರಾಹ್ಮಣಕವಿಯೆಂದೇನೋ ತೋರುತ್ತದೆ. ಆದರೆ ವೈದಿಕಬ್ರಾಹ್ಮಣನೋ ಜೈನಬ್ರಾಹ್ಮಣನೋ ತಿಳಿಯದು. 'ವಿಪ್ರಕುಲೋತ್ತಮ'ನೂ ಜೈನನೂ ಆದ ಶ್ರೀಧರಾಚಾರ್ಯನು ತನ್ನನ್ನು ಹೊಗಳಿಕೊಳ್ಳುವಾಗ "ಇಳಾದೇವಾನ್ವಯ ಅಬ್ಧಿ ಅಂಬುಜಾರಿ ನಿಭಂ" ಎಂದರೆ ಬ್ರಾಹ್ಮಣವಂಶಸಮುದ್ರಕ್ಕೆ ಚಂದ್ರನಂತೆ ಇದ್ದವನು ಎನ್ನುತ್ತಾನೆ. ಇದರಿಂದ ಜೈನ ಬ್ರಾಹ್ಮಣನಾದ ಚಂದ್ರನಿಗೆ ತಾನು ಸಮಾನ ಎಂದು ಹೇಳಿದಂತಾಗಲಿಲ್ಲವೇ ? ಅವನ ಇದೇ ಪದ್ಯದಲ್ಲಿ ಸೂಚಿಸಿದ ಉಳಿದೆಲ್ಲರೂ ಪ್ರಾಯಶಃ ಜೈನಕವಿಗಳೇ ಆಗಿದ್ದಾರೆ. ಬ್ರಾಹ್ಮಣ ಎಂಬ ಅಂಶದಲ್ಲಿ ಮಾತ್ರ ಅವನಿಗೂ ಚಂದ್ರನಿಗೂ ಹೋಲಿಕೆಯಿತ್ತೆಂದು ಹೇಳಬಹುದು. ಆದರೆ ಸಂದರ್ಭವು ನಮಗೆ ಹೆಚ್ಚಿನ ಹೋಲಿಕೆಯನ್ನು ಸೂಚಿಸುವಂತೆ ತೋರುತ್ತದೆ. ಶ್ರೀಧರಾಚಾರ್ಯ, ಕೇಶಿರಾಜ ಇವರು ಶಾಸ್ತ್ರಕಾರರಲ್ಲದೆ ಒಳ್ಳೆಯ ಕವಿಗಳೂ ಆಗಿದ್ದರು. ಚಂದ್ರಭಟ್ಟ ವೈದಿಕಬ್ರಾಹ್ಮಣ ಕವಿಯೆಂದು ತಿಳಿದರೂ ಅವನನ್ನು ಜೈನರಾದ ಅವರು ನುತಿಸಿದ್ದಾರೆ, ಪ್ರಮಾಣವಾಗಿ ಭಾವಿಸಿದ್ದಾರೆ ಎಂಬುದನ್ನು ನೆನೆಯಬೇಕು. ಪ್ರಮುಖ ಜೈನಕವಿಗಳು ಚಂದ್ರನನ್ನು ಉಲ್ಲೇಖಿಸದೆ ಇರುವಂತೆ ಬೇರೆ ಕೆಲವು ಪ್ರಖ್ಯಾತ ಜೈನಕವಿಗಳನ್ನೂ ಉಲ್ಲೇಖಿಸಿಲ್ಲ. ಅವರಲ್ಲಿ ಕೆಲವರು ತಮ್ಮ ಪೂರ್ವಿಕರ ಹೆಸರನ್ನೇ ಹೇಳಿಲ್ಲ. ಈ ಯುಕ್ತಿವಾದದಿಂದ ಯಾವುದೂ ಸಿದ್ಧವಾಗಲಿಕ್ಕಿಲ್ಲ. ಇನ್ನು ದುರ್ಗಸಿಂಹ ಮುಂತಾದ ಬ್ರಾಹ್ಮಣಕವಿಗಳು ಸಾಮಾನ್ಯವಾಗಿ ಜೈನಕವಿಗಳ ಜೊತೆಗೆ ಚಂದ್ರನನ್ನು ಹೊಗಳಿದ್ದಾರೆ. ಅವರು ತಮ್ಮಂತೆ ವೈದಿಕಪರಂಪರೆಯ ಕವಿಯೆಂಬುದನ್ನು ಎಲ್ಲಿಯೂ ಸ್ಪಷ್ಟಪಡಿಸಿಲ್ಲ. ಇದರಿಂದ ಚಂದ್ರನ ಮತವನ್ನು ನಿರ್ಧಾರವಾಗಿ ಹೇಳುವಂತಿಲ್ಲ ಎಂದಮೇಲೆ ಬ್ರಾಹ್ಮಣಕಾವ್ಯದ ಉದಯವು ಕ್ರಿ.ಶ. ೫-೬ನೆಯ ಶತಮಾನದಲ್ಲಿ ಆಗಿರಬೇಕೆಂಬುದು ನಮ್ಮ ದೃಷ್ಟಿಯಲ್ಲಿ ನಿರ್ಣಯಕ್ಕೆ ಬಾರದ ವಿಷಯವಾಗುತ್ತದೆ.

'ಕವಿರಾಜಮಾರ್ಗ'ದಲ್ಲಿ ಗ್ರಂಥಕಾರರ ಹೆಸರುಗಳಲ್ಲದೆ ಕೆಲವು ಗ್ರಂಥಗಳಿಂದ ಅವತರಣವಾಗಿ ಎತ್ತಿದ ಲಕ್ಷ್ಯಪದ್ಯಗಳಿವೆ ಎಂಬ ಅಭಿಪ್ರಾಯವು ಅಲ್ಲಲ್ಲಿ ವ್ಯಕ್ತವಾಗಿದೆ. ಆ ಅವತರಣಗಳಲ್ಲಿ ಮುಖ್ಯವಾಗಿ ಯಾವುದೋ ಒಂದು ಕನ್ನಡ ರಾಮಾಯಣದಿಂದ ತೆಗೆದುಕೊಂಡುವೆಂದು ಹೇಳಲಾದ ೧೧-೧೨ ಪದ್ಯಗಳಿವೆ.[32] ಇವೆಲ್ಲವೂ ಯಾವ ಸಂಸ್ಕೃತಮೂಲದಲ್ಲಿಯೂ ದೊರೆಯದ ಸ್ವತಂತ್ರ ಪದ್ಯಗಳಾಗಿವೆ. ಕೆಲವು ಕಡೆಗೆ ಲಕ್ಷಣವು ಕನ್ನಡಕ್ಕೆ ವಿಶಿಷ್ಟವಾಗಿ ಸ್ವತಂತ್ರವಾಗಿರುವಂತೆ ಲಕ್ಷ್ಯವೂ ಸ್ವತಂತ್ರವಾಗಿದೆ. ಹನುಮಂತ ರಾಮನನ್ನು ಕಂಡ ಸಂದರ್ಭ, ಸೀತೆಯನ್ನು ಅಶೋಕವನದೊಳಗೆ ಕಂಡ ಪ್ರಸಂಗ ಮುಂತಾದುವು ಈ ಪದ್ಯಗಳಲ್ಲಿಯ ವಿಷಯವಾಗಿವೆ. ಸಾಮಾನ್ಯವಾಗಿ ಇವನ್ನೆಲ್ಲ ಹಳೆಯ ಒಂದು ರಾಮಾಯಣ

ಗ್ರಂಥದಿಂದ ಅವತರಿಸಿಕೊಂಡಿರಬಹುದೆನ್ನಲು ಅಡ್ಡಿಯಿಲ್ಲ. ಬೇರೆ ಕೆಲವು ಸ್ವತಂತ್ರಲಕ್ಷ್ಯಪದ್ಯಗಳಾಗಿ ಕವಿರಾಜಮಾರ್ಗಕಾರನು ತಾನೇ ಯಾಕೆ ಅವನ್ನು ಬರೆದಿರಬಾರದು ಎಂದು ಕೇಳಲಾಗಿದೆ. ಈ ಕೇಳಿಕೆ ಸ್ವಾಭಾವಿಕವಾಗಿದೆ. ಕನ್ನಡ ಲಾಕ್ಷಣಿಕರು ಯಾವಾಗಲೂ ಬೇರೆ ಕಾವ್ಯಗಳಿಂದಲೇ ಲಕ್ಷ್ಯಪದ್ಯಗಳನ್ನು ಉದ್ಧರಿಸಿದ್ದಾರೆ ಎನ್ನುವಂತಿಲ್ಲ. ಕವಿರಾಜಮಾರ್ಗಕಾರನು ಮೂಲದ ಭಾಷಾಂತರದೊಡನೆ ವ್ಯತ್ಯಾಸಪೂರ್ವಕವಾದ ಅನುವಾದ, ವಿಸ್ತಾರಗಳನ್ನು ಮಾಡಿದ್ದಾನೆ. ಅಲ್ಲದೆ ಸ್ವತಂತ್ರ ಹಾಗೂ ಉದ್ಧೃತ ಲಕ್ಷ್ಯಗಳನ್ನು ಕೊಟ್ಟಿದ್ದಾನೆ. ಆದರೆ ರಾಮಾಯಣಕ್ಕೆ ಸಂಬಂಧಪಟ್ಟ ಅನೇಕ ಲಕ್ಷ್ಯಪದ್ಯಗಳಲ್ಲಿ ಸಂಸ್ಕೃತಸಮಾಸಪ್ರಚುರವಾದ ಶೈಲಿಯ ಏಕರೂಪತೆಯಿದೆ, ಕವಿರಾಜಮಾರ್ಗದ ಶೈಲಿಗಿಂತ ಈ ಶೈಲಿ ಭಿನ್ನವಾಗಿ ತೋರುತ್ತದೆ. ಗ್ರಂಥದ ಮಧ್ಯಭಾಗದಿಂದ ಎತ್ತಿಕೊಂಡ ಪದ್ಯಗಳ ಸ್ವರೂಪವೂ ಕೆಲವಕ್ಕೆ ಇದೆ. ಉದಾಹರಣೆಗೆ,

> ಜನವಿನುತನನಘನನುಪಮ-
> ನನುನಯಪರನರಸನಿನಿಸು ನೆನೆನೆನೆದು ಮನೋ- ।
> ಜನಿತಮುದನನಿಲತನಯನ-
> ನನನ್ಯತ ವಚನಪ್ರಪಂಚನಿಂತಿರೆ ನುಡಿದಂ ॥ (೨-೪೨)

ಸಂದರ್ಭ ತಿಳಿಯದೆ ಈ ಪದ್ಯದ ಸಂಪೂರ್ಣ ಅರ್ಥವಾಗದು. ಆದರೆ ೩ನೆಯ ಪರಿಚ್ಛೇದದಲ್ಲಿ ಮೂರು ಪದ್ಯಗಳು ಮಾತ್ರ ಇರಲ್ಲಿಯಷ್ಟು ಸಂಸ್ಕೃತಪ್ರಚುರವಾಗಿಲ್ಲ. ವೀರ ಅದ್ಭುತ ರೌದ್ರರಸಗಳ ಉದಾಹರಣೆಗೆಂದು ಕವಿರಾಜಮಾರ್ಗಕಾರನು ಉದ್ದೇಶಪೂರ್ವಕವಾಗಿ ರಚಿಸಿದಂತಿವೆ. ಒಟ್ಟಿನಲ್ಲಿ ಈ ಪದ್ಯಗಳ ಹೆಚ್ಚು ಭಾಗವನ್ನಂತೂ ಜೈನರಾಮಾಯಣವೊಂದರಿಂದ ತೆಗೆದುಕೊಂಡಿರಬೇಕೆನ್ನಲು ೨-೯೩ರಲ್ಲಿ ಲಕ್ಷ್ಮಣನನ್ನು ಲಕ್ಷ್ಮೀಧರ ಎಂಬ ಹೆಸರಿನಿಂದ ಕರೆದುದು ಮುಖ್ಯ ಕಾರಣವಾಗಿದೆ. ಅಲ್ಲದೆ ಅವನನ್ನು ಅದೇ ಪದ್ಯದಲ್ಲಿ ರಘುಕುಲಲಲಾಮ ಎಂದಿದೆ ಮಾತ್ರವಲ್ಲದೆ ರಾವಣನು ಅವನನ್ನೇ ತಾಗಿ ಕಾದಿದನೆಂಬ ವರ್ಣನೆ ಸಾಭಿಪ್ರಾಯವಾಗಿದೆ. ಜೈನರಾಮಾಯಣದಲ್ಲಿ ಯುದ್ಧಶೂರನಾಗಿ ರಾವಣನನ್ನು ಕೊಂದವನು ರಾಮನಲ್ಲ, ಲಕ್ಷ್ಮಣ. ೨-೩೮, ೪೪ರಲ್ಲಿ 'ಅಣುವ' ಎಂಬುದನ್ನು ಹನುಮಂತನನ್ನು ಕುರಿತು ಬಳಸಿದ್ದು, ೨-೧೩೦ರಲ್ಲಿ 'ತಾರಾದಿ ವಿಜಯೋದಯಾ' ಎಂಬ ಪ್ರಯೋಗ—ಇವೂ ಜೈನರಾಮಾಯಣಕ್ಕೆ ವಿಶಿಷ್ಟವೆಂದು ತಿಳಿಯಲಾಗಿದೆ.[31] ಇತರ ಪದ್ಯಗಳಲ್ಲಿ ವಾಲ್ಮೀಕಿ ರಾಮಾಯಣಕ್ಕೂ ಜೈನ ರಾಮಾಯಣಕ್ಕೂ ಸಮಾನವಾದ ಸನ್ನಿವೇಶಗ ೨. ಹಾಗೆ ನೋಡಿದರೆ ೨-೩೮ರಲ್ಲಿ ಇಂದ್ರನಿಗೆ ಶತಮುಖ (ನೂರು ಯಜ್ಞ ಮಾಡಿದವನು) ಎಂಬುದು ವ್ಯುತ್ಪತ್ತಿ ಯಲ್ಲಿ ಜೈನರಾಮಾಯಣಕ್ಕೆ ಸರಿಹೋಗದು. ಇದರಿಂದ ಜೈನರಾಮಾಯಣದ ಪರಂಪರೆಯನ್ನು ಒಟ್ಟಿನಲ್ಲಿ ಅನುಸರಿಸಿಯೂ ಕೆಲಮಟ್ಟಿಗೆ ವಾಲ್ಮೀಕಿರಾಮಾಯಣದ ಪ್ರಭಾವಕ್ಕೆ ಒಳಗಾದ ಕವಿ ಬರೆದ ಜೈನರಾಮಾಯಣವೊಂದು ಇದ್ದಿರಬಹುದೆಂದು ಭಾಸವಾಗುತ್ತದೆ. ಈ ರಾಮಾಯಣ ಯಾವಾಗ ಯಾರಿಂದ ರಚಿತವಾಯಿತು ; ಅದು ಸಮಗ್ರವಾಗಿ ಕಂದಪದ್ಯದಲ್ಲಿಯೇ ಇದ್ದಿತೋ, ಕಂದವೃತ್ತ ವಚನಗಳುಳ್ಳ ಚಂಪೂರೂಪದಲ್ಲಿ ಇದ್ದಿತೋ ಈ ಮುಂತಾದ ಪ್ರಶ್ನೆಗಳಿಗೆ ಯಾವ ಉತ್ತರವೂ ಈಗ ದೊರೆಯುವಂತಿಲ್ಲ. ಈಚೆಗೆ ದೊರೆತು ಪ್ರಕಟವಾಗಿರುವ ನಾಗವರ್ಮನ 'ವರ್ಧಮಾನ ಪುರಾಣ'ದಲ್ಲಿ ಶ್ರೀವಿಜಯನೆಂಬ ಕವಿ 'ರಘುವಂಶಮಹಾಪುರಾಣ'ವನ್ನು ರಚಿಸಿದನೆಂಬ ಉಲ್ಲೇಖವಿದೆ (ಆಶ್ವಾಸ, ೧-೨). ಈ ಶ್ರೀವಿಜಯನು ಯಾರು, ಯಾವ ಕಾಲದವನು ಎಂಬುದಿನ್ನೂ ತಿಳಿದುಬಂದಿಲ್ಲ. ನಾವು ಊಹಿಸಿರುಂತೆ ಕವಿರಾಜಮಾರ್ಗಕಾರನಾದ ಶ್ರೀವಿಜಯನೇ ಇವನಾಗಿದ್ದ ಪಕ್ಷದಲ್ಲಿ ತನ್ನ 'ರಘುವಂಶಮಹಾಪುರಾಣ'ದಿಂದಲೇ ಮೇಲಣ ಪದ್ಯಗಳನ್ನು ಅವನು ಉದಾಹರಿಸಿ ರುವ ಸಂಭವವಿದೆ. ೨-೩೭ರಲ್ಲಿ ಹರ್ಷನ 'ರತ್ನಾವಳಿ' ನಾಟಕದ ಕಥಾಂಶವಿದೆ. ಅದನ್ನು ನಾಟಕ

ಇಲ್ಲವೆ ಕಾವ್ಯರೂಪಕ್ಕೆ ಇಳಿಸಿದ ಕನ್ನಡ ಕೃತಿ ಯಾವುದಾದರೂ ಇದ್ದಿತೇ ? ನಮಗೆ ಈಗ ಎನಿಸುವುದೆಂದರೆ 'ರತ್ನಾವಳಿ'ಯನ್ನೋದಿ ಬಲ್ಲ ಕವಿರಾಜಮಾರ್ಗಕಾರನೇ ಸ್ವತಂತ್ರವಾಗಿ ಅದನ್ನು ರಚಿಸಿರಬಹುದು. ೨-೧೪ರಲ್ಲಿ ಒಬ್ಬ ರಾಜಕನ್ಯೆಯ ಸ್ವಯಂವರ ಸಂದರ್ಭವುಳ್ಳ ಪದ್ಯವಿದೆ. ಅದನ್ನು ಯಾವುದೋ ಮೊದಲಿನ ಕಾವ್ಯದಿಂದ ಎತ್ತಿರಬೇಕು. 'ಚಪಲಧ್ವಜ' ಎಂದರೆ ಅರ್ಜುನ ಎಂದಾದರೆ ಅದು ಹಿಂದೆ ಇದ್ದ ಕನ್ನಡ ಭಾರತವೊಂದರಿಂದ ತೆಗೆದುಕೊಂಡ ಪದ್ಯವಾಗಿರಬಹುದು. ಶೃಂಗಾರ, ನಿಸರ್ಗ ಮೊದಲಾದ ವಿಷಯಗಳನ್ನು ಕುರಿತಾದ ಅನೇಕ ಸ್ವತಂತ್ರ ಪದ್ಯಗಳು ಅಲ್ಲಲ್ಲಿ ಕಂಡುಬರುತ್ತವೆ.[34] ಇದಲ್ಲದೆ ರಾಜವರ್ಣನೆಯೊಂದಿಗೆ ರಾಜನೀತಿಯನ್ನೂ ಜೀವನವಿವೇಕವನ್ನೂ ತಿಳಿಯ ಹೇಳುವ ಸ್ವತಂತ್ರ ಪದ್ಯಗಳಿವೆ.[35] ಇವುಗಳಲ್ಲಿ ಹಲವು ನಿಶ್ಚಿತವಾಗಿ ಕವಿಕೃತವಾಗಿವೆ. ಉಳಿದವುಗಳಲ್ಲಿ ಕವಿಕೃತವಾದುವು ಯಾವುವು, ಹಳೆಯ ಕನ್ನಡ ಕಾವ್ಯಗಳಿಂದ ತೆಗೆದುಕೊಂಡುವು ಯಾವುವು ಎಂಬುದನ್ನು ನಿರ್ಧರಿಸುವುದು ಸುಲಭವಲ್ಲ. ಆದರೆ 'ಕವಿರಾಜಮಾರ್ಗ'ವು ಪುರಾಣಕವಿಪ್ರಭುಗಳ ಪ್ರಯೋಗಗಳನ್ನು ಬಗೆದು ನೋಡಿ ಸಮೆದ ಒಂದು ಕಾವ್ಯವೆಂದು ೨ನೆಯ ಪರಿಚ್ಛೇದದ ಕೊನೆಯ ಪದ್ಯದಲ್ಲಿ ಹೇಳಿದ ಕಾರಣ ಅವುಗಳಲ್ಲಿ ಕೆಲವನ್ನು ಇದರಲ್ಲಿ ಬಳಸಲಾಗಿದೆ ಎಂಬ ಬಗ್ಗೆ ಸಂಶಯಕ್ಕೆ ಆಸ್ಪದವಿಲ್ಲ. ಈ ಎಲ್ಲ ವಿವೇಚನೆಯಿಂದ 'ಕವಿರಾಜಮಾರ್ಗ'ಕ್ಕಿಂತ ಮೊದಲು ಕನ್ನಡದಲ್ಲಿ ಸಾಕಷ್ಟು ಸಾಹಿತ್ಯ ಸೃಷ್ಟಿಯಾಗಿತ್ತೆಂದೂ ೪-೫ ಶತಮಾನಗಳ ಹಿಂದಿನಿಂದ ಅದು ಪರಂಪರೆಯಾಗಿ ಬೆಳೆಯುತ್ತಿರಬೇಕೆಂದೂ ಊಹಿಸಲು ಅವಕಾಶವಿದೆ.

'ಕವಿರಾಜಮಾರ್ಗ'ದಲ್ಲಿಯ ಛಂದಸ್ಸು, ಪ್ರಾಸಯೋಜನೆ, ಭಾಷಾಶೈಲಿ ಇವುಗಳ ಸೂಕ್ಷ್ಮವಾದ ಅಭ್ಯಾಸದಿಂದ ಅದಕ್ಕಿಂತ ಮುಂಚೆ ಕನ್ನಡವು ಹಳದಾಗಿ ಬೆಳೆದು ಬಂದು ವರ್ಧಮಾನ ಸ್ಥಿತಿಯಲ್ಲಿತ್ತೆಂದು ತಿಳಿಯಲು ಎಡೆಯಿದೆ. ಇದರಲ್ಲಿಯ ೩-೧೭೦ರಲ್ಲಿ ವ-ಮಕಾರಗಳ ಪ್ರಾಸವಿದೆ. ಇದು ನೃಪತುಂಗನ ಸ್ವಯಂಕೃತ ಪದ್ಯವಲ್ಲವೆಂದೂ ಹಳೆಯ ಕೃತಿಯಿಂದ ಉದ್ಧರಿಸಿದ್ದೆಂದೂ ಗೋವಿಂದ ಪೈಯವರು ಅಭಿಪ್ರಾಯಪಟ್ಟಿದ್ದಾರೆ. ಆದರೆ ಇದು 'ಕಾವ್ಯಾದರ್ಶ'ದ ಮೂಲಪದ್ಯವನ್ನು ಸ್ವಲ್ಪ ವ್ಯತ್ಯಾಸಗೊಳಿಸಿ ಕವಿರಾಜಮಾರ್ಗಕಾರನು ಮಾಡಿದ ಅನುವಾದವಾಗಿರುವ ಸಂಭವ ಹೆಚ್ಚಿದೆ. ಅದೇನೇ ಇರಲಿ, ಪೈಯವರ ವಾದಸರಣಿಯ ಮೇರೆಗೆ ಪಂಪ–ನಾಗಚಂದ್ರ ಮುಂತಾದವರಲ್ಲಿ ಇದೇ ವ-ಮ ಪ್ರಾಸವುಳ್ಳ ಕ್ವಚಿತ್ಪ್ರಯೋಗಗಳು ದೊರೆತಿವೆ. 'ಕವಿರಾಜಮಾರ್ಗ'ದಲ್ಲಿ ಹೇಳಿದ ಪ್ರಾಸನಿಯಮಗಳಲ್ಲಿ ಇದಕ್ಕೆ ಸ್ಥಾನವಿಲ್ಲ. ಹಿಂದೆಯೂ ಇದ್ದಿರಲಾರದು. ಹೀಗಿದ್ದರೂ ಇಂಥ ಪ್ರಾಸಪ್ರಯೋಗಗಳು ತೀರ ಹಿಂದಿನ ಒಂದು ಕಾವ್ಯರೂಢಿಯ ಕುರುಹಾಗಿರಬೇಕು. ಕನ್ನಡದಲ್ಲಿ ವ-ಮ ಈ ಅಕ್ಷರಗಳಲ್ಲಿ ರೂಪಸಾದೃಶ್ಯವೂ ಇದ್ದಿರಬೇಕು. ಸಂಸ್ಕೃತದಲ್ಲಿ ಇದಿಲ್ಲ. ಸಂಸ್ಕೃತದ ಪ್ರಭಾವ ಹೆಚ್ಚಿದಂತೆ ವ-ಮ ಪ್ರಾಸತ್ಯಾಗವು ಹೆಚ್ಚಿರಬೇಕು. ಈ ಉತ್ಕ್ರಾಂತಿಗೆ ಹಲವು ಶತಕಗಳು ಗತಿಸಿರಬೇಕು. ಆದ್ದರಿಂದ ಕ್ರಿ.ಶ. ೬-೭ನೆಯ ಶತಮಾನಗಳಲ್ಲಿ ಅಥವಾ ಅದರ ಮುಂಚಿನಿಂದಲೂ ಕನ್ನಡ ಸಾಹಿತ್ಯವು ಸಮೃದ್ಧವಾಗಿರಬೇಕೆಂದು ಪೈಯವರು ನಿರ್ಣಯಿಸಿದ್ದಾರೆ.[36] ವ-ಮ ಇವುಗಳಲ್ಲಿ ರೂಪಸಾದೃಶ್ಯ ಅಲ್ಲದೆ ಉಚ್ಚಾರಸಾಮ್ಯ ಇಲ್ಲವೆ ಸಾಮೀಪ್ಯ ಕನ್ನಡದಲ್ಲಿ ಹಿಂದೆ ಇರಬೇಕು. ಇಂದಿಗೂ ಕೆಲಮಟ್ಟಿಗೆ ಇದೆ. ಯಾಕೆಂದರ 'ವ'ಕಾರವು ಅನನುನಾಸಿಕವಿದ್ದಂತೆ ಅನುನಾಸಿಕವೂ ಆಗಿ ಕೆಲವು ಶಬ್ದಗಳಲ್ಲಿದೆ. ಅನುನಾಸಿಕತೆಯ ಮೂಲಕ ಅದು ಪವರ್ಗದ ಅನುನಾಸಿಕವಾದ ಮಕಾರದ ಹತ್ತಿರಕ್ಕೆ ಹೋಗುತ್ತದೆ. ಈ ಕಾರಣದಿಂದ ವ-ಮ ಪ್ರಾಸಪ್ರಯೋಗಕ್ಕೆ ಅವಕಾಶ ದೊರೆತಿರಬೇಕು. ತೀರ ಹಳೆಯ ಜನಪದ ಸಾಹಿತ್ಯದಲ್ಲಿ ಅದು ಕಂಡುಬಂದಿರಬಹುದು. ಅಂತೇ ಅದರ ಪ್ರಭಾವದಿಂದ ಕ್ವಚಿತ್ತಾಗಿ ಕಾವ್ಯ, ಶಾಸನಗಳಲ್ಲಿ ಕವಿಗಳು ಅದನ್ನು ಬಳಸಿದರು. ಪ್ರಾಸನಿಯಮಗಳಲ್ಲಿ ಸ್ಥಾನ ದೊರೆಯುವಷ್ಟು ಅದು ಪ್ರಚುರವಾಗಿರಲಿಲ್ಲ. ಅಚ್ಚಗನ್ನಡದ ಯುಗವೊಂದು ತೀರ ಹಿಂದೆ ಇದ್ದಿತೆಂಬ ಅಭಿಪ್ರಾಯವು

ವಾದಗ್ರಸ್ತವಾಗಿದೆ. ಈ ಅಭಿಪ್ರಾಯವು ನಮಗೆ ಸಂಮತವಿಲ್ಲವೆಂಬುದನ್ನು ಹಿಂದೆಯೇ ತಿಳಿಸಿದ್ದೇವೆ. ಆದ್ದರಿಂದ ಈ ಪ್ರಾಸವೈಶಿಷ್ಟ್ಯದ ಕಾರಣದಿಂದ ಸಾಹಿತ್ಯದ ಪ್ರಾಚೀನತೆಯನ್ನು ಹಿಂದೊತ್ತುವುದು ಸಾಹಸವಾದೀತು.

'ಕವಿರಾಜಮಾರ್ಗ'ದಲ್ಲಿ ಬಂದ ವ್ಯಾಕರಣವಿಷಯಗಳಿಂದ ಅದಕ್ಕೆ ಹಿಂದೆ ವ್ಯಾಕರಣ ಗ್ರಂಥಗಳು, ಅದಕ್ಕೆ ಪೂರ್ವಭಾವಿಯಾಗಿ ಕನ್ನಡಸಾಹಿತ್ಯವು ಇದ್ದಿರಬೇಕು. ಸಂಸ್ಕೃತದಲ್ಲಿ ದೊರೆಯುವ ಕೆಲವು ಅಕ್ಷರವೃತ್ತಗಳು ಈ ಗ್ರಂಥದಲ್ಲಿವೆ. ಮುಂದಿನ ಕಾವ್ಯಗಳಲ್ಲಿ ಅವುಗಳ ಪ್ರಯೋಗ ಹೆಚ್ಚಿದೆ. ಇದರಿಂದ ಸಂಸ್ಕೃತದಲ್ಲಿ ವಾಡಿಕೆಯಾದ ವೃತ್ತಗಳನ್ನು ಬಳಸಿದ ಕನ್ನಡ ಕಾವ್ಯದ ಕಾಲವೊಂದು ಆಗಿರಬೇಕು. ವಾಡಿಕೆ ಆಗಿರದ ವೃತ್ತಗಳ ಕಾಲ ಬಳಿಸಂದಿರಬೇಕು. ಕನ್ನಡದಲ್ಲಿ ಗದ್ಯಕಥೆಗಳೂ ಬೆದಂಡೆ-ಚತ್ತಾಣಗಳೂ ಪುರಾತನ ಕಾಲದಿಂದ ಇದ್ದುವೆಂದು ಹೇಳಿದೆ. ಈ ಎಲ್ಲ ಕಾರಣಗಳಿಂದ "೨೦೦ ವರ್ಷಗಳಾದರೂ ಮುಂಚಿನಿಂದ ಕನ್ನಡದಲ್ಲಿ ಉತ್ಕೃಷ್ಟವಾದ ಬಹುಮುಖವಾದ ಸಾಹಿತ್ಯವಿದ್ದಿರಬೇಕು"[37] ಎಂದು ಗೋವಿಂದ ಪೈಯವರು ಹೇಳಿದ್ದಾರೆ. ಇಲ್ಲಿಯ ಯುಕ್ತಿವಾದ, ನಿರ್ಣಯ ಒಟ್ಟಿನಲ್ಲಿ ಸರಿಯಾಗಿವೆ. ಆದರೆ ವ್ಯಾಕರಣ, ಛಂದಸ್ಸು, ಅಲಂಕಾರ ಇವಕ್ಕೆ ಸಂಬಂಧಿಸಿದ ಕನ್ನಡ ಗ್ರಂಥಗಳು 'ಕವಿರಾಜಮಾರ್ಗ'ಕ್ಕಿಂತ ಪೂರ್ವದಲ್ಲಿ ಇದ್ದುವೆಂದು ಎದೆತಟ್ಟಿ ಹೇಳುವಂತಿಲ್ಲ. ೯ನೆಯ ಶತಮಾನದಿಂದಲೇ ಅವುಗಳ ಪ್ರಾರಂಭವಾಗಿರಲೂಬಹುದು. ಆದರೂ ಊಹೆಗೆ ತುಸುಮಟ್ಟಿಗೆ ಇಂಬಿದೆ ಎಂಬುದನ್ನು ಒಪ್ಪಬೇಕು. ಗೋವಿಂದ ಪೈಗಳು 'ಕವಿರಾಜಮಾರ್ಗ' ಪದ್ಯಗಳಿಂದ ಹಿಂದೆ ಅಲಂಕಾರ ಗ್ರಂಥಗಳಿದ್ದುವು ಎಂದು ಸಾಧಿಸಿದ್ದಾರೆ. "ಕನ್ನಡದಲ್ಲಿ ಆವರೆಗೆ ಲಕ್ಷಣಗ್ರಂಥಗಳೇ ಇದ್ದಿಲ್ಲ" ಎಂದು ಮುಳಿಯ ತಿಮ್ಮಪ್ಪಯ್ಯನವರು "ನೆಲಸಿದ ಕಾವ್ಯಂ ಕಾವ್ಯಕ್ಕೆ ಲಕ್ಷಣಂ" (೧-೪೮) ಎಂಬ ಪದ್ಯದಿಂದ ವಾದಿಸಿದ್ದಾರೆ.[38] ಅಲ್ಲದೆ 'ಕವಿರಾಜಮಾರ್ಗ'ಕ್ಕೆ ಹಿಂದೆ ಮಾರ್ಗಾನುಸಾರಿಯಾದ ಗದ್ಯಸಾಹಿತ್ಯದ ಮತ್ತು ದೇಶ್ಯವಾದ ಪದ್ಯಸಾಹಿತ್ಯ (ಪ್ರಗೀತಿ ಇಲ್ಲವೆ ಹಾಡುಗಬ್ಬ) ಇದ್ದಿತೆಂದೂ, ಮಾರ್ಗಾನುಸಾರವಾದ ಪದ್ಯಕಾವ್ಯರಚನೆಗೆ ಮಾರ್ಗ ತೋರಿಸಲೆಂದು ಮೊದಲನೆಯ ಲಕ್ಷಣಗ್ರಂಥವಾಗಿ 'ಕವಿರಾಜಮಾರ್ಗ'ದ ಉದಯವಾಯಿತೆಂದೂ ಸಾರಿದ್ದಾರೆ.[39] ಇದು ನಿಜವೇ ಆಗಿದ್ದರೆ, 'ಕವಿರಾಜಮಾರ್ಗ'ದಲ್ಲಿ ಉಲ್ಲೇಖಿಸಲಾದ ಪ್ರಸಿದ್ಧ ಪದ್ಯಕಾರರ ಕೃತಿಗಳೆಲ್ಲ ದೇಶಿಗಬ್ಬಗಳೇ ಆಗಿದ್ದುವೇ ಎಂಬ ಪ್ರಶ್ನೆ ಹುಟ್ಟುತ್ತದೆ. ಪೂರ್ವಿಕ ಕಾವ್ಯಗಳಿಂದ ಉದ್ಧೃತವಾದ ಪದ್ಯಗಳ ಗತಿಯೇನು ? ಅವು ದೇಶ್ಯವೇ ಮಾರ್ಗವೇ ? ಎಂಬ ಪ್ರಶ್ನೆಯನ್ನೂ ಕೇಳಬೇಕಾಗುತ್ತದೆ. 'ಕವಿರಾಜಮಾರ್ಗ'ವು ಮೊದಲನೆಯ ಲಕ್ಷಣಗ್ರಂಥವಾಗಿರಬಹುದು. ಆದರೆ ಅದನ್ನು ಸಿದ್ಧಿಸಲು ಆಧಾರವಾಗಿ ಕೊಟ್ಟ ಪದ್ಯದಿಂದಲ್ಲ ; ಅದು ಪ್ರೌಢವಾದ ಗದ್ಯಪದ್ಯಕಾವ್ಯಕ್ಕೆ ಮಾರ್ಗದರ್ಶಿಯಾಗಿರುವಂತೆ ದೇಸಿಮಾರ್ಗಗಳ ಪೂರ್ವ ಪರಂಪರೆಗೆ ಸಾಕ್ಷಿಯೂ ಆಗಿರುತ್ತದೆ ಎಂದು ನಮ್ಮ ಮತ.

## ಟಿಪ್ಪಣಿಗಳು

1. 'ಕವಿರಾಜಮಾರ್ಗ', ೧-೨೭, 2. ಅದೇ, ೧-೩೨, 3. ಅದೇ, ೧-೪೭. 4. ಅದೇ, ೧-೭೫. 5. ಅದೇ, ೧-೫. 6. ಅದೇ, ೧-೯. 7. ಅದೇ, ೧-೧೮. 8. ಅದೇ, ೧-೫೦. 9. ಅದೇ, ೨-೧೫೫. 10. ಅದೇ, ೧-೪೮. 11. ಅದೇ, ೧-೩೮. 12. ಅದೇ, ೨-೪೬. 13. ಅದೇ, ೨-೫೧. 14. ಅದೇ, ೧-೨೯, ೩೩.

15. ಇಲ್ಲಿ 'ಗದ್ಯಾಶ್ರಮಪದಗುರುತಾಪ್ರತೀತಿ' ಅಂದರೆ ಗದ್ಯದಲ್ಲಿ ಅಶ್ರಮವಾದ ಅರ್ಥಾತ್ ನಿರಾಯಾಸವಾದ ಪದರಚನೆಯಿಂದ ಹೊಂದಿದ ಗೌರವ, ಪ್ರಸಿದ್ಧಿ ಎಂದು ಅರ್ಥವಿರಬೇಕು.

16. 'ಕವಿಚರಿತೆ', ಸಂ. ೧, ಪು. ೧೧.

17. ಗೋವಿಂದ ಪೈ : ಕನ್ನಡ ಸಾಹಿತ್ಯದ ಪ್ರಾಚೀನತೆ (ಉದಯಭಾರತ, ೨-೫, ಪು. ೧೧೧).

18. ಗೋವಿಂದ ಪೈ : ನೃಪತುಂಗನ ಮತವಿಚಾರ (ಕ.ಸಾ.ಪ. ಪತ್ರಿಕೆ, ೧೨-೪, ಪು. ೨೫೭-೨೬೩).

19. ಕ.ಚ., ಸಂ. ೧, ಪು. ೧೧-೧೨.

20. ಕ.ಚ., ಸಂ. ೧, ಪು. ೧೬.

21. R. Narasimhacharya : *History of Kannada Literature*, pp. 2-3. ; *M.A.R.* 1924, Nallala Plates, p. 70 ; *M.A.R.*, 1912, pp. 65-9 ; *I.A.*, XLII, 204 ; *JRAS*, 1913, 389.

22. Rice : *Mysore and Coorg from the Inscriptions*, p.196.

23. ದ.ರಾ. ಬೇಂದ್ರೆ : ಜ್ಞಾನೇಶ್ವರಪೂರ್ವಕಾಲೀನ ಕಾನಡೀ ವಾಙ್ಮಯ (ಮ.ಸಾ.ಪ.ಪ., ೭-೪, ಪು. ೫೯).

24. R. Narasimhacharya : *History of Kannada Literature*, p. 3.

25. Fleet, *I.A.*, XXXIII, 258, ಎಂ. ವೆಂಕಟರಾವ್, ಎಚ್. ಶೇಷಯ್ಯಂಗಾರ್ : 'ಕವಿರಾಜಮಾರ್ಗ', ಮದ್ರಾಸ್ ಆವೃತ್ತಿ, ಅವತರಣಿಕೆ.

26. ದ.ರಾ. ಬೇಂದ್ರೆ : ಸಮಂತಭದ್ರನೇ ಶ್ರೀವಿಜಯನಿರಬಹುದೇ ? (ಸಾಹಿತ್ಯ ಸಂಶೋಧನೆ, ಪು. ೧೮೯).

27. ದ.ರಾ. ಬೇಂದ್ರೆ : ಅದೇ, ಪು. ೧೧೧.

28. ಕ.ಚ., ಸಂ. ೧, ಪು. ೭೬.

29. ಚೌಂಡರಸ : 'ಅಭಿನವದಶಕುಮಾರಚರಿತೆ', ೧-೧೨.

30. ದುರ್ಗಸಿಂಹ : 'ಪಂಚತಂತ್ರ', ೧-೨೩ ; ರುದ್ರಭಟ್ಟ : 'ಜಗನ್ನಾಥವಿಜಯ', ೧-೧೦ ; ಕೇಶಿರಾಜ : 'ಶಬ್ದಮಣಿದರ್ಪಣ', ಪೀ. ೫ ; ಅರ್ಹದ್ದಾಸ : 'ರಟ್ಟಮತ' (ಕ.ಚ., ೧., ಪು. ४೦೧).

31. ದ.ರಾ. ಬೇಂದ್ರೆ : ಜ್ಞಾನೇಶ್ವರಪೂರ್ವಕಾಲೀನ ಕಾನಡೀ ವಾಙ್ಮಯ (ಮ.ಸಾ.ಪ.ಪ., ೭-೪, ಪು. ೬೦).

32. 'ಕವಿರಾಜಮಾರ್ಗ' (೨/೩೮, ೪೦, ೪೨, ೮೯, ೯೧, ೯೩, ೯೬, ೧೩೦, ೩/೧೬೦, ೧೯೧, ೧೯೫).

33. ಈ ಸೂಚನೆಗಾಗಿ ನಾನು ಕೆ.ಜಿ. ಕುಂದಣಗಾರರಿಗೆ ಋಣಿಯಾಗಿದ್ದೇನೆ.

34. ಕ.ರಾ.ಮಾರ್ಗ : ೧-೫೯, ೬೦, ೮೮, ೮೯, ೯೧, ೯೪, ೧೦೨, ೧೨೪, ೧೩೫-೬, ೧೩೪ ; ೨-೬೧, ೬೩, ೬೫, ೬೭, ೭೧, ೭೮, ೮೪, ೧೨೦, ೧೨೮-೧೪೨, ೧೪೫-೧೫೨ ; ೩-೧೩, ೧೪, ೨೧, ೨೨, ೨೬, ೩೪, ೪೫, ೫೦, ೫೧, ೫೫-೫೭, ೮೨, ೮೪, ೯೩, ೧೦೫, ೧೧೯, ೧೨೬, ೧೬೬-೮, ೧೭೩, ೧೮೫-೬, ೧೯೨-೩, ೧೯೬-೭-೮, ೨೦೨, ೨೦೩, ೨೦೫.

35. ಅದೇ, ೧-೯೬, ೯೯, ೧೧೫, ೧೧೮, ೧೨೩, ೧೩೦, ೧೩೩, ೧೩೭-೪೦, ೧೪೧ ; ೨-೭, ೮, ೧೨, ೧೭, ೧೮, ೨೧-೨೨, ೨೪, ೨೮, ೩೩, ೪೪, ೫೮, ೭೬, ೮೦, ೧೦೨, ೧೧೦ ; ೩-೮೦, ೧೦೬, ೧೧೧, ೧೩೦, ೧೩೧, ೧೪೩-೧೫೩, ೧೫೬, ೧೫೮, ೧೬೦, ೧೬೨, ೧೬೩, ೧೭೫-೧೮೨.

36. ಗೋವಿಂದ ಪೈ : ಕನ್ನಡ ಸಾಹಿತ್ಯದ ಪ್ರಾಚೀನತೆ (ಉದಯಭಾರತ, ೨-೫, ಪು. ೧೧೧-೧೧೪).

37. ಗೋವಿಂದ ಪೈ : ಕನ್ನಡ ಸಾಹಿತ್ಯದ ಪ್ರಾಚೀನತೆ ('ಮೂರು ಉಪನ್ಯಾಸಗಳು', ಪು. ೧೦೩-೮).

38. ಮುಳಿಯ ತಿಮ್ಮಪ್ಪಯ್ಯ : 'ಕವಿರಾಜಮಾರ್ಗವಿವೇಕ', ಪು. ೧೧೫-೬.

39. ಅದೇ, ಪು. ೧೧೬-೧೩೦.

## ಪ್ರಕರಣ : ೪

# ಕನ್ನಡ ಸಾಹಿತ್ಯೋದಯ ಮತ್ತು ಇತರ ಆಧಾರಗಳು

## (ಇತರ ಗ್ರಂಥಗಳಿಂದ ದೊರೆತ ಆಧಾರಗಳು)

'ಕವಿರಾಜಮಾರ್ಗ'ದ ಮುಂದಣ ಕಾಲದಲ್ಲಿಯ ಕೆಲವು ಗ್ರಂಥಗಳಿಂದ ಕೆಲಮಟ್ಟಿಗೆ ಪ್ರಾಚೀನ ಸಾಹಿತ್ಯದ ಸುಳಿವು ಹತ್ತುತ್ತದೆ. ಆದಿಪಂಪನು ಪಂಪಭಾರತದ ಕೊನೆಕೊನೆಗೆ 'ಮುನ್ನಿನ ಕಬ್ಬಮನೆಲ್ಲ ಮಿಕ್ಕಿ ಮೆಟ್ಟಿದುವು ಸಮಸ್ತಭಾರತಮುಂ ಆದಿಪುರಾಣ ಮಹಾಪ್ರಬಂಧಮುಂ"[1] ಎಂದಿದ್ದಾನೆ. ತನಗಿಂತ ಮುನ್ನಿನ ಕಾವ್ಯಗಳನ್ನು 'ಪಂಪಭಾರತ', 'ಆದಿಪುರಾಣ'ಗಳು ಸೋಲಿಸಿ ಮೀರಿದುವು ಎಂಬ ಪಂಪನ ಹೆಮ್ಮೆವಾತು ಪಂಪಪೂರ್ವ ವಾಙ್ಮಯಕ್ಕೆ ಸೂಚಿಯಾಗಿದೆ. 'ಕವಿರಾಜಮಾರ್ಗ' ಹಾಗೂ 'ಪಂಪಕಾವ್ಯ' ಈ ನಡುವಿನ ಕಾಲದಲ್ಲಿ ಗುಣನಂದಿ, ೧ನೆಯ ಗುಣವರ್ಮ, ಅಸಗ ಈ ಕೆಲವರಲ್ಲದೆ ಬೇರೆಯವರಿಂದ ಪದ್ಯಕಾವ್ಯವು ನಿರ್ಮಾಣವಾದಂತಿಲ್ಲ. 'ಮುನ್ನಿನ ಕಬ್ಬಮನೆಲ್ಲಂ"[2] ಎಂದು ಬಹುತೆಯನ್ನು ಸೂಚಿಸುವಾಗ ಪಂಪನು 'ಕವಿರಾಜಮಾರ್ಗ'ಕ್ಕಿಂತ ಹಿಂದಿನ ಕಾವ್ಯಗ್ರಂಥವನ್ನೂ ಮನದಲ್ಲಿ ಇಟ್ಟಿರಬಹುದು. ಆದರೆ ಈ ಪದ್ಯದಿಂದ ಅವನಿಗಿಂತ ಹಿಂದೆ ಕನ್ನಡ ಭಾರತ ಇಲ್ಲವೆ ಆದಿಪುರಾಣ ಗ್ರಂಥಗಳಿದ್ದುವೆಂಬ ವಿಶೇಷ ಸೂಚನೆ ಮಾತ್ರ ಹೊರಡುವುದಿಲ್ಲ. "ಕತೆ ಪಿರಿದಾದೊಡಂ ಕತೆಯ ಮೆಯ್ಗಿಡಲೀಯದೆ ಮುಂ ಸಮಸ್ತಭಾರತಮನಪೂರ್ವಮಾಗೆ ಸಲೆ ಪೇಟ್ದ ಕವೀಶ್ವರರಿಲ್ಲ, ವರ್ಣಕಂ ಕತೆಯೊಳ್ ಒಡಂಬಡಂಪಡೆಯೆ ಪೇಟ್ವೊಡೆ ಪಂಪನೆ ಪೇಟ್ಗುಂ"[3] ಎಂಬ ಉಕ್ತಿಯಿಂದ ಮಾತ್ರ ಪಂಪನಿಗಿಂತ ಮುಂಚೆ ಬೇರೆ ಬಗೆಯಲ್ಲಿ ಬರೆದ ಕನ್ನಡಭಾರತಗಳಿರಬಹುದೆಂಬ ಊಹೆಗೆ ಎಡೆ ದೊರೆಯುತ್ತದೆ. ಇದು ಸರಿಯಾಗಿದ್ದರೆ, 'ಕವಿರಾಜಮಾರ್ಗ'ದ ಕಾಲದಲ್ಲಿ ಇಲ್ಲವೇ ಆ ಹಿಂದೆ ಅಂಥ ಗ್ರಂಥಗಳು ಹುಟ್ಟಿರಬಹುದು. 'ಕವಿರಾಜಮಾರ್ಗ'ದ ತರುವಾಯ ರಚಿತವಾಗಿರಬಹುದಾದ ೧ನೆಯ ಗುಣವರ್ಮನ 'ಹರಿವಂಶ'ವು ಜೈನಸರಣಿಯ ಭಾರತಕಥೆಯನ್ನು ಒಳಗೊಂಡಿರಬಹುದು. ಅದನ್ನೂ ಪಂಪನು ಅರಿತಿರುವ ಸಂಭವವಿದೆ. ನಾಗಚಂದ್ರ (ಅಭಿನವಪಂಪ) ತನ್ನ ರಾಮಾಯಣದ ಪೀಠಿಕಾಭಾಗದಲ್ಲಿ "ಉಪದೇಶಂಗೆಯ್ದು ಕಾವ್ಯಚ್ಛಲದಿಂ ಅಖಿಲಧರ್ಮಂಗಳಂ ಲೋಕಮಂ ಧರ್ಮಪಥಪ್ರಸ್ಥಾನದೊಳ್ ಯೋಜಿಸಿ ಪರಮಪುರಾಣಂಗಳಂ ಪೇಟ್ದು ಕಲ್ಪಾಂತಪರೀತ ಖ್ಯಾತಿಯಂ ತಾಳ್ದಿದ ಪರಮ ಕವಿಜ್ಯೇಷ್ಠರಾದರ್" ಎಂದು ಕೈವಾರಿಸಿದ ಕವಿಜ್ಯೇಷ್ಠರು ಸಂಸ್ಕೃತ-ಕನ್ನಡ ವಾಙ್ಮಯದಲ್ಲಿ ಜೈನ ಪುರಾಣಗಳನ್ನು ಕಾವ್ಯಮಯವಾಗಿ ಬರೆದವರೆಂಬುದು ಸ್ಪಷ್ಟವಾಗಿದೆ. ಅವರಲ್ಲಿ ಸಂಸ್ಕೃತದಲ್ಲಿ ಜಿನಸೇನ–ಗುಣಭದ್ರರಂತೆ ಕನ್ನಡದಲ್ಲಿ ಪಂಪ-ಪೊನ್ನ-ರನ್ನರು ಇದ್ದಾರೆ. ಅದಕ್ಕಿಂತ ಮೊದಲಿನ ಕಾಲದ ಕನ್ನಡ ಪುರಾಣಕಾರರ ಉಲ್ಲೇಖವೂ ಅದರಲ್ಲಿ ಅಡಕವಾಗಿರಬಹುದು. 'ಕವಿರಾಜ ಮಾರ್ಗ'ದಲ್ಲಿ ಹೇಳಿದ ಪ್ರಸಿದ್ಧ ಪದ್ಯಕಾರರಲ್ಲಿ ಕೆಲವರು ಇಂಥ ಪುರಾಣಗಳನ್ನು ಬರೆದಿರಲೂ ಬಹುದು.

ಕೆಲವು ಪ್ರಾಚೀನ ಗ್ರಂಥಗಳ ಹಾಗೂ ಗ್ರಂಥಕಾರರ ಸ್ಪಷ್ಟ ಉಲ್ಲೇಖಗಳು ದೊರಕಿವೆ. 'ಚೂಡಾಮಣಿ' ಎಂಬ ಹೆಸರಿನ ತತ್ತ್ವಾರ್ಥಮಹಾಶಾಸ್ತ್ರದ ವ್ಯಾಖ್ಯಾನರೂಪವಾದ (೯೬೦೦೦ ಗ್ರಂಥವುಳ್ಳುದು – ಇಲ್ಲಿ ಗ್ರಂಥ ಎಂದರೆ ೩೨ ಅಕ್ಷರಗಳ ಎಣಿಕೆಯುಳ್ಳ ಒಂದು ಮೊತ್ತ) ಗ್ರಂಥವು ದೊರೆಯುತ್ತಿರುವುದರಿಂದ ಕನ್ನಡಭಾಷೆ ಶಾಸ್ತ್ರಕ್ಕೆ ಅನುಪಯೋಗಿನಿ ಅಲ್ಲವೆಂದು ವ್ಯಾಕರಣಕಾರನಾದ ಭಟ್ಟಾಕಳಂಕ (೧೬೦೪) ಹೇಳಿದ್ದಾನೆ. ದೇವಚಂದ್ರನ 'ರಾಜಾವಳಿ ಕಥೆ'(೧೮೩೮)ಯಲ್ಲಿ ೮೪೦೦೦ ಗ್ರಂಥಸಂಖ್ಯೆಯುಳ್ಳ 'ಚೂಡಾಮಣಿ'

ವ್ಯಾಖ್ಯಾನವನ್ನು ತುಂಬಲೂರಾಚಾರ್ಯನು ಕನ್ನಡದಲ್ಲಿ ಮಾಡಿದನೆಂದು ಹೇಳಿದೆ. ಪದಸಂಖ್ಯೆಯಲ್ಲಿ ವ್ಯತ್ಯಾಸವಿದ್ದರೂ ತುಂಬಲೂರಾಚಾರ್ಯನು ಬರೆದ 'ಚೂಡಾಮಣಿ' ವ್ಯಾಖ್ಯಾನವೇ ಭಟ್ಟಾಕಳಂಕ ಹೇಳಿದ್ದು ಎಂದು ತಿಳಿಯಬಹುದು. ಇವನ ಕಾಲ ೬ನೆಯ ಶತಮಾನದ ಮಧ್ಯವೆಂದು ಕವಿಚರಿತಕಾರರು ಜೈನಗುರುಪಟ್ಟಾವಳಿಯಿಂದ ನಿರ್ಧರಿಸಿದ್ದಾರೆ. ಸಂಸ್ಕೃತ ಕವಿ ದಂಡಿಯಿಂದ ಸ್ತುತವಾದ 'ಚೂಡಾಮಣಿ'ಯ ಕರ್ತೃ ಶ್ರೀವರ್ಧದೇವ ಮತ್ತು ತುಂಬಲೂರಾಚಾರ್ಯ ಇವರಿಬ್ಬರು ಒಂದೇ ಎಂಬ ಮೊದಲಿನ ಅಭಿಪ್ರಾಯವನ್ನು ಅವರು ಆಮೇಲೆ ತಿದ್ದಿಕೊಂಡರು. ಕನ್ನಡದ 'ಚೂಡಾಮಣಿ' ವ್ಯಾಖ್ಯಾನಗ್ರಂಥವಾದರೆ ಶ್ರೀವರ್ಧದೇವನ 'ಚೂಡಾಮಣಿ' ತಮಿಳುಕಾವ್ಯವಾಗಿದೆ.[4] ೬ನೆಯ ಶತಮಾನದ ಹೊತ್ತಿಗೆ ಶಾಸ್ತ್ರೀಯ ವಿಷಯವನ್ನು ಕುರಿತು ವ್ಯಾಖ್ಯಾನರೂಪವಾಗಿ ಬರೆದ ಹೆಬ್ಬೊತ್ತಿಗೆ ಕನ್ನಡದಲ್ಲಿ ಇದ್ದಿತೆಂದರೆ ಕನ್ನಡ ನುಡಿ ೧-೨ ಶತಮಾನಗಳಿಂದಲಾದರೂ ಬೆಳೆಯುತ್ತಬಂದಿರಬೇಕು. ಅದು ಈಗ ದೊರೆಯದೆ ಇರುವುದು ಸಂಶೋಧಕರಿಗೆ ಒಂದು ಆಹ್ವಾನವೇ ಸರಿ. ಅದು ಎಂದಿಗಾದರೂ ದೊರೆತರೆ ಕನ್ನಡ ಭಾಷೆ-ಸಾಹಿತ್ಯಗಳ ಮೇಲೆ ಅನನ್ಯವಾದ ಬೆಳಕು ಬೀಳಬಹುದು. ತುಂಬಲೂರಾಚಾರ್ಯನ ಕಾಲದಲ್ಲಿಯೇ ಇದ್ದ ಶ್ಯಾಮಕುಂದಾಚಾರ್ಯನು (ಸು. ೬೫೦) ಪ್ರಾಕೃತ, ಸಂಸ್ಕೃತ ಹಾಗೂ ಕರ್ಣಾಟಕ ಭಾಷೆಯಲ್ಲಿ 'ಪ್ರಾಭೃತ'ವನ್ನು ರಚಿಸಿದನೆಂದು ತಿಳಿದಿದೆ. ಇವೆರಡೂ ಸಂಗತಿಗಳಿಂದ ಜೈನ ಆಚಾರ್ಯರು ಕನ್ನಡದತ್ತ ಮನಸ್ಸು ಹೊರಳಿಸಿ ಜೈನಶಾಸ್ತ್ರಕ್ಕೆ ಸಂಬಂಧಿಸಿದ ಗ್ರಂಥಗಳನ್ನು ಕ್ರಿ.ಶ. ೬೦೦ರಿಂದಂತೂ ಬರೆಯತೊಡಗಿದರೆಂಬುದು ವಿಶದವಾಗುತ್ತದೆ. ಅಷ್ಟು ಪ್ರಾಚೀನವಲ್ಲದಿದ್ದರೂ 'ಕವಿರಾಜಮಾರ್ಗ'ಕ್ಕೆ ತುಸು ಹಿಂದಿನ ಕಾಲದಲ್ಲಿ ಸೈಗೊಟ್ಟ ಶಿವಮಾರ (ಸು. ೮೦೦) ಎಂಬ ಗಂಗರಾಜನು ಎಂಟು ಪದ್ಯಗಳಲ್ಲಿ ಗಜಶಾಸ್ತ್ರದ ಮೇಲೆ 'ಗಜಾಷ್ಟಕ'ವೆಂಬುದನ್ನು ಕನ್ನಡದಲ್ಲಿ ಬರೆದಿರಬೇಕೆಂದು ಶಾಸನದಿಂದ ತಿಳಿಯುತ್ತದೆ.[5] ಅವನ ಚರಿತ್ರೆಯಿಂದ ಅವನು ಮಹಾಶೂರನೂ ಅನೇಕ ಶಾಸ್ತ್ರ ಪಂಡಿತನೂ ನಾಟ್ಯನಿಪುಣನೂ ತ್ರಿಭಾಷಾಕವಿಯೂ ಆಗಿದ್ದನೆಂದು ತಿಳಿಯುತ್ತದೆ.[6] 'ಕರೇಣುಭೂ'ಯತಿಗಳಿಂದ ವ್ಯಾಖ್ಯಾತವಾದ ರೀತಿಯಲ್ಲಿ ಅವನು ಬರೆದ 'ಗಜಾಷ್ಟಕ'ವು ಪ್ರೌಢಕೃತಿಯೆಂದು ಗಣಿಸಲಾಗಿತ್ತಂತೆ. ಇಷ್ಟೇ ಅಲ್ಲ, ಅದು ಓವನಿಗೆ, ಒನಕೆವಾಡು ಆಗಿ ಜನಪ್ರಿಯವಾಯಿತು.[7] ಇದರಲ್ಲಿ ಆಸ್ಥಾನಕವಿಯೊಬ್ಬನ ಅತಿಸ್ತುತಿಯ ಭಾಗ ಇರಬಹುದು. ಆದರೂ ಶಿವಮಾರನ ಆ ಅಷ್ಟಕವು ಕನ್ನಡದಲ್ಲಿಯ ಮೊದಲನೆಯ ಅಷ್ಟಕವಾಯಿತೆಂಬುದು ನಿಜ. ಅದೊಂದೇ ಕನ್ನಡ ಅಷ್ಟಕಗಳಲ್ಲಿ ಲೌಕಿಕ ಕೃತಿಯೆಂಬುದನ್ನೂ ಗಮನಿಸಬೇಕು. ಈ 'ಗಜಾಷ್ಟಕ'ವು ಎಂಟು ಪದ್ಯಗಳ ಕೃತಿಯಾಗಿರದೆ ಎಂಟು ಅಧ್ಯಾಯಗಳಿಂದ ಕೂಡಿರುವ ಗ್ರಂಥ, ಎಂಟು ಗಣಗಳಿರುವ ಅಥವಾ ಪಾದಗಳಿರುವ ಪದ್ಯಗಳಿಂದ ಕೂಡಿದುದು, ಎಂಟೆಂಟು ಪದ್ಯಗಳ ಘಟಕಗಳಿಂದ ಕೂಡಿದುದು, ಇವುಗಳಲ್ಲಿ ಯಾವುದಾದರೊಂದು ಪ್ರಕಾರವಾಗಿರಬಹುದು ಎಂಬ ಸೂಚನೆಯನ್ನೂ ಮಾಡಲಾಗಿದೆ.[8] ಗಜಶಾಸ್ತ್ರದಂಥ ದೊಡ್ಡ ವಿಷಯವನ್ನು ಎಂಟು ಪದ್ಯಗಳಲ್ಲಿ ಅಡಕಗೊಳಿಸುವುದು ಸಾಧ್ಯವಿಲ್ಲ ಎಂಬ ಕಾರಣದಿಂದ ಈ ಸೂಚನೆ ಪರಿಶೀಲಿಸಲು ತಕ್ಕುದಾದರೂ ಅಷ್ಟಕ ಎಂಬ ಪದ್ಯರೂಪದ ರೂಢಾರ್ಥವನ್ನು ಬಿಟ್ಟುಕೊಡುವುದು ಸ್ಪಷ್ಟ ಆಧಾರಗಳಿಲ್ಲದೆ ಯುಕ್ತವಾಗಲಾರದು. ಜನಪದ ಸಾಹಿತ್ಯದಲ್ಲಿ ಕ್ರಿ.ಶ. ೮ನೆಯ ಶತಮಾನದಲ್ಲಿ ಓವನಿಗೆ, ಒನಕೆವಾಡುಗಳು ಇದ್ದುವೆಂಬುದು ಈ ಸಂದರ್ಭದಿಂದ ತಿಳಿಯುವ ಮಹತ್ವದ ಸಂಗತಿ. ಒನಕೆವಾಡು ಇದು ಕುಟ್ಟುವ ಹಾಡು. ಓವನಿಗೆ ಎಂದರೇನು ? ಓವೀ ಎಂಬ ಪದ್ಯಪ್ರಕಾರವು ಮಾರಾಠಿಯಲ್ಲಿ ಪ್ರಸಿದ್ಧವಾಗಿದೆ. ೧೨ನೆಯ ಶತಮಾನದ ಚಾಲುಕ್ಯ ದೊರೆ ಸೋಮೇಶ್ವರನ 'ಮಾನಸೋಲ್ಲಾಸ'ದಲ್ಲಿ "ತಥಾ ಮಹಾರಾಷ್ಟ್ರೇಷು ಯೋಷಿದ್ಭಿರ್ ಓಂವೀಗೇಯಾತು ಕಂಡನೇ" (೫-೨೦೫೨) ಎಂದಿದೆ. ಕಂಡನ ಎಂದರೆ ಕುಟ್ಟುವಿಕೆ. ಓಂವೀ ಇದು ಕುಟ್ಟುವ ಹಾಡು ಎಂದಾಯಿತು. ಹಾಗಿದ್ದರೆ ಓವನಿಗೆ ಅದೇ ಅರ್ಥವುಳ್ಳುದಾಗಿ ಒನಕೆವಾಡಿಗೆ

ಸಮಾನಪದವಾಗುತ್ತದೆ. ಆದರೆ ಮರಾಠಿ ಗಾದೆಗಳಲ್ಲಿ "ಬೀಸುವಾಗ ಓಂವಿಯ ನೆನಪಾಗುತ್ತದೆ" ಎಂದಿದ್ದ ಕಾರಣ ಬೀಸುವ ಹಾಡು ಎಂಬ ಅರ್ಥವೂ ಅದಕ್ಕಿರಬಹುದು. ಓವನಿಗೆ ಬೀಸುವ ಹಾಡು, ಒನಕೆವಾಡು ಕುಟ್ಟುವ ಹಾಡು, ಎರಡೂ ಸೇರಿ ಬೀಸುವ-ಕುಟ್ಟುವ ಹಾಡು ಎಂದು ಅರ್ಥವಾಗುತ್ತಿರಬಹುದು. ಓಂವೀ, ಓವನಿಗೆ ಇವು ಬೀಸುವಾಗ ಕುಟ್ಟುವಾಗ ಹೊರಡುವ ಸಹಜ ಉದ್ಗಾರಗಳಿಂದ ಹುಟ್ಟಿದ ಶಬ್ದಗಳೆಂದು ತೋರುತ್ತದೆ. ಓವನಿಗೆ ಅಂದರೆ ಕೇರುವ, ಬೀಸುವ ಹಾಡು ಎಂದು ಪ್ರ. ಗೋ. ಕುಲಕರ್ಣಿಯವರು ಅಭಿಪ್ರಾಯಪಡುತ್ತಾರೆ.[9] 'ಕಂಡ್' ಎಂಬ ಸಂಸ್ಕೃತ ಧಾತುವಿಗೆ 'ಒನೆ' ಧಾತು ಕನ್ನಡದಲ್ಲಿ ಸಮಾನಾರ್ಥಕವೆಂದು ಅವರು ಹೇಳಿದ್ದಾರೆ. ಆದರೆ 'ಒನೆ' ಇದರಿಂದ 'ಓವನಿಗೆ' ಇದರ ನಿಷ್ಪತ್ತಿ ಸಾಧ್ಯವೇ ಎಂಬ ಪ್ರಶ್ನೆ ಉಳಿಯುತ್ತದೆ. ಅನಂತರ 'ಕವಿರಾಜಮಾರ್ಗ'ಕ್ಕೆ ಸುಮಾರು ಸಮಕಾಲೀನವಾಗಿ (೮೪೪-೮೮೮) 'ಗುಣಗಾಂಕಿಯಂ' ಎಂಬ ಕನ್ನಡ ಛಂದೋಗ್ರಂಥವು ರಚಿತವಾಗಿರಬೇಕೆಂದು ತಮಿಳು ಛಂದೋಗ್ರಂಥದಿಂದ ತಿಳಿಯುತ್ತದೆ. ಈ ಗ್ರಂಥ ಉಪಲಬ್ಧವೂ ಇಲ್ಲ, ಇದರ ವಿಷಯವಾಗಿ ಹೆಚ್ಚಿನ ಅಂಶಗಳೂ ತಿಳಿದಿಲ್ಲ. ಇದರಲ್ಲಿ "ಕವಿ ಒಬ್ಬ ಸ್ತ್ರೀಯನ್ನು ಸಂಬೋಧಿಸಿ ಗ್ರಂಥವನ್ನು ಬರೆದಿರುವಂತೆಯೂ ಇದೇ ರೀತಿಯನ್ನು ತಮಿಳು ಗ್ರಂಥಕಾರನೂ ಅನುಸರಿಸಿರುವಂತೆಯೂ ತಿಳಿಯುತ್ತದೆ."[10] ತನ್ನ 'ಛಂದೋಂಬುಧಿ'ಯಲ್ಲಿ ನಾಗವರ್ಮನು ಇದನ್ನೇ ಮೇಲ್ಪಂಕ್ತಿಯಾಗಿ ಇಟ್ಟುಕೊಂಡಿರಬೇಕೆಂದು ತೋರುತ್ತದೆ. ಸು. ೧೧ನೆಯ ಶತಮಾನದವನಾದ ಜಯಕೀರ್ತಿ ತನ್ನ 'ಛಂದೋನುಶಾಸನ' ಎಂಬ ಸಂಸ್ಕೃತ ಗ್ರಂಥದಲ್ಲಿ ಕನ್ನಡ ಛಂದಸ್ಸನ್ನು ಕುರಿತು ಲಕ್ಷಣ ಹೇಳುವಾಗ, ಸುಮಾರು ೨೦ ಜನ ಛಂದಶ್ಶಾಸ್ತ್ರಜ್ಞರನ್ನು ಹೆಸರಿಸುತ್ತಾನೆ.[11] ಅವರಲ್ಲಿ ಕೆಲವರು ಪ್ರಾಚೀನರೂ ಕನ್ನಡ ಗ್ರಂಥಕಾರರೂ ಆಗಿರಬಹುದು. ಕರ್ಣಾಟವಿಷಯಭಾಷಾಜಾತಿಯನ್ನು ವಿವರಿಸಿದ ೭ನೆಯ ಅಧಿಕಾರದಲ್ಲಿ ಪ್ರಭುಸೇನೀಯ ಎಂಬ ಗ್ರಂಥಕಾರನ ಹೆಸರು ಬಂದಿದೆ. ಇವನೊಬ್ಬನಾದರೂ ಕನ್ನಡಿಗನಾಗಿರುವ ಸಂಭವವಿದೆ. ಕನ್ನಡ ಗ್ರಂಥಗಳಲ್ಲಿ ಅಸಗನ ಕರ್ಣಾಟ ಕುಮಾರಸಂಭವ, ಅಲಂಕಾರ (?), ಕರ್ಣಾಟ ಮಾಲತೀ ಮಾಧವ, ಕರ್ಣಾಟೇಶ್ವರಕಥಾ (ಅರ್ಹತ), ಗೋಗ್ರಹ (ಕಾವ್ಯ ?), ಮಹಾರ್ಹದ್ದೇವತಾಸ್ತವ, ಶೃಂಗಾರಪಿಂಡ ಕಾವ್ಯ, ಚೂಡಾಮಣಿ ಎಂಬುವನ್ನು ಜಯಕೀರ್ತಿ ಉಲ್ಲೇಖಿಸಿದ್ದಾನೆ. ಅಸಗನು ೯ನೆಯ ಶತಮಾನದ ಕವಿಯೆಂದು ಬೇರೆ ಆಧಾರಗಳಿಂದ ತಿಳಿದಿದೆ. ಉಳಿದ ಗ್ರಂಥಗಳ ಕಾಲನಿರ್ಣಯವಾಗಬೇಕು. ಅವುಗಳಲ್ಲಿ ಯಾವುದಾದರೂ 'ಕವಿರಾಜಮಾರ್ಗ'ಕ್ಕೆ ಹಿಂದಿನ ಕಾಲದಲ್ಲಿ ರಚಿತವಾಗಿರಬಹುದು. 'ಕರ್ಣಾಟಕಛಂದೋಮತ'ವೆಂದು ಜಯಕೀರ್ತಿ ನಾಗವರ್ಮನ 'ಛಂದೋಂಬುಧಿ'ಯನ್ನು ಕುರಿತು ಹೇಳಿರಬಹುದಾಗಿ ತೋರುತ್ತದೆ. 'ಚೂಡಾಮಣಿ' ಸು. ೧೧ನೆಯ ಶತಮಾನದ ಕನ್ನಡ ಕವಿ ಕಂದರ್ಪನ ಗ್ರಂಥವಾಗಿರಬೇಕೆಂದು ಡಿ. ಎಲ್. ನರಸಿಂಹಾಚಾರ್ಯರು ಅಭಿಪ್ರಾಯಪಡುತ್ತಾರೆ.

'ವಡ್ಡಾರಾಧನೆ' ಎಂಬ ಗದ್ಯಗ್ರಂಥವು ಕನ್ನಡಸಾಹಿತ್ಯದ ಅಪೂರ್ವಸಂಪತ್ತಿಯಾಗಿ ದೊರೆತಿದೆ. ಅದರಲ್ಲಿ ಉದ್ಧೃತವಾದ ಸಂಸ್ಕೃತ-ಪ್ರಾಕೃತ ಪದ್ಯಗಳ ಮೂಲವನ್ನು ಶೋಧಿಸಿ, ಭಾಷಾಶೈಲಿಯನ್ನು ಗಮನಿಸಿ, ಅದು ಕ್ರಿ.ಶ. ೯ನೆಯ ಶತಮಾನದ ತರುವಾಯ ಬಹುಶಃ ೧೧ನೆಯ ಶತಮಾನದಲ್ಲಿ ರಚಿತವಾದದ್ದೆಂದು ಉಪಾಧ್ಯೆಯವರು ಅಭಿಪ್ರಾಯಿಸಿದ್ದಾರೆ. ಕ್ರಿ.ಶ. ೯ನೆಯ ಶತಮಾನದ ತರುವಾಯ, ಪದಪ್ರಯೋಗಗಳ ಆಧಾರದ ಮೇಲೆ ಬಹುಶಃ ಕ್ರಿ.ಶ. ೯೨೦ರಲ್ಲಿ ಅದು ರಚಿತವಾಗಿರಬಹುದು ಎಂದು ಡಿ. ಎಲ್. ನರಸಿಂಹಾಚಾರ್ಯರು ನಿರ್ಣಯಿಸಿದ್ದಾರೆ. ಅದರಲ್ಲಿ ತೀರ ಹಳೆಯವೆನ್ನಬಹುದಾದ ಕೆಲವು ವಿಶೇಷ ಪ್ರಯೋಗಗಳು ಕಂಡುಬಂದುದರಿಂದಲೂ, 'ಕವಿರಾಜಮಾರ್ಗ'ದಲ್ಲಿ ಹೇಳಿದ ಸಂಮಿಶ್ರಗದ್ಯಕಥೆಯ ಲಕ್ಷಣಕ್ಕೆ ಅದು ಸರಿಹೋಗುವುದರಿಂದಲೂ ಅದು ಕ್ರಿ.ಶ. ೭ನೆಯ ಶತಮಾನಕ್ಕಿಂತ ಈಚೆಯದಲ್ಲವೆಂದೂ, ಅದಕ್ಕೆ ಹಿಂದೆಯೇ ರಚಿತ

ವಾಗಿರಬೇಕೆಂದೂ ಗೋವಿಂದ ಪೈಯವರು ಸವಿವರವಾಗಿ ತೋರಿಸಿದ್ದಾರೆ.[12] ಅವರ ಅಭಿಪ್ರಾಯ ದಿಟವಾದರೆ ಪ್ರಾಚೀನ ಗ್ರಂಥಗಳಲ್ಲಿ 'ವಡ್ಡಾರಾಧನೆ' ಮೇಲಾದ ಸ್ಥಾನಕ್ಕೆ ಅರ್ಹವಾಗುತ್ತದೆ. ಆದರೆ ಉಪಾಧ್ಯೆಯವರು ಮೇಲಿನ ಗಡುವಿಗೆ ಕೊಟ್ಟ ಪ್ರಬಲ ಕಾರಣಗಳನ್ನು ಅಲ್ಲಗಳೆಯುವವರೆಗೆ ಅದನ್ನು ಅತಿಪ್ರಾಚೀನಗೊಳಿಸುವುದು ಸಾಹಸದ ಮಾತೇ ಸರಿ. ಮುಂದೆ ಪ್ರತ್ಯೇಕವಾಗಿ ಈ ಗ್ರಂಥದ ಪರಾಮರ್ಶೆಯನ್ನು ಮಾಡುವಾಗ ಈ ವಿಷಯವನ್ನು ಇನ್ನಿಷ್ಟು ವಿವರವಾಗಿ ಚರ್ಚಿಸಬೇಕೆಂದು ಮಾಡಿದ್ದೇವೆ.

ಪ್ರಸಿದ್ಧ ಜೈನಕವಿಗಳು ತಮ್ಮ ಕನ್ನಡಕಾವ್ಯಗಳ ಪೀಠಿಕೆಗಳಲ್ಲಿ ದಕ್ಷಿಣ ಭಾರತದ ಜೈನಚರಿತ್ರೆಯಲ್ಲಿ ವಂದ್ಯರಾದ ಸಮಂತಭದ್ರ, ಪೂಜ್ಯಪಾದ, ಕವಿಪರಮೇಷ್ಠಿಗಳನ್ನು ಅತ್ಯಾದರದಿಂದ ನೆನೆದಿದ್ದಾರೆ. ಅವರು ಕ್ರಿ.ಶ. ೪೦೦ರಿಂದ ೬೦೦ರ ವರೆಗಿನ ಕಾಲದಲ್ಲಿ ಆಗಿಹೋದ ಮಹಾಪಂಡಿತರು, ತಪಸ್ವಿಗಳು, ಜೈನಶಾಸ್ತ್ರಕ್ಕೆ ತಳಹದಿಯಾದ ಗ್ರಂಥಗಳನ್ನು ಅವರು ಸಂಸ್ಕೃತ–ಪ್ರಾಕೃತಗಳಲ್ಲಿ ಬರೆದಿದ್ದಾರೆ. ಆದರೆ ಕನ್ನಡದಲ್ಲಿ ಬರೆದ ಹಾಗೆ ತಿಳಿದಿಲ್ಲ. ಸಮಂತಭದ್ರನು ಬಯಲುಸೀಮೆಯ ಉಕ್ಕಲಿಯಲ್ಲಿ ಹುಟ್ಟಿ ಮನಗೂಳಿ(ಮಣುವಕಹಳ್ಳಿ)ಯಲ್ಲಿ ತಪಸ್ಸು ಮಾಡಿದನೆಂದು ೧೯ನೆಯ ಶತಮಾನದಲ್ಲಿ ರಚಿತವಾದ ದೇವಚಂದ್ರನ 'ರಾಜಾವಳಿಕಥೆ'ಯಲ್ಲಿ ಹೇಳಿದೆ. ಪ್ರಭಾಚಂದ್ರನ 'ಆರಾಧನಾ' ಕಥಾಕೋಶದಲ್ಲಿ ಅವನು ಕಾಂಚೀನಿವಾಸಿಯೆಂದಿದೆ.[13] ದೇವಚಂದ್ರನ ಆಧಾರಗಳು ಪ್ರಾಚೀನವೂ ನಂಬತಕ್ಕುವೂ ಎಂದಾದರೆ ಮಾತ್ರ ಸಮಂತಭದ್ರನು ಖಂಡಿತವಾಗಿ ಕನ್ನಡಿಗನೆಂದು ಹೇಳಬಹುದು. ಕವಿಪರಮೇಷ್ಠಿಯ ದೇಶವಿಚಾರ ತಿಳಿದಿಲ್ಲ. ಪೂಜ್ಯಪಾದನು ಕರ್ಣಾಟಕದ ಕೊಳ್ಳೇಗಾಲದವನೆಂದು 'ರಾಜಾವಳಿಕಥೆ'ಯಿಂದ ತಿಳಿಯುತ್ತದೆ. ಅದರಲ್ಲು ಬಸ್ತಿಪುರದವನೆಂದೂ ತಿಳಿದುಬಂದಿದೆ. ಇವನು ಕನ್ನಡಿಗನಾಗಿರಬಹುದು. ಗಂಗರಾಜನಾದ ದುರ್ವಿನೀತನಿಗೆ ಇವನು ಗುರುವಾಗಿದ್ದನು. ಅಂತೂ ಇವರಲ್ಲಿಬ್ಬರು ಕನ್ನಡಿಗರಾಗಿರಬಹುದೆಂದು ತಿಳಿಯಲು ಆಸ್ಪದವಿದೆ. ಮೂವರೂ ಕನ್ನಡದಲ್ಲಿ ಗ್ರಂಥರಚನೆ ಮಾಡಿದ ಬಗ್ಗೆ ಸ್ಪಷ್ಟವಾದ ಆಧಾರಗಳಿಲ್ಲ. ಸಮಂತಭದ್ರನೇ ಶ್ರೀವಿಜಯನಾಗಿರಬೇಕೆಂಬ ಊಹೆಯನ್ನು ಇನ್ನೂ ಪರಿಶೀಲಿಸಬೇಕಾಗಿದೆ. ಹೀಗಿರಲು ಕನ್ನಡ ಜೈನಕಾವ್ಯಕ್ಕೆ ಸ್ಫೂರ್ತಿಸ್ಥಾನದಲ್ಲಿದ್ದು ಬಹುಶಃ ಕನ್ನಡಿಗರಾದ ಸಂಸ್ಕೃತ–ಪ್ರಾಕೃತ ಗ್ರಂಥಕಾರರೆಂದು ಮಾತ್ರ ಇವರನ್ನು ತಿಳಿದಿರುವುದು ಲೇಸು.

ಕನ್ನಡದಲ್ಲಿ ಪ್ರಾಚೀನ ಸಾಹಿತ್ಯದ ಪ್ರಾರಂಭವು ಬೌದ್ಧರಿಂದ ಆಗಿರಬೇಕೆಂಬ ಊಹೆಯೊಂದನ್ನು ಮಾಡಲಾಗಿದೆ. "ಬೌದ್ಧರು ಕನ್ನಡ ಭಾಷೆಗೆ ಆದಿಕವಿಗಳು : ಸು. ಕ್ರಿ.ಶ. ಆದಿಭಾಗದಿಂದಲೂ ಕನ್ನಡ ಭಾಷೆಯಲ್ಲಿ ಗ್ರಂಥರಚನೆಯಾಗುತ್ತಿದ್ದಿರಬೇಕು. ಬೌದ್ಧಮತದ ನಾಶದೊಂದಿಗೆ ಬೌದ್ಧಗ್ರಂಥಗಳೂ ನಾಶವಾದುವು."[14] ಬೌದ್ಧರು ತಮಿಳಿನಲ್ಲಿ ರಚಿಸಿದ ಕಾವ್ಯಗಳು ಈಗಲೂ ದೊರೆಯುತ್ತವೆ. ಅವರು ಕನ್ನಡದಲ್ಲಿಯೂ ಕಾವ್ಯ ರಚಿಸಿರಬಹುದೆಂದು ಕೆಲವರಿಗೆ ತೋರುತ್ತದೆ. ಆದರೆ ಕ್ರಿ.ಶ. ೪ನೆಯ ಶತಮಾನದವರೆಗೆ ದಕ್ಷಿಣ ದೇಶದಲ್ಲಿ ಪ್ರಾಕೃತವೇ ವ್ಯವಹಾರಭಾಷೆಯಾಗಿತ್ತೆಂದೂ ಬೌದ್ಧಮತಪ್ರಚಾರಕರು ಅಲ್ಲಿಯ ಜನಕ್ಕೆ ಪ್ರಾಕೃತ ತಿಳಿಯುವುದೆಂದು ಅದರಲ್ಲಿಯೇ ಬೋಧನೆ ಮಾಡುತ್ತಬಂದರೆಂದೂ ಕರ್ನಾಟಕದಲ್ಲಿ ಬೌದ್ಧಮತಪ್ರಚಾರವು ಅಷ್ಟು ಚೆನ್ನಾಗಿ ಆಗದೆ ಅದು ಬಹುಬೇಗ ಕೊನೆಗೊಂಡಿತೆಂದೂ ಮೇಲಿನದಕ್ಕೆ ಮರುಮಾತಾಗಿ ಹೇಳಲಾಗಿದೆ.[15] ಕ್ರಿ.ಪೂ. ೩ನೆಯ ಶತಕ ಎಂದರೆ ಅಶೋಕನ ಕಾಲದಿಂದ ಬೌದ್ಧಮತಪ್ರಚಾರವು ದಕ್ಷಿಣದಲ್ಲಿ ಆರಂಭವಾಗಿ ಕ್ರಿ.ಶ. ಮೊದಲ ಶತಕದವರೆಗೆ ಪ್ರಭಾವಿಯಾಗಿದ್ದು ಆಮೇಲೆ ಭಾರತದ ಇತರ ಭಾಗಗಳಲ್ಲಿ ಕುಂದಿದಂತೆ ಇಲ್ಲಿಯೂ ಕುಂದುತ್ತಹೋಯಿತೆಂಬುದು ಸತ್ಯ. ಬನವಾಸಿಯಲ್ಲಿದ್ದ ವಿಹಾರಗಳು, ಆಮೇಲಿನ ಬೌದ್ಧ ಉಲ್ಲೇಖಗಳು, ೧೧ನೆಯ ಶತಮಾನದವರೆಗಿದ್ದ ಡಂಬಳದ ವಿಹಾರ ಇವು ಬೌದ್ಧವರ್ಚಸ್ಸಿಗೆ ಸಾಕ್ಷಿಯಾಗಿವೆ. ಶಾತವಾಹನವಂಶದ ರಾಜರು ಬೌದ್ಧಮತಕ್ಕೆ ತುಂಬ ಆಶ್ರಯವನ್ನು ಕೊಟ್ಟರೆಂದೂ

ತಿಳಿಯುತ್ತದೆ. ಆದರೆ ಕನ್ನಡದಲ್ಲಿ ಗ್ರಂಥರಚನೆ ಮಾಡುವ ಪ್ರೇರಣೆ ಸಾಹಿತಿಗಳಲ್ಲದ ಆ ಪ್ರಚಾರಕ ಸಂನ್ಯಾಸಿಗಳಿಗೆ ದೊರೆತಿರಲಾರದು. ಕನ್ನಡದಲ್ಲಿ ಅವರು ಗ್ರಂಥಗಳನ್ನು ರಚಿಸಿದ್ದರೆ ಒಂದು ಗ್ರಂಥವೂ ಇಂದು ಉಪಲಬ್ಧವಾಗದೆ ಇರುವುದೇಕೆ ಎಂಬುದು ತಿಳಿಯದು. ಸಂಸ್ಕೃತ–ಪ್ರಾಕೃತಗಳಲ್ಲಿಯೂ ಅವರು ಗ್ರಂಥರಚನೆ ಮಾಡಿದಂತಿಲ್ಲ. ಹೆಚ್ಚಾಗಿ ಅವರು ಪ್ರಾಕೃತಭಾಷೆಯಲ್ಲಿದ್ದ ಮತಗ್ರಂಥಗಳ ಆಧಾರದಿಂದ ಬೋಧೆಯನ್ನು ಮಾಡಿರಬಹುದು. ಇದರಿಂದ ದಕ್ಷಿಣದಲ್ಲಿಯ ಜನಕ್ಕೆ ಪ್ರಾಕೃತ ತಿಳಿಯುತ್ತಿತ್ತೆಂದೂ ಅದು ವ್ಯವಹಾರಭಾಷೆಯಾಗಿತ್ತೆಂದೂ ಸಿದ್ಧವಾಗುವುದಿಲ್ಲ. ಪಂಡಿತರಲ್ಲಿ ಸಂಸ್ಕೃತ–ಪ್ರಾಕೃತ ಎರಡನ್ನೂ ಬಲ್ಲವರ ಸಂಖ್ಯೆ ಹೆಚ್ಚಾಗುತ್ತಿರಬೇಕು. ಅಂತೇ ಎರಡೂ ಭಾಷೆಗಳಲ್ಲಿ ಶಾಸನಗಳನ್ನು ಬರೆಯುವ ಸಲುವಳಿ ಉಂಟಾಗಿರಬೇಕು. ಜನಕ್ಕೆ ತಿಳಿಯುವ ಭಾಷೆಯಲ್ಲಿ ಶಾಸನ ಬರೆಯಬೇಕೆಂಬ ತತ್ತ್ವವು ಆಗಿನ್ನೂ ಬೇರೂರಿರಲಿಲ್ಲ.[16]

ಈವರೆಗೆ ಕನ್ನಡ ಸಾಹಿತ್ಯೋದಯ ಯಾವಾಗ ಆಗಿರಬಹುದು, ಅದರ ಪ್ರಾಚೀನತೆಯ ಬಗ್ಗೆ ದೊರೆತ ಪ್ರಮಾಣಗಳು ಯಾವುವು, ಅವುಗಳ ಬಲದಿಂದ ಕಟ್ಟಿದ ಊಹೆಗಳೇನು ಎಂಬುದನ್ನು ವಿಸ್ತಾರವಾಗಿ ನಿರೂಪಿಸಲಾಯಿತು. ಕ್ರಿ.ಶ. ೫-೬ನೆಯ ಶತಮಾನಗಳಿಂದ ಕನ್ನಡದಲ್ಲಿ ಶಿಲಾಶಾಸನಗಳು ದೊರೆಯುತ್ತವೆ. ೭ನೆಯ ಶತಮಾನದಿಂದ ಸಾಹಿತ್ಯಗುಣವುಳ್ಳ ಪದ್ಯಶಾಸನಗಳು ಹೇರಳವಾಗಿವೆ ಎಂದಲ್ಲದೆ 'ಕವಿರಾಜಮಾರ್ಗ'ಕ್ಕಿಂತ ಹಿಂದೆ ೨೦೦-೩೦೦ ವರ್ಷಗಳಿಂದ ಅಂದರೆ ಕ್ರಿ.ಶ. ೬ನೆಯ ಶತಮಾನದ ದುರ್ವಿನೀತನ ಕಾಲದಿಂದ ಕನ್ನಡದಲ್ಲಿ ಗ್ರಂಥರಚನೆಯಾಗುತ್ತ ಬಂದಿದೆ ಎಂದು ನಿರ್ವಿವಾದವಾಗಿ ತಿಳಿಯಬಹುದು. ದುರ್ವಿನೀತನು ಗಂಗವಂಶದ ಕನ್ನಡರಾಜನು, ಸಂಸ್ಕೃತ–ಕನ್ನಡಗಳಲ್ಲಿ ಗ್ರಂಥಕರ್ತನು. ಅದೇ ವಂಶದ ಶಿವಮಾರನೂ ರಾಜನಾಗಿದ್ದು ಕನ್ನಡದಲ್ಲಿ ಬರೆದವನು. ರಾಷ್ಟ್ರಕೂಟರ ಪ್ರಸಿದ್ಧ ರಾಜನಾದ ನೃಪತುಂಗನು 'ಕವಿರಾಜಮಾರ್ಗ'ಕ್ಕೆ ಬೆಂಬಲಿಗನು. ಕ್ರಿ.ಶ. ೬೦೦ರಿಂದ ೯೦೦ರ ವರೆಗಿನ ಈ ಸಂಗತಿಗಳನ್ನು ನೆನೆದಿರಬೇಕು. ಅಂದರೆ ಕನ್ನಡದಲ್ಲಿ ಸಾಹಿತ್ಯೋದಯಕ್ಕೆ ಕಾರಣವೇನಾಯಿತು ಎಂಬುದನ್ನು ಅರಿಯಬಹುದು. ಜನಭಾಷೆಯನ್ನು ಸಾಹಿತ್ಯಭಾಷೆ ಮಾಡುವ ವಿಷಯದಲ್ಲಿ ಕ್ರಿ.ಪೂ.ದಿಂದಲೂ ಕರ್ನಾಟಕದಲ್ಲಿ ಜರುಗಿದ ಘಟನೆಗಳ ಮೂಲಕ ಕ್ರಮೇಣ ದೃಷ್ಟಿ ವಿಕಾಸವಾಗುತ್ತ ಒಂದು ಹದಕ್ಕೆ ಬಂದೊಡನೆ ಕನ್ನಡದಲ್ಲಿ ಗ್ರಂಥಸ್ಥವಾದ ಸಾಹಿತ್ಯವು ಉದಯವಾಯಿತು ಎಂದು ನಮಗೆ ತೋರುತ್ತದೆ. 'ಸಂಸ್ಕೃತ' ಎಂಬ ಮರ್ಯಾದಿತ ಅರ್ಥದಲ್ಲಿ ಪ್ರೌಢಸಾಹಿತ್ಯದ ಹಾಗೂ ಮತಗ್ರಂಥದ ವಾಹಕವಾಗಿದ್ದ ಸಂಸ್ಕೃತಭಾಷೆ ತನಗೆ ಮೀಸಲಾಗಿದ್ದ ಸ್ಥಾನವನ್ನು ಬುದ್ಧಮಹಾವೀರರ ಕಾಲದಿಂದ ಪ್ರಾಕೃತಕ್ಕೆ ಸಲ್ಲಿಸಿ ವಿಶಾಲವಾದ ಅರ್ಥದಲ್ಲಿ ಅವನ್ನು ಸಂಸ್ಕೃತಗೊಳಿಸಿತು. ಅಂದಿನಿಂದ ಜನಭಾಷೆಯ ಯುಗ ಆರಂಭವಾಯಿತೆಂದು ತಿಳಿಯಲು ಅಡ್ಡಿಯಿಲ್ಲ. ಅಶೋಕನು ಕರ್ನಾಟಕದ ಮಾಸ್ಕಿ, ಬ್ರಹ್ಮಗಿರಿ, ಕೊಪ್ಪಳಗಳ ಕಲ್ಲುಬಂಡೆಗಳ ಮೇಲೆ ತನ್ನ ಧರ್ಮಶಾಸನಗಳನ್ನು ಪ್ರಾಕೃತದಲ್ಲಿ ಕೊರೆಯಿಸಿ, ಕನ್ನಡದಂಥ ಪ್ರಾಕೃತ ಭಾಷೆಗಳ ವಿಕಾಸಮಂದಿರಕ್ಕೆ ಅಡಿಗಲ್ಲನ್ನೇ ಇರಿಸಿದನು. ಪ್ರಾಕೃತಕ್ಕೆ ದೊರೆತ ಮನ್ನಣೆ ಕನ್ನಡಕ್ಕೆ ದೊರೆಯಲಿರುವ ಮನ್ನಣೆಗೆ ಪೂರ್ವಸೂಚನೆಯೇ ಆಯಿತು. ಆದರೂ ಸಂಪ್ರದಾಯವಾದಿಗಳಾದ ಪಂಡಿತರಲ್ಲಿ ಸಂಸ್ಕೃತವ್ಯಾಮೋಹವೂ ಮಡಿವಂತಿಕೆಯೂ ಬೇಗ ಹೋಗುವಂತಿರಲಿಲ್ಲ. ವೈದಿಕ ಧರ್ಮ, ಅದರಲ್ಲಿಯೂ ವಿಶಾಲದೃಷ್ಟಿಯುಳ್ಳ ಶೈವ ಹಾಗೂ ವೈಷ್ಣವಭಕ್ತಿಪಂಥಗಳು ಸಂಸ್ಕೃತಕ್ಕೆ ಶರಣುಹೋಗಿದ್ದುವು. ಅವುಗಳಲ್ಲಿ ಭಕ್ತಿಪಂಥಗಳು ಕೆಲಕಾಲದ ಮೇಲೆ ಜನಭಾಷೆಗೆ ಒಲಿಯುವ ಸಂಭವವಿದ್ದಿತಾದರೂ ಕ್ರಿ.ಶ. ಪ್ರಾರಂಭ ಶತಕಗಳಲ್ಲಿ ಈ ಪ್ರೇರಣೆಗೆ ಅವಕಾಶವಿರಲಿಲ್ಲ. ಇತರ ಮತಪ್ರಭಾವದಿಂದ ಸ್ವಮತರಕ್ಷಣೆಯನ್ನು ಮಾಡಿಕೊಳ್ಳಲು ಹೊಸ ಸಾಧನಗಳನ್ನು ಬಳಸಿಕೊಳ್ಳುವ ಶಕ್ತಿಯುಳ್ಳ ಅಪೂರ್ವ ವ್ಯಕ್ತಿಗಳೂ ಅವುಗಳಲ್ಲಿರಲಿಲ್ಲ. ಭಾಗವತ ಧರ್ಮವನ್ನು ಸಾರುವ ಬ್ರಾಹ್ಮಣಕಾವ್ಯ ಈ ಕಾಲದಲ್ಲಿ ಹುಟ್ಟಿದ್ದಿತೆಂಬುದಕ್ಕೆ ನಿರ್ದಿಷ್ಟವಾದ

ಆಧಾರಗಳಿಲ್ಲ. ಹೆಚ್ಚಿನ ಆಧಾರಗಳು ಸಿಕ್ಕರೆ ಅವರಿಂದಲೂ ಕನ್ನಡಸಾಹಿತ್ಯೋದಯಕ್ಕೆ ನೆರವಾಗಿದೆ ಎನ್ನಬಹುದು. ಮುಖ್ಯವಾಗಿ ಬೌದ್ಧರಿಂದ ದಕ್ಷಿಣದಲ್ಲಿ ಪ್ರಾಕೃತಕ್ಕೆ ದೊರೆತ ಮನ್ನಣೆ, ಆಮೇಲೆ ಜೈನರಿಂದ ಸಂಸ್ಕೃತ–ಪ್ರಾಕೃತಗಳ ಸಹಾಯದಿಂದಲೂ ಸ್ಫೂರ್ತಿಯಿಂದಲೂ ಕನ್ನಡ ಭಾಷೆಗೆ ದೊರೆತ ಗ್ರಾಂಥಿಕ ಸ್ವರೂಪ ಇವು ಕನ್ನಡ ಸಾಹಿತ್ಯೋದಯಕ್ಕೆ ಅರುಣೋದಯದಂತಾದುವು. ಕರ್ನಾಟಕದ ರಾಜರಲ್ಲಿ ಕೆಲವರು ಕನ್ನಡದಲ್ಲಿ ಶಾಸನ ಮತ್ತು ಗ್ರಂಥರಚನೆಗೆ ಪ್ರೋತ್ಸಾಹವನ್ನು ಕೊಟ್ಟುದಲ್ಲದೆ ಸ್ವಂತವಾಗಿ ಗ್ರಂಥಗಳನ್ನು ರಚಿಸಿದರು. ವಿಶೇಷತಃ ಅವರು ಜೈನಮತವನ್ನು ಸ್ವೀಕರಿಸಿಯಾಗಲಿ ಜೈನತತ್ತ್ವಕ್ಕೆ ಹಾಗೂ ಮತಾಚಾರ್ಯರಿಗೆ ಮನ್ನಣೆ ಆಶ್ರಯಗಳನ್ನು ಇತ್ತಾಗಲಿ ಜನಭಾಷೆ ಸಾಹಿತ್ಯಸ್ವರೂಪ ಪಡೆಯುವುದಕ್ಕೆ ಅನುವುಮಾಡಿಕೊಟ್ಟರು. ಕನ್ನಡಕ್ಕೆ ರಾಜಾಶ್ರಯವೂ ಆಸ್ಥಾನಗೌರವವೂ ದೊರೆಯತೊಡಗಲು ಸಂಪ್ರದಾಯಜಡರಾದ ಪಂಡಿತರೂ ಆದರತ್ತ ಹೊರಳಿದರು. ಜನಭಾಷೆಯಲ್ಲಿ ಗ್ರಂಥ ರಚನೆ ಮಾಡಬೇಕೆಂಬ, ಅದು ಸಂಸ್ಕೃತ ವಾಙ್ಮಯಕ್ಕೆ ಸರಿಮಿಗಿಲಾಗಬೇಕೆಂಬ ಹೊಸ ದೃಷ್ಟಿ ಅವರಲ್ಲಿ ತೆರೆಯಿತು. ಧರ್ಮತತ್ತ್ವ ಸಂಸ್ಕೃತದಲ್ಲಿಯೇ ಇರಬೇಕೆಂಬ ಭಾವನೆ ಬೌದ್ಧಜೈನರಲ್ಲಿ ಇರಲು ಕಾರಣವಿರಲಿಲ್ಲ. ಯಾಕೆಂದರೆ ಇವರ ಮತಗ್ರಂಥ ಗಳು ಪಾಲಿ ಮತ್ತು ಅರ್ಧಮಾಗಧಿ ಎಂಬ ಜನಭಾಷೆಯಲ್ಲಿದ್ದುವು. ಅಲ್ಲದೆ ಕೇವಲ ಸಂಸ್ಕೃತ–ಪ್ರಾಕೃತಗಳ ಮೂಲಕ ಮತಪ್ರಸಾರವಾಗಲೀ ಮತಾಂತರಹೊಂದಿದವರಲ್ಲಿ ನಿಷ್ಠೆಯ ಜೋಪಾಸನೆ ಯಾಗಲೀ ಸಾಧ್ಯವಿಲ್ಲವೆಂಬುದು ಬೌದ್ಧರಿಗಿಂತ ಹೆಚ್ಚು ಪ್ರಭಾವಶಾಲಿಯಾಗುತ್ತಿದ್ದ ಜೈನಮತಾ ಚಾರ್ಯರು ಬೇಗ ಅರಿತುಕೊಂಡರು. ವೈಶ್ಯ, ಶೂದ್ರ ಈ ಸಮಾಜಗಳಲ್ಲಿ ಹೆಚ್ಚಾಗಿ ಜೈನಮತ ಸ್ವೀಕಾರಮಾಡಿದವರು ಕನ್ನಡವೊಂದನ್ನೇ ಬಲ್ಲವರು. ಅವರಲ್ಲಿ ಮತದ ಅರಿವು–ನಂಬಿಕೆಗಳನ್ನು ಹೆಚ್ಚಿಸಲು ಅವರ ನುಡಿಯನ್ನು ಪರಿಷ್ಕರಿಸಿ ಅದರಲ್ಲಿಯೇ ಶಾಸ್ತ್ರ, ವ್ಯಾಖ್ಯಾನ, ಕಥೆ, ಪದ್ಯ ಇವನ್ನು ರಚಿಸುವುದು ಅಗತ್ಯ ಎಂಬುದನ್ನು ಅಂದಿನ ಜೈನಧುರೀಣರು ಅರಿತದ್ದು ಕನ್ನಡಕ್ಕೆ ಭಾಗ್ಯೋದಯ ವಾಯಿತು. ಚಾತುರ್ವರ್ಣ್ಯದ ಒಂದು ಪರ್ಯಾಯವನ್ನು ಇಟ್ಟುಕೊಂಡು ಹಿಂಸೆಗೆ ಹಾಗೂ ಹತಾಶವಾದ ದೈವವಾದಕ್ಕೆ ಇಂಬುಗೊಡದೆ ಕರ್ಮವಿಜಯದ, ಆತ್ಮೋದ್ಧಾರದ ತತ್ತ್ವವನ್ನು ಬೋಧಿಸಿದ ಜೈನಧರ್ಮವು ಅಂದು ಸಕಾಲಕ್ಕೆ ಕನ್ನಡ ಜನದ ಮನಸೆಳೆಯಿತು. ಉಳಿದ ಧರ್ಮಗಳಿಗಿಂತ ಅದು ವರ್ಚಸ್ವಿಯಾಯಿತು. ಭದ್ರಬಾಹುವಿನ ಕಾಲದಿಂದ ಕ್ರಮಬದ್ಧವಾಗಿ ನಡೆದ ಪ್ರಚಾರ–ಸಂಘಟನೆಗಳು ಹಾಗೂ ಕಾಲಕಾಲಕ್ಕೆ ತಲೆದೋರಿದ ಮಹಾವ್ಯಕ್ತಿಗಳ ಪ್ರತ್ಯಕ್ಷ ಸಂಪರ್ಕಗಳು ಜೈನಮತವನ್ನು ಕನ್ನಡನಾಡಿನಲ್ಲಿ ಹರಡಲು ನೆರವಾದುವು. ವೈದಿಕ ಇಲ್ಲವೆ ಬೌದ್ಧಮತವು ಕೇವಲ ಸಂಪ್ರದಾಯಮೂಢಸ್ಥಿತಿಯಲ್ಲಿದ್ದು ಅಸಾಮಾನ್ಯ ವ್ಯಕ್ತಿಗಳು ತುಂಬಿದ ಚೈತನ್ಯವಿಲ್ಲದೆ ಕಳೆಗುಂದಿತು. ಇದನ್ನೆಲ್ಲ ಮನದಂದರೆ ಕನ್ನಡಸಾಹಿತ್ಯೋದಯ ಕ್ರಿಸ್ತಶಕದ ಆರಂಭದ ಶತಕಗಳಲ್ಲಿ ನಸುಕಿನಂತಾಗಿ ಕ್ರಿ.ಶ. ೫–೬ನೆಯ ಶತಮಾನಗಳಿಂದ ಬೆಳ್ಳಂಬೆಳಕಾಗಿ ೯ನೆಯ ಶತಕದಷ್ಟು ಹೊತ್ತಿಗೆ ಹೊತ್ತುಮೂಡಿ ದಂತಾಯಿತು. ಅದಕ್ಕೆ ಕಾರಣವೆಂದರೆ ಜೈನಮತಾಚಾರ್ಯರು, ಪಂಡಿತರು ಹಾಗೂ ಪ್ರತಿಭಾಶಾಲಿ ಗಳಲ್ಲಿ ಕಾಲಪ್ರಭಾವದಿಂದ ಮತ್ತು ರಾಜಪ್ರೇರಣೆಯಿಂದ ಉಂಟಾದ ದೇಶೀಯಭಾಷಾದೃಷ್ಟಿ ಇಲ್ಲವೆ ಜನಭಾಷಾದೃಷ್ಟಿ. ಇದರಿಂದ ಒಂದು ಕಾಲಕ್ಕೆ ಬರೀ ಮಾತಿನ ಭಾಷೆಯಾದ ಕನ್ನಡವು ಸಾಹಿತ್ಯ ಸಿಂಹಾಸನವನ್ನೇರಿ ಕನ್ನಡನಾಡಿನ 'ಸಂಸ್ಕೃತ' ಭಾಷೆಯಾಯಿತು. ಕರ್ನಾಟಕದಲ್ಲಿ ರಾಜರು ಮತ್ತು ಬಹುಜನಸಮಾಜದ ಒಕ್ಕಟ್ಟಿನಿಂದ ಪಂಡಿತವರ್ಗವು ಸಂಸ್ಕೃತಾದಿಗಳ ಮೋಹದಿಂದ ಹೊರ ಬಿದ್ದು ಕನ್ನಡಕ್ಕೆ ಒಲಿಯಿತೆಂಬ ಅಭಿಪ್ರಾಯವನ್ನು ಹಿಂದೆ ಹೇಳಿದೆ. ಮೇಲಿನ ನಮ್ಮ ವಿವೇಚನೆ ಯಿಂದ ಈ ಅಭಿಪ್ರಾಯದಲ್ಲಿಯ ಸತ್ಯಾಂಶವನ್ನು ಕಾಣಬಹುದು. ಇಲ್ಲಿ ವಿವರಿಸಬೇಕಾದ ಒಂದೆರಡು ಅಂಶಗಳಿವೆ. ಕರ್ನಾಟಕದಲ್ಲಿ ಸಾಹಿತ್ಯೋದಯಕ್ಕೆ ಕಾರಣರಾದ ರಾಜರು ಜೈನ ಮತೀಯರು ಇಲ್ಲವೆ ಜೈನತತ್ತ್ವಪ್ರಿಯರು ಹಾಗೂ ಸರ್ವಸಹಿಷ್ಣುಗಳು ಆಗಿದ್ದರು. ಹಾಗೂ

ಕನ್ನಡಕ್ಕೆ ಒಲಿದ ಪಂಡಿತವರ್ಗ ವೈದಿಕಸಂಪ್ರದಾಯಕ್ಕಿಂತ ಅವೈದಿಕ, ಹೆಚ್ಚಾಗಿ ಜೈನಮತೀಯ ವಾಗಿತ್ತು. ಈ ತ್ರಿಕೂಟದಲ್ಲಿಯ ಬಹುಜನಸಮಾಜ ಎಂಬುದು ಸ್ವಯಂಜಾಗೃತವಾದ ಘಟಕವಾಗಿರದೆ ತನ್ನ ನಡೆನುಡಿಗಳಿಂದ ಬಲ್ಲವರಲ್ಲಿ ತನಗೆ ಅನುಕೂಲವಾದ, ತನ್ನ ಹಿತಕ್ಕೆ ಸಾಧಕವಾದ ದೃಷ್ಟಿಯನ್ನು ಅರಳಿಸಿದ ಜನಜಂಗುಳಿ ಎನ್ನಬೇಕು. ಇದರಿಂದ ಅದು ಅರಸಿಕವಾಗಿತ್ತೆಂದೂ ಹೊಸ ಪಲ್ಲಟವನ್ನು ಮೆಚ್ಚಲಾರದಷ್ಟು ಮೂಢವಾಗಿತ್ತೆಂದೂ ತಿಳಿಯಕೂಡದು.

ಭಾರತದ ಭಾಷೆಗಳಲ್ಲಿ ಸಂಸ್ಕೃತ ವಾಙ್ಮಯವು ಅತಿಪ್ರಾಚೀನವಾದುದು. ಅದರ ತರುವಾಯ ಪ್ರಾಚೀನವಾದ ಸಾಹಿತ್ಯಗಳೆಂದರೆ ತಮಿಳು, ಆಮೇಲೆ ಕನ್ನಡ. ಕನ್ನಡ ನುಡಿಯ ಬೆಳವಣಿಗೆಗೆ ಕನಿಷ್ಠ ೨೦೦೦ ವರ್ಷಗಳಷ್ಟು ಕಾಲಕ್ರಮಣವಿದ್ದರೆ ಕನ್ನಡ ಸವಿನುಡಿ ಎಂದರೆ ಸಾಹಿತ್ಯಕ್ಕೆ ಕನಿಷ್ಠ ೧೫೦೦ ವರ್ಷಗಳ ಹಳಮೆಯಿರುತ್ತದೆ. ಉಪಲಬ್ಧವಾದ ಗ್ರಂಥದಿಂದ ಎಣಿಸುವುದಾದರೆ ಕನ್ನಡಸಾಹಿತ್ಯವು ಒಂದು ಸಾವಿರಕ್ಕೆ ಮೇಲಾದ ವರ್ಷಗಳ ಹಳತನದಿಂದ ಕೂಡಿದ್ದಾಗಿದೆ. ಈ ಪ್ರಾಚೀನತೆ ಹುಸಿಹೆಮ್ಮೆ ಗಾಗಿ ಎತ್ತಿಹೇಳಬೇಕಾದ ವಿಷಯವಲ್ಲ. ಕನ್ನಡ ಸಾಹಿತ್ಯವು ಈ ನಿಡಿದಾದ ದಾರಿಯಲ್ಲಿ ನಡೆದು ಯಾವ ಸಿದ್ಧಿಯನ್ನು ಪಡೆದಿದೆ, ಯಾವುದನ್ನು ಪಡೆಯದೆ ಉಳಿದಿದೆ, ಅದು ಹಾಕಿಕೊಟ್ಟ ಪರಂಪರೆ ಏನು, ಮುಂದಿನ ಸಾಹಿತ್ಯಕ್ಕೆ ಅದು ನೀಡುವ ಬೆಳಕೇನು ಎಂಬುದನ್ನು ಅರಿತು ಮುಂದುವರಿಯಬೇಕು. ಹೀಗೆ ನೋಡಿದಾಗ ಈ ಪ್ರಾಚೀನ ಪರಂಪರೆಯ ವಿಷಯದಲ್ಲಿ ನಾವು ಅಭಿಮಾನ ತಾಳುವುದಲ್ಲದೆ ಇದನ್ನು ಉಳಿಸಿ ಬೆಳೆಸಬೇಕೆಂದೂ ಇದರಿಂದ ಚಿರಂತನ ಸ್ಫೂರ್ತಿ ಪಡೆಯಬೇಕೆಂದೂ ನಮಗೆ ತೋರದೆ ಇರದು.

## ಟಿಪ್ಪಣಿಗಳು

1. 'ಪಂಪಭಾರತ', ೧೪-೫೬. 2. ಅದೇ, ೧-೧೧. 3. 'ಪಂಪರಾಮಾಯಣ', ೧-೨೮.

4. R. Narasimhacharya : *History of Kannada Literature*, p. 5.

5. *E.C.*, Vol. VIII, NR 35, 6. M.V. Krishna Rao : *The Gangas of Talkad*, pp. 65-67.

7. *E.C.*, Vol. VIII, NR 35 : ಏವೇಟ್ಟುದೋ ಶಿವಮಾರಮ । ಹೀವಳಯಾಧಿಪನ ಸುಭಗಕವಿತಾ ಗುಣಮಂ ॥ ಭೂವಳಯದೊಳ್ ಗಜಾಷ್ಟಕ । ಮೋವನಿಗೆಯುಮೊನಕೆವಾಡುಮಾದುದೆ ಪೇಟ್ಟುಂ ॥

8. ಟಿ. ಕೇಶವಭಟ್ಟ : ತೀರ ಪ್ರಾಚೀನ ಸಾಹಿತ್ಯರೂಪಗಳು ('ಸಮಗ್ರ ಕನ್ನಡ ಸಾಹಿತ್ಯ ಚರಿತ್ರೆ', ಸಂಪುಟ ೧, ಪು. ೫೬).

9. ಪ್ರ. ಗೋ. ಕುಲಕರ್ಣಿ : 'ಕನ್ನಡ ಭಾಷೆಯ ಚರಿತ್ರೆ', ಪು. ೮೨-೮೩.

10. 'ಕವಿಚರಿತೆ', ಸಂ. ೧, ಅವತರಣಿಕೆ, ಪು. ೧೨.

11. H. D. Velankar : 'Chandonusasana and Ancient Kannada Metres' (*JBBRAS.*, Vol. 21, New Series, p. 9).

12. ಗೋವಿಂದ ಪೈ : ಕನ್ನಡ ಸಾಹಿತ್ಯದ ಪ್ರಾಚೀನತೆ ('ಮೂರು ಉಪನ್ಯಾಸಗಳು', ಪು. ೧೧೧-೧೧೨).

13. M. Krishnamachariar : *History of Classical Sanskrit Literature*, p. 324.

14. ತಳಕು ವೆಂಕಣ್ಣಯ್ಯ : ಕನ್ನಡದಲ್ಲಿ ಬೌದ್ಧರೂ ಗ್ರಂಥಗಳನ್ನು ಬರೆದಿದ್ದಾರೆಯೇ ? (ಪ್ರ.ಕ., ೨-೩).

15. ಕನ್ನಡವಕ್ಕಿ : ಕರ್ಣಾಟಕ ಸಾಹಿತ್ಯ ('ಕರ್ಣಾಟಕದ ಕೈಪಿಡಿ', ಪು. ೨೦೫-೭) (ಮೈಸೂರು ವಿಶ್ವವಿದ್ಯಾ ನಿಲಯ), ಎರಡನೆಯ ಸಂಪುಟ, ಪು. ೪೯-೫೦೫.

16. ಈ ವಿಷಯದಲ್ಲಿರುವ ಭಿನ್ನಾಭಿಮತಗಳ ಚರ್ಚೆಗೆ, ನೋಡಿ : 'ಕನ್ನಡ ಸಾಹಿತ್ಯ ಚರಿತ್ರೆ' (ಕನ್ನಡ ಅಧ್ಯಯನ ಸಂಸ್ಥೆ, ಮೈಸೂರು ವಿಶ್ವವಿದ್ಯಾನಿಲಯ), ಎರಡನೆಯ ಸಂಪುಟ, ಪು. ೪೯೬-೫೦೫.

## ಪ್ರಕರಣ : ೫

# ಸಾಹಿತ್ಯ ಚರಿತ್ರೆಯಲ್ಲಿ ವಿಭಾಗ ಕ್ರಮ

ಕನ್ನಡ ಸಾಹಿತ್ಯದ ಮುಂದಣ ಚರಿತ್ರೆ ಬಹುದೀರ್ಘಕಾಲವನ್ನು ಒಳಗೊಂಡಿದೆ. ತರತರದ ರೂಪಗಳನ್ನೂ ಹಲವಾರು ಕೃತಿಗಳನ್ನೂ ಕುರಿತಿದೆ. ಅದರ ಅಭ್ಯಾಸ ಸುಕರವಾಗಿರಲು ವಿಭಾಗಗಳು ಆವಶ್ಯಕ. ವಿಭಾಗವೆಂದಮೇಲೆ ಒಂದು ಕ್ರಮ, ಕ್ರಮಕ್ಕೆ ಒಂದು ತಳಹದಿ, ಒಂದು ತತ್ತ್ವ ಬೇಕು. ಈ ವಿಷಯದಲ್ಲಿ ಸಾಕಷ್ಟು ಮತಭೇದವಾಗಿದೆ. ಕನ್ನಡ ಸಾಹಿತ್ಯದ ಸ್ವರೂಪ, ಕಾಲಕಾಲದ ವೈಶಿಷ್ಟ್ಯಗಳು ಈ ಬಗ್ಗೆ ಮೂಲಭೂತವಾದ ದೃಷ್ಟಿಭೇದವೂ ತೋರಿದೆ. ಆದ್ದರಿಂದ ಈ ವಿಷಯವನ್ನು ಪರ್ಯಾಲೋಚಿಸಿ ನಮಗೆ ಸಮ್ಮತವಾದ ವಿಭಾಗ ಕ್ರಮವನ್ನು ಈ ಪ್ರಕರಣದಲ್ಲಿ ನಿರೂಪಿಸುತ್ತೇವೆ.

ಕನ್ನಡ ಸಾಹಿತ್ಯ ಚರಿತ್ರೆಗೆ ವಿಪುಲ ಸಾಮಗ್ರಿರೂಪವಾದ ಮೊದಲನೆಯ ಮಹಾಗ್ರಂಥವನ್ನು ಒದಗಿಸಿದವರು ಆರ್. ನರಸಿಂಹಾಚಾರ್ಯರು. ತಮ್ಮ 'ಕರ್ಣಾಟಕ ಕವಿಚರಿತೆ' (ಸಂಪುಟ ೧)ಯಲ್ಲಿ ಅವರು ಕನ್ನಡ ಕವಿಗಳನ್ನು ಸ್ಥೂಲವಾಗಿ ಜೈನರು, ವೀರಶೈವರು, ವೈಷ್ಣವರು ಎಂದು ಮೂರು ಪಂಗಡವಾಗಿ ವಿಂಗಡಿಸಿ, "ಬೇರೆ ಬೇರೆ ಕಾಲದಲ್ಲಿ ಬೇರೆ ಬೇರೆ ಮತದ ಕವಿಗಳು ವಿಶೇಷವಾಗಿ ಗ್ರಂಥರಚನೆ ಮಾಡಿದ್ದಾರೆ ಎಂಬ ಅಂಶವನ್ನು ಸ್ಥೂಲವಾಗಿ ತಿಳಿಯುವುದಕ್ಕೋಸ್ಕರ ಈ ರೀತಿಯಾಗಿ ಕಾಲವಿಭಾಗ ಮಾಡಿದೆ. ಇದರಿಂದ ಜೈನರ ಕಾಲದಲ್ಲಿ ಶೈವ–ವೈಷ್ಣವ ಗ್ರಂಥಗಳೂ ಶೈವರ ಕಾಲದಲ್ಲಿ ವೈಷ್ಣವ–ಜೈನ ಗ್ರಂಥಗಳೂ ಹುಟ್ಟಲಿಲ್ಲವೆಂದು ತಿಳಿಯಕೂಡದು" ಎಂದು ಸ್ಪಷ್ಟಪಡಿಸಿದ್ದಾರೆ.[1] ಈ ವಿಂಗಡಣೆ ಮುಂದೆ ಬಹುಕಾಲದವರೆಗೆ ಪ್ರಚಾರದಲ್ಲಿ ಉಳಿಯಿತು. ಇದಕ್ಕೆ ಒಂದು ತತ್ತ್ವದ ಸ್ವರೂಪವೂ ಬಂದಿತು. ಆಯಾ ಯುಗದಲ್ಲಿ ಪ್ರಭಾವಶಾಲಿಯಾದ ಮತಧರ್ಮಕ್ಕನುಸರಿಸಿ ಕಾಲವಿಭಾಗವನ್ನು ಮಾಡಬೇಕೆಂಬುದೇ ಆ ತತ್ತ್ವ. ಅಂತೆಯೇ ಸಾಹಿತ್ಯ ಪ್ರಾರಂಭದಿಂದ ೧೨ನೆಯ ಶತಮಾನದ ಮಧ್ಯದವರೆಗೆ ಜೈನಯುಗ, ೧೨ನೆಯ ಶತಮಾನದ ಮಧ್ಯದಿಂದ ೧೫ನೆಯ ಶತಮಾನದ ವರೆಗೆ ವೀರಶೈವಯುಗ, ೧೫ನೆಯ ಶತಮಾನದಿಂದ ಮುಂದೆ ೧೯ನೆಯ ಶತಮಾನದವರೆಗೆ ಬ್ರಾಹ್ಮಣಯುಗ—ಹೀಗೆ ಹೇಳಲಾಯಿತು. ಇದನ್ನು ವಿವರಿಸುತ್ತ ಇಂಗ್ಲಿಷಿನಲ್ಲಿ ಕನ್ನಡ ಸಾಹಿತ್ಯ ಚರಿತ್ರೆಯನ್ನು ಬರೆದ ಇ.ಪಿ. ರೈಸರು ಹೇಳಿದ ಮಾತೆಂದರೆ, ಇಡೀ ಸಾಹಿತ್ಯ ಚರಿತ್ರೆಯನ್ನು ಶಾಖೆಗಳನ್ನು ಬರಮಾಡಿಕೊಂಡು ಹಿಗ್ಗುಗ್ಗುತ್ತ ಹೋಗುವ ಹೊಳೆಗೆ ಹೋಲಿಸಬಹುದು. ತನ್ನ ಮೊದಲ ಯುಗದಲ್ಲಿ ಅದು ಇತರ ಮಿಶ್ರಣವಿಲ್ಲದ ಜೈನತತ್ತ್ವದ ಪ್ರವಾಹವಾಯಿತು. ಆಮೇಲೆ ಎರಡನೆಯ ಯುಗದಲ್ಲಿ ವೀರಶೈವ ಪ್ರವಾಹವು ಬಂದು ಅದನ್ನು ಕೂಡಿಕೊಂಡಿತು, ಅವು ಒಂದರೊಳಗೊಂದು ಬೆರೆಯದೆ ಹತ್ತಿರ ಹತ್ತಿರ ಹರಿದುವು, ಮುಂದೆ ಮೂರನೆಯ ಯುಗದಲ್ಲಿ ವೈಷ್ಣವ ಪ್ರವಾಹವು ಬಂದು ಆ ಎರಡು ಪ್ರವಾಹಗಳನ್ನೂ ಸೇರಿತು. ಅವರು ಮುಂದುವರಿಯುತ್ತ ಹೇಳಿದ್ದೆಂದರೆ ಧಾರ್ಮಿಕ ಹಿನ್ನೆಲೆಯಲ್ಲಿ ಮಾತ್ರವಲ್ಲದೆ ಸಾಹಿತ್ಯರೂಪಗಳಲ್ಲಿಯೂ ಈ ಯುಗಗಳು ಬೇರೆಬೇರೆ ಯಾಗಿವೆ. ಜೈನಗ್ರಂಥಗಳು ಸಾಮಾನ್ಯವಾಗಿ ಚಂಪೂರೂಪದಲ್ಲಿವೆ. ವೀರಶೈವ ಕೃತಿಗಳಲ್ಲಿ ಗದ್ಯ ಹೆಚ್ಚಾಗಿದ್ದು, ಪದ್ಯ ಬಹುಶಃ ಷಟ್ಪದಿ, ರಗಳೆಗಳಲ್ಲಿದೆ. ದೀರ್ಘವಾದ ಬ್ರಾಹ್ಮಣ ಕೃತಿಗಳು ಷಟ್ಪದಿಯಲ್ಲಿದ್ದರೂ ಚಿಕ್ಕವು ಕೀರ್ತನೆಗಳ ರೂಪದಲ್ಲಿವೆ.[2] ಕ್ರಿ.ಶ. ೧೮೭೪ರಷ್ಟು ಹಿಂದೆಯೇ ಕಿಟೆಲ್‌ರು ತಮ್ಮ ನಾಗವರ್ಮನ 'ಛಂದೋಂಬುಧಿ'ಯ ಆವೃತ್ತಿಯಲ್ಲಿ 'ಕನ್ನಡ ಸಾಹಿತ್ಯದ ಮೇಲೆ ನಿಬಂಧ'ವೆಂಬುದನ್ನು ಇಂಗ್ಲಿಷಿನಲ್ಲಿ ವಿಸ್ತಾರವಾಗಿ ಬರೆದು ಮತಪರವಾದ ವಿವೇಚನೆಯನ್ನೇ ಮಾಡಿ

ದ್ದಾರೆ. ಅಲ್ಲದೆ ತರುವಾಯ ತಮ್ಮ ಕೋಶದ ಉಪೋದ್ಘಾತದಲ್ಲಿ, ಭಾಷಾದೃಷ್ಟಿಯಿಂದ ಜೈನಯುಗದಲ್ಲಿ ಹಳಗನ್ನಡ, ವೀರಶೈವಯುಗದಲ್ಲಿ ನಡುಗನ್ನಡ, ಬ್ರಾಹ್ಮಣಯುಗದಲ್ಲಿ ಹೊಸಗನ್ನಡ ಪ್ರಮುಖವಾಗಿತ್ತೆಂದು ಹೇಳಿದ್ದಾರೆ. ಈ ರೀತಿಯಾಗಿ ಮತಧರ್ಮ, ಸಾಹಿತ್ಯರೂಪ, ಭಾಷಾವಸ್ಥೆ ಈ ಮೂರರಿಂದಲೂ ಮೇಲ್ಕಾಣಿಸಿದ ಮೂರು ಯುಗಗಳು ಬೇರೆ ಬೇರೆ ಎಂಬ ರೂಢಿ ಬಿದ್ದಿತು. ಅದರ ವರ್ಚಸ್ಸು ಇಂದಿಗೂ ಉಳಿದಿದೆ. ಭಾಷಾದೃಷ್ಟಿಯನ್ನು ಮುಖ್ಯವಾಗಿ ನೆನಪಿನಲ್ಲಿಟ್ಟು ಮಾಡಲಾದ ಕೆಳಗಿನ ಪ್ರಯತ್ನವನ್ನೂ ಗಮನಿಸಬಹುದು. "ಕರ್ಣಾಟಕ ಸಾಹಿತ್ಯ ಚರಿತ್ರೆಯನ್ನು ಐದು ಭಾಗ ಮಾಡಬಹುದು : (೧) ಮೂಲಗನ್ನಡ ಕಾಲ—ಕ್ರಿ.ಶ. ೭೫೦ರ ವರೆಗೆ, (೨) ಹಳಗನ್ನಡ ಕಾಲ—೭೫೦–೧೧೫೦ರ ವರೆಗೆ, (೩) ಮಧ್ಯಕನ್ನಡ ಕಾಲ—೧೧೫೦–೧೫೦೦ರ ವರೆಗೆ, (೪) ಹೊಸಗನ್ನಡ ಕಾಲ—೧೫೦೦–೧೮೫೦ರ ವರೆಗೆ (೫) ನವಗನ್ನಡ ಕಾಲ—೧೮೫೦ರ ಮುಂದೆ."[3]

ಬರಬರುತ್ತ ಮೇಲಿನ ವಿಚಾರಸರಣಿಗೆ ಪ್ರತಿಕೂಲವಾದ ದನಿಗಳೆದ್ದುವು, ಹಳೆಯ ಸೂಚನೆಗಳೂ ಮುಂದೆ ಬಂದುವು. ಮೊದಲನೆಯ ಸಲ ಮತಾನುಸಾರವಾದ ಕಾಲ ವಿಭಾಗವನ್ನು ಪ್ರತಿಭಟಿಸಿದವರು 'ಕನ್ನಡವಕ್ಕಿ' ಎಂಬ ಲೇಖಕರು. ಅವರು ಹೇಳಿದ್ದೆಂದರೆ "ಈ ವಿಭಾಗಕ್ರಮವು ಅಸಮಂಜಸವಲ್ಲವಾದರೂ ಶುದ್ಧಸಾಹಿತ್ಯದೃಷ್ಟಿಯಿಂದ ಅಷ್ಟು ಸಮರ್ಪಕವಾಗಿಲ್ಲ....ಕಾಲ, ದೇಶ, ಕಾರಣ, ನಿಮಿತ್ತಗಳನ್ನು ಲೆಕ್ಕಿಸಿ, ಕವಿಕರ್ಮಕ್ಕೆ ಮೂಲಕಾರಣವಾದ ಸ್ಫೂರ್ತಿವಿಶೇಷವನ್ನು ಗಮನಿಸಿ, ಕಾವ್ಯಕ್ಕೆ ರಸವೇ ಆತ್ಮವೆಂಬುದನ್ನು ಜ್ಞಾಪಕದಲ್ಲಿಟ್ಟು, ಕರ್ಣಾಟಕವಾಙ್ಮಯೇತಿಹಾಸವೆಲ್ಲವನ್ನು (ಕ್ರಿ.ಶ. ೧೦ನೆಯ ಶತಮಾನದಿಂದ) ಕ್ಷಾತ್ರಯುಗ, ಮತಪ್ರಚಾರಕ ಯುಗ, ಸಾರ್ವಜನಿಕ ಯುಗ ಮತ್ತು ಆಧುನಿಕ (ವೈಜ್ಞಾನಿಕ) ಯುಗವೆಂಬುದಾಗಿ ನಾಲ್ಕು ವಿಭಾಗ ಮಾಡುತ್ತೇವೆ."[4] ಕ್ಷಾತ್ರಯುಗದಲ್ಲಿ (೧೦ನೆಯ ಶತಮಾನದಿಂದ ೧೨ನೆಯ ಶತಮಾನ) ಕವಿಕರ್ಮಕ್ಕೆ ವೀರರಸವೇ ಪ್ರಧಾನವಾದ್ದರಿಂದ ಆ ಯುಗಕ್ಕೆ ಯೋಗ್ಯ ಹೆಸರು ದೊರೆಯಿತು. "ಹೆಚ್ಚಾಗಿ ಜೈನರೇ ಈ ಕಾಲದಲ್ಲಿ ಗ್ರಂಥರಚನೆಯನ್ನು ಮಾಡಿದರೂ ಈ ವಿಚಾರದಲ್ಲಿ ಬ್ರಾಹ್ಮಣರು ಹಿಂದುಳಿದಿರಲಿಲ್ಲ.... ಕಾವ್ಯ ಪುರಾಣಗಳಷ್ಟೇ ಅಲ್ಲದೆ ಇತರ ಸಾಹಿತ್ಯಸ್ವರೂಪಗಳೂ ಹುಟ್ಟಿದುವು."[5]

ಮತಪ್ರಚಾರಕ ಯುಗದಲ್ಲಿ (೧೨ನೆಯ ಶತಮಾನದಿಂದ ೧೬ನೆಯ ಶತಮಾನದ ವರೆಗೆ) ವೈದಿಕಧರ್ಮ ಜೈನಧರ್ಮವನ್ನೆದುರಿಸಿತು. ಆಸ್ತಿಕ ಭಕ್ತಿಪರವಾದ ಹೊಸ ಮತಗಳು ಉದಯವಾದುವು. ಇಂಥ ಸಮಯದಲ್ಲಿ ಹಿಂದಿಗಿಂತ ಹೆಚ್ಚಾಗಿ ಜೈನಪುರಾಣ ಮುಂತಾದ ಬರವಣಿಗೆ ನಡೆಯಿತು. ಪ್ರತಿಯೊಂದು ಮತದವರೂ ತಮ್ಮ ಮತದ ಮೇಲ್ಮೆಯನ್ನು ತೋರಿಸುವುದಕ್ಕೂ ಪ್ರಚಾರಕ್ಕೂ ಗ್ರಂಥಗಳನ್ನು ರಚಿಸಿದರು. ಸ್ವಮತದ ಶ್ರೇಷ್ಠತೆಯನ್ನು ತೋರಿಸುವುದಲ್ಲದೆ ಪರಮತ ದೂಷಣೆಯೂ ಪ್ರಬಲವಾಯಿತು. ಎಲ್ಲರಲ್ಲಿ ಭೋಗಾಸಕ್ತಿ ಹೆಚ್ಚಲು ಕಾವ್ಯಗಳಲ್ಲಿ ಶೃಂಗಾರರಸವೇ ಪ್ರಧಾನವಾಯಿತು. ಮೂರನೆಯದಾದ ಸಾರ್ವಜನಿಕ ಯುಗದಲ್ಲಿ (೧೬ನೆಯ ಶತಮಾನದಿಂದ ೧೯ನೆಯ ಶತಮಾನದವರೆಗೆ) ದೇಶದಲ್ಲಿ ಅನಾಯಕತ್ವ, ಸಮಾಜದಲ್ಲಿ ನಿರ್ಜೀವತೆ ಹಬ್ಬಿರುವಾಗ "ಸಮಾಜದ ಉನ್ನತಿಗೆ ಸುಲಭ ಮಾರ್ಗವನ್ನು ತೋರಿಸಿ ಧರ್ಮವನ್ನು ಸಾರ್ವಜನಿಕವಾಗಿ ಮಾಡುವ ಸದುದ್ದೇಶದಿಂದ ಮಧ್ವ ಹರಿದಾಸರು ಉದಯಿಸಿದರು."[6] ಹಿಂದಿನ ಯುಗಗಳಲ್ಲಿ ರಾಜರ ಅಥವಾ ವಿದ್ಯಾಪ್ರೇಮಿಗಳ ಸುತ್ತಮುತ್ತಲೂ ಸಾಹಿತ್ಯ ಸೃಷ್ಟಿಯಾಗುತ್ತಿತ್ತು. ಜನಸಾಮಾನ್ಯಕ್ಕೂ ಸಾಹಿತ್ಯಕ್ಕೂ ಸಾಮೀಪ್ಯ ಸಂಬಂಧವಿರಲಿಲ್ಲ. ಎರಡನೆಯ ಯುಗದಲ್ಲಿ ಈ ಸಂಬಂಧವು ಕೊಂಚ ಹೆಚ್ಚಿತು. ಈ ಮೂರನೆಯ ಯುಗದಲ್ಲಿ ಮಾತ್ರ "ನೂರಾರು ಕವಿಗಳು, ರಾಜರಿಗಲ್ಲ, ತಮ್ಮ ಪೋಷಕರಿಗಲ್ಲ, ಸಮಾಜಕ್ಕೆ ದೇಶಕ್ಕೆ ನೂರಾರು ಗ್ರಂಥಗಳನ್ನು ಬರೆದರು. ಜನಸಾಮಾನ್ಯಕ್ಕಾಗಿ ಈ ಕಾಲದ ಕವಿಗಳು

ಬರೆದವರಾದ ಕಾರಣ ಸುಲಭವಾದ, ಸರಳವಾದ ಸರಣಿಯನ್ನನುಸರಿಸಿದರು."[7] "ಭಕ್ತಿರಸವೇ ಈ ಕಾಲದ ಸಾಹಿತ್ಯದಲ್ಲಿ ಪ್ರಧಾನರಸವೆಂದಾಯಿತು."[8]

ಈ ಹೊಸ ಕ್ರಮವು ಅಭ್ಯಾಸಿಗಳ ವಿಚಾರಶಕ್ತಿಯನ್ನು ಪ್ರಚೋದಿಸಿತು. ಮುಂದಿನ ಚರಿತ್ರಲೇಖಕರು ನವೀನ ಕ್ರಮಗಳನ್ನೂ ಹೆಸರುಗಳನ್ನೂ ಸೂಚಿಸಿದರು. ಆರಂಭಕಾಲ, ಪಂಪನ ಯುಗ, ಸ್ವಾತಂತ್ರ್ಯಯುಗ, ಚಿಕ್ಕದೇವರಾಯರ ಕಾಲ, ಸಂಧಿಕಾಲ ಎಂಬುದಾಗಿ ಒಂದು ಸೂಚನೆ ಮುಂಬಂದಿತು. ಅದರ ಸಮರ್ಥನೆಗಾಗಿ ಹೇಳಿದ್ದರಲ್ಲಿ "ಯಾವ ಒಂದು ಕಾಲದಲ್ಲಿಯೂ ಒಂದೇ ಮತದವರು ಗ್ರಂಥರಚನೆ ಮಾಡಿಲ್ಲ. ಆದ್ದರಿಂದ ಈ ವಿಭಾಗಕ್ರಮವನ್ನು ಬಿಟ್ಟು ಆಯಾ ಕಾಲದಲ್ಲಿ ಪ್ರಧಾನರಾದ ಕವಿಗಳ ಹೆಸರನ್ನು ಅಥವಾ ಆಯಾ ಕಾಲದ ಕಾವ್ಯಗಳ ವೈಶಿಷ್ಟ್ಯವನ್ನು ಸೂಚಿಸುವ ಒಂದು ಹೆಸರನ್ನು ಕೊಡಲು ಇಲ್ಲಿ ಯತ್ನಿಸಿದೆ."[9] ಕ್ರಿ.ಶ. ೯೦೦ರವರೆಗೆ ಆರಂಭಕಾಲವಾದರೆ, ೯೦೦ರಿಂದ ೧೨೦೦ ಇದು ಚಂಪೂಯುಗ ಅಥವಾ ಪಂಪನ ಯುಗ. ಯಾಕೆಂದರೆ ಪಂಪನೂ ಅವನು ಹಾಕಿಕೊಟ್ಟ ಚಂಪೂ ಮಾರ್ಗವೂ ಈ ಕಾಲದ ಕವಿಗಳಿಗೆ ಮೇಲ್ಪಂಕ್ತಿಯಾದದ್ದು ಕಂಡು ಬಂದಿದೆ. ೧೨ನೆಯ ಶತಮಾನದಲ್ಲಿ ಸ್ವಾತಂತ್ರ್ಯಯುಗವು ಪ್ರಾರಂಭವಾಯಿತು. "ಇದುವರೆಗೆ ಕನ್ನಡ ಕವಿಗಳೆಲ್ಲರೂ ಸಂಸ್ಕೃತಸಾಹಿತ್ಯದಿಂದ ಸಾರಸಂಗ್ರಹ ಕಾರ್ಯದಲ್ಲಿ ತೊಡಗಿದ್ದರು; ಸಂಸ್ಕೃತ ಕವಿಗಳನ್ನು ಅನುಕರಣ ಮಾಡುತ್ತಿದ್ದರು."[10] ಬಸವಣ್ಣನವರು ಒಂದು ಹೊಸ ಹಾದಿಯನ್ನು ಹಾಕಿಕೊಟ್ಟರು. ಜನಸುಲಭವಾದ ವಚನಗಳೂ ಕನ್ನಡ ಛಂದಸ್ಸಿನ ರಗಳೆ, ಷಟ್ಪದಿ ಗ್ರಂಥಗಳೂ ತಲೆದೋರಿದುವು. ಇನ್ನು ಮುಂದಿನ ಚಿಕ್ಕದೇವರಾಯರ ಕಾಲದಲ್ಲಿ ಆ ಅರಸರ ಪೋಷಣೆಯಿಂದ ಕನ್ನಡ ಸಾಹಿತ್ಯವು ಮತ್ತೆ ಪಲ್ಲವಿಸಿತೆಂದು ಆ ಹೆಸರಿತ್ತಿದೆ. ಸಂಧಿಕಾಲದಲ್ಲಿ ರಾಜಾಶ್ರಯದಿಂದ ಜನಾಶ್ರಯಕ್ಕೆ, ಹಳೆಯ ಶೈಲಿಯಿಂದ ಹೊಸದಕ್ಕೆ ನಡೆದ ಸಂಕ್ರಮಣವು ಕಂಡು ಬಂದಿರುತ್ತದೆ.

ಈ ವಿಷಯದ ಮೇಲೆ ತಮ್ಮ ದೃಷ್ಟಿವಿಶೇಷದ ಬೆಳಕನ್ನು ಬಿ. ಎಂ. ಶ್ರೀಕಂಠಯ್ಯನವರು ಬೀರಿದ್ದಾರೆ. ಅವರ ಅಭಿಪ್ರಾಯದಲ್ಲಿ ಕನ್ನಡ ಸಾಹಿತ್ಯವನ್ನು ಕಾಲ, ಮತ ಇವಕ್ಕೆ ಅನುಸರಿಸಿ ಎರಡು ಬಗೆಯಾಗಿ ವಿಭಾಗ ಮಾಡಬಹುದು. ಕಾಲಕ್ರಮದ ಬಗೆಯಾದರೆ ಭಾಷೆ, ಕಾವ್ಯದ ರೂಪ, ರಾಜವಂಶಗಳು, ಪ್ರಧಾನ ಕವಿಯ ಹೆಸರು ಮುಂತಾದುವನ್ನು ಅನುಸರಿಸಿ ಮಾಡಬಹುದು. ಆದರೆ "ಈ ವಿಭಾಗದಲ್ಲಿ ಸೌಕರ್ಯವಾಗಲಿ, ಸಾಹಿತ್ಯದೃಷ್ಟಿಯಿಂದ ಒಂದು ಲಕ್ಷಣಸಮನ್ವಯವಾಗಲಿ, ವಿಶೇಷ ಪ್ರಯೋಜನವಾಗಲಿ ಕಾಣಬರುವುದಿಲ್ಲ. ಕನ್ನಡ ಸಾಹಿತ್ಯವೆಲ್ಲ ಪ್ರಾಯಶಃ ಸಂಸ್ಕೃತ ಸಾಹಿತ್ಯವನ್ನು ಅವಲಂಬಿಸಿ, ಸಂಪ್ರದಾಯಮಾರ್ಗವನ್ನೇ ಹಿಡಿದು ರಚಿತವಾಗಿರುವುದರಿಂದಲೂ, ಬಹುಮಟ್ಟಿಗೆ ಸಮಾಜದಲ್ಲಿ ಕೂಡ ಕಾಲಕಾಲಕ್ಕೆ ಕಾಲಗುಣ ಬದಲಾಯಿಸದೆ ಒಂದೇ ರೀತಿಯಲ್ಲಿರುವುದರಿಂದಲೂ, ಕಾಲಕ್ಕನುಸಾರವಾಗಿ ಸಾಹಿತ್ಯವಿಭಾಗ ಮಾಡುವುದರಲ್ಲಿ ಅಷ್ಟು ಔಚಿತ್ಯ ತೋರುವುದಿಲ್ಲ."[11] ಮತದೃಷ್ಟಿಯಿಂದ ನೋಡಿದರೆ, "ಕನ್ನಡ ಸಾಹಿತ್ಯದ ಚರಿತ್ರೆಯಲ್ಲಿ ಮೂರು, ನಾಲ್ಕು ಘಟ್ಟಗಳು ಅಥವಾ ಚಳವಳಿಗಳು ಚೆನ್ನಾಗಿ ಮೇಲಕ್ಕೆದ್ದು"[12] ಕಣ್ಣಿಗೆ ಕಾಣುತ್ತವೆ. ಮೊದಲು ಜೈನ ಆಮೇಲೆ ವೀರಶೈವ, ಮೂರನೆಯದಾಗಿ ವೈಷ್ಣವ ಇವು ತಲೆದೋರಿದುವು. "ಹೊಳೆ ಬಂದು, ಹೊಳೆ ಇಳಿದುಹೋದಂತೆ ಕನ್ನಡ ಸಾಹಿತ್ಯದಲ್ಲಿ ಈ ರೀತಿಯಲ್ಲಿ ಜೈನ, ವೀರಶೈವ, ಬ್ರಾಹ್ಮಣ ಸಾಹಿತ್ಯಗಳು ಒಮ್ಮೆ ಅಭ್ಯುದಯಸ್ಥಿತಿಯಲ್ಲಿಯೂ, ಒಮ್ಮೆ ಕ್ಷೀಣದಶೆಯಲ್ಲಿಯೂ ಇರುತ್ತ, ಹಳೆಯ ನೀರೂ ಹೊಸ ನೀರೂ ಬೆರೆದುಕೊಂಡೇ ಬರುತ್ತಿರುವುವು."[13] ನಾಲ್ಕನೆಯ ಘಟ್ಟವಾಗಿ ಪಾಶ್ಚಾತ್ಯರ ಸಂಪರ್ಕದಿಂದ ಉಂಟಾದ ಹೊಸ ಸಾಹಿತ್ಯಸೃಷ್ಟಿ. ಒಟ್ಟಿನಲ್ಲಿ ಹೊಳೆಯ ಹೋಲಿಕೆಯನ್ನೇ ಮುಂದುವರಿಸಿ ಅವರು ಹೇಳಿದ್ದಾರೆ: "ಈ ನಾಲ್ಕು ಘಟ್ಟಗಳಲ್ಲಿ ಹರಿದುಬಂದಿರುವ ಕನ್ನಡ ಸಾಹಿತ್ಯವನ್ನು, ನಮ್ಮ ಕನ್ನಡನಾಡಿನ ಏರುತಗ್ಗಿನ ಘಟ್ಟಗಳಲ್ಲಿ ನುಗ್ಗಿಬರುವ ಕಾವೇರಿ ನದಿಗೆ

ಹೋಲಿಸಬಹುದು. ಅದರಂತೆಯೇ ನಮ್ಮ ಸಾಹಿತ್ಯದ ಮೂಲವೂ ಕಾಡಿನಲ್ಲಿ ಅಡಗಿಹೋಗಿದೆ. ಆ ಬಳಿಕ ಉಪನದಿಗಳು ಒಂದೊಂದಾಗಿ ಸೇರುವಂತೆ, ಜೈನ ಸಾಹಿತ್ಯ ಪ್ರವಾಹವೂ, ವೀರಶೈವ ಸಾಹಿತ್ಯ ಪ್ರವಾಹವೂ, ಬ್ರಾಹ್ಮಣ ಸಾಹಿತ್ಯ ಪ್ರವಾಹವೂ, ಒಂದಾದಮೇಲೊಂದು, ಒಂದರ ಕೂಡ ಮತ್ತೊಂದು ಬಂದು ಮಿಳಿತವಾಗಿ ಮೂರು ಬಣ್ಣದ ನೀರುಳ್ಳ ದೊಡ್ಡ ಹೊಳೆಯಾಗಿದೆ.... ಈ ತತ್ತ್ವವನ್ನು ನೆನಪಿನಲ್ಲಿಟ್ಟು ಸಾಹಿತ್ಯ ಚರಿತ್ರೆಯನ್ನು ಇಲ್ಲಿ ಈ ಪ್ರಕಾರ ವಿಭಾಗ ಮಾಡಿರುತ್ತದೆ: (೧) ಆರಂಭ ಕಾಲ : ೧೦ನೆಯ ಶತಮಾನದವರೆಗೆ ; (೨) ಮತಪ್ರಾಬಲ್ಯ ಕಾಲ : ೧೦–೧೯ ಶತ ಮಾನಗಳು (ಜೈನ ಕವಿಗಳು : ೧೦ನೆಯ ಶತಮಾನದಿಂದ, ವೀರಶೈವ ಕವಿಗಳು : ೧೨ನೆಯ ಶತಮಾನ ದಿಂದ, ಬ್ರಾಹ್ಮಣ ಕವಿಗಳು ಮುಖ್ಯವಾಗಿ : ೧೫ನೆಯ ಶತಮಾನದಿಂದ) ; (೩) ನವೀನ ಕಾಲ : ೧೯ನೆಯ ಶತಮಾನದಿಂದ."[14]

ಮೇಲಿನ ಸಂಗ್ರಹದಿಂದ ಮತಾನುಸಾರವಾದ ವಿಭಾಗಕ್ರಮವು ಒಂದಿಲ್ಲೊಂದು ಬಗೆ ಯಲ್ಲಿ ಅನೇಕರ ಒಪ್ಪಿಗೆಯನ್ನು ಪಡೆದದ್ದು ತಿಳಿಯಬರುತ್ತದೆ. ಕನ್ನಡ ಸಾಹಿತ್ಯ ಬಹುಭಾಗ ದಲ್ಲಿ ಮತೀಯ, ಮತಪ್ರಚಾರಕವೆಂಬ ಅಭಿಪ್ರಾಯವು ಪ್ರಚಲಿತವಾಗಿದೆ. ನಿಜವಾಗಿ ನೋಡಿದರೆ, ದೊರೆತ ಆಧಾರಗಳ ಸೂಕ್ಷ್ಮ ವ್ಯಾಸಂಗದಿಂದ ತಿಳಿಯಬೇಕಾದ ಹಿಂದಿನ ಜನಜೀವನ ಹಾಗೂ ಕವಿಜೀವನ ಇವುಗಳ ಸಂಪೂರ್ಣ ಚರಿತ್ರೆ ನಮಗೆ ತಿಳಿದಿಲ್ಲ. ಅಲ್ಲದೆ ಆಧಾರಗಳು ಅಪೇಕ್ಷಿಸಿದಷ್ಟು ಸಮಗ್ರವಾಗಿ ದೊರೆತಿಲ್ಲ ಇಲ್ಲವೆ ದೊರೆಯುವುದು ಸಾಧ್ಯವಿಲ್ಲ ಎಂಬ ಕೊರತೆಯೂ ಕಣ್ಣೊತ್ತಾಗಿದೆ. ಇದ್ದುದರಲ್ಲಿ ಸ್ಥೂಲ ವಿಶಾಲ ಸಂಗತಿಗಳೇ ನಮಗೆ ಸರ್ವಸ್ವವಾಗಿರುತ್ತವೆ. ಅವುಗಳ ಬಲದಿಂದ ಯಾರೇ ಆಗಲಿ ತಮತಮಗೆ ತೋರಿದಂತೆ ಅನುಮಾನ ಮಾಡದೆ ಗತಿಯಿಲ್ಲ. ಆದರೆ ಇದು ಎಂಥ ಪರಿಸ್ಥಿತಿಯಲ್ಲಿಯ ಅನುಮಾನ ಎಂಬ ಅರಿವು ಅಳಿಯಕೂಡದು. ಹಾಗೂ ಇಂದಿನ ಅಪೇಕ್ಷೆಗಳನ್ನೂ ಮೂಲ್ಯಗಳನ್ನೂ ಹಿಂದಿನ ಜೀವನದ ಮೇಲೆ ಆರೋಪಿಸಬಾರದು. ಈ ದೃಷ್ಟಿಯಿಂದ ಪರೀಕ್ಷಿಸಲಾಗಿ, ಮತಾನುಸಾರವಾದ ವಿಭಾಗಕ್ರಮವು ಸರಿಯಾದ ತಿಳಿವಳಿಕೆಯೊಡನೆ ಅದನ್ನು ಅರಿತುಕೊಂಡರೆ ತ್ಯಾಜ್ಯವಲ್ಲ. ಹಳಗಾಲದ ಜೀವನದಲ್ಲಿ ಮತಧರ್ಮಕ್ಕೆ ಮೇಲಾದ ಸ್ಥಾನವಿತ್ತು. ಅಂತೆಯೇ ಕವಿಯ ಹಾಗೂ ಕಾವ್ಯದ ಮೇಲೆ ಅದರ ಪ್ರಭಾವವು ಗಾಢವಾಗಿತ್ತು. ಕಾವ್ಯವಿಷಯ, ವಸ್ತುರಚನೆ, ರಸನಿಷ್ಪತ್ತಿ, ತತ್ತ್ವಬೋಧೆ ಈ ಮುಂತಾದ ಅಂಶಗಳಲ್ಲಿ ಕನ್ನಡ ಕವಿಗಳು ಸರ್ವಸಾಮಾನ್ಯವಾಗಿ ತಾವು ಸ್ವೀಕರಿಸಿದ ಮತಧರ್ಮದ ಪ್ರಭಾವಳಯದಲ್ಲಿ ಬೆಳೆದಿದ್ದಾರೆ. ಇದನ್ನರಿಯದೆ ಅವರ ಕೃತಿವಿಮರ್ಶೆಯನ್ನು ಮಾಡಲಾಗದು. ಆದರೆ ಈ ಮಾತನ್ನು ಹೆಚ್ಚು ಎಳೆಯುವುದು ತರವಲ್ಲ. ಕನ್ನಡ ಸಾಹಿತ್ಯ ಹೆಚ್ಚಾಗಿ ಮತೀಯ ಇಲ್ಲವೆ ಮತಪ್ರಚಾರಕವಾಗಿದೆ ಎಂದರೆ ಸಾಹಿತ್ಯಸತ್ವಕ್ಕಿಂತ ಮತೀಯತೆ ಇಲ್ಲವೆ ಮತಪ್ರಚಾರಕ್ಕೆ ಹೆಚ್ಚು ಪ್ರಾಶಸ್ತ್ಯಕೊಟ್ಟಿದೆ ಎಂದಿದ್ದರೆ ಅದು ಸತ್ಯನಿದರ್ಶಕವಾಗದು. ಹಲಕೆಲವರ ರೀತಿ ಇಲ್ಲವೆ ಕೆಲವು ಸಾಹಿತ್ಯಭಾಗಗಳ ಸರಣಿ ಇದರಿಂದ ಒಟ್ಟು ತೀರ್ಮಾನ ಮಾಡಿದಂತಾಗುತ್ತದೆ. ಮತ ಇಲ್ಲವೆ ಧರ್ಮ ಇದನ್ನು ಕಾವ್ಯಧರ್ಮದೊಡನೆ ಮೇಳವಿಸುವ ಅಂದರೆ ಎರಡಕ್ಕೂ ಅಷ್ಟೇ ಬೆಲೆಕೊಡುವ ದೃಷ್ಟಿ, ಇದು ಇತರ ಭಾರತೀಯ ಸಾಹಿತ್ಯದಂತೆ ಕನ್ನಡ ಸಾಹಿತ್ಯದಲ್ಲಿಯೂ ಪ್ರಚುರವಾಗಿದೆ ಎನ್ನಲು ಅಡ್ಡಿಯಿಲ್ಲ. ಇದಲ್ಲದೆ ಹುಟ್ಟಿಬಂದ ಮತವು ಕವಿಮತವನ್ನು ಯಾವಾಗಲೂ ತಿಳಿಸುತ್ತದೆ ಎಂದಾಗಲಿ ಕವಿಮತವು ಮರ್ಯಾದಿತವಾದ ಒಂದು ತತ್ತ್ವಪದ್ಧತಿಯಾಗಿದೆ ಎಂದಾಗಲಿ ತಿಳಿಯಬಾರದು. ಕನ್ನಡದ ಹಲವು ಹಿರಿಯ ಕವಿಗಳಲ್ಲಿ ಅವರ ಮತವು ಕಾಲೋಚಿತವಾದ ಹೆಸರು–ವೇಷಗಳನ್ನು ಪಡೆದಿದ್ದರೂ ಅವರ ವಿಶಾಲವಾದ ಜೀವನದರ್ಶನದಿಂದ ಪುನೀತವಾಗಿ ಅದು ತನ್ನ ಬಗೆಯಲ್ಲಿ ಒಂದು ಅಚ್ಚರಿಯ ಸಮನ್ವಯವನ್ನು ತೋರಿದೆ ಎಂಬುದನ್ನೂ ಮರೆಯಕೂಡದು. ಇಂಥ ಸಂದರ್ಭಗಳಲ್ಲಿ ಆಯಾ ಕವಿಗಳನ್ನು ಜೈನ, ವೀರಶೈವ, ಬ್ರಾಹ್ಮಣ ಎಂದು ಮಾತ್ರ ಕರೆದು ನಾವು ಅವರಿಗೆ ಅನ್ಯಾಯ ಮಾಡುತ್ತೇವೆ.

ಕನ್ನಡ ಸಾಹಿತ್ಯ ಚರಿತ್ರೆ ಬರಬರುತ್ತ ವಿವಿಧವೂ ಸಂಕೀರ್ಣವೂ ಆಗುತ್ತಹೋಗಿದೆ. ಆದ್ದರಿಂದ ಮತಾನುಸಾರಿಯಾದ ವಿಭಾಗಕ್ರಮದಲ್ಲಿ ಜೈನಯುಗ ಎಂಬುದು ಒಪ್ಪುವಂತೆ ಉಳಿದುವು ಸರಿ ಹೋಗುವುದಿಲ್ಲ. ಜೈನಯುಗದಲ್ಲಿ ಜೈನಕವಿಗಳೇ ಹೆಚ್ಚಾಗಿದ್ದಾರೆ. ಜೈನತತ್ತ್ವವೇ ಪ್ರಮುಖವಾಗಿದೆ. ಚಂಪೂರೂಪ, ಹಳಗನ್ನಡ ಶೈಲಿಗಳು ಪ್ರಧಾನಪಟ್ಟ ಪಡೆದಿವೆ. ಅದೇ ವೀರಶೈವಯುಗದಲ್ಲಿ ಹೀಗೆ ಹೇಳಲು ಬರುವಂತಿಲ್ಲ. ಜೈನ, ಶೈವ ಎರಡೂ ಸಮಪ್ರಧಾನವಾಗಿವೆ ; ಇಲ್ಲವೆ ಒಂದೊಂದು ಕಾಲಾವಧಿಯಲ್ಲಿ, ಒಂದೊಂದು ಸೀಮೆಯಲ್ಲಿ ಎರಡೂ ಹೆಚ್ಚಳವನ್ನು ಹೊಂದಿವೆ. ಬ್ರಾಹ್ಮಣವೆನ್ನ ಬಹುದಾದ ಯುಗದಲ್ಲಿಯಂತೂ ತ್ರಿವೇಣೀಸಂಗಮವಾಗಿದೆ, ಸಂಕೀರ್ಣತೆ ಪರಾಕೋಟಿಯನ್ನು ಮುಟ್ಟಿದೆ. ಈ ಸಂದರ್ಭದಲ್ಲಿ ಸಾಹಿತ್ಯ ಚರಿತ್ರೆಯನ್ನು ಒಂದು ನದಿಯ ಪ್ರವಾಹಕ್ಕೆ ಹೋಲಿಸಿ ಇ. ಪಿ. ರೈಸರು ಮಾಡಿದ ವಿವರಣೆ, ಅದೇ ಸಾದೃಶ್ಯವನ್ನು ಇನ್ನೂ ಸುಂದರವಾಗಿ ವರ್ಣಿಸಿದ ಶ್ರೀಕಂಠಯ್ಯನವರ ವಿವೇಚನೆ ತುಂಬ ಸಮಂಜಸವಾಗಿರುತ್ತವೆ. ಜೈನ, ವೀರಶೈವ, ಬ್ರಾಹ್ಮಣ ಇವು ತಮ್ಮ ತಮ್ಮ ಕಾಲಕ್ಕೆ ಒಂದೊಂದು ಉಪನದಿಯಂತೆ ಕನ್ನಡ ಸಾಹಿತ್ಯದ ಮಹಾನದಿಯನ್ನು ಸೇರಿ ಒಂದರ ಹೊರತು ಇನ್ನೊಂದು ಎಂದಾಗದೆ ಒಂದರೊಡನೆ ಇನ್ನೊಂದು ಎಂಬಂತೆ ಸಮ್ಮಿಶ್ರಪ್ರವಾಹ ವಾಗಿ ಹರಿದಿವೆ. ಈ ದೃಷ್ಟಿಯಿಂದ ಜೈನಯುಗ, ವೀರಶೈವಯುಗ, ಬ್ರಾಹ್ಮಣ ಯುಗ ಎನ್ನುವುದಕ್ಕಿಂತ ಈ ಮೂರು ಯುಗಗಳನ್ನು ಜೈನ ಪ್ರಾರಂಭ ಯುಗ, ವೀರಶೈವ ಪ್ರಾರಂಭ ಯುಗ, ಬ್ರಾಹ್ಮಣ ಪ್ರಾರಂಭ ಯುಗ ಎಂದು ಕರೆದರೆ ಹೆಚ್ಚು ವಸ್ತುಸ್ಥಿತಿಯ ನಿದರ್ಶಕವಾದೀತು. ಇದರಿಂದ ಉಪಲಬ್ಧ ವಾಙ್ಮಯದ ಚರಿತ್ರೆಯಲ್ಲಿ ಮತಪ್ರವಾಹ ಮತ್ತು ಕಾಲನಿರ್ದೇಶ ಎರಡೂ ಸರಿಹೊಂದುತ್ತವೆ. ಬ್ರಾಹ್ಮಣ ಪ್ರಾರಂಭ ಎಂಬುದಕ್ಕೆ ಕೆಲಮಟ್ಟಿಗೆ ಆಕ್ಷೇಪವೆತ್ತಬಹುದು. ಯಾಕೆಂದರೆ ೧೫ನೆಯ ಶತಮಾನಕ್ಕಿಂತ ಹಿಂದಿನಿಂದಲೇ ಬ್ರಾಹ್ಮಣ ಗ್ರಂಥಕಾರರು ದೊರೆತಿದ್ದಾರೆ. ಇದು ಒಪ್ಪತಕ್ಕ ಮಾತಾದರೂ ೧೫ನೆಯ ಶತಮಾನದಿಂದಲೇ ಬ್ರಾಹ್ಮಣ ವಾಙ್ಮಯವು ಒತ್ತಾಸೆಯಿಂದಲೂ ವಿಪುಲತೆಯಿಂದಲೂ ನಿರ್ಮಾಣವಾಗಿದೆ ಎಂಬುದನ್ನು ಗಮನಿಸಬೇಕು. ಪ್ರಾರಂಭ ಪದದಿಂದ ಆಯಾ ಪ್ರವಾಹಗಳು ನೆರೆಯಾಗಿ ಬಂದು ಮೂಲ ಪ್ರವಾಹವನ್ನು ಕೂಡಿದ ಕಾಲ ಎಂಬುದಾಗಿ ಅರಿತಿರಬೇಕು. ಪ್ರಾರಂಭದ ಸ್ಥಳದಲ್ಲಿ ಪ್ರವಾಹ ಎಂಬುದನ್ನು ಪ್ರಯೋಗಿಸಿದರೂ ಅಡ್ಡಿಯಿಲ್ಲ. ಈ ಮೂರು ಯುಗಗಳಲ್ಲಿ ಸಾಹಿತ್ಯರೂಪಗಳ ಭಿನ್ನತೆಯನ್ನು ತೋರಿಸುವ ಯತ್ನವಾಗಿದೆ. ಆದರೆ ಮೊದಲನೆಯ ಯುಗದಲ್ಲಿ ಚಂಪುವಿಗೆ ಪ್ರಾಧಾನ್ಯ ಬಂದಂತೆ ಮುಂದಿನ ಯುಗಗಳಲ್ಲಿ ಯಾವೊಂದು ರೂಪವೂ ಪ್ರಧಾನವಾಗಲಿಲ್ಲ. ಹೊಸ ಹೊಸ ರೂಪಗಳ ಜೊತೆಗೆ ಚಂಪೂ ರೂಪವು ಏರಿಳಿತವಾಗಿ ಇದ್ದೇ ಇದ್ದಿತು. ಎರಡನೆಯ ಯುಗದಲ್ಲಿ ವಚನ, ರಗಳೆ, ಷಟ್ಪದಿಗಳು ಮೊದಲುಗೊಂಡವು. ಮೂರನೆಯ ಯುಗದಲ್ಲಿ ತ್ರಿಪದಿ ಸಾಂಗತ್ಯಗಳು ಸಲುವಳಿಯಾದುವು. ಆದರೂ ಮೂರನೆಯದನ್ನು ಸ್ಥೂಲ ವಾಗಿ ಷಟ್ಪದಿಯುಗ ಎಂದು ಕರೆಯಲು ಅಡ್ಡಿಯಿಲ್ಲ. ಆದರೆ ಈ ಯುಗದ ಉತ್ತರಾರ್ಧದಲ್ಲಿ ಅಂದರೆ ಮೈಸೂರೊಡೆಯರ ಕಾಲದಲ್ಲಿ ಚಂಪೂವಿನ ಪುನರುಜ್ಜೀವನವಾಯಿತೆಂಬುದನ್ನು ನೆನೆಯ ಬೇಕು. ಒಟ್ಟಿನಲ್ಲಿ ಸಾಹಿತ್ಯರೂಪದ ದೃಷ್ಟಿಯಿಂದ ಯುಗಗಳ ವೈಶಿಷ್ಟ್ಯವನ್ನು ಸೂಚಿಸುವ ಬದಲು ಆ ರೂಪಗಳಲ್ಲಿ ಅಡಕವಾದ ದೃಷ್ಟಿಯ ಭಿನ್ನತೆಯನ್ನು ತೋರಿಸಬೇಕು. ಅಂದರೆ ಜೈನಯುಗ ದಲ್ಲಿ ಮಾರ್ಗನಿಷ್ಠತೆ (Classical Trend) ವೀರಶೈವ ಯುಗದಲ್ಲಿ ಮಾರ್ಗದಿಂದ ದೇಸಿಗೆ ಸಂಕ್ರಮಣ (Transition from the Classical to the Popular), ಬ್ರಾಹ್ಮಣ ಯುಗದಲ್ಲಿ ದೇಸಿನಿಷ್ಠತೆ ಇಲ್ಲವೆ ದೇಸಿಯ ಪ್ರಾಚುರ್ಯ (Popular Trend) ಎಂದು ಹೇಳಬಹುದು. ಈ ವಿಶಾಲ ವಿಭಾಗಗಳಲ್ಲಿ ಒಳತೆರೆಯಾಗಿ ಒಂದು ಪ್ರವೃತ್ತಿಯಿಂದ ಇನ್ನೊಂದಕ್ಕೆ ಕ್ರಿಯೆ–ಪ್ರತಿಕ್ರಿಯೆ ಗಳಿದ್ದೇ ಇರುತ್ತವೆ ಎಂಬುದನ್ನು ಅಲಕ್ಷಿಸಕೂಡದು. ಭಾಷಾದೃಷ್ಟಿಯಿಂದ ಹಳಗನ್ನಡ, ನಡುಗನ್ನಡ, ಹೊಸಗನ್ನಡ ಎಂದು ಯುಗಗಳ ಪ್ರತ್ಯೇಕತೆಯನ್ನು ವರ್ಣಿಸಬಹುದಾದರೂ, ಮುಂದುಮುಂದಿನ

ಯುಗಗಳಲ್ಲಿ ಸಮ್ಮಿಶ್ರತೆ ಹೆಚ್ಚುವುದೆಂಬುದನ್ನೂ ಭಾಷಾವಸ್ಥೆಗಳ ಸ್ವರೂಪವು ಕಾಲಮರ್ಯಾದೆಯೊಡನೆ ಯಾವಾಗಲೂ ಹೊಂದಲಾರದೆಂಬುದನ್ನೂ ನೆನೆದಿರಬೇಕು.

ಮತಪರವಾದ ವಿಭಾಗಕ್ರಮಕ್ಕೆ ಪರ್ಯಾಯವಾಗಿ ಶುದ್ಧಸಾಹಿತ್ಯದೃಷ್ಟಿಯ ಕ್ರಮವಿರುವುದು ಯುಕ್ತವೇ ಆಗಿದೆ. ಆದರೆ ಅದು ಕೊನೆಯವರೆಗೆ ಶುದ್ಧವಾಗಿ ಉಳಿಯಬೇಕು. 'ಕನ್ನಡವಕ್ಕಿ'ಗಳ ವಿಭಜನೆಯಲ್ಲಿ ಗ್ರಾಹ್ಯ ಅಂಶಗಳಿದ್ದರೂ ಅದು ತನ್ನ ಮೂಲದೃಷ್ಟಿಗೆ ಎರವಾಗಿದೆ. ವೀರರಸ ಪ್ರಧಾನವಾದ ಕ್ಷಾತ್ರಯುಗ ಎಂದು ಮೊದಲನೆಯ ಯುಗವನ್ನು ಕರೆಯುವಾಗ ವೀರರಸದಷ್ಟೇ ಶಾಂತರಸವು ಈ ಯುಗದ ಕೃತಿಗಳಲ್ಲಿ ತನಿಗೊಂಡಿದೆ ಎಂಬುದನ್ನೂ ಮತಧರ್ಮದ ಆವೇಶವು ಕವಿಕರ್ಮಕ್ಕೆ ಸ್ಫೂರ್ತಿಕೊಟ್ಟಿದೆ ಎಂಬುದನ್ನೂ ಧ್ಯಾನಿಸಬೇಕು. ಎರಡನೆಯದನ್ನು 'ಮತಪ್ರಚಾರಕ ಯುಗ' ಎಂದು ಕರೆದದ್ದರಲ್ಲಿ ಶುದ್ಧಸಾಹಿತ್ಯದೃಷ್ಟಿ ಎಲ್ಲಿದೆ ? ಈ ಮೊದಲಿಗಿಂತ ಎರಡನೆಯ ಯುಗದಲ್ಲಿ ಮತಪ್ರಚಾರವು ಹೆಚ್ಚಾಗಿ ನಡೆದಿರಬಹುದು ಎಂದೊಪ್ಪಿದರೂ ಕವಿಕರ್ಮಕ್ಕೆ ಅದೇ ಮುಖ್ಯವಾಗಿ ಸ್ಫೂರ್ತಿ ಕೊಟ್ಟಿತೆ ? ಶರಣರ ವಚನಗಳು, ಹರಿಹರನ ರಗಳೆಗಳು, ರಾಘವಾಂಕನ ಕಾವ್ಯಗಳು ಇವುಗಳ ಸಾರವತ್ತಾದ ಭಾಗವೆಲ್ಲ ಮತಪ್ರಚಾರಕವೇ ? ಹಾಗಿದ್ದರೆ ಪಂಪರನ್ನರೂ ಅದನ್ನೇ ಮಾಡಿಲ್ಲವೇ ? ಯಾರೋ ಕೆಲವರಲ್ಲಿ, ಯಾವುದೋ ಕೆಲವು ಭಾಗದಲ್ಲಿ ಮತಪ್ರಚಾರದ ಅತಿರೇಕಾಂಶಗಳು ತೋರಿದ್ದರ ಮೇಲಿಂದ ಇಡೀ ಯುಗವನ್ನು ಮತಪ್ರಚಾರಕ ಎನ್ನಬಹುದೆ ? ಈ ಕಾಲದಲ್ಲಿ ಭೋಗಾಸಕ್ತಿ ಹೆಚ್ಚಿ ಶೃಂಗಾರರಸವು ಪ್ರಧಾನವಾಯಿತೆಂಬುದು ಇನ್ನೂ ಅರ್ಥವಾಗದ ಮಾತು. ಮತಪ್ರಚಾರಕ ಯುಗದಲ್ಲಿ ಶೃಂಗಾರರಸಕ್ಕೆ ಪ್ರಾಧಾನ್ಯಬಂದಿತೆಂಬುದು ಆಭಾಸವಾಗಿ ತೋರುತ್ತದೆ. ವೀರಶೈವ ಸಾಹಿತ್ಯ ಈ ಕಾಲದಲ್ಲಿ ಸಂಪನ್ನವೂ ಸಮೃದ್ಧವೂ ಆಗಿದೆ. ಅದರ ಜೀವಾಳ ಶೃಂಗಾರರಸ ಎನ್ನಬಹುದೆ ? ಹಲಕೆಲವರ ಶೃಂಗಾರಕಾವ್ಯಗಳಿಂದ ಯುಗಲಕ್ಷಣವನ್ನು ಗುರುತಿಸಬಹುದೆ ? ಮೂರನೆಯದಾದ ಸಾರ್ವಜನಿಕ ಯುಗವೆಂಬ ಹೆಸರು ಅತಿವ್ಯಾಪ್ತಿದೋಷದಿಂದ ಕೂಡಿದೆ. ಎರಡನೆಯ ಯುಗದಿಂದಲೇ ಸಾಹಿತ್ಯಕ್ಕೂ ಜನಸಾಮಾನ್ಯಕ್ಕೂ ನೇರವಾದ ಸಂಬಂಧ ಉಂಟಾಗಿದೆ. ಭಕ್ತಿರಸವು ಪ್ರಧಾನರಸವಾಗಿದೆ. ದಾಸವಾಙ್ಮಯದಿಂದ ಮೂರನೆಯ ಯುಗದಲ್ಲಿ ಸಾಹಿತ್ಯದ 'ಸಾರ್ವಜನಿಕ'ತೆ ಹೆಚ್ಚಿತು. "ನೂರಾರು ಕವಿಗಳು ತಮ್ಮ ಆಶ್ರಯದಾತರಿಗಾಗಿ ಬರೆಯದೆ ಸಮಾಜಕ್ಕಾಗಿ" ನೂರಾರು ಗ್ರಂಥಗಳನ್ನು ಬರೆದರೆನ್ನುವುದು ಈ ಯುಗದ ಕೇವಲ ವೈಶಿಷ್ಟ್ಯವೆಂದಾಗದು.

ಈ ದಾರಿಯಲ್ಲಿ ಇನ್ನೊಂದು ಪ್ರಯತ್ನದಲ್ಲಿ ಮುಖ್ಯವಾದ ಮೂರು ಯುಗಗಳಿಗೆ ಪಂಪನ ಯುಗ, ಸ್ವಾತಂತ್ರ್ಯಯುಗ, ಚಿಕ್ಕದೇವರಾಯ ಕಾಲ ಎಂದು ಹೆಸರಿತ್ತಿದೆ. ಒಂದು ಯುಗದಲ್ಲಿ ಪ್ರಧಾನ ಕವಿ, ಇನ್ನೊಂದರಲ್ಲಿ ಪ್ರಮುಖ ಲಕ್ಷಣ ಇಲ್ಲವೆ ಸಾಹಿತ್ಯದೃಷ್ಟಿ, ಮೂರನೆಯದರಲ್ಲಿ ಪ್ರಧಾನಪೋಷಕ ಹೀಗೆ ವಿಭಾಗಕ್ರಮದ ತಳಹದಿ ಬೇರೆಬೇರೆಯಾಗಿದೆ. ಈ ಬೇರೆತನವು ಅಷ್ಟೇನು ಅನಿವಾರ್ಯವಾಗಿಲ್ಲ. ಪ್ರಧಾನ ಕವಿಯೆಂಬುದೊಂದನ್ನೇ ತಳಹದಿಯಾಗಿಟ್ಟುಕೊಂಡು ಪಂಪಯುಗ, ಬಸವಯುಗ, ಕುಮಾರವ್ಯಾಸಯುಗ, ತಿರುಮಲಾರ್ಯಯುಗ ಎಂದು ವಿಭಾಗ ಮಾಡಬಹುದು. ಆಯಾ ಯುಗದ ಮಾರ್ಗಕವಿ ಇಲ್ಲವೆ ಭಕ್ತಕವಿಗಳಲ್ಲಿ ಹಿರಿಯರಾಗಿ ಆಯಾ ಯುಗಕ್ಕೆ ಮೊದಲಿಗರಾಗಿ ಅವರವರು ಕನ್ನಡ ಸಾಹಿತ್ಯಕ್ಕೆ ಅಪೂರ್ವ ಹಾಗೂ ಉಜ್ವಲವಾದ ಕಾಣಿಕೆ ಸಲ್ಲಿಸಿದ್ದಾರೆ. ತಮ್ಮ ತಮ್ಮ ಯುಗದ ಮೇಲೆ ಕೆಲಮಟ್ಟಿಗೆ ಪ್ರಭಾವ ಬೀರಿದ್ದಾರೆ. ಅವರು ಆಯಾ ಮತಧರ್ಮಗಳ ಶ್ರೇಷ್ಠ ಪ್ರತಿನಿಧಿಗಳಾಗಿ ಜೈನ, ವೀರಶೈವ, ವೈಷ್ಣವ, ಶ್ರೀವೈಷ್ಣವ ತತ್ತ್ವಪ್ರಣಾಲಿಗಳನ್ನು ತಮ್ಮ ಸಾಹಿತ್ಯರೂಪದಲ್ಲಿ ಪ್ರತಿಪಾದಿಸಿದ್ದಾರೆ. ಈ ರೀತಿಯಲ್ಲಿ ಮುಂದುವರಿದು ಪಂಪ–ರನ್ನ, ಬಸವ–ಹರಿಹರ, ಕುಮಾರವ್ಯಾಸ–ಪುರಂದರದಾಸ, ತಿರುಮಲಾರ್ಯ–

ಷಡಕ್ಷರಿ—ಹೀಗೆ ಕವಿದ್ವಯರ ಹೆಸರಿನಲ್ಲಿ ಯುಗಗಳನ್ನು ಹೆಸರಿಸಿ ಸಾಹಿತ್ಯಿಕ ಹಾಗೂ ಇತರ ಪ್ರಭಾವಗಳನ್ನು ಸೂಚಿಸಬಹುದು. ಆಯಾ ಯುಗದಲ್ಲಿ ಆಯಾ ಮಹಾವ್ಯಕ್ತಿಗಳ ಪ್ರಭಾವ ಸಾರ್ವತ್ರಿಕವಾಗಿಲ್ಲ. ಅತ್ಯಂತ ಸಂಕೀರ್ಣವಾದ ಮೂರನೆಯ ಯುಗದಲ್ಲಿಯಂತೂ ಯಾರೊಬ್ಬರ ಪ್ರಭಾವವೂ ಉಳಿದೆಲ್ಲರ ಮೇಲೆ ಅಥವಾ ಬಹುಜನ ಕವಿಗಳ ಮೇಲೆ ಆಗಿದೆ ಎಂದು ಹೇಳುವಂತಿಲ್ಲ. ಆದರೆ ಒಟ್ಟಿನಲ್ಲಿ ಅವರವರ ಜೀವನದೃಷ್ಟಿ, ಸಾಹಿತ್ಯದೃಷ್ಟಿಗಳ ವರ್ಚಸ್ಸು ಇಲ್ಲವೆ ಸಾಂನಿಧ್ಯ ಬಹುಶಃ ಆಯಾ ಯುಗದಲ್ಲಿ ಕಾಣಬರುತ್ತದೆ ಎಂಬುದನ್ನು ಗಮನಿಸಬೇಕು. ರಾಜವಂಶ ಹಾಗೂ ರಾಜ ಪೋಷಕರ ಹೆಸರಿನಲ್ಲಿ ಸಾಹಿತ್ಯ ಚರಿತ್ರೆಯನ್ನು ಅಭ್ಯಸಿಸುವುದು ಸಾಧ್ಯವಿದೆಯಾದರೂ ಕಾಲಕ್ರಮ ದಿಂದ ಯುಗವಿಭಜನೆ ಶಕ್ಯವಿಲ್ಲ.

ಬಿ. ಎಂ. ಶ್ರೀಕಂಠಯ್ಯನವರು ಕಾಲಕ್ಕನುಸಾರವಾದ ಸಾಹಿತ್ಯವಿಭಾಗದಲ್ಲಿ ಸೌಕರ್ಯವಾಗಲಿ, ಲಕ್ಷಣಸಮನ್ವಯವಾಗಲಿ, ವಿಶೇಷ ಪ್ರಯೋಜನವಾಗಲಿ ಕಾಣಬರುವುದಿಲ್ಲ ಎಂದಿರುವುದು ನಮಗೆ ಅರ್ಥವಾಗಲಿಲ್ಲ. ಅಖಂಡವಾದ ಕಾಲಪ್ರವಾಹವನ್ನೂ ಅದರಲ್ಲಿಯ ವಿವಿಧ ಚಾರಿತ್ರಿಕ ವಿಷಯ ಗಳನ್ನೂ ಖಂಡಗೊಳಿಸುವುದು ಎಂದಿಗೂ ಕೃತ್ರಿಮವೇ. ಯಾವುದೇ ಕಾಲವಿಭಾಗವು ಎಂದಿಗೂ ನಿರ್ದುಷ್ಟವಾಗದು. ಆದರೂ ಕೆಲವು ಸ್ಥೂಲ–ವಿಶಾಲ ಸಂಗತಿಗಳ ಹಾಗೂ ಪ್ರವೃತ್ತಿಗಳ ಸುಳುವು ಹಿಡಿದು ಮಾಡಿದ ಕಾಲವಿಭಾಗದಲ್ಲಿ ಸೌಕರ್ಯವಿದೆ ಎಂದು ನಾವು ನಂಬುತ್ತೇವೆ. ಲಕ್ಷಣ ಸಮನ್ವಯವೂ ವಿಶೇಷ ಪ್ರಯೋಜನವೂ ನಾವು ಅನುಸರಿಸುವ ಕ್ರಮವನ್ನೂ ತಳಹದಿಯನ್ನೂ ಅವಲಂಬಿಸುತ್ತವೆ. ಕನ್ನಡ ಸಾಹಿತ್ಯವೆಲ್ಲ ಬಹುಶಃ ಸಂಸ್ಕೃತದ ಅನುಕರಣವಾಗಿದೆ ಎಂಬುದೂ ಬಹುಮಟ್ಟಿಗೆ ಕಾಲಗುಣದಲ್ಲಿ ಬದಲಾವಣೆ ಆಗಿಲ್ಲವೆಂಬುದೂ ಸತ್ಯವಾದ ಮಾತೇ ? ಸಂಸ್ಕೃತದ ಅನುಸರಣ ನಿಜ, ಆದರೆ ಅಂಧವಾದ ಅನುಕರಣ ಯಾವಾಗಲೂ ಇಲ್ಲ. ಅಂಧಾನುಕರಣವಿರುದ್ಧವಾಗಿ ಪ್ರತಿಭಟನೆ ಆಗಿದೆ. ಅದರಿಂದ ಹೊಸ ದೃಷ್ಟಿ ಸಮಾಜದಲ್ಲಿಯೂ ಸಾಹಿತ್ಯದಲ್ಲಿಯೂ ತೋರಿದೆ. ಈ ಬದಲಾವಣೆ ಆಗಿರದಿದ್ದರೆ ಕನ್ನಡ ಸಾಹಿತ್ಯ ಕಣ್ಣುಕಟ್ಟಿದ ಕುದುರೆಯಾಗಬಹುದಾಗಿತ್ತು. ಮತಾನುಸಾರವಾದ ವಿಭಾಗಕ್ರಮದ ವಿವೇಚನೆಯಲ್ಲಿ ಬದಲಾವಣೆ ಆಗಿದೆ ಎಂಬುದನ್ನು ಲೇಖಕರು ತಾವೇ ತೋರಿಸಿದ್ದಾರೆ. ಮತಪ್ರಾಬಲ್ಯಕಾಲ ಎಂದು ಬಹುದೊಡ್ಡ ವಿಭಾಗ ಮಾಡಿ ಅದರಲ್ಲಿ ಉಪವಿಭಾಗಗಳನ್ನು ಅವರು ಮಾಡಿಕೊಂಡಿದ್ದಾರೆ. ಮುಂಚಿನವರು ಮಾಡಿದ ಮತವಿಭಾಗವು ಇಲ್ಲಿ ಕೆಲಮಟ್ಟಿಗೆ ವ್ಯತ್ಯಾಸ ಹೊಂದಿದೆಯಾದರೂ ಅಭಿಪ್ರಾಯವು ಮೂಲತಃ ಒಂದೇ ಎಂಬುದನ್ನು ಗಮನಿಸಬೇಕು.

ಈವರೆಗೆ ಬೇರೆಬೇರೆ ವಿಭಾಗಕ್ರಮಗಳನ್ನು ಸಂಗ್ರಹಿಸಿ ಚರ್ಚಿಸಿದ್ದಾಯಿತು. ಅವುಗಳಲ್ಲಿ ಮತಾನುಸಾರವಾದ ವಿಭಾಗಕ್ರಮವು ವಿಶೇಷ ಪದದೊಡನೆ ಸೇರಿಕೊಂಡರೆ ಅದನ್ನು ಅಂಗೀಕರಿಸಲು ಅಡ್ಡಿಯಿಲ್ಲ ಎಂಬ ನಮ್ಮ ಅಭಿಪ್ರಾಯವನ್ನು ಸೂಚಿಸಿದ್ದೇವೆ. ಆದರೂ ಸಾಹಿತ್ಯಚರಿತ್ರೆಯಲ್ಲಿ ಮತ ತತ್ತ್ವಕ್ಕಿಂತ ಕವಿವ್ಯಕ್ತಿ ಹೆಚ್ಚು ಗಣ್ಯನು. ಕವಿಕೃತಿ ಹೆಚ್ಚು ಬೆಲೆಯುಳ್ಳದು. ಒಂದೊಂದು ಕಾಲದಲ್ಲಿ ಅಂಥ ಕವಿವ್ಯಕ್ತಿಗಳೂ ಕೃತಿಗಳೂ ಜನ್ಮತಾಳಿ ಬಹುಮಟ್ಟಿಗೆ ಸಮಾನವಾದ ಒಂದು ಸಾಹಿತ್ಯಿಕ ಬಾಂಧವ್ಯಕ್ಕೆ ಒಳಗಾಗಿರುತ್ತವೆ. ಈ ಬಳಗಕ್ಕೆ ಹಿರಿಯನಾದ ಒಬ್ಬ ಮಾರ್ಗಕವಿ ಇಲ್ಲವೆ ಭಕ್ತಕವಿ ಹಳೆಯದರ ತಿರುಳನ್ನು ತನ್ನಲ್ಲಿ ಅಳವಡಿಸಿಕೊಂಡು ಹೊಸ ದಾರಿಯನ್ನು ಬೆಳಗಿದ್ದಾನೆ. ಆ ಬೆಳಕಿನಲ್ಲಿ ಕೆಲವು ಕವಿಗಳೂ ಭಕ್ತರೂ ನಡೆದಿದ್ದಾರೆ. ಇದನ್ನರಿತು ನಮ್ಮ ಈ ಸಾಹಿತ್ಯಚರಿತ್ರೆಯನ್ನು ವಿಶಾಲವಾಗಿ ಪಂಪಯುಗ, ಬಸವಯುಗ, ಕುಮಾರವ್ಯಾಸಯುಗ ಎಂದು ವಿಭಾಗಿಸಿ ವಿಹಂಗಮ ದೃಷ್ಟಿಯಿಂದ ಅವಲೋಕಿಸಬೇಕೆಂದು ಮಾಡಿದ್ದೇವೆ. ಪ್ರತಿಯೊಂದು ಯುಗದಲ್ಲಿ ಮುಂದುಮುಂದಿನ ಕಾಲಕ್ಕೆ ಹೋದಂತೆ ಸಮ್ಮಿಶ್ರತೆ ಹೆಚ್ಚುತ್ತದೆ ಎಂಬುದನ್ನು ಅರಿತೂ ಅಭ್ಯಾಸ ಸೌಕರ್ಯಕ್ಕಾಗಿ ಈ ರೀತಿಯಾಗಿ ವಿಶಾಲ ವಿಭಾಗಗಳನ್ನು ಕಲ್ಪಿಸಿಕೊಳ್ಳಲಾಗಿದೆ. ಮೊದಲು ಪಂಪನ ಪೂರ್ವದ ಕಾಲವನ್ನು ಪಂಪಪೂರ್ವಯುಗ

ಎಂದು ಕರೆದು ಸಮೀಕ್ಷೆ ಮಾಡಲಾಗುವುದು. ಮುಂದಿನ ಯುಗಗಳಿಗೆ ಮೇಲೆ ಹೇಳಿರುವಂತೆ ವ್ಯಕ್ತಿಪರವಾದ ಹೆಸರುಗಳನ್ನು ಕೊಡುವುದಾದರೂ ಮಾರ್ಗಯುಗ, ಸಂಕ್ರಮಣಯುಗ, ದೇಸಿಯುಗ ಎಂಬ ಪರ್ಯಾಯ ಪದಗಳನ್ನು ಆಗಾಗ ಬಳಸಿ ಆಯಾ ಯುಗಗಳ ಸಾಹಿತ್ಯಿಕ ಸ್ವರೂಪದ ವೈಶಿಷ್ಟ್ಯಗಳನ್ನು ವಿವೇಚಿಸುತ್ತೇವೆ.

## ಟಿಪ್ಪಣಿಗಳು

1. ಆರ್. ನರಸಿಂಹಾಚಾರ್ಯ : 'ಕರ್ಣಾಟಕ ಕವಿಚರಿತೆ', ಸಂ. ೧, ಅವತರಣಿಕೆ, ಪು. ೧೨–೧೩.
2. E. P. Rice : *A History of Kanarese Literature*, pp. 15–16.
3. ಎಂ. ಎ. ದೊರೆಸ್ವಾಮಯ್ಯಂಗಾರ್ : ರನ್ನನ ಯುಗ ('ರನ್ನಕವಿ ಪ್ರಶಸ್ತಿ', ಪು. ೨೮).
4. ಕನ್ನಡವಕ್ಕಿ : ಕರ್ಣಾಟಕ ಸಾಹಿತ್ಯ ('ಕರ್ಣಾಟಕದ ಕೈಪಿಡಿ', ಪು. ೨೮೯).
5. ಅದೇ, ಪು. ೨೧೨–೩.

6–7–8 ಅದೇ, ಪು. ೨೯೯–೨೦.

9. ಕೆ. ವೆಂಕಟರಾಮಪ್ಪ : 'ಕನ್ನಡ ಸಾಹಿತ್ಯ' (ಪ್ರಚಾರ ಪುಸ್ತಕ ಮಾಲೆ ೮, ಪು. ೮).
10. ಅದೇ, ಪು. ೩೩.

11–12. ಬಿ. ಎಂ. ಶ್ರೀಕಂಠಯ್ಯ : 'ಕನ್ನಡ ಕೈಪಿಡಿ', ಸಂ. ೨ (ಮೈಸೂರು ವಿಶ್ವವಿದ್ಯಾನಿಲಯ), ಪು. ೪೬೭.

13. ಅದೇ, ಪು. ೪೬೮.
14. ಅದೇ, ಪು. ೪೮೯–೭೦.

## ಪಂಪಪೂರ್ವ ಯುಗ

### ಪ್ರಕರಣ : ೬

# ಪಂಪಪೂರ್ವ ಯುಗದ ಕೆಲವು ಕವಿಗಳು

**ಈ** ಯುಗದಲ್ಲಿ ಕನ್ನಡ ಸಾಹಿತ್ಯದ ಪ್ರಾರಂಭದಿಂದ ಪಂಪನವರೆಗಿನ ಎಲ್ಲ ಸಾಹಿತ್ಯವೂ ಬರುತ್ತದೆ. 'ಸಾಹಿತ್ಯೋದಯ'ದ ಪ್ರಕರಣದಲ್ಲಿ ಕ್ರಿ.ಶ. ೫ನೆಯ ಶತಮಾನದಿಂದ ೮ನೆಯ ಶತಮಾನದ ಕೊನೆಯವರೆಗೆ ಅಂದರೆ 'ಕವಿರಾಜಮಾರ್ಗ'ದವರೆಗೆ ನಿರ್ಮಾಣವಾಗಿರಬಹುದಾದ ಸಾಹಿತ್ಯವನ್ನು ಕುರಿತು ನಿರವಿಸಲಾಗಿದೆ. ಇಲ್ಲಿ ಮುಖ್ಯವಾಗಿ 'ಕವಿರಾಜಮಾರ್ಗ' ಹಾಗೂ ಅದರ ಕಾಲದಲ್ಲಿ ಅಂದರೆ ೯ನೆಯ ಶತಮಾನದಲ್ಲಿ ಹುಟ್ಟಿದ ಗ್ರಂಥಗಳ ವಿವೇಚನೆಯಾಗಬೇಕು. ಈ ಯುಗದಲ್ಲಿ 'ಕವಿರಾಜಮಾರ್ಗ'ವೊಂದೇ ಉಪಲಬ್ಧವಾದ ಮತ್ತು ಅನೇಕ ದೃಷ್ಟಿಯಿಂದ ಬೆಲೆಯುಳ್ಳ ಗ್ರಂಥ. ಅದರ ವಿಸ್ತಾರವಾದ ವಿಮರ್ಶೆ ಈ ಸಂದರ್ಭದಲ್ಲಿ ಪ್ರಸ್ತುತವಾಗುತ್ತದೆ. ತರುವಾಯ ಈ ಪಂಪಪೂರ್ವ ಯುಗದಲ್ಲಿ 'ವಡ್ಡಾರಾಧನೆ' ಮಹತ್ವದ ಕೃತಿಯಾಗುತ್ತದೆ. ಆದರೆ ಅದರ ಕಾಲನಿರ್ಣಯವು ಖಚಿತವಾಗಿಲ್ಲದ ಕಾರಣ ನಾವು ನಮ್ಮ ಊಹೆಯ ಪ್ರಕಾರ ಕಾಲವೊಂದನ್ನು ಗ್ರಹಿಸಿ ಈ ಯುಗದಲ್ಲಿ ತಾತ್ಪೂರ್ತಿಕವಾಗಿ ಅದನ್ನು ಸಮಾವೇಶಮಾಡಿದ್ದೇವೆ ಎಂದು ತಿಳಿಯಬೇಕು. ಮೊದಲು ತೀರ ಪ್ರಾರಂಭದಿಂದ ಪಂಪಕಾಲದವರೆಗೆ ಆಗಿಹೋದ ಗ್ರಂಥಕಾರರನ್ನೂ ಅವರ ಗ್ರಂಥಗಳನ್ನೂ ಕಾಲಕ್ರಮ ದಲ್ಲಿ ಪಟ್ಟಿಮಾಡಿ (ಪು. ೫೩), ಆಮೇಲೆ ಈ ಪ್ರಕರಣಕ್ಕೆ ಹೊಸಬರಾಗಿದ್ದವರ ವಿಷಯವನ್ನು ವಿವೇಚಿಸಬೇಕೆಂದು ಮಾಡಿದೆ. ಶಾಸನಕಾರರ ವಿಷಯವನ್ನು ಮಾತ್ರ ಇಲ್ಲಿ ಎತ್ತಿಕೊಂಡಿಲ್ಲ. ೧ರಿಂದ ೪, ೭, ೧೧, ೧೨ ಈ ಗ್ರಂಥಕಾರರ ವಿಷಯವು ಹಿಂದೆ ಬಂದದ್ದಾಗಿದೆ.

'ಕವಿರಾಜಮಾರ್ಗ' ಮತ್ತು 'ವಡ್ಡಾರಾಧನೆ' ಈ ಗ್ರಂಥಗಳನ್ನು ಕುರಿತು ಪ್ರಸ್ತಾಪಿಸುವ ಮೊದಲು ಅಸಗ, ಗುಣನಂದಿ, ಗುಣವರ್ಮ ಇವರ ಬಗ್ಗೆ ತಿಳಿದಷ್ಟು ಸಂಗತಿಗಳನ್ನು ಸಂಗ್ರಹಿ ಸೋಣ.

**ಅಸಗ :** ಹತ್ತನೆಯ ಶತಮಾನದಲ್ಲಿ ಆಗಿಹೋದ ಪ್ರಸಿದ್ಧ ಕವಿಯಾದ ಪೊನ್ನನು ತಾನು "ಕನ್ನಡ ಕವಿತೆಯೊಳ್ ಅಸಗಂಗಂ ನೂರ್ಮಡಿ" ('ಶಾಂತಿಪುರಾಣ', ೧–೧೧) ಎಂದಿದ್ದಾನೆ. ಇದರಲ್ಲಿಯ ಅತಿಶಯೋಕ್ತಿ ಹಾಗಿರಲಿ, ಅಸಗನು ಪೊನ್ನನಿಗೆ ಹಿಂದಿನ ಕಾಲದಲ್ಲಿ ಹೆಸರಾದ ಕನ್ನಡ ಕವಿಯಾಗಿರಬೇಕು. ಮುಂದೆ ದುರ್ಗಸಿಂಹ, ನಯಸೇನ ಮೊದಲಾದವರೂ ಇವನನ್ನು ಹೊಗಳಿದ್ದಾರೆ. ಕೇಶಿರಾಜನು ತನ್ನ ವ್ಯಾಕರಣಗ್ರಂಥದಲ್ಲಿ ಪ್ರಮಾಣಭೂತರಾದ ಕವಿಗಳಲ್ಲಿ ಇವನನ್ನು ಗಣಿಸಿದ್ದಾನೆ. ಇವನ ಕನ್ನಡ ಗ್ರಂಥಗಳಲ್ಲಿ 'ಕರ್ಣಾಟ ಕುಮಾರಸಂಭವ ಕಾವ್ಯಂ' ಎಂಬುದನ್ನು ಜಯಕೀರ್ತಿ ತನ್ನ 'ಛಂದೋನುಶಾಸನ'ದಲ್ಲಿ ಉಲ್ಲೇಖಿಸಿದ್ದಾನೆ. ಇದು ಕಾಳಿದಾಸನ 'ಕುಮಾರಸಂಭವ'ದ ಅನುವಾದವಾಗಿರಬಹುದು. ಉಳಿದುವು ಯಾವುವೆಂಬುದು ತಿಳಿದಿಲ್ಲ. ಇವನು ಸಂಸ್ಕೃತದಲ್ಲಿ 'ವರ್ಧಮಾನಚರಿತ್ರೆ' ಮತ್ತು 'ಶಾಂತಿಪುರಾಣ'ಗಳೆಂಬ ಪ್ರೌಢಕಾವ್ಯ ಗಳನ್ನು ಬರೆದಿದ್ದಾನೆ. 'ವರ್ಧಮಾನಚರಿತ್ರೆ'ಯನ್ನು ಮೌದ್ಗಲ್ಯ ಪರ್ವತದಲ್ಲಿರುವ ಸಂಪತ್ ಎಂಬ ಶ್ರಾವಿಕೆಯ ಆಶ್ರಯದಲ್ಲಿ ವಿಕ್ರಮ ಸಂವತ್ಸರ ೯೧೦ ಎಂದರೆ ಕ್ರಿ.ಶ. ೮೫೩ರಲ್ಲಿ ಬರೆದೆನೆಂದು ಹೇಳಿದ್ದಾನೆ. ಅಲ್ಲದೆ ಜೋಡ(ಳ) ದೇಶದಲ್ಲಿ ಶ್ರೀನಾಥನೆಂಬರಸು ಆಳುವಾಗ ವಿರಲಾ ಎಂಬ ಪಟ್ಟಣದಲ್ಲಿ ತಾನು ವಿದ್ಯೆ ಕಲಿತು ಜೈನಧರ್ಮೋಪದೇಶಕವಾದ ಎಂಟು ಗ್ರಂಥಗಳನ್ನು ಬರೆದೆ

ನೆಂದು ತಿಳಿಸಿದ್ದಾನೆ. ಇವನ ಸಂಸ್ಕೃತ–ಕನ್ನಡ ಗ್ರಂಥಗಳೆಲ್ಲ ಈ ಎಂಟರಲ್ಲಿ ಸೇರಿರಬೇಕು. "ಶ್ರೀ ಅಸಗಭೂಪಕೃತೇ ವರ್ಧಮಾನಚರಿತ್ರೇ" ಎಂದು ಹೇಳಿದ ಕಾರಣ ಇವನು ಎಲ್ಲಿಯಾದರೂ ಅರಸಾಗಿರ ಬೇಕು. ಇವನ ಚರಿತ್ರೆಯ ಕೆಲವು ಸಂಗತಿಗಳು 'ವರ್ಧಮಾನ ಚರಿತೆ'ಯಿಂದ ತಿಳಿಯುತ್ತವೆ.[1] ಇವನ ಸಂಸ್ಕೃತ 'ಶಾಂತಿಪುರಾಣ'ವನ್ನು ಓದಿಯೇ ಪೊನ್ನನು ತನ್ನ ಕನ್ನಡ 'ಶಾಂತಿಪುರಾಣ'ವನ್ನು ಬರೆದಿರ ಬಹುದು.[2]

**ಗುಣನಂದಿ :** ಶ್ರವಣಬೆಳ್ಗೊಳದ ಶಾಸನಗಳಿಂದ ಗುಣನಂದಿ ಪಂಡಿತಯತಿಯೊಬ್ಬನು ಚಾರಿತ್ರಚಕ್ರೇಶ್ವರನೆಂದೂ ತರ್ಕವ್ಯಾಕರಣಾದಿಶಾಸ್ತ್ರನಿಪುಣನೆಂದೂ ಸಾಹಿತ್ಯವಿದ್ಯಾಪತಿಯೆಂದೂ ತಿಳಿಯುತ್ತದೆ.[3] ಅವನ ಶಿಷ್ಯನಾದ ದೇವೇಂದ್ರಸೈದ್ಧಾಂತಿಕನೇ ಆದಿಪಂಪನ ಗುರುವಾಗಿರಬೇಕು. ಪಂಪನ ಕಾಲ ೯೪೧ ಎಂದಿದ್ದ ಕಾರಣ ಗುಣನಂದಿಯ ಕಾಲ ಸು. ೯೦೦ ಎಂದೂ ಅವನೇ ಈ ಗುಣನಂದಿಯೆಂದೂ ಕವಿಚರಿತೆಕಾರರು ನಿರ್ಧರಿಸಿದ್ದಾರೆ. ಆದರೆ ಶಾಸನೋಕ್ತನಾದ ಗುಣನಂದಿ ಸು. ೭೦೦ಕ್ಕಿಂತ ಹಿಂದೆ ಇದ್ದಿರಬೇಕೆಂದೂ ಕನ್ನಡ ಕವಿಯಾದ ಗುಣನಂದಿ ಅವನಲ್ಲವೆಂದೂ ಇವನು ಸು. ೧೨೫೦ರಲ್ಲಿದ್ದು ಕನ್ನಡ ಕಾವ್ಯವನ್ನು ಬರೆದನೆಂದೂ ಶ್ರೀ ವೆಂಕಟಸುಬ್ಬಯ್ಯನವರು ಅಭಿಪ್ರಾಯ ಪಟ್ಟಿದ್ದಾರೆ.[4] ಈ ಅಭಿಪ್ರಾಯವನ್ನು ಪರಿಶೀಲಿಸುವುದು ಅಗತ್ಯ. ತಾತ್ಪೂರ್ತಿಕವಾಗಿ ನಾವು 'ಕವಿಚರಿತೆ'ಯ ಗ್ರಹಿಕೆಯನ್ನು ಅನುಸರಿಸಿದ್ದೇವೆ.

ಪೂಜ್ಯಪಾದನ 'ಜೈನೇಂದ್ರವ್ಯಾಕರಣ'ಕ್ಕೆ 'ಪ್ರಕ್ರಿಯಾವತಾರ'ವೆಂಬ ವ್ಯಾಖ್ಯಾನಗ್ರಂಥವನ್ನು ಇವನು ಸಂಸ್ಕೃತದಲ್ಲಿ ಬರೆದಿದ್ದಾನೆ. ೧೬೦೪ರಲ್ಲಿದ್ದ ಭಟ್ಟಾಕಳಂಕನೆಂಬ ಕನ್ನಡ ವ್ಯಾಕರಣಕಾರನು **ಭಗವಾನ್ ಗುಣನಂದಿಃ** ಎಂದಿವನನ್ನು ಆಗಾಗ ಗೌರವಿಸುತ್ತಾನೆ. ಪಂಪನ ಗುರುವಿಗೆ ಗುರುವಾದ ಈ ಗುಣನಂದಿ ಸವ್ಯಸಾಚಿಯಾಗಿದ್ದು ಕನ್ನಡದಲ್ಲಿಯೂ ಗ್ರಂಥರಚನೆ ಮಾಡಿರಬೇಕು. ಇದಕ್ಕೆ ಆಧಾರವೆಂದರೆ, ಸು. ೧೩ನೆಯ ಶತಮಾನದ ಮಲ್ಲಿಕಾರ್ಜುನನ 'ಸೂಕ್ತಿಸುಧಾರ್ಣವ' ಎಂಬ ಸಂಕಲನಗ್ರಂಥದಲ್ಲಿ, ಯಾರುಯಾರಿಂದ ಪದ್ಯಗಳನ್ನು ಆಯ್ದುಕೊಂಡಿದೆ ಎಂಬಲ್ಲಿ 'ಜನ್ನನ ದೇಸೆ ಪಂಪನ ಗುಣಂ ಗುಣನಂದಿಯ ತೊಂಡು....ನೆಲಸಿರ್ಪುವೀ ಸುಕವಿಮಲ್ಲನ ಕಾವ್ಯವಿಳಾಸ ಗೇಹದೊಳ್'[5] ಎಂಬ ಹೇಳಿಕೆ ಇದೆ. ಇಲ್ಲಿ ವರ್ಣಿತರಾದವರೆಲ್ಲ ಹೆಸರಾದ ಕನ್ನಡ ಕವಿಗಳು. ಅವರ ಜೊತೆಗೆ ಉಲ್ಲೇಖಹೊಂದಿದ ಗುಣನಂದಿ ಕೀರ್ತಿವೆತ್ತ ಕವಿಯಾಗಿರಬೇಕು. ಅವನ ತೊಂಡು ಎಂಬುದು ಅವನ ಔದ್ಧತ್ಯ ಇಲ್ಲವೆ ಆತ್ಮವಿಶ್ವಾಸನಿದರ್ಶಕವಾದ ದರ್ಪ ಎಂಬುದನ್ನು ಸೂಚಿಸು ತ್ತಿರಬಹುದು. 'ಸೂಕ್ತಿಸುಧಾರ್ಣವ'ದಲ್ಲಿ ಉದಾಹೃತವಾದ ಅವನ ಪದ್ಯಗಳಾವುವು ಎಂಬುದು ತಿಳಿದಿಲ್ಲ. ಕೇಶಿರಾಜನು ತನ್ನ ವ್ಯಾಕರಣಗ್ರಂಥದಲ್ಲಿ "ಸುಮಾರ್ಗಮಿದಱೊಳೆ ಲಕ್ಷ್ಯಂ" ಎಂದು ಹೇಳಿದ ಪ್ರಮಾಣಪುರುಷರಲ್ಲಿ ಗುಣನಂದಿಯನ್ನು ಹೆಸರಿಸಿದ್ದಾನೆ. ಅವನು ಹೆಸರಿಸಿದ ಕವಿಗಳೆಲ್ಲ ೯–೧೧ನೆಯ ಶತಮಾನದಲ್ಲಿ ಆಗಿಹೋದವರೆಂದೂ, ಅವರಲ್ಲಿ ಒಬ್ಬನಾದ ಗುಣನಂದಿ ಒಬ್ಬ ಶ್ರೇಷ್ಠ ಕನ್ನಡಕವಿಯೆಂದೂ, "ಆತನ ಕಾಲ ಸುಮಾರು ೯–೧೧ನೆಯ ಶತಮಾನಗಳ ಮಧ್ಯವಿರಬೇಕು" ಎಂದೂ ಊಹೆಯನ್ನು ಮಾಡಲಾಗಿದೆ.[6] ಅಲ್ಲದೆ ಸೂ. ೨೪ರಲ್ಲಿ ಹಿರಿಯರು ಹೇಳಿದ ಪ್ರಯೋಗಗಳಲ್ಲಿ ಒಂದೆಂದು "ಚುರ್ಚಿದವೋಲ್ ಬಿಸಿಲಳುರೆ ಕಿ। ಮುಟ್ಟಿದ ತಳಿರಂತೆನೊಂದು (ಗುಣನಂದಿ)" ಎಂಬ ಅವತರಣಿಕೆಯನ್ನು ಕೊಟ್ಟಿದ್ದಾನೆ. ಇದು ಗುಣನಂದಿಯ ಯಾವುದೋ ಗ್ರಂಥದಿಂದ ಎತ್ತಿದ ಪದ್ಯಭಾಗವೆಂಬುದು ಸ್ಪಷ್ಟವಾಗಿದೆ. ಅಗುಳಿನಿಂದ ಅನ್ನವನ್ನು ಅರಿಯಬಹುದಾದರೆ, ಇದರಲ್ಲಿಯ ಹೋಲಿಕೆಯ ಔಚಿತ್ಯ, ಪದರಚನೆಯ ಸಹಜಸಾರ್ಥಕತೆ ಇವು ಗುಣನಂದಿಯ ಕವಿತಾಶಕ್ತಿಯನ್ನು ತಿಳಿಸುತ್ತವೆ. ಸು. ೧೬ನೆಯ ಶತಮಾನದಲ್ಲಿ ನಂಜುಂಡ ಕವಿಯೂ ತನ್ನ 'ಕುಮಾರರಾಮಕಥೆ'ಯಲ್ಲಿ "ಇಂಪುವಡೆದ ಕವಿತಾರಸಲಹರಿಯ ಸೊಂಪು" ಉಳ್ಳ ಗುಣನಂದಿಯನ್ನು ಹೊಗಳಿದ್ದಾನೆ. ಇವನ ಕನ್ನಡ ಗ್ರಂಥಗಳು ಯಾವುವೆಂಬುದು ಕೂಡ ತಿಳಿದಿಲ್ಲ.

### ಪಂಪಕಾಲದವರೆಗಿನ ಗ್ರಂಥಕಾರರು

| ಕ್ರಮಾಂಕ ಗ್ರಂಥಕಾರ | ಕಾಲ | ಮತ | ಗ್ರಂಥ | ಸ್ವರೂಪ |
|---|---|---|---|---|
| ೧. ದುರ್ವಿನೀತ | ಸು. ೬೦೦ (೫೫–೬೬) | ಜೈನ ? | ಬೃಹತ್ಕಥೆ, ಕಿರಾತಾರ್ಜುನೀಯ ಟೀಕೆ | (?) |
| | | | ಸಂಸ್ಕೃತದಲ್ಲಿ (?) ಶಬ್ದಾವತಾರ | (?) |
| | | | ಕನ್ನಡದಲ್ಲಿ (?), ವಡ್ಡಕಥೆ ಕನ್ನಡದಲ್ಲಿ (?) | |
| ೨. ತುಂಬಲೂರಾಚಾರ್ಯ | ಸು. ೧೬೦ | ಜೈನ | ಚೂಡಾಮಣಿ | ವ್ಯಾಖ್ಯಾನ ಗ್ರಂಥ |
| ೩. ಶ್ಯಾಮಕುಂದಾಚಾರ್ಯ | ಸು. ೬೫೦ | ಜೈನ | ಕನ್ನಡ 'ಪ್ರಭೃತ' ಇಲ್ಲವೆ ಪರಾಪದ್ಧತಿ | ಶಾಸ್ತ್ರಗ್ರಂಥ |
| ೪. ಸೈಗೊಟ್ಟ ಶಿವಮಾರ | ೮೦೦ (೭೮೦–೮೧೨) | ಜೈನ | ಗಜಾಷ್ಟಕ | ಗಜಶಾಸ್ತ್ರ ಗ್ರಂಥ |
| ೫. 'ಕವಿರಾಜಮಾರ್ಗ'ಕಾರ | ಸು. ೮೫೦ (೮೧೫–೮೭೭) | ಜೈನ | ಕವಿರಾಜಮಾರ್ಗ | ಅಲಂಕಾರ ಗ್ರಂಥ |
| ೬. ಅಸಗ | ೮೫೩ | ಜೈನ | ಕರ್ಣಾಟಕುಮಾರಸಂಭವಕಾವ್ಯಂ | – |
| ೭. (?) | ೯೦೦ ೮೪೪–೮೮೮ | (?) | ಗುಣಕಾಂಕಿಯಂ | ಛಂದೋಗ್ರಂಥ |
| ೮. ಗುಣನಂದಿ | ಸು. ೯೦೦ (?) | ಜೈನ | (?) | — |
| ೯. ಗುಣವರ್ಮ–೧ | ಸು. ೯೦೦ (೯೦೭–೯೨೦) | ಜೈನ | ೧. ಹರಿವಂಶ<br>೨. ಶೂದ್ರಕ | ಚಂಪೂಕಾವ್ಯ<br>" |
| ೧೦. ಶಿವಕೋಟ್ಯಾಚಾರ್ಯ | ಸು. ೯೨೦ (?) | ಜೈನ | ವಡ್ಡಾರಾಧನೆ | ಗದ್ಯಕಥೆ |
| ೧೧. ವಿಮಲೋದಯ, ನಾಗಾರ್ಜುನ, ಜಯಬಂಧು ಇತ್ಯಾದಿ | (?) | (?) | – | ಗದ್ಯ |
| ೧೨. ಶ್ರೀವಿಜಯ, ಕವೀಶ್ವರ, ಪಂಡಿತ, ಚಂದ್ರ, ಲೋಕಪಾಲ ಇತ್ಯಾದಿ | (?) | (?) | — | ಪದ್ಯ |

**ಗುಣವರ್ಮ ೧ :** ಗುಣವರ್ಮ ಎಂಬ ಹೆಸರಿನ ಕವಿಗಳು ಇಬ್ಬರಿದ್ದರೆಂದು ತಿಳಿಯಲು ಸ್ಪಷ್ಟವಾದ ಆಧಾರಗಳಿವೆ.[7] ೧೩ನೆಯ ಶತಮಾನದ ಪೂರ್ವಾರ್ಧದವನಾದ ೨ನೆಯ ಗುಣವರ್ಮನು 'ಪುಷ್ಪದಂತಪುರಾಣ'ವನ್ನು ಬರೆದಿದ್ದಾನೆ. ಸು. ೯೦೦ರಲ್ಲಿದ್ದ ೧ನೆಯ ಗುಣವರ್ಮನು 'ಶೂದ್ರಕ', 'ಹರಿವಂಶ' ಎಂಬ ಗ್ರಂಥಗಳನ್ನು ಬರೆದಹಾಗೆ ತಿಳಿಯುತ್ತದೆ. ಈ ಗುಣವರ್ಮನ ಉಲ್ಲೇಖ ಮಾಡಿದವರಲ್ಲಿ ೧೧೧೨ರ ನಯಸೇನನು ಹಳಬನು. ತನ್ನ 'ಧರ್ಮಾಮೃತ'ದಲ್ಲಿ ಅವನು ಅಸಗ, ಪೊನ್ನ ಮೊದಲಾದವರ ಗುಣದೊಡನೆ "ಗುಣವರ್ಮನ ಜಾಣ್" ತನ್ನ ಕೃತಿಯಲ್ಲಿ ನೆಲಸಲಿ ಎಂದು ಕೋರಿದ್ದಾನೆ. ಇದರಿಂದ ೧ನೆಯ ಗುಣವರ್ಮ ಹತ್ತನೆಯ ಶತಮಾನದಲ್ಲಿಯೇ ಹೆಸರಾದ ಕವಿಗಳ ಪಂಕ್ತಿಯಲ್ಲಿ ಸ್ಥಾನಪಡೆದಿದ್ದನೆಂಬುದು ಸಿದ್ಧವಾಗುತ್ತದೆ. ಮುಂದಿನ ಕಾಲದಲ್ಲಿ ರುದ್ರಭಟ್ಟ, ಪಾರ್ಶ್ವಪಂಡಿತ ಮುಂತಾದ ಕವಿಗಳು ಅವನನ್ನು ಹೊಗಳಿ ತಮಗೆ ಮೇಲ್ಪಂಕ್ತಿಯಾಗಿಸಿಕೊಂಡಿದ್ದಾರೆ ; ಕೇಶಿರಾಜ, ೨ನೆಯ ನಾಗವರ್ಮರಂಥ ಲಕ್ಷಣಕಾರರು ಪ್ರಮಾಣವಾಗಿ ಗ್ರಹಿಸಿದ್ದಾರೆ. ಮಲ್ಲಿಕಾರ್ಜುನ, ಅಭಿನವ ವಾದಿವಿದ್ಯಾನಂದರಂಥ ಸಂಕಲನಕಾರರು ಅವನ ಪದ್ಯಗಳನ್ನು ಉದ್ಧೃತಗೊಳಿಸಿದ್ದಾರೆ. ಸಂಕಲಿತವಾದ ಅವನ ಪದ್ಯಗಳಲ್ಲಿ ಗಂಗಚಕ್ರಾಯುಧ, ಕಾಮದ, ಮಹೇಂದ್ರಾಂತಕ ಎಂಬ ಬಿರುದುಗಳುಳ್ಳ ಒಬ್ಬ ಗಂಗರಾಜನ ಪರ್ಯಾಯಸ್ತುತಿ ಬಂದಿದೆ.[8] ಗಂಗವಂಶದಲ್ಲಿ ೯೦೭ರಿಂದ ೯೨೧ರವರೆಗೆ ಆಳಿದ ಎರೆಯಪ್ಪನೇ ಈ ರಾಜನೆಂದು ತಿಳಿದುಬಂದ ಕಾರಣ ೧ನೆಯ ಗುಣವರ್ಮನ ಕಾಲ ಸು. ೯೦೦ ಎಂದು ಊಹಿಸಲಾಗಿದೆ.[9]

ಇವನ ಗ್ರಂಥಗಳು ದೊರೆತಿಲ್ಲ. ಆದರೆ ಅವುಗಳ ಹೆಸರು ತಿಳಿದಿದೆ. ಕೆಲವು ಉದ್ಧೃತಿಗಳೂ ದೊರೆತಿವೆ, ಈ ವಿಷಯದಲ್ಲಿ ಇವನು ಗುಣನಂದಿಗಿಂತ ಮೇಲು ಎನ್ನಬಹುದು. ಅಭಿನವ ವಾದಿ ವಿದ್ಯಾನಂದನು ತನ್ನ 'ಕಾವ್ಯಸಾರ'ವೆಂಬ ಸಂಕಲನಗ್ರಂಥದಲ್ಲಿ ಗುಣವರ್ಮನ 'ಶೂದ್ರಕ'ದಿಂದ ಎತ್ತಿದುವೆಂದು ಹೇಳಿದ ಪದ್ಯಗಳಿವೆ. ಅವುಗಳಲ್ಲಿ ಕೆಲವು ಮಲ್ಲಿಕಾರ್ಜುನನ 'ಸೂಕ್ತಿಸುಧಾರ್ಣವ'ದಲ್ಲಿಯೂ ಉದಾಹೃತವಾಗಿವೆ. 'ಕಾವ್ಯಸಾರ'ದಲ್ಲಿ 'ಹರಿವಂಶ'ದಿಂದ ತೆಗೆದುಕೊಂಡ ಒಂದು ಪದ್ಯವೂ ಇದೆ. 'ಹರಿವಂಶ'ವು ಗುಣವರ್ಮನ ಕೃತಿಯೆಂದು ತಿಳಿಯಲು ಕೇಶಿರಾಜನ 'ಶಬ್ದಮಣಿದರ್ಪಣ'ದಲ್ಲಿನ "ಈಂದ ಪುಲಿಯಾವೊಲಿರ್ದಳ್—ಎಂದು ಗುಣವರ್ಮನ ಹರಿವಂಶಪ್ರಯೋಗಂ" (ಸೂ. ೧೧೮) ಎಂಬ ಹೇಳಿಕೆ, ಪಾರ್ಶ್ವಪಂಡಿತ ಮತ್ತು ೨ನೆಯ ನಾಗವರ್ಮ ಇವರ ಉಕ್ತಿ–ಉದಾಹರಣೆಗಳು ಸಾಕಷ್ಟು ಆಧಾರವಾಗಿವೆ.[10] 'ಕಾವ್ಯಸಾರ'ದಲ್ಲಿ ಬಂದ 'ಶೂದ್ರಕ'ದ ಪದ್ಯಗಳು ೪೧, ಗದ್ಯಭಾಗ ೧, 'ಹರಿವಂಶ' ಪದ್ಯ ೧ ಎಂದಿದ್ದರೆ, ಅವುಗಳಲ್ಲಿ 'ಶೂದ್ರಕ'ದ ೧೧ ಪದ್ಯಗಳು ಮಾತ್ರ 'ಸೂಕ್ತಿಸುಧಾರ್ಣವ'ದಲ್ಲಿ ಉದ್ಧೃತವಾಗಿವೆ.[11] ಕಾಲಕ್ರಮದಲ್ಲಿ ಮೊದಲು 'ಸೂಕ್ತಿಸುಧಾರ್ಣವ' (ಸು. ೧೨೫೦), ಮುಂದೆ 'ಕಾವ್ಯಸಾರ' (ಸು. ೧೫೫೦) ಎಂಬುದನ್ನು ನೆನೆದಿರಬೇಕು.

ಸಂಕಲನಗ್ರಂಥಗಳು ಬೇರೆ ಬೇರೆ ಕವಿಗಳು ಮಾಡಿದ ವಿವಿಧ ವರ್ಣನೆಗಳಿಂದ ಆಯ್ದು ಕಟ್ಟಿದ ಪದ್ಯಮಾಲಿಕೆಗಳಾದ್ದರಿಂದ ಅವುಗಳಲ್ಲಿ ಕಥಾನಕಕ್ಕೆ ಅವಕಾಶವೇ ಇಲ್ಲ. ಅಂತೇ ನಾಲ್ವತ್ತಕ್ಕೆ ಮೇಲಾದ ಪದ್ಯಗಳಿಂದಲೂ 'ಶೂದ್ರಕ'ದ ಕಥಾವಸ್ತುವಿನ ಪರಿಚಯವು ಎಳ್ಳಷ್ಟೂ ಆಗದಿದ್ದರೆ ಸೋಜಿಗವಲ್ಲ. ಆದರೂ 'ಶೂದ್ರಕ' ಒಂದು ಪ್ರೌಢ ಚಂಪೂಗ್ರಂಥವಾಗಿತ್ತೆಂಬುದೂ, ಅದರಲ್ಲಿ ಕ್ರಮಬದ್ಧವಾದ ಕಥನವಿರಬೇಕೆಂಬುದೂ ಅಲ್ಪ ಆಧಾರದಿಂದಲೂ ತಿಳಿಯುತ್ತದೆ. ಎರಡೂ ಸಂಕಲನಗಳಲ್ಲಿ ಚಂಪೂಕೃತಿಗಳಿಂದಲೇ ಗದ್ಯಪದ್ಯಗಳನ್ನು ಆಯ್ದುಕೊಂಡಿದೆ ಎಂಬ ಸಾಮಾನ್ಯ ಕಾರಣವಲ್ಲದೆ, 'ಕಾವ್ಯಸಾರ'ದಲ್ಲಿ 'ಶೂದ್ರಕ'ದಿಂದೆತ್ತಿದ ಗದ್ಯಭಾಗವೂ ಇದೆ ಎಂಬುದು ವಿಶೇಷ ಕಾರಣವಾಗಿದೆ.[12] ಪದ್ಯಗಳೆಲ್ಲ ಕಂದ–ವೃತ್ತಗಳಲ್ಲಿಯೇ ಇರುತ್ತವೆ ಎಂಬುದನ್ನು ಲಕ್ಷಿಸಬೇಕು. 'ಶೂದ್ರಕ' ಈ ಹೆಸರು ಸೂಚಿಸುವಂತೆ ಈ ಕಾವ್ಯದಲ್ಲಿ ಆ ಹೆಸರಿನ ಪುರಾಣಪ್ರಸಿದ್ಧ ರಾಜನ ಚರಿತ್ರೆಯಿದ್ದು, ಅದರೊಡನೆ

ಹೊಂದಿಕೊಂಡು ಆಶ್ರಯದಾತನಾದ ಗಂಗರಾಜನ ಚರಿತ್ರೆಯೂ ಸ್ತುತಿಯೂ ಇರಬಹುದೆಂದು ತೋರುತ್ತದೆ. ಯಾಕೆಂದರೆ ಪ. ೧೧೪ರಲ್ಲಿ ಸ್ಪಷ್ಟವಾಗಿ ಶೂದ್ರಕನ ಹೆಸರು ಬಂದಿದ್ದರೆ ಉಳಿದ ೩–೪ ಸಂದರ್ಭಗಳಲ್ಲಿ ಅವನ ಮೇಲೆ ಆರೋಪಿಸಿದ ಗಂಗರಾಜನ ಬಿರುದುಗಳಿರುತ್ತವೆ. ಕಥಾನಕದ ರೀತಿ ಹೀಗಿದ್ದುದು ನಿಜವಾದರೆ, ೧ನೆಯ ಗುಣವರ್ಮನು ನಮಗೆ ತಿಳಿದಮಟ್ಟಿಗೆ ಪಂಪ–ರನ್ನರ ಲೌಕಿಕ ಕಾವ್ಯಗಳ ರಾಜಕೀಯಧ್ವನಿಯುಕ್ತವಾದ ರಚನೆಗೆ ತಳಹದಿಯನ್ನು ಹಾಕಿದನೆನ್ನ ಬಹುದು.

ಗುಣವರ್ಮನ ಸಂಕಲಿತ ಪದ್ಯಗಳಲ್ಲಿ ಸಮುದ್ರ, ಪುರ, ಸೂರ್ಯ, ಚಂದ್ರ, ಮಾಗಿ, ಕಾನನ, ಬೇಟೆ, ಸ್ತ್ರೀರೂಪ, ಸಂಭೋಗ, ವೇಶ್ಯಾವಾಟ ಮುಂತಾಗಿ ಸಾಂಪ್ರದಾಯಿಕ ವಿಷಯಗಳಿವೆ. ಇವುಗಳಲ್ಲಿ ರಾಜ, ಯುದ್ಧ, ಶೌರ್ಯ ಇವನ್ನು ಕುರಿತ ಪದ್ಯಗಳನ್ನು ಕಣ್ಣಿಕ್ಕಿ ನೋಡಿದರೆ 'ಶೂದ್ರಕ'ವು ತತ್ಕಾಲೀನ ಚರಿತ್ರೆಯನ್ನು ಸೂಚಿಸುವ ವೀರಪ್ರಚುರವಾದ ಕಾವ್ಯವೆಂದು ಭಾಸ ವಾಗುತ್ತದೆ. ಪ. ೨೧೫ "ಎರೆದರ್ ಸಂತುಷ್ಟರಾದರ್, ಕದನದೊಳಿದಿರಂ ಮೀಱೆ ಮಾಱಾಂತು ನಿಂದಾಂತರಿಭೂಪರ್ ಭಸ್ಮಮಾದರ್... ನರರಾರ್ ನಿನ್ನನ್ನರಿನ್ನೀ ಭುವನಭವನದೊಳ್ ಗಂಗಚಕ್ರಾ ಯುಧಾಂಕಾ" ಎಂಬುದು ಪ್ರತಿ ವಿವರದಲ್ಲಿ ಪ್ರತಾಪಶಾಲಿಯಾದ ಎರೆಯಪ್ಪನ ಗುಣಗಾನವಾಗಿದೆ. ತನ್ನ ತಂದೆ ಸೋಲಿಸಿದರೂ ಇನ್ನೂ ಸ್ವತಂತ್ರನಾಗಲು ಹವಣಿಸುತ್ತಿದ್ದ ನೊಳಂಬಪಲ್ಲವರ ಮಹೇಂದ್ರನನ್ನು ಎರೆಯಪ್ಪನು ಅತಿರೌದ್ರವಾದ ಯುದ್ಧದಲ್ಲಿ ಕೊಂದನೆಂಬುದು "ಕದನದೊಳ್ ಇದಿರಂ ಮೀಱೆ ಮಾಱಾಂತು ನಿಂದಾಂತರಿಭೂಪರ್ ಭಸ್ಮಮಾದರ್" ಇದರಿಂದ ಸೂಚಿತವಾಗಿದೆ. ತರುವಾಯ ಗಂಗರಾಜ್ಯದ ಮೇಲೆ ವೀರಮಹೇಂದ್ರನೆಂಬುವನು ದಂಡೆತ್ತಿಬರಲು ಎರೆಯಪ್ಪನು ಸಾಮಂತಸಹಿತವಾದ ಸೈನ್ಯ ಕೊಟ್ಟು ಅವನೊಂದಿಗೆ ಕಾದಲೆಂದು ಅಯ್ಯಪ್ಪನನ್ನು ಕಳುಹಿಸಿದನೆಂದು ತಿಳಿದಿದೆ.[13] ಈ ಸಂಗತಿ ಪ. ೪೧೧ರಲ್ಲಿ ಸೂಚ್ಯವಾಗಿ ಬಂದಿದೆ. "ನೀನಿರೆ ಆನೆ ರಿಪುಸೇನೆಗೆ ಸಾಲ್ವೆಂ ಎಡಗೈಯ ಕೈಯುಗುರೆ ಸಾಲದೆ ನಚ್ಚಿದ ಕೈದುವೇಱ್ಪುದೇ" ಎಂಬುದನ್ನು ಅಯ್ಯಪ್ಪನು ಎರೆಯಪ್ಪನಿಗೆ ಹೇಳಿದಂತಿದೆ. ಪ. ೫೨೫ರಲ್ಲಿ ವೀರಪಟ್ಟವನ್ನು ಧರಿಸಿ ಕೆಮ್ಮೊಗನಾದ ಕಥಾನಾಯಕನ ಭವ್ಯವರ್ಣನೆ ಬಂದಿದೆ. ಹೀಗೆ ಅಲ್ಪಾಂಶಗಳಲ್ಲಿ ಆ ಕಾಲದ ಚರಿತ್ರೆಗೆ ಬೆಳಕಿಂಡಿಯನ್ನು ಒದವಿಸಿದ ಈ ಕಾವ್ಯವು ಸಮಗ್ರವಾಗಿ ದೊರಕಿದ್ದರೆ ಇನ್ನೂ ಹೆಚ್ಚಾಗಿ ಬೆಳಕನ್ನು ಕೆಡವಬಹುದಾಗಿತ್ತು.

ಈ 'ಶೂದ್ರಕ'ದ ಕಾವ್ಯಭಾಗಗಳನ್ನು ವಿಮರ್ಶಾದೃಷ್ಟಿಯಿಂದ ನೋಡಿದರೆ ಸಾಮಯಿಕ ಹಾಗೂ ಪ್ರೌಢವಾದ ವರ್ಣನಾಶಕ್ತಿ ಎದ್ದುಕಾಣುತ್ತದೆ. ಪಂಪನಿಗಿಂತ ಪೂರ್ವದಲ್ಲಿ ಮಾರ್ಗ–ಕಾವ್ಯವು ಕನ್ನಡ–ಸಂಸ್ಕೃತಗಳ ಶಬ್ದಸಿದ್ಧಿಯನ್ನು ಪಡೆದು, ಕವಿಸಮಯ–ಕಲ್ಪನಾ ಚಮತ್ಕೃತಿ ಗಳೊಡನೆ ಚೆಲ್ಲವಾಡುತ್ತ, ಪಂಡಿತಪ್ರತಿಭೆಯ ಮೂರ್ತಿಯಾಗಿ ತಲೆದೋರಿತ್ತೆಂಬುದನ್ನು 'ಶೂದ್ರಕ'ವು ಸ್ಪಷ್ಟವಾಗಿ ತಿಳಿಸುತ್ತದೆ. ೬೧೨, ೬೬೫, ೭೪೭, ೮೮೦ ಈ ಮುಂತಾದ ಪದ್ಯ ಗಳಲ್ಲಿ ಕವಿಯ ಕಲ್ಪನಾಶಕ್ತಿ ಎತ್ತರಕ್ಕೆ ಹೋದರೂ ಡೊಂಬರಾಟಕ್ಕಾಗಿ ಎಂದು ತೋರಬಹುದು. ಅದೇ ಪ. ೯೪, ೧೦೫೦ ಇಲ್ಲಿ ಎತ್ತರದೊಡನೆ ಕೊನೆಬಾಳುವ ಘನತೆಯಿಂದೆ. ಬೆಳಗಪ್ಪ ಜಾವ ದಲ್ಲಿ ಚಳಿಹತ್ತಲು ಅದನ್ನು ತಡೆಯಲಾರದೆ ಭೂವನಿತೆ ತೊಟ್ಟ ಹೊಸ ಕುಪ್ಪುಸದ ಮೇಲಿನ ಸೀಮುರ್ತಿನಂತೆ ನೆಲದ ಮೇಲಿನ ಹನಿಗಳು ಇದ್ದುವು (೯೪) ಎಂಬುದು ಇವುಗಳಲ್ಲಿ ಒಂದು ತುಂಬ ಮೆಚ್ಚತಕ್ಕ ಭಾವ. ಈ ಗುಣವರ್ಮನ ಶೃಂಗಾರಿಕ ವರ್ಣನೆಗಳಲ್ಲಿ ಉತ್ತಾನವೆನ್ನು ವಷ್ಟು ಬಿಚ್ಚುಬಗೆಯಿದೆ. ಶೈಲಿ ಆಗಾಗ ಸಂಸ್ಕೃತಮಯವಾಗಿದೆ. "ರೌದ್ರಂ ಸಮುದ್ರಂ" ಎಂದು ಕೊನೆಗೊಳ್ಳುವ ಸಮುದ್ರವರ್ಣನೆಯಲ್ಲಂತೂ ಭೀಕರವಾದ ಶಬ್ದಸಮುದ್ರದ ಹೊರತು ಇನ್ನೇನೂ ಇಲ್ಲ. ಇಡಿಯ ಕಾವ್ಯವು ನೋಡಲು ದೊರೆಯದೆ ಇದ್ದ ಸಂದರ್ಭದಲ್ಲಿ ಈ ಕವಿಯ ಬಗ್ಗೆ ಕೊನೆಯ ಮಾತೆಂಬುದು ಸಾಧ್ಯವಿಲ್ಲ, ಆದರೂ ದೊರೆತಷ್ಟು 'ಶೂದ್ರಕ'ದ ಭಾಗ ಹಾಗೂ

'ಹರಿವಂಶ'ದ ಆ ಒಂದು ಪದ್ಯ ಇದರಿಂದ ೧ನೆಯ ಗುಣವರ್ಮನು ಪಂಪಪೂರ್ವ ಯುಗದಲ್ಲಿಯ ಪ್ರೌಢಕವಿ ಎಂದು ಹೇಳಿದರೆ ತಪ್ಪಾಗದು.

## ಟಿಪ್ಪಣಿಗಳು

1. ವೆಂ. ಬಿ. ಶ್ರೀ ಲೋಕಾಪುರ : ಅಸಗ ಕವಿಯ ಪರಿಚಯ (ಜಯಕರ್ನಾಟಕ, ೨೫–೪, ಪು. ೧೮೩).

2. A.N. Upadhye : 'Asaga and His Works' (*Karnataka Historical Review*, Vol. II, No.1, pp. 42–47).

3. *E.C.*, ಶ್ರವಣಬೆಳ್ಗೊಳ, ೬೬, ೧೧೭, ೧೨೭.

4. ಅ. ವೆಂಕಟಸುಬ್ಬಯ್ಯ : 'ಕೆಲವು ಕನ್ನಡ ಕವಿಗಳ ಜೀವನಕಾಲವಿಚಾರ', ಪು. ೨೪೬–೮.

5. ಮಲ್ಲಿಕಾರ್ಜುನ : 'ಸೂಕ್ತಿಸುಧಾರ್ಣವ', ಪೀಠಿಕಾ ಪ್ರಕರಣ, ೧–೨೬.

6. ಎಂ. ಮರಿಯಪ್ಪ ಭಟ್ಟ : ಚಂಪೂ ಕಾವ್ಯದ ಪ್ರಾರಂಭಕಾರರು ('ಸಮಗ್ರ ಕನ್ನಡ ಸಾಹಿತ್ಯ ಚರಿತ್ರೆ', ಸಂಪುಟ ೨, ಪು. ೫೭).

7. ಆರ್. ನರಸಿಂಹಾಚಾರ್ಯ : 'ಕವಿಚರಿತೆ', ಸಂ. ೧, ಪು. ೨೩.

8. ಅಭಿನವ ವಾದಿವಿದ್ಯಾನಂದ : 'ಕಾವ್ಯಸಾರ', ಪದ್ಯ ೨೨೫, ೪೩೭, ೫೫೧.

9. M. V. Krishna Rao : *The Gangas of Talkad*, p. 87.

10. ಆರ್. ನರಸಿಂಹಾಚಾರ್ಯ : 'ಕವಿಚರಿತೆ', ಸಂ. ೧, ಪು. ೨೪.

11. ಗಂಗರಾಜನಾದ ಎರೆಯಪ್ಪನಿಂದ ನೊಳಂಬ ದೊರೆಯಾದ ಮಹೇಂದ್ರನ ಕೊಲೆ ಯುದ್ಧರಂಗ ದಲ್ಲಿ ಸು. ೮೯೦ರಲ್ಲಿ ಆಯಿತೆಂಬುದರಿಂದ 'ಮಹೇಂದ್ರಾಂತಕ' ಎಂಬ ಅವನ ಬಿರುದನ್ನು ಎತ್ತಿ ಹೇಳುವ 'ಶೂದ್ರಕ'ವು ಆ ಕಾಲದ ಅನಂತರ ರಚಿತವಾಗಿರಬೇಕೆಂದು ಊಹಿಸಬಹುದು. (ನೋಡಿ : 'ಕರ್ನಾಟಕದ ಅರಸುಮನೆತನಗಳು', ಸಂ. ೧, ಪು. ೧೮೩, ೨೧೩).

12. ಅಭಿನವ ವಾದಿವಿದ್ಯಾನಂದ : 'ಕಾವ್ಯಸಾರ', ಗದ್ಯ ೫೨೯.

13. ನೆ. ಲಕ್ಷ್ಮೀನಾರಾಯಣರಾಯರು, ರಾ. ಸ್ವಾ. ಪಂಚಮುಖಿ : 'ಕರ್ನಾಟಕದ ಅರಸುಮನೆತನಗಳು', ಸಂ. ೧, ಪು. ೧೮೩.

# ಪ್ರಕರಣ : ೭

# ಕವಿರಾಜಮಾರ್ಗ

**'ಕ**ವಿರಾಜಮಾರ್ಗ'ದಲ್ಲಿ ಸುಪ್ರಸಿದ್ಧ ರಾಷ್ಟ್ರಕೂಟ ದೊರೆಯಾದ ನೃಪತುಂಗನ ಉಲ್ಲೇಖಗಳಿರುವುದರಿಂದ ಅದರ ಕಾಲಾವಧಿ ೮೧೪–೭೭ ಎಂದು ಸುನಿಶ್ಚಿತವಾಗಿದೆ. ೯ನೆಯ ಶತಮಾನದ ಉತ್ತರಾರ್ಧದಲ್ಲಿ ಅದು ರಚಿತವಾಗಿರಬಹುದೆಂದು ತೋರುತ್ತದೆ. ರಚನಕಾರನು ಯಾರೆಂಬ ವಿಷಯ ಮಾತ್ರ ತುಂಬ ವಾದಗ್ರಸ್ತವಾಗಿದೆ. ನೃಪತುಂಗನೇ ಅದನ್ನು ರಚಿಸಿದನೆಂದೂ, ನೃಪತುಂಗನ ಆಶ್ರಯದಲ್ಲಿ ಯಾವನೋ ಒಬ್ಬನು ಅದನ್ನು ಬರೆದನೆಂದೂ, ಆ ಯಾವನೋ ಒಬ್ಬನು ಕವೀಶ್ವರನಾಗಿರಬೇಕೆಂದೂ, ಶ್ರೀವಿಜಯನೇ ಆಗಿರಬೇಕೆಂದೂ, ಶ್ರೀವಿಜಯನೆಂಬ ಪೂರ್ವಕವಿ ಬರೆದ 'ಕವಿಮಾರ್ಗ'ವನ್ನು ವಿಸ್ತರಿಸಿ ಕವೀಶ್ವರನೆಂಬ ನೃಪತುಂಗನ ಸಭಾಸದನು ತನ್ನ ದೊರೆಯ ಅಭಿಪ್ರಾಯ–ಅನುಮತಿಗಳೊಡನೆ 'ಕವಿರಾಜಮಾರ್ಗ'ವಾಗಿ ರಚಿಸಿದನೆಂದೂ ಹೀಗೆ ತರತರದ ಅಭಿಪ್ರಾಯಗಳು ಹುಟ್ಟಿವೆ. ಇದನ್ನೆಲ್ಲ ನಿವೇದಿಸಿ ಸಂಪೂರ್ಣವಾಗಿ ಚರ್ಚಿಸುವುದು ಸಾಧ್ಯವಿಲ್ಲ. ಈ ಪ್ರಶ್ನೆಯನ್ನು ಹಿಂಜಿ ನೋಡಿದರೆ ಸುಮಾರಾಗಿ ಗಟ್ಟಿಯೆಂದು ನಮಗೆ ತೋರುವ ಮಾತುಗಳು ಯಾವುವು, ಊಹೆಗೆ ಮಾತ್ರ ತೋರಬಹುದಾದ ಮಾತುಗಳು ಯಾವುವು ಎಂಬುದನ್ನು ಇಲ್ಲಿ ಹಿಂಜಿ ಅನುಗೊಳಿಸುತ್ತೇವೆ. ಈ ಹಿಂಜಿಕೆಯಲ್ಲಿ ಬೇರೆಯವರ ಅಭಿಪ್ರಾಯಗಳ ಚರ್ಚೆ ಕೆಲಮಟ್ಟಿಗೆ ಬರಬಹುದು.

## 'ಕವಿರಾಜಮಾರ್ಗ'ದ ಕರ್ತೃ

ಇದು ನೃಪತುಂಗರಚಿತವಾದ ಗ್ರಂಥವಲ್ಲ ಎಂಬುದು ಮೊದಲನೆಯ ಗಟ್ಟಿಮಾತು. ಇದರಲ್ಲಿ ಮೊದಲಿಂದ ಕೊನೆಯವರೆಗೆ ಸೂರೆಯಾದ ನೃಪತುಂಗಪ್ರಶಂಸೆ ಇದಕ್ಕೆ ನಿದರ್ಶನವಾಗಿದೆ.[1] ತನ್ನ ಕೃತಿಯಲ್ಲಿ ನೃಪತುಂಗನು ತನ್ನನ್ನೇ ಅಷ್ಟು ಹೊಗಳಿಕೊಳ್ಳುವುದು ಎಷ್ಟು ಅಸಹಜವೋ ಅಷ್ಟು ಆಶ್ರಿತಕವಿಯೊಬ್ಬನು ಹೊಗಳುವುದು ಸಹಜ. ಅಸಹಜತೆಯನ್ನು ಅಲ್ಲಗಳೆದರೆ ಅಂಥ ಆತ್ಮಪ್ರಶಂಸೆಯ ಆರೋಪದಿಂದ ನೃಪತುಂಗನ ವ್ಯಕ್ತಿತ್ವಕ್ಕೆ ಹೆಚ್ಚಿನ ಕುಂದು ತಂದಂತಾಗುತ್ತದೆ. ವಿಶೇಷವಾಗಿ ೩ನೆಯ ಪರಿಚ್ಛೇದದ ೨೨೭–೨೩೧ ಈ ಪದ್ಯಗಳನ್ನು ಓದಬೇಕು. ಇನ್ನು ಪ್ರತಿ ಪರಿಚ್ಛೇದದ ಅಂತ್ಯದಲ್ಲಿ "ನೃಪತುಂಗದೇವಾನುಮತಮಪ್ಪ ಕವಿರಾಜಮಾರ್ಗ" ಎಂದಿದೆ. "ನೃಪತುಂಗದೇವ ರಚಿತ" ಎಂಬುದು ವಸ್ತುಸ್ಥಿತಿಯಾಗಿದ್ದರೆ ಹಾಗೆ ಹೇಳಲು ಬಾಧಕವೇನಿತ್ತು ? ಕವಿಗಳು ತಾವು ಗ್ರಂಥ ಬರೆದು ಆಶ್ರಯ ಕೊಟ್ಟ ರಾಜರ ಹೆಸರಿನಲ್ಲಿ ಅವನ್ನು ಪ್ರಚುರಗೊಳಿಸುವ ಸಂಪ್ರದಾಯವು ಸಂಸ್ಕೃತ ವಾಙ್ಮಯದಲ್ಲಿತ್ತು. ಅದೇ, ರಾಜನು ತಾನೇ ಗ್ರಂಥ ಬರೆದ ಸಂದರ್ಭದಲ್ಲಿ ತನ್ನಿಂದ ರಚಿತವಾದ ಗ್ರಂಥವೆಂದು ಹೇಳಲು ಆತಂಕವೇನಿತ್ತು ? ತಿರುತಿರುಗಿ 'ಅನುಮತ'ವೆಂಬ ಪದವೇಕೆ ? ಬೇರೊಬ್ಬನಿಂದ ಬರೆದ ಗ್ರಂಥವು ನೃಪತುಂಗನಿಂದ ಅನುಮತವಾಯಿತು—ಅಂದರೆ ಅವನ ಒಪ್ಪಿಗೆ ಪಡೆದು ಆಶ್ರಯಕ್ಕೆ ಅರ್ಹವಾಯಿತು ಎಂದು ಅದರರ್ಥವಿರಬೇಕು. ಈ ಕೊನೆಯ ಮಾತು ಪ್ರಕ್ಷಿಪ್ತವೆಂದು ಸಿದ್ಧವಾದರೆ ಮಾತು ಬೇರೆ. ಗ್ರಂಥದ ತುಂಬ ಅಲ್ಲಲ್ಲಿ 'ನೃಪತುಂಗನ ಮತದ ಮೇರೆಗೆ' ಎಂಬ ಅಭಿಪ್ರಾಯಗಳು ಬರುತ್ತವೆ.[2] ಈ ತೃತೀಯ ಪುರುಷದ ಹೇಳಿಕೆಯಲ್ಲಿ ಉತ್ತಮಪುರುಷವೇ ಅಡಕವಾಗಿದೆಯೆಂದೂ, ನೃಪತುಂಗನೇ ಇದರ ಕರ್ತನೆಂದು ತಿಳಿಯಲು ಇದು ಪ್ರಬಲ ಆಧಾರವೆಂದೂ ಕೆಲವರು ತಿಳಿಯುತ್ತಾರೆ. ಇದನ್ನು ಪರಿಶೋಧಿಸಿದರೆ ಇದರಲ್ಲಿಯ ಅಭಿಪ್ರಾಯಗಳು ಹೆಚ್ಚಾಗಿ ದಂಡಿ

ಮುಂತಾದ ಪ್ರಾಚೀನ ಲಾಕ್ಷಣಿಕರ ಅಭಿಪ್ರಾಯಗಳೆಂದು ತಿಳಿಯುತ್ತದೆ. ಉದಾಹರಣೆಗೆ "ಅತಿಶಯ ಧವಳೋಕ್ತಿಕ್ರಮದೆ ಗದ್ಯಪದ್ಯಾಖ್ಯಾತಂ" (೧–೨೪), "ಶ್ರುತದುಷ್ಟಮರ್ಥದುಷ್ಟಂ.... ಕೃತಕೃತ್ಯ ಮಲ್ಲವಲ್ಲಭಮತದಿಂ ನಾಲ್ಕಕ್ಕುಮಿಲ್ಲಿ ಕೃತಿದೋಷಂಗಳ್" (೧–೬೨), "ಸಾರಶ್ರೀ ನೃಪತುಂಗ ವಿಚಾರಕ್ರಮ ಮಾರ್ಗಗಣನೆಯೊಳ್ ಪರಮಾಲಂಕಾರವಿಭಾಗಂ.... ಶಬ್ದಾರ್ಥಭೇದದಿಂದೆರಡಕ್ಕುಂ" (೨–೨), "ಅತಿಶಯಧವಳಾಧಿಪಮತದಿಂ ಜಾತಿಯೆಂಬಳಂಕಾರಮನಿಂತತಿ ನಿಪುಣರಱಿಗೆ" (೩–೧೧) ಇವುಗಳೆಲ್ಲ ಮೂಲಪದ್ಯಗಳ ಅನುವಾದಗಳಾಗಿವೆ. ಹೊಸ ಅಭಿಪ್ರಾಯವೆಂಬುದು ಇಲ್ಲಿಲ್ಲ. ಇದರಿಂದ ತನ್ನ ಆಶ್ರಯದಾತನಿಗೆ ಆದರವನ್ನು ತೋರಿಸಲೂ, ಅವನ ಅನುಮತಿಯಿಂದ ತಾನು ಬರೆದ ಗ್ರಂಥದಲ್ಲಿಯ ಅನುವಾದಿತ ಅಭಿಪ್ರಾಯವೆಂದು ಸೂಚಿಸಲೂ, ಪಾದಪೂರಕ ವಾಗಿಯೂ ನೃಪತುಂಗನ ಹೆಸರನ್ನು ಗ್ರಂಥಕಾರನು ಬಳಸಿರುವನೆಂಬುದು ಸ್ಪಷ್ಟವಾಗಿದೆ. ಇದಲ್ಲದೆ ನಿಜವಾಗಿಯೂ ನೃಪತುಂಗನ ಸ್ವತಂತ್ರ ಅಭಿಪ್ರಾಯವಿರಬೇಕೆಂದು ಸೂಚಿಸುವ ಹಲಕೆಲವು ಸಂದರ್ಭ ಗಳಿವೆ.[3] ಇವುಗಳಲ್ಲಿ ದಕ್ಷಿಣೋತ್ತರ ಮಾರ್ಗಗಳಿಗೆ ಕನ್ನಡ ಉದಾಹರಣೆಗಳನ್ನು ಕೊಟ್ಟು ಅವುಗಳ ಭೇದವನ್ನು ತೋರಿಸಿದ ಪದ್ಯಗಳು (೨/೧೦೧–೧೧೦) ಸಂಪೂರ್ಣ ಸ್ವತಂತ್ರಗಳಾಗಿದ್ದು "ನೀತಿ ನಿರಂತರಾನುಗತ ವ್ಯಕ್ತಿವಿಕಲ್ಪಿತ" ಹಾಗೂ "ತದೀಯನಿರ್ಣೀತಿ"ಯನ್ನು ಅವು ಒಳಗೊಂಡಿವೆ ಎಂದು ಹೇಳಿದೆ. ಇವು ನೃಪತುಂಗನೊಡನಾದ ಚರ್ಚೆಯಲ್ಲಿ ಅವನ ಅನುಮತಿಯನ್ನು ಪಡೆದ ಅಭಿಪ್ರಾಯ ಗಳಾಗಿರಬಹುದು. ಹಾಗಿರಲಿ ಬಿಡಲಿ, ನೃಪತುಂಗನ ವಿಷಯಕವಾದ ಆದರವನ್ನೂ ಪದ್ಯರಚನೆಯ ಅಗತ್ಯವನ್ನೂ ಮೇಳಮಾಡಿ ಇಂಥಲ್ಲಿ ಗ್ರಂಥಕಾರನು ತನ್ನ ಅಭಿಪ್ರಾಯಗಳನ್ನು ಹಾಗೆ ಭಾಸಮಾಡಿ ಹೇಳಿದ್ದಾನೆ ಎನ್ನಲು ಅಡ್ಡಿಯಿಲ್ಲ. ಅಂತೂ ಮೂಲದಲ್ಲಿಯ ಹಾಗೂ ಸ್ವಂತ ಅಭಿಪ್ರಾಯಗಳಿಗೆ ನೃಪತುಂಗನ ಮತವೆಂಬ ಸ್ವರೂಪಕೊಟ್ಟು ಅವನ್ನು ತಿಳಿಸಿರುವನೆಂದು ತೋರುತ್ತದೆ. ನೃಪತುಂಗನೇ ಗ್ರಂಥರಚಯಿತನೆಂಬುದಕ್ಕೆ ಅವು ಆಧಾರವಾಗಲಾರವು. ೧–೧೪೮ರಲ್ಲಿನ "ಅತಿಶಯಧವಳೋರ್ವಿಪ ಉದಿತ ಅಳಂಕೃತಿಮತಿನೀತಿನಿರಂತರಪ್ರತೀತ" ಎಂಬುದು ನೃಪತುಂಗ ದೊರೆಯಿಂದ ಉದಯಕ್ಕೆ ಬಂದ ಅಲಂಕಾರಗ್ರಂಥವೆಂಬ ಅರ್ಥವನ್ನು ಸೂಚಿಸುತ್ತದೆ. ಇದು ನೃಪತುಂಗಕೃತವೆನ್ನಲು ಆಧಾರವಾಗಿದ್ದಂತೆ ತೋರಬಹುದು. ಆದರೆ ಹಿಂದೆ ಹೇಳಿದ ಮಾತುಗಳೊಡನೆ ಪರಿಕಿಸಲಾಗಿ, ನೃಪತುಂಗನ ಆಶ್ರಯದಲ್ಲಿ ಅವನಿಂದ ಬೆಳಕಿಗೆ ಬಂದ ಗ್ರಂಥವೆಂಬ ವಿವರಣೆ ಹೆಚ್ಚು ಸಮಂಜಸವಾಗಿ ತೋರುತ್ತದೆ. ನೃಪತುಂಗನಲ್ಲದೆ ಬೇರೊಬ್ಬನು ಗ್ರಂಥಕರ್ತನೆನ್ನಲು ಅವನ ಹೆಸರೆತ್ತಿ ಹೇಳಿದ ಒಂದೆರಡು ಪದ್ಯಗಳಲ್ಲಿ ಸ್ಪಷ್ಟವಾಗಿ ಸೂಚನೆಯಿದೆ: "ಸಾರಶ್ರೀನೃಪತುಂಗ ವಿಚಾರಕ್ರಮಮಾರ್ಗಗಣನೆ ಯೊಳ್" ಅಲಂಕಾರಗಳು ಶಬ್ದ, ಅರ್ಥ ಎಂದು ಇಬ್ಬಗೆಯೆಂದು ಹೇಳಿ, "ಶಬ್ದಾಲಂಕಾರಂ ನಿಶ್ಚಿತಮಕ್ಕೆ ಪೇಟ್ವೆ ಮಾಟ್ಕೆಯೊಳೆನ್ನಾ" (೨–೨, ೩) ಎಂದೂ, "ಅತಿಶಯಧವಳೋಕ್ತಿಕ್ರಮ ದಿನಱಿಪುವೆಂ ತದ್ಭವದೊಳ್" (೨–೫೫) ಎಂದೂ ಹೇಳಿದೆ. ಇಲ್ಲಿ ಎರಡೂ ಪುರುಷಗಳ ಪ್ರಯೋಗ ದಿಂದ ನೃಪತುಂಗನಲ್ಲದ ವ್ಯಕ್ತಿ ಗ್ರಂಥಕಾರನಾಗಿರಬೇಕೆಂದು ಸ್ಫುಟವಾಗಿ ಧ್ವನಿತವಾಗಿದೆ. 'ನೃಪತುಂಗನ ಮತದಂತೆ ನಾನು ಹೇಳುತ್ತೇನೆ' ಎಂದು ನೃಪತುಂಗನು ಹೇಳಲಾರನು. ೩–೧೧ರಲ್ಲಿಯೂ ಇಂಥ ಉದಾಹರಣೆಯಿದೆ.

ಎರಡನೆಯ ಗಟ್ಟಿಮಾತೆಂದರೆ ಕವಿರಾಜಮಾರ್ಗಕಾರನು ನೃಪತುಂಗನ ಸಭಾಸದನಾಗಿದ್ದು ಅವನಲ್ಲಿ ಅತ್ಯಂತ ಆದರವುಳ್ಳವನು. ಗ್ರಂಥಾರಂಭದ ಎರಡು ಪದ್ಯಗಳಲ್ಲಿ ವಿಷ್ಣುಸ್ತುತಿಯೊಡನೆ ಸ್ಪಷ್ಟಶ್ಲೇಷದಿಂದ ಅವನು ಮನಃಪೂರ್ವಕವಾಗಿ ನೃಪತುಂಗನ ಬಿರುದುಗಳನ್ನು ಸಾರಿ ಕೊಂಡಾಡುತ್ತಾನೆ. "ಉದಾರನಾ ನೃಪತುಂಗಂ" ಎಂಬಲ್ಲಿಯ ಭಾವವು ಮರಮರಳಿ ಕಿವಿ ಯಲ್ಲಾಡಿ ಎದೆವುಗುವಂತೆ ಮುಂದೆಯೂ ಅದನ್ನು ಅನೇಕ ಸಂದರ್ಭಗಳಲ್ಲಿ ತಂದಿದ್ದಾನೆ. ೧/೫, ೬ರಲ್ಲಿ ನೃಪತುಂಗನ ಸಭಾಸದರನ್ನು ವರ್ಣಿಸಿಯೂ ಸಾಲದಾಗಿ ಮುಂದೆ ೩ನೆಯ

ಪರಿಚ್ಛೇದದ ಕೊನೆಗೆ ೫-೬ ಪದ್ಯಗಳಲ್ಲಿ (೩/೨೧೯-೨೨೩) ಬಾಯ್ತುಂಬ ಹೊಗಳಿದ್ದಾನೆ. ಮತ್ತಿನ ಐದಾರು ಪದ್ಯಗಳಲ್ಲಿ (೩/೨೨೭-೨೩೧) ನೃಪತುಂಗನನ್ನು ಗೌರವಿಸಿದ್ದಾನೆ. ಕೆಲವು ಲಕ್ಷ್ಯಪದ್ಯ ಗಳಲ್ಲಿಯೂ ನೃಪತುಂಗಸ್ತುತಿಯಿರಬೇಕೆಂದು ತೋರುತ್ತದೆ.[4] ಇವುಗಳಲ್ಲಿ ನೃಪತಿಯೊಬ್ಬನ ಸಾಮಾನ್ಯ ಪ್ರಸ್ತಾಪವಿರಲೂಬಹುದು. ಆದರೆ ನೃಪತುಂಗನ ಬಗೆಗಿದ್ದ ಇವನ ಆದರವನ್ನು ಗಮನಿಸಿ ದರೆ ಹಾಗೂ ಇವುಗಳ ಪೈಕಿ ೫-೬ ಪದ್ಯಗಳಲ್ಲಿ ನೃಪತುಂಗನ ಬಿರುದುಗಳ ಉಲ್ಲೇಖವಿರುವು ದನ್ನು ನೋಡಿದರೆ ಇವು ಪ್ರಾಯಶಃ ನೃಪತುಂಗಪರವಾಗಿರಬೇಕೆಂದು ತೋರುತ್ತದೆ. ಗ್ರಂಥದ ಕೊನೆಕೊನೆಗೆ ನೃಪತುಂಗಸಭಾಸದನನ್ನು ವರ್ಣಿಸುತ್ತ ತನ್ನನ್ನೇ ವರ್ಣಿಸಿಕೊಂಡಿರಬಹುದೆಂದೂ ತೋರುತ್ತದೆ. ೩-೨೨೩, ೪ ಪದ್ಯಗಳ ಸಮಗ್ರಾರ್ಥವು ತಿಳಿಯದಿದ್ದರೂ ನೃಪತುಂಗಸಭಾಸದ ನಾದ ತಾನು "ಕೂಡೆ ಪೇೞ್ದ ನುತಕಾವ್ಯಮಂ" ಎಂದು ತನ್ನ ಗ್ರಂಥಕರ್ತೃತ್ವವನ್ನು ಸೂಚಿಸಿರ ಬಹುದು. ೩-೨೨೬ರಲ್ಲಿ "ಪಾರ್ಥಿವಲೋಕನಪ್ಪನೆಂದುಂ ಕವಿ ವರ್ಣಿಕುಂ ಸ್ವಾರ್ಥಚಯಂ ನುತ ಸರಸ್ವತೀತೀರ್ಥಾವತಾರಮಾರ್ಗನೆಸಕಂ" ಎಂದು ನೃಪತುಂಗನ ಮಾರ್ಗವನ್ನು ಬೇರೆ ಕವಿಯೊಬ್ಬ ನಾದ ತಾನು ವರ್ಣಿಸುವೆನೆಂಬ ಅಭಿಪ್ರಾಯವನ್ನು ಹೇಳಿದೆ. ೩-೨೩೧ರಲ್ಲಿ ಕಾವ್ಯರತ್ನಾಕರವನ್ನು ದಾಟಬೇಕಾದರೆ ನೃಪತುಂಗದೇವಮಾರ್ಗದಲ್ಲಿಯ ಬೋಧವೆಂಬ ನಾವೆ ಬೇಕೆಂದು ಹೇಳಿದ್ದನ್ನು ೩-೨೨೬ರಲ್ಲಿಯ ಅರ್ಥದೊಡನೆ ಹೊಂದಿಸಿ ತಿಳಿಯಬೇಕು.

ಮೂರನೆಯದಾಗಿ, ಕವಿರಾಜಮಾರ್ಗಕಾರನು ಜೈನಮತೀಯನೆಂಬುದು ಗಟ್ಟಿಮಾತು. ಗ್ರಂಥದ ತುಂಬ ಇದಕ್ಕೆ ನಿದರ್ಶನಗಳಿವೆ.[5] ಶ್ರುತ, ಪರಮಾಗಮ, ವೀತರಾಗ ಇದರಂಥ ಜೈನಪರಿಭಾಷೆಯ ಪದಗಳನ್ನು ಬಳಸಿದ್ದಲ್ಲದೆ ಅವನು ದಂಡಿಯ ಮೂಲಪದ್ಯಗಳನ್ನು ಜೈನಪರವಾಗಿ ಹೊರಳಿಸಿದ್ದಾನೆ. ೧/೩ರ ಸರಸ್ವತಿಸ್ತವನದಲ್ಲಿ ಮೂಲದ "ಚತುರ್ಮುಖಮುಖಾಂಭೋಜವನಹಂಸವಧೂಃ ಮಮ ಮಾನಸೇ ರಮತಾಂ" ಎಂಬುದು "ಹಂಸೀಭಾವದೆ ನೆಲೆಗೊಳ್ಗೆ ಕೂರ್ತು ಮನ್ಮಾನಸದೊಳ್" ಎಂದು ಅನುವಾದ ಹೊಂದಿದೆ. ಸರಸ್ವತಿ ಬ್ರಹ್ಮನ ಮುಖವಾಸಿನಿ ಎಂಬ ವೈದಿಕ ಕಲ್ಪನೆ ಜೈನವಲ್ಲವೆಂದು ಈ ಬಗೆಯ ಪಲ್ಲಟವಾಗಿದೆ. ಹಾಗೇ ೩/೧೮ರಲ್ಲಿ ಮೂಲದಲ್ಲಿಯ "ಹರಿಪಾದಃ ಶಿರೋಲಗ್ನ" ಇತ್ಯಾದಿ ಪದ್ಯವು ಬದಲಾಗಿ "ಜಿನಚರಣನಖಾದರ್ಶಂ" ಮುಂತಾದ ಬಗೆಯಲ್ಲಿ ಅನುವಾದಿತವಾಗಿದೆ. ೧/೯೧ರಲ್ಲಿ ವ್ಯವಹಿತ ದೋಷಕ್ಕೆ "ಮನದೆ ನೆನೆವರ ಕಿಡುಗುಂ ಜಿನಾಧಿಪಾ ನಿನ್ನ ಪಾಪನಿಚಯಂ ಗುಣಮಂ" ಎಂಬ ಮೂಲಕ್ಕಿಂತ ಬೇರೆಯಾದ ಲಕ್ಷ್ಯಪದ್ಯವಿದೆ. ಅಲ್ಲದೆ ಜೈನ ರಾಮಾಯಣ ವೊಂದರಿಂದ ಎತ್ತಿಕೊಂಡಂತೆ ತೋರುವ ಹಲವು ಉದಾಹರಣೆಗಳೂ ಇವೆ.[6] ಅವು ದಂಡಿಯ 'ಕಾವ್ಯಾದರ್ಶ'ದಲ್ಲಿ ಇಲ್ಲ. ಗ್ರಂಥಕ್ಕೆ ಮೊದಲು ವಿಷ್ಣುಸ್ತುತಿಯನ್ನೂ ನೃಪತುಂಗಸ್ತುತಿಯನ್ನೂ ಮೇಳವಿಸಿ ನೃಪತುಂಗನ ಮತವನ್ನು ಗ್ರಂಥಕಾರನು ಸೂಚಿಸಿದ್ದಾನೆ, ತನ್ನ ಮತವನ್ನಲ್ಲ. ನೃಪ ತುಂಗನು ಗ್ರಂಥರಚನೆಯ ಸಮಯಕ್ಕೆ ವಿಷ್ಣುಭಕ್ತನಾಗಿಯೇ ಇದ್ದನೇ, ಇಲ್ಲವೇ ಜೈನಮತ ವನ್ನು ಸ್ವೀಕರಿಸಿದ್ದನೇ ಎಂಬುದು ವಾದಭೂಮಿಗೆ ಸೇರಿದ ವಿಷಯ.[7] ಈ ಗ್ರಂಥದಲ್ಲಿಯ ಪ್ರಣಾಮಗಳಿಂದ ಹೇಳುವುದಾದರೆ ಅವನು ಜೈನತತ್ತ್ವದಲ್ಲಿ ಅತ್ಯಂತ ಆಸ್ಥೆಯುಳ್ಳವನೂ ಜೈನಗ್ರಂಥಕಾರರಿಗೆ ಆಶ್ರಯದಾತನೂ ಆಗಿದ್ದು, ತನ್ನೊಂದು ಪರಿಪಕ್ವ ವಿವೇಕದ ಅವಸ್ಥೆಯಲ್ಲಿ ಇರುವಾಗ ಈ ಗ್ರಂಥವನ್ನು ರಚಿಸಿರಬೇಕು. ತನ್ನ ವಿಷ್ಣುಭಕ್ತಿಗೂ ಜೈನಪರತೆಗೂ ವಿರೋಧವನ್ನು ಕಾಣದ ಔದಾರ್ಯವು ಅವನಲ್ಲಿ ನೆಲೆಗೊಂಡಿರಬೇಕು. 'ಕವಿರಾಜಮಾರ್ಗ'ವು ತನ್ನ ಸ್ವತಂತ್ರ ಪದ್ಯಗಳ ಸ್ಪಷ್ಟ ಹಾಗೂ ಸೂಕ್ಷ್ಮ ಅರ್ಥದಲ್ಲಿ ಈ ಮಾತಿಗೆ ಸಾಕ್ಷಿಯಾಗಿದೆ. ಈವರೆಗಿನ ವಿವೇಚನೆಯಿಂದ ನೃಪತುಂಗಸಭಾಸದನೂ ಜೈನಮತೀಯನೂ ಆದೊಬ್ಬ ಪಂಡಿತಕವಿ ನೃಪ ತುಂಗನ ಅನುಮತಿ ಪಡೆದು 'ಕವಿರಾಜಮಾರ್ಗ'ವನ್ನು ಬರೆದನೆಂಬುದು ನಿಚ್ಚಳವಾಗಿರಬೇಕು.

ನೃಪತುಂಗನ ಮಾರ್ಗ ಇಲ್ಲವೆ ಕ್ರಮವೆಂದು ಅಲ್ಲಲ್ಲಿ ಹೇಳಿ ಗ್ರಂಥಕರ್ತೃತ್ವವನ್ನು ಅವನಲ್ಲಿ ಆರೋಪಿಸಿದ್ದು ಆದರಾತಿಶಯದಿಂದ ಮಾಡಿಕೊಂಡ ಆಭಾಸ ಮಾತ್ರ. ಹಲಕೆಲವು ಸೂಚನೆಗಳೂ ಅಭಿಪ್ರಾಯಗಳೂ ವಿದ್ವಾಂಸ–ರಸಿಕನಾದ ಆ ಅರಸನಿಂದ ದೊರೆತಿರಬಹುದು, ಗ್ರಂಥದಲ್ಲಿ ಸ್ಥಾನಪಡೆದಿರಬಹುದು. ಗ್ರಂಥರಚನೆ ಮಾತ್ರ ಅರಸನಿಂದ ಆದುದಲ್ಲ.

ಹಾಗಾದರೆ ಗ್ರಂಥಕರ್ತನು ಯಾರು ? ಅವನ ಹೆಸರೇನು ? ಈ ಪ್ರಶ್ನೆಗೆ ಉತ್ತರವು ಬಹುವಾಗಿ ಊಹೆಯನ್ನು ಅವಲಂಬಿಸಿದೆ. ಎಲ್ಲ ಪ್ರಮಾಣಗಳನ್ನು ಮನದಂದು ತೂಗಿದರೆ, ಶ್ರೀವಿಜಯನು ಕವಿರಾಜಮಾರ್ಗಕಾರನಾಗಿರಬಹುದು ಎಂಬುದು ನಮ್ಮ ಅನಿಸಿಕೆ.[8] ಪ್ರತಿ ಪರಿಚ್ಛೇದದ ಕೊನೆಯ ಪದ್ಯದಲ್ಲಿ ತಪ್ಪದೆ 'ಶ್ರೀವಿಜಯ' ಎಂಬುದು ಗ್ರಂಥಕರ್ತೃತ್ವವನ್ನು ಸೂಚಿಸುವ ರೀತಿಯಲ್ಲಿ ಬಂದಿದೆ.[9] ೧ನೆಯ ಪರಿಚ್ಛೇದದ ಕೊನೆಗಿದ್ದ "ಕವಿಪ್ರಕರಂ ಶ್ರೀವಿಜಯ ಪ್ರಭೂತಮನಿದಂ ಕೆಯ್‌ಕೊಳ್ವುದೀ ಮಾಟ್ಕೆಯಿಂ" ಎಂಬುದಂತೂ ಸ್ಪಷ್ಟ ಸೂಚನೆಯಾಗಿದೆ. ಇದರೊಡನೆ "ಶ್ರೀವಿಜಯರ ಕವಿಮಾರ್ಗ" ('ಪಂಚತಂತ್ರ', ೧–೨೧) ಎಂದು ೧೦೩೧ರ ದುರ್ಗಸಿಂಹನು ಮೊತ್ತಮೊದಲು ಅತಿಗೌರವದಿಂದ ಮಾಡಿದ ಉಲ್ಲೇಖ, ತನ್ನ ಪ್ರಮಾಣ ಪುರುಷರಲ್ಲಿ 'ಶ್ರೀವಿಜಯ' ಎಂಬ ಹೆಸರನ್ನು ಹೇಳಿ ಕೇಶಿರಾಜನು (ಸು. ೧೨೬೦) 'ಕವಿರಾಜಮಾರ್ಗ'ದಿಂದ ಲಕ್ಷ್ಯಪದ್ಯಗಳನ್ನು ಎತ್ತಿಕೊಂಡದ್ದು – ಇವನ್ನು ಪೋಷಕ ಆಧಾರವಾಗಿ ಗಮನಿಸಬೇಕು. ೧೬೦೦ರಲ್ಲಿದ್ದ ಭಟ್ಟಾಕಳಂಕನು 'ನೃಪತುಂಗ ಗ್ರಂಥ' ಎಂಬುದು ಇವುಗಳ ಮುಂದೆ ಅತಿ ಅರ್ವಾಚೀನವಾಗುತ್ತದೆ. ಅವನಿಗೆ ಹಾಗೆ ಭಾಸವಾಗಲು ಗ್ರಂಥದ ತುಂಬ ಕಣ್ಣಿಗೆ ಬೀಳುವ ನೃಪತುಂಗನ ಹೆಸರು–ಬಿರುದುಗಳೂ, ಗ್ರಂಥಕರ್ತೃತ್ವದ ಆರೋಪಗಳೂ ಕಾರಣವಾಗಿರಬೇಕು. "ಶ್ರೀವಿಜಯಪ್ರಭೂತ(ತಿ)" ಇದು ನೃಪತುಂಗನ ಬಿರುದು ಆಗಿತ್ತೆಂದೂ, ಕೊನೆಯ ಪದ್ಯಗಳು ನೃಪತುಂಗನೇ ಗ್ರಂಥಕರ್ತನೆಂದೂ ಸಾರುತ್ತಿವೆಯೆಂದೂ ಅಭಿಪ್ರಾಯವೊಂದಿದೆ. ನೃಪತುಂಗನು ಗ್ರಂಥಕರ್ತನಲ್ಲವೆಂಬುದಕ್ಕೆ ಬೇರೆ ಕಾರಣಗಳಿವೆ. ಶ್ರೀವಿಜಯ ಇದು ನೃಪತುಂಗನ ಬಿರುದೆನ್ನಲು ಬೇರೆ ಆಧಾರಗಳಿಲ್ಲ. ಆದ್ದರಿಂದ ಈ ಅಭಿಪ್ರಾಯವು ಯುಕ್ತಿಸಂಮತವಾಗಿಲ್ಲ. ಎರಡನೆಯ ಪರಿಚ್ಛೇದದ ಅಂತ್ಯದ "ಶ್ರೀವಿಜಯ ಪ್ರಭೂತ ಮುದಮಂ ತನಗಾಗಿಸಿದೊಂ ಕವೀಶ್ವರಂ" ಎಂಬ ಮಾತೂ, ಕವೀಶ್ವರ ಎಂಬ ಅಲ್ಲಲ್ಲಿಯ ನಿರ್ದೇಶವೂ ಕವೀಶ್ವರನು ಗ್ರಂಥಕಾರನೆಂಬ ಅಭಿಪ್ರಾಯಕ್ಕೆ ಎಡೆಮಾಡಿಕೊಟ್ಟಿವೆ. ಇಡಿಯ ಪದ್ಯವನ್ನು ನಿರುಕಿಸಿದರೆ, ಕವೀಶ್ವರ ಎಂಬ ಹೆಸರು ಅಲ್ಲಿ ಸೂಚಿತವಾಗಿರದೆ, ಕವೀಶ್ವರ ಎಂದರೆ ಕವಿಶ್ರೇಷ್ಠ ಎಂಬುದನ್ನು ಹೇಳಲಾಗಿದೆ. 'ಶಬ್ದತತ್ತ್ವಸಮಯಸ್ಥಿತಿ'ಯನ್ನು ಭಾವಿಸಿ, ಭಾಷೆಯ ಎಲ್ಲ ಮಾತನ್ನು ಅರಿತು, ಪುರಾಣಕವಿಪ್ರಯೋಗಗಳಲ್ಲಿಯ ಸದ್ಗುಣವನ್ನು ಬಗೆದು ನೋಡಿ, "ಸಮೆದೊಂದು ಕಾವ್ಯದಿಂ" ಎಂದರೆ ರಚಿಸಿದ ಒಂದು ಕಾವ್ಯದಿಂದ, ಶ್ರೀವಿಜಯನಿಂದುಂಟಾದ ಮುದವನ್ನು ತನಗಾಗಿಸಿದವನೇ ಕವೀಶ್ವರನು ಎಂದು ಅದರರ್ಥವಿರಬೇಕು. 'ಕವಿರಾಜಮಾರ್ಗ'ವು ಮುಖ್ಯವಾಗಿ ಕಾವ್ಯವಲ್ಲ ಎಂಬುದರಿಂದ ಕವೀಶ್ವರನು ಅದರ ಕರ್ತೃವೆಂಬುದಾಗಿ ಈ ಪದ್ಯಾಭಿಪ್ರಾಯವು ಇರಲಾರದು. ಕಾವ್ಯದ ಸ್ಥೂಲವಾದ ಅರ್ಥದಲ್ಲಿ 'ಕವಿರಾಜಮಾರ್ಗ'ವನ್ನೇ ಈ ಪದ್ಯವು ವರ್ಣಿಸಿದೆಯೆಂದು ಇಟ್ಟುಕೊಂಡರೂ ಕೊನೆಯ ಪಾದದ ಅರ್ಥವು ನಾವು ಮಾಡಿದಂತೆ ಇರಬಹುದೆಂದು ತೋರುತ್ತದೆ. ಶ್ರೀವಿಜಯರ 'ಕವಿಮಾರ್ಗ'ವೆಂಬ ಗ್ರಂಥಾಧಾರದಿಂದ ಕವೀಶ್ವರ ಎಂಬ ನೃಪತುಂಗಸಭಾಸದನು ವಿಸ್ತಾರವಾದ 'ಕವಿರಾಜಮಾರ್ಗ'ವನ್ನು ರಚಿಸಿದನೆಂಬ ಅಭಿಪ್ರಾಯಕ್ಕೆ ಪುಷ್ಟಿಕೊಡುವ ಅಂಶಗಳು ಕೆಲವಿವೆ. ಅದರಲ್ಲಿ ಮೇಲಣ ಪದ್ಯವು ಮುಖ್ಯವಾಗಿದೆ. ಆದರೆ ನಾವು ಅರ್ಥವಿಸಿದಂತೆ ಆಗಿದ್ದರೆ ಸಾಧಕವಾಗದು. "ಶ್ರೀವಿಜಯರ ಕವಿಮಾರ್ಗಂ" ಎಂಬಲ್ಲಿ ಕಂದಪದ್ಯದ ಮಾತ್ರಾನುಕೂಲಕ್ಕಾಗಿ ದುರ್ಗಸಿಂಹನು 'ಕವಿರಾಜಮಾರ್ಗ'ವನ್ನು

'ಕವಿಮಾರ್ಗ'ವಾಗಿ ಮೊಟಕಿಸಿರಬಹುದು. 'ಕವಿಮಾರ್ಗ'ವೆಂಬ ಪೂರ್ವಗ್ರಂಥದ ಅಸ್ತಿತ್ವದ ಬಗ್ಗೆ ಬೇರೆ ಪ್ರಬಲ ಆಧಾರಗಳಿಲ್ಲ. ೨–೫೫ರ "ಅತಿಶಯಧವಳೋಕ್ತಿಕ್ರಮದಿನಱಿಪುವೆಂ ತದ್ಭವದೊಳ್" ಎಂದರೆ 'ಅತಿಶಯಧವಳನಾದ ನೃಪತುಂಗನ ಕ್ರಮದಲ್ಲಿ (ತತ್) ಆ ಕವಿಮಾರ್ಗದಿಂದ (ಭವದೊಳ್) ಹುಟ್ಟಿದ ಈ ಗ್ರಂಥದಲ್ಲಿ ಹೇಳುವೆನು' ಎಂಬ ಅರ್ಥಕಲ್ಪನೆಯಾಗಿದೆ.[10] ಇದರಿಂದ 'ಕವಿಮಾರ್ಗ'ವೆಂಬ ಗ್ರಂಥವು 'ಕವಿರಾಜಮಾರ್ಗ'ಕ್ಕೆ ಆಕರವಾಗಿತ್ತೆಂದು ಊಹೆ. 'ಕವಿಮಾರ್ಗ'ವೆಂಬ ಗ್ರಂಥದ ಉಲ್ಲೇಖವನ್ನು ಎಲ್ಲಿಯೂ ಒಮ್ಮೆಯೂ ಮಾಡದ ಕವೀಶ್ವರನು 'ತದ್ಭವದೊಳ್' ಎಂದು ಇಲ್ಲಿ ಹೇಳಿದ್ದು ನಿಜವಾಗಿದ್ದರೆ ತತ್ಸಮವಿಲ್ಲದೆ ತದ್ಭವ ಜನಿಸಿದಂತಾಗುವುದಿಲ್ಲವೇ? 'ತದ್ಭವದೊಳ್' ಎಂಬುದರ ಅರ್ಥವೇನೋ ಅಸ್ಫುಟವಾಗಿದೆ. ಏನಿದ್ದರೂ ಮೇಲಿನ ಅರ್ಥವಿರಲಿಕ್ಕಿಲ್ಲ ಎಂದು ನಮ್ಮ ಮತ. 'ಅವನಿಂದ ಉಂಟಾದ ಗ್ರಂಥದಲ್ಲಿ' ಎಂದರೆ 'ಅವನ ಅನುಮತಿಯಿಂದ ನಾನು ಬರೆಯುತ್ತಿರುವ ಗ್ರಂಥದಲ್ಲಿ' ಎಂದು ಅದರಲ್ಲಿ ಅಭಿಪ್ರೇತವಾಗಿರಬಹುದು. ಪದ್ಯಕಾರರಲ್ಲಿ ಶ್ರೀವಿಜಯನನ್ನು ಹೆಸರಿಸಿ ತನ್ನನ್ನೆ ಕವಿರಾಜಮಾರ್ಗಕಾರನು ಸೂಚಿಸಿದಂತಿದೆ. ಸಂಬಂಧಿ ಪದ್ಯದಲ್ಲಿ (೧–೩೩) "ತದಾದ್ಯಕಾವ್ಯ" ಎಂದರೆ 'ಅವರ ಶ್ರೇಷ್ಠ ಇಲ್ಲವೆ ಉತ್ತಮ ಕಾವ್ಯ' ಎಂದರ್ಥ. (೧–೩೦)ರಲ್ಲಿಯ 'ಆದ್ಯ'ಕ್ಕೂ ಇದೇ ಅರ್ಥವಿದೆ. ಇದು ಒಪ್ಪಿತವಾದರೆ ಪದ್ಯಕಾರರಲ್ಲಿ ಸಮಕಾಲೀನರನ್ನೂ ಪೂರ್ವಿಕರನ್ನೂ ಒಟ್ಟುಸೇರಿಸಲು ಆತಂಕವಿಲ್ಲ. ಬಹುಶಃ ಸಮಕಾಲೀನರಿಂದ ಮೊದಲುಮಾಡಿ ಪ್ರಾಚೀನರವರೆಗೆ ಹೆಸರುಗಳನ್ನು ಹೇಳಿರಬೇಕು. ಗದ್ಯಕಾರರಲ್ಲಿಯೂ ವಿಮಲೋದಯನಿಂದ ದುರ್ವಿನೀತನವರೆಗೆ ಇದೇ ಕ್ರಮವನ್ನು ಅನುಸರಿಸಿದಂತಿದೆ. ಇಲ್ಲಿ ಉಲ್ಲೇಖಿತನಾದ ಶ್ರೀವಿಜಯನು ಬೇರೆಯವನೆಂದು ಸಿದ್ಧಮಾಡಲು ಪ್ರಮಾಣ ದೊರೆತರೆ ಕವಿರಾಜಮಾರ್ಗಕಾರನು ಇನ್ನೊಬ್ಬ ಶ್ರೀವಿಜಯನೆನ್ನಬೇಕಾಗುತ್ತದೆ. ಅವನು ಸ್ವನಿರ್ದೇಶ ಹಾಗೂ ಆತ್ಮಸ್ತುತಿಗಳನ್ನು ಮಾಡಲಾರನೆಂಬ ಯುಕ್ತಿಪ್ರಮಾಣವು ಸಾಲದು. ೨–೧೪೨ ಚಕ್ರಬಂಧ ಪದ್ಯದ ವಿವರಣೆಯಿಂದ ನೃಪತುಂಗನ ಸಂಧಾನ ಮಂತ್ರಿಯಾದ 'ಸಾಮಪ ಜಯಾಟ್ಟಿ' ಎಂಬ ಹೆಸರಿನ ಶ್ರೀವಿಜಯನು ಕವಿರಾಜಮಾರ್ಗ ಕರ್ತನೆಂದು ದಿವಂಗತ ಮುಳಿಯ ತಿಮ್ಮಪ್ಪಯ್ಯನವರು ಅತಿಚತುರವಾಗಿ ಸಾಧಿಸಿದ್ದಾರೆ.[11] ಚಾತುರ್ಯ ಮೆಚ್ಚುವಂಥದಾದರೂ ವಿವರಣೆ ಮನವರಿಕೆಗೆ ಸಾಲದೆಂದು ಯಾರಿಗೆ ಆದರೂ ತೋರಬಹುದು.

ಈಚೆಗೆ ಕವಿರಾಜಮಾರ್ಗದ ಕರ್ತೃತ್ವವಿಚಾರದಲ್ಲಿ ಹೊಸ ಊಹೆಗಳೂ ಚರ್ಚೆಗಳೂ ಪ್ರಕಟವಾಗಿದೆ.[12] ಇವುಗಳಲ್ಲಿ ಶ್ರೀವಿಜಯನೇ ಕರ್ತೃ ಎಂಬ ನಿಲುಮೆಗೆ ಒಟ್ಟಿನಲ್ಲಿ ಹೆಚ್ಚಿನ ಬೆಂಬಲವು ದೊರೆತಿದೆ. ಚಿಟಗುಪ್ಪಿಯವರು ಮಾತ್ರ ನೃಪತುಂಗಕರ್ತೃತ್ವದ ಹಳೆಯ ಅಭಿಪ್ರಾಯವನ್ನೇ ಹೊಸ ಕೆಲವು ಆಧಾರಗಳ ಬಲದಿಂದ ಸಮರ್ಥಿಸಿರುವರು. ಜೊತೆಗೆ ತನ್ನ ಗುರುಗಳಾದ ಜಿನಸೇನರು ಶ್ರೀವಿಜಯ ಎಂಬ ಉಪನಾಮದಿಂದ ರಚಿಸಿದ 'ಕವಿಮಾರ್ಗ'ವನ್ನು ಪರಿಷ್ಕರಿಸಿ ನೃಪತುಂಗನು 'ಕವಿರಾಜಮಾರ್ಗ'ವನ್ನು ಬರೆದಿರುವನು ಎಂದು ಊಹಿಸಿರುವರು. 'ಶ್ರೀವಿಜಯನು ಒಂದು ಕಾಲದಲ್ಲಿ ಬರೆದ ತನ್ನ ಕವಿಮಾರ್ಗಕ್ಕೆ ನೃಪತುಂಗನ ಸಲಹೆಯನ್ನು, ಅದರೊಂದಿಗೆ ಹತ್ತಿಕೊಂಡುಬಂದ ವೈದಿಕ ಅಂಶಗಳನ್ನು ಒಂದುಗೂಡಿಸಿ ಅದನ್ನು ಕವಿರಾಜಮಾರ್ಗವನ್ನಾಗಿಸಿದನೆಂಬ ಭಾವನೆ ದೃಢಗೊಳ್ಳುತ್ತದೆ" ಎಂದು ಕಲಬುರ್ಗಿಯವರು ಅಭಿಪ್ರಾಯಪಟ್ಟಿದ್ದಾರೆ (ಕ.ಪ.ಕ.ಸಾ., ಪು. ೪೩). ಇತರ ವಿದ್ವಾಂಸರು ಈ ಹೇಳಿಕೆಗಳನ್ನು ವಿಸ್ತಾರವಾಗಿ ತಂತಮ್ಮ ಲೇಖನಗಳಲ್ಲಿ ಚರ್ಚಿಸಿ ಶ್ರೀವಿಜಯಕರ್ತೃತ್ವವನ್ನು ಎತ್ತಿ ಹಿಡಿದಿದ್ದಾರೆ. ಸದ್ಯ ಇದೇ ಸರಿಯೆಂದು ನಮಗೆ ತೋರುತ್ತದೆ.

## 'ಕವಿರಾಜಮಾರ್ಗ'ದ ಮಹತ್ವ

'ಕವಿರಾಜಮಾರ್ಗ'ವು ಎಲ್ಲ ದೃಷ್ಟಿಯಿಂದಲೂ ಕನ್ನಡದ ಆದ್ಯಗ್ರಂಥವಾಗಿದೆ. ಮೊದಲನೆಯ ಉಪಲಬ್ಧ ಗ್ರಂಥ, ಮೊದಲನೆಯ ಅಲಂಕಾರಗ್ರಂಥ ಎಂದಲ್ಲದೆ ಅದು ವಿಚಾರಸಂಪತ್ತಿಯಿಂದ

ಕೂಡಿದ ಬೆಲೆಯುಳ್ಳ ಕೃತಿಯಾಗಿದೆ. ಅಂದಿನಂತೆ ಇಂದಿಗೂ ಮಾರ್ಗದರ್ಶಕವಾಗಿದೆ. ಅದರ ಬೆಲೆಯನ್ನು ಚಾರಿತ್ರಿಕ, ಲಾಕ್ಷಣಿಕ ಇಲ್ಲವೆ ವಿಮರ್ಶವಿಷಯಕ ಹಾಗೂ ವಿವೇಕಪರ ಎಂದು ಮೂರು ಅಂಗದಲ್ಲಿ ಅರಿತುಕೊಳ್ಳಬಹುದು. ಅದು ಚಾಚೂ ತಪ್ಪದೆ ದಂಡಿಯ 'ಕಾವ್ಯಾದರ್ಶ'ದ ಅನುವಾದವಾಗಿದ್ದರೆ ಇಲ್ಲವೆ ಅನುವಾದವಾಗಿಯೂ ಕಿರುಕುಳ ವ್ಯತ್ಯಾಸಗಳನ್ನು ಮಾತ್ರ ಮಾಡಿಕೊಂಡಿದ್ದರೆ ಇಂದಿನ ಮಹತ್ವವು ಅದಕ್ಕೆ ದೊರೆಯುತ್ತಿರಲಿಲ್ಲ. ಉದಾರಚರಿತನಾದ ನೃಪತುಂಗನ ಪ್ರೇರಣೆಯಿಂದಲೂ, ಕವಿಯ ಬಹುಮುಖ ಆಸಕ್ತಿಯಿಂದಲೂ ಅದು ಕನ್ನಡಿಗರ ಕೈಪಿಡಿಯಂತಾಗಿದೆ. ಚಾರಿತ್ರಿಕವಾಗಿ ನೋಡಿದರೆ ಅದರಲ್ಲಿ ನೃಪತುಂಗನ ವ್ಯಕ್ತಿತ್ವಮಹಿಮೆ, ತತ್ಕಾಲೀನ ರಾಜಕೀಯ ಸ್ಥಿತಿ ಇವುಗಳ ಧ್ವನಿತ ಮತ್ತು ಪ್ರಕಟವರ್ಣನೆಗಳು ಬಂದಿವೆ ಮಾತ್ರವಲ್ಲ ಅಭಿಮಾನಪುರಸ್ಸರವಾಗಿ ಮಾಡಿದ ಕನ್ನಡ ನಾಡುನುಡಿಗಳ ವರ್ಣನೆಯೂ ಬಂದಿದೆ. "ಕಾವೇರಿಯಿಂದಮಾ ಗೋದಾವರಿ ವರಮಿರ್ದ ನಾಡದಾ ಕನ್ನಡದೊಳ್ ಭಾವಿಸಿದ ಜನಪದಂ" (೧–೩೬) ಎಂಬಲ್ಲಿಯ ಭೌಗೋಲಿಕ ವಿಸ್ತಾರ, ಅದರೊಳಗಿನ ತಿರುಳ್ಗನ್ನಡದ ಸೀಮೆಗುರುತು (೧–೩೭) ಈ ಸಂಗತಿಗಳು ಇನ್ನೆಲ್ಲಿಯೂ ಆ ಕಾಲದಲ್ಲಿ ದೊರೆಯವು. ಕನ್ನಡನಾಡಿನ ಚರಿತ್ರೆಯ ಚಿತ್ರಕ್ಕೆ ಅವು ಹೊಳಹನ್ನು ಹಾಕಿಕೊಟ್ಟಿವೆ. ಅವು ಇತರ ಆಧಾರಗಳಿಂದ ನಂಬಲರ್ಹವಾದ ಸಂಗತಿಗಳೆಂದು ಚರಿತ್ರಕಾರರು ತೋರಿದ್ದಾರೆ. ಕನ್ನಡನಾಡವರ ಕಾವ್ಯಪ್ರಯೋಗಪರಿಣತಿ, ಜನಸಾಮಾನ್ಯರ ಸಹಜವಿವೇಕ, ದೋಷಖಂಡನದ ಶಕ್ತಿ ಇವನ್ನೂ ಇದರಲ್ಲಿ ವರ್ಣಿಸಲಾಗಿದೆ (೧–೩೮, ೩೯, ೪೦). ೧–೪೨ರಲ್ಲಿ "ಕನ್ನಡಕ್ಕೆ ನಾಡವರ್ ಒವಜರ್" ಎಂದೂ ೨–೨೮ರಲ್ಲಿ ವರ್ಣಿಸಿದೆ :

> ಸುಭಟರ್ಕಳ್ ಕವಿಗಳ್ ಸು-
> ಪ್ರಭುಗಳ್ ಚೆಲ್ವರ್ಕಳಭಿಜನರ್ಕಳ್ ಗುಣಿಗಳ್ ।
> ಅಭಿಮಾನಿಗಳತ್ಯುಗ್ರರ್
> ಗಭೀರಚಿತ್ತರ್ ವಿವೇಕಿಗಳ್ ನಾಡವರ್ಗಳ್ ॥

ಕನ್ನಡ ಸಂಸ್ಕೃತಿಯ ಸದ್ಗುಣಗಳನ್ನು ಈ ಪದ್ಯವು ಸಮರ್ಪಕವಾಗಿ ಸಾರಾಂಶಗೊಳಿಸಿದಂತೆ ತೋರುವುದು. ನುಡಿಯ ದೃಷ್ಟಿಯಿಂದ ಕನ್ನಡ ಗದ್ಯಪದ್ಯಕಾರರು, ಚತ್ತಾಣ–ಬೆದಂಡೆಗಳೆಂಬ ಕಾವ್ಯರೂಪಗಳು, ಬೇರೆ ಬೇರೆ ದೇಸೆಯುಳ್ಳ ಕನ್ನಡಂಗಳು, 'ಪಟಿಗನ್ನಡ'ವೆಂಬ ಆಗಿನ ಹೇಳಿಕೆ ಈ ಮುಂತಾದ ಚಾರಿತ್ರಿಕ ಸಾಮಗ್ರಿ ದೊರೆಯುತ್ತದೆ. ಕನ್ನಡ ವ್ಯಾಕರಣಕ್ಕೆ ಸಂಬಂಧಪಟ್ಟ ಕೆಲವು ನಿಯಮಗಳೂ ಪ್ರಯೋಗಗಳೂ ಛಂದಸ್ಸಿಗೆ ಸಂಬಂಧವುಳ್ಳ ಪ್ರಾಸಲಕ್ಷಣ ಹಾಗೂ ವಿಭಾಗಗಳೂ ಬಂದುವಲ್ಲದೆ, "ಪೂರ್ವಾಚಾರ್ಯರ್ ದೇಸಿಯೆನೆ ನಿಱಿಸಿ ಖಂಡಪ್ರಾಸಮನತಿಶಯಮಿದೆಂದು ಯತಿಯಂ ಮಿಕ್ಕರ್" (೧–೭೫) ಎಂಬ ಮಹತ್ವದ ಸಂಗತಿಯ ನಿವೇದನವಿದೆ. ಸಂಸ್ಕೃತ ಛಂದೋನಿಯಮದಲ್ಲಿಯ ಯತಿಯನ್ನು ಮೀರಿ ಕನ್ನಡಕ್ಕೆ ವಿಶಿಷ್ಟವಾದ ಖಂಡಪ್ರಾಸವನ್ನು ಪೂರ್ವಾಚಾರ್ಯರು ನಿರಿಸಿದರಂತೆ. ಇದರಂತೆ ಸಂಸ್ಕೃತ ಪದಪ್ರಯೋಗಗಳನ್ನು ಕನ್ನಡದಲ್ಲಿ ತೆಗೆದುಕೊಳ್ಳುವ ವಿಚಾರದಲ್ಲಿ 'ಕವಿರಾಜಮಾರ್ಗ' ಯಾವಾಗಲೂ ಗ್ರಾಹ್ಯವಾಗಬಹುದಾದ ಒಂದು ವಿವೇಕದ ದಾರಿಯನ್ನು ತೋರಿಸಿ ಉಪಕಾರ ಮಾಡಿರುತ್ತದೆ.

ಲಾಕ್ಷಣಿಕವಾಗಿ ಲಕ್ಷಿಸಿದರೆ 'ಕವಿರಾಜಮಾರ್ಗ'ವು ಸ್ವತಂತ್ರ ಹಾಗೂ ಪರಿಣತವಾದ ವಿಮರ್ಶನಶಕ್ತಿಯ ಫಲವಾಗಿದೆ. ಅದು ಒಟ್ಟಿನಲ್ಲಿ ಸಂಸ್ಕೃತ ಲಾಕ್ಷಣಿಕರಿಂದ ಸ್ಫೂರ್ತಿಪಡೆದುದು, ವಿಶೇಷವಾಗಿ ದಂಡಿಭಾಮಹರಿಂದ ಉಪಕೃತವಾದುದು ನಿಜ. ದಂಡಿಯ 'ಕಾವ್ಯಾದರ್ಶ'ವನ್ನು ಅನುವಾದಿಸಿದ್ದೂ ನಿಜ. ಆದರೂ ಅದರ ಸ್ವತಂತ್ರತೆಗೆ ಬಾಧೆಯಿಲ್ಲ. ಒಂದನೆಯ ಎರಡನೆಯ ಪರಿಚ್ಛೇದಗಳ ಒಟ್ಟು ಪದ್ಯಗಳಲ್ಲಿ ಸುಮಾರು ಮೂರುನಾಲ್ಕಾಂಶದಷ್ಟು ಮೂಲದಿಂದ ಭಿನ್ನ

ವಾಗಿವೆ. ೩ನೆಯ ಪರಿಚ್ಛೇದದಲ್ಲಿ 'ಕಾವ್ಯಾದರ್ಶ'ದ ಅನುಸರಣವು ಹೆಚ್ಚಿದೆ. ಇಲ್ಲಿಯೂ ಒಟ್ಟು ೨೩೭ ಪದ್ಯಗಳಲ್ಲಿ ಸು. ೯೮ ಸ್ವತಂತ್ರ ಪದ್ಯಗಳೂ ೨೧ ಮೂಲ ವ್ಯತ್ಯಾಸವುಳ್ಳ ಪದ್ಯಗಳೂ ಇರುತ್ತವೆ. ಅಲಂಕಾರಶಾಸ್ತ್ರಭಾಗದಲ್ಲಿ, ವಿಶೇಷವಾಗಿ ಲಕ್ಷಣನಿರೂಪಣೆಯಲ್ಲಿ ಸಾಮಾನ್ಯವಾಗಿ ದಂಡಿ–ಭಾಮಹರ ಅನುವಾದವಿರುವುದಾದರೂ ಲಕ್ಷ್ಯಪದ್ಯಗಳಲ್ಲಿ ಸ್ವತಂತ್ರ ರಚನೆ ಇಲ್ಲವೆ ಉದ್ಧೃತಿಯೂ ಮೂಲವ್ಯತ್ಯಾಸ ಇಲ್ಲವೆ ವಿಸ್ತಾರವೂ ಕಂಡುಬಂದಿದೆ. ಎಲ್ಲ ಕಡೆಗೆ ಸಾಹಿತ್ಯದ ಸ್ವರೂಪ, ಪ್ರಯೋಜನ, ತಾರತಮ್ಯ, ಸಾಹಿತ್ಯಕಾರನು ಮಾಡಬೇಕಾದ ಸಾಧನೆ, ಶೈಲಿಯ ಸಮತೂಕ ಈ ಮುಂತಾದ ಅಂಶಗಳನ್ನು ಕುರಿತು ಸಮರ್ಪಕವಾದ ಉಕ್ತಿಗಳಿವೆ. ಇವುಗಳಿಂದಲೇ ಗ್ರಂಥಕ್ಕೆ ಬೆಲೆ ಬಂದಿದೆ. ಗ್ರಂಥಕಾರನಿಗೆ ಹಿರಿಯ ವಿಮರ್ಶಕನ ಪಟ್ಟ ಸಂದಿದೆ, ಅಲಂಕಾರಶಾಸ್ತ್ರಕ್ಕೆ ಸಂಬಂಧಿಸಿದ ಸಾಂಪ್ರದಾಯಿಕ ಭಾಗವಿಷ್ಟೇ ಇದ್ದರೆ ಕೊಂಡಾಟಕ್ಕೆ ಅವಕಾಶ ವಿರುತ್ತಿರಲಿಲ್ಲ. ಉದಾಹರಣೆಗಾಗಿ "ಪಸರಿಸಿದಾ ಬಗೆ ಮನದೊಳ್ ಪೊಸತಾಗೆ ನೆಗಟ್ಚಿಲಱಿಯನಾ ರಚನೆಯೊಳೇಂ ಬಸನಂ' (೧–೧೨) ಎಂಬಲ್ಲಿ 'ಮನಸ್ಸಿನಲ್ಲಿ ಇಡಿಯಾಗಿ ಪಸರಿಸಿದ ಬಗೆ ಎಂದರೆ ಕಾವ್ಯಭಾವವು ಹೊಸತಾದ ರೂಪತಾಳುವ ಕೃತಿರಚನೆ ಮಾಡಿದರೇ ಅದು ಕಾವ್ಯ' ಎಂಬ ಭಾವ ವಿದೆ.

ಬಗೆಬಗೆದು ಕೇಳ್ದು ಬುಧರೊಲ–
ವೊಗೆದಿರೆ ಹೃದಯದೊಳೆ ತಾಳ್ದ ಮಣಿಹಾರಂಬೋಲ್ ।
ಸೊಗೆಯಿಸುವ ವಚನವಿರಚನೆ
ನೆಗಟ್ಗುಂ ಭಾವಿಸುವೊಡದಱ ಪೆಂಪತಿಸುಲಭಂ ॥ (೧–೧೩)

ಎಂಬ ಪದ್ಯದಲ್ಲಿ ಕಾವ್ಯಕ್ಕೆ ಹೃದ್ಯತೆಯೇ ಒರೆಗಲ್ಲೆಂದೂ, ಅದರ ಹಿರಿಮೆಯ ಅರಿವು ಅತಿ ಸುಲಭವೆಂದೂ ಹೇಳಲಾಗಿದೆ. ೧–೨೨ರಲ್ಲಿ ದಂಡಿ–ಭಾಮಹರನ್ನು ಅನುಸರಿಸಿ ಶಬ್ದಾರ್ಥ ಅಲಂಕಾರಗಳಿಂದ ಕೂಡಿದ್ದು ಕಾವ್ಯವೆಂದಿದ್ದರೂ, ಇಲ್ಲಿಯ ಲಕ್ಷಣವು ಕವಿಭಾವತತ್ತ್ವವನ್ನು ಪ್ರತಿಪಾದಿಸಿ ಕವಿರಾಜಮಾರ್ಗಕಾರನ ಸಹೃದಯತೆಯನ್ನು ಹೊರಗೆಡವಿದೆ. ೧/೧೫–೧೭ರಲ್ಲಿ ಮಾತಱಿವ, ನೀತಿವಿದ, ಕವಿತಾನೀತಿವಿದ, ಪರಮಕವಿವೃಷಭ ಇವರ ತಾರತಮ್ಯದ ವಿವರಣೆ ಕವಿರಾಜಮಾರ್ಗಕಾರನ ಸ್ವತಂತ್ರ ವಿವೇಚನಶಕ್ತಿಗೆ ಸಾಕ್ಷಿಯಾಗಿದೆ.[13] ಶೈಲಿಯಲ್ಲಿ ಕನ್ನಡ–ಸಂಸ್ಕೃತಗಳ ಮಿಶ್ರಣವು ಹೇಗಿರಬೇಕು ಎಂಬ ವಿಚಾರದಲ್ಲಿ ಇಲ್ಲಿಯ ದೃಷ್ಟಿ ಎಂದಿಗೂ ಒಪ್ಪುವಂಥದಾಗಿದೆ. "ಸಕ್ಕದಮುಂ ಪಾಗದಮುಮದಕ್ಕುಂ ಬಗೆದಂತೆ ಸಮಱಿ ಪೇೞಲ್" (೧–೪೧), "ಸಮಸಂಸ್ಕೃತಂಗಳೊಳ್ ತಳ್ತಮರ್ದಿರೆ ಕನ್ನಡವನಱಿದು ಪೇೞ್ಗೆ" (೧–೫೧), "ನೆಗೞ್ದಿರ್ದ ಕನ್ನಡಂಗಳೊಳ್ ಅಗಣಿತಗುಣವಿದಿತ ಸಂಸ್ಕೃತೋಕ್ತಕ್ರಮಮುಂ ಬಗೆದೊಂದು ಮಾಡಿ" (೧–೫೭) ಎಂದು ಮುಂತಾಗಿ ಹಲವು ಕಡೆಗಳಲ್ಲಿ ಕನ್ನಡನುಡಿಗೆ ಹೊಂದಿಕೆಯಾಗುವಂತೆ, ತಲೆ ಹೊರೆಯಾಗದಂತೆ, ಅನ್ಯದೇಶ್ಯವನ್ನು ಪ್ರಯೋಗಿಸಬೇಕೆಂದು ಹೇಳಿದ್ದು ಯೋಗ್ಯವಾಗಿದೆ. ಸಂಸ್ಕೃತ ಅವ್ಯಯಗಳನ್ನು ಇದ್ದಹಾಗೆ ಕನ್ನಡದಲ್ಲಿ ಬೆರೆಸಿದರೆ "ಒತ್ತುಂಗರಡೆಯ ಮದ್ದಳೆಯ ಜರ್ಝರಧ್ವನಿಗಳವೋಲ್" (೧–೫೩) ಪರುಷತರವಾಗುವುದೆಂದೂ, ಅರಿಸಮಾಸಗಳನ್ನು ಮಾಡಿದರೆ ಸುಡುವ ಹಾಲಿನಲ್ಲಿ ಮಜ್ಜಿಗೆಯ ಹನಿಗಳನ್ನು ಬೆರೆಸಿದಂತಾಗುವುದೆಂದೂ (೧–೫೮) ಪರಿಣಾಮಕರವಾಗಿ ಹೇಳಿದ್ದನ್ನು ಗಮನಿಸಬೇಕು. ನೆಲಸಿದ ಕಾವ್ಯವೇ ಕಾವ್ಯಕ್ಕೆ ಲಕ್ಷಣವೆಂದೂ, ಪ್ರಚಲಿತ ದೇಸಿಯಲ್ಲವೆಂದೂ ಅರಿದಿದ್ದರೂ ಕೆಲವರು ಹಳೆಯ ಪದಗಳನ್ನೇ ಬಳಸಿ ಹಳಗನ್ನಡವನ್ನು ಹೊಲಗೆಡಿಸುತ್ತಾರೆ (೧/೪೮–೫೦) ಎಂಬ ಸೋದಾಹರಣವಾದ ಉಕ್ತಿಯಲ್ಲಿ ಕವಿರಾಜಮಾರ್ಗಕಾರನು ಸಾಂಪ್ರದಾಯಿಕ ಜಡತೆಯನ್ನು ಒಪ್ಪದ ಮನೋವೃತ್ತಿಯವನೆಂಬುದು ತಿಳಿಯುತ್ತದೆ.

ನುಡಿಗಳೊಡಂಬಡಲ್ ಬಗೆದೆವೋಲ್ ಬಗೆಯುಂ ಮಿಗಲೀಯದೊಂದೆ ನಾ-
ಣ್ನುಡಿಯ ಬೆಡಂಗೆ ಕನ್ನಡದ ಮಾತಿನೊಳಾ ವಿಕಟಾಕ್ಷರಂಗಳೊಳ್
ತೊಡರದೆ ಸಕ್ಕದಂಗಳ ಪದಂ ಪವಣಾಗಿರೆ ಮೆಲ್ಪುವೆತ್ತು ದಾಂ-
ಗುಡಿವಿಡಿಪಂತೆ ನೀಟ್ಪನಿತು ಪೇಳ್ವುದು ನೀತಿನಿರಂತರಕ್ರಮಂ ॥ (೧-೧೪೯)

ಈ ಇಡಿಯ ಪದ್ಯದಲ್ಲಿ ಉತ್ತಮ ಕನ್ನಡ ಶೈಲಿಯ ಆದರ್ಶವನ್ನು ಕವಿರಾಜಮಾರ್ಗಕಾರನು ವರ್ಣಿಸಿದ್ದಾನೆ. ನುಡಿಗೂ ಬಗೆಗೂ ಒಡಂಬಡುವಿರಬೇಕು, ನಾಣ್ನುಡಿಯ ಬೆಡಗು ಒಂದಬೇಕು, ಸಂಸ್ಕೃತದ ಪದಗಳು ಹವಣಾಗಿರಬೇಕು, ಮೆಲ್ಪುವೆತ್ತಿರಬೇಕು ಎಂಬುದನ್ನು "ಬಗೆ ಪೊಸತಪ್ಪುದಾಗಿ ಮೃದುಬಂಧದೊಳೊಂದುವುದು" (೧-೮ ಪಂ.ಭಾ.) ಮುಂತಾದ ಪಂಪನ ಪದ್ಯಕ್ಕೆ ಹೋಲಿಸಿದರೆ ದೇಸಿಮಾರ್ಗಗಳಲ್ಲಿ ಸಮನ್ವಯವನ್ನು ಇಬ್ಬರಲ್ಲಿಯೂ ಸಮಾನವಾಗಿ ಕಾಣಬಹುದು. ೨-೪, ೫ರಲ್ಲಿ ಪದಮೈತ್ರಿ ಇಲ್ಲವೆ ಪದರಚನೆಯ ಔಚಿತ್ಯವನ್ನು ಕುರಿತು ಎಚ್ಚರಿಕೆಯ ಮಾತಿವೆ. ರಸವದಲಂಕಾರವನ್ನು ಉದಹರಿಸುವಾಗ "ಶಾಂತಾಧಾರಂ ನವವಿಧಕಲ್ಪಮಾ ರಸಮಾರ್ಗಂ" (೩-೧೮೯) ಎಂಬ ವಿಧಾನವೂ, "ವಿಗತವಿಕಾರಾಕಾರಂ ಸೊಗಯಿಸುಗುಂ ನಿನ್ನ ರೂಪು ಶಾಂತಾಧಾರಂ" (೩-೧೯೮) ಎಂಬ ಲಕ್ಷ್ಯವೂ ಸ್ವತಂತ್ರವಾಗಿವೆ. ದಂಡಿಯಲ್ಲಿ "ಅಷ್ಟರಸಾಶ್ರಯಾ ರಸವತ್ತಾ ಸ್ಮೃತಾ ಗಿರಾಂ" (೨-೨೯೨) ಎಂದು ಎಂಟೇ ರಸಗಳ ಉಲ್ಲೇಖವಿದೆ. ಕನ್ನಡ ಕವಿಗಳೂ ಲಾಕ್ಷಣಿಕರೂ 'ಕವಿರಾಜಮಾರ್ಗ'ದ ಕಾಲದಿಂದಲೂ ಕಾವ್ಯದಲ್ಲಿ ನವರಸಗಳಿಗೆ ನಿರ್ವಿವಾದವಾದ ಸ್ಥಾನವನ್ನು ಕೊಟ್ಟಿದ್ದರೆಂಬುದು ತಿಳಿಯುತ್ತದೆ.

ಧ್ವನಿಯೆಂಬುದಲಂಕಾರಂ
ಧ್ವನಿಯಿಸುಗುಂ ಶಬ್ದದಿಂದಮರ್ಥದೆ ದೂಷ್ಯಂ ।
ನೆನೆವುದಿದನಿಂತು ಕಮಳದೊ-,
ಳನಿಮಿಷಯುಗಮೊಪ್ಪಿ ತೋರ್ಪುದಿಂತಿದು ಚೋದ್ಯಂ ॥ (೩-೨೧೯)

ಇದು ದಂಡಿ-ಭಾಮಹರಿಬ್ಬರಲ್ಲಿಯೂ ದೊರೆಯದ ಸ್ವತಂತ್ರ ಪದ್ಯವಾಗಿದೆ. ಪ್ರತ್ಯೇಕವಾಗಿ ಸಹೃದಯರಿಂದ ಕಾವ್ಯಶಾಸ್ತ್ರದಲ್ಲಿ ಸ್ಥಾನ ಪಡೆಯಲು ಹವಣಿಸುತ್ತಿದ್ದ ಧ್ವನಿತತ್ತ್ವವನ್ನು ಕವಿರಾಜಮಾರ್ಗಕಾರನು ಸ್ವಂತಬುದ್ಧಿಯಿಂದ ಅಲಂಕಾರಮಾಲಿಕೆಯಲ್ಲಿ ಸೇರಿಸುವ ಯತ್ನ ಮಾಡಿರುವಂತೆ ಕಾಣುತ್ತದೆ.[14] ಲಕ್ಷ್ಯಪದ್ಯವನ್ನು ನೋಡಿದರೆ ಮಾತ್ರ ಅಲಂಕಾರವು ರೂಪಕಾತಿಶಯೋಕ್ತಿಯ ಮತ್ತು ವಿರೋಧಾಭಾಸದ ಒಂದು ಪ್ರಕಾರವಾಗಿ ತೋರುವುದು.

ಮೂರನೆಯದಾಗಿ, 'ಕವಿರಾಜಮಾರ್ಗ'ದಲ್ಲಿ ವಿವೇಕಪರವಾದ ಭಾಗವು ಅಳತೆಯಲ್ಲಿ ಸ್ವಲ್ಪವಾದರೂ ತೂಕದಲ್ಲಿ ಮಿಗಿಲಾಗಿದೆ. ಅದರಲ್ಲಿ ಗ್ರಂಥಕಾರನ ಹೃದಯವಿಶಾಲತೆಯನ್ನೂ ಪರಿಪಕ್ವಬುದ್ಧಿಯನ್ನೂ ಎತ್ತಿತೋರುವ ಜೀವನವಿವೇಕವಿದೆ. ನೃಪತುಂಗನ ಅಭಿಮಾನ, ಔದಾರ್ಯ ಮುಂತಾದ ಗುಣಗಳನ್ನೂ ಕನ್ನಡನಾಡವರ ಸದ್ಗುಣಗಳನ್ನೂ ಕೊಂಡುಕೊನೆದ ಪದ್ಯಗಳಲ್ಲಿ ಜೊಳ್ಳುಹೊಗಳಿಕೆಯಿರದೆ ಆಳವಾದ ತಿಳಿವಳಿಕೆಯಿದೆ. ೩/೧೪೩-೧೫೫ರಲ್ಲಿಯ ಸ್ವತಂತ್ರ ಲಕ್ಷ್ಯಪದ್ಯಗಳಲ್ಲಿ ಹೇಳಿದ ರಾಜನೀತಿ ತತ್ಕಾಲೀನ ರಾಜಕೀಯವನ್ನೊಳಗೊಂಡು ಎಲ್ಲ ಕಾಲಕ್ಕೆ ಅನ್ವಯಿಸುವ ವ್ಯವಹಾರಜ್ಞಾನವಾಗಿದೆ. 'ಮೊದಲು ತಲೆಸೂಡಿ ಅಂದರೆ ತಲೆಯ ಮೇಲೆ ಏನಾದರೊಂದು ಹಾಕಿಕೊಂಡು ಆಮೇಲೆ ಆ ಕಾರ್ಯದ ಫಲವೇನೆಂದು ಕೇಳುವಾತನು ಮೊದಲು ತಲೆಬೋಳಿಸಿ ಆಮೇಲೆ ಯಾವ ದಿವಸವಿದು ಎಂದು ಕೇಳುವ ಗಾವಿಲನಾಗುತ್ತಾನೆ' (೩-೧೪೫), 'ವಿಧಿ ಪ್ರತಿಕೂಲನಾಗಿದ್ದರೆ ಮತನಯವು ಅಂದರೆ ಸಂಮತನೀತಿ ಅನುಕೂಲವಾಗಿದ್ದರೂ ಕಾರ್ಯವನ್ನು ಸಾಧಿಸಲಾಗದು. ಹಾಗೆ ಮಾಡಿದರೆ ಸತ್ತವನಿಗೆ ಉಪಕಾರ ಮಾಡಿದಂತೆ ವ್ಯರ್ಥ ಆಯಾಸ' (೩-೧೪೬), 'ಹಗೆಯನ್ನು ಕಿರಿದು ಇದ್ದಾಗಿನಿಂದ ಏಳಿಸಿ

ಕೆಡಿಸದಿದ್ದರೆ ಕಾಲದ ಬಲವನ್ನು ತಾಳಿ ಅವನು ಇರಿಯುತ್ತಾನೆ' (೩–೧೫೧), 'ಮಾಡುವವನ ಇಚ್ಛೆಯನ್ನರಿಯದೆ ತನ್ನಿಚ್ಛೆಯಿಂದ ಕೆಲಸವನ್ನು ಹೇಳುವವನು ರೋಗಿಯ ತೆರವನ್ನರಿಯದೆ ಮದ್ದು ಹೇಳುವ ವೈದ್ಯನಂತಾಗುವನು' (೩–೧೫೨) – ಈ ಮುಂತಾದುವನ್ನು ಗಮನಿಸಬೇಕು. ಇನ್ನೂ ಮುಂದಿನ ಲಕ್ಷ್ಯಗಳಲ್ಲಿ ವೈರಾಗ್ಯ, ಪರಮತಸಹಿಷ್ಣುತೆ, ಕರ್ತವ್ಯನಿಷ್ಠೆ, ಸ್ತುತಿನಿಂದೆಗಳ ಬಗ್ಗೆ ಉದಾಸೀನತೆ ಇವನ್ನು ಭಾವಪೂರ್ಣವಾಗಿ ಬಣ್ಣಿಸಲಾಗಿದೆ. "ಕಸವರಮೆಂಬುದು ನೆಜೆ ಸೈರಿಸಲಾರ್ಪೊಡೆ ಪರವಿಚಾರಮಮಂ ಧರ್ಮಮುಮಂ" (೩–೧೭೭) ಎಂಬಲ್ಲಿ ಪರವಿಚಾರವನ್ನೂ (ಪರ)ಧರ್ಮವನ್ನೂ ನೆರೆ ಸೈರಿಸುವುದೇ ನಿಜವಾದ ಸಂಪತ್ತಿ ಎಂದು ಹೇಳಿದೆ. "ಪಾಟಿ ನಿಲೆ ನೆಗೆಟಿ (ಟಿ ?) ಬಾಳ್ವುದು ಬಾಟೆಂಬುದುನಿಕ್ಕುವಂ" (೩–೧೭೮) ಎಂದರೆ ಕರ್ತವ್ಯಧರ್ಮ ನಿಲ್ಲುವಂತೆ ಮಾಡಿ ಬಾಳುವುದೇ ನಿಜವಾದ ಬಾಳು ಎಂಬ ಭಾವವಿದೆ. 'ನನ್ನ ಬಹಳ ಹಳಿಯುತ್ತಾರೆ. ನೆರೆದೆಲ್ಲರೂ ನನ್ನ ಹೊಗಳುತ್ತಾರೆ ಎಂದು ಅನ್ನದೆ ತನ್ನಲ್ಲಿ ಬಗೆದು ಉಭಯಲೋಕಹಿತದಲ್ಲಿ ತೊಡಗಲಿ. ಜನರು ಹಳಿಯಲಿ ಹೊಗಳಲಿ, ತನಗೇನು ಅದರಿಂದ ?' (೩–೧೮೦) – ಈ ಬಗೆಯ ವಿಚಾರಗಳು ಕವಿರಾಜಮಾರ್ಗಕಾರನ ಪರಿಣತಪ್ರಜ್ಞೆಗೆ ನಿದರ್ಶನವಾಗಿ, ಕನ್ನಡದಲ್ಲಿ ಮೂಡಿದ ಭಾರತೀಯ ಸಂಸ್ಕೃತಿಗೆ ಸಾವಿರ ವರ್ಷದ ಹಿಂದೆ ಹಿಡಿದ ಕನ್ನಡಿಯಂತಾಗಿರುತ್ತವೆ.

'ಕವಿರಾಜಮಾರ್ಗ'ವು ಪ್ರಮುಖವಾಗಿ ಅಲಂಕಾರಗ್ರಂಥ ಎಂದರೆ ಶಾಸ್ತ್ರಕೃತಿಯಾದರೂ ಅದರಲ್ಲಿಯ ಸ್ವತಂತ್ರಭಾಗಗಳನ್ನು ಕಣ್ಣಿಟ್ಟುನೋಡಿದರೆ ಕವಿತ್ವದ ಅಂಶಗಳು ಅದರಲ್ಲಿ ಮಿನುಗಿ ಮನಸೆಳೆಯುತ್ತವೆ. ಗ್ರಂಥದ ತುಂಬ ಸಮುಚಿತವಾದ ಹೋಲಿಕೆಗಳೂ, ಸುಂದರ ಚಿತ್ರಗಳೂ ತೆರೆತೆರೆಯಾಗಿ ಬಂದು ಕವಿರಾಜಮಾರ್ಗಕಾರನು ಮೇಲಾದ ಕವಿಯೆಂಬುದನ್ನು ತಿಳಿಸುತ್ತವೆ. ಈವರೆಗಿನ ಎಲ್ಲ ನಿರೂಪಣೆಯಿಂದ 'ಕವಿರಾಜಮಾರ್ಗ'ವು ದಂಡಿಯ 'ಕಾವ್ಯಾದರ್ಶ'ವನ್ನು ಮಾತ್ರ ವಲ್ಲ, ಕನ್ನಡಜೀವನಸಾರವನ್ನು ಅನುವಾದಮಾಡಿದ 'ಚಿತ್ರಕೃತಿ' (ಕ.ರಾ.ಮಾ., ೧–೧೫೦) ಎಂದೂ, "ಶ್ರೀವಿಜಯರ ಕವಿಮಾರ್ಗಂ ಭಾವಿಪ ಕವಿಜನದ ಮನಕೆ ಕನ್ನಡಿಯುಂ ಕೈಯ್ದೀವಿಗೆಯುಂ" ಎಂದು ದುರ್ಗಸಿಂಹನು ಮಾಡಿದ ಪ್ರಶಸ್ತಿ ತುಂಬ ಸಮರ್ಪಕವಾದುದೆಂದೂ ಮನದಟ್ಟಾಗುವುದು.

## ಟಿಪ್ಪಣಿಗಳು

1. 'ಕವಿರಾಜಮಾರ್ಗ' : ೧/೧, ೨, ೫, ೬ ; ೨/೧೭, ೧೮ ; ೩/೮೨, ೧೦೬, ೧೩೦ (?), ೧೫೬ ; ೧೬೨, ೧೮೧, ೨೧೮, ೨೧೯–೨೨೦, ೨೨೭–೨೩೧.

2. 'ಕವಿರಾಜಮಾರ್ಗ' : ೧/೨೪, ೪೪, ೬೨, ೧೪೭, ೧೪೮ : ೨/೨, ೧೧, ೫೫, ೧೦೦, ೧೦೧ ; ೩/೧, ೧೧, ೯೯, ೧೦೮, ೨೦೮.

3. 'ಕವಿರಾಜಮಾರ್ಗ' : ೧/೪೪, ೧೪೭–೮ ; ೨/೧೧, ೨೯–೩೦, ೪೫, ೧೦೦–೧, ೧೦೨–೧೧೦ ; ೩/ ೧೦೮.

4. 'ಕವಿರಾಜಮಾರ್ಗ' : ೧/೯೬, ೯೯, ೧೧೫, ೧೨೩, ೧೩೦, ೧೩೩, ೧೪೦ ; ೨/೭, ೧೭, ೨೧, ೨೪, ೩೩, ೪೪, ೫೮, ೮೦, ೧೦೨ ; ೩/೮೨, ೧೦೬, ೧೩೦, ೧೫೬, ೧೬೨, ೧೬೩, ೧೭೫–೧೮೨, ೨೧೭, ೨೧೮.

5. 'ಕವಿರಾಜಮಾರ್ಗ' : ೧/೩, ೫, ೯, ೧೯, ೨೮, ೭೯, ೮೮, ೯೧, ೧೦೪, ೧೮೯ ; ೨/೧೦೮–೯, ೧೩೫, ೧೫೨ ; ೩/೧೮, ೫೭, ೭೩, ೯೫, ೧೫೮, ೧೭೬, ೧೯೮, ೨೨೩, ೨೨೮.

6. 'ಕವಿರಾಜಮಾರ್ಗ' : ೨/೩೮, ೪೦, ೪೨, ೮೯, ೯೧, ೯೩, ೯೬, ೧೩೦ ; ೨/೧೯೦, ೧೯೧, ೧೯೫.

7. ತಮ್ಮ 'ಕವಿರಾಜಮಾರ್ಗ'ದ ಆವೃತ್ತಿಗೆ ಬರೆದ 'ಪೀಠಿಕೆ'ಯಲ್ಲಿ ಈ ವಿಷಯವನ್ನು ಚರ್ಚಿಸಿ ಎಂ. ವಿ. ಸೀತಾರಾಮಯ್ಯನವರು ಹೀಗೆ ತೀರ್ಮಾನಿಸಿದ್ದಾರೆ : "ಕವಿರಾಜಮಾರ್ಗರಚನೆಯ ಕಾಲದಲ್ಲಿಯಂತೂ ಆತನು ಖಂಡಿತ ಜೈನಧರ್ಮವನ್ನು ಸ್ವೀಕಾರಮಾಡಿರಲಿಲ್ಲ ಎಂದು ಸುನಿಶ್ಚಿತವಾಗಿ ಹೇಳಬಹುದು." ('ಕವಿರಾಜ ಮಾರ್ಗ', ಪೀಠಿಕೆ, ಪು. xxiv).

8. ವಿಸ್ತಾರವಾದ ವಿವೇಚನೆಯ ಪರಿಣಾಮವಾಗಿ ಶ್ರೀವಿಜಯನೇ ನಿಸ್ಸಂದೇಹವಾಗಿ 'ಕವಿರಾಜ ಮಾರ್ಗ'ದ ಕರ್ತೃವೆಂದು ಎಂ. ವಿ. ಸೀತಾರಾಮಯ್ಯನವರೂ ಅಭಿಪ್ರಾಯಪಟ್ಟಿದ್ದಾರೆ. ('ಕವಿರಾಜ ಮಾರ್ಗ', ಪೀಠಿಕೆ, ಪು. 1xxvi).

9. 'ಕವಿರಾಜಮಾರ್ಗ' : ೧–೧೫೦, ೨–೧೫೫, ೩–೨೩೭.

10. 'ಕವಿರಾಜಮಾರ್ಗ' : ಪಿ. ವೆಂಕಟರಾವ್ ಮತ್ತು ಎಚ್. ಶೇಷ ಅಯ್ಯಂಗಾರ್ (ಅವತರಣಿಕೆ, ಪು. viii).

11. ಮುಳಿಯ ತಿಮ್ಮಪ್ಪಯ್ಯ : 'ಕವಿರಾಜಮಾರ್ಗವಿವೇಕ' (ಭಾಗ ೧), ಪು. ೮೭–೯೪.

12. (ಅ) ಭೀಮರಾವ ಚಿಟಗುಪ್ಪಿ : 'ಕವಿರಾಜಮಾರ್ಗಪ್ರಶಸ್ತಿ', ಪು. ೯೫–೧೭೨.

(ಆ) ಎಂ. ಎಂ. ಕಲಬುರ್ಗಿ : 'ಕವಿರಾಜಮಾರ್ಗಪರಿಸರದ ಕನ್ನಡ ಸಾಹಿತ್ಯ', ಪು. ೨೪–೪೩.

(ಇ) ಎಂ. ವಿ. ಸೀತಾರಾಮಯ್ಯ : ಕವಿರಾಜಮಾರ್ಗ : ಕಾಲ, ಕರ್ತೃ, ಕೃತಿಸ್ವರೂಪ ('ಕವಿರಾಜ ಮಾರ್ಗ', ಐಬಿಎಚ್ ಪ್ರಕಟಣೆ), ಪು. ೩೭–೮೯.

(ಈ) ಜಿ. ವೆಂಕಟಸುಬ್ಬಯ್ಯ : ಕವಿರಾಜಮಾರ್ಗದ ಕರ್ತೃ ('ಸಮಗ್ರ ಕನ್ನಡ ಸಾಹಿತ್ಯ ಚರಿತ್ರೆ', ಪು. ೭೯–೮೫).

(ಉ) ಜಿ. ವರದರಾಜರಾವ್ : ಕವಿರಾಜಮಾರ್ಗ : ಪೀಠಿಕೆ, ಕರ್ತೃತ್ವವಿಚಾರ ('ಕನ್ನಡ ಸಾಹಿತ್ಯ ಚರಿತ್ರೆ', ಕನ್ನಡ ಅಧ್ಯಯನ ಸಂಸ್ಥೆ, ಪು. ೬೯–೬೫೦).

13. ಇದರ ವಿವರಣೆಗಾಗಿ ನನ್ನ 'ಕನ್ನಡ ಸಾಹಿತ್ಯದ ಇತಿಹಾಸ' (ಕೇಂದ್ರ ಸಾಹಿತ್ಯ ಅಕಾಡಮಿ ಪ್ರಕಟಿತ), ಪು. ೨೬–೨೭ನ್ನು ಓದಬಹುದು.

14. K. Krishnamoorthy : Gems of the Theory of Dhwani (*B.O.R.I.*, Vol. XXVIII, Parts III–IV, pp. 196–97) ; ಮತ್ತು ತೀ. ನಂ. ಶ್ರೀಕಂಠಯ್ಯ, 'ಭಾರತೀಯ ಕಾವ್ಯಮೀಮಾಂಸೆ', ಪರಿಶಿಷ್ಟ, ಪು. ೪೫೫–೬೧.

## ಪ್ರಕರಣ : ೮

# ವಡ್ಡಾರಾಧನೆ

'ವಡ್ಡಾರಾಧನೆ'— ಇದು ವಿಶಿಷ್ಟವಾದ ಜೈನ ಧಾರ್ಮಿಕ ಕಥೆಗಳ ಸಂಗ್ರಹ. ಗದ್ಯಶೈಲಿಯ ದೃಷ್ಟಿಯಿಂದ ಕನ್ನಡದಲ್ಲಿ ಇದು ಅಪೂರ್ವವಾಗಿದೆ. ಗ್ರಂಥರಚನೆಯ ಕಾಲ, ಸ್ಥಳ, ಗ್ರಂಥಕಾರನ ಹೆಸರು, ಗ್ರಂಥದ ಮೂಲ ಆಕರ—ಈ ಅಂಶಗಳಲ್ಲಿ ಇದು ಸಂಶೋಧಕರ ನಿರ್ಧಾರವನ್ನು ಕೆಣಕಿ ನಿಂತಿದೆ. 'ವಡ್ಡಾರಾಧನೆ' ಎಂಬುದು ಇದರ ಹೆಸರು ಹೌದೇ ಎಂಬ ವಿಷಯವೂ ವಾದಗ್ರಸ್ತವಾಗಿದೆ. ಇದರ ಅಪೂರ್ವತೆಯನ್ನೂ ಸ್ವಾರಸ್ಯವನ್ನೂ ಲಕ್ಷಿಸಿ ಚಾರಿತ್ರಿಕ ವಿಷಯಗಳನ್ನು ಕೆಲಮಟ್ಟಿಗೆ ವಿಸ್ತಾರವಾಗಿ ಚರ್ಚಿಸುವುದು ಅಗತ್ಯ.

### ವಡ್ಡಾರಾಧನೆಯ ಕಾಲ

ಮೊದಲು ಇದರ ಕಾಲವಿಚಾರವನ್ನು ಎತ್ತಿಕೊಳ್ಳೋಣ. ಗ್ರಂಥದಲ್ಲಿ ಎಲ್ಲಿಯೂ ನೇರವಾದ ಕಾಲನಿರ್ದೇಶ ಇಲ್ಲವೆ ಪರ್ಯಾಯವಾಗಿ ಕಾಲವನ್ನು ಸೂಚಿಸುವ ವ್ಯಕ್ತಿನಿರ್ದೇಶ ಎರಡೂ ಇಲ್ಲ. ಬೇರೆ ಒಳಹೊರಗಿನ ಪ್ರಮಾಣಗಳಿಂದ ನಿರ್ಣಯಿಸಬೇಕಾಗಿದೆ. ಕವಿಚರಿತೆಕಾರರು ಪಾಠಕ ಎಂಬ ವಿದ್ವಾಂಸರ ಹೇಳಿಕೆಯನ್ನು ಅನುಸರಿಸಿ "ರೇವಾಕೋಟ್ಯಾಚಾರ್ಯನ ಈ ಗ್ರಂಥ ಸು. ೧೧೮೦ರಲ್ಲಿ ರಚಿತವಾದದ್ದು" ಎಂದು ಹೇಳಿದರು.[1] ಸಮಗ್ರ ಗ್ರಂಥವು ಪ್ರಕಟವಾದಂತೆ ಬೇರೆ ಅಭಿಪ್ರಾಯಗಳು ತಲೆಯೆತ್ತಿದುವು. ಇದು ಭಾಷೆಯ ದೃಷ್ಟಿಯಿಂದ ೧೦ನೆಯ ಶತಮಾನದ ಗ್ರಂಥವೆಂದು ಒಂದು ಅಭಿಪ್ರಾಯವಾಯಿತು. ಅದೇ ದೃಷ್ಟಿಯಿಂದಲೇ ೬ನೆಯ ಶತಮಾನಕ್ಕಿಂತ ಈಚೆಯದಲ್ಲ ಎಂದು ಗೋವಿಂದ ಪೈಯವರು ಅಭಿಪ್ರಾಯಪಟ್ಟರು. ಆಮೇಲೆ ೯ನೆಯ ಶತಮಾನದ ತರುವಾಯ ಬಹುಶಃ ೧೧ನೆಯ ಶತಮಾನದಲ್ಲಿ ರಚಿತವಾಗಿರಬಹುದೆಂದು ಉಪಾಧ್ಯೆಯವರು ತೋರಿಸಿದರು. 'ವಡ್ಡಾರಾಧನೆ'ಗೆ ಅತ್ಯಂತ ಪ್ರಾಚೀನತೆಯನ್ನು ದೊರಕಿಸಿ ಕೊಟ್ಟ ಗೋವಿಂದ ಪೈಗಳ ಅಭಿಪ್ರಾಯವು ಕುತೂಹಲಜನಕವಾಗಿದೆ. ಅವರ ಪ್ರಮಾಣಗಳನ್ನು ಮೊದಲು ಸಂಕ್ಷೇಪಿಸುತ್ತೇವೆ : (೧) ದೀನಾರ, ದಮ್ಮ ಎಂಬ ರೋಮೀಯ ಹಾಗೂ ಗ್ರೀಕ್ ನಾಣ್ಯಗಳ ಉಲ್ಲೇಖವು ಈ ಗ್ರಂಥದಲ್ಲಿದೆ. ಈ ನಾಣ್ಯಗಳು ವಿದೇಶೀಯ ಹೆಸರಿನಲ್ಲಿ ಉತ್ತರಾಪಥದಲ್ಲಿ ಚಲಾವಣೆಯಲ್ಲಿದ್ದ ಕಾರಣ ಇದು ಉತ್ತರಾಪಥದ ಯಾವೊಂದು ಪ್ರಾಕೃತ ಭಾಷೆಯ ಮೂಲ ಗ್ರಂಥದಿಂದ ಕನ್ನಡಿಸಲ್ಪಟ್ಟುದಾಗಿರಬೇಕು. ಆ ಪ್ರಾಕೃತ ಗ್ರಂಥವು ಕ್ರಿ.ಶ. ೨ನೆಯ ಶತಮಾನ ಇಲ್ಲವೆ ಅದರಿಂದೀಚೆ ರಚಿತವಾಗಿರಬೇಕು. ಯಾಕೆಂದರೆ ಅದಕ್ಕೆ ಮೊದಲು ಆ ನಾಣ್ಯಗಳು ಬಳಕೆಯಲ್ಲಿರಲಿಲ್ಲ. (೨) ಇದರಲ್ಲಿಯ ಭದ್ರಬಾಹು ಭಟ್ಟಾರರ ಕಥೆಯಲ್ಲಿ ಶ್ರವಣಬೆಳ್ಗೊಳವನ್ನು 'ಕಟ್ಬಪ್ಪು' ಎಂದು ಕರೆದಿದೆ. ಇದು ಆ ಸ್ಥಳಕ್ಕೆ ಅತಿ ಪ್ರಾಚೀನವಾದ ಹೆಸರು. ಪ್ರಾಕೃತ 'ವೊಡ್ಡಾರಾಧಣ'ದಲ್ಲಿಯೂ ಇದನ್ನೇ ಹೇಳಿರಬೇಕು. ಶ್ರವಣಬೆಳ್ಗೊಳದ ಶಾಸನಗಳಲ್ಲಿ ಕಟ್ಬಪ್ಪನ್ನು 'ಬೆಳ್ಗೊಳ' ಎಂದು ಕ್ರಿ.ಶ. ೬೫೦ರ ಶಾಸನವೊಂದರಲ್ಲಿ ಮೊದಲು ಹೇಳಲಾಗಿದೆ. ವಡ್ಡಾರಾಧನೆ ಅದಕ್ಕಿಂತ ಹಳೆಯ ಪ್ರಯೋಗವನ್ನು ಬಳಸಿರುವುದರಿಂದ ಅದಕ್ಕೆ ಹಿಂದೆ ರಚಿತವಾದದ್ದೆಂದು ತಿಳಿಯಬಹುದು. (೩) ಈ ಗ್ರಂಥದಲ್ಲಿ "ಇತರತ್ರ ಕಾಣಬಾರದ ಅಥವಾ ಬಂದರೂ ಬಹಳ ಹಳೆಯ ಕನ್ನಡ ಗ್ರಂಥಗಳಲ್ಲಿ ಇಲ್ಲವೆ ಶಾಸನಗಳಲ್ಲಿ ಮಾತ್ರ ದೊರೆವ, ಅತಏವ ಅತಿವಿರಳವಾಗಿರುವ ಈ ಕೆಲವು ವಿಶೇಷ ಪ್ರಯೋಗಗಳಿವೆ : ಕಳ್ಳದ, ಕಲ್ಪಿಸು, ಬಡ್ಡಿಸು, ಬರ್ದರ್–ಬಟ್ಟೆದೆಂ. ಕೇ (ಧಾತು), ಕೇಳ್ಪಿ,

ಉಂದು, ಕೆಡು (ಬೀಳು ಎಂಬ ಅರ್ಥದಲ್ಲಿ), ತೊಡು–ತೊಟ್ಟು (ಪ್ರಾರಂಭಿಸು ಎಂಬ ಅರ್ಥದಲ್ಲಿ), ಕೊಳ್ (ಕಡಿ–ಕಚ್ಚು ಎಂಬರ್ಥದಲ್ಲಿ), ಇರ್ದು–ಇಟ್ಟು, ಬುದ್ಧಿಯೊಡೆಯ ಮುಂತಾದ ವಿವಿಧ ರೂಪಗಳು, ಮುಚ್ಚೆಪಟ್ಟಂ, ಅನುಭವಿಸುತ್ತಿಯಿರೆ, ಇತ್ಯಾದಿ."[2] ಅದರಲ್ಲಿ ದೀರ್ಘಾದೇಶವುಳ್ಳ ನಾಮಪದ–ಕ್ರಿಯಾಪದಗಳು ಕಾಣವೆಂದು ಅದು ಕ್ರಿ.ಶ. ೭೦೦ಕ್ಕಿಂತ ಹಿಂದಿನವೆಂಬ ಶಾಸನಗಳಿಗಿಂತ ಈಚೆಯದೆಂದು ಆಗದು. ಏಕೆಂದರೆ ಆ ಶಾಸನಗಳಲ್ಲಿಯೇ 'ಮುಡಿಪ್ಪಿದಾರ್' ಜೊತೆಗೆ 'ಮುಡಿಪ್ಪಿದರ್' ಎಂದೂ ಇದೆ. ಆ ಪ್ರಯೋಗವು ಆ ಶಾಸನಗಳ ಶತಮಾನದಲ್ಲಿ ತಕ್ಕಷ್ಟಾದರೂ ನಷ್ಟವಾಗುತ್ತಾ ಬಂದಿರಬೇಕು. ಅದರ ಮೂಲಪ್ರತಿ ಹಲವು ಸಂಪ್ರತಿಕಾರರ ಕೈಗೆ ಸಿಕ್ಕು ಎಷ್ಟೋ ಮಾರ್ಪಾಡುಹೊಂದಿರಲೂಬೇಕು.

ಉಪಾಧ್ಯೆಯವರು ಈ ವಿಷಯದ ಚರ್ಚೆಗೆ ಮಹತ್ವದ ಕಾಣಿಕೆ ಸಲ್ಲಿಸಿದ್ದಾರೆ.[3] ಅವರ ವಿಚಾರಸರಣಿ ಹೀಗಿದೆ : (೧) 'ವಡ್ಡಾರಾಧನೆ'ಯಲ್ಲಿ ಪ್ರಾಕೃತ, ಸಂಸ್ಕೃತ ಮತ್ತು ಕನ್ನಡದಲ್ಲಿಯ ಹಲವು ಅವತರಣಿಕೆಗಳಿದ್ದು, ಅವುಗಳಲ್ಲಿ ಕೆಲವನ್ನು ಮೂಲ ಪ್ರಾಕೃತ ಗ್ರಂಥದಿಂದ ಎತ್ತಿಕೊಂಡಿರಬಹುದು. ಕೆಲವನ್ನು ಗ್ರಂಥಕಾರನು ತಾನಾಗಿ ಸೇರಿಸಿರಬಹುದು. ಇವುಗಳ ಆಕರಶೋಧನೆ ಕಾಲ ನಿರ್ಣಯಕ್ಕೆ ಸಹಾಯಕವಾಗಿದೆ. ಶೋಧಿತವಾದ ಹಲವು ಪದ್ಯಗಳು ಶಿವಕೋಟಿಯ 'ಭಗವತೀ ಆರಾಧನ', 'ಪ್ರವಚನಸಾರ', 'ರತ್ನಕರಂಡಕ', 'ಭರ್ತೃಹರಿಶತಕಗಳು' ಇತ್ಯಾದಿಯಿಂದ ಎತ್ತಿದುವಾಗಿವೆ. ಕ್ರಿ.ಶ. ಆರಂಭದಿಂದ ಮುಂದಿನ ಕಾಲದಲ್ಲಿ ಆಯಾ ಗ್ರಂಥಗಳು ರಚಿತವಾದುವು. ವಿಶೇಷವಾಗಿ ೭ನೆಯ ಶತಮಾನದ ಜಟಾಸಿಂಹನಂದಿಯ 'ವರಾಂಗಚರಿತೆ' ಹಾಗೂ ೯ನೆಯ ಶತಮಾನದ ಗುಣಭದ್ರನ 'ಉತ್ತರಪುರಾಣ' ಇವನ್ನು ಗಮನಿಸಬೇಕು. ಇವುಗಳಿಂದ ಆಯ್ದುಕೊಂಡ ಅವತರಣಿಕೆಗಳು 'ವಡ್ಡಾರಾಧನೆ'ಯಲ್ಲಿ ಇದ್ದಕಾರಣ ಅವು ಇನ್ನೂ ಪ್ರಾಚೀನವೆಂದು ಯಾರಾದರೂ ತೋರಿಸಿಕೊಡುವವರೆಗೆ 'ವಡ್ಡಾರಾಧನೆ' ೭ನೆಯ ಶತಮಾನಕ್ಕೆ ಹಿಂದಿನದಾಗದು ಮಾತ್ರವಲ್ಲ, ೯ನೆಯ ಶತಮಾನದ ತರುವಾಯದ್ದಾಗುತ್ತದೆ. ಗುಣಭದ್ರನು 'ಮಹಾಪುರಾಣ'ದಲ್ಲಿಯ ತನ್ನ ರಚನೆಯನ್ನು ಮುಗಿಸಿದ್ದು ಕ್ರಿ.ಶ. ೮೯೮ರಲ್ಲಿ ಎಂಬುದು ಸ್ಪಷ್ಟವಾಗಿದೆ. 'ವಡ್ಡಾರಾಧನೆ' ಉಪಲಬ್ಧವಾದ ತೀರ ಹಳೆಯ ಮಾತೃಕೆ ಕ್ರಿ.ಶ. ೧೪೦೦ರ ಕಾಲದ್ದಾಗಿದೆ. ಆದ್ದರಿಂದ ೧೪೦೦ರ ನಡುವಿನ ಗಡುವಿನಲ್ಲಿ ಅದು ರಚಿತವಾಗಿರಬೇಕು. (೨) ಶೈಲಿ ಹಾಗೂ ವ್ಯಾಕರಣಪ್ರಕ್ರಿಯೆಗಳನ್ನು ಕೆಲಮಟ್ಟಿಗೆ ನೋಡಿದರೆ ಇದು ೯೭೮ರ 'ಚಾವುಂಡರಾಯಪುರಾಣ'ಕ್ಕಿಂತ ಅನಂತರದ್ದೂ ನೋಂಪಿಯ ಕಥೆಗಳಿಗಿಂತ ಮುಂಚಿನದೂ ಆಗಿದೆ. ಇದರಲ್ಲಿ ಎಷ್ಟೋ ಪ್ರಾಚೀನವಾದ ವ್ಯಾಕರಣರೂಪಗಳಿವೆ. ಅವುಗಳಿಂದಲೇ ಇದು ಅತಿಪ್ರಾಚೀನವೆಂದು ಸಾಧಿಸಲಾಗದು. ಪ್ರಾಚೀನರೂಪಗಳ ಪ್ರಯೋಗದಲ್ಲಿ ಗ್ರಂಥಕಾರನಿಗಿದ್ದ ನೈಪುಣ್ಯವನ್ನು ಮಾತ್ರ ಇದು ಸೂಚಿಸುತ್ತಿರಬಹುದು. ಗೋವಿಂದ ಪೈಯವರಂತೆ ಕೇವಲ ಇಂಥ ರೂಪಗಳನ್ನು ಕಂಡುಹಿಡಿಯುವುದಕ್ಕಿಂತ ಅವು ಎಲ್ಲಿಯವರೆಗೆ ಪ್ರಚಲಿತವಾಗಿದ್ದುವೆಂಬುದನ್ನು ಅರಿಯಬೇಕು. ಇದರಿಂದ ತಾತ್ಪೂರ್ತಿಕವಾಗಿ ಮೇಲಿನ ಕಾಲಾವಧಿಯನ್ನು ಗೊತ್ತು ಮಾಡಲು ಬಂದೀತು. ಈ ಗ್ರಂಥದಲ್ಲಿ ಪಕಾರವು ಎಲ್ಲಿಯೂ ಹಕಾರವಾಗದೆ ಇದ್ದಂತಿದೆ. ೧೧ನೆಯ ಶತಮಾನದ ತರುವಾಯ ಕ್ರಮೇಣ ಪಕಾರವು ಹಕಾರವಾಯಿತೆಂದು ಶಾಸನಗಳು ತಿಳಿಸುತ್ತವೆ. ೧೨–೧೩ನೆಯ ಶತಮಾನಗಳಲ್ಲಿ ಇರ್ದ್ದ, ಇರ್ಪೊರ್ ಇವುಗಳಲ್ಲಿಯ ರಕಾರಲೋಪವು ಆಗುತ್ತ ನಡೆಯಿತು. 'ಪೊರ್ದಿದೊಂ', 'ಕಳ್ವೊಂ' ಈ ಮುಂತಾದ ತೀರ ಹಳೆಯ ರೂಪಗಳು ೧೧ನೆಯ ಶತಮಾನದ ನಂತರ ಅಪರೂಪವಾದವು. ಅಂತೇ ಕ್ರಿ.ಶ. ೮೯೮ರಿಂದ ೧೪೦೦ರ ಹರವಾದ ಗಡುವಿನಲ್ಲಿ ಬಹುಶಃ ೧೧ನೆಯ ಶತಮಾನದಲ್ಲಿ ಈ ಗ್ರಂಥರಚನೆಯಾಗಿರಬೇಕು.

ಹಳೆಯ ವ್ಯಾಕರಣರೂಪಗಳ ಅಸ್ತಿತ್ವ, 'ಚಾವುಂಡರಾಯಪುರಾಣ'ದ ಶೈಲಿಯೊಡನೆ ಸಾಮ್ಯ, ಹರಿಷೇಣನ 'ಕಥಾಕೋಶ'ದೊಡನೆ ಕಥಾಸಾಮ್ಯ ಈ ಕಾರಣಗಳಿಂದ ಇದು ಕ್ರಿ.ಶ. ೯೪೦ರಲ್ಲಿ

ಬರೆದುದೆಂದು ಡಿ. ಎಲ್. ನರಸಿಂಹಾಚಾರ್ಯರು ಮೊದಲು ಅಭಿಪ್ರಾಯಿಸಿದ್ದರು. ಇತ್ತೀಚೆಗೆ ಇದೇ ಅಭಿಪ್ರಾಯವನ್ನು ಸ್ವಲ್ಪ ಮಾರ್ಪಡಿಸಿಕೊಂಡಿದ್ದಾರೆ. ಅದು ಹೀಗೆ: ಉಪಾಧ್ಯೆ ಅವರ ಪ್ರಕಾರ ಇದು ಕ್ರಿ.ಶ. ೮೯೮ರ ಈಚೆಗೆ ಹುಟ್ಟಿರಬೇಕು. ಆ ಶ್ಲೋಕ ಗುಣಭದ್ರನಿಗಿಂತ ಪ್ರಾಚೀನವೆಂದು ಸ್ಥಾಪಿಸುವವರೆಗೆ ಇದೇ ಸರಿಯೆಂದು ಹೇಳಲೇಬೇಕು. ಗುಣಭದ್ರನು ಪ್ರಾಚೀನರಿಂದ ಆಗಾಗ ಶ್ಲೋಕಗಳನ್ನು ಅನುವಾದ ಮಾಡುತ್ತಾನೆಂದು ಕೆಲವರ ಹೇಳಿಕೆ. ಇದನ್ನು ಇನ್ನೂ ಸಂಶೋಧಿಸ ಬೇಕಾಗಿದೆ. ಸದ್ಯಕ್ಕೆ ಇದರ ಕಾಲ ಕ್ರಿ.ಶ. ೯೦೦–೧೦೭೦ರ ಒಳಗೆ ಇರಬೇಕು. ಶಾಂತಿನಾಥನು ತನ್ನ 'ಸುಕುಮಾರಚರಿತೆ' (೧೦೭೦)ಯಲ್ಲಿ 'ವಡ್ಡಾರಾಧನೆ'ಯಿಂದ ಎತ್ತಿಕೊಂಡ ಭಾಗಗಳಿವೆ. ಇದೊಂದು ವಿಶ್ವಸನೀಯವಾದ ಬಾಹ್ಯಪ್ರಮಾಣ. ೧೦–೧೧ನೆಯ ಶತಮಾನಗಳ ನಡುವಿನ ಕಾಲದಲ್ಲಿ ಇದು ಯಾವಾಗ ರಚಿತವಾಯಿತೆಂಬುದೇ ಮುಖ್ಯಪ್ರಶ್ನೆ. ಇದರಲ್ಲಿ ಬರುವ ಪ್ರಯೋಗಗಳ ಆಧಾರದ ಮೇಲೆ ಇದು ಪಂಪನಿಗಿಂತಲೂ ಹಳೆಯದೆಂದು ಹೇಳಬಹುದು. ಬಹುಶಃ ಇದರ ರಚನೆಯ ಕಾಲವು ಕ್ರಿ.ಶ. ೯೨೦ ಇರಬಹುದು. ಪೂರ್ವದ ಹಳಗನ್ನಡಕ್ಕೆ ವಿಶಿಷ್ಟವಾದ ಪ್ರಯೋಗಗಳು ಈ ಗ್ರಂಥ ದಲ್ಲಿದ್ದುವೆಂದೂ ಈಚಿನ ಸಂಪ್ರತಿಕಾರರು ಅದನ್ನು ತಿದ್ದಿ ಹಳಗನ್ನಡವಾಗಿಸಿದ್ದಾರೆಂದೂ ಹೇಳಲು ಆಧಾರಗಳುಂಟು. ಸು. ಕ್ರಿ.ಶ. ೮೫೦ರಲ್ಲಿ ರಚಿತವಾದ ಜಿನಸೇನಾಚಾರ್ಯನ 'ಪೂರ್ವಪುರಾಣ'ದ ಪದ್ಯಗಳನ್ನು 'ವಡ್ಡಾರಾಧನೆ'ಯಲ್ಲಿ ಕಾಣಬಹುದಾದ್ದರಿಂದ ಅದು ಸು. ಕ್ರಿ.ಶ. ೮೫೦ಕ್ಕೆ ಹಿಂದೆ ಇರಲಾರದು ಎಂದು ಕೆ. ಜಿ. ಕುಂದಣಗಾರರು ಅಭಿಪ್ರಾಯಪಡುತ್ತಾರೆ. ಕ್ರಿ.ಶ. ೧೧ನೆಯ ಶತಮಾನದಲ್ಲಿ ಇದ್ದಿರಬಹುದಾದ ನೇಮಿಚಂದ್ರ ಕವಿ ಸೋಮದೇವಸೂರಿಯ 'ನೀತಿವಾಕ್ಯಾಮೃತ'ಕ್ಕೆ ತಾನು ಬರೆದ ಕನ್ನಡ ವ್ಯಾಖ್ಯಾನದಲ್ಲಿ 'ಒಡೆಯ' ಇದು ಉತ್ತರಪದವಾಗಿರುವ ಹಲವು ಪ್ರಯೋಗ ಗಳು ಗ್ರಂಥದ ತುಂಬ ಇವೆಯೆಂದೂ, ಈ ವ್ಯಾಖ್ಯಾನದ ಭಾಷೆ 'ವಡ್ಡಾರಾಧನೆ'ಯ ಭಾಷೆಯನ್ನು ಬಹುಮಟ್ಟಿಗೆ ಹೋಲುತ್ತದೆಂದೂ ಕೆ. ಜಿ. ಕುಂದಣಗಾರರು ಅಭಿಪ್ರಾಯಪಟ್ಟಿದ್ದಾರೆ. ಅಲ್ಲದೆ ಇದು ಕ್ರಿ.ಶ. ೯ನೆಯ ಶತಮಾನದಿಂದೀಚೆ ೧೪ನೆಯ ಶತಮಾನದವರೆಗೆ ತೌಳವ ಪ್ರಾಂತದಲ್ಲಿ ಗ್ರಂಥಸ್ಥವಾಗಿ ನಿಂತ ಕನ್ನಡಭಾಷಾಶೈಲಿಯಾಗಿರಬೇಕು ಎಂದು ಊಹಿಸಿ ಮಾಘನಂದ್ಯಾಚಾರ್ಯರ 'ಶಾಸ್ತ್ರಸಾರ ಸಮುಚ್ಚಯ'ದಿಂದ 'ಒಡೆಯ' ಪ್ರಯೋಗವುಳ್ಳ ಹಲವು ಅವತರಣಿಕೆಗಳನ್ನು ಕೊಟ್ಟಿ ದ್ದಾರೆ. ಜೊತೆಗೆ 'ವಡ್ಡಾರಾಧನೆ'ಯಲ್ಲಿ ಬಂದಿರುವ ತುಳುಭಾಷೆಯ ಶಬ್ದಗಳನ್ನು ಉದಾಹರಿಸಿ ವಡ್ಡಾರಾಧನೆಕಾರನು "ದಕ್ಷಿಣ ಕನ್ನಡ ಜಿಲ್ಲೆಯವನಾಗಿ ಕೆಲವು ಕಾಲ ಮಲೆನಾಡು ಪ್ರದೇಶದಲ್ಲಿ ವಾಸವಾಗಿರಬಹುದು ಅಥವಾ ಮಲೆನಾಡು ಪ್ರದೇಶದವನಾಗಿ ದಕ್ಷಿಣ ಕನ್ನಡ ಜಿಲ್ಲೆಯಲ್ಲಿ ಕೆಲವು ಕಾಲ ವಾಸವಾಗಿರಬಹುದು" ಎಂದು ಅವರು ಸೂಚಿಸಿದ್ದಾರೆ. ಈ ಸೂಚನೆ ಪರಿಶೀಲನಾರ್ಹವಾಗಿದೆ ಎಂದು ನಮಗೆ ತೋರುತ್ತದೆ.[4]

ಈ ಅಭಿಪ್ರಾಯಗಳ ಚರ್ಚೆಯಲ್ಲಿ ಒಂದೆರಡು ಸಾಮಾನ್ಯ ಪ್ರಶ್ನೆಗಳು ಉದ್ಭೂತವಾಗುತ್ತವೆ, ನಿರ್ಣಯಕ್ಕೆ ಬಾಧಕವಾದ ಅಡ್ಡಿಗಳು ಉಪಸ್ಥಿತವಾಗುತ್ತವೆ. ಯಾವೊಂದು ಕಥೆಗೆ ನಿಕಟಸಂಬಂಧ ವಿಲ್ಲದ ಅವತರಣಿಕೆಗಳು ಸಾಮಾನ್ಯೋಕ್ತಿರೂಪದಲ್ಲಿದ್ದರೆ ಅವನ್ನು ಅದೇ ಕಥನಕವಿ ಸೇರಿಸಿರುವ ನೆಂದು ಹೇಳಬೇಕೆ ? ಆಮೇಲಿನ ಸಂಪಾದನಕಾರರು ಸೇರಿಸಿರಲಾರರೇ ? ಭಾಷಾಶೈಲಿ ಎಂಬುದು ಕಾಲನಿರ್ಣಯದಲ್ಲಿ ಎಷ್ಟು ನಂಬತಕ್ಕ ಪ್ರಮಾಣ ? ಸಂಪ್ರತಿಕಾರರ ಕೈವಾಡವು ಸ್ಪಷ್ಟವಾಗಿರುವಾಗ ಈ ಪ್ರಮಾಣವು ಇನ್ನೂ ಅನಿಶ್ಚಿತವಾಗದೇ ? ಹಳೆಯ ರೂಪಗಳಿದ್ದ ಮಾತ್ರಕ್ಕೆ ಒಂದು ಗ್ರಂಥವು ಹಳೆಯ ಕಾಲದ್ದೇ ? ಈ ಪ್ರಶ್ನೆಗಳನ್ನು ಗಮನಿಸಿದರೆ 'ವಡ್ಡಾರಾಧನೆ'ಯ ಕಾಲನಿರ್ಣಯವು ಸದ್ಯದ ಸ್ಥಿತಿಯಲ್ಲಿ ತಾತ್ಪೂರ್ತಿಕವೇ ಹೊರತು ಕೊನೆಯ ಮಾತಾಗಲಾರದು. ಈ ಭೂಮಿಕೆಯನ್ನಿಟ್ಟುಕೊಂಡು ಕೆಳಗಿನ ಅಂಶಗಳನ್ನು ನಿರವಿಸಲಾಗಿದೆ. ಉಪಾಧ್ಯೆ ಮತ್ತು ಡಿ. ಎಲ್. ನರಸಿಂಹಾಚಾರ್ಯರು ಕಂಡುಹಿಡಿದ ಅಂತರ್–ಬಾಹ್ಯ ಪ್ರಮಾಣಗಳಿಂದ ಕ್ರಿ.ಶ. ೯೦೦ ಹಾಗೂ ೧೦೭೦ ಇವು

'ವಡ್ಡಾರಾಧನೆ'ಯ ಕಾಲದ ಕೆಳಗಿನ ಮತ್ತು ಮೇಲಿನ ಗಡುವಾಗುತ್ತವೆ. ಗೋವಿಂದ ಪೈಗಳು ತೋರಿದ ಶೈಲಿಪ್ರಮಾಣ ನಿರ್ವಿವಾದವಾಗಿದ್ದರೆ ಕೆಳಗಿನ ಗಡುವನ್ನು ಇನ್ನೂ ಕೆಳಗೆ ಸರಿಸಲು ಉಪಾಧ್ಯೆಯವರ ಆಂತರಿಕ ಪ್ರಮಾಣವನ್ನು ಕಡೆಗಣಿಸಬಹುದಾಗಿತ್ತು. ಯಾಕೆಂದರೆ ಆ ಅವತರಣಿಕೆಯನ್ನು ಗುಣಭದ್ರನೇ ತನಗೆ ಪೂರ್ವಿಕರಿಂದ ತೆಗೆದುಕೊಂಡಿರುವ ಇಲ್ಲವೆ 'ವಡ್ಡಾರಾಧನೆ'ಯಲ್ಲಿ ಮುಂದೆ ಯಾರಾದರೂ ಅಳವಡಿಸಿರುವ ಸಂಭವವು ಇಲ್ಲವೆಂದಲ್ಲ. ಆದರೆ ಶೈಲಿಪ್ರಮಾಣ ನಿರ್ವಿವಾದ ವಾದದ್ದಲ್ಲ. ಸಾಮಾನ್ಯವಾಗಿ ಗ್ರಂಥಕಾರರು ತತ್ಕಾಲೀನ ಶೈಲಿಯನ್ನು ಅನುಸರಿಸುವರಾದರೂ ತಮಗಿಂತ ಹಿಂದಿನ, ತೀರ ಹಿಂದಿನ ಶೈಲಿಯನ್ನು ಹಲಕೆಲವರು ಅನುಸರಿಸಿದ್ದಾರೆ. ಇಲ್ಲವೆ ಅದರ ಕೆಲವು ಪ್ರಯೋಗಗಳನ್ನಾದರೂ ತಮ್ಮ ಶೈಲಿಯಲ್ಲಿ ತಂದುಕೊಂಡಿದ್ದಾರೆ. ತಮ್ಮ ಕೃತಿ ಪ್ರಾಚೀನ ವೆಂದೂ ಪ್ರೌಢವೆಂದೂ ತೋರಲು ಹೀಗೆ ಮಾಡುವುದುಂಟು. 'ಕಟ್ಬಪ್ಪು' ಎಂಬುದನ್ನು 'ಬೆಳ್ಗೊಳ'ದ ಬದಲು ಬಳಸಿದ್ದು ಸಾಮಾನ್ಯವಾಗಿ ಹಳಮೆಗೆ ಗುರುತು. ಆದರೆ ಕ್ರಿ.ಶ. ಸು. ೭೦೦ರ ಶಾಸನಗಳಲ್ಲಿ ಬೆಳ್ಗೊಳ, ಕಟ್ಬಪ್ಪು—ಇವೆರಡೂ ದೊರೆಯುತ್ತವೆ ಎಂಬುದನ್ನೂ ಗಮನಿಸಬೇಕು. ಇಲ್ಲಿ ಹಳಮೆಯ ಗುರುತಾಗಲಿ ಎಂದೇ ಇತರ ಪ್ರಯೋಗಗಳೊಡನೆ ಹೆಚ್ಚು ಪ್ರಾಚೀನವಾದ 'ಕಟ್ಬಪ್ಪು' ಈ ಪದವನ್ನು ಬಳಸಿರುವುದು ಸಾಧ್ಯ. ಅಲ್ಲದೆ ಹಳೆಯ ರೂಪಗಳು ಯಾವೊಂದು ಕಾಲದಲ್ಲಿ ವಿಶೇಷ ಪ್ರಚಾರ ದಲ್ಲಿದ್ದು ಮುಂದಿನ ಕಾಲದಲ್ಲಿಯೂ ಒಂದು ಅವಧಿಯವರೆಗೆ ಅವಶೇಷಗಳಾಗಿ ತಲೆದೋರುತ್ತವೆ. ಹಳೆಯ ರೂಪಗಳ ಜೊತೆಯಲ್ಲಿ ಹೊಸ ರೂಪಗಳೂ ಕಂಡುಬಂದಲ್ಲಿ ಗ್ರಂಥವು ಹಳೆಯ ರೂಪ ಗಳನ್ನು ಒಳಗೊಂಡ ಹೊಸ ಕಾಲದ ಕೃತಿಯಾಗುತ್ತದೆ. ವಡ್ಡಾರಾಧನೆಯ ಮೂಲ ಹಾಗೂ ಶುದ್ಧ ಪಾಠವು ಸಂಪೂರ್ಣವಾಗಿ ನಿರ್ಧಾರವಾಗದಂತೆ ಇರುವುದು ಅದರ ಕಾಲವಿಷಯಕವಾದ ನಿಷ್ಕರ್ಷೆಗೆ ದೊಡ್ಡ ಆತಂಕವಾಗಿದೆ. ಒಂದು ಕಡೆಗೆ ತೀರ ಹಳೆಯ ಪ್ರಯೋಗಗಳನ್ನು–ಅಂದರೆ ಪೂರ್ವದ ಹಳಗನ್ನಡ ರೂಪಗಳನ್ನು–ಹಳಗನ್ನಡಕ್ಕೆ ಸಂಪ್ರತಿಕಾರರು ತಿರುಗಿಸಿರಬಹುದೆಂದು ತೋರಿದರೆ ಇನ್ನೊಂದು ಕಡೆಗೆ ಹಳಗನ್ನಡ ಪ್ರಯೋಗಗಳನ್ನು ಹೊಸಗನ್ನಡಕ್ಕೆ ತಿರುಗಿಸಿರಬಹುದೆಂದು ಅನುಮಾನಿಸಲವಕಾಶ ವಿದೆ.

ಇದೆಲ್ಲವನ್ನು ಮನದಂದು ಶೈಲಿಯ ಹೊರತು ಬೇರೆ ಪ್ರಮಾಣವಿಲ್ಲವೆಂಬ ಕಾರಣದಿಂದ, 'ವಡ್ಡಾರಾಧನೆ' ಪಂಪನ ಹತ್ತಿರದ ಕಾಲದ್ದಾದರೂ ಪಂಪಪೂರ್ವಯುಗದ ಗ್ರಂಥವಾಗಿರಬೇಕೆಂದೂ, ಡಿ. ಎಲ್. ನರಸಿಂಹಾಚಾರ್ಯರ ಕಾಲನಿರ್ಣಯವು ಸರಿಯಾದುದಿರಬೇಕೆಂದೂ ನಾವು ಸದ್ಯದ ಮಟ್ಟಿಗೆ ಗ್ರಹಿಸಿದ್ದೇವೆ. ಈ ಗ್ರಹಿಕೆಗೆ ಕಾರಣಗಳಿವು : (೧) ಪೂರ್ವದ ಹಳಗನ್ನಡಕ್ಕೆ ವಿಶಿಷ್ಟವಾದ ಕೆಲವಾದರೂ ಪ್ರಯೋಗಗಳು ತಿರುತಿರುಗಿ ನಿಯತವಾಗಿ ಈ ಗ್ರಂಥದಲ್ಲಿ ಬಂದಿವೆಯಾದರೂ ಬೇರೆ ಕೆಲವು ನಿಯತವಾಗಿ ಬಂದಿಲ್ಲ. 'ಎಂಬೊನಾನ್' ಎಂಬ ಕ್ವಚಿತ್ಪ್ರಯೋಗ ಬಿಟ್ಟರೆ 'ದೇಗುಲಮಾನ್, ಏಱಿದಾರ್, ತಪ್ಪಾದೆ' ಈ ತೆರದ ದೀರ್ಘೀಕರಣವು ಎಲ್ಲಿಯೂ ಇಲ್ಲ. ಇದರಲ್ಲಿ ಸಂಪ್ರತಿಕಾರರ ಕೈಚಳಕವಿದೆಯೆನ್ನಬಹುದಾದರೂ ಎಲ್ಲ ಕಡೆಗೆ ಅವರನ್ನು ಹೊಣೆಗಾರರನ್ನಾಗಿ ಮಾಡಲು ಬಾರದು. ಸಪ್ತಮೀ ಪ್ರತ್ಯಯವು ಪೂರ್ವದ ಹಳಗನ್ನಡದಲ್ಲಿ 'ಉಳ್' ಎಂಬುದು ಹೆಚ್ಚಾಗಿ ವಾಡಿಕೆಯಾಗಿದೆ. ಇಲ್ಲಿ 'ಒಳ್, ಒಳಗೆ' ಇವು ಪ್ರಯುಕ್ತವಾಗಿವೆ (ಭೋಗದೊಳ್, ನೆಲಮನೆಯೊಳಗೆ, ದಿವಸದಿಂದೊಳಗೆ). 'ಉಳ್' ಎಂಬುದು ಎಲ್ಲಿಯೂ ಕಾಣದೊರೆಯುವುದಿಲ್ಲ. (೨) ಇಲ್ಲಿ ದೊರೆತ ಹಳೆಯ ಶಬ್ದಗಳೂ ರೂಪಗಳೂ ಗ್ರಂಥವು ಅತಿಪ್ರಾಚೀನವಾಗಿರಬಹುದೆಂಬ ಅನಿಸಿಕೆಗೆ ಎಡೆ ಯನ್ನುಂಟುಮಾಡುತ್ತವೆಂಬುದು ನಿಜ. ಈ ವಿಷಯದಲ್ಲಿ ಗೋವಿಂದ ಪೈಗಳು ಮಾಡಿದ ಪೃಥಕ್ಕರಣೆ ಯೋಗ್ಯವೇ ಆಗಿದೆ. ಅದರಿಂದ ಅವರು ಮಾಡಿಕೊಂಡ ಅಭಿಪ್ರಾಯವು ಸಮರ್ಥನೀಯವಿರದಿದ್ದರೂ ಸಹಜವಾಗಿದೆ. ಗ್ರಂಥಕ್ಕೆ ಪ್ರಾಚೀನತೆಯನ್ನು ಕಲ್ಪಿಸಬೇಕೆಂಬ ಉದ್ದೇಶ ಇಲ್ಲವೆ ಪೂರ್ವಗ್ರಹದಿಂದ

ಅವರು ಸಾಮಗ್ರಿಯನ್ನು ಕೂಡಿಸಿರುವರೆಂಬ ಉಪಾಧ್ಯೆಯವರ ಮಾತನ್ನು ನಾವು ಒಪ್ಪುವುದಿಲ್ಲ. ಆ ಮಾತು ಅನಾವಶ್ಯಕವಾಗಿತ್ತೆಂದು ನಮ್ಮ ಮತ. ಗೋವಿಂದ ಪೈಗಳು ಹೇಳಿದಂತೆ 'ಒಡೆಯ' ಎಂಬ ಉತ್ತರಪದವುಳ್ಳ ಹಲವಾರು ಪ್ರಯೋಗಗಳನ್ನು 'ವಡ್ಡಾರಾಧನೆ' ತೀರ ಸಹಜವಾಗಿ ಉಪಯೋಗಿಸಿದೆ. ಅಪರೂಪವಾಗಿ ಪಂಪಾದಿಗಳಲ್ಲಿ ಇದು ಬಂದಿದೆ. ಕೇಶಿರಾಜನೂ ಇದಕ್ಕೆ ಮನ್ನಣೆ ಕೊಟ್ಟಿದ್ದಾನೆ. ಆದರೆ ಯಾವ ಕನ್ನಡ ಗ್ರಂಥದಲ್ಲಿಯೂ ಇಷ್ಟು ತರತರದಿಂದ ಇಷ್ಟು ಸಹಜವಾಗಿ ಈ ಪ್ರಯೋಗವಿಲ್ಲ. ಪಂಪಪೂರ್ವಯುಗದಲ್ಲಿ ಇದು ಪ್ರಚಾರದಲ್ಲಿರಬಹುದು. 'ಕವಿರಾಜಮಾರ್ಗ'ದಲ್ಲಿ ಹೇಳಲಾದ ಗ್ರಂಥಕಾರರ ಕೃತಿಗಳು ದೊರೆಯದ್ದರಿಂದ ಇದನ್ನು ಒರೆದು ನೋಡಲು ಆಧಾರವಿಲ್ಲ. ಗೋವಿಂದ ಪೈಗಳು ಉದಾಹರಿಸಿದ ಬೇರೆ ಪ್ರಾಚೀನ ಪ್ರಯೋಗಗಳಲ್ಲಿ 'ಕಳ್ಪದ, ಕಲ್ಪಿಸು (ಕಲ್ಪಿ), ಬಡ್ಡಿಸು, ತೊಟ್ಟು (ತೊಡು), ಕೊಳೆ (ಕೊಳ್)' ಈ ಬಗೆಯವು 'ಪಂಪಭಾರತ'ದಲ್ಲಿಯೂ ಮುಂದಿನ ಗ್ರಂಥಗಳಲ್ಲಿಯೂ ದೊರೆಯುತ್ತವೆ. ಆದರೆ 'ಕೇ (ಧಾತು), ಕೇಳ್ಪಿ, ಇಟ್ಬು, ಪೊಟ್ಬು, ಮುಚ್ಚೆಪಟ್ಟಂ' ಈ ಮೊದಲಾದುವು ಕೇವಲ ಪ್ರಾಚೀನವಾಗಿವೆ. ಅವರು ಉದಾಹರಿಸದೆ ಉಳಿದ ಇಂಥ ಪ್ರಯೋಗಗಳಲ್ಲಿ 'ಆದಮಾನುಂ (ಇದು ಹೇರಳವಾಗಿ ಪ್ರಯುಕ್ತವಾಗಿದೆ), ನಾಡ್ಗೆ, ಪೊಟ್ಟುಜೆನೆ, ಸಂಜೆವಾರಿಸು' ಈ ಮುಂತಾದ ಹಲವು ಶಬ್ದಗಳೂ ರೂಪಗಳೂ ಇರುತ್ತವೆ. ಆದರೆ ಇವುಗಳ ಜೊತೆಗೆ ಪೂರ್ವದ ಹಳಗನ್ನಡದಲ್ಲಿ ಕಾಣದೊರೆಯದ ಹಾಗೂ ನೃಪತುಂಗ–ಪಂಪಾದಿಗಳಲ್ಲಿ ದೊರೆಯುವ ಪ್ರಯೋಗಗಳು ಸಾಕಷ್ಟಿವೆ. ಇವುಗಳಲ್ಲಿ ಹಲಕೆಲವು ಸಂಪ್ರತಿಕಾರರ ಕೈಯ ಕೇಡೆನ್ನಬಹುದಾದರೂ ಎಲ್ಲದಕ್ಕೂ ಹಾಗೆನ್ನಲಾಗದು. ಉದಾಹರಣೆಗೆ, 'ಅಪ್ಪೈ, ಇಂತೆಂಬಾ, ಎಯ್ದಿದೆ, ಪೋಲ್ವೆ, ಪೆಂಡತಿಯಪ್ಪಾ, ನೆನೆದಾ, ಅಜಿವೋ, ಬಂದಿರಾ'— ಈ ವಿಧ್ಯರ್ಥಕ ಮಧ್ಯಮಪುರುಷರ ರೂಪಗಳನ್ನು ನೋಡಬೇಕು. ಟಕಾರವುಳ್ಳ ರೂಪಗಳು ರಕಾರವಾದರೆ ಶೈಲಿ ಪೂರ್ವದ ಹಳಗನ್ನಡದಿಂದ ಹಳಗನ್ನಡ ಮತ್ತು ಹೊಸಗನ್ನಡಗಳಿಗೆ ಪರಿವರ್ತನ ಹೊಂದಿರುವುದಕ್ಕೆ ಅವು ಗುರುತು. ಅಂಥ ಪ್ರಯೋಗಗಳು 'ಬಿರ್ದು (ಬಿಟ್ಟು), ಬರ್ದಪ್ಪೆನೆ, ಬರ್ದಿ, ಎರ್ದ್ದು, ಬರ್ದುಂಕು, ಅಡ್ಡಬಿರ್ದ, ಅರ್ದು' ಎಂಬುದಾಗಿ ದೊರೆಯುತ್ತವೆ. ಶಬ್ದರೂಪಗಳಲ್ಲಿ 'ಓಜ, ಮಾಡುವ, ಕಾರಣಮಾಗಿ, ಪಿರಿಯೆದು, ಬಾತಿರ್ಪುವು, ಪಚ್ಚುಗೊಡು, ಕುಂದಬೆ' ಮೊದಲಾದುವಿವೆ. 'ಕೂಸಂ ಬೇಡು, ಮದುವೆನಿಲ್, ಇಲ್ಲಿಂತೊಟ್ಟು, ನೀನಾರ್ಗೆ, ಪಾವುಕೊಳೆ, ಪಂಡಿತಿಕ್ಕೆ' ಇತ್ಯಾದಿ ಅಲ್ಲದೆ ವಿಧ್ಯರ್ಥರೂಪಗಳು 'ಪಂಪಭಾರತ'ಕ್ಕೆ ಸರಿಸಾಟಿಯಾಗಿವೆ. ಈ ವಿವೇಚನೆಯಿಂದ ಕೇವಲ ಪ್ರಾಚೀನ, ಪ್ರಾಚೀನವಿದ್ದರೂ ಮುಂದೆ ಪ್ರಚಲಿತ ಹಾಗೂ ಅರ್ವಾಚೀನ— ಹೀಗೆ ಮೂರು ಬಗೆಯ ಪ್ರಯೋಗಗಳು 'ವಡ್ಡಾರಾಧನೆ'ಯಲ್ಲಿ ದೊರೆಯುತ್ತವೆ ಎಂದಹಾಗಾಯಿತು. ಪ್ರಾಚೀನ ಗ್ರಂಥದಲ್ಲಿ ಮೊದಲಿನೆರಡು ಬಗೆಯ ಪ್ರಯೋಗಗಳು ಇರುತ್ತವೆಯಾದರೂ ತುಲನಾತ್ಮಕವಾಗಿ ಅರ್ವಾಚೀನ ರೂಪಗಳಿರಲಾರವು. ಆದರೆ ಅರ್ವಾಚೀನ ಗ್ರಂಥದಲ್ಲಿ ಮೊದಲಿನೆರಡು ಬಗೆಯ ರೂಪಗಳಿರಲು ಸಾಧ್ಯವಿದೆ. ಆದ್ದರಿಂದ 'ವಡ್ಡಾರಾಧನೆ' ಪೂರ್ವದ ಹಳಗನ್ನಡ ಕಾಲದಲ್ಲಿ ರಚಿತವಾಗಿರದೆ ಹಳಗನ್ನಡ ಕಾಲದಲ್ಲಿ, ಪಂಪಪೂರ್ವ ಕಾಲದಲ್ಲಿ ರಚಿತವಾಗಿರಬೇಕೆಂದು ತೋರುತ್ತದೆ. ಪಂಪನಿಗೆ ತೀರ ಸಮೀಪವಾಗಿದ್ದ ಕಾರಣ ಪಂಪನ ಕಾಲವೆಂದು ಹೇಳಲೂಬಹುದು. ಆದರೆ ಪಂಪನಿಗಿಂತ ಹಳೆಯದಾದ, ವೈಶಿಷ್ಟ್ಯಯುತವಾದ, ಆದರೂ ಪಂಪನಿಗೆ ಕೆಲವಂಶಗಳಲ್ಲಿ ಸಮನಾದ ಅದರ ಶೈಲಿಯ ಮೂಲಕ ಹಾಗೆ ಎಂದಿದ್ದೇವೆ. ಇಲ್ಲಿ ಒಂದು ಆಕ್ಷೇಪವನ್ನೆತ್ತಬಹುದು. ಸು. ೮ನೆಯ ಶತಮಾನದವರೆಗೆ ಶಾಸನಪ್ರಮಾಣದಿಂದ ಪೂರ್ವದ ಹಳಗನ್ನಡ ಕಾಲವಿತ್ತೆಂದೂ, ೯ನೆಯ ಶತಮಾನದಿಂದಲಾದರೂ ಹಳಗನ್ನಡ ಕಾಲ ಆರಂಭವಾಗಿರಬೇಕೆಂದೂ ೯ನೆಯ ಶತಮಾನದಲ್ಲಿಯ 'ಕವಿರಾಜಮಾರ್ಗ'ದ ಶೈಲಿಯಿಂದ ಸೂಚಿತವಾಗುತ್ತದೆ. ಈ ಗ್ರಂಥದ ಲಕ್ಷ್ಯ–ಲಕ್ಷಣಪದ್ಯಗಳಲ್ಲಿ ಪೂರ್ವದ ಹಳಗನ್ನಡದ ಪ್ರಭಾವವು ತೀರ ಕಡಿಮೆಯಾಗಿದೆ. ಹೀಗಿರುವಾಗ

ಅದರ ತರುವಾಯ ೧೧ನೆಯ ಶತಮಾನದ ಮೊದಲಲ್ಲಿ ರಚಿತವಾಗಿದ್ದ 'ವಡ್ಡಾರಾಧನೆ'ಯಲ್ಲಿ ಆ ಪ್ರಭಾವವು ಹೆಚ್ಚಾಗಿರಲು ಕಾರಣವಿಲ್ಲ. ಆದರೆ ಹೆಚ್ಚಾಗಿದ್ದುದು ಕಂಡುಬಂದಿದೆ. ಇದಕ್ಕೆ ಉತ್ತರವಿಷ್ಟೆ: ಗ್ರಂಥಸ್ಥವಾದ ಭಾಷೆಯಲ್ಲಿ ಕಾಲಕ್ರಮದಿಂದ ಅವಸ್ಥಾಭೇದಗಳ ಆವಿಷ್ಕಾರವು ಸಾಮಾನ್ಯ ನಿಯಮವಾದರೂ ಅದಕ್ಕೆ ಕೆಲಮಟ್ಟಿನ ಅಪವಾದಗಳಿದ್ದೇ ಇರುತ್ತವೆ. ೧೩ನೆಯ ಶತಮಾನದಲ್ಲಿ ಆಂಡಯ್ಯನ 'ಕಬ್ಬಿಗರಕಾವ'ವು ಅಚ್ಚಗನ್ನಡದೃಷ್ಟಿಯಿಂದ ಇಂಥ ಅಪವಾದ ಭೂತವಾದ ಪ್ರಯೋಗವಾಯಿತು. ನಡುಗನ್ನಡ–ಹೊಸಗನ್ನಡ ಕಾಲಗಳಲ್ಲಿ ಹಳಗನ್ನಡ ಗ್ರಥಗಳು ರಚಿತವಾದುವು. 'ವಡ್ಡಾರಾಧನೆ'ಯೂ ಬಹುಶಃ ಇದೇ ಮಾಲಿಕೆಯಲ್ಲಿ ಬರುತ್ತದೆ. ಅದರಲ್ಲಿ ಆಯಾ ಧಾರ್ಮಿಕ ಕಥೆ ಮತ್ತು ಬೋಧನೆಗಳಿಗೆ ಪ್ರಾಚೀನತೆಯ ಸ್ವರೂಪವನ್ನು ಕೊಡಲೆಂದೊ, ಗದ್ಯಕಥೆಯ ಜೈನಪರಂಪರೆಯಲ್ಲಿ ಅಂಥ ಶೈಲಿಯ ಪರಿಪಾಠವಿದ್ದಿತೆಂದೊ ಪ್ರಯತ್ನಪೂರ್ವಕವಾಗಿ ಪ್ರಾಚೀನರೂಪಗಳನ್ನು ಬಳಸಿರಬೇಕು. ಅದೇ, ಬರವಣಿಗೆಯ ಸಹಜ ಓಘದಲ್ಲಿ ೧೧ನೆಯ ಶತಮಾನದ ಹಳಗನ್ನಡದ ಸರಣಿ ತಲೆಯಿಕ್ಕಿದೆ. 'ಚಾವುಂಡರಾಯಪುರಾಣ'ವನ್ನು ನೋಡಿದರೆ ಕೆಲಮಟ್ಟಿಗೆ ಅದಕ್ಕೆ ನಿದರ್ಶನ ದೊರೆಯಬಹುದು. ಅದು ನಿಃಸಂಶಯವಾಗಿ ೧೧ನೆಯ ಶತಮಾನದ ಗ್ರಂಥವಾದರೂ, ಹಳಗನ್ನಡ ಶೈಲಿಯೇ ಅದರಲ್ಲಿ ಪ್ರಮುಖವಾಗಿದ್ದರೂ, ಪೂರ್ವದ ಹಳಗನ್ನಡದ 'ಬಂದೊಂ, ಅಪ್ಪೊಂ' ಮುಂತಾದ ಕೆಲವು ವಿಶಿಷ್ಟರೂಪಗಳು ಅದರಲ್ಲಿ ಬಿಟ್ಟುಬಿಡದೆ ಬಂದಿವೆ. 'ವಡ್ಡಾರಾಧನೆ'ಯ ತರುವಾಯ ಪಂಪ, ಪೊನ್ನರು ಗ್ರಂಥ ರಚಿಸಿ ಹಳಗನ್ನಡದ ಪರಂಪರೆಯನ್ನು ಸ್ಥಿರಗೊಳಿಸಿದಮೇಲೆ 'ಚಾವುಂಡರಾಯಪುರಾಣ'ವು ರಚಿತವಾದ್ದರಿಂದ–'ವಡ್ಡಾರಾಧನೆ'ಯಷ್ಟು ಪ್ರಾಚೀನ ಪ್ರಭಾವಕ್ಕೆ ಅದು ಒಳಗಾಗಲಿಲ್ಲ. 'ವಡ್ಡಾರಾಧನೆ' 'ಚಾವುಂಡರಾಯಪುರಾಣ'ದ ತರುವಾಯದ ಗ್ರಂಥವೆಂದು ಉಪಾಧ್ಯೆಯವರು ಶೈಲಿಯ ಆಧಾರದಿಂದ ಹೇಳಿದ್ದಾರೆ. ಅದೇ ಆಧಾರದಿಂದ 'ಚಾವುಂಡರಾಯಪುರಾಣ'ವೇ 'ವಡ್ಡಾರಾಧನೆ'ಯ ತರುವಾಯದ್ದಿರಬಹುದೆಂದು ನಮಗೆ ತೋರುತ್ತದೆ. ಇದಕ್ಕೆ ಕಾರಣವೆಂದರೆ ಪಂಪಾದಿಗಳಿಂದ ಮಾರ್ಗಕಾವ್ಯದ ಭಾಷಾಸ್ವರೂಪವು ಸ್ಥಿರಪಟ್ಟಮೇಲೆ, 'ಚಾವುಂಡರಾಯ ಪುರಾಣ'ವು ಅದರ ಪ್ರಭಾವಕ್ಕೆ ಒಳಪಟ್ಟಮೇಲೆ 'ವಡ್ಡಾರಾಧನೆ' ಹುಟ್ಟಿದ್ದರೆ ಅದು ಈಗಿನಷ್ಟು ಪ್ರಾಚೀನ ವರ್ಚಸ್ಸನ್ನು ತೋರುತ್ತಿರಲಿಲ್ಲ. ೧೧ನೆಯ ಶತಮಾನದಲ್ಲಿಯೂ ಅದರಲ್ಲಿ ಹೇರಳವಾಗಿ ಪ್ರಾಚೀನರೂಪಗಳು ಬರುವ ಸಂಭವವಿತ್ತು. ಆದರೆ ಮೇಲ್ಕಾಣಿಸಿದ ಹಿನ್ನೆಲೆಯಲ್ಲಿ ಈ ಸಂಭವ ಕಡಿಮೆಯಾಗುತ್ತದೆ. ಇತ್ತೀಚೆಗೆ ನಡೆದ ಸಂಶೋಧನೆಯಿಂದ 'ವಡ್ಡಾರಾಧನೆ'ಯಲ್ಲಿ ಬಂದಿರುವ ಕೆಲವು ಉದ್ಧೃತಿಗಳು ೧೦–೧೧ನೆಯ ಶತಮಾನದ ಕೊನೆಯಲ್ಲಿ ರಚಿತವಾದ ಕೃತಿಗಳಿಂದ ಎತ್ತಿಕೊಂಡುವೆಂದು ಕಂಡುಬಂದಿದೆ. ಇವು ಇನ್ನೂ ಪ್ರಾಚೀನವಾದ ಗ್ರಂಥಗಳ ಸಮಾನ ಮೂಲದಿಂದ ತೆಗೆದುಕೊಂಡುವಲ್ಲ ಎಂಬುದು ಖಚಿತವಾದರೆ 'ವಡ್ಡಾರಾಧನೆ'ಯ ಕಾಲವನ್ನು ಪಂಪಪೂರ್ವಯುಗದಿಂದ ಪಂಪಯುಗಕ್ಕೆ ಮುಂದರಿಸಬೇಕಾಗುತ್ತದೆ.

ವಡ್ಡಾರಾಧನೆಯ ಕಾಲದ ಬಗ್ಗೆ ಈಚೆಗೆ ಹಂಪ. ನಾಗರಾಜಯ್ಯ ಬೇರೆ ಕೋನದಿಂದ ಅಧ್ಯಯನ ಮಾಡಿದ್ದಾರೆ. ವಡ್ಡಾರಾಧನೆಯಲ್ಲಿ ಬರುವ ಬೇರೆ ಬೇರೆ ಗಾದೆಗಳ ಆಕರಗಳನ್ನು ಪತ್ತೆಹಚ್ಚುವ ಪ್ರಯತ್ನ ಮಾಡಿದ್ದಾರೆ ; ಆ ಆಕರಗಳ ರಚನಾಕಾಲದ ಹಿನ್ನೆಲೆಯಲ್ಲಿ 'ವಡ್ಡಾರಾಧನೆ'ಯ ಕಾಲ ನಿರ್ಣಯಿಸಲು ಯತ್ನಿಸಿದ್ದಾರೆ. ಅವರ ಈ ಪ್ರಯತ್ನದಿಂದ 'ವಡ್ಡಾರಾಧನೆ'ಯ ಕಾಲ ಮುಂದಕ್ಕೆ ಎಂದರೆ ಸು. ೧೧–೧೨ನೆಯ ಶತಮಾನಕ್ಕೆ ಹೋಗಲಿದೆ. ಹಂಪನಾ ಅವರ ಶೋಧನೆಯ ಸವಿವರ ಚರ್ಚೆ ಅವರ ಮಹಾಪ್ರಬಂಧ 'ವಡ್ಡಾರಾಧನೆ'ಯಲ್ಲಿ ನಿರೂಪಿತವಾಗಿದ್ದು ಅದಿನ್ನೂ ಪ್ರಕಟವಾಗಬೇಕಾಗಿದೆ. ಈ ಶೋಧನೆ ಸ್ಥಾಪಿತವಾದಲ್ಲಿ 'ವಡ್ಡಾರಾಧನೆ'ಯ ಕಾಲ ಮುಂದೆ ಹೋಗುತ್ತದೆಂಬುದು ಸಹಜಸಿದ್ಧವಾದ ಸಂಗತಿಯಾಗಿದೆ. ಈ ಶೋಧನೆಯ ತಲಸ್ಪರ್ಶಿ ನಿರೂಪಣೆ

ಪೂರ್ಣವಾಗಿ ಪ್ರಕಟವಾಗುವವರೆಗೆ 'ವಡ್ಡಾರಾಧನೆ'ಯ ಕಾಲವನ್ನು ಸದ್ಯಕ್ಕೆ ಇಲ್ಲಿ ಪಂಪಪೂರ್ವವೆಂದೇ ಭಾವಿಸಿದೆ.

## 'ವಡ್ಡಾರಾಧನೆ'ಯ ಕರ್ತೃ

'ವಡ್ಡಾರಾಧನೆ' ಎಂಬ ಹೆಸರು ಈ ಗ್ರಂಥಕ್ಕೆ ವಾಡಿಕೆಯಾಗಿ ಬಂದಿದೆ. "ಈ ಪೇಳ್ದ ಹತ್ತೊಂಬತ್ತು ಕಥೆಗಳು ಶಿವಕೋಟ್ಯಾಚಾರ್ಯರ್ ಪೇಳ್ದ ವೊಡ್ಡಾರಾಧನೆಯ ಕವಚವು ಮಂಗಳಮಹಾಶ್ರೀ !" ಎಂಬ ಸಮಾಪ್ತಿವಾಕ್ಯವು ಒಂದು ಮೂಲ ಪ್ರತಿಯಲ್ಲಿದೆ. ಇನ್ನೊಂದರಲ್ಲಿ "ಯೀಪೇಳ್ದ ಪತ್ತೊಂಬತ್ತು ಕಥೆಯ ರೇವಾ(ಶಿವ)ಕೋಟ್ಯಾಚಾರ್ಯರ್ಪ್ಪೇಳ್ದ ವಡ್ಡಾರಾಧನೆಯ ಕವಚಮೆಂಬಧಿಕಾರಱೂ !" ಎಂದಿದೆ. ಇದರಿಂದಲೇ ಮೇಲಿನ ವಾಡಿಕೆ ಮೊದಲಾಯಿತು. ಆದರೆ ಮೊದಲಿನ ಸಮಾಪ್ತಿವಾಕ್ಯದಿಂದ ಹತ್ತೊಂಬತ್ತು ಕಥೆಗಳು ಎಂಬ ಮಾತು ಬೇರೆ, 'ವಡ್ಡಾರಾಧನೆ'ಯ ಕವಚ ಎಂಬ ಮಾತು ಬೇರೆಯಾಗಿದ್ದು ಅದು ಪ್ರಾಕೃತದಲ್ಲಿ ಶಿವಕೋಟ್ಯಾಚಾರ್ಯ ಬರೆದ 'ವಡ್ಡಾರಾಧನೆ'ಯ 'ಕವಚ' ಎಂಬ ಅಧಿಕಾರವನ್ನು ಕುರಿತು ಹೇಳಿದ್ದೆಂದು ಉಪಾಧ್ಯೆಯವರು ಪ್ರತಿಪಾದಿಸಿದ್ದಾರೆ. ಅದು ಸರಿಯಾಗಿದ್ದರೆ 'ವಡ್ಡಾರಾಧನೆ' ಕನ್ನಡ ಗ್ರಂಥದ ಹೆಸರಾಗದು, ಶಿವಕೋಟಿ ಅದರ ಕರ್ತೃವಲ್ಲ, ಬಹಳಾದರೆ ಇದರ ಹೆಸರು 'ವಡ್ಡಾರಾಧನೆ'ಯಾಗಬಹುದು. ಆದರೆ ಕರ್ತೃ ಯಾರೋ ಗೊತ್ತಿಲ್ಲ ಎಂದು ಅವರ ನಿರ್ಣಯ. ಆದರೆ ಮೊದಲಿನ ಸಮಾಪ್ತಿವಾಕ್ಯವನ್ನು ಅವರು ಒಡೆದು ಅರ್ಥವಿಸಿದ ರೀತಿ ನಮಗೆ ಅಷ್ಟು ಸ್ವಾಭಾವಿಕವೆನ್ನಿಸುವುದಿಲ್ಲ. ಹತ್ತೊಂಬತ್ತು ಕಥೆಗಳ ಒಟ್ಟು ಹೆಸರಿಗೂ ಕರ್ತೃತ್ವಕ್ಕೂ ಆ ವಾಕ್ಯದಲ್ಲಿ ಸಂಬಂಧವಿರುವಂತಿದೆ. 'ಕವಚ' ಪದಪ್ರಯೋಗದಿಂದ ಅದರ ಅರ್ಥವು ಕ್ಲಿಷ್ಟವಾದದ್ದು ದಿಟ. 'ಕಥೆಗಳು, ಕವಚವು' ಎಂಬ ಸ್ವರಾಂತದಿಂದ ಹೊಸಗನ್ನಡ ಕಾಲದ ಸಂಪ್ರತಿಕಾರರು ಈ ಸಮಾಪ್ತಿವಾಕ್ಯವನ್ನು ಬರೆದಿರಬೇಕು. ಅವರ ಅಭಿಪ್ರಾಯವೆಂದರೆ ಇಲ್ಲಿ ಹೇಳಿದ ಹತ್ತೊಂಬತ್ತು ಕಥೆಗಳು ಶಿವಕೋಟ್ಯಾಚಾರ್ಯರು ಹೇಳಿದ 'ವಡ್ಡಾರಾಧನೆ'ಯ ಕವಚರೂಪವಾಗಿವೆ ಅಂದರೆ ಉಪಾಧ್ಯೆಯವರು ವಿವರಿಸಿದಂತೆ ಪರೀಷಹಜಯಕ್ಕಾಗಿ ಕವಚದಂತಿರುವ ಕೆಲವು ಧರ್ಮಬೋಧೆಗಳಂತಿವೆ. ಕಥೆಗಳೆಂದರೆ ಮೂರ್ತಿಮತ್ತಾದ ಬೋಧೆಗಳೇ ಎಂಬ ಸೂಚನೆಯಿರಬೇಕು. ಹೀಗೆ ಕನ್ನಡ ಗ್ರಂಥ ಹಾಗೂ ಅದರ ಕರ್ತೃ ಇವೆರಡನ್ನೂ ಈ ವಾಕ್ಯ ಸೂಚಿಸುತ್ತಿರಬಹುದು. ಎರಡನೆಯ ಸಮಾಪ್ತಿ ವಾಕ್ಯವು ಒಂದೇ ವಾಕ್ಯವಾಗಿದ್ದು ಹತ್ತೊಂಬತ್ತು ಕಥೆಗಳ ಹೆಸರು ಮತ್ತು ಕರ್ತೃತ್ವವನ್ನು ಹೆಚ್ಚು ಸ್ಫುಟವಾಗಿ ತಿಳಿಸುತ್ತದೆ. ಡಿ. ಎಲ್. ನರಸಿಂಹಾಚಾರ್ಯರ ಪ್ರಕಾರ ಇಬ್ಬರು ಶಿವಕೋಟಿಗಳಿದ್ದಾರೆ—ಸಮಂತಭದ್ರನ ಶಿಷ್ಯ ಒಬ್ಬ, ಭಗವತೀ ಆರಾಧನದ ಕರ್ತೃ ಇನ್ನೊಬ್ಬ. ಎರಡನೆಯವನ ಗ್ರಂಥದಿಂದಲೇ 'ವಡ್ಡಾರಾಧನೆ'ಯ ೧೯ ಕಥೆಗಳ ಸೂಚನೆಗಳು ಬಂದಿರುವುದು. ಮೂರನೆಯ ಶಿವಕೋಟಿಯೊಬ್ಬ ಇದ್ದಿರಬಹುದು. ಇವನೇ 'ವಡ್ಡಾರಾಧನೆ'ಯ ಕರ್ತೃ ಆಗಿರಬಹುದು. ಸದ್ಯಕ್ಕೆ ಬೇರೆ ಆಧಾರಗಳು ದೊರೆಯುವತನಕ 'ವಡ್ಡಾರಾಧನೆ' ಎಂಬುದು ಇದರ ಹೆಸರು, ಶಿವಕೋಟ್ಯಾಚಾರ್ಯ ಎಂಬುದು ಇದರ ಕರ್ತೃವಿನ ಹೆಸರು ಎಂದು ಹಿಡಿಯಬಹುದಾಗಿದೆ.

## 'ವಡ್ಡಾರಾಧನೆ'ಯ ಕಥನಗುಣ

'ವಡ್ಡಾರಾಧನೆ'ಯ ಕಥೆಗಳು ಎಷ್ಟು ಸಾಂಪ್ರದಾಯಿಕ ಹಾಗೂ ಪ್ರಚಾರಕವಾಗಿದ್ದರೂ ಅವುಗಳಲ್ಲಿ ಒಂದು ಆಕರ್ಷಣೆಯಿದೆ, ವಿಶೇಷ ರುಚಿಯಿದೆ. ಅವುಗಳ ಈ ಗುಣವನ್ನು ವಿಂಗಡಿಸುವಾಗ ಮೂಲ ಆಕರಗಳನ್ನು ಅರಿಯುವುದು ಅಗತ್ಯ. ಹರಿಷೇಣನ 'ಬೃಹತ್ ಕಥಾಕೋಶ'ದ ಪೀಠಿಕೆಯಲ್ಲಿ ಉಪಾಧ್ಯೆಯವರು ಸಮರ್ಪಕವಾಗಿ ಈ ವಿಷಯವನ್ನು ಮಂಡಿಸಿದ್ದಾರೆ. ಅವರ

ಹೇಳಿಕೆಯ ಮೇರೆಗೆ ಆರಾಧನೆ ಎಂದರೆ ಜ್ಞಾನ, ದರ್ಶನ, ಚಾರಿತ್ರ್ಯ, ತಪಸ್ಸು; ಈ ನಾಲ್ಕು ಜೈನಯತಿಯ ಆದರ್ಶಗಳ ಸ್ಥಿರವಾದ ಸಾಧನೆ, ಮರಣ ಸಮಯದಲ್ಲಿ—ಅಂದರೆ ಸಮಾಧಿ ಮರಣದಲ್ಲಿ—ಆ ಆದರ್ಶಕ್ಕನುಸರಿಸಿ ತೋರುವ ಉಚ್ಚತಮವಾದ ಆಚರಣೆ. ಈ ಯತಿ ಧರ್ಮವನ್ನು ಬೋಧಿಸುವ ಮತ್ತು ಚರ್ಚಿಸುವ ಗ್ರಂಥಕ್ಕೆ ಸಹ 'ಆರಾಧನೆ' ಎಂದು ಹೆಸರು. ಜೈನವಾಙ್ಮಯದಲ್ಲಿ ದೊರೆಯುವ ಅನೇಕ ಆರಾಧನೆಯ ಗ್ರಂಥಗಳಲ್ಲಿ 'ಭಗವತೀ ಆರಾಧನಾ' ಎಂಬುದು ತುಂಬ ದೊಡ್ಡದಾದ ಪ್ರಾಕೃತ ಗ್ರಂಥ, ಜೈನಶೌರಸೇನಿಯಲ್ಲಿ ಬರೆದುದು. ಶಿವಾರ್ಯ ಅಥವಾ ಶಿವಕೋಟಿ ಎಂಬ ಇದರ ಲೇಖಕನು ಬಹುಶಃ ಕುಂದಕುಂದಾಚಾರ್ಯರಷ್ಟು ಪ್ರಾಚೀನ ಕಾಲದಲ್ಲಿದ್ದವನು. 'ಭಗವತೀ ಆರಾಧನೆ'ಯನ್ನು ಕುರಿತು ಹಲವು ವ್ಯಾಖ್ಯಾನಗಳು ಹುಟ್ಟಿವೆ. ಕಥಾಕೋಶಗಳೂ ರಚಿತವಾಗಿವೆ. ಸಮಾಧಿಮರಣದ ಸಮಯದಲ್ಲಿ ಆರಾಧಕನಿಗೆ ಸಂಸಾರನಿರ್ವೇಗ ವನ್ನುಂಟುಮಾಡುವ ಕಥೆಗಳನ್ನು ಯತಿಗಳು ಹೇಳುತ್ತಿದ್ದರೆಂದು ಮೂಲ ಗ್ರಂಥವೇ ಹೇಳಿದೆ. ಅದರಲ್ಲಿ ಅಂಥ ಕಥಾಸಾರಾಂಶವುಳ್ಳ ಗಾಥೆಗಳಿವೆ. ಮುಂದಿನ ವ್ಯಾಖ್ಯಾನಕಾರರು ಗಾಥೆಗಳಲ್ಲಿ ಸೂಚಿತವಾದ ಕಥೆಗಳನ್ನು ವಿಸ್ತರಿಸಿದರು. ಕಥಾಕೋಶಕಾರರು ಧರ್ಮನಿರೂಪಣೆಯಿಂದ ಈ ಕಥೆಗಳನ್ನು ಬೇರ್ಪಡಿಸಿಕೊಂಡರು. ಪ್ರಭಾಚಂದ್ರ ಹಾಗೂ ಹರಿಷೇಣ ಇವರ ಕಥಾಕೋಶಗಳು ಈ ರೀತಿಯಲ್ಲಿ ಬೇರ್ಪಟ್ಟು ಸಂಸ್ಕೃತಕ್ಕೆ ಪರಿವರ್ತಿತವಾದವು. ಕನ್ನಡ 'ವಡ್ಡಾರಾಧನೆ'ಯಲ್ಲಿಯ ೧೯ ಕಥೆಗಳು ಕ್ರಮದಲ್ಲಿಯ ಒಂದು ವ್ಯತ್ಯಾಸ ಬಿಟ್ಟರೆ ಹರಿಷೇಣನ 'ಕಥಾಕೋಶ'ದಲ್ಲಿಯ ಸಂಖ್ಯೆ ೧೨೬–೧೪೪ ಇವಕ್ಕೆ ಸರಿಹೋಲುತ್ತವೆ. ಕೆಲವು ಸಂದರ್ಭಗಳಲ್ಲಿಯಂತೂ 'ವಡ್ಡಾರಾಧನೆ'ಗೂ ಹರಿಷೇಣನ ಪದ್ಯಗಳಿಗೂ ದಟ್ಟವಾದ ಹೋಲಿಕೆ ಕಂಡುಬಂದಿದೆ. ವಿವರಗಳನ್ನು ಪರೀಕ್ಷಿಸಲಾಗಿ ವೃಷಭಸೇನನ ಕಥೆಯ ಹೊರತಾಗಿ ಉಳಿದೆಲ್ಲ ಕಥೆಗಳು 'ವಡ್ಡಾರಾಧನೆ'ಯಲ್ಲಿ ಹೆಚ್ಚು ದೀರ್ಘವಾಗಿವೆ, ಹರಿಷೇಣ ನಲ್ಲಿಲ್ಲದ ವಿವರಗಳನ್ನು ಒಳಗೊಂಡಿವೆ. ಕನ್ನಡದಲ್ಲಿ ಸುಕೋಶಲನ ಕಥೆ ಹರಿಷೇಣನ ೧೦೭ನೆಯ ಪದ್ಯದಿಂದ ಆರಂಭವಾಗಿದ್ದು ಮೊದಲಿನ ೧೦೬ ಪದ್ಯಗಳ ಕಥಾಂಶವನ್ನು ಆಮೇಲೆ ಬಿತ್ತರಿಸಿದೆ. ಹಲವು ಕಡೆ ಬೇರೆ ಉಪಕಥೆಗಳು, ಹೆಚ್ಚಿನ ವಿವರಗಳು, ವರ್ಣನೆಗಳು, ಅಂಕಿತನಾಮಗಳಲ್ಲಿ ಕೆಲವು ಭೇದಗಳು 'ವಡ್ಡಾರಾಧನೆ'ಯಲ್ಲಿ ಬಂದಿರುವುದನ್ನು ನೋಡಿದರೆ ಒಂದನ್ನೊಂದು ಕಣ್ಣು ಮುಚ್ಚಿ ಅನುಸರಿಸಿದೆ ಎನ್ನಲು ಬರುವಂತಿಲ್ಲ. ಎಲ್ಲ ಅಂಶಗಳ ಪರೀಕ್ಷಣೆಯಿಂದ ಎರಡೂ ಗ್ರಂಥಗಳು ಸಮಾನವಾದ ಮೂಲವನ್ನು—ಬಹುಶಃ 'ಭಗವತೀ ಆರಾಧನೆ'ಯ ಪ್ರಾಕೃತ ವ್ಯಾಖ್ಯಾನಗ್ರಂಥ ವೊಂದನ್ನು—ಆಧರಿಸಿ ರಚಿತವಾಗಿರಬೇಕೆಂದು ತೋರುತ್ತದೆ. 'ವಡ್ಡಾರಾಧನೆ' ಎಂಬ ಹೆಸರು, ಅದರಲ್ಲಿ ಬಂದ 'ಭಗವತೀ ಆರಾಧನೆ'ಯ ಗಾಥೆಗಳ ವಿವರಣೆ, 'ಆಯಂಬಿಲ, ಜಾವಜ್ಜೀವಂ, ಬೋಲಹ ಬೋಲಹ' ಮುಂತಾದ ಪ್ರಾಕೃತ ಪ್ರಯೋಗಗಳು ಕನ್ನಡ ಕಥಾಸಂಗ್ರಹಕ್ಕೆ ಪ್ರಾಕೃತ ಮೂಲವಿರಬೇಕೆಂಬುದನ್ನು ಸಾರಿ ಹೇಳುತ್ತವೆ.

ಉಪಾಧ್ಯೆಯವರ ಈ ಊಹೆ ನಮಗೆ ಸಮಂಜಸವಾಗಿ ತೋರುತ್ತದೆ. 'ವಡ್ಡಾರಾಧನೆ' ಹರಿಷೇಣನ 'ಕಥಾಕೋಶ'ವನ್ನು ಕಥಾನಕದ ಸ್ಥೂಲಸಾಮಗ್ರಿಯಲ್ಲಿ, ಅಲ್ಲಲ್ಲಿಯ ಭಾವ ಮತ್ತು ವಾಕ್ಯ ಗಳಲ್ಲಿ ನಿಕಟವಾಗಿ ಹೋಲುವುದಾದರೂ ಕಥಾವಿಸ್ತರಣೆಯಲ್ಲಿಯೂ, ವ್ಯತ್ಯಾಸದಲ್ಲಿಯೂ, ಹಲಕೆಲವು ವಿವರಗಳಲ್ಲಿಯೂ ಬೇರೆತನವನ್ನು ತೋರಿದೆ. ಧಾರ್ಮಿಕ ಮಹತ್ವದ ಸಾಮಗ್ರಿ ಯಲ್ಲಿ ಮಾರ್ಪಾಡು ಮಾಡುವುದು ಅಂದಿನ ಗ್ರಂಥಕಾರರಿಗೆ ಒಪ್ಪಿಗೆಯಾಗಿರತಕ್ಕ ವಿಷಯವಲ್ಲ. ಅಂತೆಯೆ ಬೇರೊಂದು ಮೂಲವು 'ವಡ್ಡಾರಾಧನೆ'ಗೆ ಪ್ರೇರಕವಾಗಿರಬೇಕು. ಅದು ಪ್ರಾಕೃತ ಗ್ರಂಥವಾಗಿರಬೇಕು. ಅದನ್ನು ಅನುಸರಿಸಿಯೂ 'ವಡ್ಡಾರಾಧನೆ' ಕೇವಲ ತದ್ರೂಪ ಅನುಕರಣ ವಾಗಿರಲಾರದು ಎಂದು ಹೇಳಲೂ ಅವಕಾಶವಿದೆ. ಮೊದಲನೆಯ ಸುಕುಮಾರಸ್ವಾಮಿ ಕಥೆಯನ್ನು ನೋಡಿದರೆ ಈ ಮಾತಿನ ಪ್ರತೀತಿಯಾಗುತ್ತದೆ. ಕಥೆಯ ಮೂಲಸಾಮಗ್ರಿ ಎರಡರಲ್ಲಿ ಒಂದೇ

ಆಗಿದ್ದರೂ ವ್ಯತ್ಯಾಸಗಳೂ ವಿಸ್ತರಣೆಗಳೂ ತಲೆದೋರಿವೆ. ನಾಗಶ್ರೀಗೆ ಆಕೆಯ ತಂದೆ ಹೇಳಿದ ಹಿಂಸಕನ ಕಥೆಯಲ್ಲಿ ಒಬ್ಬನ ಕೋಟಿಧನ ಕೊಂಡು, ಕೇಳಿದರೂ ಕೊಡದೆ ಅವನನ್ನು ಕೊಂದ ಶ್ರೇಷ್ಠಿಪುತ್ರನಿವನು ಎಂದು ಮಾತ್ರ 'ಕಥಾಕೋಶ'ದಲ್ಲಿದ್ದರೆ, ಶ್ರೇಷ್ಠಿ ಇಂದ್ರದತ್ತ, ಮಗ ಇಂದ್ರಸೇನ, ಅವನು ಜೂಜಾಡಿ ಅಕ್ಷಧೂರ್ತನೆಂಬವನಿಗೆ ಸಾವಿರ ದೀನಾರ ಸೋತು ಕೊಡಲಾರದೆ ಅವನನ್ನು ಕೊಂದನೆಂಬುದಾಗಿ 'ವಡ್ಡಾರಾಧನೆ'ಯಲ್ಲಿದೆ. ಆಮೇಲೆ ನಾಗಶ್ರೀಗೆ ಹೇಳಿದ ಮುಂದಿನ ಕಥೆಯಲ್ಲಿ ಇನ್ನೂ ಹೆಚ್ಚಿನ ವ್ಯತ್ಯಾಸವಿದೆ. ತಾರಕನೆಂಬ ವಣಿಜನು ಜಯಕರನೆಂಬ ಧನಿಕನ ಧಾನ್ಯವನ್ನು ಮಾಯೆಯಿಂದ ಕದಿಯುತ್ತಿದ್ದನೆಂದೂ ಹಾಗೆ ಮಾಡುವಾಗ ಅವನಿಗೆ ಸಹಾಯಕನಾದ ಚಿತ್ರಕಾರ ನೊಬ್ಬನು ಗೋಡೆಯ ಮೇಲೆ ತಾನು ಬರೆದ ಕಥೆಯೊಂದನ್ನು ಹೇಳುತ್ತಿದ್ದನೆಂದೂ 'ಕಥಾಕೋಶ' ದಲ್ಲಿದೆ. 'ವಡ್ಡಾರಾಧನೆ'ಯಲ್ಲಿ ವೈನಯಿಕನೆಂಬ ಪುರುಷನು ಕನ್ನೆಯ, ಬಂಟನ, ವೃದ್ಧ ಸ್ತ್ರೀಯ ಹೀಗೆ ಮೂವರ ಚಿತ್ರಕಥೆಗಳನ್ನು ಪಟದಲ್ಲಿ ತೋರಿ ಹೇಳಿ ಜನರನ್ನು ಮೋಸಗೊಳಿಸಿ ಭತ್ತವನ್ನು ಕಳವುಮಾಡುತ್ತಿದ್ದನೆಂದಿದೆ. ಇದರಲ್ಲಿ ಮೊದಲನೆಯ ಕನ್ನೆಯ ಕಥೆಗೂ 'ಕಥಾಕೋಶ'ದಲ್ಲಿಯ ಕಥೆಗೂ ಒಂದು ಮಟ್ಟದವರೆಗೆ ಸ್ಥೂಲವಾದ ಹೋಲಿಕೆಯಿದೆ. ಮುಂದೆ ಕನ್ನೆಯ ಕಥೆ ಉಪಕಥೆ ಯೊಂದರೊಡನೆ ಬೇರೆಯಾಗಿ ವಿಸ್ತಾರಗೊಳ್ಳುತ್ತದೆ. ಉಳಿದೆರಡು ಕಥೆಗಳಂತೂ ಹರಿಷೇಣನಲ್ಲಿಲ್ಲ. ಇನ್ನು 'ಏಳೆಂಟು ವರುಷದಿಂದೊಳಗೆ' (ಸಪ್ತಾಷ್ಟವರ್ಷಮಧ್ಯೇ), 'ಸಿದ್ಧಕ್ಷೇತ್ರಂಗಳೆಲ್ಲಮಂ ಬಂದಿಸಿ' (ಸಿದ್ಧಕ್ಷೇತ್ರಾಣಿವಂದಿತ್ವಾ) ಎಂಬ ಪ್ರಯೋಗಗಳಲ್ಲಿಯೂ ಹಲಕೆಲವು ವಾಕ್ಯಗಳಲ್ಲಿಯೂ ವಡ್ಡಾರಾಧನೆ 'ಕಥಾಕೋಶ'ವನ್ನು ಅನುವಾದಿಸಿದಂತೆ ಕಂಡರೂ ವ್ಯತ್ಯಾಸವುಳ್ಳ ಭಾಗಗಳನ್ನು ನೋಡಿದರೆ 'ಕಥಾಕೋಶ'ವು ಅದಕ್ಕೆ ಪ್ರತ್ಯಕ್ಷ ಆಕರವಲ್ಲವೆಂಬುದು ಸ್ಪಷ್ಟವಾಗುತ್ತದೆ. ಪ್ರಾಕೃತ ಆಕರವೊಂದಿರಬೇಕೆಂದು ಹಿಂದೆ ಹೇಳಿದೆ. ಅದು ದೊರೆತಿಲ್ಲ ಎಂದಮೇಲೆ 'ವಡ್ಡಾರಾಧನೆ'ಯನ್ನು ಅದಕ್ಕೆ ಹೋಲಿಸಿ ಅಮೂಲ್ಯವಾದ ಅಂಶಗಳನ್ನು ನಿಷ್ಕರ್ಷಿಸಲು ಬೇಕಾದ ಸಾಮಗ್ರಿ ಕಣ್ಣೆದಿರು ಇಲ್ಲ. ಒಟ್ಟಿನಲ್ಲಿ ಕಥಾನಕ ಸಾಮಗ್ರಿಯನ್ನು ಮೂಲದಿಂದ ಎತ್ತಿಕೊಂಡು ಅದನ್ನು ವಿಸ್ತರಿಸಿ ಸ್ವಾರಸ್ಯವಾಗಿ ಹೇಳುವ ಕಥೆಗಾರಿಕೆ 'ವಡ್ಡಾರಾಧನೆ'ಯಲ್ಲಿ ತೋರಿದೆ ಎನ್ನಬಹುದು. ಇದಕ್ಕೆ ಒಂದೆರಡು ದೃಷ್ಟಾಂತಗಳಿವೆ. ಸುಕುಮಾರಸ್ವಾಮಿಯ ಕಥೆಯಲ್ಲಿ ಅರಸನು ತನ್ನ ಮಂತ್ರಿ ಸಾಯಲು ಅವನ ಇಬ್ಬರು ಮಕ್ಕಳನ್ನು ಪ್ರೀತಿಯಿಂದ ಬರಮಾಡಿಕೊಂಡು ಸ್ನಾನ–ಭೋಜನ ಮಾಡಿಸಿ, ಸಮಾಧಾನ ಹೇಳಿ ಕಳುಹಿಸಿದನಂತೆ. ಕೆಲವು ದಿವಸದ ಬಳಿಕ ಅವರನ್ನು ಮತ್ತೆ ಕರೆಯಿಸಿ 'ನೀವು ಯಾವ ಓದುಗಳನ್ನು ಬಲ್ಲಿರಿ' ಎಂದು ಬೆಸಗೊಂಡರೆ ಅವರು "ತಲೆಯಂ ಬಾಗಿ ಮಱು ಮಾತುಗುಡದೆ ಕಣ್ಣನೀರಂ ತೀವಿ ನೆಲನಂ ಬರೆಯುತ್ತಿರೆ" ಸಭೆಯಲ್ಲಿದ್ದವರೆಲ್ಲ 'ಇವರು ಮೂರ್ಖರು, ಯಾವ ಓದನ್ನೂ ಅರಿಯರು' ಎಂದರಂತೆ. ತಂದೆ ತೀರಿದ ಮೇಲೆ ಧನ ಕೇಳಲು ದೀನಮಾನಸ ರಾಗಿ ಅವರಿಬ್ಬರು ಅರಸನ ಬಳಿ ಹೋದರೆಂದೂ, ಅವರ ವಿತ್ತವನ್ನು ಅವನು ಬಳಗದವ ರಲ್ಲಿ ಹಂಚಿಕೊಟ್ಟನೆಂದೂ 'ಕಥಾಕೋಶ'ದಲ್ಲಿದೆ. ಪ್ರಾಕೃತ ಮೂಲದಲ್ಲಿ ಏನಿದೆ ಗೊತ್ತಿಲ್ಲ. ಮೇಲಿನ ವಿಸ್ತರಣೆ, ಸೂಚ್ಯವಾದ ಚಿತ್ರ ಅದರಲ್ಲಿರಲಿಕ್ಕಿಲ್ಲ. ಯಾಕೆಂದರೆ ಅದು ವ್ಯಾಖ್ಯಾನ ಗ್ರಂಥವಾಗಿದ್ದು ಅದರಲ್ಲಿ ಬಂದ ಕಥೆಗಳು ಸಾರರೂಪವಾಗಿರಬೇಕು, ಇದು ಸರಿಯಾಗಿದ್ದರೆ ಶಿವಕೋಟ್ಯಾಚಾರ್ಯನು ಕತೆಗಾರಿಕೆಯ ಕಲೆಯಲ್ಲಿ ನುರಿತವನೆಂದೂ, ಮನುಷ್ಯಸ್ವಭಾವದ ಹಾಗೂ ನಡತೆಯ ಸೂಕ್ಷ್ಮ ಪರಿಚಯವುಳ್ಳವನೆಂದೂ ತಿಳಿಯಬಹುದು. ತಮಗೆ ವಿದ್ಯಾದಾನ ಮಾಡಿದ ಸೂರ್ಯಮಿತ್ರ ಗುರು ಚರಿಗೆ ಬಂದರೆ ಅಗ್ನಿಭೂತಿ ಆದರದಿಂದ ವಂದಿಸಿ ವಾಯುಭೂತಿಯಲ್ಲಿಗೆ ಕರೆದೊಯ್ದರೆ ಅವನು ವಂದಿಸದೆ ಅಂದನಂತೆ—**'ಇದೇನು ಒಳ್ಳೆಯವರಿಗೆ ನನ್ನಿಂದ ನಮಸ್ಕಾರ ಮಾಡಿಸುತ್ತೀ ಹೇಳು.** ಇವರು ಅಶುಚಿಗಳು, ಮಲಗ್ರಸ್ತರು.' ಇದರಲ್ಲಿಯ ಎರಡನೆಯ ವಾಕ್ಯ ಮೂಲಾನುಸಾರಿಯಾಗಿರಬಹುದಾದರೂ ಮೊದಲನೆಯ ವಾಕ್ಯ ಅಮೂಲವೆಂದು ತೋರುತ್ತದೆ.

ಶಿವಕೋಟಿಯ ಕತೆಗಾರಿಕೆಯಲ್ಲಿ ಬಹುಭಾಗದ ಸೊಗಸು ಇಂಥ ದೇಸಿಯ ಸಂದರ್ಭೋಚಿತ ಪ್ರಯೋಗದಲ್ಲಿದೆ. ಸುಕುಮಾರಸ್ವಾಮಿಗೆ ಉಂಟಾದ ವೈರಾಗ್ಯದ ವರ್ಣನೆಯಲ್ಲಿ ಬರುವ "ಅಹೋ ಸುರಲೋಕಮೆಂಬಮೃತಸಮುದ್ರದ ನೀರೆಲ್ಲಮಂ ಕುಡಿದು ತಣಿಯದನೀ ಮನುಷ್ಯಭವದ ಸುಖಮೆಂಬ ಪುಲ್ವನಿಯೊಳ್ ಸಿಲ್ಕಿ ಶಿವಸುಖಮನೆಯ್ದುಸುವ ಸಚ್ಚಾರಿತ್ರದಿಂ ಬಟ್ಟಿದೆಂ";[5] "ನಿಸ್ಸಾರಮಪ್ಪ ಭೋಗದೊಳ್ ಸಿಲ್ಕಿ ಅಮೇಧ್ಯದೊಳ್ ಕ್ರೀಡಿಸುವ ಬಾಳಕಂಬೊಲ್ ಕಾಲಮಂ ಬಱಿದೆ ಕಳೆದೆಂ"— ಇಂಥ ವಾಕ್ಯಗಳು ಬಂದು ಶಿವಕೋಟಿ ಹುಟ್ಟುಕಲಾವಿದನೆಂಬುದನ್ನೂ ಮೇಲ್ತರದ ಶೈಲಿಕಾರನೆಂಬುದನ್ನೂ ತಿಳಿಸುತ್ತವೆ. ಉಳಿದೆಲ್ಲ ಕಥೆಗಳಲ್ಲಿ ಇದೇ ಬಗೆಯ ಒಂದೇ ಸಮನಾದ ಕಥನಶಕ್ತಿ ತೋರುತ್ತದೆ. ಶಿವಕೋಟಿ ಮೂಲದ ಸಾಮಗ್ರಿಯನ್ನು ತನ್ನದಾಗಿ ಮಾಡಿಕೊಂಡು ಅದರಲ್ಲಿ ತಲ್ಲೀನನಾಗಿ ಕಥೆ ಹೇಳಿದ ಕಾರಣ 'ವಡ್ಡಾರಾಧನೆ'ಗೆ ವಿಶೇಷ ಆಕರ್ಷಣೆ ಉಂಟಾಗಿದೆ. ಕಥೆಗಳೆಲ್ಲ ಸಾಂಪ್ರದಾಯಿಕ, ನೀತಿಪರ, ವೈರಾಗ್ಯಬೋಧಕವಾಗಿದ್ದರೂ, ಕಥಾಸೂತ್ರಗಳು ಒಂದರೊಳಗೊಂದು ಹೆಣೆದುಕೊಂಡು ಜಟಿಲವಾಗಿದ್ದರೂ, ಪುನರುಕ್ತಿಗಳು ಹೇರಳವಾಗಿದ್ದರೂ ಕಥೆಗಳ ಸಾರವತ್ತಾದ ಭಾಗವನ್ನು ತಿರುತಿರುಗಿ ಓದಬೇಕೆಂಬ ಆಸೆ ಹುಟ್ಟುತ್ತದೆ. ಇದಕ್ಕೆ ಕಾರಣವೆಂದರೆ ಸನ್ನಿವೇಶ, ಪಾತ್ರ, ಸಂವಾದ ಈ ಎಲ್ಲದರಲ್ಲಿ ಒಟ್ಟುಗೂಡಿ ತೋರಿದಂಥ ಸಜೀವತೆ, ಮಾನವೀಯತೆ, ಮೂಲವನ್ನು ಬಿಟ್ಟು ಸ್ವತಂತ್ರವಾಗಿ ರಚಿಸುವ ಉದ್ದೇಶವಿರದಿದ್ದರೂ ಮೂಲವಿಸ್ತರಣೆಯ ಒಂದು ಸಹಜಕಲೆಯ ಮೂಲಕ 'ವಡ್ಡಾರಾಧನೆ'ಗೆ ಸ್ವತಂತ್ರ ಕೃತಿಯ ಸ್ವಾರಸ್ಯ ಬಂದಿದೆ, ಗದ್ಯಕಥೆಗಳ ವಾಙ್ಮಯದಲ್ಲಿ ಮೇಲಾದ ಸ್ಥಾನಕ್ಕೆ ಅರ್ಹತೆಯನ್ನು ತಂದಿದೆ.

## ವಡ್ಡಾರಾಧನೆಯ ಗದ್ಯಶೈಲಿ

'ವಡ್ಡಾರಾಧನೆ'ಯ ಗದ್ಯಶೈಲಿ ಇಡೀ ಕನ್ನಡ ಸಾಹಿತ್ಯದಲ್ಲಿ ಅಪೂರ್ವವಾಗಿದೆ ಎಂದು ಆರಂಭದಲ್ಲಿ ಹೇಳಿದ್ದಾಗಿದೆ. ಕಾಲವಿಚಾರ ಚರ್ಚೆಯಲ್ಲಿ ಈ ಅಪೂರ್ವತೆ ಯಾವುದರಲ್ಲಿದೆ ಎಂಬುದನ್ನು ಕೆಲಮಟ್ಟಿಗೆ ತೋರಿಸಿದ್ದೇವೆ. ಇನ್ನೂ ಕೆಲವು ಮಾತುಗಳನ್ನು ಹೇಳುವುದು ಅವಶ್ಯ. ಸಂಸ್ಕೃತ–ಕನ್ನಡಗಳ ಸರಿಬೆರಕೆ, ದೇಸಿ–ಮಾರ್ಗಗಳ ಸಮನ್ವಯ ಇದು 'ಕವಿರಾಜಮಾರ್ಗ' ಕಾಲದಿಂದಲೂ ಕನ್ನಡ ಶೈಲಿಯ ಆದರ್ಶವಾಗಿತ್ತು. ಪಂಪನು ಅದನ್ನೇ ತನ್ನ ಗುರಿಯಾಗಿಟ್ಟುಕೊಂಡು ಬಹುಮಟ್ಟಿಗೆ ಯಶಸ್ವಿಯಾದನು. ಆದರೂ ಅವನಲ್ಲಿ ಹಾಗೂ ಮುಂದಿನವರಲ್ಲಿ ಸಮತೂಕ ಯಾವಾಗಲೂ ಉಳಿಯುತ್ತಿರಲಿಲ್ಲ. ಅನಾವಶ್ಯಕ ಪ್ರೌಢಿಮೆ, ಸಂಸ್ಕೃತದ ಆಡಂಬರ, ಕ್ಲಿಷ್ಟತೆಗಳು ನುಗ್ಗಿಬಂದು ಕನ್ನಡ ದೇಸಿಯ ಕತ್ತು ಹಿಸುಕಿದುವು. ಈ ದೃಷ್ಟಿಯಿಂದ 'ವಡ್ಡಾರಾಧನೆ'ಯನ್ನು ನೋಡಿದರೆ ಅದರಲ್ಲಿ ಕನ್ನಡ ದೇಸಿಗೆ ವಿಶೇಷವಾದ ರೀತಿಯಲ್ಲಿ ಪ್ರಾಧಾನ್ಯವನ್ನು ಕೊಟ್ಟಿರುವ, ಆದರೂ ಸಂಸ್ಕೃತವನ್ನು ತ್ಯಾಗಮಾಡದ ಒಂದು ಸಮನ್ವಯ ಕಂಡುಬರುತ್ತದೆ. ವ್ಯವಹಾರದಲ್ಲಿ ಹಾಗೂ ಶಾಸ್ತ್ರದಲ್ಲಿ ಬಂದ ಸಂಸ್ಕೃತ ಶಬ್ದಗಳನ್ನು ಅದು ಸ್ವೀಕರಿಸಿದೆ, ಹಲವು ಸಲ ಬೇರೆಲ್ಲಿಯೂ ಕಾಣದ ಬಗೆಯಲ್ಲಿ ಅವುಗಳ ತದ್ಭವಗಳನ್ನು ಪ್ರಾಕೃತಪ್ರಭಾವದಿಂದ ತೆಗೆದುಕೊಂಡಿದೆ. ಪ್ರೌಢ ಸಂಸ್ಕೃತ ಸಮಾಸಗಳನ್ನು ಆಗಾಗ ಉಪಯೋಗಿಸದೆ, ಅದೇ ಪಡಿಯಚ್ಚಿನ ವರ್ಣನಪರವಾದ ಪದಗಳನ್ನು ಪುನರುಕ್ತಿಸಿದೆ. ಇದೆಲ್ಲ ಇದ್ದರೂ ಕಥೆಯ ಜೀವಾಳದ ಭಾಗಗಳಲ್ಲಿ ಕನ್ನಡ ದೇಸಿಗೆ, ಆ ಕಾಲದ ವಿವಿಧವೂ ಪ್ರಭಾವಿಯೂ ಆದ ವಿಶಿಷ್ಟಸಂಪನ್ನ ದೇಸಿಗೆ ಪಟ್ಟಗಟ್ಟಿದೆ. ಶಿವಕೋಟಿಯ ಕತೆಗಾರಿಕೆಯ ಹಾಗೂ ಶೈಲಿಯ ಮಹಿಮೆ ಇರುವುದೇ ಇದರಲ್ಲಿ. ಯಾವುದೇ ಕಥೆಯಲ್ಲಿಯ ಸಂದರ್ಭವನ್ನೆತ್ತಿ ಪರಿಕಿಸಿದರೂ ಇದು ಎದ್ದುಕಾಣುತ್ತದೆ. ಉದಾ : "ಕಿಱಿಯಾತಂ ವಾಯುಭೂತಿ ಸೂರ್ಯಮಿತ್ರಂಗೆಯ್ದುದೆಲ್ಲಮಪಕಾರಮೆಂದು ಬಗೆದು ಎಂದಪ್ಪೊಡಂ ಎಮ್ಮ ಮಾವಂ ಬೈಕಂದಿರಿದು ತಂದ ಕೂಟ್ಗೆ ನೆರಮೆಣ್ಣೆಯನಕ್ಕೆ ಉಪ್ಪನಕ್ಕೆ ಕಟಿಯನಕ್ಕೆ ಎಂದಪ್ಪೊಡಂ ಇಕ್ಕಿಯುಂ ಎಱೆಯಿಸಿ

ಯುವಱಿಯಂ, ಕೆಱೆಗೆ ವೋಗಿ ಮೀವಾಗಳ್ ತಲೆಯಂ ಪೂಸಲೆಣ್ಣೆಯಂ ಅಪ್ಪೊಡಂ ಎಱೆಯಿಸಿ ಯಱಿಯಂ, ತಾಂ ದಿವ್ಯಮಪ್ಪ ಆಹಾರಂಗಳಿಂ ದೇವಸದೇವಸಕ್ಕಂ ಪಲಂಬರ್ ನಂಟರ್ಕಳುಂ ಆಳ್ಗಳುಂ ಬೆರಸು ಉಣ್ಗುಂ, ಪರ್ವದಿವಸದೊಳಪ್ಪೊಡಂ ಎಂದಾನುಮಿವರ್ಗೆ ಉಣಲಿಕ್ಕಂ ಎಂದು ಅಱಿಯಂ ಪಂಚಮಹಾಪಾತಕನೆಮ್ಮನೇಟೆಂಟು ವರುಷಂಬರಂ ಪಗೆವರಂ ಬಗೆವಂತೆ ದಂಡಿಸಿದನೆಂದು ಮನದೊಳ್ ಮುಳಿಸಂ ಭಾವಿಸಿ ಪೊಱಮಟ್ಟು ಪೋದನ್."[6] ಇದು 'ವಡ್ಡಾರಾಧನೆ'ಯ ಕಥನಕಲೆ ಹಾಗೂ ಗದ್ಯಶೈಲಿ ಎರಡಕ್ಕೂ ಒಳ್ಳೆಯ ಉದಾಹರಣೆಯಾಗಿದೆ. ಶೈಲಿಯೊಂದನ್ನೇ ನೋಡಿದರೆ ಅದರಲ್ಲಿ ಅಚ್ಚಗನ್ನಡದೊಲವು ನಿಚ್ಚಳವಾಗಿದೆ. ವಿರಳವಾಗಿದ್ದ ಸಂಸ್ಕೃತ ಪದಗಳು ಕನ್ನಡದಲ್ಲಿ ಬೆರೆತುಹೋದವುಗಳಾದ ಕಾರಣ ವಿರಸವನ್ನು ಒದಗಿಸಿಲ್ಲ. ಹೀಗೆ ಕನ್ನಡ ದೇಸಿ ಹಳಗನ್ನಡದ ವ್ಯಾಕರಣ–ಪ್ರಕ್ರಿಯೆಯಿಂದ ಮಾರ್ಗವಾಗಿ ನಡುನಡುವೆ ಪೂರ್ವದ ಹಳಗನ್ನಡದ ಪ್ರಯೋಗದಿಂದ ಪ್ರಾಚೀನ ಕಳೆಯಿಂದ ಕೂಡಿ ಇರುವುದೇ ಈ ಗದ್ಯದ ವೈಶಿಷ್ಟ್ಯ. ಸಂವಾದಗಳಲ್ಲಿಯೂ ಇಲ್ಲಿ ದೇಸಿಯ ದಿಗ್ವಿಜಯವಿದೆ. ಅದರಿಂದ ಉಂಟಾಗುವ ಪರಿಣಾಮ ಅನ್ಯಾದೃಶವಾದದ್ದು, ಸವಣನ ಕಡೆ ಹೋಗಿ "ನಮ್ಮ ಮಗಳಿಗೆ ನಿಮ್ಮ ವ್ರತಗಳನ್ನು ಏಕೆ ಕೊಟ್ಟಿರಿ" ಎಂದು ಬ್ರಾಹ್ಮಣ ಕೇಳಲು ಅವನು "ನಿಮ್ಮ ಮಗಳಿಗೆ ಏಕೆ, ನಮ್ಮ ಮಗಳಿಗೆ ನಮ್ಮ ವ್ರತಗಳನ್ನು ನಾವು ಕೊಟ್ಟರೆ ನಿನಗೆ ಬೇನೆಮೂಡಿತ್ತೆ"[7] ಎಂದನಂತೆ. ಇಲ್ಲಿ 'ಬೇನೆಮೂಡಿತ್ತೆ' ಎಂಬ ದೇಸಿಯ ಬಳಕೆ ಎಷ್ಟು ಯಥಾರ್ಥವಾಗಿದೆ! ಇಂದಿಗೂ ಅದು 'ಬೇನೆಯಾಯಿತೇ, ಬ್ಯಾನಿ ಆತೇ' ಎಂಬಲ್ಲಿ ವಿಶಿಷ್ಟಾರ್ಥದಲ್ಲಿ ಉಳಿದುಕೊಂಡಿದೆ. ವಿದ್ಯುಚ್ಚೋರನ ಕಥೆಯಲ್ಲಿ ವಿದ್ಯುಚ್ಚೋರನು ಯಮದಂಡನಿಗೆ "ಹಿಂದೆ ಪೂಣ್ದ ಪ್ರತಿಜ್ಞೆಗಳ ನೆನೆವೆಯೋ ನೆನೆಯೆಯೋ" ಎನ್ನಲು ಅವನು "ಒಳ್ಳಿತ್ತಾಗಿ ನೆನೆದೆಂ" ಎನ್ನುವನು. ಮತ್ತೆ ಅವನು "ಮತ್ತೀಗಳ್ ನೀನೇನ್ ಸತ್ತೆಯೊ ಸಾಯೆಯೊ ಮತ್ತೇನೊ" ಎನ್ನಲು "ದೇವಾಂ ನೀಂ ಗೆಲ್ದೆಯಾಂ ಸೋಲ್ತೆನುಂ ಸತ್ತೆನುಂ" ಎಂದು ಒಪ್ಪಿಕೊಂಡನು. ಆ ಸಂದರ್ಭವಿಶೇಷದಲ್ಲಿ ಈ ಹದಿರಿನ ಮಾತು ಸಹಜವಾಗಿ ಸೊಗಸಾಗಿ ತೋರುತ್ತದೆ. ಅಂದಿನಿಂದ ಇಂದಿನವರೆಗೆ ದೇಸಿಯ ಮೂಲಸ್ವರೂಪವು ಒಂದೇ ಎಂಬುದನ್ನು ಸೂಚಿಸುತ್ತದೆ.

ಬೇರೆ ಗ್ರಂಥಗಳಲ್ಲಿ ಅಪರೂಪವಾದ ಕೆಲವು ರೂಪಗಳೂ ಶಬ್ದಗಳೂ ಅಲ್ಲದೆ, 'ಗಿಡಿಗಿಡಿಜಂತ್ರಂ ಮಿಳಿಮಿಳಿನೇತ್ರಂ, ಸೊಪ್ಪುನಾರಾಗಿ ಬಡಿ, ಬೈಕಂಗುಳಿ ಬೇಡಂ, ಸೂಡೆವೊತ್ತಿಸೆಪಟ್ಟನಂತೆ' ಈ ಬಗೆಯ ಒಳ್ನುಡಿಗಳು ಕಂಡುಬರುತ್ತವೆ. ಅವುಗಳಿಂದ ಇಲ್ಲಿಯ ಗದ್ಯವು ಶಕ್ತಿಯುತವೂ ಅರ್ಥವಾಹಿಯೂ ಆಗಿ ತನ್ನ ಬಲವಾದ ಎಳೆತದಿಂದ ಓದುಗನನ್ನು ಮುಂದೆ ಮುಂದೆ ಕರೆದೊಯ್ಯುತ್ತದೆ. ಅದು ಅಲ್ಲಲ್ಲಿ ಚಿತ್ರಗಳನ್ನು ಕೊರೆಯುತ್ತದೆ, ಪಾತ್ರಗಳನ್ನು ಅರಳಿಸುತ್ತದೆ, ಧರ್ಮವನ್ನು ಮನದಲ್ಲಿ ಅಚ್ಚೊತ್ತುವಂತೆ ಸಾರುತ್ತದೆ. ಹೀಗೆ 'ವಡ್ಡಾರಾಧನೆ' ತನ್ನ ಯುಗದಲ್ಲಿಯ ಮೇಲಾದ ಗದ್ಯಗ್ರಂಥವಲ್ಲದೆ ಇಡಿಯ ಕನ್ನಡಸಾಹಿತ್ಯಚರಿತ್ರೆಯಲ್ಲಿಯೇ ಚಿರಂತನವಾಗಿ ನೆನೆಯತಕ್ಕ ವೈಶಿಷ್ಟ್ಯಪೂರ್ಣವಾದ ಕೃತಿಯಾಗಿದೆ. ಅದೇನು ಮಹೋನ್ನತ ಕಾವ್ಯವಲ್ಲ, ಕಾವ್ಯದ ಮಹತಿಯೆಂಬುದನ್ನು ಅಂಶತಃ ಆದರೂ ತೋರಿದ ಕಾವ್ಯವಲ್ಲ. ಆದರೆ ಅದರಲ್ಲಿಯ ಕತೆಗಾರಿಕೆ ಹಾಗೂ ಮಾತುಗಾರಿಕೆ ಸಾಮಾನ್ಯವಾದುದಲ್ಲ. ಅವನ್ನು ಕನ್ನಡಕ್ಕೆ ನೀಡಿದ ಶಿವಕೋಟಿ ಕನ್ನಡ ಮಾತಿನ ಜೀವಾಳವನ್ನು ಅರಿತು ಅದನ್ನು ಅಂದವಾಗಿ ಬಳಸಿದ ಗ್ರಂಥಕಾರರಲ್ಲಿ ಮೇಲಾದವನು. ಅವನ ಗ್ರಂಥವು ಇಂದಿಗೂ ಒಂದರ್ಥದಲ್ಲಿ ಮಾದರಿಯಾಗಬಲ್ಲದು. ಕನ್ನಡ ನುಡಿಯ ಬೆಳವಣಿಗೆಗೆ ಮುಂದೆಯೂ ನೆರವಾಗಬಲ್ಲುದು.

## ಟಿಪ್ಪಣಿಗಳು

1. 'ಕವಿಚರಿತೆ', ಸಂ. ೧, ಪು. ೨೮೨.
2. ಗೋವಿಂದ ಪೈ : 'ಮೂರು ಉಪನ್ಯಾಸಗಳು', ಪು. ೧೧೫.
3. A. N. Upadhye : *Introduction to Bṛhat–Kathā–Kōśa*, pp. 63–೭೨.
4. ಕೆ. ಜಿ. ಕುಂದಣಗಾರ: ವಡ್ಡಾರಾಧನೆಯ ಕಾಲ ದೇಶ ('ಉಪಾಯನ', ಪು. ೪೩–೪೭).
5. ಇದಕ್ಕೆ ಸಮಾನವಾದ ಭಾವವು 'ಎನಿತಾನುಮಂಬುನಿಧಿಗಳ । ನನೇಕ ನಾಕಂಗಳಲ್ಲಿ ಕುಡಿದುಂ ಪೋಯ್ತಿ ॥ ಲ್ಲನಗೆ ನರಭೋಗಮೆಂಬೀ । ಪನಿಪುಲ್ಲಂ ನೆಕ್ಕೆ ತೃಷ್ಣೆ ಪೇಟ್ ಪೋದಪುದೇ' ಎಂದು ಪಂಪನ 'ಆದಿಪುರಾಣ'ದಲ್ಲಿದೆ (೯–೫೭). ಎರಡಕ್ಕೂ ಸಮಾನ ಮೂಲವೊಂದಿರಬಹುದು.
6. 'ವಡ್ಡಾರಾಧನೆ', ಪು. ೪೧, ೩–೨೧.
7. ಅದೇ, ಪು. ೨೩–೧.

# ಪಂಪ ಯುಗ

## ಪ್ರಕರಣ : ೬

## ಪಂಪ ಯುಗದ ರೂಪರೇಷೆ

ಆದಿಪಂಪನಿಂದ ಬಸವೇಶ್ವರನವರೆಗೆ ಈ ಯುಗದ ಹರವನ್ನು ಇಟ್ಟುಕೊಂಡಿದೆ. ಕಾಲದೃಷ್ಟಿಯಿಂದ ಹತ್ತನೆಯ ಶತಮಾನದ ಪೂರ್ವಾರ್ಧದಿಂದ ಹನ್ನೆರಡರ ಉತ್ತರಾರ್ಧದವರೆಗೆ ಇದು ಸಾಗುತ್ತದೆ. ಪಂಪಪೂರ್ವಯುಗದಲ್ಲಿ ಬೆಳೆಯುತ್ತಬಂದ ಪ್ರೌಢಸಾಹಿತ್ಯಸಂಪ್ರದಾಯವು ಪಂಪಯುಗದಲ್ಲಿ ಸ್ಥಿರವಾಗಿ ಕಾಲೂರಿ ತಲೆಯೆತ್ತಿನಿಂತಿದೆ. 'ಕವಿರಾಜಮಾರ್ಗ'ವೊಂದೇ ಆ ಮೊದಲ ಉಪಲಬ್ಧ ಕೃತಿ. ಉಳಿದೆಲ್ಲವು ಹೆಚ್ಚಾಗಿ ಉಲ್ಲೇಖಗಳು. ಈ ಯುಗದಲ್ಲಿ ಉಪಲಬ್ಧಗ್ರಂಥಗಳು ಹೆಚ್ಚಾಗಿವೆ, ಬರೀ ಉಲ್ಲೇಖಗಳು ಕಡಿಮೆಯಾಗಿವೆ. ಹಿಂದಿನ ಯುಗದ ಕಾವ್ಯಶಿಖರಗಳು ಮಂಜಿನ ಮುಸುಕಿನಲ್ಲಿ ಮರೆಯಾಗಿದ್ದರೆ, ಈ ಯುಗದಲ್ಲಿ ಹಲಕೆಲವು ಎತ್ತರವಾದ ಶಿಖರಗಳು ನಿಚ್ಚಳವಾಗಿ ಕಣ್ಣಿಗೆ ಬೀಳುತ್ತವೆ, ನಲಿವನ್ನೂ ಬೆರಗನ್ನೂ ಉಂಟುಮಾಡುತ್ತವೆ. ಈ ಯುಗದ ಪ್ರಮುಖ ಗ್ರಂಥಕಾರರ ಪಟ್ಟಿಯನ್ನು ೮೧–೮೨ನೆಯ ಪುಟಗಳಲ್ಲಿ ಕೊಟ್ಟಿದೆ.

ಈ ಯುಗದಲ್ಲಿ ಕಾಲದೃಷ್ಟಿಯಿಂದ ಚರ್ಚೆಗೆ ಕಾರಣರಾದವರು ಮುಖ್ಯವಾಗಿ ನಾಗವರ್ಮ ಮತ್ತು ನಾಗಚಂದ್ರ ಇವರು. ಕರ್ಣಪಾರ್ಯ, ಬ್ರಹ್ಮಶಿವ ಇವರ ಕಾಲಚರ್ಚೆಯೂ ಇದರಲ್ಲಿ ತೊಡಕಿಕೊಂಡಿದೆ. ನಾಗವರ್ಮರು ಎಷ್ಟು ಮಂದಿ ಎಂಬ ವಾದವೂ ತಲೆಯೆತ್ತಿದೆ. ನಾಗವರ್ಮ–ಸಮಸ್ಯೆಯನ್ನು ಕೊನೆಯದಾಗಿ ಬಗೆಹರಿಸಲು ಕಣ್ಣಮುಂದಿನ ಸಾಮಗ್ರಿ ಸಾಲದು. ಇದ್ದ ಸಾಮಗ್ರಿ 'ಛಂದೋಂಬುಧಿ'ಯ ಶುದ್ಧಪಾಠದ ಅಭಾವ ಮುಂತಾದ ಕಾರಣಗಳಿಂದ ನಿರ್ಣಯವನ್ನು ಕುಂಠಿತಗೊಳಿಸುತ್ತದೆ. ಈ ಸಮಸ್ಯೆಯ ಜಟಿಲತೆಯನ್ನು ತಿಳಿದುಕೊಳ್ಳಬೇಕಾದರೆ ಈ ವರೆಗಿನ ಬರವಣಿಗೆಯನ್ನೆಲ್ಲ ಓದಿನೋಡಬೇಕು,[1-8] ಭಿನ್ನ ಭಿನ್ನ ಪಕ್ಷಗಳ ಅಭಿಪ್ರಾಯವನ್ನು ಅರಿತುಕೊಳ್ಳ ಬೇಕು. ನಾಗವರ್ಮರಿಬ್ಬರು ಬೇರೆ ಬೇರೆ ಕಾಲಕ್ಕಿದ್ದರು, ಮೂರನೆಯವನೊಬ್ಬನೂ ಇರಬಹುದೆಂಬ ಸಂದೇಹಕ್ಕೆಡೆಯಿದೆ ಎಂದು ಕವಿಚರಿತೆಕಾರರು ಹೇಳಿದ್ದಾರೆ. ಎಲ್ಲ ಗ್ರಂಥಗಳನ್ನು ಬರೆದ ನಾಗವರ್ಮನೊಬ್ಬನೇ ಇದ್ದನೆಂದು ವೆಂಕಟಸುಬ್ಬಯ್ಯನವರು ಸಾಧಿಸಿದ್ದಾರೆ. 'ಛಂದೋಂಬುಧಿ'ಯ ನಾಗವರ್ಮ ಬೇರೆ, 'ಕಾದಂಬರಿ'ಯ ನಾಗವರ್ಮ ಬೇರೆ ಎಂದು ಚೆನ್ನಕೇಶವಯ್ಯಂಗಾರ್ಯರು ವಾದಿಸಿದ್ದಾರೆ, ಅವರಿಬ್ಬರೂ ಒಬ್ಬನೇ ನಾಗವರ್ಮನೆಂದು ರಾಜಪುರೋಹಿತರು ನಿರ್ಣಯಿಸಿದ್ದಾರೆ. ೧೦ನೆಯ ಶತಮಾನದ ಕೊನೆ, ೧೧ನೆಯ ಶತಮಾನದ ಮೊದಲಲ್ಲಿ ಎರಡೂ ಗ್ರಂಥಗಳನ್ನು ರಚಿಸಿದ ೧ನೆಯ ನಾಗವರ್ಮ ಒಬ್ಬನೇ ಎಂದೂ, ೧೨ನೆಯ ಶತಮಾನದಲ್ಲಿದ್ದ ೨ನೆಯ ನಾಗವರ್ಮನೇ ಬೇರೆ ಎಂದೂ ಗೋವಿಂದ ಪೈಗಳು ಅಭಿಪ್ರಾಯಪಟ್ಟಿದ್ದಾರೆ.

ಈ ಸಮಸ್ಯೆಯ ವಿಸ್ತಾರವಾದ ವಿವೇಚನೆ ಇಲ್ಲಿ ಸಾಧ್ಯವಿಲ್ಲ. ನಮಗೆ ಒಪ್ಪಿಗೆಯಾದ ಕೆಲವು ಅಂಶಗಳನ್ನು ತಿಳಿಸಬಹುದು. ಇಬ್ಬರು ನಾಗವರ್ಮರಿದ್ದರೆಂಬುದು ಹಲವು ಕಾರಣಗಳಿಂದ ಸಿದ್ಧವಾಗುತ್ತದೆ. ಅವುಗಳಲ್ಲಿ ಪ್ರಬಲ ಕಾರಣವೆಂದರೆ ಮತವಿಚಾರ. 'ಛಂದೋಂಬುಧಿ', 'ಕಾದಂಬರಿ'ಗಳ ನಾಗವರ್ಮನು ವೈದಿಕಬ್ರಾಹ್ಮಣನಾದರೆ 'ವಸ್ತುಕೋಶ', 'ಕಾವ್ಯಾವಲೋಕನಾ'ದಿಗಳ ನಾಗವರ್ಮನು ಜೈನಬ್ರಾಹ್ಮಣನಾಗಿದ್ದಾನೆ. ಕನಿಷ್ಠಪಕ್ಷಕ್ಕೆ ೧ನೆಯ ನಾಗವರ್ಮನು ವೈದಿಕನೋ

ಜೈನನೋ ಎಂಬ ಸಂಶಯಕ್ಕೆಡೆಯಿದ್ದರೆ, ೨ನೆಯ ನಾಗವರ್ಮನು ನಿಸ್ಸಂಶಯವಾಗಿ ಜೈನನೆಂಬುದನ್ನು ಒಪ್ಪಬೇಕು. ೧ನೆಯ ನಾಗವರ್ಮನ ಮತವಿಷಯದಲ್ಲಿ ಸಂಶಯವು ಸಹ 'ಗುರುಗಳ್ ನೆಗಟ್ದ ಜಿತವೀರಸೇನರ್' ಎಂಬ ಒಂದೇ ಒಂದು ತೆಳ್ಳನೆಯ ಆಧಾರದಿಂದ ಉಂಟಾಗಿದ್ದು ಉಳಿದೆಲ್ಲ ಆಧಾರಗಳು ಆ ಸಂಶಯವನ್ನು ನಷ್ಟಗೊಳಿಸುವ ರೀತಿಯಲ್ಲಿವೆ. ಇತರ ಕಾರಣಗಳಲ್ಲಿ ೨ನೆಯ ನಾಗವರ್ಮ ತನಗೆ ಮೊದಲಿಗನಾದ ನಾಗವರ್ಮನೊಬ್ಬನ ಉಲ್ಲೇಖಮಾಡಿದ್ದು, ಇಬ್ಬರ ಬಿರುದುಗಳಲ್ಲಿಯ ಭೇದ, ವಿಶೇಷವಾಗಿ 'ಅಭಿನವಶರ್ಮವರ್ಮ' ಎಂಬ ೨ನೆಯ ನಾಗವರ್ಮನ ಬಿರುದು ೧ನೆಯ ನಾಗವರ್ಮನಲ್ಲಿ ದೊರೆಯದಿದ್ದುದು, ಚಾರಿತ್ರಿಕ ವಿವರಗಳಲ್ಲಿಯ ಭೇದ ಇವನ್ನು ಗಮನಿಸಬೇಕು. ೧ನೆಯ ನಾಗವರ್ಮ ಒಬ್ಬನೊ ಅಥವಾ ಇಬ್ಬರೊ ಎಂಬುದು ಸ್ಪಷ್ಟವಾಗದೆ ಅವನ ಕಾಲವಿಚಾರವು ತಿಳಿಯದು ; ಆದರೆ ಸ್ಪಷ್ಟವಾಗುವುದು ಸುಲಭವೇನಲ್ಲ. 'ಛಂದೋಂಬುಧಿ' ಹಾಗೂ 'ಕಾದಂಬರಿ'ಗಳನ್ನು ನಿರುಕಿಸಿದರೆ ಗ್ರಂಥವಿಷಯ, ಪ್ರತಿಪಾದನೆ, ಶೈಲಿ ಮುಂತಾದ್ದರಲ್ಲಿ ಹೋಲಿಕೆಗೆ ಅವಕಾಶವೇ ಇಲ್ಲವೆನ್ನುವಷ್ಟು ಭೇದಗಳು ಎದ್ದು ತೋರಿದರೂ ಸಾಮ್ಯದ ಅಂಶಗಳು ತಿಳಿದಷ್ಟು, ಕವಿಚರಿತ್ರೆ ಮತ್ತು ವ್ಯಕ್ತಿಸ್ವರೂಪದಲ್ಲಿ ಅಡಕವಾಗಿವೆ. ಮುಖ್ಯವಾದ ಭೇದವು ಆಶ್ರಯದಾತನಿಂದ ಉಂಟಾಗಿದೆ. 'ಛಂದೋಂಬುಧಿ'ಯಲ್ಲಿ "ಅರಸಂ ರಕ್ಕಸಗಂಗಂ" ಆಗಿದ್ದರೆ ಕಾದಂಬರಿಯಲ್ಲಿ "ಕೃತಿಪತಿ ನರೇಂದ್ರಚಂದ್ರಂ" ಎಂದಿದೆ. ಈ ಭೇದವನ್ನು ತೊಡೆದುಹಾಕಲು 'ಛಂದೋಂಬುಧಿ'ಯಲ್ಲಿಯ ಚಾರಿತ್ರಿಕವಾದ ಆ ಎರಡು ಪದ್ಯಗಳು ಕವಿಕೃತವಾಗಿರದೆ ಪ್ರಕ್ಷಿಪ್ತವೆನ್ನ ಬೇಕಾಗುತ್ತದೆ. ಹಾಗೂ ಒಂದರಲ್ಲಿ ಉಲ್ಲೇಖ, ಇನ್ನೊಂದರಲ್ಲಿ ಅನುಲ್ಲೇಖ ಎಂಬುದನ್ನು ಬಾಧಕಯುಕ್ತಿಯಾಗಿ ಬಳಸದೆ ಇರಬೇಕಾಗುತ್ತದೆ. ಇವೆರಡೂ ಅಸಾಧ್ಯವಲ್ಲ. ರಾಜಪುರೋಹಿತರು ತೋರಿದಂತೆ ಚಂದ್ರನೆಂದರೆ ಚಾಲುಕ್ಯ ೧ನೆಯ ಸೋಮೇಶ್ವರ (೧೦೪೨–೬೮)ನೆಂದಾದರೆ ಎರಡೂ ಗ್ರಂಥಗಳಲ್ಲಿ ದೊರೆತ ಚಾರಿತ್ರಿಕ ವಿವರಗಳ ಹೊಂದಿಕೆಯಾಗಿ, ಒಬ್ಬನೇ ನಾಗವರ್ಮನು ಅವುಗಳ ಕರ್ತೃವಾಗಿ ೧೧ನೆಯ ಶತಮಾನದ ಮಧ್ಯದಲ್ಲಿ ಬಾಳಿದನೆಂದು ಹೇಳಬಹುದು. ಗೋವಿಂದ ಪೈಗಳು ಸೂಚಿಸಿದಂತೆ ಚಂದ್ರನು ಶಿಲಾಹಾರ ಚಂದ್ರನಾದರೆ ೧ನೆಯ ನಾಗವರ್ಮನು ೧೧ನೆಯ ಶತಮಾನದ ಮೊದಲಿನವನಾಗುತ್ತಾನೆ. ಇದೇನೇ ಇದ್ದರೂ, 'ಛಂದೋಂಬುಧಿ', 'ಕಾದಂಬರಿ'ಗಳ ನಾಗವರ್ಮ ನೊಬ್ಬನೇ ಇರುವ ಸಂಭವವು ಹೆಚ್ಚಾಗಿದೆಯೆಂದು ತಾತ್ಪೂರ್ತಿಕವಾಗಿ ನಮಗೆ ತೋರುತ್ತದೆ.

ನಾಗಚಂದ್ರನ ಕಾಲವಿಚಾರದಲ್ಲಿ ನಾಗವರ್ಮ ಹಾಗೂ ಇತರರ ಕಾಲವಿಚಾರವೂ ಸೇರಿ ಕೊಂಡಿದೆ, ಮತಭೇದಕ್ಕೆ ಅವಕಾಶವುಂಟಾಗಿದೆ. ಅವನ ಕಾಲ ಸು. ೧೧೦೦ ಎಂದು ಕವಿಚರಿತಕಾರರು, ೧೦೪೦ಕ್ಕೆ ಹಿಂದಿನದೆಂದು ವೆಂಕಟಸುಬ್ಬಯ್ಯನವರು, ೧೧೪೦ ಎಂದು ಗೋವಿಂದ ಪೈಗಳು ಅಭಿಪ್ರಾಯಪಟ್ಟಿದ್ದಾರೆ. ಇವರೆಲ್ಲರ ಅಭಿಪ್ರಾಯವನ್ನು ಚರ್ಚಿಸಿ ಹೊಸ ಆಧಾರಗಳನ್ನು ಉಲ್ಲೇಖಿಸಿ ನಾಗಚಂದ್ರನು ೧೧೪೦ರಲ್ಲಿ 'ಪಂಪರಾಮಾಯಣ'ವನ್ನು ರಚಿಸಿರಬೇಕೆಂದು ಡಿ. ಎಲ್. ನರಸಿಂಹಾ ಚಾರ್ಯರು 'ಪಂಪರಾಮಾಯಣ ಸಂಗ್ರಹ'ದ (೨ನೆಯ ಆವೃತ್ತಿ) ಪೀಠಿಕೆಯಲ್ಲಿ ನಿರ್ಣಯಿಸಿದ್ದಾರೆ. ೧೧ನೆಯ ಶತಮಾನದ ಮೊದಲಿನ ಇಲ್ಲವೆ ನಡುವಿನ ಕಾಲದಲ್ಲಿ ನಾಗಚಂದ್ರನನ್ನು ಇರಿಸುವುದಕ್ಕೆ ಕಾರಣಗಳು ಸಬಲವಾಗಿಲ್ಲ. ೧೧ನೆಯ ಶತಮಾನದ ಕೊನೆಯಿಂದ ೧೨ನೆಯ ಶತಮಾನದ ಮೊದಲಲ್ಲಿ ಅವನು ಜೀವಿಸಿದ್ದು ಗ್ರಂಥಗಳನ್ನು ಬರೆದನೆಂಬುದಕ್ಕೆ ಹೆಚ್ಚು ಆಧಾರಗಳು ಪೋಷಕವಾಗಿವೆ.

'ಕಾವ್ಯಾವಲೋಕನ'ಕಾರನಾದ ೨ನೆಯ ನಾಗವರ್ಮನು ೧೨ನೆಯ ಶತಕದ ಮಧ್ಯಕಾಲ ದವನು ಎಂದು ನಾವು ಗ್ರಹಿಸಿದ್ದೆವು. ಆದರೆ ಅವನ 'ವರ್ಧಮಾನಪುರಾಣ'ವು ಉಪಲಬ್ಧ ವಾಗಿ ಪ್ರಕಟವಾದಮೇಲೆ ಅವನ ಕಾಲವಿಚಾರವು ಖಚಿತವಾದಂತೆನಿಸಿಯೂ ಕೆಲವು ಪ್ರಶ್ನಾರ್ಥಕ ಗಳಿಗೆ ಅವಕಾಶ ಕೊಟ್ಟಿದೆ. ಈ 'ವರ್ಧಮಾನಪುರಾಣ'ವನ್ನು ಅವನು ಬರೆದು ಮುಗಿಸಿದ ಕಾಲ

೭

## ಪಂಪ ಯುಗದ ಪ್ರಮುಖ ಗ್ರಂಥಕಾರರು

| ಕ್ರಮಾಂಕ | ಗ್ರಂಥಕಾರ | ಕಾಲ | ಮತ | ಆಶ್ರಯ | ಗ್ರಂಥ | ಸ್ವರೂಪ |
|---|---|---|---|---|---|---|
| ೧. | ಪಂಪ | ೯೪೦ (ಆದಿಪುರಾಣ ಗ್ರಂಥ ರ. ೯೪೧) | ಜೈನ | ಚಾಲುಕ್ಯ ಅರಿಕೇಸರಿ | ೧ ಆದಿಪುರಾಣ | ಚಂಪೂಕಾವ್ಯ |
| | | | | | ೨ ವಿಕ್ರಮಾರ್ಜುನವಿಜಯ (ಪಂಪಭಾರತ) | ಚಂಪೂಕಾವ್ಯ |
| ೨. | ಪೊನ್ನ | ಸು. ೯೫೦ | ಜೈನ | ರಾಷ್ಟ್ರಕೂಟ ೩ನೆಯ ಕೃಷ್ಣ | ೧ ಶಾಂತಿಪುರಾಣ | ಚಂಪೂಕಾವ್ಯ |
| | | | | | ೨ ಭುವನೈಕರಾಮಾಭ್ಯುದಯ (ರಾಮಕಥೆ) ೩ ಜಿನಾಕ್ಷರಮಾಲೆ | ಚಂಪೂಕಾವ್ಯ |
| | | | | | ೪ ಗತಪ್ರತ್ಯಾಗತ (?) | ಕಂದಪದ್ಯ |
| ೩. | ಚಾವುಂಡರಾಯ | ೯೭೫ (ಗ್ರಂಥ ರ. ೯೭೮) | ಜೈನ | ಗಂಗರಾಚಮಲ್ಲ | ೧ ಚಾವುಂಡರಾಯಪುರಾಣ | ಗದ್ಯಗ್ರಂಥ |
| ೪. | ನಾಗವರ್ಮ-೧ | ಸು. ೯೯೦ | ಬ್ರಾಹ್ಮಣ | ರಕ್ಕಸಗಂಗ ? ಚಂದ್ರ | ೧ ಛಂದೋಂಬುಧಿ | ಶಾಸ್ತ್ರ (ಕಂದ, ವೃತ್ತ) |
| | | | | | ೨ ಕರ್ನಾಟಕ ಕಾದಂಬರಿ | ಚಂಪೂಕಾವ್ಯ |
| ೫. | ರನ್ನ | ೯೯೦ ಅಜಿತಪುರಾಣ (ಗ್ರಂಥ ರ. ೯೯೩) | ಜೈನ | ಚಾಲುಕ್ಯ ತೈಲಪ, ಸತ್ಯಾಶ್ರಯ | ೧ ಸಾಹಸಭೀಮವಿಜಯ (ಗದಾಯುದ್ಧ) | ಚಂಪೂಕಾವ್ಯ ? |
| | | | | | ೨ ಪರಶುರಾಮಚರಿತ | ? |
| | | | | | ೩ ಚಕ್ರೇಶ್ವರಚರಿತ | ಚಂಪೂ |
| | | | | | ೪ ಅಜಿತತೀರ್ಥಂಕರಪುರಾಣತಿಲಕ | ಕಂದಪದ್ಯ |
| | | | | | ೫ ರನ್ನಕಂದ | |
| ೬. | ಚಾವುಂಡರಾಯ | ೧೦೨೪ | ಬ್ರಾಹ್ಮಣ | — | ೧ ಲೋಕೋಪಕಾರ | ಕಂದ, ವೃತ್ತ |
| ೭. | ದುರ್ಗಸಿಂಹ | ೧೦೩೦ (ಗ್ರಂಥ ರ. ೧೦೩೧) | ಬ್ರಾಹ್ಮಣ | ಚಾಲುಕ್ಯ ಜಯಸಿಂಹ ಜಗದೇಕಮಲ್ಲ | ೧ ಕರ್ನಾಟಕ ಪಂಚತಂತ್ರ | ಚಂಪೂ (ಗದ್ಯಪ್ರಧಾನ) |
| ೮. | ಚಂದ್ರರಾಜ | ಸು. ೧೦೪೦ | ಬ್ರಾಹ್ಮಣ | ಚಾಲುಕ್ಯ ಜಯಸಿಂಹ ಮಹಾಸಾಮಂತ ರೇಚ | ೧ ಮದನತಿಲಕ | ಶಾಸ್ತ್ರ (ಚಂಪೂ) |
| ೯. | ದೇವರ ಇಲ್ಲವೆ ಜೇಡರ ದಾಸಿಮಯ್ಯ | ಸು. ೧೦೫೦ | ವೀರಶೈವ | — | ವಚನಗಳು | ವಚನಗದ್ಯ |

... ಪುಟ ೮೨

ಪುಟ ೮೧ರಿಂದ ಮುಂದುವರಿದುದು

| ಕ್ರಮಾಂಕ | ಗ್ರಂಥಕಾರ | ಕಾಲ | ಮತ | ಆಶ್ರಯ | ಗ್ರಂಥ | ಸ್ವರೂಪ |
|---|---|---|---|---|---|---|
| ೧೦. | ಶ್ರೀಧರಾಚಾರ್ಯ | ೧೦೫೦<br>(ಗ್ರಂಥ ರ. ೧೦೪೯) | ಜೈನ | ಚಾಲುಕ್ಯ ಆಹವಮಲ್ಲ<br>(೧ನೆ ಸೋಮೇಶ್ವರ) | ೧ ಜಾತಕತಿಲಕ<br>೨ ಚಂದ್ರಪ್ರಭಚರಿತ | ಶಾಸ್ತ್ರ (ಕಂದ, ವೃತ್ತ)<br>ಚಂಪೂ ? |
| ೧೧. | ಶಾಂತಿನಾಥ | ೧೦೭೦ | ಜೈನ | ಭುವನೈಕಮಲ್ಲ<br>ಪಸಾಯಿತ ಲಕ್ಷ್ಮನೃಪ | ೧ ಸುಕುಮಾರಚರಿತ | ಚಂಪೂ |
| ೧೨. | ನಾಗವರ್ಮಾಚಾರ್ಯ | ಸು. ೧೦೭೦ | ಬ್ರಾಹ್ಮಣ | ಭುವನೈಕಮಲ್ಲ<br>ದಂಡನಾಯಕ<br>ಉದಯಾದಿತ್ಯ | ೧ ಚಂದ್ರಚೂಡಾಮಣಿಶತಕ | ಶತಕ (ವೃತ್ತ) |
| ೧೩. | ನಾಗಚಂದ್ರ<br>(ಅಭಿನವ ಪಂಪ) | ಸು. ೧೧೦೦ | ಜೈನ | ಹೊಯ್ಸಳ ೧ನೆಯ<br>ಬಲ್ಲಾಳ | ೧ ಮಲ್ಲಿನಾಥಪುರಾಣ<br>೨ ರಾಮಚಂದ್ರಚರಿತಪುರಾಣ<br>(ಪಂಪರಾಮಾಯಣ) | ಚಂಪೂ<br>ಚಂಪೂ |
| ೧೪. | ಕಂತಿ | ಸು. ೧೧೦೦ (?) | ಜೈನ | ಹೊಯ್ಸಳ ೧ನೆಯ<br>ಬಲ್ಲಾಳ | ೧ ಕಂತಿ ಪಂಪನ ಸಮಸ್ಯೆಗಳು | ಕಂದಪದ್ಯ |
| ೧೫. | ನಯಸೇನ | ೧೧೦೦ (ಗ್ರಂಥ ರ.೧೧೧೨) | ಜೈನ | — | ೧ ಧರ್ಮಾಮೃತ | ಚಂಪೂ (ಗದ್ಯಪ್ರಚುರ) |
| ೧೬. | ಬ್ರಹ್ಮಶಿವ | ಸು. ೧೧೫೦ | ಜೈನ | — | ೧ ಸಮಯಪರೀಕ್ಷೆ<br>೨ ತ್ರೈಲೋಕ್ಯಚೂಡಾಮಣಿಸ್ತೋತ್ರ | ಕಂದ, ವೃತ್ತ<br>ವೃತ್ತ |
| ೧೭. | ಕರ್ಣಪಾರ್ಯ | ಸು. ೧೧೫೦ | ಜೈನ | ಲಕ್ಷ್ಮಣರಾಜ | ೧ ನೇಮಿನಾಥಪುರಾಣ<br>೨ ವೀರೇಶಚರಿತೆ | ಚಂಪೂ<br>ಸೂತ್ರ |
| ೧೮. | ನಾಗವರ್ಮ-೨ | ಸು. ೧೧೫೦ ೧೧೪೨? | ಜೈನ | ಚಾಲುಕ್ಯ<br>ಜಗದೇಕಮಲ್ಲ | ೧ ಕರ್ಣಾಟಕ ಭಾಷಾಭೂಷಣ<br>೨ ಕಾವ್ಯಾವಲೋಕನ<br>೩ ಅಭಿಧಾನವಸ್ತುಕೋಶ<br>೪ ಛಂದೋವಿಚಿತಿ<br>೫ ವರ್ಧಮಾನಪುರಾಣ | ಕಂದ, ವೃತ್ತ<br>ಕಂದ, ವೃತ್ತ<br>ಚಂಪೂ<br>— |
| ೧೯. | ಸುಮನೋಬಾಣ | ಸು. ೧೧೫೦ | ಜೈನ | ಹೊಯ್ಸಳ ನರಸಿಂಹ | ೧ ಜೈನಪುರಾಣ ? | |
| ೨೦. | ಜಗದ್ದಳ ಸೋಮನಾಥ | ಸು. ೧೧೫೦ | ಜೈನ | | ೧ ಕರ್ನಾಟಕ ಕಲ್ಯಾಣಕಾರಕ | ಕಂದ, ವೃತ್ತ |

ವನ್ನು ಶಾ.ಶ. ೯೬೪ ಅಂದರೆ ಕ್ರಿ.ಶ. ೧೦೪೨ ಎಂದು ಹೇಳಿದ ಪದ್ಯದಲ್ಲಿ 'ವಸುವರ್ಗಾಂಕ' ಎಂಬಲ್ಲಿಯ ಅಂಕಸೂಚನೆ ಪ್ರಸಿದ್ಧ ಕ್ರಮದಿಂದ ಇಲ್ಲ. 'ಪಂಪರಾಮಾಯಣ'ದಿಂದ ಈ ನಾಗ ವರ್ಮನು ತನ್ನ 'ಭಾಷಾಭೂಷಣ'ದಲ್ಲಿ ಪ್ರಯೋಗವನ್ನು ತೆಗೆದುಕೊಂಡಿರುವುದರಿಂದ ನಾಗಚಂದ್ರನ ಕಾಲವು ೧೦೪೨ಕ್ಕೆ ಹಿಂದೆ ಹೋಗುತ್ತದೆ. ಅಂದರೆ ಕವಿಚರಿತೆಕಾರರು ನಿರ್ಧರಿಸಿದ ಅವನ ಕಾಲ ಸು. ೧೧೦೦ ಎಂಬುದಾಗಲಿ ಗೋವಿಂದ ಪೈ, ಡಿ.ಎಲ್.ಎನ್. ಅವರು ಗೊತ್ತುಪಡಿಸಿದ ೧೧೪೦ ಎಂಬುದಾಗಲಿ ನಿಲ್ಲುವುದಿಲ್ಲ. ವೆಂಕಟಸುಬ್ಬಯ್ಯನವರ ನಿರ್ಧಾರ ಮಾತ್ರ ಸರಿಹೋಗುತ್ತದೆ. ಆದರೆ ಕರ್ಣಪಾರ್ಯನು ಸು. ೧೧೪೦ರಲ್ಲಿ ಇದ್ದವನಾದರೆ ಅವನಿಗೆ ನಾಗಚಂದ್ರನು 'ಅದ್ಯತನ'– ಅಂದರೆ ಒಂದು ತಲೆ ಹಿಂದಿನವನು ಅಥವಾ ಸಮಕಾಲೀನನು – ಆಗುವುದು ಹೇಗೆ ಎಂಬ ಪ್ರಶ್ನೆ ಹುಟ್ಟುತ್ತದೆ. ಆಮೇಲೆ ಇದೇ ನಾಗವರ್ಮನು ತನ್ನ 'ಭಾಷಾಭೂಷಣ'ದಲ್ಲಿ ನಯಸೇನನ ದೀರ್ಘೋಕ್ತಿ ಎಂಬ ಸೂತ್ರವನ್ನು ರಚಿಸಿದ್ದಾನೆ. ಅದಕ್ಕೆ ಬರೆದ ವೃತ್ತಿಯಲ್ಲಿ ಇದು ನಯಸೇನಮುನಿಯ ಮತವೆಂದು ವಿವರಿಸಿದ್ದಾನೆ. 'ಧರ್ಮಾಮೃತ'ದ ನಯಸೇನನೂ ಮುನಿಯಾಗಿದ್ದನು. ಅವನೇ ಇವನಾಗಿದ್ದರೆ ೧೦೪೨ರ ಹಿಂದುಮುಂದು ತನ್ನ ವ್ಯಾಕರಣಸೂತ್ರಗಳನ್ನು ಬರೆದ ನಾಗವರ್ಮನು ೧೧೧೨ರಲ್ಲಿ 'ಧರ್ಮಾಮೃತ'ವನ್ನು ಬರೆದು ಮುಗಿಸಿದ ನಯಸೇನನ ಪ್ರಮಾಣವನ್ನು ಹೇಳಲಾರ. ನಾಗವರ್ಮ ಉಲ್ಲೇಖಿಸಿದ ನಯಸೇನ ಬೇರೊಬ್ಬ ಎಂಬ ಊಹೆ ಮಾಡಬೇಕಾಗುತ್ತದೆ. ಇದನ್ನೆಲ್ಲ ಗಮನಕ್ಕೆ ತಂದು ಸದ್ಯದ ಮಟ್ಟಿಗೆ ನಾವು ಸು. ೧೧೫೦ ಎಂಬ ಮೊದಲಿನ ಕಾಲವನ್ನೇ ಎರಡನೆಯ ನಾಗವರ್ಮನಿಗೆ ಇಟ್ಟುಕೊಂಡು ೧೦೪೨ ಎಂಬುದನ್ನು ಪ್ರಶ್ನೆಚಿಹ್ನೆಯೊಡನೆ ಇರಿಸಿದ್ದೇವೆ.[9]

ನಾಗವರ್ಮನ ಈ 'ವರ್ಧಮಾನಪುರಾಣ'ದಿಂದ 'ವತ್ಸರಾಜಚರಿತಾಗಮ'ವನ್ನು ಬರೆದ ಇನ್ನೊಬ್ಬ ನಾಗವರ್ಮನ ವಿಷಯ ತಿಳಿಯುತ್ತದೆ. ಇವನ ಆ ಕೃತಿ ದೊರೆಯುವವರೆಗೆ ಈ ಹೊಸ ನಾಗವರ್ಮನ ಕಾಲದೇಶಾದಿ ವಿಚಾರದಲ್ಲಿ ನಾವು ಅಜ್ಞಾನಿಗಳಾಗಿಯೆ ಉಳಿಯಬೇಕಾಗಿದೆ. ಇವನಲ್ಲದೆ ಕಾವ್ಯ ಪ್ರಾರಂಭದಲ್ಲಿಯೇ ಹೊಗಳಿಸಿಕೊಂಡ 'ರಘುವಂಶ ಮಹಾಪುರಾಣ' ಕರ್ತೃ ಶ್ರೀವಿಜಯ, 'ಸುಲೋಚನಾಚರಿತ'ವನ್ನು ಬರೆದ ನಾಗದೇವಕವೀಂದ್ರ, ಇವರು 'ಹರಿವಂಶ'ವನ್ನು ರಚಿಸಿದ ಗುಣವರ್ಮ ಮತ್ತು ಪ್ರಖ್ಯಾತರಾದ ಪೊನ್ನ, ಪಂಪರನ್ನು ಇವರೊಂದಿಗೆ ಹೊಸದಾಗಿ ಉಲ್ಲೇಖ ಹೊಂದಿರುತ್ತಾರೆ. ಹೀಗೆ ಈ 'ವರ್ಧಮಾನಪುರಾಣ'ವು ಕನ್ನಡಸಾಹಿತ್ಯದ ಅಭ್ಯಾಸಿಗಳ ಕುತೂಹಲ ವನ್ನು ಕೆರಳಿಸಿ ಕೆಲವು ಸಂದೇಹಗಳನ್ನು ಹುಟ್ಟಿಸಿದರೂ, ಅವನ ಜ್ಞಾನವು ವರ್ಧಮಾನವಾಗುವುದಕ್ಕೆ ಸಹಾಯವಾಗಿದೆ.

೧೦ನೆಯ ಶತಮಾನದಿಂದ ೧೨ನೆಯ ಶತಮಾನದ ಮಧ್ಯದವರೆಗಿನ ಕಾಲವು ರಾಜಕೀಯ ಮುಂತಾದ ದೃಷ್ಟಿಯಿಂದ ಉಜ್ವಲವಾದರೂ ಅಸ್ಥಿರವಾದುದು. ಅರಸುಮನೆತನಗಳು, ಮತಗಳು ಆ ಕಾಲದಲ್ಲಿ ಏಳುಬೀಳನ್ನು ಅನುಭವಿಸಿರುತ್ತವೆ. ಆದರೂ ವೀರಸತ್ವವು ಕನ್ನಡನಾಡನ್ನು ಆಕ್ರಮಣದಿಂದ ಕಾಯ್ದುಕೊಂಡುಬಂದು ಮತಧರ್ಮಗಳಿಗೆ ಉದಾರ ಆಶ್ರಯವನ್ನು ನೀಡಿದ್ದು ಕಂಡುಬಂದಿದೆ. ೮ನೆಯ ಶತಮಾನದಲ್ಲಿ ತಲೆಯೆತ್ತಿ ೯ನೆಯ ಶತಮಾನದಲ್ಲಿ ಹೆಸರುಪಡೆದು ರಾಷ್ಟ್ರಕೂಟ ವಂಶವು ೧೧ನೆಯ ಶತಮಾನದಲ್ಲಿ ದಿಗ್ವಿಜಯವನ್ನು ಹೊಂದಿ ವೈಭವದ ಎತ್ತರವನ್ನು ಮುಟ್ಟಿ ಬೆಳಗುತ್ತಲೆ ಕೆಳಗೆ ಬಿದ್ದಿತು. ಈ ವಂಶದಲ್ಲಿ ಹಿಂದೆ ನೃಪತುಂಗನು ಲೋಕಪ್ರಸಿದ್ಧನಾದಂತೆ ಈಗ ೩ನೆಯ ಕೃಷ್ಣನು ಹೆಸರುವೆತ್ತನು. ಉತ್ತರದ ಚೇದಿ, ದಕ್ಷಿಣದ ಚೋಳ ಮುಂತಾದ ರಾಜರನ್ನು ಗೆದ್ದು ಅವನು ರಾಷ್ಟ್ರಕೂಟ ರಾಜ್ಯದ ಮೇರೆಗಳನ್ನು ಹಿಗ್ಗಲಿಸಿ ದನು. ಈ ವಿಸ್ತಾರವಾದ ಸಾಮ್ರಾಜ್ಯದ ಭಾಗಗಳನ್ನು ಮಾಂಡಲಿಕರು ಆಳುತ್ತಿದ್ದರು. ಇವರಲ್ಲಿ ತಲಕಾಡಿನ ಗಂಗರೂ ವೇಮುಲವಾಡದ ಚಾಲುಕ್ಯರೂ ಪ್ರಮುಖರಾಗಿದ್ದು ರಾಷ್ಟ್ರಕೂಟ ಸಾಮ್ರಾಜ್ಯಕ್ಕೆ ಆಧಾರಸ್ತಂಭವಾಗಿದ್ದರು. ತಮ್ಮ ಶಕ್ತಿಯುಕ್ತಿಗಳಿಂದಲೂ ಆಪ್ತಸಂಬಂಧದ

ಸಲುಗೆಯಿಂದಲೂ ಇವರು ಹೆಸರಿಗೆ ಸಾಮಂತರಾದರೂ ಸಾಮ್ರಾಜ್ಯದ ಅಳಿವು-ಉಳಿವುಗಳು ತಮ್ಮ ಕೈಯಲ್ಲಿದ್ದಂತೆ ಮೆರೆಯುವ ಸ್ವತಂತ್ರಪ್ರಭುಗಳಾಗಿದ್ದರು. ಆದಿಪಂಪನ ಪೋಷಕನಾದ ೨ನೆಯ ಅರಿಕೇಸರಿ ರಾಷ್ಟ್ರಕೂಟ ೩ನೆಯ ಕೃಷ್ಣನ ಸಾಮಂತನಾಗಿದ್ದರೂ ಸಾಮ್ರಾಟನ ಜರುಬಿನಿಂದ ನಡೆಯುತ್ತಿದ್ದಿರಬೇಕು. ಜನಕ್ಕೆ ಬೇಡಾದ ಕಾಮುಕ ದೊರೆಯನ್ನು ಕಿತ್ತೊಗೆದು ಹೋರಾಡಿ ಬೇರೊಬ್ಬನನ್ನು ರಾಷ್ಟ್ರಕೂಟ ಚಕ್ರವರ್ತಿಯನ್ನಾಗಿರಿಸಿದ ಶ್ರೇಯಸ್ಸು ಅರಿಕೇಸರಿಯದು. ೧೦ನೆಯ ಶತಮಾನದ ಕೊನೆಗೆ ರಾಷ್ಟ್ರಕೂಟರ ದೌರ್ಬಲ್ಯ ಸಾಧಿಸಿ ಬದಾಮಿಯ ಚಾಲುಕ್ಯರ ವಂಶಜರು ಅವರ ಮೇಲಿನ ಸೇಡು ತೀರಿಸಿ ಸ್ವತಂತ್ರ ರಾಜರಾದರು. ಕಲ್ಯಾಣ ಚಾಲುಕ್ಯ ವಂಶವು ತಲೆದೋರಿತು. ಚೋಳರ ಹೊಡೆತಕ್ಕೆ ಸಿಕ್ಕು ಗಂಗರಾಜ್ಯವು ನಿಸ್ಸತ್ವವಾಯಿತು. ೧೧ನೆಯ ಶತಮಾನದಿಂದ ರಾಜಕೀಯ, ಸಾಮಾಜಿಕ ಜೀವನದಲ್ಲಿ ಹೊಸ ಮನ್ವಂತರವು ಮೊದಲಾಯಿತು. ೧೧ನೆಯ ಹಾಗೂ ೧೨ನೆಯ ಶತಮಾನದಲ್ಲಿ ಎಲ್ಲ ಕಡೆಯಲ್ಲಿ ಯುದ್ಧದ ಮೇಲೆ ಯುದ್ಧಗಳು ಆದುವು. ರಾಜಕೀಯರಂಗದಲ್ಲಿ ಚಾಲುಕ್ಯರಿಗೂ ಚೋಳರಿಗೂ ಸತತವಾಗಿ ಕಾಳಗಗಳು ನಡೆಯುತ್ತಿದ್ದುವು. ಜಯಶ್ರೀ ಒಮ್ಮೆ ಅವರಿಗೆ ಒಮ್ಮೆ ಇವರಿಗೆ ಒಲಿಯುತ್ತಿದ್ದಳು. ಒಟ್ಟಿನಲ್ಲಿ ಶೂರಧೀರರಾದ ಚಾಲುಕ್ಯ ರಾಜರು—ವಿಶೇಷವಾಗಿ ಶಕಪುರುಷನಾದ ೬ನೆಯ ವಿಕ್ರಮಾದಿತ್ಯನು—ಚೋಳರನ್ನು ಹಿಮ್ಮೆಟ್ಟಿಸಿ ಕರ್ನಾಟಕವನ್ನು ಸಂರಕ್ಷಿಸಿದರು.

ಧಾರ್ಮಿಕ ದೃಷ್ಟಿಯಿಂದ ಈ ಯುಗವನ್ನು ನೋಡಿದರೆ ಹಬ್ಬುತ್ತಿರುವ ಜೈನಮತಕ್ಕೆ ಹೊರನಾಡಿನ ಶೈವರಾಜರಿಂದ ಧಕ್ಕೆ ತಗಲಿದರೂ ಒಳನಾಡಿನಲ್ಲಿ ವೈದಿಕಮತಗಳೊಡನೆ ಅದಕ್ಕೆ ಪ್ರೋತ್ಸಾಹವು ದೊರೆಯುತ್ತಲೇ ಇದ್ದಿತು. ೧೦ನೆಯ ಶತಮಾನದಲ್ಲಿ ರಾಷ್ಟ್ರಕೂಟರೂ ಗಂಗರೂ ಜೈನಧರ್ಮಕ್ಕೆ ವಿಶೇಷವಾಗಿ ಪೋಷಕರಾಗಿದ್ದರು. ೧೦ನೆಯ ಶತಮಾನದ ಕೊನೆಯ ಭಾಗದಲ್ಲಿ ವೀರಚಾವುಂಡ ರಾಯನಿಂದ ಶ್ರವಣಬೆಳ್ಗೊಳದಲ್ಲಿ ಭವ್ಯವಾದ ಗೊಮ್ಮಟೇಶ್ವರ ಮೂರ್ತಿಯ ಪ್ರತಿಷ್ಠೆಯಾಯಿತು. ಜೈನರಿಗೂ ಇತರರಿಗೂ ಸ್ಫೂರ್ತಿಕೇಂದ್ರವಾದ ಕಲಾನಿರ್ಮಿತಿಯಾಯಿತು. "೧೦ನೆಯ ಶತಮಾನ ವೆಂದರೆ ಶೈವ-ವೈಷ್ಣವ ಧರ್ಮಗಳ ಪ್ರಸಾರವು ಹೆಚ್ಚಾಗಿ ಜೈನಧರ್ಮವು ಕುಂದಿದ ಕಾಲ"[10] ಎಂಬೊಂದು ಅಭಿಪ್ರಾಯವಿದೆ. ರಾಜಾಶ್ರಯದ ದೃಷ್ಟಿಯಿಂದ ಈ ಶತಮಾನದಲ್ಲಿ ಜೈನ ಧರ್ಮವು ಕುಂದಿತೆಂದು ಹೇಳಿದರೆ ಸರಿಯಾಗದು. ಶೈವ-ವೈಷ್ಣವ ಧರ್ಮಗಳ ಪ್ರಸಾರವನ್ನು ಮಾಡಿದ ರಾಜರು ಜೈನಧರ್ಮವನ್ನು ಪುರಸ್ಕರಿಸಿದರು, ಪಂಡಿತರಲ್ಲಿ ಮತೀಯ ಸಂಘರ್ಷಗಳೂ ವಾದ ವಿವಾದಗಳೂ ನಡೆದಿರಬೇಕು, ಜೈನಪ್ರಚಾರಕ ವಾದಸರಣಿಗೆ ಪುಟ ದೊರೆತಿರಬೇಕು. ಸೋಮದೇವನ 'ಯಶಸ್ತಿಲಕಚಂಪು' ಇದನ್ನು ತಿಳಿಸುತ್ತದೆ.[11] ೧೧ನೆಯ ಶತಕದಿಂದ ಮಾತ್ರ ಜೈನಧರ್ಮಕ್ಕೆ ಶೈವರಾದ ಚೋಳರಿಂದ ರಾಜಕೀಯ ಆಘಾತಗಳೂ ವೈದಿಕ ಹಾಗೂ ಅವೈದಿಕ ಭಕ್ತಿಪಂಥಗಳಿಂದ ಧಾರ್ಮಿಕ ಒತ್ತಡಗಳೂ ಹೆಚ್ಚುತ್ತ ಸಾಗಿದುವು. ಚಾಲುಕ್ಯರು ತಮ್ಮ ಪ್ರಬಲ ವೈರಿಗಳಾದ ಚೋಳರನ್ನು ತಡೆಗಟ್ಟಿ ಕರ್ನಾಟಕವನ್ನು ಆಕ್ರಮಣದಿಂದ ಮುಕ್ತಮಾಡಿ ದ್ದಲ್ಲದೆ ಜೈನಧರ್ಮಕ್ಕೆ ಸಂರಕ್ಷಣೆಯನ್ನು ಒದಗಿಸಿದರು. ಆದರೂ ಜೈನಮತೀಯರೇ ಆದ ಗಂಗರಾಜರ ಅವನತಿ ಜೈನಮತಕ್ಕೆ ಬಲವಾದ ಪೆಟ್ಟಾಯಿತು. ಚೋಳರ ನಾಡಿನಿಂದ ಕನ್ನಡನಾಡಿಗೆ ಬಂದ ರಾಮಾನುಜಮತದ ಭಕ್ತಿಪ್ರವಾಹವು ಜೈನಪ್ರಸಾರಕ್ಕೆ ತಡೆಯನ್ನೊಡ್ಡಿತು. ಜನ ಜೀವನದ ಅಂತರಾಳದಲ್ಲಿ ಹುದುಗಿದ ದೈವಭಕ್ತಿ ಜಾಗೃತವಾಗಿ ಜಿನಭಕ್ತಿಯ ಸ್ವರೂಪ ವನ್ನಾದರೂ ಪಲ್ಲಟಿಸತೊಡಗಿತು ಇಲ್ಲವೆ ಅದಕ್ಕೆ ವಿಮುಖವಾಗಲು ಹತ್ತಿತು. ಈ ಸಂದರ್ಭ ದಲ್ಲಿ ಶೈವ-ವೈಷ್ಣವ ಧರ್ಮಗಳು ತಮ್ಮ ಕಹಳೆಯನ್ನು ಎತ್ತರದಲ್ಲಿ ಊದುತ್ತ ಹೊರಡಲಾಗಿ ಜೈನಧರ್ಮವು ಸತ್ವರಕ್ಷಣೆಗಾಗಿ ಇದಿರಾಳಿಯಂತೆ ಹೋರಾಡಬೇಕಾಯಿತು. ಮತೀಯ ಅಸೂಯೆ, ಪರಸ್ಪರ ದೂಷಣೆ ಪಂಡಿತರಲ್ಲಿಯೂ ಗ್ರಂಥಕಾರರಲ್ಲಿಯೂ ಮಿಗಿಲಾಗುತ್ತ ನಡೆದುವು.

೧೩ನೆಯ ಶತಮಾನದ ಮಧ್ಯದವರೆಗೆ ಈ ಬಗೆಯಾಗಿ ಪಂಡಿತರನ್ನು ವಾದದಿಂದಲೂ ಜನತೆಯನ್ನು ಪವಾಡ ಮತ್ತು ವ್ಯಕ್ತಿಮಹಿಮೆಗಳಿಂದಲೂ ವಶೀಕರಿಸಿಕೊಳ್ಳುವ ಪ್ರಯತ್ನವನ್ನು ಜೈನ ಹಾಗೂ ಜೈನೇತರ ಮತಗಳು ಮಾಡಿರಬೇಕು.

ಸಾಮಾಜಿಕ ಜೀವನದಲ್ಲಿ ರಾಜಕೀಯ-ಧಾರ್ಮಿಕ ಸ್ಥಿತ್ಯಂತರಗಳ ಪಡಿನೆಳಲು ಸ್ವಾಭಾವಿಕವಾಗಿ ಮೂಡಿರಬೇಕು. ಆದರೂ ವಿಕೇಂದ್ರೀಕೃತವಾದ ಅಂದಿನ ಜನಜೀವನವು ಒಟ್ಟಿನಲ್ಲಿ ಸ್ವಷ್ಟವಾಗಿ ಸಾಂಪ್ರದಾಯಿಕವಾಗಿ ನಡೆಯುತ್ತಬಂದಿರಬೇಕು. ೧೦, ೧೧ನೆಯ ಶತಕಗಳಲ್ಲಿ ರಾಷ್ಟ್ರಕೂಟ, ಕಲ್ಯಾಣ ಚಾಲುಕ್ಯರ ಕಾಲದ ರಾಜ್ಯವೈಭವ, ಸಂಪತ್ತು, ಕಲಾತಿಶಯ ಇವಕ್ಕೆ ಯಾವ ಅಂತಃಕಲಹಗಳೂ ಹೊರಯುದ್ಧಗಳೂ ಬಾಧಕವಾಗಲಿಲ್ಲ. ಇದನ್ನು ೬ನೆಯ ವಿಕ್ರಮಾದಿತ್ಯನ ಕಾಲದ ಚಿತ್ರದಿಂದ ತಿಳಿದುಕೊಳ್ಳಬಹುದು.[12] ೧೧ನೆಯ ಶತಮಾನದಲ್ಲಿ ಮಾತ್ರ ಚೋಳರಾಜನು ರಟ್ಟ ಮತ್ತು ಬೆಳ್ವೊಲ ನಾಡುಗಳ ಮೇಲೆತ್ತಿಬಂದು ಪುಲಿಗೆರೆ ಮುಂತಾದ ಪಟ್ಟಣಗಳನ್ನು ಸುಲಿದು ಕೆಲವು ಬಸದಿಗಳನ್ನು ಸುಟ್ಟು ಮಾಡಿದ ಹಾವಳಿ ಜೈನಸಮಾಜಕ್ಕೆ ಅತ್ಯಂತ ಭೀತಿಯ ಮತ್ತು ಅಸ್ಥಿರತೆಯ ವಾತಾವರಣವನ್ನು ಉಂಟುಮಾಡಿರಬೇಕು. ಇದರ ತೀವ್ರ ಪ್ರತಿಕ್ರಿಯೆಯ ಭೀತಿ ಇತರ ಸಮಾಜಗಳನ್ನು ಚಿಂತೆಗೆ ಒಳಗುಮಾಡಿರಬೇಕು. ಅಂದಿನ ರಾಜರ ಉದಾರದೃಷ್ಟಿ ಎಲ್ಲ ಈ ಭೀತಿಗಳನ್ನು ಕಳೆಯಿತೆಂಬುದು ಹೆಮ್ಮೆಯ ವಿಷಯವಾಗಿದೆ.

## ಈ ಯುಗದ ವೈಶಿಷ್ಟ್ಯಗಳು

ಸಾಹಿತ್ಯದೃಷ್ಟಿಯಿಂದ ಈ ಯುಗವು ಮಾರ್ಗ ಅಥವಾ ಪ್ರೌಢಸಂಪ್ರದಾಯದ ಸ್ಥಿರತೆ ಮತ್ತು ಘನತೆಗಳನ್ನು ತೋರಿ ಬಹುಶಃ ಏಕರೂಪವಾಗಿದೆ. ಆದರೂ ಇದರಲ್ಲಿ ಸಂಪ್ರದಾಯವಿರೋಧದ ಬೀಜಗಳಿವೆ, ಬರಲಿರುವ ಪಲ್ಲಟದ ಗುರುತುಗಳಿವೆ. ಇದರ ವೈಶಿಷ್ಟ್ಯಗಳನ್ನು ಹೀಗೆ ನಿರೂಪಿಸ ಬಹುದು : (೧) ಈ ಯುಗದಲ್ಲಿ ಹೆಚ್ಚು ಕವಿಗಳು ಜೈನಮತೀಯರು. ಸ್ವತಂತ್ರ ಮಹಾಕಾವ್ಯಗಳನ್ನು ರಚಿಸಿದವರೆಲ್ಲ ಜೈನರು. ಶಾಸನಕವಿ ಇಲ್ಲವೆ ಅನುವಾದಕಾರರಾಗಿ ಬ್ರಾಹ್ಮಣರು ಕೆಲವರಿದ್ದಾರೆ. ಇವರಲ್ಲಿ ಸ್ವತಂತ್ರ ನಿರ್ಮಿತಿ ಅಪರೂಪವಾಗಿದೆ. ಜೈನರಾದ ಮಲ್ಲಿನಾಥ (೧೦೬೭), ಹರಿಯಣ್ಣ (೧೦೭೫), ದಾಮರಾಜ (೧೦೮೫) ಇವರನ್ನುಳಿದು ಅನೇಕ ಶಾಸನಕವಿಗಳು ಶೈವಬ್ರಾಹ್ಮಣರಾಗಿ ದ್ದಾರೆ. ಎಲ್ಲರ ಶಾಸನಕಾವ್ಯಗಳಲ್ಲಿ ವೀರಕವಿತ್ವ ಮೈದೋರಿದೆ. (೨) ಕಾವ್ಯವಿಷಯದಲ್ಲಿ ಲೌಕಿಕ ಹಾಗೂ ಧಾರ್ಮಿಕ ಇಲ್ಲವೆ ಆಗಮಿಕ ಎಂಬ ಹಂಚಿಕೆ ನೆಲೆಗೊಂಡಿತು. ಈ ಯುಗದ ಪ್ರಸಿದ್ಧ ಕವಿಗಳೂ ರತ್ನತ್ರಯರೂ ಆದ ಪಂಪ, ಪೊನ್ನ, ರನ್ನರು ಒಂದು ಲೌಕಿಕ ಇನ್ನೊಂದು ಆಗಮಿಕ ಕಾವ್ಯವನ್ನು ರಚಿಸಿದರು. ಪಂಪಪೂರ್ವಯುಗದಲ್ಲಿಯೇ ಈ ಪದ್ಧತಿ ಮೊದಲಾಗಿರಬೇಕೆಂಬುದಕ್ಕೆ ೧ನೆಯ ಗುಣವರ್ಮನ 'ಶೂದ್ರಕ' (ಲೌಕಿಕ), 'ಹರಿವಂಶ' (ಆಗಮಿಕ) ಈ ಕೃತಿಗಳು ಸಾಕ್ಷಿ. ಲೌಕಿಕ ಕೃತಿಗಳು ಆಶ್ರಯದಾತರಾಜನ ಚರಿತ್ರೆ, ತತ್ಕಾಲೀನ ರಾಜಕೀಯ ಹಾಗೂ ಇತರ ಜೀವನ ಇವನ್ನು ಸೂಚಿಸುವ ಚಾರಿತ್ರಿಕ ಧ್ವನಿ-ಕಾವ್ಯಗಳಾದುವು. ರಾಮಾಯಣ–ಮಹಾಭಾರತ, ಪುರಾಣಗಳ ಕಥಾವಸ್ತು ಈ ಧ್ವನಿರಮ್ಯತೆಗೆ ಆಧಾರವಾಯಿತು. ನೇರವಾದ ಚರಿತ್ರಕಾವ್ಯಗಳಿಗಿಂತ ಬೇರೆಯಾದ ಈ ಸರಣಿ ಕನ್ನಡ ಹಾಗೂ ಭಾರತೀಯ ಸಾಹಿತ್ಯಕ್ಕೆ ವಿಶಿಷ್ಟವಾದುದು, ಆಗಮಿಕ ಕಾವ್ಯಗಳು ತೀರ್ಥಂಕರರು, ಚಕ್ರವರ್ತಿಗಳು, ಮಹಾಪುರುಷರು ಇವರ ಮಹಾಜೀವನಚರಿತ್ರೆಗಳಾಗಿ ಜೈನಧರ್ಮಪ್ರಸಾರಕ್ಕೆ ವಾಹಕ ಗಳಾದುವು. ಇವುಗಳಿಂದ ಜೈನಪುರಾಣಗಳೆಂಬ ಕಾವ್ಯಪ್ರಕಾರವು ಈ ಯುಗದಲ್ಲಿ ಪ್ರಚುರಗೊಂಡಿತು. (೩) ಚಂಪುವೆಂಬ ಕಾವ್ಯರೂಪವು ಈ ಯುಗದಲ್ಲಿ ತನ್ನ ಕಳಸವನ್ನು ಮುಟ್ಟಿತು, ಪ್ರಮಾಣಸ್ವರೂಪ ವನ್ನು ಹೊಂದಿತು. ಬರಬರುತ್ತ ಅಂಧಾನುಕರಣಕ್ಕೆ ಅವಕಾಶಕೊಡುವ ಪಡಿಯಚ್ಚಾಗಿಯೂ ಪರಿಣಮಿಸತೊಡಗಿತು. ಚಂಪುವಿನ ಚೆಲುವಾದ ರೂಪದಲ್ಲಿ ಗದ್ಯಪದ್ಯದ ಹಿತವಾದ ಬೆರಕೆ,

ದೇಸಿಮಾರ್ಗಗಳ ಸಮನಾದ ಸಂಯೋಗ, ಕವಿಪ್ರತಿಭೆ-ಕವಿಸಮಯಗಳ ಸಮನ್ವಯ ಇವು ತೋರಿದುವು. ಸಂಸ್ಕೃತ ಮಹಾಕಾವ್ಯದ ಪ್ರಮುಖ ಲಕ್ಷಣಗಳನ್ನು ಒಳಗೊಂಡರೂ ಕಂದವೃತ್ತಗಳ ವಿಶಿಷ್ಟರೀತಿಯ ಸೇರ್ಪಡೆಯಿಂದಲೂ ರಗಳೆ-ಅಕ್ಕರ-ತ್ರಿಪದಿ ಈ ಜಾನಪದ ಛಂದಸ್ಸಿನ ಪ್ರಕಾರಗಳ ಸಮಾವೇಶದಿಂದಲೂ ಒಟ್ಟು ಸ್ವರೂಪದಲ್ಲಿ ಈ ಯುಗದ ಚಂಪೂ ಕನ್ನಡಚಂಪುವಾಯಿತು. ಸತ್ಕಾವ್ಯ ಹಾಗೂ ಮಹೋನ್ನತ ಕಾವ್ಯಕ್ಕೆ ಪ್ರಭಾವಿಯಾದ ಸಾಧನವಾಯಿತು. ಜೈನಪುರಾಣಗಳ ವಸ್ತುವಿಶೇಷ, ರಸನಿರೂಪಣೆ, ಮತಪ್ರತಿಪಾದನೆ ಇವುಗಳನ್ನೊಳಗೊಂಡ ಚಂಪೂರೂಪವು ಇನ್ನಿಷ್ಟು ವೈಶಿಷ್ಟ್ಯಸಂಪನ್ನವಾಗಿ ಮೆರೆದಿದೆ. (೪) ರಸದೃಷ್ಟಿಯಿಂದ ಈ ಯುಗದ ಕಾವ್ಯಗಳಲ್ಲಿ ನವರಸಗಳೆಲ್ಲ ಬಂದಿವೆಯಾದರೂ ಒಮ್ಮೆ ವೀರ-ರೌದ್ರ, ಒಮ್ಮೆ ಅದ್ಭುತ-ಶಾಂತ ಇವಕ್ಕೆ ಪ್ರಾಮುಖ್ಯ ದೊರೆತಿದೆ. ಲೌಕಿಕ ಕಾವ್ಯಗಳಲ್ಲಿ ಸಾಮಾನ್ಯವಾಗಿ ವೀರರೌದ್ರವೂ ಆಗಮಿಕ ಪುರಾಣಗಳಲ್ಲಿ ಅದ್ಭುತಶಾಂತವೂ ಪ್ರಧಾನವಾಗಿವೆಯೆನ್ನಬಹುದು. ಸಂಸ್ಕೃತ ಮಹಾಕಾವ್ಯದಂತೆ ಶೃಂಗಾರವು ವೀರದ ಸ್ಥಾನದಲ್ಲಿ ತಲೆದೋರಲಿಲ್ಲ. ಸಂಸ್ಕೃತದಿಂದ ಅನುವಾದಿತವಾದ ನಾಗವರ್ಮನ 'ಕರ್ನಾಟಕ ಕಾದಂಬರಿ' ಮಾತ್ರ ಇದಕ್ಕೆ ಅಪವಾದವಾಗಿದೆ. ಶೃಂಗಾರರಸಕ್ಕೆ ಬೇರೆ ಬೇರೆ ಕಾವ್ಯಸಂದರ್ಭಗಳಲ್ಲಿ ಪ್ರಾಶಸ್ತ್ಯ ದೊರೆತಿದ್ದರೂ ಸಮಗ್ರಕಾವ್ಯದಲ್ಲಿ ಪ್ರಾಧಾನ್ಯ ದೊರೆತಿಲ್ಲ. ಶಾಸನಕಾವ್ಯದಲ್ಲಿ ವೀರರಸವೇ ವಿಶೇಷವಾಗಿದೆ. 'ಆದಿಪುರಾಣ'ದಂಥ ಕೃತಿಗಳಲ್ಲಿ ಎಂಟು ರಸಕ್ಕೆ ಮುಕುಟವಾಗಿ ಶಾಂತರಸವು ಬಂದು ಜೀವನದ ಸಮ್ಯಕ್ ದೃಷ್ಟಿಯನ್ನು ಅರಳಿಸುತ್ತದೆ. (೫) ಅಲಂಕಾರ, ವರ್ಣನೆ, ಕವಿಸಮಯ, ಶೈಲಿ, ಛಂದಸ್ಸು ಇವುಗಳಲ್ಲಿ ಸಂಸ್ಕೃತ ಕಾವ್ಯಗಳ ಹಾಗೂ ಸಂಸ್ಕೃತ ಭಾಷೆಯ ವರ್ಚಸ್ಸು ಈ ಯುಗದ ಕೃತಿಗಳ ಮೇಲೆ ನಿಬಿಡವಾಗಿದ್ದರೂ ಅವನ್ನು ಸಂಸ್ಕೃತಮಯವೆನ್ನಲಾಗದು. ಕಾಲಮಾನಕ್ಕನುಸರಿಸಿ ಅಪರಿಹಾರ್ಯವಾಗಿದ್ದ ಸಂಸ್ಕೃತಪ್ರಭಾವಗಳನ್ನು ಅಲ್ಲಗಳೆಯದೆ ಯಥೋಚಿತವಾಗಿ ಬಳಸಿ, ಜೊತೆಗೆ ಕನ್ನಡ ದೇಸಿಯ ಪ್ರಭಾವಕ್ಕೂ ಒಳಗಾಗಲು ಹೆಣಗಿದ ಕವಿಪ್ರತಿಭೆ ಇಲ್ಲಿ ತೋರುತ್ತದೆ. ದೇಸಿಮಾರ್ಗಗಳ ಸುಂದರ ಸಂಗಮವೆಂದರೆ ಇದೇ. ಕೆಲವು ಸಲ ಸಂಸ್ಕೃತದ ಅನುಕರಣವು ಅತಿಯಾಗಿ ಪ್ರಮಾಣಮೀರಿದೆಯೆಂದೂ ಪ್ರತಿಭೆಗೆ ನಿಯಂತ್ರಣ ಹಾಕಿದೆಯೆಂದೂ ಅರಿತಿರಬೇಕು. ಕಥಾರಚನೆ, ವರ್ಣನೆ, ಕಲ್ಪನೆಗಳಲ್ಲಿ ಎಷ್ಟೋ ಸಲ ಯಾಂತ್ರಿಕವೆನ್ನಬಹುದಾದ ಏಕತಾನತೆಯೂ ನಾವೀನ್ಯಶೂನ್ಯತೆಯೂ ತೋರಿವೆ. (೬) ಪ್ರೌಢಕಾವ್ಯಗಳ ಕಥಾಸರಣಿಯ ಮತ್ತು ಭಾಷೆಯ ಪ್ರೌಢಿಮೆಯಿಂದ ಅವುಗಳ ಪರಿಣಾಮ ಮರ್ಯಾದಿತವಾಗಲು, ಇದೇ ಯುಗದಲ್ಲಿ ಸುಲಭ ಹಾಗೂ ಗದ್ಯಪ್ರಚುರವಾದ ಚಂಪುವಿನಲ್ಲಿ ಕಥಾಸಾಹಿತ್ಯ ಮೊದಲಾಗಿದೆ. ದುರ್ಗಸಿಂಹನ 'ಪಂಚತಂತ್ರ' ಹಾಗೂ ನಯಸೇನನ 'ಧರ್ಮಾಮೃತ' ಇದಕ್ಕೆ ಉದಾಹರಣೆಗಳು. ನಯಸೇನನಿಗೆ ಆಯಾ ಕಾಲದ ಪರಿಸ್ಥಿತಿಗೆ ಅನುಸರಿಸಿ ಜೈನಮತವನ್ನು ಜನಸಾಮಾನ್ಯದಲ್ಲಿ ಪ್ರಚಾರಿಸಲು ಇದು ತೀರ ಅಗತ್ಯವೆನಿಸಿರಬೇಕು. ಅಂತೆಯೆ ಪ್ರೌಢಕವಿಗಳ ಕೃತಿಗಳಲ್ಲಿಯ "ಮಿಸುಕದ ಸಕ್ಕದ"ದ ವಿರುದ್ಧ ಬಂಡೆಬ್ಬಿಸಿ ಪೊಸಗನ್ನಡದ ಕಹಳೆ ಊದಿದವನು ಅವನೇ. ಬ್ರಹ್ಮಶಿವನು ಇನ್ನೂ ಮುಂದೆ ಹೋಗಿ ವಿಡಂಬನಕಾರನೂ ಖಂಡಿತವಾದಿಯೂ ಆಗಿ ಪ್ರಖರವಾದ ಸಮಾಜಟೀಕೆಯನ್ನು ಮಾಡುತ್ತ ಸ್ವಮತಪ್ರಸಾರವನ್ನು ಮಾಡಿದನು. (೭) 'ಗದ್ಯಕಥಾ' ಎಂಬುದು 'ವಡ್ಡಾರಾಧನೆ'ಯಲ್ಲಿ ತನ್ನ ಪರಿಣತಿಯನ್ನು ತೋರಿ ಈ ಯುಗದ 'ಚಾವುಂಡರಾಯಪುರಾಣ'ದಲ್ಲಿ ಶೈಲಿಯ ದೃಷ್ಟಿಯಿಂದ ಒಂದು ವಿಶೇಷ ಸ್ವರೂಪ ವನ್ನು ತೋರಿತು. (೮) ಈ ಕಾಲದ ಕಾವ್ಯಗಳಲ್ಲಿ ಸಂಗೀತ–ನೃತ್ಯನಾಟಕಗಳ ವರ್ಣನೆಯಿದ್ದರೂ ನಾಟಕಸದೃಶವಾದ ದೃಶ್ಯಗಳಿದ್ದರೂ ನಾಟಕಗಳಿಲ್ಲವೆಂಬುದಕ್ಕೆ ಉತ್ತರವಾಗಿ ಸೇನಬೋವ ಮಾದಿಮಯ್ಯನೆಂಬುವನು (೧೧೫೮) "ಕಾವ್ಯನಾಟಕಕಾರ"ನಾಗಿದ್ದನೆಂದು ಶಾಸನವೊಂದರಲ್ಲಿ ಉಲ್ಲೇಖವು ದೊರೆತಿದೆ.[13] ಆದರೆ ಇವನ ನಾಟಕಗಳು ಸಂಸ್ಕೃತದಲ್ಲಿದ್ದುವೋ ಕನ್ನಡದಲ್ಲಿದ್ದುವೋ ಎಂಬುದನ್ನು ತಿಳಿಯಲು ಬೇರೆ ಆಧಾರವಿಲ್ಲ. ದುರ್ಗಸಿಂಹನು ನೆನೆದ ಕನ್ನಮಯ್ಯನು ಬರೆದ

'ಮಾಳತೀಮಾಧವ' ಎಂಬುದು ಭವಭೂತಿಯ 'ಮಾಲತೀಮಾಧವ'ದ ನಾಟಕರೂಪ ಅನುವಾದವಾಗಿದ್ದರೆ ಇದು ಆದ್ಯನಾಟಕಗಳಲ್ಲಿ ಒಂದಾಗುತ್ತದೆ. ಇದು ನಾಟಕವೆಂದು ತಿಳಿಯಲು ಬೇರೆ ಆಧಾರಗಳಿಲ್ಲ. (೯) ಈ ಯುಗದಲ್ಲಿಯ ಬ್ರಾಹ್ಮಣ ಗ್ರಂಥಕಾರರು ಸಾಮಾನ್ಯವಾಗಿ ಲೌಕಿಕವಿಷಯವನ್ನು ಕುರಿತು ಶಾಸ್ತ್ರ ಇಲ್ಲವೆ ಕಾವ್ಯವನ್ನು—ಅದೂ ಹೆಚ್ಚಾಗಿ ಸಂಸ್ಕೃತದಿಂದ ಅನುವಾದಿಸಿ—ರಚಿಸಿದ್ದಾರೆ. ಇದಕ್ಕೆ ಅಪವಾದವಾಗಿ ನಾಗವರ್ಮಾಚಾರ್ಯರ 'ಚಂದ್ರಚೂಡಾಮಣಿಶತಕ'ವೊಂದೇ ಸ್ವತಂತ್ರವೂ ತಾತ್ವಿಕವೂ ಆಗಿದ್ದು, ಕನ್ನಡಸಾಹಿತ್ಯದಲ್ಲಿ ಮೊದಲನೆಯ ಶತಕವಾಗಿದೆ.[14] (೧೦) ಜ್ಯೋತಿಷ, ವೈದ್ಯಕ ಈ ಶಾಸ್ತ್ರಗಳಲ್ಲದೆ ಕಾವ್ಯಾಂಗಗಳಾದ ಛಂದಸ್ಸು, ವ್ಯಾಕರಣ, ಅಲಂಕಾರ, ವಸ್ತುಕೋಶ—ಇವಕ್ಕೆ ಸಂಬಂಧಿಸಿದ ಪ್ರಥಮ ಗ್ರಂಥಗಳು ಇದೇ ಯುಗದಲ್ಲಿ ಜೈನಗ್ರಂಥಕಾರರಿಂದಲೇ ರಚಿತವಾಗಿವೆ. (೧೧) ಈ ಯುಗದ ಅಂತ್ಯದಲ್ಲಿ ಅಂದರೆ ೧೧ನೆಯ ಶತಮಾನದ ಕೊನೆ ಮತ್ತು ೧೨ನೆಯ ಶತಮಾನದ ಮೊದಲಲ್ಲಿ ೧೨ನೆಯ ಶತಮಾನದ ಮಧ್ಯಕ್ಕೆ ಉದಯವಾಗಲಿರುವ ಬಸವಯುಗದ ನಸುಕಿನಂತೆ ವಚನಸಾಹಿತ್ಯವು ಇದ್ದಿರಬೇಕೆಂದು ತೋರುತ್ತದೆ.

## ಟಿಪ್ಪಣಿಗಳು

1. 'ಕವಿಚರಿತೆ', ಸಂ. ೧, ಪು. ೫೨–೫೪, ಸಂ. ೩, ಅವತರಣಿಕೆ, ಪು. ೫೪–೫೭.

2. ಎ. ವೆಂಕಟಸುಬ್ಬಯ್ಯ : 'ಕೆಲವು ಕನ್ನಡ ಕವಿಗಳ ಕಾಲಜೀವನವಿಚಾರ', ಪು. ೧೫೨–೧೮೧.

3. ಎ. ವೆಂಕಟಸುಬ್ಬಯ್ಯ : ನಾಗವರ್ಮನ ಕೃತಿಗಳು (ಪ್ರ.ಕ., ೧೫–೩).

4. ಗೋವಿಂದ ಪೈ : ನಾಗವರ್ಮರು ಎಷ್ಟು ಮಂದಿ ? (ಕ.ಸಾ.ಪ., ೨೦–೧, ೨).

5. ನಾ. ಶ್ರೀ. ರಾಜಪುರೋಹಿತ : ನಾಗವರ್ಮನ ಸ್ಥಳ, ಕಾಲ, ಮತಗಳ ನಿರ್ಣಯ ('ವಾಗ್ಭೂಷಣ', ೩–೧೦, ೧೧).

6. ಟಿ.ಎಸ್. ವೆಂಕಣ್ಣಯ್ಯ : 'ಕರ್ನಾಟಕ ಕಾದಂಬರಿ ಸಂಗ್ರಹ', ಪೀಠಿಕೆ, ೯–೧೯.

7. ಎ. ವೆಂಕಟರಾವ್ : 'ಅಭಿಧಾನವಸ್ತುಕೋಶ', ಮುನ್ನುಡಿ, ಪು. ೯–೧೬.

8. ಚೆನ್ನಕೇಶವಯ್ಯಂಗಾರ್ : ಹನ್ನೊಂದನೆಯ ಶತಮಾನದ ಕನ್ನಡ ಸಾಹಿತ್ಯ (ಕ.ಸಾ.ಪ., ೧೪–೩).

9. ೨ನೆಯ ನಾಗವರ್ಮನ ಕಾಲವಿಚಾರದಲ್ಲಿ ೧೦೪೨ ಎಂಬುದನ್ನು ಖಚಿತವೆಂದಿರುವವರು, ಮೊದಲು ನಿರ್ಧರಿಸಲಾದ ೧೨ನೆಯ ಶತಮಾನದ ಮಧ್ಯ ಎಂಬುದೇ ಸರಿ ಎಂದಿರುವವರು – ಇವರಿಬ್ಬರಿಂದಲೂ ಚರ್ಚೆ ಮುಂದರಿದಿದೆ. ಈ ಸಂದರ್ಭದಲ್ಲಿ ಗಮನಿಸಬೇಕಾದ ಕೆಲವು ಲೇಖನಗಳಿವು :

೧. ಭೀಮರಾವ್ ಚಿಟಗುಪ್ಪಿ : ಇಮ್ಮಡಿ ನಾಗವರ್ಮ ('ಸಮಗ್ರ ಕನ್ನಡ ಸಾಹಿತ್ಯ ಚರಿತ್ರೆ', ಸಂಪುಟ ೩, ಪು. ೫೪೭–೮).

೨. ಸಂಗಮೇಶ ಬಿರಾದಾರ : ಎರಡನೆಯ ನಾಗವರ್ಮನ ಕಾಲ ('ಸಾಧನೆ', ೪–೩, ಪು. ೭೯–೯೨).

೩. ಟಿ.ವಿ. ವೆಂಕಟಾಚಲಶಾಸ್ತ್ರೀ : ನಾಗವರ್ಮ (II) ('ಕನ್ನಡ ಸಾಹಿತ್ಯ ಚರಿತ್ರೆ', ಸಂಪುಟ ೩, ಪು. ೭೦೮–೭೧೨).

—ಇವುಗಳನ್ನು ಪರಿಶೀಲಿಸಿದಾಗ ಈ ನಾಗವರ್ಮನ 'ವರ್ಧಮಾನಪುರಾಣ'ದ ಪೂರ್ತಿಪಾಠ, ಇದರಲ್ಲಿ ಉಲ್ಲೇಖಿತ ಕೃತಿಗಳು, ಕೃತಿಕಾರರು, ಇದರ ಆಕರಗಳು, ಇದರ ಮೇಲಿನ ಪ್ರಭಾವಗಳು ಇದೆಲ್ಲವನ್ನು ಕಾಲನಿರ್ಣಯ ಮತ್ತು ಕೃತಿಮೌಲ್ಯಮಾಪನಕ್ಕಾಗಿ ಸರ್ವಂಕಷವಾದ ಅಧ್ಯಯನಕ್ಕೆ ಒಳಪಡಿಸುವುದು ಅವಶ್ಯವೆಂದು ನಮಗೆ ತೋರುತ್ತದೆ.

10. ರಾ. ಸ್ವಾ. ಪಂಚಮುಖಿ : ಅರಿಕೇಸರಿಯೂ ಪಂಪನ ಯುಗವೂ (ಕ.ಸಾ.ಪ., ೩೧–೨, ಪು. ೨೦).

11. K.K. Hindiqui : *Yaśastilaka and Indian Culture.*

12. ಬಿಲ್ಹಣ : 'ವಿಕ್ರಮಾಂಕಚರಿತೆ'.

13. 'ಕವಿಚರಿತೆ', ಸಂ. ೧, ಪು. ೯೯.

14. ಹರಿಹರನು ಕನ್ನಡ ಶತಕಸಾಹಿತ್ಯದ ಆದ್ಯಪ್ರವರ್ತಕನೆಂದೂ 'ಚಂದ್ರಚೂಡಾಮಣಿಶತಕ'ದ ಕರ್ತೃ ನಾಗವರ್ಮಾಚಾರ್ಯನಾಗಿರದೆ ಹರಿಹರನಿಂದ ಪ್ರಭಾವಿತನಾದ ಮತ್ತು ಆತನ ಕಿರಿಯ ಸಮಕಾಲೀನ

ಕವಿಯಾದ ಉದಯಾದಿತ್ಯನೆಂದೂ ಸಿ. ಮಹಾದೇವಪ್ಪನವರು ಅಭಿಪ್ರಾಯಪಟ್ಟಿದ್ದಾರೆ. (ಸಿ. ಮಹಾದೇವಪ್ಪ : ಕನ್ನಡ ಶತಕಸಾಹಿತ್ಯದ ಆದ್ಯಪ್ರವರ್ತಕರು, 'ಸಿದ್ಧಗಂಗಾಶ್ರೀ', ಪು. ೯೪೨–೯೬೧). ಈ ವಿಷಯದ ಬಗೆಗೆ ಬೇರೆ ದೃಷ್ಟಿಯ ವಿವೇಚನೆಗಾಗಿ ಕೆಳಗಿನವುಗಳನ್ನು ಓದಬಹುದು :

೧. ರಂ. ಶ್ರೀ. ಮುಗಳಿ : 'ಪ್ರಾಚೀನ ಕನ್ನಡ ಸಾಹಿತ್ಯರೂಪಗಳು', ಪು. ೯೨–೯೮.

೨. ಎ. ಶ್ರೀಪಾದ : ಈ ಕಾಲದ ಇತರ ಕವಿಗಳು ('ಸಮಗ್ರ ಕನ್ನಡ ಸಾಹಿತ್ಯ ಚರಿತ್ರೆ', ಸಂಪುಟ ೨, ಪು. ೨೯೧–೨೪).

# ಪ್ರಕರಣ ೧೦

# ರತ್ನತ್ರಯರು

ಪಂಪಯುಗದಲ್ಲಿಯ ಗ್ರಂಥಗಳು ಎಣಿಕೆಗೆ ಸ್ವಲ್ಪವಾದರೂ ಗುಣಗಣನೆಗೆ ಮೇಲಾಗಿವೆ. ಸಾಧಾರಣ ಗುಣವಿದ್ದಲ್ಲಿಯೂ ಒಂದು ಪ್ರೌಢ ಹಾಗೂ ಸ್ಥಿರವಾದ ಕಾವ್ಯಪರಂಪರೆಯ ಸಂಸ್ಕಾರವೂ ತೇಜಸ್ಸೂ ಹೊರಹೊಮ್ಮಿವೆ, ವೈವಿಧ್ಯವೂ ತಲೆದೋರಿದೆ. ಚಾರಿತ್ರಿಕವಾದ ಕ್ರಮದಿಂದ ಅವುಗಳ ಗುಣದೋಷವಿಮರ್ಶೆ ಈಗ ಪ್ರಸ್ತುತವಾದುದು. ಇದನ್ನು ಮಾಡುವಾಗ ವಿಸ್ತಾರಕ್ಕಿಂತ ಸಂಗ್ರಹದ ಕಡೆಗೆ ನಮ್ಮ ಗಮನವಿರುವುದೆಂಬುದನ್ನು ನೆನೆದಿರಬೇಕು.

## (೧) ಪಂಪ

'ಕವಿರಾಜಮಾರ್ಗ'ವು ಕನ್ನಡಕ್ಕೆ ಮೊದಲನೆಯ ಉಪಲಬ್ಧ ಲಕ್ಷಣಗ್ರಂಥವಾದರೆ ಪಂಪಕೃತಿಗಳು ಮೊದಲನೆಯದಾಗಿ ದೊರೆತ ಕಾವ್ಯಗ್ರಂಥಗಳು. ಅವಕ್ಕೆ ಹಿಂದೆ ಸಮೃದ್ಧವಾಗಿ ಕಾವ್ಯನಿರ್ಮಾಣವಾಗಿರಬೇಕು. 'ಮಹಾಧ್ವಕೃತಿ'ಗಳೂ ಹುಟ್ಟಿರಬಹುದು. ಅವು ನಮ್ಮ ಕಣ್ಣಮುಂದಿಲ್ಲದ ಕಾರಣ, ಪಂಪನೇ ಆದಿಮಹಾಕವಿಯೆಂದು ಬಿರುದು ಪಡೆದಿದ್ದಾನೆ. "ಪಂಪನ ಮಹಾಕಾವ್ಯಗಳು ಹುಟ್ಟಿದ ಮೇಲೆ ಹಿಂದಿನವರ ಕವನಗಳು ಜನರ ಆದರವನ್ನು ಕಳೆದುಕೊಂಡು ಅವರ ಸ್ಮೃತಿಪಥದಿಂದ ದೂರವಾದುವೆಂದು ಕಾಣುತ್ತದೆ" ಎಂದೂ, "ಸಂಸ್ಕೃತ ಸಾಹಿತ್ಯಕ್ಕೆ ವಾಲ್ಮೀಕಿಯು ಆದಿಕವಿ ಆದಂತೆ ಕನ್ನಡ ಸಾಹಿತ್ಯಕ್ಕೆ ಪಂಪನೇ ಆದಿಕವಿಯಾದನೆಂದೂ ಊಹಿಸಬಹುದಾಗಿದೆ" ಎಂದೂ ಅಭಿಪ್ರಾಯವು ವ್ಯಕ್ತವಾಗಿದೆ.[1] ಕಾಲಪ್ರವಾಹದಲ್ಲಿ ಯಾವುದೋ ತಿಳಿಯದ ಕಾರಣದಿಂದ ಒಳ್ಳೆಯ ಹಾಗೂ ಶ್ರೇಷ್ಠ ಗ್ರಂಥಗಳು ಸಹ ಕೊಚ್ಚಿಹೋಗಬಹುದು. ಬೇರೆ ಶ್ರೇಷ್ಠ ಕೃತಿಗಳ ಪ್ರಭಾವದ ಮೂಲಕವೇ ಹೀಗೆ ಆಯಿತೆಂದು ಹೇಳುವುದು ಯುಕ್ತವಲ್ಲ. ವಾಲ್ಮೀಕಿ ವೈದಿಕವಾಙ್ಮಯದ ತರುವಾಯದ ಸಂಸ್ಕೃತ ಸಾಹಿತ್ಯಕ್ಕೆ ಇತಿಹಾಸ ಕಾವ್ಯವನ್ನು ಒದಗಿಸಿದ ಆದಿಕವಿಯೇ ಹೊರತು ಸಂಸ್ಕೃತಕ್ಕೇ ಆದಿಕವಿಯಲ್ಲ. 'ಕವಿರಾಜಮಾರ್ಗ'ದ ತರುವಾಯದ ಕಾಲದಲ್ಲಿ ಕನ್ನಡ ಸಾಹಿತ್ಯಕ್ಕೆ ಹಿರಿದಾದ ಇತಿಹಾಸಕಾವ್ಯವನ್ನು ರಚಿಸಿ ಪಂಪನು ಆದಿಕವಿ ಆದನು. ಕನ್ನಡ ಸಾಹಿತ್ಯಕ್ಕೇ ಅವನು ಆದಿಕವಿಯೆನ್ನಲು ಬರುವಂತಿಲ್ಲ. ಆದಿಮಹಾಕವಿಯೆಂದು ನಮಗೆ ದೊರೆತ ಪ್ರಮಾಣಗಳ ಪರಿಮಿತಿಯಲ್ಲಿ ಹೇಳಲು ಅಭ್ಯಂತರವಿಲ್ಲ. ತಾನಾಗಿ ಹೇಳಿದ ತನ್ನ ಚರಿತ್ರೆಯಿಂದ ಪಂಪನು ತೋರಿಕೆಯ ವಿರೋಧಗಳನ್ನು ತನ್ನಲ್ಲಿ ಹೊಂದಿಕೆಗೊಳಿಸಿದ ಸಮನ್ವಯಶೀಲನೂ ಸವ್ಯಸಾಚಿಯೂ ಆದ ವ್ಯಕ್ತಿಯಾಗಿದ್ದನೆಂದು ತಿಳಿಯುತ್ತದೆ. ಅವನು ಕವಿಯಾಗಿದ್ದಂತೆ ಕಲಿಯೂ ಆಗಿದ್ದನು. 'ಕವಿತೆ ನೆಗೞ್ತೆಯಂ ನಿಱಿಸೆ ಜೋಳದ ಪಾೞಿ ನಿಜಾಧಿನಾಥನಾಹವದೊಳರಾತಿನಾಯಕರ ಪಟ್ಟನೆ ಪಾಱಿಸೆ.... ಎಂ ಕಲಿಯೋ ಸತ್ಕವಿಯೋ ಕವಿತಾಗುಣಾರ್ಣವಂ" (ಪಂಭಾ. ೧೪-೫೦) ಎಂದು ತನ್ನನ್ನು ಹೊಗಳಿಕೊಂಡಿದ್ದಾನೆ. ಲಕ್ಷ್ಮಿ ಸರಸ್ವತಿಯರಿಬ್ಬರೂ ಅವನಿಗೆ ಒಲಿದಿದ್ದರು. ಮತದಿಂದ ಅವನು ಜೈನನಾದರೂ ಮನೆತನದ ಪರಂಪರೆಯಿಂದ ವೈದಿಕನಾಗಿದ್ದನು. ಮನೆತನವೆಲ್ಲ ಯಜ್ಞಯಾಗಗಳನ್ನು ಮಾಡಿದ ವೈದಿಕ ಬ್ರಾಹ್ಮಣರದು. ಮಾಧವ ಸೋಮಯಾಜಿ, ಅಭಿಮಾನಚಂದ್ರ, ಕೊಮರಯ್ಯ, ಭೀಮಪಯ್ಯ ಎಂಬ ಅನುಕ್ರಮಣಿಕೆಯಲ್ಲಿ ಈ ಮನೆತನದ ಪೂರ್ವಿಕರನ್ನು ಹೆಸರಿಸಿದೆ. ಇವರಲ್ಲಿ ಭೀಮಪಯ್ಯನೇ ಪಂಪನ ತಂದೆ. ತಪ್ಪು ಕಾವ್ಯಪಾಠ ಕಾರಣವಾಗಿ ಈತನ ಹೆಸರು ಈ ಹಿಂದೆ ಅಭಿರಾಮದೇವರಾಯ ಎಂದು ಉಕ್ತವಾಗಿತ್ತು. ಈಚೆಗೆ ದೊರೆತ ಆಂಧ್ರಪ್ರದೇಶದ ಕರೀಂನಗರ ಜಿಲ್ಲೆಗೆ ಸೇರಿದ ಕುರ್ಕ್ಯಾಲ

ಶಾಸನದಲ್ಲಿ (ಕೆಲವರು ಇದನ್ನು ಗಂಗಾಧರಂ ಶಾಸನ ಎಂದೂ ಉಲ್ಲೇಖಿಸುತ್ತಾರೆ) ಪಂಪನ ತಂದೆಯ ಹೆಸರು ಭೀಮಪಯ್ಯ ಎಂದೇ ಉಕ್ತವಾಗಿದೆ. ಇದರೊಂದಿಗೇ ಪಂಪನಿಗೆ ಸಂಬಂಧಿಸಿ ದಂತೆ ಈ ಇತರ ಕೆಲವು ಸಂಗತಿಗಳೂ ಪ್ರಸ್ತಾಪಗೊಂಡಿವೆ. ಪಂಪನ ತಾಯಿ ಕನ್ನಡನಾಡಿನವಳು. ಆಕೆ ಧಾರವಾಡದ ಬೆಳ್ವೊಲದ ಅಣ್ಣಿಗೇರಿಯ ಜೋಯಿಸ ಸಿಂಘನ ಮೊಮ್ಮಗಳಾದ ಅಬ್ಬಣಬ್ಬೆ. ಆಕೆಗೆ ಪಂಪನಲ್ಲದೆ ಜಿನವಲ್ಲಭ ಎಂಬ ಮತ್ತೊಬ್ಬ ಮಗನಿದ್ದ. ಆತ ಪಂಪನ ತಮ್ಮ. ಆತನೇ ಈ ಕುರ್ಕ್ಯಾಲ ಶಾಸನದ ನಿರ್ಮಾಣಕ್ಕೆ ಕಾರಣ. 'ವಿಕ್ರಮಾರ್ಜುನವಿಜಯ' ಬರೆದುದಕ್ಕೆ ಅರಿಕೇಸರಿ ಪಂಪನಿಗೆ ಧರ್ಮಪುರ ಎಂಬ ಅಗ್ರಹಾರವನ್ನು ಆದೇಯವೆಂದು ದಾನವಿತ್ತ ಎಂದು ಈ ಶಾಸನದಲ್ಲಿ ಹೇಳಿದೆ. ಜಿನವಲ್ಲಭ ಮಾಡಿದ ಅನೇಕ ಜನಹಿತಕಾರ್ಯಗಳಲ್ಲಿ ಒಂದಾದ ಕವಿತಾಗುಣಾರ್ಣವ ಎಂಬ ಕೆರೆಯ ಕಟ್ಟುವಿಕೆ ತನ್ನಣ್ಣನ ನೆನಪಿನ ಸ್ಮಾರಕ ಎನ್ನಬಹುದು. ಪಂಪನ ತಂದೆ ಭೀಮಪಯ್ಯ ಮೊಟ್ಟಮೊದಲು ಬ್ರಾಹ್ಮಣ ಜಾತಿಯನ್ನು ಬಿಡದೆ ಜೈನಧರ್ಮವನ್ನು ಸ್ವೀಕರಿಸಿದನು. ಪಂಪನಲ್ಲಿಯೂ ವೈದಿಕ–ಜೈನ ಈ ಎರಡೂ ಪರಂಪರೆಗಳಲ್ಲಿಯ ಉತ್ತಮ ಸಂಸ್ಕಾರಗಳು ನೆಲೆಗೊಂಡುವು. ಜೊತೆಗೆ ಜೈನಧರ್ಮವೇ ಉತ್ತಮವೆಂಬ ಮನವರಿಕೆಯೂ ದೃಢವಾಯಿತು. "ಧರ್ಮಾಂತರ ಹೊಂದಿದರೂ ಧರ್ಮಾಂಧತೆ ಇಲ್ಲಿ ಕವಿಯಲಿಲ್ಲ. ಪಂಪನ ಮನಸ್ಸು ಎರಡೂ ಸಂಸ್ಕೃತಿಗಳ ಸಾರವನ್ನೂ ಒಳಕೊಂಡು ಪುಷ್ಟಿಹೊಂದಿತು, ಉದಾರ ವಾಯಿತು."[2] ಅವನ ಹುಟ್ಟೂರು ವೆಂಗಿಮಂಡಲದ ವೆಂಗಿಪಟು ಎಂಬ ಅಗ್ರಹಾರ. ಅವನಿಗೆ ಆಶ್ರಯಕೊಟ್ಟ ಚಾಲುಕ್ಯದೊರೆ ೨ನೆಯ ಅರಿಕೇಸರಿಯ ರಾಜಧಾನಿ ವೆಂಗಿಮಂಡಲದ ಪಶ್ಚಿಮದ ಕಡೆ ಇದ್ದ ಲೆಂಬುಳಪಾಟಕ (ಈಗಿನ ವೇಮುಲವಾಡ). ಆದರೆ ಅವನ ನೆನವೆಲ್ಲ ಬನವಾಸಿ ದೇಶದಲ್ಲಿ. "ಆರಂಕುಸಮಿಟ್ಟೊಡಂ ನೆನವುದೆನ್ನ ಮನಂ ಬನವಾಸಿದೇಶಮಂ" ಎಂಬಲ್ಲಿ ಅರ್ಜುನನ ಮೂಲಕ ಪಂಪನೇ ಆಡಿದಂತೆ ತೋರುತ್ತದೆ. ಅವನು ತನ್ನ ಗ್ರಂಥಗಳನ್ನು ಬರೆದದ್ದು ಪುಲಿಗೆರೆಯ ತಿರುಳ್ಗನ್ನಡದಲ್ಲಿ. "ಪಂಪನು ಎಲ್ಲಿಯೇ ಹುಟ್ಟಿ ಬೆಳೆದಿರಲಿ, ಬನವಾಸಿಯ ಮಲೆನಾಡಿನಲ್ಲಿ ಅವನ ಜೀವಮಾನದ ಸಾರವತ್ತಾದ ಭಾಗ ಕಳೆದಿರಬೇಕು"[3] ಎಂಬ ಮಾತು ಸರಿಯಾಗಿದೆ. ಜೊತೆಗೆ, ಅವನು ಪುಲಿಗೆರೆಯ ಬಯಲುಸೀಮೆಯಲ್ಲಿಯೂ ಜನಜೀವನ, ಜನಭಾಷೆಗಳೊಡನೆ ಒಂದಾಗಿ ಬಾಳಿರಬೇಕು ಎಂಬುದನ್ನು ಸೇರಿಸಬೇಕು. ಪಂಪನ ತಾಯಿ ಕನ್ನಡ ನಾಡಿನವಳಾಗಿದ್ದು ಅವಳ ತವರೂರು ಅಣ್ಣಿಗೇರಿಯೆಂಬುದು ಈಗ ಸ್ಪಷ್ಟವಾಗಿದೆ. ಪಂಪನು ತನ್ನ ಬಾಲ್ಯವನ್ನು ತಾಯಿಯ ತವರೂರಾದ ಅಣ್ಣಿಗೆರೆಯಲ್ಲಿ ಕಳೆದಿರಬೇಕು ಮತ್ತು ಆಗಾಗ ಈ ಭಾಗದಲ್ಲಿ ಸಂಚರಿಸುತ್ತಿದ್ದ ಪುಲಿಗೆರೆಯ ತಿರುಳ್ಗನ್ನಡವನ್ನು ತನ್ನದಾಗಿ ಮಾಡಿ ಕೊಂಡಿರಬೇಕು.

ಪಂಪನು ತನ್ನೆರಡು ಕೃತಿಗಳಾದ 'ಆದಿಪುರಾಣ' ಮತ್ತು 'ವಿಕ್ರಮಾರ್ಜುನವಿಜಯ' (ಅಂದರೆ ಪಂಪಭಾರತ) ಇವುಗಳಲ್ಲಿ ಕ್ರಮವಾಗಿ ಆಗಮಿಕ ಅಂದರೆ ಧಾರ್ಮಿಕ ಮತ್ತು ಲೌಕಿಕ ಎಂಬ ಎರಡು ಪ್ರಕಾರಗಳನ್ನು ಉದ್ದೇಶಪೂರ್ವಕವಾಗಿ ಅನುಸರಿಸಿದನು. "ಬೆಳಗುವೆನಿಲ್ಲಿ ಲೌಕಿಕಮನಲ್ಲಿ ಜಿನಾಗಮಮಂ" (ಪಂ.ಭಾ. ೧೪-೬೦) ಎಂದು ಅವನೇ ಹೇಳಿದ್ದಾನೆ. ಎರಡನ್ನೂ ಪ್ರೌಢಚಂಪೂ ಗ್ರಂಥಗಳಾಗಿ ರಚಿಸಿದನು. ಅವುಗಳ ಕಥಾನಕಕ್ಕೆ ಹಿಂದಿನ ಆಕರಗಳನ್ನು ಉಪಯೋಗಿಸಿ ಕೊಂಡನು. ಹೀಗೆ ಪೂರ್ವಸಾಮಗ್ರಿಯನ್ನು ಬಳಸಿಯೂ ಅಭಿವ್ಯಕ್ತಿಯಲ್ಲಿ ಅಪೂರ್ವವಾದ ಕಾವ್ಯ ಗಳನ್ನು ನಿರ್ಮಾಣಮಾಡಿದನು. ಅವನ ಉಜ್ವಲ ಪ್ರತಿಭೆಪಾಂಡಿತ್ಯಗಳೊಡನೆ ಸಮಗ್ರವಾದ ಜೀವನಾನುಭವ, ವಿಶಾಲದೃಷ್ಟಿ, ಸಮನ್ವಯಬುದ್ಧಿ ಇವು ಬೆರೆತುಕೊಂಡು ಕನ್ನಡ ಮಾರ್ಗಕಾವ್ಯಕ್ಕೆ ಉನ್ನತ ಶಿಖರಗಳಾದ ಎರಡು ಕೃತಿಗಳನ್ನು ನೀಡಿದುವು. ಅವುಗಳ ಎತ್ತರವು ರಸಿಕರ ಬೆರಗನ್ನು ಬರಮಾಡಿಕೊಂಡಿತು. ಮುಂದಿನ ಕವಿಗಳಿಗೆ ಅವು ಮೇಲ್ಪಂಕ್ತಿಯಾಗಿ ಅವರ ಸಾಹಸವನ್ನು

ಕೆರಳಿಸಿದುವು. "ಆನೆ ನಡೆದುದೆ ಬೀದಿಯಲ್ಲವೆ" ಎಂಬ ಪಂಪನ ಮಾರ್ಗವೊಂದು ಪಂಪನ ಯುಗದಲ್ಲಿ ರೂಢವಾಯಿತು.

## ಆದಿಪುರಾಣ

'ಆದಿಪುರಾಣ'ವು ಪಂಪನ ಆದಿಕೃತಿ ; ಸು. ೪೦ರ ವಯಸ್ಸಿನಲ್ಲಿಯೇ ಅವನು ಪಡೆದ ವಿದ್ವತ್ತೆ–ವಿವೇಕಗಳ ಪ್ರತೀಕವಾದ ಕೃತಿ. ಈ ಗ್ರಂಥದ ಪೀಠಿಕಾಭಾಗದಲ್ಲಿ (೧-೩೫) ತನ್ನ ಆಕರಗಳನ್ನು ಹೇಳಿದ್ದಾನೆ. ಅದರಲ್ಲಿ ಮುಖ್ಯವಾದುದು ಜಿನಸೇನಾಚಾರ್ಯನ ಸಂಸ್ಕೃತ 'ಪೂರ್ವಪುರಾಣ', ಅಲ್ಲಿಯ ಮೊದಲನೆಯ ತೀರ್ಥಂಕರನ ವಿಸ್ತಾರವಾದ ಚರಿತ್ರೆ ಇಲ್ಲಿಯ ವಿಷಯವಾಗಿದೆ. ಮತನಿಷ್ಠೆಯಿಂದ ತನ್ನ ಕೈಗಳನ್ನು ತಾನೇ ಕಟ್ಟಿಕೊಂಡು ಪಂಪನು ಆಕರವನ್ನು ಯಥಾವತ್ತಾಗಿ ಅನುಕರಿಸಿದ್ದಾನೆ. ಕಥಾವಸ್ತು, ಕಥನಕ್ರಮ, ಭಾವಸಂಪತ್ತಿ, ಮತೀಯ ತತ್ತ್ವಬೋಧೆ ಈ ಎಲ್ಲದರಲ್ಲಿಯೂ 'ಆದಿಪುರಾಣ'ವು 'ಪೂರ್ವಪುರಾಣ'ಕ್ಕೆ ಋಣಿಯಾಗಿದೆ. ಇಷ್ಟು ಪರತಂತ್ರವಾದರೂ ಗ್ರಥನಕೌಶಲ್ಯದಿಂದ ಒಟ್ಟಿನಲ್ಲಿ ಅದು ಸ್ವತಂತ್ರ ಕಳೆಯನ್ನು ಪಡೆದಿರುತ್ತದೆ. ಎರಡೂ ಜೈನಪುರಾಣಗಳು, ಎರಡರಲ್ಲಿಯೂ ಕಾವ್ಯಸತ್ವವಿದೆ. ಆದರೆ 'ಪೂರ್ವಪುರಾಣ'ದಲ್ಲಿ ಕಾವ್ಯಕ್ಕಿಂತ ಪುರಾಣದೃಷ್ಟಿ ಹೆಚ್ಚಾಗಿದೆ ; 'ಆದಿಪುರಾಣ'ದಲ್ಲಿ ಪುರಾಣಕ್ಕಿಂತ ಕಾವ್ಯದೃಷ್ಟಿ ಹೆಚ್ಚಾಗಿ ಫಲಿಸಿದೆ. ಒಂದು ಸರಳವಾದ ಪದ್ಯಕಾವ್ಯ, ಇನ್ನೊಂದು ಪ್ರೌಢವಾದ ಚಂಪೂಕಾವ್ಯ. ಒಂದರಲ್ಲಿಯ ಅತಿವಿಸ್ತಾರ ಇನ್ನೊಂದರಲ್ಲಿ ಮಾಯವಾಗಿದೆ. ಸಂಗ್ರಹದೃಷ್ಟಿ ಬಹುಮಟ್ಟಿಗೆ ಕಂಡುಬಂದಿದೆ. 'ಆದಿಪುರಾಣ'ದಲ್ಲಿ ಅನೇಕ ಭವ ಇಲ್ಲವೆ ಜನ್ಮಗಳ ಮೂಸೆಯಲ್ಲಿ ಅನುಭವ ಕುದಿಗೊಂಡು ಭೋಗದಿಂದ ತ್ಯಾಗಕ್ಕೆ ತೆರಳಿ, ಕೊನೆಯ ಜನ್ಮದಲ್ಲಿ ವೈರಾಗ್ಯ ಪರಿಣತಿಯಿಂದ ತಪೋನಿರತನಾಗಿ ಮುಕ್ತಿಯನ್ನೂ ಕೇವಲಜ್ಞಾನವನ್ನೂ ಪಡೆದು ಮೊದಲನೆಯ ತೀರ್ಥಂಕರ ಆದಿದೇವನಾದ ಮನುಜನ ಜನ್ಮಯಾತ್ರೆಯ, ಪರಮಸಿದ್ಧಿಯ ಕಥೆಯಿದೆ. ಇದರ ಭವ್ಯತೆಯನ್ನೂ ಸಮ್ಯಕ್ತ್ವವನ್ನೂ ಅರಿತು ಆತ್ಮೀಕರಿಸಿಕೊಂಡು ಕಾಲತ್ರಯವನ್ನು ನಿಲುಕುವ ಕಲ್ಪನೆಯ ಕುಂಚದಿಂದ ಪಂಪನು ಇದನ್ನು ಚಿತ್ರಿಸಿದ್ದಾನೆ. ಇಲ್ಲಿಯೇ ಅವನ ಗುಣ ವಿಶೇಷವಿದೆ.

"ನೆಗಟ್ದಾದಿಪುರಾಣದೊಳಱಿವುದು ಕಾವ್ಯಧರ್ಮಮಂ ಧರ್ಮಮುಮಂ' (ಆ.ಪು., ೧-೩೮) ಎಂದು ಪಂಪನು ಮಾಡಿದ ಘೋಷಣೆ ಬಹುಮಟ್ಟಿಗೆ ಸಾರ್ಥಕವಾಗಿದೆ. ಸನ್ನಿವೇಶರಚನೆ, ಪಾತ್ರನಿರೂಪಣೆ, ಮತವಿವರಣೆಗಳಲ್ಲಿ ಕಾವ್ಯಧರ್ಮ ಮತ್ತು ಧರ್ಮಗಳ ಸಮನ್ವಯವನ್ನು ಸಾಧಿಸಲಾಗಿದೆ. ಆದರೂ ಹದಿನಾರಾಣೆಯ ಯಶಸ್ಸು ದೊರೆತಿಲ್ಲ. ಪ್ರೌಢಕಾವ್ಯರಚನೆಯ ಪ್ರಥಮಾವೇಶದಲ್ಲಿ ಸಂಸ್ಕೃತಪಾಂಡಿತ್ಯದ ಪ್ರದರ್ಶನ, ನೀರಸವಾದ ವಿವರಣೆಗಳು ತಲೆದೋರಿವೆ. ಇದಕ್ಕೆ ಮಹಾಬಲ ರಾಜನ ಓಲಗದಲ್ಲಿ ನಡೆದ ತಾತ್ವಿಕ ವಿವಾದವು ಒಂದು ಒಳ್ಳೆಯ ನಿದರ್ಶನ. ಮೂಲದಲ್ಲಿಯ ಈ ಭಾಗವನ್ನು ಸಂಗ್ರಹಿಸುವಲ್ಲಿ ಕವಿಯ ರಸದೃಷ್ಟಿ ಫಲಿಸಿದಂತೆ ವಿದ್ವತ್ತೆಯೂ ಮೆರೆದಿದೆ. ಚಾರ್ವಾಕ ದರ್ಶನದ ಸಾರವು "ಬಾೞ್ವಿನಮಿಂದ್ರಿಯವರ್ಗದಿಚ್ಚೆಯಂ ಸಲಿಸಿ ಬಸಂತದೊಳ್ ಕಳಿಕೆಗರ್ಚಿದ ಕೋಗಿಲೆಯಂತೆ ಬಿಚ್ಚತಂ ನಲಿವುದು" (೨-೯) ಎಂಬಲ್ಲಿ ಸೊಗಸಾಗಿ ಬಂದಿದೆ. ಆದರೆ ಮುಂದಿನ ವಚನದಲ್ಲಿ ಬಂದಿರುವ ವಿಜ್ಞಾನವಾದ–ನಿರೂಪಣೆ ಅತಿವಿದ್ವತ್ತೆಯಿಂದ ಕೂಡಿದೆ. ಒಂದೊಂದು ತನ್ನ ಹಿಂದಿನ ಭವಗಳಲ್ಲಿ ಭೋಗದ ತರತಮ ಸೋಪಾನಗಳನ್ನೇರುತ್ತ ಪ್ರೇಮದರ್ಶನದಲ್ಲಿ ಮುಂದುವರಿಯುತ್ತ ನಡೆದಿರುವ ಪುರುದೇವನ ಚರಿತ್ರೆಯಲ್ಲಿ ಅಲ್ಲಲ್ಲಿ ಚೆಲುವಾದ ರಸಸ್ಥಾನಗಳಿರುತ್ತವೆ. ಎಲ್ಲಕ್ಕಿಂತ ಹೆಚ್ಚು ರಮ್ಯವಾದುದು ಕೊನೆಯ ಜನ್ಮದಲ್ಲಿ ಸುಖದ ತುತ್ತತುದಿಯಲ್ಲಿರುವಾಗ ಅವನು ವೈರಾಗ್ಯಹೊಂದಿದ ಸನ್ನಿವೇಶ. ಅದೇ ನೀಲಾಂಜನೆಯ ನೃತ್ಯಸಂದರ್ಭ. ಇಲ್ಲಿ ಕಾವ್ಯಧರ್ಮ ಮತ್ತು ಧರ್ಮಗಳು ಪಡೆದ ಸಮನ್ವಯವು ಸಂಪೂರ್ಣವಾಗಿದೆ. ಆ ಅಮರನರ್ತಕಿಯ ರೂಪುಬೆಡಗುಗಳ

ಮತ್ತು ಕುಣಿತದ ವರ್ಣನೆಯಲ್ಲಿ ಪಂಪನ ಕಲ್ಪನಾಶಕ್ತಿ ಕಾರಂಜಿಯಂತೆ ಪದ್ಯಪದ್ಯದಲ್ಲಿ ಪುಟಿದಿದೆ. ಭೋಗದ ಅತಿಶಯವು ವೈರಾಗ್ಯದ ಅತಿಶಯಕ್ಕೆ ಕಾರಣವಾಯಿತು ಎಂಬುದನ್ನು ಈ ಸನ್ನಿವೇಶ ಸೂಚಿಸುತ್ತದೆ.

ಕೋಟಿತೆಱದಿಂದಮೆಸೆವೀ
ನಾಟಕಮಂ ತೋಱಿ ಮಾಣ್ದಳಿಲ್ಲಳ್ ಬಗೆಯೊಳ್ ।
ನಾಟುವಿನಮಮರಿ ಸಂಸೃತಿ
ನಾಟಕಮುಮನೆನಗೆ ನೆಱೆಯೆ ತೋಱಿದಳೀಗಳ್ ॥ (೯-೪೫)

ಈ ಭಾಗವು ಅರ್ಥಪೂರ್ಣವಾಗಿದೆ. 'ಪೂರ್ವಪುರಾಣ'ದಲ್ಲಿಯ ಈ ಸಂದರ್ಭವನ್ನು 'ಆದಿ ಪುರಾಣ'ದ ರಸಸೃಷ್ಟಿಯೊಡನೆ ಹೋಲಿಸಿ ನೋಡಿದರೆ ಪಂಪನ ಅಪೂರ್ವ ಪ್ರತಿಭೆಯನ್ನು ಮನಗಾಣ ಬಹುದು.[4] ಒಂದರಲ್ಲಿ ಪ್ರಾಚೀನ ಪುರಾಣದ ಸಾಂಪ್ರದಾಯಿಕ ಬೋಧನೆಯಿದ್ದರೆ ಇನ್ನೊಂದರಲ್ಲಿ ಮಾರ್ಗಕಾವ್ಯದ ರಸಪೂರ್ತಿಯಿದೆ. 'ಆದಿಪುರಾಣ'ದ ಕಥಾವಸ್ತುವಿಗೆ ಅನುಗುಣವಾಗಿ ಪಾತ್ರರಚನೆ ವ್ಯಾಪಕವಾಗಿದೆ. ಆದಿನಾಥನ ವಿಷಯದಲ್ಲಿ ಅದು ರೂಢವಾದ ಅರ್ಥದಲ್ಲಿ ಪಾತ್ರರಚನೆಯೇ ಅಲ್ಲವೆನ್ನಬಹುದು. ಜನ್ಮದಿಂದ ಜನ್ಮಕ್ಕೆ ಬೆಳೆಯುತ್ತಬಂದ ಜೀವನದ ಜನ್ಮಯಾತ್ರೆಯದು, ಮಾನವನು ಆತ್ಮವಿಕಾಸದಿಂದ ದೇವನಾದ ಕಥೆಯದು. ಈ ಆದರ್ಶಸಿದ್ಧಿ ಗೃಹೀತವಾದದ್ದಾದರೂ ಸಾಂಪ್ರದಾಯಿಕ ರೀತಿಯಲ್ಲಿಯೂ ಸಾಂಕೇತಿಕವಾದ, ಸಾರ್ವತ್ರಿಕವಾದ ಒಂದು ಬಗೆಯ ಕ್ರಮವಿದೆ, ಸಾಧನೆಯಿದೆ, ವಿಕಾಸವಿದೆ. ಒಂದೊಂದು ಜನ್ಮದ ಚರಿತ್ರೆಯನ್ನು ಮಾತ್ರ ನೋಡಿದರೆ ಸಹ ಲಲಿತಾಂಗ–ಸ್ವಯಂಪ್ರಭೆಯರ ಅತೃಪ್ತಭೋಗ, ಪ್ರಣಯವಿರಹಗಳು, ವಜ್ರಜಂಘ-ಶ್ರೀಮತಿಯರ ಭೋಗತೃಪ್ತಿ, ಸಹಮರಣಗಳು ಉತ್ಕಟ ರಸಚಿತ್ರಗಳಾಗಿ ಬಂದಿವೆ. ಇಲ್ಲಿಯ ಮಾನವತೆ ಬರಲಿರುವ ಆದಿನಾಥನ ದಿವ್ಯತೆಗೆ, ಸಮ್ಯಕ್ತ್ವಸಿದ್ಧಿಗೆ ಸುಂದರವಾದ ಹಿನ್ನೆಲೆಯನ್ನು ಒದಗಿಸಿರುತ್ತದೆ. ಜೈನಶಾಸ್ತ್ರ, ಪುರಾಣ, ಸಂಪ್ರದಾಯ ಇವುಗಳ ಜಾಲದಲ್ಲಿ ಸಿಕ್ಕಿದ್ದರೂ ಪಂಪನು ಅವುಗಳಿಗೆ ಒಟ್ಟಿನಲ್ಲಿ ಪರಾಧೀನ ನಾಗದೆ ಕಲಾವಿದನ ರೀತಿಯಲ್ಲಿ ಅವನ್ನು ಬಳಸಿಕೊಂಡಿದ್ದಾನೆ. ತೀರ್ಥಂಕರನಾಗತಕ್ಕ ಪುರುದೇವನ ಪಂಚಕಲ್ಯಾಣ ಇಲ್ಲವೆ ಜೀವನದ ಐದು ಘಟ್ಟಗಳನ್ನು ಅವನು ನಿರೂಪಿಸಿದ್ದರಲ್ಲಿ ಶುಷ್ಕಶಾಸ್ತ್ರವಿಲ್ಲ, ಶಾಸ್ತ್ರವನ್ನು ಒಳಗೊಂಡು ಅದನ್ನು ಮೀರಿದ ಕಲಾಮಹಿಮೆಯಿದೆ. ಪರಿನಿಷ್ಕ್ರಮಣಕಲ್ಯಾಣ ಸಂದರ್ಭವು ಇದಕ್ಕೆ ಉತ್ತಮ ನಿದರ್ಶನ.

'ಆದಿಪುರಾಣ'ದ ಇತರ ಪಾತ್ರಗಳಲ್ಲಿ ಆದಿನಾಥನ ಮಕ್ಕಳಾದ ಭರತಚಕ್ರವರ್ತಿ ಮತ್ತು ಬಾಹುಬಲಿ ಇವರನ್ನು ನೆನೆಯುವುದು ಅವಶ್ಯ. ಈ ಕಾವ್ಯದ ಉತ್ತರಭಾಗದ ಒಂದು ಆಶ್ವಾಸ ದಲ್ಲಿ ಮಾತ್ರ ಈ ಚಿತ್ರಣವು ಬಂದಿದ್ದರೂ ಅದರ ಮಹತ್ವವು ಹೆಚ್ಚಿನದಾಗಿದೆ. ಆಧ್ಯಾತ್ಮಿಕ ಸಿದ್ಧಿಸಾಧನೆಗಳ ಒಂದು ಮುಖವು ಆದಿನಾಥನ ಚರಿತ್ರೆಯಲ್ಲಿ ತೋರಿದ್ದರೆ ಇನ್ನೊಂದು ಮುಖವು ಅವನ ಮಕ್ಕಳಾದ ಭರತಬಾಹುಬಲಿಗಳ ಚರಿತ್ರೆಯಲ್ಲಿ ತೋರಿ ಕಥೆಗೆ ಸಮಗ್ರತೆ ಉಂಟಾಗಿದೆ. "ಆದಿನಾಥನ ಜನ್ಮಾವಳಿಯ ಕಥೆಗಳಲ್ಲಿ ಭೋಗದ ನಿರಾಸವನ್ನು ನೋಡಿದೆವು ; ಇನ್ನು ವಿಭವದ ನಿಷ್ಫಲತೆಯನ್ನು ಅವನ ಹಿರಿಯ ಮಗನೂ ಪ್ರಥಮ ಚಕ್ರವರ್ತಿಯೂ ಆದ ಭರತನ ವೃತ್ತಾಂತದಲ್ಲಿ ನೋಡಬೇಕಾಗಿದೆ.[5] ತುಸು ಬೇರೆಯಾಗಿ ಹೇಳುವುದಾದರೆ, ಆದಿನಾಥನ ಕಥೆಯಲ್ಲಿ ಕಾಮತ್ಯಾಗ, ಭರತನ ಕಥೆಯಲ್ಲಿ ಅಹಂಕಾರತ್ಯಾಗ ಇವು ಸಮ್ಯಕ್ತ್ವಸಿದ್ಧಿಗೆ ಪೂರ್ವಭಾವಿ ಗಳೆಂದು ತೋರಿಸಲಾಗಿದೆ. ದಿಗ್ವಿಜಯಕ್ಕೆ ಹೊರಟ ಭರತಚಕ್ರಿ ಹೋದಹೋದಲ್ಲಿ ಗೆಲುವು ಹೊಂದಿ ಉಬ್ಬಿಹೋಗುತ್ತಾನೆ. ತನ್ನ ಗೆಲುವಿನ ಶಾಸನವನ್ನು ವೃಷಭಾಚಲದಲ್ಲಿ ಬರೆಯಿಸಬೇಕೆ ನ್ನಲು ಅಲ್ಲಿ ತನ್ನ ಹಿಂದಿನ ಅನೇಕ ಚಕ್ರಿಗಳು ಬರೆಸಿದ ಆತ್ಮಪ್ರಶಂಸೆಯನ್ನು ನೋಡಿದನು.

"ಅಂತವನೊಯ್ಯನೆ ನೋಡಿ ನೋಡಿ ಸೋರ್ದುದು ಕೊಳಗೊಂಡ ಗರ್ವರಸಂ" (ಆ.ಪು. ೧೩-೭೧). ಅದು ಅವನ ಅಹಂಕಾರಕ್ಕೆ ಮೊದಲನೆಯ ಆಘಾತ. ಆಮೇಲೆ ಊರಿಗೆ ಮರಳಿ ಬಂದಾಗ ರಾಜಧಾನಿಯ ಬಾಗಿಲಲ್ಲಿ ಅವನ ಚಕ್ರರತ್ನವು ನಿಂತು ಅವನ ತಮ್ಮಂದಿರೇ ಅವನು ಅಧಿರಾಜನೆಂದು ಒಪ್ಪಿಕೊಳ್ಳುವುದಿಲ್ಲವೆಂದು ಸೂಚಿಸಿತು. "ಅಣ್ಣ, ಹಿರಿಯನೆಂದು ಮನ್ನಿಸಬಹುದು, ಅವನಿಗೆ ಆಳೆಂದು ಯಾಕಿರುವುದು" ಎಂದು ನೂರುಜನ ತಮ್ಮಂದಿರು ವಿರಕ್ತಿಯಿಂದ ತಂದೆಯ ಬಳಿಗೆ ತಪಸ್ಸಿಗೆ ಹೋದರು. ಬಾಹುಬಲಿ ಮಣಿಯಲಿಲ್ಲ. ಅಣ್ಣನೆಂದು ಗೌರವಿಸಬಹುದು, ಆದರೆ ತನಗಿಂತ ಶೂರ ನೆಂದಲ್ಲ ಎಂಬುದು ಅವನ ವಾದ.

ಪಿರಿಯಣ್ಣಂಗೆಱಗುವುದೇಂ
ಪರಿಭವವೇ, ಕೀಟಿ ನೆತ್ತಿಯೊಳ್ ಬಾಳಂ ನಿ- ।
ರ್ನೆರಮೂಱಿ ಚಲದಿನೆಱಗಿಸ-
ಲಿರೆ ಭರತಂಗೆಱಗುವೆಱಕಮಂಜಮೆಯಲ್ತೇ ॥ (ಆ.ಪು., ೧೪-೭೫)

"ಸಂಗರನಿಕಷದೊಳೆಮ್ಮಂದಮಂ ನೀನೆ ಕಾಣ್ಬೆ, (ಆ.ಪು., ೧೦-೮೨) ಎಂದು ಬಾಹುಬಲಿ ಹೇಳಿಕಳಿಸುತ್ತಾನೆ. ಕೊನೆಗೆ ದೃಷ್ಟಿಯುದ್ಧದಿಂದ ತೊಟ್ಟು ಮಲ್ಲಯುದ್ಧದವರೆಗೆ ಇಬ್ಬರೂ ಹೋರಾಡಲು ಬಾಹುಬಲಿಯೇ ಗೆಲ್ಲುತ್ತಾನೆ. ವಿಶ್ವವಿಜಯಿಯಾದ ಭರತನ ಅಹಂಕಾರಕ್ಕೆ ಇದು ವಜ್ರಾಘಾತ. ಆದರೆ ಸೋಜಿಗವೆಂದರೆ ತನ್ನ ಗೆಲುವಿನಿಂದ ಉಬ್ಬಿಹೋಗದ ಅಣ್ಣನ ರಾಜ್ಯದಾಸೆಗೆ ಮತ್ತು ಅಹಂಕಾರಕ್ಕೆ ತಾನೇ ಹೇಸಿ ಬಾಹುಬಲಿ ವೈರಾಗ್ಯತಾಳುತ್ತಾನೆ, ತಪಸ್ಸಿಗೆ ಹೋಗುತ್ತಾನೆ. ಈ ಉದಾತ್ತ ತ್ಯಾಗದ ಪರಿಣಾಮವು ಭರತನ ಮೇಲೆ ತೀವ್ರವಾಗಿ ಆಗುತ್ತದೆ. ಮುಂದೆ ಕೆಲಕಾಲ ಧರ್ಮದಿಂದ ರಾಜ್ಯವನ್ನಾಳಿ ಅವನೂ ಯತಿದೀಕ್ಷೆಯನ್ನು ತಾಳುತ್ತಾನೆ. ಈ ಸನ್ನಿವೇಶದಲ್ಲಿ ಮೂಲವನ್ನು ಅನುಸರಿಸಿ ಪಂಪನು ಮಾಡಿದ ಸ್ವಭಾವಚಿತ್ರಣವು ಅವನ ವಿಶಾಲಮನದ ಸಂಸ್ಕೃತಿಗೂ ಉನ್ನತ ಪ್ರತಿಭೆಗೂ ಸಾಕ್ಷಿಯಾಗಿರುತ್ತದೆ.

'ಆದಿಪುರಾಣ'ವು ಕನ್ನಡದಲ್ಲಿ ಮೊದಲನೆಯ ಜೈನಪುರಾಣವೋ ಹೇಗೆ ಎಂಬುದನ್ನು ಹೇಳಲಾರೆವು. ಶ್ರೀವಿಜಯನ 'ಚಂದ್ರಪ್ರಭಪುರಾಣ' ಯಾವ ಕಾಲದ್ದೆಂಬುದು ನಮಗೆ ತಿಳಿದಿಲ್ಲ. ಅದು ಉಪಲಬ್ಧವಾಗಿಲ್ಲ. ೧ನೆಯ ಗುಣವರ್ಮನ 'ಹರಿವಂಶ' ಮುಂದಿನ ನೇಮಿನಾಥಪುರಾಣ ಗಳಂತೆ ಇದ್ದಿರಬಹುದು. ಸದ್ಯಕ್ಕೆ 'ಆದಿಪುರಾಣ'ವು ಉಪಲಬ್ಧವಾದ ಮೊದಲನೆಯ ಜೈನ ಪುರಾಣವೆಂದೂ, ತರುವಾಯದ ಪುರಾಣಗಳಿಗೆ ಒಂದು ಹೆದ್ದಾರಿಯನ್ನು ಹಾಕಿಕೊಟ್ಟ ಗ್ರಂಥ ವೆಂದೂ ಭಾವಿಸಬಹುದು. ಇದರಲ್ಲಿ ಜೈನವೆಂಬ ಸ್ವರೂಪವು ಸ್ಪಷ್ಟವಾಗಿರುವಂತೆ ವಿಶ್ವವ್ಯಾಪಿ ಎಂಬ ಸತ್ವವು ಹುದುಗಿಕೊಂಡಿದೆ. ಪಂಪ ಹೇಳಿದಂತೆ ಕಾವ್ಯಧರ್ಮ-ಧರ್ಮ ಇವುಗಳ ಸಮನ್ವಯವು ಇದರಲ್ಲಿ ಬಹುಶಃ ಸಾಧಿಸಿದೆ. ಇಲ್ಲಿ ಧರ್ಮ ಎಂಬ ಸಾಮಾನ್ಯ ಪದದಲ್ಲಿ ಮತಧರ್ಮ ಮತ್ತು ವಿಶ್ವಧರ್ಮ ಎರಡೂ ಸೇರಿಕೊಂಡಿವೆ. ಶಾಸ್ತ್ರಜಡವಾದ ಭಾಗ, ಸಂಸ್ಕೃತಶಬ್ದಾಡಂಬರದ ಭಾಗಗಳನ್ನು ಕಡೆಗಣಿಸಿದರೆ ಅದು ಉತ್ತಮ ಕಾವ್ಯವೆಂಬುದು ನಿಜ. "ಆದಿಪುರಾಣದ ಕೆಲವು ನೀರಸವಾದ ಸಂಗತಿಗಳನ್ನೂ ವಿವರಣೆಗಳನ್ನೂ ಬಿಟ್ಟರೆ ಅದೊಂದು ಉತ್ತಮ ಕಾವ್ಯವಾಗುತ್ತದೆ"[6] ಎಂಬಿ ಅಭಿಪ್ರಾಯವನ್ನೂ "ಕಾವ್ಯಕಲಾದೃಷ್ಟಿಯಿಂದ ಪಂಪಭಾರತಕ್ಕೆ ಹೊಯ್‌ಕಯ್ಯಾಗಿ ನಿಲ್ಲಲಾರದು ಆತನ ಆದಿಪುರಾಣ ಬಹುವಿಷಯಗಳಲ್ಲಿ, ಅನೇಕ ಕಾರಣಗಳಿಂದ. ಆದರೆ ಭವ್ಯತೆಯ ದೃಷ್ಟಿಯಿಂದ ಮಾತ್ರ ಆದಿಪುರಾಣವು ಒಂದೆರಡು ಸಂನಿವೇಶಗಳಲ್ಲಿ ಭಾರತಕ್ಕೂ ಮಿಗಿಲಾಗಿ ಮಹೋನ್ನತವಾಗಿದೆ"[7] ಎಂಬುದನ್ನೂ ಗಮನಿಸಬೇಕು. ಪಂಪನ ಕೃತಿಗಳೆರಡನ್ನೂ ಹೋಲಿಸಲಾಗಿ 'ಆದಿಪುರಾಣ'ವು ಕೆಲವಂಶಗಳಲ್ಲಿ ಮಾತ್ರ 'ಉತ್ತರ' ಕಾವ್ಯ ; ಬಹುಶಃ ಎಲ್ಲ

ಅಂಶಗಳಲ್ಲಿ ಉತ್ತಮ ಕಾವ್ಯವಾದ 'ಪಂಪಭಾರತ'ವು ಮುಂದೆ ಸೃಷ್ಟಿಯಾಯಿತೆಂಬುದನ್ನು ನೆನೆದಿರಬೇಕು.

## ಪಂಪಭಾರತ

'ವಿಕ್ರಮಾರ್ಜುನವಿಜಯ' ಅಥವಾ 'ಪಂಪಭಾರತ''—ಇದು ಪಂಪನ ಎರಡನೆಯ ಮತ್ತು ಹಿರಿಯ ಕೃತಿ. 'ಆದಿಪುರಾಣ'ದಲ್ಲಿ ಜಿನಾಗಮವನ್ನು ಬೆಳಗಿದ ಕವಿ ಇದರಲ್ಲಿ ಲೌಕಿಕವನ್ನು ಬೆಳಗುವೆನೆಂದು ಹೇಳಿದ್ದಾನೆ ; ಇದು ಆರು ತಿಂಗಳಲ್ಲಿ, 'ಆದಿಪುರಾಣ'ವು ಮೂರು ತಿಂಗಳಲ್ಲಿ ಸಮಾಪ್ತಿಯಾಯಿತೆನ್ನುತ್ತಾನೆ (ಪಂ.ಭಾ., ೧೪-೬೦). ಒಂದೇ ವರ್ಷದಲ್ಲಿ ಇವೆರಡೂ ಆಯಾ ಅವಧಿಯಲ್ಲಿ ಮುಗಿದಿರಬೇಕೆಂದು ತೋರುವಂತಿದೆ. ಆದರೆ "ಈ ಎರಡೂ ಗ್ರಂಥಗಳ ಶೈಲಿಯನ್ನು ಹೋಲಿಸಿದರೆ ಎರಡಕ್ಕೂ ನಡುವೆ ತಕ್ಕಮಟ್ಟಿನ ಕಾಲ ಕಳೆದಿರಬೇಕೆಂದು ಚೆನ್ನಾಗಿ ಗೊತ್ತಾಗುತ್ತದೆ."[8] ಶೈಲಿಯ ಪ್ರಮಾಣ ಸರಿಯಾದರೂ ನಿರ್ದುಷ್ಟವಲ್ಲ. ಮನುಷ್ಯಸ್ವಭಾವದ ವಿವಿಧ ಅಂಗಗಳ ಗಾಢಪರಿಜ್ಞಾನ, ವಾಸ್ತವ ಇಲ್ಲವೆ ಲೌಕಿಕ ಜೀವನಪ್ರಜ್ಞೆ, ಒಟ್ಟಿನಲ್ಲಿ ತೋರಿರುವ ಪರಿಪಾಕ, ವಿವೇಕ ಇವನ್ನು ನೆನೆದರೆ 'ಆದಿಪುರಾಣ'ದ ತರುವಾಯ ಹಲವು ವರ್ಷಗಳ ಕಾಲವು ಸಂದಮೇಲೆ ಪಂಪನು ಭಾರತವನ್ನು ರಚಿಸಿರಬಹುದೆಂದು ಊಹಿಸಬಹುದು. ಅದರ ಅಚಿಂತ್ಯಪ್ರತಿಭೆಯ ಆಳವನ್ನು ಯಾರು ಅರಿಯಬಲ್ಲರು ? 'ಆದಿಪುರಾಣ'ದಲ್ಲಿ ತೋರಿರುವ ಧರ್ಮದೃಷ್ಟಿ, ಆದಿನಾಥನ ಜನ್ಮಯಾತ್ರೆಯ ಸಮ್ಯಕ್ತ್ವಕಲ್ಪನೆ ತಾತ್ತ್ವಿಕತೆಗಳು ನಾಲ್ವತ್ತರ ವಯಸ್ಸಿಗೆ ಸಾಮಾನ್ಯವಾಗಿ ಸಾಧ್ಯವೇ ? "ಬೆಳಗುವೆನಿಲ್ಲಿ ಲೌಕಿಕಮಂ ಅಲ್ಲಿ ಜಿನಾಗಮಮಂ" ಎಂಬ ವಾಕ್ಯದಲ್ಲಿ ಸಮೀಪಕಾಲದ ಸೂಚನೆಯಿಲ್ಲವೇ ? 'ಆದಿಪುರಾಣ'ವನ್ನು ಬರೆಯುವಾಗ ಪಳಗಿದ ಶೈಲಿ, ಹದಗೊಂಡ ಪ್ರತಿಭೆ 'ಪಂಪಭಾರತ'ದಲ್ಲಿ ಯಾಕೆ ಅದೇ ವರ್ಷದಲ್ಲಿ ತೋರಿರಬಾರದು ?

ಪಂಪನು ವ್ಯಾಸಭಾರತವನ್ನು 'ವಿಕ್ರಮಾರ್ಜುನವಿಜಯ'ವಾಗುವಂತೆ ಕನ್ನಡಿಸಿದ್ದಾನೆ. "ಕತೆ ಪಿರಿದಾದೊಡಂ ಕತೆಯ ಮೆಯ್ಗಿಡಲೀಯದೆ ಮುಂ ಸಮಸ್ತಭಾರತಮನಪೂರ್ವಮಾಗೆ ಸಲೆ ಪೇಳ್ದ ಕವೀಶ್ವರರಿಲ್ಲ' (೧-೧೧) ಎಂಬಲ್ಲಿ ಸೂಚಿಸಿದಂತೆ ಭಾರತಕಥೆಯ ಮುಖ್ಯಭಾಗಗಳಲ್ಲಿ ಲಕ್ಷ್ಯ ವನ್ನು ಕೇಂದ್ರೀಕರಿಸಿ, ಸಮಸ್ತ ಎಂದರೆ ಸಮಗ್ರ ಇಲ್ಲವೆ ಸಂಕ್ಷಿಪ್ತ ಭಾರತವನ್ನು ಹೇಳುವುದು ಪಂಪನ ಉದ್ದೇಶವಾಗಿತ್ತು. ಭಾರತಕಥೆಯ ಜೊತೆಗೆ ತನ್ನ ದೊರೆಯ ಚರಿತ್ರೆಯನ್ನು ಕೂಡಿಸುವುದು ಇನ್ನೊಂದು ಉದ್ದೇಶವಾಗಿತ್ತು. ಅಂತೇ ತನ್ನ ಗ್ರಂಥವನ್ನು ಎರಡು ಉದ್ದೇಶಗಳಿಂದ ಕೂಡಿದ ಸಮಸ್ತಭಾರತವೆಂದು ಕರೆದನೆಂಬುದು ವಿವರಣೆಯ ಚಮತ್ಕೃತಿ ಮಾತ್ರವಿರಬಹುದಾದರೂ ವಸ್ತುಸ್ಥಿತಿ ಯನ್ನು ಸೂಚಿಸುವಂಥದಾಗಿದೆ. "ವರ್ಣಕಂ ಕತೆಯೊಳೊಡಂಬಡಂಪಡೆಯೆ ಪೇೞ್ವೊಡೆ ಪಂಪನೆ ಪೇೞ್ಗುಂ" ಎಂಬ ಪಂಡಿತರ ಪ್ರಶಂಸೆಯಲ್ಲಿ ಪಂಪನ ಆತ್ಮವಿಶ್ವಾಸವಿದ್ದಂತೆ "ವ್ಯಾಸಮುನೀಂದ್ರರುಂದ್ರ ವಚನಾಮೃತವಾರ್ಧಿಯನೀಸುವೆಂ ಕವಿ ವ್ಯಾಸನೆಂಬ ಗರ್ವಮೆನಗಿಲ್ಲ' (೧-೧೩) ಎಂಬಲ್ಲಿ ನೈಜ ನಮ್ರತೆಯೂ ಇದೆ. ಪಂಪನ ವೈಯಕ್ತಿಕ ಸಂಸ್ಕೃತಿಯಲ್ಲಿ ಸಹಜವಾಗಿರುವ ಸಮನ್ವಯಕ್ಕೆ ಈ ಮಾತುಗಳು ನಿದರ್ಶನವಾಗಿವೆ.

ಪಂಪನು ವ್ಯಾಸಭಾರತವನ್ನು ಸಂಗ್ರಹಿಸುವಾಗ ತನ್ನ ಉದ್ದೇಶಕ್ಕೆ ಸರಿಹೋಗುವಂತೆ ಎಷ್ಟೋ ಭಾಗಗಳನ್ನು ಬಿಟ್ಟಿದ್ದಾನೆ, ಕೆಲವನ್ನು ಕಿರಿದುಗೊಳಿಸಿದ್ದಾನೆ, ಕೆಲವು ಮಾರ್ಪಾಡುಗಳನ್ನೂ ಮಾಡಿಕೊಂಡಿದ್ದಾನೆ. ಈ ಕಾರ್ಯದಲ್ಲಿ ದಕ್ಷಿಣ ಭಾರತದಲ್ಲಿ ಅಂದು ಪ್ರಚಾರದಲ್ಲಿದ್ದ ಭಾರತದ ಮಾತೃಕೆಗಳು, ಜೈನಭಾರತದ ಕಥೆ, ಸಂಸ್ಕೃತದಲ್ಲಿ ಭಾರತಮೂಲವಾದ ಕಾವ್ಯ-ನಾಟಕಗಳು, ಪ್ರಚಲಿತ ಆಖ್ಯಾನಗಳು ಅವನಿಗೆ ಆಕರವಾಗಿರಬೇಕು. ಆಕರದಿಂದ ಹೊರದೆಗೆದ ರತ್ನವನ್ನು ತನ್ನ ಸ್ವತಂತ್ರ ಪ್ರತಿಭೆಯಿಂದ ಅವನು ಸಂಸ್ಕಾರಗೊಳಿಸಿದ್ದಾನೆ. ತನ್ನ ಸಂಗ್ರಹದೃಷ್ಟಿ, ರಾಜಭಕ್ತಿ ಇವೆರಡಕ್ಕೆ ಮಾತ್ರ ಸ್ವತಂತ್ರ ಪ್ರತಿಭೆಯೂ ಪರತಂತ್ರವಾಗಿದೆ. ಇದರಿಂದ ಗುಣದೋಷಗಳು ತಲೆದೋರಿವೆ.

ರಾಜಭಕ್ತಿಯ ವಿಷಯವನ್ನು ಕೆಲಮಟ್ಟಿಗೆ ವಿವೇಚಿಸುವುದು ಅವಶ್ಯ. ತನ್ನ ದೊರೆಯಾದ ಅರಿಕೇಸರಿಯ ಸ್ತುತಿ ಅವನ ಉದ್ದೇಶಗಳಲ್ಲಿ ಒಂದಾಗಿತ್ತೆಂಬುದನ್ನು ಅವನೇ ಹೇಳಿದ್ದಾನೆ. ಪೀಠಿಕಾಪದ್ಯಗಳಲ್ಲಿ ಅರಿಕೇಸರಿಯ ವಂಶಾವಳಿಯನ್ನು ವರ್ಣಿಸಿ ಅವನ ಶೌರ್ಯವನ್ನು ಕೊಂಡಾಡಿ "ವೈರಿ ನರೇಂದ್ರೋದ್ದಾಮದರ್ಪೋದ್ದಳನನೆ **ಕಥಾನಾಯಕಂ** ಮಾಡಿ ಸಂದರ್ಜುನನೊಳ್ ಪೋಲ್ವೀ **ಕಥಾಭಿತ್ತಿ**ಯನನುನಯದಿಂ ಪೇಟಿಲೆಂದೆತ್ತಿಕೊಂಡೆಂ" (೧-೫೧) ಎಂದು ಕಥೆಯನ್ನು ಆರಂಭಿಸುತ್ತಾನೆ. ಅರಿಕೇಸರಿಯೇ ಈ ಕಾವ್ಯದ ಕಥಾನಾಯಕ ; ಅರ್ಜುನನನ್ನು ಅವನು ಹೋಲುತ್ತಾನೆ ; ಅಂತೇ ಅರ್ಜುನನನ್ನುಳ್ಳ ಭಾರತದ ಕಥಾಭಿತ್ತಿಯನ್ನು ಎತ್ತಿಕೊಂಡು ಅರಿಕೇಸರಿಯ ಚಿತ್ರವನ್ನು ಅದರಲ್ಲಿ ಬರೆಯಲು ತೊಡಗುತ್ತೇನೆ ಎಂಬುದು ಪಂಪನ ಈ ಮಾತಿನ ಆಶಯ. 'ವಿಕ್ರಮಾರ್ಜುನ ವಿಜಯ'ವೆಂದರೆ ಅರಿಕೇಸರಿಯ ವಿಜಯವೇ. ಅರಿಕೇಸರಿಯ ಬಿರುದುಗಳೆಲ್ಲ ಅರ್ಜುನನ ಬಿರುದುಗಳಾಗಿವೆ. ಅರ್ಜುನನೂ ಅರಿಕೇಸರಿಯಂತೆ 'ಸಾಮಂತಚೂಡಾಮಣಿ'ಯಾಗಿದ್ದಾನೆ. ಹೀಗೆ ಭಾರತದ ಇತಿಹಾಸಕಾವ್ಯವು ಪಂಪನ ಕೈವಾಡದಿಂದ ತತ್ಕಾಲೀನ ಇತಿಹಾಸ ಗರ್ಭಿತವಾದ ಕಾವ್ಯವೂ ಆಗಿದೆ. ಈ ರಾಜಕೀಯಧ್ವನಿ ಸ್ವಾರಸ್ಯವಾಗಿ ಬಂದಿರುವುದಾದರೂ ಹಲವು ಕಡೆಗಳಲ್ಲಿ ಔಚಿತ್ಯಭಂಗದಿಂದ, ರಾಜಭಕ್ತಿಯ ಅತಿರೇಕದಿಂದ ಹದಗಟ್ಟಿದೆ. ವಿಮರ್ಶಕರು ಇದನ್ನು ವಿಸ್ತಾರವಾಗಿ ತೋರಿದ್ದಾರೆ.[9-10] "ಒಟ್ಟಿನಲ್ಲಿ ಪಂಪನು ತನ್ನ ಕಾವ್ಯಕ್ಕೆ ಅರ್ಜುನನನ್ನು ಕಥಾನಾಯಕನನ್ನಾಗಿ ಮಾಡಿದ್ದರ ಫಲವಾಗಿ ಆತನು ಕಥೆಯಲ್ಲಿ ಮಾಡಿರುವ ವ್ಯತ್ಯಾಸಗಳೂ ಹೆಚ್ಚುಕಡಿಮೆಗಳೂ ಕಾವ್ಯದೃಷ್ಟಿಯಿಂದ 'ಪಂಪಭಾರತ'ದ ಗೌರವವನ್ನು, ಅದರ ಬೆಲೆಯನ್ನು ಹೆಚ್ಚಿಸತಕ್ಕವಲ್ಲ. ಅವು ಆ ಕಾವ್ಯದ ಹೊರಮೈಗೆ ಸೇರಿವೆ ; ಮೂಲಕಥೆಯ ಬಾಹ್ಯರೂಪವನ್ನು – ಚೌಕಟ್ಟನ್ನು – ಬದಲಾಯಿಸಿವೆ"[11] ಎಂಬ ಅಭಿಪ್ರಾಯವೂ ಹುಟ್ಟಿಕೊಂಡಿದೆ. ಇಷ್ಟು ತೀಕ್ಷ್ಣವಾಗಿ ಪಂಪನ ಕೈವಾಡವನ್ನು ಕುರಿತಾಡಬೇಕೆಂದು ನಮಗೆ ತೋರಿಲ್ಲ. ಅರಿಕೇಸರಿ – ಅರ್ಜುನರ ಅಭೇದದಿಂದಲೂ, ಕಥಾನಾಯಕನ ವ್ಯತ್ಯಾಸದಿಂದಲೂ ಆಭಾಸಗಳೂ ಅನೌಚಿತ್ಯಗಳೂ ಉಂಟಾಗಿವೆ. ಜೊತೆಗೆ ಅರ್ಥಸ್ವಾರಸ್ಯವೂ ಉಂಟಾಗಿದೆ. ಮಹಾಭಾರತದ ಮುಖ್ಯಕಥೆ ಸಾಗುವಂತೆ ಸಾಗುತ್ತದೆ ; ಹೆಜ್ಜೆಹೆಜ್ಜೆಗೆ ಪಂಪನ ಅರಿಕೇಸರಿ–ಭಕ್ತಿಯಿಂದ ಅದು ಕೃತಕ ಕಥಾನಕವಾಗುವುದಿಲ್ಲ ಎಂಬುದನ್ನು ಗಮನಿಸಬೇಕು.

ಪಂಪನು ತನ್ನ ಭಾರತದಲ್ಲಿ ಮಾಡಿಕೊಂಡ ಮುಖ್ಯ ವ್ಯತ್ಯಾಸಗಳಲ್ಲಿ ಅರ್ಜುನನ ನಾಯಕತ್ವದೊಡನೆ ಸುಭದ್ರೆಗೆ ದೊರೆತ ಪ್ರಾಶಸ್ತ್ಯವೂ ಒಂದು. ಇದು ಸ್ವಾಭಾವಿಕವಾದರೂ ಇದರ ಪರಿಣಾಮವಾಗಿ ದ್ರೌಪದಿಯ ಸ್ಥಾನವು ಸಂದಿಗ್ಧವಾಯಿತು. 'ವ್ಯಾಸಭಾರತ'ದಲ್ಲಿ ಅವಳಿಗೆ ಪತಿಗಳೈವರು. ಇದು ಸರಿಯಲ್ಲವೆಂದು ಅರ್ಜುನನೊಬ್ಬನಿಗೇ ಪಂಪನು ಅವಳನ್ನು ಮದುವೆ ಮಾಡಿಸಿದ್ದಾನೆ. ಜೈನಭಾರತದ ವರ್ಚಸ್ಸಿನಿಂದ ಈ ಮಾರ್ಪಾಡು ಆಗಿರಬಹುದು. ಸಮಾಜ ಪದ್ಧತಿಯಲ್ಲಿಯ ವ್ಯತ್ಯಾಸಕ್ಕೆ ಅನುಸರಿಸಿ, ಲೌಕಿಕವಾದ ತನ್ನ ಕಥೆಯಲ್ಲಿ ಈ ವ್ಯತ್ಯಾಸವನ್ನು ಮಾಡಿದನೆಂಬ ಸೂಚನೆಯೂ ವಿಚಾರಣೀಯವಾಗಿದೆ. ಆದರೆ ಇಬ್ಬರು ಹೆಂಡಂದಿರ ನಡುವೆ ಸಿಕ್ಕು ಗೊಂದಲಗೊಂಡ ಗಂಡನಂತೆ ಅರ್ಜುನ ಮತ್ತು ಪಂಪ ಇವರ ಸ್ಥಿತಿಯಾಗಿದೆ. ದ್ಯೂತ ಪ್ರಸಂಗದಲ್ಲಿ ಅವಮಾನಹೊಂದಿ ಭಾರತಯುದ್ಧಕ್ಕೆ ಕಾರಣಳಾದವಳು ದ್ರೌಪದಿ. "ಇದುವೆ ಮಹಾಭಾರತಕ್ಕಾದಿಯಾಯ್ತು ಅಬ್ಜದಳಾಕ್ಷೀ ಪೇಟಿ ಸಾಮಾನ್ಯಮೆ ಬಗೆಯೆ ಭವತ್ಕೇಶಪಾಶಪ್ರಪಂಚಂ" (೧೨-೧೫೭) ಎಂದು ಭೀಮನು ಅವಳ ಮಹತ್ವವನ್ನು ಬಣ್ಣಿಸುತ್ತಾನೆ. ಆದರೆ ಯುದ್ಧದಲ್ಲಿ ಗೆದ್ದಮೇಲೆ ಪಟ್ಟಮಹಿಷಿ ಆಗುವವಳು ದ್ರೌಪದಿಯಲ್ಲ, ಸುಭದ್ರೆ. ಅಂತೇ "ಮೊದಲಿಂದ ಕಡೆಯತನಕ ಪಾಂಡವರೊಡನೆ ಪಡಬಾರದ ಕಷ್ಟವನ್ನು ಅನುಭವಿಸಿದವಳು ದ್ರೌಪದಿ, ಸುಖಪಡುವ ಕಾಲಬಂದಾಗ ಸದ್ದಿಲ್ಲದೆ ಗದ್ದುಗೆ ಏರಿದವಳು ಸುಭದ್ರೆ,"[12] ಎಂಬ

ಟೀಕೆಗೆ ಎಡೆದೊರೆಯಿತು. ಕೌರವರಿಂದ ಮಾನಭಂಗಹೊಂದಿದ ದ್ರೌಪದಿಯ ಪ್ರತಿಜ್ಞೆಗೆ ದನಿಗೂಡಿಸಿದವನೂ ಕೊನೆಗೆ ಅದನ್ನು ಪೂರ್ತಿಗೊಳಿಸಿದವನೂ ಭೀಮನು, ಅರ್ಜುನನಲ್ಲ. ಆದರೆ ತಮ್ಮನ ಹೆಂಡತಿಗೋಸ್ಕರ ಅಷ್ಟುಮಟ್ಟಿಗೆ ಭೀಮನು ಕ್ರೋಧಾವಿಷ್ಟನಾಗುವುದೆಂದರೆ ಸಹಜತೆಗೆ ಕೊರತೆಯುಂಟಾಗುತ್ತದೆ. ಇದರಲ್ಲಿಯೂ ವಿಸಂಗತಿಯೆಂದರೆ ತನ್ನ 'ತಳೋದರಿ'ಯೆಂದು ಬೇರೆ ಭೀಮನು ಅವಳನ್ನು ನಡೆಸಿಕೊಳ್ಳುತ್ತಾನೆ. ಇದೆಲ್ಲವನ್ನೂ ಕಣ್ಣಿಟ್ಟು ನೋಡಿದರೆ 'ವ್ಯಾಸಭಾರತ'ದ ಪ್ರಧಾನವಸ್ತುವಿನಲ್ಲಿ ಆನುಷಂಗಿಕವಾದ ವ್ಯತ್ಯಾಸಗಳನ್ನು ಮಾಡದೆ ಅರ್ಜುನನ ನಾಯಕತ್ವ ಮತ್ತು ದ್ರೌಪದಿಯ ಏಕಪತಿತ್ವ ಈ ಬದಲಾವಣೆಗಳನ್ನು ಮಾತ್ರ ಮಾಡಿ ಪಂಪನು ತೊಂದರೆಗೆ ಒಳಗಾದನು. ವಸ್ತುರಚನೆಯಲ್ಲಿ ವಿಸಂಗತಿ ದೋಷಗಳು ಅಪರಿಹಾರ್ಯವಾಗಿ ಉಳಿದುವು. ಆದರೆ ಕೌರವ-ಪಾಂಡವರ ಯಾದವೀ ಕಲಹವನ್ನು ಒಂದು ಮಾನವೀಯ ದೃಷ್ಟಿಕೋನದಿಂದ ಚಿತ್ರಿಸಲು ಹೊರಟ 'ಪಂಪಭಾರತ'ದ ಮೂಲಕಥಾನಕಕ್ಕೆ ಯಾವ ಬಾಧೆಯೂ ಉಂಟಾಗಲಿಲ್ಲ.

'ಪಂಪಭಾರತ'ದ ಕಟ್ಟಣದಲ್ಲಿ ಒಂದು ಅಪೂರ್ವತೆಯಿದೆ, ಉಜ್ವಲತೆಯಿದೆ, ಅಪರಂಪಾರವಾದ ಮೂಲಮಹಾಭಾರತವನ್ನು ಸಂಗ್ರಹಗೊಳಿಸುವಲ್ಲಿ ಪಂಪನು ಕೇಂದ್ರ ಕಥಾನಕದ ಮೇಲಿನ ದೃಷ್ಟಿ, ಪ್ರಮುಖ ಪಾತ್ರಗಳ ಮೇಲಿನ ಗಮನವನ್ನು ಸತತವಾಗಿ ಇಟ್ಟುಕೊಂಡು ಇತರ ವಿಷಯಗಳನ್ನು ತರುವಷ್ಟು ತರತರದ ಪ್ರಮಾಣದಲ್ಲಿ ತಂದಿರುತ್ತಾನೆ. ಅವನ ಕೇಂದ್ರೀಕರಣದ ಕಲೆ, ಪ್ರಮಾಣಜ್ಞಾನ, ಉಜ್ವಲೀಕರಣದ ಶಕ್ತಿ ಇವುಗಳಿಂದ ಒಂದು 'ವಸ್ತುವಿದ್ಯೆ' ಮೈದೋರಿದೆ. ಕನ್ನಡವಷ್ಟೇ ಏಕೆ, ಸಂಸ್ಕೃತವಾಙ್ಮಯದಲ್ಲಿಯೂ ಭಾರತದ ಈ ಬಗೆಯ ರೂಪಾಂತರ ಅಪರೂಪವಾದುದು. ಒಂದು ಉಪಾಖ್ಯಾನವಿರಲಿ, ಉಪದೇಶವಿರಲಿ, ಮುಖ್ಯಕಥೆಗೆ ಅದರ ಸಂಬಂಧವೆಷ್ಟು ಎಂಬುದನ್ನು ತಟ್ಟನೆ ಗ್ರಹಿಸಿ ಅದಕ್ಕೆ ಅನುಗುಣವಾದ ಸ್ಥಾನವನ್ನು ಕವಿ ಕಲ್ಪಿಸಿಕೊಡುತ್ತಾನೆ. ಆ ಮೇರೆಗೆ ಒಂದು ಪ್ರಭಾವಿಯಾದ ವಚನ ಇಲ್ಲವೆ ಪದ್ಯದಲ್ಲೆ ಅದನ್ನು ಬೆಳಗಿಸಿ ಮುಂದೆ ಸಾಗುತ್ತಾನೆ. ಮಹಾಕವಿಪ್ರತಿಭೆಗೆ ಮಾತ್ರ ಸಹಜವಾದ ಪ್ರಖ್ಯೆಯಿಂದ ಕತೆಯನ್ನು ನಡೆಸಿಕೊಂಡು ಹೋಗುತ್ತಾನೆ. ಅರ್ಜುನ-ಸುಭದ್ರೆಯರ ಪ್ರಣಯದಂಥ ಅತಿಪ್ರಸಂಗಗಳೂ ಅನಾವಶ್ಯಕ ವರ್ಣನೆಗಳೂ ಬಂದಿಲ್ಲವೆಂತಲ್ಲ. ಆದರೆ ಒಟ್ಟಿನಲ್ಲಿ ತೋರಿದ ಔಚಿತ್ಯಪ್ರಜ್ಞೆಯಿಂದ 'ಪಂಪಭಾರತ'ಕ್ಕೆ ಒಂದು ಬಿಗುವು-ಕಸುವು ಬಂದಿದೆ. ಸಂಗ್ರಹವೆಂದು ಸಾರಾಂಶವಾಗಿಲ್ಲ, ಸಂಕ್ಷೇಪವೆಂದು ವಿಕ್ಷೇಪಕ್ಕೆ ಎಡೆಮಾಡಿಲ್ಲ. ಸವೇಗವಾದಲ್ಲಿಯೂ ಸಜೀವವಾದ ಚಿತ್ರಗಳು ಕಣ್ಣೆದಿರು ನಿಲ್ಲುತ್ತವೆ. ಇದಕ್ಕೆ ಕೊಡಬಹುದಾದ ಅನೇಕ ಉದಾಹರಣೆಗಳಲ್ಲಿ ಶಂತನು-ಸತ್ಯವತಿಯರ ಪ್ರಣಯಚಿತ್ರವೊಂದಾಗಿದೆ :

ಮೃಗಯಾವ್ಯಾಜದಿನೊರ್ಮೆ ಶಂತನು ತೊಲಲ್ತರ್ಪಂ ಪಳಂಚಲ್ಕೆ ತ-
ನ್ಮೃಗಶಾಬಾಕ್ಷಿಯ ಕಂಪುತಟ್ಟೆ ಮಧುಪಂಬೋಲ್ ಸೋಲ್ತು ಕಂಡೊಲ್ದು ನ ।
ಲ್ಮೆಗೆ ದಿಬ್ಯಂಬಿಡಿವಂತೆವೋಲ್ ಪಿಡಿದು 'ನೀಂ ಬಾ ಪೋಪಂ' ಎಂದಂಗೆ ಮೆ-
ಲ್ಲಗೆ ತತ್ಕನ್ಯಕೆ ನಾಣ್ಚಿ 'ಬೇಡುವೊಡೆ ನೀವೆಮ್ಮಯ್ಯನಂ ಬೇಡಿರೇ' ॥ (೧-೭೧)

ಈ ಒಂದೇ ಒಂದು ಪದ್ಯದಲ್ಲಿ ಹಲವಾರು ಪದ್ಯಗಳಲ್ಲಿ ಹರಡಿಕೊಳ್ಳಬಹುದಾದ ಚಿತ್ರ ಮನಸ್ಸಿನಲ್ಲಿ ಅಚ್ಚೊತ್ತುವಂತೆ ಸಂಗ್ರಹವಾಗಿದೆ. ಈ ಪ್ರಣಯಿಗಳ ಸಂಕ್ಷಿಪ್ತ ಸಂಭಾಷಣೆಯಲ್ಲಿ ತುಂಬಿರುವ ಧ್ವನಿಸ್ವಾರಸ್ಯ ಯಾವ ವಿಸ್ತಾರದಲ್ಲಿಯೂ ಬರಲಾರದು.

ಮುಖ್ಯಕಥಾನಕದ ನಿರೂಪಣೆಯಲ್ಲಿಯಂತೂ ಮಾನವ ಲೋಭ-ಅಸೂಯೆಗಳು ಭ್ರಾತೃಕಲಹದ ದುರಂತದಲ್ಲಿ ಪರಿಣಮಿಸಿದ್ದನ್ನು ಪಂಪನು ಅದ್ಭುತವಾದ ಉತ್ಕಟತೆಯಿಂದ ಬಣ್ಣಿಸಿದ್ದಾನೆ. ಕೆಲಕೆಲವು ಸಂನಿವೇಶಗಳಲ್ಲಿ, "ಮುಗಿಲುಮುಟ್ಟಿದ ಪೆಂಪು" ಎದ್ದುಕಾಣುತ್ತದೆ. ಮೂಲದ

ವ್ಯತ್ಯಾಸವಿರಲಿ ಬಿಡಲಿ, ಮೂಲದ ಜೀವಾಳವನ್ನು ಎತ್ತಿಕೊಂಡು ಅದನ್ನು ಲೌಕಿಕ ದೃಷ್ಟಿಯಿಂದ ನೋಡಿ ಅಲೌಕಿಕ ಪ್ರಭೆಯ ಪ್ರಭಾವ ಬೀರಿ ಅಪರಿಹಾರ್ಯ ಕಲೆಯ ಉತ್ತಮಿಕೆಯನ್ನು ಅವನು ಸಾಧಿಸಿದ್ದಾನೆ. ದ್ಯೂತಪ್ರಸಂಗ, ದ್ರೌಪದೀಮಾನಭಂಗ, ಭೀಮಪ್ರತಿಜ್ಞೆ ಇವುಗಳ ಕಾವ್ಯಭಾಗಗಳನ್ನು ಓದಿದಷ್ಟೂ ಈ ಮಾತು ಮನದಟ್ಟಾಗುತ್ತದೆ. ಇಲ್ಲಿ ಮೂಲ 'ಭಾರತ'ದಲ್ಲಿರದೆ ಆಮೇಲೆ ಸೇರಿಸಿ ಕೊಂಡಿರಬಹುದಾದ ವಸ್ತ್ರಾಪಹರಣ, ಅಕ್ಷಯಾಂಬರದಾನದ ಸಂಗತಿಗಳನ್ನು ಪಂಪನು ಬಿಟ್ಟಿರುವ ಮೂಲಕ ಕೃಷ್ಣಭಕ್ತಿಯ ಸಂನಿವೇಶ ಕಣ್ಮರೆಯಾಗಿದೆ. 'ಕುಮಾರವ್ಯಾಸಭಾರತ'ದಲ್ಲಿ ಈ ಸಂನಿವೇಶಕ್ಕೆ ಪ್ರಾಮುಖ್ಯ ದೊರೆತಿದೆ. ಇದರಿಂದ ಇಬ್ಬರೂ 'ಮಹಾಭಾರತ'ವನ್ನು ನೋಡುವ ದೃಷ್ಟಿ ಹೇಗೆ ಬೇರೆಯಾಗಿತ್ತೆಂಬುದನ್ನು ಅರಿತುಕೊಳ್ಳಬಹುದು. ಪಂಪನಿಗೆ 'ಭಾರತ'ವು ಒಂದು ಮಾನವಸಂಘರ್ಷದ ಕಥೆಯಾದರೆ ಕುಮಾರವ್ಯಾಸನಿಗೆ ಅದು ಮಾನವಜೀವನಕ್ಕೆ ಸೂತ್ರಧಾರಶಕ್ತಿಯಾದ ಭಗವಲ್ಲೀಲೆಯ ವಿಲಾಸವಾಗಿದೆ. 'ಪಂಪಭಾರತ'ದಲ್ಲಿ ದ್ಯೂತಪ್ರಸಂಗದ ಕಾವು ಏರುತ್ತ ಹೋಗಿ,

> ಕುಡಿವೆಂ ದುಶ್ಯಾಸನೋರಸ್ಥಳಮನಗಲೆ ಪೋೞ್ದಾರ್ದು ಕೆನ್ನೆತ್ತರಂ ಪೊ-
> ಕ್ಕುಡಿವೆಂ ಪಿಂಗಾಕ್ಷನೂರುದ್ವಯಮನುರುಗದಾಘಾತದಿಂ ನುಚ್ಚುನೂಱಾ ।
> ಗೊಡೆವೆಂ ತದ್ರತ್ನರಶ್ಮಿಪ್ರಕಟಮಕುಟಮಂ ನಂಬು ನಂಬೆನ್ನ ಕಣ್ಣಿಂ
> ಕಿಡಿಯುಂ ಕೆಂಡಂಗಳುಂ ಸೂಸಿದಪುವಹಿತರಂ ನೋಡಿ ಪಂಕೇಜವಕ್ತ್ರೇ ॥ (೭–೧೩)

ಎಂಬ ಭೀಮನ ಭೀಷಣಪ್ರತಿಜ್ಞೆಯಲ್ಲಿ ಕೊನೆಗೊಳ್ಳುತ್ತದೆ. ಆಮೇಲೆ ಪಾಂಡವರು ವನವಾಸಕ್ಕೆಂದು ಪಟ್ಟಣದಿಂದ ಹೊರಬೀಳುತ್ತಾರೆ. ಆಗ ಪುರಜನರು ಅವರ ಬಗ್ಗೆ ಮರುಕದಿಂದ ಆಡಿದ ಮಾತುಗಳು ಅತ್ಯಂತ ಸಮಯೋಚಿತವೂ ಹೃದಯಸ್ಪರ್ಶಿಯೂ ಆಗಿವೆ :

> ಏದೊರೆಯಂ ಯಮನಂದನ-
> ನೇದೊರೆಯಂ ಭೀಮಸೇನನೇದೊರೆಯಂ ಕಂ- ।
> ಜೋದರನ ಮೈದುನಂ ತಾ
> ಮೇದೊರೆಯರಮಳ್ಗಳವರ್ಗಮೀಯಿರವಾಯ್ತೆ ॥ (೭–೧೭)

'ಎಂಥಾ ಮನುಷ್ಯರು ಪಾಂಡವರು ! ಅವರಿಗೆ ಈ ಗತಿ ಬಂತೇ !' ಎಂಬುದು ಇದರ ಸಾರ. ಇಷ್ಟೇ ಅಲ್ಲ, ಅವರು ಭವಿಷ್ಯವನ್ನೂ ಸಾರುತ್ತಾರೆ :

> ಜೂದಿನ ಗೆಲ್ಲದೊಳಾದೀ
> ಮೇದಿನಿಯಂ ಕಂಡು ಕಜ್ಜಮಂ ಕಾಣದೆ ದು- ।
> ರ್ಯೋದನನದೇನದೇಂ ಮರು
> ಳಾದನೋ ಒಡಿಗಂಡನಿಲ್ಲ ಪಾಲಂ ಕಂಡಂ ॥ (೭–೧೯)

ಭೀಮಪ್ರತಿಜ್ಞೆಯನ್ನು ಘೋಷಿಸುವಾಗ ತಾರಸಪ್ತಕದಲ್ಲಿ ರೌದ್ರ ಆಕ್ರಂದನವನ್ನು ಮಾಡಿದ ಕವಿ ಮರುಕ್ಷಣದಲ್ಲಿಯೇ ಕೆಳಗಿನ ಸಪ್ತಕಕ್ಕೆ ಸರ್ರನೆ ಇಳಿದು ಪುರಜನದ ಸರಳ ಶೋಕವನ್ನು ವ್ಯಕ್ತಮಾಡಿದ ಬಗೆ ಅವನ ಸರ್ವಂಕಷಪ್ರತಿಭೆಗೆ ನಿದರ್ಶನವಾಗಿದೆ. ಪಾಂಡವರ ವನವಾಸ, ಕೃಷ್ಣಸಂಧಾನ, ಭಾರತ ಯುದ್ಧ ಪ್ರಾರಂಭ, ಭೀಷ್ಮರ ಸೇನಾಪತಿಪಟ್ಟ, ಕರ್ಣನ ಸ್ವಾಭಿಮಾನ, ದುರ್ಯೋಧನನ ಛಲ ಪ್ರಸಂಗ—ಈ ಮೊದಲಾದ ಅನೇಕ ಸಂದರ್ಭಗಳಲ್ಲಿ ಉಜ್ವಲ ಸಂನಿವೇಶನಿರ್ಮಾಣದ ಶಕ್ತಿಯನ್ನು ಪಂಪನು ಪ್ರಕಟಗೊಳಿಸಿದ್ದಾನೆ. ಇದನ್ನು ನೋಡಿದರೆ 'ವಿಕ್ರಮಾರ್ಜುನವಿಜಯ'ವು ಕನ್ನಡದ ಕನ್ನಡಿಯಲ್ಲಿ ಚಿಕ್ಕದಾಗಿ ಬಿದ್ದ 'ವ್ಯಾಸಭಾರತ'ದ ನೆರಳಲ್ಲ ; 'ಅಲ್ಲಿಯ ಚಿನ್ನವನ್ನು ಶೋಧಿಸಿ ತಂದು ಹೊಸದಾಗಿ ಎರಕಹೊಯ್ದು ಒಪ್ಪವಿಟ್ಟು ನಿಲ್ಲಿಸಿದ ಪುತ್ತಳಿ ಅದು'[13] ಎಂಬ ವಿಮರ್ಶೆಯ ಸತ್ಯತೆ ಪ್ರತೀತವಾಗುತ್ತದೆ.

ಅವನು ಚಿತ್ರಿಸಿದ ಪಾತ್ರಗಳು ಅನೇಕ. ಭಾರತ-ಕಾಲದ ಕತ್ತಲೆಗವಿಯಿಂದ ಅವರೆಲ್ಲ ಎದ್ದು ಹೊರಬರುತ್ತಾರೆ, ಪಂಪ-ಪ್ರತಿಭೆಯ ಬೆಳಕಿನಲ್ಲಿ ಹೊಳೆದು ಜೀವಂತವಾಗಿ ತೋರುತ್ತಾರೆ. ಕೆಲಕೆಲವರು ಮೂಲಕ್ಕಿಂತ ಬೇರೆಯಾದ ಕಳೆಯಲ್ಲಿ ಕಾಣಿಸುತ್ತಾರೆ. "ಚಲದೊಳ್ ದುರ್ಯೋಧನಂ, ನನ್ನಿಯೊಳ್ ಇನತನಯಂ, ಗಂಡಿನೊಳ್ ಭೀಮಸೇನಂ" (೧೪-೬೪) ಎಂದು ಮುಂತಾಗಿ ತಾನು ಚಿತ್ರಿಸಿದ ವ್ಯಕ್ತಿಗಳ ಪ್ರಧಾನಗುಣವನ್ನು ಪಂಪನು ಕೊನೆಯಲ್ಲಿ ಹೇಳಿದ್ದಾನೆ. ಆ ಗುಣಗಳು ಅವರಲ್ಲಿ ಪ್ರಧಾನವಾಗಿದ್ದರೂ ಅವರು ಆಯಾ ಗುಣದ ಬೊಂಬೆಗಳಲ್ಲ, ಜೀವಂತ ವ್ಯಕ್ತಿಗಳು ಎಂಬುದನ್ನು ಅವನು ಅರಿತಿದ್ದಾನೆ. ಅಲ್ಲದೆ ಅವರ ಅನ್ಯೋನ್ಯಸಂಬಂಧದಲ್ಲಿಯ ರಾಗದ್ವೇಷಗಳನ್ನೂ ಸೂಕ್ಷ್ಮಸಂಚಲನಗಳನ್ನೂ ತಿಕ್ಕಾಟ-ಕೂಗಾಟಗಳನ್ನೂ ಆಳವಾಗಿ ಗ್ರಹಿಸಿದ್ದಾನೆ. ಯಾವ ಸಂದರ್ಭದಲ್ಲಿ ಯಾರ ನಡೆನುಡಿ ಹೇಗಿರಬಹುದೆಂಬ ಒಂದು ತೂಕ, ತಿಳಿವು ಅವನಿಗೆ ಸಹಜವಾಗಿಯೇ ಬಂದುಬಿಟ್ಟಿದೆ. ಆದುದರಿಂದಲೇ ಅವನ ಪಾತ್ರಪೋಷಣೆ ಸಜೀವವೂ ಸಮರ್ಪಕವೂ ಆಗಿರುತ್ತದೆ. ಮುಖ್ಯವಾಗಿ ಕಥಾನಾಯಕನಾದ ಅರ್ಜುನ, ಪ್ರತೀಕಾರಶೂರನಾದ ಭೀಮ, ಛಲವಂತನಾದ ದುರ್ಯೋಧನ, ನನ್ನಿಕಾರನಾದ ಕರ್ಣ ಇವರನ್ನು ಅವನು ಸಂಪೂರ್ಣವಾಗಿ ಚಿತ್ರಿಸಿದ್ದಾನೆ. ದುರ್ಯೋಧನನ ವಿಷಯದಲ್ಲಿ ಮೂಲದಲ್ಲಿ ಕಾಣದೊರೆಯದ ಉದಾತ್ತೀಕರಣವಾಗಿದೆಯೆಂದು ವಿಮರ್ಶಕರು ಕಂಡುಹಿಡಿದಿದ್ದಾರೆ. ಇದರಲ್ಲಿ ಸತ್ಯಾಂಶವಿದೆ. ಆದರೆ "ಇಲ್ಲಿಯ ದುರ್ಯೋಧನ ಮಹಾತ್ಮನೂ ಅಲ್ಲ, ಧೀರೋದಾತ್ತನೂ ಅಲ್ಲ. ಅವನು ಮದಮತ್ಸರಲೋಭಗಳಿಂದ ಕೂಡಿದ ರಾಜಸವ್ಯಕ್ತಿ, ಆದರೆ ಸತ್ವಾಂಶವುಳ್ಳ ವೀರಧೀರ, ಪರಿಸ್ಥಿತಿಯೊಡನೆ ಬೆಳೆದ ವ್ಯಕ್ತಿ ಎಂಬುದು ಪಂಪನ ದುರ್ಯೋಧನನ ಕಲ್ಪನೆ"[14] ಎಂಬುದು ನಮ್ಮ ಅಭಿಪ್ರಾಯವಾಗಿದೆ. ದುರ್ಯೋಧನನ ತರುವಾಯ ಕರ್ಣನ ಪಾತ್ರವನ್ನು ಪಂಪನು ಪರಿಣಾಮಕರವಾಗಿ ಚಿತ್ರಿಸಿದ್ದಾನೆ. "ಪಂಪನ ಮನಸ್ಸನ್ನು ಕರ್ಣನು ಸೆಳೆದಷ್ಟು ದುರ್ಯೋಧನನು ಸೆಳೆದಿಲ್ಲ"[15] ಎಂಬ ಅಭಿಪ್ರಾಯ ಉಂಟಾಗಲು ಅವಕಾಶವಿದೆ. ಸತ್ಯತ್ಯಾಗಗಳಿಂದ ಕೂಡಿ ಆದರ್ಶವೀರನಾದ ಕರ್ಣನು ಸತ್ಕುಲದಲ್ಲಿ ಹುಟ್ಟಿಯೂ ಹೀನಕುಲಜನೆಂಬ ಹೀನಾಯಕ್ಕೆ ಗುರಿಯಾಗಿ ಪಟ್ಟ ಪಾಡು ಕರುಳಿರಿಯುವಂಥದು. ಕರ್ಣಚರಿತ್ರೆಯಲ್ಲಿ ಒಂದು ಪ್ರಭಾವಿಯಾದ ದುರಂತವಿದೆ. ಅದನ್ನು ಪಂಪನು ಎತ್ತಿತೋರಿದ್ದಾನೆ. "ಕರ್ಣನ ಪಡೆಮಾತಿನೊಳ್ ಪುದಿದು ಕರ್ಣರಸಾಯನಮಲ್ತೆ ಭಾರತಂ" ಎಂದು ಕೊನೆಗೆ ಕೊರಳುಬ್ಬಿ ಕೈವಾರಿಸಿದ್ದಾನೆ. 'ಪಂಪಭಾರತ'ದಲ್ಲಿ ಕೃಷ್ಣನು 'ವ್ಯಾಸಭಾರತ'ದ ಹಾಗೆ ಪುರುಷೋತ್ತಮನೂ ಶ್ರೀಮನ್ನಾರಾಯಣನೂ ಆಗಿದ್ದು ವಿಶ್ವರೂಪವನ್ನು ತೋರಿಸುತ್ತಾನೆ, ಪಾಂಡವಪಕ್ಷಪಾತವನ್ನು ತೋರುತ್ತಾನೆ. ಅರ್ಜುನನ ಪರಮಮಿತ್ರನಾಗಿರುತ್ತಾನೆ. ಆದರೆ ಪರಮಾತ್ಮ ಎಂಬ ಸ್ವರೂಪಕ್ಕಿಂತ ಸತ್‌ಪಕ್ಷಕ್ಕೆ ಸಹಾಯಕನಾದ ಶೂರ ಮತ್ತು ಚತುರ ಮುತ್ಸದ್ದಿ ಎಂಬ ಅವನ ವ್ಯಕ್ತಿತ್ವದ ಅಂಗ ಇಲ್ಲಿ ಹೆಚ್ಚಾಗಿ ಎದ್ದುಕಾಣುತ್ತದೆ.

ಪಂಪನ ಶೈಲಿ-ವರ್ಣನೆಗಳಲ್ಲಿ "ಹಿತಮಿತಮೃದುವಚನ", "ಕಿರಿದರೊಳ್ ಪಿರಿದು", ರಸಧ್ವನಿಪ್ರವಣತೆ, ದೇಸಿಯ ಔಚಿತ್ಯ ಮತ್ತು ಸಂಪತ್ತಿ, ನಾದಸೂಕ್ಷ್ಮತೆ ಮುಂತಾದ ಗುಣಗಳನ್ನು ಕಾಣುತ್ತೇವೆ. "ಪ್ರಸನ್ನಗಂಭೀರವಚನರಚನಚತುರ" ಎಂದು ಅವನು ತನ್ನ ಬಿರುದನ್ನು ಸಾರಿದ್ದಾನೆ. ಗಂಭೀರ ಎಂಬುದು ನಿಜವಾದರೂ, ಪ್ರಸನ್ನ ಎಂಬುದು ಅವನ ಶೈಲಿಯ ಸಂತತ ಲಕ್ಷಣವೆಂದು ತೋರುವುದಿಲ್ಲ. ಅವನ ಬಿಗುವಿನಲ್ಲಿಯೂ ಕೊಂಕಿನಲ್ಲಿಯೂ ಮಾತು ತೊಡರಾಗುವುದುಂಟು. "ಬಗೆ ಪೊಸತಪ್ಪುದಾಗಿ ಮೃದುಬಂಧದೊಳೊಂದುವುದು, ಒಂದಿ ದೇಸಿಯೊಳ್ ಪುಗುವುದು, ಪೊಕ್ಕು ಮಾರ್ಗದೊಳೆ ತಳ್ವುದು, ತಳ್ತೊಡೆ ಕಾವ್ಯಬಂಧಮೊಪ್ಪುಗುಂ" ಎಂಬ ಅವನ ಶೈಲಿಯ ಪ್ರಕ್ರಿಯೆ ಅವನ ಕೃತಿಗಳಿಗೆ ಅನ್ವಯಿಸುತ್ತದೆ. ದೇಸಿಮಾರ್ಗಗಳ ಸುಂದರ ಸಮನ್ವಯವು ಒಟ್ಟಿನಲ್ಲಿ ಫಲಿಸಿದೆ. ಆಗಾಗ ತಲೆಯಿಕ್ಕುವ ಸಂಸ್ಕೃತದ ಠೀವಿ ಕೆಲವು ಸಲ ಅರ್ಥವಾಹಿಯಾದರೆ ಕೆಲವು ಸಲ ಆಡಂಬರವಾಗುತ್ತದೆ. "ಪುಲಿಗೆರೆಯ ತಿರುಳ್ಗನ್ನಡ" ಎಂದರೇನು

ಎಂಬುದು ಪ್ರಶ್ನೆಯಾಗಿ ಉಳಿಯಬಹುದು. ಆದರೆ ಕನ್ನಡದೇಸಿಯನ್ನು ಅವನೆಷ್ಟು ಆತ್ಮೀಕರಿಸಿಕೊಂಡಿದ್ದನೆಂಬುದನ್ನೂ ಮಾರ್ಗಸಂಸ್ಕಾರದಿಂದ ಅದನ್ನು ಹೇಗೆ ಬೆಳಗಿಸಿದನೆಂಬುದನ್ನೂ ನೋಡಿದರೆ ಕನ್ನಡನುಡಿಯನ್ನು ಬಳಸುವ ಅವನ ಅಸಾಧಾರಣಶಕ್ತಿಗೆ ನಿದರ್ಶನ ದೊರೆಯುತ್ತದೆ.

ಪಂಪನು ಮಹಾಕವಿಯೆಂಬುದು ಎಂದಿಗೂ ವಾದಗ್ರಸ್ತವಾಗಿಲ್ಲ. "ಪಸರಿಪ ಕನ್ನಡಕ್ಕೊಡೆಯನೊರ್ವನೆ ಸತ್ಕವಿಪಂಪನಾವಗಂ" ಎಂದ ನಾಗರಾಜನೊಡನೆ ದನಿಗೂಡಿಸಿ ಹಿಂದಿನ ಕವಿಗಳು ಹೊಗಳಿದರು. ಇಂದಿನ ವಿಮರ್ಶಕರೂ ಅದನ್ನು ಎತ್ತಿ ಸಾರುತ್ತಿದ್ದಾರೆ. "ನಾಡೋಜನಾದ ಪಂಪನು ಬರಿಯ ಕವಿ ಮಾತ್ರವೇ ಅಲ್ಲ, ಸಾವಿರ ವರ್ಷಕ್ಕೆ ಹಿಂದಿನ ಕನ್ನಡ ರಾಷ್ಟ್ರೀಯ ಪುರುಷರೊಳಗೂ ಒಬ್ಬನು"[16] ಎಂದು ಮುಳಿಯ ತಿಮ್ಮಪ್ಪಯ್ಯನವರು ನಂಬಿದ್ದಾರೆ. "ಪಂಪನು ಕನ್ನಡದ ಕಾಳಿದಾಸ"[17] ಎಂದು ತೀ. ನಂ. ಶ್ರೀಕಂಠಯ್ಯನವರು ಧೈರ್ಯವಾಗಿ ಹೇಳಿದ್ದಾರೆ. ಪಂಪನಿಗೂ ಕಾಳಿದಾಸನಿಗೂ ಕೆಲವಂಶಗಳಲ್ಲಿ ಸ್ಪಷ್ಟವಾಗಿ ಸಾಮ್ಯವಿದೆ. ಆದರೆ ಇಬ್ಬರ ಸಮನ್ವಯಗಳ ರೀತಿ ಬೇರೆ. ಶೈಲಿಯಲ್ಲಿ ಕಾಳಿದಾಸನ ವೈದರ್ಭಿ ಪಂಪನ ವೈಶಿಷ್ಟ್ಯವೆಂದು ಹೇಳಲಾಗದು. ನಮ್ಮ ದೃಷ್ಟಿಯಲ್ಲಿ ನಾಗಚಂದ್ರ ಮತ್ತು 'ಕಾದಂಬರಿ'ಯ ನಾಗವರ್ಮ ಇವರು ವೈದರ್ಭಿಯ ಶೈಲಿಕಾರರಾಗಿದ್ದಾರೆ. ಪಂಪನಲ್ಲಿ ಭಟ್ಟನಾರಾಯಣನ ಭಾವಾವೇಗ, ಬಾಣನ ಓಜಸ್ವಿತೆಗಳು ಹೆಚ್ಚು ಎದ್ದು ಕಾಣುತ್ತವೆ. ಪಂಪನ ಜೀವನ, ವ್ಯಕ್ತಿತ್ವ, ಅವನ ಕೃತಿಗಳು, ಅವನ ಪ್ರತಿಭೆಯ ಸ್ವರೂಪ—ಈ ಮುಂತಾದ ವಿಷಯಗಳನ್ನು ಕುರಿತು ಹಳೆಯ ಮತ್ತು ಹೊಸ ಸಮೀಕ್ಷಕರಿಂದ ವಿಶ್ಲೇಷಣೆ ನಡೆದಿದೆ. ಅದರಲ್ಲಿ ವಾದಗ್ರಸ್ತವಾದ ಅಂಶಗಳೂ ಸೇರಿವೆ, ಅವುಗಳಿಗೆ ಉಂಟಾದ ಪ್ರತಿಕ್ರಿಯೆಗಳೂ ಪ್ರಕಟವಾಗಿವೆ. ಅವನ್ನೆಲ್ಲ ಸಾರಾಂಶರೂಪದಲ್ಲಿ ಯಾದರೂ ಇಲ್ಲಿ ಅಡಕಗೊಳಿಸುವುದಾಗಲಿ ಅವುಗಳ ವಿವೇಚನೆಯನ್ನು ಇಲ್ಲಿ ಮಾಡುವುದಾಗಲಿ ವಿಸ್ತಾರಭಯದಿಂದ ಸಾಧ್ಯವಿಲ್ಲ. ಆಸಕ್ತ ಅಭ್ಯಾಸಿಗಳು ಅವನ್ನು ಗಮನಿಸಬೇಕೆಂದು ಸೂಚಿಸಬಯಸುತ್ತೇವೆ.[18]

## ಟಿಪ್ಪಣಿಗಳು

1. ಟಿ. ಎಸ್. ವೆಂಕಣ್ಣಯ್ಯ : ಪಂಪಭಾರತ ('ಪಂಪಮಹಾಕವಿ', ಪು. ೧೭೮).
2. ತೀ. ನಂ. ಶ್ರೀಕಂಠಯ್ಯ : 'ಪಂಪ', ಪು. ೩.
3. ಅದೇ, ಪು. ೫.
4. ಜಿನಸೇನ : 'ಪೂರ್ವಪುರಾಣ', ಸಪ್ತದಶಪರ್ವ.
5. ತೀ. ನಂ. ಶ್ರೀಕಂಠಯ್ಯ : 'ಪಂಪ', ಪು. ೧೫.
6. ಅದೇ.
7. ಕೆ. ವಿ. ಪುಟ್ಟಪ್ಪ : ಪಂಪನಲ್ಲಿ ಭವ್ಯತೆ ('ಪಂಪಮಹಾಕವಿ', ಪು. ೧೯೯–೭೦).
8. ತೀ. ನಂ. ಶ್ರೀಕಂಠಯ್ಯ : 'ಪಂಪ', ಪು. ೧೧.
9. ಅದೇ, ಪು. ೩೧–೩೪.
10. ಟಿ. ಎಸ್. ವೆಂಕಣ್ಣಯ್ಯ : ಪಂಪಭಾರತ ('ಪಂಪಮಹಾಕವಿ', ಪು. ೧೮೧–೧೮೭).
11. ಅದೇ, ಪು. ೧೮೪.
12. ಟಿ. ಎಸ್. ವೆಂಕಣ್ಣಯ್ಯ : ಪಂಪಭಾರತ ('ಪಂಪಮಹಾಕವಿ', ಪು. ೧೮೭).
13. ತೀ. ನಂ. ಶ್ರೀಕಂಠಯ್ಯ : 'ಪಂಪ', ಪು. ೩೬–೩೭.
14. ರಂ. ಶ್ರೀ. ಮುಗಳಿ : 'ರನ್ನನ ಕೃತಿರತ್ನ', ಪು. ೭೯.
15. ತೀ. ನಂ. ಶ್ರೀಕಂಠಯ್ಯ : 'ಪಂಪ', ಪು. ೪೧.
16. ಮುಳಿಯ ತಿಮ್ಮಪ್ಪಯ್ಯ : 'ಪಂಪಮಹಾಕವಿ', ಪು. ೩೯.
17. ತೀ. ನಂ. ಶ್ರೀಕಂಠಯ್ಯ : 'ಪಂಪ', ಪು. ೬೪.
18. (ಅ) 'ಪಂಪ—ಒಂದು ಅಧ್ಯಯನ' (ಬೆಂಗಳೂರು ವಿಶ್ವವಿದ್ಯಾನಿಲಯದ ಪ್ರಕಟಣೆ).

(ಆ) 'ಸಮಗ್ರ ಕನ್ನಡ ಸಾಹಿತ್ಯ ಚರಿತ್ರೆ' (ಬೆಂಗಳೂರು ವಿಶ್ವವಿದ್ಯಾಲಯ), ಸಂಪುಟ ೨, ಪು. ೬೦–೧೩೯.

(ಇ) 'ಕನ್ನಡ ಸಾಹಿತ್ಯ ಚರಿತ್ರೆ' (ಮೈಸೂರು ವಿಶ್ವವಿದ್ಯಾನಿಲಯ), ಸಂಪುಟ ೩, ಪು. ೪೦೦–೪೮೩.

(ಈ) ವಿ. ಸೀತಾರಾಮಯ್ಯ : 'ಮಹಾಕವಿ ಪಂಪ'.

(ಉ) 'ಪಂಪ' (ಕವಿಕಾವ್ಯಪರಂಪರೆ : ಐಬಿಎಚ್ ಪ್ರಕಟಣೆ).

## (೨) ಪೊನ್ನ

ರತ್ನತ್ರಯರಲ್ಲಿ ಪೊನ್ನನು ಎರಡನೆಯವನು. ಪಂಪನು ಹೇಳಿರುವಷ್ಟು ಆತ್ಮಚರಿತ್ರೆಯನ್ನು ಅವನು ಹೇಳಿಲ್ಲ. ಪಂಪನಿಗಿಂತ ಮಿಗಿಲಾಗಿ ಆತ್ಮಪ್ರಶಂಸೆಯನ್ನು ಮಾತ್ರ ಅವನು ಮಾಡಿಕೊಂಡಿದ್ದಾನೆ. ಪಂಪನ ವೆಂಗಿವಿಷಯವೇ ಅವನ ನಾಡಾಗಿರಬೇಕು. ಅವನ ತಂದೆ ವೆಂಗಿವಿಷಯದ ಕಮ್ಮೆನಾಡಿಗೆ ಸೇರಿದವನಾದ್ದರಿಂದ ಅವನೂ ಅಲ್ಲಿಯವನೇ ಎನ್ನಬಹುದು. ಅಲ್ಲಿನ ಪುಂಗನೂರಿನ ನಾಗಮಯ್ಯನ ಮಕ್ಕಳಾದ ಮಲ್ಲಪಾರ್ಯ ಮತ್ತು ಪುನ್ನಮಾರ್ಯ ಎಂಬ ಶೂರರು ಅವನಿಂದ 'ಶಾಂತಿಪುರಾಣ'ವನ್ನು ಹೇಳಿಸಿದರು. ಮುಂದೆ ಮಲ್ಲಪನ ಮಗಳಾದ ದಾನಶೂರೆ ಅತ್ತಿಮಬ್ಬೆ ಈ ಪುರಾಣದ ಸಾವಿರ ಪ್ರತಿಗಳನ್ನು ಬರೆಯಿಸಿದಳಂತೆ. ಓಲೆಗರಿಯ ಮೇಲೆ ಬರೆಯುವ ಅಂದಿನ ಕಾಲದಲ್ಲಿ ಇದೊಂದು ಅದ್ಭುತ ಕಾರ್ಯವೇ ಸರಿ. ಪೊನ್ನನ ಕೃತಿಗಳು ಮೂರು : 'ಶಾಂತಿಪುರಾಣ', 'ಭುವನೈಕರಾಮಾಭ್ಯುದಯ' (ರಾಮಕಥೆ), 'ಜಿನಾಕ್ಷರಮಾಲೆ', 'ಗತಪ್ರತ್ಯಾಗತ' ಎಂಬ ನಾಲ್ಕನೆಯ ಗ್ರಂಥವನ್ನೂ ಅವನು ಬರೆದಿರಬೇಕೆಂದು ಕವಿಚರಿತೆಕಾರರು ಊಹಿಸಿದ್ದಾರೆ. ಇದನ್ನು ಸೂಚಿಸುವ ಪದ್ಯ (ಶಾಂ. ಪು. ೧೨–೬೪) ಪೂರ್ತಿಯಾಗಿ ಅರ್ಥವಾಗಿಲ್ಲ. ಹಿಂದಿನ ಪದ್ಯಗಳಲ್ಲಿ "ಸಕ್ಕದಂ ಕನ್ನಡಮೆಂಬೆರಡುಂ ಕವಿತೆಯ ಬಲ್ಮೆಗೆ ಬೆರಲೆತ್ತಿದನಿಳೆಯೊಳೀ ಕುರುಳ್ಗಳ ಸವಣಂ" (೧೨–೬೦) ಮತ್ತು ಚಕ್ರವರ್ತಿಯಾದ ರಾಷ್ಟ್ರಕೂಟ ಕೃಷ್ಣನು ಕೊಟ್ಟ "ಉಭಯಚಕ್ರವರ್ತಿ" (೧೨–೬೨) ಎಂಬ ಬಿರುದು ಇವುಗಳ ಉಲ್ಲೇಖವಿದೆ. ಆದ್ದರಿಂದ ಪೊನ್ನನು ಸಂಸ್ಕೃತದಲ್ಲಿಯೂ ಗ್ರಂಥ ಬರೆದಿರಬಹುದು. 'ಗತಪ್ರತ್ಯಾಗತ'ವು ಇವನ ಸಂಸ್ಕೃತ ಗ್ರಂಥವಾಗಿರಬಹುದು. ಇವನ ಬಿರುದುಗಳಲ್ಲಿ ಒಂದಾದ "ಕರುಳ್ಗಳ ಸವಣಂ" ಎಂಬುದು ಸಾಹಿತ್ಯರಸಿಕನಾದ ಯತಿಯೆಂಬುದಾಗಿ ಇವನ ವ್ಯಕ್ತಿತ್ವವನ್ನು ಸೂಚಿಸುವಂತೆ ಕಾಣುತ್ತದೆ.

ಇವನ ಉಪಲಬ್ಧ ಗ್ರಂಥಗಳೆಂದರೆ 'ಶಾಂತಿಪುರಾಣ' ಮತ್ತು 'ಜಿನಾಕ್ಷರಮಾಲೆ.' ಇದರಲ್ಲಿ ಎರಡನೆಯದು ೩೬ ಕಂದಪದ್ಯಗಳಲ್ಲಿ ಮಾಡಿದ ಜಿನಸ್ತುತಿ. "ಲೋಕೋತ್ತರಲೌಕಿಕಪರಿಣತಿ ಪುನ್ನಿಗಂಗೆ ಶಾಂತೀಶ್ವರರಾಮಕಥಾಪ್ರಶಸ್ತಿಯಿಂದಾದ ಕೃತಿಗಳಿಂ" (೧೨–೬೫) ಎಂಬುದರಿಂದ ಪೊನ್ನನ ಧಾರ್ಮಿಕ ಗ್ರಂಥ 'ಶಾಂತಿಪುರಾಣ', ಲೌಕಿಕ ಗ್ರಂಥ 'ರಾಮಕಥೆ' ಎಂದು ತಿಳಿಯುತ್ತದೆ. ಈ ವಿಷಯದಲ್ಲಿ ಅವನು ಪಂಪನ ಬಟ್ಟೆಯಲ್ಲಿ ನಡೆದಿದ್ದಾನೆ. 'ರಾಮಕಥೆ'ಯಲ್ಲಿ ೧೪ ಆಶ್ವಾಸಗಳುಂಟೆಂದೂ ಅವಕ್ಕೆ ೧೪ ಲೋಕಗಳ ಬೆಲೆಯೆಂದೂ ಹೇಳಿದ್ದಾನೆ (೧೨–೬೬). 'ಕಾವ್ಯಾವಲೋಕನ' ಮತ್ತು 'ಶಬ್ದಮಣಿದರ್ಪಣ'ಗಳಲ್ಲಿ ಉದಾಹೃತವಾಗಿರುವ "ಉದಯಾಸ್ತೋನ್ನತ ಶೈಲ.... ಭುವನೈಕರಾಮಮಹಿಪಂಗಕ್ಕುಂ ಪೆಱರ್ಗಕ್ಕುಮೇ" ಎಂಬ ಪದ್ಯ ಹಾಗೂ 'ಶಬ್ದಮಣಿದರ್ಪಣ'ದಲ್ಲಿ ಮಾತ್ರ ಕಂಡುಬಂದಿರುವ "ಆನೆಯ ಮೇಲೆಯುಮಾಳ ಮೇಲೆಯುಂ ಪರಿದುದೊಂದೆ ಗಜಂ ಭುವನೈಕರಾಮನಾ" ಎಂಬ ಪದ್ಯಭಾಗ—ಇವು ಪೊನ್ನನ 'ಭುವನೈಕರಾಮಾಭ್ಯುದಯ' ಇಲ್ಲವೆ 'ರಾಮಕಥೆ'ಯಿಂದ ಎತ್ತಿಕೊಂಡುವಾಗಿರಬೇಕೆಂದು ತೋರುತ್ತದೆ.[1] ಶಂಕರಗಂಡ ಎಂಬ

ಕೃಷ್ಣರಾಜನ ಸಾಮಂತಾಧಿಪತಿಗೆ 'ಭುವನೈಕರಾಮ' ಎಂಬ ಬಿರುದಿದ್ದಿತೆಂದು ಶಾಸನದಿಂದ ತಿಳಿಯುತ್ತದೆ. ಪೊನ್ನನ 'ರಾಮಕಥೆ'ಯು "ಭುವನೈಕರಾಮ ಎಂಬ ಬಿರುದನ್ನು ಪಡೆದಿದ್ದ ಶಂಕರ ಗಂಡನಿಗೆ ಅಂಕಿತಮಾಡಲ್ಪಟ್ಟ ಒಂದು ಕಾವ್ಯವಿರಬೇಕೆಂದು ತೋರುತ್ತದೆ"[2] ಎಂದೊಂದು ಊಹೆ ಮಾಡಲಾಗಿದೆ ; ಜೊತೆಗೆ "ಶಂಕರಗಂಡನು ಜೈನನಾಗಿದ್ದರೆ ಪೊನ್ನನು ಹೀಗೆ ಲೌಕಿಕವನ್ನೇ ಪ್ರಧಾನ ವಾಗಿಟ್ಟುಕೊಂಡು ತನ್ನ 'ಭುವನೈಕರಾಮಾಭ್ಯುದಯ'ವನ್ನು ರಚಿಸುತ್ತಿದ್ದನೇ ?"[3] ಎಂಬ ಶಂಕಾ ಗರ್ಭಿತವಾದ ಪ್ರಶ್ನೆಯೂ ಇದೆ. ಪಂಪನ 'ವಿಕ್ರಮಾರ್ಜುನವಿಜಯ'ದಲ್ಲಿ ಅರಿಕೇಸರಿ ಗೊಜ್ಜಿಗ ನೊಡನೆ ಹೋರಾಡಿದ ಕಥೆ, ರನ್ನನ 'ಗದಾಯುದ್ಧ'ದಲ್ಲಿ ತೈಲಪ ಚಾಳುಕ್ಯನಿಗೂ ರಾಜರಾಜೇಂದ್ರ ಜೋಳನಿಗೂ ಆದ ಸಮರ ಸಂದರ್ಭ ಇವು ಅಡಕವಾಗಿರುವಂತೆ ಪೊನ್ನನ 'ಭುವನೈಕ ರಾಮಾಭ್ಯುದಯ'ದಲ್ಲಿ ರಾಷ್ಟ್ರಕೂಟ ಕೃಷ್ಣನು ತಕ್ಕೋಳದಲ್ಲಿ ಚೋಳ ರಾಜಾದಿತ್ಯನನ್ನು ಸೋಲಿಸಿದ ವಿಷಯವು ವರ್ಣಿತವಾಗಿರಬೇಕೆಂದು ಇನ್ನೊಂದು ಊಹೆ ಮಾಡಲಾಗಿದೆ.[4] ಚಕ್ರವರ್ತಿಯಿಂದ ಚಕ್ರವರ್ತಿಯೆಂದು ಬಿರುದು ಪಡೆದಿರಬೇಕಾದರೆ ಅವನನ್ನೇ ಕುರಿತು ಕಾವ್ಯವನ್ನು ಬರೆದಿರಬೇಕು ; ಅವನ ಸಾಮಂತನನ್ನು ಕುರಿತಲ್ಲ. ಈ ಊಹೆಯ ಮಾರ್ಗವು ಸರಿಯಾಗಿದ್ದಲ್ಲಿ ಪೊನ್ನನ ರಾಮಕಥಾ ಪ್ರಶಸ್ತಿಯು ಹೆಚ್ಚು ಇತಿಹಾಸಕಾವ್ಯವಾಗಿ ತೋರುವುದು, ಪುರಾಣದ ಮೊಗವಾಡ ಕಟ್ಟಿಕೊಂಡು ಕುಣಿವ ಇತಿಹಾಸ ಮಾತವಲ್ಲ. ಹಾಗಿದ್ದರೆ 'ಭುವನೈಕರಾಮಾಭ್ಯುದಯ'ವು ದೊರೆತಲ್ಲಿ ನಮಗೆ ಬೇರೊಂದು ಬಗೆಯ ಕಾವ್ಯಮಾರ್ಗದ ಗ್ರಂಥವೇ ದೊರೆತಂತಾಗುವುದು.[5] ಈ ಊಹೆ–ಪ್ರತ್ಯೂಹೆಗಳ ಚರ್ಚೆ ಇಲ್ಲಿ ಸಾಧ್ಯವಿಲ್ಲ. ಎರಡನೆಯ ಊಹೆಯಲ್ಲಿ ಸಮಂಜಸಿಕೆ ಇದೆಯಾದರೂ ರಾಷ್ಟ್ರಕೂಟ ಕೃಷ್ಣನಿಗೆ 'ಭುವನೈಕರಾಮ'ನೆಂಬ ಬಿರುದಿದ್ದಿತೆಂಬುದಕ್ಕೆ ಸ್ಪಷ್ಟ ಆಧಾರವು ಬೇಕು. ಮೊದಲನೆಯ ಊಹೆಗೆ ಬಲ ಬಂದಿರುವುದು ಅಂಥ ಆಧಾರದಿಂದ. ಇದೇನೇ ಇದ್ದರೂ 'ಭುವನೈಕರಾಮಾ ಭ್ಯುದಯ'ವು ಪಂಪನ ಲೌಕಿಕ ಕೃತಿಯಾದ ಭಾರತದಂತೆ ಪೊನ್ನನ ಲೌಕಿಕ ರಾಮಾಯಣವಾಗಿರಬೇಕು, ನೇರವಾದ ಇತಿಹಾಸಕಾವ್ಯವಾಗಿರಲಾರದು ಎಂದು ನಮಗೆ ತೋರುತ್ತದೆ. ಹದಿನಾಲ್ಕು ಆಶ್ವಾಸಗಳಲ್ಲಿ ಇತಿಹಾಸಕಾವ್ಯವನ್ನು ಬರೆಯುವುದು ಅಂದು ಅಸಾಧ್ಯ ಸಂಗತಿಯಾಗಿತ್ತು. 'ಲೌಕಿಕ ಪರಿಣತಿ ರಾಮಕಥಾಪ್ರಶಸ್ತಿಯಿಂದ" ಎಂಬ ಪೊನ್ನನ ಹೇಳಿಕೆ ಇದಕ್ಕೆ ಪುಷ್ಟಿಕೊಡುತ್ತದೆ.

'ಶಾಂತಿಪುರಾಣ'ವು ೧೬ನೆಯ ತೀರ್ಥಂಕರನಾದ ಶಾಂತಿನಾಥನ ಚರಿತವುಳ್ಳ ಜೈನಪುರಾಣ. ೧೨ ಆಶ್ವಾಸಗಳುಳ್ಳ ಚಂಪೂಗ್ರಂಥ. ತೀರ್ಥಂಕರನ ೧೧ ಪೂರ್ವಜನ್ಮಗಳ ಅಂದರೆ ಭವಾವಳಿಯ ವಿಸ್ತಾರವಾದ ನಿರೂಪಣೆ ಇದರ ವೈಶಿಷ್ಟ್ಯವಾಗಿದೆ. ಇದಕ್ಕಾಗಿ ಸುಮಾರು ೯ ಆಶ್ವಾಸಗಳು ಮೀಸಲಾಗಿದ್ದು ಕೊನೆಯ ೩ ಆಶ್ವಾಸಗಳಲ್ಲಿ ಮಾತ್ರ ಶಾಂತಿನಾಥನ ಚರಿತ್ರೆ ಬಂದಿದೆ. ಮುಖ್ಯ ಕಥೆಗೆ ಅಮುಖ್ಯತ್ವವನ್ನು ಕೊಟ್ಟಿರುವುದು ಕಲಾದೃಷ್ಟಿಯಿಂದ ಪ್ರಮಾಣಜ್ಞಾನದ ಅಭಾವವನ್ನು ತೋರಿಸುವುದಾದರೂ ಜೈನಪುರಾಣಗಳಲ್ಲಿ ಭವಾವಳಿಗಿರುವ ಮುಖ್ಯತ್ವವನ್ನು ಎತ್ತಿ ತೋರಿಸುವುದು ಪೊನ್ನನ ಉದ್ದೇಶವಾಗಿರಬೇಕು.

ಪದದಪ್ಪದೆಯುಂ ಬಗೆ ಬೆದ-
ರದೆಯುಂ ಕತೆಕಿಡದೆಯುಂ ಭವಾವಳಿ ತಡಮಾ- ।
ಗದೆಯುಂ ಸವಿ ತವದೆಯುಮಂ-
ಬುದನಿನದನತಂದ್ರನಿಂದ್ರನಾ ಜಿನಚಂದ್ರಂ ॥ (೫–೧೦)

ಎಂಬ ಪದ್ಯದಲ್ಲಿ ಪೊನ್ನನ ಆದರ್ಶಸೂಚನೆಯಿದೆ. ಭವಾವಳಿಯನ್ನು ಅನುಕ್ರಮವಾಗಿ ಹೇಳದೆ ೬ನೆಯ ಭವದ ಅಪರಾಜಿತನಿಂದ ಆರಂಭಿಸಿ ಅವರಿವರಿಂದ ಉಳಿದವುಗಳನ್ನು ಹೇಳಿಸಲಾಗಿದೆ. ಅಪರಾಜಿತಭವದ ಆಯ್ಕೆಯಲ್ಲಿ ಆಕರ್ಷಕವಾದ ಸಂನಿವೇಶರಚನೆಯ ದೃಷ್ಟಿಯಿರಬೇಕು. ಅದರಲ್ಲಿ

ರೋಮಾಂಚಕಾರಕವಾದ ಘಟನೆಗಳಿವೆ. ಆದರೂ ಅವುಗಳಿಂದ ಅಂಥ ರಸನಿಷ್ಪತ್ತಿಯಾಗುವುದಿಲ್ಲ. ಇತರ ಭವಾವಳಿಯಲ್ಲಿ ಇಲ್ಲವೆ ಶಾಂತಿನಾಥಚರಿತದಲ್ಲಿ 'ಆದಿಪುರಾಣ'ದಂಥ ಒಂದಾದರೂ ಹೃದಯಸ್ಪರ್ಶಿಯಾದ ಸಂನಿವೇಶವಿಲ್ಲ. ಮೂಲಸಾಮಗ್ರಿಯೇ ಹಾಗಿತ್ತು. ಪೊನ್ನನು ಅದನ್ನು ಬಹುಶಃ ಇದ್ದಂತೆ ಬಳಸಬೇಕಾಗಿತ್ತು. ಆದರೂ ಕೆಲವು ಕಡೆಗೆ ದೊರೆಯಬಹುದಾದ ನಿರ್ಮಾಣಸ್ವಾತಂತ್ರ್ಯವನ್ನು ಅವನು ತೋರಿಲ್ಲ. ಶಾಂತೀಶ್ವರನು ವೈರಾಗ್ಯಹೊಂದಿದ ಸಂದರ್ಭ ತೀರ ನೀರಸವಾಗಿದೆ. ಒಂದು ರಾತ್ರಿ ಸುರತಸುಖದ ಕೊನೆಯಲ್ಲಿ ಅವನು ತನ್ನಷ್ಟಕ್ಕೆ "ಕೈಕೊಳ್ವೊಡೆ ಆತ್ಮಸುಖಮನೆ ಕೈಕೊಳ್ವುದು ದೇಹಿ, ಧರೆ ಶಾಶ್ವತಮಲ್ತು" (೧೦–೮೭, ೮೮) ಇತ್ಯಾದಿ ಸಾಂಪ್ರದಾಯಿಕ ಮಾತುಗಳನ್ನಂದು ಪರಿನಿಷ್ಕ್ರಮಣಕಲ್ಯಾಣಕ್ಕೆ ಅಭಿಮುಖನಾದನಂತೆ. ಒಟ್ಟಿನಲ್ಲಿ 'ಶಾಂತಿಪುರಾಣ'ದಲ್ಲಿ ಕಥಾವಸ್ತು ಎಂಬುದು ಮಧ್ಯಮ ತರಗತಿಯದು, 'ಆದಿಪುರಾಣ'ದ ಮುಂದೆ ನಿಸ್ತೇಜವಾಗಿ ತೋರುವಂಥದು.

ಪೊನ್ನನ ಗಮನವೆಲ್ಲ ಜೈನಶಾಸ್ತ್ರ ಮತ್ತು ಕಾವ್ಯಶಾಸ್ತ್ರಗಳಿಗೆ ಸಂವಾದಿಯಾಗಿ ತನ್ನ ಗ್ರಂಥ ಪ್ರೌಢವಾಗಬೇಕು ಎಂಬಲ್ಲಿ ತೊಡಗಿದೆ. ಜೈನಪುರಾಣದಲ್ಲಿರಬೇಕಾದ ಎಂಟು ಅವಯವಗಳಿಗೆ ಅವನು ತಪ್ಪದೆ ಇಂಬುಕೊಟ್ಟಿದ್ದಾನೆ. ಭವಾವಳಿಯನ್ನು ಬಿತ್ತರಿಸಿದ್ದಾನೆ. ಶಾಸ್ತ್ರಭಾಗಗಳನ್ನು ವಿವರಿಸಿದ್ದಾನೆ. ಕಾವ್ಯಶಾಸ್ತ್ರದೃಷ್ಟಿಯಿಂದ ಹದಿನೆಂಟು ವರ್ಣನೆಗಳೂ ಒಂಬತ್ತು ರಸಗಳೂ ಬಂದಿವೆ. ಛಂದಸ್ಸು–ಶೈಲಿ–ಅಲಂಕಾರಗಳಿಂದ ಕಾವ್ಯಬಂಧವನ್ನು ಅವನು ಪ್ರೌಢಗೊಳಿಸಿದ್ದಾನೆ. "ಸಮವೃತ್ತ ಸಂಧಿಲಕ್ಷಣಸಮನ್ವಿತಂ ಜಾತ್ಯಲಂಕೃತಿಭ್ರಾಜಿತಮುತ್ತಮಕಾವ್ಯಬಂಧದಂತೆ" (೩–೪೬) ಎಂಬ ಹೋಲಿಕೆ ಅವನ ಉತ್ತಮ ಕಾವ್ಯದ ಲಕ್ಷಣವನ್ನು ಸೂಚಿಸುತ್ತದೆ. ತನ್ನ ಈ ಗ್ರಂಥವು 'ಪುರಾಣ ಚೂಡಾಮಣಿ' ಎಂದು ತಿರುತಿರುಗಿ ಹೆಮ್ಮೆಯಿಂದ ಹೇಳಿಕೊಳ್ಳುತ್ತಾನೆ :

ಶಾಂತಜಿನಾಂತರದೊಳ್ ಸಲೆ
ಶಾಂತಿಪುರಾಣಮೆ ಪುರಾಣಚೂಡಾಮಣಿಯೆಂ- ।
ದಿಂತು ಪೆಸರಿಡುಗುಮೇ ಮತಿ-
ವಂತಂ ಕವಿಚಕ್ರವರ್ತಿ ಸಮೆದೀ ಕೃತಿಯಂ ॥ (೧೨–೫೬)

ಎಂದು ಹೇಳಿಕೊಳ್ಳುತ್ತಾನೆ. ಜೈನಪುರಾಣದ ಸಾಂಪ್ರದಾಯಿಕ ಲಕ್ಷಣವನ್ನು ಅತಿನಿಷ್ಠೆಯಿಂದ ಪಾಲಿಸಿ 'ಆದಿಪುರಾಣ'ದಂಥ ಕೃತಿಗಳನ್ನು ಹಿಂದೆಹಾಕಿದ್ದಕ್ಕೆ 'ಶಾಂತಿಪುರಾಣ'ವನ್ನು 'ಪುರಾಣಚೂಡಾಮಣಿ' ಎಂದು ಕರೆಯಬಹುದು. ಆದರೆ ಕಾವ್ಯಧರ್ಮ ಮತ್ತು ಧರ್ಮಗಳ ಸಂಯೋಜನೆಯ ದೃಷ್ಟಿಯಿಂದ ಅದು ಶ್ರೇಷ್ಠ ಪುರಾಣವಲ್ಲವೆಂದು ನಾವು ಹೇಳಬಹುದು.

'ಶಾಂತಿಪುರಾಣ'ದಲ್ಲಿ ವಸ್ತುರಚನೆ ಸರ್ವಸಾಮಾನ್ಯವಾಗಿದ್ದರೂ ಅದರ ವರ್ಣನೆಗಳಲ್ಲಿ ಸಾಮಯಿಕತೆಯ ಮೋಡದೊಡಲಲ್ಲಿ ಆಗಾಗ ಮಿಂಚುವ ಕಲ್ಪಕತೆಯಿದೆ, ಪ್ರಸನ್ನತೆಯಿದೆ, ಮೃದುಬಂಧವಿದೆ. ಈ ಕಾವ್ಯಗುಣಗಳು ಎತ್ತರಕ್ಕೆ ಸಹ ಒಮ್ಮೊಮ್ಮೆ ಹೋಗುತ್ತವೆ. ಈ ಪುರಾಣದಲ್ಲಿಯ ಶಾಸ್ತ್ರ-ಸಂಪ್ರದಾಯಜಡವಾದ ಭಾಗಗಳನ್ನು ಓದುವಾಗ ಬರುವ ಬೇಸರವನ್ನು ಅವು ಕಳೆಯುತ್ತವೆ. ಪೊನ್ನನ ಕವಿತಾಶಕ್ತಿಯ ಬಗ್ಗೆ ನಮ್ಮ ಆದರವನ್ನು ಹೆಚ್ಚಿಸುತ್ತವೆ. ಕಮಲದಿಂದ ಕಮಲಕ್ಕೆ ಭ್ರಮರಗಳು ಹಾರುವುದನ್ನು ವರ್ಣಿಸುವಾಗ "ಪೋಲ್ತುದು ಮಧುವುಂ ಮನೋಭವನುಮಟ್ಟೆಯೊಳಾಡುವ ಪೊನ್ನಬಟ್ಟಲನೊರ್ವೋದಲೆ ಮನೋಜಕಾಂತೆ ಮುಳಿಸಿಂದೆಸೆಗೋವದೆ ಸೂಸುವಂದಮಂ" ಎನ್ನುತ್ತಾನೆ (೧–೫೮) ; ವಸಂತವರ್ಣನೆಯಲ್ಲಿ ಭ್ರಮರಗಳು "ಮದನಂ ಮಸಿಯೊಳ್ ಬರೆದಿಟ್ಟ ತನ್ನ ತಕ್ಕಿನ ಪೆಸರಕ್ಕರಂಗಳೆನಿಸಿರ್ದುವು" (೭–೧೨೫) ಎನ್ನುತ್ತಾನೆ ; ಅಂತೆಯೇ ಇಹಜೀವನದ ಸುಖಕ್ಕಾಗಿ ಕಾತರಿಸಿ ಮಾಡುವ ತಪದ ನಿರರ್ಥಕತೆಯನ್ನು ವರ್ಣಿಸುವ ಈ ಪದ್ಯವನ್ನೂ ನೋಡಿ :

ಶಿವಸುಖಮನಱಿಯದೀ ಮಾ-
ನವಸುಖದ ನಿಮಿತ್ತದಿಂ ತಪಂಗೆಯ್ವವರೊ- ।
ಪ್ಪುವ ಮಾಣಿಕವಂ ತೌಡಿಂ-
ಗವಯವದಿಂ ಮಾಱುಗುಡುವ ಮರುಳಂ ಪೋಲ್ಗುಂ ॥ (೧೧–೯೧)

ಪೂರ್ವಕಾವ್ಯದ, ವಿಶೇಷವಾಗಿ ಕಾಳಿದಾಸನ ಕಾವ್ಯನಾಟಕಗಳ ಪ್ರಭಾವ ಪೊನ್ನನಲ್ಲಿ ದಟ್ಟವಾಗಿದೆ. ೫ನೆಯ ಆಶ್ವಾಸದ ಜ್ಯೋತಿಃಪ್ರಭೆಯ ಸ್ವಯಂವರದ ವರ್ಣನೆಯಲ್ಲಿ ಕಾಳಿದಾಸನ 'ರಘುವಂಶ'ದಲ್ಲಿಯ ಇಂದುಮತೀಸ್ವಯಂವರವರ್ಣನೆಯ ಹಲವು ಪದ್ಯಗಳನ್ನು ಇದ್ದಕ್ಕಿದ್ದಂತೆ ಅವನು ಅನುವಾದಿಸಿದ್ದಾನೆ.[6] ಮುಂದೆ ಶಾಂತೀಶ್ವರನ ದಿಗ್ವಿಜಯ ವರ್ಣನೆಯಲ್ಲಿ ರಘು ಮಹಾರಾಜನ ಜೈತ್ರಯಾತ್ರೆಯನ್ನು ಅನುಸರಿಸುತ್ತಾನೆ. ಹೀಗಿದ್ದೂ "ಸಕ್ಕದದೊಳ್ ಮುನ್ನುಳ್ಳ ಕಾಳಿದಾಸಂಗಂ ನಾಲ್ವಡಿ ರಚನೆಯೊಳ್ ಕುರುಳ್ಗಳ ಸವಣಂ" (೧–೧೧), "ಪೆಱಗಿನಿಸೆಡೆಗುಡದ ಅಸಹಾಯಕವೀಶ್ವರಂ ಕುರುಳ್ಗಳ ಸವಣಂ" (೧೨–೭೫) ಎಂದು ಎಂದಿರುವದು ಧಾರ್ಷ್ಟ್ಯದ ಮಾತು. ತನ್ನ ಸಂಸ್ಕೃತ ಗ್ರಂಥಗಳಲ್ಲಿ ಕಾಳಿದಾಸನನ್ನು ಮೀರಿದ್ದೇನೆ ಎಂಬುದು ಪೊನ್ನನ ಅಭಿಪ್ರಾಯವಾಗಿದ್ದರೆ ಆ ಗ್ರಂಥ ದೊರೆಯುವವರೆಗೆ ಏನನ್ನೂ ಹೇಳಲಾರೆವು. ಆದರೆ "ಅಸಹಾಯಕವೀಶ್ವರ" ಎಂಬ ವಿಶೇಷಣಕ್ಕೆ ಏನೆನ್ನಬೇಕು ? ಪೊನ್ನನ ಯೋಗ್ಯತೆ ಹೆಚ್ಚಿನದಾದರೂ ಆತ್ಮಸ್ತುತಿಯ ಆವೇಶದಲ್ಲಿ ಅವನು ತೂಕತಪ್ಪುತ್ತಾನೆ ಎಂದು ಹೇಳಬೇಕಾಗುತ್ತದೆ. 'ಶಾಂತಿಪುರಾಣ'ವು ಪ್ರೌಢವಾದ ಜೈನಪುರಾಣಗಳಲ್ಲಿ ಒಂದೆಂಬುದು ದಿಟವಾದುದು. ಆದರೆ ಅದು ಪೊನ್ನನ ಉತ್ತಮ ಕಾವ್ಯವಲ್ಲ.

ಪೊನ್ನ ತಾನು ಮಹಾಕವಿಯೆಂದು ಹೇಳಿಕೊಳ್ಳುತ್ತಾನೆ. ಕವಿಚಕ್ರವರ್ತಿ ಎಂಬ ಬಿರುದು ಅವನಿಗೆ ಸಿಕ್ಕಿದೆ. 'ಶಾಂತಿಪುರಾಣ'ದಲ್ಲಿ ಅಸಾಮಾನ್ಯ ಕವಿತಾಶಕ್ತಿಯ ಸುಳುಹನ್ನು ಕ್ವಚಿತ್ತಾಗಿ ಕಾಣುತ್ತೇವೆ. ಆದರೆ ಅವನ ಇನ್ನೊಂದು ಗ್ರಂಥವು ದೊರೆತಿಲ್ಲವಾದ ಕಾರಣ ನಿರ್ಣಯಾತ್ಮಕವಾಗಿ ಏನನ್ನೂ ಹೇಳಲಾಗದು. 'ಶಾಂತಿಪುರಾಣ'ದ ಮಟ್ಟಿಗೆ 'ಆದಿಪುರಾಣ'ದೊಡನೆ ಹೋಲಿಸಿ ಹೇಳುವುದಾದರೆ, ಪೊನ್ನನು ಮತಧರ್ಮ ಮತ್ತು ಪಂಡಿತಕಾವ್ಯಧರ್ಮ ಇವುಗಳ ಸಂಯೋಜನೆಗಳಲ್ಲಿ ಮಾತ್ರ ಯಶಸ್ವಿಯಾಗಿದ್ದಾನೆ. ಪಂಪನು ಧರ್ಮ ಮತ್ತು ಉತ್ತಮ ಕಾವ್ಯಧರ್ಮ ಇವುಗಳ ಮೇಳವಿಕೆಯಲ್ಲಿ ಬಹುಮಟ್ಟಿಗೆ ಜಯಶೀಲನಾಗಿದ್ದಾನೆ ಎಂದು ಹೇಳಬಹುದು. ಪಂಪನ ಕಾವ್ಯದಲ್ಲಿ ಸಂಪ್ರದಾಯನಿಷ್ಠೆ, ನೀರಸ ನಿರೂಪಣೆ ಇವನ್ನು ಮೀರಿ ಬಹುವಾಗಿ ಭವ್ಯಜೀವನದೃಷ್ಟಿ ಮತ್ತು ಮಹಾಕಾವ್ಯದ ಸತ್ವ ಗೆದ್ದುನಿಲ್ಲುತ್ತವೆ. ಪೊನ್ನನ ಕವಿತಾಶಕ್ತಿ ಅವುಗಳ ಭಾರದ ಬುಡದಲ್ಲಿ ಆಗಾಗ ತಲೆಯೆತ್ತಿದರೂ ಕುಸಿದುಬಿದ್ದಿರುವುದೇ ಹೆಚ್ಚು.

## ಟಿಪ್ಪಣಿಗಳು

1. 'ಶಬ್ದಮಣಿದರ್ಪಣ'ದಲ್ಲಿಯ "ಜವನೇಱಿದೊಂದು ಜಕ್ಕಂದೊಟಿಲಿಯಂತೆ ಕಣ್ಗೆಸೆದಿರ್ದುದಿಭಂ ಚಲದಂಕರಾಮನಾ" ಈ ಪದ್ಯಭಾಗವು 'ರಾಮಕಥೆ'ಯಿಂದಲೇ ಉದಾಹೃತವಾಗಿರಬಹುದು. ಇನ್ನೂ ಕೆಲವು ಅವತರಣಿಕೆಗಳು ಪೊನ್ನನ ರಾಮಕಥೆಯಿಂದ ಎತ್ತಿದುವಾಗಿರಬಹುದೆಂದು ಬೇಂದ್ರೆಯವರು ಊಹಿಸಿದ್ದಾರೆ. (ನೋಡಿ : ಪ್ರ.ಕ., ೧೫–೪).
2. ಡಿ. ಎಲ್. ನರಸಿಂಹಾಚಾರ್ : ಪೊನ್ನನ 'ಭುವನೈಕರಾಮಾಭ್ಯುದಯ' (ಪ್ರ.ಕ., ೧೫–೨, ಪು. ೪).
3. ಅದೇ, ಪು. ೮.
4. ದ. ರಾ. ಬೇಂದ್ರೆ : ಪೊನ್ನನ 'ಭುವನೈಕರಾಮಾಭ್ಯುದಯ' (ಪ್ರ.ಕ., ೧೫–೪, ಪು. ೨೯–೩೦).
5. ಅದೇ, ಪು. ೩೫.
6. ಡಿ. ಎಲ್. ನರಸಿಂಹಾಚಾರ್ : ಪೊನ್ನನೂ ಕಾಳಿದಾಸನೂ (ಪ್ರ.ಕ., ೧೨–೨).

## (೩) ರನ್ನ

ರತ್ನತ್ರಯರಲ್ಲಿ ಮೂರನೆಯವನು ಕವಿರತ್ನ, ಅಂದರೆ ರನ್ನ.

ಕವಿಜನದೊಳ್ ರತ್ನತ್ರಯ
ಪವಿತ್ರಮೆನೆ ನೆಗಟ್ದ ಪಂಪನುಂ ಪೊನ್ನಿಗನುಂ ।
ಕವಿರತ್ನನುಮೀ ಮೂವರ್
ಕವಿಗಳ್ ಜಿನಸಮಯದೀಪಕರ್ ಪೆಱರೊಳರೆ ॥ (ಅ.ಪು., ೧೨–೩೭)

ಎಂದು ಪಂಪ, ಪೊನ್ನ, ತಾನು ಈ ಮೂವರು ರತ್ನತ್ರಯರೆಂದು ಹೆಮ್ಮೆಯಿಂದ ಹೇಳಿಕೊಂಡವನು ರನ್ನನೇ. ಈ ಹೆಮ್ಮೆ ಒಣಹೆಮ್ಮೆಯಲ್ಲ. ಸ್ವಂತದ ಹಿರಿಮೆಯನ್ನರಿತು ಹೇಳಿಕೊಳ್ಳುವ ಗುಣ ರನ್ನನ ಮನಃಪ್ರಕೃತಿಗೆ ಸಹಜವಾದದ್ದು. ತನ್ನ ಚರಿತ್ರೆಯನ್ನು ಪಂಪನಿಗಿಂತಲೂ ಬಿತ್ತರವಾಗಿ ಅವನು ಹೇಳಿದ್ದಾನೆ. ಅವನ ತಾಯಿತಂದೆ ಜಿನವಲ್ಲಭ, ಅಬ್ಬಲಬ್ಬೆ. ಇಬ್ಬರು ಹೆಂಡಿರು ಶಾಂತಿ, ಜಕ್ಕಿ. ಮಕ್ಕಳು ರಾಯ, ಅತ್ತಿಮಬ್ಬೆ. ಇವರ ಹೆಸರುಗಳನ್ನು ಅವನೇ ನಮಗೆ ತಿಳಿಸಿದ್ದಾನೆ. ಮುದುವೊಳಲು ಅಂದರೆ ಇಂದಿನ ಮುಧೋಳದಲ್ಲಿ ಜೈನಮತದ ಬಳೆಗಾರರ ಕುಲದಲ್ಲಿ ಹುಟ್ಟಿ ತನ್ನ ಸಂಕಲ್ಪಸಾಮರ್ಥ್ಯದಿಂದ ವಿದ್ಯಾಬುದ್ಧಿಯನ್ನು ಗಳಿಸಿಕೊಂಡು ಮಹಾಕೃತಿಯೊಂದರ ನಿರ್ಮಾಣಕ್ಕೆ ಸಿದ್ಧನಾದ ಪ್ರತಿಭಾಶಾಲಿಯವನು. ಅವನಿಗೆ ಗಂಗಮಂಡಲದಲ್ಲಿ ಅಜಿತಸೇನಾಚಾರ್ಯನು ಗುರುವಾಗಿ ದೊರೆತನು. ಚಾವುಂಡರಾಯನು ಪೋಷಕನಾದನು. ಅಲ್ಲಿಂದ ಮರಳಿ ತನ್ನ ನಾಡಿಗೆ ಬಂದು ಚಾಲುಕ್ಯರಾಜರ ಆಶ್ರಯದಲ್ಲಿ ಅವನು ನಿಂತನು. ಚಕ್ರವರ್ತಿಯಾದ ಸತ್ಯಾಶ್ರಯ ಅಥವಾ ಇಱಿವಬೆಡಂಗನನ್ನು ತನ್ನ 'ಗದಾಯುದ್ಧ' ಕಾವ್ಯದ ನಾಯಕನನ್ನಾಗಿ ಮಾಡಿಕೊಂಡನು. ರನ್ನನಲ್ಲಿ ಪ್ರತಿಕೂಲಪರಿಸ್ಥಿತಿಯೊಡನೆ ಹೋರಾಡಿ ಊರ್ಜಿತಸ್ಥಿತಿಗೆ ಬಂದ ಧೀರನ ಆತ್ಮಪ್ರತ್ಯಯವಿದೆ, ಮೇರೆವರಿಯುವ ಉತ್ಸಾಹವಿದೆ, ಮುಚ್ಚುಮರೆಯಿಲ್ಲದ ಸಿಡಿಲುನುಡಿಯಿದೆ. ಅವನ ಕೃತಿಗಳ ಪರೀಕ್ಷಣೆಯಲ್ಲಿ ಅವನ ವ್ಯಕ್ತಿತ್ವದ ಈ ಕೆಲವಂಶಗಳನ್ನು ತಿಳಿದಿರುವುದು ಅವಶ್ಯ.

ನಮಗೆ ದೊರೆತ ರನ್ನನ ಕಾವ್ಯಗಳು ಎರಡು : 'ಗದಾಯುದ್ಧ' ಅಥವಾ 'ಸಾಹಸಭೀಮವಿಜಯ' ಮತ್ತು 'ಅಜಿತಪುರಾಣ'. ಈಚೆಗೆ ಆತನದೇ ಎನ್ನಲಾದ 'ರನ್ನಕಂದ' ಎಂಬ ಹಳಗನ್ನಡ ನಿಘಂಟು ಅಸಮಗ್ರವಾಗಿ ದೊರೆತಿದೆ. 'ಪರಶುರಾಮಚರಿತ', 'ಚಕ್ರೇಶ್ವರಚರಿತ', 'ಅಜಿತತೀರ್ಥೇಶ್ವರಚರಿತ'—ಈ ಮೂರು ತನ್ನ ಕೃತಿಗಳೆಂದು 'ಅಜಿತಪುರಾಣ'ದ ಕೊನೆಗೆ ಹೇಳಿದ್ದಾನೆ (೧೨–೪೨). ಇಲ್ಲಿ 'ಗದಾಯುದ್ಧ''ದ ಹೆಸರಿಲ್ಲ. 'ಚಕ್ರೇಶ್ವರಚರಿತ'ವೇ 'ಗದಾಯುದ್ಧ'ದ ಇನ್ನೊಂದು ಹೆಸರಾಗಿರಬಹುದೆಂದು ಕೆಲವರ ತರ್ಕ. 'ಪರಶುರಾಮಚರಿತ'ವು ಸಮರಪರಶುರಾಮನೆಂಬ ಬಿರುದುಳ್ಳ ಚಾವುಂಡರಾಯನ ವಿಷಯಕವಾದ ಗ್ರಂಥವಾಗಿರಬಹುದೆಂದು ಒಂದು ಊಹೆ. ಇವೆಲ್ಲ ಸರಿಯಾಗಿದ್ದರೆ ತನ್ನ ಪೋಷಕರಾದ ಚಾವುಂಡರಾಯ, ಸತ್ಯಾಶ್ರಯ, ಅತ್ತಿಮಬ್ಬೆ ಈ ಮೂವರ ಸ್ತುತಿ ಮತ್ತು ಸಂತುಷ್ಟಿಗಾಗಿ ಮೂರು ಗ್ರಂಥಗಳನ್ನು ರಚಿಸಿ 'ರತ್ನತ್ರಯ'ಗಳೆಂದು ಅವನ್ನು ಕರೆದಿರಬೇಕೆಂದು ಅನುಮಾನಿಸಬಹುದು. ಆದರೆ 'ಚಕ್ರೇಶ್ವರಚರಿತ' ಎಂದರೆ 'ಗದಾಯುದ್ಧ'ವಲ್ಲ, ಬೇರೆ ಗ್ರಂಥವೆನ್ನುವವರೂ ಇದ್ದಾರೆ. 'ಅಜಿತಪುರಾಣ'ದಲ್ಲಿ 'ಗದಾಯುದ್ಧ'ದ ಉಲ್ಲೇಖವಿಲ್ಲದ ಕಾರಣ 'ರನ್ನರಿಬ್ಬರೇ'? ಎಂಬ ವಾದವೂ ನಡೆದಿದೆ. ದೊರೆತ ಗ್ರಂಥಗಳಲ್ಲಿ 'ಅಜಿತಪುರಾಣ'ದ ರಚನೆಯ ಕಾಲ ಕ್ರಿ. ಶ. ೯೯೩. ಆಗ ರನ್ನನ ವಯಸ್ಸು ೪೪ ಆಗಿತ್ತು. 'ಗದಾಯುದ್ಧ'ದ ಕಾಲ ಸಂದಿಗ್ಧವಾಗಿದೆ. ಅದನ್ನು ಹೇಳುವ ಪದ್ಯದ ಅರ್ಥ ಸ್ಫುಟವಾಗಿಲ್ಲ. ಅದು ಪ್ರಕ್ಷಿಪ್ತವಾಗಿರಬಹುದೆಂಬ ಅಭಿಪ್ರಾಯವೂ ಇದೆ. ಆ ಪದ್ಯದ ಒಂದು ಅರ್ಥ-ಕಲ್ಪನೆಯ ಮೇರೆಗೆ

ಕ್ರಿ.ಶ. ೯೮೨ 'ಗದಾಯುದ್ಧ'ದ ರಚನೆಯ ಕಾಲವಾಗುತ್ತದೆ. ಅದು ಪ್ರಕ್ಷಿಪ್ತವೆನ್ನುವವರ ಅಭಿಪ್ರಾಯದಲ್ಲಿ ಸತ್ಯಾಶ್ರಯ ಚಕ್ರವರ್ತಿ ಚಕ್ರವರ್ತಿಯಾಗಿರುವ ಕಾಲದಲ್ಲಿ ಎಂದರೆ ಸು. ೧೦೦೮ರಲ್ಲಿ ಆ ಗ್ರಂಥ ಹುಟ್ಟಿರಬೇಕು.[1] "ಗ್ರಂಥದ ವೀರರಸವನ್ನೂ ಉತ್ಕೃಷ್ಟ ಕವಿತಾಶಕ್ತಿಯನ್ನೂ ನೋಡಿದರೆ ಕವಿ ೩೩ ವರ್ಷದ ರನ್ನನೇ ಎಂದು ಊಹಿಸಬೇಕಾಗುತ್ತದೆ"[2] ಎಂದು ಬಿ. ಎಂ. ಶ್ರೀಕಂಠಯ್ಯನವರು ೯೮೫ರ ಕಾಲವನ್ನು ಸಮರ್ಥಿಸುವ ಒಲವು ತೋರಿದ್ದಾರೆ. ಆದರೂ ಅವರಿಗೆ ಸಂದೇಹ ಉಳಿದಿವೆ. ಪಂಪನ 'ಆದಿಪುರಾಣ'ವಾದ ಮೇಲೆ 'ಭಾರತ' ನಿರ್ಮಿತವಾಯಿತು. ಅದರಲ್ಲಿ ವೀರರಸವಿದೆ. ಉತ್ಕೃಷ್ಟ ಕವಿತಾಶಕ್ತಿಯಿದೆ. ೪೦ರ ಹತ್ತಿರ ಇಲ್ಲವೆ ಮೇಲೆ ವಯಸ್ಸಾದ ಕವಿ ಅದನ್ನು ಬರೆಯಲಿಲ್ಲವೇ ? ಸಾಮಾನ್ಯವಾಗಿ ಬೇರೆ ಆಧಾರಗಳಿಲ್ಲದಿರುವಾಗ ಅನುಭವದ ಮತ್ತು ಪ್ರತಿಭೆಯ ಪರಿಪಕ್ವತೆಯಿಂದ ಯಾವುದು ಮೊದಲು, ಯಾವುದು ಆಮೇಲೆ ಎಂಬುದನ್ನು ಊಹಿಸುವುದು ತಪ್ಪಲ್ಲ. ಈ ದೃಷ್ಟಿಯಿಂದ 'ಅಜಿತಪುರಾಣ'ದ ತರುವಾಯ 'ಗದಾಯುದ್ಧ' ರಚಿತವಾಗಿರಬೇಕೆಂದು ನಮಗೆ ತೋರುತ್ತದೆ. ಚಾರಿತ್ರಿಕ ಸಂಗತಿಗಳೂ ಇದಕ್ಕೆ ಬೆಂಬಲ ಕೊಡುತ್ತವೆ. ಆದರೆ ಇದಮಿತ್ಥಂ ಎಂಬ ತೀರ್ಮಾನ ಸಾಧ್ಯವಿಲ್ಲ.

'ಅಜಿತಪುರಾಣ'ದಲ್ಲಿ ೨ನೆಯ ತೀರ್ಥಂಕರನಾದ ಅಜಿತಸ್ವಾಮಿಯ ಮತ್ತು ೨ನೆಯ ಚಕ್ರವರ್ತಿಯಾದ ಸಗರನ ಚರಿತ್ರೆಯುಳ್ಳ ಜೈನಪುರಾಣವಿದೆ. ಇದನ್ನು 'ದಾನಚಿಂತಾಮಣಿ'ಯಾದ ಅತ್ತಿಮಬ್ಬೆ ಹೇಳಿಸಿದಳೆಂದು ರನ್ನ ಹೇಳಿದ್ದಾನೆ. ಅವಳ ಆದರ್ಶಚಾರಿತ್ರ್ಯವನ್ನು ಪೀಠಿಕಾ ಭಾಗದಲ್ಲಿ ಬಾಯ್ತುಂಬ ಹೊಗಳಿದ್ದಾನೆ. ಅವಳ ಗುಣಗಳನ್ನು ಲಕ್ಕುಂಡಿಯ ಶಿಲಾಶಾಸನದಲ್ಲಿಯೂ ಅವನೇ ಬಣ್ಣಿಸಿರಬಹುದೆಂದು ತೋರುತ್ತದೆ. ಈ ಪುರಾಣದ ಒಂದು ವೈಶಿಷ್ಟ್ಯವೆಂದರೆ ಇದರಲ್ಲಿ ಭವಾವಳಿಯ ತೊಡಕಿಲ್ಲ. ಅಜಿತಸ್ವಾಮಿಯ ಹಿಂದಿನ ಒಂದು ಭವದ ಕಥೆ ಮಾತ್ರ ಇದರಲ್ಲಿದೆ. 'ಶಾಂತಿಪುರಾಣ'ದ ಪ್ರಮಾಣಜ್ಞಾನದ ಅಭಾವ ಇದರಲ್ಲಿಲ್ಲವೆಂಬುದು ಸಮಾಧಾನದ ಸಂಗತಿಯಾದರೂ 'ಆದಿಪುರಾಣ'ದ ಭವಾವಳಿಯ ಭವ್ಯಚಿತ್ರವು ಇಲ್ಲಿ ದೊರೆಯುತ್ತಿಲ್ಲವೆಂದು ಮಿಡುಕಬೇಕಾಗುತ್ತದೆ. ಇದರಲ್ಲಿ ಅಜಿತಸ್ವಾಮಿಯ ಚರಿತವು ಸಾಂಪ್ರದಾಯಿಕ ರೀತಿಯಲ್ಲಿ ಪಂಚಕಲ್ಯಾಣಗಳ ವಿಸ್ತೃತ ವರ್ಣನೆಯಾಗಿ ಬಂದಿರುವುದರಿಂದ, ಹೃದ್ಯವಾದ ಹಾಗೂ ಮಾನವಜೀವನಸ್ಪರ್ಶಿಯಾದ ಸಂನಿವೇಶಗಳೂ ಪಾತ್ರಗಳೂ ಅಷ್ಟಾಗಿ ಇಲ್ಲದಿರುವುದರಿಂದ, ಪ್ರತಿಭೆಯ ರಭಸವಿದ್ದರೂ ಇದು ಸಾಕಷ್ಟು ಪರಿಣಾಮಕಾರಿಯಾಗದ ಪುರಾಣವಾಗಿದೆ. ಇದನ್ನು ಬರೆಯುವಲ್ಲಿ ರನ್ನನು ತನ್ನ ವಿಶಿಷ್ಟವಾದ ಉತ್ಸಾಹ, ತಾದಾತ್ಮ್ಯಗಳನ್ನೂ ಕಲ್ಪಕತೆಯನ್ನೂ ತುಂಬಿಕೆಯಿಂದ ಬಳಸಿದ್ದಾನೆ. ವೈರಾಗ್ಯಭಾವವರ್ಣನೆ, ಜಿನಶಿಶುವಿನ ಜನ್ಮಾಭಿಷೇಕ, ಆ ಸಮಯದ ನಾಟ್ಯಗೀತ–ಪರಿನಿಷ್ಕ್ರಮಣ ಈ ಮುಂತಾದ ಸಂದರ್ಭಗಳಲ್ಲಿಯೂ ರೂಪದ, ನಿಸರ್ಗದ ವರ್ಣನಾವಸರಗಳಲ್ಲಿಯೂ ಅವನ ಪ್ರತಿಭೆ ಉಕ್ಕಿ ಹೊರಸೂಸಿದೆ. ವೈರಾಗ್ಯವರ್ಣನೆಯ ವಿಸ್ತಾರದಲ್ಲಿ ವೈರಾಗ್ಯವನ್ನು ಸ್ವಾರಸ್ಯಗೊಳಿಸುವ ನಾಟ್ಯಗುಣವಿದೆ. ಆದರೂ ಈ ವೈರಾಗ್ಯ ಕೆಲಮಟ್ಟಿಗೆ ಪರಪ್ರತ್ಯಯ, ನಾಟಕೀಯ, ನೀತಿಪ್ರವಣ ಎಂದೂ ತೋರುತ್ತದೆ. ಜನ್ಮಾಭಿಷೇಕದಲ್ಲಿ ಅವನು ಸಂಪೂರ್ಣ ತಾದಾತ್ಮ್ಯಹೊಂದಿದ್ದಾನೆ. ಅವನ ಹರ್ಷಾತಿಶಯ ಫಲಿಸಿದೆ, ಕಲ್ಪನೆ ಕುಡಿವರಿದಿದೆ. ಇದಕ್ಕೆ ಉದಾಹರಣೆಯಾದ ಪದ್ಯಗಳಲ್ಲಿ,

ಎಮೆ ಮಱೆಯಾದಪುದಿಕ್ಕುವ
ಚಮರರುಹಂ ತನ್ನ ಕಣ್ಗೆ ಮಱೆಯಾದಪುದೆಂ- ।
ದೆಮೆಯಿಕ್ಕದೆ ಚಾಮರಮಿ-
ಕ್ಕಿ ಮಾಣ್ಬುದಂ ಪಾರ್ದು ಪಾರ್ದು ಮಗನನೆ ನೋಳ್ಕುಂ ॥ (೫–೫೨)

ಎಂಬ ಪದ್ಯವನ್ನೋದಬಹುದು. ಇಡಿಯ ಕಾವ್ಯದಲ್ಲಿ ಮಾನವತೆಯ ಅಂಶದಿಂದ ಹೃದಯ ಸ್ಪರ್ಶಿಯಾದ ಭಾಗವೆಂದರೆ ಅಜಿತಸ್ವಾಮಿ ವಿರಕ್ತಿಹೊಂದಿ ತನ್ನವರನ್ನು ಬಿಟ್ಟು ತಪಸ್ಸಿಗೆ ಹೋದಾಗಿನ ದೃಶ್ಯ. ಸಾಮಾನ್ಯವಾಗಿ ವಿಮರ್ಶಕರು ಅದನ್ನು ಎತ್ತಿತೋರಿಸಿದಂತಿಲ್ಲ. ಅವನು ಹೋದರೆ "ಮದುವೆಗಳುಪಿದಮನೆಯಂದದಿನಿರ್ದುದಯೋಧ್ಯಾನಗರಂ" (೬–೯೦) "ರಸ ಮಿಲ್ಲದ ಕೃತಿ"ಯಂತೆ ಆಯಿತು (ಇಲ್ಲಿ ರನ್ನನ ರಸನಿಷ್ಠೆ ಸೂಚಿತವಾಗಿದೆ) ; "ಅವನಿಲ್ಲದೆ ನಾವೇನು ಮಾಡೋಣ ?" ಎಂದು ಅರಸಿಯರು ವಿಲಾಸ ಮಾಡುತ್ತಾರೆ ; "ಬಿಡಿಮೀ ದೀಪದ ರಾಜ ಹಂಸಗಳಂ" ಎಂದು ಮುಂತಾಗಿ ಹಲುಬುತ್ತಾರೆ ; "ಲಲಿತಲತಾಲಯಂಗಳಿರ.... ವಿಯೋಗಮಾದುದು ನಿಮಗಮೆಮಗಂ" (೬–೧೧೧), "ಎಲೆ ಪರಪುಷ್ಟ ಕೇಳೆಲೆ ಮಧುವ್ರತ ಕೇಳ್....ನೆನೆಯುತಿರ್ಪುದು ಕೂರ್ಪುದು ಸ್ವೈರಿಸಿರ್ಪುದಗ್ಗಲಿಸಿದ ನಲ್ಮೆ ತಣ್ಮಲೆಯ ಬೆನ್ನನೆ ಪೋದಪೆಮೆಮ್ಮ ಸಾಮಿಯಾ" (೬–೧೧೨) ಎಂದು ಆರ್ತವಾಗಿ ಕೂಗಿಕೊಳ್ಳುತ್ತಾರೆ. ಇಲ್ಲಿಯ ಶೋಕ ಅಜಿತಸ್ವಾಮಿಯ ದೃಢವೈರಾಗ್ಯದ ಹಿನ್ನೆಲೆಯಲ್ಲಿ ಹೆಚ್ಚಾಗಿ ಕರುಳನ್ನು ಇರಿಯುತ್ತದೆ. ಒಟ್ಟಿನಲ್ಲಿ 'ಅಜಿತಪುರಾಣ'ವು ರನ್ನನ ರಸಸೃಷ್ಟಿಗೆ ಸಂಚಕಾರವಾಗಿದೆ. ಅದರಲ್ಲಿ ಆಶೋತ್ತರವಿದೆ, ಸಿದ್ಧಿಯಿಲ್ಲ. ಅವನು ಜೈನಶಾಸ್ತ್ರ, ನಾಟ್ಯಶಾಸ್ತ್ರ, ಅಲಂಕಾರಶಾಸ್ತ್ರ ಇವುಗಳ ತನ್ನ ಗಾಢವ್ಯಾಸಂಗವನ್ನು 'ಅಜಿತಪುರಾಣ'ದಲ್ಲಿ ಪ್ರದರ್ಶನಗೊಳಿಸಲು ಹೋಗಿದ್ದಾನೆ. ಕವಿಸಮಯದ ಬೆನ್ನುಹತ್ತಿದ್ದಾನೆ. ವರ್ಣನೆಗಳ ಹುಚ್ಚು ಅವನ ತಲೆಗೇರಿದೆ. ಇವನ್ನೆಲ್ಲ ಕಣ್ಣಿಟ್ಟುನೋಡಿದರೆ ಪ್ರತಿಭೆಯೊಡನೆ ಅವನು ನಡೆಸಿದ ಪ್ರಥಮ ಪ್ರಣಯಾವೇಶದ ಗುರುತೆಂಬಂತೆ ಈ ಕಾವ್ಯ ತೋರುತ್ತದೆ :

ಎನಿತುಂಟಾಗಮವರ್ಣನ-
ಮನಿತುಮನೊಳಕೊಂಡು ಸಕಲಭವ್ಯಜನಂಗ- ।
ಳ್ಗನುರಾಗಮನೊಡರಿಸಿದಪು-
ದೆನಿಪ ಪುರಾಣಂ ಪುರಾಣತಿಲಕಮಿದಲ್ತೆ ॥ (೧–೭೬)

ಹೀಗೆ 'ಅಜಿತಪುರಾಣ'ವು "ಪುರಾಣತಿಲಕ"ವೆಂದೂ, "ಪುರಾಣಚೂಡಾಮಣಿ"ಯೆಂದೂ ರನ್ನನು ಸೂಚಿಸುತ್ತಾನೆ. 'ಆದಿಪುರಾಣ', 'ಶಾಂತಿಪುರಾಣ', 'ಅಜಿತಪುರಾಣ'ಗಳ ರೇಖೆಗೆ ಬೇರೆ ಪುರಾಣಗಳು ಬರಲಾರವು ಎನ್ನುತ್ತಾನೆ (೧೨–೩೬). ಇದರಲ್ಲಿ ಅವನ ಆತ್ಮವಿಶ್ವಾಸದ ಅತಿರೇಕವಿದೆಯೇ ಹೊರತು ಸಮಂಜಸವಾದ ಆತ್ಮಸ್ತುತಿಯಿಲ್ಲ. ಮೂವರೂ ಉನ್ನತ ಪ್ರತಿಭೆಯುಳ್ಳವರು. ಅವರ ಈ ಮೂರು ಪುರಾಣಗಳಲ್ಲಿ ಸಮಾನವಾದ ಪ್ರೌಢಿಮೆಯಿದೆ. ಆದರೂ 'ಆದಿಪುರಾಣ'ದ ತೂಕವು ಉಳಿದೆರಡಕ್ಕೆ ಬಾರದು. ಎಲ್ಲ ದೃಷ್ಟಿಯಿಂದ 'ಆದಿಪುರಾಣ'ವೇ ಪುರಾಣತಿಲಕವೆನ್ನಿಸಿಕೊಳ್ಳಲು ಅರ್ಹವಾಗಿದೆ.

'ಗದಾಯುದ್ಧ'ವು ರನ್ನನ 'ಕೃತಿರತ್ನ'. 'ಅಜಿತಪುರಾಣ'ವು ಆಗಮಿಕವಾದರೆ ಇದು ಲೌಕಿಕ ಕಾವ್ಯ. ಇದರಲ್ಲಿ ವ್ಯಾಸಭಾರತದ ಗದಾಸೌಪ್ತಿಕಪರ್ವಗಳಲ್ಲಿಯ ಕಥಾನಕ ಸ್ವತಂತ್ರ ಪೂರ್ಣ ಕೃತಿಯ ಸ್ವರೂಪ ತಾಳಿದೆ. 'ಪಂಪಭಾರತ'ವೇ ಇದಕ್ಕೆ ನೇರವಾಗಿ ಪ್ರೇರಣೆಯನ್ನೊದಗಿಸಿರಬೇಕು. ಅದರ ೧೩ನೆಯ ಆಶ್ವಾಸದಲ್ಲಿಯ ಭಾರತಯುದ್ಧದ ಅಂತ್ಯದೃಶ್ಯ ರನ್ನನ ಪ್ರತಿಭೆಯನ್ನು ಎಚ್ಚರಿಸಿದೆ, ಎಳೆದುಕೊಂಡು ಹೋಗಿದೆ. ಹಲಕೆಲವು ಭಾಗಗಳನ್ನೂ ಮಾತುಗಳನ್ನೂ ಪಂಪನಿಂದ ಅವನು ತೆಗೆದು ಕೊಂಡಿದ್ದಾನೆ, ಕೆಲವಕ್ಕೆ ತನ್ನ ಮಿರುಗನ್ನು ಕೊಟ್ಟಿದ್ದಾನೆ. ಭಾಸನ 'ಊರುಭಂಗ', ಭಟ್ಟನಾರಾಯಣನ 'ವೇಣೀಸಂಹಾರ' ಇವುಗಳಿಂದ ಸಂನಿವೇಶಗಳೂ ಕಲ್ಪನೆಗಳೂ ಎರವಲಾಗಿ ಬಂದಿವೆ. ಒಟ್ಟಿನ ನಾಟಕೀಯತೆಗೆ ಪುಟ ಕೊಟ್ಟಿವೆ.[3] ಇವನ್ನು ಹಾಗೂ ಇತರ ಪ್ರಭಾವಗಳನ್ನು ಸ್ವೀಕರಿಸಿಯೂ ರನ್ನ ಸ್ವತಂತ್ರ, ಉಜ್ವಲ ಕೃತಿಯನ್ನು ರಚಿಸಿರುವನೆಂಬುದನ್ನು 'ಗದಾಯುದ್ಧ'ದ ಕಥಾವಸ್ತುವಿನ ಕೂಲಂಕಷವಾದ ಸಮೀಕ್ಷೆಯಿಂದ ತಿಳಿಯಬಹುದು. "ಮೂಲ ಸಾಮಗ್ರಿಗಳ ವಿವಿಧ ಸಂಯೋಜನೆಯ

ಮೂಲಕವಾಗಿ ಫಲಿಸಿದ ಏಕಮುಖ ಕಲಾಕೃತಿಯ ಸ್ವಂತಿಕೆ ಹಾಗೂ ಸಾಮರಸ್ಯದಲ್ಲಿ ರನ್ನನ ಮಹೋನ್ನತಿ ತಲೆಯೆತ್ತಿದೆ. ಅಂತೂ ಮೂಲವನ್ನು ಸ್ವೀಕರಿಸಿಯೂ ಅದಕ್ಕೆ ಕೊಟ್ಟ ಚಿನ್ನದ ಸ್ವತಂತ್ರ ಲೇಪದಿಂದ ಬಂದ ಅಚ್ಚರಿಯ ಹೊಳಪು, ಕೇವಲ ಸ್ವತಂತ್ರ ನಿರ್ಮಾಣಕ್ಕಿಂತ ಪೂರ್ವಕಥೆಯ ಪುನರ್ನಿರ್ಮಾಣದ ಮೂಲಕ ಸಮನಿಸಿದ ಉತ್ತಮ ಕಲಾವಂತಿಕೆ, ಪರಾಕೋಟಿಯ ಸನ್ನಿವೇಶ ಸೃಷ್ಟಿ, ಪಾತ್ರ ಪ್ರಕಾಶನಕ್ಕೆ ಸಾಧಕವಾಗಿ ಬಂದ ವಸ್ತುರಚನೆ ಈ ಮುಂತಾದ ಗುಣಗಳಿಂದ 'ಗದಾಯುದ್ಧ'ದ ವಸ್ತುರಚನೆ ಭವ್ಯಸುಂದರವಾಗಿದೆ. ಅದರ ಘನತೆಗೆ ದೃಶ್ಯಕಾವ್ಯದ ಸ್ವರೂಪ ಇನ್ನಿಷ್ಟು ಸೊಗಸನ್ನು ತಂದೊಡ್ಡಿದೆ."[4]

ಪಂಪನು ಅರಿಕೇಸರಿಯನ್ನು ತನ್ನ ಭಾರತದ ನಾಯಕನನ್ನಾಗಿ ಮಾಡಿಕೊಂಡು ಅರ್ಜುನ ನೊಡನೆ ಒಂದುಗೊಳಿಸಿ ಹೊಗಳಿದಂತೆ ರನ್ನನು ಸತ್ಯಾಶ್ರಯನನ್ನು 'ಗದಾಯುದ್ಧ'ದ ನಾಯಕ ನನ್ನಾಗಿ ಮಾಡಿಕೊಂಡು ಭೀಮನೊಡನೆ ಒಂದುಮಾಡಿ ಹೊಗಳಿದ್ದಾನೆ. ಪಂಪನದು 'ವಿಕ್ರಮಾರ್ಜುನ ವಿಜಯ'ವಾದರೆ ರನ್ನನದು 'ಸಾಹಸಭೀಮವಿಜಯ'. ಪಂಪನು ಕೊನೆಗೆ ಅರ್ಜುನನಿಗೆ ಪಟ್ಟಗಟ್ಟಿದರೆ ರನ್ನನು ಸಲ್ಲದ ವಂಶಾವಳಿಯನ್ನು ತಲೆಗೆ ಕಟ್ಟಿ ಅಭೇದಸ್ವಾರಸ್ಯವನ್ನು ಕೆಡಿಸಿರುವುದುಂಟು. ಆದರೆ ಒಟ್ಟಿನ ಬಂಧದಲ್ಲಿ ಪಂಪನಿಗಿಂತ ರನ್ನನಿಗೆ ಹೆಚ್ಚಿನ ಔಚಿತ್ಯ ಸಾಧಿಸಿದೆ, ಏಕೆಂದರೆ ಪ್ರತಿಜ್ಞಾಪೂರ್ತಿ ಯನ್ನು ಮಾಡಿದ ಭೀಮನು ಪಟ್ಟಬಂಧಗೌರವಕ್ಕೆ ಅನಿವಾರ್ಯವಾಗಿ ಅರ್ಹತೆ ಪಡೆಯುತ್ತಾನೆ. ದ್ರೌಪದಿಯ ವೇಣೀಸಂಹಾರಕ್ಕೂ ತಕ್ಕವನಾಗುತ್ತಾನೆ. ಭಾರತಾಂತ್ಯದ ಕಥೆಯ ಕಟ್ಟಡದಲ್ಲಿ ತಾತ್ಕಾಲೀನ ಚರಿತ್ರೆ ಒಳಪದರಾಗಿ ಸೇರಿಕೊಂಡಿದೆ. ಭೀಮನೂ ಸತ್ಯಾಶ್ರಯನೂ ಕೂಡಿಯೇ ತಂತಮ್ಮ ಹರಿಬವನ್ನು ಪೂರೈಸಿ ಮೆರೆಯುತ್ತಾರೆ. 'ಪಂಪಭಾರತ'ದಷ್ಟು ಗಾತ್ರಮಹಿಮೆ 'ಗದಾಯುದ್ಧ'ಕ್ಕೆ ಇಲ್ಲವಾದರೂ ಮಧ್ಯಮಗಾತ್ರವುಳ್ಳ ದೃಶ್ಯಕಾವ್ಯದ ಏಕಮುಖತೆ ಅದಕ್ಕಿದೆ. ಜೊತೆಗೆ ಅದರಲ್ಲಿ ಹಿನ್ನೋಟದಿಂದ ಪೂರ್ವಕಥೆಯ ಮುಖ್ಯ ಘಟನೆಗಳ ನಿವೇದನೆಯಿದೆ :

ಒಳಪೊಕ್ಕು ನೋಡೆ ಭಾರತ-
ದೊಳಗಣ ಕಥೆಯೆಲ್ಲಮೀ ಗದಾಯುದ್ಧದೊಳಂ- ।
ತೊಳಕೊಂಡಿತ್ತೆನೆ ಸಿಂಹಾ-
ವಲೋಕನಕ್ರಮದಿನಱಿಪಿದಂ ಕವಿರತ್ನಂ ॥ (೧-೪೫)

ಎಂಬಲ್ಲಿ ಹೇಳಿದ ಸಿಂಹಾವಲೋಕನಕ್ರಮ ಒಮ್ಮೊಮ್ಮೆ ಕೃತಕವೂ ಬುದ್ಧಿಪುರಸ್ಸರವೂ ಆಗಿ ಕಂಡರೂ ಒಟ್ಟಿನಲ್ಲಿ ಯಶಸ್ವಿಯಾಗಿದೆ.

'ಗದಾಯುದ್ಧ'ದ ಗುಣವಿಶೇಷವೆಲ್ಲ ಅದರ ಅದ್ಭುತನಾಟ್ಯನಿರ್ಮಾಣದಲ್ಲಿದೆ. ಶ್ರೀಯವರ ನಾಟಕವು ಇದಕ್ಕೆ ಸಾಕ್ಷಿ. ಏನೂ ಮಾರ್ಪುಮಾಡದೆ ಸಹ ಈಗಿದ್ದಂತೆ ಈ ಕಾವ್ಯವನ್ನು ಸ್ಥಿತಿ-ಗತಿ ಪರವಾದ ೯-೧೦ ದೃಶ್ಯಗಳಾಗಿ ವಿಭಜಿಸಬಹುದು. ಪ್ರತಿಯೊಂದು ದೃಶ್ಯದಲ್ಲಿಯೂ ಸಂವಾದ ದಲ್ಲಿಯೂ ಹುಟ್ಟುನಾಟಕಕಾರನ ಕೈವಾಡ ಕಂಡುಬರುತ್ತದೆ. ಉದಾಹರಣೆಗೆ, ಮೊದಲನೆಯ ದೃಶ್ಯ ದಲ್ಲಿ ದ್ರೌಪದಿಯ ಪ್ರಚೋದನೆಯಿಂದ ಕೆರಳಿದ ಭೀಮನು ಆಡಿದ ಕಿಡಿನುಡಿಗಳಲ್ಲಿ ಏರೇರುತ್ತ ಹೋಗುವ ರೌದ್ರವಿದೆ, ಅಭಿನಯದಿಂದ ತಟ್ಟನೆ ಎದೆತಟ್ಟುವ ಶಕ್ತಿಯಿದೆ. "ಕುರುನಂದನರಂ ಕೊಂದೆಂ । ಕುರುಶಾಬಾನುಜನ ನೆತ್ತರಂ ಕುಡಿದೆಂ" (೧. ೬೯-೭೦) ಮುಂತಾದ್ದನ್ನು ನೋಡಬೇಕು. ಇದರಂತೆ ಧೃತರಾಷ್ಟ್ರ ಗಾಂಧಾರಿಯರು ದುರ್ಯೋಧನನನ್ನು ಕಾಣಲು ಬಂದಾಗ ಧೃತರಾಷ್ಟ್ರ "ಯಮಸುತ ನಿಂಬುಕೆಯ್ವನೆಮಗಿನ್ನುಮೊಡಂಬಡು ಕಂದ" (೩.೪೫) ಎಂದು ಮುಂತಾಗಿ ಅಲ್ಪರಿದು ಬೇಡಿದರೆ, ಗಾಂಧಾರಿ—

ಸಮರವ್ಯಾಪಾರಂ ಮಾ-
ಣ್ದು ಮಗನೆ ನಿಜಶಿಬಿರದತ್ತ ಬಿಜಯಂಗೆಯ್ ಸ-।
ತ್ತ ಮಗಂದಿರ್ಸತ್ತರ್ ನೀ-
ನೆಮಗುಳ್ಳೊಡೆ ಸಾಲ್ವುದವರನಿಂ ತಂದಪವೇ ॥ (೪.೩)

ಈ ಮುಂತಾಗಿ ಸಹಜದೇಸಿಯಲ್ಲಿ ಕೇಳಿಕೊಳ್ಳುತ್ತಾನೆ. ಅದಕ್ಕೆ ಉತ್ತರವಾಗಿ ದುರ್ಯೋಧನ ಆಡಿದ ಮಾತೆಂದರೆ—

ಸಾಧಿಸುವೆಂ ಫಲ್ಗುಣನಂ
ಸಾಧಿಸುವೆಂ ಪವನಸುತನ ಬಸಿಱಿಂ ಹಾಂ ! ಕ-।
ರ್ಣಾ ! ದುಶ್ಯಾಸನಾ ! ತೆಗೆವೆಂ !
ನಿರ್ದೋಷಿಗಳಿಕ್ಕೆ ಯಮಜನೊಳ್ಪುದುವಾಟೆಂ ॥ (೪.೧೧)[5]

ದುರ್ಯೋಧನನ ಪಾತ್ರಕಲ್ಪನೆಗೆ ನೂರು ಮಾತಿಗಿಂತ ಈ ಮಾತೊಂದು ಸಾಕು. ಇದರ ಅಭಿನೇಯತೆಯನ್ನು ಗಮನಿಸಬೇಕು. ಕರ್ಣದುಶ್ಯಾಸನರನ್ನು ಕುರಿತ ಉದ್ಗಾರವನ್ನು ಪರೀಕ್ಷಿಸಬೇಕು. ಈ ದೃಶ್ಯವೆಲ್ಲ ನಾಟ್ಯಪೂರ್ಣವಾಗಿದೆ. ಕರುಣವೀರರಸಗಳ ಸಂಗಮವಾಗಿದೆ. 'ಗದಾಯುದ್ಧ'ದ ತುಂಬ ಈ ಬಗೆಯ ಸಂನಿವೇಶಸಂವಾದಗಳು ಸೂರೆಯಾಗಿವೆ. 'ಶಕ್ತಿ'ಗೆ ಎರಡನೆಯದಾಗಿ ನಾಟಕೀಯತೆಯಿಂದಲೇ ಅಥವಾ 'ಶಕ್ತಿ'ಸಮನ್ವಿತವಾದ ನಾಟಕೀಯತೆಯಿಂದಲೇ "ರನ್ನ ವರಕವಿ, ಚಿರಕವಿ ಮತ್ತು ಮಹಾಕವಿಯಾಗಿ ನಿಂತಿದ್ದಾನೆ" ಎಂದು ಪುಟ್ಟಪ್ಪನವರು ಹೇಳಿದ್ದು ಯಥಾರ್ಥವಾಗಿದೆ. ಆದರೆ "ನಾಟಕರೂಪದಲ್ಲಿಯೆ ಜನ್ಮಧಾರಣೆಮಾಡಲು ಕವಿಮನೋಗರ್ಭದಲ್ಲಿ ಹವಣಿಸುತ್ತಿದ್ದ ಗದಾಯುದ್ಧ ವಸ್ತುವಿನ ಮೊದಲ ಮೆಯ್ ಅನಂತರದ ಅದರ ಕಾವ್ಯರೂಪದ ಹೇರೊಡಲಲ್ಲಿ ಅಡಗಿತೆ ವಿನಾ ಅಳಿಯಲಿಲ್ಲ"[6] ಎಂಬ ಅವರ ಅನುಮಾನವು 'ಗದಾಯುದ್ಧ'ದಲ್ಲಿ ಎದ್ದುತೋರುವ ನಾಟ್ಯಗುಣವನ್ನು ನೆನೆದು ಕಲ್ಪಿಸಿದ ಅಂತಃಕರಣಪ್ರಮಾಣದಿಂದ ಮಾತ್ರ ನಿಷ್ಪನ್ನವಾಗಿದೆ. ಹಾಗೆ ನೋಡಿದರೆ ರಾಘವಾಂಕನ 'ಹರಿಶ್ಚಂದ್ರಕಾವ್ಯ'ದಂಥ ನಾಟ್ಯಪ್ರಧಾನ ಗ್ರಂಥಗಳನ್ನು ಕುರಿತು ಅದನ್ನೇ ಹೇಳಬೇಕಾಗುತ್ತದೆ. ನಮಗೆ ತೋರುವಂತೆ ಶ್ರವ್ಯಕಾವ್ಯಗಳನ್ನು ಬರೆಯುವ ಉದ್ದೇಶದಿಂದ ಹೊರಟು ರನ್ನನಂಥ ಕವಿಗಳು ನಾಟ್ಯದ ಹುಟ್ಟುಗುಣವನ್ನು ಬಚ್ಚಿಡಲಾರದೆ ದೃಶ್ಯಕಾವ್ಯದ ಜೀವಾಳವನ್ನು ತಮ್ಮ ರಚನೆಯಲ್ಲಿ ಅಳವಡಿಸಿದರು.

ಈ ಕಾವ್ಯದಲ್ಲಿಯ ಪಾತ್ರಗಳಲ್ಲಿ ಭೀಮ, ದುರ್ಯೋಧನ, ದ್ರೌಪದಿ ಇವರು ಮುಖ್ಯರು. ದುರ್ಯೋಧನನೇ ಇದರ ನಾಯಕನೆಂದೂ ವೀರವೇ ಇದರ ಪ್ರಮುಖ ರಸವೆಂದೂ ಅನೇಕ ವಿಮರ್ಶಕರು ಅಭಿಪ್ರಾಯಪಟ್ಟಿದ್ದಾರೆ.[7] ಭೀಮನು ಇದರ ನಾಯಕನು, ರೌದ್ರವು ಮುಖ್ಯ ರಸವೆಂಬ ಅಭಿಪ್ರಾಯವೂ ವ್ಯಕ್ತವಾಗಿದೆ.[8] ಎರಡನೆಯ ಅಭಿಪ್ರಾಯವೇ ನಮಗೆ ಹೆಚ್ಚು ಸಂಮತವಾಗಿದೆ. ಭೀಮನು ನಾಯಕ, ದುರ್ಯೋಧನನು ಪ್ರತಿನಾಯಕ, ಒಂದು ಬಗೆಯ ವೀರರೌದ್ರ ಇಲ್ಲಿಯ ಮುಖ್ಯ ರಸ ಎಂದು ನಾವು ವಿಸ್ತಾರವಾಗಿ ಬೇರೆಡೆಗೆ ಪ್ರತಿಪಾದಿಸಿದ್ದೇವೆ.[9] ರನ್ನನು ಚಿತ್ರಿಸಿದ ಭೀಮ–ದುರ್ಯೋಧನರು ಎಂಬ ವಿಷಯವನ್ನೂ ಅಲ್ಲಿ ಚರ್ಚಿಸಲಾಗಿದೆ. "ರನ್ನನ ದುರ್ಯೋಧನನು ಮಹಾನುಭಾವ"[10] ಎಂಬ ನಿರ್ಣಯವು 'ರನ್ನಕವಿಪ್ರಶಸ್ತಿ'ಯ ಪ್ರಕಟನಕಾಲದಿಂದಲೂ ಹಲವು ವಿಮರ್ಶಕರಲ್ಲಿ ದೃಢಮೂಲವಾಗಿದೆ. "ಭೀಮನನ್ನು ಇಳಿಸಿಲ್ಲ, ಆದರೆ ದುರ್ಯೋಧನನನ್ನು ಏರಿಸಿರುವನು, ಘನತೆಗೊಯ್ದಿರುವನು"[11] ಎಂದು ಬಿ. ಎಂ. ಶ್ರೀಕಂಠಯ್ಯನವರು ಸೊಗಸಾದ ಕಿರುನುಡಿಯಲ್ಲಿ ಹೇಳಿದ್ದಾರೆ. ಒಂದರ್ಥದಲ್ಲಿ ಇದು ನಮಗೆ ಸಂಮತವಾಗಿದೆ. ಎಲ್ಲವನ್ನೂ ಹಿಂಜಿ ನೋಡಲಾಗಿ "ದುರ್ಯೋಧನ ದೊಡ್ಡ ವೀರನೂ ತೇಜಸ್ವಿಯೂ ಮಾನಿಯೂ ಎಂಬುದನ್ನು ರನ್ನ ಬಾಯ್ತುಂಬ

ಹೊಗಳಿದ್ದರೂ ಅವನ ದುಷ್ಪ್ರವೃತ್ತಿಗಳಿಂದಲೂ ದುರ್ನಡತೆಯಿಂದಲೂ ತನ್ನ ನಾಶಕ್ಕೆ ತಾನೇ ಕಾರಣನಾದನೆಂಬುದನ್ನೂ ಅವನು ತೋರಿಸಿದ್ದಾನೆ. ಗುಣತ್ರಯದ ಪರಿಭಾಷೆಯಲ್ಲಿ ಹೇಳುವುದಾದರೆ, ಭೀಮ ದುರ್ಯೋಧನ ಇಬ್ಬರೂ ರಜಃಪ್ರಧಾನ ವ್ಯಕ್ತಿಗಳು. ಆದರೆ ಭೀಮ ಸತ್ವನಿಷ್ಠನಾದ ರಾಜಸಿಕ ನಾದರೆ ದುರ್ಯೋಧನ ಸತ್ವಾಂಶ ಮಾತ್ರವುಳ್ಳ ರಾಜಸಿಕ. ಇಬ್ಬರೂ ತಮಸ್ಸಿಗೆ, ರೌದ್ರಕ್ಕೆ ಇಳಿಯ ಬಹುದು. ಆದರೆ ಭೀಮನ ತಮಸ್ಸು ಅವನ ಸತ್ವನಿಷ್ಠೆಯ ಮೂಲಕ ಸತ್ಪ್ರೇರಿತ, ಸತ್ಫಲ ಪರ್ಯವಸಾಯಿಯಾದುದು. ದುರ್ಯೋಧನನ ಸತ್ವಾಂಶ ಸಾಕಷ್ಟು ಪ್ರಬಲವಾಗಿಲ್ಲದ ಮೂಲಕ ಅವನ ತಮಸ್ಸು ದುಷ್ಪ್ರೇರಿತವೂ ದುರ್ದಮ್ಯವೂ ಆಗಿ ಅವನ ನಾಶಕ್ಕೆ ಕಾರಣವಾಗುವುದು. ರನ್ನನ ಪಾತ್ರಪ್ರಜ್ಞೆಯಲ್ಲಿ ಈ ಬಗೆಯ ತಿಳಿವು ಪರಂಪರೆಯಿಂದ ಬಂದು ಸಾಫಲ್ಯ ಹೊಂದಿದೆ."[12]

'ಗದಾಯುದ್ಧ'ವು 'ಪಂಪಭಾರತ'ಕ್ಕಿಂತ ಗಾತ್ರದಲ್ಲಿ ಸಣ್ಣದಾದರೂ ಅದರಂತೆ ಮಹಾಕೃತಿ ಯೆಂದು ಮೆರೆದಿದೆ. ಪಂಪನಿಂದ ಉಪಕೃತನಾದ ರನ್ನನು ತನ್ನ ಈ ಕೃತಿಯಲ್ಲಿ ಹಾಗೇಕೆ ಹೇಳಿಲ್ಲ ಎಂಬ ಪ್ರಶ್ನೆ ಹುಟ್ಟಿದೆ. 'ಅಜಿತಪುರಾಣ'ದ ಕೊನೆಯಲ್ಲಿ ಪಂಪನ 'ವಾಗ್ವಿಭವೋನ್ನತಿ'ಯನ್ನೂ 'ಆದಿಪುರಾಣ'ದ ಹಿರಿಮೆಯನ್ನೂ ರನ್ನನು ಕೊಂಡಾಡಿದ್ದಾನೆ. ತಾನು, ಪಂಪ ಇಬ್ಬರೇ ಕವಿಗಳೆಂದು ಸಾರಿ "ಗುಣಕೆ ಮಚ್ಚರಮುಂಟೇ" ಎಂದಿದ್ದಾನೆ. ಇದರಲ್ಲಿ ಆತ್ಮಪ್ರೌಢಿಮೆ ಇದ್ದರೂ ಪಂಪನ ಬಗ್ಗೆ ಅತಿಶಯ ಗೌರವವೂ ಇದೆ. ಇದನ್ನು ನೆನೆದು 'ಗದಾಯುದ್ಧ'ದಲ್ಲಿಯ ಅನುಲ್ಲೇಖವು ಸರಿಯಲ್ಲವೆಂದು ಅದನ್ನು ಅಲಕ್ಷಿಸಬೇಕು. ಪಂಪನಿಂದ ಪ್ರೇರಣೆಹೊಂದಿದ್ದರೂ ಅವನ ವಿಷಯ ದಲ್ಲಿ ಗೌರವವಿದ್ದರೂ ಅವನಿಗೆ ತಾನು ಪ್ರತಿಭೆಯಲ್ಲಿ ಸಮಾನನೆಂಬ ಮನೋವೃತ್ತಿ ರನ್ನ ನಲ್ಲಿದ್ದಿತು. ಈ ಯುಗದ ಉಳಿದ ಗ್ರಂಥಕಾರರಿಗಿಂತ ಹೆಚ್ಚಾಗಿ ರನ್ನನು ಪಂಪನ ಪ್ರಭಾವಕ್ಕೆ ಒಳಪಟ್ಟವನಾದರೂ ತನ್ನದೇ ಆದ ವ್ಯಕ್ತಿತ್ವವುಳ್ಳವನು, ಪಂಪನಿಗೆ ಸರಿಸಾಟಿಯಾದ ಪ್ರತಿಭೆಯುಳ್ಳವನು. ಧಾರ್ಮಿಕ–ಲೌಕಿಕ ಎಂಬ ಕಾವ್ಯರಚನೆ, ಕಾವ್ಯವಿಷಯಗಳಲ್ಲಿಯ ಸಾಮ್ಯ, ಲೌಕಿಕದಲ್ಲಿಯ ಚಾರಿತ್ರಿಕ ಧ್ವನಿ ಈ ಮುಂತಾದ್ದರಲ್ಲಿ ಅವನು ಪಂಪನಿಗೆ ಋಣಿಯಾಗಿದ್ದರೂ ಅವನ ಮನೋಧರ್ಮದಲ್ಲಿ ಪಂಪನ ಸಮನ್ವಯ, ಸಮತೂಕವಿಲ್ಲ ; ಆವೇಶ, ದುಡುಕು ಗಳು ಹೆಚ್ಚು. ಪಂಪನಲ್ಲಿ ಆಗಾಗ ಕ್ಲಿಷ್ಟತೆ–ಬಿಗುವುಗಳು ತೋರಬಹುದು. ರನ್ನನದೆಲ್ಲ ಬಿಚ್ಚು ಮಾತು. 'ಗೂಡಾರದ ಕವಿ' ಅವನಿಗೆ ಸೇರುವುದಿಲ್ಲ. ನಾಟಕೀಯತೆಯಲ್ಲಿ ರನ್ನನು ಪಂಪನಿ ಗಿಂತಲೂ ಒಂದು ಕೈ ಮೇಲು. ಈ ಭಿನ್ನಮನೋಧರ್ಮದಿಂದಲೋ ಏನೋ ಅವರಿಬ್ಬ ರಲ್ಲಿ ಗುರುಶಿಷ್ಯತ್ವದ ಭಾವವಿಲ್ಲ. ಸಮಾನಸ್ಕಂಧತೆಯ ವೃತ್ತಿಯಿದೆ. ಇದೇನೇ ಇರಲಿ, ತನಗೆ ಪ್ರೇರಕವಾದ 'ಪಂಪಭಾರತ'ದ ಪಡಿನೆಳಲಾಗದೆ 'ಗದಾಯುದ್ಧ'ವು ಸ್ವತಂತ್ರ ಕೃತಿಯಾದುದು ಕನ್ನಡ ಸಾಹಿತ್ಯ ಚರಿತ್ರೆಯಲ್ಲಿ ಒಂದು ಪವಾಡವೇ ಸರಿ. ಸ್ಥೂಲದೃಷ್ಟಿಗೆ ಅದರಲ್ಲಿ ಕೃತಿಚೌರ್ಯ, ಸೂಕ್ಷ್ಮವಿಮರ್ಶೆಗೆ ಕೃತಿರತ್ನ ತೋರುವುದು. ಈಚೆಗೆ 'ಗದಾಯುದ್ಧ'ದ ವಸ್ತುಪಾತ್ರಗಳ ವಿಶ್ಲೇಷಣೆ, ರನ್ನನ ಪ್ರತಿಭೆಯ ವೈಶಿಷ್ಟ್ಯವಿವೇಚನೆ ಇವು ಮುಂದುವರಿದಿರುತ್ತವೆ. ಇವುಗಳಲ್ಲಿ ಪ್ರಾಮಾಣಿಕವಾದ ಭಿನ್ನಾಭಿಪ್ರಾಯಗಳು ವ್ಯಕ್ತವಾಗಿರುವುದು ಸ್ವಾಭಾವಿಕ. ಆದರೆ "ಭೀಮಪರ ಮತ್ತು ದುರ್ಯೋಧನಪರ ವಿಮರ್ಶಪಂಥಗಳವರಂತೆ ಸುವರ್ಣಮಾಧ್ಯಮ ವಿಮರ್ಶಪಂಥದವರೂ ರನ್ನ ಮಹಾಕವಿ, 'ಗದಾಯುದ್ಧ' ಕೃತಿರತ್ನ ಎಂಬ ಪೂರ್ವಗ್ರಹೀತ ನಂಬಿಕೆಯಿಂದಲೇ ವಿಮರ್ಶೆಗೆ ತೊಡಗಿದರು. ಆದ್ದರಿಂದ ಕಾವ್ಯದ ಮೌಲ್ಯಜಿಜ್ಞಾಸೆ ಮತ್ತು ಅಭಿವ್ಯಕ್ತಿತಂತ್ರವಾದ ಸಿಂಹಾವ ಲೋಕನಕ್ರಮದ ಆಯ್ಕೆಯಲ್ಲಿ ಕವಿ ತೋರಿದ ಔಚಿತ್ಯಾನೌಚಿತ್ಯ ವಿವೇಚನೆಯ ಪ್ರಶ್ನೆಗಳು ಮುಖ್ಯವಾಗಲಿಲ್ಲ"[13] ಎಂಬ ಹೇಳಿಕೆ ವಿಷಾದನೀಯವಾಗಿದೆ. ತದ್ವಿರುದ್ಧವಾದ ಅಥವಾ ಅದಕ್ಕೆ ಭಿನ್ನವಾದ ಅಭಿಪ್ರಾಯಗಳನ್ನು ಮಂಡಿಸುವವರೂ ಕೂಡ ಪೂರ್ವಗ್ರಹೀತವಾದ ನಂಬಿಕೆಯಿಂದಲೇ

ತಮ್ಮ ವಿಮರ್ಶೆಯನ್ನು ಕೈಕೊಂಡಿರುವರೆಂದು ಹೇಳಬೇಕೇ ? ಎರಡೂ ದೃಷ್ಟಿಕೋನಗಳು ಸರಿಯಲ್ಲ ವೆಂದು ನಮ್ಮ ಮತ.

## ಟಿಪ್ಪಣಿಗಳು

1. ಎಂ. ಎ. ದೊರೆಸ್ವಾಮಿ ಅಯ್ಯಂಗಾರ್ : ರನ್ನನ ಯುಗ ('ರನ್ನಕವಿ ಪ್ರಶಸ್ತಿ', ಪು. ೧೬–೨೦) ; ವೆಂ. ಬಿ. ಲೋಕಾಪುರ : ಗದಾಯುದ್ಧದ ಕಾಲನಿರ್ಣಯ (ಕ.ಸಾ.ಪ., ೨೪–೨ ; ಜ.ಕ., ೧೭–೭).

2. ಬಿ. ಎಂ. ಶ್ರೀಕಂಠಯ್ಯ : 'ಕನ್ನಡ ಕೈಪಿಡಿ', ಸಂಪುಟ ೨, ಪು. ೫೪೮.

3. 'ಕನ್ನಡ ನುಡಿ' ಸಂಪುಟ ೩೮ರ ವಿವಿಧ ಸಂಚಿಕೆಗಳಲ್ಲಿ ಬಂದಿರುವ ಕೈಪು ಲಕ್ಷ್ಮೀನರಸಿಂಹಶಾಸ್ತ್ರಿಗಳ 'ಗದಾಯುದ್ಧದಲ್ಲಿ ಸಂಸ್ಕೃತ ಆಕರಗಳ ಋಣ' ಲೇಖನಮಾಲೆಯನ್ನು ಗಮನಿಸಬಹುದು.

4. ರಂ. ಶ್ರೀ. ಮುಗಳಿ : 'ರನ್ನನ ಕೃತಿರತ್ನ', ಪು. ೧೯–೨೦.

5. ಸಾಧಿಸುವೆಂ ಫಲ್ಗುಣ (ನಿಂ) । ಸಾಧಿಸುವೆಂ ಪವನಸುತನ ಬಸಿಱಿಂ ಹಾ ಕ ॥ ೯ರ್ಣ ದುಶ್ಶಾಸನ ತೆಗೆವೆಂ । ನಿರ್ದೋಷಿ ಬಟಿಕ್ಕೆ ಯಮಜನೊಳ್ ಪುದುವಾಟ್ಟೆಂ ॥ (ಪಾಠಾಂತರ) ತೀ. ನಂ. ಶ್ರೀಕಂಠಯ್ಯ : (ಸಂ.) 'ಗದಾಯುದ್ಧ ಸಂಗ್ರಹ', ೪.೧೭.

6. ಕೆ.ವಿ. ಪುಟ್ಟಪ್ಪ : 'ಶಕ್ತಿಕವಿ' ರನ್ನ (ಪ್ರ.ಕ., ೩೧.೩, ೪, ಪು. ೮).

7. ಬೇರೆ ಬೇರೆ ಲೇಖಕರು : 'ರನ್ನಕವಿ ಪ್ರಶಸ್ತಿ'.

8. ದ.ರಾ. ಬೇಂದ್ರೆ : 'ಸಾಹಿತ್ಯ ಸಂಶೋಧನೆ', ಪು. ೮೦–೧೦೦.

9. ರಂ. ಶ್ರೀ. ಮುಗಳಿ : 'ರನ್ನನ ಕೃತಿರತ್ನ' (ಪ್ರಕರಣ ೨–೨).

10. ಎನ್. ಅನಂತರಂಗಾಚಾರ್ : 'ಕವಿ ರನ್ನ', ಪು. ೪೨.

11. ಬಿ. ಎಂ. ಶ್ರೀಕಂಠಯ್ಯ : 'ಕನ್ನಡ ಕೈಪಿಡಿ', ಸಂ. ೨, ಪು. ೫೯೯.

12. ರಂ. ಶ್ರೀ. ಮುಗಳಿ : 'ರನ್ನನ ಕೃತಿರತ್ನ', ಪು. ೧೦೮–೯.

13. 'ಕನ್ನಡ ಸಾಹಿತ್ಯ ಚರಿತ್ರೆ' (ಮೈಸೂರು ವಿಶ್ವವಿದ್ಯಾನಿಲಯ), ಸಂಪುಟ ೩, ಪು. ೬೪೫. ಈ ಸಂದರ್ಭದಲ್ಲಿ 'ಸಮಗ್ರ ಕನ್ನಡ ಸಾಹಿತ್ಯ ಚರಿತ್ರೆ' (ಬೆಂಗಳೂರು ವಿಶ್ವವಿದ್ಯಾಲಯ), ಸಂಪುಟ ೨, ಮತ್ತು ರನ್ನನನ್ನು ಕುರಿತು ಪ್ರಕಟವಾದ ಇತರ ವಿಮರ್ಶಾತ್ಮಕ ಗ್ರಂಥಗಳನ್ನೂ ಲೇಖನಗಳನ್ನೂ ಪರಿಶೀಲಿಸಬಹುದು.

## ಪ್ರಕರಣ : ೧೧

# ೧೦-೧೧ನೆಯ ಶತಮಾನಗಳ ಇತರ ಪ್ರಮುಖರು

## ಚಾವುಂಡರಾಯ

**ಚಾ**ವುಂಡರಾಯ ಹತ್ತನೆಯ ಶತಮಾನದ ವೀರಪರಂಪರೆಯನ್ನು ಅನುಸರಿಸಿ ಪಂಪನಂತೆ ಕವಿ ಹಾಗೂ ಕಲಿ ಎರಡೂ ಆಗಿದ್ದ ಸವ್ಯಸಾಚಿ. ಗಂಗದೊರೆ ರಾಚಮಲ್ಲನ ಮಂತ್ರಿ ಮತ್ತು ಸೇನಾಪತಿಯಾಗಿ ಅನೇಕ ಯುದ್ಧಗಳಲ್ಲಿ ಗೆಲುವು ಪಡೆದು ಬಿರುದು ಮೆರೆದು, ಶ್ರವಣಬೆಳ್ಗೊಳದಲ್ಲಿ ಗೊಮ್ಮಟೇಶ್ವರ ಮೂರ್ತಿಯನ್ನು ನಿಲ್ಲಿಸಿದವನು. ಶೌರ್ಯಕ್ಕಾಗಿ 'ವೀರ ಮಾರ್ತಾಂಡದೇವ', ಚಾರಿತ್ರ್ಯ ಮತ್ತು ಮತಾಭಿಮಾನಕ್ಕಾಗಿ 'ಸಮ್ಯಕ್ತ್ವರತ್ನಾಕರ' ಎಂದು ಕರೆಯಿಸಿಕೊಂಡವನು. ಪಂಪನ 'ಆದಿಪುರಾಣ'ದ ತರುವಾಯ ಸುಮಾರು ೩೫ ವರ್ಷಗಳ ಮೇಲೆ ಇವನ 'ಚಾವುಂಡರಾಯ ಪುರಾಣ' ರಚಿತವಾಗಿದೆ. ಪಂಪನನ್ನು ಇವನು ಅರಿತಿರಬೇಕು, 'ಆದಿಪುರಾಣ'ವನ್ನು ನೋಡಿರಬೇಕು, ಕೆಲಮಟ್ಟಿಗೆ ಅವನ ಪ್ರಭಾವಕ್ಕೆ ಇವನು ಒಳಪಟ್ಟಂತಿದೆ.[1] 'ಆದಿಪುರಾಣ'ದ ವಿಷಯವೂ 'ಚಾವುಂಡರಾಯಪುರಾಣ'ದ ಪ್ರಥಮ ಭಾಗದ ವಿಷಯವೂ ಒಂದೇ. ಮೂಲ ಆಕರವೂ ಅದೇ. ಆದರೆ ಇಬ್ಬರ ರೀತಿ ಬೇರೆ, ದೃಷ್ಟಿ ಬೇರೆ. ಬಹುಶಃ ಪ್ರೌಢವೂ ಪಂಡಿತಗಮ್ಯವೂ ಆದ ಪಂಪನ 'ಆದಿಪುರಾಣ'ಕ್ಕಿಂತ ಸುಲಭವೂ ಸಕಲ ಗ್ರಾಹ್ಯವೂ ಆದ ಆದಿನಾಥ ಮುಂತಾದ ತೀರ್ಥಂಕರ ಚರಿತೆಗಳನ್ನು ಬರೆಯಲು ಚಾವುಂಡರಾಯನು ತೊಡಗಿರಬೇಕು. ಗದ್ಯದಲ್ಲಿಯೇ ಹೆಚ್ಚಾಗಿ ಬರೆದಿರಲು ಇದೇ ಕಾರಣವೆಂದು ತೋರುತ್ತದೆ. ಆದರೆ ಪಂಪನ ಅಸಾಧಾರಣವಾದ ಕವಿತಾಶಕ್ತಿಯಾಗಲಿ ಭಾಷಾಶಕ್ತಿಯಾಗಲಿ ಚಾವುಂಡರಾಯನಲ್ಲಿ ಕಾಣುವುದಿಲ್ಲ.

ಚಾವುಂಡರಾಯನು 'ತ್ರಿಷಷ್ಟಿಲಕ್ಷಣಮಹಾಪುರಾಣ'ವೆಂದು ತನ್ನ ಗ್ರಂಥವನ್ನು ಕರೆದಿದ್ದಾನೆ. ೨೪ ತೀರ್ಥಂಕರರು ಮೊದಲಾದ ೬೩ ಶಲಾಕಾಪುರುಷರ ಚರಿತೆ ಇದರ ವಿಷಯ. ಇದಕ್ಕೆ ಮೂಲವಾಗಿ ಜೈನಪರಂಪರೆಯಲ್ಲಿ ಗ್ರಂಥಗಳಿದ್ದುವು. ಮುಖ್ಯವಾಗಿ ಚಾವುಂಡರಾಯನು ಜಿನಸೇನ–ಗುಣಭದ್ರರ ಸಂಸ್ಕೃತ 'ಮಹಾಪುರಾಣ'ವನ್ನೇ ತನ್ನ ಆಕರವನ್ನಾಗಿ ಸ್ವೀಕರಿಸಿದ್ದಾನೆ. ಅದನ್ನು ಸಾಧ್ಯವಾದಷ್ಟು ಸುಲಭವಾಗಿ ಸಂಕ್ಷೇಪವಾಗಿ ಗದ್ಯರೂಪದಲ್ಲಿ ನಿರೂಪಿಸುವುದು ಅವನ ಹೇತುವಾಗಿತ್ತು. ಆದರೂ ಅವನ 'ಆದಿಪುರಾಣ'ವು ಸಂಕ್ಷೇಪದಲ್ಲಿಯೂ ವಿಸ್ತಾರವಾಗಿದೆ. ಉಳಿದವುಗಳಲ್ಲಿ ಅತಿ ಸಂಕ್ಷೇಪವಾಗಿರುವುದೇ ಹೆಚ್ಚು. 'ಮಹಾಪುರಾಣ'ವು ಜೈನಸಂಪ್ರದಾಯದಲ್ಲಿ ಪವಿತ್ರವಾದ ಧರ್ಮಗ್ರಂಥಗಳಲ್ಲೊಂದು. ಚಾವುಂಡರಾಯನು ಈ ಪವಿತ್ರ ಭಾವನೆಯಿಂದ ಎಲ್ಲಿಯೂ ಸ್ವಾತಂತ್ರ್ಯವಹಿಸದೆ ಮೂಲದಲ್ಲಿಯ ಮುಖ್ಯ ಚರಿತ್ರಾಂಶ ಹಾಗೂ ಮತಾಂಶಗಳನ್ನು ಅನುವಾದವೆಂದು ತೋರದಂತೆ ಕುಶಲವಾಗಿ ಸಂಗ್ರಹಿಸಿದ್ದಾನೆ. ಮೂಲದಲ್ಲಿಯ ವಿಸ್ತಾರವಾದ ಕಾವ್ಯಮಯವಾದ ವರ್ಣನೆಗಳನ್ನು ಮೆಚ್ಚಿದರೂ ಮೋಹಿಸಿ ನಿಲ್ಲದೆ ದಾಟಿಹೋಗಿದ್ದಾನೆ. ಈ ಸಂಯಮ ಮತ್ತು ಸಂಯೋಜನೆಗಳಲ್ಲಿ ಅವನ ಗುಣವು ತೋರಿದೆ. ತನ್ನ ವಿಶಿಷ್ಟದೃಷ್ಟಿಯ ಮೂಲಕ ಸ್ವತಂತ್ರಪ್ರತಿಭೆಗೆ ಅವನು ಹೆಚ್ಚಾಗಿ ಅವಕಾಶವನ್ನು ಕಲ್ಪಿಸಿಕೊಂಡಿಲ್ಲ. ಅವನ ದೃಷ್ಟಿ ಪ್ರಧಾನವಾಗಿ ಮತಪ್ರಸಾರಕ ಹಾಗೂ ಶಾಸ್ತ್ರನಿಷ್ಠವಾದುದು, ಸೌಂದರ್ಯನಿಷ್ಠವಲ್ಲ. ಚರಿತ್ರೆಯಲ್ಲಿ ಮತ್ತು ತತ್ತ್ವನಿರೂಪಣೆಯಲ್ಲಿ ಒಬ್ಬ ಶಾಸ್ತ್ರೀಯ ಲೇಖಕನ ಚೊಕ್ಕಟತನದಿಂದ ಅತ್ಯಾವಶ್ಯಕವಾದ ಅಂಶಗಳನ್ನು ಎತ್ತಿಹೇಳಿ ಅವನು ಹಿಂದೆ ಮುಂದೆ ನೋಡದೆ ಮುಂದೆ ಸಾಗುತ್ತಾನೆ ; ಮತಜ್ಞಾನಕ್ಕೆ ಅಗತ್ಯವೆಂದಲ್ಲಿ ಅಷ್ಟೇ ನಿಷ್ಠುರವಾಗಿ ನೀರಸ ವಿಷಯಗಳನ್ನು ಬಿತ್ತರಿಸುತ್ತಾನೆ. ಆದರೂ ಅವನ ತೀರ ತುಸುವಾದ ಪದ್ಯಗಳನ್ನೂ ಗದ್ಯದಲ್ಲಿ ಕ್ವಚಿತ್ತಾಗಿ ಮಿನುಗುವ ಮಾತುಗಳನ್ನೂ ಕಣ್ಣಿಕ್ಕಿ

ನೋಡಿದರೆ ಅವನ ಸಹಜವಾದ ಕಾವ್ಯಯೋಗ್ಯತೆ ತಿಳಿಯುತ್ತದೆ. ಚರಿತ್ರೆ, ಮತಾಂಶ, ಕಲ್ಪನೆಗಳಲ್ಲಿ ಮಾತ್ರ ಜಿನಸೇನ, ಗುಣಭದ್ರ, ಪಂಪ ಇವರ ಪ್ರಭಾವವೇ ದಟ್ಟವಾಗಿದೆ.

ಮುಖ್ಯತಃ ಗದ್ಯಶೈಲಿಗಾಗಿ 'ಚಾವುಂಡರಾಯಪುರಾಣ'ವು ಗಣ್ಯವಾಗಿದೆ. ಉಪಲಬ್ಧವಾದ ಮೊದಲನೆಯ ಗದ್ಯಗ್ರಂಥವೆಂದು ಅದರ ಖ್ಯಾತಿ. 'ವಡ್ಡಾರಾಧನೆ' ದೊರೆತ ಮೇಲೆ 'ಚಾವುಂಡ ರಾಯಪುರಾಣ'ಕ್ಕಿಂತ ಅದು ಅತಿ ಪ್ರಾಚೀನವೆಂದಾಗಲಿ, ಅದಕ್ಕಿಂತ ಅರ್ಧಶತಕದಷ್ಟಾದರೂ ಪ್ರಾಚೀನವೆಂದಾಗಲಿ ಅಭಿಪ್ರಾಯಗಳು ಹುಟ್ಟಿವೆ. 'ವಡ್ಡಾರಾಧನೆ' ಬಹುಶಃ ೧೧ನೆಯ ಶತಮಾನ ದ್ದೆಂಬ ಅಭಿಪ್ರಾಯದ ಮೇರೆಗೆ ಅದು 'ಚಾವುಂಡರಾಯಪುರಾಣ'ಕ್ಕೆ ಅರ್ವಾಚೀನವಾಗುತ್ತದೆ. ನಮಗೆ ತೋರುವಮಟ್ಟಿಗೆ ಭಾಷೆಯ ದೃಷ್ಟಿಯಿಂದ 'ವಡ್ಡಾರಾಧನೆ' ಪಂಪನ ಕಾಲಕ್ಕೆ ಹತ್ತಿರ ದ್ದಾಗುತ್ತದೆ. ಅಂತೇ 'ಚಾವುಂಡರಾಯಪುರಾಣ'ಕ್ಕಿಂತ ಹಳೆಯದು. ಆದ್ದರಿಂದ 'ಚಾವುಂಡರಾಯ ಪುರಾಣ'ಕ್ಕೆ ದೊರೆಯದ ಹಾಗೂ ದೊರೆತ ಗದ್ಯಗ್ರಂಥಗಳಲ್ಲಿ ಮೊದಲನೆಯದೆಂಬ ಬಿರುದು ಸಲ್ಲದು. ಇದರಿಂದ ಅದರ ವಿಶಿಷ್ಟತೆಗೆ ಕುಂದೇನೂ ಇಲ್ಲ. ಐದಾರು ಶತಕಗಳಿಂದಾದರೂ ಕನ್ನಡ ದಲ್ಲಿ ವಿಪುಲವಾಗಿ ಬೆಳೆದುಬರುತ್ತಿದ್ದ ಕಥಾಗದ್ಯದ ಸಹಜ ಓಘ, ಬಳಕೆಮಾತಿನ ಸೊಗಸು ಇವುಗಳ ಜೊತೆಗೆ ಶಾಸ್ತ್ರಗದ್ಯದ ಅಚ್ಚುಕಟ್ಟು, ಚೊಕ್ಕತನ ಇವು ಸೇರಿಕೊಂಡು 'ಚಾವುಂಡರಾಯ ಪುರಾಣ'ದ ಬರವಣಿಗೆಗೆ ಜನಸುಲಭವಾದರೂ ಶಾಸ್ತ್ರಶುದ್ಧವಾದ ನಡಿಗೆಯ ಬೆಡಗನ್ನು ನೀಡಿರು ತ್ತವೆ. ಆಗಾಗ ಈ ಮಿಶ್ರಶೈಲಿಯ ಸಮತೆಯನ್ನು ಕದಡಿಸಲು ಅತಿ ಸಂಸ್ಕೃತ ಪ್ರಯೋಗಗಳೂ ಚಿಕ್ಕ ವಾಕ್ಯಗಳೊಡನೆ ಉದ್ದನೆಯ ವಾಕ್ಯಗಳೂ ಬೇಸರ ತರುವ ಪುನರುಕ್ತಿಗಳೂ ಹಣಿಯಿಕ್ಕಿವೆ. ಪೂರ್ವದ ಹಳಗನ್ನಡದ ಕೆಲವು ವ್ಯಾಕರಣವಿಶೇಷಗಳು ಹಳಮೆಯ ಪರಿಣಾಮ ಬೀರುವುದಕ್ಕೆಂಬಂತೆ ನಿಯತವಾಗಿ ನೆಲಸಿವೆ. ಇದರಲ್ಲಿ ಚಂಪೂಗ್ರಂಥಗಳಲ್ಲಿಯ ಗದ್ಯದ ಅಲಂಕಾರ-ಆಡಂಬರ ಗಳಿಲ್ಲ. ಕೇವಲ ಕಥಾಗದ್ಯದ ದೇಸಿಯ ಸಂಪತ್ತಿಯಿಲ್ಲ. ಆದರೆ ತನ್ನೊಂದು ಸರಳ ಲಾಲಿತ್ಯ, ಗಂಭೀರ ಗತಿಗಳಲ್ಲಿ ಈ ಗದ್ಯ ತನ್ನ ಸಾಹಿತ್ಯಗುಣವನ್ನು ವಿಪುಲವಾಗಿ ತೋರಿಸಿದೆ. ಒಟ್ಟಿನಲ್ಲಿ 'ಚಾವುಂಡರಾಯ ಪುರಾಣ'ವು ವಿಷಯ ಹಾಗೂ ವಿನ್ಯಾಸಗಳಲ್ಲಿ ಅಸ್ವತಂತ್ರವಾದರೂ ಹಳಗನ್ನಡದ ಗದ್ಯಶೈಲಿಯಲ್ಲಿ ತನ್ನದೇ ಒಂದು ಮಾದರಿಯಾಗಿ ಮೆರೆದಿದೆ. ಅದರ ಸ್ವರೂಪವನ್ನು ಗಂಭೀರ, ಧಾರಾಳ, ಚೊಕ್ಕಟ ಎಂಬ ಮೂರು ಮಾತುಗಳಲ್ಲಿ ಅಡಕಗೊಳಿಸಿ ಹೇಳಬಹುದು. ಹೀಗೆ ಕನ್ನಡ ಸಾಹಿತ್ಯದಲ್ಲಿ ಕಥನಕವಿಯೆನ್ನುವುದಕ್ಕಿಂತ ಮೇಲಾದ ಗದ್ಯಕಾರನೆಂದು ಚಾವುಂಡರಾಯನ ಸ್ಥಾನವನ್ನು ಕಲ್ಪಿಸ ಬೇಕು.

## ೧ನೆಯ ನಾಗವರ್ಮ

೧ನೆಯ ನಾಗವರ್ಮನು ಹತ್ತನೆಯ ಶತಮಾನದ ತುತ್ತತುದಿಯಲ್ಲಿ ಬಾಳಿರಬಹುದಾದ ಗ್ರಂಥಕಾರನು. 'ಕರ್ಣಾಟಕ ಕಾದಂಬರಿ' ನಿರ್ವಿವಾದವಾಗಿ ಅವನ ಗ್ರಂಥ 'ಛಂದೋಂಬುಧಿ'ಯೂ ಅವನದೇ ಆಗಿರಬಹುದು. ಈ ಗ್ರಹಿಕೆಯಿಂದ ಇಲ್ಲಿ ವಿವೇಚಿಸಲಾಗಿದೆ. ಪಂಪ-ಚಾವುಂಡ ರಾಯರಂತೆ ನಾಗವರ್ಮನು ಯುದ್ಧವೀರನೆಂಬುದು ಎರಡೂ ಗ್ರಂಥಗಳಿಂದ ತಿಳಿಯುತ್ತದೆ. ಪಂಪನಂತೆ ಇವನು ವೆಂಗಿಮಂಡಳದ ವೆಂಗಿಪಳುವಿನ ಬ್ರಾಹ್ಮಣ ವಂಶದವನು. ಪಂಪನ ತಂದೆ ಜೈನಮತವನ್ನು ಸ್ವೀಕರಿಸಿದ್ದರಿಂದ ಪಂಪನು ಜೈನಬ್ರಾಹ್ಮಣನಾದನು. ಚಾವುಂಡರಾಯನು ಬ್ರಹ್ಮಕ್ಷತ್ರಿಯ ವಂಶದಲ್ಲಿ ಹುಟ್ಟಿದವನು. ಈ ಕೆಲವು ಚಾರಿತ್ರಿಕ ಸಾಮ್ಯಗಳನ್ನು ನೋಡಿದರೆ ಈ ಶತಮಾನದ ಹೆಚ್ಚು ಕವಿಗಳಲ್ಲಿ ಬ್ರಹ್ಮಕ್ಷತ್ರದ ಸಂಮಿಲನವು ಕಂಡುಬರುತ್ತದೆ. ವಂಶ ವಿಷಯವೇನೇ ಇದ್ದರೂ, ಶಾಂತ ಹಾಗೂ ವೀರಗಳ ಸಮುದಾಯಾಸ್ಥಾಯಿ ಇಂಥ ಕವಿಗಳ ವ್ಯಕ್ತಿತ್ವ ದಲ್ಲಿ ತಲೆದೋರಿದೆ. ಪಂಪ-ಪೊನ್ನ-ರನ್ನ ಈ ರತ್ನತ್ರಯರು ಈ ಕವಿಮಂಡಲಕ್ಕೆ ಕಿರೀಟರತ್ನವೇ

ಆಗಿದ್ದಾರೆ. ನಾಗವರ್ಮನು ವ್ಯಕ್ತಿತ್ವದಲ್ಲಿ ಇವರಂತೆ ಆಗಿದ್ದರೂ ಗ್ರಂಥವಿಷಯ ಮತ್ತು ಮನೋಭೂಮಿಕೆಯಲ್ಲಿ ಇವರಿಗಿಂತ ಬೇರೆಯಾಗಿ ಒಂದು ಛಂದಃಶಾಸ್ತ್ರಗ್ರಂಥವನ್ನೂ ಇನ್ನೊಂದು ಅನುವಾದ ಗ್ರಂಥವನ್ನೂ ರಚಿಸಿದ್ದಾನೆ. ಅವನ ವೈದಿಕ ಸಂಪ್ರದಾಯದೃಷ್ಟಿ ಈ ಮಾರ್ಪಾಡಿಗೆ ಕಾರಣವಾಗಿರಬೇಕು. ಧಾರ್ಮಿಕ ವಿಷಯವನ್ನು ಆರಿಸಿ ಕನ್ನಡದಲ್ಲಿ ಗ್ರಂಥ ಬರೆಯಲು ಅವನ ಮನಸ್ಸೊಪ್ಪದೆಹೋದ ಕಾರಣ ಕೇವಲ ಲೌಕಿಕ ವಿಷಯಕ್ಕೆ ಅವನು ಕೈಹಾಕಿರಬೇಕು.

'ಛಂದೋಂಬುಧಿ' ಕನ್ನಡದಲ್ಲಿ ಮೊದಲನೆಯ ಛಂದಶ್ಶಾಸ್ತ್ರಪರವಾದ ಗ್ರಂಥ. 'ಗುಣಗಾಂಕಿಯಂ' ಎಂಬುದಾಗಿ ತಮಿಳು ಕವಿ ಉಲ್ಲೇಖ ಮಾಡಿದ ಛಂದೋಗ್ರಂಥವು ಕವಿಚರಿತಕಾರರು ಊಹಿಸಿದಂತೆ ೯ನೆಯ ಶತಮಾನದ್ದಾದರೆ ಅದು ಅದಕ್ಕಿಂತ ಮೊದಲನೆಯದಾಗುತ್ತದೆ. 'ಕವಿರಾಜಮಾರ್ಗ'ದಲ್ಲಿ ಅಡಕವಾದ ಛಂದಸ್ಸಂಬಂಧಿಯಾದ ವಿಷಯಗಳು ಹಾಗೂ ಕನ್ನಡ ಪೂರ್ವಾಚಾರ್ಯರು ಖಂಡಪ್ರಾಸವನ್ನು ನಿರಿಸಿದ್ದರೆ ನಿರ್ದೇಶ ಇವನ್ನು ನೋಡಿದರೆ ಅದಕ್ಕಿಂತ ಬಹುಪೂರ್ವದಲ್ಲಿ ಛಂದೋಗ್ರಂಥಗಳಾದರೂ ಇರಬೇಕು ಇಲ್ಲವೆ ಛಂದಸ್ಸೂತ್ರಗಳಾದರೂ ಏರ್ಪಟ್ಟಿರಬೇಕು. 'ಛಂದೋಂಬುಧಿ'ಯಲ್ಲಿ 'ಕರ್ಣಾಟಕ ವಿಷಯ ಜಾತಿ' ಎಂಬುದನ್ನು ಪ್ರತ್ಯೇಕ ವಿಭಾಗವಾಗಿ ನಾಗವರ್ಮನು ನಿರೂಪಿಸಿದ್ದಾನೆ. ಪಿಂಗಳನನ್ನೋ ಬೇರೆಯವರನ್ನೋ ಸಂಸ್ಕೃತ ಛಂದಸ್ಸಿನ ವಿಭಾಗದಲ್ಲಿ ಅನುಸರಿಸಿದಂತೆ ಕನ್ನಡ ಛಂದಸ್ಸಿನ ವಿಭಾಗದಲ್ಲಿಯೂ ಅವನು ಪೂರ್ವಿಕರನ್ನು ಅನುಸರಿಸಿರಬಹುದು. ಸು. ೧೧ನೆಯ ಶತಮಾನದ ಜಯಕೀರ್ತಿಯ 'ಛಂದೋನುಶಾಸನ'ವೂ ಇಂಥ ಪೂರ್ವಪರಂಪರೆಯನ್ನು ಸೂಚಿಸುತ್ತದೆ.[2] ಅಂತೂ 'ಛಂದೋಂಬುಧಿ' ಉಪಲಬ್ಧವಾದ ಮೊದಲನೆಯ ಛಂದೋಗ್ರಂಥವೆಂದರೆ ಹೆಚ್ಚು ಯುಕ್ತವಾದುದು. ಇದರಲ್ಲಿ ಆತ್ಮವರ್ಣನೆ ಮಾಡಿದ ಪದ್ಯಗಳಿಂದ, ಮೊದಲು–ಕೊನೆಗಳಿಂದ, ನಾಗವರ್ಮನು ಶಾಸ್ತ್ರಕಾರನಲ್ಲದೆ ಸತ್ಕವಿಯೂ ಆಗಿದ್ದನೆಂದು ತಿಳಿಯುತ್ತದೆ. ಕವಿರಾಜಹಂಸ ಎಂಬ ಬಿರುದು ಇದನ್ನೇ ಸಾರುತ್ತದೆ. ಆದರೆ ಶಾಸ್ತ್ರಕ್ಕೆ ಸಾಹಿತ್ಯದ ಸೊಗಸನ್ನು ತಂದುಕೊಡಬೇಕೆಂದು ಅವನು ಛಂದಸ್ಸನ್ನು ತನ್ನ ಸತಿಗೆ ಬಣ್ಣಿಸಿದ ಕ್ರಮದಲ್ಲಿ ಔಚಿತ್ಯವಾಗಲಿ ಸ್ವಾರಸ್ಯವಾಗಲಿ ತೋರಲಿಲ್ಲ. ಅವಳನ್ನು ಕುರಿತ ಸಂಬೋಧನೆಗಳು ಪದ್ಯಪೂರಕಗಳಾಗಿವೆ ಮಾತ್ರ. ಲಕ್ಷಣಪದ್ಯವನ್ನೇ ಲಕ್ಷ್ಯವಾಗಿ ಹೇಳಿದ ನೀರಸತೆಯಿಂದ ಆ ಸತಿ ಇನ್ನಷ್ಟು ಕಂಟಳಿಸುವಂತಾಗಿದೆ. ಶಾಸ್ತ್ರದೃಷ್ಟಿಯಿಂದ ಸರ್ವವಿಷಯ ಭಾಷಾಜಾತಿ ಹಾಗೂ ಕರ್ಣಾಟಕ ವಿಷಯ ಜಾತಿ ಎಂಬ ವರ್ಗೀಕರಣವೂ ಕನ್ನಡ ಛಂದಸ್ಸಿನ ಸ್ವರೂಪ ಹಾಗೂ ಪ್ರಭೇದಗಳ ವಿವರಣೆಯೂ ಸಂಕ್ಷಿಪ್ತವಾಗಿದ್ದರೂ ವ್ಯಾಸಂಗಿಗಳಿಗೆ ಉಪಯುಕ್ತವಾಗಿವೆ. ಪಾಠದೋಷಗಳ ಮೂಲಕ ಹಾಗೂ ಆನುಪೂರ್ವಿಯ ಅರಿವಿಲ್ಲದ ಮೂಲಕ ಇಡೀ ಗ್ರಂಥದ ಮೌಲಿಕತೆಯನ್ನು ಅಳೆಯಲು ಸಾಧ್ಯವಿಲ್ಲ.

'ಕರ್ಣಾಟಕ ಕಾದಂಬರಿ' ಇದು ಬಾಣನ ಸಂಸ್ಕೃತ ಕಾದಂಬರಿಯ ಕನ್ನಡ ಪರಿವರ್ತನ. ಅನುಪಲಬ್ಧವಾದ ಅಸಗನ 'ಕರ್ಣಾಟಕುಮಾರಸಂಭವಕಾವ್ಯ'ವನ್ನು ಬಿಟ್ಟರೆ ಇದೇ ಒಂದು ಪ್ರಾಚೀನ ಸಂಸ್ಕೃತ–ಕಾವ್ಯದ ಪ್ರಥಮ ಕನ್ನಡ ಅನುವಾದ. ಸಂಸ್ಕೃತದಲ್ಲಿಯ ಉತ್ತಮ ಸಾಹಿತ್ಯ ಗ್ರಂಥವೊಂದನ್ನು ವಿಶಿಷ್ಟವಾದ ರೀತಿಯಲ್ಲಿ ಕನ್ನಡಿಸಬೇಕು ಎಂಬ ಉದ್ದೇಶದಿಂದ ನಾಗವರ್ಮನು ಈ ಪರಿವರ್ತನವನ್ನು ಮಾಡಿದ್ದಾನೆ. ಈ ದಾರಿಯಲ್ಲಿ ನಮಗೆ ತಿಳಿದಮಟ್ಟಿಗೆ ಇವನೇ ಮೊದಲಿಗನು. ಬಾಣಕವಿಯ ಬಗ್ಗೆ ಆದರ, ಕಾದಂಬರೀ ಕಥೆಯ ವಿಷಯದಲ್ಲಿ ಪ್ರಶಂಸೆ—ಇವು ಅವನನ್ನು ಈ ಕೆಲಸಕ್ಕೆ ಎಳೆದಿರಬೇಕು. ಜೊತೆಗೆ ಪಂಪನು ಬೆಳಗಿಸಿದ ಲೌಕಿಕಗ್ರಂಥಸರಣಿಯನ್ನು ತಾನೂ ಅನುಸರಿಸಿ ತನ್ನ ನರಪತಿಯಾದ ಚಂದ್ರನ ವರ್ಣನೆಯನ್ನು ಚಂದ್ರಾಪೀಡಸಾದೃಶ್ಯದಿಂದ ಮಾಡುವುದು ಅವನಿಗೆ ಇಷ್ಟವಾಗಿರಬಹುದು. ಅವನ ದೊರೆ ಚಂದ್ರನಾರು ಎಂಬುದನ್ನು ಕುರಿತು ಏಕಮತವಿಲ್ಲ. ಹಲವು ಊಹೆಗಳು ಹುಟ್ಟಿವೆ. ಆದರೆ ಚಂದ್ರಾಪೀಡನ ಮೂಲಕ ಅವನ ಸಾಮಾನ್ಯ ಸ್ತುತಿಮಾಡಿದ ಕಾರಣ ಅಷ್ಟರಮಟ್ಟಿಗೆ ಮಾತ್ರ ಈ ಪರಿವರ್ತನಗ್ರಂಥದಲ್ಲಿ ಚಾರಿತ್ರಿಕ

ಅಂಶವಿದೆಯೆನ್ನಬಹುದು. ಚಾರಿತ್ರಿಕತೆಯನ್ನು ಇನ್ನೂ ಹೆಚ್ಚಾಗಿ ತರಲು ಪ್ರಯತ್ನ ಮಾಡಿದಂತಿಲ್ಲ. ಅದಕ್ಕಾಗಿ ಮೂಲವನ್ನು ಬದಲಿಸಲು ಹವಣಿಸಿಲ್ಲ. ಇದ್ದ ಮೂಲಕತೆಯನ್ನೇ ಹೇಳಿರುವುದರಲ್ಲಿ ಚಂದ್ರಾಪೀಡಚರಿತ್ರೆಯ ಮುಖಾಂತರವಾಗಿ ತನ್ನ ಅರಸನ ದೂರದೇಶದಲ್ಲಿಯ ಪ್ರಣಯ, ಕ್ಷಣಿಕಭಂಗ, ಪುನರ್ಮಿಲನ ಇದನ್ನು ಸೂಚಿಸುವ ಹೇತುವಿದೆಯೋ ಹೇಗೆ ಯಾರು ಬಲ್ಲರು ?

ಬಾಣನ 'ಕಾದಂಬರಿ' ಸಂಸ್ಕೃತ ಗದ್ಯವಾಙ್ಮಯದಲ್ಲಿ ಬೆರಗುಗೊಳಿಸುವ ಶಿಖರವೊಂದು. ಅದರಲ್ಲಿ ಭಾರತೀಯ ಸಂಸ್ಕೃತ–ನಾಗರಿಕತೆಗಳ ಹಿನ್ನೆಲೆಯಲ್ಲಿ ಮಾಡಿದ ಉದಾತ್ತ ಶೃಂಗಾರದ, ಉನ್ನತ ಪ್ರೇಮದ ಸ್ವಪ್ನಚಿತ್ರವಿದೆ. ಜನ್ಮಾಂತರಗಳ ಜಟಿಲವಾದ ಕಥಾನಕ, ಶಬ್ದಾರ್ಥಚಮತ್ಕೃತಿಗಳಿಂದ ಇಡಿಕಿರಿದ ವರ್ಣನೆ, ವಿವಿಧ ವಿಲಾಸದಿಂದ ಮುಗಿಯದೆ ಮುಂಬರಿಯುವ ಗದ್ಯಶೈಲಿ ಇವು ಇರುವ ಕಾದಂಬರಿಯನ್ನು ಸಹನೆಯಿಂದ ಓದಿ ತಿಳಿಯುವುದೇ ಕಷ್ಟ. ಅದರ ಅನುವಾದಕನಿಗಂತೂ ಎಂಟೆದೆಯೂ ಸಾಲದು. ನಾಗವರ್ಮನು ಈ ಸಾಹಸಕ್ಕೆ ಕೈಯಿಕ್ಕಿ ಬಹುಮಟ್ಟಿಗೆ ಯಶಸ್ವಿಯಾಗಿದ್ದಾನೆ. ಉಭಯಭಾಷೆಗಳ ಗಾಢ ಪ್ರಭುತ್ವದೊಂದಿಗೆ ರಸದೃಷ್ಟಿ–ಔಚಿತ್ಯಪರಿಜ್ಞಾನಗಳು ಅವನಲ್ಲಿ ಇದ್ದುದು ಅವನ ಯಶಸ್ಸಿಗೆ ಕಾರಣವಾಯಿತು. ಸಂಪೂರ್ಣ ಗದ್ಯದಲ್ಲಿದ್ದ ಮೂಲವನ್ನು ಗದ್ಯಪದ್ಯ ಮಿಶ್ರವಾದ ಚಂಪೂರೂಪಕ್ಕೆ ತಿರುಗಿಸಬೇಕೆಂದು ಅವನು ಮಾಡಿದ ಹಂಚಿಕೆ ತುಂಬ ಯೋಗ್ಯವಾಗಿ ಪರಿಣಮಿಸಿತು. ಅದರಲ್ಲಿಯೂ ಸಮಾಸಮಯವಾದ ಬಾಣನ ಗದ್ಯಬಾಣಾವಳಿಯನ್ನು ಪರಿವರ್ತನಕಾರನು ಎದುರಿಸಿ ನಿಲ್ಲಲಾರನು. ಇದ್ದಂತೆ ಅವನ್ನಿಟ್ಟು ಕನ್ನಡ ಪ್ರತ್ಯಯಗಳಿಂದ ಕೊನೆಗೊಳಿಸಬೇಕು ಇಲ್ಲವೆ ಕೃತಕವಾಗಿ ಕನ್ನಡಿಸಬೇಕು. ರೂಪಾಂತರದಿಂದ ಈ ಬಿಕ್ಕಟ್ಟು ಇಲ್ಲವಾಯಿತು. ರೂಪಾಂತರದ ಮೂಲಕ ಪರಿವರ್ತನವು ಮೂಲದಿಂದ ದೂರ ಹೋಗಬಾರದೆಂದೂ ಭಾಷಾಂತರಬುದ್ಧಿಯ ಮೂಲಕ ಮೂಲಕ್ಕೆ ತೀರ ಹತ್ತಿರ ಬರಬಾರದೆಂದೂ ನಾಗವರ್ಮನು ಒಂದು ನಡುದಾರಿಯನ್ನು ಹಿಡಿದು ಪರಿವರ್ತನ ಕಲೆಗೆ ಮಾದರಿಯನ್ನು ನಿರ್ಮಿಸಿಕೊಟ್ಟಿದ್ದಾನೆ. ಮೂಲದ ಕಥಾನಕಸಾರ, ಪಾತ್ರಗಳ ಜೀವಾಳ, ವರ್ಣನೆಗಳ ಸ್ವಾರಸ್ಯ ಇವುಗಳಿಗೆ ಒಟ್ಟಿನಲ್ಲಿ ಕುಂದುಬರದಂತೆ, ಮೂಲವನ್ನು ಮನಸ್ಸಿನಲ್ಲಿಟ್ಟು ತಾನೇ ರಚಿಸಿದಂತೆ ಸಲೀಲವಾಗಿ ಬರೆದಿದ್ದಾನೆ. ಇದರಿಂದ ಅನುಕೃತಿಯೂ ಸ್ವತಂತ್ರ ಕೃತಿಯಂತಾಗಿದೆ. ತನಗೆ ತೋರಿದಂತೆ ಮೂಲದ ಕೆಲವು ಭಾಗಗಳನ್ನು ಬಿಟ್ಟಿದ್ದಾನೆ. ಕೆಲವನ್ನು ಸಂಗ್ರಹಿಸಿದ್ದಾನೆ. ಬೇರೆ ಕೆಲವನ್ನು ಮೂಲದ ಆಧಾರದಿಂದ ಬೆಳಸಿದ್ದಾನೆ. ಇಷ್ಟೇ ಯಾಕೆ, ಕೆಲವು ಕಡೆಗೆ ಉತ್ತಮ ಪರಿವರ್ತನಕಾರನ ಹಾಗೆ ಮೂಲಕ್ಕಿಂತ ಸೊಗಸಾದ ಭಾವಗಳನ್ನೂ ಕಲ್ಪಿಸಿದ್ದಾನೆ, ಪದಲಾಲಿತ್ಯವನ್ನೂ ಸಾಧಿಸಿದ್ದಾನೆ.[3] ಅವನು ಬಿಟ್ಟ ವರ್ಣನೆಗಳಲ್ಲಿ ಸಾಮಾನ್ಯವಾಗಿ ಅವನ ಔಚಿತ್ಯದೃಷ್ಟಿ ಫಲಿಸಿದೆ. ಆದರೆ ಮೂಲದಲ್ಲಿಯ ಸುಂದರವಾದ ಹಲವು ಭಾವಗಳ ನಿರಾಕರಣವು ಸರಿಯಾಗಿಲ್ಲ. ಪದ್ಯದ ನಿರ್ಬಂಧಕ್ಕೊಳಗಾಗಿ ಅವನು ಹೀಗೆ ಮಾಡಿರಬಹುದಾದರೂ ಅದೊಂದು ಕೊರತೆಯೆಂಬುದು ದಿಟ. ಅವನ ಭಾಷೆ ಪ್ರಸನ್ನಗಂಭೀರವಾದ, ಸರಳವಾದ ಹಳಗನ್ನಡವಾಗಿದ್ದು ಕನ್ನಡ ದೇಸಿಯ ಕಳೆ ಅದರಲ್ಲಿ ಎದ್ದುಕಾಣುತ್ತದೆ. ಪಂಪನ ಮಾರ್ಗದೇಶಿಗಳ ಸುಂದರ ಸಮನ್ವಯವನ್ನು ಸಾಧಿಸಿದವರಲ್ಲಿ ನಾಗವರ್ಮನು ಒಬ್ಬನು. ಕೆಲವು ಸಲ ಮೂಲ ಸಮಾಸಗಳ ವ್ಯಾಮೋಹಕ್ಕೆ ಒಳಗಾಗಿ ಇದ್ದಂತೆ ಇಟ್ಟಿರಬಹುದು, ಮೂಲಕ್ಕಿಂತ ಮಿಗಿಲಾದ ಸಂಸ್ಕೃತಾವೇಶವನ್ನು ತೋರಿರಬಹುದು. ಅವನ ಏಕರೂಪವಾದ ಶೈಲಿಗೆ ಇಂಥ ಗದ್ಯಪದ್ಯಗಳು ಒಮ್ಮೊಮ್ಮೆ ಬಾಧಕವಾಗಿವೆ. ಒಟ್ಟಿನಲ್ಲಿ ಮಾತ್ರ ಕಂದ-ವೃತ್ತ, ಗದ್ಯ-ವಚನ ಈ ಎಲ್ಲದರಲ್ಲಿ ಒಂದೇ ಹದ, ಹಗುರುಳ್ಳ ಪಳಗಿದ ಶೈಲಿಯಿದೆ. ಕನ್ನಡ ಸಾಹಿತ್ಯದಲ್ಲಿ 'ಕಾದಂಬರಿ'ಯಷ್ಟು ಮೇಲಾದ ಪರಿವರ್ತನವು ಇನ್ನೊಂದಿಲ್ಲ ಎಂದು ಧೈರ್ಯವಾಗಿ ಹೇಳಬಹುದು. ಇಷ್ಟಾದರೂ ಈ ಪರಿವರ್ತನವು ಬಾಣನ 'ಕಾದಂಬರಿ'ಯ ಅದ್ಭುತ ಪಾಂಡಿತ್ಯ ಪ್ರತಿಭೆಗಳ ಅವಿಚ್ಛಿನ್ನ ಪ್ರವಾಹದ ದರ್ಶನವನ್ನು ಮಾಡಿಕೊಟ್ಟಿಲ್ಲ ಎಂದರೆ ತಪ್ಪಾಗದು. ಆದರೆ ಯಾವ ಪರಿವರ್ತನದಲ್ಲಿಯೂ, ಇದನ್ನು ಮಾಡಿಕೊಡುವ ಕಷ್ಟವನ್ನು ನೆನೆದರೆ, ಇದು ಅಪರಿಹಾರ್ಯ

ವಾದ ವೈಗುಣ್ಯವಾಗುತ್ತದೆ. ಬಾಣವಾಣಿ ಧೋಧೋ ಎಂದು ಸುರಿಯುವ ಮೋಡವಾದರೆ ನಾಗವರ್ಮನ ಕಲೆ ಆ ಮೋಡ ಸುರಿದ ಮಳೆನೀರನ್ನು ಕೆರೆಯಲ್ಲಿ ಹಿಡಿದು ಕಂದವೃತ್ತವಚನಗಳ ಮಡಿಗಳಲ್ಲಿ ಹರಿಬಿಡುವ ತೋಟಿಗನ ಕೈವಾಡವಾಗಿದೆ. ಮೂಲದ ಸ್ವಚ್ಛಂದಗತಿ ಇಲ್ಲಿ ನಿಯತಗತಿಯಾಗಿದೆ. ಮೂಲದ ಬೆರಗು ಇಲ್ಲಿ ಕಡಿಮೆಯಾಗಿರಬಹುದು. ಆದರೆ ಮೂಲಕ್ಕೆ ಇನ್ನೊಂದು ಮಾಟವನ್ನು ಒದಗಿಸಿದ ಹೊಸ ಬೆರಗು ಮಾತ್ರ ತಲೆದೋರಿದೆ. ಅಂತೇ ನಾಗವರ್ಮನ 'ಕಾದಂಬರಿ' ಅನುವಾದವಾಗಿಯೂ ಸ್ವತಂತ್ರಕೃತಿಯ ಸತ್ವವುಳ್ಳುದಾಗಿ ಕನ್ನಡಸಾಹಿತ್ಯದ ಚಿರಂತನಮೌಲ್ಯದ ಗ್ರಂಥಗಳಲ್ಲಿ ಒಂದಾಗಿದೆ.

## ದುರ್ಗಸಿಂಹ

ದುರ್ಗಸಿಂಹ ಮತ್ತು ಬೇರೆ ಹಲವರಿಂದ ಉಲ್ಲೇಖಿಸಲಾದ ಗಜಾಂಕುಶ, ಮನಸಿಜ, ಚಂದ್ರಭಟ್ಟ ಈ ಕವಿಗಳು ೧೦ನೆಯ ಶತಮಾನದ ಕೊನೆ ಹಾಗೂ ೧೧ನೆಯ ಶತಮಾನದ ಮೊದಲಲ್ಲಿ ಆಗಿಹೋಗಿರಬಹುದು. ಅದಕ್ಕಿಂತ ಮುಂಚೆಯೂ ಇದ್ದಿರಬಹುದು. ಇವರ ಗ್ರಂಥಗಳು ದೊರೆತಿಲ್ಲ, ಯಾವುದೆಂಬುದೂ ತಿಳಿದಿಲ್ಲ. ಆದರೆ ಒಬ್ಬಿಬ್ಬರ ಗ್ರಂಥವಿಷಯವನ್ನು ಊಹಿಸಲು ಎಡೆಯುಂಟು. ಇವರು ಒಳ್ಳೆಯ ಕವಿಗಳೆಂಬುದನ್ನೂ ಸ್ತುತಿಯ ಧಾಟಿಯಿಂದ ತಿಳಿಯಬಹುದು. ದುರ್ಗಸಿಂಹನು ಮಾತ್ರ ಈ ಪಟ್ಟಿಗೆ ಸೇರಲಿಲ್ಲ ; ಅವನ 'ಪಂಚತಂತ್ರ' ಜನಪ್ರಿಯವಾಗಿ ಉಳಿದುಕೊಂಡುಬಂದಿದೆ. ೧೧ನೆಯ ಶತಮಾನದ ಮೊದಲ ಅರ್ಧದಲ್ಲಿ ಚಾಲುಕ್ಯರಾಜ ಜಗದೇಕಮಲ್ಲ ಜಯಸಿಂಹನ ಬಳಿ ದಂಡನಾಯಕನೂ ಸಂಧಿವಿಗ್ರಹಿಯೂ ಆಗಿ ಪಂಪಾದಿಗಳಂತೆ ಸವ್ಯಸಾಚಿಯಾಗಿದ್ದ ಕವಿ ಇವನು. ಮೇಲಾಗಿ "ಪರಮಾತ್ಮಂ ಪರಮೇಶ್ವರಂ ಮುರಹರಂ ದೈವಂ, ಮಹಾಯೋಗಿಗಳ್ ಗುರುಗಳ್ ಶಂಕರಭಟ್ಟರ್"[4] ಎಂದು ಅವನು ಹೇಳಿದಂತೆ ಸ್ಮಾರ್ತಭಾಗವತ ಸಂಪ್ರದಾಯದ ಪಂಡಿತ ಕುಲದಲ್ಲಿ ಹುಟ್ಟಿ ಬೆಳೆದವನಾಗಿ ತನ್ನೂರಾದ ಸಯ್ಯಡಿಯಲ್ಲಿ ಹರಿಹರಭವನಗಳನ್ನು ಕಟ್ಟಿಸಿದನು. ಗುಣಾಢ್ಯನು ಪೈಶಾಚೀ ಭಾಷೆಯಲ್ಲಿ ಬೃಹತ್ಕಥೆಗಳನ್ನು ಹೇಳಿದ್ದನು. ಆ ಕಥಾಸಮುದ್ರದಲ್ಲಿಯ ಪಂಚರತ್ನಗಳಾದ ಐದು ಕಥೆಯನ್ನಾಯ್ದುಕೊಂಡು ವಸುಭಾಗಭಟ್ಟನು 'ಪಂಚತಂತ್ರ'ವೆಂದು ಹೆಸರಿಟ್ಟು ಹೇಳಿದನು. ಈ ವಸುಭಾಗಭಟ್ಟಕೃತಿಯನ್ನು ಕನ್ನಡದಲ್ಲಿ 'ಪೊಸತಾಗಿರೆ ವಿರಚಿಸುವೆಂ" ಎಂದು ದುರ್ಗಸಿಂಹ ಹೇಳಿದ್ದಾನೆ. ಸಂಸ್ಕೃತದಲ್ಲಿ ವಿಷ್ಣುಶರ್ಮನ 'ಪಂಚತಂತ್ರ'ವೊಂದು ಹೆಸರಾಗಿದೆ. ವಸುಭಾಗಭಟ್ಟನ ಇನ್ನೊಂದು ಪಂಚತಂತ್ರವಿತ್ತೆಂಬ ಮೊದಲ ತಿಳಿವು ಈ ಕನ್ನಡ ಗ್ರಂಥದಿಂದ ಒದಗಿತು. ಈ ದೃಷ್ಟಿಯಿಂದ ಇದಕ್ಕೆ ಭಾರತೀಯ ಮಹತ್ವವಿದೆ. ತರುವಾಯದ ಸಂಶೋಧನೆಗಳಿಂದ ತಿಳಿದ ಮೇರೆಗೆ ಜಾವಾದ್ವೀಪದಲ್ಲಿ ವಸುಭಾಗಭಟ್ಟಪರಂಪರೆಯ 'ಪಂಚತಂತ್ರ'ಗಳು ಮೂರು ಇದ್ದು ಅವುಗಳಲ್ಲಿ ಎರಡು ಪದ್ಯದಲ್ಲಿಯೂ ಒಂದು ಗದ್ಯದಲ್ಲಿಯೂ ಇವೆ.[5] ದುರ್ಗಸಿಂಹನದು ಮಾತ್ರ ಗದ್ಯಪದ್ಯಮಿಶ್ರಿತವಾಗಿದೆ. ವಿಷ್ಣುಶರ್ಮನ 'ಪಂಚತಂತ್ರ'ದ ಎಷ್ಟೋ ಪಾಠಭೇದಗಳಿದ್ದರೂ ಅದು ಉಪಲಬ್ಧವಿದೆ. ವಸುಭಾಗಭಟ್ಟನದು ಉಪಲಬ್ಧವಾಗಿಲ್ಲ. ಅದನ್ನು ಆಕರವೆಂದು ಒಪ್ಪಿಕೊಂಡ ಅನುಕೃತಿಗಳಿಂದ ಮೂಲಕೃತಿಯನ್ನು ಅನುಮಿಸಬೇಕಾಗಿದೆ. ಸಾಮಾನ್ಯವಾಗಿ ವಿಷ್ಣುಶರ್ಮನಿಂದ ಭಿನ್ನವಾದ ಅಂಶಗಳಲ್ಲಿ ದುರ್ಗಸಿಂಹನ 'ಪಂಚತಂತ್ರ'ವು ವಸುಭಾಗಭಟ್ಟನ ಕೃತಿಯ ಸ್ವರೂಪವನ್ನು ತಿಳಿಸುತ್ತದೆ ಎನ್ನಬಹುದು. ಆದರೆ ವಸುಭಾಗನ ಕೃತಿಯನ್ನು ಕನ್ನಡಿಸುವಾಗ ಅವನು ತಂದಿರುವ ಹೊಸತಾವುದು ಎಂಬುದನ್ನು ತಿಳಿಯುವುದು ಕಷ್ಟ. ಇದರಿಂದ ಕಥಾನಕವಿಮರ್ಶೆ ಅನಿಶ್ಚಿತವಾದರೆ ತಪ್ಪಲ್ಲ. ವಿಷ್ಣುಶರ್ಮನ 'ಪಂಚತಂತ್ರ'ದಲ್ಲಿ ಕಾಣದ ಕೆಲವು ಕತೆಗಳು ದುರ್ಗಸಿಂಹನಲ್ಲಿವೆ. ಇವು ವಸುಭಾಗಕೃತಿಯಿಂದ ಎತ್ತಿಕೊಂಡುವಾಗಿರಬೇಕು. ಎರಡನೆಯ

ಮಹತ್ವದ ಸಂಗತಿಯೆಂದರೆ ವಿಷ್ಣುಶರ್ಮನಲ್ಲಿ ಕಾಣದೊರೆಯದ ಜೈನಮತ ತತ್ತ್ವಗಳೂ ಪಾರಿಭಾಷಿಕ ಪದಗಳೂ ದುರ್ಗಸಿಂಹನಲ್ಲಿವೆ. ಅವುಗಳಿಂದ ಸಾಮಾನ್ಯವಾಗಿ ವೈದಿಕಧರ್ಮಪರವಾದ 'ಪಂಚತಂತ್ರ'ದ ಕಥಾಸ್ವರೂಪವು ಅಲ್ಲಲ್ಲಿ ಮಾರ್ಪಟ್ಟಿದೆ. ಇದರಿಂದ ವಸುಭಾಗಭಟ್ಟನ 'ಪಂಚತಂತ್ರ'ವು ಅಂಶತಃ ಆದರೂ ಜೈನಧರ್ಮಪರವಾಗಿತ್ತೆಂದು ತಿಳಿಯಲು ಸಾಕಷ್ಟು ಅವಕಾಶವಿದೆ. ವಿಶೇಷವಾಗಿ ಮೊದಲ ತಂತ್ರದಲ್ಲಿ ಪಿಂಗಳಕನೆಂಬ ಸಿಂಹಕ್ಕೆ ಸಂಜೀವಕನೆಂಬ ಎತ್ತು ಮಾಡಿದ ಉಪದೇಶ ಮತ್ತು ಅದರ ಪರಿಣಾಮವುಳ್ಳ ಭಾಗವನ್ನು ಓದಿದರೆ ಇದು ಸ್ಪಷ್ಟವಾಗುತ್ತದೆ.[6] ಇದು ನಿಜವಾದರೆ ವೈದಿಕನಾದ ದುರ್ಗಸಿಂಹನು ಜೈನಸಂಪ್ರದಾಯದ ಪ್ರಭಾವವುಳ್ಳ 'ಪಂಚತಂತ್ರ'ವನ್ನು ಕನ್ನಡಿಸಲು ಪ್ರವೃತ್ತನಾದದ್ದೇಕೆ ? ಅವನ ಆಶ್ರಯದಾತನು ಸಹ ಜೈನಮತೀಯನಿರಲಿಲ್ಲ. ಇದಕ್ಕೆ ಅಂದಿನ ಕರ್ನಾಟಕದಲ್ಲಿಯ ಜೈನಪ್ರಭಾವವೇ ಕಾರಣವಿರಬೇಕೆಂಬ ಊಹೆಯಿದೆ. ಜೊತೆಗೆ, ಅವನಿಗೆ ದೊರೆತುದು ವಸುಭಾಗಭಟ್ಟನ 'ಪಂಚತಂತ್ರ'ವೊಂದೇ ಇರಬಹುದು. ಯಾಕೆಂದರೆ ವಿಷ್ಣುಶರ್ಮನ ಹೆಸರನ್ನು ಅವನು ಹೇಳಿಯೇ ಇಲ್ಲ. ಇದಲ್ಲದೆ ವಸುಭಾಗಭಟ್ಟನ 'ಪಂಚತಂತ್ರ' ಕೆಲವಂಶಗಳಲ್ಲಿ ಜೈನ–ವೈದಿಕ ಅಂಶಗಳ ಸಮನ್ವಯವನ್ನು ಸಾಧಿಸಿದೆ. ಇಲ್ಲಿ ವಸುಭಾಗಭಟ್ಟನ ತರುವಾಯದ ಕಾಲದಲ್ಲಿಯ ಸಮನ್ವಯವನ್ನು ಒಳಕೊಂಡ ಪಾಠಭೇದವು ದುರ್ಗಸಿಂಹನಿಗೆ ಆಕರವಾಗಿರಬಹುದೇ ಇಲ್ಲವೆ ದುರ್ಗಸಿಂಹನೇ ಈ ಸಮನ್ವಯಸಾಧಕನಾಗಿರಬಹುದೇ ಎಂಬ ಪ್ರಶ್ನೆಗೆ ಎಡೆಯಿದೆ. ನಾವು ಸದ್ಯಕ್ಕೆ ವಸುಭಾಗಭಟ್ಟನೇ ಅದನ್ನು ಮಾಡಿರಬೇಕೆಂದು ಗ್ರಹಿಸಿದ್ದೇವೆ. ಬ್ರಾಹ್ಮಣರು ವಿಧಿಪೂರ್ವಕವಾಗಿ ವಿಹಿತಕರ್ಮವೆಂದು ಪ್ರಾಣಿವಧೆ ಮಾಡುವರಲ್ಲದೆ ವೃಥಾ ವಧೆ ಮಾಡುವುದಿಲ್ಲವೆಂದು ಅವರ ಆಚಾರಧರ್ಮದ ಸಮರ್ಥನೆ ಇಲ್ಲಿದ್ದುದು ಗಮನಿಸತಕ್ಕುದಾಗಿದೆ.[7] ಇದರಿಂದ ಜೈನಮತವು ವೈದಿಕಬ್ರಾಹ್ಮಣ ಮತಕ್ಕೆ ಸಮೀಪಸಂಬಂಧಿಯೆಂದರ್ಥವಾಗದು. ಯಾವ ಕಾಲದಲ್ಲಿಯೂ ಎಲ್ಲ ಮತಗಳನ್ನೂ ಉದಾರದೃಷ್ಟಿಯಿಂದ ನೋಡುವ ಸಮಗ್ರದೃಷ್ಟಿಯ ವ್ಯಕ್ತಿಗಳಾಗಿರುತ್ತಾರೆ. ವಸುಭಾಗಭಟ್ಟನು ಅಂಥವನಾಗಿರಬೇಕು. ದುರ್ಗಸಿಂಹನು ಭಾಗವತಧರ್ಮೀಯನಾದ ಕಾರಣ ವಸುಭಾಗಪರಂಪರೆಯನ್ನು ಮೆಚ್ಚಿ ತನ್ನ ಗ್ರಂಥದಲ್ಲಿ ಅಳವಡಿಸಿರಬೇಕು.

ಕಥೆ–ನೀತಿಗಳಲ್ಲಿ ದುರ್ಗಸಿಂಹನು ಒಟ್ಟಿನಲ್ಲಿ ಮೂಲವನ್ನು ನಿಷ್ಠೆಯಿಂದ ಅನುಸರಿಸಿದಂತಿದೆ. ಆದರೂ ಹಲವು ಕಡೆಗೆ ವರ್ಣನ–ಕಥನಗಳಲ್ಲಿ ವಿಸ್ತರಣೆಯ ಕಲೆಯನ್ನು ತೋರಿದ್ದಾನೆ. ಪ್ರೌಢಚಂಪೂಕಾವ್ಯದ ರೀತಿಯಲ್ಲಿ ವರ್ಣನಾತ್ಮಕ ಗದ್ಯಪದ್ಯಗಳನ್ನು ಸ್ವಂತವಾಗಿ ರಚಿಸಿದ್ದಾನೆ. ಇಂಥಲ್ಲಿ ಅವನ ಪ್ರೌಢಕವಿತ್ವ, ಚಿತ್ರಶಕ್ತಿಗಳು ತೋರುತ್ತವೆ. ಒಳ್ಳೆಯ ಅನುವಾದಕನ ವ್ಯುತ್ಪತ್ತಿ–ಪ್ರತಿಭೆಗಳು ದುರ್ಗಸಿಂಹನಲ್ಲಿವೆಯಾದರೂ ಗನೆಯ ನಾಗವರ್ಮನ ಶಕ್ತಿವಿಶೇಷವಾಗಲಿ ಮೇಲಾದ ಕವಿಯ ಸ್ವತಂತ್ರಸ್ಫೂರ್ತಿಯಾಗಲಿ ಅವನಲ್ಲಿ ಇಲ್ಲವೆನ್ನಬೇಕು.

ಈ 'ಪಂಚತಂತ್ರ'ದ ಕಾವ್ಯರೂಪ ವಿಚಾರಣೀಯವಾಗಿದೆ. ಗದ್ಯಪದ್ಯಮಿಶ್ರವಾಗಿದ್ದು ಪಂಪಾದಿಗಳ ಪ್ರೌಢಚಂಪುವಿಗೆ ಹತ್ತಿರವಾಗಿದ್ದರೂ ಗದ್ಯದ ಹೆಚ್ಚಳ ಹಾಗೂ ಸರಳತೆಗಳಿಂದಲೂ ಅನೇಕ ಕಥೆಗಳನ್ನು ನೀತಿಶಾಸ್ತ್ರಪ್ರವಚನಕ್ಕಾಗಿ ವಿಶೇಷ ಕ್ರಮದಲ್ಲಿ ಪೋಣಿಸಿದ್ದರಿಂದಲೂ ಅಂಥ ಚಂಪುವಿಗಿಂತ ಇದು ಬೇರೆಯಾಗಿದೆ. ಪಶುಪಕ್ಷಿಸಂಬಂಧವಾದ ಸಾಂಕೇತಿಕ ಕಥೆಗಳಿಂದಲೂ ಅದರ ಅಂತರಂಗವು ಭಿನ್ನವಾಗಿದೆ. "ಪೊಸತಾಗಿರೆ ವಿರಚಿಸುವೆಂ" ಎಂದು ದುರ್ಗಸಿಂಹನು ಹೇಳಿದ್ದರಲ್ಲಿಯ 'ಪೊಸತು' ಇದೇ ಆಗಿರಬೇಕು. ಮೂಲ ಆಕರವನ್ನು ಕಥಾಂಶ ಮತ್ತು ನೀತಿನಿಯಮಗಳಲ್ಲಿ ಅನುಸರಿಸಿಯೂ ಪ್ರೌಢ, ಸರಳ ಹಾಗೂ ಗದ್ಯಪದ್ಯಮಿಶ್ರವಾದ ಚಂಪೂಸರಣಿಯನ್ನು ಅವನು ನವೀನವಾಗಿ ಬಳಸಿದ್ದಾನೆ. ಹೀಗಾಗಿ ಕನ್ನಡ ಸಾಹಿತ್ಯಪರಂಪರೆಯಲ್ಲಿ ಪ್ರತ್ಯೇಕವಾಗಿದ್ದ ಪ್ರೌಢಚಂಪು ಮತ್ತು ಗದ್ಯಕಥೆ ಇವುಗಳ

ಸಂಮಿಶ್ರಣವು ತಲೆದೋರಿತು. 'ವಡ್ಡಾರಾಧನೆ', 'ಚಾವುಂಡರಾಯಪುರಾಣ'ಗಳಲ್ಲಿಯ ಗದ್ಯ ಪ್ರಾಚುರ್ಯದ ಬದಲು ಈ ಸಂಮಿಶ್ರರೂಪವು ಬಂದು ನಯಸೇನನ 'ಧರ್ಮಾಮೃತ'ದಂಥ ಕೃತಿಗಳಿಗೆ ದಾರಿ ತೋರಿದಂತಾಯಿತು. ಪಂಚತಂತ್ರದ ಸ್ವರೂಪದಲ್ಲಿಯಂತೆ ಭಾಷಾಶೈಲಿಯಲ್ಲಿಯೂ ಈ ಮಿಶ್ರಣವಿದೆ. ಒಟ್ಟಿನಲ್ಲಿ ಕನ್ನಡದೇಸಿಯತ್ತ ಒಲವು ಹೆಚ್ಚಿದೆಯಾದರೂ ಪದ್ಯಭಾಗದಲ್ಲಿ ವಿಶೇಷವಾಗಿ ವೃತ್ತಗಳಲ್ಲಿ, ಪ್ರೌಢವಾದ ಸಂಸ್ಕೃತಪ್ರಚುರವಾದ ಶೈಲಿ, ಕಥಾಭಾಗದಲ್ಲಿ ಸರಳವಾಗಿ ಜನೋಕ್ತಿ ಪ್ರಚುರವಾದ ಶೈಲಿ ಇವು ಕಂಡುಬರುತ್ತವೆ. ಮಾರ್ಗದೇಸಿಗಳ ಈ ಮಿಶ್ರಣದಲ್ಲಿ ದುರ್ಗಸಿಂಹನ ಒಂದು ವಿಶೇಷ ಪ್ರಯೋಗವಿದೆ ಎಂದು ಮೆಚ್ಚಬಹುದು. ಆದರೆ ಅದರಲ್ಲಿಯ ವಿಷಮತೆಯನ್ನು ಅಲ್ಲಗಳೆಯುವಂತಿಲ್ಲ. ನಾಗವರ್ಮನ 'ಕಾದಂಬರಿ' ಸಂಸ್ಕೃತ ಸಾಹಿತ್ಯದ ಒಂದು ವಿದಗ್ಧಕೃತಿಯನ್ನು ಕನ್ನಡಕ್ಕೆ ನೀಡಿದರೆ ದುರ್ಗಸಿಂಹನ 'ಪಂಚತಂತ್ರ' ಜನಪ್ರಿಯ ಹಾಗೂ ನೀತಿಬೋಧಕವಾದ ಸಂಸ್ಕೃತ ಗ್ರಂಥವೊಂದನ್ನು ಸಮರ್ಪಕವಾಗಿ ಕನ್ನಡಿಸಿಕೊಟ್ಟಿದೆ. ಕನ್ನಡ ಅನುವಾದಕಾರರಲ್ಲಿ ದುರ್ಗಸಿಂಹನು ಮಧ್ಯಮ ತರಗತಿಯ ಮನ್ನಣೆಯ ಸ್ಥಾನಕ್ಕೆ ತಕ್ಕವನು.

## ಚಂದ್ರರಾಜ ಮತ್ತು ಇತರರು

ದುರ್ಗಸಿಂಹನಂತೆ ೧೧ನೆಯ ಶತಮಾನದ ಪೂರ್ವಾರ್ಧದಲ್ಲಿ ಅದೇ ಚಾಲುಕ್ಯ ಜಯ ಸಿಂಹನ ಕಾಲದಲ್ಲಿ (೧೦೧೨–೪೨) ಚಂದ್ರರಾಜನು ಜೀವಿಸಿದ್ದನು. ಇವನಿಗೆ ಆಶ್ರಯಕೊಟ್ಟ ಮಹಾಸಾಮಂತನು ಮಾಚನಲ್ಲ ರೇಚಭೂಪನೆಂದು ಒಂದು ಮೂಲಪ್ರತಿಯಿಂದ ತಿಳಿಯುತ್ತದೆ. ಇವನು 'ಮದನತಿಲಕ' ಎಂಬ ಕಾಮಶಾಸ್ತ್ರ ಗ್ರಂಥವನ್ನು ಬರೆದಿದ್ದಾನೆ. ಇದು ಅನುವಾದವೆನ್ನುವುದಕ್ಕಿಂತ ಸಂಕಲನ ಗ್ರಂಥವೆನ್ನಬಹುದು. "ಆಗಮಲೌಕಿಕವಿರೋಧಮಂ ಕಳೆದು ಸಾರಾಂಶಮಂ ಕೊಂಡು ಪಲವುಮತಂಗಳನೊಂದುಮಾಡಿ" ಬರೆದುದಾಗಿ ಅವನು ಹೇಳಿದ್ದಾನೆ. ಶಾಸ್ತ್ರದೃಷ್ಟಿಯಿಂದ ಪೂರ್ವಕೃತಿಗಳ ಸಾರಗ್ರಹಣ, ಸಂಯೋಜನೆ ಇದರಲ್ಲಿವೆ. ರಚನೆಯ ದೃಷ್ಟಿಯಿಂದ ಇದು ಚಿತ್ರಕವಿತಾಪ್ರಧಾನವಾದ ಚಂಪುವಾಗಿದೆ. ಇದರಲ್ಲಿ "ನಾನಾಛಂದ, ಅಯ್ನೂರು ಗದ್ಯಪದ್ಯ" ಇರುವುದಾಗಿ ಅವನು ತಿಳಿಸಿದ್ದಾನೆ. ಕನ್ನಡ ಛಂದಸ್ಸಿನ ಅಭ್ಯಾಸದಲ್ಲಿ ಇವನು ಬಳಸಿದ ತ್ರಿಪದಿ, ಷಟ್ಪದಿ ಮುಂತಾದ ರೂಪಗಳಿಗೆ ಮಹತ್ವ ಉಂಟಾಗಿದೆ. ಬೇರೆ ಬೇರೆ ಕವಿಗಳು ಮತ್ತು ಶಾಸ್ತ್ರಕಾರರು ತಂತಮ್ಮ ಚಂಪುವಿನ ಪಡಿಯಚ್ಚಿನಲ್ಲಿ ಹೇಗೆ ಗ್ರಂಥವಿಷಯವನ್ನು ಎರಕಹೊಯ್ಯುತ್ತಿದ್ದರೆಂಬುದನ್ನು ಇಲ್ಲೂ ಕಾಣಬಹುದು. ಹೆಸರಿಗೆ ಒಂದೇ ಪ್ರಕಾರವಾದ ಚಂಪುವಿನ ವೈವಿಧ್ಯವನ್ನು ಇದರಿಂದ ಅರಿತುಕೊಳ್ಳಬಹುದಾಗಿದೆ. ಇದರ ಶೈಲಿ ಆ ಕಾಲದ ಹಳಗನ್ನಡವಾದರೂ "ಮುನಿಮತಮನೆ ಪೇೞ್ದೆನೆಸೆಯೆ ಪೊಸಗನ್ನಡದಿಂ" ಎಂದವನು ಹೇಳಿಕೊಂಡದ್ದೇಕೆ ಎಂಬ ಪ್ರಶ್ನೆ ಹುಟ್ಟುತ್ತದೆ. ಹಳಗನ್ನಡವನ್ನು ಬಿಟ್ಟು ಅವನು ಹೊಸಗನ್ನಡದಲ್ಲಿ ಬರೆದಿರಬಹುದು ಎಂಬ ಕವಿಚರಿತಕಾರರ ಹೇಳಿಕೆ ಚಮತ್ಕಾರವಾಗಿದೆ. ತಾವು ನೋಡಿ ಉದಾಹರಿಸಿದ ಗ್ರಂಥದ ಶೈಲಿಯನ್ನು ಅವರು ಗುರುತಿಸದೆ ಹೋದರೆ ? ನಾವು ನೋಡಿದ ಮೂಲ ಪ್ರತಿಗಳಲ್ಲಿ ಪ್ರಥಮೆಯ ಬಿಂದುಲೋಪ (ರೇಚನೃಪ), ಸ್ವರಾಂತನಾಮಪದ (ಎಡೆಯೊಳು, ಅಮಳ್ಗಳು, ಅವಳು) ಹಾಗೂ ೞಟಕುಳ ಭೇದದ ಉಪೇಕ್ಷೆ ಮುಂತಾಗಿ ಕೆಲವು ಹಳಗನ್ನಡಕ್ಕೆ ಸಲ್ಲದ ಲಕ್ಷಣಗಳು ಕ್ವಚಿತ್ತಾಗಿ ಕಂಡುಬಂದಿವೆ. ಇದರಿಂದ ೧೦–೧೧ನೆಯ ಶತಮಾನಗಳಲ್ಲಿ ಹಳಗನ್ನಡವು ಅಂದಿನ ಜನಭಾಷೆಯ ಕೆಲಕೆಲವು ರೂಪಗಳನ್ನು ಸ್ವೀಕರಿಸಲು ತೊಡಗಿತ್ತು ಎಂದು ಮಾತ್ರ ಹೇಳಬಹುದು. ಇದಕ್ಕೆ ಶಾಸನಪ್ರಮಾಣವೂ ಪುಷ್ಟಿದಾಯಕವಾಗಿದೆ. 'ಪೊಸಗನ್ನಡ' ಎಂಬ ಪ್ರಯೋಗವನ್ನು ಮೊದಲನೆಯ ಸಲವೇ ಇಷ್ಟು ಪ್ರಮುಖವಾಗಿ ಚಂದ್ರರಾಜನು ಬಳಸಿದ್ದೇಕೆ ? ಹೊಸಗನ್ನಡವೆಂಬ ಭಾಷೆಯ ಅವಸ್ಥೆಯ ಪುರಸ್ಕರ್ತನಾಗಿ ಅವನು

ತನ್ನ ಗ್ರಂಥವನ್ನು ಬರೆದಂತಿಲ್ಲ. ಕಾಮಶಾಸ್ತ್ರವನ್ನೂ ಚಿತ್ರಕವಿತ್ವವನ್ನೂ ಕನ್ನಡ ನುಡಿಯಲ್ಲಿ ಹಾಗೂ ಅನೇಕ ಕನ್ನಡ ಛಂದೋರೂಪಗಳಲ್ಲಿ ನಿರೂಪಿಸಿದ್ದಕ್ಕೆ 'ಪೊಸಗನ್ನಡ' ಎಂದವನು ಹೇಳಿರ ಬಹುದೇ ? "ಪೊಸಗನ್ನಡದಿಂ ವ್ಯಾವರ್ಣಿಸುವೆಂ ಸತ್ಕೃತಿಯ"ನೆಂದು ಮುಂತಾಗಿ ನಯಸೇನನು "ಮಿಸುಕದ ಸಕ್ಕದ"ದ ಬಗ್ಗೆ ಮಾಡಿದ ಕಟುಟೀಕೆ ಚಂದ್ರರಾಜನ ಪೊಸಗನ್ನಡವನ್ನು ಕುರಿತು ಹೊಮ್ಮಿದ್ದರೆ ನಮ್ಮ ಊಹೆ ಕೆಲಮಟ್ಟಿಗೆ ಸರಿಯಾಗುತ್ತದೆ.

ಚಂದ್ರರಾಜನು ಮೊದಲಿಗನಾಗಿ ಕನ್ನಡಕ್ಕೆ ಕಾಮಶಾಸ್ತ್ರವನ್ನು ಒದಗಿಸಿದಂತೆ ೧೧ನೆಯ ಶತಮಾನದ ಮಧ್ಯದಲ್ಲಿದ್ದ ಶ್ರೀಧರಾಚಾರ್ಯನು 'ಜಾತಕತಿಲಕ' ಎಂಬ ಮೊದಲನೆಯ ಕನ್ನಡ ಜ್ಯೋತಿಷ ಗ್ರಂಥವನ್ನು ರಚಿಸಿದ್ದಾನೆ. 'ಚಂದ್ರಪ್ರಭಚರಿತೆ'ಯೆಂಬ ಜೈನಪುರಾಣಕಾವ್ಯವನ್ನು ಅವನು ಬರೆದಿರುವುದಾಗಿ ತಿಳಿಯುತ್ತದೆ. ಆದರೆ ಅದು ಉಪಲಬ್ಧವಿಲ್ಲ. 'ಜಾತಕತಿಲಕ'ವು ಕಂದ ವೃತ್ತಗಳಲ್ಲಿದ್ದು "ಸಕಲಾಚಾರ್ಯಮತಾಂತಸ್ಸಾರಂ, ಹೃದಯಂಗಮಂ, ಅನ್ಯಶಾಸ್ತ್ರನಿರಪೇಕ್ಷಂ" ಎಂದು ಅದನ್ನು ಬಣ್ಣಿಸಲಾಗಿದೆ. 'ಮದನತಿಲಕ'ದಂತೆ ಈ 'ಜಾತಕತಿಲಕ'ವೂ ಸಂಕಲನರೂಪ ವಾಗಿದ್ದು ಕೆಲವು ಸ್ವತಂತ್ರ ವಿಷಯಗಳನ್ನು ಒಳಗೊಂಡಿರಬಹುದು. ಶಾಸ್ತ್ರಗ್ರಂಥಗಳಲ್ಲಿಯ ಸಂಯೋಜಕತೆ ಹಾಗೂ ಹೃದಯಂಗಮತೆ ಈ ಗುಣಗಳಿಂದ ಕನ್ನಡಶಾಸ್ತ್ರಕಾರರು ಮೆಚ್ಚಿಗೆಗೆ ಪಾತ್ರರಾಗಿದ್ದಾರೆ. ಶಾಸ್ತ್ರ ಹಾಗೂ ಕಾವ್ಯ ಇವುಗಳ ಮೇಳವಿಕೆ ಇವರ ಬರವಣಿಗೆಯಲ್ಲಿ ಸ್ಫುಟ ವಾಗಿದೆ. ಶ್ರೀಧರಾಚಾರ್ಯನ ಶೈಲಿಯ ಮೇಲೆ ಆದಿಪಂಪನ ವರ್ಚಸ್ಸು ಬಿದ್ದಿರಬಹುದೆಂದು ತೋರುತ್ತದೆ.

೧೧ನೆಯ ಶತಮಾನದ ಉತ್ತರಾರ್ಧದಲ್ಲಿ ಪ್ರೌಢಕಾವ್ಯಪರಂಪರೆಯನ್ನು ಮುಂದರಿಸಿದವರಲ್ಲಿ ಶಾಂತಿನಾಥನು ಒಬ್ಬನು. ಅವನು ಚಾಲುಕ್ಯಭುವನೈಕಮಲ್ಲನ (೧೦೬೮–೭೬) ಪಸಾಯಿತನಾದ ಲಕ್ಷ್ಮ ನೃಪನ ಕೈಕೆಳಗೆ ಮಂತ್ರಿಯಾಗಿದ್ದನು. ಮತ್ತೆ ಇಲ್ಲಿ ಪಂಪನ ಬಹುಮುಖ ವ್ಯಕ್ತಿತ್ವದ ಮುಂಬರಿವು ಕಾಣುತ್ತದೆ. ಇವನು 'ಸುಕುಮಾರಚರಿತೆ' ಎಂಬ ತನ್ನ ಚಂಪೂಗ್ರಂಥದಲ್ಲಿ ಜೈನಕಥಾಪರಂಪರೆ ಯಲ್ಲಿದ್ದ ಸುಕುಮಾರನ ಚರಿತ್ರವನ್ನು ಬರೆದಿದ್ದಾನೆ ; ತೀರ್ಥಂಕರರ ಹಾಗೂ ಚಕ್ರವರ್ತಿಗಳ ಚರಿತ ಪುರಾಣಗಳನ್ನು ಮಾತ್ರ ಚಂಪುವಿನಲ್ಲಿ ಬರೆಯುತ್ತಿದ್ದ ಸಂಪ್ರದಾಯವನ್ನು ಮೊದಲನೆಯ ಸಲ ಬದಲಿಸಿದ್ದಾನೆ. ಕಥಾವಿಷಯ ಮತ್ತು ರೀತಿ ಧಾರ್ಮಿಕವಾದರೂ, ಹೆಚ್ಚಾಗಿ ಮೂಲಾನುಸಾರಿಯಾಗಿವೆ. ಕವಿತ್ವ ಸಹಜಪ್ರಸನ್ನವಾಗಿದೆ, ಶೈಲಿ ಧಾರಾಳವಾಗಿದೆ. ಪ್ರೌಢಿಮೆಯಿಂದ ಸರಳ ಸೌಂದರ್ಯಕ್ಕೆ ತಿರುಗುತ್ತಿದ್ದ ಚಂಪೂರೂಪಕ್ಕೆ ಇಲ್ಲಿಯೊಂದು ಮಾದರಿ ಇದೆ. ಮಹಾಕವೀಂದ್ರ, ಸಹಜಕವೀಶ್ವರ ಎಂಬ ಆತ್ಮಪ್ರಶಂಸೆ ಮಾತ್ರ ಸತ್ಯವಾದಿಯಾಗಿಲ್ಲ. "ಸಹಜಕವಿ, ಚತುರಕವಿ" ಎಂಬ ಹೊಗಳಿಕೆ ಯಥಾರ್ಥವಾಗಿದೆ. 'ವಡ್ಡಾರಾಧನೆ'ಯ ದಟ್ಟ ಛಾಯೆ ಇವನ ಗ್ರಂಥದ ಮೇಲೆ ಬಿದ್ದಿರುವ ಕಾರಣ, ಅದರ ಕಾಲನಿರ್ಣಯಕ್ಕೆ ಇದರಿಂದ ತುಂಬ ಸಹಾಯಕವಾಗಿದೆ.[8]

ಸುಮಾರು ಇದೇ ಕಾಲದಲ್ಲಿ ನಾಗವರ್ಮನು 'ಚಂದ್ರಚೂಡಾಮಣಿಶತಕ' ಇಲ್ಲವೆ 'ಜ್ಞಾನಸಾರ' ಎಂಬುದನ್ನು ಬರೆದಿದ್ದಾನೆ. ಇವನು ಉದಯಾದಿತ್ಯನ ಸಂಧಿವಿಗ್ರಹಿಯಾಗಿದ್ದನೆಂದು ಈ ಶತಕ ದಲ್ಲಿ ಹೇಳಿದೆ. ಚಾಲುಕ್ಯಭುವನೈಕಮಲ್ಲನಲ್ಲಿ (೧೦೬೯–೧೦೭೬) ಹಿರಿಯ ಸಂಧಿವಿಗ್ರಹಿಯಾಗಿದ್ದ ಉದಯಾದಿತ್ಯನೊಬ್ಬನ ಕಾಲದಲ್ಲಿ ಅದ್ವೈತಿ ನಾಗವರ್ಮಾಚಾರ್ಯನೆಂಬುವನು ಇದ್ದನೆಂದೂ, ಅವನೇ ಇವನೆಂದೂ ಕವಿಚರಿತಕಾರರು ಊಹಿಸಿದ್ದಾರೆ. ಇದು ಸರಿಯಾದುದಲ್ಲವೆಂದು ಡಾ. ವೆಂಕಟಸುಬ್ಬಯ್ಯನವರು ವಾದಿಸಿದ್ದಾರೆ. ಈ ವಿಷಯದಲ್ಲಿ ಕೆಲಮಟ್ಟಿಗೆ ಚರ್ಚೆಯಾಗಿದೆ. ಇನ್ನೂ ಸಂಶೋಧನೆ ನಡೆಯಬೇಕು. ಸದ್ಯದ ಮಟ್ಟಿಗೆ ಶಾಸನದಲ್ಲಿ ವರ್ಣಿತನಾದ ಅದ್ವೈತಿ ನಾಗವರ್ಮಾಚಾರ್ಯನೇ ಈ ವೈರಾಗ್ಯಬೋಧಕವಾದ ಶತಕವನ್ನು ಬರೆದಿರುವ ಸಂಭವ ಹೆಚ್ಚಾಗಿದೆ ಎನ್ನಲು ಅಡ್ಡಿಯಿಲ್ಲ. ಕನ್ನಡದಲ್ಲಿ ಇದು ಮೊದಲನೆಯ ಶತಕವಾಗಿದೆ. ಅಲ್ಲದೆ, ಈವರೆಗೆ

ಲೌಕಿಕ ಅನುವಾದ ಗ್ರಂಥಗಳನ್ನು ಮಾತ್ರ ಬ್ರಾಹ್ಮಣಕವಿಗಳು ರಚಿಸುತ್ತಿದ್ದರು. ಧಾರ್ಮಿಕ–ತಾತ್ತ್ವಿಕ ವಿಷಯವನ್ನು ಕುರಿತು ಚಿಕ್ಕದಾದರೂ ಇದೇ ಮೊದಲನೆಯ ಕೃತಿಯಾಗಿದೆ.

ಇಲ್ಲಿಯವರೆಗೆ ೧೦–೧೧ನೆಯ ಶತಮಾನಗಳ ಪ್ರಮುಖ ಗ್ರಂಥಕಾರರ ಸಮೀಕ್ಷೆಯಾಯಿತು. ೧೦ನೆಯ ಶತಮಾನವನ್ನು ಕನ್ನಡ ಸಾಹಿತ್ಯದ ಸುವರ್ಣಯುಗವೆಂದು ಕರೆಯಲಾಗಿದೆ. ಉಜ್ವಲ ಪ್ರತಿಭೆಯ ಇಬ್ಬರು ಮಹಾಕವಿಗಳು ಈ ಯುಗದಲ್ಲಿ ಹುಟ್ಟಿ ಚಂಪೂಕಾವ್ಯದ ಸಂಪ್ರದಾಯವನ್ನು ಬೆಳಗಿಸಿದರು, ಮಹೋನ್ನತವಾದ ಎರಡು ಮೂರು ಕೃತಿಗಳನ್ನು ಕನ್ನಡಕ್ಕೆ ನೀಡಿದರು. ಜೈನಪುರಾಣಗಳ ವಿಶಿಷ್ಟ ತಂತ್ರವೊಂದು ರೂಢವಾಯಿತು. ಅಂದಿನ ಜೀವನದಲ್ಲಿ ವೀರಶ್ರೀ ಮತ್ತು ಧರ್ಮಭಾವನೆಗಳು ಕಾವ್ಯದಲ್ಲಿ ಅಗ್ಗಳವಾಗಿ ಮೂಡಿದುವು. ೧೧ನೆಯ ಶತಮಾನಕ್ಕೆ ಬಂದೊಡನೆ ಈ ಉಜ್ವಲತೆ ಕಾಣದಾಗಿ ಸಾಧಾರಣ ಗುಣವು ತಲೆದೋರುತ್ತದೆ. ಇದರಿಂದ ೧೧ನೆಯ ಶತಮಾನವು ಒಂದು ಬರಡಾದ ಕಾಲವೆಂದು ತಿಳಿಯುವುದುಂಟು. ಸಾಹಿತ್ಯಚರಿತ್ರೆಯಲ್ಲಿ ಏರಿಳಿತಗಳು ಇದ್ದೇ ಇರುತ್ತವೆ. ಇದಕ್ಕೆ ಕಾಲಮಾನ ಪರಿಸ್ಥಿತಿಯೂ ಪ್ರತಿಭಾಲಕ್ಷ್ಮಿಯ ಚಂಚಲಕೃಪಾದೃಷ್ಟಿಯೂ ಕಾರಣವಾಗಿರುತ್ತವೆ. ೧೧ನೆಯ ಶತಕದ ವಿವೇಚನೆಯಲ್ಲಿ ಒಬ್ಬ ವಿದ್ವಾಂಸರು "ಜೈನಸಾಹಿತ್ಯವು ತಾತ್ಕಾಲಿಕವಾಗಿ ಅವನತಿ ಹೊಂದಿದ ಕಾಲದಲ್ಲಿ ಬ್ರಾಹ್ಮಣಸಾಹಿತ್ಯವು ತಲೆದೋರಿ ಕನ್ನಡಸಾಹಿತ್ಯಪ್ರವಾಹಕ್ಕೆ ಒದಗಬಹುದಾಗಿದ್ದ ತಡೆಗಟ್ಟನ್ನು ತಪ್ಪಿಸಿತು"[9] ಎಂದಿದ್ದಾರೆ. ಹಾಗೂ ೧೧ನೆಯ ಶತಮಾನದ ಬ್ರಾಹ್ಮಣ ಕವಿಗಳು ವೈದಿಕಧರ್ಮಪ್ರಚಾರವನ್ನೇ ಮುಖ್ಯೋದ್ದೇಶವಾಗಿಟ್ಟುಕೊಳ್ಳದೆ "ಜನಸಾಮಾನ್ಯದ ಲೌಕಿಕಜ್ಞಾನ ವಿಕಾಸಕ್ಕೂ ಮನೋರಂಜನೆಗೂ ಯೋಗ್ಯವಾದ ಗ್ರಂಥಗಳನ್ನೇ ರಚಿಸಿದರು"[10] ಎಂದು ವಿವರಿಸಿದ್ದಾರೆ. ಅರ್ಧಸತ್ಯಗಳ ಆಧಾರದಿಂದ ಮಾಡಿದ ಅರ್ಥವಾದದಂತೆ ಇದು ಕಾಣುತ್ತದೆ. ಜೈನಸಮಾಜಕ್ಕೆ ಚೋಳರಾಜರ ಉಪಟಳದಿಂದ ಕೆಲಕಾಲ ತೊಂದರೆಯಾದುದೇನೋ ನಿಜ. ಅಷ್ಟುಮಟ್ಟಿಗೆ ಜೈನ ಧರ್ಮ ಮತ್ತು ಸಾಹಿತ್ಯಗಳಿಗೆ ಅಡ್ಡಿ-ಆತಂಕಗಳು ಉಂಟಾದುವು. ಆದರೆ ಜೈನಸಾಹಿತ್ಯಕ್ಕೆ ರಾಜಾಶ್ರಯವು ನಿಲ್ಲಲಿಲ್ಲ. ಜೈನಗ್ರಂಥಕಾರರು ತಮ್ಮ ಶಕ್ತಿ–ಪ್ರವೃತ್ತಿಗಳಿಗನುಗುಣವಾಗಿ ಗ್ರಂಥರಚನೆ ಮಾಡಿದ್ದಾರೆ. ಈ ಶತಮಾನದಲ್ಲಿ ತಲೆದೋರಿದ ಬ್ರಾಹ್ಮಣಸಾಹಿತ್ಯಕ್ಕೆ ಒಂದು ನಿಶ್ಚಿತವಾದ ಉದ್ದೇಶವಿತ್ತೆನ್ನಲು ಬಾರದು. ಹಾಗೆ ನೋಡಿದರೆ ಕನ್ನಡದಲ್ಲಿ ಸಾಹಿತ್ಯ ನಿರ್ಮಿಸುವ ವಿಷಯದಲ್ಲಿ ಬ್ರಾಹ್ಮಣಕವಿಗಳು ಅಷ್ಟು ಶ್ರದ್ಧೆ ಮತ್ತು ಆತುರವನ್ನು ಆಗ ತೋರಲಿಲ್ಲ. ಅವರು ವ್ಯಕ್ತಿಶಃ ಮೊದಲಿಟ್ಟ ಹೆಜ್ಜೆ ಲೌಕಿಕ ಮತ್ತು ಅನುವಾದಿತ ಕೃತಿಗಳ ರೂಪದಲ್ಲಿದೆ. ಶಾಸ್ತ್ರ ಇರಲಿ, ಕಾವ್ಯ ಇರಲಿ, ಸಂಸ್ಕೃತದಲ್ಲಿಯ ಒಳ್ಳೆಯ ಗ್ರಂಥಗಳನ್ನು ಕನ್ನಡಿಸಬೇಕೆಂದೂ ಧಾರ್ಮಿಕ ಗ್ರಂಥರಚನೆಗೆ ಕೈಹಾಕಿ ಅಪವಾದಕ್ಕೆ ಗುರಿಯಾಗಬಾರದೆಂದೂ ಅವರಿಗೆ ತೋರಿದ್ದರೆ ಅದು ಸ್ವಾಭಾವಿಕವಾದುದು. ದುರ್ಗಸಿಂಹನ 'ಪಂಚತಂತ್ರ'ವೊಂದರಲ್ಲಿ ಕೆಲಮಟ್ಟಿಗೆ ಜನಸಾಮಾನ್ಯದ ಬೋಧನೆ ಮತ್ತು ಮನೋರಂಜನೆಯ ದೃಷ್ಟಿ ಕಾಣಬಹುದು. ನಾಗವರ್ಮನ 'ಕಾದಂಬರಿ', ಚಂದ್ರರಾಜನ 'ಮದನತಿಲಕ' ಇವುಗಳಲ್ಲಿ ಅದೆಷ್ಟುಮಟ್ಟಿಗಿದೆ ? ೧೧ನೆಯ ಶತಮಾನವು ೧೦ನೆಯ ಶತಮಾನದಷ್ಟು ಉಜ್ವಲವಲ್ಲ, ಆದರೆ ಅದು ಬರಡಲ್ಲ. ೧೦ನೆಯ ಶತಮಾನದ ಪರಂಪರೆಯನ್ನು ಮುಂದರಿಸಿಯೂ ಅದರ ಅತಿಪ್ರೌಢಿಮೆಯನ್ನು ಸರಳತೆಗೆ ಇಳಿಸಲು ಎಳಸಿದ ಮಧ್ಯಮಗುಣದ ಕಾಲವದು. ಈ ಕಾರ್ಯವನ್ನು ಜೈನರು ಹಾಗೂ ಬ್ರಾಹ್ಮಣರು ಇಬ್ಬರೂ ಮಾಡಿದ್ದಾರೆ.

## ಟಿಪ್ಪಣಿಗಳು

1. 'ಚಾ.ಪು.', ಪು. ೪೫ರಲ್ಲಿಯ "ತನ್ನೆರಡು ಕಣ್ಗಳೊಳಂ ನೋಡಿ ತಣಿಯದೆ ಸೌಧರ್ಮೇಂದ್ರಂ ಸಹಸ್ರಾಕ್ಷನಾಗಿ" — ಇದು ಪಂಪನ 'ಆ.ಪು.' ೭.೧೦೬ರ ಅನುವಾದವಾಗಿದೆ. ಸಂಸ್ಕೃತ 'ಪೂರ್ವಪುರಾಣ'

ದಲ್ಲಿ ಈ ಕಲ್ಪನೆಯಿಲ್ಲ. ಹಾಗೇ 'ಕರ್ಮದ ಬೇರಂ ಪಱಿವಂತೆ" (ಪು. ೫೪) ಇದನ್ನು 'ಆ.ಪು.' ೯.೭೭ ರೊಡನೆ ಹೋಲಿಸಬೇಕು.

2. H. D. Velankar : 'Chandonushasana of Jayakirti and Ancient Kannada Metres' (*JBBRAS*, 21, New Series, p. 9).

3. ಉದಾಹರಣೆಯೆಂದು ಈ ಎರಡು ಪದ್ಯಗಳನ್ನು ನೋಡಬಹುದು :

ರಮಣೀರತ್ನಮನಾಗಳೆ । ಎಮೆಯಿಕ್ಕದೆ ನೋಳ್ಪ ಬಯಕೆಯಿಂ ಪಡೆದರೊ ತಾ- ॥
ಮೆಮೆಯಿಕ್ಕದ ಕಣ್ಗಳನೆನ । ಲೆಮೆಯಿಕ್ಕದೆ ನೋಡುತಿರ್ದುದಬಲಾನೀಕಂ ॥೪॥

ತೊಳಗುವ ಕರ್ಣಾಭರಣಂ । ಗಳಿನಿಟಿದ ಮಯೂಖಮಾಲೆ ಲಾವಣ್ಯರಸೋ- ॥
ಜ್ವಳಮೃಣಾಳಲತೆಯೆನ । ಲೆಳೆಯಳ ನಳಿತೋಳ್ಗಳೇಂ ಮನಂಗೊಳಿಸಿದವೋ ॥೧೩॥

('ಕರ್ಣಾಟಕ ಕಾದಂಬರಿ', ಉತ್ತರಭಾಗ)

4. ದುರ್ಗಸಿಂಹ : 'ಪಂಚತಂತ್ರ', ಪು. ೧೨, ಪದ್ಯ ೫.

5. ಈ ಬಗ್ಗೆ ಹೆಚ್ಚಿನ ವಿವರಗಳಿಗಾಗಿ ವರದರಾಜ ಹುಯಿಲಗೋಳ ಇವರ 'ದುರ್ಗಸಿಂಹನ ಪಂಚತಂತ್ರ' ಎಂಬ ಪುಸ್ತಕವನ್ನು ಓದಬಹುದು.

6. ದುರ್ಗಸಿಂಹ : 'ಪಂಚತಂತ್ರ', ಪು. ೬೦–೬೧.

7. ಅದೇ, ಪು. ೬೨.

8. ಈ ಅಂಶವನ್ನು ಸೂಚಿಸಿದ ಡಿ. ಎಲ್. ನರಸಿಂಹಾಚಾರ್ಯರಿಗೆ ನಾನು ತುಂಬ ಕೃತಜ್ಞನಾಗಿರುತ್ತೇನೆ. ಈ ವಿಷಯದ ವಿವರಗಳಿಗಾಗಿ ನೋಡಿ—ಜಿ. ಬ್ರಹ್ಮಪ್ಪ : ಶಾಂತಿನಾಥನ ಸುಕುಮಾರಚರಿತೆ, 'ಸಮಗ್ರ ಕನ್ನಡ ಸಾಹಿತ್ಯ ಚರಿತ್ರೆ', ಸಂಪುಟ ೨, ಪು. ೨೨೦–೧.

9. ಎಚ್. ಚೆನ್ನಕೇಶವಯ್ಯಂಗಾರ್ : ಹನ್ನೊಂದನೆಯ ಶತಮಾನದ ಕನ್ನಡ ಸಾಹಿತ್ಯ (ಕ.ಸಾ.ಪ., ೧೪–೩, ಪು. ೧೭೪).

10. ಅದೇ, ಪು. ೧೭೫.

## ಪ್ರಕರಣ : ೧೨

# ನಾಗಚಂದ್ರ ಮತ್ತು ಸಮಕಾಲೀನರು

ನಾಗಚಂದ್ರನು ೧೧ನೆಯ ಶತಮಾನದ ಕೊನೆ ಮತ್ತು ೧೨ನೆಯ ಶತಮಾನದ ಮೊದಲಲ್ಲಿ ಬಾಳಿದ ಪ್ರಸಿದ್ಧ ಕವಿ. ತನ್ನ ಕೃತಿಗಳಲ್ಲಿ ತನ್ನ ವಿಷಯವಾಗಿ ಅವನು ಹೇಳಿದ್ದು ತೀರ ಸ್ವಲ್ಪ. ಅದರಿಂದ ಅವನ ಚರಿತ್ರೆ ತಿಳಿಯದು. ಆದರೆ ಅವನ ವ್ಯಕ್ತಿತ್ವದ ಚಿತ್ರವೊಂದು ಮೂಡುತ್ತದೆ. ಅವನು ಜೈನಮತದಲ್ಲಿ ಅತ್ಯಂತ ನಿಷ್ಠೆಯುಳ್ಳ ಜಿನಭಕ್ತ–ಗುರುಭಕ್ತನಾಗಿದ್ದನು. ಬೇರೆ ಆಧಾರಗಳಿಂದ ಚಾಲುಕ್ಯ ರಾಜರಿಂದಲೂ ಅವನು ಸನ್ಮಾನ ಪಡೆದನೆಂದು ಊಹಿಸುವಂತಿದೆ. ಅವನು "ವಿಜಯಪುರಕ್ಕಲಂಕರಣಮಾಗಿರೆ" (ಮ.ಪು., ೧೪–೨೯೭) ಮಲ್ಲಿಜಿನೇಂದ್ರಗೃಹವನ್ನು ಕಟ್ಟಿಸಿದನು. ಈಗ ಗೋಲ್‌ಗುಮ್ಮಟಕ್ಕೆ ಹೆಸರಾದ ವಿಜಾಪುರವೇ ಅವನ ಊರಾಗಿರಬೇಕು. "ಬನವಾಸಿದೇಶದ ಪಡುಗಡಿಯ ಕಡಲದಂಡೆಯಲ್ಲಿ ತಾನೆ ಇರುವ ಯಾವೊಂದು ಊರಿನವನಾಗಿರಬೇಕು"[1] ಎಂಬ ಅಭಿಪ್ರಾಯಕ್ಕೆ ಗೋವಿಂದ ಪೈಯವರು ಕೊಟ್ಟ ಆಧಾರಗಳು ಬಲಿಷ್ಠವಾಗಿಲ್ಲ.

ಈಚೆಗೆ ನಾಗಚಂದ್ರನ ವೈಯಕ್ತಿಕ ವಿಷಯಗಳ ಬಗ್ಗೆ ಅನ್ಯದಾಖಲೆಗಳಿಂದ ಹಲವಾರು ಸಂಗತಿಗಳು ಪ್ರಕಟಗೊಂಡಿವೆ. ಕಣ್ಣೂರ ಶಾಸನ, ಬಾಬಾನಗರ ಶಾಸನಗಳಿಂದ ಸೀತಾರಾಮ ಜಾಗೀರದಾರ್, 'ಸಮಾಧಿಶತಕ'ದ ಕನ್ನಡ ವ್ಯಾಖ್ಯಾನ ಆಧರಿಸಿ ಜಿ.ಜಿ. ಮಂಜುನಾಥನ್, ನಾಗಚಂದ್ರ ಉಲ್ಲೇಖಿಸಿರುವ ವರ್ಧಮಾನ ಮುನೀಂದ್ರ ಮತ್ತಿತರ ಯತಿಗಳ ಕಾಲನಿರ್ಧಾರದ ಮೂಲಕ ಹಂಪ ನಾಗರಾಜಯ್ಯ ನಾಗಚಂದ್ರನ ಕಾಲ, ಮಕ್ಕಳು–ಮೊಮ್ಮಕ್ಕಳ ವಿಷಯದ ಮೇಲೆ ಬೆಳಕು ಚೆಲ್ಲಿದ್ದಾರೆ. ನಾಗಚಂದ್ರನ ವ್ಯಕ್ತಿವಿವರದಲ್ಲಿ ಹೊಸ ವಿವರ ಸೇರಿಸಿ, ಹೊಸ ದಾರಿ ತೋರಿಸಿದ ಕೀರ್ತಿಯಲ್ಲಿ ಜಾಗೀರದಾರರದು ಸಿಂಹಪಾಲು. ಈ ಶೋಧನೆಗಳಿಂದ ನಾಗಚಂದ್ರನಿಗೆ ಶಾಂತಿ, ದೇವಣ್ಣ ಎಂಬಿಬ್ಬರು ಮಕ್ಕಳಿದ್ದರೆಂದೂ ನಾಗಾರ್ಯ, ನಾಗಚಂದ್ರ, ಕೂಚಿರಾಜ ಎಂಬ ಮೂರು ಮೊಮ್ಮಕ್ಕಳಿದ್ದರೆಂದೂ ಕಪ್ಪಣನೆಂಬ ಒಬ್ಬ ಮರಿಮಗನಿದ್ದನೆಂದೂ ತಿಳಿದುಬಂದಿದೆ. ಜಾಗೀರದಾರರು ಒಪ್ಪುವ ಬ್ರಹ್ಮಶಿವನ ತಂದೆ ಸಿಂಗಿರಾಜ ನಾಗಚಂದ್ರನ ಮತ್ತೊಬ್ಬ ಮಗನೆಂದೂ, ಬ್ರಹ್ಮಶಿವ ಸುಕವಿ ಪಂಪರಾಜನ ಎಂದರೆ ನಾಗಚಂದ್ರನ ಮೊಮ್ಮಗನೇ ಎಂದೂ ಮತ್ತೊಂದು ವಾದ ಇದೆ. ನಾಗಚಂದ್ರನು ಉತ್ತರ ಕರ್ಣಾಟಕ ಬಳಿಯ ವಿಜಯಪುರದಲ್ಲಿ ಮಲ್ಲಿನಾಥ ಬಸದಿಯನ್ನು ನಿರ್ಮಿಸಿದನು. ಈತನ ಕಾಲ ಸು. ೧೦೪೦ರಿಂದ ಸು. ೧೧೦೦ ಎನ್ನಬಹುದು.[2]

'ಮಲ್ಲಿನಾಥಪುರಾಣ', 'ರಾಮಚಂದ್ರಚರಿತಪುರಾಣ' ಅಥವಾ 'ಪಂಪರಾಮಾಯಣ' ಎಂಬ ಎರಡು ಇವನ ಗ್ರಂಥಗಳು. 'ಜಿನಮುನಿತನಯ', 'ಜಿನಾಕ್ಷರಮಾಲೆ' ಎಂಬ ಗ್ರಂಥಗಳೂ ಇವನಿಂದ ರಚಿತವಾದುವೆಂದು ಆಧುನಿಕ ಕವಿಯಾದ ದೇವಚಂದ್ರ (ಕಾಲ ೧೮೩೮) ಹೇಳಿದ್ದಾನೆ. 'ಜಿನಮುನಿತನಯ' ಎಂಬುದು 'ಕವಿನುತ ನಾಗಚಂದ್ರ' ಎಂಬ ಬೇರೊಬ್ಬ ಸಾಧಾರಣ ಕವಿ ಬರೆದುದಾಗಿರಬೇಕೆಂಬುದು ಕವಿಚರಿತೆಕಾರರ ಅಭಿಪ್ರಾಯ. 'ಜಿನಾಕ್ಷರಮಾಲೆ' ಪೊನ್ನನ ಹೆಸರಿನಲ್ಲಿ ಬಂದಿದೆ. ಇನ್ನೊಂದರ ವಿಷಯ ತಿಳಿದಿಲ್ಲ. 'ಮಲ್ಲಿನಾಥಪುರಾಣ' ಬಹುಶಃ ನಾಗಚಂದ್ರನ ಮೊದಲನೆಯ ಕೃತಿಯಾಗಿದೆ. ಇದರಲ್ಲಿ ೧೯ನೆಯ ತೀರ್ಥಂಕರನಾದ ಮಲ್ಲಿನಾಥನ ಚರಿತವಿದೆ.

> ಎಂದನುರಾಗದಿಂ ಪೊಗಟ್ದು ಭವ್ಯಜನಂ ಕಿಱಿದೀ ಕಥಾಪರಿ-
> ಸ್ಪಂದಮಿದಂ ನಿಮಿರ್ಚಿ ಕವಿತಾರಸಮಂ ನೆಱೆ ಪೇೞ್ದರಿಲ್ಲ ಮು- ।
> ನ್ನೆಂದು ಮಹಾಕವೀಶ್ವರರೊಳೊರ್ವರುಮೆಂದೊಡೆ ಪೇಳಲಾಂ ಮನಂ-
> ದಂದೆನದಲ್ಲದೆನ್ನಳವೆ ಮಲ್ಲಿಜಿನೇಂದ್ರ ಮಹಾಪುರಾಣಮಂ ॥ (೧–೪೫)

ಎಂದು ಕವಿ ಹೇಳಿರುವಂತೆ ಈ ಪುರಾಣದ ಕಥೆ ಚಿಕ್ಕದಾಗಿದ್ದು ನಿರೂಪಣೆಯಲ್ಲಿ ೧೪ ಆಶ್ವಾಸಗಳಷ್ಟು ವಿಸ್ತಾರಗೊಂಡಿದೆ. ಈ ಅರ್ಥದಲ್ಲಿ ಇದು 'ಮಹಾಪುರಾಣ'ವೇ. ವೈಶ್ರವರ್ಣನೆಂಬ ಅರಸನು ಅತ್ಯಂತ ಸುಖೋಪಭೋಗವನ್ನು ಹೊಂದಿರುವಾಗ—

ಸಿಡಿಲೆಂಬ ಜವನ ಕೊಡಲಿಯ
ಕಡುವೊಯ್ಲಿಂ ನೆಗೆದ ಬೇರ್ಗಳೊಡನೆ ನೆಲಂ ಬಾ- ।
ಯ್ಬಿಡೆ ಬಿಟ್ಟು ಕೆಡೆವ ತೆಱದಿಂ
ಕೆಡೆದಾಲಮನಿದಿರೊಳವನಿಪಾಳಂ ಕಂಡಂ ॥ (೯–೫೫)

ಅಂದರೆ ಸಿಡಿಲಿನ ಹೊಡೆತಕ್ಕೆ ಬೇರುವೆರಸು ಬಿದ್ದ ಆಲದ ಮರವನ್ನು ಕಂಡನು. ಆಗ "ವಿಸ್ಮಯಮೆ ತನಗೆ ವೈರಾಗ್ಯರಸಕ್ಕೆ ಸೇತುವಾಗೆ" (೯–೫೬ ವ) ಸಂಸಾರದ ಅನಿತ್ಯತೆಯನ್ನು ಅರಿತನು. ಮಗನಿಗೆ ರಾಜ್ಯವನ್ನೊಪ್ಪಿಸಿ ನಾಗಯತಿಗಳಿಂದ ಧರ್ಮ ಕೇಳಿ ತಪೋನಿರತನಾದನು. ಕಾಲಾಂತರದಲ್ಲಿ ಅಹಮಿಂದ್ರನಾದನು. ಎರಡನೆಯ ಜನ್ಮದಲ್ಲಿ ಮಲ್ಲಿನಾಥನಾಗಿ ಹುಟ್ಟಿ ಕೌಮಾರ್ಯದಲ್ಲಿಯೇ ವೈರಾಗ್ಯಪಡೆದು ಪರಿನಿಷ್ಕ್ರಮಣವನ್ನು ಮಾಡಿ ಕೇವಲಜ್ಞಾನಿಯಾಗಿ ತೀರ್ಥಂಕರನಾದನು. ಈ ತೆಳ್ಳನೆಯ ಚರಿತೆಯನ್ನು ವರ್ಣನೆಗಳಿಂದ ವಿಸ್ತರಿಸಿ, ಭೋಗತ್ಯಾಗಗಳ ದ್ವಿವಿಧ ಚಿತ್ರಗಳಲ್ಲಿ ಪ್ರಕರ್ಷದ ಬಣ್ಣ ತುಂಬಿ ನಾಗಚಂದ್ರನು ಘನವಾದ ಯಶಸ್ಸು ಪಡೆದಿದ್ದಾನೆ. ಸೇವಗೆಯನ್ನು ಎಳೆದೆಳೆದು ಆ ಕೈಯಿಂದ ಈ ಕೈಗೆ ಹಾಕಿದಂತೆ ಶೈಲಿಯ ನಯವನ್ನು ಸಾಧಿಸಿದ್ದಾನೆ. ಕನ್ನಡಕಾವ್ಯಗಳಲ್ಲಿ ಕಥಾಂಶವು ತೀರ ಸ್ವಲ್ಪವಾಗಿದ್ದು ಮಹಾಕಾವ್ಯದ ಮಟ್ಟಕ್ಕೆ ಹತ್ತಿರ ಸುಳಿಯುವ ಪ್ರೌಢಸರಣಿಯನ್ನು ಕೆಲವು ಕೃತಿಗಳಲ್ಲಿ ಕಾಣುತ್ತೇವೆ. ಅಂಥ ಕೃತಿಗಳಲ್ಲಿ 'ಮಲ್ಲಿನಾಥಪುರಾಣ'ವೂ ಒಂದು. ಇದರಲ್ಲಿ ಕವಿತೆಯ ಯೌವನವೈಭವವಿದೆ, ಪರಿಣತವಯದ ಪರಿಪಾಕವಿಲ್ಲ. ಆದರೂ ಇದರಲ್ಲಿ ವಸ್ತುರಚನೆಯ ವಾಸ್ತುಸೌಂದರ್ಯವಿದೆ. "ಮಲ್ಲಿನಾಥನ ಎರಡು ಜನ್ಮದ ಚರಿತ್ರೆ ಒಂದು ಮಹಾಜನ್ಮದ ಪೂರ್ವೋತ್ತರಭಾಗಗಳಾಗುವಂತೆ ನಾಗಚಂದ್ರನು ಜಾಣ್ಮೆಯಿಂದ ಸಂಧಿಸಿರುವನು....ಸಮಗ್ರವಸ್ತುವಿನ ಸಮ್ಯಕ್‌ಸೌಂದರ್ಯದ ದೃಷ್ಟಿಯಿಟ್ಟು ಪ್ರತ್ಯಂಗಗಳನ್ನು ಅನುಗೊಳಿಸುವ ಜಾಣ್ಮೆಯೂ ಮಲ್ಲಿನಾಥ ಪುರಾಣದಲ್ಲಿ ಕಾಣುವುದು."[3] ಈ ಕಾವ್ಯದಲ್ಲಿಯ ಕಲ್ಪಕತೆ–ಶೈಲಿಗಳು ಸಾಮಾನ್ಯವಾಗಿ ಒಂದು ಮೇಲ್ಮೆಯನ್ನು ತೋರುತ್ತವೆ. ಅಲ್ಲಲ್ಲಿ ಉಜ್ವಲವಾಗುತ್ತವೆ. ರಾಜಧಾನಿಯ ವಿಲಾಸಿನಿಯರನ್ನು ಬಣ್ಣಿಸುತ್ತ "ವೇಶ್ಯಾವಾಟದೊಳ್ ಧೂರ್ಜಟಿಯ ನೊಸಲ ಕಣ್ಣಂ ಸ್ಮರಂ ನಂದೆ ಪೊಯ್ದಂ" (೨–೫೭) ಎಂದು ಕವಿ ಉಸುರುತ್ತಾನೆ. ಕಾಮನನ್ನು ಹಣೆಯ ಕಣ್ಣಿನಿಂದ ಶಿವನು ಸುಟ್ಟನೆಂಬುದು ಪುರಾಣಕಥೆ. ಆದರೆ ಈ ಪುರಾಣದ ವೇಶ್ಯಾವಾಟದಲ್ಲಿ ಕಾಮನೇ ಶಿವನ ಹಣೆಗಣ್ಣನ್ನು ನಂದುವಂತೆ ಹೊಯ್ದನಂತೆ ! ಭೋಗಸಾಮಗ್ರಿಯನ್ನೆಲ್ಲ ಅನುಭವಿಸಿದ ಅರಸನಿಗೆ ಗಾಳಿಗೆ ಬಿದ್ದ ಆಲದ ಮರವು ಅನಿತ್ಯಸಂಸಾರದ ಸಂಕೇತವಾಗಿ ವೈರಾಗ್ಯ ಹುಟ್ಟಿಸಿತು. ಆಮೇಲೆ ಬೆಳಗು ತಪೋವನದಂತೆ ಆಯಿತಂತೆ.

ಮೂಡಣಸಂಜೆ ಕೆಂದಳಿರ ಕಾವಣದಂತಿರೆ ಚಂದ್ರಮಂಡಳಂ
ಬಾಡಿದ ಮಾಧವೀಮಧುರಮಂಜರಿಯಂತಿರೆ ತಾರಕಾಳಿ ನೀ- ।
ರೊಡಿ ಕಟಿಲ್ದು ಬೀೞ್ವ ಕಳಿವೂಗೆಣೆಯಾಗಿರೆ ತಣ್ಣನಪ್ಪೆಲರ್
ತೀಡೆ ತಪೋವನಂಬೊಲತಿಪಾವನಮಾಯ್ತು ನಭಂ ಪ್ರಭಾತದೊಳ್ ॥ (೧೦–೧೫)

ಮುಂದೆ ಮಾಡಿದ ಅರ್ಹತ್ ಸ್ತುತಿಯಲ್ಲಿ–

ನಿನಗೆ ರಸಮೊಂದೆ ಶಾಂತಮೆ
ಜಿನೇಂದ್ರ ಮನಮಾರಸಾಂಬುನಿಧಿಯೊಳಗವಗಾ- ।

ಹನಮಿರ್ದುೞ ಮಿಕ್ಕ ರಸಮಂ
ಕನಸಿನೊಳಂ ನೆನೆಯದಂತು ಮಾಡೆನಗರ್ಹಾ ॥ (೧೦-೧೨೨)

ಎಂಬ ಪದ್ಯ ಅರ್ಥಪೂರ್ಣವಾಗಿದೆ, ಜೈನಪುರಾಣಗಳಲ್ಲಿ ಪರ್ಯವಸಾಯಿಯಾಗಿ ಬರುವ ಶಾಂತಿರಸಕ್ಕೆ ಸೂತ್ರವಾಗಿದೆ. 'ಆದಿಪುರಾಣ'ದ ಭವ್ಯತೆ ಇದರಲ್ಲಿ ಗೋಚರವಾಗುತ್ತಿದೆಯಾದರೂ ಸಜೀವ ಸಂನಿವೇಶ ಮತ್ತು ಪಾತ್ರಪೋಷಣೆಗಳಿಂದ ಇದು ಅರಳಿಕೊಂಡು ನಿಂತಿಲ್ಲ. ಆದ್ದರಿಂದ ಇದು 'ಮಹಾಪುರಾಣ'ವಾಗಲಾರದು, ಮಹಾಕಾವ್ಯವೂ ಅಲ್ಲ ; ಮೇಲ್ಮಟ್ಟದ ಸತ್ಕಾವ್ಯವೆಂದು ಇದನ್ನು ಕರೆಯಬಹುದು.

'ರಾಮಚಂದ್ರಚರಿತಪುರಾಣ'ವು ಕನ್ನಡದಲ್ಲಿ ಉಪಲಬ್ಧವಾದ ಮೊದಲನೆಯ ಜೈನ ರಾಮಾಯಣ, ನಾಚಂದ್ರನ ಎರಡನೆಯ ಮತ್ತು ಹೆಚ್ಚು ಪರಿಪಕ್ವವಾದ ಕೃತಿ. "ಉಪದೇಶಂಗೆಯ್ದು ಕಾವ್ಯಚ್ಛಲದಿನ ಖಿಲಧರ್ಮಂಗಳಂ ಲೋಕಮಂ ಧರ್ಮಪಥಪ್ರಸ್ಥಾನದೊಳ್ ಯೋಜಿಸಿ ಪರಮಪುರಾಣಂಗಳಂ" (೧-೨೮) ಹೇಳಿದ ಕವಿಜ್ಯೇಷ್ಠರನ್ನು ವಂದಿಸಿ ನಾಗಚಂದ್ರನು ತನ್ನ ಆದರ್ಶವೂ ತತ್ಸಮಾನವೆಂದು ಸೂಚಿಸಿದ್ದಾನೆ. "ಉದಾತ್ತರಾಘವಂ ನಾಯಕನಾಗೆ ವಿಶ್ರುತವೆನಿಪ್ಪುದು....ವಿಷಯವೊಪ್ಪ ದೊಡಾವುದುಮೊಪ್ಪಲಾರ್ಕುಮೇ" (೧-೩೭) ಎಂಬಲ್ಲಿ ವಿಷಯಕ್ಕೆ ಅಂದರೆ ಉದಾತ್ತಕಥೆಗೆ ಮತ್ತು ನಾಯಕನ ಮುಖಾಂತರವಾಗಿ ಧರ್ಮವನ್ನು ಬೋಧಿಸುವ ವಿಷಯಕ್ಕೆ ಅವನು ಮಹತ್ವ ಕೊಟ್ಟಿದ್ದಾನೆ. ಜೈನಸಂಪ್ರದಾಯದ ರಾಮಾಯಣವನ್ನು "ಅಪೂರ್ವಮೆನೆ ರಾಮಕಥೆಯನಭಿವರ್ಣಿಸುವೆಂ" (೧-೪೦) ಎಂದೂ ಹೇಳಿದ್ದಾನೆ. ಈ ಅಪೂರ್ವತೆ 'ವಾಲ್ಮೀಕಿರಾಮಾಯಣ' ಮುಂತಾದ ಬೇರೆ ರಾಮಾಯಣಗಳಿಗಿಂತ ಭಿನ್ನವಾದದ್ದರಲ್ಲಿಯೂ 'ಜೈನರಾಮಾಯಣ'ದ ನಿರೂಪಣೆಯಲ್ಲಿ ತೋರಿಸಿದ ಕೆಲಮಟ್ಟಿನ ನವೀನತೆಯಲ್ಲಿಯೂ ಇರುತ್ತದೆ. ವಿಮಲಸೂರಿ ಮತ್ತು ಗುಣಭದ್ರ ಎಂಬ ಇಬ್ಬರಿಂದ ಪ್ರಚಲಿತವಾದ ಎರಡು 'ಜೈನರಾಮಾಯಣ'ದ ಸಂಪ್ರದಾಯಗಳಿದ್ದುವು. ಅವುಗಳಲ್ಲಿ 'ಪಉಮ ಚರಿಯ' (ಪದ್ಮಚರಿತ)ವೆಂಬ ಹೆಸರಿನಲ್ಲಿ ರಾಮಕಥೆಯನ್ನು ಪ್ರಾಕೃತದಲ್ಲಿ ಹೇಳಿದ ವಿಮಲಸೂರಿಯ ಸಂಪ್ರದಾಯವನ್ನು ನಾಗಚಂದ್ರನು ದಟ್ಟವಾಗಿ ಅನುಸರಿಸಿದ್ದಾನೆ. ಇದೇ ಸಂಪ್ರದಾಯವನ್ನು ಸಂಸ್ಕೃತ ದಲ್ಲಿ ಅತಿಪ್ರಾಚೀನವಾಗಿ ಮೂಡಿಸಿದವನು ರವಿಷೇಣನು. ಇವನ ಪ್ರಭಾವಕ್ಕೂ ನಾಗಚಂದ್ರನು ಒಳಗಾಗಿದ್ದಾನೆ. "ಪಿರಿದೆನಿಸಿರ್ದ ರಾಮಕಥೆಯಂ ಕಿಱಿದಾಗಿರೆ" (೧೬-೯೭) ಕೃತಿ ಹೇಳುವ ಶಕ್ತಿ ತನಗುಂಟೆಂದು ಅವನು ಹೇಳಿಕೊಂಡಿದ್ದಾನೆ. ರಾಮಕಥೆಯ ಸಂಗ್ರಹ (ಸಂಕ್ಷೇಪ) ಅವನ ಉದ್ದೇಶ ವಾಗಿತ್ತು. ಮೂಲದೃಷ್ಟಿಯಿಂದ ಸಂಗ್ರಹವಾದರೂ ತನ್ನಷ್ಟಕ್ಕೆ ಈ ಕಾವ್ಯ ತುಂಬ ವಿಸ್ತಾರವಾಗಿದೆ. ತನಗೆ ರಸಸ್ಥಾನಗಳೆಂದು ತೋರಿದಲ್ಲಿ, ಧರ್ಮಬೋಧಕವೆಂದು ತಿಳಿದಲ್ಲಿ ಬಿತ್ತರಿಸಲು ಕವಿ ಹಿಂದೆ ಮುಂದೆ ನೋಡಿಲ್ಲ. ತನ್ನ ಸಂಗ್ರಹ ಕಾರ್ಯದಲ್ಲಿ ವಿಮಲಸೂರಿಯಲ್ಲಿದ್ದ ನೀರಸ ಭಾಗಗಳನ್ನು ಬಹು ವಾಗಿ ಬಿಟ್ಟಿದ್ದಾನೆ. ಬಿಟ್ಟಿದ್ದರಲ್ಲಿ ವಂಶವೃತ್ತಾಂತ, ಜನ್ಮಾಂತರಕಥೆ, ಧರ್ಮೋಪದೇಶಗಳು ಬರುತ್ತವೆ. "ಪ್ರಾಕೃತ ಮೂಲದೊಡನೆ ಹೋಲಿಸಿ ನೋಡಿದರೆ ನಾಗಚಂದ್ರನು ಕೊಟ್ಟಿರುವ ಸಂಗ್ರಹ ಹತ್ತರಲ್ಲಿ ಒಂದು ಪಾಲು ಕೂಡ ಆಗಿಲ್ಲ.... ಯಾವುದನ್ನು ಬಿಡಬೇಕು, ಯಾವುದನ್ನು ಮಿತವಾಗಿ ಹೇಳಬೇಕು, ಯಾವುದನ್ನು ವಿಸ್ತರಿಸಬೇಕು ಎಂಬ ಪ್ರಮಾಣಜ್ಞಾನವು ನಾಗಚಂದ್ರನಲ್ಲಿ ಬಹುಮಟ್ಟಿಗೆ ಇದೆ."[4] ಮೂಲದಲ್ಲಿರುವ ಉಪಾಖ್ಯಾನಗಳಿಗೆ ನಾಗಚಂದ್ರನಲ್ಲಿ ಸ್ಥಾನಪಲ್ಲಟವಾದದ್ದಕ್ಕೆ ರಾವಣನ ವೃತ್ತಾಂತ ವೊಂದು ನಿದರ್ಶನ. ಇದು ಮೂಲದಲ್ಲಿ ಆರಂಭದಲ್ಲಿಯೇ ಬಂದಿದೆ. ನಾಗಚಂದ್ರನಲ್ಲಿ ಒಂದು ಸಂದರ್ಭದಲ್ಲಿ ಹಿಂಗತೆಯಾಗಿ ಹೇಳಲಾಗಿದೆ. ಇದು ಸರಿಯಲ್ಲ. ಯಾಕೆಂದರೆ ದಶರಥನಿಗೆ ನಾರದ ನಿಂದ ರಾವಣನ ಮರಣಭವಿಷ್ಯ ತಿಳಿದಾಗ ಅವನು ಉದಾತ್ತನಾದ ಪುರುಷಪ್ರವರನೆಂದು ಗೊತ್ತಿರುವು ದಿಲ್ಲ ಎಂಬ ಟೀಕೆ ಬಂದಿದೆ. ನಮಗೆ ತೋರುವಂತೆ ಸ್ಥಾನಪಲ್ಲಟವೇನೊ ಕಲಾಯುತವಾಗಿದೆ. ಆದರೆ

ದಶರಥ–ನಾರದರ ಸಂದರ್ಭದಲ್ಲಿ ರಾವಣನು ಉದಾತ್ತನೆಂಬುದನ್ನು ಸೂಚಿಸುವ ಮಾತು ಇರಬೇಕಾಗಿತ್ತು. ಹೀಗಾಗಿದ್ದರೆ 'ರಾಮಾಯಣ'ದ ಮೊದಲಿಗೆ ರಾವಣನ ದೀರ್ಘವೃತ್ತಾಂತವನ್ನು ತರುವ ಅಗತ್ಯ ತಪ್ಪುತ್ತಿತ್ತು. ಮೇಲಾಗಿ, 'ಜೈನರಾಮಾಯಣ'ದ ರಾವಣನು ಬೇರೆ ಎಂಬ ಕಲ್ಪನೆಯೂ ಉಂಟಾಗುತ್ತಿತ್ತು. ಮುಂದಿನ ಭಾಗದಲ್ಲಿ ಕುತೂಹಲವನ್ನು ಪೂರ್ಣವಾಗಿ ಸಂತೈಸುವ ರಾವಣನ ಸಮಗ್ರ ಚರಿತ್ರೆ ಬಂದರೆ ತಪ್ಪಿಲ್ಲ. ಒಟ್ಟಿನಲ್ಲಿ "ಕೆಲವು ಸಣ್ಣ ಸಣ್ಣ ಮಾರ್ಪಾಟುಗಳನ್ನು ನಾಗಚಂದ್ರನು ಮೂಲಕಥೆಯಲ್ಲಿ ಮಾಡಿಕೊಂಡಿದ್ದಾನೆ. ಇವನ್ನು ಬಿಟ್ಟರೆ ವಿಮಲಸೂರಿಯ ಜಾಡನ್ನು ಚಾಚೂ ತಪ್ಪದೆ ಅವನು ಹಿಡಿದಿದ್ದಾನೆ....ಉತ್ಕೃಷ್ಟ ಕಲೆಯಿಂದ ತುಂಬಿದ ಮಾರ್ಪಾಟುಗಳಾವುವೂ ಅವನ ಕಾವ್ಯದಲ್ಲಿ ಕಂಡುಬರುವುದಿಲ್ಲ....ಮೂಲ ಜೈನರಾಮಾಯಣ ನಾಗಚಂದ್ರನಲ್ಲಿ ಪೂರ್ತಿಯಾಗಿ ಪ್ರತಿಫಲಿಸಿದೆ."[5] ಈ ಮಾತನ್ನು ಕಂಡುಹಿಡಿಯುವುದಕ್ಕೆ ಮುಂಚೆ 'ಪಂಪರಾಮಾಯಣ'ದ ಅಪೂರ್ವತೆ ಎದ್ದುಕಾಣುತ್ತಿತ್ತು. 'ವಾಲ್ಮೀಕಿ ರಾಮಾಯಣ'ದಿಂದ ಭಿನ್ನವಾದ ಅಂಶಗಳಲ್ಲಿ ಅವನಿಗೆ ಸಂದ ಶ್ರೇಯಸ್ಸು ಮಿಗಿಲಾಗಿತ್ತು. ಈಗ ವಿಮರ್ಶೆಗೆ ಹೊಸ ನಿಲುಗಡೆ ಬಂದಿದೆ. ವಿಮಲಸೂರಿಯನ್ನು ಇಷ್ಟುಮಟ್ಟಿಗೆ ಅನುಸರಿಸಿದ ನಾಗಚಂದ್ರನು ಒಳ್ಳೆಯ ಅನುವಾದಕಾರನೆಂದು ತಿಳಿಯುವಂತಾಗಿದೆ. ಬಾಣನ 'ಕಾದಂಬರಿ'ಯನ್ನು ಕನ್ನಡಿಸಿದ ನಾಗವರ್ಮನಿಗೂ ಇವನಿಗೂ ಏನು ಭೇದ ಎಂದೆನ್ನಿಸಬಹುದು. ಸ್ಥೂಲವಾಗಿ ಇದು ನಿಜವಾದರೂ ಭೇದವಿದೆಯೆಂಬುದನ್ನು ಕಾಣಬಹುದು. ನಾಗಚಂದ್ರನು ಮೂಲನಿಷ್ಠೆಯುಳ್ಳ ಸಂಗ್ರಹಕಾರ, ಆದರೆ ಸ್ವಂತ ಪ್ರತಿಭೆಯ ಪರುಷದಿಂದ ಹಾಗೂ ಶೈಲಿಯ ವಿಶಿಷ್ಟ ಪಾಕದಿಂದ ಮೂಲಕ್ಕೂ ಮಿರುಗು ಕೊಟ್ಟಿರುವ ಸಮರ್ಥ ಕಲಾವಿದನು. ನಾಗವರ್ಮನು ಬಹುಮಟ್ಟಿಗೆ ಅನುವಾದ ಮಾಡಲು ಹೊರಟು ಅದೇ ಭೂಮಿಕೆಯನ್ನು ವಹಿಸಿ ತೋರಿದನು. ಅವನು ಮೂಲದ ಅಂತರಂಗಕ್ಕಿಂತ ಬಹಿರಂಗದ ನಿರೂಪಣೆಯಲ್ಲಿ ತನ್ನ ಶೈಲಿಯ ಪ್ರಭಾವ ಬೀರಿದನು.

'ಪಂಪರಾಮಾಯಣ'ದ ಪಾತ್ರಗಳೆಲ್ಲ ವಿಮಲಸೂರಿಯ ಪಡಿಯಚ್ಚುಗಳಾಗಿವೆ. ಅಲ್ಲಿಯ ಗುಣದೋಷಗಳೆಲ್ಲವೂ ಇಲ್ಲಿ ಇಳಿದುಬಂದಿವೆ. ಜೈನಸಂಪ್ರದಾಯಕ್ಕೆ ಅನುಸರಿಸಿ ರಾಮನು ಹಿಂಸೆಯನ್ನು ಮಾಡಲಾರದ ಚರಮದೇಹಧಾರಿ. ಲಕ್ಷ್ಮಣನು ಹಿಂಸೆ ಮಾಡಬಲ್ಲನು. ಅಂತೇ ಅವನೇ ಕೊನೆಗೆ ರಾವಣನನ್ನು ಕೊಲ್ಲುತ್ತಾನೆ. ಅದಕ್ಕಾಗಿ ನರಕಭಾಗಿಯಾಗುತ್ತಾನೆ, ಮುಂದೆ ಮುಕ್ತಿಯೋಗ್ಯನಾಗುತ್ತಾನೆ. ಇದರಿಂದ ಕಥಾನಕ ಮತ್ತು ಪಾತ್ರಚಿತ್ರಣದಲ್ಲಿ ಒದಗಿಬಂದ ಆಭಾಸಗಳನ್ನು ನಾಗಚಂದ್ರನು ತಿದ್ದಿಕೊಳ್ಳಲು ಹೋಗಿಲ್ಲ. ಅವನ ರಾಮನು ಅಕ್ಷತ್ರಿಯನಂತೆ ನಡೆಯುತ್ತಾನೆ, ಆದರೆ ಕಥೆಯಲ್ಲಿ ಪ್ರಾಧಾನ್ಯವನ್ನು ಪಡೆಯುತ್ತಾನೆ. ಅನೇಕ ಯುದ್ಧಗಳಲ್ಲಿ ಗೆದ್ದು ಹಲವು ಸುಂದರಿಯರನ್ನು ಮದುವೆಯಾದ ಲಕ್ಷ್ಮಣನು ಹಿಂದೆ ಬೀಳುತ್ತಾನೆ. ಸೀತೆಯ ಪಾತ್ರವು ಏಕತಾನವಾಗಿ ಸುಂದರವಾಗಿದೆ. 'ವಾಲ್ಮೀಕಿರಾಮಾಯಣ'ದಂತೆ ಅಚಲಪತಿವ್ರತೆಯೆಂಬ ಅವಳ ಚಿತ್ರವು ಇಲ್ಲಿಯೂ ಸೊಗಸುತ್ತದೆ. ಅಲ್ಲಲ್ಲಿ ಅವಳ ಬಾಯಲ್ಲಿ ಮಾತು ಹೆಚ್ಚಿದ್ದರೂ ಒಟ್ಟಿನ ನಿರೂಪಣೆ ಯಶಸ್ವಿಯಾಗಿದೆ. ಮಂಡೋದರಿ ಮಾತ್ರ ರಾವಣನಲ್ಲಿ ಭಕ್ತಿಯನ್ನು ತೋರಿಸಲೆಂದು ರಾವಣನ ಬಯಕೆಯನ್ನು ಪೂರೈಸಲು ಸೀತೆಯ ಮನವೊಲಿಸಹೋಗಿ ತನ್ನ ಸಜ್ಜನಿಕೆಯನ್ನು ಕಳೆದುಕೊಳ್ಳುತ್ತಾಳೆ.

ರಾವಣನ ಪಾತ್ರವು 'ಪಂಪರಾಮಾಯಣ'ದಲ್ಲಿ ಮುಖ್ಯವಾದುದು. ರಾವಣನು ಉದಾತ್ತ ಮತ್ತು ಸದ್ಗುಣಿಯಾದ ವ್ಯಕ್ತಿ ; ಆದರೆ ದುರ್ವಿಧಿವಶದಿಂದ ಒಂದು ದುರ್ಬಲ ನಿಮಿಷದಲ್ಲಿ ಸೀತೆಯನ್ನು ಕಾಮಿಸಿದನು, ವಶಪಡಿಸಿಕೊಳ್ಳಬೇಕೆಂದು ಎಲ್ಲ ಪ್ರಯತ್ನ ಮಾಡಿದನು. ಅವಳ ಪತಿಭಕ್ತಿಯನ್ನು ನೋಡಿ ಪಶ್ಚಾತ್ತಾಪದಿಂದ ಪುನೀತನಾದನು. ವಿಮಲಸೂರಿಯ ಈ ಪಾತ್ರಕಲ್ಪನೆಯನ್ನು ನಾಗಚಂದ್ರನು ತನ್ನದಾಗಿ ಮಾಡಿಕೊಂಡು ಅದರ ನಿರ್ವಚನ ಮಾಡಿದ್ದಾನೆ, "ಇವನ ಚಿತ್ರ ಮೂಲಕೃತಿಯನ್ನು ಬಲುಮಟ್ಟಿಗೆ ಹೋಲುತ್ತದೆ. ಆದರೆ ಅದರಲ್ಲಿ ಮೂಲದಲ್ಲಿರುವಷ್ಟು

ಸೌಂದರ್ಯವಿಲ್ಲ, ಗಾಂಭೀರ್ಯವಿಲ್ಲ. ದುರಂತತೆಯ ಬೃಹತ್ಪ್ರಮಾಣವಿಲ್ಲ. ತುಪ್ಪದ ಹನಿ ಅಲ್ಲಲ್ಲಿ ಹತ್ತಿದ ಕನ್ನಡಿಯಲ್ಲಿ ಕಾಣುವ ಪ್ರತಿಬಿಂಬದಂತೆ ಆ ಚಿತ್ರವಿದ. ಆದರೂ ಮನೋಹರವಾಗಿದೆ"[6] ಎಂದು ಒಂದು ತೀರ್ಮಾನವಾಗಿದ. ನಾಗಚಂದ್ರನು ರಾವಣನ ಉದಾತ್ತತೆಗೆ ವಿಸಂಗತವಾಗುವಂತೆ ಅವನ ಮುಖಕ್ಕೆ ಮಸಿ ಬಳಿಯುವ ಮಾತುಗಳನ್ನು ಅಲ್ಲಲ್ಲಿ ಬಳಸಿದ್ದಾನೆ. ಅದರಿಂದ ಮೂಲದ ಸೌಂದರ್ಯ ಕೆಲಮಟ್ಟಿಗೆ ಕುಂದಿದೆ ಎಂಬುದು ದಿಟ. ಅವನಲ್ಲಿ ನೀತಿಧರ್ಮಗಳನ್ನು ಎತ್ತಿಹಿಡಿಯುವ ಮೂಲಪ್ರಜ್ಞೆಯಿದೆ. ಅದು ಇಂಥ ಸಂದರ್ಭಗಳಲ್ಲಿ ತೂಕತಪ್ಪಿ ಕಲಾವಿದನಾದ ನಾಗಚಂದ್ರನನ್ನು ಹಿಂದೆ ಸರಿಸಿಬಿಡುತ್ತದೆ. ಮೂಲದ ಗಾಂಭೀರ್ಯವಿಲ್ಲ ಎಂಬ ಆರೋಪವನ್ನು ಚರ್ಚಿಸಬೇಕು. ವಿಶೇಷವಾಗಿ ರಾವಣನು ಸೀತೆಯ ವ್ಯಾಮೋಹದಿಂದ ವಿವಶನಾಗಿ ಹೇಗಾದರೂ ಅವಳನ್ನು ವಶೀಕರಿಸಬೇಕೆಂದು ಪ್ರೇಮೋನ್ಮಾದದ ಆವೇಶದಲ್ಲಿದ್ದಾಗ ತನ್ನ ಸೌಖ್ಯಸಾಮ್ರಾಜ್ಯದ ವಿಲೋಭನಗಳನ್ನೆಲ್ಲ ಅವಳ ಮುಂದೆ ಒಡ್ಡಿ ಆಡಿದ ಮಾತುಗಳಲ್ಲಿ ಕಾಮುಕತೆಯ ಘೋರಸತ್ಯವಿದೆ. ಮೂಲದಲ್ಲಿದ್ದ ಗಾಂಭೀರ್ಯವನ್ನು ನಾಗಚಂದ್ರ ಕಣ್ಣುಮುಚ್ಚಿ ಸ್ವೀಕರಿಸದಿದ್ದುದು ಒಳ್ಳೆಯದಾಯಿತು. ರಾವಣನು ದುರಂತನಾಯಕನಾಗಿ, ವಿಮಲಸೂರಿಯಲ್ಲಿರುವಂತೆ, 'ಪಂಪರಾಮಾಯಣ'ದಲ್ಲಿ ತಲೆದೋರುತ್ತಾನೆ. ಎಲ್ಲಿಯೋ ಒಂದೆರಡು ಕಡೆಗೆ ಅವನನ್ನು ಪಾಪ್ಪಿ, ಪಾತಕಿಯೆಂದ ಮಾತ್ರಕ್ಕೆ ದುರಂತತೆಯಲ್ಲಿ ಅಷ್ಟುಮಟ್ಟಿಗೆ ಕೊರತೆಯಾಯಿತೆಂದು ನಮಗೆ ತೋರುವುದಿಲ್ಲ. ವಿಮಲಸೂರಿಯಲ್ಲಿ ಆಗಲಿ, ನಾಗಚಂದ್ರನಲ್ಲಿ ಆಗಲಿ, ರಾವಣನ ದುರಂತತೆಗೆ ಪರಿಣಾಮರಮಣೀಯವಾದ ಕರುಣಾಸ್ವರೂಪವಿದೆ. ಯಾಕೆಂದರೆ ಅವನು ಮರಣಹೊಂದಿದರೂ ಪಶ್ಚಾತ್ತಾಪದಿಂದ ಪುನೀತನಾಗುತ್ತಾನೆ, ದುರಂತತೆಗೆ ಕಾರಣವಾದ ವ್ಯಾಮೋಹದಿಂದ ಮುಕ್ತನಾಗುತ್ತಾನೆ. ಈ ಅರ್ಥದಲ್ಲಿ ದುರಂತತೆಯ ಬೃಹತ್ಪ್ರಮಾಣಕ್ಕೆ ಇಬ್ಬರಲ್ಲಿಯೂ ಅವಕಾಶವೆಲ್ಲಿದೆ? ಇನ್ನೊಂದು ದೃಷ್ಟಿಯಲ್ಲಿ "ಜೈನರ ನೀತಿಪ್ರಧಾನ ಸಂಸ್ಕೃತಿಯಲ್ಲಿ ಬೆಳೆದ ನಾಗಚಂದ್ರನಿಗೆ ದುರಂತ ರಾವಣನನ್ನು ತೋರಿಸಿ ಮಾನವದೌರ್ಬಲ್ಯದ ಬಗ್ಗೆ ಕರುಣೆ ಹುಟ್ಟಿಸುವುದಿರಲಿಲ್ಲ, ಚಕ್ರವರ್ತಿಗಳೆಂಬ ಗರ್ವದಲ್ಲಿ ಅಸದಾಗ್ರಹವನ್ನೇ ಮುಂದುವರಿಸುವವರ ದೌರಾತ್ಮ್ಯವನ್ನು ಖಂಡಿಸಿ ಅವರ ದಾರುಣಮರಣದಿಂದ ಭಯವನ್ನು ಹುಟ್ಟಿಸುವುದಾಗಿತ್ತು."[7] ಹಾಗಿದ್ದರೆ ರಾವಣನಲ್ಲಿ ಪಾಶ್ಚಾತ್ತಾಪವನ್ನೇಕೆ ಹುಟ್ಟಿಸಲಾಯಿತು? ಉದಾತ್ತನಾದ ವ್ಯಕ್ತಿ ಒಂದು ವ್ಯಾಮೋಹಕ್ಕೆ ಹೇಗೊ ವಶವಾಗಿ ಕಡೆಗೆ ಅದರಿಂದ ಹೊರಬಿದ್ದನೆಂಬುದೇ ರಾವಣನ ಒಟ್ಟು ಚಿತ್ರವಲ್ಲವೇ? ಕಿಡಿಮಸಿಯಾದ ಅವನ ವ್ಯಾಮೋಹದ ಕಥೆ ದುರಂತವಲ್ಲವೇ? ಅದರಿಂದ ಕರುಣೆ–ಸಹಾನುಭೂತಿಗಳು ಹುಟ್ಟಿದರೂ ಅವು ನೈತಿಕ ಮೂಲ್ಯಗಳನ್ನು ಮೇಲೆಕೆಳಗು ಮಾಡಬೇಕಾಗಿಲ್ಲ.

ನಾಗಚಂದ್ರನು ತನ್ನನ್ನು 'ಅಭಿನವಪಂಪ'ನೆಂದು ಕರೆದುಕೊಂಡಿದ್ದಾನೆ. ಅದು ಅವನಿಗೆ ದೊರೆತ ಗೌರವಸೂಚಕವಾದ ಬಿರುದಾಗಿರಲೂಬಹುದು. ಪಂಪನು ಲೌಕಿಕ–ಧಾರ್ಮಿಕ ಎಂಬೆರಡು ಗ್ರಂಥ ಬರೆದರೆ ನಾಗಚಂದ್ರನು ಎರಡೂ ಧಾರ್ಮಿಕ ಗ್ರಂಥಗಳನ್ನೇ ಬರೆದನು. ಪಂಪನದು ಲೌಕಿಕಭಾರತ, ನಾಗಚಂದ್ರನದು ಜೈನರಾಮಾಯಣ. ಇಬ್ಬರ ಪ್ರತಿಪಾದನೆ–ಶೈಲಿಗಳಲ್ಲಿ ಭೇದವಿದೆ. ಪಂಪನಲ್ಲಿ ಬಿಗುವು–ಕ್ಲಿಷ್ಟತೆಗಳಿದ್ದರೆ, ನಾಗಚಂದ್ರನಲ್ಲಿ ಅರ್ಥವ್ಯಕ್ತಿ–ಮೃದೂಕ್ತಿಗಳಿವೆ.

> ಪದರಚನೆ ಸಜ್ಜನಶ್ರವ-
> ಣದೊಳಂಚೆಯ ತುಪ್ಪುಟಿಂಚೆಯಂ ತೀವಿದವೊಲ್ ।
> ಮೃದುವೆನೆ ಪೊಸಬಗೆ ರಸಭಾ-
> ವದೊಳೋಕುಳಿಯಾಡೆ ಪೇಟ್ದಿನಭಿನವಪಂಪಂ ॥ (೧-೪೨ ಮ.ಪು.)

ಎಂಬ ಅವನ ಶ್ಲಾಘನೆ ಸಾರ್ಥಕವಾಗಿದೆ. ಪಂಪನ ಅಸಾಧಾರಣ ಯೋಗ್ಯತೆಯನ್ನು ಅವನು ಪಡೆದವನಾಗಿದ್ದನು. ಪಂಪನಂತೆ ಸಂಗ್ರಹಕಾರನ ಜಾಣ್ಮೆಯನ್ನೂ ತೋರಿದನು. ಆದರೆ ಅವನ

ಎರಡು ಗ್ರಂಥಗಳೂ ಪಂಪನ ಕೃತಿಗಳಂತೆ ಮಹಾಕಾವ್ಯಗಳಲ್ಲ. 'ಮಲ್ಲಿನಾಥಪುರಾಣ'ಕ್ಕಿಂತ 'ಪಂಪರಾಮಾಯಣ'ದಲ್ಲಿ ಮಹಾಕಾವ್ಯದ ಉನ್ನತಿ–ಉತ್ಕಟತೆಗಳು ಹೆಚ್ಚು ತೋರಿವೆ. ಆದರೂ ಒಟ್ಟುನೋಟದಲ್ಲಿ 'ಪಂಪರಾಮಾಯಣ'ವು ಮಹೋನ್ನತಿಯ ಅಂಶಗಳನ್ನುಳ್ಳ ಸತ್ಕಾವ್ಯವೆಂದು ನಮಗೆ ತೋರುತ್ತದೆ.

ನಾಗಚಂದ್ರನ ಸಮಕಾಲೀನರಾದವರಲ್ಲಿ ಕಂತಿಯೆಂಬ ಕವಯಿತ್ರಿಯ ಹೆಸರು ಬರುತ್ತದೆ. ೧೬ನೆಯ ಶತಮಾನದ ಬಾಹುಬಲಿ ತನ್ನ 'ನಾಗಕುಮಾರಚರಿತೆ'ಯಲ್ಲಿ "ಅಭಿನವ ವಾಗ್ದೇವಿ" ಯಾದ ಈ ಕಂತಿಕೆಯನ್ನು ನೆನೆದಿದ್ದಾನೆ. ದೇವಚಂದ್ರನು ತನ್ನ 'ರಾಜಾವಳೀ ಕಥೆ' (೧೮೩೮) ಯಲ್ಲಿ ಇವರ ಚರಿತ್ರೆಯನ್ನು ಹೇಳಿದ್ದಾನೆ. ಅದರಲ್ಲಿ "ದೋರರಾಯನ ಆಸ್ಥಾನದ ಕನ್ನಡ ಸಂಸ್ಕೃತಮಹಾಕವಿಗಧಿಪಂ ಪಂಪಕವಿಯಂ ಕಳುಹಲ್ ಆತಂ ಬಂದು ವಿದ್ಯೆಯಿಂ ಸಾವಿರ ಪ್ರಶ್ನೆಯಂ ಕೇಳಲ್ ಉತ್ತರಮಂ ಕುಡಲ್ ಆಕೆಯಂ ರಾಜಸಭೆಗೆಯ್ದಿಸೆ ವಿದ್ವತ್ಸಮೂಹದೊಳ್ ಅಧಿಕಕವೀಶ್ವರಿಯಾದಳ್" ಎಂದಿದೆ. ಇದನ್ನು ಸಮರ್ಥಿಸುವಂತೆ 'ಕಂತಿಹಂಪನ ಸಮಸ್ಯೆಗಳು' ಎಂಬ ಕೆಲವು ಪದ್ಯಗಳು ದೊರೆತಿವೆ. ನಾಗಚಂದ್ರನು ತನ್ನ ಗ್ರಂಥಗಳಲ್ಲಿ ಇವಳ ವಿಷಯ ಹೇಳಿಲ್ಲ. ೧೬ನೆಯ ಶತಮಾನದವರೆಗೆ ಯಾರೂ ಹೇಳಿಲ್ಲ. ಬಾಹುಬಲಿ, ದೇವಚಂದ್ರ ಹಾಗೂ ಸಮಸ್ಯಾ ಪದ್ಯಗಳು ಇವು ಮೂರು ನಂಬಿಕೆಗೆ ಅನರ್ಹವಾದ ಕಾರಣ ಕಂತಿಯೆಂಬ ಕಬ್ಬಿಗಿತಿ ಇದ್ದಳೆಂಬುದಕ್ಕೆ ದೋಷರಹಿತವಾದ ಬೇರೆ ಆಧಾರವಿಲ್ಲದೆ ನಂಬುವುದಕ್ಕಾಗದು ಎಂದು ವೆಂಕಟಸುಬ್ಬಯ್ಯನವರು ಅಭಿಪ್ರಾಯಿಸಿದ್ದಾರೆ.[8] ಇದರ ಜೊತೆಗೆ 'ಕಂತಿಹಂಪನ ಸಮಸ್ಯೆಗಳು' ಎಂದು ಪ್ರಕಟವಾದ ಪದ್ಯಗಳನ್ನು ನೋಡಿದರೆ ಅವುಗಳ ಶೈಲಿ ನಾಗಚಂದ್ರನ ಕಾಲದ ಹಳಗನ್ನಡವಾಗಿರದೆ ಹೊಸಗನ್ನಡದ ಒಂದು ಬಗೆಯಾಗಿರುವಂತೆ ತೋರುತ್ತದೆ. ತರುವಾಯದ ಪ್ರತಿಕಾರರು ಕೆಲವನ್ನು ಹೊಸಗನ್ನಡಕ್ಕೆ ತಿರುಗಿಸಿರಬಹುದೆಂಬುದನ್ನು 'ಕವಿಚರಿತೆ'ಯಲ್ಲಿ ಕೊಟ್ಟ ಪದ್ಯಗಳಿಗೆ ಹೋಲಿಸಿ ಹೇಳಬಹುದು. ಈ ಸಮಾಧಾನವು ಕೂಡ ಕೆಲವು ಪದ್ಯಗಳಿಗೆ ಸರಿಹೋಗದು. ಇದನ್ನೆಲ್ಲ ಲಕ್ಷಿಸಿದರೆ ಕಂತಿಯ ಕತೆ ಸುಳ್ಳಿನ ಕಂತೆಯೇ ಇರಬಹುದೇ ಎಂಬ ಸಂಶಯಕ್ಕೆ ಎಡೆಯಿದೆ. ಅವಳವೆಂಬ ಸಮಸ್ಯಾಪೂರ್ತಿಯ ಪದ್ಯಗಳಲ್ಲಿ ಚಮತ್ಕೃತಿಯಿದೆ, ಪದ್ಯರಚನೆಯ ಸೌಲಭ್ಯವಿದೆ. ಕವಿತ್ವದ ಅಭಿವ್ಯಕ್ತಿಗೆ ಅಲ್ಲಿ ಅವಕಾಶವೇ ಇಲ್ಲ. ಅಭಿನವಪಂಪನ ಸಮಸಾಮಯಿಕಳಾಗಿ ಅವಳಿದ್ದುದ್ದೇ ನಿಜವಿದ್ದರೆ ಕನ್ನಡ ಕವಯಿತ್ರಿ ಇಲ್ಲವೆ ಪದ್ಯಲೇಖಿಕೆಯರಲ್ಲಿ ಅವಳು ಮೊದಲಗಿತ್ತಿಯಾಗುತ್ತಾಳೆ. ಅವಳ ಅಸ್ತಿತ್ವದ ಬಗ್ಗೆ ನಿರ್ಣಯಾತ್ಮಕವಾಗಿ ಏನನ್ನೂ ಹೇಳು ವಂತಿಲ್ಲ. ಆದರೂ ೧೬ನೆಯ ಶತಕಕ್ಕೆ ಮುಂಚೆ ಬಾಹುಬಲಿಗೆ ಪೂರ್ವಿಕಳಾಗಿ ಕಂತಿ(ಕೆ) ಎಂಬ ಕವಯಿತ್ರಿ ಆಗಿಹೋಗಿರಬಹುದು. ಅಭಿನವಪಂಪ, ದೋರರಾಯ ಇವರ ಹೆಸರಿನ ಸಂಬಂಧ ಚಾರಿತ್ರಿಕ ಸತ್ಯವಾಗದೆ ಹೋಗಿದ್ದರೂ ಅವಳ ಅಸ್ತಿತ್ವವೇ ಕಲ್ಪಿತವಾದುದೆನ್ನುವುದು ಸಮರ್ಪಕ ವಾಗಲಿಕ್ಕಿಲ್ಲ. ಎಂಥ ದಂತಕಥೆಗಳಲ್ಲಿಯೂ ಒಮ್ಮೊಮ್ಮೆ ಸತ್ಯಾಂಶವಿರುತ್ತದೆ ಎಂಬುದನ್ನು ಕೂಲಂಕಷವಾದ ಶೋಧನೆಗಳು ಸಿದ್ಧಮಾಡಿವೆ.

## ನಯಸೇನ

೧೨ನೆಯ ಶತಮಾನದ ಮೊದಲ ಭಾಗದಲ್ಲಿ, ನಯಸೇನನೆಂಬ ವ್ಯಕ್ತಿವಿಶೇಷವುಳ್ಳ ಕವಿ ಆಗಿಹೋದನು. ನರೇಂದ್ರಸೇನಮುನಿಪನನ್ನು ತನ್ನ ಗುರು ಮಾಡಿಕೊಂಡು ಮುಳುಗುಂದ ದಲ್ಲಿದ್ದು ಧರ್ಮಚಿಂತನೆ, ಮತಪ್ರಸಾರ ಇದಕ್ಕಾಗಿ ಆಯುಷ್ಯವನ್ನು ಮೀಸಲಾಗಿರಿಸಿದ ಪಂಡಿತ ಮುನಿ ಇವನು. 'ರಾಜಪೂಜ್ಯ' ಎಂಬುದರಿಂದ ರಾಜಮರ್ಯಾದೆ ಇವನಿಗೆ ದೊರೆತಿರಬೇಕು.

ಅಲ್ಲದೆ ತುಂಬ ಜನಪ್ರಿಯನೂ ಆಗಿರಬೇಕು. ಇವನ ಗ್ರಂಥವಾದ 'ಧರ್ಮಾಮೃತ'ವು ಜೈನ ಮತಾಚಾರದಲ್ಲಿ ೧೪ ಮಹಾರತ್ನಗಳೆಂದು ಹೆಸರಾದ ಗುಣವ್ರತಗಳಲ್ಲಿ ಒಂದೊಂದನ್ನು ಆಚರಿಸಿ ಸದ್ಗತಿಯನ್ನೈದಿದ ೧೪ ಮಹಾಪುರುಷರ ಕಥೆಗಳನ್ನು ೧೪ ಆಶ್ವಾಸಗಳಲ್ಲಿ ನಿರೂಪಿಸಿದೆ. ಕನ್ನಡ ಚಂಪು ವಿಷಯ, ವಿನ್ಯಾಸ ಎರಡರಲ್ಲಿ ಜನಸಂಮುಖವೂ ದೇಸಿಸಂಪನ್ನವೂ ಆದದ್ದು ಈ ಗ್ರಂಥದಲ್ಲಿಯೇ. ಶಾಂತಿನಾಥನ 'ಸುಕುಮಾರಚರಿತೆ' ಮೊದಲು ಮಾಡಿದ ಧೋರಣೆ ಇಲ್ಲಿ ಮುಂದುವರಿದಿದೆ, ತನ್ನೊಂದು ವಿಶೇಷತೆಯಿಂದ ಕೂಡಿದೆ. ಜೈನಪುರಾಣಗಳು ಈವರೆಗೆ ತೀರ್ಥಂಕರ–ಚಕ್ರವರ್ತಿಗಳಂಥ ಮಹಾಪುರುಷರ ಚರಿತ್ರೆಗಳನ್ನು ಪ್ರೌಢಮಹಾಕಾವ್ಯದ ನೆಲೆಗೇರಿಸಿ ನಿರವಿಸಿದುವು. ಅದರಿಂದ ಜನತೆಯಲ್ಲಿ ಅವುಗಳ ಮೂಲಕ ಧರ್ಮಪ್ರಸಾರ ಕಷ್ಟಸಾಧ್ಯವಾಯಿತು. ವೈದಿಕಪುರಾಣಗಳಲ್ಲಿದ್ದ ಸುಲಭತೆಯ ದೃಷ್ಟಿಯನ್ನು ಅನುಕರಿಸುವುದು ಆ ಕಾಲದಲ್ಲಿ ಅಗತ್ಯವಾಗಿತ್ತು. ಜನತೆಗಾಗಿ ಬರೆದ ಮೊದಲನೆಯ ಜೈನಪುರಾಣ ಎಂಬ ಬಿರುದು 'ಧರ್ಮಾಮೃತ'ಕ್ಕೆ ಸಲ್ಲುತ್ತದೆ. ಒಂದೊಂದು ಆಶ್ವಾಸದಲ್ಲಿ ಒಂದೊಂದು ಕತೆಯಿದ್ದ ಕಾರಣ ಇದರಲ್ಲಿ ವಸ್ತುವಿನ ಐಕ್ಯವಿಲ್ಲ. ಇದಕ್ಕೆ ಒಂದು ಕಥಾಸಂಗ್ರಹದ ಸ್ವರೂಪವಿರುತ್ತದೆ. ಜಿನಮತದಲ್ಲಿ ಎಷ್ಟು ಸಾರವೋ ಅದೆಲ್ಲವೂ ಈ ಕೃತಿಯಲ್ಲಿ "ಲೇಸಾಗಿ ತೋರ್ಪುದು" ಎಂದೂ "ಪೇಟ್ವೆನಱಿಯೆ ಧರ್ಮಾಮೃತಮಂ" ಎಂದೂ ನಯಸೇನ ಹೇಳಿದ್ದರಲ್ಲಿ ಅವನ ಕಲಾದೃಷ್ಟಿ ಹಾಗೂ ಜನತಾದೃಷ್ಟಿ ಎರಡೂ ಸೂಚಿತವಾಗಿವೆ. ಪರಂಪರೆಯಿಂದ ಬಂದ ಕತೆಗಳನ್ನು ಅವನು ಹಿಗ್ಗಲಿಸಿ ಸೊಗಸಾಗಿ ಹೇಳಲು ಹೆಣಗಿದ್ದಾನೆ. ಸಂನಿವೇಶ, ಪಾತ್ರ, ಶೈಲಿ ಇವುಗಳಲ್ಲಿ ತನ್ನೆರಡೂ ದೃಷ್ಟಿಗಳನ್ನು ಅರಳಿಸಿದ್ದಾನೆ. ಜಾನಪದ ಕತೆಗಾರನ ಕಥನಕೌಶಲ, ವಿಡಂಬಕ ಹಾಸ್ಯ, ಜನಜೀವನ ಪ್ರಜ್ಞೆ ಇವನ್ನು ಅವನ ಕಥೆಗಳು ಎತ್ತಿ ತೋರಿಸುತ್ತವೆ. ಆದರೂ ಗ್ರಂಥ ಮುಖ್ಯವಾಗಿ ಧರ್ಮಾಮೃತ. ಅಂತೇ ಅನೇಕ ಕಡೆಗೆ ಇಲ್ಲಿಯ ಕಥನಕಲೆಯ ಮೇಲೆ ಮತೀಯತೆಯ, ಧರ್ಮಪ್ರಚಾರದ ಅಚ್ಚು ಮೂಡಿದೆ, ಸ್ವಭಾವಿಕತೆ ಕಡಿಮೆಯಾಗಿದೆ. "ಜೈನಪುರಾಣಗಳ ವರ್ಣನಾವಿಪುಲವಾದ ಮಂದಗತಿಯ ಸಂವಿಧಾನದ ಬದಲು ಸವೇಗವಾದ ಸುಲಭಕಥನವು 'ಧರ್ಮಾಮೃತ'ದಲ್ಲಿದೆ. ಇಷ್ಟೇ, ವರ್ಣನೆಗಳ ಸ್ಥಳದಲ್ಲಿ ಒಮ್ಮೊಮ್ಮೆ ಹೋಲಿಕೆಗಳ ಹೊಳೆ ಎಲ್ಲೆಮೀರಿಯೂ ಹರಿಯುತ್ತದೆ, ಕಥಾಗತಿಯನ್ನೂ ತಡೆಯುತ್ತದೆ."[9] ಇದೇ ಹೇಳಿದಂತೆ ನಯಸೇನನ ಬರವಣಿಗೆಯ ಗುಣವಿಶೇಷವೆಂದರೆ ಕಥೆಯನ್ನು ಹೇಳುತ್ತಲೇ ರಾಶಿರಾಶಿ ಯಾಗಿ ಅವನು ತೂರುವ ಸಾದೃಶ್ಯಮಾಲಿಕೆ. "ಈ ದೇಶ್ಯಚಂಪುವಿನ ಗದ್ಯಪದ್ಯದಲ್ಲಿ ಸಂದಿಗೊಂದಿ ಯಲ್ಲಿ ಸುಳಿದಾಡುತ್ತಿರುವುದು ಇದೇ ಅಲಂಕಾರ, ಇದೇ ರಸ–ರೀತಿ, ಇಲ್ಲಿ ಜಾನಪದದ–ಮನಸ್ಸನ್ನು ಸೆರೆಹಿಡಿಯುವ ನಿತ್ಯಾನುಭವದ ಹೋಲಿಕೆಗಳು ಜನದ ಬಳಕೆಯ ಮಾತಿನಲ್ಲಿ ಸೂರೆಯಾಗಿವೆ."[10] ಈ ಸರಪಣಿಯಂತೆ ಸಾಲುಹಿಡಿದು ಬರುವ ಉಪಮೆಯಲ್ಲಿ ಕೆಲವು ಸಲ ಔಚಿತ್ಯವಿದೆ, ರುಚಿಯಿದೆ. ಆದರೆ ಕೆಲವು ಸಲ ಪ್ರಮಾಣ ಮೀರಿದ ದೀರ್ಘತೆ, ವಾಚಾಲತೆಗಳೂ ತೋರಿವೆ. ಕಾವ್ಯ–ಕಲ್ಪನೆಯ ಅಪೂರ್ವ ಉಜ್ವಲತೆಯಂತೂ ತೀರ ಕಡಿಮೆ" ; "ಹೀಗೆ ನಯಸೇನನ ವಿಶಿಷ್ಟವಾದ ಸಾದೃಶ್ಯಮಾಲಿಕೆ ಅವನ ಕಾವ್ಯಶಕ್ತಿಯ ಪರಿಮಿತವನ್ನು ತೋರಿಸಿದರೂ ಅದರಲ್ಲಿ ವ್ಯಕ್ತವಾದ ಅವನ ಜನಜೀವನದ ಆಳವಾದ ಅರಿವು ಒಂದೇ ಸಮನಾಗಿದೆ. ನಯಸೇನನ ಕಥೆಗಳಲ್ಲಿ ನಮ್ಮನ್ನು ಮೋಹಿಸುವ ಪ್ರಬಲ ವಾದ ಅಂಶವೆಂದರೆ ಅಲ್ಲಿ ದೊರೆಯುವ ಜನಜೀವನದ ಚಿತ್ರ."[11] ಮುನಿಯಾದವನ ಈ ಲೋಕ ವ್ಯವಹಾರಜ್ಞಾನವು ಅಚ್ಚರಿಯ ಸಂಗತಿಯೇ ಸರಿ.

"ನಾಣ್ನುಡಿ ದೇಸಿವೆತ್ತ ಪೊಸನುಡಿ ಮಾರ್ಗಂ" ಇದು ನಯಸೇನನ ಶೈಲಿಯ ಆದರ್ಶ. "ಮಿಸುಕದ ಸಕ್ಕದ"ವನ್ನು ಇಕ್ಕುವವರನ್ನು ಕಡೆಗಣಿಸಿ "ಸುದ್ದಗನ್ನಡ"ದಲ್ಲಿ ಬರೆಯಬೇಕೆಂದು ಅವನು ಸೂಚಿಸಿದ್ದಾನೆ. ಮಾರ್ಗದ ಸಂಸ್ಕಾರಹೊಂದಿದ ದೇಸಿಯ ಸಂಪತ್ತಿ ಹಾಗೂ ಸಂಸ್ಕೃತ ಬಹಿಷ್ಕಾರವಿಲ್ಲದಿದ್ದರೂ ಬಹುಮಟ್ಟಿಗೆ ಶುದ್ಧವಾದ ಕನ್ನಡ ಇವನ್ನು ಈ ಗ್ರಂಥದಲ್ಲಿ ಅವನ

ಆದರ್ಶಕ್ಕನುಗುಣವಾಗಿ ಕಾಣುತ್ತೇವೆ. ಹೀಗಿದ್ದರೂ ಹಲಕೆಲವು ಪದ್ಯಗಳಲ್ಲಿ ಅವನು ಸಹ ಅನಾವಶ್ಯಕವಾಗಿ "ಮಿಸುಕದ ಸಕ್ಕದ"ವನ್ನು ಬಳಸಿ ತನ್ನ ಆರೋಪಕ್ಕೆ ತಾನೇ ಗುರಿಯಾಗಿದ್ದಾನೆ. "ಅವನ ಒಟ್ಟುಬರಹದಲ್ಲಿ ಅಚ್ಚಗನ್ನಡದ ಹೊಗರು ಹೆಚ್ಚಿದೆ ಎಂಬ ಬಗ್ಗೆ ಸಂಶಯವಿಲ್ಲ."[12] ಪಂಪಯುಗದಲ್ಲಿ ಪಂಡಿತರಿಗಾಗಿ ಮಾತ್ರ ಸಾಹಿತ್ಯ ನಿರ್ಮಾಣವಾಯಿತು ಎಂಬುದರ ಸತ್ಯಾಸತ್ಯತೆ ಇಲ್ಲಿ ಪ್ರಸ್ತುತವಲ್ಲ. ಅದು ಸತ್ಯವಿದ್ದರೂ ನಯಸೇನನು ಇದಕ್ಕೆ ಅಪವಾದವಾಗಿದ್ದಾನೆ ಎಂಬುದನ್ನು ಗಮನಿಸಬೇಕು. "ಜನತೆಯ ಕವಿಗಳೆಂದು ಹೆಸರಾದ ಕನ್ನಡ ಕಲೋಪಾಸಕರಲ್ಲಿ ನಯಸೇನನು ತೀರ ಎತ್ತರದಲ್ಲಿ ಅಲ್ಲದಿದ್ದರೂ ಎದ್ದು ಕಾಣುವ ನೆಲೆಯಲ್ಲಿ ಕೂಡಬಲ್ಲ "ನಿರುಪಮಸಹಜಕವಿ" ಯಾಗಿದ್ದಾನೆ".[13]

ನಯಸೇನನಿಗೆ ಹೆಚ್ಚುಕಡಿಮೆ ಸಮಕಾಲೀನರಾಗಿ ಇದ್ದವರೆಂದರೆ ಕನ್ನಡಕ್ಕೆ ಮೊದಲನೆಯ ಸ್ತುತಿಪರವಾದ ಅಷ್ಟಕವನ್ನು ನೀಡಿದ 'ಚಂದ್ರನಾಥಾಷ್ಟಕ'ದ ಮೌಕ್ತಿಕಕವಿ (ಸು. ೧೧೨೫). ಮೊದಲನೆಯ ಗೋವೈದ್ಯಗ್ರಂಥವನ್ನು ಬರೆದ ಕೀರ್ತಿವರ್ಮನೆಂಬ ದೊರೆ (ಸು. ೧೧೦೦) ಮತ್ತು ಆ ಕಾಲದಲ್ಲಿ ಮತೀಯ ಘರ್ಷಣೆ ಎಷ್ಟಾಗಿತ್ತೆಂಬುದನ್ನು ಅರಿಯುವುದಕ್ಕೆ ಮೌಕ್ತಿಕಕವಿ ಚಂದ್ರ ನಾಥನನ್ನು ಕುರಿತು ಮಾಡಿದ ಭಕ್ತಿಪರವಾದ ಪ್ರಾರ್ಥನೆಯಲ್ಲಿಯೂ ಬಂದಿರುವ "ಕುಮತೋಗ್ರ ಗ್ರೀಷ್ಮತಪ್ತಂಗಿದು ಹಿಮಕರಬಿಂಬಂ....ಕುಶ್ರುತಾಗಮದುರ್ಮಂತ್ರಂಗೆ ನಿನ್ನಾಕೃತಿಯಿದಮೃತ ಬೀಜಾಂಕುರಂ ಚಂದ್ರನಾಥಾ" ಎಂಬ ಪದ್ಯವನ್ನು ಓದಬೇಕು.

## ಬ್ರಹ್ಮಶಿವ

೧೨ನೆಯ ಶತಮಾನದ ಮೊದಲ ಅರ್ಧದಲ್ಲಿರಬಹುದಾದ ಗಣ್ಯಕವಿ ಬ್ರಹ್ಮಶಿವ ಎಂಬವನು. ಇವನು ಬ್ರಹ್ಮಶಿವ ಎಂಬ ಹೆಸರಿಂದಲೇ ಈಗ ಪ್ರಸಿದ್ಧವಾಗಿದ್ದರೂ ದಿಟಕ್ಕೂ ಈತನ ಹೆಸರು ಬ್ರಹ್ಮದೇವ ಎಂದು. ಈತನ ಕೃತಿಯ ಆಶ್ವಾಸಾಂತ ವಾಕ್ಯಗಳು ಇದನ್ನು ಸ್ಪಷ್ಟಪಡಿಸುತ್ತವೆ. ಚಾಲುಕ್ಯತ್ರೈಲೋಕ್ಯಮಲ್ಲಸುತ ಕೀರ್ತಿವರ್ಮನನ್ನು ಇವನು ಸ್ತುತಿಸಿದ ಕಾರಣ ಇವನ ಕಾಲ ಸು. ೧೧೦೦ ಎಂದು ಕವಿಚರಿತೆಕಾರರು ತೀರ್ಮಾನಿಸಿದ್ದಾರೆ. ಆದರೆ ೧೧೮೮ರವನಾದ "ಅಗ್ಗಳದೇವನ ಕೆಳೆಯಂ" ಎಂದು ಅವನು ಹೇಳಿಕೊಂಡಿರುವುದರಿಂದ ೧೨ನೆಯ ಶತಮಾನದ ಉತ್ತರಾರ್ಧದವನೆಂಬ ಇನ್ನೊಂದು ಅಭಿಪ್ರಾಯವಿದೆ.[14] ಇದಕ್ಕೆ ಪುಷ್ಟಿಕೊಡುವ ಬೇರೆ ಪ್ರಮಾಣಗಳೂ ಇರುತ್ತವೆ. ಬ್ರಹ್ಮಶಿವ ಉಲ್ಲೇಖಿಸಿರುವ ತನ್ನ ಗುರು ವೀರಣಂದಿ ೧೧೫೩ರ ಹೊತ್ತಿಗೆ 'ಆಚಾರಸಾರ ಕರ್ಣಾಟಕ ವೃತ್ತಿ' ರಚಿಸಿದ್ದರಿಂದ ಆ ಕಾಲದ ನಂತರ ಬ್ರಹ್ಮಶಿವನಿದ್ದಿರಬೇಕೆಂಬುದು ಸಹಜವಾಗಿಯೇ ಇದೆ.[15] ನಮಗೆ ತೋರುವ ಮಟ್ಟಿಗೆ ಎರಡನ್ನೂ ಮೇಳವಿಸಿ ೧೨ನೆಯ ಶತಮಾನದ ಮಧ್ಯವೇ ಇವನ ಆಯುಷ್ಯದ ಮುಖ್ಯಭಾಗವೆನ್ನಬಹುದು. ಇವನು ಲಿಂಗಿಗಳ ಉಲ್ಲೇಖ ಮಾಡಿದ್ದಾನೆ. ಮಾಹೇಶ್ವರಧರ್ಮ ದಲ್ಲಿ ಒಳ್ಪುಗಾಣದೆ ಜಿನಧರ್ಮವನ್ನು ಮರಳಿ ಸ್ವೀಕರಿಸಿದೆನೆನ್ನುತ್ತಾನೆ. ಇದರಿಂದ ವೀರಶೈವ ಮತೋದಯದ ತರುವಾಯದವನು ಎಂದು ತೋರಬಹುದು. ಆದರೆ ವೀರಶೈವ ಎಂಬ ಪದ ವೆಲ್ಲಿಯೂ ಬಂದಿಲ್ಲ. ಅದಕ್ಕೆ ವಿಶಿಷ್ಟವಾದ ಸ್ಪಷ್ಟ ಉಲ್ಲೇಖಗಳೂ ಇಲ್ಲ. ಅಂದಿನ ಧಾರ್ಮಿಕ ಕ್ರಾಂತಿಗೆ ಕಾರಣಪುರುಷನಾದ ಬಸವಣ್ಣ ಮತ್ತು ಇತರ ಶರಣರ ಉಲ್ಲೇಖವೆಲ್ಲಿಯೂ ಇಲ್ಲ. ಅವರಿಗಿಂತ ಹಿಂದಿನ ಕಾಲದವನಾದ ಜೇಡರ ದಾಸಿಮಯ್ಯನ ಉಲ್ಲೇಖ ಮಾತ್ರ ಇದೆ. ಇದರಿಂದ ವೀರಶೈವಕ್ಕೆ ಪೂರ್ವಭಾವಿಯಾಗಿ ಇದ್ದ ಶೈವಮತವನ್ನು ಅವನು ಅವಲಂಬಿಸಿ ಆಮೇಲೆ ಜೈನನಾಗಿರ ಬಹುದು. ತೀವ್ರ ಪ್ರಚಾರ, ಮತಾಂತರ ಇದು ೧೨ನೆಯ ಶತಮಾನದ ಪೂರ್ವಾರ್ಧದಲ್ಲಿ ನಡೆದಿತ್ತೆನ್ನಲು ಆಧಾರಗಳಿವೆ. ಮತಾಂತರಹೊಂದಿದವನ ನಿಷ್ಠೆ ಅಧಿಕವೆಂದು ಹೇಳುತ್ತಾರೆ. ಬ್ರಹ್ಮಶಿವನು

ಮತಾಂತರದಿಂದ ಮರಳಿ ಸ್ವಮತಕ್ಕೆ ಪರಿವರ್ತನವಾದಕಾರಣ ಅವನ ನಿಷ್ಠೆ ಅಧಿಕತರವಾಗಿದೆ. ಜೊತೆಗೆ ಅನ್ಯಮತದೂಷಣೆ ಅಧಿಕತಮವಾಗಿದೆ. ವೇದಸ್ಮೃತಿಪುರಾಣ ಹಾಗೂ ಶೈವಾದಿ ಮತತತ್ತ್ವ ಸಂಪ್ರದಾಯ ಇವುಗಳ ಗಾಢ ಅಭ್ಯಾಸವನ್ನು ಮಾಡಿ ಅದರ ಅಸಾರತೆಯನ್ನು ಅವನು ಅರಿತಿದ್ದಾನೆ. ಅವನ ಸ್ವಮತನಿಷ್ಠೆ ಹಾಗೂ ಅನ್ಯಮತವಿಡಂಬನೆ ಇವು ಒಂದು ಬೌದ್ಧಿಕ ಭೂಮಿಕೆಯ ಮೇಲೆ ನಿಂತಿವೆ. ಕೇವಲ ಭಾವನೆಗಿಂತ ಬುದ್ಧಿಗೆ ಮನವರಿಕೆಯಾಗಿ ಅವನು ಟೀಕೆಗೆ ಪ್ರವೃತ್ತನಾಗಿದ್ದಾನೆ. ಇದಕ್ಕೆ ನಿದರ್ಶನವಾಗಿ—

> ಜಿನಮಾರ್ಗಂ ಬಿಡದೆ ಅನ್ಯಮಾರ್ಗಮಂ ಅದೇಂ ಪೇಟ್ ದೂಷಣಂಗೆಯ್ದು ದು-
> ರ್ಜನನಾದಂ ಕರಂ ಎನ್ಗೆ ಮೆಚ್ಚದವರ್ಗಳ್, ಮಧ್ಯಸ್ಥರಾರಯ್ಯೆ, ವಾ- ।
> ವಿನ ಪಲ್ಲೊಳ್ ವಿಷಮುಂಟು, ಕಿಚ್ಚು ಸುಡುಗುಂ, ನಂಜು ಅಟ್ಕಿದು ಎಂಬಂತೆ ಪೇ-
> ಟ್ದೆನಿದಂ ವಸ್ತುವಿಚಾರಂ ಈ ತೆಱನಿದಂ ತ್ರೈಲೋಕ್ಯಚೂಡಾಮಣೀ ॥

ಈ ಪದ್ಯವನ್ನು ನೋಡಬೇಕು. ಇವನ ಗ್ರಂಥಗಳು 'ತ್ರೈಲೋಕ್ಯಚೂಡಾಮಣಿ' ಎಂಬ ಸ್ತೋತ್ರ ಹಾಗೂ 'ಸಮಯಪರೀಕ್ಷೆ' ಎಂಬ ತಾತ್ತ್ವಿಕ ಪದ್ಯಗ್ರಂಥ. 'ತ್ರೈಲೋಕ್ಯಚೂಡಾಮಣಿ'ಯಲ್ಲಿ ೩೬ ಸ್ತೋತ್ರಗಳಿವೆ. 'ಭತ್ತೀಸರತ್ನಮಾಲೆ' ಎಂಬ ಇನ್ನೊಂದು ಹೆಸರೂ ಇದನ್ನೇ ಸೂಚಿಸುತ್ತದೆ. ಜಿನಸ್ತುತಿ ಇದರ ಮುಖ್ಯ ಉದ್ದೇಶವಾದರೂ ಬಹುಭಾಗದಲ್ಲಿ ಅನ್ಯದೇವತಾನಿಂದೆ, ಅನ್ಯಮತವಿಡಂಬನೆ ಇವು ಪ್ರಮುಖವಾಗಿವೆ. ಒಂದು ದೃಷ್ಟಿಯಿಂದ ಕವಿಯ ಉದ್ದೇಶಕ್ಕೆ ಇದು ಅನುಗುಣವಾಗಿಯೇ ಇದೆ. ಭಕ್ತಿಪ್ರಧಾನವಾದ ಕವನಕ್ಕಿಂತ ಇದು ವಿಡಂಬನಕಾವ್ಯದ ಸ್ವರೂಪ ಪಡೆದಿದೆ. "ಮತಿ ನಿಮ್ಮಂ ನೆನೆಗುಂ ವಚಃಪ್ರತತಿ ನಿಮ್ಮಂ ಬಣ್ಣಿಕ್ಕುಂ" ಈ ಮುಂತಾದ ತೀರ ಸ್ವಲ್ಪ ಪದ್ಯಗಳಲ್ಲಿ ಭಕ್ತಿಭಾವವು ವ್ಯಕ್ತವಾಗಿದೆ. ಉಳಿದದ್ದೆಲ್ಲ ಗದ್ಯದಲ್ಲಿರಬಹುದಾದ ವಾದಸರಣಿ, ಪದ್ಯರೂಪತಾಳಿದಂಥ ವಿಡಂಬನೆ. ವಿತಂಡವಾದಿ ಮತ್ತು ವಿಡಂಬನಕಾರ ಎಂಬ ತನ್ನ ಸ್ವಭಾವಧರ್ಮವನ್ನು ಇಲ್ಲಿ ಬ್ರಹ್ಮಶಿವನು ತೋರಿಸಿದ್ದಾನೆ.

ಅವನ 'ಸಮಯಪರೀಕ್ಷೆ' ಕಂದವೃತ್ತಗಳ ಕೇವಲ ಪದ್ಯರೂಪವಾಗಿದ್ದು ೧೫ ಅಧಿಕಾರಗಳುಳ್ಳ ವಿಸ್ತಾರವಾದ ಗ್ರಂಥ. ಛಂದಸ್ಸಿನಲ್ಲಿ ಹೇಗೋ ಹಾಗೆ ವಿಷಯ ಮತ್ತು ನಿರೂಪಣೆಯಲ್ಲಿಯೂ ಇದು ಚಂಪೂಮಾರ್ಗದಿಂದ ಭಿನ್ನವಾಗಿದೆ. ಸುಸ್ಪಷ್ಟವಾಗಿ ಇದು ಮತಪ್ರಚಾರ ಗ್ರಂಥ. ಇತರ ಮತ, ಪುರಾಣಗಳಲ್ಲಿ ಹಾಗೂ ಲೋಕಾಚರಣೆಯಲ್ಲಿದ್ದ ದೋಷಗಳನ್ನು ತೋರಿಸಿ, ಜೈನಮತವೇ ಸರ್ವಶ್ರೇಷ್ಠವೆಂದು ಇದರಲ್ಲಿ ತೋರಲಾಗಿದೆ. ಗ್ರಂಥದಲ್ಲಿ ಕಥಾನಕವಿಲ್ಲ, ಪಾತ್ರಸೃಷ್ಟಿಯಿಲ್ಲ, ನವರಸವಿಲ್ಲ, ಅಷ್ಟಾದಶವರ್ಣನೆಯಿಲ್ಲ. ಕಥೆಯೆಲ್ಲ ಜೈನಮತದ್ದು. ಜನಸಾಮಾನ್ಯರ ಪಾತ್ರಗಳು, ವಿಡಂಬನೆಯಲ್ಲಿಯೇ ಇದರ ನವರಸ. ಅಪಹಾಸ್ಯವೇ ಇಲ್ಲಿ ಸ್ಥಾಯಿ. ಅನ್ಯಮತಜನದ ಮೂಢ ನಂಬಿಕೆಗಳೇ ಅಷ್ಟಾದಶವರ್ಣನೆ. ಹೀಗೆ 'ಸಮಯಪರೀಕ್ಷೆ' ಕನ್ನಡಕ್ಕೆ ಅಪೂರ್ವವಾದ ತಾತ್ತ್ವಿಕ ವಿಡಂಬನ ಕಾವ್ಯವಾಗಿದ್ದು ತನ್ನ ಮಿತಿಯಲ್ಲಿ ನೇರವಾದ, ತತ್ಕಾಲೀನವಾದ ಜನಜೀವನಚಿತ್ರವನ್ನೂ ಒಳಗೊಂಡಿದೆ. ಇದರಲ್ಲಿಯ ವಿಷಯಗಳಾದ (೧) ಪರಮಾತ್ಮಸ್ವರೂಪ, (೨) ಅನಾದ್ಯನಿಧನ ಜಿನಧರ್ಮವರ್ಣನ, (೩) ಪರಮಾಗಮವರ್ಣನ, (೪) ಸಮ್ಯಕ್ತ್ವನಿರೂಪಣ, (೫) ಪರಮಾರ್ಹತವ್ರತ ವ್ಯಾವರ್ಣನ, (೬) ಶೌಚವ್ರತವರ್ಣನ, (೭) ತಪೋಧನಸ್ವರೂಪವರ್ಣನ, (೮) ಆಪ್ತಸ್ವರೂಪ ವರ್ಣನ, (೯) ದೇವತಾಮೂಢಸ್ವರೂಪ, (೧೦) ಆಗಮಸ್ವರೂಪವರ್ಣನ, (೧೧) ವೈದಿಕವಿಡಂಬನ, (೧೨) ಲೋಕಮೂಢಸ್ವರೂಪ, (೧೩) ಕುದೃಷ್ಟಿಲಕ್ಷಣ, (೧೪) ಕುಲಿಂಗಿಕುಚಾರಿತ್ರನಿರೂಪಣ, (೧೫) ಜೈನಧರ್ಮವ್ಯಾವರ್ಣನ— ಇವನ್ನು ಲಕ್ಷಿಸಿದರೆ ಮೇಲೆ ನಿರ್ದೇಶಿಸಿದ ಇದರ ಸ್ವರೂಪವನ್ನು ಅರಿತುಕೊಳ್ಳಬಹುದು. ಇದರಲ್ಲಿಯ ವಿಡಂಬನೆ ಹಾಗೂ ಟೀಕೆ ಕಟುವಾಗಿವೆ ; ಮತೀಯ ಪಕ್ಷಪಾತ ಹಾಗೂ ಅಸಹನೀಯತೆಯ ಗುರುತಾಗಿವೆ. ಆದರೂ ಅವಕ್ಕೆ ಹಲವು ಸಲ ಹಗುರವಾದ ನಗೆಯ

ಲೇಪವಿದೆ ; ಅದರಿಂದ ಅವು ಸಹ್ಯವಾಗುತ್ತವೆ. ಇದಕ್ಕೆ ಉದಾಹರಣೆಯಾಗಿ, "ತನ್ನ ಒಡಲಿನ ಅರ್ಧಭಾಗವನ್ನು ಶಂಭು ಕಾಂತೆಗೆ ಕೊಟ್ಟನು. ಶಂಭುಗೆ ತನ್ನೊಡಲಿನ ಅರ್ಧವನ್ನು ಪಾರ್ವತಿ ಕೊಟ್ಟಳು. ಮಿಕ್ಕ ಎರಡು ಅರ್ಧಗಳನ್ನು ಅವರು ಯಾರಿಗೆ ಕೊಟ್ಟರು ಹೇಳಿ !" ಎಂಬ ಪದ್ಯಭಾಗವನ್ನು ನೋಡಬೇಕು. ಕನ್ನಡ ಕಾವ್ಯಗಳಲ್ಲಿ ಜನಜೀವನದ ಚಿತ್ರ ನೇರವಾಗಿ ದೊರೆಯುವುದು ವಿರಳ. ಆದರೆ ಈ ಗ್ರಂಥದ ವಿಡಂಬನಾತ್ಮಕ ಭಾಗದಲ್ಲಿ ಜನರ ಮೂಢನಂಬಿಕೆಗಳ ಮತ್ತು ಆಚಾರಪದ್ಧತಿಗಳ ವರ್ಣನೆ ಬಂದಿದೆ. ಉದಾಹರಣೆಗೆ "ಬೆನಕನಿಗೆ ಇಕ್ಕಿದರೆ, ಭೂತನಿಕಾಯಕ್ಕೆ ಒಯ್ದು ಬಲಿಯನ್ನು ಸೂಸಿದರೆ, ಮನೆದೈವಕ್ಕೆ ಇಕ್ಕಿದರೆ ಬೆಳಸು ಘನವಾಗದು. ನಿಯತವಾಗಿ ಅದು ಪುಣ್ಯವಶವಾದುದು. ಮಾರಜ್ಜಿ, ಮಸಣವಾಸಿನಿ, ಬೀರ, ಮೈಲಾರನೆಂಬವರ ನೋಂಪಿಗಳಲ್ಲಿ ಹಾರುವರನ್ನೂ ಹೊಲೆಯರನ್ನೂ ಒಂದೇ ಸಮನಾಗಿ ಮುಟ್ಟಬಹುದೆಂದು ಹಾರುವರು ಹೇಳುತ್ತಾರೆ ; ಲಿಂಗಕ್ಕೆ ಎರಗುವುದು, ಹಾರುವನಿಗೆ ಎಲೆಯೆರಡು ಅಡಕೆಯೊಂದನು ಈವುದು ಇದೇ ಧರ್ಮ ; ವ್ರತಗುಣಚಾರಿತ್ರಗಳು ಒಂದಿನಿಸು ಇಲ್ಲ ಶೈವರಿಗೆಲ್ಲ." ಹೀಗೆ ಟೀಕೆ ಮಾಡಿ ಜಿನಧರ್ಮದ ಶ್ರೇಷ್ಠತೆಯನ್ನು ವರ್ಣಿಸುತ್ತ "ಉತ್ತಮಚಾರಿತ್ರಮೆಲ್ಲಿತಲ್ಲಿಯೆ ಧರ್ಮಂ" ಎಂಬ ಸನಾತನಸತ್ಯವನ್ನು ಬ್ರಹ್ಮಶಿವನು ಸಾರಿದ್ದಾನೆ. ಅವನ ಈ ಗ್ರಂಥ ವೈಶಿಷ್ಟ್ಯಪೂರ್ಣವಾಗಿದೆ. ಸಾಹಿತ್ಯದೃಷ್ಟಿಯಿಂದ ಆದ್ಯವಿಡಂಬನಕಾವ್ಯವೆಂದು ಸ್ತುತ್ಯವಾಗಿದೆ. ನಯಸೇನನಲ್ಲಿದ್ದ ವಿಡಂಬನಶಕ್ತಿ ಬ್ರಹ್ಮಶಿವನಲ್ಲಿ ಇನ್ನೂ ಹರಿತಾಗಿ ತೋರಿದೆ. ಆದರೆ "ಮಹಾಕವಿ ಬ್ರಹ್ಮಶಿವ" ಎಂದವನು ಮಾಡಿಕೊಂಡ ಆತ್ಮಪ್ರಶಂಸೆ ಮಾತ್ರ ಗಂಭೀರವಾಗಿದ್ದರೆ ಅದು ವಿಡಂಬನೆಗೆ ವಿಷಯವಾಗಬಹುದಾಗಿದೆ ! ಮಹಾಕವಿ ಇಷ್ಟುಮಟ್ಟಿಗೆ ಪಕ್ಷಪಾತಿಯೂ ಪ್ರಚಾರಕನೂ ಆದರೆ ಅವನು ಸಮಗ್ರಜೀವನದ ದೃಷ್ಟಿಯಿಂದ ದೂರವಾಗುತ್ತಾನೆ ಎಂಬುದನ್ನು ನೆನೆಯಬೇಕು.

೧೨ನೆಯ ಶತಮಾನದ ಪೂರ್ವಾರ್ಧದಲ್ಲಿದ್ದ ಇನ್ನೊಬ್ಬ ಕವಿ ಕರ್ಣಪಾರ್ಯ. ಈ ಹೆಸರಿನ ಕವಿಗಳು ಒಬ್ಬರಿಗಿಂತ ಹೆಚ್ಚಿದ್ದರೆಂದು ತಿಳಿಯುತ್ತದೆ. ಈ ಕರ್ಣಪಾರ್ಯನಿಂದ 'ನೇಮಿನಾಥ ಪುರಾಣ'ವನ್ನು ಶಿಲಾಹಾರವಿಜಯಾದಿತ್ಯರಾಜನ ಮಂತ್ರಿ ಲಕ್ಷ್ಮ(ಣ)ನು ಬರೆಯಿಸಿದನು. 'ನೇಮಿನಾಥ ಪುರಾಣ' ಹರಿವಂಶ–ಕುರುವಂಶ–ನೇಮಿತೀರ್ಥಂಕರರ ಚರಿತ್ರ ಈ ಮೂರರ ಮುಪ್ಪುರಿಯಾಗಿದೆ. ಕೃಷ್ಣ–ಕೌರವ–ಪಾಂಡವರು ಇವರ ಕಥೆಗಳೊಡನೆ ಒಬ್ಬ ತೀರ್ಥಂಕರನ ಪುರಾಣವು ಜೈನಸಂಪ್ರದಾಯ ದಲ್ಲಿ ಸೇರಿಕೊಂಡಿದೆ. ಅದನ್ನೇ ಅನುಸರಿಸಿ ಜೈನಪುರಾಣದ ಚಂಪೂ ಪದ್ಧತಿಯ ದಾರಿಯಲ್ಲಿ ಕರ್ಣ ಪಾರ್ಯನು ಇದನ್ನು ರಚಿಸಿದ್ದಾನೆ. ಇದಕ್ಕೆ ಆಕರವಾಗಿ ಸಂಸ್ಕೃತದಲ್ಲಿ ಗುಣಭದ್ರನ 'ಉತ್ತರಪುರಾಣ', ಕನ್ನಡದಲ್ಲಿ 'ಚಾವುಂಡರಾಯಪುರಾಣ' ಇಂಥವನ್ನು ಅವನು ಬಳಸಿರಬೇಕು. ಇಲ್ಲಿಯ ಕಥಾನಕವು ಸಾಮಾನ್ಯವಾಗಿ ಮೂಲಾನುಸಾರಿಯಾದರೂ ವಿವರಗಳಲ್ಲಿ ಮಾರ್ಪಾಟುಗಳಿವೆ. ಇವನ್ನು ನಮಗೆ ಗೊತ್ತಿರದ ಮೂಲವೊಂದರಿಂದ ಅವನು ಸ್ವೀಕರಿಸಿರಬಹುದು ; ತಾನೇ ಸಹ ಮಾಡಿರಬಹುದು. ಜೈನಪುರಾಣದ ಎಲ್ಲ ಲಕ್ಷಣಗಳೂ ಉಂಟು. ಅದರಿಂದ ಕಾವ್ಯತ್ವಕ್ಕೆ ಸಮನಿಸುವ ಅವಲಕ್ಷಣವೂ ಉಂಟು. ಆದರೆ ಕಥೆ ದೊಡ್ಡದಾಗಿದ್ದ ಕಾರಣ ಅದಕ್ಕೆ ವೇಗ ಬಂದಿದೆ. ವರ್ಣನೆಗೆ ಅವಕಾಶ ಕಡಿಮೆಯಾಗಿದೆ. ಇದು ಜೈನಪುರಾಣಗಳಲ್ಲಿ ಸಾಮಾನ್ಯವಾಗಿ ಕಾಣದೊರೆಯದ ಗುಣವಿಶೇಷ. ಕಥೆಗೆ ವೇಗವಿದೆಯೆಂದು ಕತೆಗಾರಿಕೆ ಮೇಲ್ತರಗತಿಯದಲ್ಲ. ಅದಕ್ಕೆ ರುಚಿಯಿಲ್ಲ, ಕಲೆಯ ಕುಸುರಿಲ್ಲ, ಭಾಗವತ–ಭಾರತದಂಥ ಕಥೆಯನ್ನು ನಿರೂಪಿಸುವಾಗ ಅಲ್ಲಿಯ ವಿವಿಧ ವ್ಯಕ್ತಿಗಳ ಜೀವಂತ, ಉಜ್ವಲ ಚಿತ್ರವಿಲ್ಲ. ಇನ್ನೊಂದು ಅಭಿಪ್ರಾಯದ ಮೇರೆಗೆ "ಕರ್ಣಪಾರ್ಯನಲ್ಲಿ ಸ್ವೀಕರಣಕಾರ್ಯ ಯಥೇಚ್ಛ ವಾಗಿ ನಡೆದಿದೆ. ಆದುದರಿಂದ ಈತನು ಗುಣವರ್ಮನ ಹರಿವಂಶವನ್ನು ಮುಖ್ಯ ಆಧಾರವಾಗಿಟ್ಟು ಕೊಂಡು, ಪಂಪರನ್ನಾದಿಗಳ ಕೃತಿಗಳನ್ನು ಆದರ್ಶವಾಗಿಟ್ಟುಕೊಂಡು 'ನೇಮಿನಾಥಪುರಾಣ'ವನ್ನು

ರಚಿಸಿರುವನೆಂದು ಹೇಳಬಹುದು. ಒಟ್ಟಿನಲ್ಲಿ ಹೃದ್ಯವೂ ಸರಸವೂ ಆದ ಕಥನಕಲೆ, ಸುಸ್ಪಷ್ಟ ಸರಳ ಸುಂದರ ಶೈಲಿ, ವಸ್ತುವಿರಚನಾಸಾಮರ್ಥ್ಯ, ರಸಪೂರ್ಣಸಂನಿವೇಶಗಳ ಸೃಷ್ಟಿ, ಉತ್ತಮ ಮಟ್ಟದ ನಾಟಕೀಯತೆ, ಈ ಗುಣಗಳಿರುವುದರಿಂದ 'ನೇಮಿನಾಥಪುರಾಣ'ವು ಸಹೃದಯರ ಮೆಚ್ಚುಗೆಗೆ ಪಾತ್ರವಾಗಿರುವುದು."[16] ಶೈಲಿಯ ದೃಷ್ಟಿಯಿಂದ ಶಾಂತಿನಾಥ, ನಯಸೇನ ಮುಂತಾದವರಲ್ಲಿ ಕಂಡುಬಂದ ಸರಳ ಚಂಪುವಿನ ಮುನ್ನಡೆ ಇದೆ. ಆದರೆ ಸರಣಿ ಒಂದೇ ಸಮನಾಗಿಲ್ಲ—ಒಮ್ಮೆ ಕೃತಕ ಪ್ರೌಢಿ, ಇನ್ನೊಮ್ಮೆ ಸಪ್ಪೆಯಾದ ಸರಳತೆ ತೋರಿವೆ. ಒಟ್ಟಿನಲ್ಲಿ 'ನೇಮಿನಾಥಪುರಾಣ'ವು ಜೈನಪುರಾಣದ ಹಾಗೂ ಪ್ರೌಢಕಾವ್ಯದ ಸಾಂಪ್ರದಾಯಿಕ ಲಕ್ಷಣಗಳನ್ನು ಬಹುಮಟ್ಟಿಗೆ ಒಳಗೊಂಡಿದ್ದರೂ ಗುಣದಲ್ಲಿ ಮಧ್ಯಮಕಾವ್ಯವೆಂದು ಹೇಳಬೇಕಾಗುತ್ತದೆ. ಈ ಯುಗದ ಹಿರಿಯ ಕವಿಗಳಾದ ಪಂಪರನ್ನರಿಂದ ಸ್ಫೂರ್ತಿಹೊಂದಿಯೂ ಅವರ ಯೋಗ್ಯತೆಯಿಲ್ಲದೆ ಕರ್ಣಪಾರ್ಯನು ತನ್ನ ಶಕ್ತಿಗನುಸಾರವಾದ ಸಿದ್ಧಿಯನ್ನು ಪಡೆದಿದ್ದಾನೆ. ಆದರೆ ಅವರು ಹಾಕಿಕೊಟ್ಟ ದಾರಿಯಲ್ಲಿ ಅತ್ಯಂತ ಭಕ್ತಿಯಿಂದ ಅಡಿಯಿಟ್ಟ ಕವಿ ಹೇಗೆ ಬಾಹ್ಯಾಂಗದಲ್ಲಿ ಒಂದು ತಕ್ಕಮಟ್ಟಿನ ಸಂಸ್ಕಾರವುಳ್ಳ ಕೃತಿಯನ್ನು ರಚಿಸಬಹುದು ಎಂಬುದಕ್ಕೆ ಈ 'ನೇಮಿನಾಥಪುರಾಣ'ವು ನಿದರ್ಶನವಾಗಿದೆ.

೧೨ನೆಯ ಶತಮಾನದ ಮಧ್ಯದಿಂದ ಉತ್ತರಾರ್ಧದಲ್ಲಿಯೂ ಬಹುಕಾಲ ಬಾಳಿದ ಕವಿಶಾಸ್ತ್ರಕಾರನೆಂದರೆ ೨ನೆಯ ನಾಗವರ್ಮ. ಚಾಲುಕ್ಯ ರಾಜನಲ್ಲಿ ಕಟಕೋಪಾಧ್ಯಾಯನೂ ಜನ್ನ ಕವಿಗೆ ಉಪಾಧ್ಯಾಯನೂ ಆಗಿದ್ದನೆಂದು ಇವನ ಖ್ಯಾತಿ. ಕನ್ನಡಕಾವ್ಯವ್ಯಾಸಂಗಕ್ಕೆ ಸಹಾಯಕವಾದ ವ್ಯಾಕರಣ, ಅಲಂಕಾರ, ಕೋಶ, ಛಂದಸ್ಸು ಇವಕ್ಕೆ ಸಂಬಂಧಿಸಿದ 'ಶಬ್ದಸ್ಮೃತಿ', 'ಭಾಷಾಭೂಷಣ', 'ಕಾವ್ಯಾವಲೋಕನ', 'ವಸ್ತುಕೋಶ', 'ಛಂದೋವಿಚಿತಿ' (?) ಈ ಗ್ರಂಥಗಳನ್ನು ಇವನು ಬರೆದಿದ್ದಾನೆ. ವ್ಯುತ್ಪತ್ತಿಸಾಧಕವಾದ ಸಮಗ್ರ ಗ್ರಂಥಗಳನ್ನು ಕನ್ನಡಕ್ಕೆ ಒದಗಿಸಿದ ಅಪೂರ್ವ ಶ್ರೇಯಸ್ಸು ಇವನಿಗೆ ಸಲ್ಲುತ್ತದೆ. ಕವಿರಾಜಮಾರ್ಗಕಾರನು ಬರೀ ಅಲಂಕಾರಶಾಸ್ತ್ರಕ್ಕೆ, ೧ನೆಯ ನಾಗವರ್ಮನು ಬರೀ ಛಂದಸ್ಸಿಗೆ ಆದ್ಯರಾಗಿಹೋದರು. ಆದರೆ ಕಾವ್ಯಾಂಗಪರವಾದ ಸಮಗ್ರ ಗ್ರಂಥರಚನೆಗೆ ವಿಶೇಷವಾಗಿ ವ್ಯಾಕರಣಶಾಸ್ತ್ರಕ್ಕೆ ೨ನೆಯ ನಾಗವರ್ಮನೇ ಮೊದಲಿಗನು. ಈ ಗ್ರಂಥಗಳಲ್ಲಿ ಶಾಸ್ತ್ರಪಾಂಡಿತ್ಯ, ಸಂಕಲನ ಕೌಶಲ, ಪ್ರಯೋಗನಿಪುಣತೆಯ ಜೊತೆಗೆ ಒಂದು ಸೂಕ್ಷ್ಮವಾದ ರಸಗ್ರಹಣಶಕ್ತಿ-ಸಮನ್ವಯದೃಷ್ಟಿಗಳಿರುತ್ತವೆ. ಈ ನಾಗವರ್ಮನು ಅನುಕರಣಶೀಲನಾದ ಜಡಬುದ್ಧಿಯ ಪಂಡಿತನಾಗಿರದೆ ವಿವೇಚನಶಕ್ತಿಯುಳ್ಳ ವಿದ್ವಾಂಸನೂ ವಿಮರ್ಶಕನೂ ಆಗಿದ್ದನು. ಜನ್ನನು ಇವರ ಹೆಸರನ್ನು "ಜಿನೇಂದ್ರಪುರಾಣಕರ್ತೃ"ಗಳ ಜೊತೆಗೆ ಸೇರಿಸಿದ ಕಾರಣ ಇವನು ಒಂದು ಜಿನಪುರಾಣವನ್ನು ಬರೆದಿರಬೇಕು ಎಂಬುದು ಇತ್ತೀಚೆಗೆ ಉಪಲಬ್ಧವಾದ 'ವರ್ಧಮಾನಪುರಾಣ'ದಿಂದ ಖಚಿತವಾಗಿದೆ.

ಪಂಪಯುಗದ ಚಾರಿತ್ರಿಕ ಸಮೀಕ್ಷೆಯನ್ನು ಮಾಡುತ್ತ ಹಲವು ಗ್ರಂಥಕಾರರ ವಿಮರ್ಶೆಯನ್ನು ಈವರೆಗೆ ಮಾಡಿದ್ದಾಯಿತು. ಪಂಪಯುಗವೆಂಬ ಹೆಸರನ್ನು ಬಹುಮಟ್ಟಿಗೆ ಸಾರ್ಥಕಗೊಳಿಸುವಂತೆ, ಆ ಮಹಾಕವಿ ಬೆಳಗಿಸಿದ ಪ್ರೌಢಚಂಪೂಕಾವ್ಯಪರಂಪರೆ ಈ ಯುಗದಲ್ಲಿ ಕುಡಿವರಿಯಿತು, ತರತರವಾಗಿ ಹೂಬಿಟ್ಟಿತು. ಲೌಕಿಕ, ಧಾರ್ಮಿಕ ಎಂಬ ದ್ವಿವಿಧ ಕೃತಿರಚನೆಯೂ ಕೆಲವರಿಗೆ ಮೇಲ್ಪಂಕ್ತಿಯಾಯಿತು. ಅಲ್ಲದೆ ಪಂಪನ ಕಥಾವಸ್ತು, ಕಾವ್ಯಭಾವ, ದೇಸಿಮಾರ್ಗಗಳ ಸಂಗಮ, ಮುಗಿಲು ಮುಟ್ಟಿದ ಪೆಂಪು ಇವುಗಳಿಂದ ಅನೇಕರು ತಂತಮ್ಮ ರೀತಿಯಲ್ಲಿ ಸ್ಫೂರ್ತಿ ಹೊಂದಿದರು. ಚಂಪೂಪದ್ಧತಿ ಜೈನಪುರಾಣದಲ್ಲಿ ಕನ್ನಡಕ್ಕೆ ವಿಶಿಷ್ಟವಾದ ಶಾಂತಿರಸಪ್ರಧಾನವಾದ ಸ್ವರೂಪವನ್ನು ಪಡೆಯಿತು. ಅದರ ಪ್ರೌಢಿಮೆ ಬರಬರುತ್ತ ಸರಳಲಾಲಿತ್ಯಕ್ಕೆ ಇಳಿಯುತ್ತ ಕೃತಿ ರಚನೆ ಜನಸಂಮುಖವಾಗತೊಡಗಿತು. ಈ ಯುಗವೆಲ್ಲ ಸಂಸ್ಕೃತಪ್ರಚುರ, ಚರ್ವಿತಚರ್ವಣವುಳ್ಳುದು ಎಂಬ ಆರೋಪ ಸುಪ್ರಸಿದ್ಧವಾಗಿದೆ. ಮತಸಂಪ್ರದಾಯ, ಕವಿಸಮಯ ಇವುಗಳ ಸಂಕೋಲೆಗಳಿಂದ ಸಾಧಾರಣ ಕವಿಯಿಂದ ಮಹಾಕವಿಯವರೆಗೆ ಯಾರೂ ಮುಕ್ತರಾಗಲಿಲ್ಲವೆಂಬುದು ಒಟ್ಟಿನಲ್ಲಿ ದಿಟವೇ. ಆದರೂ

ಸಹೃದಯರು ಈ ಯುಗದಲ್ಲಿಯ ವೈವಿಧ್ಯವನ್ನೂ ವಿಲಾಸವನ್ನೂ ಅರಿತು ಮೆಚ್ಚದೆ ಇರಲಾರರು. ಬರಲಿರುವ ಯುಗದಲ್ಲಿ ತೋರುವ ಸ್ವಾತಂತ್ರ್ಯ, ನವೀನ ಪ್ರಯೋಗಬುದ್ಧಿ, ಕ್ರಾಂತದೃಷ್ಟಿ ಇವುಗಳ ಬೀಜಗಳನ್ನು ಈ ಯುಗದಲ್ಲಿ ಕಾಣಬಹುದು.

## ಟಿಪ್ಪಣಿಗಳು

1. ಗೋವಿಂದ ಪೈ : ನಾಗಚಂದ್ರನ ಕಾಲನಿರ್ಣಯ ('ಅಭಿನವಪಂಪ', ಪು. ೩೭).

2. ವಿವರಗಳಿಗೆ ನೋಡಿ : ಸೀತಾರಾಮ ಜಾಗೀರದಾರ್ : ಎರಡು ಹೊಸ ಶಾಸನಗಳು ಮತ್ತು ನಾಗಚಂದ್ರನ ಇತಿವೃತ್ತ, (ಮಾನವಿಕ ಕರ್ಣಾಟಕ, ೫-೧, ನವೆಂಬರ್ ೧೯೭೪, ಪು. ೧೨೧-೧೨೮) ; ಪಂಪ – ಅಭಿನವಪಂಪ : ಕೆಲವು ಸಮಸ್ಯೆಗಳು (ಕ.ಸಾ.ಪ., ೭೦–೨, ಡಿಸೆಂಬರ್ ೧೯೫೫, ಪು. ೧೦೩–೧೨೪) ; ಜಿ.ಜಿ. ಮಂಜುನಾಥನ್ : ಸಮಾಧಿಶತಕದ ಕನ್ನಡ ವ್ಯಾಖ್ಯಾನ ಮತ್ತು ಕರ್ತೃ (ಕ.ಸಾ.,ಪ., ೬೯–೧, ೧೯೮೪, ಪು. ೫೧–೫೯) ; ಹಂಪ ನಾಗರಾಜಯ್ಯ : 'ನಾಗಚಂದ್ರನ ಕಾಲ, ಸ್ಥಳ', (ಅನುಗ್ರಹ ಪ್ರಕಾಶನ, ಬೆಂಗಳೂರು.

3. ದ. ರಾ. ಬೇಂದ್ರೆ : ನಾಗಚಂದ್ರನ ಮಲ್ಲಿನಾಥಪುರಾಣ ('ಅಭಿನವಪಂಪ', ಪು. ೨೦-೨೧).

4. ಡಿ. ಎಲ್. ನರಸಿಂಹಾಚಾರ್ : 'ಪಂಪರಾಮಾಯಣ ಸಂಗ್ರಹ', ಪೀಠಿಕೆ, ಪು. lxv.

5. ಅದೇ, lxxiv.

6. ಡಿ. ಎಲ್. ನರಸಿಂಹಾಚಾರ್ : 'ಪಂಪರಾಮಾಯಣ ಸಂಗ್ರಹ', ಪೀಠಿಕೆ, lxiv (ಮೊದಲನೆಯ ಮುದ್ರಣ).

7. ದ. ರಾ. ಬೇಂದ್ರೆ : ಪಂಪರಾಮಾಯಣ ಸಂಗ್ರಹ ವಿಮರ್ಶೆ, (ಪ್ರ.ಕ., ೧೯-೧, ಪು. ೧೦೧).

8. ಎ. ವೆಂಕಟಸುಬ್ಬಯ್ಯ : 'ಕೆಲವು ಕನ್ನಡ ಕವಿಗಳ ಜೀವನಕಾಲವಿಚಾರ', ಪು. ೨೪೮-೨೪೯.

9. ರಂ. ಶ್ರೀ. ಮುಗಳಿ : ನಯಸೇನನ ಧರ್ಮಾಮೃತ (ಜೀವನ, ೨-೫, ಪು. ೩೧೦).

10. ಅದೇ, ಪು. ೩೧೧.

11. ಅದೇ, ಪು. ೩೧೨.

12. ಅದೇ, ಪು. ೩೧೫.

13. ಅದೇ, ಪು. ೩೧೭.

14. ಎಚ್. ದೇವೀರಪ್ಪ : ಬ್ರಹ್ಮಶಿವನ ಕಾಲವಿಚಾರ (ಪ್ರ.ಕ., ೨೪-೪).

15. ವಿವರಗಳಿಗೆ ನೋಡಿ : ಕೆ. ಅನಂತರಾಮು : 'ಕವಿ ಬ್ರಹ್ಮಶಿವ – ಒಂದು ಅಧ್ಯಯನ', ಮೈಸೂರು, ೧೯೭೧, ಪು. ೧-೨೪.

16. ಎಚ್. ದೇವೀರಪ್ಪ : ಕರ್ಣಪಾರ್ಯನ ನೇಮಿನಾಥಪುರಾಣ (ಬೆಂಗಳೂರು ವಿಶ್ವವಿದ್ಯಾಲಯದ 'ಸಮಗ್ರ ಕನ್ನಡ ಸಾಹಿತ್ಯ ಚರಿತ್ರೆ', ಸಂಪುಟ ೨, ಪು. ೨೮೫).

# ಬಸವ ಯುಗ

## ಪ್ರಕರಣ : ೧೩

## ಬಸವ ಯುಗದ ರೂಪರೇಷೆಗಳು

ಬಸವೇಶ್ವರನಿಂದ ಕುಮಾರವ್ಯಾಸನವರೆಗೆ ಅಂದರೆ ೧೨ನೆಯ ಶತಮಾನದ ಮಧ್ಯದಿಂದ ೧೫ನೆಯ ಶತಮಾನದವರೆಗೆ ಈ ಯುಗದ ಹರವಿದೆ. ಅನೇಕ ದೃಷ್ಟಿಯಿಂದ ಈ ಯುಗಕ್ಕೆ ವೈವಿಧ್ಯವಿದೆ, ವೈಶಿಷ್ಟ್ಯವಿದೆ. ಈವರೆಗೆ ಜೀವನ ಮತ್ತು ಸಾಹಿತ್ಯಗಳು ಹೆಚ್ಚಾಗಿ ಪರಂಪರಾಗತವಾಗಿದ್ದುವು. ರೂಢಿ ಎಂಬ ಸ್ಥಾಯಿಗೆ ವ್ಯತ್ಯಾಸವು ಸಂಚಾರಿಯಾಗಿತ್ತು. ಈ ಯುಗದಲ್ಲಿ ವ್ಯತ್ಯಾಸವೆಂಬ ಸ್ಥಾಯಿಗೆ ರೂಢಿ ಸಂಚಾರಿಯಾದಂತಾಯಿತು. ಧಾರ್ಮಿಕ–ಸಾಮಾಜಿಕ ಜೀವನದಲ್ಲಿ ಮೂಲಭೂತವಾದ ವ್ಯತ್ಯಾಸಗಳು, ಅದಕ್ಕೆ ವಿರೋಧಕವಾದ ಪ್ರತಿಕ್ರಿಯೆಗಳು, ಸಂಘರ್ಷ–ಸಾಮರಸ್ಯಗಳು ತಲೆದೋರಿ ಕನ್ನಡ ಸಾಹಿತ್ಯದ ಮೇಲೆ ಆಳವಾದ ವರ್ಚಸ್ಸು ಬೀರಿದುವು. ಹೊಸ ಬಗೆಯ ಆಧ್ಯಾತ್ಮಿಕ ತೇಜಸ್ಸು, ಧಾರ್ಮಿಕ ಶ್ರದ್ಧೆ, ಪ್ರಯೋಗಬುದ್ಧಿಗಳು ಕಂಡುಬಂದುವು, ಪಂಡಿತ ಕವಿಗಳ ಜೊತೆಗೆ ಅನೇಕ ಅಧ್ಯಾತ್ಮಿಗಳೂ ಅನುಭಾವಿಗಳೂ ಸಾಹಿತ್ಯನಿರ್ಮಾತರಾದರು. ಈ ಹೊಸ ನಿರ್ಮಾತೃಗಳ ನೆರವಿಗೆ ಭಕ್ತಿಭಾಂಡಾರಿಯೂ ಯುಗಪುರುಷನೂ ಆದ ಬಸವೇಶ್ವರನು ಮುಂದಾಳುವಾದನು. (ಬಸವ ಯುಗದ ಪ್ರಮುಖ ಗ್ರಂಥಕಾರರ ಪಟ್ಟಿಯನ್ನು ೧೩೫–೩೮ ಪುಟಗಳಲ್ಲಿ ಕೊಟ್ಟಿದೆ.)

### ಈ ಯುಗದ ಪ್ರಮುಖ ಗ್ರಂಥಕಾರರು

ಈ ಯುಗದಲ್ಲಿ ಹರಿಹರ, ರಾಘವಾಂಕ, ಪದ್ಮರಸ ಈ ಮೂವರ ಕಾಲವಿಚಾರವು ಹೆಚ್ಚಿನ ಚರ್ಚೆಗೆ ಅವಕಾಶವನ್ನುಂಟುಮಾಡಿದೆ. ಸೋಮರಾಜ, ಮಲ್ಲಿಕಾರ್ಜುನ ಇವರ ಕಾಲವಿಚಾರವನ್ನು ಕೆಲಮಟ್ಟಿಗೆ ಅದು ಅವಲಂಬಿಸಿಕೊಂಡಿದೆ. ಬೇರೆ ಚಾರಿತ್ರಿಕ ಸಂಗತಿಗಳೂ ಅದರಲ್ಲಿ ಅಡಕವಾಗಿವೆ. ಈ ಸಂದರ್ಭದಲ್ಲಿ ಕಣ್ಣಮುಂದಿರುವ ಸಾಮಗ್ರಿ ಮತ್ತು ವ್ಯಕ್ತವಾದ ಅಭಿಪ್ರಾಯಗಳನ್ನು ತೂಗಿ ನೋಡಲಾಗಿ, ಈ ಮೂವರು ನಿಶ್ಚಿತವಾಗಿ ೧೨ನೆಯ ಶತಮಾನದ ಮಧ್ಯದಿಂದ ೧೩ನೆಯ ಶತಮಾನದ ಮಧ್ಯದ ನಡುವಿನ ಕಾಲದಲ್ಲಿ ಆಗಿಹೋದರೆಂದೂ, ಬಹುಶಃ ೧೨ನೆಯ ಶತಮಾನದ ಕೊನೆ ಹಾಗೂ ೧೩ನೆಯ ಶತಮಾನದ ಮೊದಲ ದಶಕಗಳಲ್ಲಿ ತಮ್ಮ ಕೃತಿಗಳನ್ನು ರಚಿಸಿ ಕೀರ್ತಿ ಗಳಿಸಿದರೆಂದೂ ಹೇಳಲು ಯಾವ ಅಭ್ಯಂತರವೂ ಇಲ್ಲ. ಕವಿಚರಿತೆಕಾರರು ಸು. ೧೧೬೫ ಎಂದು ಇವರಿಗೆ ಕೊಟ್ಟ ಕಾಲವು ಗ್ರಾಹ್ಯವಾಗುವಂತಿಲ್ಲ. ಯಾಕೆಂದರೆ ಹರಿಹರನು ತನ್ನ ರಗಳೆಯೊಂದರಲ್ಲಿ ಚಿತ್ರಿಸಿದ ಏಕಾಂತರಾಮಯ್ಯನು ಸು. ೧೧೯೦ರವರೆಗಾದರೂ ಜೀವಿಸಿದ್ದಿರಬಹುದೆಂದು ತಿಳಿಯಲು ಆಧಾರವಿದೆ. ಅಲ್ಲದೆ ಹರಿಹರನು ಬಸವಣ್ಣ ಮೊದಲಾದ ಶರಣರ ಕಾಲಕ್ಕೆ ಅಷ್ಟು ಹತ್ತಿರದವನಾಗಿರದೆ ಕನಿಷ್ಠ ಎರಡುಮೂರು ದಶಕಗಳಷ್ಟು ಮುಂದಿನವನೆಂದು ಅವನ ರಗಳೆಗಳ ಚಾರಿತ್ರಿಕ ಸರಣಿಯಿಂದ ತೋರುತ್ತದೆ. ಮಲ್ಲಿಕಾರ್ಜುನ–ಕೇಶಿರಾಜರು ೧೩ನೆಯ ಶತಮಾನದ ಉತ್ತರಾರ್ಧದವರಾಗಿದ್ದು ತಮ್ಮ ಗ್ರಂಥಗಳಲ್ಲಿ ಹರಿಹರನಿಂದ ಉದ್ಧೃತಿಗಳನ್ನು ತೆಗೆದುಕೊಂಡಿದ್ದಾರೆ. ಹೀಗಿರುವಾಗ, ಹರಿಹರಾದಿಗಳು ಅವರಿಗಿಂತ ಪೂರ್ವಿಕರೆಂಬುದು ಸ್ವಯಂಸಿದ್ಧವಾಗುತ್ತದೆ. ಸೋಮರಾಜನ ಕಾಲವು ೧೩ನೆಯ ಶತಮಾನದ ಮೊದಲೋ ೧೫ನೆಯ ಶತಮಾನದ ಮೊದಲೋ ಎಂಬುದು ವಾದಗ್ರಸ್ತವಾಗಿದೆ. ಗ್ರಂಥರಚನೆಯ ಕಾಲವನ್ನು ಅವನು ನಿರ್ದಿಷ್ಟಗೊಳಿಸಿಯೂ ವಾದಕ್ಕೆ ಎಡೆ ದೊರೆಯಿತು ಎಂಬುದು

ಸೋಜಿಗವೇ. ಹರಿಹರನ ಕಾಲವಿಚಾರದಲ್ಲಿ ವಾದಗ್ರಸ್ತವಾದ ಸೋಮರಾಜನ ಕಾಲವನ್ನು ಗಣನೆಗೆ ತೆಗೆದುಕೊಳ್ಳದೆ ಇರುವುದು ಒಳ್ಳೆಯದು. ಅವನ ಕಾಲವು ೧೫೨೨ ಎಂದು ನಾವು ತಾತ್ಪೂರ್ತಿಕ ಸ್ವೀಕರಿಸಿದ್ದೇವೆ. ಆದ್ದರಿಂದ ಸೋಮರಾಜನು ಸ್ತುತಿಸಿರುವ ಪಾಲ್ಕುರಿಕೆ ಸೋಮನಾಥನ ಕಾಲವನ್ನು ಸು. ೧೩೦೦ ಎಂದು ಕೊಡಲಾಗಿದೆ. ಪಾಲ್ಕುರಿಕೆ ಸೋಮನಾಥನ ಕಾಲ ಸು. ೧೩೦೫, 'ಸೋಮೇಶ್ವರ ಶತಕ'ವನ್ನು ಬರೆದ ಪುಲಿಗೆರೆ ಸೋಮನಾಥನ ಕಾಲ ಸು. ೧೩೦೦ ಎಂದು ಡಿ. ಎಲ್. ನರಸಿಂಹಾ ಚಾರ್ಯರು ಅಭಿಪ್ರಾಯಪಟ್ಟಿದ್ದಾರೆ.[1] 'ಸೋಮೇಶ್ವರಶತಕ'ದ ಮಿಶ್ರಭಾಷಾಶೈಲಿಯನ್ನು ನೋಡಿ ದರೆ ಅದು ೧೪ನೆಯ ಶತಕದ ಕೃತಿಯೆಂದು ನಮಗೆ ತೋರುತ್ತದೆ. ತಾತ್ಪೂರ್ತಿಕವಾಗಿ ಅದನ್ನು ಬರೆದ ಪುಲಿಗೆರೆಯ ಸೋಮನಾಥನ ಕಾಲವನ್ನು ನಾವು ಸು. ೧೪೦೦ ಎಂದು ಪ್ರಶ್ನೆಚಿಹ್ನೆ ಯೊಡನೆ ಕೊಟ್ಟಿದ್ದೇವೆ. ಸೋಮರಾಜನ ಕಾಲ ಸು. ೧೫೨೨ ಎಂಬ ವೆಂಕಟಸುಬ್ಬಯ್ಯನವರ ಅಭಿಪ್ರಾಯವನ್ನು ಅವರು ಸ್ವೀಕರಿಸಿದ್ದಾರೆ. ಹರಿಹರ ಪದ್ಮರಸರು ರಾಘವಾಂಕನಿಗಿಂತ ಹತ್ತಿಪ್ಪತ್ತು ವರುಷ ಹಿರಿಯರಾಗಿ ೧೨ನೆಯ ಶತಮಾನದ ಹಿಂದುಮುಂದೆ ತಮ್ಮ ಗ್ರಂಥಗಳನ್ನು ಬರೆದ ರೆಂದೂ ರಾಘವಾಂಕನು ೧೨ನೆಯ ಶತಮಾನದಿಂದ ಈಚೆಗೆ ಗ್ರಂಥ ಬರೆದನೆಂದೂ ಸಂಶೋಧಕರು ಹೇಳಿದ ಮಾತು ಒಪ್ಪತಕ್ಕದಾಗಿದೆ. ವಿಸ್ತಾರವಾದ ವಿವೇಚನೆಯನ್ನು ಇಲ್ಲಿ ಮಾಡುವ ಉದ್ದೇಶ ವಿಲ್ಲ. ಶಿಶುಮಾಯಣನ ಕಾಲವನ್ನು ೧೨೩೩ (?) ಎಂದು ಪ್ರಶ್ನೆ ಚಿಹ್ನದೊಡನೆ ಕವಿಚರಿತೆ ಕಾರರು ಕೊಟ್ಟಿದ್ದಾರೆ. ಗ್ರಂಥಸ್ಥವಾದ ಬೇರೆ ಪ್ರಮಾಣಗಳನ್ನು ನೋಡಿದರೆ ಅವನು ೧೫ನೆಯ ಶತಮಾನದವನಿರಬೇಕೆಂಬ ಊಹೆ ಬಲಪಡುತ್ತದೆ. ಅಂತೆಯೇ ಈ ಯುಗದಲ್ಲಿ ಅವನನ್ನು ಉಲ್ಲೇಖಿಸಿಲ್ಲ. ವೃತ್ತವಿಲಾಸನು ೧೨ನೆಯ ಶತಮಾನದ ಮಧ್ಯದವನೆಂದು ಮೊದಲು ಹೇಳಿದ ಕವಿಚರಿತೆಕಾರರು ಅವನು ೧೪ನೆಯ ಶತಮಾನದ ಮಧ್ಯದವನೆಂಬ ವೆಂಕಟಸುಬ್ಬಯ್ಯನವರ ಅಭಿಮತ ವನ್ನು ಆಮೇಲೆ ಸ್ವೀಕರಿಸಿದರು. ಇದನ್ನು ನೆನೆದು ಅವನನ್ನು ಈ ಎರಡನೆಯ ಯುಗದಲ್ಲಿ ಸೇರ್ಪಡಿಸ ಲಾಗಿದೆ.

೧೩ನೆಯ ಶತಮಾನದ ಮಧ್ಯದಿಂದ ೧೫ನೆಯ ಶತಮಾನದವರೆಗಿನ ಈ ಯುಗದಲ್ಲಿ ರಾಜ್ಯ ಸಾಮ್ರಾಜ್ಯಗಳ ಉದಯಾಸ್ತಗಳೂ ಯುದ್ಧಕೋಲಾಹಲಗಳೂ ಮಾತ್ರವಲ್ಲದೆ ಜನಜೀವನವನ್ನೇ ಅಲ್ಲಾಡಿಸಿ ಹೊಸ ಪಲ್ಲಟಗಳನ್ನೂ ಬರಮಾಡಿದ ರಾಜಕೀಯ–ಧಾರ್ಮಿಕ ಸ್ಥಿತ್ಯಂತರಗಳು ತಲೆದೋರಿ ದುವು. ಅಂದಂದಿನ ಕಲೆ–ವಾಙ್ಮಯಗಳ ಮೇಲೆ ತೀವ್ರ ಪ್ರಭಾವವನ್ನು ಬೀರಿದುವು. ಶಾಸನಾದಿ ಚಾರಿತ್ರಿಕ ಸಾಮಗ್ರಿಯಲ್ಲಿ ಅವುಗಳ ಕಥಾವಿವರಗಳು ಸುಪ್ತವಾಗಿದ್ದ ಕಾರಣ ಪರಿಚಿತವಾದ ಪ್ರಮುಖ ಅಂಶಗಳನ್ನು ಮಾತ್ರ ನಾವು ತಿಳಿದಿದ್ದೇವೆ. ಕಲ್ಯಾಣ ಚಾಲುಕ್ಯವಂಶದ ವೈಭವವು ೬ನೆಯ ವಿಕ್ರಮಾದಿತ್ಯ ಮತ್ತು ೩ನೆಯ ಸೋಮೇಶ್ವರ ಇವರಲ್ಲಿ ಕೊನೆಮುಟ್ಟಿ ೧೨ನೆಯ ಶತ ಮಾನದ ಮಧ್ಯಕಾಲಕ್ಕೆ ಇಳಿಮೊಗವಾಯಿತು. ಕೈಲಾಗದ ೩ನೆಯ ತೈಲಪನನ್ನು ಹೆಸರಿಗೆ ಅರಸ ನನ್ನಾಗಿರಿಸಿ ಕಲಚುರ್ಯ ವಂಶದ ಬಿಜ್ಜಳನು ರಾಜ್ಯಸೂತ್ರಗಳನ್ನೆಲ್ಲ ವಹಿಸಿಕೊಂಡನು. ಬರ ಬರುತ್ತ ಮಹಾಮಂಡಳೇಶ್ವರನಾಗಿದ್ದವನು 'ನಿಜಭುಜಬಲಚಕ್ರವರ್ತಿ'ಯಾದನು. ದತ್ತು ಬಂದ ಹಾಗೆ ಚಾಲುಕ್ಯ ಸಾಮ್ರಾಜ್ಯದ ಸತ್ತೆಪ್ರತಿಷ್ಠೆಗಳೆಲ್ಲ ಬಿಜ್ಜಳನವಾದುವು. ೨೦–೨೫ ವರ್ಷ ಗಳ ಅವನ ಆಳಿಕೆ ರಾಜಕೀಯವಾಗಿ ಅವಿಶೇಷವಾದರೂ ಧಾರ್ಮಿಕವಾಗಿ ಅಸಾಮಾನ್ಯವೇ ಆಯಿತು. ಇತ್ತ ದಕ್ಷಿಣ ಕರ್ನಾಟಕದಲ್ಲಿ ವಿಷ್ಣುವರ್ಧನನ ಕಾಲದಿಂದ ಸ್ವತಂತ್ರರಾದ ಹೊಯ್ಸಳರು ಪ್ರಬಲರಾಗಿ ರಾಜ್ಯವಿಸ್ತಾರಕ್ಕೆ ಕೈಹಾಕಿದ್ದರು. ಒಂದು ಸಾಮ್ರಾಜ್ಯದ ಏಕಚ್ಛತ್ರದ ಸ್ಥಳದಲ್ಲಿ ಸ್ವತಂತ್ರ ರಾಜ್ಯಗಳ ಭಿನ್ನಸತ್ತೆಗಳು ತಲೆಯೆತ್ತತೊಡಗಿದುವು. ಅಲ್ಪಕಾಲಿಕವಾದ ಕಲಚುರ್ಯ ರಾಜ್ಯವು ಕಣ್ಮರೆಯಾಗುವಷ್ಟರಲ್ಲಿ ಉತ್ತರದಲ್ಲಿ ಯಾದವರೂ, ದಕ್ಷಿಣದಲ್ಲಿ

## ಬಸವ ಯುಗದ ಪ್ರಮುಖ ಗ್ರಂಥಕಾರರು

| ಕ್ರಮಾಂಕ ಗ್ರಂಥಕಾರ | ಕಾಲ | ಮತ | ಗ್ರಂಥ | ಸ್ವರೂಪ |
|---|---|---|---|---|
| ೧. ಪ್ರಭುದೇವ (ಅಲ್ಲಮ) | ಸು. ೧೧೬೦ | ವೀರಶೈವ | ೧ ಷಟ್ಸ್ಥಲಜ್ಞಾನಚಾರಿತ್ರ ಹಾಗೂ ಬೇರೆ ವಚನಗಳು | ವಚನಗದ್ಯ |
| | | | ೨ ಮಂತ್ರಗೋಪ್ಯ | ಪದ |
| ೨. ಸಕಲೇಶ ಮಾದರಸ | ಸು. ೧೧೬೦ | ವೀರಶೈವ | ೧ ವಚನಗಳು | |
| ೩. ಬಸವೇಶ್ವರ | ಸು. ೧೧೬೦ | ವೀರಶೈವ | ೧ ಷಟ್ಸ್ಥಲವಚನ ಹಾಗೂ | ವಚನಗದ್ಯ |
| | | | ಬೇರೆ ವಚನಗಳು | " |
| | | | ೨ ಕಾಲಜ್ಞಾನ ವಚನ ; | ಪದ |
| | | | ೩ ಮಂತ್ರಗೋಪ್ಯ | " |
| ೪. ಚೆನ್ನಬಸವ | ಸು. ೧೧೬೦ | ವೀರಶೈವ | ೧ ಷಟ್ಸ್ಥಲವಚನ ಹಾಗೂ | ವಚನಗದ್ಯ |
| | | | ಬೇರೆ ವಚನಗಳು | " |
| | | | ೨ ಕರಣಹಸುಗೆ | ವ್ಯಾಖ್ಯಾನಗದ್ಯ |
| | | | ೩ ಮಿಶ್ರಾರ್ಪಣ | " |
| | | | ೪ ಮಂತ್ರಗೋಪ್ಯ | ಪದ |
| | | | ೫ ಕಾಲಜ್ಞಾನ | " |
| | | | ೬ ರುದ್ರಭಾರತದ ದೃಷ್ಟಿ | ವ್ಯಾಖ್ಯಾನಗದ್ಯ |
| ೫. ಸಿದ್ಧರಾಮ | ಸು. ೧೧೬೦ | ವೀರಶೈವ | ೧ ವಚನಗಳು | ವಚನಗದ್ಯ |
| | | | ೨ ಮಿಶ್ರಸ್ತೋತ್ರ ತ್ರಿವಿಧಿ | ಪದ್ಯ |
| | | | ೩ ಬಸವಸ್ತೋತ್ರ ತ್ರಿವಿಧಿ | ತ್ರಿಪದಿ |
| | | | ೪ ಅಷ್ಟಾವರಣಸ್ತೋತ್ರ ತ್ರಿವಿಧಿ | " |
| | | | ೫ ಕಾಲಜ್ಞಾನ | ವಚನ |
| | | | ೬ ಮಂತ್ರಗೋಪ್ಯ | ಪದ ? |
| ೬. ಮಹಾದೇವಿಯಕ್ಕ | ಸು. ೧೧೬೦ | ವೀರಶೈವ | ೧ ವಚನಗಳು | ವಚನಗದ್ಯ |
| | | | ೨ ಯೋಗಾಂಗತ್ರಿವಿಧಿ | ತ್ರಿಪದಿ |
| | | | ೩ ಸೃಷ್ಟಿಯ ವಚನ | ವ್ಯಾಖ್ಯಾನಗದ್ಯ |
| | | | ೪ ಅಕ್ಕಗಳ ಪೀಠಿಕೆ | ? |
| | | | ೫ ಅಕ್ಕನ ಹಾಡುಗಳು | ಪದ |

...ಪುಟ ೧೩೬

ಪುಟ ೧೩೫ರಿಂದ ಮುಂದುವರಿದುದು

| ಕ್ರಮಾಂಕ | ಗ್ರಂಥಕಾರ | ಕಾಲ | ಮತ | | ಗ್ರಂಥ | ಸ್ವರೂಪ |
|---|---|---|---|---|---|---|
| ೭. | ಮಲ್ಲಿಕಾರ್ಜುನ ಪಂಡಿತಾರಾಧ್ಯ | ಸು. ೧೧೬೦ | ವೀರಶೈವ | | ೧ ವಚನಗಳು | ವಚನಗದ್ಯ |
| | | | | | ೨ ಗಣಸಹಸ್ರನಾಮ | ನಾಮಾವಳಿ |
| | | | | | ೩ ಇಷ್ಟಲಿಂಗಸ್ತೋತ್ರ | ? |
| | | | | | ೪ ಬಸವಗೀತ | ಪದ |
| ೮. | ಹರಿಹರ | ಸು. ೧೨೦೦ | ವೀರಶೈವ | | ೧ ಗಿರಿಜಾಕಲ್ಯಾಣ | ಚಂಪು |
| | | | | | ೨ ಪಂಪಾಶತಕ | ವೃತ್ತ |
| | | | | | ೩ ರಕ್ಷಾಶತಕ | " |
| | | | | | ೪ ಮುಡಿಗೆಯ ಅಷ್ಟಕ | " |
| | | | | | ೫ ಶಿವಗಣದ ರಗಳೆಗಳು | ರಗಳೆ |
| ೯. | ಕೆರೆಯ ಪದ್ಮರಸ | ಸು. ೧೨೦೦ | ವೀರಶೈವ | | ೧ ದೀಕ್ಷಾಬೋಧೆ | ರಗಳೆ–ಕೇವಲ ಪದ್ಯ |
| ೧೦. | ರಾಘವಾಂಕ | ಸು. ೧೨೨೫ | ವೀರಶೈವ | | ೧ ಹರಿಶ್ಚಂದ್ರಚಾರಿತ್ರ | ವಾರ್ಧಕ ಷಟ್ಪದಿ |
| | | | | | ೨ ಸಿದ್ಧರಾಮಚಾರಿತ್ರ | " |
| | | | | | ೩ ವೀರೇಶ್ವರಚರಿತೆ | ಉದ್ದಂಡ ಷಟ್ಪದಿ |
| | | | | | ೪ ಸೋಮನಾಥಚಾರಿತ್ರ | ವಾರ್ಧಕ ಷಟ್ಪದಿ |
| | | | | | ೫ ಶರಭಚಾರಿತ್ರ | ? |
| | | | | | ೬ ಹರಿಹರಮಹತ್ವ | ? |
| ೧೧. | ನೇಮಿಚಂದ್ರ | ಸು. ೧೨೦೦ | ಜೈನ | ಲಕ್ಷ್ಮೀಧರ | ೧ ಲೀಲಾವತಿ; ೨ ನೇಮಿನಾಥಪುರಾಣ | ಚಂಪು |
| ೧೨. | ರುದ್ರಭಟ್ಟ | ಸು. ೧೨೦೦ | ಬ್ರಾಹ್ಮಣ | ವೀರಬಲ್ಲಾಳ | ೧ ಜಗನ್ನಾಥವಿಜಯ | " |
| | | | | | ೨ ರಸಕಲಿಕೆ ? | ? |
| ೧೩. | ಅಗ್ಗಳ | ಸು. ೧೨೦೦ (ಗ್ರಂ. ರ. : ೧೧೮೯) | ಜೈನ | | ೧ ಚಂದ್ರಪ್ರಭಪುರಾಣ | ಚಂಪು |
| | | | | | ೨ ರೂಪಸ್ತವನಮಣಿಪ್ರವಾಳ ? | ? |
| | | | | | ೩. ಜಿನಾಸ್ಥಾನಸ್ತವನ ? | ? |
| ೧೪. | ಆಚಣ್ಣ | ಸು. ೧೨೦೦ | ಶೈವ | ರೇಚಣಚಮೂಪ | ೧ ವರ್ಧಮಾನಪುರಾಣ | ಚಂಪು |
| | | | | | ೨ ಶ್ರೀಪದಾಶೀತಿ | ಕಂದಪದ್ಯ |
| ೧೫. | ಕವಿಕಾಮ | ಸು. ೧೨೦೦ | ಜೈನ | | ೧ ಶೃಂಗಾರರತ್ನಾಕರ ; ೨ ಸ್ತನಶತಕ ? | ಕಂದವೃತ್ತ |

...ಪುಟ ೧೩೭

ಪುಟ ೧೩೬ರಿಂದ ಮುಂದುವರಿದುದು

| ಕ್ರಮಾಂಕ | ಗ್ರಂಥಕಾರ | ಕಾಲ | ಮತ | | | ಗ್ರಂಥ | ಸ್ವರೂಪ |
|---|---|---|---|---|---|---|---|
| ೧೬. | ಬಂಧುವರ್ಮ | ಸು. ೧೨೦೦ | ಜೈನ | | ೧ | ಹರಿವಂಶಾಭ್ಯುದಯ | ಚಂಪು |
| | | | | | ೨ | ಜೀವಸಂಬೋಧನೆ | ಕಂದವೃತ್ತ |
| ೧೭. | ದೇವಕವಿ | ಸು. ೧೨೨೫ | ಬ್ರಾಹ್ಮಣ | ಚಿಕ್ಕರಾಜಚಮೂಪ | ೧ | ಕುಸುಮಾವಳಿ | ಚಂಪು |
| ೧೮. | ಪಾರ್ಶ್ವಪಂಡಿತ | ಸು. ೧೨೨೫ | ಜೈನ | ರಟ್ಟಕಾರ್ತವೀರ್ಯ | ೧ | ಪಾರ್ಶ್ವನಾಥಪುರಾಣ | ಚಂಪು |
| ೧೯. | ಜನ್ನ | ಸು. ೧೨೨೫ | ಜೈನ | ವೀರಬಲ್ಲಾಳ | ೧ | ಅನಂತನಾಥಪುರಾಣ | ಚಂಪು |
| | | (ಗ್ರಂ. ರ. : ೧೨೨೨) | | ನರಸಿಂಹ | ೨ | ಯಶೋಧರಚರಿತೆ | ಕಂದವೃತ್ತ |
| | | (ಗ್ರಂ. ರ. : ೧೨೦೯–೧೨೩೦) | | | ೩ | ಅನುಭವಮುಕುರ | ಕಂದವೃತ್ತ |
| ೨೦. | ಸೋಮರಾಜ | ಸು. ೧೨೨೫ (ಗ್ರಂ. ರ. : ೧೨೨೨ ?) | ವೀರಶೈವ | | ೧ | ಶೃಂಗಾರಸಾರ (ಉದ್ಭಟಕಾವ್ಯ) | ಚಂಪು (ಕಂದ ಹೆಚ್ಚು) |
| ೨೧. | ೨ನೆಯ ಗುಣವರ್ಮ | ಸು. ೧೨೨೫ | ಜೈನ | ಕಾರ್ತವೀರ್ಯ | ೧ | ಪುಷ್ಪದಂತಪುರಾಣ | ಚಂಪು |
| ೨೨. | ಕಮಲಭವ | ಸು. ೧೨೨೫ | ಜೈನ | ಸಿಂಹಣ ? | ೧ | ಶಾಂತೀಶ್ವರಪುರಾಣ | ಚಂಪು |
| ೨೩. | ಆಂಡಯ್ಯ | ಸು. ೧೨೨೫ | ಜೈನ | ಕಾಮ ? | ೧ | ಕಬ್ಬಿಗರಕಾವ | ಚಂಪು |
| ೨೪. | ಮಲ್ಲಿಕಾರ್ಜುನ | ಸು. ೧೨೩೦ | ಜೈನ | ವೀರಸೋಮೇಶ್ವರ | ೧ | ಸೂಕ್ತಿಸುಧಾರ್ಣವ | ಕಂದವೃತ್ತ |
| ೨೫. | ಮಹಾಬಲಕವಿ | ಸು. ೧೨೩೦ (ಗ್ರಂ. ರ. : ೧೨೫೪) | ಜೈನ | | ೧ | ನೇಮಿನಾಥಪುರಾಣ | ಚಂಪು |
| ೨೬. | ಕೇಶಿರಾಜ | ಸು. ೧೨೭೫ | ಜೈನ | | ೧ | ಶಬ್ದಮಣಿದರ್ಪಣ | ಕಂದಪದ್ಯ |
| ೨೭. | ಕುಮುದೇಂದು | ಸು. ೧೨೭೫ | ಜೈನ | | ೧ | ಕುಮುದೇಂದು ರಾಮಾಯಣ | ಎಲ್ಲ ಜಾತಿಯ ಷಟ್ಪದಿ |
| | | | | | ೨ | ಪ್ರತಿಷ್ಠಾಕಲ್ಪಟಿಪ್ಪಣ | ? |
| ೨೮. | ನರಹರಿತೀರ್ಥ | ಸು. ೧೨೭೫ | ಬ್ರಾಹ್ಮಣ | | ೧ | ಕೀರ್ತನೆಗಳು | ಪದ |

...ಪುಟ ೧೩೮

ಪುಟ ೧೩೭ರಿಂದ ಮುಂದುವರಿದುದು

| ಕ್ರಮಾಂಕ ಗ್ರಂಥಕಾರ | ಕಾಲ | ಮತ | | ಗ್ರಂಥ | ಸ್ವರೂಪ |
|---|---|---|---|---|---|
| ೨೯. ರಟ್ಟಕವಿ (ಅರ್ಹದ್ದಾಸ) | ಸು. ೧೩೦೦ | ಜೈನ | | ೧ ರಟ್ಟಮತ (ಅಕ್ಕರ, ತ್ರಿಪದಿ) | ಕಂದವೃತ್ತ, ರಗಳೆ |
| ೩೦. ಚೌಂಡರಸ | ಸು. ೧೩೦೦ | ಬ್ರಾಹ್ಮಣ | | ೧ ಅಭಿನವದಶಕುಮಾರಚರಿತೆ | ಚಂಪು |
| | | | | ೨ ನಳಚರಿತ್ರೆ | ಚಂಪು |
| ೩೧. ಹಸ್ತಿಮಲ್ಲ | ಸು. ೧೩೦೦ | ಜೈನ | | ೧ ಪೂರ್ವಪುರಾಣ | ಗದ್ಯ |
| ೩೨. ಪಾಲ್ಕುರಿಕೆ ಸೋಮನಾಥ | ಸು. ೧೩೦೦ | ವೀರಶೈವ | | ೧ ಶೀಲಸಂಪಾದನೆ | ವಚನಪ್ರಕಾರ |
| | | | | ೨ ಸಹಸ್ರಗಣನಾಮ | ನಾಮಾವಳಿ + ಪದ್ಯ |
| | | | | ೩ ಪಂಚರತ್ನ | ವೃತ್ತ |
| | | | | ೪ ಸದ್ಗುರುರಗಳೆ | ರಗಳೆ–ಕೇವಲ ಪದ್ಯ |
| | | | | ೫ ಚೆನ್ನಬಸವರಗಳೆ | ರಗಳೆ–ಕೇವಲ ಪದ್ಯ |
| | | | | ೬ ಶರಣಬಸವರಗಳೆ | ರಗಳೆ–ಕೇವಲ ಪದ್ಯ |
| | | | | ೭ ಗಂಗೋತ್ಪತ್ತಿರಗಳೆ | ರಗಳೆ–ಕೇವಲ ಪದ್ಯ |
| ೩೩. ನಾಗರಾಜ | ಸು. ೧೩೩೦ (ಗ್ರಂ. ರ. : ೧೩೩೦) | ಜೈನ | | ೧ ಪುಣ್ಯಾಸ್ರವ | ಚಂಪು |
| ೩೪. ವೃತ್ತವಿಲಾಸ | ಸು. ೧೩೩೦ | ಜೈನ | | ೧ ಧರ್ಮಪರೀಕ್ಷೆ | ಚಂಪು |
| ೩೫. ಮಂಗರಾಜ–೧ | ಸು. ೧೩೩೨ | ಜೈನ | ಹರಿಹರ ೧ | ೧ ಖಗೇಂದ್ರಮಣಿದರ್ಪಣ | ಕಂದವೃತ್ತ |
| ೩೬. ಭೀಮಕವಿ | ಸು. ೧೪೦೦ (ಗ್ರಂ. ರ. : ೧೩೬೯) | ವೀರಶೈವ | | ೧ ಬಸವಪುರಾಣ | ಭಾಮಿನೀ ಷಟ್ಪದಿ |
| | | | | ೨ ಭೀಮಕವೀಶ್ವರರಗಳೆ | ರಗಳೆ–ಪದ್ಯ |
| | | | | ೩ ಭೃಂಗಿದಂಡಕ | ? |
| ೩೭. ಮಧುರ | ಸು. ೧೪೦೦ | ಜೈನ | ಮುದ್ದದಂಡೇಶ | ೧ ಧರ್ಮನಾಥಪುರಾಣ | ಚಂಪು |
| | | | | ೨ ಗೊಮ್ಮಟಸ್ತುತಿಯಷ್ಟಕ | ವೃತ್ತ |
| ೩೮. ಪದ್ಮಣಾಂಕ | ಸು. ೧೪೦೦ | ವೀರಶೈವ | | ೧ ಪದ್ಮರಾಜಪುರಾಣ | ವಾರ್ಧಕ ಷಟ್ಪದಿ |
| ೩೯. ಆಯತವರ್ಮ | ಸು. ೧೪೦೦ | ಜೈನ | | ೧ ಕನ್ನಡರತ್ನಕರಂಡಕ | ಚಂಪು |
| ೪೦. ಪುಲಿಗೆರೆಯ ಸೋಮನಾಥ | ಸು. ೧೪೦೦ ? | ವೀರಶೈವ | | ೧ ಸೋಮೇಶ್ವರಶತಕ | ವೃತ್ತ |

ಹೊಯ್ಸಳರೂ ಪ್ರಬಲಿಸುತ್ತ ಬಂದು ಒಬ್ಬರನ್ನೊಬ್ಬರು ಸೋಲಿಸಿ ಹಿಮ್ಮೆಟ್ಟಿಸುತ್ತ ಕರ್ನಾಟಕದ ರಾಜಕೀಯ ದೌರ್ಬಲ್ಯಕ್ಕೆ ಕಾರಣರಾದರು. ೧೩ನೆಯ ಶತಮಾನವೆಂದರೆ ಹೊಯ್ಸಳ–ಯಾದವರ ಹೋರಾಟದಲ್ಲಿ ನಾಡಿನ ಒಕ್ಕೂಟ ಕಡಿಮೆಗೊಂಡ ಕಾಲವಾಯಿತು. ಇದೇ ಸಂಧಿ ಸಾಧಿಸಿ ೧೩ನೆಯ ಶತಮಾನದ ಕೊನೆಯಿಂದ ಮಹಮ್ಮದೀಯರ ದಾಳಿಯ ತೆರೆಗಳು ಕರ್ನಾಟಕದ ಮೇಲೆ ನುಗ್ಗಿದುವು. ಮೊದಲು ಅಲ್ಲಾವುದ್ದೀನ್, ಆಮೇಲೆ ಮಲ್ಲಿಕ್‌ಕಾಫರ್ ಇವರು ದಾಳಿ ಮಾಡಿ ಯಾದವ–ಹೊಯ್ಸಳರಿಬ್ಬರನ್ನೂ ಹಣ್ಣುಮಾಡಿ ದಿಲ್ಲಿಯ ಪ್ರಭುತ್ವಕ್ಕೆ ಮಾಂಡಳಿಕರನ್ನಾಗಿ ಮಾಡಿದರು. ಹೋದಹೋದಲ್ಲಿ ಕ್ರೂರ ಹಿಂಸೆಯ ಕೃತ್ಯಗಳಿಂದ, ಪವಿತ್ರ ಸ್ಥಳಗಳ ವಿನಾಶದಿಂದ ನಾಡಿನ ಜನಸಾಮಾನ್ಯರಲ್ಲಿ ಹಾಹಾಕಾರವನ್ನುಂಟುಮಾಡಿದರು. ಕರ್ನಾಟಕದ ಕ್ಷತ್ರಿಯ ಬಲವು ಈ ತಾಮಸೀ ಶಕ್ತಿಯ ಮುಂದೆ ಹತಾಶವಾಗಿ ಕೈಯೂರಿತು. ದಕ್ಷಿಣದ ಸಂಸ್ಕೃತಿಗೇ ಗಂಡಾಂತರ ಒದಗಿತು. ಈ ಗ್ಲಾನಿಸಮಯದಲ್ಲಿ ನಾಡಿನ ಸುದೈವದಿಂದಲೂ ವಿದ್ಯಾರಣ್ಯರ ಪ್ರೇರಣೆಯಿಂದಲೂ ಹೊಯ್ಸಳ ದೊರೆಗಳ ಚಾತುರ್ಯದಿಂದಲೂ ವಿಜಯನಗರದಲ್ಲಿ ಸಂಗಮ ವಂಶದ ರಾಜ್ಯವು ೧೪ನೆಯ ಶತಮಾನದ ಮೊದಲಲ್ಲಿ ಸ್ಥಾಪನೆಯಾಗಿ ಜನತೆಯ ವಿಲಕ್ಷಣವಾದ ಚೈತನ್ಯಬಲದಿಂದ ಬೇಗ ಬೇಗನೆ ಬೆಳೆದು ದಕ್ಷಿಣ ಭರತಖಂಡಕ್ಕೆ ಅಭೇದ್ಯವಾದ ಶಕ್ತಿಕೇಂದ್ರವಾಗಿ ಪರಿಣಮಿಸಿತು ; ೧೫ನೆಯ ಶತಕ ಬರುವಷ್ಟರಲ್ಲಿ ಮಹಮ್ಮದೀಯ ವೈರಿಗಳನ್ನು ತಡೆಗಟ್ಟಿ ಜನಜೀವನವನ್ನು ಸಂಘಟಿಸಿ ಎಲ್ಲ ಮತಪಂಥಗಳಿಗೂ ಕಲೆ–ವಾಙ್ಮಯಗಳಿಗೂ ಆಶ್ರಯಸ್ಥಾನವಾದ ವಿಜಯಸಾಮ್ರಾಜ್ಯವಾಯಿತು.

ರಾಜಕೀಯ ಹಿನ್ನೆಲೆಯಲ್ಲಿ ಜನಜೀವನವು ಏಳುಬೀಳುಗಳನ್ನು ಅನುಭವಿಸುತ್ತಲಿರಬೇಕು. ಚಾಲುಕ್ಯರ ಏರಿಕೆಯ ಕಾಲದಲ್ಲಿ ಅದು ಸುಸ್ಥಿತಿಯ ಏಣಿಯನ್ನು ಏರಿ ಪರಕೀಯರ ದಾಳಿಯಿಂದ ಇಳಿದಿಳಿದು ಮತ್ತೆ ವಿಜಯನಗರಸಾಮ್ರಾಜ್ಯದ ಕಾಲಕ್ಕೆ ಸಂಪತ್ತಿ, ರಸಿಕತೆ, ಸೋದರಭಾವಗಳಲ್ಲಿ ಮಿಗಿಲಾದ ಏರಿಕೆಯನ್ನು ಪಡೆದಿರಬೇಕು. ಧಾರ್ಮಿಕ–ಸಾಮಾಜಿಕ ಜೀವನದಲ್ಲಿ ಹೊಸ ಮತಪಂಥಗಳ ಉದಯದಿಂದಲೂ ಮಹಮ್ಮದೀಯರ ಅಭಿಯೋಗದಿಂದಲೂ ಜನತೆಯಲ್ಲಿ ಹೊಸ ಶ್ರದ್ಧೆಶಕ್ತಿಗಳೂ ಭಯಭೀತಿಗಳೂ ಉಂಟಾದುವು. ೧೨ನೆಯ ಶತಕದ ಮಧ್ಯಕ್ಕೆ ಧಾರ್ಮಿಕ ಪರಂಪರೆಗಳಲ್ಲಿ ಒಂದಾದ ಜೈನಮತವು ಹಿಂದಿನ ಉತ್ಕರ್ಷಕ್ಕೆ ಹೊರತಾಗಿ, ಇದ್ದುದನ್ನು ಕಾಯ್ದುಕೊಳ್ಳುವುದರಲ್ಲಿತ್ತು. ಅದಕ್ಕೆ ಪ್ರತಿಕ್ರಿಯೆಯಾಗಿ ತಲೆಯೆತ್ತುತ್ತಿದ್ದ ದೈವಭಕ್ತಿಪ್ರಧಾನವಾದ ಮತಗಳ ಆಕರ್ಷಣೆಯನ್ನು ತರುಬಲು ಶಕ್ತಿ ಸಾಲದಾಗಿತ್ತು. ವೈದಿಕಮತಗಳು ಶುಷ್ಕ ಆಚಾರಧರ್ಮದ ಬೆನ್ನುಹತ್ತಿದ್ದುವು. ಅದರಿಂದ ತೋರಿದ ಡಾಂಭಿಕತೆ, ಹೆಚ್ಚುಕಡಿಮೆ ಎಂಬ ಭಾವನೆ, ಅಂಧವಿಶ್ವಾಸದ ಆಧಾರದಿಂದ ನಡೆಸಿದ ಸುಲಿಗೆ ಇವಕ್ಕೆ ಒಂದು ದಾರುಣವಾದ ಪ್ರತಿಭಟನೆ ಗುಡುಗುಹಾಕುತ್ತಿರಬೇಕು. ನವೀನ ಸಾಹಸಬುದ್ಧಿಯಿಂದ ಸಮಾಜಕ್ಕೆ ದಾರಿ ತೋರಿ ಕೆಡುಕನ್ನು ತಿದ್ದುವ ಮಹಾವ್ಯಕ್ತಿಗಳ ಉದಯಕ್ಕೆ ಇದು ಯೋಗ್ಯ ಸಮಯವಾಯಿತು. ಬಸವೇಶ್ವರ, ಪ್ರಭುದೇವ, ಸಿದ್ಧರಾಮರಂಥ ಶಿವಶರಣರನ್ನು 'ಕಲ್ಯಾಣ'ಪಥಕ್ಕೆ ಕರೆಯುವ ಕಹಳೆಯನ್ನು ಕಾಲವೂದಿದಂತಾಯಿತು. ನಾಡಿನಲ್ಲಿ ಆಗ ಅನೇಕ ಶೈವಪಂಥಗಳಿದ್ದುವು. ಕರ್ನಾಟಕದಲ್ಲಿ ವೈದಿಕವಾದ ಆರಾಧ್ಯಶೈವವಿತ್ತು. ಆಗಮನಿಷ್ಠವಾದ ಪಾಶುಪತವಿತ್ತು. ಕಾಶ್ಮೀರ, ತಮಿಳು, ತೆಲುಗುನಾಡುಗಳಲ್ಲಿಯೂ ಶೈವಪ್ರಭೇದಗಳಿದ್ದುವು. ಶಿವಶರಣರು ಅವುಗಳ ಸಾರವನ್ನು ಸ್ವೀಕರಿಸಿ ವೀರಶೈವ ಎಂಬುದಾಗಿ ಮೆಲ್ಲನೆ ಹರಡುತ್ತಿದ್ದ ಸ್ವತಂತ್ರ ಮಾರ್ಗವನ್ನು ಸಾಮಾಜಿಕ–ಧಾರ್ಮಿಕ ಕ್ರಾಂತಿಗೆ ತಳಹದಿಯನ್ನಾಗಿ ಮಾಡಿಕೊಂಡರು. ವೀರಶೈವ ಮತದ ಸ್ಥಾಪನೆ–ಉದ್ಧಾರ ಇಲ್ಲವೆ ಅನ್ಯಮತಗಳ ಉಚ್ಚಾಟನೆ ಇದು ಅವರ ಹಿರಿಯ ಗಮ್ಯವಾಗಿರಲಿಲ್ಲ. ಮಾನವಪ್ರೇಮ, ನೀತಿನಿಷ್ಠೆ, ಶಿವಭಕ್ತಿ, ಸಮಾನಭಾವ ಇವುಗಳನ್ನು ಹೆಚ್ಚೆಂದು ತಿಳಿದು ನಡೆಯುವ ಸಮಾನ ವ್ಯಕ್ತಿಗಳ ಹೊಸ ಸಮಾಜ ವ್ಯವಸ್ಥೆ, ಅದಕ್ಕೆ ಮಾದರಿಯಾಗಿ ಎತ್ತರದ

ಶರಣಮಾರ್ಗದಲ್ಲಿರುವ ದಿವ್ಯಜೀವಿಗಳ ಅನುಭಾವಗೋಷ್ಠಿ—ಇದು ಅವರ ಹಿರಿಗನಸಾಗಿತ್ತು. ಇದನ್ನು ನಡೆನುಡಿಯಲ್ಲಿ ಅವರು ತೋರಿದರು. ಆದರೆ ಇದನ್ನು ದಕ್ಕಿಸಲಾಗದ ಸಾಂಪ್ರದಾಯಿಕ ಸಮಾಜವು ನುಂಗಿದ ಅಮೃತವನ್ನು ಉಗುಳಿದಂತೆ ಮತ್ತೆ ತನ್ನ ದಾರಿ ಹಿಡಿಯಿತು. ಕೆಲಕಾಲ ಶರಣಮಾರ್ಗವು ಹಿಮ್ಮೆಟ್ಟಿದಂತಾಯಿತು. ಮಹಮ್ಮದೀಯರ ಆಘಾತಕ್ಕೆ ಸಿಲುಕಿದ ಜನಸಾಮಾನ್ಯರು ಕಂಗೆಟ್ಟುಹೋದರೂ ಪೂರ್ವಪುಣ್ಯದಿಂದ ಮತ್ತೆ ಜಾಗೃತರಾಗಿ ವಿಜಯನಗರದ ಏಕಚ್ಛತ್ರದ ಕೆಳಗೆ ನೆರೆದರು. ವೈದಿಕ, ಜೈನ, ವೀರಶೈವ ಎಲ್ಲ ಮತಪಂಥಗಳು ಒಟ್ಟಿನಲ್ಲಿ ಹೊಸ ಸಮನ್ವಯ ಮತ್ತು ಸಾಮರಸ್ಯಗಳ ದಾರಿಯಲ್ಲಿ ಅಡಿಯಿಟ್ಟುವು. ಮುಸ್ಲಿಂ ಪ್ರಭಾವವೂ ಈ ಒಟ್ಟು ಹೆಣಿಕೆಯಲ್ಲಿ ಸೇರಿಕೊಳ್ಳತೊಡಗಿತು. ವೈವಿಧ್ಯದಲ್ಲಿ ಐಕ್ಯವನ್ನು ತನ್ನ ಬಗೆಯಲ್ಲಿ ಕನ್ನಡ ಸಂಸ್ಕೃತಿ ಸಾಧಿಸಿ ತೋರಿಸಿತು.

## ಈ ಯುಗದ ವೈಶಿಷ್ಟ್ಯಗಳು

ಕನ್ನಡ ಸಾಹಿತ್ಯವು ಮಾರ್ಗದಿಂದ ದೇಸಿಗೆ ಸಂಕ್ರಮಣಹೊಂದಿದ ಯುಗವೆಂದು ಇದನ್ನು ಕರೆಯಬಹುದು. ಮಾರ್ಗಕಾವ್ಯದ ಪ್ರಭಾವಗಳು ಈ ಯುಗದ ಮೇಲೆ ಮೂಡಿದ್ದರೂ ದೇಸಿಗೆ ವಿಶಿಷ್ಟವಾದ ಸ್ವಾತಂತ್ರ್ಯವು ವಿಷಯ, ಛಂದಸ್ಸು, ಭಾಷೆಗಳಲ್ಲಿ ತಲೆದೋರಿದೆ. ಅಂತೆಯೇ ಸ್ವಾತಂತ್ರ್ಯಯುಗವೆಂದು ಇದನ್ನು ಕೆಲವರು ಕರೆದಿರುವುದುಂಟು. (೧) ವಚನವೆಂಬ ಸಾಹಿತ್ಯರೂಪದ ಉದಯ ಹಾಗೂ ವೈವಿಧ್ಯಯುತವಾದ ಅದರ ನಿರ್ಮಾಣಸಂಪತ್ತಿ ಇದು ಈ ಯುಗದ ಪ್ರಥಮ ವೈಶಿಷ್ಟ್ಯವಾಗಿದೆ. ವಚನವೆಂಬುದು ಭಾವಗೀತಲಕ್ಷಣದಿಂದ ಕೂಡಿದ ಅನುಭಾವಗದ್ಯವೇ ಸರಿ. ಇದರಲ್ಲಿ ಶಿವಶರಣರು ಅಂತರಂಗದ ಆಳವಾದ ಅನುಭವಕ್ಕೆ ಕನ್ನಡಿ ಹಿಡಿದಿದ್ದಾರೆ, ನಿರ್ಭಯವಾದ ಆತ್ಮನಿರೀಕ್ಷಣೆಯನ್ನೂ ಮಾಡಿದ್ದಾರೆ. ನೀತಿ, ಮತ, ತತ್ತ್ವ, ಅನುಭಾವಗಳಲ್ಲಿ ಉಗಮಹೊಂದಿಯೂ ವಚನಗಳು ಸಾಮಾನ್ಯವಾಗಿ ಸಾಹಿತ್ಯಗುಣದಿಂದ ಕೂಡಿವೆ, ಕೆಲವು ಸಲ ಘನತೆಗೆ ವೀಳ್ಯವೆತ್ತಿವೆ. (೨) ರಗಳೆ, ತ್ರಿಪದಿ, ಷಟ್ಪದಿ ಈ ಅಚ್ಚಗನ್ನಡ ಛಂದೋರೂಪಗಳಲ್ಲಿ ಗ್ರಂಥರಚನೆ ಮೊದಲಾಯಿತು. ಇವನ್ನು ಶಾಸನಗಳಲ್ಲಿ ಚಂಪೂಕಾವ್ಯಗಳಲ್ಲಿ ಆಗಾಗ ಬಳಸುತ್ತಿದ್ದರು. ಆದರೆ ಕಂದವೃತ್ತಗಳ ತ್ಯಾಗಮಾಡಿ ಇವನ್ನೇ ಒಂದೊಂದಾಗಿ ಈ ಯುಗದಲ್ಲಿ ಮಾತ್ರ ಸ್ವೀಕರಿಸಲಾಯಿತು. ವಚನಕಾರರು ತ್ರಿಪದಿಗೆ, ಹರಿಹರ, ರಾಘವಾಂಕರು ರಗಳೆ–ಷಟ್ಪದಿಗಳಿಗೆ ಅನುಕ್ರಮದಿಂದ ಮೊದಲಿಗರಾದರು. ರಗಳೆಗಿಂತ ಷಟ್ಪದಿ ತನ್ನ ಆರು ಪ್ರಕಾರಗಳಲ್ಲಿ, ವಿಶೇಷವಾಗಿ ವಾರ್ಧಕ–ಭಾಮಿನಿಗಳಲ್ಲಿ ಹೆಚ್ಚು ಪ್ರಚಾರದಲ್ಲಿ ಬರತೊಡಗಿತು. (೩) ಕಾಲಜ್ಞಾನ, ಬಿರುದಿನ ಮತ್ತು ನೀತಿಯ ಪದ್ಯ, ವ್ಯಾಖ್ಯಾನಗದ್ಯ, ಸೀಸಪದ್ಯ, ನಾಮಾವಳಿ ಈ ಬಗೆಯ ಲಘು ರಚನೆಗಳು ಹೇರಳವಾದುವು. ಅವುಗಳ ಸಾಹಿತ್ಯಯೋಗ್ಯತೆಗಿಂತ ಮತೀಯ ಮಹತ್ವ ಮಿಕ್ಕಿತು. (೪) ಚಂಪೂಕಾವ್ಯಗಳೂ ಕಂದವೃತ್ತದ ಕೃತಿಗಳೂ ಸಾಮಾನ್ಯವಾಗಿ ೧೩–೧೪ನೆಯ ಶತಮಾನಗಳಲ್ಲಿ ಜೈನಕವಿಗಳಿಂದ ರಚಿತವಾದುವು. ಕ್ವಚಿತ್ತಾಗಿ ವೀರಶೈವ–ಬ್ರಾಹ್ಮಣ ಗ್ರಂಥಕಾರರೂ ಇಂಥ ಮಾರ್ಗಕೃತಿಗಳನ್ನು ನಿರ್ಮಿಸಿದರು. ಇವುಗಳಲ್ಲಿ ಹರಿಹರನ 'ಗಿರಿಜಾಕಲ್ಯಾಣ', ರುದ್ರಭಟ್ಟನ 'ಜಗನ್ನಾಥವಿಜಯ', ಚೌಂಡರಸನ 'ಅಭಿನವದಶಕುಮಾರಚರಿತ' ಇವು ಪ್ರಮುಖವಾಗಿವೆ. (೫) ಗ್ರಂಥವಿಷಯವು ವೀರಶೈವ ಕವಿಗಳಲ್ಲಿ ಶಿವಲೀಲೆಗಳು, ಶಿವಶರಣರ ಚರಿತ್ರೆಗಳು ಎಂಬುದಕ್ಕೆ ಕಟ್ಟುನಿಟ್ಟಾಗಿ ಮರ್ಯಾದಿತವಾಯಿತು. ಈ ಪರಂಪರೆ ಮುಂದಿನ ಯುಗದಲ್ಲಿಯೂ ಸಾಗಿದೆ. ಜೈನರಲ್ಲಿ ತೀರ್ಥಂಕರಪುರಾಣ, ಬ್ರಾಹ್ಮಣರಲ್ಲಿ ವಿಷ್ಣುಪುರಾಣ ಇವುಗಳು ಕಥಾವಿಷಯಕ್ಕೆ ಆಕರವಾದುವು. ಜೊತೆಗೆ 'ಜೀವಸಂಬೋಧನೆ', 'ಧರ್ಮಪರೀಕ್ಷೆ', 'ರತ್ನಕರಂಡಕ' ಈ ಚಂಪುಗಳಲ್ಲಿ ಕಥೆಯ ವೇಷವಿಲ್ಲದ ತತ್ತ್ವಪ್ರತಿಪಾದನೆ, 'ಯಶೋಧರಚರಿತೆ'ಯಲ್ಲಿ ಕಥೆಯ ಮೂಲಕವಾಗಿ ಬೋಧಿಸಿದ ತತ್ತ್ವ, 'ಕಬ್ಬಿಗರ ಕಾವ'ದಲ್ಲಿ ಸಾಂಕೇತಿಕವಾದ ಕಾಲ್ಪನಿಕ ಕಥಾನಕ ಈ

ವೈವಿಧ್ಯವನ್ನು ಜೈನಗ್ರಂಥಗಳಲ್ಲಿ ನೋಡಬಹುದು. (೬) ಕಾವ್ಯರೂಪಗಳು ನಿರ್ಬಂಧವಾಗಿ ಒಂದೊಂದು ಮತಕ್ಕೆ ಸಂಬಂಧಪಟ್ಟವೆಂಬುದು ಅಯುಕ್ತವಾದರೂ ಜೈನ ಕವಿಗಳಲ್ಲಿ ಚಂಪುವಿನ ವಾಡಿಕೆ, ವೀರಶೈವರಲ್ಲಿ ರಗಳೆ–ಷಟ್ಪದಿಗಳ ವಾಡಿಕೆ ಉಂಟಾಗಿತ್ತು. ಈ ವಾಡಿಕೆಯನ್ನು ಮೀರಿ ಅನ್ಯೋನ್ಯ ಸ್ವೀಕಾರ ಮಾಡಿದ ಬಗ್ಗೆ ಈ ಯುಗದಲ್ಲಿ ನಿದರ್ಶನಗಳು ಮೊದಲಾದುವು. ವೀರಶೈವ ಕವಿಗಳಲ್ಲಿ ಕೆಲವರು ಚಂಪುರೂಪದಲ್ಲಿ ಬರೆದರು. ಕುಮುದೇಂದುವಿನಂಥ ಜೈನರು ಎಲ್ಲ ಬಗೆಯ ಷಟ್ಪದಿಯಲ್ಲಿ ಬರೆದರು. ಈ ಕೊಳು–ಕೊಡೆ ಮುಂದಿನ ಯುಗದಲ್ಲಿ ಇನ್ನೂ ಹೆಚ್ಚಿದೆ. (೭) ಭಾಷಾಶೈಲಿಯಲ್ಲಿ ಈ ಯುಗದ ಸಂಕ್ರಮಣಾವಸ್ಥೆಯ ನಿದರ್ಶನವು ಸ್ಪಷ್ಟವಾಗಿದೆ. ಹಳಗನ್ನಡದಿಂದ ಹೊಸಗನ್ನಡಕ್ಕೆ ಪರಿವರ್ತನ ಹೊಂದುತ್ತಿರುವ ಕಾಲದ ಪ್ರಾಯೋಗಿಕ ಶೈಲಿಯ ಸಂಕೀರ್ಣತೆ–ವೈವಿಧ್ಯಗಳು ಈ ಯುಗದ ನಡುಗನ್ನಡದಲ್ಲಿ ತೋರಿವೆ. ವಚನ, ರಗಳೆ, ಷಟ್ಪದಿಗಳಲ್ಲಿ ನಡುಗನ್ನಡದ ತರತರವನ್ನು ಕಾಣಬಹುದು. ಚಂಪೂಕಾವ್ಯಗಳಲ್ಲಿ ಪಂಪಯುಗದ ಪ್ರೌಢಶೈಲಿಯೇ ಮುಂದುವರಿದಿದೆಯಾದರೂ ಹಲವರಲ್ಲಿ ಲಾಲಿತ್ಯ–ಪ್ರಸನ್ನತೆಗಳು ಹೆಚ್ಚಿವೆ ; ವ್ಯಾಕರಣ ರೂಪಗಳ ಬಿಗುವು ಸಡಿಲುತ್ತ ಸಾಗಿದೆ. (೮) ಕನ್ನಡ ವರ್ಣಮಾಲೆಯಲ್ಲಿದ್ದ ಱಳಾಕ್ಷರವು ಉಚ್ಚಾರದಲ್ಲಿಯೂ ಬರವಣಿಗೆಯಲ್ಲಿಯೂ ಲೋಪ ಹೊಂದಿರಬೇಕೆಂಬ ಸೂಚನೆ ಈ ಯುಗದಲ್ಲಿ ದೊರೆಯುತ್ತದೆ. ಱಳಕುಳಕ್ಷಳಗಳಲ್ಲಿಯ ಭೇದವನ್ನು, ವಿಶೇಷವಾಗಿ ಪ್ರಾಸವಿಷಯದಲ್ಲಿಯ ಭೇದವನ್ನು ತಾನು ಪಾಲಿಸುವುದಿಲ್ಲವೆಂದು ಹರಿಹರನು ಹೇಳಿದನು. ಈ ವಿಷಯದಲ್ಲಿ ಅವನು ಅನೇಕ ಕವಿಗಳಿಗೆ ಮಾರ್ಗದರ್ಶಿಯಾದನು. (೯) ರಸದೃಷ್ಟಿಯಿಂದ ಈ ಯುಗದಲ್ಲಿ ಭಕ್ತಿರಸವು ಉಕ್ಕಂದವಾಗಿ ಹರಿಯಿತು. ಜೊತೆಗೆ ಅದ್ಭುತವೂ ಮೆರೆಯಿತು. ವೀರ–ಶಾಂತಗಳು ಜೈನಕವಿಗಳಲ್ಲಿಯೇ ಹೆಚ್ಚಾಗಿ ಆವಿಷ್ಕಾರ ಹೊಂದಿದುವು. ಶೃಂಗಾರರಸವೊಂದನ್ನೇ ಪ್ರತಿಪಾದಿಸಿದ 'ಲೀಲಾವತಿ' ಉದಯವಾಯಿತು. (೧೦) ಲೌಕಿಕ ಮತ್ತು ಶಾಸ್ತ್ರೀಯ ಗ್ರಂಥಗಳನ್ನು ವೀರಶೈವರು ಸಾಮಾನ್ಯವಾಗಿ ಬರೆಯಲಿಲ್ಲ. ಅದೇ ತಾತ್ತ್ವಿಕ, ಅನುಭಾವಿಕ ಕೃತಿಗಳನ್ನು ರಚಿಸಿದರು. ಪಂಡಿತ ಕವಿಗಳ ಜೊತೆಗೆ ಆಧ್ಯಾತ್ಮಿಕ, ಅನುಭಾವಿ ಕವಿಗಳ ಹೊಸ ಪರಂಪರೆಯೊಂದು ಮೊಳೆಯಿತು. (೧೧) ಮೊದಲನೆಯ ಸಂಕಲನಗ್ರಂಥವಾದ 'ಸೂಕ್ತಿಸುಧಾರ್ಣವ'ವೂ ಮೊದಲನೆಯ ವಿಸ್ತೃತ ವ್ಯಾಕರಣಗ್ರಂಥವಾದ 'ಶಬ್ದಮಣಿದರ್ಪಣ'ವೂ ಈ ಯುಗದಲ್ಲಿ ರಚಿತವಾದುವು ; ಸರ್ವಮತೀಯ ಕವಿಗಳಿಗೆ ಇವು ಪ್ರಮಾಣಗ್ರಂಥಗಳಾದುವು. (೧೨) ಕಥನಪರಂಪರೆಯಲ್ಲಿ 'ಧರ್ಮಾಮೃತ'ದ ದಾರಿಯನ್ನು ತುಳಿದ ಜೈನಕಥೆಗಳು 'ಪುಣ್ಯಾಸ್ರವ'ದಲ್ಲಿಯೂ ಲೌಕಿಕ ಕಥೆಗಳು 'ಅಭಿನವದಶಕುಮಾರಚರಿತೆ'ಯಲ್ಲಿಯೂ ನಿರೂಪಿತವಾದುವು.

## ಟಿಪ್ಪಣಿ

1. ಡಿ. ಎಲ್. ನರಸಿಂಹಾಚಾರ್ : ಕೆಲವು ರಗಳೆಯ ಕವಿಗಳು (ಪ್ರ.ಕ., ೧೭–೪, ಪು. ೧೩–೧೪).

ಪ್ರಕರಣ : ೧೪

# ವಚನವಾಙ್ಮಯ (ಆದ್ಯ ವಚನಕಾರರು)

## ದೇವರ ದಾಸಿಮಯ್ಯ

ಈ ಯುಗದ ವಿಶಿಷ್ಟರೂಪವಾದ ವಚನವು ಬಸವೇಶ್ವರನಿಗಿಂತ ಮುಂಚೆ ಪ್ರಚಾರದಲ್ಲಿದ್ದು ಬಸವೇಶ್ವರ ಮುಂತಾದವರಿಂದ ಪರಿಣತಾವಸ್ಥೆಯನ್ನೂ ಪ್ರಚುರತೆಯನ್ನೂ ಪಡೆಯಿತು. ಜೇಡರ ದಾಸಿಮಯ್ಯ, ಶಂಕರ ದಾಸಿಮಯ್ಯ ಇವರಿಬ್ಬರೂ ಸಮಕಾಲೀನರಾಗಿ ಇದ್ದವರೆಂದು ಹರಿಹರ, ಭೀಮಕವಿ ಇವರ ಗ್ರಂಥಗಳಿಂದ ತಿಳಿಯುತ್ತದೆ.[1] ಸುಮಾರು ೧೧೬೦ರಲ್ಲಿದ್ದ ಬ್ರಹ್ಮಶಿವನು ತನ್ನ 'ಸಮಯಪರೀಕ್ಷೆ'ಯಲ್ಲಿ ಜೇಡರ ದಾಸಿಯ ಹೆಸರನ್ನು ಹೇಳಿದ್ದಾನೆ. ಬಸವೇಶ್ವರನ ವಚನಗಳಲ್ಲಿ ಅವನ ಉಲ್ಲೇಖವು ಬಂದ ಬಗೆಯನ್ನು ನೋಡಿದರೆ ಅವನು ಬಸವನಿಗೆ ಪೂರ್ವಕಾಲೀನನೆಂಬ ಸಂಗತಿಗೆ ಬೆಂಬಲ ದೊರೆಯುತ್ತದೆ. "ಆದ್ಯರ ವಚನವಿರಲು ಬೇರೆ ಬಾವಿಯ ತೋಡಿ ಉಪ್ಪುನೀರ ಸವಿದಂತಾಯಿತ್ತಯ್ಯಾ ಎನ್ನ ಯುಕ್ತಿ, ನಿಮ್ಮ ವಚನಂಗಳ ಕೇಳದೆ ಅನ್ಯಪುರಾಣಗಳ ಕೇಳಿ ಕೆಟ್ಟೆನಯ್ಯಾ ಕೂಡಲಸಂಗಮದೇವಾ" ಎಂಬ ಅವನ ವಚನವೂ ವಚನಗಳ ಪೂರ್ವಪರಂಪರೆಯನ್ನು ಸೂಚಿಸುತ್ತದೆ. ಆದರೆ "ಜೇಡರ ದಾಸಿಯೂ ದೇವರ ದಾಸಿಯೂ ಒಬ್ಬನೇ ಮನುಷ್ಯನಿರಬಹುದೆಂದೂ ಆ ಮನುಷ್ಯನು ೧೨ನೆಯ ಶತಮಾನದ ಉತ್ತರಾರ್ಧದಲ್ಲಿ ಬಸವಣ್ಣನವರ ಜೀವಿತಕಾಲದಲ್ಲಿ ಬದುಕಿದ್ದಿರಬಹುದೆಂದೂ ನಾವು ಅಭಿಪ್ರಾಯಪಡುತ್ತೇವೆ" ಎಂದು ಎಂ.ಆರ್. ಶ್ರೀನಿವಾಸಮೂರ್ತಿಯವರು ಹೇಳಿದ್ದಾರೆ.[2] ಈ ಅಭಿಪ್ರಾಯಕ್ಕೆ ಕಾರಣವೆಂದರೆ ಕ್ರಿ.ಶ. ೧೨೦೦ರ ಅರಸಿಯಕೆರೆಯ ಶಾಸನದಲ್ಲಿ "ಜೇಡರ ದಾಸಿಮಯ್ಯನ ಮಗ ಕಾಟೇಗೌಡ"ನ ಪ್ರಸ್ತಾಪ ಬಂದಿದೆ. ಅಲ್ಲದೆ 'ಶೂನ್ಯಸಂಪಾದನೆ'ಯಲ್ಲಿ ಅಲ್ಲಮಪ್ರಭುವಿನ ಸ್ತೋತ್ರಮಾಡಿದವರಲ್ಲಿ ಶಂಕರ ದಾಸಿಮಯ್ಯನೂ ಒಬ್ಬನಾಗಿದ್ದಾನೆ. ಎರಡನೆಯ ಕಾರಣವನ್ನು ಅಷ್ಟು ಒಪ್ಪುವಂತಿಲ್ಲ. ಯಾಕೆಂದರೆ 'ಶೂನ್ಯಸಂಪಾದನೆ'ಯಲ್ಲಿಯ ಆ ಸ್ತೋತ್ರವಚನಗಳು ಪ್ರಕ್ಷಿಪ್ತವಾಗಿರಬಹುದು. ಮೊದಲನೆಯ ಕಾರಣವು ವಿಚಾರಣೀಯವಾಗಿದೆ. ಆದರೆ ಚಾಲುಕ್ಯ ಜಯಸಿಂಹರಾಯನ ಕಾಲದಲ್ಲಿ ಅವರಿಬ್ಬರೂ ಇದ್ದರೆಂಬುದನ್ನು ಸುಲಭವಾಗಿ ಅಲ್ಲಗಳೆಯುವಂತಿಲ್ಲ. ಇದಕ್ಕೆ ಹೆಚ್ಚು ಬೆಲೆ ಕೊಡುವುದು ಯುಕ್ತವಾದ್ದರಿಂದ ಕಾಟೇಗೌಡನ ತಂದೆ ಬೇರೆ ಜೇಡರ ದಾಸಿಮಯ್ಯನಿರಬಹುದೆಂದು ಗ್ರಹಿಸಬೇಕಾಗುತ್ತದೆ. ಬಸವೇಶ್ವರನಿಗಿಂತ ಹಲವಾರು ವರ್ಷ ಮುಂಚಿನಿಂದ ಜೇಡರ ದಾಸಿಮಯ್ಯ, ಶಂಕರ ದಾಸಿಮಯ್ಯನಂಥ ಶಿವಶರಣರು ಹುಟ್ಟಿ ಚಾರಿತ್ರ್ಯದಿಂದಲೂ ವಾದವಿಜಯಗಳಿಂದಲೂ ವೀರಶೈವ ಧರ್ಮವನ್ನು ಬೆಳೆಸುತ್ತಿದ್ದರೆನ್ನಲು ಅಡ್ಡಿಯಿಲ್ಲ. ಅವರಿಂದ ವಚನಗಳ ರಚನೆಯೂ ನಡೆಯಿತು. ಹೀಗೆ ಬಸವಕಾಲೀನವಾದ ಕ್ರಾಂತಿಗೆ ಹಿನ್ನೆಲೆಯೊಂದು ಅಣಿಯಾಯಿತು ; ವಚನವಾಙ್ಮಯಕ್ಕೆ ಒಂದು ತಳಹದಿ, ಒಂದು ಪರಂಪರೆ ದೊರೆಯಿತು. ಅದು ವಿರಳವಾಗಿತ್ತೇ ಹೇರಳವಾಗಿತ್ತೇ ಎಂಬುದು ಸ್ಫುಟವಾಗಿ ತಿಳಿಯದು. ಆದರೂ "ನಿಮ್ಮ ಶರಣರ ಸೂಳ್ನುಡಿ"[3] "ಮೃಡಶರಣರ ನುಡಿಗಡಣ" ಎಂಬ ಮಾತುಗಳು ಜೇಡರ ದಾಸಿಮಯ್ಯನ ವಚನಗಳಲ್ಲಿ ಬಂದಿರುವುದನ್ನು ನೋಡಿದರೆ ಅವನಿಗಿಂತ ಹಿಂದಿನಿಂದಲೂ ವಚನವಾಙ್ಮಯ ಪ್ರಚಾರದಲ್ಲಿದ್ದಿರಬಹುದೆಂಬ ಅನುಮಾನಕ್ಕೆ ಎಡೆಯಿದೆ. ಇಷ್ಟೇ ಅಲ್ಲದೆ ಅವನು ವಚನಗಳಲ್ಲಿ ಡೋಹರ ಕಕ್ಕ, ಮಾದರ ಚೆನ್ನ, ಕೆಂಭಾವಿ ಭೋಗಯ್ಯ ಮುಂತಾಗಿ ಹಲವರನ್ನು ನೆನೆದಿದ್ದಾನೆ. ಇವರು ಅವನ ಸಮಕಾಲೀನರಾಗಲಿ ಅವನಿಗಿಂತ ಪ್ರಾಚೀನರಾಗಲಿ ಇರಬಹುದು. ಡೋಹರ ಕಕ್ಕ, ಮಾದರ ಚೆನ್ನ, ಕೆಂಭಾವಿ

ಭೋಗಣ್ಣ ಇವರು ವಚನಗಳನ್ನು ಬರೆದಿರುವರೆಂದು ತಿಳಿದಿದೆ.[4] ವಚನಸಾಹಿತ್ಯದ ಉಗಮದ ಬಗೆಗೆ ಈಚೆಗೆ ವ್ಯಕ್ತವಾಗಿರುವ ಅಭಿಪ್ರಾಯಗಳಲ್ಲಿ ಜೇಡರ ದಾಸಿಮಯ್ಯನ ಕಾಲವನ್ನು ೧೨ನೆಯ ಶತಮಾನದ ಮಧ್ಯವೆಂದು ತಿಳಿದು ವಚನರಚನೆಯನ್ನು ಅದಕ್ಕಿಂತ ಬಹಳ ಹಿಂದೊತ್ತುವುದು ಸರಿಯಾಗದು ಎಂಬ ಮತಕ್ಕೆ ಹೆಚ್ಚು ಪುಷ್ಟಿ ದೊರೆತಿರುತ್ತದೆ.[5] "ಆದ್ಯರ ವಚನ ಸಾಹಿತ್ಯವು ಕ್ರಿ.ಶ. ೯–೧೦ ಶತಮಾನದಷ್ಟು ಹಿಂದಿನದು"[6] ಎಂಬ ದಿಟ್ಟವಾದ ಅಭಿಪ್ರಾಯವನ್ನು ಕೂಡ ಇಲ್ಲಿ ಗಮನಿಸಬಹುದು. ಈ ವಿಷಯನಿರ್ಧಾರದಲ್ಲಿ ಕಾಲವಿಷಯಕ ಅನಿಶ್ಚಿತತೆಗಳಿಗೆ ಅವಕಾಶವಿರುವ ಕಾರಣ ಗಟ್ಟಿಯಾದ ನಿಷ್ಕರ್ಷೆ ಸಾಧ್ಯವಿಲ್ಲದಂತಾಗಿದೆ. ಆದರೂ ಬಸವೇಶ್ವರ ಮುಂತಾದ ವಚನಕಾರರಿಗೆ ವಚನರಚನೆಯ ಹಿನ್ನೆಲೆ ಕೆಲವು ಕಾಲದಿಂದ ಇದ್ದಿತೆಂದೂ, ಅದೆಷ್ಟು ಹಿಂದಿನದೆಂಬುದನ್ನು ಖಚಿತಪಡಿಸುವುದಕ್ಕೆ ಈಗಿನ ಆಧಾರಗಳು ಸಾಲವು ಎಂದೂ ಸದ್ಯಕ್ಕೆ ಹೇಳಬಹುದು.

ಜೇಡರ ದಾಸಿಮಯ್ಯನ ವಚನಗಳು ೧೫೦ರವರೆಗೆ ಉಪಲಬ್ಧವಾಗಿ ಪ್ರಸಿದ್ಧವಾಗಿವೆ. ಅವುಗಳಲ್ಲಿ ಉತ್ಕಟವಾದ ವೀರಶೈವನಿಷ್ಠೆ, ನಿಷ್ಠುರವಾದ ಸ್ಪಷ್ಟವಾಕ್ಯತೆ, ಮಾರ್ಮಿಕವಾದ ಸಂಕ್ಷಿಪ್ತಶೈಲಿ, ಉಚಿತದೃಷ್ಟಾಂತಗಳ ಸಂಪತ್ತಿ ಈ ಗುಣಗಳು ಎದ್ದು ಕಾಣುತ್ತವೆ. ಬಸವಣ್ಣನ ಕಾಲದ ವಚನಕಾರರಿಗೆ ಸ್ಫೂರ್ತಿಕೊಟ್ಟ ವಚನಪರಂಪರೆ ಯಾವ ರೀತಿಯಾಗಿತ್ತೆಂಬುದಕ್ಕೆ ಅವು ಮಾದರಿಯಾಗಿವೆ. ಶರಣರ ವಚನಗಳ ಮಹಿಮೆಯನ್ನು ಹೇಳುವಾಗ "ನಿಮ್ಮ ಶರಣರ ಸೂಳ್ನುಡಿಯ ಒಂದರಗಳಿಗೆ ಇತ್ತಡೆ ನಿಮ್ಮನಿತ್ತೆ ಕಾಣಾ ರಾಮನಾಥಾ", "ಕಡುದರ್ಪವೇರಿದ ಒಡಲೆಂಬ ಬಂಡಿಗೆ ಮೃಡಶರಣರ ನುಡಿಗಡಣವೇ ಕಡೆಗೀಲು ಕಾಣಾ ರಾಮನಾಥಾ" ಎಂಬ ಉತ್ಕಟವಾದ ನುಡಿಗಳಿವೆ. "ಜ್ವರವಿಡಿದ ಬಾಯಿಗೆ ನೊರೆವಾಲು ಒಲಿವುದೇ ?", "ಎಳ್ಳು ಇಲ್ಲದ ಗಾಣದಲ್ಲಿ ಎಣ್ಣೆಯುಂಟೇ" ಎಂಬ ಕಿರುನುಡಿಯ ಸಾದೃಶ್ಯಗಳಿವೆ. "ಬರುಶಠಗನ ಭಕ್ತಿ ದಿಟವೆಂದು ನಚ್ಚಲು ಬೇಡ, ಮಠದೊಳಗಿನ ಬೆಕ್ಕು ಇಲಿಯ ಕಂಡು ಪುಟನೆಗೆದಂತಾಯಿತ್ತು", "ಮಾರಿಯ ಪೂಜಿಸಿ ಮಸಣಕ್ಕೆ ಹೋಗಿ ಗೋರಿಗೊಳಿಸಿ ಕುರಿಯ ಕೊರಳನೆ ಕೊಯಿದುಂಬ ಕ್ರೂರಕರ್ಮಿಗಳನೆ ಶಿವಭಕ್ತರೆನ್ನಬಹುದೆ ?"— ಇಂಥ ವಾಕ್ಯಗಳಲ್ಲಿ ಖಂಡಿತವಾದ ಜನಜೀವನ ವಿಮರ್ಶೆಯಿದೆ. "ಹೂವಿನೊಳಗಣ ಕಂಪ ಹೊರಸೂಸಿ ಸುಳಿವ ಅನಿಲನಂತೆ, ಅಮೃತದೊಳಗಣ ರುಚಿಯ ನಾಲಗೆಯ ತುದಿಯಲ್ಲಿ ಅರಿವನ ಚೇತನದಂತೆ, ನಿಲವಿಲ್ಲದ ರೂಪ ಕಳೆಯಲ್ಲಿ ವೇಧಿಸುವವನ ಪರಿ ರಾಮನಾಥಾ"— ಇಂಥ ವಚನಗಳಲ್ಲಿ ಅನುಭಾವದ ಅನನ್ಯತೆಯಿದೆ. ಇವನ ಅನೇಕ ವಚನಗಳಲ್ಲಿ ಅಧ್ಯಾತ್ಮವು ಸಾಹಿತ್ಯಗುಣದಿಂದ ಕೂಡಿ ಅಭಿವ್ಯಕ್ತವಾಗಿದೆ. ಆದರೂ ವಿಡಂಬನೆಯ ಅತಿಕಟುತೆ, ಮಾತಿನ ಒರಟುತನ, ಇವು ಆಗಾಗ ತಲೆಯಿಕ್ಕಿವೆ. ವಚನಗದ್ಯಕ್ಕೆ ಬೇಕಾದ ಸೂಕ್ಷ್ಮಲಯನಯಗಳ ಕೊರತೆಯೂ ಇದೆ. ಈ ದಾರಿಯಲ್ಲಿ ಹೆಚ್ಚಿನ ಪರಿಣತಿಯನ್ನು ಮುಂದಿನ ವಚನಕಾರರಲ್ಲಿ ಕಾಣಬಹುದು. "ದೇವರ ದಾಸಿಮಯ್ಯನ ವಚನಗಳು ಸಾಹಿತ್ಯದೃಷ್ಟಿಯಿಂದ ಬಹು ಉತ್ತಮವಾದ ವರ್ಗಕ್ಕೆ ಸೇರತಕ್ಕುವಾಗಿವೆ"[7] ಎಂಬುದು ಅತ್ಯುಕ್ತಿಯೆಂದು ನಮಗೆ ತೋರುತ್ತದೆ.

ಶಂಕರ ದಾಸಿಮಯ್ಯನ ವಚನಗಳು ಸಾಕಷ್ಟು ಪ್ರಮಾಣದಲ್ಲಿ ಈವರೆಗೆ ದೊರೆತಿಲ್ಲ. 'ಶೂನ್ಯ ಸಂಪಾದನೆ'ಯಲ್ಲಿ 'ನಿಜಗುರುಶಂಕರದೇವಾ' ಎಂಬ ಅಂಕಿತದ ಎರಡು ವಚನಗಳಿದ್ದು ಅವು ಶಂಕರ ದಾಸಿಮಯ್ಯನ ವಚನಗಳೆಂದು ಹೇಳುವುದುಂಟು. ಆದರೆ ಚಾರಿತ್ರಿಕ ದೃಷ್ಟಿಯಿಂದ ನೋಡಿದರೆ ಅವು ಪ್ರಕ್ಷಿಪ್ತವಾಗಿರುವ ಸಂಭವವು ಹೆಚ್ಚಿದೆ. ವೀರಶಂಕರ ದಾಸಿಮಯ್ಯಗಳ ವಚನವೆಂಬುದಾಗಿ ಒಂದೇ ಒಂದು ಉದ್ಧವಚನವು ಉಪಲಬ್ಧವಾಗಿದೆ.[8] ಶಂಕರ ದಾಸಿಯೇ ವೀರಶಂಕರ ದಾಸಿಯೆಂಬುದು ಸಿದ್ಧವಾದರೆ ಈ ವಚನವನ್ನು ಅವಗಾಹನೆಗೆ ತೆಗೆದುಕೊಳ್ಳಬಹುದು. ಕುಲಶ್ರೇಷ್ಠತೆಯ ವಾದವನ್ನು ಉದ್ದಾನುದ್ದವಾದ ವಾದಸರಣಿಯಲ್ಲಿ ಹೊಡೆದುಹಾಕುವ ಈ ವಚನವು

ದೇವರ ದಾಸಿಮಯ್ಯನ, ಇಷ್ಟೇಕೆ ಬಸವೇಶ್ವರನ ಕಾಲದ್ದೂ ಅಲ್ಲವೆಂದು ತೋರುತ್ತದೆ. ಇದರಲ್ಲಿ ಟೀಕೆಗೆ ಗುರಿಯಾದ ಧಾರ್ಮಿಕ ಸಂಪ್ರದಾಯಗಳೂ ಇದರ ಭಾಷಾಶೈಲಿಯೂ ವಿಶೇಷವಾಗಿ "ಬಾಸ್ಕಳಗೆಡೆವೃತ್ತಿಪ್ಪಿರಿ" ಎಂಬ ಪ್ರಯೋಗದ ಮೇಲಿನ ಮರಾಠಿ ವರ್ಚಸ್ಸೂ ಈ ಅನಿಸಿಕೆಗೆ ಬೆಂಬಲ ಕೊಡುತ್ತವೆ.

'ಮೆರೆಮಿಂಡಯ್ಯ' ಎಂಬ ವಚನಕಾರನು ಸುಮಾರು ೧೧೦೦ರಲ್ಲಿದ್ದನೆಂದು ಕವಿಚರಿತಕಾರರು ಹೇಳಿದ್ದಾರೆ. ಆದರೆ ಈ ಕಾಲಸೂಚನೆಗೆ ಅವರು ಕಾರಣ ಕೊಟ್ಟಿಲ್ಲ. ಇವನು ಮೆರೆಮಿಂಡನಾರ್ ಎಂಬ ಸು. ೮ನೆಯ ಶತಮಾನದ ತಮಿಳುನಾಡಿನ ಶಿವಭಕ್ತನಲ್ಲವೆಂದು ಅವರೇ ಒಪ್ಪಿಕೊಂಡಿದ್ದಾರೆ. ಇವನ ಕಾಲನಿರ್ಣಯವಾಗುವವರೆಗೆ ಬಸವಪೂರ್ವಕಾಲೀನನೆಂದು ಇವನನ್ನು ಭಾವಿಸುವುದು ತಪ್ಪು. ಅಂತೆಯೇ ಇವನವೆಂದು ದೊರೆತ ೧೦೦ ವಚನಗಳ ವಿವೇಚನೆ ಅಪ್ರಸ್ತುತವಾಗಿದೆ.

ಕೊಂಡಗೂಳಿ ಕೇಶಿರಾಜನು ಸು. ೧೧೬೦ರಲ್ಲಿದ್ದ ವಚನಕಾರನೆಂದು ಕವಿಚರಿತೆಯಲ್ಲಿದೆ. ಆದರೆ ಅವನು ಜೇಡರ ದಾಸಿಮಯ್ಯ, ಶಂಕರ ದಾಸಿಮಯ್ಯ ಇವರೊಡನೆ ವೀರಶೈವ ಸಾಹಿತ್ಯಕ್ಕೆ ಮೊದಲಿಗ ನೆಂಬ ಅಭಿಪ್ರಾಯವೊಂದಿದೆ. ಅದಕ್ಕೆ ಪೋಷಕವಾಗಿ ಅವನಿಗೆ ಸಂಬಂಧಪಟ್ಟ ಎರಡು ಶಾಸನಗಳು ದೊರೆತಿದ್ದು ಅವುಗಳ ಕಾಲ ಕ್ರಿ.ಶ. ೧೧೦೭ ಮತ್ತು ೧೧೩೨ ಎಂದಿದೆ. ಇವುಗಳಿಂದ ಜೇಡರ ದಾಸಿಮಯ್ಯ ಮುಂತಾದ ಅವನ ಸಮಕಾಲೀನರ ಕಾಲವನ್ನು ೧೧ನೆಯ ಶತಕದ ಉತ್ತರಾರ್ಧ ಮತ್ತು ೧೨ರ ಪೂರ್ವಾರ್ಧ ಎಂದು ನಿರ್ಧರಿಸಬಹುದು. "ಛಂದೋಬದ್ಧವಾದ ಕವಿತೆಗಳನ್ನು ಬರೆದವರಲ್ಲಿ ಕೇಶಿರಾಜ ದಂಡನಾಯಕನು ಮೊದಲಿನ ಲಿಂಗವಂತ ಕವಿ ಎಂದು ಹೇಳಬಹುದು"[9] ಎಂದೂ ಹೇಳಲಾಗಿದೆ.

## ಸಕಲೇಶ ಮಾದರಸ

ಬಸವೇಶ್ವರನ ಸಮಕಾಲೀನರೇ ಆದರೂ ಅವನಿಗಿಂತ ವಯಸ್ಸಿನಲ್ಲಿ ಹಿರಿಯರಾದ ವಚನಕಾರ ರಲ್ಲಿ ಸಕಲೇಶ ಮಾದರಸನೊಬ್ಬನು. 'ಬಸವಪುರಾಣ' — 'ಪದ್ಮರಾಜಪುರಾಣ'ಗಳಿಂದ ತಿಳಿದ ಅವನ ಚರಿತ್ರೆಯಲ್ಲಿ ಅವನ ತಂದೆ ಇಲ್ಲವೆ ಗುರುವಾದ ಮಲ್ಲರಸನು ಶ್ರೀಶೈಲದಲ್ಲಿ ಇರಲು ಅಲ್ಲಿಗೆ ಅವನು ವಿರಕ್ತಿಹೊಂದಿ ಹೋಗಿ ಗುರುಕೃಪೆಯನ್ನು ಬಯಸಿದಾಗ "ಕಲ್ಯಾಣದಲ್ಲಿ ಬಸವನ ಬಳಿ ಕೆಲವು ಕಾಲ ಇದ್ದು ಬಾ" ಎಂದು ಮಲ್ಲರಸನು ಹೇಳಿದನಂತೆ. ಆ ಮೇರೆಗೆ ಅವನು ಕಲ್ಯಾಣಕ್ಕೆ ಹೋದನಂತೆ.

ವರಶಿವಾಚಾರಾಬ್ಧಿ ವರ್ಧಿಸು-
ತಿರೆ ಚರಿಸವೇಳ್ಕಿಳೆಯೊಳಿತ್ತಲು
ನಿರುತದಿಂದೈವತ್ತು ವರುಷಂಗಳಿಗೆ ನಿನಗಿಂತು ।
ಬರವಿದೇಳ್ನೂರ್ ವತ್ಸರಂಗಳು
ಚರಿಸಿದವು ಬಳಿಕಿನ್ನು ನಾವೇ
ಬರಸಿಕೊಂಬೆವು ನಿನ್ನನೊಸೆದೈವತ್ತು ವರ್ಷಕ್ಕೆ ॥ (ಬ.ಪು., ೨೦-೩೦)

ಇನ್ನುಂ ಧರಣಿಯೊಳೈವತ್ತು ಬರಿಸದ ವರ್ತ-
ನಂ ನೆರೆವುದದನೆಮ್ಮ ಬಸವಾದಿಗಳ್ ಭಕ್ತಿ- ।
ಯಂ ನಿಲಿಸಲೆಂದು ಕಲ್ಯಾಣದೊಳ್
ಬಂದಿರ್ಪರವರೊಡನೆ ಕಳೆಯೆಂದೆನೆ ॥ (ಪ.ಪು., ೨-೨೨)

ಎಂಬ ಅವತರಣಿಕೆಗಳನ್ನು ಈ ಸಂದರ್ಭದಲ್ಲಿ ನೋಡಿದರೆ ಬಸವನ ಬಳಿ ಐವತ್ತು ವರ್ಷ ಕಾಲ ಹೋಗಿ ಇರಬೇಕೆಂದು ಮಾದರಸನಿಗೆ ಮಲ್ಲರಸನ ಆದೇಶವಾಯಿತೆಂಬುದು ಸ್ಪಷ್ಟವಾಗು

ತ್ತದೆ. "ಇನ್ನು ೫೦ ವರ್ಷಗಳ ಮೇಲೆ ಶಿವಭಕ್ತಿಯನ್ನು ನೆಲೆಗೊಳಿಸಲು ಬಸವಾದಿಗಳು ಕಲ್ಯಾಣ ಪಟ್ಟಣದಲ್ಲಿ ಬರುವರು"[10] ಎಂಬುದನ್ನು ಅವು ತಿಳಿಸುವುದಿಲ್ಲ. "ಬಸವನೆಂಬ ಪ್ರಮಥ ನೊಬ್ಬನು.....ವಸುಮತಿಗೆ ಬಂದಿರ್ಪನು" (ಬ.ಪು., ೨೦-೨೯), "ಬಸವಾದಿಗಳ್.....ಬಂದಿ ರ್ಪರ್" (ಪ.ಪು., ೨-೨೨). ಇವುಗಳಲ್ಲಿಯ ವರ್ತಮಾನಕ್ರಿಯಾರೂಪವು ಬಸವಾದಿಗಳು ಮಾದರಸನಿಗೆ ಸಮಕಾಲೀನರು ಎಂಬುದನ್ನು ಸೂಚಿಸುತ್ತದೆ. ಅವನ ೬೨, ೭೮ ಈ ವಚನಗಳಲ್ಲಿ ಅನುಮಿಷ, ಬಸವಣ್ಣ, ಪ್ರಭುದೇವ, ಅಜಗಣ್ಣ ಇವರ ಉಲ್ಲೇಖ ಬಂದುದೂ ಇದಕ್ಕೆ ಪೋಷಕವಾಗಿದೆ. ಮಾದರಸನು ಅನೇಕ ವರ್ಷಗಳವರೆಗೆ ರಾಜ್ಯವಾಳಿ ಆಮೇಲೆ ವೈರಾಗ್ಯ ತಾಳಿ ಶ್ರೀಶೈಲಕ್ಕೆ ಹೋದನೆಂಬುದರಿಂದ ಅವನು ವಯಸ್ಸಿನಿಂದ ಹಿರಿಯನಾಗಿರಬೇಕೆಂದು ತಿಳಿಯ ಬಹುದಾಗಿದೆ. ಈವರೆಗೆ ಉಪಲಬ್ಧವಾದ ಇವನ ವಚನಗಳು ೮೮ ಇರುತ್ತವೆ. ಶರಣರ ವಚನಗಳಲ್ಲಿ ಸಾಮಾನ್ಯವಾಗಿ ಗೋಚರವಾಗುವ ಲಕ್ಷಣಗಳು ಇದರಲ್ಲಿವೆ. ಅಲ್ಲದೆ, ಜೇಡರ ದಾಸಿಮಯ್ಯ ನಿಗಿಂತಲೂ ಹೆಚ್ಚಾದ ಸಾಹಿತ್ಯರೀತಿಯ ಸವಿ ಮತ್ತು ನಯಗಳು ಇಲ್ಲಿ ತಲೆದೋರಿವೆ. ಬಸವಣ್ಣ ನಲ್ಲಿ ಹಿರಿಗುಣವಾಗಿದ್ದ ಆತ್ಮಪರೀಕ್ಷಣ, ಸ್ಪಷ್ಟೋಕ್ತಿಗಳನ್ನು "ಜನಮೆಚ್ಚು ಶುದ್ಧನಲ್ಲದೆ ಮನಮೆಚ್ಚು ಶುದ್ಧನಲ್ಲವಯ್ಯ !.... ತನುವಿನ ಮೇಲೆ ಬ್ರಹ್ಮಚರ್ಯತ್ವವಳವಟ್ಟರೇನು ಮನದ ಮೇಲೆ ಬ್ರಹ್ಮ ಚರ್ಯತ್ವವಳವಡದನ್ನಕ್ಕ ?.... ಮೆಳೆಯ ಮೇಲೆ ಕಲ್ಲನಿಕ್ಕಿ ಮೆಳೆ ಭಕ್ತನಾಗಬಲ್ಲುದೆ ?.... ಅನ್ನವನಿಕ್ಕಿ ಹಿರಣ್ಯವ ಕೊಟ್ಟರೆ ಜಗವೆಲ್ಲ ಹೊಗಳುವುದು"— ಮಾದರಸನ ಇಂಥ ವಚನಗಳಲ್ಲಿ ಕಾಣಬಹುದು. ಭಕ್ತಿಯ ಉತ್ಕಟತೆ, ನಮ್ರತೆ, ವಿರಕ್ತಿಗಳನ್ನು "ಜಂಗಮಲಿಂಗಕ್ಕೆ ಅರ್ಥಪ್ರಾಣಾಭಿ ಮಾನ ಬಿಟ್ಟು ಅಹಂಕಾರವಿಲ್ಲದಂಥ ಪುರಾತನರ ಮನೆಯ ಬಚ್ಚಲ ಬಾಲಹುಳುವಾಗಿ ಹುಟ್ಟಿಸಯ್ಯ ಸಕಳೇಶ್ವರಾ.... ನೀನೆನ್ನನೊಲ್ಲದಿದ್ದರೆ ನಾನಾರ ಸಾರಿ ಬದುಕುವೆನಯ್ಯ ?" ಎಂಬ ವಚನಗಳು ಅರಿಪುತ್ತವೆ. ಷಟ್ಸ್ಥಲಸೋಪಾನವನ್ನು ಏರುತ್ತ ಮಾದರಸನು ಅನುಭಾವದ ಎತ್ತರವನ್ನು ಅನುಭವಿಸಿದ್ದನೆಂಬುದಕ್ಕೆ "ಜ್ಯೋತಿಯ ಮುಟ್ಟಿದ ಬತ್ತಿ ಎಲ್ಲ ಜ್ಯೋತಿಯಪ್ಪವಯ್ಯಾ ! ಸಾಗರವ ಮುಟ್ಟಿದ ನದಿಗಳೆಲ್ಲ ಸಾಗರವಪ್ಪವಯ್ಯಾ !" ಈ ಮುಂತಾದ ವಚನಗಳು ಸಾಕ್ಷಿಯಾಗಿವೆ. "ದಯದಿಂದ ಬಿಟ್ಟು ಧರ್ಮವಿಲ್ಲ" ಎಂಬಂಥ ಸೂತ್ರಬದ್ಧ ವಚನಗಳಲ್ಲಿ ಬಸವೇಶ್ವರನ ವಚನಗಳ ಸಮೀಪದ ಹೋಲಿಕೆ ಬಂದಿದೆ. ಕೆಲವು ವಚನಗಳು ತತ್ತ್ವನೀತಿಗಳ ಸರಳ ನಿರೂಪಣೆಯಾಗಿವೆ. ಸಾಹಿತ್ಯದೃಷ್ಟಿಯಿಂದ ಅವಕ್ಕೆ ಮಹತ್ವವಿಲ್ಲ. ಆದರೆ ಇನ್ನುಳಿದ ವಚನಗಳಲ್ಲಿ ಸಾಹಿತ್ಯಮನೋಧರ್ಮ ವುಳ್ಳ ಅನುಭಾವಿಯ ಸಹಜಸುಂದರವಾದ ಅಭಿವ್ಯಕ್ತಿಯಿದೆ, ಮಾರ್ಮಿಕವಾದ ಜಾಣ್ನುಡಿಯಿದೆ. ಬಸವಣ್ಣ ಮುಂತಾದ ವಚನಕಾರರಿಂದ ಮುಂದೆ ಬರಲಿರುವ ಸಂಪತ್ತಿಗೆ ಸಂಚಕಾರವು ಮಾದರಸ ನಲ್ಲಿದೆ.

## ಪ್ರಭುದೇವ

ಪ್ರಭುದೇವ ಇಲ್ಲವೆ ಅಲ್ಲಮಪ್ರಭು ಬಸವಣ್ಣನಿಗೆ ಹಿರಿಯನು ಮಾತ್ರವಲ್ಲ, ಈ ಕಾಲದ ಶರಣರಲ್ಲಿಯೇ ಶ್ರೇಷ್ಠವ್ಯಕ್ತಿಯಾಗಿದ್ದನು. ದಕ್ಷಿಣ ಕರ್ನಾಟಕದ ಬಳ್ಳಿಗಾವೆಯ ಬಳ್ಳಿಗೆ ಒಮ್ಮಿಂದೊಮ್ಮೆ ಅರಳಿದ ಹೂವಾಗಿ ವೈರಾಗ್ಯಜ್ಞಾನಗಳಲ್ಲಿ ಪರಿಣತಪ್ರಜ್ಞನಾಗಿ ಶಿವಾದ್ವೈತದ ಮೂರ್ತಿಯಾಗಿ ಅವನು ತಲೆದೋರಿದನು. ಅಂದಿನ ಸಾಧಕರ, ಸಿದ್ಧರ ಎಲ್ಲರ ಮೇಲೆ ತನ್ನ ಆಳವಾದ ಪ್ರಭಾವ ಬೀರಿದನು. ಮತಪಂಥಗಳ ಸ್ಥೂಲ-ಸೂಕ್ಷ್ಮ ಬಲೆಗಳಿಗೆ ಅವನು ಒಳ ಗಾಗಲಿಲ್ಲ. ವೀರಶೈವಸಿದ್ಧಾಂತದ ಸಾರವನ್ನೇ ತನ್ನ ಇರವಿನಲ್ಲಿ ನಿರಿಸಿ, ಶರಣಮಾರ್ಗಕ್ಕೆ ಗುರು ವಾದನು, ಅನುಭವಮಂಟಪದ ಅಧ್ಯಕ್ಷನಾದನು, ಶೂನ್ಯಸಿಂಹಾಸನದ ದೊರೆಯಾದನು. ಆದರೂ ಯಾವ ಕಟ್ಟಿಗೂ ಅವನು ಒಳಪಡಲಿಲ್ಲ. ಎಲ್ಲ ಮಾರ್ಗಗಳ, ಎಲ್ಲ ವ್ಯಕ್ತಿಗಳ ಗುಣಾಂಶವನ್ನು

ಅವನು ಮೆಚ್ಚಿದನು, ಅವಗುಣಗಳನ್ನು ಕೆಡೆನುಡಿದನು. ವೀರಶೈವಸಹಿತವಾಗಿ ಎಲ್ಲ ಸಂಪ್ರದಾಯಗಳು ಅವನ ನಿಷ್ಠುರವಿಮರ್ಶೆಗೆ ಗುರಿಯಾದುವು. ಆ ನಿಷ್ಠುರತೆ ಜ್ಞಾನಿಯ, ಸತ್ಯಪ್ರೇಮಿಯ ಶುಭ್ಧಬುದ್ಧಿಯಿಂದ, ಸೂಕ್ಷ್ಮದೃಷ್ಟಿಯಿಂದ ಉಂಟಾದುದು. ಅಂತೆಯೇ ಅದಕ್ಕೆ ಎಲ್ಲರೂ ತಲೆಬಾಗುತ್ತಿದ್ದರು. ಪ್ರಭುದೇವನ ವ್ಯಕ್ತಿತ್ವ ಮತ್ತು ವಚನರಚನೆ ಕನ್ನಡವಾಙ್ಮಯಕ್ಕಲ್ಲದೆ ಭಾರತೀಯ ಹಾಗೂ ಜಾಗತಿಕ ಸಾಹಿತ್ಯಕ್ಕೆ ಅಸಾಧಾರಣವಾದ ತೇಜಸ್ಸುಳ್ಳ ಕಾಣಿಕೆಯಾಗಿರುತ್ತವೆ.

ಅವನ ವಚನಗಳ ಬಹುಭಾಗವು ಅಧ್ಯಾತ್ಮಮಾರ್ಗಿಗಳಿಗೂ ಸುಲಭಗ್ರಾಹ್ಯವಲ್ಲ. ಅನುಭಾವದ ಆಳದಿಂದ, ಜ್ಞಾನದ ಶಿಖರದಿಂದ ಉಸುರಿದ ಆ ಮಾತು ಆಡಿದ ಮಾತಲ್ಲ. "ಮಾತೆಂಬುದು ಜ್ಯೋತಿರ್ಲಿಂಗ" ಎಂಬುದನ್ನು ಅದರ ಸಾರವು ಸಾರ್ಥಕಪಡಿಸುತ್ತದೆ. ಆತ್ಮಜ್ಞಾನ–ಆನಂದಗಳು ಮಾತಿಗೆ ನಿಲುಕದ ಅನುಭವವಿಷಯಗಳು ಎಂಬುದನ್ನು ಅರಿತೂ ಪ್ರಭುದೇವನು ಬೆರಗಿನ ನುಡಿ, ಬೆಡಗಿನ ವಚನಗಳಲ್ಲಿ ಅನುಭಾವದ ನಿರಾಕಾರವನ್ನು ನಿಲುಕುವಷ್ಟು ಮಾತಿನಲ್ಲಿ ಸಾಕಾರಗೊಳಿಸಿದ್ದಾನೆ. ಅವನಿಗೆ ಸಾಧ್ಯವಾದ ಘನತೆಯದು. "ನಿಮ್ಮ ನಿಲವ ಅನುಭವಸುಖಿ ಬಲ್ಲ" (೪–೨),[11] "ಅರಿಯಬಾರದ ಘನವನರಿದವರು ಅರಿಯದಂತಿರ್ಪರು ಗುಹೇಶ್ವರಾ" (೧೭೬–೫೨), "ಘನವ ಮನ ಕಂಡು ಅದನೊಂದು ಮಾತಿಂಗೆ ತಂದು ನುಡಿದರೆ ಅದಕದೆ ಕಿರಿದು ನೋಡಾ" (೩೦೫–೫೧), "ನಿರಾಳವೆಂಬ ಕೂಸಿಂಗೆ ಬೆಣ್ಣೆಯನಿಕ್ಕಿ ಹೆಸರಿಟ್ಟು ಕರೆದವರಾರೋ ಅಕಟಕಟ ಶಬ್ದದ ಲಜ್ಜೆಯ ನೋಡಾ. ಗುಹೇಶ್ವರನರಿಯದ ಅನುಭವಿಗಳೆಲ್ಲರ ತರಕಟಗಾಡಿತ್ತು" (೧೩೨–೯೧). ಹೀಗೆ ಅನುಭಾವದ ಅನಿರ್ವಚನೀಯತೆಯನ್ನು ಹೇಳಿದಾತನು "ತಲೆಯಿಲ್ಲದ ತಲೆಯಾತಂಗೆ ಕರುಳಿಲ್ಲದ ಒಡಲು ನೋಡಾ. ಅನಲಂಗೆ ಅಂಗವಿಲ್ಲದಂಗನೆ ಸತಿಯಾಗಿಪ್ಪಳು. ಇವರಿಬ್ಬರ ಬಸಿರಲ್ಲಿ ಹುಟ್ಟಿದಳೆಮ್ಮ ತಾಯಿ. ನಾ ಹುಟ್ಟಿ ತಾಯ ಕೈವಿಡಿದು ಸಂಗವ ಮಾಡಿ ನಿರ್ದೋಷಿಯಾದೆನು ಕಾಣಾ ಗುಹೇಶ್ವರಾ" (೯–೯). ಈ ಬಗೆಯ ಬೆಡಗಿನ ವಚನಗಳಲ್ಲಿ ಸೂಕ್ಷ್ಮಕ್ಕೆ ಪ್ರತೀಕಗಳ ಚಿತ್ರ ತೊಡಿಸಿದ್ದಾನೆ. ಇಲ್ಲಿ ತೋರುವ ವಿಸಂಗತಿಗಳೂ ವಿರೋಧಾಭಾಸಗಳೂ ವಿವರಣೆಯಲ್ಲಿ ಇಲ್ಲವಾಗುತ್ತವೆ. ಗುಹೇಶ್ವರನ ಅಂಕಿತವುಳ್ಳ ಪ್ರಭುವಿಗೆ ಈ 'ಗುಹ್ಯಾತ್ ಗುಹ್ಯತರಂ' ಉಕ್ತಿ ಸಹಜವಾದರೂ ಸಾಹಿತ್ಯದೃಷ್ಟಿಯಿಂದ ಇಲ್ಲಿಯ ಗೂಢತೆ ಸ್ವಾರಸ್ಯಗ್ರಹಣಕ್ಕೆ ಕೆಲವು ಸಲ ಬಾಧಕವಾಗುತ್ತದೆ. ಪ್ರತೀಕಗಳ ಅನಿಶ್ಚಿತತೆ ಇದಕ್ಕೆ ಮುಖ್ಯ ಕಾರಣ. ಇನ್ನು ಕೆಲವು ವಚನಗಳಲ್ಲಿ ಹೇಳಿದವು ಅತಿ ಸಂಕ್ಷಿಪ್ತವೂ ಸೂತ್ರಬದ್ಧವೂ ಆಗಿದ್ದು ತಿಳಿದ ಓದುಗನಿಗೆ ಸಹ ಅಸ್ಪಷ್ಟವಾಗುತ್ತದೆ. ಉದಾ : "ಕಾಯದ ಮೊದಲಿಂಗೆ ಬೀಜವಾವುದೆಂದರಿಯದೀ ಲೋಕ. ಇಂದ್ರಿಯಗಳು ಬೀಜವಲ್ಲ. ಆ ಕಳಾಭೇದವಲ್ಲ. ಸ್ವಪ್ನ ಬಂದೆರಗಿತ್ತಲ್ಲಾ. ಇದಾವಂಗೂ ಶುದ್ಧ ಸುಯಿಧಾನವಲ್ಲ" (೧೧–೨೨) — ಇಲ್ಲಿ "ಸ್ವಪ್ನ ಬಂದೆರಗಿತಲ್ಲಾ" ಎಂದರೆ "ದೇವಭಾವ ಉದಯವಾಯಿತ್ತು" ಎಂಬ ವಿಶೇಷಾರ್ಥವು ವಿವರಣೆಯಿಂದ ಮಾತ್ರ ತಿಳಿಯಬಲ್ಲುದು. ಪ್ರಭುದೇವನ ಜ್ಞಾನಪರಿಣತ ಪ್ರಭೆಗೆ ಈ ಮಿಂಚುವೇಗದ ಶೈಲಿ ತೀರ ಸ್ವಾಭಾವಿಕ. ಸೂಕ್ಷ್ಮವಿರುವಷ್ಟು ಪ್ರಸನ್ನವೂ ರಮ್ಯವೂ ಆದ ವಚನಗಳು ಕೆಲವಿರುತ್ತವೆ. ಉದಾ: "ಕಂಡುದ ಹಿಡಿಯಲೊಲ್ಲದೆ ಕಾಣದುದನರಸಿ ಹಿಡಿದಿಹೆನೆಂದರೆ ಸಿಕ್ಕದೆಂಬ ಬಳಲಿಕೆಯ ನೋಡಾ" (೩೬–೫೧), "ಬೆಟ್ಟಕ್ಕೆ ಚಳಿಯಾಡಡೆ ಏನ ಹೊದ್ದಿಸುವರಯ್ಯಾ. ಬಯಲು ಬೆತ್ತಲೆ ಇರ್ದ್ದರೆ ಏನ ನುಡಿಸುವರಯ್ಯಾ. ಭಕ್ತನು ಭವಿಯಾದಡೆ ಅದೇನನುಪಮಿಸುವನಯ್ಯಾ ಗುಹೇಶ್ವರಾ" (೬೬–೧೯), "ಮುಗಿಲಬಣ್ಣದ ಪಕ್ಷಿ, ಮಗನ ಕೈಯರಗಿಳಿ ಗಗನಕೋಲಂಬಿನಲ್ಲಿ ಸ್ವಪ್ನದ ನಿಲವನು ತೆಗೆದೆಚ್ಚವನಾರೋ" (೨೪–೩೪)—ಈ ವಚನಗಳನ್ನು ನೋಡಬೇಕು. ಎಲ್ಲ ಕಡೆಗೆ ಅಲ್ಲಮಪ್ರಭುವಿನ ಅನೂನವ್ಯಕ್ತಿತ್ವವು ಉಜ್ವಲಕಿರಣದಂತೆ ಕಣ್ಣು ಕೋರೈಸುತ್ತದೆ. ನಾವು ಸುಲಭವಾಗಿ ಒಪ್ಪಿದ ಮಾತುಗಳನ್ನು ಅದು ಅಲ್ಲಗಳೆಯುತ್ತದೆ, ಅರಿಯದ ಮಾತುಗಳನ್ನು ಅರಿಪುತ್ತದೆ. ನಮ್ಮ ನಡೆನುಡಿಗಳಲ್ಲಿಯ ವಿರೋಧಗಳನ್ನು ನಿರ್ಭಯವಾಗಿ ಎತ್ತಿತೋರುತ್ತದೆ.

ಅಜ್ಞಾನ ಅಹಂಕಾರಗಳಿಗೆ ಸಿಡಿಲಿನೇಟಾಗುತ್ತದೆ. ಯಾಕೆಂದರೆ ಅದು ಜ್ಞಾನಿಯ ಅಧಿಕಾರವಾಣಿ. ಅದರಲ್ಲಿ ಹೋರಾಟವಿಲ್ಲ, ಏಳುಬೀಳುಗಳಿಲ್ಲ. ಆದರೆ ಆತ್ಮವಿಶ್ವಾಸವುಳ್ಳ ವಿನಯವಿದೆ, ಉಪಕಾರ ಭಾವವಿದೆ. ಉದಾ : "ಅದ್ವೈತವ ನುಡಿದು ಅಹಂಕಾರಿಯಾದೆನಯ್ಯಾ ..... ಗುಹೇಶ್ವರಾ ನಿಮ್ಮ ಶರಣ ಸಂಗನ ಬಸವಣ್ಣನ ಸಾನ್ನಿಧ್ಯದಿಂದಾನು ಸದ್ಭಕ್ತನಾದೆನಯ್ಯಾ" (೫೩–೮೫), "ಲಿಂಗಾನುಭವಿಗಳ ಸಂಗದಿಂದಾನು ಕಣ್ದೆರೆದೆನು ಕಾಣಾ ಗುಹೇಶ್ವರಾ" (೫೮–೯೪), "ನಿನಗೆ ನೀ ಗುರುವಲ್ಲದೆ ನಿನ್ನಿಂದ ಕವಪ್ಪ ಗುರುವುಂಟೇ",[12] "ತನ್ನ ತಾನರಿದರೆ ನುಡಿ ಎಲ್ಲ ಪರತತ್ತ್ವ ನೋಡಾ"[13] ಎಂಬ ತರದ ವಚನಗಳಲ್ಲಿ ಜ್ಞಾನಮಾರ್ಗಿಯ ಬಿರುದುವಾಕ್ಯವಿದೆ. ಅಲ್ಲಮನು ತನ್ನ ವಚನಗಳಲ್ಲಿ ಬಗೆಬಗೆಯಾಗಿ ಇದನ್ನು ವಿವರಿಸಿದ್ದಾನೆ. ಬದುಕಿದ್ದಾಗಲೇ ಮುಕ್ತಿಯೆಂಬುದನ್ನು "ಸತ್ತಬಳಿಕ ಮುಕ್ತಿಯ ಹಡೆದಿಹೆನೆಂದು ಪೂಜಿಸಹೋದರೆ ಆ ದೇವರೇನು ಕೊಡುವರೋ ? ಸಾಯದೆ ನೋಯದೆ ಸ್ವತಂತ್ರನಾಗಿ ಸಂದುಭೇದವಿಲ್ಲದಿರ್ಪ ಗುಹೇಶ್ವರ ನಿಮ್ಮ ಶರಣ" (೬೬–೧೧೦) ಇಂಥ ವಚನಗಳು ಸಾರಿ ಹೇಳುತ್ತವೆ. ಪ್ರಭುದೇವನ ಜ್ಞಾನಸಿದ್ಧವಾದ, ಮತಾತೀತವಾದ ಸ್ವಚ್ಛಂದ ಮತ್ತು ವಿಶಾಲ ವ್ಯಕ್ತಿತ್ವದ ಪಡಿನೆಳಲನ್ನು ಕೆಳಗಣ ವಚನಗಳು ಕೆಲಮಟ್ಟಿಗೆ ಮೂಡಿಸುತ್ತವೆ : "ಕಾಮವ ಸುಟ್ಟು, ಹೋಮವನುರುಹಿ, ತ್ರಿಪುರಸಂಹಾರದ ಕೀಲನರಿಯಬಲ್ಲರೆ, ಯೋಗಿಯಾದಡೇನು ? ಭೋಗಿಯಾದಡೇನು ? ಶೈವನಾದಡೇನು ? ಸನ್ಯಾಸಿಯಾದಡೇನು ? ಅಶನವ ತೊರೆದಾತ, ವ್ಯಸನವ ಮರೆದಾತ–ಗುಹೇಶ್ವರಲಿಂಗದಲ್ಲಿ ಅವರು ಹಿರಿಯರೆಂಬೆನು" (೧೬೫–೨೪) ; "ನಾನು ಘನ, ತಾನು ಘನವೆಂಬ ಹಿರಿಯರುಂಟೆ ? ಜಗದೊಳಗೆ ಹಿರಿಯರ ಹಿರಿತನದಿಂದೇನಾಯ್ತು ? ಹಿರಿದು ಕಿರಿದೆಂಬ ಶಬ್ದವಡಗಿದರೆ ಆತನೆ ಶರಣ ಗುಹೇಶ್ವರಾ" (೧೬೬–೨೫) ; "ಬಿರುಗಾಳಿ ಬೀಸಿ ಮರ ಮುರಿಯುವಂತೆ ಸುಳುಹು ಸುಳಿಯದೆ ತಂಗಾಳಿ ಪರಿಮಳದೊಡಗೂಡಿ ಸುಳಿವಂತೆ ಸುಳಿಯಬೇಕು, ಸುಳಿದೆಡೆ ನೆಟ್ಟನೆ ಜಂಗಮವಾಗಿ ಸುಳಿಯಬೇಕು. ಸುಳಿದೆಡೆ ನೆಟ್ಟನೆ ಭಕ್ತನಾಗಿ ನಿಲಬೇಕು (೧೬೭–೨೯) ; "ಲೋಕದ ನಚ್ಚುಮಚ್ಚು ಬಿಟ್ಟು ನಿಶ್ಚಿಂತವಾಯಿತ್ತು. ಏನು ಹತ್ತಿತೆಂದರಿಯೆನಯ್ಯಾ ! ಏನು ಹೊತ್ತಿತೆಂದರಿಯೆನಯ್ಯಾ ! ಗುಹೇಶ್ವರನೆಂಬ ಗ್ರಹ ಒಳಕೊಂಡಿತ್ತಾಗಿ ನಾನೇನೆಂಬುದನರಿಯೆನಯ್ಯಾ !" (೧೯೭–೯೫) ; "ಹಿಂದಣ ಅನಂತವನು ಮುಂದಣ ಅನಂತವನು ಒಂದೇ ದಿನ ಒಳಕೊಂಡಿತ್ತು ನೋಡಾ" (೨೧೧–೧೨೫) ; "ನಾ ದೇವನಲ್ಲದೇ ನೀ ದೇವನೇ ? ನೀ ದೇವನಾದರೆ ಎನ್ನನೇಕೆ ಸಲಹೆ ? ಆರೈದು ಒಂದು ಕುಡಿತೆ ನೀರನೆರೆವೆ, ಹಸಿದಾಗ ಒಂದು ತುತ್ತು ಓಗರವನಿಕ್ಕುವೆ. ನಾ ದೇವ ಕಾಣಾ ಗುಹೇಶ್ವರಾ" (೨೬೫–೨೪೮) ; "ನಿಜವನರಿದ ನಿಶ್ಚಿಂತನೆ, ಮರಣವ ಗೆಲಿದ ಮಹಂತನೆ, ಘನಕಂಡ ಮಹಿಮನೆ, ಪರವನೊಳಕೊಂಡ ಪರಿಣಾಮಿಯೆ, ಬಯಲ ಒದಗಿದ ಭರಿತನೆ, ಗುಹೇಶ್ವರಲಿಂಗ ನಿರಾಳವನೊಳಕೊಂಡ ಸಹಜನೆ" (೩೦೫–೩೨). ಇಂಥ ಘನತರವಾದ ವ್ಯಕ್ತಿತ್ವದಿಂದ ಇದ್ದುದಿದ್ದಹಾಗೆ ಹೊಮ್ಮಿದ ಉಸಿರೇ ಮಹೋನ್ನತ ವಚನ ಸಾಹಿತ್ಯವಾಯಿತು.

ಪ್ರಭುದೇವನು ಹೋದಹೋದಲ್ಲಿ ತನ್ನ ಜ್ಞಾನಪ್ರಭೆಯನ್ನು ಬೀರಿದನು, ಭೀತಿ ಸಂಕೋಚಗಳಿಲ್ಲದೆ ಲೋಕವಿಮರ್ಶೆ ಮಾಡಿದನು. ಕಲ್ಯಾಣದ ಅನುಭವಮಂಟಪದ ಶರಣರು ಸಹ ಅವನ ಕಡುಟೀಕೆಗೆ ಗುರಿಯಾದರು. ತಿಳಿದವರು ನೋಯಲಿಲ್ಲ, ತಮ್ಮ ತಿಳಿವನ್ನು ಹೆಚ್ಚಿಸಿಕೊಂಡರು. ಅವನ ವಚನಗಳಲ್ಲಿ ಕರ್ಮಿಗಳಿಗೆ, ಮತನಿಷ್ಠರಿಗೆ ಆಘಾತವುಂಟುಮಾಡುವ ಅದೆಷ್ಟೋ ಮಾತುಗಳಿವೆ. ಆದರೆ ಅವೆಲ್ಲ ಅಂತಿಮಸತ್ಯದ ಸವಿಯನ್ನು ಉಣ್ಣಿಸುವ ಕಹಿಗುಳಿಗೆಗಳು. ಉದಾಹರಣೆಗೆ, "ಆಚಾರವನರಿಯದೆ, ವಿಭವವಳಿಯದೆ, ಕೋಪವಡಗದೆ, ತಾಪ ಮುರಿಯದೆ, ಬರಿದೆ ಭಕ್ತರಾದೆವೆಂದು ಬೆಬ್ಬನೆ ಬೆರೆವವರ ಕೇಡಿಂಗೆ ನಾನು ಮರುಗುವೆ ಕಾಣಾ ಗುಹೇಶ್ವರಾ" (೫೬–೯೦) ; "ಒಳಗೆ ತೊಳೆಯಲರಿಯದೆ ಹೊರಗೆ ತೊಳೆದು ಕುಡಿವುತ್ತಿರ್ದ

ರಯ್ಯಾ ! ಪಾದೋದಕಪ್ರಸಾದವನ್ನರಿಯದೆ ಬಂದ ಬಟ್ಟೆಯಲ್ಲಿ ಮುಳುಗುತ್ತಿದ್ದಾರೆ ಗುಹೇಶ್ವರಾ" (೮೬–೫) ; "ಮರ್ತ್ಯಲೋಕದ ಮಾನವರು ದೇಗುಲದೊಳಗೊಂದು ದೇವರ ಮಾಡಿದರೆ ಆನು ಬೆರಗಾದೆನಯ್ಯಾ, ನಿಚ್ಚಕ್ಕೆ ನಿಚ್ಚ ಅರ್ಚನೆಯ ಮಾಡಿಸಿ ಭೋಗವ ಮಾಡುವವರ ಕಂಡು ನಾನು ಬೆರಗಾದೆನು" (೯೧–೩) ; "ಎನಗೊಂದು ಲಿಂಗ, ನಿನಗೊಂದು ಲಿಂಗ, ಮನೆಗೊಂದು ಲಿಂಗ ವಾಯಿತ್ತು, ಹೋಯಿತಲ್ಲಾ ಭಕ್ತಿ ಜಲವ ಕೂಡಿ. ಉಳಿಮುಟ್ಟಿದ ಲಿಂಗವ ಮನಮುಟ್ಟಬಲ್ಲುದೆ ಗುಹೇಶ್ವರಾ" (೧೦೨–೩೪) ; "ಕಲ್ಲು ದೇವರೆಂದು ಪೂಜಿಸುವರು, ಆಗದು ಕಾಣಿರೋ, ಅಗಡಿಗರಾದಿರಲ್ಲಾ ! ಮುಂದೆ ಹುಟ್ಟುವ ಕೂಸಿಂಗೆ ಇಂದು ಮೊಲೆಯ ಕೊಡುವಂತೆ ಗುಹೇಶ್ವರಾ" (೧೦೩–೩೭) ; "ದೇಹದೊಳಗೆ ದೇವಾಲಯವಿರ್ದು ಮತ್ತೆ ಬೇರೆ ದೇವಾಲಯವೇಕೆ ? ಎರಡಕ್ಕೆ ಹೇಳಲಿಲ್ಲಯ್ಯಾ, ಗುಹೇಶ್ವರಾ ನೀನು ಕಲ್ಲಾದರೆ ನಾನೇನಪ್ಪೆನು ?" (೧೦೬–೪೦) ; "ವೇದವೆಂಬುದು ಓದಿನ ಮಾತು. ಶಾಸ್ತ್ರವೆಂಬುದು ಸಂತೆಯ ಸುದ್ದಿ. ಪುರಾಣವೆಂಬುದು ಪುಂಡರ ಗೋಷ್ಠಿ. ತರ್ಕವೆಂಬುದು ತಗರ ಹೋರಟೆ, ಭಕ್ತಿಯೆಂಬುದು ತೋರಿ ಉಂಬ ಲಾಭ. ಗುಹೇಶ್ವರನೆಂಬುದು ಮೀರಿದ ಘನವು" (೨೫೫–೧೩೫) ; "ಭಸ್ಮವ ಹೂಸಿ ಬತ್ತಲೆ ಇದ್ದರೇನು ಬ್ರಹ್ಮಚಾರಿಯೆ ? ಅಶನವನುಂಡು ವ್ಯಸನವ ಮರೆದಡೇನು ಬ್ರಹ್ಮಚಾರಿಯೆ ? ಭಾವ ಬತ್ತಲೆ ಇದ್ದು ಮನವು ಗಂಭೀರವಾದರೆ ಅದು ಸಹಜನಿರ್ವಾಣ ಕಾಣಾ ಗುಹೇಶ್ವರಾ ?" ಹೀಗೆ ಇಲ್ಲಿ ಆತ್ಮೋದ್ಧಾರಕ್ಕೆ ಪ್ರೇರಕವಾದ ವಚನಗಳಿವೆ. ಜೊತೆಗೆ ನಿಜವಾದ ಭಕ್ತಿ–ಜ್ಞಾನ–ಮುಕ್ತಿಗಳನ್ನು ಕುರಿತು ಸಹಜ ಉಕ್ತಿಗಳಿವೆ. ಚುಚ್ಚಿಯೂ ಮೆಚ್ಚಾಗುವ ಇಲ್ಲಿಯ ವಿಡಂಬನೆಯ ರೀತಿ ವಿಲಕ್ಷಣವಾಗಿದೆ.

'ಕವಿಚರಿತೆ'ಯ ಪ್ರಕಾರ ಪ್ರಭುದೇವನ ಕೃತಿಗಳಲ್ಲಿ 'ಶೂನ್ಯಸಂಪಾದನೆ'ಯ ಹೆಸರು ಬಂದಿದೆ. ಆದರೆ ಇದು ಪ್ರಭುದೇವನ ಮತ್ತು ಇತರರ ವಚನಗಳ ಸುತ್ತು ಹೆಣೆದ ಸಂವಾದ ಪದ್ಧತಿಯ ಗ್ರಂಥ. ಇದರ ಹೆಣಿಕೆಯನ್ನು ಮಾಡಿದ ಸಂಪಾದನಕಾರ ೧೫–೧೬ನೆಯ ಶತಮಾನದ ಗೂಳೂರು ಸಿದ್ಧವೀರಣ್ಣಾಚಾರ್ಯನು. ಇವನ ಸಂಪಾದನೆಯಲ್ಲಿ ನಾವೀನ್ಯವಿದೆ, ಸ್ವತಂತ್ರ ನಿರ್ಮಾಣವಿದೆ. ಅಂತೆಯೇ ಇವನು ಅಳವಡಿಸಿದ ಕೆಲವು ವಚನಗಳು ವಚನಕಾರರವೇ ಸ್ವಯಂಕೃತವೇ ಎಂಬ ಸಂಶಯ ಹುಟ್ಟುತ್ತದೆ. ಈ ವಿಷಯದಲ್ಲಿ ಸಂಶೋಧನೆಯಾಗಬೇಕು. ಇದರಲ್ಲಿ ದೊರೆತ ಚಾರಿತ್ರಿಕ ಸಾಮಗ್ರಿಯನ್ನು ಒರೆದುನೋಡಬೇಕು. ಒಟ್ಟಿನಲ್ಲಿ ಇದು ಕನ್ನಡಕ್ಕೆ ಅಪೂರ್ವವಾದ ಗ್ರಂಥ. ಪ್ಲೇಟೋನ ಸಂಭಾಷಣೆಗಳಿಗೆ ಸಮಾನವಾದರೂ ಶಿವಾನುಭಾವಗೋಷ್ಠಿಯ ಮೂಲಕ ವಿಶಿಷ್ಟವಾಗಿದೆ. ಪ್ರಭುದೇವನೇ ಈ ಗ್ರಂಥದಲ್ಲಿಯ ಪ್ರಮುಖ ವ್ಯಕ್ತಿ. ಅವನು ನಡೆಸಿದ ಸಂವಾದಗಳಲ್ಲಿ ಅವನ ಹಾಗೂ ಇತರ ಶರಣರ ಸಾಧನೆ–ಸಿದ್ಧಿಗಳೂ ಮನೋಧರ್ಮಗಳೂ ಅಚ್ಚೊತ್ತಿದಂತೆ ಮೂಡಿರುತ್ತವೆ. ಸಂಪಾದನೆಯ ದೃಷ್ಟಿಯಿಂದ ಈ ಗ್ರಂಥ ೧೨ನೆಯ ಶತಮಾನದ್ದಲ್ಲವಾದರೂ ಪ್ರಭುದೇವನ ವಚನಗಳಿಂದ ಬಹುಮಟ್ಟಿಗೆ ಕೂಡಿದ ಕೃತಿವಿಶೇಷವೆಂದು ಇಲ್ಲಿ ಅದನ್ನು ಪ್ರಸ್ತಾಪಿಸಲಾಗಿದೆ. ಇಲ್ಲಿಯ ವಚನಗಳನ್ನು ಕುರಿತು "ಇಲ್ಲಿಯ ಕರ್ಕಶವಾದ ತರ್ಕ, ಸಹಜವಕ್ರವಾದ ಬೆಡಗು, ಹುಟ್ಟುಗನ್ನಡದ ವಿಡಾಯ, ಧೀರ ವಿಚಾರ, ಆಧ್ಯಾತ್ಮ ಸಾಹಸದ ಹಾಸ್ಯ, ಮಾತಿನ ಸುಳಿವುಗಳಲ್ಲಿ ಜ್ಯೋತಿಯ ಹೊಳಹನ್ನು ಹುಟ್ಟಿಸುವ ಶಿಲ್ಪ, ಸರಸಸಜ್ಜನಿಕೆ"[14] ಎಂದು ದ.ರಾ. ಬೇಂದ್ರೆಯವರು ಮಾಡಿದ ವರ್ಣನೆಯನ್ನು ಗಮನಿಸಬೇಕು.

## ಟಿಪ್ಪಣಿಗಳು

1. ಜೇಡರ ದಾಸಿಮಯ್ಯನನ್ನು ದೇವರ ದಾಸಿಮಯ್ಯನೆಂದು ಕರೆಯುವ ರೂಢಿಯೊಂದು ಬೆಳೆದು ಬಂದಿದೆ. ಆದರೆ ಅವನನ್ನು ಉಲ್ಲೇಖಿಸಿದ ವಚನ ಅಥವಾ ಕೃತಿಯಲ್ಲಿ, ಅವನನ್ನು ಕುರಿತ ಶಾಸನಗಳಲ್ಲಿ, ಅವನ ವಚನಗಳ ಕಟ್ಟುಗಳಲ್ಲಿ ಎಲ್ಲಿಯೂ ದೇವರ ದಾಸಿಮಯ್ಯ ಎಂಬ ಪರ್ಯಾಯನಾಮವಿಲ್ಲ. ಬಹುಶಃ ತನ್ನ ಇಷ್ಟದೇವರಾದ ರಾಮನಾಥ ಅಥವಾ ರಾಮಚಂದ್ರದೇವರ ಭಕ್ತನಾಗಿದ್ದ ಕಾರಣ 'ದೇವರ ದಾಸಿಮಯ್ಯ'

ಎಂಬ ಹೆಸರೂ ಅವನಿಗೆ ರೂಢವಾಗಿರಬೇಕು. ಭೀಮಕವಿಯ 'ಬಸವಪುರಾಣ'ದಲ್ಲಿ ಜೇಡರ ದಾಸಿಮಯ್ಯ ನಿಗಿಂತ ಬೇರೆಯಾದ ದೇವರ ದಾಸಿಮಯ್ಯನೊಬ್ಬನು ಕಾಣಿಸಿಕೊಂಡಿದ್ದಾನೆ. 'ಬಸವಪುರಾಣ'ದ ತರುವಾಯದ ಕೃತಿಗಳಲ್ಲಿ ಅವರಿಬ್ಬರನ್ನು ಒಂದುಗೂಡಿಸುವ ಪ್ರಯತ್ನ ನಡೆದಿದೆ.

2. ಎಂ. ಆರ್. ಶ್ರೀನಿವಾಸಮೂರ್ತಿ : 'ಭಕ್ತಿಭಂಡಾರಿ ಬಸವಣ್ಣನವರು', ಪರಿಶಿಷ್ಟ ೨, ಪು. ೧೩೧.

3. 'ಸೂಳ್ನುಡಿ' ಎಂದರೆ ಸಂಭಾಷಣೆ, ಪ್ರತ್ಯುಕ್ತಿ ಅಂದರೆ ಮಾತಿಗೆ ಉತ್ತರವಾಗಿ ಮಾತು, 'ವಚನ' ಎಂದು ಅರ್ಥವಲ್ಲ ಎಂಬುದಾಗಿ ಕೆಲವರು ಹೇಳುವುದುಂಟು. 'ಶೂನ್ಯಸಂಪಾದನೆ'ಯಿಂದ ತಿಳಿಯುವ ಮೇರೆಗೆ ಅನೇಕ ವಚನಗಳು ಸಂಭಾಷಣೆ, ಪ್ರತ್ಯುಕ್ತಿಗಳ ಸ್ವರೂಪವುಳ್ಳವು ಆಗಿರುತ್ತವೆ. ಆದ್ದರಿಂದ 'ಸೂಳ್ನುಡಿ'ಗೆ 'ವಚನ' ಎಂಬ ರೂಢಾರ್ಥವೂ ಬಂದಿರಬೇಕು.

4. ಡಿ. ಎಲ್. ನರಸಿಂಹಾಚಾರ್ : ಕೆಲವರು ವಚನಕಾರರು – ೧ (ಪ್ರ. ಕ., ೧೯–೧, ಪು. ೧೦–೧೧).

5. (ಅ) ಎಂ. ಚಿದಾನಂದಮೂರ್ತಿ : 'ವಚನ ಸಾಹಿತ್ಯ', ಪು. ೧೪–೧೫.

(ಆ) ಬಿ. ನಂ. ಚಂದ್ರಯ್ಯ : ಕನ್ನಡದಲ್ಲಿ ವಚನ ಸಾಹಿತ್ಯದ ಆರಂಭ ('ಕನ್ನಡ ಸಾಹಿತ್ಯ ಚರಿತ್ರೆ', ಸಂ. ೪, ಕನ್ನಡ ಅಧ್ಯಯನ ಸಂಸ್ಥೆ, ಪು. ೩, ೭).

(ಇ) ಬಿ.ಸಿ. ಜವಳಿ : ವಚನ ಸಾಹಿತ್ಯದ ಉಗಮ ಮತ್ತು ಪ್ರಾರಂಭ ('ಸಮಗ್ರ ಕನ್ನಡ ಸಾಹಿತ್ಯ ಚರಿತ್ರೆ', ಸಂ. ೩, ಪು. ೫೬).

(ಈ) ಶಾಂತರಸ : ವಚನ ಸಾಹಿತ್ಯದ ಪ್ರಾರಂಭಕಾರರು ('ಸಮಗ್ರ ಕ.ಸಾ.ಚ.', ಪು. ೬೦).

6. ಎಲ್. ಬಸವರಾಜು : 'ಅಲ್ಲಮನ ವಚನಚಂದ್ರಿಕೆ', ಪೀಠಿಕೆ, ೮–೧೧.

7. ಡಿ. ಎಲ್. ನರಸಿಂಹಾಚಾರ್ : ಕೆಲವರು ವಚನಕಾರರು – ೧ (ಪ್ರ. ಕ., ೧೯–೧, ಪು. ೧೬).

8. 'ಶಂಕರ ದಾಸಿಮಯ್ಯ ಪುರಾಣ' : ಸಂ. ವೀ. ಬ. ಹಾಲಭಾವಿ (ಪ್ರಸ್ತಾವನೆ, ಪು. ೩೬–೪೦).

9. ಬಿ. ಶಿವಮೂರ್ತಿಶಾಸ್ತ್ರಿ : 'ವೀರಶೈವ ಸಾಹಿತ್ಯ ಮತ್ತು ಇತಿಹಾಸ', ಪು. ೭.

10. ಫ. ಗು. ಹಳಕಟ್ಟಿ : 'ಸಕಲೇಶ ಮಾದರಸನ ವಚನಗಳು', ಪ್ರಸ್ತಾವನೆ, ಪು. ೩.

11. 'ಪ್ರಭುದೇವರ ವಚನಗಳು'—ಇಲ್ಲಿ ಮುಂದೆ ಉದಹರಿಸಲಾದ ವಚನಗಳ ಕೊನೆಗೆ ಕೊಟ್ಟ ಅಂಕಿಗಳಲ್ಲಿ ಮೊದಲನೆಯದು ಆಯಾ ವಚನಗ್ರಂಥದ ಪುಟವನ್ನೂ ಎರಡನೆಯದು ವಚನಸಂಖ್ಯೆಯನ್ನೂ ತಿಳಿಸುತ್ತದೆ.

12. 'ಶೂನ್ಯಸಂಪಾದನೆ', ಪು. ೨೪–೨೯.

13. ಅದೇ, ಪು. ೩೦–೩೧.

14. ದ.ರಾ. ಬೇಂದ್ರೆ : ಪ್ರಭುಲಿಂಗಲೀಲೆ–ವಿಮರ್ಶೆ ('ಸಾಹಿತ್ಯಸಂಶೋಧನೆ', ಪು. ೧೫೧).

## ಪ್ರಕರಣ : ೧೫

# ಬಸವೇಶ್ವರ ಮತ್ತು ಇತರ ವಚನಕಾರರು

ಪ್ರಭುದೇವನು ಹಿರಿಯ ಜ್ಞಾನಿಯಾದರೆ ಬಸವೇಶ್ವರನು ಹಿರಿಯ ಭಕ್ತ. ಬೇರೆಬೇರೆಯಾಗಿ ಬೆಳೆದು ಎತ್ತರದಲ್ಲಿ ಬೆರೆತ ಮರಗಳಂತೆ ಅವರು ಕೂಡಿಕೊಂಡರು. ಬಸವೇಶ್ವರನು ಕ್ರಾಂತಿಕಾರಕವಾದ ಒಂದು ಮಾರ್ಗದ ಮತದ ಸಂಘಟನಕಾರನಾದನು. ಅವನ ಭಕ್ತಿ–ಕರ್ಮಗಳು ಸಂಘಟನೆಯ ಭರದಲ್ಲಿ ದೂಷಿತವಾಗಬಾರದೆಂದು ಪ್ರಭುದೇವನು ತನ್ನ ಜ್ಞಾನ–ವಿರಕ್ತಿಗಳ ಒರೆಗಲ್ಲನ್ನು ಒದಗಿಸಿದನು. ಪ್ರಭುದೇವನ ಜ್ಞಾನದೆತ್ತರವು ಲೋಕಜೀವನದಿಂದ ಅಲಿಪ್ತವಾಗಕೂಡದೆಂದು ಬಸವೇಶ್ವರನು ಅವನಿಗೆ ನಾಯಕಪದವಿಯನ್ನಿತ್ತನು. ಬಸವಣ್ಣನ ವ್ಯಕ್ತಿತ್ವ ಎಷ್ಟು ಹಿರಿಯದೋ ಅಷ್ಟು ಮಾನವೀಯ. ಅದರ ಸ್ಪಂದನವನ್ನೂ ಹೋರಾಟವನ್ನೂ ನಾವು ಅರ್ಥಮಾಡಿಕೊಂಡು ಅನುಭವಿಸಬಲ್ಲೆವು. ಅವನ ಆರ್ತಭಕ್ತಿ, ಕರ್ಮಜೀವನದ ತೊಡಕು, ಸಮಾಜದೂಷಣೆ ಎಲ್ಲವೂ ಒಂದು ಬೆಳೆಯುತ್ತಲಿರುವ, ಪ್ರತಿಕೂಲಪರಿಸ್ಥಿತಿಯೊಡನೆ ಹೋರುತ್ತ ಏರುತ್ತಲಿರುವ ಮಹಾಜೀವನದ ಸಹಜರಮ್ಯವಾದ ಅಭಿವ್ಯಕ್ತಿ. ಈ ಸೂತ್ರವನ್ನು ಮನದಂದು ಅವನ ವಚನಗಳನ್ನು ಓದಿದರೆ ಅವನ ವಿಕಾಸಶೀಲವಾದ ಮಹಾವ್ಯಕ್ತಿತ್ವ, ಅದನ್ನು ಪರಿಪರಿಯಾಗಿ ಒಡಮೂಡಿಸಿದ ವಚನಸಂಪತ್ತಿ ಇವನ್ನು ಅರಿತುಕೊಳ್ಳಬಹುದು. ಎಲ್ಲ ವಚನಕಾರರಿಗಿಂತ ಹೆಚ್ಚಾಗಿ ಅವನಲ್ಲಿ ನಿಸ್ಸಂಕೋಚವಾದ ಅಂತರ್ನಿರೀಕ್ಷಣೆಯ ಪ್ರವೃತ್ತಿಯಿದೆ. ಸಂಸಾರಹೇಯಸ್ಥಳದಲ್ಲಿಯ ಅನೇಕ ವಚನಗಳು ಇದಕ್ಕೆ ಸಾಕ್ಷಿ. ಇಲ್ಲಿ ಸಂಸಾರವಿರಕ್ತಿ ಮಾತ್ರವಲ್ಲ, ಅತ್ಯಂತವಾದ ಆತ್ಮದೂಷಣೆಯಿದ್ದಂತಿದೆ : "ಬೆದಕದಿರು. ಬೆದಕಿದರೆ ಹುರುಳಿಲ್ಲ. ಎನ್ನ ಚಿತ್ತವು ಅತ್ತಿಯ ಹಣ್ಣು ನೋಡಯ್ಯ. ವಿಚಾರಿಸಿದರೆ ಏನು ಹುರುಳಿಲ್ಲವಯ್ಯಾ" (೫–೨೨, ೨೩) ; "ಬೆಳೆವ ಭೂಮಿಯಲೊಂದು ಪ್ರಳಯದ ಕಸ ಹುಟ್ಟಿ, ತಿಳಿಯಲೀಯದು, ಎಚ್ಚರಲೀಯದು" (೮–೪೪) ; "ಕೆಸರಿನಲ್ಲಿ ಬಿದ್ದ ಪಶುವಿನಂತೆ ಆನು ದೆಸೆದೆಸೆಗೆ ಬಾಯಬಿಡುತ್ತಿದ್ದೆನಯ್ಯಾ"— ಇಂಥ ವಚನಗಳನ್ನು ನೋಡಿ "ಅವರ ವಚನಗಳು ಬರೀ ನಟನೆಯಲ್ಲ, ಅವು ಅಂತರಂಗಸ್ಫುರಿತ ನೈಸರ್ಗಿಕ ಭಾವಗಳು.... ಬಸವಣ್ಣನವರ ಆತ್ಮವೃತ್ತವು ಪ್ರಬಲವಾದೊಂದು ಮನೋಯುದ್ಧದ ಚರಿತ್ರೆಯಾಗಿರುತ್ತದೆ"[1] ಎಂದು ಕೆಲವು ವಿಮರ್ಶಕರು ತಿಳಿಯುವುದು ಸಹಜ. ಮಹಾಪುರುಷರು ಸಹ ಮಾನವರಾಗಿ ಹುಟ್ಟಿ ಬೆಳೆದು ಅತಿಮಾನವರಾಗಿ ಮೆರೆಯುತ್ತಾರೆ. ಅವರವರು ಬೆಳೆಯುವ ಬಗೆ ಬೇರೆ, ಬಣ್ಣಿಸುವ ಬಗೆ ಬೇರೆ. ಇದನ್ನೊಪ್ಪಿಯೂ "ಏನು ಹುರುಳಿಲ್ಲ" ; "ಪ್ರಳಯದ ಕಸ" ಎಂಬ ಉಕ್ತಿಗಳಿಗೆ ಅರ್ಥವೇನು ? ಎಂದು ಕೇಳಬಹುದು. ಅದು ಅಸತ್ಯವಾದರೆ ನಟನೆ, ಸತ್ಯವಾದರೆ ಸ್ವಂತದ ಅವಹೇಳನೆ. ಮಹಾವ್ಯಕ್ತಿಗಳು ತಮ್ಮ ಕಣ್ಣಮುಂದಿನ ಹಿರಿಯ ಗುರಿಯನ್ನು ನೆನೆದು ತಮ್ಮ ಅಂದಂದಿನ ಕೊರತೆಗಳನ್ನು ಅತಿಶಯೋಕ್ತಿಯಲ್ಲಿ ಕಂಡು ಆಡಿಕೊಳ್ಳುತ್ತಾರೆ. ಅವರ ಆತ್ಮದೂಷಣೆ ಸಾಮಾನ್ಯ ಮನುಷ್ಯನ ಆತ್ಮದೂಷಣೆಗಿಂತ ಭಿನ್ನ. ಬಸವಣ್ಣನ ಹಾಗೂ ಬೇರೆ ಶರಣರ ವಚನಗಳನ್ನು ವಿಮರ್ಶಿಸುವಾಗ ಈ ವ್ಯಕ್ತಿತ್ವನಿಷ್ಠವಾದ ನಿರ್ವಚನವನ್ನು ಮಾಡಬೇಕು. ಅವುಗಳಲ್ಲಿ ಆಧ್ಯಾತ್ಮಿಕ ಭಾವಗೀತೆಯ ಸತ್ವವಿದೆಯೆಂಬುದನ್ನು ಕಾಣಬೇಕು.

ಆರ್ತಭಕ್ತಿಯಿಂದ ಮುಂದರಿದು ಬಸವಣ್ಣನು ಭಕ್ತಿಯಲ್ಲಿ ಪರಿಣತನಾದನು. ಮಂತ್ರಿಯೂ ಮತೋದ್ಧಾರಕನೂ ಆಗಿ ಕಾರ್ಯಪ್ರವಾಹದಲ್ಲಿ ಈಸುಬಿದ್ದ ಅವನಿಗೆ ತೆರೆತೆರೆಯಾಗಿ ತೊಂದರೆಗಳು ಬಂದಿರಬೇಕು. ಪರಿಣತ "ಭಕ್ತಿಯ ಸಮರ್ಪಣಭಾವ, ನಿರ್ಭೀತಿ–ನಿಶ್ಚಿಂತೆಗಳಿಂದ ಅವನ್ನವನು ಇದಿರಿಸಿದನು" ; "ಹರನೀವ ಕಾಲಕ್ಕೆ ಸಿರಿಯು ಬೆನ್ನಲಿ ಬಕ್ಕು ಹರಿದು ಹೆದ್ದೊರೆಯು

ಕೆರೆ ತುಂಬಿದಂತಯ್ಯಾ" (೨೭–೫೬) ; "ವಚನದಲ್ಲಿ ನಾಮಾಮೃತ ತುಂಬಿ, ನಯನದಲ್ಲಿ ನಿಮ್ಮ ಮೂರುತಿ ತುಂಬಿ, ಮನದಲ್ಲಿ ನಿಮ್ಮ ನೆನಹು ತುಂಬಿ, ಕಿವಿಯಲ್ಲಿ ನಿಮ್ಮ ಕೀರ್ತಿ ತುಂಬಿ ಕೂಡಲಸಂಗಮದೇವಾ, ನಿಮ್ಮ ಚರಣಕಮಲದೊಳಗಾನು ತುಂಬಿ" (೭೩–೮) ; "ಎನ್ನ ಕಾಯವ ದಂಡಿಗೆಯ ಮಾಡಯ್ಯಾ ! ಎನ್ನ ಶಿರವ ಸೋರೆಯ ಮಾಡಯ್ಯಾ ! ಎನ್ನ ನರವ ತಂತಿಯ ಮಾಡಯ್ಯಾ ! ಎನ್ನ ಬೆರಳ ಕಡ್ಡಿಯ ಮಾಡಯ್ಯಾ ! ಬತ್ತೀಸರಾಗವ ಹಾಡಯ್ಯಾ ! ಉರದಲೊತ್ತಿ ಬಾರಿಸು ಕೂಡಲಸಂಗಮದೇವಾ !" (೭೪–೧೫)— ಈ ಕೊನೆಯೆರಡು ವಚನಗಳು ಚಿಕ್ಕವಾದರೂ ಸ್ವಯಂಪೂರ್ಣ ಭಾವಗೀತೆಯಾಗಿ ಭಕ್ತಿಭಾವದ ಪರಿಣತಿಯನ್ನು ರಸರೂಪಕ್ಕೆ ಇಳಿಸಿವೆ. ವಚನಸಾಹಿತ್ಯದ ಹಿರಿಮೆಗೆ ನಿದರ್ಶನವಾಗಿವೆ. "ನಾಳೆ ಬಪ್ಪುದು ನಮಗಿಂದೇ ಬರಲಿ, ಇಂದು ಬಪ್ಪುದು ನಮಗೀಗಲೇ ಬರಲಿ, ಇದಕಾರಂಜುವರು ?" (೧೦೬–೬) ; "ಜೋಳವಾಳಿಯವ ನಾನಲ್ಲವಯ್ಯ..... ಮರಣವೇ ಮಹಾನವಮಿ" (೧೯೯–೮)— ಇಂಥ ವಚನಗಳಲ್ಲಿ ಬಸವಣ್ಣನ ಭಕ್ತಿಪ್ರೇರಿತವಾದ ನಿರ್ಭಯವೃತ್ತಿಯಿದೆ. ವ್ಯಕ್ತಿತ್ವದ ಘನತೆಯಿಂದ ಹೊರಹೊಮ್ಮಿದ ಮಾತು ಒಮ್ಮೆ ಸರಳವಾಗಿ ಒಮ್ಮೆ ಸೂತ್ರಬದ್ಧವಾಗಿ ಘನತೆಯ ಪದವಿಗೇರುತ್ತದೆ. ಭಕ್ತಿಸ್ಥಲದಿಂದ ಪ್ರಾಣಲಿಂಗ ಮುಂತಾದ ಸ್ಥಲಗಳನ್ನು ಏರುತ್ತ ಬಸವಣ್ಣನು ಐಕ್ಯಸ್ಥಳದಲ್ಲಿ ನೆಲೆನಿಂತನು. ಅವನ ಈ ನೆಲೆಯನ್ನು "ಆಲಿಕಲ್ಲ ಹರಳಿನಂತೆ, ಅರಗಿನ ಪುತ್ಥಳಿಯಂತೆ, ತನು ಕರಗಿ ನೆರೆವ ಸುಖವ ನಾನೇನೆಂಬೆ ?" (೧೩೦–೪) ; "ಘನಗಂಭೀರ ಮಹಾಘನದೊಳಗೆ ಘನಕ್ಕೆ ಘನವಾಗಿದ್ದೆನಯ್ಯಾ ! ಕೂಡಲಸಂಗಯ್ಯನೆಂಬ ಮಹಾಬೆಳಗಿನ ಬೆಳಗಿನೊಳಗಿರ್ದೆನೆಂಬ ಶಬ್ದ ಮುಗ್ಧವಾದುದೇನೆಂಬೆನಯ್ಯಾ ?" (೧೪೭–೮)— ಇಂಥ ವಚನಗಳು ತಿಳಿಸುತ್ತವೆ.

ಅಂತರಂಗನಿರೀಕ್ಷಣೆಯ ಚಿತ್ರ ತಿಳಿಗನ್ನಡಿಯಲ್ಲಿ ಮೂಡಿದಷ್ಟು ನಿಚ್ಚಳವಾದಂತೆ ಬಸವಣ್ಣನ ವಚನಗಳಲ್ಲಿ ಬಹಿರಂಗ ಸಮೀಕ್ಷಣೆಯೂ ಸುಸ್ಪಷ್ಟವಾಗಿದೆ. ಪ್ರಚಲಿತ ಸಮಾಜದ ಕುಂದು ಕೊರತೆಗಳನ್ನು ಅವು ನಿರ್ದಾಕ್ಷಿಣ್ಯವಾಗಿ ತೋರಿಸಿಕೊಟ್ಟಿವೆ. ಹೊಸ ಸಮಾಜವ್ಯವಸ್ಥೆಯ ಸೂತ್ರಗಳನ್ನು ಸಾರಿರುತ್ತವೆ. ವಿಡಂಬನೆ, ಉಪದೇಶ ಇಲ್ಲಿ ಸಾಹಿತ್ಯಗುಣದಿಂದ ಕೂಡಿವೆ. ಕೆಲವು ಕಡೆಗೆ ಮಾತ್ರ ಮಾತು ಬಿರುಸಾಗಿದೆ ಇಲ್ಲವೆ ತೀರ ಸರಳವಾಗಿದೆ. "ಭಕ್ತರ ಕಂಡರೆ ಬೋಳರಪ್ಪಿರಯ್ಯ ! ಸವಣರ ಕಂಡರೆ ಬತ್ತಲೆಯಪ್ಪಿರಯ್ಯ ! ಹಾರುವರ ಕಂಡರೆ ಹರಿನಾಮವೆಂಬಿರಯ್ಯ ! ಅವರವರ ಕಂಡರೆ, ಅವರವರಂತೆ ! ಸೂಳೆಗೆ ಹುಟ್ಟಿದವರ ತೋರದಿರಯ್ಯ ! ಕೂಡಲಸಂಗಮದೇವರ ಪೂಜಿಸಿ, ಅನ್ಯದೈವಂಗಳಿಗೆರಗಿ ಭಕ್ತರೆನಿಸಿಕೊಂಬ ಅಜ್ಞಾನಿಗಳಿಗೇನೆಂಬೆನಯ್ಯ ?" (೧೬–೧೫) ; "ಹಾವಿನ ಬಾಯ ಕಪ್ಪೆ ಹಸಿದು, ಹಾರುವ ನೊಣಕ್ಕೆ ಆಸೆಮಾಡುವಂತೆ, ಶೂಲವನೇರುವ ಕಳ್ಳನು ಹಾಲುತುಪ್ಪವ ಕುಡಿದಮೇಲೆಸುಕಾಲ ಬದುಕುವನೋ ? ಕೆಡುವೊಡಲ ನೆಚ್ಚಿ ಕಡುಹುಸಿಯನೆ ಹುಸಿದು ಒಡಲ ಹೊರೆವರ ಕೂಡಲಸಂಗಮದೇವಯ್ಯನವರನೊಲ್ಲ ಕಾಣಿರಣ್ಣ" (೨೦–೧೭) ; "ಕಲ್ಲ ನಾಗರ ಕಂಡರೆ ಹಾಲನೆರೆ ಎಂಬರು, ದಿಟದ ನಾಗರ ಕಂಡರೆ ಕೊಲ್ಲೆಂಬರಯ್ಯ, ಉಂಬ ಜಂಗಮ ಬಂದರೆ ನಡೆ ಎಂಬರು, ಉಣ್ಣದ ಲಿಂಗಕ್ಕೆ ಬೋನವ ಹಿಡಿ ಎಂಬರಯ್ಯ" (೫೯–೮೧) ; "ಕೊಲ್ಲುವನೇ ಮಾದಿಗ, ಹೊಲಸು ತಿಂಬವನೇ ಹೊಲೆಯ, ಕುಲವೇನೊ, ಅವಂದಿರ ಕುಲವೇನೋ ? ಸಕಲ ಜೀವಾತ್ಮರಿಗೆ ಲೇಸನೇ ಬಯಸುವ ನಮ್ಮ ಕೂಡಲಸಂಗನ ಶರಣರೇ ಕುಲಜರು" (೮೯–೬೪).

ಈ ಸಮಾಜಟೀಕೆ ಅಲ್ಲಲ್ಲಿ ಕಟುವಾಗಿದೆ ನಿಜ. ಆದರೆ ಅದು ಸಾತ್ವಿಕಸಂತಾಪದಿಂದ ಪ್ರೇರಿತವಾದುದು, ಎಲ್ಲರನ್ನೂ ಕುರಿತುದು. ವೈದಿಕರು–ಅವೈದಿಕರು, ಭವಿಗಳು–ಭಕ್ತರು ಯಾರೇ ಇರಲಿ, ಅವರಲ್ಲಿಯ ಹುಸಿ–ಮೋಸಗಳನ್ನು ಅದು ಬಯಲಿಗೆಳೆಯುತ್ತದೆ. ಯಾವೊಂದು ವ್ಯಕ್ತಿಯ ಇಲ್ಲವೆ ಗುಂಪಿನ ದ್ವೇಷವಲ್ಲ, ಆದರೆ ಅನ್ಯಾಯ–ವೈಷಮ್ಯಗಳಿಂದ ಕೂಡಿದ ಅಂದಿನ ಸಮಾಜ

ವ್ಯವಸ್ಥೆಯ ಬಗ್ಗೆ ತಾತ್ಪರ ಅದಕ್ಕೆ ಸ್ಥಾಯಿ. ಯಾವುದೋ ಮಾತಿನಲ್ಲಿ ಅನಾವಶ್ಯಕವಾದ ಅಸಹನೆ, ನಿಷ್ಠುರತೆ ತೋರಿರಬಹುದು. ಆಯಾ ಪರಿಸ್ಥಿತಿಯಲ್ಲಿ ಅದು ಅಪರಿಹಾರ್ಯವಾಗಿರ ಬಹುದು. ಸಮಗ್ರ ವ್ಯಕ್ತಿತ್ವದಲ್ಲಿಯ ವಿಶಾಲತೆ–ಮಾರ್ದವಗಳನ್ನು ನೆನೆದು ಅದನ್ನು ಅರ್ಥವಿಸಬೇಕು. ಬಸವಣ್ಣನ ಉಪದೇಶಪರ ವಚನಗಳಲ್ಲಿ ಸರ್ವಸಮಾನತೆ, ಭೂತದಯೆ, ನೀತಿನಿಷ್ಠೆ, ಶಿವಭಕ್ತಿ ಇವನ್ನು ಕಳಕಳಿಯಿಂದ ತಿಳಿಸಿಹೇಳುವ ನವೀನಸ್ಮೃತಿಯಿದೆ. "ಲೋಕದ ಡೊಂಕ ನೀವೇಕೆ ತಿದ್ದುವಿರಿ ? ನಿಮ್ಮ ನಿಮ್ಮ ತನುವ ಸಂತೈಸಿಕೊಳ್ಳಿ, ನಿಮ್ಮ ನಿಮ್ಮ ಮನವ ಸಂತೈಸಿಕೊಳ್ಳಿ" (೧೯–೧೧) ; "ಮರ್ತ್ಯ ಲೋಕವೆಂಬುದು ಕರ್ತಾರನ ಕಮ್ಮಟವಯ್ಯ ! ಇಲ್ಲಿ ಸಲ್ಲುವರು ಅಲ್ಲಿಯೂ ಸಲ್ಲುವರಯ್ಯಾ, ಇಲ್ಲಿ ಸಲ್ಲದವರು ಅಲ್ಲಿಯೂ ಸಲ್ಲರಯ್ಯಾ" (೨೪–೪೨) ; "ದೇವಲೋಕ ಮರ್ತ್ಯ ಲೋಕವೆಂಬುದು ಬೇರಲ್ಲ ಕಾಣಿ ಭೋ, ಸತ್ಯವ ನುಡಿವುದೇ ದೇವಲೋಕ, ಮಿಥ್ಯವ ನುಡಿವುದೇ ಮರ್ತ್ಯ ಲೋಕ, ಆಚಾರವೇ ಸ್ವರ್ಗ, ಅನಾಚಾರವೇ ನರಕ" (೩೬–೧೨೫) ; "ದಯವಿಲ್ಲದ ಧರ್ಮ ವಾವುದಯ್ಯ ! ದಯವೇ ಬೇಕು ಸಕಲಪ್ರಾಣಿಗಳೆಲ್ಲರಲ್ಲಿ. ದಯವೇ ಧರ್ಮದ ಮೂಲವಯ್ಯ !" (೩೭–೧೩೩).

ಸಾಹಿತ್ಯದೃಷ್ಟಿಯಿಂದ ಈ ವಚನಗಳಲ್ಲಿಯ ಗುಣಾತಿಶಯವನ್ನು ಮೇಲೆ ಸೂಚಿಸಿದೆ. ಪ್ರತ್ಯೇಕ ವಾಗಿ ನೋಡಿದರೂ ಅವುಗಳ ಸಹಜಸ್ಫೂರ್ತವಾದ ಚಿತ್ರಶಕ್ತಿ, ಶಬ್ದಶಕ್ತಿ ಅಚ್ಚರಿಗೊಳಿಸುವಂಥವು. "ಅರಿಸಿನವನೆ ಮಿಂದು ಹೊಂದೊಡಿಗೆಯನೆ ತೊಟ್ಟು, ಪುರುಷನ ಒಲವಿಲ್ಲದ ಲಲನೆಯಂತೆ ಆಗಿದ್ದೆನಯ್ಯಾ" (೪೦–೨೨) ಇಂಥಲ್ಲಿ ಸಹಜಪ್ರತಿಭೆಯ ಸಾಕ್ಷಾತ್ಕಾರವಿದೆ. ಹಲವು ವಚನಗಳು ಅಂತಃಪ್ರಜ್ಞೆಯ, ಅನುಭಾವದ ಶಿಖರದಿಂದ ಕೆಳಗಿಳಿದು ಶ್ರುತಿಯ ಶಕ್ತಿ–ಕಾಂತಿಗಳನ್ನು ತೋರಿವೆ. ಅನೇಕ ವಚನಗಳಲ್ಲಿ ಲೋಕಸಂಮುಖದೃಷ್ಟಿಯ ಮೂಲಕ ಜನಜೀವನದಿಂದೆತ್ತಿದ ದೃಷ್ಟಾಂತಗಳು, ಗಾದೆಗಳು, ಪಡೆಮಾತುಗಳು ಇವುಗಳ ಸೂರೆಯಾಗಿದೆ. ಅಧ್ಯಾತ್ಮ, ನೀತಿ ಇವುಗಳ ಸೂಕ್ಷ್ಮವೆಲ್ಲ ಈ ತಂತ್ರದಿಂದ ಸುಲಭವೇದ್ಯವಾಗಿದೆ. "ಕುಂಬಳದ ಕಾಯಿಗೆ ಕಬ್ಬುನದ ಕಟ್ಟು ಕೊಟ್ಟರೆ ಬಲುಹಾಗ ಬಲ್ಲುದೆ ?" (೧೪–೪) ; "ಸಗಣಿಯ ಬೆನಕಂಗೆ ಸಂಪಿಗೆಯರಳಿನಲ್ಲಿ ಪೂಜಿಸಿದರೆ ರಂಜನೆಯಲ್ಲದೆ ಅದರ ಗಂಜಳ ಬಿಡದಣ್ಣಾ" (೧೪–೫)—ಇಲ್ಲಿಯ ಲೌಕಿಕ ದೃಷ್ಟಾಂತವನ್ನೂ ಸಹಜಪ್ರಾಸದ ಲಾಲಿತ್ಯ ವನ್ನೂ ನಿರುಕಿಸಬೇಕು. ಕಾವ್ಯಶೀಲವಾದ ವಚನಗದ್ಯವು ಕೆಲವು ಸಲ ಅತಿ ಸರಳವಾಗುತ್ತದೆ. ದೀಪಕಾಲಂಕಾರದ ರೀತಿಯಲ್ಲಿ ಹಲವು ಕಡೆಗೆ ದೃಷ್ಟಾಂತಮಾಲಿಕೆ ಬರುವುದುಂಟು : "ಕರಿ ಘನ, ಅಂಕುಶ ಕಿರಿದೆನ್ನಬಹುದೇ ? ತಮಂಧ ಘನ, ಜ್ಯೋತಿ ಕಿರಿದೆನ್ನಬಹುದೇ ?" (೨–೫). ಪ್ರಭುದೇವನ ವಚನಗಳಂತೆ ಹೇರಳವಾಗಿ ಅಲ್ಲದಿದ್ದರೂ ಕ್ವಚಿತ್ತಾಗಿ ಇಲ್ಲಿ ಬೆಡಗಿನ ವಚನದ ಕ್ಲಿಷ್ಟತೆ ತೋರಿದೆ (೪–೧೦). ಸಾಮಾನ್ಯವಾಗಿ ಬಸವೇಶ್ವರನ ವಚನಗಳು ಪ್ರಸನ್ನಲಲಿತವಾಗಿವೆ, ಹೃದಯಸ್ಪರ್ಶಿ ಯಾಗಿವೆ. ಅವು ವೀರಶೈವಧರ್ಮದ ಹಾಗೂ ವಿಶ್ವಧರ್ಮದ ಕನ್ನಡಿಯಾಗಿದ್ದು ಕನ್ನಡ ಸಾಹಿತ್ಯಕ್ಕೆ ವಿಶೇಷ ಕಾಂತಿಯನ್ನು ಉಂಟುಮಾಡಿವೆ.

## ಮಹಾದೇವಿಯಕ್ಕ

ಮಹಾದೇವಿಯಕ್ಕನು ವ್ಯಕ್ತಿವೈಶಿಷ್ಟ್ಯದಿಂದಲೂ ವಚನಮಹಿಮೆಯಿಂದಲೂ ಮೇಲಾದ ಶಿವಶರಣೆ. ನಮಗೆ ತಿಳಿದಮಟ್ಟಿಗೆ ಕನ್ನಡ ಸಾಹಿತ್ಯಪ್ರಪಂಚದಲ್ಲಿ ಅವಳೇ ಮೊದಲನೆಯ ಕವಯಿತ್ರಿ. ಕಂತಿ ದಂತಕಥೆಯ ನಿರ್ಮಿತಿ ಅಲ್ಲವೆಂದಾದರೂ ಅವಳದು ಚತುರಕವಿತೆ, ಅನುಭವ ಜನ್ಯವಾದ ಹೃದಯಗೀತವಲ್ಲ. ಅಧ್ಯಾತ್ಮ ಮತ್ತು ಗದ್ಯಕವಿತ್ವ ಇವುಗಳ ಸಂಮಿಳನಕ್ಕಾದರೂ ಅಕ್ಕಮಹಾದೇವಿ ಮೊದಲಿಗಿತ್ತಿ. ಅವಳ ಚರಿತ್ರೆ, ಕೃತಿಗಳಿಂದ ಆಧ್ಯಾತ್ಮಿಕ ಸಾಹಸ ಮತ್ತು ಸಿದ್ಧಿಯ

ಅದ್ಭುತರಮ್ಯತೆ ಕಣ್ಣುಕಟ್ಟುತ್ತವೆ. ಸಾಂಪ್ರದಾಯಿಕ ಸಮಾಜದ ಸಂಕೋಲೆಗಳನ್ನು ಮುರಿದೊಗೆದು, ಲಗ್ನಸಂಸ್ಥೆಯನ್ನು ಅತಿಗಳೆದು, ಚನ್ನಮಲ್ಲಿಕಾರ್ಜುನನೆಂಬ ಲೋಕಪತಿಯನ್ನೇ ಪತಿಯಾಗಿ ವರಿಸಿ ಅವಳು ಮಾಡಿದ ಉಗ್ರಸಾಧನೆ, ಪಡೆದ ಸಿದ್ಧಿ ಆಶ್ಚರ್ಯಕರವಾದುವು. ಸತಿಪತಿಭಾವದಲ್ಲಿ ಅವಳು ಹೇಗೆ ಪ್ರಗತಿಹೊಂದುತ್ತ ಪರಿಣತಳಾದಳೆಂಬುದನ್ನು ಸಂಸಾರಹೇಯ, ವಿಕಳಾವಸ್ಥೆ, ಸತಿಪತಿಭಾವ ಇವಕ್ಕೆ ಸಂಬಂಧಿಸಿದ ವಚನಗಳಿಂದ ತಿಳಿಯಬಹುದು : "ತೆರಣಿಯ ಹುಳು ತನ್ನ ಸ್ನೇಹದಲ್ಲಿ ಮನೆಯ ಮಾಡಿ ತನ್ನ ನೂಲು ತನ್ನ ಸುತ್ತಿ ಸಾವ ತೆರನಂತೆ, ಮನ ಬಂದುದ ಬಯಸಿ ಬೇವುತ್ತಿದ್ದೇನೆ" (೨–೧) ; "ಅಯ್ಯಾ ನೀ ಕೇಳಿದರೆ ಕೇಳು, ಕೇಳದಿರ್ದಡೆ ಮಾಣು. ನಾ ನಿನ್ನ ಹಾಡಿದಲ್ಲದೆ ಸೈರಿಸಲಾರೆನಯ್ಯಾ" (೧೬–೧) ; "ಕಳವಳದ ಮನವು ತಲೆಕೆಳಗಾದುದವ್ವಾ ! ಸುಳಿದು ಬೀಸುವ ಗಾಳಿ ಉರಿಯಾಯಿತವ್ವಾ ! ಬೆಳದಿಂಗಳು ಬಿಸಿಲಾಯಿತ್ತು ಕೆಳದಿ. ಹೊಳಲುಸುಂಕಿಗನಂತೆ ತೊಳಲುತ್ತಿಹೆನವ್ವಾ ! (೪೦–೩) ; "ಅಳಿಸಂಕುಳವೇ, ಮಾಮರವೇ, ಬೆಳುದಿಂಗಳೇ, ಕೋಗಿಲೆಯೇ, ನಿಮ್ಮನಿಮ್ಮನೆಲ್ಲರನು ಒಂದು ಬೇಡುವೆನು. ಎನ್ನೊಡೆಯ ಚನ್ನಮಲ್ಲಿಕಾರ್ಜುನದೇವರ ಕಂಡರೆ ಕರೆದು ತೋರಿರೆ" (೪೧–೬) ; "ಹರನೇ ನೀನೆನಗೆ ಗಂಡನಾಗಬೇಕೆಂದು ಅನಂತಕಾಲ ತಪಿಸಿದ್ದೆ ನೋಡಾ...." (೮–೫) ; "ಜಲದ ಮಂಟಪದ ಮೇಲೆ ಉರಿಯ ಚಪ್ಪರವನಿಕ್ಕಿ ಆಲಿಕಲ್ಲ ಹಸೆಯ ಹಾಸಿ ಕಾಲಿಲ್ಲದ ಹೆಂಡತಿಗೆ ತಲೆಯಿಲ್ಲದ ಗಂಡ ಬಂದು ಮದುವೆಯಾದನು. ಎಂದೆಂದಿಗೂ ಬಿಡದ ಬಾಳುವೆಗೆ ಕೊಟ್ಟರೆನ್ನ ಚನ್ನಮಲ್ಲಿಕಾರ್ಜುನನೆಂಬ ಗಂಡಂಗೆನ್ನ ಮದುವೆಯ ಮಾಡಿದರು" (೯–೭) ; "ಸಾವಿಲ್ಲದ ಕೇಡಿಲ್ಲದ ಚಲುವಾಂಗನೊಲಿದೆ ಅವ್ವ, ಈ ಸಾವ ಕೆಡುವ ಗಂಡರನೊಯ್ದು ಒಲೆಯೊಳಗಿಕ್ಕು" (೨೦–೭)—ಇಂಥ ಹಲವಾರು ವಚನಗಳಲ್ಲಿ ಅಧ್ಯಾತ್ಮ–ಶೃಂಗಾರದ ಅಸದೃಶವಾದ ಸ್ಥಾಯಿಭಾವವು ತನ್ನ ಎಲ್ಲ ಸಂಚಾರಿಗಳೊಡನೆ ಕೂಡಿಬಂದು ಮಾರ್ಗಕಾವ್ಯದಲ್ಲಿಯ ಲೌಕಿಕಶೃಂಗಾರದ ಅದೆಲದೆತನದಿಂದ ಆಸತ್ತ ಚಿತ್ತಕ್ಕೆ ನವೀನರಸದ ಸವಿಯನ್ನುಣಿಸುತ್ತದೆ. ಅಕ್ಕನ ಜ್ಞಾನಭಕ್ತಿಗಳ ಬಲದಿಂದ ಉಂಟಾದ ನಿಶ್ಚಿಂತೆ ನಿರ್ಭೀತಿ ಮಾನಸಿಕ ಧೈರ್ಯಗಳು ವಿಲಕ್ಷಣವಾದವು. ಅವುಗಳಿಂದ ದೊರೆಯುವ ಸ್ಫೂರ್ತಿ ಮೇಲಾದುದು. "ಬೆಟ್ಟದ ಮೇಲೊಂದು ಮನೆಯ ಮಾಡಿ ಮೃಗಂಗಳಿಗಂಜಿದಡೆಂತಯ್ಯ, ಸಮುದ್ರದ ತಡಿಯಲೊಂದು ಮನೆಯ ಮಾಡಿ ನೊರೆತೆರೆಗಳಿಗಂಜಿದಡೆಂತಯ್ಯ, ಸಂತೆಯಲ್ಲೊಂದು ಮನೆಯ ಮಾಡಿ ಶಬ್ದಕ್ಕೆ ನಾಚಿದಡೆಂತಯ್ಯ, ಲೋಕದಲ್ಲಿ ಹುಟ್ಟಿಬಂದ ಬಳಿಕ ಸ್ತುತಿನಿಂದೆಗಳು ಬಂದಡೆ ಕೋಪವ ತಾಳದೆ ಸಮಾಧಾನಿಯಾಗಿರಬೇಕು." ಅವಳ ಸುಪ್ರಸಿದ್ಧವಾದ ಈ ವಚನವು ಶಕ್ತಿಶಾಲಿಯಾದ ಚಿಕ್ಕ ಭಾವಗೀತೆಯಾಗಿದ್ದು ಚಿರಂತನ ಸ್ಫೂರ್ತಿಯ ಚಿಲುಮೆಯಾಗಿದೆ. ಅದರ ಜೊತೆಗೆ "ಹಸಿವಾದೊಡೆ ಭಿಕ್ಷಾನ್ನಗಳುಂಟು. ತೃಷೆಯಾದೊಡೆ ಕೆರೆ ಹಳ್ಳ ಭಾವಿಗಳುಂಟು, ಶಯನಕ್ಕೆ ಹಾಳುದೇಗುಲಗಳುಂಟು, ಚನ್ನಮಲ್ಲಿಕಾರ್ಜುನಯ್ಯ ಆತ್ಮಸಂಗಾತಕ್ಕೆ ನೀನೆನಗುಂಟು" ; "ಆರೂ ಇಲ್ಲದವಳೆಂದು ಅಳಿಲು (ಅಳಲು ?)ಗೊಳಬೇಡ ಕಂಡೆಯ, ಏನು ಮಾಡಿದಡೆಯೂ ನಾನಂಜುವಳಲ್ಲ. ತರಗೆಲೆಯ ಮೆಲ್ಲಿದ್ದು ನಾನಿಹೆನು. ಸುರಿಗೆಯ ಮೇಲೊರಗಿ ನಾನಿಹೆನು, ಕಿಡಿಕಿಡಿ ಕೆದರಿದಡೆ ಎನಗೆ ಹಸಿವು ತೃಷೆ ಅಡಗಿತೆಂಬೆನು, ಮುಗಿಲು ಹರಿದುಬಿದ್ದಡೆ ಎನಗೆ ಮಜ್ಜನಕ್ಕೆರೆದರೆಂಬೆನು. ಗಿರಿ ಮೇಲೆ ಬಿದ್ದಡೆ, ಎನಗೆ ಪುಷ್ಪವೆಂಬೆನು. ಚನ್ನಮಲ್ಲಿಕಾರ್ಜುನಯ್ಯ ಶಿರ ಹರಿದು ಬಿದ್ದಡೆ, ಪ್ರಾಣ ನಿಮಗರ್ಪಿತವೆಂಬೆನು" (೨೯–೩, ೪, ೫). ಈ ವಚನಗಳಲ್ಲಿ ಅವಳ ಅದ್ಭುತ ಧೈರ್ಯವನ್ನು ಮನಗಾಣಬಹುದು. ಇಂಥ ವಚನಗಳಲ್ಲಿ ಸಾಹಿತ್ಯಗುಣವು ಒಮ್ಮೊಮ್ಮೆ ವ್ಯಕ್ತಿತ್ವದ ಘನತೆಯಿಂದ ಉಂಟಾದುದು, ಒಮ್ಮೊಮ್ಮೆ ವ್ಯಕ್ತಿತ್ವ ಮತ್ತು ಸಾಹಿತ್ಯ ಇವುಗಳ ಸಮರಸದಿಂದ ಉಂಟಾದುದು ಎಂಬುದನ್ನು ನೆನೆಯಬೇಕು. ಸಮಾಜವಿಮರ್ಶೆ, ಬೋಧನೆಯ ವಚನಗಳು ಅಕ್ಕನಲ್ಲಿ ಪ್ರಭುದೇವ–ಬಸವಣ್ಣರಂತೆ ಹೆಚ್ಚಾಗಿಲ್ಲ. ಆದರೆ ಇದ್ದವುಗಳಲ್ಲಿ ಶರಣಮಾರ್ಗದ ಸುವಿಶಾಲದೃಷ್ಟಿ,

ಸ್ಪಷ್ಟವಾಕ್ಯತೆ ತೋರಿಬಂದಿವೆ. ಅವಳ ವಚನಗಳಲ್ಲಿ ನಯಭಯಗಳ ಕೊರತೆ ಕಂಡುಬಂದರೂ ಒಟ್ಟಿನಲ್ಲಿ ರಸಸ್ಯಂದಿಯಾದ, ಘನತೆಯ ಕಳಸ ಮುಟ್ಟಿದ ನಿರ್ಮಾಣವಿದೆ.

ವಚನಗಳ ಹೊರತಾಗಿ ತ್ರಿಪದಿಯಲ್ಲಿ ರಚಿತವಾದ ಅವಳ 'ಯೋಗಾಂಗತ್ರಿವಿಧಿ' ಎಂಬ ಚಿಕ್ಕ ಕೃತಿಯಿದೆ. ಇದರ ೬೭ ತ್ರಿಪದಿಗಳಲ್ಲಿ ತಾತ್ತ್ವಿಕ ವಿಷಯದ ಜೊತೆಗೆ ವೈಯಕ್ತಿಕವಾದ ಅಂಶಗಳೂ ಇವೆ. ತಾತ್ತ್ವಿಕ ವಿಷಯವನ್ನು ಕೆಲವು ಸಲ ಸರಳವಾಗಿಯೂ ಹಲವು ಸಲ ಬೆಡಗಿನ ವಚನದ ಮಾದರಿಯಲ್ಲಿಯೂ ನಿರೂಪಿಸಲಾಗಿದೆ. ಅಕ್ಕನ ಅನುಭಾವದ ಸ್ಪಷ್ಟಚಿತ್ರವು "ಕೋಟಿ ರವಿಶಶಿಗಳ್ಗೆ ಮೀಟಾದ ಪ್ರಭೆ ಬಂದು ! ನಾಟಿತು ತನ್ನ ಮನದೊಳಗದರಿಂದ ! ದಾಟಿದೆನೊ ಭವದ ಕೊಳಗಳ" (೧೮) ; "ಮೊರೆವ ನಾದವ ಕೇಳಿ ಉರಿವ ಜ್ಯೋತಿಯ ನೋಡಿ ! ಸುರಿವ ಅಮೃತವನು ಸವಿದುಂಡ ಕಾರಣ ತೊರೆದೆನೊ ಜನನಮರಣವ" (೨೦) ಎಂಬ ವೈಯಕ್ತಿಕ ವಿವರಗಳು ಈ ವಚನಗಳಲ್ಲಿ ಲಭಿಸುತ್ತವೆ. "ಉಟ್ಟ ಸೀರೆಯ ಸೆಳೆದುಕೊಟ್ಟ (ತೊಟ್ಟ ?) ತೊಡಿಗೆಯ ಹರಿದು ! ಬಿಟ್ಟೆನೋ ನಾನು ಬಿಡುಮುಡಿಯ ಎಲೆ ದೇವ ! ಕೊಟ್ಟೆನೋ ಎನ್ನ ತನುಮನವ" (೪೨) — ಈ ತರದ ವಚನಗಳಲ್ಲಿ ಅವಳ ಜೀವನಚರಿತ್ರೆಯ ಅರಿವಿಗೆ ಸಹಾಯಕವಾದ ಸಾಮಗ್ರಿಯಿದೆ. ಒಟ್ಟಿನಲ್ಲಿ 'ಯೋಗಾಂಗತ್ರಿವಿಧಿ' ಚಿಕ್ಕದಾದರೂ ಅಕ್ಕನ ಅನುಭಾವಸಂಪತ್ತಿಯನ್ನು ಸಹಜ ಸಾಹಿತ್ಯರೂಪಕ್ಕೆ ತಂದ ಚೆಲುವಾದ ಕೃತಿ. ಅವಳ ತತ್ತ್ವಸಂಗ್ರಹಶಕ್ತಿ, ಗುರುಭಕ್ತಿ ಇಲ್ಲಿ ಎದ್ದು ಕಾಣುತ್ತವೆ. ತ್ರಿಪದಿಯ ಛಂದಸ್ಸು ಸಲೀಲವಾಗಿ ಅವಳ ನಾಲಿಗೆಯ ಮೇಲೆ ಲಾಸ್ಯವಾಡಿದೆ. ಮೂಲತಃ ಅಂಶಗಣದ ಲಕ್ಷಣವುಳ್ಳುದಾದರೂ ಮಾತ್ರಾಗಣದತ್ತ ತಿರುಗಿ ಸಾಕಷ್ಟು ಮುಂಬರಿದಿದೆ ಎಂಬುದಕ್ಕೆ 'ಯೋಗಾಂಗತ್ರಿವಿಧಿ' ಸಾಕ್ಷಿಯಾಗಿದೆ.

'ಅಕ್ಕನ ಹಾಡುಗಳು' ಎಂದು ಹೊಸದಾಗಿ ಉಪಲಬ್ಧವಾದ ಗೀತಸಂಕಲನದಲ್ಲಿ ಮಹಾದೇವಿಯಕ್ಕನ ವಚನಗಳ ಆಶಯವು ಸಂಗೀತರೂಪತಾಳಿದೆ ; ವಚನರಚನೆಯ ಕಾಲದಲ್ಲಿ ಕೀರ್ತನೆಗಳ ಮುಂಗುರುಹು ಕಂಡುಬಂದಿದೆ.

## ಚನ್ನಬಸವೇಶ್ವರ

ಚನ್ನಬಸವೇಶ್ವರನು ಬಸವೇಶ್ವರರ ಸೋದರಳಿಯ, 'ಮಹಾಜ್ಞಾನಿ' ಎಂದು ಅಲ್ಲಮಪ್ರಭುವಿನಿಂದ ಹೊಗಳಿಸಿಕೊಂಡ ಶರಣ. ಜ್ಞಾನನಿಷ್ಠೆ, ಖಂಡಿತವಾದಗಳಲ್ಲಿ ಅವನು ಅಲ್ಲಮನನ್ನು ಹೋಲಿದರೂ ಅವನಿಗೊಂದು ವ್ಯಕ್ತಿವಿಶೇಷವಿದೆ. ಅವನು ಅಲ್ಲಮನಂತೆ ಸಂಘಟನೆಯ ನಿಯತಕ್ರಿಯೆಯನ್ನೊಲ್ಲದ ಜಂಗಮನಲ್ಲ, ಮತಪ್ರಸಾರವನ್ನು ಕೈಗೊಂಡ 'ಕ್ರಿಯಾಜ್ಞಾನಿ'. ಅಂತೆಯೇ ಅವನು ಷಟ್ಸ್ಥಲಸಿದ್ಧಾಂತಕ್ಕೆ ಸರಿಯಾದ ತಳಹದಿಯನ್ನು ಹಾಕಿ ಅದರ ಸೃಷ್ಟಿಶಾಸ್ತ್ರ, ಮನಶ್ಶಾಸ್ತ್ರಗಳನ್ನು ವಿಸ್ತಾರವಾಗಿ ವರ್ಣಿಸಿದನು. ಅವನ 'ಕರಣಹಸುಗೆ' ಇದಕ್ಕೆ ಸಾಕ್ಷಿಯಾಗಿದೆ. ಅವನ ವಚನಗಳಲ್ಲಿ ಕೆಲವು ತುಂಬ ದೀರ್ಘವಾಗಿವೆ. ಸಿದ್ಧಾಂತವಿವರಣೆಯ, ಮತಪ್ರಸಾರದ ದೃಷ್ಟಿ ಅವುಗಳಲ್ಲಿದ್ದು ಶೈಲಿಯಲ್ಲಿ ಹೃದ್ಯತೆ ಕಡಿಮೆಯಾಗಿದೆ. ಅಲ್ಲಲ್ಲಿ ಪ್ರಚಾರಕ ಆವೇಶವು ಅನ್ಯದೈವತನಿಂದೆಯಲ್ಲಿಯೂ ದಾಂಭಿಕರ ನಿಷ್ಠುರಟೀಕೆಯಲ್ಲಿಯೂ ತಲೆದೋರಿದೆ. ಮೂಲತಃ ಸಾಹಿತ್ಯಸತ್ತ್ವವು ಬಸವಣ್ಣನ ವಚನಗಳಂತೆ ಇಲ್ಲಿಯೂ ಹೇರಳವಾಗಿದೆ. ಉದಾ : "ಬೆಟ್ಟಬಯಲೆಲ್ಲ ಗಟ್ಟಿಗೊಂಡೊಡೆ ಸ್ವರ್ಗಮರ್ತ್ಯಪಾತಾಳಕ್ಕೆ ಠಾವಿನ್ನೆಲ್ಲಿಹುದೊ ? ಮೇಘಜಲವೆಲ್ಲ ಮುತ್ತಾದಡೆ ಸಪ್ತಸಾಗರಂಗಳಿಗೆ ಉದಕವಿನ್ನೆಲ್ಲಿಹುದೊ" (೨೦–೪), "ಕಬ್ಬುನದ ಶುನಕನ ತಂದು ಪರುಷವ ಮುಟ್ಟಿಸಲೊಡನೆ ಹೊನ್ನಶುನಕನಪ್ಪುದಲ್ಲದೆ ಪರುಷವಾಗಲರಿಯದು ನೋಡಾ" (೩–೩). ಪ್ರಭುದೇವನಂತೆ ಅವನ ವಚನಗಳಲ್ಲಿ ಬೆರಗುಗೊಳಿಸುವ ಸೂತ್ರಬದ್ಧತೆ ಆಗಾಗ ತೋರುತ್ತದೆ ; "ಒಡಲುಗೊಂಡು ಒಡಲುವಿಡಿಯದೆ ಒಡಲಿಲ್ಲದ ನಿಜವ ಬೆರಸೆಲವೋ" (ಇದೇ ಷಟ್ಸ್ಥಲಸಾಧನೆ

ಎಂದರ್ಥ). ಎಂ. ಆರ್. ಶ್ರೀನಿವಾಸಮೂರ್ತಿಯವರು ಹೇಳಿದಂತೆ "ಪಾದರಸದಂತೆ, ಮಿಂಚಿನಂತೆ, ಆತನ ಪ್ರತಿಭೆ."[2] ಆದರೂ ಬಸವೇಶ್ವರ–ಪ್ರಭುದೇವರ ವಚನಗಳಲ್ಲಿಯ ಸಾಹಿತ್ಯಸಂಬಂಧಿಯಾದ ಘನತೆ ಇವನಲ್ಲಿ ಗೋಚರವಾದುದು ಕಡಿಮೆ.

## ಸಿದ್ಧರಾಮ

ಸಿದ್ಧರಾಮನು ಯೋಗಿಯೂ ಕರ್ಮಿಯೂ ಆಗಿದ್ದು ಪ್ರಭುದೇವ–ಚನ್ನಬಸವಾದಿಗಳ ಅನುಗ್ರಹದಿಂದ ಜ್ಞಾನಿಯಾದನು, ಕರ್ಮಯೋಗಿಯಾದನು. ಅವನ ವಚನಗಳಲ್ಲಿ ಅವನ ಈ ವ್ಯಕ್ತಿತ್ವದ ವಿಕಾಸವು ಕಂಡುಬರುತ್ತದೆ. "ಭಕ್ತನಾದರೆ ಬಸವಣ್ಣನಾಗಬೇಕು. ಜಂಗಮನಾದರೆ ಪ್ರಭುವಿನಂತಾಗಬೇಕು. ಭೋಗಿಯಾದರೆ ನಮ್ಮ ಗುರು ಚನ್ನಬಸವಣ್ಣನಂತಾಗಬೇಕು. ಯೋಗಿಯಾದರೆ ನನ್ನಂತಾಗಬೇಕು" (೭೭) — ಈ ಬಗೆಯ ವಚನಗಳಲ್ಲಿ ತನ್ನ ಮತ್ತು ಇತರರ ಗುಣವಿಶೇಷಗಳನ್ನು ಅವನು ತಿಳಿಸಿದ್ದಾನೆ. ಚನ್ನಬಸವಣ್ಣನು ತನ್ನ ಗುರುವೆಂದು ಮನಮುಟ್ಟಿ ಹೊಗಳಿದ್ದಾನೆ. ಕೆರೆ–ಗುಡಿಗಳನ್ನು ಕಟ್ಟಿಸುವುದರಲ್ಲಿ ಒಂದು ಕಾಲಕ್ಕೆ ಧನ್ಯತೆಯನ್ನು ಬಯಸಿದ ಅವನು (ವಚನ ೨೩೨) "ಕಲ್ಲಿನಲಿ ವಲ್ಲಭನಿದ್ದಾನೆಂದು ಅಲ್ಲಾಡುತ್ತಾರೆ ನೋಡಾ ಅಲ್ಲಯ್ಯ.... ಈ ಹೊಲ್ಲಮನುಜರು ಕಲ್ಲಿನಲ್ಲುಂಟು ಮಣ್ಣಿನಲ್ಲಿಲ್ಲವೆಂದೆಂಬರೆ ಅಂತರ್ಯಾಮಿ ಪರಿಪೂರ್ಣತ್ವ ಭಂಗವಹುದಯ್ಯ" (೮೩೬) ಎಂಬ ಜ್ಞಾನದ ನೆಲೆಯನ್ನು ಮುಟ್ಟಿದನು. "ಕಾಯ ಧರಿಸಿದವ ನವನೀತರೋಮದಂತಿರಬೇಕು. ಮುಕುರದಲ್ಲಿಯ ಪ್ರತಿಬಿಂಬದಂತಿರಬೇಕು. ಬೆಟ್ಟದಲ್ಲಿಯ ಕಾಡಗಿಚ್ಚಿನಂತಿರಬೇಕು. ಆಷಾಢದಲ್ಲಿಯ ಚಂಡಮಾರುತನಂತಿರಬೇಕು. ಸರ್ವರಲ್ಲಿ ಸರ್ವರಂತಾಗಿರಬೇಕು" (೩೫೭) ಎಂದು ಕರ್ಮಯೋಗದ ಕೌಶಲವನ್ನು ಅರಿತುಕೊಂಡನು. ಅವನ ಚರಿತ್ರೆ, ಅನುಭವಸಂಪತ್ತಿ, ವ್ಯಕ್ತಿ-ವಿಕಾಸ ಇವಕ್ಕೆ ನಿದರ್ಶನವಾಗಿ ಅವನ ವಚನಗಳು ಸಾಹಿತ್ಯ ಗುಣದಿಂದ ಕಂಗೊಳಿಸುತ್ತವೆ. ಭಕ್ತನ ಉತ್ಕಟತೆ–ಕಲ್ಪಕತೆಗಳು "ಅನಂತಕೋಟಿದೇವರೆಲ್ಲರು ತಂಡತಂಡದಲ್ಲಿ ಪ್ರಣಾಮಂಗೈಯಲು ಅವರ ಮುಕುಟಸಂಘಟ್ಟ ರಜ ಉದುರಲಿಕ್ಕೆ ಅಲ್ಲಿ ರಜತಗಿರಿಗಳಾದುವು. ಕಪಿಲಸಿದ್ಧ ಮಲ್ಲಿಕಾರ್ಜುನ ನಿಮ್ಮ ಮುಂದೆ" (೯೧) ಎಂಬ ತರದ ವಚನಗಳಲ್ಲಿ ತೋರಿವೆ. ಬಸವಣ್ಣ ಮುಂತಾದ ಪ್ರಮುಖರ ಪ್ರಭಾವವು ಇವನ ಜೀವನ ಮತ್ತು ವಚನಗಳ ಮೇಲಾಗಿದ್ದರೂ ಒಂದು ಸ್ವತಂತ್ರವಾದ, ಮೇಲಾದ ಶಕ್ತಿ ಇವನಲ್ಲಿ ಮೈದೋರಿದೆ ಎಂಬುದು ಒಪ್ಪತಕ್ಕ ವಿಷಯವಾಗಿದೆ.

ಇನ್ನೂ ಅನೇಕ ಶರಣಶರಣೆಯರು ಈ ಕಾಲದಲ್ಲಿ ಆಗಿಹೋದರು. ಅವರಲ್ಲಿ ಅರಸರು, ಮಂತ್ರಿಗಳು, ಕರಣಿಕರು, ಪಂಡಿತರು ಸ್ವಲ್ಪ ಪ್ರಮಾಣದಲ್ಲಿದ್ದರೆ ಅಶಿಕ್ಷಿತರಾದರೂ ಆಧ್ಯಾತ್ಮಿಕ ಸಾಧಕರೂ ಜೀವನಸಂಸ್ಕೃತಿಸಂಪನ್ನರೂ ಆದ ಸಾಮಾನ್ಯರು ಹೆಚ್ಚು ಪ್ರಮಾಣದಲ್ಲಿದ್ದರು. "ಕಾಯಕವೇ ಕೈಲಾಸ" ಎಂಬುದನ್ನು ಉದಹರಿಸುವಂತೆ ಬೇರೆ ಬೇರೆ ಉದ್ಯೋಗಗಳಲ್ಲಿ ಆತ್ಮ ಪ್ರೀತಿಯಿಂದ ತೊಡಗಿ ಮೇಲು–ಕೀಳು ಎಂಬ ಭಾವನೆಯಿಂದ ಅವರು ದೂರವಾಗಿದ್ದರು. ಅಂಬಿಗರ ಚೌಡಯ್ಯ, ಮೋಳಿಗೆಯ ಮಾರಯ್ಯ, ನುಲಿಯ ಚಂದಯ್ಯ, ಮಡಿವಾಳ ಮಾಚಯ್ಯ ಈ ಹೆಸರುಗಳು ಅವರವರ ಕಾಯಕವನ್ನು ಸೂಚಿಸುತ್ತವೆ. ಅವರ ಕೆಲವು ವಚನಗಳಲ್ಲಿ ಕಾಯಕಕ್ಕೆ ವಿಶಿಷ್ಟವಾದ ಪ್ರತಿಮೆಗಳು ಅವರ ಅನುಭವಗಳನ್ನೂ ಅನಿಸಿಕೆಗಳನ್ನೂ ಅಭಿವ್ಯಕ್ತಗೊಳಿಸಿರುವ ಬಗೆ ಕಂಡುಬರುತ್ತದೆ. ಅದರಿಂದ ಆಯಾ ವಚನಗಳು ಹೊಸ ಹೊಗರನ್ನು ಪಡೆದಿರುತ್ತವೆ. ಅನುಭವಮಂಟಪದಲ್ಲಿ ಇವರಿಗೆಲ್ಲ ಸಮಾನಭೂಮಿಕೆಯ ಮೇಲೆ ಸ್ವಾಗತ ದೊರೆಯಿತು. ಅಕ್ಕಮಹಾದೇವಿಯಲ್ಲದೆ, ಮೋಳಿಗೆ ಮಾರಯ್ಯನ ಹೆಂಡತಿ ಮಹಾದೇವಿ, ಬಿಜ್ಜಳದೇವಿ, ಕಾಳವ್ವೆ, ನೀಲಮ್ಮ ಈ ಮೊದಲಾದ ಶರಣೆಯರೂ ಅಲ್ಲಿ ಅಷ್ಟೇ ಮನ್ನಣೆಪಡೆದರು. ೨೦೦ರ

ಮೇಲೆ ವಚನಕಾರರ ಹೆಸರುಗಳೂ ಅಂಕಿತಗಳೂ ದೊರೆತಿವೆ. ಇವರ ಕಾಲ–ದೇಶ, ವಚನರಚನೆ ಈ ಬಗ್ಗೆ ಸಂಶೋಧನೆ ನಡೆಯಬೇಕಾಗಿದೆಯಾದರೂ ೧೨ನೇ ಶತಮಾನದ ಮಧ್ಯವು ಕರ್ನಾಟಕದ ಆಧ್ಯಾತ್ಮಿಕ ಜೀವನದಲ್ಲಿ ಒಂದು ಅಪೂರ್ವವಾದ ಸುಗ್ಗಿಯ ಕಾಲವಾಗಿತ್ತೆಂಬುದು ನಿರ್ವಿವಾದವಾದ ಸಂಗತಿ. ಇವರ ವಚನಗಳಲ್ಲಿ ವೈರಾಗ್ಯ, ಭಕ್ತಿ, ಅನುಭಾವ, ವೀರಶೈವತತ್ತ್ವ, ಆಚಾರಧರ್ಮ, ದಾಂಭಿಕ ಸಮಾಜದ ಟೀಕೆ, ಶರಣಸ್ತುತಿ ಈ ಮುಂತಾದ ವಿಷಯಗಳು ಬಸವಾದಿ ಪ್ರಮುಖರ ಬಗೆಯಲ್ಲಿ ಬಂದಿವೆ. ಕೆಲವು ಕಡೆ ಅನುಕರಣವಿರಬಹುದು, ಕೇವಲ ಛಾಯೆಯಿರ ಬಹುದು, ಒಮ್ಮೊಮ್ಮೆ ಸಾಹಿತ್ಯದ ಅಂಶ ಕಡಿಮೆಯಾಗಿರಬಹುದು. ಆದರೆ ಬಹುಶಃ ಎಲ್ಲ ವಚನಗಳು ಸ್ವಾನುಭವದಿಂದ, ಸ್ವಂತ ತಪಶ್ಚರ್ಯೆಯ ಕುದಿಯಿಂದ ಉಕ್ಕಿದುವು ಎಂಬುದು ದಿಟ. ಆ ಮಾತಿನ ತೇಜಸ್ಸಿನಿಂದ, ಕಿರಿದರಲ್ಲಿಯ ಹಿರಿಮೆಯಿಂದ ಇದನ್ನು ಊಹಿಸಬಹುದು. ಉದಾ : "ತನು ನಿರ್ವಾಣ, ಮನ ಸಂಸಾರ ; ಮಾತು ಬ್ರಹ್ಮ, ನೀತಿ ಅಧಮ ; ಅದೇತಱ ಅಱಿವು ಘಾತುಕನ ಕೈಯ ಕತ್ತಿಯಂತೆ" (ಮಡಿವಾಳ ಮಾಚಯ್ಯ) ; "ಗಂಗಾನದಿಯಲ್ಲಿ ಮಿಂದು ಗಂಜಳದಲ್ಲಿ ಹೊರಳುವರೆ ? ಚಂದನವಿದ್ದಂತೆ ದುರ್ಗಂಧವ ಮೈಯಲ್ಲಿ ಪೂಸುವರೆ ? ಸುರಭಿ ಮನೆಯಲ್ಲಿ ಕಱೆಯುತ್ತಿರೆ ಹರಿವರೆ ಸೊಣಗನ ಹಾಲಿಂಗೆ" (ಸೊಡ್ಡಳ ಬಾಚರಸ) ; "ಭಕ್ತರಿಗೆ ಬಡತನವುಂಟೆ ? ಸತ್ಯರಿಗೆ ಕರ್ಮವುಂಟೆ ? ಚಿತ್ತಮುಟ್ಟಿ ಸೇವೆಯ ಮಾಡುವ ಭಕ್ತಂಗೆ ಮರ್ತ್ಯ ಕೈಲಾಸವೆಂಬುದುಂಟೆ ?" (ಆಯ್ದಕ್ಕಿಯ ಮಾರಯ್ಯ) — ಇಂಥ ವಚನಗಳಲ್ಲಿ ಅಪರೂಪವಾಗಿ ಒಂದು ಭಾವಗೀತೆಯ ಸ್ವಯಂಪೂರ್ಣತೆ ಬೆಳಗುತ್ತದೆ. ಉದಾ : "ಬಟ್ಟೆಯಲ್ಲಿ ಹೋಗುತ್ತಿಪ್ಪ ಮನುಜನೊಬ್ಬನನು ಹುಲಿ, ಕಾಡುಕಿಚ್ಚು, ರಕ್ಕಸಿ, ಕಾಡಾನೆಗಳು ನಾಲ್ಕು ದಿಕ್ಕಿನಲ್ಲಿ ಅಟ್ಟಿ ಬರುತ್ತಿರಲು, ಅವಂ ಕಂಡು ಭಯದಿಂದ ಹೋಗಲು ದಿಕ್ಕುತೋರದೆ ಹಾಳುಬಾವಿಯಂ ಕಂಡು ತಲೆಯೂರಿ ಬೀಳುವಲ್ಲಿ ಹಾವ ಕಂಡು ಬೀಳಲಮ್ಮದೆ ಇಲಿ ಕಡಿದ ಬಳ್ಳಿಯಂ ಹಿಡಿದು ನಿಲ್ಲಲು, ಜೇನುಹುಳು ಮೈನೂರುವಾಗ ಮೂಗಿನ ತುದಿಯಲ್ಲೊಂದು ಹನಿ ಮಧುಬಿಂದು ಬೀಳಲಾಗಿ ಆ ಮಧುವಂ ಕಂಡು ಹಿರಿದಪ್ಪ ದುಃಖವನೆಲ್ಲವ ಸೈರಿಸಿ ನಾಲಿಗೆಯಲ್ಲಿ ಆ ಮಧುವ ಸೇವಿಸುವನಂತೆ ಈ ಸಂಸಾರಸುಖವ ವಿಚಾರಿಸಿ ನೋಡಿದಡೆ ದುಃಖದಾಗರವು." (ಸಿಮ್ಮಲಿಗೆಯ ಚೆನ್ನಯ್ಯ)— ಹೀಗೆ ಜನಜೀವನದಿಂದೆತ್ತಿಕೊಂಡ, ಜನಹೃದಯ ವನ್ನು ತಟ್ಟುವ ಲೌಕಿಕ ಕಥೆ, ಗಾದೆ, ಒಳ್ನುಡಿಗಳಿಂದ ಅನುಭಾವದ ಆಳವನ್ನೂ ನವಸಮಾಜ ನೀತಿಯನ್ನೂ ಸಹಜಸುಂದರವಾಗಿ ವೆಗ್ಗಳವಾಗಿ ನಿರೂಪಿಸಿದ್ದರಲ್ಲಿಯೇ ವಚನಗಳ ವೈಶಿಷ್ಟ್ಯವಿದೆ, ಸಾಫಲ್ಯವಿದೆ.

## ವಚನಗಳ ಸಾಮಾನ್ಯ ಸ್ವರೂಪ

ವಚನಗಳನ್ನು ವಚನಕಾರರು ಬರೆದರೆನ್ನಬಹುದೇ ? ಬರೆದರೆ ಹೇಗೆ, ಯಾವಾಗ ಬರೆದರು ? ಅವನ್ನು ಹಾಡುತ್ತಿದ್ದರೇ ? ಹೇಳುತ್ತಿದ್ದರೆ ? ಈ ಪ್ರಶ್ನೆಗಳಿಗೆ ಉತ್ತರ ಕೊಡಲು ಖಚಿತ ವಾದ ಆಧಾರಗಳಿಲ್ಲ. ವಚನಕಾರರಲ್ಲಿ ಹಲವರು 'ಅಕ್ಷರಜ್ಞಾನಿ'ಗಳಾಗಿದ್ದರೂ ಅಕ್ಕರಿಗರಾಗಿರಲಿಲ್ಲ. ಅವರು ತಮ್ಮ ವಚನಗಳನ್ನು ಬರೆದಿರಲಾರರು, ಬರೆಯಲು ಪ್ರೇರಿಸಿರಬೇಕು. ಅನುಭವಮಂಟಪ ದಲ್ಲಿ ಯಾರಾದರೂ ಒಬ್ಬಿಬ್ಬರು ಬರೆದುಕೊಳ್ಳುವ ಕಾಯಕದವರಿದ್ದಿರಬಹುದು. ಕೆಲವು ಸಲ ಸರ್ವಜ್ಞನ ವಚನಗಳಂತೆ ವಚನಗಳನ್ನು ಕೇಳಿದವರು ಮೆಚ್ಚಿ ನಾಲಿಗೆಯ ಮೇಲೆ ಬರೆದುಕೊಂಡು ಒಬ್ಬರಿಂದೊಬ್ಬರಿಗೆ ಸಾಗಿಸಿರಬೇಕು. ಮುಂದೊಮ್ಮೆ ಅವು ಬರೆಹಕ್ಕೆ ಒಳಪಟ್ಟಿರಬೇಕು. ಸುವಿದ್ಯರಾದ ಬಸವಣ್ಣನಂಥವರು ತಮ್ಮ ಬಹುಸಂಖ್ಯೆ ವಚನಗಳನ್ನು ತಾವಾಗಿ ಓಲೆಗರಿಗಳಲ್ಲಿ ದಿನಚರಿಯ ಹಾಗೆ ಬರೆದಿಡುತ್ತಿರಬಹುದೆಂದೂ ತೋರುತ್ತದೆ. ಆದರೆ ಅಲ್ಲಮಪ್ರಭು ಗಾಳಿಯ ಮೇಲೆಯೇ ತನ್ನ ಗರಿಗಳನ್ನು ತೂರುವ ಸ್ವಭಾವದವನೆಂದೂ ತೋರುತ್ತದೆ. ಒಂದು ಅನುಭವ ಪ್ರಸಂಗದಲ್ಲಿ,

ಸಂವಾದ ಸಂದರ್ಭದಲ್ಲಿ ಸಹಜವಾಗಿ ಹೊಮ್ಮುತ್ತ ಬಂದ ವಚನಗಳು ಕುಳಿತುಕೊಂಡು ಬರೆದುವಲ್ಲ ಎಂಬುದನ್ನು ತಿಳಿಸಲು ನಿದರ್ಶನಗಳಿರುತ್ತವೆ. ಒಟ್ಟಿನಲ್ಲಿ ವಚನಗಳಿಗೆ ಕೃತಿಗಿಂತ ಶ್ರುತಿಯ ಲಕ್ಷಣವಿದೆ, ಮೂಲದಲ್ಲಿ ಬರೆದರು ಎನ್ನುವುದಕ್ಕಿಂತ ಒರೆದರು ಎಂದರೆ ಲೇಸು. ಪ್ರತ್ಯಕ್ಷವಾಗಿ ಹೇಗೆ ಯಾವಾಗ ಯಾರು ಬರೆದರೆಂಬುದು ಊಹೆಯ ವಿಷಯವೇ ಸರಿ. ಶ್ರೀ ಹಳಕಟ್ಟಿಯವರು ಹೇಳುವಂತೆ ವಚನಗಳ ರಚನೆಯ ಕಾಲಕ್ಕೆ ನಿರ್ದಿಷ್ಟ ಕ್ರಮವಿರಲಿಲ್ಲ. ಸ್ಫೂರ್ತಿಬಂದಂತೆ ಅವನ್ನು ರಚಿಸಲಾಯಿತು. ಮುಂದಿನ ಕಾಲದಲ್ಲಿ ಅವಕ್ಕೆ ವಿಷಯಾನುಸಾರ, ಸ್ಥಲಾನುಸಾರ ಇಲ್ಲವೇ ಬೇರೆ ಕ್ರಮವನ್ನು ಸಂಪಾದನಕಾರರು ತಂತಮ್ಮ ರೀತಿಯಲ್ಲಿ ಉಂಟುಮಾಡಿಕೊಂಡರು.

ವಚನಗಳನ್ನು ಹಾಡುವ ಧಾಟಿಯಲ್ಲಿ ಬರೆದರೇ ? ಹಾಡುತ್ತಿದ್ದರೇ ? ಎಂಬುದಕ್ಕೆ ಕೆಲ ಮಟ್ಟಿಗೆ ಆಧಾರಗಳಿವೆ. ಬಸವಣ್ಣನು "ತಾಳಮಾನಸರಿಸವನರಿಯೆ, ಓಜೆಬಜಾವಣೆಯ ಲೆಕ್ಕವನರಿಯೆ, ಅಮೃತ ದೇವಗಣವನರಿಯೆ ಕೂಡಲಸಂಗಮದೇವಾ, ನಿನಗೆ ಕೇಡಿಲ್ಲವಾಗಿ ಆನು ಒಲಿದಂತೆ ಹಾಡುವೆ" ಎಂದಿದ್ದಾನೆ. ಅವನ "ಎನ್ನ ಶಿರವ ಸೋರೆಯ ಮಾಡಯ್ಯ!.... ಬತ್ತೀಸ ರಾಗವ ಹಾಡಯ್ಯ" ಎಂಬ ವಚನದಲ್ಲಿಯೂ ಸಂಗೀತದ ರೂಪಕವಿದೆ. "ಅರುವತ್ತೆಂಟುಸಹಸ್ರ ವಚನಗಳ ಹಾಡಿ ಹಾಡಿ ಸೋತಿತೆನ್ನ ಮನ ನೋಡಯ್ಯ !" (೬೭) ಎಂದು ಸಿದ್ಧರಾಮನೂ ಹೇಳಿದ್ದಾನೆ. "ಅತಿಜಡರೆನಿಪ್ಪ ಮಾನವರನಿನ್ನೇನೆಂಬೆ....ಎಂದು ಹಾಡಿದನೊಂದು ಗುರು ವಚನವ" (೩–೩೬) ಎಂದು 'ಸಿದ್ಧರಾಮಚಾರಿತ್ರ'ದಲ್ಲಿಯೂ ಇದೆ. ಹರಿಹರನು "ಬಸವರಾಜನ ಗೀತದೊಳು, ಗೀತಮಂ ಪಾಡೆ" ಎಂದು ಮುಂತಾಗಿ ತನ್ನ 'ಬಸವರಾಜದೇವರ ರಗಳೆ', 'ಮಹಾದೇವಿಯಕ್ಕನ ರಗಳೆ'ಗಳಲ್ಲಿ ಹೇಳುವಾಗ ಅವರವರ ಉಪಲಬ್ಧ ವಚನಗಳನ್ನು ಅನು ವಾದಿಸಿದ್ದಾನೆ. ಎಂ.ಆರ್.ಶ್ರೀ.ಯವರು ಪ್ರಾರ್ಥನೆ, ಆತ್ಮಪರಿಶೋಧನೆ, ಸ್ತೋತ್ರರೂಪ ವಾಗಿದ್ದು ಗೀತಜಾತಿಗೆ ಸೇರಿದ ವಚನಗಳೆಂದೂ ಅವುಗಳ ಮೂಲರೂಪ ನಮಗೆ ಈಗ ತಿಳಿದಿಲ್ಲ ಎಂದೂ ಅಭಿಪ್ರಾಯಿಸುತ್ತಾರೆ.[3] "ವಚನಗಳಲ್ಲಿ ಕೆಲಕೆಲವಾದರೂ ಹಾಡುವುದಕ್ಕೆ ಬರುತ್ತಿದ್ದಿರ ಬೇಕು. ಕೆಲವು ವಚನಗಳನ್ನು ಗಣಗಳಾಗಿ ವಿಂಗಡಿಸಲೂಬಹುದಾಗಿದೆ" ಎಂದೂ ಹೇಳಿದ್ದಾರೆ.[4] "ಈಗ ವಚನವೆಂದು ಕರೆಯಿಸಿಕೊಳ್ಳುತ್ತಿರುವವುಗಳಲ್ಲಿ ಕೆಲವಾದರೂ ಮೊದಲಿಗೆ ಸಲಕ್ಷಣವಾದ ಹಾಡುಗಳಾಗಿದ್ದಂತೆಯೇ ತೋರುತ್ತದೆ" ಎಂದು ಅಕ್ಕಮಹಾದೇವಿಯ 'ಪಚ್ಚೆಯ ನೆಲಗಟ್ಟು' ಇತ್ಯಾದಿ ವಚನವು ಹಲಗೆಯದೇವರ 'ಶೂನ್ಯಸಂಪಾದನೆ'ಯಲ್ಲಿ ಕಾಂಬೋದಿ ರಾಗದ ಹಾಡಿನ ರೂಪದಲ್ಲಿದ್ದುದನ್ನು ತೀ. ನಂ. ಶ್ರೀಕಂಠಯ್ಯನವರು ಎತ್ತಿತೋರಿದ್ದಾರೆ. "ಇದನ್ನು ಮೊದಲು ಹಾಡಾಗಿಯೇ ಕಟ್ಟಿದಳೆಂದು ಕಾಣುತ್ತದೆ. ಅಲ್ಲಿಂದೀಚೆಗೆ ಅದು ಸಾಮಾನ್ಯ ವಚನಗಳೊಡನೆ ಬೆರೆದುಹೋಗಿರಬೇಕು"[5] ಎಂದೂ ಹೇಳಿದ್ದಾರೆ. ನಮಗೆ ಇಲ್ಲಿ ಕ್ರಮವಿಪರ್ಯಾಸವಾದಂತೆ ತೋರುತ್ತದೆ. ಮೊದಲು ವಚನವಾಗಿದ್ದುದನ್ನು ಆಮೇಲಿನ ಸಂಪಾದನಕಾರರು ಹಾಡಿನ ರೂಪಕ್ಕೆ ಇಳಿಸಿಕೊಂಡಿರಬೇಕು. ವಚನಗಳು ಯಾವುವೇ ಆಗಲಿ ಗೀತಜಾತಿಗೆ ಸೇರಿದವುಗಳಲ್ಲ. ಅವು ಸೂಕ್ಷ್ಮ ಸ್ವಚ್ಛಂದಲಯದ ಗದ್ಯಕವನಗಳು. ಅವುಗಳಲ್ಲಿ ಭಾವಗೀತೆಯ ಮೂಲಪ್ರೇರಣೆಯಿದೆ, ಆದರೆ ನಿಯತ ಛಂದಸ್ಸಿನ ಇಲ್ಲವೆ ತಾಳಲಯದ ಯೋಜನೆಯಿಲ್ಲ. **"ಆನು ಒಲಿದಂತೆ ಹಾಡುವೆ"** ಎಂಬ ಬಸವಣ್ಣನ ಮಾತಿನಲ್ಲಿಯೇ ಅವುಗಳ ಸ್ವಚ್ಛಂದತೆಯ ಸೂಚನೆಯಿದೆ. ವಚನಕಾರರನೇಕರಿಗೆ ಸಂಗೀತಜ್ಞಾನವಿದ್ದಿರಬಹುದು. ಹಾಡುಗಳನ್ನು ಕೆಲವರು ಪ್ರತ್ಯೇಕವಾಗಿ ರಚಿಸಿದ್ದಾರೆ. ಉದಾ : ಬಸವಣ್ಣನ ಕಾಲಜ್ಞಾನವಚನ, ಮಂತ್ರಗೋಪ್ಯ ; ಚನ್ನಬಸವನ ಪದಮಂತ್ರಗೋಪ್ಯ, ಮಂತ್ರ ಗೋಪ್ಯ ; ಪ್ರಭುದೇವನ ಮಂತ್ರಗೋಪ್ಯ, ಅಕ್ಕನ ಹಾಡುಗಳು ಇತ್ಯಾದಿ. ಕೆಲವರು ತ್ರಿಪದಿ–ಕಂದಗಳಲ್ಲಿ ಪದ್ಯಗಳನ್ನೂ ಬರೆದಿದ್ದಾರೆ. ಉದಾ : ಮಹಾದೇವಿಯಕ್ಕನ 'ಯೋಗಾಂಗತ್ರಿವಿಧಿ', ಸಿದ್ಧರಾಮನ 'ಮೂರು ತ್ರಿವಿಧಿಗಳು', ಕೊಂಡಗೂಳಿ ಕೇಶಿರಾಜನ 'ಷಡಕ್ಷರಕಂದ' ಮುಂತಾಗಿ.

ವಚನಗಳ ಲಯವು ಪದ್ಯಗಳ ಗಣಾಭಾಸ ಇಲ್ಲವೆ ಸಂಗೀತದ ತಾಳಲಯದ ಆಭಾಸವನ್ನು ಉಂಟುಮಾಡುವುದು. ಅಂತೆಯೇ ಪದ್ಯದಂತೆ ಅವನ್ನು ಒಮ್ಮೊಮ್ಮೆ ಹೇಳಬಹುದು, ಗೀತದಂತೆ ಹಾಡಿಕೊಳ್ಳಲೂಬಹುದು. ಆದರೆ ತಾಳಲಯಕ್ಕನುಸರಿಸಿ ಹಾಡುವುದಕ್ಕೆಂದು ಅವನ್ನು ರಚಿಸಿಲ್ಲ. ಗಮಕಪದ್ಧತಿಯ ಮೇರೆಗೆ ಸರಾಗವಾಗಿ ಅವುಗಳ ವಿಶಿಷ್ಟ ಲಯದಲ್ಲಿ ಹಾಡಿಕೊಳ್ಳುವ ಪದ್ಧತಿಯಿರಬೇಕು. ಹರಿಹರನು ಈ ಅರ್ಥದಲ್ಲಿಯೇ "ಗೀತಮಂ ಪಾಡೆ" ಎಂದು ಹೇಳಿರಬೇಕು. ಈ ಸಂದರ್ಭದಲ್ಲಿ ಬಸವನಾಳರು ಹೇಳಿದ ಮಾತುಗಳು ಸರಿಯೆಂದು ನಮಗೆ ತೋರುತ್ತದೆ : "ಸೂಕ್ಷ್ಮವಾಗಿ ವಿಚಾರಿಸಿದರೆ ವಚನಗಳು ಗದ್ಯಪದ್ಯ ನಡುವಿನ ಒಂದು ಮಾದರಿಯೆಂದೇ ಹೇಳಬೇಕಾಗುವುದು. ವಚನಗಳಲ್ಲಿ ಗದ್ಯದ ನಿರರ್ಗಳತೆ ಇಲ್ಲದಿದ್ದರೂ ಅದರ ಸರಳತೆ ಇದೆ ; ಪದ್ಯದ ಕ್ರಮಬದ್ಧ ಛಂದೋಗತಿ ಇಲ್ಲದಿದ್ದರೂ ಅದರ ಲಯವಿದೆ. ಹಲವು ವಚನಗಳಲ್ಲಿ ಈ ಲಯ ಛಂದೋಗತಿಗೆ ಬಹು ಸಮೀಪವರ್ತಿಯಾಗಿರುವುದರಿಂದ ಅಂತಹ ವಚನಗಳನ್ನು ಹೆಚ್ಚು ವ್ಯತ್ಯಾಸಮಾಡದೆ ಸರಾಗವಾಗಿ ಹಾಡಲು ಅನುಕೂಲವಾಗುವುದು ಕಂಡುಬರುತ್ತಿದೆ."[6]

ಒಟ್ಟಾಗಿ ಎಲ್ಲ ವಚನಗಳನ್ನು ಮನದಂದು ಅವುಗಳ ಸಾಹಿತ್ಯಲಕ್ಷಣ ಮತ್ತು ಭಾಷೆಯ ವೈಶಿಷ್ಟ್ಯವನ್ನು ಅರಿತುಕೊಳ್ಳಬಹುದು. ಒಂದು ಮಾತಿನಲ್ಲಿ ಹೇಳುವುದೇ ಆದರೆ ವಚನಗಳೆಂದರೆ ನಡುಗನ್ನಡದ ಶೈಲಿಯ ಅನುಭಾವಗದ್ಯದಲ್ಲಿ ಉಸುರಿದ ಆಧ್ಯಾತ್ಮಿಕ ಭಾವಗೀತೆಗಳು. ಜಗತ್ತಿನ ಸಾಹಿತ್ಯದಲ್ಲಿ ಇವುಗಳನ್ನು ಹೋಲುವ ರೂಪ ಕಡಿಮೆ, ಕನ್ನಡದಲ್ಲಿಯಂತೂ ಅಪೂರ್ವ. ಗದ್ಯಕಾವ್ಯ, ಚಿಂತನಪರಗದ್ಯ, ಭಾವಗೀತೆಯ ಅಂಶಸ್ಪೃಷ್ಟವಾದ ಗದ್ಯ ಇವು ಬೈಬಲ್, ಕೆಂಪಿಸ್, ಮಾರ್ಕಸ್ ಅರೇಲಿಯಸ್ ಇವರಲ್ಲಿ ಕಂಡುಬಂದಿದೆಯಾದರೂ ವಚನಗಳ ಅನುಭಾವಗದ್ಯ ಅಪರೂಪವಾಗಿದೆ. ವಿಷಯ-ಶೈಲಿ ಎರಡೂ ದೃಷ್ಟಿಯಿಂದ ಇದರ ವೈಶಿಷ್ಟ್ಯದರ್ಶಕವಾದ ಲಕ್ಷಣಗಳನ್ನು ಹೀಗೆ ಗುರುತಿಸಬಹುದು : (೧) ಅನುಭವದ ಗಾಢಸೂಕ್ಷ್ಮತೆಯೊಡನೆ ಉಕ್ತಿಯ ಸಹಜತೆ, ಅಲಂಕಾರ ರಮ್ಯತೆ, (೨) ಲೌಕಿಕ ದೃಷ್ಟಾಂತಗಳ, ಗಾದೆಮಾತು–ಒಳ್ಳುನುಡಿಗಳ ಮಾಲಿಕೆ, (೩) ಸಹಜ ಸ್ಫೂರ್ತವಾದ ಸಾಂಕೇತಿಕತೆ ಹಾಗೂ ತಾತ್ತ್ವಿಕಶ್ಲೇಷ, (೪) ಇಷ್ಟದೇವತೆಯಿದಿರಿನಲ್ಲಿ ಭಕ್ತಿನಮ್ರವಾದ ಪ್ರಾಂಜಲವಾದ ಅಂತರಂಗದ ನಿರೀಕ್ಷಣೆ, (೫) ಸ್ವಂತದ ಕಾಯಕಗಳಿಗೆ ಅನುಗುಣವಾದ ಹೋಲಿಕೆಗಳಿಂದ ಪರಮಾರ್ಥದ ವಿವರಣೆ, (೬) ಸಂಬೋಧನರೂಪವಾದ ತಂತಮ್ಮ ಅಂಕಿತಗಳಿಂದ ಪ್ರತಿಯೊಂದು ವಚನದ ಮುಕ್ತಾಯ, (೭) ಸ್ವಾಭಾವಿಕ ಲಾಲಿತ್ಯ–ಮಾರ್ದವ ; ಕ್ವಚಿತ್ತಾದ ಪಾರುಷ್ಯ, ಸಾತ್ತ್ವಿಕಸಂತಾಪ, ಕಟುಟೀಕೆ, (೮) ಹಳಗನ್ನಡವು ಹೊಸಗನ್ನಡವಾಗಿ ರೂಪಾಂತರವಾಗುತ್ತಿರುವ ಸಂಧಿಕಾಲದ ನುಡಗನ್ನಡ ಶೈಲಿ, ಮಾರ್ಗದೇಸಿಗಳ ಸಮನ್ವಯ ಪ್ರಯೋಗ, (೯) ಪ್ರಾಯೋಗಿಕತೆಯ ಮೂಲಕ ಹಳಗನ್ನಡಕ್ಕೆ ಒಪ್ಪದ ವ್ಯಾಕರಣದೋಷಗಳು, ಪ್ರಯೋಗದೋಷಗಳು, (೧೦) ಹಳಗನ್ನಡ ಹೊಸಗನ್ನಡ ಎರಡರಲ್ಲಿಯೂ ಕಾಣದೊರೆಯದ ಹಲಕೆಲವು ನಡುಗನ್ನಡ ಪದಗಳು [ಉದಾ : ಎನ್ನುವ(ನು), ಹುಟ್ಟಿತ್ತೆ, ಐದುಗೆ, ಮಾಬುದು, ಕಬ್ಬುನ, ವಂಶಾವಳಿಯಲು].

ವಚನ – ಇದು ಸಾಹಿತ್ಯವೇ ಶಾಸ್ತ್ರವೇ ? ಇಲ್ಲವೇ ಎರಡೂ ಆಗಿರುವುದೇ ? ಸಾಹಿತ್ಯದಲ್ಲಿ ಶಾಸ್ತ್ರವಿರಬಹುದು, ಶಾಸ್ತ್ರವನ್ನು ಸಾಹಿತ್ಯವಾಗಿಸಿ ಹೇಳಬಹುದು, ಅವೇನು ಯಾವಾಗಲೂ ಪ್ರತ್ಯೇಕವಾದ ಪದಗಳಲ್ಲ. ವಚನಸಾಹಿತ್ಯವೂ ಹೌದು, ಶಾಸ್ತ್ರವೂ ಹೌದು. ಸ್ವಾನುಭವಮೂಲತೆ, ಹೃದಯವಂತಿಕೆ, ಸೌಂದರ್ಯದೃಷ್ಟಿ ಇವುಗಳ ಮೂಲಕ ವಚನಸಾಹಿತ್ಯವೆಂಬುದು ಸತ್ಯ, ಒಂದು ನಿಶ್ಚಿತದರ್ಶನ ಸಿದ್ಧಾಂತ. ಆಚಾರಧರ್ಮ ಇವುಗಳ ಮೂಲಕ ವಚನವು ಶಾಸ್ತ್ರವೂ ನಿಜ. ಆದರೂ ಮುಖ್ಯವಾಗಿ ವಚನಸಾಹಿತ್ಯ, ಮೇಲ್ತರಗತಿಯ ಸಾಹಿತ್ಯ, ಪಾಂಡಿತ್ಯ ಪ್ರತಿಭೆಗಳ ಸಂಯೋಗದಿಂದ ಉಂಟಾದ ಗ್ರಥನಸಾಹಿತ್ಯವಲ್ಲ, ಅನುಭಾವಿಗಳ ಆತ್ಮಮಥನದಿಂದ ಹೊರಹೊಮ್ಮಿದ ಮಥನಸಾಹಿತ್ಯ. "ವಚನಗಳಲ್ಲಿ ರಸಭಾವ ಅಲಂಕಾರಗಳೂ, ಉದಾತ್ತಧ್ಯೇಯವೂ ಇರುವುದರಿಂದ

ಅವು ಉತ್ತಮ ಸಾಹಿತ್ಯವೆಂದು ಧಾರಾಳವಾಗಿ ಹೇಳಬಹುದು. ವಚನಗಳು ನಮ್ಮ ಕನ್ನಡ ಸಾಹಿತ್ಯದ ಉಪನಿಷತ್ತುಗಳು, ಆ ಕವಿಗಳು ನಮ್ಮ ಕನ್ನಡನಾಡಿನ ರಸಋಷಿಗಳು, ಆ ರಸಋಷಿಗಳ ಉಪದೇಶಸಾರ; ಸಾಹಿತ್ಯವೇ ದರ್ಶನ, ದರ್ಶನವೇ ಸಾಹಿತ್ಯ! ಸತ್ಯವೇ ಸೌಂದರ್ಯ, ಸೌಂದರ್ಯವೇ ಸತ್ಯ!"[7] ಎಂದು ಎಂ.ಆರ್. ಶ್ರೀ.ಯವರು ತಮ್ಮ 'ವಚನಧರ್ಮಸಾರ'ವನ್ನು ಕೊನೆಗಾಣಿಸಿದ್ದಾರೆ. ವಚನಗಳಲ್ಲಿ ಎಲ್ಲವೂ ಉತ್ತಮ ಸಾಹಿತ್ಯಪದವಿಗೆ ಅರ್ಹವೆಂದು ಯಾರೂ ಹೇಳಲಾರರು. ಆದರೆ ಅನುಭಾವಪ್ರಧಾನವಾದ ಉತ್ತಮ ಸಾಹಿತ್ಯಕ್ಕೆ ಅವಶ್ಯವಾದ ವ್ಯಕ್ತಿತ್ವ ಮಹಿಮೆ, ಜೀವನಸಿದ್ಧಿ ವಚನಕಾರರಲ್ಲಿರುವುದೆಂಬುದನ್ನು ಎಲ್ಲರೂ ಒಪ್ಪಬಹುದು. ಉಪನಿಷತ್ತುಗಳಿಗೆ ಹೋಲುವ ಉಕ್ತಿಗಳು ವಚನದಲ್ಲಿ ಬಂದಿವೆ ಮಾತ್ರವಲ್ಲ, ಉಪನಿಷತ್ಕಾರರ ಆತ್ಮಾನುಭವ, ದೃಷ್ಟಿವೈಶಾಲ್ಯ, ಸತ್ಯಧರ್ಮದರ್ಶನ ಇವು ವಚನಕಾರರಲ್ಲಿವೆ. ಜೊತೆಗೆ ಉಪನಿಷತ್ತಿನಲ್ಲಿ ಇಲ್ಲದ ತತ್ತ್ವಪ್ರಣಾಲಿ, ಸಮಾಜನೀತಿ, ಆಚಾರಧರ್ಮಗಳೂ ಅವುಗಳನ್ನು ಕನ್ನಡಿಸುವುದಕ್ಕೆ ಹೊರಟ ಭಾಷೆಯ ಜನಸಂಮುಖ ಸ್ವರೂಪಗಳೂ ವಚನಗಳಲ್ಲಿವೆ. ನಾಗಚಂದ್ರನು ಹೇಳಿದ 'ಜನತಾಂತರ್ದೃಷ್ಟಿ' ಎಂಬ ಸಾಹಿತ್ಯದ ಸಾಮಾನ್ಯ ಲಕ್ಷಣವು ವಚನವಾಙ್ಮಯಕ್ಕೆ ವಿಶೇಷವಾಗಿ ಸರಿಹೋಗುತ್ತದೆ.

ವೀರಶೈವಮತಪ್ರಸಾರದಲ್ಲಿ ಪ್ರಮುಖ ಪಾತ್ರವನ್ನು ವಹಿಸಿದ ಶಿವಲೆಂಕ ಮಂಚಣ್ಣ, ಶ್ರೀಪತಿ ಪಂಡಿತ, ಮಲ್ಲಿಕಾರ್ಜುನಪಂಡಿತ ಈ ಪಂಡಿತತ್ರಯರನ್ನು ಇಲ್ಲಿ ನೆನೆಯಬೇಕು. ಇವರು ಬಸವಣ್ಣನ ಸಮಕಾಲೀನರೆಂದು ಗ್ರಹಿಕೆಯಿದೆ. ಶಿವಲೆಂಕ ಮಂಚಣ್ಣ-ಮಲ್ಲಿಕಾರ್ಜುನರು ಕನ್ನಡದಲ್ಲಿ ವಚನಗಳನ್ನು ಬರೆದಿದ್ದಾರೆ; ಶ್ರೀಪತಿಪಂಡಿತನು ಸಂಸ್ಕೃತದಲ್ಲಿ 'ಬ್ರಹ್ಮಸೂತ್ರ'ಗಳಿಗೆ 'ಶ್ರೀಕರಭಾಷ್ಯ'ವನ್ನು ಬರೆದನು. ಕನ್ನಡದಲ್ಲಿ ಏನನ್ನೂ ಬರೆದಂತಿಲ್ಲ. ರೇವಣ್ಣ, ಮರುಳಸಿದ್ಧ, ಏಕೋರಾಮಿ ತಂದೆ, ಪಾಂಡಿತಾರಾಧ್ಯ, ವಿಶ್ವೇಶ್ವರ, ಈ ಐವರು ವೀರಶೈವ ಆಚಾರ್ಯಪಂಚಕವೆಂದು ಹೆಸರಾಗಿದ್ದಾರೆ. ಇವರಲ್ಲಿ ಕೆಲವರು ಬಸವನಿಗೆ ಪೂರ್ವಿಕರು. ಕೆಲವರು ಅವನಿಗೆ ಸಮಕಾಲೀನರೂ ಆಗಿದ್ದಾರೆ. ಇವರಲ್ಲಿ ಪಂಡಿತಾರಾಧ್ಯ, ಏಕೋರಾಮಿತಂದೆ, ಮರುಳಸಿದ್ಧ ಇವರು ಬರೆದ ವಚನಗಳು ದೊರೆತಿವೆ.

## ಟಿಪ್ಪಣಿಗಳು

1. ಎಂ. ಆರ್. ಶ್ರೀನಿವಾಸಮೂರ್ತಿ : 'ಭಕ್ತಿಭಂಡಾರಿ ಬಸವಣ್ಣನವರು', ಪು. ೧೪, ೧೫.
2. ಎಂ. ಆರ್. ಶ್ರೀನಿವಾಸಮೂರ್ತಿ : 'ವಚನಧರ್ಮಸಾರ', ಪು. ೬೯.
3. ಅದೇ, ಪು. ೨೧೯.
4. ಅದೇ, ಪು. ೨೨೧.
5. ತೀ. ನಂ. ಶ್ರೀಕಂಠಯ್ಯ : ಮಹಾದೇವಿಯಕ್ಕನ ಕೆಲವು ವಚನಗಳು ('ಕಾವ್ಯಸಮೀಕ್ಷೆ', ಪು. ೧೨೬-೭).
6. ಶಿ. ಶಿ. ಬಸವನಾಳ : 'ಬಸವಣ್ಣನವರ ಷಟ್‌ಸ್ಥಲದ ವಚನಗಳು' (ಪ್ರಸ್ತಾವನೆ, ಪು. xxvii).
7. ಎಂ. ಆರ್. ಶ್ರೀನಿವಾಸಮೂರ್ತಿ : 'ವಚನಧರ್ಮಸಾರ', ಪು. ೨೩೪.

## ಪ್ರಕರಣ : ೧೬

# ಹರಿಹರ

ಶರಣಜೀವನ ಮತ್ತು ವಚನಸಾಹಿತ್ಯಗಳು ಒಂದು ಮಹಾಪೂರದಂತೆ ಬಂದು ಇಳಿದಮೇಲೆ ಅದರ ನೆನಪಿನಿಂದ ಸ್ಫುರಣಹೊಂದಿ ಸಾಹಿತ್ಯನಿರ್ಮಾಣ ಮಾಡಿದವರಲ್ಲಿ ಹರಿಹರ, ರಾಘವಾಂಕ, ಪದ್ಮರಸ ಈ ಮೂವರು ಮುಖ್ಯರು. ಇವರಲ್ಲಿ ಹರಿಹರನು ಹಿರಿಯ ಭಕ್ತಕವಿ, ಮೇಲಾದ ಶಿವಕವಿ. ಇವನೆಲ್ಲ ಕೃತಿಗಳಲ್ಲಿ ಭಕ್ತಿಪೂರ್ಣವಾದ ಭಾವನಿರ್ಭರವಾದ ಸಮಗ್ರ ವ್ಯಕ್ತಿತ್ವವೊಂದು ಎದ್ದುಕಾಣುತ್ತದೆ. ಪಾಂಡಿತ್ಯ–ಪ್ರತಿಭೆಗಳ ರೆಕ್ಕೆಗಳನ್ನು ಬಿದಿರಿ, ಭಕ್ತಹೃದಯವನ್ನು ತೆರೆದು, ದಣಿವಿಲ್ಲದೆ ಹಾಡುತ್ತ ಹಾರುವ ಹಕ್ಕಿಯಂತೆ ಇವನ್ನು ತೋರುತ್ತಾನೆ. ಈ ವ್ಯಕ್ತಿತ್ವದಲ್ಲಿ ಸಮಗ್ರತೆಯಿದೆ, ಸಮತೂಕವಿಲ್ಲ ; ಉತ್ಸಾಹವಿದೆ, ನಿಗ್ರಹವಿಲ್ಲ. ಇದರಲ್ಲಿಯೇ ಇದರ ಸೊಗಸಿದೆ. ಇವನ ದೊರೆತ ಗ್ರಂಥಗಳೆಂದರೆ 'ಪಂಪಾಶತಕ', 'ರಕ್ಷಾಶತಕ', 'ಮುಡಿಗೆಯ ಅಷ್ಟಕ', 'ಗಿರಿಜಾಕಲ್ಯಾಣ' ಮತ್ತು 'ಶಿವಗಣದ ರಗಳೆಗಳು'. ಇವುಗಳ ರಚನೆಯ ಕ್ರಮದ ಬಗ್ಗೆ ಚರ್ಚೆ ನಡೆದಿದೆ. ಬಹುಶಃ ಇಂದಿನ ಎಲ್ಲ ಅಭ್ಯಾಸಿಗಳು ಒಪ್ಪುವಂತೆ ಮೊದಲಿನ ನಾಲ್ಕು ಗ್ರಂಥಗಳು ಅದರಲ್ಲಿಯೂ 'ಗಿರಿಜಾಕಲ್ಯಾಣ'ವು ಹರಿಹರನ ಕಾವ್ಯನಿರ್ಮಾಣದ ಮೊದಲ ಹಂತದಲ್ಲಿ ಹುಟ್ಟಿದುದೆಂದೂ, 'ಶಿವಶರಣರ ರಗಳೆಗಳು' ಎರಡನೆಯ ಹಂತದಲ್ಲಿ ಹುಟ್ಟಿದುದೆಂದೂ ಸ್ಥೂಲವಾಗಿ ಹೇಳಬಹುದು. ರಗಳೆಯಲ್ಲಿ ಕೆಲವು ಮೊದಲನೆಯ ಹಂತದಲ್ಲಿ ಹುಟ್ಟಿರಬಹುದು ಎಂಬುದನ್ನೂ ಇಲ್ಲಿ ಲಕ್ಷಿಸಬೇಕು. 'ರಗಳೆಯ ಕವಿ' ಎಂಬ ಪರಿಹಾಸದ ಬಿರುದು ಸಂಪ್ರದಾಯಮೂಢರಿಂದ ದೊರೆತದ್ದು ನಿಜವಿರಬಹುದು. ಆದರೆ ಅದರಿಂದ ಸೂಚಿತವಾದ ರಚನಾಕ್ರಮ ನಿಜವಲ್ಲ.

ಹರಿಹರನ ಎರಡೂ ಶತಕಗಳು ನೇರವಾದ ಆತ್ಮಕಥನವಾಗಿವೆ. ಅವನು ಹಂಪೆಯ ವಿರೂಪಾಕ್ಷನಲ್ಲಿ ತಳೆದ ಭಕ್ತಿ ಭಾವಾವೇಶವಾಗಿ, ವೀರನಿಷ್ಠೆಯಾಗಿ ಅವುಗಳಲ್ಲಿ ಹೊರಹೊಮ್ಮಿದೆ. ಸಂಸಾರಭಾರ, ರಾಜಸೇವೆ ಇದರಿಂದ ಮುಕ್ತನಾಗಿ ಅವನು ಭಕ್ತಿಜೀವನಕ್ಕೆ ತನ್ನನ್ನು ಮೀಸಲು ಮಾಡಿದ್ದರ ಸೂಚನೆಯೂ ಅಲ್ಲಿದೆ (ಪದ್ಯ ೧೨, ೨೩, ೭೨, ೮೭, ೮೮ – 'ಪಂಪಾಶತಕ'). "ರಕ್ಷಾಶತಕ, ಪಂಪಾಶತಕ ಹರಿಹರನ ಆತ್ಮಕಥನ ಎಂಬುದಕ್ಕಿಂತ ಜೀವಾತ್ಮನ ಕಥೆ ಎಂಬುದೇ ಸತ್ಯ. ಅವುಗಳಲ್ಲಿ ಹರಿಹರನ ಆತ್ಮಕಥೆಯನ್ನು ಕಾಣಲೆಳಸುವವರು ಮರಳಿನಲ್ಲಿ ಎಣ್ಣೆಯನ್ನು ಹಿಂಡುವಂಥ ಸಾಹಸಿಗಳು ಎನ್ನಬೇಕಾಗುತ್ತದೆ"[1] ಎಂಬ ಅಭಿಪ್ರಾಯವೂ ಇದೆ. ಮರಳಿನಾಳದಲ್ಲಿ ಎಣ್ಣೆಯನ್ನು ಹಿಂಡುವುದು ವ್ಯರ್ಥಸಾಹಸವಲ್ಲ ಎಂದು ಇಂದು ಕಂಡುಬಂದಿದೆ ! ಹರಿಹರನು ಆತ್ಮನಿವೇದಕನಾದ ಭಾವುಕ ಕವಿಯಾದ್ದರಿಂದ ಶತಕಗಳಲ್ಲಿ ತನ್ನ ಬದುಕಿನ ಸ್ಥೂಲಸ್ವರೂಪದ ಸೂಚನೆಯನ್ನು ಮಾಡಿರಬೇಕು ಎಂದರೆ "ಪಂಡಿತರ ಕಲ್ಪನಾವಿಲಾಸ, ಕಪೋಲಕಲ್ಪಿತ ಕಥೆ" ಎಂಬ ಪ್ರತಿಕ್ರಿಯೆ ಅತಿರಂಜಿತವೆಂದು ತೋರುತ್ತದೆ. ಅವನ ಭಕ್ತಿ ಅಶ್ರು, ಪುಳಕ, ಸ್ವೇದದಂಥ ಸಾತ್ವಿಕಭಾವಗಳಲ್ಲಿ ಅಭಿವ್ಯಕ್ತವಾದ 'ಅನುಭಾವ' ಭಕ್ತಿಯೆಂಬುದನ್ನು "ತೆರೆಮಸಗಲ್ ಸುಖಾಶ್ರು", ಮೊದಲಾಗಿ "ಮದೀಶ ನಿಜಭಕ್ತಿತರಂಗಿಣಿ ಮೀಱಿ ತುಬ್ಬುರಂಬರಿವುತುಮೆನ್ನಮೇಲೆ ಮಡುಗಟ್ಟುವುದೆಂದಲೆ ಹಂಪೆಯಾಳ್ದನೇ" ಎಂದು ಮುಗಿಯುವ ಪದ್ಯದಲ್ಲಿ ನೋಡಬಹುದು (ಪ. ೬–'ಪಂ.ಶ.'). ಈ ಭಕ್ತಿರಸದ ಉತ್ಕಟತೆ–ತನ್ಮಯತೆಗಳನ್ನು, ಕೊರಗು–ಕಳವಳಗಳನ್ನು ಉದ್ಗಾರ–ಪುನರುಕ್ತಿಗಳಿಂದ ವಿಶಿಷ್ಟವಾದ ಶೈಲಿಯಲ್ಲಿ ಹರಿಹರನು ವ್ಯಕ್ತಪಡಿಸಿದ್ದಾನೆ. ಇಲ್ಲಿ ತೋರಿದ ಅವನ ವ್ಯಕ್ತಿವಿಶಿಷ್ಟಶೈಲಿ ಅವನ ಎಲ್ಲ ಕೃತಿಗಳಲ್ಲಿ ಏಕತಾನವಾಗಿ ಮೆರೆದಿದೆ. ಸಾಹಿತ್ಯದೃಷ್ಟಿಯಿಂದ ಈ ಶತಕಗಳು ಕಲ್ಪನಾಶಕ್ತಿಗಿಂತ ಭಾವಶಕ್ತಿಯಿಂದ, ವಿಶಿಷ್ಟ ಸಹಜಶೈಲಿಯಿಂದ

ರಮ್ಯವಾಗಿವೆ ; ಭಾವಗೀತೆಯ ಸತ್ವವನ್ನು ಪಡೆದಿವೆ. ಇಲ್ಲಿ ತತ್ತ್ವವಿದೆ, ಮತೀಯ ಅಭಿನಿವೇಶವಿದೆ ; ಆದರೆ ನೀರಸವಾದ ಭಾವನಿರೂಪಣೆ ಎಲ್ಲಿಯೂ ಇಲ್ಲ. 'ಪಂಪಾಶತಕ'ದ ಪದ್ಯ ೮೧–೮೨ರಲ್ಲಿ ಒಂದು ಪ್ರತಿಜ್ಞೆ, ಒಂದು ಬೋಧನೆಯಿರುತ್ತದೆ. "ಪೊಗಟೆ ಮಿಕ್ಕಿನ ಚಕ್ರಪಾಣಿ ಸರಸಿಜೋದ್ಭೂತಸಂಕ್ರಂದನಾದಿಗಳಂ.... ಈಶ್ವರಂಗೆಯ್ದೆ ನಾಲಗೆಯಂ ಮಾಜಿದೆಂ" ; "....ಮನುಜರ ಮೇಲೆ ಸಾವವರ ಮೇಲೆ ಕನಿಷ್ಠರ ಮೇಲೆ....ಅನವರತಂ ಪೊಗಟ್ದು ಕೆಡಬೇಡಲೆ ಮಾನವ ನೀನಹರ್ನಿಶಂ ನೆನೆ ಪೊಗಟರ್ಚಿಸೆಮ್ಮ ಕಡುಸೊಂಪಿನ ಪೆಂಪಿನ ಹಂಪೆಯಾಳ್ದನಂ." ಇವು ಹರಿಹರನ ಸಾಹಿತ್ಯದ ಉದ್ದೇಶ ವಿಷಯಗಳನ್ನು ಸಾರಿದುವಲ್ಲದೆ, ವೀರಶೈವ ಸಾಹಿತ್ಯಕ್ಕೆ ಹೊಸ ದಿಶೆಯನ್ನೇ ತೋರಿಸಿಕೊಟ್ಟುವು. ಷಟ್ಸ್ಥಲಸಿದ್ಧಾಂತದಲ್ಲಿಯ ಮಾಹೇಶ್ವರಸ್ಥಲದ ಭಕ್ತಿ ಹರಿಹರನ ಜೀವಜೀವಾಳದಲ್ಲಿ ನೆಲೆನಿಂತು ಕನ್ನಡ ಸಾಹಿತ್ಯದ ಒಂದು ದೊಡ್ಡ ಪ್ರವಾಹಕ್ಕೆ ದಿಕ್ಕುತೋರಿದ್ದು ವ್ಯಕ್ತಿತ್ವಮಹಿಮೆಯೆ ಸರಿ. ನಾಗವರ್ಮಾಚಾರ್ಯನ 'ವೈರಾಗ್ಯಶತಕ'ದ ತರುವಾಯ ಕನ್ನಡಕ್ಕೆ ಇವೇ ಶತಕಗಳು ದೊರೆತಿವೆ. ವೀರಶೈವಸಾಹಿತ್ಯಕ್ಕಂತೂ ಇವು ಮೊದಲಿನವು. 'ಪಂಪಾಶತಕ', 'ರಕ್ಷಾಶತಕ' ಇವೆರಡರಲ್ಲಿ ಅದೇ ಉತ್ಕಟಭಕ್ತಿಯಿದ್ದರೂ ಹರಿಹರನ ಮನಸ್ಸಿನ ಪಕ್ವತೆ 'ರಕ್ಷಾಶತಕ'ದಲ್ಲಿ ಹೆಚ್ಚಾಗಿ ತೋರಿದೆ. 'ಮುಡಿಗೆಯ ಅಷ್ಟಕ'ವು ಕ್ಷಕಾರಪ್ರಾಸದ ೮ ವೃತ್ತಗಳಲ್ಲಿ ವಿರೂಪಾಕ್ಷದೇವನ ಸರ್ವಶ್ರೇಷ್ಠತೆಯನ್ನು ಸಾರುವ ಹಾಗೂ ಹರಿಹರನ ಪವಾಡವೊಂದನ್ನು ಸೂಚಿಸುವ ಕವಿತೆ, ಶತಕಗಳಲ್ಲಿಯ ಭಾವಾವೇಶಕ್ಕಿಂತ ಇಲ್ಲಿ ಆತ್ಮ-ಪ್ರತ್ಯಯವು ಹೆಚ್ಚಾಗಿ ತೋರಿದೆ. ಮೌಕ್ತಿಕ ಕವಿಯ 'ಚಂದ್ರನಾಥಾಷ್ಟಕ' ಸು. ೧೧೨೦ರ ಕಾಲದ್ದು ಎಂಬುದು ಖಚಿತವಾದರೆ ಕನ್ನಡದಲ್ಲಿ ಇದು ಎರಡನೆಯ ಅಷ್ಟಕವಾಗುತ್ತದೆ.

ಈಚೆಗೆ ಎಂ. ಚಿದಾನಂದಮೂರ್ತಿಯವರು ಹಂಪೆಯಲ್ಲಿ ಕ್ಷೇತ್ರಶೋಧನೆ ಮಾಡಿ, ಹರಿಹರನ ವಾಸಸ್ಥಳ ಹಾಗೂ ಆತನ 'ಪುಷ್ಪರಗಳೆ'ಯಲ್ಲಿ ಬರುವ ಹೂದೋಟದ ಪ್ರದೇಶಗಳಾವುವು ಎಂಬುದನ್ನು ಪತ್ತೆಹಚ್ಚಿದ್ದಾರೆ. ಅಲ್ಲಿ ಬರುವ ಮನ್ಮಥಕುಂಡ ಮನ್ಮುಖಕುಂಡವೆಂದು ಹೇಳಿ ಅದರ ಸಮೀಪದ ನಾಗನಾಥೇಶ್ವರ ದೇವಾಲಯದ ಮುಂದೆ ಹರಿಹರನ ವಾಸಗೃಹವಿತ್ತು ಎಂದಿದ್ದಾರೆ.[2] ಮನ್ಮುಖತೀರ್ಥದ ಬಳಿ ಈಗಿರುವ ಅಡಕೆಯ ತೋಟದ ಉತ್ತರಕ್ಕಿದ್ದ ನಾಯಕರ ದೇವದೋಟವೇ ಹರಿಹರ 'ಪುಷ್ಪರಗಳೆ'ಯಲ್ಲಿ ಹೇಳುವ ಹೂದೋಟ ಎಂದಿದ್ದಾರೆ.

'ಗಿರಿಜಾಕಲ್ಯಾಣ'ವು ಹರಿಹರನ ವೈಶಿಷ್ಟ್ಯಯುತವಾದ ಚಂಪೂಗ್ರಂಥ, ಪ್ರೌಢಕಾವ್ಯ ಪರಂಪರೆಗೆ ಅವನ ನಲ್ಗಾಣಿಕೆ. "ಕಾವ್ಯಂ ತಾನಿದು ನವರಸಸೇವ್ಯಂ" (೧–೧೪) ; "ಪೊಸತಿದು ಪಾವನಮಿದು" (೧–೧೫) ; "ಹರಿಹರನ ಕಾವ್ಯಮಖಿಳಸೇವ್ಯಂ ನವ್ಯಂ" (೧–೧೭)—ಹೀಗೆ ಅವನಿದನ್ನು ಹೊಗಳಿದ್ದಾನೆ. ಕಥಾವಿಷಯ, ವಸ್ತುರಚನೆ, ವರ್ಣನೆ, ಶೈಲಿ ಇವುಗಳಲ್ಲಿ ಪೂರ್ವಪರಂಪರೆಯ ಅಂಶಗಳನ್ನು ಸ್ವೀಕರಿಸಿ ಸ್ವತಂತ್ರವಾದ ಕೆಲವನ್ನು ಸೇರಿಸಿ ವ್ಯಕ್ತಿತ್ವದ ಪ್ರಕ್ರಿಯೆಯಿಂದ ಅವಕ್ಕೆ ಕೊಟ್ಟ ಮೆರುಗಿನಲ್ಲಿ ಈ ಗ್ರಂಥದ ಹೊಸತನವಿದೆ. ಈವರೆಗಿನ ಕನ್ನಡ ಚಂಪೂಕಾವ್ಯಗಳಲ್ಲಿ ಕಾಣದೊರೆಯದ ಕಥಾವಿಷಯವು ಇದರಲ್ಲಿದೆ. ಶೈವಪುರಾಣಕಾವ್ಯಗಳಲ್ಲಿ ವರ್ಣಿತವಾದ ಶಿವಪಾರ್ವತಿಯರ ಮದುವೆ ಎಂಬುದು ಆ ವಿಷಯ. ಇದರಲ್ಲಿ ಪಾರ್ವತಿಯ ಜನನದಿಂದ ವಿವಾಹದವರೆಗೆ ನಡೆದ ಸಂಗತಿಯನ್ನು ನಿರೂಪಿಸುತ್ತ ಅವಳ ಪಾತ್ರವನ್ನು ತಾನು ಕಂಡಂತೆ ಬಿಡಿಬಿಡಿಸಿ ಚಿತ್ರಿಸುವುದರಲ್ಲಿ ಹರಿಹರನು ಮಗ್ನನಾಗಿದ್ದಾನೆ. ಕಥಾನಾಯಿಕೆಯಾದ ಗಿರಿಜೆಯ ಮೇಲೆ ಅವನ ಗಮನವು ಕೇಂದ್ರಿತವಾದ ಕಾರಣ 'ಗಿರಿಜಾಕಲ್ಯಾಣ'ವೆಂಬ ಹೆಸರು ಸಾರ್ಥಕವಾಯಿತು. ಇದರ ಸ್ಥೂಲವಾದ ಕಥಾಂಶಗಳನ್ನು ಪುರಾಣಗಳಿಂದ ಇವನು ತೆಗೆದುಕೊಂಡಿರಬೇಕು. ಕಾಲಿದಾಸನ 'ಕುಮಾರಸಂಭವ'ವೂ ತನ್ನ ಪ್ರಭಾವ ಬೀರಿದಂತೆ ಕಾಣುತ್ತದೆ. ಆದರೆ ಅದು 'ಕುಮಾರಸಂಭವ', ಇದು 'ಗಿರಿಜಾಕಲ್ಯಾಣ'. ಹೆಸರಿನ ವ್ಯತ್ಯಾಸದಲ್ಲಿಯೇ ಇಬ್ಬರ ದೃಷ್ಟಿವ್ಯತ್ಯಾಸವಿದೆ. ಮೂಲದಲ್ಲಿ ಹರಿಹರನು ಮಾಡಿಕೊಂಡ

ಮಾರ್ಪಾಡುಗಳಲ್ಲಿ ಬೃಹಸ್ಪತಿಯ ದೌತ್ಯ, ವಿಷ್ಣುವಿನಿಂದ ಕಾಮನ ಮನವೊಲಿಸುವಿಕೆ, ವಟುವೇಷದ ಶಿವನನ್ನು ಕುಪಿತಳಾದ ಗಿರಿಜೆ ವಿಭೂತಿಯಿಂದ ಹೊಡೆಯುವುದು – ಇವು ಮಹತ್ವದವು. ಕೊನೆಯದಂತೂ ಯಾವ ಮೂಲದಲ್ಲಿಯೂ ಇಲ್ಲದ ಹೊಸ ಕಲ್ಪನೆಯಾಗಿ ಗಿರಿಜೆಯ ಪಾತ್ರವಿಶೇಷವನ್ನು ಚೆನ್ನಾಗಿ ಪ್ರಕಾಶಿಸುತ್ತದೆ. ಮೊದಲಿನದರಲ್ಲಿ ಬೃಹಸ್ಪತಿಯ ಪಾತ್ರಕ್ಕೆ ಕವಿ ಬಹಳ ಅನ್ಯಾಯ ಮಾಡಿದ್ದಾನೆ ಎಂಬ ಆಕ್ಷೇಪಣೆಯಿದೆ.[3] ಬಹಳ ಅನ್ಯಾಯವೆಂದು ತಿಳಿಯದಿದ್ದರೂ ಕಾಮನ ಪ್ರತಾಪವರ್ಣನೆಯ ರಭಸದಲ್ಲಿ ಬೃಹಸ್ಪತಿಯ ಚಿತ್ರಣವು ತೂಕತಪ್ಪಿದೆ ಎಂದೊಪ್ಪಬೇಕು. ಇದೇ ರೀತಿ ವಿಷ್ಣು–ಕಾಮರ ಸಂವಾದದಲ್ಲಿ ನಯವು ಕಡಿಮೆಯಾಗಿದೆ, ವಿಸಂಗತಿಯೂ ತೋರಿದೆ. ಆದರೂ ಕೊನೆಗೆ ಅದು ಪಡೆದ ತಿರುವು ಮೆಚ್ಚುವಂತಿದೆ. ಕಾವ್ಯದ ಮೊದಲಿನಿಂದ ಕೊನೆಯವರೆಗೆ ವರ್ಣನೆಯ ಮೇಲೆ ವರ್ಣನೆಗಳು ಬಂದಿರುವುದರಿಂದ ಕಥಾಗತಿ ಮಂದವಾಗುತ್ತವೆ. ಪೂರ್ವಾರ್ಧಕ್ಕಿಂತ ಉತ್ತರಾರ್ಧದಲ್ಲಿ ಕಥೆಯ ಓಟ ಹೆಚ್ಚುವುದು. ವರ್ಣನೆಗಳಿಗೂ ಸಂದರ್ಭೌಚಿತ್ಯ ಬರುವುದು. ಸವೇಗವಾದ ಕಥನಕಲೆ ಹರಿಹರನ ಹುಟ್ಟುಗುಣ ಎಂಬುದಕ್ಕೆ ಇಲ್ಲಿ ನಿದರ್ಶನವಿದೆ. ಜೊತೆಗೆ ಸಂತೋಷ–ಸಂಭ್ರಮ, ಭಕ್ತಿ–ವೀರಗಳ ಸಂದರ್ಭ ಬಂದಾಗ ಈ ಕಲೆ ಅತ್ಯಂತ ಸಹಜ–ಸಮೃದ್ಧವಾಗುತ್ತದೆ ; ಕವಿಯ ಎಲ್ಲ ಶಕ್ತಿಗಳು ಕಾವುಗೊಂಡು ನಿರ್ಮಾಣದ ಎತ್ತರಕ್ಕೆ ಹಾತೊರೆಯುತ್ತವೆ.

'ಗಿರಿಜಾಕಲ್ಯಾಣ' ಶಿವಲೀಲೆಯ, ದೇವಾಸುರಸಂಘರ್ಷದ ದೈವೀಕಥೆ. ಒಂದರ್ಥದಲ್ಲಿ ಇದು ಸಾಂಕೇತಿಕಾರ್ಥವುಳ್ಳ ರೂಪಕವೂ ಹೌದು. ಮಾನವಪಾತ್ರಗಳ ನಿರೀಕ್ಷೆ ಇಲ್ಲಿರಬೇಕಾಗಿಲ್ಲ. ಆದರೆ ಗಿರಿಜೆ ಮಾನವ ಅಂಶಗಳಿಂದ ಕೂಡಿದ ದೈವೀಪಾತ್ರವಾಗಿದ್ದಾಳೆ. ಪರ್ವತರಾಜನ ಮಗಳಾಗಿ ಹುಟ್ಟಿ ದೈವೀಸೌಂದರ್ಯ, ತಪಶ್ಶಕ್ತಿಗಳುಳ್ಳವಳಾದರೂ, ಶಿವಭಕ್ತಿತನ್ಮಯಳಾದರೂ, ಮಾನವಸಹಜವಾದ ಸ್ವಾಭಿಮಾನ–ಕ್ರೋಧ–ಛಲಗಳನ್ನು ಪ್ರಖರವಾಗಿ ತೋರಿಸುತ್ತಾಳೆ. 'ಭವಾನಿ ಮಾನಿ' (೯–೧೦೮) ಎಂದು ಹರಿಹರನು ಅವಳಿಗೆ ಕೊಟ್ಟ ವಿಶೇಷಣವು ಯಥಾರ್ಥವಾಗಿದೆ. ಈ ಮಾನಿತ್ವದ ನಿರೂಪಣೆಗಾಗಿಯೇ ವಸ್ತುರಚನೆ ಆದಂತಿದೆ. ಶಿವನಿದ್ದಲ್ಲಿಯೆ ತಾನು ಬಂದು ಪೂಜಿಸಿದರೆ ಕಣ್ಮರೆಯಾದನು. "ಅದಱಿಂದಾನಿರ್ದಲ್ಲಿಗೆ ಸಮಂತು ತನ್ನನೆ ತರ್ಪಂ" (೮–೮೫) ಎಂದು ಗಿರಿಜೆ ಛಲದಿಂದ ಹೇಳುತ್ತಾಳೆ. 'ನಿಕೃಷ್ಟಾತ್ಮ' (೮–೮೪) ಎಂದು ಅವನನ್ನು ಹೀಗಳೆಯುತ್ತಾಳೆ. ಮುಂದೆ ಅವಳು ಉಗ್ರತಪಸ್ಸನ್ನು ಮಾಡಿ ಅವನನ್ನು ಒಲಿಸಲಾಗಿ, ವಟುವೇಷದಲ್ಲವನು ಬಂದಾಗ ಕನಲಿದುದು ಅವಳ ಮಾನವೀಯತೆಗೆ ಸಾಕ್ಷಿಯಾಗಿದೆ. ಗಿರಿಜೆಯ ತಾಯಿ–ತಂದೆ, ನಾರದ, ಬೃಹಸ್ಪತಿ, ಕಾಮ, ರತಿ ಇವರೆಲ್ಲರಲ್ಲಿ ಹರಿಹರನು ಲೌಕಿಕಪಾತ್ರಗಳ ಮಿತಿ–ಮರ್ಯಾದೆಗಳನ್ನು ಅಲ್ಲಲ್ಲಿ ವರ್ಣಿಸಿದ್ದಾನೆ. ಶಿವ–ಪಾರ್ವತಿಯರ ಲಗ್ನಸಮಾರಂಭದ ವರ್ಣನೆಯಂತೂ ವಿವರಗಳಲ್ಲಿ ಶೈವಸಂಪ್ರದಾಯದ ಮದುವೆಯ ವರ್ಣನೆಯಾಗಿದೆ. ಒಟ್ಟಿನಲ್ಲಿ 'ಗಿರಿಜಾಕಲ್ಯಾಣ'ವು ಸತ್ಕಾವ್ಯ, ಮಹಾಕಾವ್ಯವಲ್ಲ. ಈ ತೀರ್ಮಾನಕ್ಕೆ ಕಾರಣಗಳೆಂದರೆ : (೧) ಮಾರ್ಗಕಾವ್ಯದ ಸಂಪ್ರದಾಯಶರಣತೆ ಮತ್ತು ಸ್ವಂತ ಪ್ರತಿಭೆಯ ನವೀನತೆ ಇವುಗಳ ಸಂಘರ್ಷದಿಂದ ಈ ಕೃತಿಯಲ್ಲಿ ಅಪಕ್ವತೆ, ಅಸಂಗತಿಗಳು ತಲೆದೋರಿವೆ. ಅಷ್ಟಾದಶವರ್ಣನೆಗಳ ವ್ಯಾಮೋಹಕ್ಕೆ ಕವಿ ಒಳಗಾಗಿದ್ದಾನೆ. ಅವುಗಳ ಸಂದರ್ಭೌಚಿತ್ಯಗಳನ್ನು ಯಾವಾಗಲೂ ಗಮನಿಸಿಲ್ಲ. ವಿಷಯ ನವೀನ, ಭಾವ ಶಿವಪರ ; ಆದರೆ ವರ್ಣನೆ ಸಂಪ್ರದಾಯಶರಣವಾಗಿದೆ. ವೇಶ್ಯಾವಾಟಿಯನ್ನು ನೋಡಲು ಪರ್ವತರಾಜನೊಡನೆ ನಾರದನೂ ಹೋದುದು ಇದರಿಂದ ನಿಷ್ಪನ್ನವಾದ ಅಸಂಗತಿಗಳಲ್ಲಿ ಒಂದು (ಆ. ೪–೧೦೨ ವ–ದಿಂದ ಕೊನೆ). (೨) ಪಾತ್ರಗಳ ದಿವ್ಯ–ಮಾನವ ಅಂಶಗಳ ಮೇಳವಿಕೆಯಲ್ಲಿ ಹೊಂದಿಕೆ ಕಡಿಮೆಯಾಗಿದೆ. ಶಿವನ ಅರ್ಧಾಂಗಿಯೂ ಆದಿಶಕ್ತಿಯೂ ಆದ ಗಿರಿಜೆ ಬಾಲ್ಯದಿಂದಲೂ ಶಿವಮಯಳಾಗಿದ್ದು ಆಮೇಲೆ ತೋರಿದ ವ್ಯಕ್ತಿಮಹತ್ವದಲ್ಲಿ ದಿವ್ಯತೆ–ಮಾನವತೆಗಳ ಅತಿರೇಕದ ತುದಿಗಳನ್ನು ಒಮ್ಮೊಮ್ಮೆ

ತೋರುತ್ತಾಳೆ. (೩) ಗಿರಿಜಾಕಲ್ಯಾಣವೇ ಇದರ ಮುಖ್ಯ ವಿಷಯವಾದರೂ ತಾರಕಾಸುರ ಸಂಹಾರಕನಾದ ಕುಮಾರನ ಜನ್ಮಸೂಚನೆಯೂ ಇಲ್ಲದೆ ಈ ಕೃತಿ ಅಪೂರ್ಣವಾಗಿದೆ. ಆದರೆ ಗಿರಿಜೆಯ ಪಾತ್ರಕಲ್ಪನೆಗನುಗುಣವಾದ ಕಥಾರಚನೆ, ಕಾಮದಹನ, ರತಿವಿಲಾಪ, ವಟುವೇಷ ಸಂದರ್ಭ ಈ ಮುಂತಾದ್ದರ ರಸೋತ್ಕಟ ನಿರೂಪಣೆ, ನಿರರ್ಗಳವಾದ ವ್ಯಕ್ತಿವಿಶಿಷ್ಟವಾದ ಶೈಲಿ, ಅಸಾಧಾರಣ ಕಲ್ಪಕತೆ, ಶಿವಕವಿತ್ವವುಳ್ಳ ಪ್ರಸನ್ನಲಲಿತ ಚಂಪುವಿನ ಹೊಸ ನಿರ್ಮಾಣ ಈ ಗುಣಗಳಿಂದ ಹರಿಹರನು ಮಹಾಕವಿತ್ವದ ಮೂಲಶಕ್ತಿಯನ್ನು ತೋರ್ಪಡಿಸಿದ್ದಾನೆ, ರಗಳೆಗಳ ಮೇಲ್ಮೆಗೆ ಮುನ್ನರಿಕೆಯನ್ನು ಕೊಟ್ಟಿದ್ದಾನೆ ಎಂಬುದು ನಿಸ್ಸಂಶಯ.

'ಶಿವಗಣದ ರಗಳೆಗಳು' ಹರಿಹರನ ವ್ಯಕ್ತಿತ್ವಸಿದ್ಧಿಯ ಪತಾಕೆಗಳು. ಅವುಗಳ ಎತ್ತರ–ಸೊಬಗು ಬೇರೆಬೇರೆಯಾದರೂ ಒಂದೇ ವ್ಯಕ್ತಿತ್ವದ ಪರಿಪಾಕದಲ್ಲಿ ಅವುಗಳ ಮೂಲ ಆಧಾರವಿದೆ. ಅವುಗಳ ಕಥಾವಸ್ತು ಭಿನ್ನವಾದರೂ ಕಾವ್ಯರೂಪ, ವರ್ಣನೆ, ಶೈಲಿಗಳಲ್ಲಿ ಒಂದೇ ಪ್ರತಿಭೆಯ ಕೈವಾಡವಿದೆ. ಹರಿಹರನ ಕೃತಿಯೆಂದು ಹೆಸರು ಹೇಳದೆ ಸಹ ಗುರುತಿಸಲು ಬರುವಷ್ಟು ಅದು ನಿಚ್ಚಳವಾಗಿದೆ. ಆದರೆ ಈ ರಗಳೆಗಳೆಷ್ಟು ಎಂಬುದು ಖಚಿತವಾಗಿ ತಿಳಿದಿಲ್ಲ. ಹಲವಾರು ಕಾರಣಗಳಿಂದ ತಿಳಿಯುವುದು ಕಷ್ಟವಾಗಿದೆ. ಅನೇಕ ವಿದ್ವಾಂಸರು ಈ ವಿಷಯದಲ್ಲಿ ಸಂಶೋಧನೆ ಮಾಡಿ ತಂತಮ್ಮ ಅಭಿಪ್ರಾಯಗಳನ್ನು ಮಂಡಿಸಿದ್ದಾರೆ. ಹಿರೇಮಲ್ಲೂರು ಈಶ್ವರನ್ ಅವರು ಇದೊಂದೇ ವಿಷಯವನ್ನು ಕುರಿತು ಪರಿಶೋಧನೆಯನ್ನು ಮಾಡಿ ಹರಿಹರನ ರಗಳೆಗಳ ಸಂಖ್ಯೆ ೧೦೬ ಎಂದು ನಿರ್ಧರಿಸಿರುವರು.[4] ಹಲವರು ಇದನ್ನು ಅನುಮೋದಿಸಿರುವರು.[5] ಎಚ್. ದೇವೀರಪ್ಪನವರು, ಅವು ೯೧ ಮಾತ್ರ ಎಂಬ ತೀರ್ಮಾನಕ್ಕೆ ಬಂದಿರುವರು.[6] ತಾತ್ಪೂರ್ತಿಕವಾಗಿ ನಾವು ಈಶ್ವರನ್ ಅವರ ನಿರ್ಧಾರವನ್ನು ಒಪ್ಪಿಕೊಂಡಿದ್ದೇವೆ. ಈ ಬಗ್ಗೆ ಬೇರೆ ಬೇರೆ ಅಭಿಪ್ರಾಯಗಳ ಸಾರವನ್ನು ಆಸಕ್ತರು ತಿಳಿದುಕೊಳ್ಳಬಹುದು.[7] ಸಾಮಾನ್ಯವಾಗಿ ಪ್ರತಿಯೊಂದೂ ಒಬ್ಬ ಶಿವಭಕ್ತನ ಚರಿತೆ. ಕೆಲವು ತೀರ ಚಿಕ್ಕವು, ಕೆಲವು ಮಧ್ಯಮ, ಕೆಲವು ದೊಡ್ಡವಾಗಿವೆ. '೬೩ ಪುರಾತನರ'— ಅಂದರೆ 'ಪೆರಿಯಪುರಾಣ'ದಲ್ಲಿ ಹೇಳಿದ ತಮಿಳುನಾಡಿನ ಶಿವಭಕ್ತರ—ಕಥೆಗಳು, ಬೇರೆ ಬೇರೆ ಶಿವಭಕ್ತರ ಕಥೆಗಳು, ವೀರಶೈವ ಶರಣರ ಚರಿತ್ರೆಗಳು, ಇವಲ್ಲದೆ 'ಪುಷ್ಪರಗಳೆ' ಮುಂತಾಗಿ ಚರಿತ್ರವಲ್ಲದ ವಿಷಯವುಳ್ಳವು. ಹೀಗೆ ಈ ರಗಳೆಗಳಿರುತ್ತವೆ. ವಿವಿಧ ಲಯದಿಂದ ಕೂಡಿದ ರಗಳೆಯನ್ನು ವರ್ಣಕಗಳಿಗಾಗಿ ಪಂಪಾದಿ ಕವಿಗಳು ವಿರಳವಾಗಿ ಬಳಸಿದ್ದರು. ಹರಿಹರನು ಕಥೆ, ವರ್ಣನೆ ಮುಂತಾದ ಅಖಂಡವಾಹಿನಿಗೆ ರಗಳೆಯನ್ನು ಮೊತ್ತಮೊದಲಿಗನಾಗಿ ಬಳಸಿದನು. ಆದಿ–ಅಂತ್ಯಪ್ರಾಸ, ಮಾತ್ರಾನಿಲಯ, ಪಾದಸಂಖ್ಯೆಯ ಅನಿಯಮ ಇವೆಲ್ಲ ಕೂಡಿದ ರಗಳೆ ಇಲ್ಲವೆ ರಘಟಾಬಂಧವು ಅವನ ಅನಿರ್ಬಂಧವಾದ, ಲಯಬದ್ಧವಾದ ಕಾವ್ಯವಿಹಾರಕ್ಕೆ ಯೋಗ್ಯವಾಹಕವಾಯಿತು. ಕೆಲವು ಉದ್ದನ್ನ ರಗಳೆಯ ಕೃತಿಗಳಲ್ಲಿ ವೈವಿಧ್ಯಕ್ಕಾಗಿ ಒಂದು ಸ್ಥಲ ಪದ್ಯ, ಇನ್ನೊಂದು ಗದ್ಯ—ಹೀಗೆ ವಿಶಿಷ್ಟ ಚಂಪೂಪ್ರಕಾರವನ್ನು ಅವನು ನಿರ್ಮಿಸಿಕೊಂಡನು. ರಗಳೆಗಳೆಲ್ಲ ಹೆಚ್ಚಾಗಿ ಶಿವಭಕ್ತರ ಚರಿತ್ರೆಗಳು, ಆನುಪೂರ್ವಿಯಿಂದ ಬಂದ ಕಥೆಗಳು. ಹಾಗೆ ನೋಡಿದರೆ ಅವು ಬೇಸರ ತರುವ ರಗಳೆಗಳೇ ಆಗಬಹುದಾಗಿತ್ತು. ಅಲ್ಲಲ್ಲಿ ಹಾಗೆ ತೋರಲು ಅವಕಾಶವಿದೆ. ಒಟ್ಟಿನಲ್ಲಿ ಮಾತ್ರ, ಹರಿಹರನ ಭಕ್ತಪ್ರಕೃತಿಯ ಪ್ರಭಾವದಿಂದ, ಸಹಜಪ್ರತಿಭೆಯ ಪ್ರಸಾದದಿಂದ ಅವು ಜೀವಂತ ಉಜ್ವಲ ಚಿತ್ರಗಳಾಗಿವೆ. ಮೂಲಕಥೆಯ ಲೋಹವನ್ನು ತನ್ನ ಕಲ್ಪನೆಯ ಸ್ಪರ್ಶದಿಂದ ಸುವರ್ಣವಾಗಿಸಿ, ಕಾವ್ಯಾತ್ಮಚರಿತೆಗಳ (Poetic Biography) ರಾಶಿಯನ್ನೇ ಅವನು ಕನ್ನಡಕ್ಕೆ ನೀಡಿದ್ದಾನೆ. ಕೇವಲ ಚರಿತ್ರೆ ಇಲ್ಲವೆ ಕೇವಲ ಕಾವ್ಯ ಅವುಗಳಲ್ಲಿಲ್ಲ. ಗುಣದೃಷ್ಟಿಯಿಂದ ಈ ರಗಳೆಗಳು ಹೆಚ್ಚುಕಡಿಮೆಯಾಗಿವೆ. ಅವುಗಳಲ್ಲಿ 'ಬಸವರಾಜದೇವರ ರಗಳೆ' ಹರಿಹರನ ಶ್ರೇಷ್ಠ ಕೃತಿ, ಅಲ್ಪಗಾತ್ರದಲ್ಲಿದ್ದ ಮಹಾಕೃತಿ. ಬಸವಣ್ಣನ ಬಾಹ್ಯ ಚರಿತ್ರೆಗಿಂತ ಅಂತರಂಗಚರಿತೆ ಅಂದರೆ ಭಕ್ತಿಜೀವನದ ರಸಚಿತ್ರವನ್ನು ಹರಿಹರನು ಅದರಲ್ಲಿ

ಸಂಪೂರ್ಣ ತನ್ಮಯನಾಗಿ ಕೊಟ್ಟಿದ್ದಾನೆ. ಬಸವಣ್ಣನ ವ್ಯಕ್ತಿತ್ವಕ್ಕೂ ಅವನದಕ್ಕೂ ಅತ್ಯಂತ ಸಾಮ್ಯವಿರಬೇಕು, 'ಬಸವರಾಜದೇವರ ರಗಳೆ'ಯ ೩ನೆಯ ಸ್ಥಲದಲ್ಲಿ ಪೂಜೆಗೆ ಹೂಕೊಯ್ಯುವ ಸಂದರ್ಭ ವರ್ಣನೆಯನ್ನು ಅವನ 'ಪುಷ್ಪರಗಳೆ'ಯೊಡನೆ ಹೋಲಿಸಿದರೆ ಇದು ತಿಳಿಯುವಂತಿದೆ. ಎರಡರಲ್ಲಿಯೂ ಅದೇ ಭಕ್ತಿಪಾರವಶ್ಯ, ಅದೇ ಸಂಭ್ರಮ. "ಅಳಿಯೆಱಗದನಿಲನಲುಗದ ರವಿಕರಂ ಪುಗದ" ('ಬ.ದೇ. ರಗಳೆ', ೩–೧೯) ಎಂಬ ಪಾದವೂ ಕೂಡ ಎರಡರಲ್ಲಿ ಅದೇ ಆಗಿದೆ. 'ಬಸವರಾಜದೇವರ ರಗಳೆ'ಯ ಅನೇಕ ಸಂನಿವೇಶ–ಸಂವಾದ–ವರ್ಣನೆಗಳಲ್ಲಿ ಏಕತಾನವಾದ ಭಾವನಿರ್ಭರತೆ, ಭವ್ಯ ಕಲ್ಪಕತೆ, ವಾಕ್ಸಹಜತೆಗಳು ಮೂಡಿರುತ್ತವೆ. ಉದಾಹರಣೆಗೆ, ೩ನೆಯ ಸ್ಥಲದಲ್ಲಿಯ ಶಿವಪೂಜೆ, ೪ರಲ್ಲಿಯ ಗುರುಕಾರುಣ್ಯ ಈ ಸಂದರ್ಭಗಳಲ್ಲಿ ನೋಡಬಹುದು. ಹರಿಹರನ ಉತ್ಸಾಹಪೂರ್ಣವಾದ ವ್ಯಕ್ತಿತ್ವದ ಮೂಲಕ ಕ್ವಚಿತ್ತಾಗಿ ವರ್ಣನೆ ಮಿತಿಮೀರಿರಬಹುದು, ಮಾತು ಮಿಕ್ಕಿರಬಹುದು. ಈ ದೋಷದ ಕಪ್ಪುಕಲೆಯಿಂದ ಅವನ ಗುಣಾತಿಶಯವು ಇನ್ನಿಷ್ಟು ಬೆಳಗುತ್ತದೆ.

'ನಂಬಿಯಣ್ಣನ ರಗಳೆ'ಯೂ 'ಬಸವರಾಜದೇವರ ರಗಳೆ'ಯಷ್ಟೇ ಪ್ರಭಾವಿಯಾದ ಕೃತಿಯಾದರೂ ಒಟ್ಟುಪರಿಣಾಮದಲ್ಲಿ ಮಹಾಕೃತಿಯಲ್ಲವೆಂಬುದು ನಮ್ಮ ಮತ. ಅದರಲ್ಲಿ ಶೃಂಗಾರ–ಭಕ್ತಿಗಳ ಸಂಮಿಶ್ರ ಚಿತ್ರವು ಉಜ್ವಲವಾಗಿದೆ. ಕಲ್ಪನೆ ಎತ್ತರಕ್ಕೆ ಹಾರಿದೆ. ಆದರೆ ಮೂಲ ಕತೆಗೆ ಕಟ್ಟುಬಿದ್ದು ಹರಿಹರ ಬಿಡಿಸಿದ ನಂಬಿಯಣ್ಣನ ವ್ಯಕ್ತಿತ್ವದ ಚಿತ್ರ ಬಸವಣ್ಣನ ಚಿತ್ರದಷ್ಟು ಸಮಗ್ರತೆಯಿಂದ ಕೂಡಿಲ್ಲ, ಸಂಪೂರ್ಣವಾಗಿ ಹೃದ್ಯವಾಗಿಲ್ಲ. ಅವನು ಪರವೆ–ಸಂಕಿಲೆಯರಲ್ಲಿ ತೋರಿದ ಪ್ರಣಯ ಈಶ್ವರನ ಆಜ್ಞೆಗೆ ಅನುಗುಣವಾಗಿ ಉತ್ಕಟವಾಗಿದ್ದರೂ, ಮನುಷ್ಯಜೀವನದ ಉಚ್ಚಮೌಲ್ಯಗಳಿಗೆ ವಿರುದ್ಧವಾಗುತ್ತದೆ. ಹೀಗಾಗಿ ಆ ಪಾತ್ರದ ಉದಾತ್ತತೆಗೆ ಕುಂದುಬಂದಿದೆ. ಅವನ ಚಂಚಲಶೃಂಗಾರ, ಸ್ಥಿರಭಕ್ತಿಗಳ ಸಮನ್ವಯವಿಲ್ಲದೆ ಹೋಗುತ್ತದೆ. ಬಸವಣ್ಣನ ಭಕ್ತಿ ಸ್ಥಾಯಿ–ಸಂಚಾರಿ ಪವಾಡಗಳಿಂದ ಪೋಷಿತವಾಗುತ್ತಹೋಗಿ ಸಮಗ್ರ ರಸತ್ವವನ್ನು ಹೊಂದಿದ್ದರೆ ನಂಬಿಯಣ್ಣನಲ್ಲಿ ಅದು ಪೋಷಣೆ ಹೊಂದದೆ ಅಸಮಗ್ರವಾಗಿದೆ. 'ಬ.ದೇ. ರಗಳೆ'ಯ ಕಥೆ ಅಪೂರ್ಣವಾಗಿ ದೊರೆತಿದ್ದರೂ ವ್ಯಕ್ತಿಚಿತ್ರ ಪೂರ್ಣ, ಸಮಗ್ರ. ನಂಬಿಯಣ್ಣನ ಕಥೆ ಪೂರ್ಣವಾಗಿದ್ದರೂ ವ್ಯಕ್ತಿಚಿತ್ರ ಅಪೂರ್ಣ, ಅಸಮಗ್ರ. ಹೀಗಿದ್ದರೂ ಇದರಲ್ಲಿ ಪ್ರಥಮದರ್ಶನಪ್ರಣಯ, ರತಿಕ್ರೀಡೆಯಂಥ ಶೃಂಗಾರಿಕ ಸಂದರ್ಭಗಳನ್ನೂ, ವೃದ್ಧ ಮಾಹೇಶ್ವರನ ಹಾಸ್ಯಪ್ರಧಾನ ಸಂನಿವೇಶವನ್ನೂ ಹರಿಹರನು ಮಹಾಕವಿಯೋಗ್ಯವಾಗಿ ಚಿತ್ರಿಸಿದ್ದಾನೆ. ಇಲ್ಲಿಯ ಗದ್ಯಶೈಲಿ ಪದ್ಯಕ್ಕಿಂತ ಮಿಗಿಲಾದ ಶಕ್ತಿಯನ್ನೂ ಕಾಂತಿಯನ್ನೂ ಪಡೆದಿದೆ.

ಇನ್ನುಳಿದ ರಗಳೆಗಳಲ್ಲಿ ಕಥನಕಲೆಯ ದೃಷ್ಟಿಯಿಂದ 'ತಿರುನೀಲಕಂಠರ ರಗಳೆ', 'ಮಹಾದೇವಿಯಕ್ಕನ ರಗಳೆ'ಯಂತೆ ಕೆಲವು ಮೆಚ್ಚಿಗೆಯಾಗುತ್ತವೆ. ವ್ಯಕ್ತಿಮಹಿಮೆಯ ದೃಷ್ಟಿಯಿಂದ 'ಪ್ರಭುದೇವರ ರಗಳೆ', 'ರೇವಣಸಿದ್ಧೇಶ್ವರ ರಗಳೆ'ಯಂಥವು ಮನಸೆಳೆಯುತ್ತವೆ. 'ಮಲುಹಣನ ರಗಳೆ'ಯಲ್ಲಿ ಕಾಮವು ಪಶ್ಚಾತ್ತಾಪಪುನೀತವಾಗಿ ಭಕ್ತಿಯಲ್ಲಿ ಪರ್ಯವಸಾನಗೊಂಡದ್ದರ ರಸೋತ್ಕಟ ನಿರೂಪಣೆ ಅರ್ಥಪೂರ್ಣವಾಗಿ ಬಂದಿದೆ. 'ಗುಂಡಯ್ಯನ ರಗಳೆ' ಚಿಕ್ಕದಾದರೂ ಅದರಲ್ಲಿಯ ರುದ್ರನಾಟ್ಯದ ವರ್ಣನೆ ಭವ್ಯಸೌಂದರ್ಯವನ್ನು ತಾಳಿದೆ. ಹಲವು ರಗಳೆಯ ಕಥೆಗಳಲ್ಲಿ ಅಸಂಭವ–ಅಸಂಗತಿಗಳಿವೆ, ಮತೀಯ ಅಸಹನೆಯ ಗುರುತುಗಳಿವೆ. ಹರಿಹರನು ಮೂಲವನ್ನು ಪ್ರಮುಖ ಕಥಾಂಶಗಳಲ್ಲಿ ಭಕ್ತಿಯಿಂದ ಅನುಸರಿಸಿದ ಕಾರಣ ಅವನ್ನು ತಿದ್ದುವ ಸ್ವಾತಂತ್ರ್ಯ ಅವನಿಗಿರಲಿಲ್ಲ. ಅವನ ಪ್ರಕೃತಿಗೂ ಇದು ಇಷ್ಟವಾಗಿರಲಿಲ್ಲ. ಅವನೆಲ್ಲ ಕೃತಿಗಳಲ್ಲಿ ಭಕ್ತಿನಿರ್ಭರವಾದ, ಉತ್ಸಾಹಪೂರ್ಣವಾದ ಒಂದು ವ್ಯಕ್ತಿತ್ವವು ಹೊರಹೊಮ್ಮಿದೆ. ಅವನ ಕಲ್ಪನೆಗಳಲ್ಲಿ ಒಂದು ವಿಶೇಷವಾದ ಶಿವದೃಷ್ಟಿ ಸರ್ವತೋಮುಖವಾಗಿದೆ, 'ಶಿವಕವಿ' ಎಂಬ ಬಿರುದನ್ನು ಸಾರ್ಥಕಗೊಳಿಸಿದೆ. ಅವನ ಶೈಲಿಯಲ್ಲಿ ಪ್ರೀತಿ–ಸಂತೋಷಸೂಚಕವಾದ ಕ್ರಿಯಾಪದಗಳ

ಮಾಲಿಕೆ, ಉದ್ಗಾರ, ಸ್ವರಾನುಕರಣಗಳ ವೆಗ್ಗಳ, ಪುನರುಕ್ತಿಗಳ ಹೇರಳ, ಒಂದು ಮಾತನ್ನು ಹಲವು ತರದಿಂದ ಹೇಳಿಯೂ ದಣಿಯದ ಪದಪುಂಜ–ಇವನ್ನು ಎಲ್ಲ ಕಡೆ ಗುರುತಿಸಬಹುದು. ಗದ್ಯಪದ್ಯ ಎರಡರಲ್ಲಿಯೂ ವಾಣಿ ಸಹಜಸಂಪನ್ನವಾಗಿ ನೆರೆಬಂದ ತೊರೆಯಾಗಿ ಹರಿಯುತ್ತದೆ. ಅದರಲ್ಲಿ ತೇಲುವ ಕಸಕಡ್ಡಿಗಳಂತೆ ದೋಷಗಳಿದ್ದರೂ ಅವು ಕಣ್ಣೊತ್ತುವುದಿಲ್ಲ, ಅವುಗಳಿಂದ ಒಮ್ಮೊಮ್ಮೆ ಕಳೆಯೇರುತ್ತದೆ.

ಹರಿಹರನು ಕನ್ನಡದ ಮಹಾಕವಿಗಳಲ್ಲಿ ಒಬ್ಬ ; ವಿಶೇಷವಾಗಿ ವ್ಯಕ್ತಿತ್ವಸಂಪತ್ತಿಯನ್ನು ಪಡೆದು ಸಾಹಿತ್ಯಸಂಪತ್ತಿಯಲ್ಲಿ ಅದನ್ನು ಪಡಿಮೂಡಿಸಿದ ಮಹಾಕವಿಯವನು. ಬಸವೇಶ್ವರನೂ ಉಳಿದ ಶರಣರೂ ಬೆಳಗಿಸಿದ ಕ್ರಾಂತಿಯ ದಾರಿಯಲ್ಲಿ ನಡೆದು ಅವನು ತನ್ನ ಪ್ರಾತಿಭಸೃಷ್ಟಿಯಿಂದ ಹರಿಹರಮಾರ್ಗ ಎಂಬುದನ್ನು ನಿರ್ಮಾಣ ಮಾಡಿದನು.

## ಟಿಪ್ಪಣಿಗಳು

1. ಕೋ. ಚೆನ್ನಬಸಪ್ಪ : ಹರಿಹರನ ಅಷ್ಟಕಶತಕಗಳು ('ಸಮಗ್ರ ಕನ್ನಡ ಸಾಹಿತ್ಯ ಚರಿತ್ರೆ', ಸಂಪುಟ ೩, ಪು. ೩೩೧).

2. ವಿವರಗಳಿಗೆ ನೋಡಿ : (ಅ) ವೀರಶೈವ ಕವಿಗಳ ನೆನಪು ತರುವ ಜಾಗಗಳು, 'ಲಿಂಗಾಯತ ಅಧ್ಯಯನಗಳು', ೧೯೮೬, ಪು. ೫೨೮–೨೯.

(ಆ) ಮನ್ಮಥತೀರ್ಥ ಮತ್ತು ಹರಿಹರನ ಹೂದೋಟ: ಒಂದು ಅಭಿಜ್ಞೆ, 'ಮಾನ', ೧೯೯೭, ಪು. ೨೩೭–೨೪೩.

3. ಡಿ. ಎಲ್. ನರಸಿಂಹಾಚಾರ್ : 'ಹಂಪೆಯ ಹರಿಹರ', ಪು. ೨೧.

4. ಹಿರೇಮಲ್ಲೂರು ಈಶ್ವರನ್ : 'ಹರಿಹರನ ಕೃತಿಗಳು' (ಒಂದು ಸಂಖ್ಯಾನಿರ್ಣಯ).

5. ಸ. ಸ. ಮಾಳವಾಡ : 'ಹರಿಹರನ ರಗಳೆಗಳಲ್ಲಿ ಜೀವನದರ್ಶನ', ಪು. ೧೦–೧೬.

6. ಎಚ್. ದೇವೀರಪ್ಪ : 'ಶರಣಚರಿತಮಾನಸ', ಪೀಠಿಕೆ.

7. (ಅ) ಎಸ್. ವಿದ್ಯಾಶಂಕರ : ಹರಿಹರನ ರಗಳೆಗಳು ಎಷ್ಟು ಮತ್ತು ಏಕೆ ? ('ಸಮಗ್ರ ಕನ್ನಡ ಸಾಹಿತ್ಯ ಚರಿತ್ರೆ' ಸಂ. ೪, ಪು. ೨೪೪–೨೫೨).

(ಆ) ಹಾ. ಮಾ. ನಾಯಕ : ರಗಳೆಗಳು : ಸಂಖ್ಯಾನಿರ್ಣಯ ('ಕನ್ನಡ ಸಾಹಿತ್ಯ ಚರಿತ್ರೆ', ಕ. ಅ. ಸಂಸ್ಥೆ, ಪು. ೧೩೦೬–೧೩೪೯).

# ಪ್ರಕರಣ : ೧೭

## ರಾಘವಾಂಕ – ಪದ್ಮರಸರು

**ಹ**ರಿಹರನು "ಪರಮಾನಂದಾಬ್ಧಿ ಪಂಪಾಪುರದರಸ ವಿರೂಪಾಕ್ಷ ಸಾಕ್ಷಾತ್‌ಸುಪುತ್ರ"ನಾದರೆ ರಾಘವಾಂಕನು "ಚತುರಕವಿರಾಯ ಹಂಪೆಯ ಹರೀಶ್ವರನ ವರಸುತನು", ಹರಿಹರಮಾರ್ಗದಲ್ಲಿ ಅಡಿಯಿಟ್ಟ ಮೊದಲನೆಯ ಪಟ್ಟಶಿಷ್ಯನು. ಹರಿಹರನ ಸೋದರಳಿಯನಾಗಿ ಅವನಿಂದ ಓದು ಹೇಳಿಸಿ ಕೊಂಡು ದೀಕ್ಷೆಪಡೆದು ರಾಘವಾಂಕನು ಪಂಡಿತನಾದನು, ಭಕ್ತನಾದನು. ಒಳ್ಳೆಯ ಶಿಷ್ಯನಂತೆ ಗುರು ತೋರಿದ ದಾರಿಯಲ್ಲಿ ತನ್ನ ವಿಶಿಷ್ಟವಾದ ನಡಿಗೆಯಿಂದ ನಡೆದನು. "ಹಂಪೆಯರಸನ ಪೊಗಟ್ಟಿ ನಾಲಗೆಯೊಳ್ ಅನ್ಯದೈವವ ಭವಿಗಳ ಕೀರ್ತಿಸಿದೆನಾದೊಡೆ ಮನಸಿಜಾರಿಯ ಭಕ್ತನಲ್ಲ" (೧–೩೨ ಹ.ಕಾ.) ಎಂಬ ಅವನ ಬಿರುದು ಹರಿಹರಮಾರ್ಗದ ಗುರುತು. ಕಾವ್ಯದ ಗೊತ್ತುಗುರಿ, ವಿಷಯ, ಶೈಲಿ ಈ ಬಗೆಗೆ ಅವನಿಗೆ ಹರಿಹರನಿಂದ ಸ್ಫೂರ್ತಿ ದೊರೆತಿದೆಯಾದರೂ ಕಾವ್ಯರೂಪ, ಕಥಾವಸ್ತು, ನಿರೂಪಣಪದ್ಧತಿ ಇದರಲ್ಲಿ ಅವನು ಸ್ವತಂತ್ರನಾಗಿ ಮೆರೆದಿದ್ದಾನೆ. ಪಂಡಿತನಾದರೂ ಹರಿಹರನಂತೆ ಅವನು ಚಂಪುವಿನ ಮೋಹಕ್ಕೆ ಒಮ್ಮೆಯೂ ಒಳಗಾಗಲಿಲ್ಲ. ಷಟ್ಪದಿಯಲ್ಲಿಯೇ ಒಚ್ಚತವಾಗಿ ತನ್ನೆಲ್ಲ ಕೃತಿಗಳನ್ನೂ ರಚಿಸಿದನು. ಹರಿಹರನ ಪ್ರಕೃತಿಯಲ್ಲಿದ್ದ ಮಹೋತ್ಸಾಹವು ರಾಘವಾಂಕನಲ್ಲಿ ಕ್ರಮೇಣ ಸಂಯಮದ ಕಡಿವಾಣಕ್ಕೆ ಒಳಪಡುತ್ತ ಬಂದಿದೆ. ಹರಿಹರನ ಉತ್ತಮಿಕೆಯಲ್ಲಿ ಅವನ ಕೃತಿ ರಸಾವೇಶದ ಹುಚ್ಚುಹೊಳೆಯಾದರೆ, ರಾಘವಾಂಕನಲ್ಲಿ ಅದು ಮೆಲ್ನಡೆಯ ಸೂಸುಹೊಳೆ ಯಾಗಿದೆ. ಅವನ ಆರು ಕೃತಿಗಳಲ್ಲಿ 'ಸೋಮನಾಥಚಾರಿತ್ರ', 'ವೀರೇಶಚರಿತೆ', 'ಸಿದ್ಧರಾಮಚಾರಿತ್ರ', 'ಹರಿಶ್ಚಂದ್ರಚಾರಿತ್ರ' ಇವು ನಾಲ್ಕು ಉಪಲಬ್ಧ ಮತ್ತು ಪ್ರಕಟಿತ ಗ್ರಂಥಗಳು ; 'ಶರಭಚಾರಿತ್ರ' ದೊರೆತಿದೆ, ಪ್ರಕಟವಾಗಿಲ್ಲ. 'ಹರಿಹರಮಹತ್ವ' ಈವರೆಗೆ ದೊರೆತಿಲ್ಲ. 'ದೇವಾಂಗ ದಾಸಿಮಯ್ಯನ ಪುರಾಣ'ವೆಂಬ ಸಾಂಗತ್ಯ ಗ್ರಂಥವೊಂದು ದೊರೆತಿದ್ದು, "ವಿರಚಿಸಿದನು ಹಂಪೆಯ ಹರದೇವನ ವರಸುತ ರಾಘವಾಂಕನುರೆ" (೨–೧೨) ಎಂದು ಅದರಲ್ಲಿ ಹೇಳಿದೆ. ಇದು ರಾಘವಾಂಕನದಾಗಿರದೆ ಮುಂದಿನ ಕಾಲದ ಯಾವನೋ ಒಬ್ಬ ಕವಿ ತಾನು ಬರೆದು ರಾಘವಾಂಕನ ತಲೆಗೆ ಕಟ್ಟಿರಬೇಕೆಂಬ ಅಭಿಪ್ರಾಯವೊಂದಿದೆ.[1] ರಾಘವಾಂಕನೇ ಬರೆದಿರುವ ಸಂಭವವಿದೆ, ಸದ್ಯಕ್ಕೆ ನಿಶ್ಚಯಾತ್ಮಕವಾಗಿ ಹೇಳಲಾಗದು ಎಂಬ ಅಭಿಪ್ರಾಯವೂ ವ್ಯಕ್ತವಾಗಿದೆ.[2] ಗ್ರಂಥವು ಸಂಪೂರ್ಣವಾಗಿ ನೋಡಲು ದೊರೆಯುವವರೆಗೆ ನಿಷ್ಕರ್ಷೆ ಸಾಧ್ಯವಿಲ್ಲ. ರಾಘವಾಂಕನು ಸಾಂಗತ್ಯಗ್ರಂಥವನ್ನು ಬರೆದಿರಲಾರನೆಂದು ಹೇಳುವಂತಿಲ್ಲ. ನವೀನಪ್ರಯೋಗ ಬುದ್ಧಿ ಅವನಲ್ಲಿದೆ, ಅಚ್ಚಗನ್ನಡದ ಛಂದಸ್ಸಿನತ್ತ ಒಲವಿದೆ. ಆದರೂ ಉದಾಹೃತ ಪದ್ಯಗಳನ್ನು ನೋಡಿದರೆ ಶೈಲಿ ರಾಘವಾಂಕನಿಗಿಂತ ಮುಂದಿನ ಕಾಲದ ಹೊಸಗನ್ನಡವೆಂದು ಭಾಸವಾಗುತ್ತದೆ. ಆದರೆ ಬೇರೊಬ್ಬ ಕವಿ ಬರೆದಿದ್ದರೆ ರಾಘವಾಂಕನ ತಲೆಗೇಕೆ ಕಟ್ಟಬೇಕಾಗಿತ್ತು ಎಂಬುದು ಗೂಢವಾಗಿ ಉಳಿಯುತ್ತದೆ. ಸು. ೧೭೬೮ರ ನಾರಸಿಂಹನು ತನ್ನ 'ಅನುಭವಶಿಖಾಮಣಿ'ಯನ್ನು "ಹರಿಹರಾತ್ಮಜ ರಾಘವಾಂಕನು ಹರುಷದಿಂ ಶರಷಟ್ಪದಿಯಲಿ ಮಾಡಿರಲು ನೋಡಿ" (೧–೫೨) ಅದರ ಆಧಾರದ ಮೇಲೆ ಬರೆದೆನೆನ್ನುತ್ತಾನೆ. ಇದರಿಂದ ರಾಘವಾಂಕನು ಶರಷಟ್ಪದಿಯಲ್ಲಿ ಒಂದು ಗ್ರಂಥ ಬರೆದಿರಬಹುದು. ಅದು ಅವನ ಚರಿತ್ರಕಾರ ಸಿದ್ಧನಂಜೇಶನಿಗೆ ಗೊತ್ತಿರಲಿಲ್ಲ. ಗೊತ್ತಿರದಿದ್ದರೂ ಗ್ರಂಥವಿರಲಿಲ್ಲ ಎನ್ನಲಿಕ್ಕಾಗದು. ತೆಲುಗಿನಲ್ಲಿ ಬರೆದ ಒಂದು ನಳ ಚರಿತ್ರೆಯ ಕರ್ತೃ ರಾಘವಾಂಕನೆಂದಿದೆ. ಆದರೆ ತೆಲುಗಿನಲ್ಲಿ ರಾಘವಾಂಕನು ಅಷ್ಟು ಸಮರ್ಥನಾಗಿ ದ್ದನೆಂದು ತಿಳಿಯಲು ಆಧಾರಗಳಿಲ್ಲ. 'ಉಭಯಕವಿಕಮಲರವಿ' ಎಂಬ ಅವನ ಬಿರುದು ಕನ್ನಡ–

ಸಂಸ್ಕೃತಗಳಲ್ಲಿಯ ಪ್ರಾವೀಣ್ಯವನ್ನು ಸೂಚಿಸುತ್ತಿರಬೇಕು. ಹರಿಹರನ ವಿಷಯದಲ್ಲಿ 'ರಗಳೆಯ ಕವಿ' ಕಥೆಯಿದ್ದಂತೆ ರಾಘವಾಂಕನ ಬಗ್ಗೆಯೂ ಒಂದು ಕಥೆಯಿದೆ. ಅವನು 'ಹರಿಶ್ಚಂದ್ರಚಾರಿತ್ರ' ವನ್ನು ಮೊದಲು ಬರೆದು ನರಸ್ತುತಿ ಮಾಡಲಾಗಿ ಹರಿಹರನು ಕೋಪಿಸಿ ಹೊಡೆಯಲು ಅವನ ಐದು ಹಲ್ಲುಗಳುದುರಿದುವು. ಮುಂದೆ ಐದು ಶೈವಕೃತಿಗಳನ್ನು ಬರೆದಮೇಲೆ ಹರಿಹರನು ಮರಳಿ ಆ ಹಲ್ಲುಗಳನ್ನು ಕೊಟ್ಟನಂತೆ. ೧೬೫೦ರಲ್ಲಿ—ಅಂದರೆ ಸು. ೪೦೦ ವರ್ಷಗಳಾದ ಮೇಲೆ—ಸಿದ್ಧ ನಂಜೇಶನು ಹೇಳಿದ ಈ ಹಲ್ಲಿನ ಕಥೆ 'ದಂತಕಥೆ'ಯೇ ಆಗಿರಬೇಕು ! ಆದರೂ 'ಹರಿಶ್ಚಂದ್ರ ಚಾರಿತ್ರ'ದ ಸುಸ್ಪಷ್ಟ ಪ್ರಭಾವವು 'ಸೋಮನಾಥಚಾರಿತ್ರ'ದಲ್ಲಿ ಕಾಣುವುದರಿಂದ ಇದರಲ್ಲಿ ತಥ್ಯಾಂಶವಿರಬಹುದು. ಹರಿಶ್ಚಂದ್ರ ಶಿವಭಕ್ತನಾದರೂ ಶಿವಗಣದಲ್ಲಿ ಒಬ್ಬನಲ್ಲ. ಅವನ ಚರಿತೆಯ ನಿರೂಪಣೆಯೆಂದರೆ ನರಸ್ತುತಿ ಎಂದು ರಭಸಪ್ರಕೃತಿಯ ಹರಿಹರನು ಹಲ್ಲುಗಳೆಯುವಂತೆ ಹೊಡೆಯ ದಿದ್ದರೂ ಹೀಗಳೆದಿರಬಹುದು. ಅದಕ್ಕೆ ಪ್ರತಿಕ್ರಿಯೆಯಾಗಿ ರಾಘವಾಂಕನು 'ಶೈವಕೃತಿಪಂಚಕ'ವನ್ನು ಬರೆದಿರಬಹುದು. 'ಸೋಮನಾಥಚಾರಿತ್ರ', 'ಸಿದ್ಧರಾಮಚಾರಿತ್ರ', 'ಹರಿಶ್ಚಂದ್ರಚಾರಿತ್ರ' ಇವುಗಳಲ್ಲಿ ಮತಾಂಶ–ಕಾವ್ಯಾಂಶಗಳ ಹೆಚ್ಚುಕಡಿಮೆಯನ್ನು ಪೃಥಕ್ಕರಿಸಿ, ಈ ಕ್ರಮದಿಂದ ಇವು ರಚಿತವಾಗಿರ ಬೇಕೆಂಬ ಅಭಿಪ್ರಾಯವೊಂದಿದೆ.[3] ಕವಿಯ ಆತ್ಮವಿಕಾಸವನ್ನು ತೋರಿಸುವ ಆದರ್ಶ, ವ್ಯಕ್ತಿತ್ವ, ಶೈಲಿ ಇವುಗಳ ಅಂತಸ್ಥಪ್ರಮಾಣದಿಂದ 'ಸೋಮನಾಥಚಾರಿತ್ರ', 'ವೀರೇಶಚರಿತೆ', 'ಸಿದ್ಧರಾಮ ಚಾರಿತ್ರ', 'ಹರಿಶ್ಚಂದ್ರಚಾರಿತ್ರ' ಈ ಕ್ರಮದಲ್ಲಿ ಗ್ರಂಥರಚನೆಯಾಗಿರಬೇಕೆಂದೂ ಮಿಕ್ಕ ಕಾವ್ಯ ಗಳನ್ನು ಈ ಮಧ್ಯೆ ರಚಿಸಿರಬಹುದೆಂದೂ ಮೇಲಿನದಕ್ಕೆ ಪೋಷಕವಾದ ಅಭಿಪ್ರಾಯವು ವ್ಯಕ್ತ ವಾಗಿದೆ.[4]

'ಸೋಮನಾಥಚಾರಿತ್ರ' ಇದು ನಿಜವಾಗಿ ಆದಯ್ಯನ ಚರಿತೆ ; ಸೌರಾಷ್ಟ್ರದ ಶಿವಭಕ್ತನಾದ ಆದಯ್ಯನು ಪುಲಿಗೆರೆಗೆ ಬಂದು ಸೌರಾಷ್ಟ್ರದ ಸೋಮನಾಥನನ್ನು ಅಲ್ಲಿ ಪ್ರತಿಷ್ಠೆಮಾಡಿ ಪವಾಡಗಳನ್ನು ಮೆರೆದು ಜೈನರನ್ನು ಶಿವಭಕ್ತರನ್ನಾಗಿ ಮಾಡಿದ ಕಥೆ. ಹರಿಹರನ 'ಆದಯ್ಯನ ರಗಳೆ'ಯಿಂದ ಇದಕ್ಕೆ ಸ್ಫೂರ್ತಿ ದೊರೆತಿರುವುದಾದರೂ ಇದು ಅದರ ಷಟ್ಪದಿರೂಪವಾದ ಅನುವಾದವಲ್ಲ. ಕಥಾರಂಭ ದಿಂದಲೂ ಹೊಸ ಸಂನಿವೇಶಗಳು ಅಲ್ಲಲ್ಲಿ ಮಿನುಗುತ್ತವೆ. ಕಥಾನಕವು ಆದಯ್ಯನ ಚಾರಿತ್ರ್ಯವನ್ನು ಎತ್ತಿತೋರಿಸುವ ಸಂದರ್ಭಗಳಲ್ಲಿ ಶಕ್ತಿಯುತವಾಗಿದೆ, ಆದರೆ ಕನ್ನಡ ಕವಿಗಳ ಅಷ್ಟಾದಶವರ್ಣನೆಯ ಗೀಳು ಬಿಟ್ಟಿಲ್ಲ, ಪ್ರಮಾಣಜ್ಞಾನ, ಔಚಿತ್ಯದೃಷ್ಟಿ ಇವು ಕೈಬಿಟ್ಟಿವೆ ; ಕಥಾವಸ್ತುವಿನಲ್ಲಿ ಒಂದು ಹೊಂದಿಕೆ, ಕಟ್ಟಣವಿಲ್ಲ. ಆದಯ್ಯನು ಸೌರಾಷ್ಟ್ರದಿಂದ ಪುಲಿಗೆರೆಗೆ ಹೊರಟಾಗ ಮದುವೆಯಾದ ಹೆಂಡತಿಯನ್ನು ನೆನೆಯುವುದಿಲ್ಲ ; ಪುಲಿಗೆರೆಗೆ ಹೋದಮೇಲಂತೂ ಪದ್ಮಾವತಿಯ ಕೂಡ ಪ್ರಣಯ ದಲ್ಲಿ ಮರೆತೇಬಿಡುತ್ತಾನೆ. ಪದ್ಮಾವತಿ ಜೈನಳೆಂಬುದನ್ನು ಪ್ರಣಯಸಮಾಧಿಯ ಒಂದೆರಡು ತಿಂಗಳ ಬಿಗುಹಿನಿಂದ ಹೊರಬಿದ್ದಮೇಲೆ ಅರಿಯುತ್ತಾನೆ. ಆಮೇಲೆ ಅವಳನ್ನು ಮೃಡಭಕ್ತೆಯಾಗಿಸುತ್ತಾನೆ. ಪಾತ್ರಪೋಷಣೆಯಲ್ಲಿ ಕುಂದುಕೊರತೆ, ವರ್ಣನೆಗಳಲ್ಲಿ ಸಾಂಪ್ರದಾಯಿಕತೆ, ಶೈಲಿಯಲ್ಲಿ ವಿಷಮತೆ ಇವೆಲ್ಲ ಇದ್ದರೂ ಆದಯ್ಯನ ಮಾಹೇಶ್ವರಭಕ್ತಿ, ಏಕನಿಷ್ಠೆ, ಕಷ್ಟಸಹನೆಗಳನ್ನು ಕವಿ ಸುಂದರವಾಗಿ ವರ್ಣಿಸಿದ್ದಾನೆ. ಅವನ ಸತ್ವಪರೀಕ್ಷೆಯ ಪ್ರಸಂಗದಲ್ಲಿ ಯತಿಗೂ ಅವನಿಗೂ ನಡೆದ ಸಂಭಾಷಣೆ ರಾಘವಾಂಕನ ಸಂವಾದರಚನೆಯ ಶಕ್ತಿಗೆ ಒಳ್ಳೆಯ ನಿದರ್ಶನವಾಗಿದೆ. ವರ್ಣನೆಗಳಲ್ಲಿ ಅವನ ಕಲ್ಪನಾ ಶಕ್ತಿ, ಶೈಲಿಗಳು ಸಹಜ ಉತ್ಕಟದ ಸೀಮೆಯಲ್ಲಿ ಕಾಲಿಟ್ಟಿವೆ. ಒಟ್ಟಿನಲ್ಲಿ 'ಸೋಮನಾಥಚಾರಿತ್ರ' ಪ್ರಥಮ ಕೃತಿ ಇರಲಿ ಬಿಡಲಿ, ಅಪರಿಪೂರ್ಣಕೃತಿ ಎಂದೆನ್ನಬಹುದು.

'ವೀರೇಶಚರಿತೆ' ೧೨೭ ಪದ್ಯ, ೨ ಸಂಧಿಗಳ ಚಿಕ್ಕ ಕಾವ್ಯ. ಇದರಲ್ಲಿ ಶಿವನ ಕೋಪದಿಂದ ಹುಟ್ಟಿದ ವೀರಭದ್ರನು ದಕ್ಷನ ಯಜ್ಞವನ್ನು ನಾಶಮಾಡಿದ ಕಥೆಯಿದೆ. ದಕ್ಷ, ದಧೀಚಿ, ಶಿವ, ಪಾರ್ವತಿ ಇವರೆಲ್ಲರ ಕ್ರೋಧಸ್ಥಾಯಿಯಾದ ರೌದ್ರರಸ ತಾನೇ ಒಂದಾಗಿ ಇಲ್ಲಿ ತೋರಿದೆ.

ಕಥಾರಚನೆಯ ಮೇಲೆ ಹರಿಹರನ 'ವೀರಭದ್ರದೇವರ ರಗಳೆ'ಯ ಪ್ರಭಾವವಾಗಿದ್ದರೂ ಇದು ಅದರ ಪ್ರತಿಚ್ಛಾಯೆಯಲ್ಲ. 'ವೀರಭದ್ರದೇವರ ರಗಳೆ'ಯಲ್ಲಿ ಶಿವನ ಸಭೆ ಸಂಗೀತದ ರಾಗರಸದಲ್ಲಿ ಮುಳುಗಿದಾಗ ದಕ್ಷನು ಬಂದು ನಿಲ್ಲಲು ಕರೆಗೊರಲನು ಅವನನ್ನು ನೋಡದೆ ತನ್ನ ಸುಖದಲ್ಲಿ ಮುಳುಗಿ ನಿಲ್ಲುತ್ತಾನೆ. ಆಗ ಅಳಿಯ ತನ್ನನ್ನು ಮನ್ನಿಸಲಿಲ್ಲವೆಂದು ದಕ್ಷ ಮುಳಿದು ಹೊರಡುತ್ತಾನೆ. ಇಲ್ಲಿ ಎಲ್ಲ ರಾಜರು ಮತ್ತು ದೇವತೆಗಳಿಂದ ಸನ್ಮಾನಹೊಂದಿದ ತಾನು ಶಿವನಿಂದ ವಂದಿಸಿಕೊಳ್ಳ ಬೇಕೆಂಬ ಆಸಕ್ತಿಯಿಂದ ದಕ್ಷನು ಅವನ ಸಭೆಗೆ ಹೋಗುತ್ತಾನೆ. ವಂದನೆ ಪಡೆಯದೆ ಕೋಪಿಸುತ್ತಾನೆ. ದಕ್ಷನು ಬಂದುದು ಗೊತ್ತಿದ್ದೂ ಶಿವನು ಮನ್ನಿಸಲಿಲ್ಲ. "ಘನತೂರ್ಯತ್ರಯಮಂ ನೋಡುವ ಭರದಿಂ ದಕ್ಷನನಭವಂ ಮನ್ನಿಸೆ ಮರೆದನೆನಿಪ್ಪುದು ಪುಸಿ" (ವೀ.ಚ., ೧–೨೧) ಎಂಬಲ್ಲಿ ಹರಿಹರನ "ಕರೆಗೊರಲನವನನೀಕ್ಷಿಸದೆ ಸುಖದಿಂದ ನಿಲೆ" (ವೀ.ರ., ೧–೩೨) ಎಂಬುದಕ್ಕೆ ರಾಘವಾಂಕನ ಪ್ರತಿಕ್ರಿಯೆಯಿರಬೇಕು. ದಕ್ಷನ ನಿತಾಂತಕ್ರೋಧ ಮುಂದಿನ ಅನಾಹುತಗಳಿಗೆಲ್ಲ ಕಾರಣವಾಯಿತು. ಅದು ಕಥಾವಸ್ತುವಿನ ತಳಹದಿಯಾಗಿದ್ದ ಕಾರಣ ಅಲಕ್ಷ್ಯದ ಅವಮಾನಕ್ಕಿಂತ ಬುದ್ಧಿಪುರಸ್ಸರವಾದ ಅವಮರ್ಯಾದೆಯಿಂದ ಪ್ರಜ್ವಲಿಸಿತೆಂದು ರಾಘವಾಂಕನು ಮಾಡಿಕೊಂಡ ಮಾರ್ಪು ಯೋಗ್ಯವಾಗಿದೆ, ಅವನು ಮಾಡಿದ ಬೇರೆ ಮಾರ್ಪಾಟುಗಳಲ್ಲಿ ಹರಿಹರನ ದಾಕ್ಷಾಯಿಣಿ ಶಿವನು ಬೇಡವೆಂದರೂ ತಂದೆಯ ಯಾಗಕ್ಕೆ ಹೋಗುತ್ತಾಳೆ. ರಾಘವಾಂಕನಲ್ಲಿ ಅವಳು ಶಿವನ ಒಪ್ಪಿಗೆ ಪಡೆದು ದಕ್ಷನನ್ನು ಶಿಕ್ಷಿಸುವ ಆವೇಶದಿಂದ ಹೊರಡುತ್ತಾಳೆ. ಹೀಗೆ 'ವೀರೇಶಚರಿತೆ'ಯ ಕಥಾರಚನೆಯಲ್ಲಿ ರೌದ್ರರಸ ವನ್ನು ಏರೇರಾಗಿ ತೋರಿಸುವ ನೂತನತೆಯಿದೆ, ತೀವ್ರಗತಿಯಿದೆ. ನಾಲ್ಕು ಮಾತ್ರೆಯ ಉದ್ದಂಡ ಷಟ್ಪದಿ, ಉರುಬಿನ ಶೈಲಿ ಅದಕ್ಕೆ ಅನುಗುಣವಾಗಿಯೂ ಬಂದಿವೆ. ಇದೊಂದು 'ಆದರ್ಶ ಕಥನ ಕಾವ್ಯ'ವೆಂದೂ, 'ಮೇಲ್ತರಗತಿಯ ಭವ್ಯಕಾವ್ಯ'ವೆಂದೂ, "ಅಲ್ಲಿಯ ಸಂನಿವೇಶಗಳು ಭವ್ಯ, ಪಾತ್ರ ಗಳು ಭವ್ಯ, ಅವುಗಳ ನುಡಿ ಭವ್ಯ, ನಡೆ ಭವ್ಯ, ಕೊನೆಗೆ ಕವಿಯ ಶೈಲಿಯೂ ಭವ್ಯ"[5] ಎಂದೂ ಆರ್. ಸಿ. ಹಿರೇಮಠರು ಅಭಿಪ್ರಾಯಪಟ್ಟಿದ್ದಾರೆ. ಭವ್ಯತೆಯ ರಸಾನುಭವ ಕೆಲಮಟ್ಟಿಗೆ ಈ ಕೃತಿಯಿಂದ ಉಂಟಾಗುವುದು ನಿಜ. ಶಿವನ ವಂದನೆಯನ್ನು ಬಯಸಿದ ದಕ್ಷನು "ಕೆಂಡದ ತೊಡಿಗೆಗೆ ಮನವಿಟ್ಟರಗಿನಪುತ್ತಳಿ"(೧–೨೦)ಯಂತಾದನಂತೆ. ೨–೯, ೧೦, ೨೦–೨೨ರಲ್ಲಿ ವೀರೇಶನ ರೌದ್ರ ಮೂರ್ತಿಯ ಚಿತ್ರ ಭವ್ಯವಾಗಿದೆ. ಕೃತಿಯ ತುಂಬ ಬಿರುಗಾಳಿಯ ರಭಸದಿಂದ ಕಲ್ಪನೆಗಳೂ ಕಿಡಿನುಡಿ ಗಳೂ ತೂರಿಕೊಂಡಿವೆ. ಒಟ್ಟಿನಲ್ಲಿ 'ಮೇಲ್ತರಗತಿಯ ಕಾವ್ಯ' ಎಂದು ಹೇಳಬಹುದಾದರೂ, ಆದರ್ಶ ಕಥನಕಾವ್ಯ ಇಲ್ಲವೆ ಶ್ರೇಷ್ಠ ಕೃತಿ ಎಂದಿದನ್ನು ಕರೆಯುವುದು ಅತ್ಯುಕ್ತಿಯಾಗುತ್ತದೆ. ಅದರಲ್ಲಿಯ ಭವ್ಯತೆಗೆ ಉದಾತ್ತತೆಯ ಜೋಡಿಲ್ಲ, ಆವೇಶಕ್ಕೆ ವಿವೇಚನೆಯ ಬೆಂಬಲ ಸಾಲದು. ಶಕ್ತಿಮದಾಂಧ ದಕ್ಷ, ಸರ್ವಶಕ್ತ ಶಿವ ಇವರ ಒಂದು ಧ್ವನಿರಮ್ಯಕಥೆಯಾಗುವುದರ ಬದಲು ಇದು ಇತರ ದೇವತೆಗಳಿಂದ ಶಿವನ ಶ್ರೇಷ್ಠತೆಯನ್ನು ಸಾರುವ ಕಥೆಯಾಗಿ ಪರಿಣಮಿಸಿದೆ. ಮತೀಯ ದೃಷ್ಟಿಯಿಂದ ಇದು ಸಹಜ. ಆದರೆ ಉತ್ತಮ ಕಾವ್ಯದೃಷ್ಟಿಯಿಂದ ಗೌಣ. "ಶಿವಭಕ್ತರ್ಗೆ ಶಿವಂಗೆ ಆಂ ಮಾಱಿದ ಮತಿಯೊಳ್ ಮರೆದು ಅಜಗಿಜಹರಿಗಿರಿಸುರಪತಿಗಿರಿಪತಿ ಮೊದಲಾದ ಉಡುಕುಳಿದೇವರನು ಅವನೀಶರು ಮೊದಲೆನಿಸಿದ ಭವಿಗಳ ನುತಿಸಿದೆನಾದೊಡೆ ಸಲೆ ಶಿವದೂಷಕ ನಾನು" (೧–೯) ಎಂದು ಹರಿಹರನಂತೆ ಬಿರುದನ್ನು ಹೊತ್ತ 'ಶಿವಕವಿ' ರಾಘವಾಂಕನು ಈ ಕಾವ್ಯದಲ್ಲಿ ಅದನ್ನು ಸಾರ್ಥಕಗೊಳಿಸಿದ್ದಾನೆ. ಈ ಸಾರ್ಥಕ್ಯದ ಅತಿರೇಕದಲ್ಲಿಯೇ ಕಲಾದೃಷ್ಟಿಯಿಂದ ಕೊರತೆಯುಂಟಾ ಗಿದೆ. 'ಮೀಸಲುಗವಿತೆ' ಎಂದು ಇದಕ್ಕೆ ಇದೇ ಪದ್ಯದಲ್ಲಿ ಕರೆದಿರುವುದು ಉದ್ದಂಡಷಟ್ಪದಿಯ ಹೊಸ ಪ್ರಯೋಗದಲ್ಲಿ ವೀರೇಶನ ರುದ್ರಕಥೆಯನ್ನು ಹೊಂದಿಸಿ ಹೇಳಿದ ನವೀನತೆಯನ್ನು ಕುರಿತೆಂದು ತೋರುತ್ತದೆ. 'ರಾಘವಾಂಕಚಾರಿತ್ರ'ದಲ್ಲಿ ಸಿದ್ಧನಂಜೇಶನು ಇದನ್ನು ಸ್ಪಷ್ಟಪಡಿಸಿ ದ್ದಾನೆ.

'ಸಿದ್ಧರಾಮಚಾರಿತ್ರ'ವು ೯ ಸಂಧಿಗಳುಳ್ಳ ದೊಡ್ಡ ಕಾವ್ಯ. ಸೊನ್ನಲಿಗೆಯ ಸಿದ್ಧರಾಮನ ಚಾರಿತ್ರ ಇದರ ವಿಷಯ. "ಜಗದ ಗುರು ಸಿದ್ಧರಾಮನಾಥಂ ಮನುಜನಲ್ಲ, ಕಾರಣರುದ್ರ" (೧-೭) ; "ಎವೆಯಿಕ್ಕದುಸಿರಿಕ್ಕದುಣ್ಣದ ಜಿತೇಂದ್ರಿಯತ್ವವ ತಳೆದ ನಿರ್ಮಾಯನೆನಿಸುವ ಶಿವಜ್ಞಾನಿ" (೧-೨೬) ; "ಬಯಲು ಬಲಿದಾಕಾರವಾದಂತಿಹ ಮಹಾಂತ" (೨-೫೦)—ಹೀಗೆ ಕವಿ ಸಿದ್ಧರಾಮನನ್ನು ವರ್ಣಿಸಿದ್ದಾನೆ. ಅವನ ಜನನ, ಬಾಲ್ಯ, ಸಿದ್ಧಿ, ಕಾರ್ಯ ಎಲ್ಲವೂ ಲೋಕವಿಲಕ್ಷಣವಾಗಿದೆ. ಅವನು ವಿಶ್ವಕುಟುಂಬಿಯಾಗಿ ಕೆರೆ-ಗುಡಿ-ತೋಟಗಳನ್ನು ರಚಿಸುತ್ತ ಪಾತಕಿಗಳನ್ನೂ ನಾಶಕಿಗಳನ್ನೂ ಉದ್ಧರಿಸುತ್ತ ಬಾಳಿದ ಪವಾಡಪುರುಷನೆಂಬ ಚರಿತ್ರೆ ಈ ಕೃತಿಯಲ್ಲಿ ಬಂದಿದೆ. ಸಿದ್ಧರಾಮನು ವಿಶ್ವಪ್ರೇಮಿಯೂ ಕರ್ಮಯೋಗಿಯೂ ಆಗಿದ್ದನೆಂಬ ಚಾರಿತ್ರಿಕ ಸತ್ಯದ ತಳಹದಿಯ ಮೇಲೆ ನಿಲ್ಲಿಸಿದ ಅತಿಶಯೋಕ್ತಿಯ ಸುವರ್ಣಮಂದಿರದಂತೆ ಇದು ಭಾಸವಾಗುತ್ತದೆ. ಅವನ ವಚನಗಳಲ್ಲಿ ಕಂಡುಬರುವ ವಿಕಾಸಶೀಲ ವ್ಯಕ್ತಿತ್ವಕ್ಕೆ ಇಲ್ಲಿ ಅವಕಾಶವಿಲ್ಲ. ರಾಘವಾಂಕನ ಗೃಹೀತವನ್ನೊಪ್ಪಿಕೊಂಡು ನೋಡಿದರೆ ಕೆಲವು ಭಾಗಗಳಲ್ಲಿ, ವಿಶೇಷವಾಗಿ ಮೊದಲ ಸಂಧಿಗಳಲ್ಲಿ ಇದು "ಸೊಗಸಿನ ಸುಗ್ಗಿ", "ರಸದ ಮಡು"ವಾಗಿದೆ. "ಸುಳಿವ ಶಾಸನ"ವೆನಿಸುವ ಸತ್ಕೃತಿಯೂ ಆಗಿದೆ. ಮಗು ಸಿದ್ಧರಾಮನನ್ನು ಕಳೆದುಕೊಂಡು ಹಲುಬುತ್ತಿರುವ ತಾಯಿಯ ಕರುಣ, ತಾಯಿಯಂತಿದ್ದ ಮಲ್ಲಿನಾಥನನ್ನು ಅರಸುತ್ತಲಿದ್ದ ಸಿದ್ಧರಾಮನ ಭಕ್ತಿ—ಇವೆರಡೂ ರಸದ ಮೇಲೆ ರಸವಾಗಿ ಹರಿದುಬಂದು "ಕಥಾರಸದ ಲಹರಿಯನು" ತೋರಿ ತನ್ಮಯಗೊಳಿಸುತ್ತವೆ. ಮುಂದೆ ಹಲವಾರು ಪವಾಡಗಳೂ, ಅವಕ್ಕೆ ಸಂಬಂಧಿಸಿದ ಉಪಕಥೆಗಳೂ ಸೇರಿಕೊಂಡು ಇದನ್ನು "ಪುಣ್ಯಕಾವ್ಯ"ವನ್ನಾಗಿ ಮಾಡಿರುತ್ತವೆ. ಆದರೆ ಕಥಾರಸದ ಲಹರಿಯನ್ನು ತಡೆದಿರುತ್ತವೆ. ರಾಘವಾಂಕನ ಕಥನಕಲೆ ಪಳಗುತ್ತ ಸಾಗಿದೆ ಎಂಬುದಕ್ಕೆ ಈ ಕಾವ್ಯ ಸಾಕ್ಷಿಯಾಗಿದೆ. ಷಟ್ಪದಿಯನ್ನೂ ಕನ್ನಡ ನುಡಿಯನ್ನೂ ಅವನು ಮಿದಿದು ಹದಗೊಳಿಸಿದ್ದಾನೆ. "ಅಷ್ಟಾದಶಸ್ಥಳವ ಪೊಗಳಲೇಕೆ ಅಗ್ಗದ ಸಮರ್ಥಕವಿಗೆ" ಎಂದರೂ ಆರಂಭಕ್ಕೆ ಸಮುದ್ರವರ್ಣನೆಯ ಸಂಪ್ರದಾಯ ಬಿಡಲಾರ. ಬೇರೆ ವರ್ಣನೆಗಳನ್ನೂ ತಂದಿದ್ದಾನೆ. ಆದರೆ ಅವು ಹಿತಮಿತವಾಗಿವೆ. ಕಾವ್ಯಕಲ್ಪನೆಗಳು ಕೆಲವು ಕಡೆಗೆ ಅಸಾಧಾರಣವಾಗಿವೆ.[6] "ಇದೊಂದು ಉತ್ತಮ ಕಾವ್ಯವೂ ಆಗಿದೆ, ಆದರ್ಶಪುರಾಣವೂ ಆಗಿದೆ" ; "ಮಾನವ್ಯದ ಮಂದಾರವನ್ನರಳಿಸಿದ ಮಹಾಕಾವ್ಯ ; ವಸ್ತು, ರೂಪ, ಸತ್ವ ಎಲ್ಲ ದೃಷ್ಟಿಯಿಂದಲೂ ಕ್ರಾಂತಿಯನ್ನೊಳಗೊಂಡ ಸ್ವತಂತ್ರ ಕಾವ್ಯ ; ಕನ್ನಡ ಸಾಹಿತ್ಯದಲ್ಲಿಯೇ ಉನ್ನತ ಸ್ಥಾನವನ್ನಲಂಕರಿಸಿದ ಶ್ರೇಷ್ಠ ತರಗತಿಯ ಕಲಾಕೃತಿ"[7] ಎಂದು ಆರ್. ಸಿ. ಹಿರೇಮಠರು ತೀರ್ಮಾನಿಸಿದ್ದಾರೆ. ರಾಘವಾಂಕನ ಅತಿಶಯೋಕ್ತಿಯ ಸುವರ್ಣಮಂದಿರಕ್ಕೆ ಕಳಸವಿಟ್ಟಂತಿದೆ ಈ ಸ್ತುತಿ. ಪುರಾಣಲಕ್ಷಣದ ಚರ್ಚೆ ಅಂತಿರಲಿ, ವಿಶಿಷ್ಟಮತತತ್ತ್ವಸಂಬಂಧಿಯಾದ ಚರಿತೆ, ದಂತಕಥೆ, ತತ್ತ್ವ, ಸಂಪ್ರದಾಯ ಇವುಗಳಿಗೆಲ್ಲ ಪುರಾಣದಲ್ಲಿ ಅವಕಾಶವಿರುತ್ತದೆ. ಪುರಾಣವು ಕಾವ್ಯವಾದಾಗ ಕಾವ್ಯದ ನಿಯಮಗಳಿಗೆ ಅದು ಒಳಪಡಬೇಕು. ಅಂದರೆ ಒಂದು ಕಥಾಸೂತ್ರದ ಸುತ್ತ ಮತೀಯ ವಿಷಯಗಳ ಹೆಣಿಕೆ ಸುಸಂಬದ್ಧವಾಗಿ ಸ್ವಾರಸ್ಯವಾಗಿ ಬರಬೇಕು. ಈ ದೃಷ್ಟಿಯಿಂದ 'ಸಿದ್ಧರಾಮಚಾರಿತ್ರ'ವು ಮೇಲ್ತರಗತಿಯ ಪುರಾಣಕಾವ್ಯವಾಗಿದೆ. ಆದರೆ ಪಂಪನ 'ಆದಿಪುರಾಣ', 'ಗದುಗಿನ ಭಾರತ' ಇವು ಯಾವುದಕ್ಕೂ ಸಾಧ್ಯವಾಗದ ಆದರ್ಶಪುರಾಣಸಿದ್ಧಿಯನ್ನು ಇದು ಪಡೆದಿದೆ ಎನ್ನುವುದು ಧಾರ್ಷ್ಟ್ಯದ ಮಾತು. "ಶ್ರೇಷ್ಠತರಗತಿಯ ಕಲಾಕೃತಿ" ಎನ್ನುವುದಕ್ಕಿಂತ 'ಅಗ್ಗದ ಸಮರ್ಥಕವಿಯ ಸತ್ಕೃತಿ' ಎನ್ನುವುದು ನಮಗೆ ಸಮಂಜಸವೆನಿಸುತ್ತದೆ. ಶ್ರೇಷ್ಠ ಕೃತಿಯ ಕಲ್ಪಕತೆ, ನುಡಿಬಲ್ಮೆಗಳು ಇದರಲ್ಲಿ ಸುವ್ಯಕ್ತವಾಗಿವೆಯಾದರೂ, ವ್ಯಕ್ತಿತ್ವದ ಎತ್ತರವನ್ನು ಬಿತ್ತರಿಸುವ ಕವಿತಾಶಕ್ತಿ ಪವಾಡಗಳ ನೂಕುನುಗ್ಗಲಿನಲ್ಲಿ ಕುಗ್ಗಿದಂತೆ ಆಗಿದೆ ಎಂಬುದೇ ನಮ್ಮ ಅಭಿಪ್ರಾಯಕ್ಕೆ ಮುಖ್ಯ ಕಾರಣ.

ರಾಘವಾಂಕನ ಕಾವ್ಯಸಿದ್ಧಿಯ ಹೆಗ್ಗುರುತೆಂದರೆ 'ಹರಿಶ್ಚಂದ್ರಚಾರಿತ್ರ'. ಅವನ ಶಕ್ತಿವಿಶೇಷಗಳೆಲ್ಲ ಇದರಲ್ಲಿ ತನಿಗೊಂಡು ಮೇಳಗೊಂಡಿವೆ ; ಮತೀಯ ಅಭಿನಿವೇಶಗಳೆಲ್ಲ ಸೌಂದರ್ಯ ಪ್ರಜ್ಞೆಯ ಮುಂದೆ ಹತಬಲವಾಗಿವೆ. "ಈ ಕೃತಿಗೆ ಪ್ರತಿಯಿಲ್ಲ" (೧–೧೩) ; "ತೊಡಗಿದೆನೀ ಮಹಾಕೃತಿಯ" (೧–೧೪) ಎಂಬ ಕವಿಯ ಸಾರಿಕೆ ಇದರಲ್ಲಿ ಬಹುಮಟ್ಟಿಗೆ ಸತ್ಯವಾಗಿದೆ. "ಇದಜೊಳಗೊಂದು ಕುಂದಿಲ್ಲ" (೧–೧೩) ಎಂದು ಮಾತ್ರ ಹೇಳಬಾರದು. "ಪರರೊಡವೆಯಂ ಕೊಂಡು ಕೃತಿಯ ಪೇಟಿದ ಭಾಷೆ" (೧–೧೬) ; "ಪೊಸಕಾವ್ಯಕನ್ಯಕೆ" (೧–೩೩)–ಈ ಬಗೆಯ ಉಕ್ತಿಗಳಿಂದ ಇದರ ಸ್ವಂತಿಕೆಯೇನು, ಹೊಸತನವೆಲ್ಲಿ ಎಂಬ ಪ್ರಶ್ನೆಗಳೇಳುತ್ತವೆ. ಹರಿಶ್ಚಂದ್ರನ ಕಥೆ ವೇದ, ಪುರಾಣ, ಕಾವ್ಯಗಳಲ್ಲಿ ಸುಪ್ರಸಿದ್ಧವಾದುದು. "ಈ ಕಥಾಬೀಜವೀ ಬೀಜಮಂ ಬಿತ್ತಿಬೆಳಸಿದಪೆನೀ ಕಾವ್ಯ ವೃಕ್ಷವಂ" (೧–೧೮) ಎಂದು ಅವನೇ ಹೇಳಿದಂತೆ ಪೂರ್ವಪರಂಪರೆಯಿಂದ ಕಥಾಬೀಜವನ್ನು ಎತ್ತಿತಂದು ತನ್ನ ಕಾವ್ಯವೃಕ್ಷವನ್ನು ಬೆಳೆಸಿದ್ದಾನೆ. ಪೂರ್ವಕಥೆಯ ಅಪೂರ್ವ ನಿರೂಪಣೆಯಲ್ಲಿ 'ಹರಿಶ್ಚಂದ್ರಚಾರಿತ್ರ'ದ ಹೊಸತನವಿರುತ್ತದೆ. ರಾಘವಾಂಕನಿಗಿಂತ ಹಿಂದಿನ ಆಕರಗಳೊಡನೆ ಇದರ ಸಂವಿಧಾನವನ್ನು ಹೋಲಿಸಿದರೆ ಭಾರತೀಯ ಸಾಹಿತ್ಯದಲ್ಲಿಯೇ ಕಾಣದೊರೆಯದ ನೂತನ ಸಂನಿವೇಶ ಸೃಷ್ಟಿ, ಕೃತಿಬಂಧ ಇಲ್ಲಿ ಇದೆ ಎಂಬುದು ಹೆಮ್ಮೆಯ ಸಂಗತಿ. ಹರಿಶ್ಚಂದ್ರಕಥೆಯ ಮನವರಿಕೆಗೆ "ಹರಿಶ್ಚಂದ್ರನನ್ನು ವಿಶ್ವಾಮಿತ್ರನು ಅಷ್ಟುಮಟ್ಟಿಗೆ ಕಾಡಲು ಯಾಕೆ ಮನದಂದನು, ವಿಶ್ವಾಮಿತ್ರನಿಗೆ ಹರಿಶ್ಚಂದ್ರನು ರಾಜ್ಯವನ್ನು ಕೊಡುವ ಪ್ರಸಂಗವೇಕೆ ಬಂದಿತು, ತನ್ನನ್ನೂ ತನ್ನವರನ್ನೂ ಮಾರಿ ಕೊಂಡನೇಕೆ ?"—ಈ ಪ್ರಶ್ನೆಗಳಿಗೆ ಸಮರ್ಪಕವಾದ ಕಲಾಮಯವಾದ ಉತ್ತರವು ದೊರೆಯಬೇಕು. ಹಿಂದಿನಿಂದ ಪಡೆದ ಸಂನಿವೇಶಗಳ ನವೀನ ನಿರೂಪಣೆಯಿಂದಲೂ ನವೀನ ಸಂನಿವೇಶಗಳ ನಿರ್ಮಾಣದಿಂದಲೂ ರಾಘವಾಂಕನು ಇದಕ್ಕೆ ಉತ್ತರ ಕೊಟ್ಟಿದ್ದಾನೆ, ಕಲಾತಿಶಯವನ್ನು ಮೆರೆದಿದ್ದಾನೆ. ಮೊದಲನೆಯದಕ್ಕೆ ವಸಿಷ್ಠ–ವಿಶ್ವಾಮಿತ್ರರ ಸಂದರ್ಭ, ಎರಡನೆಯದಕ್ಕೆ ಹರಿಶ್ಚಂದ್ರ– ಹೊಲತಿಯರ ಸಂದರ್ಭ ಉತ್ತಮ ಉದಾಹರಣೆಯಾಗಿವೆ. ಎಲ್ಲ ಕಡೆಗೆ ಅವನ ನಾಟ್ಯಪ್ರತಿಭೆ ಅದ್ಭುತರಮ್ಯವಾಗಿ ಬೆಳಗಿದೆ. 'ಹರಿಶ್ಚಂದ್ರಚಾರಿತ್ರ' ಮೂಲಸತ್ವದಲ್ಲಿ ಒಂದು ಅತ್ಯಂತ ಪ್ರಭಾವಿಯಾದ ನಾಟಕವಾಗಿದೆ— ಎಂಬುದು ತೀರ ದಿಟ. ರುದ್ರನಾಟಕವೆಂದು ಅದನ್ನು ಕೆಲವರು ಕರೆಯಬಹುದು. ಒಟ್ಟುರೂಪದಲ್ಲಿ ನೋಡಿದರೆ ಅದು ರುದ್ರ ಅಂಶಗಳುಳ್ಳ ಭದ್ರನಾಟಕವೇ ಸರಿ. ವಸ್ತುರಚನೆ, ಪಾತ್ರಪೋಷಣೆ, ರಸನಿರೂಪಣೆ, ಸಂವಾದರಚನೆ, ವರ್ಣನೆ ಯಾವ ಮಗ್ಗುಲಿನಿಂದ ನೋಡಿದರೂ ಈ ಕೃತಿ ಘನತೆಯನ್ನು ಹೊರಹೊಮ್ಮಿಸುತ್ತದೆ. ಇದೇ "ಕಡೆತನಕ ಬಂದ ಲೇಸು." ಎಡೆವಾಯ್ದು ಬಂದ ತಪ್ಪುಗಳೂ ಇವೆ. ಖಲನಾಯಕನಂತಿದ್ದ ವಿಶ್ವಾಮಿತ್ರನು ಕೊನೆಗೆ ಪರಿವರ್ತನಹೊಂದಿದ್ದು ತೀರ ಆಕಸ್ಮಿಕವಾಗಿದೆ. ಮೊದಲಿನಿಂದ "ಕಡಮುಳಿದಂತೆ ತೋರಿಸಿ" ಅವನು ಕಾಡಿದ್ದು ನಿಜವಾದರೆ ಅವನ ದ್ವೇಷರೋಷಗಳೆಲ್ಲ ಆಭಾಸವಾಗುತ್ತವೆ. ಹರಿಶ್ಚಂದ್ರನ ಉದಾತ್ತಸತ್ಯಸಂಧಪಾತ್ರದಲ್ಲಿ ಹೊಂದಿಕೊಳ್ಳದ ಹಳೆ ಪದರಗಳೂ ರೀತಿನಡತೆಗಳೂ ತಲೆದೋರಿವೆ. ಪ್ರಜೆಗಳ ಪೀಡೆಯನ್ನು ಪರಿಹರಿಸಲು ಬೇಟೆಗೆ ಹೊರಡುವ ಮುನ್ನಾದಿನ ರಾತ್ರಿ ಅವನು ಸೂಳೆಗೇರಿಯಲ್ಲಿ ಸಂಚರಿಸುತ್ತಾನೆ. ೭೪ ಪದ್ಯಗಳ ಒಂದು ಸ್ಥಲವೇ ಇದಕ್ಕೆ ಮೀಸಲಾಗಿದೆ. ಇಂಥ ಸಂಪ್ರದಾಯಶರಣ ವರ್ಣನೆಗಳಿಂದ ಕಾವ್ಯವು ಅಲ್ಲಲ್ಲಿ 'ಜಾಬಾಳ'ವಾಗಿದೆ. ಪಾತ್ರನಿರೂಪಣೆ ಬಾಧಿತವಾಗಿದೆ. ಶೈಲಿಯೂ ಪ್ರಾಸಮೋಹ, ಶಬ್ದಜಾಲಗಳಲ್ಲಿ ಆಗಾಗ ಸಿಲುಕಿಕೊಂಡಿದೆ.

ಒಟ್ಟಿನಲ್ಲಿ 'ಹರಿಶ್ಚಂದ್ರಚಾರಿತ್ರ' ರಾಘವಾಂಕನ ಮಹಾಕೃತಿ. ಅವನ ಧಾರ್ಮಿಕತೆಯನ್ನು ಮೀರಿಬಂದ ಅಲೌಕಿಕವಾದ ಲೌಕಿಕ ಕಾವ್ಯ. ಕನ್ನಡಕ್ಕೆ ಹಾಗೂ ಭಾರತೀಯ ವಾಙ್ಮಯಕ್ಕೆ ಅವನ ವಿರಳವಾದ ಕೊಡುಗೆ. ತನ್ನುಳಿದ ಕೃತಿಗಳಲ್ಲಿ ಅಂಶರೂಪವಾಗಿ ಪ್ರಕಟಿಸಿದ ಮಹಾಕವಿತ್ವವನ್ನು ಈ

ಮಹಾಕೃತಿಯಲ್ಲಿ ರಾಘವಾಂಕನು ಬಹುಮಟ್ಟಿಗೆ ಸಮಗ್ರವಾಗಿ ತೋರ್ಪಡಿಸಿದ್ದಾನೆ. ಹರಿಹರನಿಗಿಂತ ಒಂದು ತೂಕ ಮಿಗಿಲಾಗಿಯೇ ಇಲ್ಲಿ ಅವನ ಸಿದ್ಧಿಯಿದೆ. ಯಾಕೆಂದರೆ ಹರಿಹರನ ಮಹೋತ್ಸಾಹಕ್ಕೆ ಇಲ್ಲಿ ನಿಯಂತ್ರಣವುಂಟಾಗಿದ್ದು ಕಲಾವಂತಿಕೆ, ನಾಟಕೀಯತೆಗಳು ಸೇರಿಕೊಂಡಿವೆ. ಶಿಷ್ಯನಿಂದ ಗುರುವಿಗೆ ಪರಾಜಯವಾಗಿದೆ ನಿಜ. ಆದರೂ ಹರಿಹರನ ಎಂಥ ಕೃತಿಯಲ್ಲಿಯೂ ಸೂಸುವ ಪ್ರತಿಭೆಯ ಪರಮಾಶ್ಚರ್ಯ, ಸಹಜವಾಣಿಯ ಓಘ ಇವು ರಾಘವಾಂಕನಲ್ಲಿಲ್ಲ. ಹೀಗೆ ನೋಡಿದರೆ ರಾಘವಾಂಕನಿಗಿಂತ ಹರಿಹರನು ಮೇಲಾದ ಮಹಾಕವಿಯೆನ್ನಬಹುದು.

ರಾಘವಾಂಕನ ಶೈಲಿಯ ಮೇಲೆ ಮಾರ್ಗಕಾವ್ಯದ ಮತ್ತು ಹರಿಹರಮಾರ್ಗದ ಪರಿಣಾಮಗಳಾಗಿದ್ದರೂ ಅದು ಶಯ್ಯೆ, ಪಾಕಗಳಲ್ಲಿ ವಿಶಿಷ್ಟಕಾಂತಿಯುಳ್ಳದಾಗಿದೆ. ಮಾರ್ಗಕಾವ್ಯದ ಅಲಂಕಾರಮೋಹ, ಸಂಸ್ಕೃತವ್ಯಾಮೋಹಗಳು ಒಮ್ಮೊಮ್ಮೆ ಹರಿಹರನ ಉದ್ಗಾರ ಪುನರುಕ್ತಿಗಳು ಈ ಶೈಲಿಯಲ್ಲಿ ಹಣೆಯಿಕ್ಕಿದರೂ ಪ್ರಸನ್ನ, ಪ್ರವಾಹಿ, ಸಂಯತವಾದ ಸ್ವರೂಪವೇ ಇದರ ಮೂಲರೂಪ. ಇದರಲ್ಲಿ ನಾಟಕೀಯ ಸಂವಾದ, ಅಭಿನೇಯ ಪದವಿನ್ಯಾಸ, ರಂಗಸೂಚನೆಯಂಥ ಚಿತ್ರನಿರ್ಮಾಣ ಇವುಗಳಿಂದ ನಾಟ್ಯಗುಣವು ಸಂಪನ್ನವಾಗಿ ಪ್ರಕಟವಾಗಿದೆ. ಹರಿಹರನ ಗದ್ಯಶೈಲಿಯನ್ನು ಆಗಾಗ ರಾಘವಾಂಕನು ಪದ್ಯದಲ್ಲಿ ಅಳವಡಿಸಿರುವನೇ ಹೊರತು ಗದ್ಯವನ್ನೆಲ್ಲಿಯೂ ಬರೆದಿಲ್ಲ. ಪದ್ಯಪ್ರವಣವಾದ ಪ್ರಕೃತಿಯವನದು. ತಾಳ–ಲಯ, ನಾದ–ಗುಣ ಇವುಗಳಲ್ಲಿ ಅವನ ಶೈಲಿ ಪರಿಣತವಾಗಿದೆ ; ನಡುಗನ್ನಡದ ಸಂಮಿಶ್ರರೂಪಗಳಿಗೂ ಅದು ಎಡೆಕೊಟ್ಟಿದೆ. ಅಚ್ಚಗನ್ನಡದತ್ತ ಅವನ ಒಲವು ಹೆಚ್ಚು. "ಪದಜೋಡಣೆಯು ದೈವೀಪ್ರೇರಿತ ವಿನ್ಯಾಸವನ್ನಾಗಲಿ ಅಸಾಧ್ಯ ಸಂಗೀತವೈಭವವನ್ನಾಗಲಿ ಪ್ರಕಟಿಸದಿದ್ದರೂ ಕಲಾಯುಕ್ತವಾಗಿ ಪರಿಣಾಮರಮಣೀಯವಾಗಿದೆ" ; "ಚಂಪೂಕವಿಗಳ ಬಿಕ್ಕಟ್ಟಿಗೂ ಷಟ್ಪದಿಕಾರರ ಸಡಿಲಕ್ಕೂ ನಡುವಣ ವಾಗ್ಝರಿ ರಾಘವಾಂಕನಿಗೆ ಇಷ್ಟ.... ಒಟ್ಟಿನಲ್ಲಿ ರಾಘವಾಂಕನ ಶೈಲಿ ಐವತ್ತಕ್ಕೆ ಏರದೆ ಐದಕ್ಕೆ ಇಳಿಯದೆ ತನ್ನದೇ ಆದ ಒಂದು ಸತ್ವಪ್ರಮುಖವಾಗಿರುವುದರಿಂದ ಆನಂದದಾಯಕ, ಸರ್ವಜನಾದರಣೀಯ, ಸಾರ್ಥಕ"[8] ಎಂದು ಎಸ್. ವಿ. ರಂಗಣ್ಣನವರು ಅಭಿಪ್ರಾಯಪಟ್ಟಿದ್ದಾರೆ. ಮಹಾಶೈಲಿಯ ಲಕ್ಷಣಗಳೆನಿಸಿದ ಧ್ವನಿ, ದೈವೀಪ್ರೇರಣೆಯ ಪದಪ್ರಯೋಗ, ತೇಜಸ್ಸಿನ ವೈಖರಿ ಇವೆಲ್ಲ ರಾಘವಾಂಕನ ಶೈಲಿಯಲ್ಲಿ ತುಂಬಿ ತುಳುಕುತ್ತಿರುವುವೆಂದೂ ಅವನದು ಪ್ರಥಮ ಶ್ರೇಣಿಯ ಮೇಲ್ತರಗತಿಯ ಶೈಲಿಯೆಂದೂ ಆರ್.ಸಿ. ಹಿರೇಮಠರು ತಮ್ಮ ಮತವನ್ನು ವ್ಯಕ್ತಪಡಿಸಿದ್ದಾರೆ.[9] ನಮಗೆ ತೋರಿದಮಟ್ಟಿಗೆ ರಾಘವಾಂಕನ ಶೈಲಿ ಕಥನಕವಿಯ, ನಾಟಕಕಾರನ ಶ್ರೇಷ್ಠಗುಣಗಳನ್ನು ಮಾಗಿದ ಕೃತಿ ಇಲ್ಲವೆ ಕೃತಿಭಾಗಗಳಲ್ಲಿ ತೋರಿದೆ. 'ಹರಿಶ್ಚಂದ್ರಚಾರಿತ್ರ'ದ ಬಹುಭಾಗ ಇದಕ್ಕೆ ನಿದರ್ಶನ. ಮೊದಲಿನ ಅಭಿಪ್ರಾಯವು ರಾಘವಾಂಕನ ಇತರ ಕೃತಿಗಳಿಗೆ ಕೆಲಮಟ್ಟಿಗೆ ಅನ್ವಯಿಸಬಹುದಾದರೆ, 'ಹರಿಶ್ಚಂದ್ರಚಾರಿತ್ರ'ಕ್ಕೆ ಎರಡನೆಯ ಅಭಿಪ್ರಾಯವು ಅನ್ವಯಿಸುತ್ತದೆ. ಮಧ್ಯಮ ಶೈಲಿಯ ಉಪಾಸಕ, ಮಧ್ಯಮ ತರಗತಿಯ ಶೈಲಿಕಾರ ಇವೆರಡರಲ್ಲಿ ಭೇದ ಮಾಡಿದರೆ ಒಳ್ಳೆಯದು.

ರಾಘವಾಂಕನು ಷಟ್ಪದಿಗ್ರಂಥಕಾರರಲ್ಲಿ ಮೊದಲಿಗನೆಂಬುದನ್ನು ವಿಮರ್ಶಕರು ಹೇಳಿದ್ದಾರೆ. ಅವನಿಗಿಂತ ಮುಂಚೆ ಷಟ್ಪದಿಯ (ವಿಶೇಷವಾಗಿ ಶರಷಟ್ಪದಿಯ) ಬಿಡಿಪದ್ಯಗಳು ಕಾವ್ಯ, ಶಾಸ್ತ್ರಗ್ರಂಥಗಳಲ್ಲಿ ಪ್ರಯೋಗವಾಗಿದ್ದುವು. ಸು. ೧೧೬೦ರವನೆಂದು ಕವಿಚರಿತೆಕಾರರು ಹೇಳಿರುವ ಚಿಕ್ಕಯ್ಯ ಎಂಬ ವಚನಕಾರನು ಉಳಿಯುಮೇಶ್ವರಲಿಂಗವೆಂಬ ಅಂಕಿತದಲ್ಲಿ ಬರೆದ ಒಂದು ವಾರ್ಧಕಷಟ್ಪದಿ ದೊರೆತಿದೆ.[10] ಸದ್ಯಕ್ಕೆ ವಾರ್ಧಕಷಟ್ಪದಿಯಲ್ಲಿ ರಾಘವಾಂಕನೇ ಮೊದಲ ಗ್ರಂಥಕಾರನೆನ್ನಬಹುದು. ಇವನ ಕಾಲದಲ್ಲಿಯೇ ಷಟ್ಪದಿ ಗ್ರಂಥಗಳ ರಚನೆ ಬೇರೆಯವರಿಂದಲೂ ಆಗಿರಬೇಕೆಂಬುದಕ್ಕೆ ೧೨೨೪ರಲ್ಲಿ ಹುಟ್ಟಿದ ದಾವಣಗೆರೆಯ ಶಾಸನದಲ್ಲಿ "ಆರ್ ಹರಿ(ರ ?)

ಚಾರಿತ್ರಮನೊಲ್ದು ಷಟ್ಪದದೆ ಪೇಳ್ದಿರ್ ನಿನ್ನವೊಲ್" ಎಂಬ ವಾಕ್ಯವಿದೆ. ಪೋಲಾಳ್ವ ದಂಡನಾಥನು ಷಟ್ಪದಿಯಲ್ಲಿ ಹರಿಚಾರಿತ್ರವನ್ನು ಬರೆದ ವಿಷಯ ೧೨೨೪ರಲ್ಲಿ ಪ್ರಸಿದ್ಧವಾಗಿರಬೇಕಾದರೆ ಹತ್ತಿಪ್ಪತ್ತು ವರ್ಷಗಳ ಹಿಂದಿನಿಂದಲೆ ಅದು ರಚಿತವಾಗಿರಬಹುದು. ಅವನಿಗೂ ಹಿಂದೆ ಒಂದು ಪರಂಪರೆ ಇದ್ದಿರಬಹುದು. ೧೧–೧೨ನೆಯ ಶತಕಗಳಲ್ಲಿ ಜೈನ–ವೀರಶೈವರಲ್ಲಿ ಪ್ರಾರಂಭವಾದ ಜನ ಸಂಮುಖಸಾಹಿತ್ಯವು ಹೊಸ ಹೊಸ ಪ್ರಯೋಗಗಳಿಗೆ ಅನುವುಮಾಡಿತು. ಅದರ ಫಲವೇ ರಗಳೆ, ತ್ರಿಪದಿ, ಷಟ್ಪದಿಗಳಲ್ಲಿ ಸಮಗ್ರ ಗ್ರಂಥಗಳ ಉದಯ. ರಾಘವಾಂಕನು ತನ್ನ ಮೂರು ಗ್ರಂಥಗಳಲ್ಲಿ ವಾರ್ಧಕವನ್ನೂ, ಒಂದರಲ್ಲಿ ಉದ್ದಂಡವನ್ನೂ ಬಳಸಿದ್ದಾನೆ. ನಾಲ್ಕರಲ್ಲಿಯೂ ದೀರ್ಘ ಷಟ್ಪದಿಗೆ ಅವನ ಮನ ಸೋತಿದೆ. ರಗಳೆ ಹರಿಹರನ ಕವಿಪ್ರಕೃತಿಗೆ ಹೊಂದಿಕೊಳ್ಳುವ ವಾಹಕವಾಯಿತು. ವಿಸ್ತಾರವಾದ ಸಾವಧಾನವಾದ ಕಥನ, ಎಕ್ಕೆಕ್ಕೆಯಾಗಿ ಬರುವ ಕಲ್ಪನೆ, ತರತರದಿಂದ ಬಣ್ಣಿಸುವ ಮಾತಿನ ಜಾಣತನ, ನಾಟಕಯೋಗ್ಯವಾದ ಸಂಭಾಷಣ ಇವುಗಳ ಅಭಿವ್ಯಕ್ತಿಗೆ ವಾರ್ಧಕಷಟ್ಪದಿ ರಾಘವಾಂಕನಿಗೆ ಉತ್ತಮ ಸಾಧನವಾಗಿ ಪರಿಣಮಿಸಿತು. ಮುಂದಿನ ಕವಿಗಳನೇಕರು ಇದನ್ನರಿತು ರಾಘವಾಂಕನ ಮಾರ್ಗದಲ್ಲಿ ಅಡಿಯಿಟ್ಟರು. ರಗಳೆಯ ರಭಸವು ಹರಿಹರನ ಹೊರತಾಗಿ ಇತರರಿಗೆ ಹೆಚ್ಚಾಗಿ ಸಾಧಿಸಲಿಲ್ಲ. 'ವೀರೇಶಚರಿತೆ'ಯ ಉದ್ದಂಡಷಟ್ಪದಿ ನಾಲ್ಕು ಮಾತ್ರೆಯ ಗಣಗಳ ಮೂಲಕ ರೌದ್ರಚಿತ್ರಣಕ್ಕೆ ವಾರ್ಧಕಕ್ಕಿಂತ ಯೋಗ್ಯವಾದ ಛಂದಸ್ಸಾಯಿತು. ಆದರೆ ಪ್ರತಿ ಚರಣದಲ್ಲಿ ವಿಷಮ ಗಣಗಳು ಬಂದಿರುವ ಮೂಲಕ ತಾಳದ ಗಣನೆಗೆ ಇದು ಒಡಂಬಡದೆಂದೂ ಆದ್ದರಿಂದ ಇದು ಶುದ್ಧಷಟ್ಪದಿಯಲ್ಲವೆಂದೂ ಗೋವಿಂದ ಪೈಯವರು ಅಭಿಪ್ರಾಯಿಸಿದ್ದಾರೆ.[11] ಇದು ವಿಚಾರಣೀಯ ವಿಷಯವಾದರೂ ನವೀನಪ್ರಯೋಗವೆಂಬ ದೃಷ್ಟಿಯಿಂದ ಇದನ್ನು ಮೆಚ್ಚಬೇಕು. ವಿಶೇಷವಾಗಿ, ಭಾವರಸ–ಛಂದಃಶೈಲಿಗಳ ಸಮರಸದ ಸಾಧನೆಯನ್ನು ಕೊಂಡಾಡಬೇಕು. ರಾಘವಾಂಕನು ಯಶಸ್ವಿಯಾದ ಪ್ರಯೋಗಕಾರ, ಧೈರ್ಯಶಾಲಿಯೆಂಬುದನ್ನು ಅವನ ಛಂದಸ್ಸಿನ ಅಭ್ಯಾಸದಿಂದ ಮನಗಾಣಬಹುದು. ಪ್ರೌಢಕಾವ್ಯದಲ್ಲಿ ಪಂಡಿತನಾಗಿ ಅದರ ಸಂಸ್ಕಾರಗಳನ್ನು ಅಳವಡಿಸಿಕೊಂಡವನಾದರೂ ಶಿವಶರಣರ, ವಿಶೇಷವಾಗಿ ಹರಿಹರನ ಪ್ರಭಾವಕ್ಕೆ ಒಳಗಾದವನಾಗಿಯೂ ಅವನು ತನ್ನವೇ ಆದ ಕೃತಿಗಳನ್ನು ರಚಿಸಿದನು. ಕ್ರಾಂತಿಕಾರಕ, ಕ್ರಾಂತಿಪ್ರಮುಖ ಎನ್ನುವುದಕ್ಕಿಂತ ಅವನನ್ನು ಕ್ರಾಂತದೃಷ್ಟಿಯುಳ್ಳ ಶಿಷ್ಯ ಎನ್ನುವುದು ಹೆಚ್ಚು ವಿಹಿತ. ಪ್ರಭಾವ ಹೊಂದಿಯೂ ಸ್ವಪ್ರತಾಪವನ್ನು ಮೆರೆದ, ಗುರುಭಕ್ತಿಯಲ್ಲಿ ವ್ಯಕ್ತಿತ್ವವನ್ನು ಕಳೆದುಕೊಳ್ಳದ ಉತ್ತಮ ಶಿಷ್ಯ, ಹಿರಿಯ ಕವಿ ಅವನು.

ಬಸವಣ್ಣನವರ ತರುವಾಯದ ಪೀಳಿಗೆಯ ಪಂಡಿತತ್ರಯರಲ್ಲಿ ರಾಘವಾಂಕ–ಹರಿಹರರ ಜೊತೆಗೆ ಕೆರೆಯ ಪದ್ಮರಸನೂ ಬರುತ್ತಾನೆ. ಇವನ ಚರಿತ್ರೆ ಪದ್ಮಣಾಂಕ (ಸು. ೧೩೮೫) ಬರೆದ 'ಪದ್ಮರಾಜ ಪುರಾಣ'ದಿಂದ ತಿಳಿದಿದೆ. ಇವನು ಸಕಲೇಶ ಮಾದರಸನ ಮೊಮ್ಮಗನೆಂದೂ ಹೊಯ್ಸಳ ನರಸಿಂಹ ಬಲ್ಲಾಳನಲ್ಲಿ ದಂಡೇಶನೂ ಮಂತ್ರಿಯೂ ಆಗಿದ್ದನೆಂದೂ ತಿಳಿಯುತ್ತದೆ. ಬೇಲೂರಲ್ಲಿ ಒಂದು ಕೆರೆಯನ್ನು ಕಟ್ಟಿಸಿದ್ದರಿಂದ ಇವನು ಕೆರೆಯ ಪದ್ಮರಸನಾದನು. ಸಂಸ್ಕೃತದಲ್ಲಿ 'ಸಾನಂದಚರಿತ್ರೆ'ಯನ್ನು ರಚಿಸಿ ತ್ರಿಭುವನತಾತನನ್ನು ವಾದದಲ್ಲಿ ಜಯಿಸಿದನು. ಕನ್ನಡದಲ್ಲಿ 'ದೀಕ್ಷಾಬೋಧೆ' ಎಂಬ ಇವನ ಗ್ರಂಥವು ಪ್ರಾಯಶಃ ರಗಳೆಯ ರೂಪದಲ್ಲಿದ್ದು ೩ ಸ್ಥಲ, ೩೮೫ ಪದ್ಯಗಳುಳ್ಳದಾಗಿದೆ. ಒಂದು ಮತ್ತು ಮೂರನೆಯ ಸ್ಥಲವು ಲಲಿತರಗಳೆಯಲ್ಲಿದ್ದು ಎರಡನೆಯ ಸ್ಥಲವು ಮಂದಾನಿಲರಗಳೆಯಲ್ಲಿದೆ. "ಇದರಲ್ಲಿ ವೀರಶೈವದೀಕ್ಷೆಯನ್ನು ಕೈಕೊಳ್ಳುವುದಕ್ಕೆ ಬೇಕಾದ ವಿಷಯಗಳು ಗುರುಶಿಷ್ಯಸಂವಾದ ರೂಪವಾಗಿ ವಿವರಿಸಲ್ಪಟ್ಟಿವೆ."[12] ಹರಿಹರನು ಬಹುವಾಗಿ ಬಳಸಿದ ಲಲಿತರಗಳೆಯನ್ನು ಪದ್ಮರಸನು ಎರಡು ಸ್ಥಲಗಳಲ್ಲಿ ಕಥನದ ಬದಲು ತತ್ತ್ವನಿರೂಪಣೆಗೆ ಬಳಸಿದ್ದಾನೆ. ಬರವಣಿಗೆಯಲ್ಲಿ ಪ್ರಸಾದವಿದೆ, ಪ್ರವಾಹವಿದೆ ; ಹೆಚ್ಚಿನ ಕವಿತಾಶಕ್ತಿಗೆ ಕೆಲವೆಡೆಗೆ ನಿದರ್ಶನವಿಲ್ಲ. ಕೇವಲ ತಾತ್ತ್ವಿಕ ಗ್ರಂಥದಿಂದ

ಅದನ್ನು ಬಯಸುವಂತಿಲ್ಲ. ಭಕ್ತಿಯ ಆರ್ತತೆ, ಆವೇಶಗಳನ್ನು ವರ್ಣಿಸುವಲ್ಲಿ, ಪರತತ್ತ್ವಸ್ವರೂಪ ಹೇಳುವಲ್ಲಿ ಸಹಜಕವಿತೆ ಹೊಮ್ಮಿದೆ. ಪದ್ಮರಸನು ಪಡೆದ ಅನುಭಾವವನ್ನು ಮುಂದಿನ ಸಾಲುಗಳು ಸಾರುತ್ತವೆ : "ಸರ್ವಾಂಗದೊಳು ಸರ್ವಮಯನಾದ ಸದ್ಗುರುವೆ । ಸರ್ವ ಚೇತನಕೆ ಚೇತನವಾದ ಸದ್ಗುರುವೆ । ಇನ್ನಂಜೆನಂಜೆ ಗೆದ್ದೆಂ ಗೆದ್ದೆ ಶ್ರೀಗುರುವೆ." ಇಂತು ಅನುಭಾವಿ ತಾತ್ತ್ವಿಕ ಕವಿಗಳಲ್ಲಿ ಅವನಿಗೆ ಮೇಲಾದ ಸ್ಥಾನವಿದೆ.

## ಟಿಪ್ಪಣಿಗಳು

1. ಡಿ. ಎಲ್. ನರಸಿಂಹಾಚಾರ್ : 'ಸಿದ್ಧರಾಮಪುರಾಣ', ಮುನ್ನುಡಿ, ಪು. xiii, xiv.
2. ಆರ್. ಸಿ. ಹಿರೇಮಠ : 'ಮಹಾಕವಿ ರಾಘವಾಂಕ', ಪು. ೪೭–೫೦.
3. ಎ. ಆರ್. ಕೃಷ್ಣಶಾಸ್ತ್ರೀ : 'ಹರಿಶ್ಚಂದ್ರಕಾವ್ಯಸಂಗ್ರಹ', ಉಪೋದ್ಘಾತ, xiv–xvi.
4. ಆರ್. ಸಿ. ಹಿರೇಮಠ : 'ಮಹಾಕವಿ ರಾಘವಾಂಕ', ಪು. ೫೧–೨.
5. ಅದೇ, ಪು. ೭೪, ೭೮, ೮೦.
6. 'ಸಿದ್ಧರಾಮಚಾರಿತ್ರ' : ೧–೧೪, ೪೮, ೪೯, ೫೦ ; ೨–೮, ೨೦, ೪೭ ; ೪–೨೮ ; ೭–೨೨, ೩೯–೪೪ ; ೮–೩೪, ೭೫, ೭೭.
7. ಆರ್. ಸಿ. ಹಿರೇಮಠ : 'ಮಹಾಕವಿ ರಾಘವಾಂಕ', ಪು. ೧೦೧, ೧೦೩.
8. ಎಸ್. ವಿ. ರಂಗಣ್ಣ : 'ಶೈಲಿ', ಪು. ೧೧೭, ೧೧೯.
9. ಆರ್. ಸಿ. ಹಿರೇಮಠ : 'ಮಹಾಕವಿ ರಾಘವಾಂಕ', ಪು. ೨೩೭.
10. 'ಕವಿಚರಿತೆ', ಸಂ. ೩, ಪು. ೩೩೯.
11. ಗೋವಿಂದ ಪೈ : ಮುಂಬಯಿ ಸಾಹಿತ್ಯ ಸಮ್ಮೇಳನದ (೧೯೫೦) ಅಧ್ಯಕ್ಷಭಾಷಣ, ಪು. ೮–೯.
12. 'ಕವಿಚರಿತೆ', ಸಂ. ೧, ಪು. ೨೪೭.

## ಪ್ರಕರಣ : ೧೮

# ನೇಮಿ-ರುದ್ರರು ಮತ್ತು ಇತರರು

## ನೇಮಿಚಂದ್ರ

ವೀರಶೈವ ಸಾಹಿತ್ಯದ ಹೊಸ ಪ್ರವಾಹವು ಮೊದಲಿನ ಮಾರ್ಗಕಾವ್ಯದ ಪ್ರವಾಹವನ್ನು ತಡೆಯಲಿಲ್ಲ, ಒಡಗೂಡಿ ಮುಂದರಿಯಿತು ಎಂಬುದಕ್ಕೆ ಈ ಯುಗದ ಅನೇಕ ಕವಿಗಳು ಸಾಕ್ಷಿಯಾಗಿದ್ದಾರೆ. ಅವರಲ್ಲಿ ಹರಿಹರ–ರಾಘವಾಂಕರಿಗೆ ಸುಮಾರು ಸಮಕಾಲೀನರಾದ ನೇಮಿಚಂದ್ರ, ರುದ್ರಭಟ್ಟ ಇವರಿಬ್ಬರು ಪ್ರಖ್ಯಾತರು. ಈ ನಾಲ್ವರ ಕಾಲ ೧೨ನೆಯ ಶತಮಾನದ ಮೊದಲು ಎಂಬುದು ನಿಶ್ಚಿತ ; ಆದರೆ ನೇಮಿ–ರುದ್ರರ ಗ್ರಂಥಗಳು ಹರಿಹರ–ರಾಘವಾಂಕರ ಕೆಲವು ಗ್ರಂಥಗಳಿಗಿಂತ ಸ್ವಲ್ಪ ಮುಂಚೆ ರಚಿತವಾಗಿರಬಹುದು ಎಂದು ತಿಳಿಯಲು ಆಸ್ಪದವಿದೆ. ಖಚಿತವಾಗಿ ಹೇಳಲು ಆಧಾರಗಳಿಲ್ಲ. ನೇಮಿಚಂದ್ರ ಸಾರಸ್ವತಪಾರನಾದ ಮಹಾಪಂಡಿತ, ಶೃಂಗಾರಪ್ರಿಯ. ತನ್ನ 'ಲೀಲಾವತಿ ಪ್ರಬಂಧ'ವನ್ನು ರಟ್ಟರಾಜ ಲಕ್ಷ್ಮಣದೇವನ ಆಶ್ರಯದಲ್ಲಿ, 'ನೇಮಿನಾಥಪುರಾಣ'ವನ್ನು ಹೊಯ್ಸಳ ವೀರಬಲ್ಲಾಳನ ಮಹಾಪ್ರಧಾನ ಪದ್ಮನಾಭನ ಪ್ರೇರಣೆಯಿಂದ ಅವನು ಬರೆದನು. 'ಲೀಲಾವತಿ'ಯೆ ಅವನ ಪ್ರಥಮ ಕೃತಿಯಾಗಿರಬೇಕು. ಇದು ೧೪ ಆಶ್ವಾಸಗಳಲ್ಲಿ ಶೃಂಗಾರರಸವೊಂದನ್ನೇ ನಿರೂಪಿಸಿದ ಚಂಪೂಕಾವ್ಯ. "ಶೃಂಗಾರಮಂ ಕಾವ್ಯಬಂಧನದೊಳ್ ತಾಂ ಸೆಜೆಗೆಯ್ದ ಮೆಯ್ಮೆಯೊಳಿವಂ ಶೃಂಗಾರಕಾರಾಗೃಹಂ" (೧–೮೧) ಎಂದು ಕವಿ ತನ್ನನ್ನು ಬಣ್ಣಿಸಿಕೊಂಡಿದ್ದಾನೆ. ಕನಸಿನಲ್ಲಿ ಬೇರೆಬೇರೆಯಾಗಿ ಒಬ್ಬೊಬ್ಬರನ್ನು ಕಂಡು ಒಲಿದ ನಲ್ಲನಲ್ಲೆಯರು ಕೂಡಿ ಅಗಲಿ ಮತ್ತೆ ಕೂಡಿದುದೇ 'ಲೀಲಾವತಿ'ಯ ಪ್ರಣಯರಮ್ಯ ಕಥೆ. ಭಾರತೀಯ ಕಥಾಪರಂಪರೆಯಲ್ಲಿದ್ದ ಈ ಕಥಾರೀತಿ ಸುಬಂಧುವಿನ 'ವಾಸವದತ್ತೆ'ಯೆಂಬ ಸಂಸ್ಕೃತ ಗದ್ಯಕಾವ್ಯವಾಯಿತು. ಅದರಿಂದಲೇ ಸ್ಫೂರ್ತಿಗೊಂಡು ಇಲ್ಲಿ ಚಂಪೂಕಾವ್ಯವಾಗಿದೆ. ಕಥೆಯನ್ನು ನಿಮಿತ್ತಮಾಡಿ ವರ್ಣನೆಯ ಪ್ರಸ್ಥಬೆಳೆಸುವ ವೈಖರಿ ಸಂಸ್ಕೃತ ಕವಿಗಳಿಂದ—ವಿಶೇಷವಾಗಿ ಬಾಣ–ಸುಬಂಧುಗಳಿಂದ—ಕನ್ನಡ ಕವಿಗಳಿಗೆ ಬಂದುದು. ಬಹುಶಃ ಅದರ ಅತಿರೇಕ ಸುಬಂಧುವಿನ ಮೂಲಕ ನೇಮಿಚಂದ್ರನಲ್ಲಿ ವ್ಯಕ್ತವಾಗಿದೆ. ವರ್ಣನೆಗಳಲ್ಲಿ ಶ್ಲೇಷೋಪಮೆ, ವಿರೋಧಾಭಾಸ, ಶಬ್ದಚ್ಛಲ ಮುಂತಾದ ಬಗೆ, ಕಲ್ಪನೆಗಳ ಕೆಲಮಟ್ಟಿನ ಸಾಮ್ಯ ಇವನ್ನು ಕಣ್ಣಿಟ್ಟು ನೋಡಿದರೆ ನೇಮಿಗೆ ಸುಬಂಧುವೇ ಪ್ರೇರಕನೆಂಬುದು ಸ್ಪಷ್ಟವಾಗುತ್ತದೆ. ಹೆಸರುಗಳ ನಸುಮಾರ್ಪಾಡನ್ನು ಬಿಟ್ಟರೆ ಪೂರ್ವಾರ್ಧದಲ್ಲಿ ಕಥೆಯೆಲ್ಲ ಅದೇ ; ಉತ್ತರಾರ್ಧದಲ್ಲಿ ವ್ಯತ್ಯಾಸಗಳಿವೆ. ಮುಖ್ಯವಾಗಿ ಸುಬಂಧುವಿನ ವಾಸವದತ್ತೆ ಶಿಲಾಪ್ರತಿಮೆಯಾಗಿ ಕಂದರ್ಪಕೇತುವಿನ ಸ್ಪರ್ಶದಿಂದ ಆಮೇಲೆ ಜೀವಿಸುತ್ತಾಳೆ ; ನೇಮಿಯ ಲೀಲಾವತಿ ಬಳ್ಳಿಯಾಗಿ ಕಂದರ್ಪದೇವನ ಅಪ್ಪುಗೆಯಿಂದ ಮೊದಲಿನಂತಾಗುತ್ತಾಳೆ. 'ಲೀಲಾವತಿಪ್ರಬಂಧ'ದ ಕಥಾವಸ್ತುವಿನ ಮೇಲೆ 'ಬಾಣಾಸುರಾಖ್ಯಾನ', 'ಸ್ವಪ್ನವಾಸವದತ್ತ', 'ಕಾದಂಬರಿ', 'ವಿಕ್ರಮೋರ್ವಶೀಯ' ಇವುಗಳ ಪರಿಣಾಮವಾಗಿದೆಯೆಂದು ಕುಂದಣಗಾರರು ಅಭಿಪ್ರಾಯಪಟ್ಟಿದ್ದಾರೆ.[1] ಇದು ನಿಜವಾಗಿರಬಹುದು. ಆದರೆ ಈ ಆಕರಗಳಿಗೂ ಮೂಲವಾಗಿ ಭಾರತೀಯ ಸಾಮಗ್ರಿಯಿತ್ತೆಂಬುದನ್ನು ನೆನೆಯಬೇಕು. ನೇಮಿಚಂದ್ರನು ಕಥೆಗೆ ಸಾಧ್ಯವಾದಲ್ಲಿ ಜೈನವಲನವನ್ನು ಕೊಡುವ ಪ್ರಯತ್ನ ಮಾಡಿದ್ದಾನೆ. ಒಂದೆರಡು ನವೀನ ಕಥಾಂಶಗಳನ್ನು ಸೇರಿಸಿದ್ದಾನೆ. ಉದಾಹರಣೆಗೆ, ಲೀಲಾವತಿಯ ಕನಸುಗುಂಡು ಎಚ್ಚತ್ತ ಕಂದರ್ಪದೇವನು ಜಿನಾಲಯಕ್ಕೆ ಹೋಗಿ ಕೈಮುಗಿದು ಜಿನಸ್ತುತಿಮಾಡುತ್ತಾನೆ (೩/೮೬–೯೩). ಕಥಾವಸ್ತು ಎಂಬುದಕ್ಕೆ ಈ ಕೃತಿಯಲ್ಲಿ ಮಹತ್ವ ಕಡಿಮೆ. ಕಥೆಯ ತೆಳುಹಂದರವನ್ನು ಬಾಗಿಸು

ವಷ್ಟು ಜೋಲುಬಿದ್ದ ವರ್ಣನೆಗಳೇ ಮುಖ್ಯವಸ್ತುವಾಗಿವೆ. ಸಾಂಪ್ರದಾಯಿಕವಾಗಿ ಸಮುದ್ರವರ್ಣನೆಯಿಂದ ಮೊದಲಾಗದಿದ್ದರೂ ಉಳಿದೆಲ್ಲ ವರ್ಣನೆಗಳು ಬಂದಿದ್ದು ಒಮ್ಮೊಮ್ಮೆ ಒಂದೊಂದು ಆಶ್ವಾಸವನ್ನು ಆಕ್ರಮಿಸುವಷ್ಟು ನಿಡಿದಾಗಿವೆ. ಸ್ಥಾಯಿಯಾದ ರತಿಗೆ ಪೋಷಕವಾಗಿ ಕೆಲವಿದ್ದರೆ ಕೆಲವು ವಿಸಂಗತವಾಗಿಯೂ ಇವೆ. ಕಥಾಭಾಗದಲ್ಲಿ ಅದ್ಭುತರಮ್ಯ ಪ್ರಣಯದ ಸಾಮಯಿಕ ನಿರೂಪಣೆಯಿದ್ದರೂ ಅಲ್ಲಲ್ಲಿ ಸಂನಿವೇಶಕ್ಕೆ, ಸ್ವಭಾವಕ್ಕೆ ಉಚಿತವಾದ ರಸಚಿತ್ರಗಳಿವೆ. ಲೀಲಾವತಿಯನ್ನು ಕನಸಿನಲ್ಲಿ ಕಂಡು ಎಚ್ಚತ್ತಮೇಲೂ ಕನಸಿನಲ್ಲಿಯೇ ಇದ್ದಂತೆ ವರ್ತಿಸಿದ ಕಂದರ್ಪದೇವನ ಚಿತ್ರ ಹೃದ್ಯವಾಗಿದೆ (೩/೬೪–೬೭). ವರ್ಣನೆಗಳಲ್ಲಿ ಸುಬಂಧು ಮುಂತಾದವರ ಪ್ರಭಾವವಿದೆ. ಆದರೂ 'ಲೀಲಾವತಿ' ಅನುವಾದವಲ್ಲ, ಅನುಕರಣವಲ್ಲ. ಸ್ವತಂತ್ರ ಕಾವ್ಯಭಾವಗಳೂ ಕಲ್ಪನೆಗಳೂ ಇದರಲ್ಲಿ ಹೇರಳವಾಗಿವೆ. ಕಲ್ಪನಾಚಮತ್ಕೃತಿಯಲ್ಲಿ, ಶಬ್ದಸಂಪತ್ತಿಯಲ್ಲಿ ನೇಮಿಯದು ಮೇಲುಗೈ. "ಸ್ತ್ರೀರೂಪಮೆ ರೂಪಂ ಶೃಂಗಾರಮೆ ರಸಂ" (೧೨–೮) ಎಂಬ ಪ್ರತಿಜ್ಞೆಗನುಸರಿಸಿ ಶೃಂಗಾರಮಯವಾದ ಕಾವ್ಯವನ್ನು ರಚಿಸಿ ನೇಮಿ ತನ್ನ ವೈಶಿಷ್ಟ್ಯವನ್ನು ಮೆರೆದಿದ್ದಾನೆ. ಈ ಕಾವ್ಯದಲ್ಲಿ ಕಲ್ಪನಾಶಕ್ತಿಯ ಎತ್ತರವಿದೆ, ಸೂಕ್ಷ್ಮ ನಿರೀಕ್ಷಣಶಕ್ತಿಯಿದೆ. ಆದರೂ ಇದು ತೃಪ್ತಿಕರವಾದ ಸಮಗ್ರ ಕೃತಿಯಲ್ಲ. ಹೆಚ್ಚೆಂದರೆ ಸತ್ಕೃತಿಯಾಗಿದೆ. ಕಥೆಯ ಸಾಮಯಿಕತೆ–ಅಸಂಬದ್ಧತೆ, ವರ್ಣನಾಭಾಗಗಳ ಅತಿವಿಸ್ತರ–ವಿಸಂಗತಿ ಇವೆಲ್ಲ ಕೂಡಿ ಕಾವ್ಯದ ಸಮಗ್ರಸೌಂದರ್ಯಕ್ಕೆ ಬಾಧೆ ತಂದಿವೆ.

ನೇಮಿಚಂದ್ರನ ಎರಡನೆಯ ಚಂಪೂಕಾವ್ಯ 'ನೇಮಿನಾಥಪುರಾಣ', "ಜಿನಸಮಯದೀಪಕ"ನಾದ ತಾನು "ಜಿನಕಥೆಯೊಳ್ ಸಂಧಿಸಿ ವಸುದೇವಾಚ್ಯುತಕಂದರ್ಪರ ಕಥೆಗಳನಿತುಮಂ ವಿರಚಿಸುವೆಂ" (೧–೪೦) ಎಂದಿದ್ದಾನೆ. ನೇಮಿಪುರಾಣದಲ್ಲಿ ಅಡಕವಾದ ಹರಿವಂಶ–ಕುರುವಂಶ ಚರಿತ್ರೆ—ಮುಖ್ಯವಾಗಿ ಕೃಷ್ಣಕಥೆ—, ಇದರಿಂದ ತನ್ನ ಜೈನನಿಷ್ಠೆ, ತನ್ನ ಪ್ರೇರಕನಾದ ಪದ್ಮನಾಭನ ವಿಷ್ಣುಭಕ್ತಿ ಎರಡಕ್ಕೂ ಅವಸರ ದೊರೆಯುವುದೆಂದು ಈ ವಿಷಯವನ್ನು ಅವನು ಆಯ್ದುಕೊಂಡಿರ ಬೇಕು. ಕೃಷ್ಣನ ಲೀಲೆ, ಕಂಸವಧ ಇವುಗಳ ವಿಸ್ತಾರವಾದ ವಿವರಣೆಗೆ ಅವನು ಕೊಟ್ಟ ಪ್ರಾಧಾನ್ಯ ವನ್ನು ಗಮನಿಸಬೇಕು. ಉಪಲಬ್ಧವಾದ ಭಾಗವು ಕಂಸವಧೆಗೆ (೮ನೇ ಆಶ್ವಾಸ) ನಿಂತುಹೋಗಿದ್ದರೂ, ಅವನು ಬರೆದ ಗ್ರಂಥ ಸಂಪೂರ್ಣವಾಗಿರಬೇಕು. ಕನ್ನಡದಲ್ಲಿ ೧ನೆಯ ಗುಣವರ್ಮನ 'ಹರಿವಂಶ', 'ಚಾವುಂಡರಾಯಪುರಾಣ'ದಲ್ಲಿಯ ಒಂದು ಭಾಗ, ಕರ್ಣಪಾರ್ಯನ 'ನೇಮಿನಾಥಪುರಾಣ' ಇವು ಇವನಿಗಿಂತ ಮೊದಲು ಇದೇ ವಿಷಯವನ್ನು ಕುರಿತಿವೆ. ಇವನು ಸಂಸ್ಕೃತ–ಪ್ರಾಕೃತ ಆಕರಗಳನ್ನು ನೋಡಿರಬಹುದಾದರೂ ಹೆಚ್ಚಾಗಿ 'ಚಾವುಂಡರಾಯಪುರಾಣ'ವನ್ನೇ ಅನುಸರಿಸಿದಂತಿದೆ. ಅಲ್ಲಿಯ ಕೆಲವು ವಿವರಗಳನ್ನು ಬಿಟ್ಟು, ಬದಲಿಸಿಕೊಂಡು, ಕೃಷ್ಣಚರಿತ್ರೆಗೆ ಪ್ರಾಮುಖ್ಯ ಕೊಟ್ಟು ಸ್ವತಂತ್ರಪ್ರಜ್ಞೆಯನ್ನು ತೋರಿಸಿದ್ದಾನೆ. ಜೈನಪುರಾಣಗಳಲ್ಲಿ ಸಾಮಾನ್ಯವಾಗಿರುವ ಭವಾವಳಿಯ ಕ್ಲಿಷ್ಟತೆ, ಮತಪ್ರಚಾರದ ನೀರಸತೆ ಈಗಿದ್ದ ಭಾಗದಲ್ಲಿಲ್ಲ. ಪಾತ್ರಗಳಲ್ಲಿ ಜೀವಕಳೆ ತುಂಬಿ, ಸಂನಿವೇಶಗಳನ್ನು ಸಮಕಟ್ಟಿ ರಸಮಯವಾಗಿ ಕಥೆಯನ್ನು ನಿರೂಪಿಸಿದ್ದಾನೆ. ಇಲ್ಲಿಯ ಕೃಷ್ಣ ಕರ್ಣಪಾರ್ಯ–ಚಾವುಂಡರಾಯರ ಕೃತಿಗಳಲ್ಲಿಯಂತೆ ದೇವತಾ ಸಹಾಯದಿಂದ ಬೆಳೆದ ಎಳಕನಾದ ವ್ಯಕ್ತಿ ಆಗಿರದೆ ಸ್ವಾರ್ಜಿತಯಶನೂ ಅಸಹಾಯಶೂರನೂ ಆಗಿದ್ದಾನೆ. ೮ನೆಯ ಆಶ್ವಾಸದಲ್ಲಿ ಅವನು ಕಂಸವಧೆಯನ್ನು ಮಾಡಿದ ಸಂದರ್ಭವನ್ನು ಕವಿ ರಸೋತ್ಕಟವಾಗಿ ಬಣ್ಣಿಸಿದ್ದಾನೆ. ಯಾವ ಹಿರಿಯ ಬರವಣಿಗೆಯೊಡನೆಯೂ ಈ ಭಾಗವನ್ನು ಸರಿದೂಗಿ ನೋಡಬಹುದು. "ಈ ಭಾಗವು ನೇಮಿಚಂದ್ರನ ಕೃತಿಶೈಲದ ಪರಮೋಚ್ಚಶಿಖರ, ಉಜ್ವಲಪ್ರತಿಭೆಯ ಸುಂದರ ಸೃಷ್ಟಿ"[2] ಎಂಬ ಎದೆತುಂಬಿದ ಮೆಚ್ಚಿಕೆ ನಮ್ಮ ರಸಗ್ರಹಣವನ್ನು ಅನುಮೋದಿಸುತ್ತದೆ. ಇಲ್ಲಿ ಬರುವ ವ್ಯಕ್ತಿಗಳು ನಿರ್ಜೀವ ಗೊಂಬೆಗಳಲ್ಲ, ಸಾಮಾನ್ಯ ಮನುಷ್ಯರು. ವಸುದೇವ–ಕೃಷ್ಣರು ಕಾರಣಪುರುಷರಾದರೂ ಅತಿಮಾನುಷವೇಷದಲ್ಲಿ ಮುಚ್ಚಿ

ಹೋಗಿಲ್ಲ. ವಸುದೇವ ಕೇವಲ ವಿಲಾಸಿಯಲ್ಲ, ವೀರ–ಔದಾರ್ಯಗಳು ಅವನಲ್ಲುಂಟು. ಕಂಸ ಕೇವಲ ದುರುಳತನದ ಸಂಕೇತವಲ್ಲ ; ಅವನಲ್ಲಿ ಭಯ, ಸ್ನೇಹ, ಗುರುಭಕ್ತಿಗಳಿವೆ. 'ಲೀಲಾವತಿ'ಯ ಪಾತ್ರಗಳ ಗೊಂಬೆತನಕ್ಕೆ ಈ ಜೀವಂತಿಕೆ ವಿಸದೃಶವಾಗಿದೆ. ವರ್ಣನೆಯಲ್ಲಿಯೂ ಅಷ್ಟೇ. ವರ್ಣನ ಪ್ರೀತಿ ಇಲ್ಲಿಯೂ ಇದೆ. ಆದರೆ ಅದು ಮಿತವಾಗಿದೆ, ಸಂದರ್ಭೋಚಿತವಾಗಿದೆ. ಕೇವಲ ವಾಕ್-ಚಾತುರ್ಯಕ್ಕಾಗಿ ಇಲ್ಲವೆ ಅಲಂಕಾರಕ್ಕಾಗಿ ವರ್ಣನೆ ತೊಡಗಿಲ್ಲ. ಯಾವ ವರ್ಣನೆಯಲ್ಲಿಯೂ ನಿರೀಕ್ಷಣಶಕ್ತಿ, ಕಲ್ಪನೋನ್ನತಿ, ಭಾವಾವೇಶ ಬೆರೆಯದೆ ಇಲ್ಲ. ಪದಪ್ರಯೋಗ ಕುಶಲತೆಯೂ ಅದಕ್ಕೆ ಸೇರಿ ಅದು ಹೃದ್ಯತರವಾಗುತ್ತದೆ. ಸ್ವಭಾವೋಕ್ತಿ–ಅತಿಶಯೋಕ್ತಿ ಇವೆರಡರಲ್ಲಿಯೂ ನೇಮಿ ನಿಪುಣ. ಆದರೆ ಚಮತ್ಕೃತಿಯ ಬೆನ್ನುಹತ್ತಿ ಅವನ ಕಲ್ಪನೆ ಕೆಲವು ಸಲ ಎತ್ತರವನ್ನು ಕಳೆದುಕೊಳ್ಳು ತ್ತದೆ. ಅದು ಪಾಂಡಿತ್ಯಪ್ರಚುರ, ಕೃತಕ ಆಗುತ್ತದೆ. ಅಂತೆಯೇ ಈ ಕಾವ್ಯದಲ್ಲಿ ಮಹಾಕಾವ್ಯದ ಸತ್ವವಿದ್ದರೂ ಮಹಾಕಾವ್ಯದ ಸಿದ್ಧಿಯಿಲ್ಲ. ಮೇಲಿನ ತರಗತಿಯ ಸತ್ಕಾವ್ಯವೆಂದು ಇದನ್ನು ಕರೆಯಬಹುದು. "ಲಲಿತಕಲೆಗಳ ಅಭಿರುಚಿ, ಶೃಂಗಾರ ರಸಜ್ಞತೆ, ರಮ್ಯ ಕಲ್ಪನೆಗಳ ನಿರ್ಮಿತಿ ನೈಪುಣ್ಯ, ಪ್ರಾಣಿಚರ್ಯೆಯಾಗಲಿ ಮಾನವಚರ್ಯೆಯಾಗಲಿ ಸ್ವಾಭಾವಿಕವಾಗಿಯೂ ಹೃದ್ಯವಾಗಿಯೂ ಚಿತ್ರಿಸುವ ಲೋಕಾನುಭವ, ಪಾತ್ರಗಳಿಗೆ ತಕ್ಕ ಕ್ಷೇತ್ರಗಳಾಗಿ ಸಂನಿವೇಶಗಳನ್ನು ಕಟ್ಟುವ ಬಲ್ಮೆ, ದೇಸಿಮಾರ್ಗಗಳಲ್ಲಿ ಸಮದಂಡಿಯಾಗಿ ಶೈಲಿಯನ್ನು ನಡೆಸುವ ಪ್ರಯೋಗಪಟುತ್ವ—ಇವುಗಳಿಂದ ನೇಮಿಚಂದ್ರ ತನ್ನ ನೇಮಿಕೃತಿಯನ್ನು ಒಂದು ಶ್ರೇಷ್ಠವಾದ ಕೃತಿಯನ್ನಾಗಿ ಮಾಡಿದ್ದಾನೆ"[3] ಎಂಬ ಈ ಪ್ರಶಂಸೆ ಕೆಲಮಟ್ಟಿಗೆ ಅತಿರಂಜಿತವೆಂದು ನಮ್ಮ ಮತ.

ಮಧುರಕವಿ "ನೇಮಿಜನ್ನಮರೀರ್ವರೆ ಕರ್ಣಾಟಕೃತಿಗೆ ಸೀಮಾಪುರುಷರ್" ಎಂಬಲ್ಲಿ ಸತ್ಯಾಂಶವಿದೆ ಯಾದರೂ ನೇಮಿಯ ಮಟ್ಟಿಗೆ ಅದು ಅತ್ಯುಕ್ತಿ. ಪಂಪರನ್ನರ ಸೀಮೆಯನ್ನು ಅವನು ಮುಟ್ಟಲಿಲ್ಲ, ಸೀಮೆಯ ಸನಿಯಕ್ಕೆ ಇದ್ದರೂ ಅಲ್ಲಿ ನಿಲ್ಲಲಿಲ್ಲ. ವರ್ಣನಾಸಕ್ತಿ ಕಡಿಮೆಯಾಗಿ, ಪ್ರಮಾಣಜ್ಞಾನ ಹೆಚ್ಚಾಗಿದ್ದರೆ ನೇಮಿ ಮಹಾಕವಿಯಾಗುತ್ತಿದ್ದನು. ಕಲ್ಪನಾಸಂಪತ್ತಿ, ವಾಕ್‌ಸಂಪತ್ತಿಗಳಿಗೆ ಔಚಿತ್ಯ ಪ್ರಜ್ಞೆಯ ಜೋಡಿಲ್ಲದೆ ಮಹಾಕವಿತ್ವದ ಪಟ್ಟ ದೊರೆಯದು ಎಂಬುದಕ್ಕೆ ನೇಮಿಯಂತೆ ಬೇರೆ ಹಲವು ಕನ್ನಡ ಕವಿಗಳೂ ನಿದರ್ಶನವಾಗಿದ್ದಾರೆ.

## ರುದ್ರಭಟ್ಟ

ನೇಮಿಯಂತೆ ವೀರಬಲ್ಲಾಳನ ಆಳ್ವಿಕೆಯಲ್ಲಿ ಆಗಿಹೋದ ಇನ್ನೊಬ್ಬ ಕವಿ ಎಂದರೆ ರುದ್ರ ಭಟ್ಟ. ನೇಮಿಯಿಂದ ವೀರಬಲ್ಲಾಳನ ಮಹಾಪ್ರಧಾನನಾದ ಪದ್ಮನಾಭನು ಜೈನಪುರಾಣವನ್ನು ಬರೆಸಿದನು. ಅವನ ಇನ್ನೊಬ್ಬ ಮಂತ್ರಿಯೂ ಪಂಡಿತನೂ ಆದ ಚಂದ್ರಮೌಳಿ ರುದ್ರನು ಬರೆದ ವಿಷ್ಣುಪುರಾಣಕಥೆಯನ್ನು ಕೊಂಡಾಡಿದನು. ಅದೇ 'ಜಗನ್ನಾಥವಿಜಯ'ವೆಂಬ ಗ್ರಂಥ. 'ರಸಕಳಿಕೆ' ಎಂಬ ಇನ್ನೊಂದು ರಸಶಾಸ್ತ್ರವನ್ನು ಕುರಿತ ಅವನ ಗ್ರಂಥ ದೊರೆತಿಲ್ಲ.[4] 'ಜಗನ್ನಾಥವಿಜಯ'ದಲ್ಲಿ ಕೃಷ್ಣಕಥೆಯನ್ನು ಹೇಳೆಂದು ಬುಧರು ಹೇಳಲು "ಕಾವ್ಯಸಮಾಧಿಯಿಂ ಪರಂಜ್ಯೋತಿ ಮುಕುಂದನೆನ್ನ ಬಗೆಯೊಳ್ ನಿಲೆ ನಿರ್ಮಳ ತತ್ತ್ವಬೋಧಮುದ್ಯೋತಿಪುದೆಂಬುದಂ ಬಯಸಿ ಪೇೞಲೊಡರ್ಚಿದೆನೀ ಪ್ರಬಂಧಮಂ" (೧–೧೭) ಎಂದು ಕವಿ ಹೇಳಿದ್ದಾನೆ. ಇದರಿಂದ ಕೃಷ್ಣಚರಿತೆಯ ಬಿತ್ತರಣೆ, ತನ್ಮೂಲಕ ಹೊಳೆಯುವ "ನಿರ್ಮಳತತ್ತ್ವಬೋಧ" ಎಂದರೆ ಭಕ್ತಿಮಾರ್ಗವಾಗಿ ಜ್ಞಾನಪ್ರಾಪ್ತಿ—ಇದು ಗ್ರಂಥರಚನೆಯ ಉದ್ದೇಶವೆಂದು ತಿಳಿಯುತ್ತದೆ. ಜೊತೆಗೆ ಸಂಸ್ಕೃತ–ಕನ್ನಡ ಪ್ರೌಢಕಾವ್ಯಗಳ ಪರಂಪರೆಯಲ್ಲಿ ತನ್ನ ಪಾಂಡಿತ್ಯ–ಪ್ರತಿಭೆಗಳ ಫಲವಾದ ಕೃತಿಯೊಂದನ್ನು ಸೇರಿಸಬೇಕೆಂಬ ಉತ್ಸಾಹವೂ ಇದೆ. ಈ ಕಾವ್ಯಕ್ಕೆ ಮುಖ್ಯ ಆಕರ 'ವಿಷ್ಣುಪುರಾಣ'ದ ೫, ೬ನೆಯ ಅಂಶಗಳಲ್ಲಿ ದೊರಕುವ

ಕೃಷ್ಣಚರಿತೆ. ಭಾರತ-ಭಾಗವತಗಳಲ್ಲಿಯ ಪ್ರಸ್ತುತ ಭಾಗಗಳ ಪ್ರಭಾವವೂ ಆಗಿರಬೇಕು. "ಜಗನ್ನಾಥ ವಿಜಯದಲ್ಲಿ ನಿರೂಪಿತವಾದ ಪಾರಿಜಾತಹರಣ ಪ್ರಸಂಗ....ಇದು ವಿಷ್ಣುಪುರಾಣದಲ್ಲಿಲ್ಲ, ಭಾಗವತದಲ್ಲಿಯೂ ಕಾಣದೊರೆಯದು.... ಇದು ರುದ್ರಭಟ್ಟನ ನಾಟ್ಯಪ್ರತಿಭೆಯ ಸ್ವತಂತ್ರಸೃಷ್ಟಿಯೇ ಆಗಿದೆ. 'ಶ್ರೀಕೃಷ್ಣಪಾರಿಜಾತ' ಎಂಬ ಹೆಸರಿನ ಯಕ್ಷಗಾನ–ಬಯಲಾಟಗಳಿಗೆ ರುದ್ರಭಟ್ಟನ 'ಜಗನ್ನಾಥವಿಜಯ'ದ ಈ ಪ್ರಸಂಗವೇ ಬಹುಶಃ ಆಕರವಾಗಿರಬಹುದು."[5]

'ವಿಷ್ಣುಪುರಾಣ'ದ ಸರಣಿ ಹೆಚ್ಚಾಗಿ ಸರಳಕಥನದ್ದಾದರೆ 'ಜಗನ್ನಾಥವಿಜಯ'ದ ರೀತಿ ವಿಸ್ತಾರವಾದ ಪ್ರೌಢಕಾವ್ಯದ್ದು. ಕೃಷ್ಣಜನ್ಮದಿಂದ ಸಾಲ್ವವಧೆಯವರೆಗೆ ೧೮ ಆಶ್ವಾಸಗಳಲ್ಲಿ ಈ ಕಥೆ ಹರಡಿದೆ. ಕವಿ 'ವಿಷ್ಣುಪುರಾಣ'ವನ್ನು ಕಥಾಂಶದಲ್ಲಿ ಅನುಸರಿಸಿರುವುದೇ ಹೆಚ್ಚು. ಆದರೆ ಪ್ರೌಢವಾದ ವಿಸ್ತರಣೆಯಲ್ಲಿ ಅವನದೇ ಕೈವಾಡವಿದೆ. ಹೀಗೆ ಮಾಡುವಾಗ ರಸಾವೇಶಭರದಲ್ಲಿ ಕೆಲವು ವ್ಯತ್ಯಾಸಗಳನ್ನು ಮಾಡಿದ್ದಾನೆ. ಅವುಗಳಲ್ಲಿ ಕುವಲಯಾಪೀಡವೆಂಬ ಆನೆಯನ್ನು ಕೊಂದು ಕೃಷ್ಣಬಲರಾಮರು ಎತ್ತರದ ಪೀಠದಲ್ಲಿ ಕುಳಿತಿದ್ದ ಕಂಸನಿಗೆ ಆನೆಯ ಹಲ್ಲುಗಳನ್ನು ತೂರಿಕೊಟ್ಟು "ಈಯೆರಡೆ ದಂತಮಿವಂ ಪಿಡಿ ಕಂಸ ನಿನ್ನ ಭಂಡಾರದೊಳಿಕ್ಕಿಸು" ಎಂದಾಡಿದ ಮಾತು ಸೊಗಸಾಗಿದೆ. ಚಿಕ್ಕ ಬಾಲಕರ ಈ ಉದ್ಧತಪ್ರತಾಪದಿಂದ ಕಂಸನು ಕಂಗನೆ ಕನಲ್ದುದು ಸಹಜವೇ. ಇಡೀ ಸಂನಿವೇಶ ರಸವತ್ತಾಗಿದೆ. ಹೀಗೆ ಎತ್ತಿಕೊಂಡ ಸನ್ನಿವೇಶಗಳನ್ನು ಪ್ರಭಾವಿಯಾಗಿ ಹಾತಾಳಿಸುವ ಹಿಡಿತ, ಅವಶ್ಯವಾದ ಪ್ರತಿಜ್ಞೆ, ಪಾತ್ರದರ್ಶನ, ಇವು ರುದ್ರಭಟ್ಟನಲ್ಲಿವೆ. ಭಕ್ತಿರಸದ ಸಂದರ್ಭಗಳಲ್ಲಿ ಅವನ ಪ್ರತಿಭೆ ಕಾವುಗೊಳ್ಳುತ್ತದೆ. ಆಗ ಅಕ್ರೂರನಿಂದ ಮಾಡಿಸಿದಂತೆ ಸುದೀರ್ಘವಾದ ವಿಷ್ಣುಜಯಗಾನವನ್ನು ಮಾಡಿಸುತ್ತಾನೆ (೫–೧೧೩). ಇಂಥಲ್ಲಿ ಒಮ್ಮೊಮ್ಮೆ ಕಾವ್ಯಗುಣಕ್ಕಿಂತ ಭಕ್ತಿಭಾವಕ್ಕೆ ಪ್ರಾಮುಖ್ಯ ಬರುತ್ತದೆ. ಹದಿನೆಂಟು ವರ್ಣನೆಗಳ ವ್ಯಾಮೋಹದಿಂದ ಅವನು ಮುಕ್ತನಾಗಿಲ್ಲ. ಅವನ್ನೆಲ್ಲ ತರುವ ಹವ್ಯಾಸದಲ್ಲಿ ಔಚಿತ್ಯಕ್ಕೆ ಎರವಾಗಿದ್ದಾನೆ. ಆದರೂ 'ಲೀಲಾವತಿ'ಯ ಬೇಸರುಗೊಳಿಸುವ ಸುದೀರ್ಘತೆಯಿಲ್ಲ. ಕಾವ್ಯಕಲ್ಪನೆಗಳಲ್ಲಿ ಸಂಸ್ಕೃತ–ಕನ್ನಡ ಕವಿಗಳಿಂದ ಬಹುವಾಗಿ ಅವನು ಉಪಕೃತನಾಗಿರುವನಾದರೂ ಅವನ ಸ್ವತಂತ್ರ ರೂಪಕಶಕ್ತಿ ಭವ್ಯವೂ ಸಂಪನ್ನವೂ ಆಗಿದೆ. ಈ ಕೃತಿಗೆ ವಿಷ್ಣುಭಕ್ತಿಯೇ ಸ್ಥಾಯಿ, ಇದಕ್ಕೆ ಸತತ ಪೋಷಕವಾಗಿರುವದು ಅದ್ಭುತರಸ. ಕೃಷ್ಣಲೀಲೆಗಳ ಮಾಲಿಕೆ ಇದರಲ್ಲಿದ್ದರೂ ಕೃಷ್ಣ–ವಿಷ್ಣು ಸಾಮ್ಯದಿಂದ ತೋರಿದ ಭಕ್ತಿಭಾವದ ಏಕಾಗ್ರತೆ ಇದಕ್ಕೆ ಏಕಸೂತ್ರವನ್ನೂ ಸ್ವಾರಸ್ಯವನ್ನೂ ಉಂಟುಮಾಡಿದೆ. 'ಕಾವ್ಯಸಮಾಧಿ' ಎಂದು ರುದ್ರ ಹೇಳಿದ್ದರ ಅರ್ಥವಿದು. ಅಲ್ಲಲ್ಲಿ ಭಕ್ತಿ ಜ್ಞಾನದಲ್ಲಿ ಪರಿಣಮಿಸಿದೆ ಎಂಬುದಕ್ಕೆ ದೃಷ್ಟಾಂತಗಳಿವೆ. ರಾಸಲೀಲೆಯ ರಮ್ಯಸಂನಿವೇಶದಲ್ಲಿ "ರಸಭಾವಸಂಸ್ಥಾನಕನೃತ್ಯಂ ಆ ಪರತತ್ತ್ವಸುಖಕ್ಕೆಣೆಯಾಗಿ ತೋಱೆ" ಎಂಬುದನ್ನೂ ಅಕ್ರೂರನ ಕೃಷ್ಣ ಸಾಕ್ಷಾತ್ಕಾರವನ್ನೂ ನೋಡಬಹುದು. ಕವಿ ಇಟ್ಟುಕೊಂಡ ಮಹೋದ್ದೇಶವು ಏಕತಾನವಾಗಿ ಅಲ್ಲದಿದ್ದರೂ ಕೆಲಮಟ್ಟಿಗೆ ಸಫಲವಾಗಿದೆ. ಕಾವ್ಯಸಮಾಧಿಯಿಂದ ಕೃಷ್ಣಧ್ಯಾನ, ಅದರಿಂದ ತತ್ತ್ವಬೋಧೆ ಉಂಟಾಗಿರುವುದು ಕವಿವ್ಯಕ್ತಿತ್ವದ ಹಾಗೂ ಕೃತಿಯ ಗುಣಾತಿಶಯಕ್ಕೆ ಗುರುತಾಗಿದೆ. ಆದರೆ ಸಮಯಶರಣ ವರ್ಣನೆಗಳಿಂದಲೂ ಪ್ರೌಢಿಮೆ–ಪಾಂಡಿತ್ಯಗಳ ಪ್ರದರ್ಶನದಿಂದಲೂ ಸಮಾಧಿಭಂಗವಾಗಿರುವುದೂ ಉಂಟು. ಅಂತೆಯೇ 'ಜಗನ್ನಾಥವಿಜಯ'ವು ಮಹಾಕೃತಿಯಾಗಿಲ್ಲ. "ರುದ್ರಭಟ್ಟನ 'ಜಗನ್ನಾಥ ವಿಜಯ'ವು ಶ್ರೀಕೃಷ್ಣಭಕ್ತಿಯನ್ನು ತನ್ಮಯತೆಯಿಂದ ರಚಿಸಿ ಪ್ರಚುರಪಡಿಸಿದ ಪ್ರಥಮ ಕನ್ನಡ ಮಹಾಕಾವ್ಯ...." ; "ಇಂದಿನ ಕೆಲ ವಿಮರ್ಶಕರು ಭಾವಿಸಿದಂತೆ ಆತ ಬರಿ ಪಂಡಿತಕವಿಯಲ್ಲ ; ವಿಷ್ಣುಪಾರಮ್ಯದ ಸುಸ್ಪಷ್ಟದರ್ಶನವನ್ನು ಯೋಗದೃಷ್ಟಿಯ ಮೂಲಕ ಸಾಕ್ಷಾತ್ಕಾರಿಸಿಕೊಂಡ ಯೋಗೀಂದ್ರನಾತ.'[6] ಈ ಅಭಿಪ್ರಾಯವನ್ನೂ ಗಮನಿಸಬಹುದು.

ರುದ್ರಭಟ್ಟನು ಸ್ಮಾರ್ತವೈದಿಕಬ್ರಾಹ್ಮಣ, ಅಲ್ಲದೆ ಹರಿಹರರಲ್ಲಿ ಭೇದವನ್ನು ಮನ್ನಿಸದ

ಭಾಗವತಸಂಪ್ರದಾಯಿ. ವಿಶಾಲವಾದ ಭಾಗವತದೃಷ್ಟಿ, ಉಪನಿಷದ್ದರ್ಶನ ಅವನ ಕಾವ್ಯದಲ್ಲಿ ಹೆಜ್ಜೆ ಹೆಜ್ಜೆಗೆ ಮೂಡಿಬಂದಿವೆ.

> ಜಗಮಮಂ ನುಂಗುವ ಶೂಲಿ ನೀನೆ ಜಗಮಮಂ ಮಾಟ್ಟಬ್ಜಜಂ ನೀನೆ ತ-
> ಜ್ಜಗಮಂ ರಕ್ಷಿಪ ವಿಷ್ಣು ನೀನೆ ಜಗಮುಂ ಪೋ ನೀನೇ ಸರ್ವೇಶ ಸ- ।
> ರ್ವಗ ಸರ್ವಾತ್ಮಕ ಸರ್ವಭೂತಮಯ ನಿನ್ನಿಂದ ಭಿನ್ನವಾಗಿರ್ಪ ವ-
> ಸ್ತುಗಳಿಲ್ಲ ಈ ರಿಪು ಭಿನ್ನನಾದನಿದು ಚಿತ್ರಂ ಪದ್ಮಪತ್ರಾಂಬಕಾ ॥ (೫–೪೯)

ಈ ಪದ್ಯದಲ್ಲಿ ರುದ್ರಭಟ್ಟನ ದರ್ಶನ ಮತ್ತು ಕಲ್ಪನಾಚಮತ್ಕೃತಿ ಏಕಜೀವವಾಗಿ ಬಂದಿವೆ. ಬಾಣಾಸುರಸಂದರ್ಭದಲ್ಲಿ ಶಿವ ವಿಷ್ಣುವನ್ನು ಕುರಿತು "ದ್ವಯಭಾವಂ ನಮಗಿಲ್ಲ ಬಲ್ಲವರೆ ನಾನುಂ ನೀನುಂ.... ಏಕಮೂರ್ತಿಯೆ ಮೂರ್ತಿತ್ರಯವಾಯ್ತು" (೧೮–೬೬) ಎಂದು ಹೇಳಿದ್ದಾನೆ. ವೈದಿಕಸಂಪ್ರದಾಯದ ಬ್ರಾಹ್ಮಣಕವಿಗಳು ಕನ್ನಡಕ್ಕೆ ತಡವಾಗಿ ಒಲಿದರು. ೧೧ನೆಯ ಶತಮಾನದಿಂದ ಕಣ್ಣಿಗೆ ಬೀಳುವ ನಾಗವರ್ಮ, ದುರ್ಗಸಿಂಹ, ಚಂದ್ರರಾಜರು ಲೌಕಿಕ ಅನುವಾದ ಗ್ರಂಥಗಳನ್ನು ಬರೆದದ್ದು ಆಕಸ್ಮಿಕವಾಗಿರಲಾರದು. ಧಾರ್ಮಿಕ ವಿಷಯಗಳನ್ನು ಕುರಿತು ಕನ್ನಡದಲ್ಲಿ ಬರೆಯಬಹುದೇ ಎಂಬ ಶಂಕೆ ಅವರ ಮನದಲ್ಲಿ ಅವಿತಿರಬೇಕು. ನಾಗವರ್ಮಾಚಾರ್ಯನು ಮಾತ್ರ ತಾತ್ತ್ವಿಕವಾದ 'ವೈರಾಗ್ಯಶತಕ'ವನ್ನು ರಚಿಸಿದನು. ಅವನ ತರುವಾಯ 'ವಿಷ್ಣುಪುರಾಣ'ದ ಆಧಾರದ ಮೇಲೆ ಭಕ್ತಿಪ್ರಧಾನವಾದ ಒಂದು ಧಾರ್ಮಿಕ ಕಥನಕಾವ್ಯವನ್ನು ರುದ್ರಭಟ್ಟನೆ ಮೊದಲಿಗನಾಗಿ ಬರೆದನು. ಈ ದೃಷ್ಟಿಯಿಂದ ಅವನದು ಒಂದು ಸಾಹಸವೇ ; ಆ ಕಾಲದಲ್ಲಿ ಒಂದು ಕ್ರಾಂತಿಯೆಂದೇ ತೋರಿರಬಹುದು. "ಪೊಸತೆನೆ ಪೇಳ್ವತಿರ್ದುವ ಅಱಿವು" (೧–೧೫) ಅವನಲ್ಲಿದ್ದುದು ನಿಜ. ಹೀಗೆ ಒಂದು ಆತ್ಮವಿಶ್ವಾಸದಿಂದ ಹೊರಟು ಕೃತಿಯ ಕೊನೆಗೆ "ರುದ್ರಭಟ್ಟ ಕೃತಿ ವೈಷ್ಣವಕಾವ್ಯರಸಾರ್ಣವಂ ತುಳುಂಕಾಡುಗೆ ಭೂಮಿ ನಿಲ್ವಿನಂ" ಎಂದವನು ಸಾರಿದ್ದಾನೆ. ಜೈನ ವೀರಶೈವ ಕವಿಗಳ ಸಾಧನೆಯಿಂದ ಪ್ರಾಪ್ತವಾದ ಕನ್ನಡ ದಿಗ್ವಿಜಯಕ್ಕೆ ಈ ರುದ್ರಭಟ್ಟಕೃತಿ ಸಾಕ್ಷಿ. ಇದು 'ವೈಷ್ಣವಕಾವ್ಯರಸಾರ್ಣವ' ಎಂಬುದು ಸರಿ, ಶೈವಕಾವ್ಯರಸಾರ್ಣವವೂ ಹೌದು. ಯಾಕೆಂದರೆ ರುದ್ರನಿಗೆ ಇಬ್ಬರಲ್ಲಿಯೂ ಭೇದವಿಲ್ಲ. ಇಂಥ ವಿಶಾಲದೃಷ್ಟಿಯುಳ್ಳ ಮೇಲಾದ ಭಕ್ತಿಕಾವ್ಯವನ್ನು ರಚಿಸಿ ಕನ್ನಡ ಸತ್ಕವಿಗಳ ಸಭಾಮಂಟಪದಲ್ಲಿ ಅವನು ಮನ್ನಣೆಯುಳ್ಳ ಸ್ಥಾನಕ್ಕೆ ಅರ್ಹತೆಯನ್ನು ಪಡೆದಿದ್ದಾನೆ.

ನೇಮಿ–ರುದ್ರರಿಬ್ಬರೂ ವೀರಬಲ್ಲಾಳನ ಆಸ್ಥಾನದಲ್ಲಿದ್ದ ಪಂಡಿತಕವಿಗಳು. ಅವರು ಭಿನ್ನ ಮತೀಯರಾದರೂ ಕವಿತ್ವಧರ್ಮದಿಂದ ಅನ್ಯೋನ್ಯರಾಗಿರಬೇಕು. ಅವರಲ್ಲಿಯ ಸಾಮ್ಯ ಭೇದಗಳನ್ನು ಗಮನಿಸಬಹುದು. ಮೂಲ ಆಕರ, ಕಥನದೃಷ್ಟಿ ಬೇರೆಯಾದರೂ ಇಬ್ಬರೂ ಕೃಷ್ಣಕಥೆಯನ್ನು ಬರೆದಿದ್ದಾರೆ. ಗೋವರ್ಧನೋದ್ಧರಣದಿಂದ ಕಂಸವಧೆಯವರೆಗಿನ ಕಥಾನಕವು ಇಬ್ಬರ ಕೃತಿಗಳಲ್ಲಿ ಭಿನ್ನನಿರೂಪಣೆಹೊಂದಿ ಬಂದಿದೆ. ಅಕ್ರೂರದರ್ಶನದಂಥ ಭಾಗಗಳನ್ನು ರುದ್ರನು ವಿಸ್ತರಿಸಿದ್ದಾನೆ, ನೇಮಿ ಬಿಟ್ಟುಕೊಟ್ಟಿದ್ದಾನೆ. ಏಕೆಂದರೆ ರುದ್ರನು ವಿಷ್ಣುಭಕ್ತಿಪ್ರಿಯ. ನೇಮಿಗೆ ಅಂಥ ಭಕ್ತಿ ಬೇಕಾಗಿಲ್ಲ. ಮಳೆಗಾಲದ ಮತ್ತು ಇತರ ವರ್ಣನೆಗಳನ್ನು ನೋಡಿದರೆ ಇಬ್ಬರಲ್ಲಿಯ ಸಾಮ್ಯ–ಭೇದವು ಎದ್ದುಕಾಣುತ್ತದೆ. "ಕಾರೆಂಬ ಮಾರದ್ವಿಪಂ" ('ಜಗನ್ನಾಥ ವಿಜಯ', ೪–೨೨) ಎಂದೊಬ್ಬನು ವರ್ಣಿಸಿದರೆ "ಕಾರೆಂಬ ಗೋಪಾಳಕಂ" ('ನೇಮಿನಾಥ ಪುರಾಣ', ೮–೪) ಎಂದು ಇನ್ನೊಬ್ಬನು ಬಣ್ಣಿಸಿದ್ದಾನೆ. ಅಲಂಕಾರವದೇ ಆದರೂ, ಭವ್ಯತೆ ಸಮಾನವಾದರೂ, ಕಲ್ಪನೆ ಬೇರೆ. ಇಬ್ಬರ ಸೆಣಸಾಟ ನೋಡುವಂತಿದೆ. "ಮಹಾಂಭೋನಿರ್ಝರಂ ಝುಲ್ಲರಿವೊಲಿರೆ" (೪–೪೯) ಎಂದು ರುದ್ರನೆಂದರೆ 'ಝುಲ್ಲರಿವೊಲ್ ಝುಲ್ಲನೆ ಸೂಸಿ ನಿರ್ಝರಜಲಂ ಬಿಟ್ಟಿರ್ಪಿನಂ" (೮–೧೧) ಎಂದು ಗೋವರ್ಧನಪ್ರಸಂಗ

ದಲ್ಲಿ ಕೊಡೆಯಂತೆ ಪರ್ವತ ಎತ್ತಿದ್ದನ್ನು ನೇಮಿ ಸಮಾನವಾಗಿ ಹೋಲಿಸಿದ್ದಾನೆ. ಸ್ವತಂತ್ರ, ಉನ್ನತ ಕಲ್ಪನೆಗಳನ್ನು ಉತ್ಪ್ರೇಕ್ಷೆ, ರೂಪಕ, ಅತಿಶಯೋಕ್ತಿ ಈ ಶ್ರೇಷ್ಠ ಅಲಂಕಾರಗಳಲ್ಲಿ ಎರಕಹೊಯ್ಯುವುದರಲ್ಲಿ ಇಬ್ಬರೂ ಸಮಾನ ಯೋಗ್ಯತೆಯವರು. ಒಮ್ಮೆ ಒಬ್ಬನ ಕಲ್ಪನೆ ಸುಂದರವಾದರೆ, ಇನ್ನೊಮ್ಮೆ ಇನ್ನೊಬ್ಬನದು ಸೊಗಸುತ್ತದೆ. ಸ್ವಭಾವೋಕ್ತಿಯಲ್ಲಿ ಮಾತ್ರ ರುದ್ರನಿಗಿಂತ ನೇಮಿ ಸಮರ್ಥನು. ಇಬ್ಬರೂ ಚತುರವಿದಗ್ಧಕವಿಗಳು, ಇಬ್ಬರ ಶೈಲಿಯಲ್ಲಿ ಸಂಸ್ಕೃತಪ್ರೌಢಿಮೆಯ ಮುದ್ರೆಯಿದೆ. ಅಚ್ಚಗನ್ನಡ ದೇಸಿಯ ಅಚ್ಚಿದೆ. ಚಂಪೂರಚನೆಯಲ್ಲಿ ಇಬ್ಬರೂ ಬಲ್ಲಿದರು. ಆದರೆ ನೇಮಿಗಿಂತ ರುದ್ರನಲ್ಲಿ ಪ್ರಸಾದಗುಣ, ಲಾಲಿತ್ಯ ಹೆಚ್ಚಿದೆ. ನೇಮಿ ಶೃಂಗಾರರಸಪ್ರಿಯ, ರುದ್ರ ಭಕ್ತಿರಸಪ್ರಿಯ. ಇಬ್ಬರಲ್ಲಿಯೂ ಉತ್ತಮ ಕವಿಯ ಮೂಲಶಕ್ತಿಯಿದೆ, ಉತ್ತಮ ಕಾವ್ಯದ ಸಿದ್ಧಿಯಿಲ್ಲ. "ಈ ಇಬ್ಬರು ಕವಿಗಳ ಕಾವ್ಯಾವಲೋಕನದಿಂದ ಇಬ್ಬರ ಬಗ್ಗೆಯೂ ಗೌರವ ಉಂಟಾದರೂ, ಕವಿತ್ವಮಹಿಮೆಯಿಂದ ನೇಮಿಚಂದ್ರನೇ ಒಂದು ಕೈ ಮೇಲಾಗಿ ಕಾಣುತ್ತಾನೆ. ಆದರೆ ರುದ್ರಭಟ್ಟನನ್ನು ಹೀಗಳೆಯುವಂತಿಲ್ಲ .... ರುದ್ರಭಟ್ಟ ಪಂಡಿತ ಮುಖ್ಯವಾಗಿ, ಕವಿ ಎರಡನೆಯದಾಗಿ. ನೇಮಿಚಂದ್ರ ಮೊದಲನೆಯದಾಗಿ ಕವಿ, ಎರಡನೆಯದಾಗಿ ಪಂಡಿತ."[7] ಈ ತೌಲನಿಕ ತಾರತಮ್ಯವನ್ನು ಪರೀಕ್ಷಿಸಿ ನೋಡಬಹುದು.

೧೨ನೆಯ ಶತಮಾನದ ಕೊನೆ ಮತ್ತು ೧೩ನೆಯ ಶತಮಾನದ ಮೊದಲಿನ ಚಿಕ್ಕ ಗಡುವಿನಲ್ಲಿ ಹಲವು ಸಾಧಾರಣ ಕವಿಗಳು ತಲೆದೋರಿ ಪ್ರೌಢ ಇಲ್ಲವೆ ಸಂಕ್ರಮಣಕಾವ್ಯದ ಅನುಕರಣ ಮಾಡಿದರು. ಅವರಲ್ಲಿ ಕೆರೆಯ ಪದ್ಮರಸನ ಮಗನಾದ ಕುಮಾರಪದ್ಮರಸ ಒಬ್ಬನು. ಶರಣಕವಿ ಎಂಬ ಹೆಸರು ಪಡೆದು ಇವನು 'ಸಾನಂದಚರಿತ್ರೆ' ಎಂಬ ಗ್ರಂಥ ಬರೆದನು. ಇದರಲ್ಲಿ ಪಂಚಾಕ್ಷರೀಮಹಿಮೆಯಿಂದ ನಾರಕಿಗಳಿಗೆ ಸದ್ಗತಿಯನ್ನುಂಟುಮಾಡಿದ ಸಾನಂದನ ಚರಿತ್ರೆಯನ್ನು 'ಸ್ಕಂದಪುರಾಣ'ದಿಂದ ಕನ್ನಡದಲ್ಲಿ ಅನುವಾದಿಸಲಾಗಿದೆ. ನಾನಾ ಷಟ್ಪದಿಗಳಲ್ಲಿ ಇದನ್ನು ಬರೆದಿದ್ದರೂ ಇದರಲ್ಲಿ ಕುಸುಮಷಟ್ಪದಿ ವಿಶೇಷವಾಗಿದೆ, ಎರಡು ರಗಳೆಗಳೂ ಇವೆ ಎಂದು ಕವಿಚರಿತಕಾರರು, 'ಸಾನಂದಚರಿತ್ರೆ'ಯಲ್ಲಿ ಕುಸುಮ–ಭಾಮಿನೀಷಟ್ಪದಿಗಳನ್ನು ಮಾತ್ರ ಬಳಸಿದೆ ಎಂದು ಡಿ. ಎಲ್. ನರಸಿಂಹಾಚಾರ್ಯರು ಹೇಳಿದ್ದಾರೆ.[8] ಹೀಗೆ ಹರಿಹರ–ರಾಘವಾಂಕರಿಬ್ಬರ ಪರಂಪರೆ ಮುಂಬರಿದಿದೆ. ರಾಘವಾಂಕ ಬಳಸದ ಇತರ ಷಟ್ಪದಿಗಳೂ ಇಲ್ಲಿ ಬಂದಿವೆ. ಸಂಕ್ರಮಣಯುಗದ ಗತಿಶೀಲತೆಯ ಗುರುತಿದು. ಬೊಪ್ಪಣಪಂಡಿತ ಇಲ್ಲವೆ ಸುಜನೋತ್ತಂಸ ಎಂಬ ಕವಿ 'ಗೊಮ್ಮಟಸ್ತುತಿ'ಯನ್ನು ೨೭ ವೃತ್ತಗಳಲ್ಲಿ, 'ನಿರ್ವಾಣಲಕ್ಷ್ಮೀಪತಿ ನಕ್ಷತ್ರಮಾಲಿಕೆ'ಯನ್ನು ೨೮ ವೃತ್ತಗಳಲ್ಲಿ ಹಾಗೂ ನೀತಿಕಂದಗಳನ್ನು ಬರೆದಿದ್ದಾನೆ. ಇವನು ಜೈನಕವಿಯಾಗಿದ್ದು ಜೈನತತ್ತ್ವಕ್ಕೆ ಅನುಸರಿಸಿ ಪದ್ಯಗಳನ್ನು ಬರೆದಿದ್ದರೂ ಒಂದು ಬಗೆಯ ಸಂಗ್ರಹದೃಷ್ಟಿ, ವ್ಯವಹಾರವಿವೇಕ ಇವನ ಬರವಣಿಗೆಯಲ್ಲಿದೆ. ಉದಾ :

ಪರಮೇಶಂ ಪರಮೇಷ್ಠಿ ಶುಭಂ ಅಭವಂ ಬ್ರಹ್ಮಂ ಶಿವಂ ಶಂಕರಂ
ಸ್ಮರಸಂಹಾರಕನಚ್ಯುತಂ ಮುರಹರಂ ಬುದ್ಧಂ ಜಿನಂ ವಿಷ್ಣು ವೇ- ।
ದರಹಸ್ಯಂ ಪ್ರಭು ಶುದ್ಧನೆಂದು ನೆಗಳ್ದಿಂತಪ್ಪ ನಾಮಾಳಿಯಂ
ಪರಮಾರ್ಥಂ ಕ(ತ ?)ಳೆದರ್ಥಮಪ್ಪುದೆ ವಲಂ ನಿರ್ವಾಣಲಕ್ಷ್ಮೀಪತೀ ॥

ಎಂಬ ಪದ್ಯವನ್ನು ನೋಡಬೇಕು.

ಇಂಗಳೇಶ್ವರದ ಅಗ್ಗಳನು "ಜಿನಮತಶ್ರೀಕೋಶವೇಶ್ಮಾರ್ಗಳಂ" (೧–೩೨) ಆಗಿ 'ಚಂದ್ರಪ್ರಭಪುರಾಣ'ವನ್ನು ರಚಿಸಿ 'ನಾನಾರಸಮಿರ್ಪ ವಸ್ತುಕೃತಿಯಂ' (೧–೩೧) ಹೇಳಿದ್ದಾನೆ. "ಅಗ್ಗಳಗಣ್ಣಂ ತೋರ್ಪನಗ್ಗಳಂ ನೃಪಸಭೆಯೊಳ್" (೧–೩೨) ಎಂದ ಕಾರಣ ಇವನಿಗೆ ನೃಪಸಭೆಯಲ್ಲಿ ಮಾನಮರ್ಯಾದೆಯಾಗಿರಬೇಕು. ೧೬ ಆಶ್ವಾಸಗಳ ಇಲ್ಲವೆ ಗ್ರಂಥ ಲನೆಯ

ತೀರ್ಥಂಕರನಾದ ಚಂದ್ರಪ್ರಭನ ಚರಿತವಾಗಿದೆ. ಶ್ರೀವಿಜಯನು ಇಲ್ಲವೆ ಶ್ರೀಧರಾಚಾರ್ಯನು ಬರೆದ 'ಚಂದ್ರಪ್ರಭಚರಿತ'ವು ದೊರೆತಿಲ್ಲವಾದ್ದರಿಂದ ಇದೇ ಉಪಲಬ್ಧ ಚರಿತ್ರೆಗಳಲ್ಲಿ ಮೊದಲನೆಯದು. ಜೈನಪುರಾಣದ ಸುಪ್ರತಿಷ್ಠಿತವಾದ ಪರಂಪರೆಯಲ್ಲಿ ಬರೆಯಲಾದ ಮಧ್ಯಮಗುಣದ ಕಾವ್ಯವಿದು. ಜೈನಸಮಯ, ಕಾವ್ಯಸಮಯ ಇವುಗಳ ತೀವ್ರಪ್ರಭಾವಕ್ಕೆ ಒಳಗಾಗಿ ಕಟ್ಟುನಿಟ್ಟಾದ ದಾರಿಯಲ್ಲಿ ಕವಿ ಸಾಗಿದ್ದಾನೆ. ರಾಜಮಾರ್ಗದಲ್ಲಿ ಸುಶೋಭಿತವಾಗಿ ಯಾರು ನಡೆದರೂ ರಾಜಠೀವಿಯನ್ನು ತೋರುವಂತೆ ಇಂಥ ಕೃತಿಗಳ ರೀತಿಯಾಗುತ್ತದೆ. ಸ್ವತಂತ್ರ ಪ್ರತಿಭೆ ಆಗಾಗ ಬೆಳಗಿದರೂ ಸಮಯ ಶರಣತೆಯಲ್ಲಿ ಅದು ಕಣ್ಮರೆಯಾಗುತ್ತದೆ. ಅಗ್ಗಳನ ಕಲ್ಪನಾಶಕ್ತಿಯಲ್ಲಿ ಅಗ್ಗಳಿಕೆಯಿದೆ. "ಮೋಹನ ಮಗ್ಗಳ ನಿನ್ನಯ ವಾಕ್ಯಗುಂಫನಂ" (೧-೫೯) ಎನ್ನುವಂತೆ ಶೈಲಿಯ ಮೋಹಕತೆಯಿದೆ. ಆದರೂ "ನೆಗಟ್ದುದೀ ಕೃತಿರತ್ನಂ" (೧೬-೮೭), "ಅಗ್ಗಳಂಗೆ ಅಗ್ಗಳರೊಳರೇ" ಎಂಬ ಪ್ರಶಂಸೆ ಅವಾಸ್ತವವೆಂದು ತೋರುತ್ತದೆ.

ಪಾಲ್ಕುರಿಕೆ ಸೋಮನಾಥನು ಈ ಯುಗದ ಪ್ರಸಿದ್ಧ ವೀರಶೈವ ಕವಿಗಳಲ್ಲಿ ಒಬ್ಬನು. ತೆಲುಗು ನಾಡಿನಲ್ಲಿ ಹುಟ್ಟಿ ಕನ್ನಡನಾಡಿನಲ್ಲಿ ಜನ್ಮವೆತ್ತ ವೀರಶೈವಧರ್ಮದವನಾಗಿ ಎರಡೂ ಭಾಷೆಗಳಲ್ಲಿ ಇವನು ಗ್ರಂಥ ಬರೆದಿದ್ದಾನೆ. ಇವನ 'ಬಸವಪುರಾಣ'ವೆಂಬ ತೆಲುಗು ಗ್ರಂಥವನ್ನು ಮುಂದೆ ಭೀಮಕವಿ ಕನ್ನಡಿಸಿದನು. ಕನ್ನಡದಲ್ಲಿ ರಗಳೆಗಳು, ವಚನಗಳು, ಶೀಲಸಂಪಾದನೆ ಮುಂತಾಗಿ ಇವನ ಗ್ರಂಥಗಳಿವೆ. 'ತತ್ತ್ವವಿದ್ಯಾಕಲಾಪ' ಎಂಬ ಬಿರುದಿಗೆ ಅನುಗುಣವಾಗಿ ಮತತತ್ತ್ವದ ಪ್ರತಿಪಾದನೆಗೆ ಇವನ ಕವಿತೆ ಮೀಸಲಾಗಿದೆ. ಸದ್ಗುರು ರಗಳೆ, ಗಂಗೋತ್ಪತ್ತಿಯ ರಗಳೆ ಮುಂತಾದ್ದರಲ್ಲಿ ಹರಿಹರನ ರಗಳೆಯ ಮಾರ್ಗವನ್ನು ಇವನು ಮುಂದರಿಸಿದ್ದಾನೆ. ಆದರೆ ಓಜಸ್ಸು, ಓಘ ಇಲ್ಲ. ಇವನ 'ಸಹಸ್ರಗಣನಾಮ'ದಲ್ಲಿ ಸಾಹಿತ್ಯಾಂಶವಿಲ್ಲ, ನಾಮಾವಳಿರೂಪವಾದ ಚಾರಿತ್ರಿಕ ಸಾಮಗ್ರಿಯಿದೆ. 'ಸೋಮೇಶ್ವರಶತಕ' ಇವನ ಕೃತಿಯೆಂಬ ಗ್ರಹಿಕೆ ತಪ್ಪೆಂದು ತೋರುತ್ತದೆ. ಈ ಶತಕದ ಕರ್ತೃ ಪುಲಿಗೆರೆಯವನಾಗಿರಬೇಕು. ಇದರ ಶೈಲಿಯಲ್ಲಿ ಕಾಣುವ ಪದಪ್ರಯೋಗ ಮತ್ತು ವ್ಯಾಕರಣ ರೂಪಗಳನ್ನು ನೋಡಿದರೆ ಬಹುಶಃ ೧೪ನೆಯ ಶತಮಾನದಲ್ಲಿ ಇದು ರಚಿತವಾಗಿರಬೇಕೆಂಬ ಊಹೆ ಬಲಪಡುತ್ತದೆ. ೧೨-೧೩ನೆಯ ಶತಮಾನದಲ್ಲಿಯೆ ಹಳಗನ್ನಡದ ಬಿಗುವು ಸಡಿಲುತ್ತ ಬಂದಿರುವುದಾದರೂ ಈ ಶತಕದಲ್ಲಿರುವಷ್ಟು ಸಡಿಲು ಹುಟ್ಟಿರಲಿಲ್ಲ. ಕೆಲವು ಪದಪ್ರಯೋಗಗಳೂ ಪಾಲ್ಕುರಿಕೆ ಸೋಮನ ಕಾಲದವು ಆಗಲಾರವು. ಈ ಶತಕಕಾರನು ಹಳೆಯ ಶೈಲಿಯನ್ನು ಅನುಕರಿಸಲು ಹೋಗಿ ಛಂದಸ್ಸಿನ ಹಿಡಿತ ಸಾಲದೆ, ವ್ಯಾಕರಣದೋಷಗಳನ್ನು ಲೆಕ್ಕಿಸದೆ, ಹಳೆಯ-ಹೊಸ ಪ್ರಯೋಗಗಳನ್ನು ಬೆರೆಸಿ ಒಂದು ಮಿಶ್ರಶೈಲಿಯನ್ನು ಬಳಸಿದ್ದಾನೆ. ಈ ಶತಕದಲ್ಲಿ ಸಂಸ್ಕೃತಸುಭಾಷಿತಗಳ ಛಾಯಾನುವಾದವಿದ್ದಂತೆ ಸ್ವತಂತ್ರವಾದ ಲೋಕಾನುಭವ, ಧರ್ಮವಿವೇಕ, ಮಾರ್ಮಿಕತೆ, ಕವಿತ್ವಶಕ್ತಿ—ಇವು ಮೆಚ್ಚುವಂತಿವೆ. ಆದರೆ ಇದರ ಗುಣದೋಷಗಳಿಗೆ ಪಾಲ್ಕುರಿಕೆ ಸೋಮನು ಭಾಗಿಯಲ್ಲ.

೧೩ನೆಯ ಶತಮಾನದ ಮೊದಲಲ್ಲಿದ್ದ ಪುಲಿಗೆರೆಯ ಆಚಣ್ಣನು ರೇಚಣಚಮೂಪನ ಇಷ್ಟಾನುಸಾರವಾಗಿ 'ವರ್ಧಮಾನಪುರಾಣ'ವೆಂಬ ಚಂಪುವನ್ನು ಬರೆದನು. ಹೊಸದಾಗಿ ಉಪಲಬ್ಧವಾದ ೨ನೆಯ ನಾಗವರ್ಮನ 'ವರ್ಧಮಾನಪುರಾಣ'ದ ತರುವಾಯ ೨೪ನೆಯ ತೀರ್ಥಂಕರನನ್ನು ಕುರಿತು ಕನ್ನಡದಲ್ಲಿ ಇದು ಎರಡನೆಯ ಗ್ರಂಥ. ಇವನ ತಂದೆಯಾದ ಕೇಶವರಾಜ ಮತ್ತು ತಿಕ್ಕಣ್ಣ-ಚಾವಣರು ಸೇರಿ ಇದನ್ನು ಉಪಕ್ರಮಿಸಿದ್ದರು. ದೈವನಿಯೋಗದಿಂದ ಅದು ನಿಂತುಹೋಗಲು ಆಚಣ್ಣನು ೧೬ ಆಶ್ವಾಸಗಳಾಗಿ ಅದನ್ನು ಪೂರೈಸಿದನು. 'ಜಿನಮುನಿಯಾಚಣ್ಣ', 'ವಾಣೀವಲ್ಲಭ' ಎಂದು ಮುಂತಾಗಿ ತನ್ನನ್ನು ಹೊಗಳಿಕೊಂಡಿದ್ದಾನೆ. ಪಾರ್ಶ್ವನು 'ಜೈನಾಗಮಗರ್ಭ, ಪ್ರಸನ್ನಗುಣ' ಎಂದು ಇವನನ್ನು ನುತಿಸಿ, ನವರಸದಲ್ಲಿ ಇತರ ರಸಕ್ಕೆ ಅವಕಾಶಕೊಡದೆ ಶಾಂತರಸಕ್ಕೆ ಪ್ರಾಶಸ್ತ್ಯ ಕೊಟ್ಟು

"ಪೃಥುಹೃದಯನಾದನೆಂತಾಚಣ್ಣಂ" ಎಂದು ಹೇಳಿದ್ದಾನೆ. ಪ್ರಾಸಯಮಕಾದಿ ಶಬ್ದಾಲಂಕಾರಗಳಿಂದ ಇವನ ಗ್ರಂಥವು ಪ್ರೌಢವಾಗಿದೆ, ಪಾಂಡಿತ್ಯಪ್ರಚುರವಾಗಿದೆ. ಪಂಪರನ್ನರಿಂದ ಮೂಲಪ್ರೇರಣೆಯನ್ನು ಪಡೆದರೂ ಅಗ್ಗಳನ ತೂಕಕ್ಕೆ ಬರುವ ನಡುಬಗೆಯಲ್ಲಿ ಇವನು ಜೈನಪುರಾಣವನ್ನು ರಚಿಸಿದ್ದಾನೆ. ಅಗ್ಗಳನಿಗಿಂತ ಹೆಚ್ಚಾಗಿಯೆ ಶಬ್ದಾಲಂಕಾರದ ವಿದಗ್ಧತೆಯನ್ನು ತೋರಿಸಿದ್ದಾನೆ. ಜೈನಪುರಾಣದ ವಿದಗ್ಧ ಪರಂಪರೆ ಹಲವರಿಂದ ಮುನ್ನಡೆಯಿತೆಂಬುದನ್ನು ಮುಂದೆ ಕಾಣಬಹುದು. ಆದರೆ ಜನ ಸಂಮುಖತೆಯ ದೃಷ್ಟಿ ಬೆಳೆಯುತ್ತ ಹೋದಂತೆ ಈ ಪರಂಪರೆ ಹಿಂಜರಿಯಿತು. 'ಶ್ರೀಪದಾಶೀತಿ' ಎಂಬ ಆಚಣ್ಣನ ಇನ್ನೊಂದು ಕೃತಿಯಲ್ಲಿ ಪಂಚನಮಸ್ಕಾರದ ಮಹಿಮೆಯನ್ನು ಹೇಳುವ ೮೪ ಕಂದಗಳಿರುತ್ತವೆ.

ಇದೇ ಕಾಲದವನಾದ ಕವಿಕಾಮನು 'ಶೃಂಗಾರರತ್ನಾಕರ'ವೆಂಬ ರಸಶಾಸ್ತ್ರವಿಷಯಕವಾದ ಗ್ರಂಥವನ್ನು ಬರೆದಿದ್ದಾನೆ. ಅಂತಸ್ಥಪ್ರಮಾಣಗಳನ್ನು ನೋಡಲಾಗಿ ಇವನು ಶಿವಭಕ್ತನಾದ ಬ್ರಾಹ್ಮಣ ಕವಿಯಾಗಿರಬೇಕೆಂದು ತೋರುತ್ತದೆ. "ವಿವಿಧ ಭೂಭೃದ್ಭೂರಿಸಂಭಾವಿತಾಸ್ಪದದಿಂ" (೧-೧೦) ಎಂಬುದರಿಂದ ಅನೇಕ ರಾಜರಿಂದ ಇವನು ಮನ್ನಣೆಹೊಂದಿರಬೇಕು. ಇವನ ಈ ಗ್ರಂಥದಲ್ಲಿ ಸಾಮಾನ್ಯವಾಗಿ 'ಭಾವರಸಪ್ರಪಂಚ', ವಿಶೇಷವಾಗಿ ಶೃಂಗಾರರಸ ಇವುಗಳನ್ನು ಸಂಸ್ಕೃತರಸಶಾಸ್ತ್ರದ ನಿಕಟಪ್ರಭಾವದಿಂದ ನಿರೂಪಿಸಲಾಗಿದೆ. ರಸಶಾಸ್ತ್ರವನ್ನು ಕುರಿತು ಕನ್ನಡದಲ್ಲಿ ಇದೇ ಮೊದಲನೆಯ ಪ್ರತ್ಯೇಕ ಗ್ರಂಥವಾಗಿದೆ. ಶಾಸ್ತ್ರದೃಷ್ಟಿಯಿಂದ ಇದು ಬಹುಮಟ್ಟಿಗೆ ಪರತಂತ್ರವೇ ಆದರೂ ಯಾವೊಂದು ಗ್ರಂಥದ ತದ್ರೂಪವಾದ ಅನುವಾದವಲ್ಲ. ಅಂತಃಕರಣಚತುಷ್ಟಯದ ವಿವರಣೆ, ಅದರಿಂದ ಉಂಟಾಗುವ ರಸೋತ್ಪತ್ತಿವಿವೇಚನೆ (೧-೨೬, ೨೯) ಇವುಗಳಿಂದ ಅವನ ವೇಧಕ ಬುದ್ಧಿ ಕಾಣುವಂತಿದೆ. ಶಾಂತರಸವು "ಚೈರಂತನರಸಕಾರ ಶಾಸ್ತ್ರಸಂಮತಮಲ್ಲಂ". ಆದ್ದರಿಂದ ಅದನ್ನು ಕವಿಮುಖ್ಯರರಿದು ಬೆರಸಲಿ ಎಂದೂ, 'ರಸಮೆ ಮೊದಲ್ ಕವಿತೆಗೆ' ಎಂದೂ ಅವನು ಹೇಳಿದ್ದರಲ್ಲಿ ಕನ್ನಡ ಕವಿಗಳ ಮತ್ತು ಲಾಕ್ಷಣಿಕರ ವಿಚಾರಪರಂಪರೆಯ ಕುರುಹಿದೆ. ಕವಿಕಾಮನು 'ಮದನಾಗಮ ಸೂತ್ರಧಾರಿ'ಯೆಂದೂ 'ವಾಗ್ದೇವೀಲಬ್ಧವರಪ್ರಸಾದವಿಭವಂ' (೪-೯೦, ೯೧) ಎಂದೂ ತನ್ನನ್ನು ಬಣ್ಣಿಸಿಕೊಂಡಿದ್ದಾನೆ. ಅವನ ಲಕ್ಷ್ಯಲಕ್ಷಣಪದ್ಯಗಳಲ್ಲಿ ಸಹಜಕವಿತ್ವವಿದೆ, ಲಲಿತಶೈಲಿಯಿದೆ, ಶಾಸ್ತ್ರಜ್ಞಾನವಿದೆ. ಇದಕ್ಕೆ ಮೇಲಾದ ಸ್ತುತಿಯೆಲ್ಲ ಅತಿರಂಜಿತವೆನ್ನಬೇಕು. ಅವನೇ ಸೊಗಸಾಗಿ ಹೇಳಿದಂತೆ "ಜಗದೊಳ್ ಸಂನಿದಮಾದ ನಾಲ್ನುಡಿಗಳಂ ಛಂದಕ್ಕೆ ಬರ್ಪಂತೆ ನೆಟ್ಟಗೆ ಮಾತಾಡುವ ಬಲ್ಮೆ ಚಿತ್ತದೊಳ್ ಒಱಲ್ದು ಇರ್ದರ್ಥಮಂ ಕೂಡೆ ನಾಲಗೆಯಿಂ ರಂಜಿಸುವವೊಂದು ಬಿನ್ನಣಂ"— ಇವೆರಡೂ ಗುಣಗಳು ಅವನಲ್ಲಿವೆಯೆಂದು ಒಪ್ಪಬೇಕು.

ವೈಶ್ಯೋತ್ತಮನೆಂಬುದರ ಹೊರತಾಗಿ ತನ್ನ ಬಗ್ಗೆ ಇನ್ನೇನನ್ನೂ ಹೇಳದ ಬಂಧುವರ್ಮನು 'ಹರಿವಂಶಾಭ್ಯುದಯ', 'ಜೀವಸಂಬೋಧನೆ' ಈ ಎರಡು ಗ್ರಂಥಗಳನ್ನು ಬರೆದಿದ್ದಾನೆ. 'ಹರಿವಂಶಾಭ್ಯುದಯ'ವು ನೇಮಿನಾಥನ ಚರಿತೆಯನ್ನು ೨೪ ಆಶ್ವಾಸಗಳಲ್ಲಿ ಹೇಳಿದ ಚಂಪೂಕಾವ್ಯ. ೨-೩ ಕವಿಗಳು ಕನ್ನಡದಲ್ಲಿ ಈ ವಿಷಯವನ್ನು ಕುರಿತು ಪ್ರೌಢಕಾವ್ಯಗಳನ್ನು ಬರೆದಿದ್ದರು. ಆದ್ದರಿಂದ ವಿಷಯ, ಕಾವ್ಯರೂಪ, ಶೈಲಿ ಯಾವುದರಲ್ಲಿಯೂ ಇಲ್ಲಿ ಹೊಸತನವಿಲ್ಲ. ಚರ್ವಿತಚರ್ವಣವೇ, ಆದಂತಿದೆ. ಆದರೂ ಕವಿಯ ಕಲ್ಪಕತೆ, ಲಾಲಿತ್ಯ ಸ್ತುತ್ಯವಾಗಿವೆ. 'ಜೀವಸಂಬೋಧನೆ' ಮಾತ್ರ ಹಲವು ದೃಷ್ಟಿಯಿಂದ ಸ್ವತಂತ್ರ ನಿರ್ಮಾಣವೆನ್ನಿಸಿಕೊಳ್ಳುವಂತಿದೆ. ಇದರಲ್ಲಿ ಜೈನಮತದಲ್ಲಿಯ ದ್ವಾದಶ ಅನುಪ್ರೇಕ್ಷೆಗಳನ್ನು ಪ್ರೌಢವಾದ ಕಾವ್ಯರೂಪದಲ್ಲಿ, ಆದರೂ ಜನಪ್ರಿಯ ಸರಣಿಯಲ್ಲೇ ನಿರೂಪಿಸಲಾಗಿದೆ. ಸ್ಥೂಲವಾಗಿ ಚಂಪೂರೂಪವನ್ನು ಸ್ವೀಕರಿಸಿದ್ದರೂ ಪ್ರತಿಯೊಂದು ಅಧಿಕಾರದಲ್ಲಿ ಒಂದು ಕಂದವೃತ್ತ, ಆಮೇಲೆ ಒಂದು ಗದ್ಯ, ಕೊನೆಕೊನೆಗೆ ಒಂದು ರಗಳೆ – ಈ ಅನುಕ್ರಮವು ನವೀನವಾಗಿದೆ. ಜೈನತತ್ತ್ವವನ್ನು ಪ್ರವಚನಕಾರನಂತೆ ವಿವರಿಸಿ ಕೀರ್ತನಕಾರನಂತೆ ಕಥೆಯಿಂದ ಅದನ್ನು ಉದಹರಿಸಿ, ಹೇಳುವ ರೀತಿ ಪ್ರೌಢಕಾವ್ಯಮಾರ್ಗದಲ್ಲಿ ಹೊಸದಾಗಿದೆ.

ನಯಸೇನನ 'ಧರ್ಮಾಮೃತ'ದಲ್ಲಿ ಕಥೆಗೆ ಪ್ರಾಮುಖ್ಯ ಬಂದಿದ್ದು ತತ್ತ್ವನಿರೂಪಣೆ ಗೌಣವಾಗಿದೆ. ಬ್ರಹ್ಮಶಿವನ 'ಸಮಯಪರೀಕ್ಷೆ'ಯಲ್ಲಿ ತತ್ತ್ವನಿರೂಪಣೆ, ವಿಡಂಬನೆಗಳು ಪ್ರಮುಖವಾಗಿವೆ. ತೀರ್ಥಂಕರಪುರಾಣಗಳಂತೂ ಮಹಾಪುರುಷಜೀವನ, ಅದಕ್ಕೆ ಹಿನ್ನೆಲೆಯಾದ ಭವಾವಳಿ, ಮುನ್ನೆಲೆಯ ಪಂಚಕಲ್ಯಾಣಗಳಲ್ಲಿ ತೊಡಗಿದ್ದು ಅಲ್ಲಲ್ಲಿ ತತ್ತ್ವವನ್ನು ವಿವರಿಸುತ್ತವೆ.

ಅಱಿವಿಲ್ಲದೆ ತಕ್ಕೆಡೆಯೊಳ್
ತಱಿಸಲ್ಲದೆ ತೊಡರ್ದು ನಮೆವ ಜೀವಕ್ಕೆಲ್ಲಂ ।
ನೆಱೆಯೆ ಹಿತಮೆಂದು ಬಗೆದಿದ-
ನಱಿಪುವೆಱಿವಂತು ಜೀವಸಂಬೋಧನೆಯಂ ॥

ಎಂಬ ಬಂಧುವರ್ಮನ ಉದ್ದೇಶ ಬಹುಮಟ್ಟಿಗೆ ನೆರವೇರಿದೆ. ಇದು ಮತೀಯ ಗ್ರಂಥ. ಆದರೂ ವಿಷಯವಿನ್ಯಾಸ ರುಚಿಕರವಾಗಿದೆ. ಲೌಕಿಕವಾದ ಹೋಲಿಕೆ, ಗಾದೆಮಾತು, ನಡೆನುಡಿಗಳನ್ನು ಸಮುಚಿತವಾಗಿ ಕವಿ ಬಳಸಿದ್ದಾನೆ. ನಯಸೇನನ ಹಾಗೆ ಅವುಗಳ ದುಂದುಗಾರಿಕೆಯಿಲ್ಲ. ಶೈಲಿಯಲ್ಲಿ ಅಚ್ಚಗನ್ನಡದ ಒಲವು ನಿಚ್ಚಳವಾಗಿದೆ. ಪ್ರೌಢಿಮೆಯಲ್ಲಿ ಪ್ರಸನ್ನತೆಗೆ ಒಟ್ಟಿನಲ್ಲಿ ಕುಂದು ತಗಲಿಲ್ಲ.

೧೩ನೆಯ ಶತಮಾನದ ಆರಂಭದಲ್ಲಿ ಜನ್ನನಿಗೆ ಹೆಚ್ಚು ಸಮೀಪಕಾಲದಲ್ಲಿ ಹುಟ್ಟಿದುದೆಂದರೆ 'ಕುಸುಮಾವಳಿ'ಯೆಂಬ ಪ್ರಣಯರಮ್ಯ ಚಂಪೂಕಾವ್ಯ. ಇದರ ಕರ್ತೃವಿನ ಹೆಸರು ಸ್ಪಷ್ಟವಾಗಿ ಎಲ್ಲಿಯೂ ಉಲ್ಲೇಖವಾಗಿಲ್ಲ. ೧೫ನೆಯ ಆಶ್ವಾಸದಲ್ಲಿಯ "ಕವಿಕಮಲಜಸೂಕ್ತಿಸುಧಾರ್ಣವ ಸೋಮಂ ದೇವಕವಿ" ಎಂಬ ಉಕ್ತಿಯ ಮೇಲಿಂದ 'ದೇವಕವಿ' ಎಂದಿವನ ಹೆಸರೆಂದು ಊಹಿಸಲಾಗಿದೆ. ಈ ಊಹೆ ಸರಿಯೆಂದು ತೋರುತ್ತದೆ. ಆದರೆ ತನಗೆ ಆಶ್ರಯದಾತನಾದ ಚಿಕ್ಕರಾಜಚಮೂಪನನ್ನು ಪೀಠಿಕೆಯಲ್ಲಿ ಹೊಗಳಿದ ತರುವಾಯದಲ್ಲಿಯೆ—

ಮನಮಂ ಸತ್ಕಾಕುಳ ಶ್ರೀಗುರುಮನಚಲಿತಶ್ರೀಗೆ ಹಸ್ತಾಬ್ಜಮಂ ಪಾ-
ವನದಾ(ನ)ಶ್ರೀಗೆ ದೋರ್ಮಂಡಲಮನುರುಜಯಶ್ರೀಗೆ ತಾನಿಂಬುಗೊಟ್ಟೋ- ।
ರ್ಜನವಾದಾವದ್ಯಶಃ ಶ್ರೀಗೆಡೆಗುಡದೆ ದಿಶಾರೂಢಿಯಂ ಮಾಡಿಯುಂ ಪು-
ಪನೆ(ಪೆಂಪಿನೆ ?)ಯುಸುರ್ದಂ ಸಮಂತು ಕುಸುಮಾವಳಿಯೆಂಬ ಮಹಾಪ್ರಬಂಧಮಂ ॥

ಎಂದು ಕವಿ ಹೇಳಿದ್ದಾನೆ. ಈ ಪದ್ಯದಲ್ಲಿ ವರ್ಣಿತನಾದವನು ಅದೇ ಚಮೂಪನಾಗಿದ್ದ ಕಾರಣ ಅವನೇ 'ಕುಸುಮಾವಳಿ'ಯನ್ನು ಬರೆದಿರಬಹುದೇ ಎಂಬ ಪ್ರಶ್ನೆಯೇಳುತ್ತದೆ. ನಮಗೆ ತೋರುವಂತೆ ಅವನೇ ಕರ್ತೃವೆಂಬ ಆಭಾಸವನ್ನು ಹುಟ್ಟಿಸುವ ಉದ್ದೇಶವಿರಬೇಕು. ತನ್ನ ಹೆಸರನ್ನು ಮುಂದೆ ಒಂದು ಶ್ಲೇಷೋಪಮೆಯಲ್ಲಿ ಸೂಚಿಸಿದ್ದು ಇದಕ್ಕೆ ಗಮಕವಾಗಿದೆ. 'ಕುಸುಮಾವಳಿ' ಕನ್ನಡಕ್ಕೆ ಎರಡನೆಯ 'ಲೀಲಾವತಿ'ಯೇ ಸರಿ. ಅದೇ ಪ್ರಣಯ ಕಥೆ ಇಲ್ಲಿ ಕೆಲವು ವ್ಯತ್ಯಾಸಗಳೊಂದಿಗೆ ಮೈದೋರಿದೆ. 'ಲೀಲಾವತಿ'ಯಲ್ಲಿ ಸ್ವಪ್ನದರ್ಶನದಿಂದ ಉಂಟಾಗಿದ್ದರೆ ಇಲ್ಲಿ ಚಿತ್ರದರ್ಶನದಿಂದ ಪ್ರಥಮ ಪ್ರಣಯ ಉಂಟಾಗಿದೆ. 'ಲೀಲಾವತಿ' ಬಳ್ಳಿಯಾಗಿ ಮಾರ್ಪಟ್ಟಿದ್ದರೆ ಸುಬಂಧುವಿನ ಪ್ರಭಾವದಿಂದ ಇಲ್ಲಿಯ 'ಕುಸುಮಾವಳಿ' ಅಮೃತಶಿಲಾಪ್ರತಿಮೆಯಾಗಿದ್ದಾಳೆ. ಕಥನಕ್ರಮ ಮತ್ತು ವಿವರಗಳಲ್ಲಿ ಕೆಲ ಮಟ್ಟಿನ ಸ್ವಂತಿಕೆಯಿದೆ. ಉಳಿದೆಲ್ಲ ಅಂಶಗಳಲ್ಲಿ ಕಾವ್ಯವು ಮಧ್ಯಮಗುಣದ ಸಾಂಪ್ರದಾಯಿಕ ಕಾವ್ಯದ ಮಾದರಿ. ಸ್ವಭಾವೋಕ್ತಿ, ಚಮತ್ಕೃತಿ, ನಿರರ್ಗಳ ಬಂಧ—ಇವೆಲ್ಲಕ್ಕೂ ಕಾವ್ಯದಲ್ಲಿ ಬೇಕಾದಷ್ಟು ನಿದರ್ಶನಗಳಿವೆ.

ಜನ್ನನಿಗೆ ಸಮಕಾಲೀನನಾದ ಪಾರ್ಶ್ವಪಂಡಿತನು ಕ್ರಿ.ಶ. ೧೨೨೨ರಲ್ಲಿ 'ಪಾರ್ಶ್ವನಾಥಪುರಾಣ'ವೆಂಬ ಚಂಪೂಕಾವ್ಯವನ್ನು ಬರೆದನು. ರಟ್ಟವಂಶದ ೮ನೆಯ ಕಾರ್ತವೀರ್ಯರಾಜನ ಆಸ್ಥಾನ

ಕವಿಯಾಗಿ 'ಕವಿಕುಳತಿಳಕ' ಎಂದು ಬಿರುದು ಪಡೆದು ೨೩ನೆಯ ತೀರ್ಥಂಕರನಾದ ಪಾರ್ಶ್ವನಾಥನ ಚರಿತೆಯನ್ನು ಕನ್ನಡಕ್ಕೆ ಮೊದಲನೆಯದಾಗಿ ಒದವಿಸಿದನು. "ಪಂಪನ ನುಣ್ಪುವೆತ್ತ ನುಡಿ ಪೊನ್ನನ ಬಿನ್ನಣದೋಜೆ.... ಪರಿಕಿಪ್ಪೊಡೆ ಈ ಕೃತಿಯೊಳುಂಟು" ಎಂದು ತನ್ನ ಮೇಲಿನ ಚಂಪೂಪರಂಪರೆಯ ವರ್ಚಸ್ಸನ್ನು ಅವನು ಒಪ್ಪಿಕೊಂಡಿದ್ದಾನೆ. ಈ ಕಾವ್ಯದ ಕಥಾಸರಣಿಯಲ್ಲಿ ನಾಗಚಂದ್ರನ ಪ್ರಸಾದ ಗುಣವಿದೆ, ಪರಿಶುದ್ಧತೆಯಿದೆ. ಈ ಅರ್ಥದಲ್ಲಿ "ಒಗಂಟುವೇಟ್ವಿ ಕವಿಯುಂ ಕವಿಯೇ" ಎಂಬಲ್ಲಿಯ ದೃಷ್ಟಿ ಸಫಲವಾಗಿದೆ. ಆದರೆ ವರ್ಣನೆಗಳಲ್ಲಿ ಸಂಸ್ಕೃತಪ್ರಚುರತೆ, ಅಲಂಕಾರಗಳ ವಿದಗ್ಧತೆ, ಶೈಲಿಯ ಪ್ರೌಢತೆ ಇವು ಅವನ ಆ ಪ್ರಶ್ನೆಯನ್ನು ಅವನಿಗೆ ಕೇಳಲು ನಮ್ಮನ್ನು ಪ್ರೇರಿಸುತ್ತವೆ. ಪಾರ್ಶ್ವನು ಒಳ್ಳೆಯ ಪಂಡಿತಕವಿ. 'ಕವಿಕುಳತಿಳಕ' ಎಂಬುದು ಮಾತ್ರ ಭಟ್ಟಂಗಿ ಬಿರುದು.

## ಟಿಪ್ಪಣಿಗಳು

1. ಕೆ. ಜಿ. ಕುಂದಣಗಾರ : 'ನೇಮಿಚಂದ್ರ' (ರಾಜಾರಾಮಿಯನ್, ಕನ್ನಡ ವಿಭಾಗ, ಸಂಪುಟ ೨೩–೨, ಪು. ೧೧).

2. ಟಿ. ವಿ. ವೆಂಕಟಾಚಲ ಶಾಸ್ತ್ರೀ : ನೇಮಿನಾಥಪುರಾಣ ('ಕನ್ನಡ ಸಾಹಿತ್ಯ ಚರಿತ್ರೆ', ಸಂ. ೪, ಕ.ಅ. ಸಂಸ್ಥೆ, ಪು. ೧೦೨೩).

3. ಅದೇ, ಪು. ೧೦೨೫.

4. ಮದ್ರಾಸ್ ಪ್ರಾಚ್ಯಕೋಶಾಗಾರದಲ್ಲಿ 'ರಸಕಳಿಕೆ' ಎಂಬ ಸಂಸ್ಕೃತ ಅಲಂಕಾರಗ್ರಂಥವು ದೊರೆತಿದೆ. ಅದೇ ಇದಾಗಿದ್ದರೆ ರುದ್ರಭಟ್ಟನ 'ರಸಕಳಿಕೆ' ಕನ್ನಡ ಗ್ರಂಥವಲ್ಲ ಎಂದಾಗುತ್ತದೆ. ನೋಡಿ : ಅವತರಣಿಕೆ, 'ರಸರತ್ನಾಕರ', ಪು. xv (ಮದ್ರಾಸ್ ವಿಶ್ವವಿದ್ಯಾನಿಲಯದ ಪ್ರಕಟನೆ).

5. ಎಸ್. ಆರ್. ಮಳಗಿ : ರುದ್ರಭಟ್ಟನ ಜಗನ್ನಾಥವಿಜಯ ('ಸಮಗ್ರ ಕನ್ನಡ ಸಾಹಿತ್ಯ ಚರಿತ್ರೆ', ಪು. ೪೬೩–೬೫).

6. ಅದೇ, ಪು. ೪೭೯.

7. ಜಿ. ವೆಂಕಟಸುಬ್ಬಯ್ಯ : ನೇಮಿಚಂದ್ರ–ರುದ್ರಭಟ್ಟ : ಒಂದು ತೌಲನಿಕ ಅಧ್ಯಯನ ('ಸಮಗ್ರ ಕನ್ನಡ ಸಾಹಿತ್ಯ ಚರಿತ್ರೆ', ಪು. ೪೭೯).

8. ಡಿ. ಎಲ್. ನರಸಿಂಹಾಚಾರ್ : ಕುಮುದೇಂದುರಾಮಾಯಣ ವಿಚಾರ (ಕ.ಸಾ.ಪ., ೨೪–೨, ಪು. ೨೨೫).

## ಪ್ರಕರಣ : ೧೯

# ಜನ್ನ

ಆದಿಪಂಪನಂತೆ ಸರ್ವಂಕಷವಾದ ಮತ್ತು ಪ್ರಫುಲ್ಲವಾದ ವ್ಯಕ್ತಿತ್ವವುಳ್ಳವನು ಈ ಯುಗದ ಜನ್ನನು. ಇವನ ತಂದೆ ಶಂಕರ ; ತಾಯಿ ಗಂಗೆ ; ಗುರು ಸುಮನೋಬಾಣ. ಈತನ ವ್ಯಕ್ತಿಚರಿತ್ರೆ ತಲಸ್ಪರ್ಶಿಯಾಗಿ ವಿವೇಚಿತವಾಗದಿದ್ದಾಗ ಈತನ ತಂದೆ ಸುಮನೋಬಾಣ, ಗುರು ನಾಗವರ್ಮ, ಸೋದರಳಿಯ ಕೇಶಿರಾಜ ಎಂಬ ವಾದವಿತ್ತು. ಈಗ 'ವರ್ಧಮಾನಪುರಾಣ' ದೊರೆತು ಸಂಗತಿಗಳು ಸ್ಪಷ್ಟವಾಗಿರುವುದರಿಂದ ಈ ಬಂಧುತ್ವವಿಲ್ಲದೆ ಹೋಗುತ್ತದೆ – ಇಂಥ ಬಾಂಧವ್ಯದ ಪರಿಸರದಲ್ಲಿ ಬೆಳೆದು ಹೊಯ್ಸಳ ನರಸಿಂಹನೋಲಗದಲ್ಲಿ "ನಿಂದಿರೆ ದಂಡಾಧೀಶಂ, ಕುಳ್ಳಿರೆ ಮಂತ್ರಿ, ತೊಡಂಕೆ ಕವಿ" (೧–೫೭ ಅ.ಪು.) ಆಗಿ 'ನಾಟ್ಯಭುಜನಾರ್ದನದೇವ' ಎಂದು ಬಿರುದಾಂತ ಸವ್ಯಸಾಚಿ ; "ಮನ್ನಿಸಿ ಬಲ್ಲಾಳಂ ಕುಡೆ। ಜನ್ನಂ ಕವಿಚಕ್ರವರ್ತಿವೆಸರಂ ಪಡೆದಂ" (೧–೨೧ ಯ.ಚ.) ಎಂಬಲ್ಲಿ ಹೇಳಿದಂತೆ ವೀರಬಲ್ಲಾಳನಿಂದ ಕವಿಚಕ್ರವರ್ತಿ ಎಂಬ ಹೆಸರನ್ನು ಪಡೆದವನು. ಇವನ ಧರ್ಮಗುರುಗಳು ರಾಮಚಂದ್ರದೇವ ಮುನೀಂದ್ರರು. 'ಚತುರ್ವಿಧಪಂಡಿತ' (೧–೧೮ ಯ.ಚ.), "ನವ ವೈಯಾಕರಣಂ ತರ್ಕವಿನೋದಂ ಭರತಸುರತಶಾಸ್ತ್ರವಿಳಾಸಂ" (೧–೧೯ ಯ.ಚ.) ಎಂದು ತನ್ನನ್ನು ಕೈವಾರಿಸಿದ್ದಾನೆ. "ಚದುರನಿಧಿ ಚಲದ ನೆಲೆ ಜಾಗದ ಸಾಗರಂ ಅಣ್ಮನಾಗರಂ" (೧–೨೦ ಯ.ಚ.) ಎಂದು ಹೇಳಿಕೊಂಡಿದ್ದಾನೆ. "ತಾನಿತ್ತ ಕೆಯ್ಯಲ್ಲದೆ ಒಡ್ಡಿದ ಕೈಯ್ಯಲ್ಲದ ಪೆಂಪು" (೧೪–೮೦ ಅ.ಪು.) ಎಂದೂ ಹೇಳಿದ್ದಾನೆ. ಇದಕ್ಕನುಗುಣವಾಗಿ ಜೈನಮಂದಿರಗಳನ್ನು ಅವನು ಕಟ್ಟಿಸಿದ್ದಾನೆ. ಈ ಆತ್ಮನಿವೇದನದಲ್ಲಿ ಅತಿಶಯೋಕ್ತಿಯ ಅಂಶವಿರಬಹುದಾದರೂ ಒಟ್ಟಿನಲ್ಲಿ ಜನ್ನನದು ತುಂಬುಬಾಳು, ವಿವಿಧ ಶಕ್ತಿಗಳಿಂದ ಸಮೃದ್ಧವಾದ ತೃಪ್ತಜೀವನವೆಂದು ಊಹಿಸಲು ಅಡ್ಡಿಯಿಲ್ಲ. ಅವನು ಮೊದಮೊದಲು ಹಲವು ಶಾಸನಗಳನ್ನು ಬರೆದು ಆಮೇಲೆ 'ಯಶೋಧರಚರಿತೆ'ಯನ್ನು ೧೨೦೯ರಲ್ಲಿ, 'ಅನಂತನಾಥಪುರಾಣ'ವನ್ನು ೧೨೩೦ರಲ್ಲಿ ಬರೆದು ಮುಗಿಸಿದನು. 'ಅನುಭವಮುಕುರ' ಎಂಬ ವಿವಿಧ ವೃತ್ತಗಳಲ್ಲಿಯ ಲಘುಕಾವ್ಯದಲ್ಲಿ ರತಿಲೀಲೆಗೆ ಸಂಬಂಧಿಸಿದ ವಿಷಯಗಳನ್ನು ವರ್ಣಿಸಿದ್ದಾನೆ. 'ಸ್ಮರತಂತ್ರ' ಎಂಬುದು ಇದೇ ಎಂದೂ, ಇದು ಉಪಲಬ್ಧವಾಗಿದೆಯೆಂದೂ ಅಭಿಪ್ರಾಯ ವ್ಯಕ್ತವಾಗಿದೆ.[1]

'ಯಶೋಧರಚರಿತೆ' ಸು. ೩೧೦ ಪದ್ಯಗಳನ್ನು ನಾಲ್ಕು ಅವತಾರಗಳಲ್ಲಿ ಹಂಚಿಕೊಂಡ ಸಣ್ಣ ಗಾತ್ರದ ಕಾವ್ಯ. ಪ್ರತಿಯವತಾರದ ಕೊನೆಯ ಕೆಲವು ವೃತ್ತಗಳನ್ನುಳಿದು ಸು. ೩೦೦ ಕಂದಪದ್ಯಗಳಿವೆ. ಈ ಕಾವ್ಯದ ಪಡಿಯಚ್ಚು ಕನ್ನಡಕ್ಕೆ ಹೊಸದು. 'ಕವಿರಾಜಮಾರ್ಗ'ದಲ್ಲಿಯ 'ಬೆದಂಡೆಗಬ್ಬ', 'ಕಾವ್ಯಾವಲೋಕನ'ದಲ್ಲಿಯ 'ಮೆಲ್ವಾಡು' ಇವುಗಳಲ್ಲಿಯ ಭೇದವನ್ನು ಕಡೆಗಣಿಸಿ ಸಮಾನವಾದ ಲಕ್ಷಣಗಳನ್ನು ಮನದಂದರೆ, 'ಯಶೋಧರಚರಿತೆ' ಅವಕ್ಕೆ ಸಮೀಪವೆಂದು ತೋರಿದರೂ ಸಮಾನವಲ್ಲ. ಅವುಗಳಲ್ಲಿ ಇಲ್ಲಿಯ ಕಂದಭೂಯಿಷ್ಠತೆಯಿಲ್ಲ. ಅವುಗಳಲ್ಲಿದ್ದ 'ಜಾತಿ' ಅಂದರೆ ದೇಸಿ ಛಂದಸ್ಸು ಇಲ್ಲಿಲ್ಲ. ಈ ಪರಿಮಿತ ಮತ್ತು ನವೀನ ರೂಪದಲ್ಲಿ ಜನ್ನನು ಜೈನಪರಂಪರೆಯಲ್ಲಿ ರೂಢಮೂಲವಾದ ಕಥೆಯನ್ನು ಹೇಳಿದ್ದಾನೆ. ತನ್ನ 'ಸರಸಪದ್ಧತಿಯೊಳ್' ಸಂಸ್ಕೃತ, ಪ್ರಾಕೃತ, ಕನ್ನಡಗಳಲ್ಲಿ ಈ ಕೃತಿ ಮಾಡಿದವರು ಕೈಗೊಡಲಿ ಎದು ಬೇಡಿದ್ದಾನೆ (೧–೫). "ಇತಿಹಾಸವೆಂಬ ವಿಮಳಾಮೃತವಾರ್ಧಿಯೊಳೊಗೆದ ಕಲ್ಪಕುಜದಂತೆ ರಸಾನ್ವಿತಮಾದೀಕೃತಿ" (೧–೨೫) ಎಂದು ಎದತಟ್ಟಿಕೊಂಡಿದ್ದಾನೆ. ಉಪಲಬ್ಧ ಆಕರಗಳನ್ನು ಪರಿಕಿಸಿದರೆ ಸಂಸ್ಕೃತ–ಪ್ರಾಕೃತಮೂಲಗಳು

ತಿಳಿದಿವೆ, ಕನ್ನಡದ್ದು ದೊರೆತಿಲ್ಲ. ಜನ್ನನ ತರುವಾಯ ಕನ್ನಡ ಯಶೋಧರಚರಿತೆಗಳು ದೊರೆತಿವೆ. ಜನ್ನನಿಗೆ ಮುಂಚಿತವಾದುದು ದೊರೆಯದೆ ಈ ಕಾವ್ಯದ ತುಲನಾತ್ಮಕ ವಿಮರ್ಶೆ ಅಪೂರ್ಣವಾಗಿ ತೋರಿದರೆ ತಪ್ಪಲ್ಲ. ದೊರೆತ ಆಕರಗಳಲ್ಲಿ ವಾದಿರಾಜನ ಸಂಸ್ಕೃತ ಯಶೋಧರಚರಿತೆ ಈ ಕೃತಿಗೆ ಪ್ರತ್ಯಕ್ಷ ಮೂಲವೆಂದು ಸದ್ಯಕ್ಕೆ ತಿಳಿಯಬಹುದು. ಯಶೋಧರರಾಜನ ಹೆಂಡತಿ ಅಮೃತಮತಿ ಅರಮನೆಯ ಮಾವುತನ ಹಾಡು ಕೇಳಿ ಮನಸೋತು ಅವನ ನಲ್ಲೆಯಾದುದು ಈ ಕಥೆಯ ವಿಷಬೀಜ. ಇದು ಹೆಮ್ಮರವಾಗಿ ಬೆಳೆದು ಸಂಕಲ್ಪಹಿಂಸೆಯ ಫಲವಾಗಿ ಯಶೋಧರ ಮತ್ತು ಅವನ ತಾಯಿ ಚಂದ್ರಮತಿಯರು ಅನೇಕ ಜನ್ಮಗಳಲ್ಲಿ ಪಶುಪಕ್ಷಿಗಳಾಗುತ್ತಾರೆ. ಕೊನೆಯ ಜನ್ಮದಲ್ಲಿ ಅಹಿಂಸೆಯ ವ್ರತ ತೊಟ್ಟು ಯಶೋಧರನ ಮಗನಾದ ಯಶೋಮತಿಯ ಹೊಟ್ಟೆಯಲ್ಲಿ ಅಭಯರುಚಿ–ಅಭಯಮತಿಗಳಾಗಿ ಹುಟ್ಟಿ ಬಾಲ್ಯದಲ್ಲಿಯೇ ಜೈನದೀಕ್ಷೆ ವಹಿಸುತ್ತಾರೆ, ಅಮೃತಮತಿ ನರಕ ಸೇರುತ್ತಾಳೆ. ಚಂಡಮಾರಿಗೆ ಪ್ರಾಣಿಬಲಿಯನ್ನು ಕೊಡುತ್ತಿದ್ದ ಮಾರಿದತ್ತ ರಾಜನು ಬಲಿಗೆಂದೊಡ್ಡಿದ ಅಭಯರುಚಿ–ಅಭಯಮತಿಯರು ಹೇಳಿದ ಕಥೆಯಿಂದ ಮನಸ್ಸು ತಿರುಗಿ ಹಿಂಸೆಯನ್ನು ತೊರೆದು ದೀಕ್ಷೆವಹಿಸುತ್ತಾನೆ, ಸದ್ಗತಿಯನ್ನು ಹೊಂದುತ್ತಾನೆ. ಹಿಂಸೆಯ ದುಷ್ಫಲ, ಅಹಿಂಸೆಯ ಸತ್ಫಲವನ್ನು ಎತ್ತಿತೋರಿ ಜೀವದಯೆಯ ಮಹತ್ವವನ್ನು ತಿಳಿಸಿಕೊಡುವ ಜೈನಧಾರ್ಮಿಕ ಕಥೆಯಿದು. ಮತ ಪರಂಪರೆಯಲ್ಲಿ ರೂಢವಾದ ಈ ಕಥೆಯನ್ನು ಜನ್ನನು ಇದ್ದಂತೆ ಸ್ವೀಕರಿಸಿದ್ದಾನೆ. ಆದರೆ ಅದನ್ನು ನಿರೂಪಿಸುವಲ್ಲಿ ತನ್ನ ದೃಷ್ಟಿವಿಶೇಷವನ್ನೂ ಕಲ್ಪನಾವಿಲಾಸವನ್ನೂ ಮೆರೆದಿದ್ದಾನೆ. ವಾದಿರಾಜನ ಸಂಸ್ಕೃತಮೂಲವನ್ನು ಅನುಸರಿಸಿದಲ್ಲಿ ತನ್ನ ಕಲೆಯ ಕುಂಚದಿಂದ ಮೂಲದ ಕಾಂತಿಯನ್ನು ಹೆಚ್ಚಿಸಿದ್ದಾನೆ. "ಒಟ್ಟಿನಲ್ಲಿ ಜನ್ನನ ಕನ್ನಡ ಕೃತಿ ಸಂಸ್ಕೃತ ಕೃತಿಯ ಸರಳಾನುವಾದ ಎನ್ನಬಹುದು."[2] ಸರಳಾನುವಾದವೆನ್ನುವುದಕ್ಕಿಂತ ವಿರಳಾನುವಾದ, ಉಜ್ವಲವಾದ ಪ್ರತಿರೂಪಣವೆನ್ನುವುದು ಲೇಸು. "ಜನ್ನನ ಕೃತಿ ವಾದಿರಾಜನ ಕೃತಿಯ ಅನುವಾದವೆಂದಮಾತ್ರಕ್ಕೆ ಕನ್ನಡದ್ದು ಸಂಸ್ಕೃತದ ಪಡಿಯಚ್ಚೆಂದಲ್ಲ ; ಕನ್ನಡ ಕವಿಯ ಕೈವಾಡವಿಲ್ಲವೆಂದಲ್ಲ. ಜನ್ನಕವಿ ಎಡೆಯರಿತು ಕೆಲವನ್ನು ಹಿಗ್ಗಿಸಿದ್ದಾನೆ. ಕೆಲವನ್ನು ಅಡಕಿಸಿದ್ದಾನೆ. ಮೂಲದಲ್ಲಿ ಅನಗತ್ಯವೆಂದು ತೋರಿದ ಒಂದೆರಡು ಅಂಶಗಳನ್ನು ಬಿಟ್ಟಿದ್ದಾನೆ, ಭಾವಪುಷ್ಟಿಗಾಗಿಯೂ ಅರ್ಥಪ್ರಸಾದಕ್ಕಾಗಿಯೂ ಮೂಲದಲ್ಲಿಲ್ಲದ್ದನ್ನು ಹೊಸದಾಗಿ ಸೇರಿಸಿದ್ದಾನೆ."[3] ಇದು ಸರಿಯಾದುದೇ. ಆದರೆ ಈ ಬಗೆಯ ಅನುವಾದಕ್ಕೆ ಪ್ರೇರಕ ತತ್ತ್ವವಾಗಿ ಇದ್ದುದು ಮೂಲವನ್ನು ಉತ್ಕಟವಾದ ರಸಚಿತ್ರವಾಗಿಸಿ ತೋರಿಸಬೇಕೆಂಬ ಉನ್ನತ ವಾದ ಸೌಂದರ್ಯಪ್ರಜ್ಞೆ, ಸೂಕ್ಷ್ಮವಾದ ಔಚಿತ್ಯದೃಷ್ಟಿ. ಇಲ್ಲದಿದ್ದರೆ ಈ ಕಥೆ ನೀತಿಬೋಧಕ ವಾದ ಸಾಧಾರಣ ಕಲೆಯ ಮತೀಯ ಕಥೆಯಾಗುತ್ತಿತ್ತು. ಇದಿದ್ದ ಮೂಲಕವೇ ಇದು ನೀತಿ ಯನ್ನು ಬೋಧಿಸಿದರೂ ಅಸಾಧಾರಣ ಕಲೆಯ ಮತೀಯ ಮತ್ತು ಮತಾತೀತ ಕಥೆಯಾಗಿದೆ. ಜನ್ನನ ಕೈವಾಡಕ್ಕೆ ಉದಾಹರಣೆಯಾಗಿ ಒಂದೆರಡನ್ನು ನೋಡಬಹುದು. ತಾನೊಲಿದ ಮಾವುತನು ಅತ್ಯಂತ ಕುರೂಪಿಯೆಂದು ಗೊತ್ತಾದರೂ "ಮರುಳೇ ಪೊಲ್ಲಮೆಯೆ ಲೇಸು ನಲ್ಲರ ಮೆಯ್ಯೊಳ್" (ಯ.ಚ., ೨–೪೨) ಎಂದು ಅಮೃತಮತಿ ಸಾರುತ್ತಾಳೆ. ಮೂಲಕ್ಕನುಸರಿಸಿ "ಇಂದೆನಗಾತನೆ ಕುಲದೈವಂ ಕಾಮದೇವನಿಂದ್ರಂ ಚಂದ್ರಂ" (೨–೪೩) ಎಂದು ಹೇಳಿದ್ದರೂ ಮೇಲಿನದು ಮಾತ್ರ ಮೂಲದಲ್ಲಿಲ್ಲ. 'ಒಲಿದವನೇ ಚೆಲುವನು' ಎಂಬ ಭಾವದೊಡನೆ "ಚೆಲುವಿಕೆಯಿಲ್ಲದಿರುವುದೇ ಒಲಿದವನಿಗೆ ಲೇಸು" ಎಂಬ ಭಾವಕ್ಕೆ ಹೋಗಿ ಮುಟ್ಟಿದ ಅಮೃತಮತಿ ಎಷ್ಟು ಗಾಢಮೋಹ ದಿಂದ ಕೂಡಿದ್ದಳೆಂಬುದನ್ನು ಇಲ್ಲಿ ಕಾಣುತ್ತೇವೆ. ಯಶೋಧರನು ತಿಳಿಯದೆ ಬೆಂಬತ್ತಿಹೋಗಿ ಅವಳ ಬೇಟವನ್ನು ನೋಡಿ ಕೊಲ್ಲಲೆತ್ತಿದ ಕತ್ತಿಯನ್ನು ಹಿಂದೆಗೆದು ಬಂದ ಸಂನಿವೇಶವು ಮೂಲ ದಂತೆ ಇದ್ದರೂ ಅದರ ನಿರೂಪಣೆಯಲ್ಲಿ ಜನ್ನನ ಕಲಾದೃಷ್ಟಿ ಫಲಿಸಿದೆ. "ತ್ವಂ ಜೀವಿತವ್ಯಂ ಮಮ

ಯಾವದಾಯುಃ ಅನಾದರಸ್ತ್ವಯ್ಯಥ ಕಿಂ ಮಮ ಸ್ಯಾತ್'' ಎಂಬ ಮೂಲವನ್ನು ಅನುವಾದಿಸುತ್ತ "ನಿನ್ನುೞಿದೊಡೆ ಸಾವವಳೆನಗೆ ಮಿಕ್ಕ ಗಂಡರ್ ಸಮಸೋದರರರೆಂದು ತಿಳಿಪಿದಳ್ ನಂಬುಗೆಯಂ" (೨–೫೨) ಎಂದು ಜನ್ನನು ಬರೆದಿದ್ದಾನೆ. ಇದರಲ್ಲಿ ಎಂಥ ನಾಟ್ಯಮಯವಾದ ವ್ಯಂಗ್ಯವಿದೆ! ಮಾಡಿಕೊಂಡ ಗಂಡನ ಕಿವಿಯಲ್ಲಿ ಕಾದ ಸೀಸವನ್ನು ಸುರಿಯುವಂಥ, ಜಾರಿ ಜಾರೆಯಾದ ಹೆಂಡತಿಯ ಬಾಯಲ್ಲಿ ಸಹಜವಾಗಿ ಬಂದಂಥ ನುಡಿಕಿಡಿಯಿದು! "ಆಗಳ್ ಬಾಳ್ ನಿಮಿರ್ದುದು ತೋಳ್ ತೂಗಿದುದು ಮನಂ ಕನಲ್ದುದು ಎರಟ್ ಭಾಗಂ ಮಾಡಲ್, ಧೃತಿ ಬಂದಾಗಳೆ ಮಾಣೆಂಬ ತೆಱದೆ ಪೇಸಿದನರಸಂ" (೨–೫೩). ಈ ಪದ್ಯದಲ್ಲಿಯ ಕ್ರೋಧರಸ, ಅದನ್ನು ತಡೆದ ಧೃತಿ ಅಡಕವಾದ ಚಿತ್ರವಾಗಿ ಮನಸ್ಸಿನಲ್ಲಿ ಅಚ್ಚೊತ್ತಿ ನಿಲ್ಲುತ್ತವೆ. ಅಂತೆಯೇ "ಜನ್ನನು ತನ್ನ ಕಾವ್ಯದ ಪ್ರತಿಯೊಂದು ಪದ್ಯವನ್ನೂ ವಾದಿರಾಜನ ಕಾವ್ಯದ ಪದ್ಯಗಳನ್ನೇ ಮನಸ್ಸಿನಲ್ಲಿಟ್ಟುಕೊಂಡು ಬರೆದಿದ್ದರೂ ತಾನು ಮುಟ್ಟಿದುದೆಲ್ಲವನ್ನೂ ಚಿನ್ನವನ್ನಾಗಿ ಮಾಡಿರುವನು"[4] ಎಂಬ ಹೇಳಿಕೆ ಯಥಾರ್ಥವಾಗಿದೆ.

ಕಾವ್ಯಧರ್ಮ ಮತ್ತು ಧರ್ಮವನ್ನು ಸಮನ್ವಯಗೊಳಿಸಬೇಕೆಂಬ ಹಂಬಲ ಆದಿಪಂಪನಿಂದ ಮೊದಲಾಗಿ ಕನ್ನಡ ಸಾಹಿತ್ಯದಲ್ಲಿ ಮುಂದೆಲ್ಲ ಪ್ರಕಟವಾಗಿದೆ. ಸಮನ್ವಯಸಿದ್ಧಿ ಬೇರೆಬೇರೆಯಾಗಿದ್ದರೂ ಹಂಬಲೊಂದೇ. ಜನ್ನನು ತನ್ನ 'ಯಶೋಧರಚರಿತೆ'ಯಲ್ಲಿ ಈ ಸಿದ್ಧಿಯನ್ನು ಬಹುಮಟ್ಟಿಗೆ ಪಡೆದಿದ್ದಾನೆ. ಕಾವ್ಯಧರ್ಮವನ್ನು ನಿಷ್ಠೆಯಿಂದ ಪಾಲಿಸಿ ಜೈನಧರ್ಮದ ತತ್ತ್ವವನ್ನು ಬೋಧಿಸಿದ್ದಾನೆ, ವಿಶ್ವಧರ್ಮದ ರಹಸ್ಯವನ್ನು ಸೂಚಿಸಿದ್ದಾನೆ. ಈ ಹೇಳಿಕೆಯ ಸತ್ಯವನ್ನು ಕೆಣಕುವ ಸಂಶಯಗಳು ಇಲ್ಲದಿಲ್ಲ. ಈ ಕಥಾನಕದಲ್ಲಿ ಒದಗಿದ ದುರಂತಪರಂಪರೆಗೆ ಕಾರಣವಾದುದು ಅಮೃತಮತಿಯ ಕುರುಡುಮೋಹ. ಆದರೆ "ಒಂದು ಗಳಿಗೆಯ ಗಾನಕ್ಕೆ ಬಲಿಬೀಳುವಷ್ಟು ಹಗುರವಾಗಿತ್ತೇ ಅವಳ ನಿಡುಬಾಳಿನೊಲವು?"[5] ಎಂಬ ಪ್ರಶ್ನೆ ಹುಟ್ಟುತ್ತದೆ. ಈ ಸಂದರ್ಭದಲ್ಲಿ ಬೇಕಾಗಿದ್ದ ಮಾನಸಿಕ ವಿಶ್ಲೇಷಣವು ಸ್ಫುಟವಾಗಿಲ್ಲವೆಂಬುದು ನಿಜ. ಆದರೆ ಈ ಕಥೆಯನ್ನು ಇಡಿಯಾಗಿ ಜನ್ನನು ನೋಡಿದ ದೃಷ್ಟಿಯನ್ನು ಅರಿತುಕೊಂಡರೆ ಅದನ್ನು ನಾವು ಅರ್ಥಮಾಡಿಕೊಳ್ಳಬಹುದು. ಕಾಮವೆಂಬುದು ಅದಮ್ಯವಾದ ಶಕ್ತಿ, ಅದ್ಭುತವೇಗದಿಂದ ಆಕ್ರಮಿಸುವ ಶಕ್ತಿ, ಅದಕ್ಕೆ ದುರ್ವಿಧಿಯ ಸಹಾಯವೊಂದು ದೊರೆತರೆ ಬೇಕಾದ ಅನಾಹುತವನ್ನದು ಎಸಗಬಲ್ಲದು. ಅಂತೆಯೇ ಅಮೃತಮತಿ ಈ ಎರಡು ಶಕ್ತಿಗಳ ಸುಂಟರಗಾಳಿಯಲ್ಲಿ ಸಿಕ್ಕಿದ ತರಗೆಲೆಯಾದಳು. ಆಮೇಲೆ ಅವಳ ದುಷ್ಕಾಮವೇ ಅವಳ ತರ್ಕವಾಯಿತು. ಹೀಗೆ ಜನ್ನನ ಆಶಯವಿರಬೇಕೆಂಬುದನ್ನು "ಮನಸಿಜನ ಮಾಯೆ ವಿಧಿವಿಲಸನದ ನೆರಂಬಡೆಯೆ ಕೊಂದು ಕೂಗದೆ ನರರಂ" (೨–೬೧) ಎಂಬ ಮಾರ್ಮಿಕವಾದ ಅವನ ಉಕ್ತಿಯಿಂದ ಊಹಿಸಬಹುದು. ಇಷ್ಟಾದರೂ ಈ ಕಥಾಭಾಗದ ವಿಷಯದಲ್ಲಿ ಅತೃಪ್ತಿ ಉಳಿದರೆ ಅದು ಸಹಜ. ಜನ್ನನು ವಿದ್ಯುದ್ವೇಗದ ಕಥನತಂತ್ರವನ್ನು ಅನುಸರಿಸಿದ್ದ ಕಾರಣ ಇನ್ನಿಷ್ಟು ಮನವರಿಕೆಯಾಗುವಂತೆ ಈ ಭಾಗವನ್ನು ಚಿತ್ರಿಸಿಲ್ಲವೆಂಬುದನ್ನು ಒಪ್ಪಬೇಕು. ಮುಂದೆ ತಾಯಿಯ ಮಾತನ್ನು ಕೇಳಿ ಹಿಟ್ಟಿನಕೋಳಿಯ ಬಲಿಕೊಡಲು ಯಶೋಧರನು ಕೊನೆಗೆ ಅಣಿಯಾಗುತ್ತಾನೆ. ಅದರಿಂದಲೇ ತಾಯಿ ಮಕ್ಕಳ ಜನ್ಮಾಂತರಕರ್ಮಭೋಗಕ್ಕೆ ಬೀಜ ಬಿತ್ತಿದಂತಾಯಿತು. ಇಲ್ಲಿಯೂ ಅದೇ ಮಾಯೆ.

ಅಮೃತಮತಿಯೆಂಬ ಪಾತಕಿ-
ಯ ಮಾಯೆ ಬನವಾಯ್ತು ಚಂದ್ರಮತಿಮಾತೆಯ ಮಾ- ।
ತೆಮಗೆ ಬಲೆಯಾಯ್ತು ಹಿಂಸನ-
ಮಮೋಘಶರಮಾಯ್ತು ಕೆಡೆದುದಾತ್ಮಕುರಂಗಂ ॥ (೩–೨೮)

ಎಂದು ಸಾಭಿಪ್ರಾಯವಾಗಿ ಜನ್ನನು ಹೇಳಿದ್ದಾನೆ. ಅಮೃತಮತಿಯ ಶತಮುಖವಾದ ಅಧಃಪಾತ,

ಯಶೋಧರನ ಸಂಯಮ, ಉದಾತ್ತತೆ, ಧರ್ಮಸಂಕಟ, ದೌರ್ಬಲ್ಯ, ಯಶೋಮತಿಯ ಸಂಪ್ರದಾಯ ಮೂಢತೆ ಈ ಮನುಷ್ಯಸ್ವಭಾವದ ಏಳುಬೀಳುಗಳನ್ನು ಸಮರ್ಪಕವಾಗಿ ಚಿತ್ರಿಸುತ್ತ ಅವನು ತೀವ್ರವಾಗಿ ಮನವರಿಕೆಯಾಗುವ ಕಥೆಯನ್ನು ಸರಸರನೆ ಹೆಣೆದಿದ್ದಾನೆ. ಉತ್ತರಭಾಗದಲ್ಲಿ ಭವಾವಳಿಯನ್ನು ನಂಬಲು ಜೈನಧರ್ಮಕ್ಕೆ ಮೊರೆಹೋಗಬೇಕಾದರೂ ಮಾನಸಿಕ ಹಿಂಸೆಗೆ ವಿಧಿಯ ದಂಡನೆಯೆಂದು ನಾವು ಒಂದು ಕ್ಷಣ ಅದನ್ನು ಒಪ್ಪುತ್ತೇವೆ. ಜಾತಿಸ್ಮರತೆಯ ಮುನಿಸು–ಮರುಕಗಳನ್ನು ಮೆಚ್ಚುತ್ತೇವೆ. ಜನ್ಮಾಂತರದ ಅನುಭವದಿಂದ ಪುನೀತನಾದ ಯಶೋಧರನು ಅಭಯರುಚಿಯಾಗಿ ಹುಟ್ಟಿ ತನ್ನ ಕತೆಯನ್ನೇ ಹೇಳುವಾಗ ಸಾಕ್ಷಿಭಾವದಿಂದ ಕೊಡುವ ರಸಚಿತ್ರ, ಮಾಡುವ ತತ್ತ್ವಪ್ರಖ್ಯೆ ಅರ್ಥವತ್ತಾಗಿವೆ. ತೀ. ನಂ. ಶ್ರೀಯವರು ಹೇಳಿದಂತೆ "ರತಿರಹಸ್ಯವನ್ನು ಬಣ್ಣಿಸುವುದಕ್ಕಿಂತಲೂ ಪ್ರಣಯಸಮಸ್ಯೆಯನ್ನು ಬಿಡಿಸುವುದರ ಕಡೆಗೆ ಅವನ ಆಸಕ್ತಿ ಹೆಚ್ಚು. ಅದೇ ಅವನ ವೈಶಿಷ್ಟ್ಯ – ಅವನ ಕಾವ್ಯದ ಸತ್ತ್ವ."[6] ಮನುಷ್ಯಸ್ವಭಾವ, ವಿಧಿವಿಲಾಸ, ಧರ್ಮತತ್ತ್ವ ಇವೆಲ್ಲಕ್ಕೂ ಸರಿಹೋಗುವಂತೆ 'ಯಶೋಧರಚರಿತೆ'ಯಲ್ಲಿ ಜನ್ನನು ಉಜ್ಜ್ವಲವಾದ ರೀತಿಯಲ್ಲಿ ಪ್ರಣಯಸಮಸ್ಯೆಯೊಂದನ್ನು ಚಿತ್ರಿಸಿ ಹಿಂಸೆ–ಅಹಿಂಸೆಗಳ ಪರಿಣಾಮವನ್ನು ನಿರೂಪಿಸಿದ್ದಾನೆ, ಕಾಂತಾಸಂಮಿತಿಯಿಂದ ಉಪದೇಶ ಮಾಡಿದ್ದಾನೆ.

ಕಥನ, ಪಾತ್ರಚಿತ್ರಣ, ಪೃಥಕ್ಕರಣ ಇವುಗಳ ಜೊತೆಗೆ ಸೂಕ್ಷ್ಮಸಂಪನ್ನವಾದ ರೂಪಕಶಕ್ತಿ ಮತ್ತು ಶಬ್ದಶಕ್ತಿಗಳು 'ಯಶೋಧರಚರಿತೆ'ಗೆ ಮಹಾಕೃತಿಯ ಪಟ್ಟಗಟ್ಟಲು ಕೈಗೊಟ್ಟಿವೆ. ಮೊದಲಿನಿಂದ ಕೊನೆಯವರೆಗೆ ಈ ಶಕ್ತಿಗಳು ಜನ್ನನ ಉಜ್ಜ್ವಲ ಪ್ರತಿಭೆಗೆ ಸಾಕ್ಷಿಯಾಗಿ ಬಂದಿವೆ. ದೇವಿಯ ಜಾತ್ರೆಯಲ್ಲಿ—

ಸಿಸಿರಮನೆ ಪಿಡಿದು ಪರಕೆಗೆ
ಬಸಂತನೆಲರ್ವೊಯ್ದ ಮಾವಿನಡಿಮಂಚಿಕೆಯೊಳ್ ।
ಕುಸುರಿದಱಿದಡಗಿನಂತೆವೊ-
ಲೆಸೆದುವು ತದ್ವನದೊಳುದಿರ್ದ ಮುತ್ತದ ಮುಗುಳ್ಗಳ್ ॥ (೧–೩೬)

ಇಲ್ಲಿ ವಸಂತವರ್ಣನೆಯಲ್ಲಿ ಜಾತ್ರೆಯ ಭೀಕರಚಿತ್ರವೂ ಬೆರೆತುಕೊಂಡಿದೆ. ಜನ್ನನ ಕಲ್ಪಕತೆ ಎಷ್ಟು ಸೂಕ್ಷ್ಮವೋ ಅಷ್ಟು ಚಮತ್ಕೃತಿಪೂರ್ಣವೂ ಆಗಿರುತ್ತದೆ. ಒಮ್ಮೊಮ್ಮೆ ಅದು ಶುಷ್ಕ ಚಮತ್ಕೃತಿಯಾಗಬಹುದು. ಆದರೆ ಅದು ಅದರ ಸ್ಥಿರಲಕ್ಷಣವಲ್ಲ. "ವಾರಿಯ ಬೀರರ್.... ಪಾಪದ ಜೋಳದ ಬೆಳಸಿಂಗೆ ಬೆರ್ಚುಗಟ್ಟಿದ ತೆಱದಿಂ" (೧–೫೫) ಇದ್ದರಂತೆ, ಮಾವತಿಗನ "ನುಣ್ದನಿ ನಿದ್ರೆಗೆ ಕತಕ ಬೀಜಮಾಯ್ತೆನೆ ಮೃಗಲೋಚನೆ ತಿಳಿದಾಲಿಸಿ ಮುಟ್ಟಿದ ಮನಮಂ ತೊಟ್ಟನೆ ಪಸಾಯದಾನಂಗೊಟ್ಟಳ್" (೧–೨೮) ; "ತಲೆಯಿಂ ಕುಕ್ಕೂಕೂಯೆಂಬುಲಿ ನೆಗೆದುದು ಕೂಗಿ ಕರೆವ ದುರಿತಂಗಳ ಬಲ್ಲುಲಿಯೆನೆ" (೩–೨೫). ಹೀಗೆ ದಣಿಯದೆ ಸೋಲದೆ ಬಂದ ರೂಪಕಶಕ್ತಿ ಗ್ರಂಥಾಂತ್ಯದಲ್ಲಿಯೂ "ಪರಮಜಿನೇಂದ್ರಶಾಸನವಸಂತದೊಳ್ ಈ ಕೃತಿ ಕೋಕಿಲ ಸ್ವನಂ" (೪–೮೬) ಎಂದುಸುರಿ ನಮ್ಮಲ್ಲಿ ಮೆಚ್ಚಿಗೆಯ ಮಾರ್ದನಿಯನ್ನು ಹುಟ್ಟಿಸುತ್ತದೆ. ಕಥನವೇಗದಿಂದಲೂ ಬಂಧದ ಬಿಗುಹಿನಿಂದಲೂ ಶೈಲಿ ಆಗಾಗ ಕ್ಲಿಷ್ಟವಾಗಿದ್ದರೂ ಕನ್ನಡದೇಸಿಯ ವೆಗ್ಗಳದಿಂದ ಕೂಡಿದೆ. ಸಮಯೋಚಿತವಾಗಿ "ದೂದವಿ ನೀನೆನ್ನ ಕೊಂದೆ" ಎಂಬ ಸರಳ ಪ್ರಯೋಗಗಳ ಧ್ವನಿಸ್ವಾರಸ್ಯವನ್ನೂ "ಕಾಲ್ ಮಱೆಯಿಸುವುದು ಟೊಂಕ ಮುಱಿದ ಕತ್ತೆಯ ಕಾಲಂ" ಎಂಬ ಗ್ರಾಮ್ಯರೂಪಗಳ ಸವಿಯನ್ನೂ ಒಳಗೊಂಡಿದೆ.

'ಅನಂತನಾಥಪುರಾಣ' ೧೪ ಆಶ್ವಾಸಗಳುಳ್ಳ ೧೪ನೆಯ ತೀರ್ಥಂಕರನ ಚರಿತಪುರಾಣ, ಪಂಪಾದಿಗಳಿಂದ ಬೆಳೆದುಬಂದ ಜೈನಪುರಾಣಮಂದಿರಕ್ಕೆ ಜನ್ನನ ಜಿನಮೂರ್ತಿರೂಪವಾದ ಕಾಣಿಕೆ.

ಸಂಸ್ಕೃತ ಉತ್ತರಪುರಾಣ, ಕನ್ನಡ ಚಾವುಂಡರಾಯಪುರಾಣದ ತೀರ ಸ್ವಲ್ಪವಾದ ಆಕರಗಳಿಂದ ಸ್ಫೂರ್ತಿಹೊಂದಿ ವಿಸ್ತಾರವಾದ ಪುರಾಣವನ್ನು ಜನ್ನ ರಚಿಸಿದ್ದಾನೆ. ಚಂಪೂಕಾವ್ಯದ ಅಷ್ಟಾದಶ ವರ್ಣನೆಯ ಪ್ರೌಢಿಮೆ, ಜೈನಪುರಾಣದ ಅಷ್ಟಾಂಗರೂಢಿ ಇವುಗಳಿಂದ ಈ ಕಾವ್ಯ ಉದ್ದಕ್ಕೂ ಹೇಳಿಕೊಳ್ಳುವಂಥ ಕಥೆಯಿಲ್ಲದೆ ಬೆಳೆದುಕೊಂಡಿದೆ. ಅನಂತಜಿನನ ಪಂಚಕಲ್ಯಾಣಗಳ ಪರಿವಿಡಿ ಭವ್ಯವಾಗಿದ್ದರೂ ಸಾಂಪ್ರದಾಯಿಕವಾಗಿದ್ದ ಕಾರಣ ಅದಕ್ಕೆ ನವೀನ ರುಚಿಯಿಲ್ಲ. ನಡುನಡುವೆ ತೂರಿಬರುವ ವರ್ಣನೆಗಳಲ್ಲಿ ಜನ್ನನ 'ಕವಿತಾಪ್ರೋತ್ತುಂಗಸಂಪತ್ತಿ' (೧–೬೨) ಕಣ್ಣುಸೆಳೆದರೂ ಮತೀಯ ಕೋಶದಂತೆ ಬಿತ್ತರಿಸಿದ ವಿವರಗಳಿಂದ ಆಸಕ್ತಿ ಕುಗ್ಗುತ್ತದೆ. ಕಥೆಯಿಲ್ಲವೆಂದು ಮುಖ್ಯ ವಿಷಯಕ್ಕೆ ಸಂಬಂಧಿಸಿ ಹೇಳಬಹುದಾದರೂ ಸಂದರ್ಭವಶವಾಗಿಬಂದ ಚಂಡಶಾಸನನ ದುರಂತ ಕಥೆಯನ್ನು ಕುರಿತಲ್ಲ. 'ಅನಂತನಾಥಪುರಾಣ'ದ ಮಹಾರಣ್ಯದಲ್ಲಿ ಇದೊಂದು ಚೆಲುವಿನ ಕೊಳ. ಗೆಳೆಯನಾದ ವಸುಷೇಣನ ಚೆಲುವೆಯಾದ ಹೆಂಡತಿ ಸುನಂದೆಯನ್ನು ಅವನಲ್ಲಿ ಅತಿಥಿಯಾಗಿ ಹೋದಾಗ ಮೋಹಿಸಿ ಅವಳನ್ನು ಚಂಡಶಾಸನನು ಮೋಸದಿಂದ ಕರೆದೊಯ್ಯುತ್ತಾನೆ. ತರತರ ದಿಂದ ಅವಳನ್ನು ಒಲಿಸಿಕೊಳ್ಳಲು ಹವಣಿಸುತ್ತ ವಸುಷೇಣನ ತರಿದ ತಲೆಯನ್ನು ಮೋಡಿಕಾರನಿಂದ ದೊರಕಿಸಿ ತೋರಿಸುತ್ತಾನೆ. ಅದನ್ನು ನೋಡಿ ಅವಳು ಸಾಯುತ್ತಾಳೆ. ಅವಳನ್ನಪ್ಪಿ ಅವನು ಸಾಯುತ್ತಾನೆ. ಅವನೊಡನೆ ಕಾಳಗಕ್ಕೆ ಬಂದ ವಸುಷೇಣನು ಇದನ್ನರಿತು ಪ್ರಪಂಚಕ್ಕೆ ಹೇಸಿ ತಪಸ್ಸಿಗೆ ಹೊರಡುತ್ತಾನೆ. ಈ ಕಥಾಭಾಗದಲ್ಲಿ ಜನ್ನನು ತನ್ನ ಉನ್ನತ ಶಕ್ತಿಯನ್ನು ತೋರಿದ್ದಾನೆ. ಪುರಾಣ ಕಾವ್ಯದ ಪ್ರೌಢಾವೇಶದಲ್ಲಿಯ ಸಂಸ್ಕೃತಪ್ರಚುರಶೈಲಿ, ಅಲಂಕಾರವಿದಗ್ಧತೆ ಈ ಭಾಗವನ್ನೂ ಆವರಿಸಿದೆಯಾದರೂ ಸಂನಿವೇಶನಿರ್ಮಾಣ, ಪಾತ್ರವಿಕಾಸ ದುರಂತದರ್ಶನಗಳಲ್ಲಿ ಪ್ರಣಯ ಸಮಸ್ಯೆಯ ಪುರುಷಮುಖವನ್ನು ತೋರಿಸುವ ಉಜ್ವಲ ಕೃತಿಯಾಗಿ ಇದು ಪರಿಣಮಿಸಿದೆ. 'ಯಶೋಧರ ಚರಿತೆ'ಯಲ್ಲಿಯ ಸೂಕ್ಷ್ಮವಿವೇಚನೆ, ರೂಪಕಸಂಪತ್ತಿ ಇಲ್ಲಿ ಔಚಿತ್ಯದೃಷ್ಟಿಯೊಡನೆ ಬೆರೆತುಕೊಂಡಿವೆ. ಸುನಂದೆ ಚಂಡಶಾಸನನ ಕೈಯಲ್ಲಿ ಸಿಕ್ಕು ಸಿಟ್ಟುಬೆಂಕಿಯಾಗಿ "ಬೂತೆ ಪಾಟ್ಮನೆ ಯೊಳ್ ನಾಯ್ ಘೃತಭಾಂಡಮಂ ತೆಗೆವವೊಲ್ ಕಳ್ದೊಯ್ದುದು ಆಳ್ದಾಟಿಯೇ" (೧೧–೪೭) ಎನ್ನುತ್ತಾಳೆ. ವಿಧಿ ವಿಲಸನದ ಅರಿವು ಇಲ್ಲಿಯೂ ಮೂಡಿದೆ. 'ಬಿದಿಯೆಂಬ ಮದಗಜಂ ನೃಪಸದನ ಸರೋವರ ದೊಳೆ(ಳಿ)ಟಿದು ಸೆಳೆತಂದು ವನಾಂತದೊಳಿಕ್ಕಿದ ಬಾಳಮೃಣಾಳದವೊಲ್" (೧೧–೮೭) ಸತಿಸುನಂದೆ ಕೊರಗಿದಳಂತೆ. ಮನಸಿಜನ ಮಾಯೆ ಮತ್ತು ವಿಧಿವಿಲಸನದ ಗೆಳೆತನದಿಂದ ಉಂಟಾಗುವ ಅನಾಹುತವನ್ನು "ಸ್ಮರನೊಳ್ ದಾಯಿಗನಾಗಿ ಬೆಂದ ವಿಧಿಯೊಂದಂ ಮಾಡಿದಂ" (೧೨–೭) ಎಂಬಲ್ಲಿ ಹೇಳಿದೆ. "ಹೃದಯದೊಳಿರ್ದ ವಲ್ಲಭನನಾಕ್ಷಣ ಭೀತಿವನೀಕ್ಷಿಪಂತೆ ಮುಚ್ಚಿದುವಲರ್ಗಣ್" (೧೨–೪) ಎಂದು ಮುಂತಾದ ಪದ್ಯದಲ್ಲಿ ಸುನಂದೆಯ ಮರಣಚಿತ್ರ ಹೃದಯವಿದಾರಕವಾಗಿದೆ. ಪೀಠಿಕಾ ಭಾಗದಲ್ಲಿ—

> ಅರಿದಿರು ಬಾಳಬಟ್ಟೆ, ಪರಮಾಗಮಮಲ್ಲದೆ ಜಾರಚೋರವೀ-
> ರರ ಕಥೆಯಂತೆ ಬಾಯ್ಸವಿಯ ಮಾತುಗಳಂ ಬಱಿಕೆಯ್ವ ಚರ್ಚೆಯ- ।
> ಲ್ಲರುಹನ ಮೂರ್ತಿಯಂತಿರೆ ನಿರಾಭರಣಂ ಮೆಱೆಯಲ್ಕೆ ಪೇಳ್ದಪೆಂ
> ಚರಿತಪುರಾಣಮಂ ಬಱಿದೆ ಪೆಟ್ಟಿಪೆನೆಂದೊಡೆ ತಿರ್ದುವಪ್ಪುದೇ ॥ (೧–೩೬)

ಎಂದು ಜನ್ನನು ಆಪ್ತತೆಯಿಂದ ಹೇಳಿಕೊಂಡಿದ್ದಾನೆ. ಆದರೆ ವಿಧಿವಿಲಾಸವು ಅವನನ್ನೂ ಬಿಡಲಿಲ್ಲ. "ನಿಯತಿಯನಾರ್ ಮೀಱಿದಪರ್" ಎಂದವನೇ ಹೇಳಿದಂತೆ ಈ ಪುರಾಣದಲ್ಲಿ ಜಾರನಾದ ಚಂಡಶಾಸನನ ಕಥೆ ಸೇರಿಕೊಂಡಿತು. ಅವನ ಕೊನೆಯ ಬಲಿದಾನದಿಂದ ಉತ್ಕಟಪ್ರೇಮಕ್ಕೆ ನಿದರ್ಶನ ದೊರೆತರೂ ಜಾರತನದ ಆರೋಪದಿಂದ ಅವನನ್ನು ಮುಕ್ತಗೊಳಿಸಲಾರದು. ಬಹುಶಃ ದಂಡಿಯ

'ದಶಕುಮಾರಚರಿತೆ'ಯಂಥ ಕಥೆಗಳನ್ನು ತನ್ನ ಕಟುರೀತಿಯಲ್ಲಿ ಮೊದಲಿಸಿ ಜನ್ನನು ತಾನೇ ಅಂಥ ಮೊದಲಿಕೆಗೆ ಗುರಿಯಾದನು. ವದತೋ-ವ್ಯಾಘಾತವಾದರೂ ಚಿಂತೆಯಿಲ್ಲ, ಕನ್ನಡಕ್ಕೆ ಒಂದು ಪ್ರಭಾವಿಯಾದ ದುರಂತಚಿತ್ರ ದೊರೆಯಿತು, ಜನ್ನನ ಕೀರ್ತಿಗೆ ಕಳಸವಿಟ್ಟಿತು. "ಅರುಹನ ಮೂರ್ತಿಯಂತೆ ನಿರಾಭರಣವು ಮೆರೆಯುವಂತೆ ಹೇಳುತ್ತೇನೆ" ಎಂಬ ಅವನ ಪ್ರತಿಜ್ಞೆಯು ನಿರ್ವಹಣೆ ಹೊಂದಿಲ್ಲ. ಸತ್ಕಾವ್ಯದ ಸಹಜ ಅಲಂಕಾರಗಳಂತಿರಲಿ, ಪ್ರೌಢಕಾವ್ಯದ ಸಾಮಯಿಕ ವರ್ಣನೆಗಳಿಂದಲೂ ವಿದಗ್ಧ ಅಲಂಕಾರಗಳಿಂದಲೂ ಅನಂತಜಿನಮೂರ್ತಿ ಮುಚ್ಚಿಹೋದಂತಾಗಿದೆ. "ಶಾಸ್ತ್ರೋಕ್ತವಾದ ಮಹಾಕಾವ್ಯದ ಲಕ್ಷಣಗಳೆಲ್ಲವೂ ತುಂಬಿತುಳುಕುತ್ತಿರುವುದರಿಂದ ಅದು ಮಹಾಕಾವ್ಯ"[7] ಎಂಬುದರ ಅರ್ಥವೆಂದರೆ 'ಅನಂತನಾಥಪುರಾಣ'ವು ಶಾಸ್ತ್ರೋಕ್ತವಾದ 'ಮಹಾಕಾವ್ಯ'; ನಿಜವಾಗಿ ಮಹಾಕವಿ ಜನ್ನನ ಪ್ರೌಢಪಂಡಿತಕಾವ್ಯ. "ಪರಿಣತ ವಯಸ್ಸಿನಲ್ಲಿ ಬರೆದರೂ ಇದು ಪರಿಪಕ್ವ ಕೃತಿಯಲ್ಲ. ಚಂಡಶಾಸನನ ಕಥೆ ಎಷ್ಟು ಕಲಾತಿಶಯದಿಂದ ಕೂಡಿದ್ದರೂ ಅದು ಅದರ ಅಲ್ಪಭಾಗ ಮಾತ್ರ. "ಪದವಿನ್ಯಾಸದೊಳ್ ಪದವಿಲಾಸಂ, ಸೊಂಪುವೆತ್ತಿರ್ದ ಕಾವ್ಯದ ಮೈಯೊಳ್ ಸಮುದಾಯಶೋಭೆ" (೧–೮) ಎಂಬಲ್ಲಿ ಜನ್ನ ಬಣ್ಣಿಸಿದ ಪದವಿಲಾಸ, ಸಮುದಾಯಶೋಭೆ ಎರಡೂ 'ಯಶೋಧರಚರಿತೆ'ಯಲ್ಲಿವೆ. 'ಅನಂತನಾಥಪುರಾಣ'ದಲ್ಲಿ ಉದ್ದಾಮಪಾಂಡಿತ್ಯ–ಕವಿತ್ವಗಳಿಗೆ ನೆರವಾಗಿ ಪದವಿಲಾಸವಿದೆ, ಸಮುದಾಯ ಶೋಭೆಯಿಲ್ಲ. ಕಾಲಪ್ರಭಾವದಿಂದ ಸಂಪ್ರದಾಯಶರಣನಾಗಿ ಶೃಂಗಾರವನ್ನು ವರ್ಣಿಸಿದರೂ ಅದರ ಜೊತೆಗೆ ಕ್ರಾಂತಿಕಾರಕವಾದ ರೀತಿಯಲ್ಲಿ ಅದಮ್ಯಕಾಮದ ಧರ್ಮವಿರುದ್ಧಪ್ರಣಯದ ಸ್ತ್ರೀಮುಖಿ–ಪುರುಷಮುಖಿಗಳನ್ನು ಉಜ್ವಲವಾಗಿ ಚಿತ್ರಿಸಿ ಜನ್ನನು ಕನ್ನಡಕ್ಕೆ ಸ್ವಂತ ಕಾಣಿಕೆ ಸಲ್ಲಿಸಿದ್ದಾನೆ."[8]

## ಟಿಪ್ಪಣಿಗಳು

1. ತೀ. ನಂ. ಶ್ರೀಕಂಠಯ್ಯ : 'ಕಾವ್ಯಸಮೀಕ್ಷೆ', ಪು. ೫೬.
2. ಕೆ. ವಿ. ರಾಘವಾಚಾರ್ : 'ಯಶೋಧರಚರಿತೆ ಸಂಗ್ರಹ', ಪೀಠಿಕೆ, ಪು. ೩೫.
3. ಅದೇ, ಪು. ೩೬.
4. ಡಿ. ಎಲ್. ನರಸಿಂಹಾಚಾರ್ : ಜನ್ನನೂ ವಾದಿರಾಜನೂ (ಕ.ಸಾ.ಪ., ೧೫–೪, ಪು. ೨೯೮).
5. ಕೆ. ವಿ. ರಾಘವಾಚಾರ್ : 'ಯಶೋಧರಚರಿತೆ ಸಂಗ್ರಹ', ಪೀಠಿಕೆ, ಪು. ೪೬.
6. ತೀ. ನಂ. ಶ್ರೀಕಂಠಯ್ಯ : ಜನ್ನನ ಕಾವ್ಯಗಳಲ್ಲಿ ಪ್ರಣಯನಿರೂಪಣೆ ('ಕಾವ್ಯಸಮೀಕ್ಷೆ', ಪು. ೫೮).
7. ಕೆ. ವಿ. ರಾಘವಾಚಾರ್ : 'ಯಶೋಧರಚರಿತೆ ಸಂಗ್ರಹ', ಪೀಠಿಕೆ, ಪು. ೨೭.
8. ತೀ. ನಂ. ಶ್ರೀಕಂಠಯ್ಯ : 'ಕಾವ್ಯಸಮೀಕ್ಷೆ', ಪು. ೫೫–೭೯. (ಈ ವಿಷಯದ ಸಮರ್ಪಕವಾದ ವಿವೇಚನೆಯನ್ನು ತೀ.ನಂ.ಶ್ರೀ.ಯವರ 'ಜನ್ನನ ಕಾವ್ಯಗಳಲ್ಲಿ ಪ್ರಣಯನಿರೂಪಣೆ' ಎಂಬ ಲೇಖನದಲ್ಲಿ ನೋಡಬಹುದು.)

## ಪ್ರಕರಣ : ೨೦

# ಬಸವ ಯುಗದ ಇತರರು (೧)

೧೩ನೆಯ ಶತಮಾನದವನೆಂದು ತಾತ್ಪೂರ್ತಿಕವಾಗಿ ನಾವು ಗ್ರಹಿಸಿದ ಸೋಮರಾಜನು ಹರಿಹರ ಮಾರ್ಗದ ಚಂಪೂಕಾವ್ಯವನ್ನು 'ಶೃಂಗಾರಸಾರ' ಇಲ್ಲವೆ 'ಉದ್ಭಟಕಾವ್ಯ'ದಲ್ಲಿ ಒದವಿಸಿದ್ದಾನೆ. ಉದ್ಭಟನೆಂಬ ರಾಜನು ಶಿವನನ್ನೊಲಿಸಿ ತನ್ನ ನಗರವನ್ನೆಲ್ಲಾ ಕರೆದುಕೊಂಡು ಕೈಲಾಸಕ್ಕೆ ಹೋದನೆಂಬ ಈ ಕಥೆ ಹರಿಹರನ 'ಉದ್ಭಟರಗಳೆ'ಯಿಂದ ಪ್ರೇರಿತವಾಗಿ ಅವನ 'ಗಿರಿಜಾಕಲ್ಯಾಣ'ಕ್ಕೆ ವಿಶಿಷ್ಟವಾದ ಚಂಪೂರೂಪದಲ್ಲಿ ಮೈವೆತ್ತಿದೆ. ಪ್ರೌಢಕಾವ್ಯದ ಸಾಮಯಿಕವರ್ಣನೆಗಳಿಂದ ಇಡಿಕಿರಿದ ೧೨ ಆಶ್ವಾಸಗಳ ಕಾವ್ಯದಲ್ಲಿ ೧೧ನೆಯ ಆಶ್ವಾಸದಿಂದಲೇ ಮುಖ್ಯಕಥಾನಕವು ಮೊದಲಾಗುತ್ತದೆ. ಹರಿಹರನ ಚಂಪುವಿನ ಓಟ-ನಯ ಇಲ್ಲಿ ಕೆಲಮಟ್ಟಿಗೆ ಸಾಧಿಸಿದೆ. ಅವನ ಕಾವು, ರಭಸಗಳಿಲ್ಲ. ಕಂದ–ವೃತ್ತ–ವಚನಗಳ ನಡುನಡುವೆ ಏಳೆಂಟು ಕಡೆಗಳಲ್ಲಿ ವಿಧವಿಧದ ರಗಳೆ–ತ್ರಿಪದಿಗಳು ಬಂದಿರುವುದು ಈ ಚಂಪುವಿನ ವಿಶೇಷ. ಸೋಮರಾಜನೇ ಹೇಳಿದಂತೆ ಇದು 'ಸತ್ಕೃತಿ ; "ಬಲ್ಲವರೀ ಕೃತಿಯಂ ತಪ್ಪಲ್ಲೆಂದೊಡೆ ಸಾಕು" (೧–೧೭) ಎನ್ನುವಂತಿದೆ. ಆದರೆ "ಕವಿಯಲ್ಲಂ ಶಾಸ್ತ್ರಿಯಲ್ಲಂ ವಿಪುಳಬುಧನುಮಲ್ಲಂ" (೧೩–೧೪೩) —ಎಂಬುದು ಅತಿವಿನಯವಾಗಿ ತೋರುತ್ತದೆ. ಹರಿಹರನ ಪ್ರಭಾವ ಕಾವ್ಯರೂಪ ವಿಷಯಗಳಲ್ಲಿ ಆದರೆ ಅಲ್ಲಮನ ಪ್ರಭಾವ ಸೋಮರಾಜನ ಇಡಿಯ ವ್ಯಕ್ತಿತ್ವವನ್ನು ರೂಪಿಸಿ 'ಪರಮಜ್ಞಾನಿ'ಯನ್ನಾಗಿ ಮಾಡಿದೆ.

> ಶಿವನೆಂದುತ್ತಮಶೈವರೆಂಬುರುಹನೇತ್ರಂಗೆತ್ತು ತಾಂ ವೈಷ್ಣವರ್
> ಹವಿರನ್ನಪ್ರಿಯನೆಂದು ಭೂಮಿದಿವಿಜರ್ ಜೈನರ್ಜಿನಂಗೆತ್ತು ತ- ।
> ಮ್ಮ ವನೆಂದರ್ಚಿಸಲೊಲ್ದು ಸರ್ವಮುಖದಿಂದಂ ಪೂಜೆಗೊಂಡಾವಗಂ
> ಸುವಿಲಾಸಂಬಡೆದೊಪ್ಪುವಲ್ಲಮನೆ ಬೆಚ್ಚಿರ್ಕೆನ್ನ ಚಿತ್ತಾಬ್ಜದೊಳ್ ॥ (೧–೧೦)

ಎಂದು ಅಲ್ಲಮಪ್ರಭುವನ್ನು ಸೋಮನು ಪರಮಾತ್ಮಸ್ವರೂಪನೆಂದು ಬಣ್ಣಿಸಿದ್ದಾನೆ, ತನ್ನ ದೃಷ್ಟಿಯನ್ನು ವಿಶಾಲಗೊಳಿಸಿದ್ದಾನೆ. ಈ ಪದ್ಯವನ್ನು "ಯಂ ಶೈವಾಃ ಶಿವ ಇತ್ಯುಪಾಸತೇ" ಇತ್ಯಾದಿಯಾದ ಪ್ರಸಿದ್ಧ ಶ್ಲೋಕದೊಡನೆ ಹೋಲಿಸಿ ನೋಡುವಂತಿದೆ. "ಗುರುವಲ್ಲಮಾಂಕ ನಾಮಸ್ಮರಣ ಮನೊಂದೊಂದು ನೆವದೊಳಭಿನುತಿಗೈವಂ" (೧–೨೯) ಎಂದು ಗುರುಭಕ್ತಿಯನ್ನು ತೋರಿದ್ದಾನೆ. "ಅಲ್ಲಮಪ್ರಭುವಿನೊಲ್ಮೆಯಿಂ ಈ ಕಮನೀಯ ಕಾವ್ಯಮಂ....ಉಸಿರ್ದೆಂ" (೧೨–೪೪) ಎಂದು ಕೊನೆಗೆ ಹೇಳಿದ್ದಾನೆ.

೧೨, ೧೩ನೆಯ ಶತಕಗಳಲ್ಲಿಯ ಪಲ್ಲಟವು ಮಾರ್ಗಕಾವ್ಯರಚನೆಯನ್ನು ನಿರೋಧಿಸಲಿಲ್ಲ, ಅದರಲ್ಲಿಯೇ ಕೆಲಮಟ್ಟಿನ ವೈವಿಧ್ಯವನ್ನೂ ಸರಳತೆಯನ್ನೂ ಉಂಟುಮಾಡಿತೆಂದು ಈವರೆಗೆ ನೋಡಿದ್ದೇವೆ. ಈ ಯುಗದ ಕೊನೆಯವರೆಗಿನ ಮಾರ್ಗಕಾವ್ಯಗಳು ಸಹ ಈ ಮಾತಿಗೆ ನಿದರ್ಶನವಾಗಿವೆ. ೨ನೆಯ ಗುಣವರ್ಮ, ಕಮಲಭವ, ಮಹಾಬಲ, ಮಧುರ ಇವರು ಹಾಕಿಕೊಟ್ಟ ಚಂಪುವಿನ ದಾರಿಯಲ್ಲಿ ಜೈನತೀರ್ಥಂಕರಪುರಾಣಗಳನ್ನು ಬರೆದಿದ್ದಾರೆ. ಆದರೆ ಅವುಗಳಲ್ಲಿ ಮೊದಲಿನ ತೇಜಸ್ಸಿಲ್ಲ, ಶಾಸ್ತ್ರೋಕ್ತವಾದ ಓಜಸ್ಸಿದೆ ಮಾತ್ರ. ೨ನೆಯ ಗುಣವರ್ಮನು "ಕತೆ ಕಿಱಿದಾದೊಡಂ" (೧–೪೩) ನಾಯಕನು ಉನ್ನತನೆಂದು ೧೮ ಆಶ್ವಾಸಗಳವರೆಗೆ ಹಿಗ್ಗಲಿಸಿ "ಜಿನಕಥಾವಿಸ್ತಾರಮಂ ಸಾರಮಂ" (೧–೬೭) ಆದ 'ಪುಷ್ಪದಂತಪುರಾಣ'ವನ್ನು ಬರೆದಿದ್ದಾನೆ. 'ಮೃದುಪದಬಂಧಮುಂ ಸುರುಚಿರಾರ್ಥಮುಂ' (೧–೪೦) ತನ್ನ 'ನೂತ್ನಕಾವ್ಯ'ದಲ್ಲಿರುವುದೆಂದು ಹೇಳಿದಂತೆ

ಪದಲಾಲಿತ್ಯವನ್ನೂ ಪ್ರಸನ್ನತೆಯನ್ನೂ ಸಾಧಿಸಿದ್ದು ನಿಜ. ಆದರೆ ಕಥಾವಿಷಯನಾದ ತೀರ್ಥಂಕರನ ಹೊರತಾಗಿ ಇದರಲ್ಲಿ ಅಂಥ ನೂತ್ನತೆಯಿಲ್ಲ. ತೀರ ಕಿರಿದೂ ಸಾಂಪ್ರದಾಯಿಕವೂ ಆದ ಕತೆಯನ್ನು ಅತಿ ದೊಡ್ಡದು ಮಾಡಲು ಹದಿನೆಂಟು ವರ್ಣನೆಯ ಹಂದರವು ಬೇಕಾಯಿತು. ಪ್ರೌಢಕಾವ್ಯದ ಪರಿಕರವೆಲ್ಲ ಹರಿದುಬಂದಿತು. ಸತ್ವ–ರೀತಿ ಎಲ್ಲವೂ ಸಾಧಾರಣ ಪಂಡಿತಕಾವ್ಯದ್ದು. ಇವನ 'ಚಂದ್ರನಾಥಾಷ್ಟಕ'ವು ಚಿಕ್ಕದಾದರೂ ಹೃದ್ಯವಾದ ಭಕ್ತಿಭಾವವನ್ನು ಗಂಭೀರಶೈಲಿಯಲ್ಲಿ ವ್ಯಕ್ತ ಮಾಡಿದೆ.

ಕಮಲಭವನು ಪೊನ್ನನ ತರುವಾಯ ಎರಡನೆಯವನಾಗಿ 'ಶಾಂತೀಶ್ವರಪುರಾಣ'ವನ್ನು ಬರೆದನು. ಈ ಕಮಲಭವ ಬೇರಾರೂ ಅಲ್ಲ 'ಕುಸುಮಾವಳಿ' ರಚಿಸಿದ ದೇವಕವಿ ಎಂಬ ವಾದ ಈಚೆಗೆ ಮಂಡಿತವಾಗಿದೆ. ಈ ಎರಡೂ ಕಾವ್ಯಗಳಲ್ಲೂ ಕಂಡುಬರುವ ನೂರಾರು ಸಮಾನ ಪದ್ಯಗಳು ಈ ವಾದಕ್ಕೆ ಇಂಬುಗೊಟ್ಟಿದೆ. ಇದು ಸರಿಯಿರಬಹುದೆನಿಸುತ್ತದೆ. ೧೬ನೆಯ ತೀರ್ಥಂಕರನನ್ನು ಕುರಿತದ್ದೆಂದೋ ಏನೊ ೧೬ ಆಶ್ವಾಸಗಳಾಗಿ ರಚಿಸಿದನು. ಇದರಲ್ಲಿ 'ಪುರಾಣಚೂಡಾಮಣಿ'ಯೆಂದು ಹೆಸರಾದ 'ಶಾಂತಿಪುರಾಣ'ವನ್ನು ರಚಿಸಿದ ಪೊನ್ನನಿಗಿಂತ ಹೆಚ್ಚಿನ ಕಥನ ಮತ್ತು ವರ್ಣನವಿಸ್ತಾರವನ್ನು ಕಮಲಭವನು ತಂದಿದ್ದಾನೆ. ಪುರಾಣಕಾವ್ಯದ ಲಕ್ಷಣಗಳೆಲ್ಲ ಪರಿಪೂರ್ಣವಾಗಿವೆ. ಹೀಗೆ ಬಿದಿರಿನ ಮೆಳೆ ಉದ್ದಕ್ಕೆ ಬೆಳೆದಿದೆ, ಕಬ್ಬಿನ ಸವಿ ಕಡಿಮೆಯಾಗಿದೆ. ಇಲ್ಲಿ ಪಾಂಡಿತ್ಯವಿದೆ, ಕವಿಸಮಯವಿದೆ, ಸುಂದರ ಕಲ್ಪಕತೆಯಿದೆ, ಉಕ್ತಿವೈಚಿತ್ರ್ಯವಿದೆ. ಆದರೆ 'ಸಮುದಾಯಶೋಭೆ'ಯಿಲ್ಲ, ರಸನಿರ್ಭರತೆ ಯಿಲ್ಲ. ಈ ನಮ್ಮ ಅಭಿಪ್ರಾಯಕ್ಕೆ ಪ್ರತಿಕ್ರಿಯೆಯಾಗಿ ಬಂದಿರುವ ಇನ್ನೊಂದು ಅಭಿಪ್ರಾಯವನ್ನೂ ಗಮನಿಸಬೇಕು : "ಪ್ರತಿಭೆಪಾಂಡಿತ್ಯಗಳಿಂದ ಕೂಡಿದ ಶಕ್ತಿಯುತ ಕವಿ ಕಮಲಭವ ಎನ್ನುವುದಕ್ಕೆ ಸಾಕಷ್ಟು ನಿದರ್ಶನಗಳು ಕಾವ್ಯದುದ್ದಕ್ಕೂ ಇವೆ ; ಎಷ್ಟೋ ಕಾವ್ಯಭಾಗಗಳಲ್ಲಿ ಪೊನ್ನನಿಗಿಂತ ಆತನ ಕಾವ್ಯಶಕ್ತಿ ಮೇಲಾದುದು ಎಂಬುದನ್ನೂ ಇಲ್ಲಿ ನೆನೆಯಬಹುದು."[1] ಮಹಾಬಲಕವಿ ಇಷ್ಟೇ ಆಶ್ವಾಸ ಗಳಲ್ಲಿ ಇದೇ ವೈಖರಿಯಲ್ಲಿ 'ನೇಮಿನಾಥಪುರಾಣ'ವನ್ನು ರಚಿಸಿದ್ದಾನೆ. "ಕೃತಿವೇಟ್ಟು ತತ್ಕೃತಿ ಚಮತ್ಕೃತಿಯಂ ಪಡೆವಂ ಮಹಾಬಲಂ" ಎಂಬ ಕವಿಯ ಆತ್ಮಪ್ರಶಂಸೆ ನಮ್ಮ ವಿಮರ್ಶೆಯೂ ಆಗ ಬಹುದು. ಇದರಲ್ಲಿ ಹರಿವಂಶ–ಕುರುವಂಶ ಕಥೆಯಿದ್ದ ಮೂಲಕ ಸಂನಿವೇಶರಚನೆಗೂ ಪಾತ್ರ ನಿರೂಪಣೆಗೂ ಅವಕಾಶ ದೊರೆತಿದೆ. ಆದರೆ ಇದರಲ್ಲಿ ಹೊಸತನವು ಕ್ವಚಿತ್ತಾಗಿರಬಹುದೆಂದು ತೋರುತ್ತದೆ. ೧೪ನೆಯ ಶತಮಾನದ ಉತ್ತರಾರ್ಧದಲ್ಲಿದ್ದ ಮಧುರನು 'ಧರ್ಮನಾಥಪುರಾಣ' ವನ್ನೂ, 'ಗೊಮ್ಮಟಾಷ್ಟಕ'ವನ್ನೂ ಬರೆದು ಈ ಯುಗದ ಜೈನಪುರಾಣಕಾರರಲ್ಲಿ ಕೊನೆಯವನಾದನು. ಮುಂದಿನ ಯುಗದಲ್ಲಿ ಸಹ ಚಂಪೂಪುರಾಣವು ಅಪರೂಪವಾಯಿತೆಂಬ ಕಾರಣದಿಂದ, ಮಧುರನು ಒಂದು ಮೈಲಿಗಲ್ಲೆಂದು ತಿಳಿಯಲು ಅಡ್ಡಿಯಿಲ್ಲ. 'ಧರ್ಮನಾಥಪುರಾಣ' ೧೫ನೆಯ ತೀರ್ಥಂಕರನನ್ನು ಕುರಿತ ಮೊದಲನೆಯ ಪುರಾಣ. ಆಶ್ವಾಸಗಳೆಷ್ಟೆಂದು ತಿಳಿದಿಲ್ಲ. "ಕವಿತೆಗೆ ಕಣ್ಣೆಲೆಯಾದುದು ಕಲಾ ವಿಲಾಸನ ಕಾವ್ಯಂ" ; "ಆದಿಪುರಾಣಂಗಳ್ ಪಟಿದಾದುವೆನಲ್ ಮತ್ತೆ ಮಧುರಕವಿತಾರಸಮುತ್ಪಾದಿಸೆ" ಎಂದು 'ಮಧುರಕವೀಂದ್ರ'ನು ತನ್ನ ತಮ್ಮಟೆಯನ್ನು ಬಾರಿಸಿಕೊಂಡಿದ್ದಾನೆ. ಉದಾಹೃತ ಭಾಗವನ್ನು ನೋಡಿದರೆ ಪ್ರೌಢಕಾವ್ಯದ ಗುಣಾವಗುಣಗಳೆಲ್ಲ ಎದ್ದುಕಾಣುತ್ತವೆ. ಅಲ್ಲಲ್ಲಿ ಮಧುರನ ಕಲ್ಪನೆಯ ಮಾಧುರ್ಯ ತಲೆದೋರಿದೆ. ಉದಾಹರಣೆಗೆ—

ಬಿಡದುಗುವ ಸೊನೆಯ ಸೋನೆಯ
ಕಡುಗೆಸಜೊಳ್ ಸಿಲ್ಕಿ, ಬಂದ ಮಾವಿನ ಕೆಯ್ಯಂ ।
ಪಿಡಿದಲ್ಲಿ ಮೆಲ್ಲಮೆಲ್ಲನೆ
ನಡೆವುದು ಕಣ್ಗುರುಡನಂತಿರುಪವನಪವನಂ ॥

# ಆಂಡಯ್ಯ

ಚಂಪೂರೂಪವನ್ನು ಮೇಲಿನ ಕವಿಗಳಂತೆ ಬಳಸಿಯೂ ಕಥಾವಸ್ತು–ಭಾಷಾಶೈಲಿಗಳಲ್ಲಿ ತನ್ನತನವನ್ನು ತೋರಿಸಿದವನು ಆಂಡಯ್ಯನು. ಅವನ ಒಂದೇ ಆದ 'ಕಬ್ಬಿಗರ ಕಾವ'ವೆಂಬ ಕಾವ್ಯದಲ್ಲಿ ಜಿನಕಥೆಯಿಲ್ಲ, ಲೌಕಿಕ ಕಥೆಯಿಲ್ಲ. ಆದರೆ ಲೋಕಜೀವನಕ್ಕೆ ಪ್ರೇರಕಶಕ್ತಿಯಾದ ಕಾಮ, ಅವನನ್ನು ಮೀರಿದ ಜೈನಮುನಿ, ಅವನಿಂದ ಗೆಲ್ಲಲಾದ ಆದರೂ ಅವನಿಗೆ ಶಾಪ ಕೊಟ್ಟ ಶಿವ—ಈ ಮೂವರನ್ನು ಒಳಗೊಂಡ ಒಂದು ವಿಶಿಷ್ಟಧ್ವನಿಯುಕ್ತ ಕಾವ್ಯವನ್ನು ಆಂಡಯ್ಯನು ಬರೆದಿದ್ದಾನೆ. ಲೌಕಿಕ–ಆಗಮಿಕ ಎರಡನ್ನೂ ಒಂದುಗೂಡಿಸಿದ್ದಾನೆ. ತನ್ನ ಪರಿವಾರದ ಚಂದ್ರನನ್ನು ಅಪಹರಿಸಿಕೊಂಡೊಯ್ದ ಶಿವನು ಸಂಧಾನದಿಂದ ತಿರುಗಿ ಕೊಡದೆ ಹೋಗಲು ಅವನ ಮೇಲೆ ದಂಡೆತ್ತಿ ಹೋಗಿ ಕಾಮನು ಅವನನ್ನು ಸೋಲಿಸಿ ಅರೆಹಣ್ಣುಮಾಡುತ್ತಾನೆ. ಅವನು ಶಾಪದಿಂದ ಕೆಲಕಾಲ ಯಾರೂ ಅರಿಯದಂತೆ ಇರುತ್ತಾನೆ. ಶಿವನೊಡನೆ ಕಾಳಗಕ್ಕೆ ಹೊರಟಾಗ ದಾರಿಯಲ್ಲಿ ಕಂಡ ಸವಣನನ್ನು ದಂಡಿಸಲು ಹೋಗಿ ತಾನೇ ಗದಗದ ನಡುಗಿ ಅವನಿಗೆ ದಂಡನಮಸ್ಕಾರ ಹಾಕುತ್ತಾನೆ. ಈ ಕಥೆಗೆ ಯಾವುದೇ ಒಂದು ಮೂಲ ಆಕರವಿದ್ದಂತಿಲ್ಲ. ವೈದಿಕ–ಜೈನಪರಂಪರೆಯಲ್ಲಿಯ ಹಲವು ಅಂಶಗಳು ಸುಸಂಗತವಾದ ಕನಸಿನಂತೆ ಬೆರೆತುಗೊಂಡಿವೆ. ಸಾಮಾನ್ಯವಾಗಿ ಕಾಮನಿಂದ ಶಿವನ ಗೆಲವು ; ಆದರೆ ಸವಣನ ಮುಂದೆ ಕಾಮನ ಸೋಲು ಎಂಬುದನ್ನು ಸ್ಥಾಪಿಸಲು ಕಥೆಯನ್ನು ಕಟ್ಟಿದೆ. ಚಂದ್ರನ ಅಪಹರಣವು ಕಲಹಬೀಜವಾಯಿ ತೆಂಬ ಕಥಾಂಶವು ಭಾರತೀಯ ಸಾಹಿತ್ಯಕ್ಕೇ ಸೊಗಸಾದ ಹೊಸ ಕಲ್ಪನೆಯಾಗಿದೆ ; ಚಮತ್ಕೃತಿಯುಳ್ಳ ಕೃತಿಗೆ ಅನುಗುಣವಾಗಿ ಇನ್ನೂ ಅನೇಕ ವಿವರಗಳಲ್ಲಿ ಹೊಸತನವಿದೆ. ಒಟ್ಟಿನ ಸಂವಿಧಾನದಲ್ಲಿ ಮೊದಲಿನ ವರ್ಣನೆಯ ಮಂದಗತಿ ತೊಲಗಿ ಮುಂದೆ ತ್ವರೆ, ಸೊಬಗು ಹೆಚ್ಚುತ್ತವೆ ; ಆದರೂ ತಾತ್ತ್ವಿಕ ರಾಜಕೀಯ ಧ್ವನಿಗಳ ಮಿಶ್ರಹೇತುವಿನಿಂದ ಕಥೆ ಹೊಯ್ದಾಡಿ ಹೇಗೋ ಮುಗಿದಿದೆ. ಅರೆವೆಣ್ಣಾಗಿ ಸೋತ ಶಿವನಿಂದಲೂ ಶಾಪ ಕೊಡಿಸಿ ಗೆದ್ದ ಕಾಮನ ಗೆಲವನ್ನು ಕುಂದಿಸಿದ ಬಗೆಯಲ್ಲಿ ಈ ಹೊಯ್ದಾಟ ಸ್ಫುಟವಾಗಿದೆ. ರಾಜಕೀಯವಾಗಿ ತನ್ನ ಆಶ್ರಯದಾತನಾದ ಕದಂಬಕಾಮನ ಸಂಮಿಶ್ರಚರಿತ್ರೆಯನ್ನು ಇದರಲ್ಲಿ ಸೂಚಿಸುವ ಉದ್ದೇಶವಿರಬೇಕೆಂದು ಊಹಿಸಲಾಗಿದೆ. ಈ ಊಹೆಯ ಸಂಭವನೀಯತೆಯನ್ನು ಅಲ್ಲಗಳೆಯುವಂತಿಲ್ಲ. ತಾತ್ತ್ವಿಕವಾಗಿ ಕಾಮತತ್ತ್ವದ ವಿಜಯ, ಕಾವನಗೆಲ್ಲ ಇದರಲ್ಲಿ ಅಭಿಪ್ರೇತವಾಗಿದೆ. ಬೇಂದ್ರೆಯವರು ಹೇಳುವಂತೆ "ಕಾಮ–ರತಿ : ಶ್ರವಣ–ವಿರಕ್ತಿ ; ಶಿವ-ಶಕ್ತಿ—ಈ ತ್ರಿಕೂಟದ್ವಂದ್ವದ ಕಾವ್ಯವು 'ಕಬ್ಬಿಗರ ಕಾವ'ದಲ್ಲಿ ನಿರೂಪಿತವಾಗಿದೆ.... ಈ ಕಾವ್ಯದಲ್ಲಿ ಕಾಮನ ಗೆಲವು ಕಾವ್ಯತತ್ತ್ವ ; ಶಿವನ ಗೆಲವು ಸೃಷ್ಟಿತತ್ತ್ವ ; ಶ್ರವಣನ ವಿರಕ್ತಿ ಮುಕ್ತಿತತ್ತ್ವ"[2] ಎಂದೂ ಇರಬಹುದು. ನಮ್ಮ ಮಟ್ಟಿಗೆ ಕಾಮ, ಶ್ರವಣ ಇವರ ವಿಷಯವಾದ ತಾತ್ತ್ವಿಕ ಧ್ವನಿ ನಿಚ್ಚಳವಾಗಿದೆ. ಆದರೆ ಶಿವನ ವಿಷಯಕವಾದ ಧ್ವನಿ ತತ್ಕಾಲೀನ ರಾಜಕೀಯದಿಂದ ವಿಕೃತವಾದಂತಿದೆ. ಆಂಡಯ್ಯನ ಮುಖ್ಯವಾದ ವೈಶಿಷ್ಟ್ಯವೆಂದರೆ ಭಾಷಾಶೈಲಿಯದು. ತನ್ನ ಮೊದಲಿಗರು ಯಾರೂ ಮಾಡದ ಸಾಹಸವನ್ನು ಅವನು ಮಾಡಿದನು. ಸಂಸ್ಕೃತ ಬೆರಸದೆ ಕನ್ನಡದಲ್ಲಿ ಬರೆಯುವುದು ಸಾಧ್ಯವೆಂದು ತೋರಿ ಸಲು "ಅಚ್ಚಗನ್ನಡಂ ಬಿಗಿವೊಂದಿರೆ" ಕಬ್ಬಿಗರನ್ನು ಕಾಯಬಲ್ಲ 'ಕಬ್ಬಿಗರ ಕಾವ'ವನ್ನು ಬರೆದನು. ಈ ಅಚ್ಚಗನ್ನಡದಲ್ಲಿ ಸಂಸ್ಕೃತವು ತದ್ಭವರೂಪವಾಗಿ ಬಂದಿದ್ದರೂ ಶೈಲಿಯ ಒಟ್ಟು ರೂಪದಲ್ಲಿಯ ದೇಸಿಪ್ರಚುರತೆಯನ್ನೂ ಸಹಜ ಸುಂದರತೆಯನ್ನೂ ಮನವಾರೆ ಮೆಚ್ಚಬೇಕು. ಮುಂದೆ ಆಂಡಯ್ಯನ ಪ್ರಭಾವ ಕೆಲವರ ಮೇಲೆ ಅಂಶತಃ ಆಯಿತಾದರೂ ಯಾರೂ ಅವನ ಮಾರ್ಗವನ್ನು ಅನುಸರಿಸಲಿಲ್ಲ. ಅವನ ಹೆಸರನ್ನು ಕೂಡ ಎತ್ತಲಿಲ್ಲ. ಅವನ ಕೃತಿ ಬರೀ ಚಮತ್ಕೃತಿಯಲ್ಲ ; ಕಾವ್ಯದೃಷ್ಟಿಯಿಂದ, ಶೈಲಿಯ ದೃಷ್ಟಿ

ಯಿಂದ ಮೆಚ್ಚತಕ್ಕ ಸತ್ಕೃತಿಯಾಗಿದೆ. ಗಾತ್ರದಲ್ಲಿ ಖಂಡಕಾವ್ಯದಷ್ಟು ಚಿಕ್ಕದಲ್ಲ, ಮಹಾಕಾವ್ಯದಷ್ಟು ದೊಡ್ಡದಲ್ಲ ಎಂಬ ಮಧ್ಯಮಸ್ವರೂಪವು ಅದಕ್ಕಿದೆ. ಗುಣದಲ್ಲಿ ಸಹ ಅದೇ ಮಧ್ಯಮಿಕೆ ಇರುವುದು. ಆದರೆ ಉತ್ತಮಿಕೆಯ ಅಂಶಗಳು ಆಂಡಯ್ಯನ ಸ್ವತಂತ್ರವೂ ಉನ್ನತವೂ ಆದ ಕಲ್ಪನಾಶಕ್ತಿಯಲ್ಲಿ ವ್ಯಕ್ತವಾಗಿವೆ.

ಈ ಯುಗದಲ್ಲಿ ವಚನಗದ್ಯ, ಚಂಪೂಗದ್ಯ ಹೇರಳವಾಗಿದ್ದರೂ ಕೇವಲ ಗದ್ಯಗ್ರಂಥಗಳು ಹೆಚ್ಚಾಗಿಲ್ಲ. ಹಸ್ತಿಮಲ್ಲನ 'ಪೂರ್ವಪುರಾಣ'ವೊಂದೇ ಇತ್ತೀಚೆಗೆ ಉಪಲಬ್ಧವಾಗಿ ಪ್ರಕಟವಾಗಿದೆ. ಹಸ್ತಿಮಲ್ಲನು 'ಉಭಯಭಾಷಾಚಕ್ರವರ್ತಿ'ಯಾಗಿ ಸಂಸ್ಕೃತದಲ್ಲಿಯೂ ಕಾವ್ಯನಾಟಕಗಳನ್ನು ಬರೆದಿದ್ದಾನೆ. ಇವನ ಕಾಲ ಸು. ೧೩೦೦ ಎಂದು ಊಹಿಸಲಾಗಿದೆ. ಪಂಪನ 'ಆದಿಪುರಾಣ'ವನ್ನೇ ಬಹುಮಟ್ಟಿಗೆ ಅನುಸರಿಸಿ ಈ ಚಿಕ್ಕ ಗ್ರಂಥವನ್ನು ಬರೆಯಲಾಗಿದೆ. ಇದರ ಗದ್ಯಶೈಲಿಯ ಮೇಲೆ ಬಹುಶಃ 'ಚಾವುಂಡರಾಯಪುರಾಣ'ದ ಪ್ರಭಾವದಿಂದ ತೋರಿದ ಅಚ್ಚಗನ್ನಡದ ಚೊಕ್ಕತನವಿದೆ, ಸರಳವಾದ ನೀರಸವೆನಿಸಬಹುದಾದ ಕಥನವಿದೆ.

ಈ ಯುಗದಲ್ಲಿ ಶಾಸ್ತ್ರಕವಿಗಳೆನ್ನಿಸಿಕೊಂಡ ಕೆಲವರು ೧೩–೧೪ನೆಯ ಶತಮಾನಗಳಲ್ಲಿ ಜೀವಿಸಿ ಕನ್ನಡಕ್ಕೆ ಚಿರಂತನವಾದ ಬೆಲೆಯುಳ್ಳ ಶಾಸ್ತ್ರಗ್ರಂಥಗಳನ್ನೂ ಶಾಸ್ತ್ರಪ್ರಧಾನವಾದ ಕಾವ್ಯಗಳನ್ನೂ ನೀಡಿದ್ದಾರೆ. ಇವರೆಲ್ಲರೂ ಬಹುಶಃ ಜೈನರು. ಮಲ್ಲಿಕಾರ್ಜುನ, ಕೇಶಿರಾಜ, ರಟ್ಟಕವಿ, ನಾಗರಾಜ, ಮಂಗರಾಜ–೧, ವೃತ್ತವಿಲಾಸ, ಆಯತವರ್ಮ ಈ ಮೊದಲಾದವರು ಈ ವರ್ಗದಲ್ಲಿ ಬರುತ್ತಾರೆ. ಮಲ್ಲಿಕಾರ್ಜುನನು ಕನ್ನಡಕ್ಕೆ ಮೊದಲನೆಯ ಸಂಕಲನಗ್ರಂಥವಾದ 'ಸೂಕ್ತಿಸುಧಾರ್ಣವ'ವನ್ನು ಒದಗಿಸಿಕೊಟ್ಟನು. ಇದರಲ್ಲಿ ಹದಿನೆಂಟು ವರ್ಣನೆಗಳಿಗೆ ಸಂಬಂಧವಾದ ಸಾವಿರಾರು ಪದ್ಯಗಳನ್ನು ಹಿಂದಿನ ಮಾರ್ಗಕಾವ್ಯಗಳಿಂದ ಸಂಕಲನ ಮಾಡಲಾಗಿದೆ. ಅಂದಿನ ಕಾಲದ ಸಾಹಿತ್ಯವ್ಯಾಸಂಗಿಗಳಿಗೆ ಉಪಯುಕ್ತವಾದ ಈ ಸಂಕಲನವು ಇಂದಿಗೂ ಉಪಯುಕ್ತವಾಗಿದೆ. ತುಲನಾತ್ಮಕ ವಿಮರ್ಶೆಗೂ ಇದರ ಪ್ರಯೋಜನವಿದೆ. ಸಂಕಲನಪರಿಶ್ರಮದ ಕೆಲಸ ಮಾತ್ರವಲ್ಲ, ಆಯ್ಕೆಯಲ್ಲಿ ಉಚಿತ ನಿರ್ಣಯಶಕ್ತಿಯನ್ನು ಒರೆಗೆಹಚ್ಚುವ ಕಾರ್ಯ. ಅಂತೆಯೇ ಅಪ್ರತ್ಯಕ್ಷವಾಗಿ ವಿಮರ್ಶೆಯ ದೃಷ್ಟಿ ಇಲ್ಲಿರುತ್ತದೆ. ತಾನು ಹೇಳಿದಂತೆ "ಚದುರರ ಮೆಚ್ಚು ಭಾವುಕರ ಕೈಪಿಡಿ....ಅಕ್ಕರಿಗರಾಭರಣಂ" ಆಗುವಂತೆ ಇದನ್ನು ಮಲ್ಲಿಕಾರ್ಜುನನು ಸಂಯೋಜಿಸಿದ್ದಾನೆ. ಅವನು 'ಸರಸಕವೀಶ' (೧–೮) ನಾಗಿರುವನೆಂಬುದಕ್ಕೆ ಸ್ವತಂತ್ರಕಾವ್ಯದ ಪ್ರಮಾಣವಿಲ್ಲದಿದ್ದರೂ ಪೀಠಿಕಾಪದ್ಯರಚನೆಯಲ್ಲಿಯೂ ಸಂಕಲನದಲ್ಲಿಯೂ ಪ್ರಮಾಣವಿದೆ. ಅವನು ಮತದಿಂದ ಜೈನನೆಂಬ ಗ್ರಹಿಕೆಯನ್ನು ಕೆಲವರು ಅಲ್ಲಗಳೆದಿದ್ದಾರೆ. ಇದಕ್ಕೆ ಕಾರಣವೆಂದರೆ ಇವನು ಜೈನನೆನ್ನಲು ಪ್ರಬಲವಾದ ಆಂತರಿಕ ಪ್ರಮಾಣಗಳಿಲ್ಲ, ಜೊತೆಗೆ ವೈದಿಕನಾಗಿರಬೇಕೆಂಬುದಕ್ಕೆ ಚಿದಾನಂದಬುಧ, ಯೋಗಿಪ್ರವರ ಎಂಬ ಅವನ ಹೆಸರು–ಬಿರುದುಗಳೂ ಸಾಕ್ಷಿಯಾಗಿವೆ. ಬಸರಾಳು ಶಾಸನದ ಕರ್ತೃ ಅವನೇ ಎಂದು ತೋರುವುದರಿಂದ ಇನ್ನಿಷ್ಟು ಇದಕ್ಕೆ ಪುಷ್ಟಿ ದೊರೆತಿದೆ. ಯೋಗಿಪ್ರವರ, ಚಿದಾನಂದ ಈ ಪದಗಳನ್ನು ವೈದಿಕರು ಹೇಗೋ ಹಾಗೇ ಜೈನರೂ ಉಪಯೋಗಿಸಬಹುದು. ಜಿನನನ್ನು ಕುರಿತು 'ಚಿದಾನಂದ, ಚಿದಂಬರಪುರುಷ' ಎಂದು ಕರೆದಿಲ್ಲವೆ ? 'ಭರತೇಶವೈಭವ'ಕಾರನಾದ ರತ್ನಾಕರವರ್ಣಿ ಜೈನನಾಗಿಯೂ ಯೋಗಿಯಾಗಿರಲಿಲ್ಲವೇ ? ತನ್ನ ಗ್ರಂಥದಲ್ಲಿ ಯೋಗವಿಚಾರವನ್ನು ಪ್ರಸ್ತಾಪಿಸಿಲ್ಲವೇ ? ಮಲ್ಲಿಕಾರ್ಜುನಸುತನಾದ ಕೇಶಿರಾಜನು 'ಶಬ್ದಮಣಿದರ್ಪಣ'ವೆಂಬ ವಿಸ್ತಾರವಾದ ಪ್ರಮಾಣಭೂತವಾದ ಹಳಗನ್ನಡ ವ್ಯಾಕರಣ ಗ್ರಂಥವನ್ನು ಕಂದಪದ್ಯಗಳಲ್ಲಿ ಬರೆದನು. ಅವನು ನಾಗವರ್ಮನ 'ಶಬ್ದಸ್ಮೃತಿ' ಯಿಂದ ಕೆಲವು ಲಕ್ಷಣ–ಲಕ್ಷ್ಯಪದ್ಯಗಳನ್ನು ತೆಗೆದುಕೊಂಡಿದ್ದರೂ ಅನೇಕ ಹೊಸ ಸೂತ್ರಗಳನ್ನು ಕಲ್ಪಿಸಿದ್ದಾನೆ, ಉಚಿತ ಪ್ರಯೋಗಗಳನ್ನು ಹೇರಳವಾಗಿ ಸಂಗ್ರಹಿಸಿದ್ದಾನೆ. ಸೂತ್ರವೃತ್ತಿ ಅವನದೇ ಆಗಿದೆ. ಅಪಭ್ರಂಶಪ್ರಕರಣವೆಲ್ಲವೂ ಅವನ ಸ್ವತಂತ್ರ ರಚನೆ. ಮಾರ್ಗಕಾವ್ಯದ ಪ್ರಯೋಗ

ಗಳಲ್ಲಿ ನಂಬುಗೆಯಿಟ್ಟು ಸ್ಥಿತಿಪ್ರಿಯಶಾಸ್ತ್ರಕಾರನಾಗಿ ಅವನು ಒಟ್ಟಿನಲ್ಲಿ ತೋರಿದರೂ ೧೧-೧೨ನೆಯ ಶತಮಾನಗಳಲ್ಲಿಯ ಕನ್ನಡನುಡಿಯ ಸಂಕ್ರಮಣಾವಸ್ಥೆಯನ್ನರಿತು ನವೀನ ಪ್ರಯೋಗಗಳಿಗೆ ಕೆಲವು ಸಲ ಮನ್ನಣೆ ಕೊಟ್ಟಿದ್ದಾನೆ. ಅವನ ವ್ಯಾಕರಣಸೂತ್ರರೂಪವಾದ ಕಂದರಚನೆ ಬಹುಮಟ್ಟಿಗೆ ಅಕ್ಲಿಷ್ಟವೂ ರುಚಿಕರವೂ ಆಗಿದೆ. ಅವನ ಪ್ರಯೋಗಗಳ ಆಯ್ಕೆ ಅವನ ಸರಸಕವಿತ್ವಕ್ಕೆ ಸಾಕ್ಷಿಯಾಗಿದೆ. "ಮನದೊಳ್ ದಯಮಿಲ್ಲದವನ ಕಣ್ಣೇಂ ಪುಣ್ಣೇಂ"; "ಪ್ರಾಯಂ ಕೂಸಾದೊಡಭಿಪ್ರಾಯಂ ಕೂಸಕ್ಕುಮೆ" ಇಂಥ ಹಲವಾರನ್ನು ನೆನೆಯಬಹುದು. 'ಸಿರಿಗೀಕ್ಷಿಪ ರಸಚಿತ್ರಂ ಸರಸತಿಗೆರಡನೆಯ ಬೀಣೆ' ಎಂದು 'ಶಬ್ದಮಣಿದರ್ಪಣ'ವನ್ನು ಬುಧರು ವರ್ಣಿಸಿದ್ದರಲ್ಲಿ ಅರ್ಥವಿದೆ. ವ್ಯಾಕರಣಶಾಸ್ತ್ರವು ಇಲ್ಲಿ ಶುಷ್ಕವೂ ಆಗಿಲ್ಲ, ಶಿಥಿಲ ಇಲ್ಲವೆ ವಾಚಾಲವೂ ಆಗಿಲ್ಲ. ಶಾಸ್ತ್ರಕವಿಯ ಉತ್ತಮ ಯೋಗ್ಯತೆ ಕೇಶಿರಾಜನಲ್ಲಿದೆ. ಅವನ 'ಚೋಟಪಾಲಕಚರಿತ', 'ಸುಭದ್ರಾಹರಣ', 'ಪ್ರಬೋಧಚಂದ್ರ', 'ಕಿರಾತ' ಈ ಕೃತಿಗಳು ದೊರೆಯದಿದ್ದುದು ಕನ್ನಡ ಸಾಹಿತ್ಯಕ್ಕೆ ದೊಡ್ಡ ನಷ್ಟವೇ ಸರಿ. ಕೆಲವರು ಊಹಿಸಿದಂತೆ 'ಪ್ರಬೋಧಚಂದ್ರ'ವು ನಾಟಕವಾಗಿದ್ದರೆ ನಷ್ಟವು ಇಮ್ಮಡಿಸುತ್ತದೆ.

ಇನ್ನುಳಿದ ಶಾಸ್ತ್ರಕಾರರಲ್ಲಿ ಸಮುದಾಯದ ಮಾಘಣಂದಿ 'ಶಾಸ್ತ್ರಸಾರಸಮುಚ್ಚಯ', 'ಪದಾರ್ಥಸಾರ'ಗಳಿಗೆ ಕನ್ನಡ ಟೀಕೆಯನ್ನು ಶಾಸ್ತ್ರಗದ್ಯದಲ್ಲಿ ಬರೆದಿದ್ದಾನೆ. ಬಾಳಚಂದ್ರಪಂಡಿತನು 'ದ್ರವ್ಯಸಂಗ್ರಹಸೂತ್ರ'ಕ್ಕೆ ಟೀಕೆಯನ್ನು ಬರೆದಿದ್ದಾನೆ. ರಟ್ಟಕವಿ ಅಥವಾ ಅರ್ಹದ್ದಾಸನು 'ರಟ್ಟಮತ'ವೆಂಬ ಗ್ರಂಥದಲ್ಲಿ ಮಳೆಯ ಕುರುಹು ಮುಂತಾಗಿ ವರ್ಷಾಶಾಸ್ತ್ರಕ್ಕೆ ಸಂಬಂಧಿಸಿದ ಹಲವು ವಿಚಾರಗಳನ್ನು ಪೂರ್ವಶಾಸ್ತ್ರ, ಸ್ವಾನುಭವಗಳ ಆಧಾರದಿಂದ ಹೇಳಿದ್ದಾನೆ. ಇದರಲ್ಲಿ ವೃತ್ತ, ಕಂದಗಳಲ್ಲದೆ ರಗಳೆ, ಅಕ್ಕರೆ, ತ್ರಿಪದಿಗಳೂ ಸೇರಿಕೊಂಡಿವೆ. "ಕಂದಂಗಳ್ ಪಲವಾಗಿರೆ ಸುಂದರವೃತ್ತಂಗಳಕ್ಕರಂ ಚವುಪದಿ ಮತ್ತಂ ದಲ್ಗೀತಿಕೆ ತಿವದಿಗಳಂದಂಬೆತ್ತಸೆಯೆ ಪೇಳ್ದೊಡದು ಚತ್ತಾಣಂ" (ಕ.ಮಾ., ೧-೩೫) ಎಂಬ ಚತ್ತಾಣದ ಲಕ್ಷಣಕ್ಕೆ ಇದು ಬಹುಮಟ್ಟಿಗೆ ಸರಿಹೋಗುವಂತಿದೆ. ೧ನೆಯ ಮಂಗರಾಜನು 'ಖಗೇಂದ್ರಮಣಿದರ್ಪಣ'ವೆಂಬ ವಿಷವೈದ್ಯ ಗ್ರಂಥವನ್ನು ಕಂದವೃತ್ತರೂಪವಾಗಿ ಬರೆದಿದ್ದಾನೆ. ಕ್ವಚಿತ್ತಾಗಿ ವಿವರಣೆಯ ಗದ್ಯವನ್ನೂ ಸೇರಿಸಿದ್ದಾನೆ. ಇದರಿಂದ ಚಂಪೂರೂಪದಲ್ಲಿ ಶಾಸ್ತ್ರಗ್ರಂಥವನ್ನು ಬರೆಯುವ ಪ್ರಥೆ ಮುಂಬರಿದಿದೆ. ೧೧ನೆಯ ಶತಮಾನದ ಚಂದ್ರರಾಜನು ತನ್ನ 'ಮದನತಿಲಕ'ವನ್ನು ಮೊದಲು ಹೀಗೆ ಚಂಪುವಿನಲ್ಲಿ ಬರೆದನು. 'ಖಗೇಂದ್ರಮಣಿದರ್ಪಣ'ದಲ್ಲಿ ಗ್ರಂಥವಿಷಯದ ಸಮರ್ಥನೆಗಾಗಿ ಪ್ರೌಢಕಾವ್ಯಗಳಲ್ಲಿಯ ವರ್ಣನಾವಿಷಯಗಳ ವಿಡಂಬನೆ ಚೆನ್ನಾಗಿ ಬಂದಿದೆ—

ಮರನಂ ಗಾಳಿಯ ಧೂಳಿಯಂ ರಜನಿಯಂ ನೀರಾಟಮಂ ಬೇಟಮಂ
ಸುರೆಯಂ ಸೂಟೆಯರಂ ವಿಟಾಟವಿಕರಂ ಕೊಂಡಾಡಿ ಬೆಂಡಾಗದೀ ।
ಧರೆಯೊಳ್ ಸರ್ವಜನೋಪಕಾರಮೆನಲೀ ಮಂತ್ರೌಷಧೀವ್ರಾತಮಂ
ನಿರುತಂ ಭಾವಿಸಿ ಪೇಳ್ದ ಮಾನವನೆ ತಾಂ ದೇವಂ ಧರಾಚಕ್ರದೊಳ್ ॥ (೧-೬೩)

ವರ್ಣನೆಗಳ ಅದೆಲದೆತನದಿಂದ ಹಿಂದೆಯೂ ಬೇಸರು ಹುಟ್ಟಿತೆಂಬುದು ಇಲ್ಲಿ ತಿಳಿಯುತ್ತದೆ. ಆದರೆ ಮಂತ್ರೌಷಧೀಗ್ರಂಥವನ್ನು ಬರೆದ ಮಾನವನೇ ದೇವನೆಂದು ಹೊಗಳಿಕೊಂಡ ಮಂಗರಸನು ತನ್ನನ್ನೂ ವಿಡಂಬಿಸಿಕೊಂಡಿದ್ದಾನೆ. "ಪಲವುಮತತತ್ತ್ವದೊಳಾನಜಿವನಿತಂ" (೧-೬೭) ಹೇಳುವುದಾಗಿ ಅಂದಿದ್ದಾನೆ. ಬರೆವಣಿಗೆಯಲ್ಲಿ ಕವಿತಾರಚನೆಯ ನೈಪುಣ್ಯ, ಕಲ್ಪನಾಶಕ್ತಿ ಕಂಡುಬರುತ್ತದೆ. ಶಾಸ್ತ್ರಜ್ಞಾನ, ಅನುಭವಗಳನ್ನು ಪ್ರೌಢವಾದರೂ ಸುಲಭವೇದ್ಯವಾದ ಪದ್ಯದಲ್ಲಿ ನಿರೂಪಿಸುವ ಶಾಸ್ತ್ರಕವಿಯ ಶಕ್ತಿ ಇಲ್ಲಿ ಎದ್ದುಕಾಣುತ್ತದೆ.

ಜೈನಮತತತ್ತ್ವಗಳ ಕಥೆಯ ಮೂಲಕವಾಗಿ ಇಲ್ಲವೆ ನೇರವಾಗಿ ಸುಲಭ ಚಂಪೂರೂಪದಲ್ಲಿ ಹೇಳಿದ ಕೆಲವು ಕವಿಗಳಿದ್ದಾರೆ. 'ಧರ್ಮಾಮೃತ'ದ ನಯಸೇನನ ಪರಂಪರೆಯನ್ನು ಅವರು ಮುಂದುವರಿಸಿದ್ದಾರೆ. ಅವರಲ್ಲಿ ವೃತ್ತವಿಲಾಸನು 'ಧರ್ಮಪರೀಕ್ಷೆ'ಯೆಂಬ ಗ್ರಂಥದಲ್ಲಿ ಸಂಸ್ಕೃತದಲ್ಲಿಯ ಆ ಹೆಸರಿನ ಗ್ರಂಥವನ್ನು "ಎಲ್ಲರಱಿವಂತುಟು ಕನ್ನಡದಿಂ ಪೇಳ್ದೆಂ" ಎನ್ನುತ್ತಾನೆ. ಪ್ರೌಢಚಂಪೂ ಕಾವ್ಯದ ಸರಣಿಯನ್ನು ಬಿಡದಿದ್ದರೂ ಮತಪ್ರಚಾರದೃಷ್ಟಿಯಿಂದ ಅದು ಎಲ್ಲರರಿವಂತೆ ಸುಲಭವಾಗಿರಬೇಕೆಂಬ ದೃಷ್ಟಿ ಜೈನಕವಿಗಳಲ್ಲಿ ಬೆಳೆಯಿತೆಂಬುದಕ್ಕೆ ಇದು ನಿದರ್ಶನವಾಗಿದೆ. ಜೈನತತ್ತ್ವದ ಉತ್ಕೃಷ್ಟತೆಯನ್ನು ಪ್ರಕಟಿಸುವ ಕಥೆಗಳು ಇದರಲ್ಲಿವೆ.

ನೆಲನಗಲಕೆ ತೀವಿದ ಕ-
ಟ್ಟಲೆಯಂ ಕಳೆಯಲ್ಕೆ ಗಗನತಳದೊಳ್ ಪಲವುಂ।
ಬೆಳಗಂಡಿಗಳಂ ಸಮೆದಂ
ಜಳಜಜನೆನೆ ತೊಳಗಿ ಬೆಳಗಿದುವು ಭಗಣಂಗಳ್॥

ಎಂಬಂಥ ಪದ್ಯಗಳಲ್ಲಿ ವೃತ್ತವಿಲಾಸನ ಪ್ರೌಢಕಲ್ಪನೆಯನ್ನೂ ಸುಲಭರಚನೆಯನ್ನೂ ಕೂಡಿ ಕಾಣಬಹುದು. ವೃತ್ತವಿಲಾಸನಂತೆ ೧೪ನೆಯ ಶತಮಾನದ ಮಧ್ಯದಲ್ಲಿದ್ದ ನಾಗರಾಜನು ತನ್ನ 'ಪುಣ್ಯಾಸ್ರವ'ವೆಂಬ ಚಂಪೂಗ್ರಂಥದಲ್ಲಿ ಜೈನಗೃಹಸ್ಥಧರ್ಮವನ್ನು ವಿವರಿಸಿ ಒಂದೊಂದು ಗುಣದಲ್ಲಿ ಪ್ರಸಿದ್ಧಿಪಡೆದ ೫೨ ಪುರಾಣಪುರುಷರ ಕಥೆಗಳನ್ನು ಹೇಳಿದ್ದಾನೆ. ಇದೂ ಸಂಸ್ಕೃತದಿಂದ ಕನ್ನಡಿಸಲಾದ ಗ್ರಂಥ. "ನಾಗೇಂದ್ರನ ನಿಜಕವಿತೆಯ ಕನ್ನಡದ ನುಡಿಯ ಬೆಡಗಿನ ಗಡಣಂ" ಸಕ್ಕರೆಯ ಸಿರಿಯಂತೆ ಎಂದು ಕವಿ ಆತ್ಮಸ್ತುತಿಮಾಡಿಕೊಂಡಿದ್ದಾನೆ. ವೃತ್ತವಿಲಾಸನ ಹಾಗೆ ಇವನ ದೃಷ್ಟಿ, ವಿಷಯ, ಶೈಲಿಗಳು ತೋರುತ್ತವೆ. ಸು. ೧೪೦೦ರ ಆಯತವರ್ಮನು 'ಕನ್ನಡ ರತ್ನಕರಂಡಕ' ಎಂಬ ತನ್ನ ಚಿಕ್ಕ ಗ್ರಂಥದಲ್ಲಿ ಜೈನಮತಕ್ಕೆ ಮುಖ್ಯವಾದ ರತ್ನತ್ರಯವನ್ನು ವಿವರಿಸಿದ್ದಾನೆ. ಚಂಪೂರೂಪದಲ್ಲಿ ನೇರವಾಗಿ ತತ್ತ್ವ ವಿವರಣೆಯನ್ನು ಮಾಡಿದ ಮೊದಲನೆಯ ಗ್ರಂಥವಿದು.

ಮಾರ್ಗಕಾವ್ಯದ ವ್ಯಾಮೋಹವು ಈ ಯುಗದಲ್ಲಿ ಕಡಮೆಯಾಗುತ್ತಬಂದಿತೆಂಬುದು ಜೈನಕವಿಗಳು ಸಹ ಷಟ್ಪದಿಗ್ರಂಥಗಳನ್ನು ಬರೆಯತೊಡಗಿದರೆಂಬುದರಿಂದ ತಿಳಿಯುತ್ತದೆ. ಇದಕ್ಕೆ ಉದಾಹರಣೆಯೆಂದರೆ ಕುಮುದೇಂದು. ಕುಮುದೇಂದು ೧೩ನೆಯ ಶತಮಾನದ ಉತ್ತರಾರ್ಧದವನಾಗಿ ಜೈನ ಸಂಪ್ರದಾಯವನ್ನು ಅನುಸರಿಸಿ 'ಕುಮುದೇಂದುರಾಮಾಯಣ'ವನ್ನು ವಿವಿಧ ಷಟ್ಪದಿಗಳಲ್ಲಿ ಬರೆದನು. ಇದು ಅಸಮಗ್ರವಾಗಿ ದೊರೆತಿದೆ, ಇದರಲ್ಲಿಯ ರಾಮಾಯಣ ಕಥೆ ವಿಮಲಸೂರಿಯ ಸಂಪ್ರದಾಯಕ್ಕೆ ಸೇರಿದ್ದು, ಅಂತೆಯೇ 'ಪಂಪರಾಮಾಯಣ'ವನ್ನು ಇದು ಮುಕ್ಕಾಲುಪಾಲು ಅನುಸರಿಸಿದೆ. ಕೆಲವು ಮಾರ್ಪಾಡುಗಳು ಕಥನಸ್ವಾರಸ್ಯಕ್ಕಾಗಿ ಮಾಡಿಕೊಂಡವಾಗಿರುತ್ತವೆ. ಮುಖ್ಯವಾಗಿ ಈ ಗ್ರಂಥದ ಮಹತ್ವವು ಇದರ ಛಂದೋವೈವಿಧ್ಯದಲ್ಲಿದೆ. ಪ್ರತಿಯೊಂದು ಸಂಧಿಯು ಷಟ್ಪದಿಯ ಒಂದೊಂದು ಪ್ರಕಾರದಲ್ಲಿದ್ದು ಒಂದೊಂದು ರಾಗದ ಸೂಚನೆಯನ್ನು ಒಳಗೊಂಡಿದೆ. ಷಟ್ಪದಿಯ ಅದೇ ಪ್ರಕಾರದಲ್ಲಿಯೂ ರಾಗ ಬೇರೆಯಾಗಿದೆ. ಎರಡು ಸಂಧಿಗಳಿಗೆ ತಾಳವನ್ನೂ ಹೇಳಲಾಗಿದೆ. ಕೆಲವು ಸಂಧಿಗಳಲ್ಲಿ ರಾಗನಿರ್ದೇಶದೊಡನೆ ರಗಳೆಗಳೂ ಬಂದಿವೆ. ಇನ್ನೂ ವಿಶೇಷವೆಂದರೆ ಪರಿವರ್ಧಿನಿ ಷಟ್ಪದಿಯ ಆರನೆಯ ಪಾದಗಳಲ್ಲಿ ಇರಬೇಕಾದುದಕ್ಕಿಂತ ಒಂದು ಗಣ ಹೆಚ್ಚಾಗಿದೆ ಇಲ್ಲವೆ ಅರ್ಧಗಣ ಹೆಚ್ಚಾಗಿ ಆಂತರಿಕಯತಿ–ಪ್ರಾಸಗಳನ್ನು ಒಮ್ಮೆ ಬಳಸಿದೆ, ಒಮ್ಮೆ ಬಿಟ್ಟಿದೆ. ಒಟ್ಟಿನಲ್ಲಿ ಛಂದಸ್ಸಿನಲ್ಲಿ ಶೈಥಿಲ್ಯದ ಪ್ರವೃತ್ತಿ ಹೆಚ್ಚಾಗಿ ಕಾಣುತ್ತದೆ. ಇದನ್ನು ನೋಡಿದರೆ ಸಂಗೀತದ ಪ್ರಭಾವದಿಂದ ಕುಮುದೇಂದುವಿನ ಪದ್ಯರಚನೆಗೆ ಗುಣದೋಷವೆರಡೂ ಉಂಟಾದಂತೆ ಭಾಸವಾಗುತ್ತದೆ. ಇವನಿಗಿಂತ ಮೊದಲು ಕುಮಾರಪದ್ಮರಸನು ನಾನಾ ಷಟ್ಪದಿಗಳಲ್ಲಿ ಬರೆದಿದ್ದಾನೆ. ಆದರೆ ವೈವಿಧ್ಯ ಮತ್ತು

ಸಂಗೀತಪ್ರಭಾವಿತವಾದ ಪ್ರಯೋಗಬುದ್ಧಿ ಇವನಿಗೆ ವಿಶಿಷ್ಟವಾದುದು. ೭ ಇಲ್ಲವೆ ೭<sup>೧</sup>/೨ ಗಣ ೮ ಗಣಕ್ಕೆ ಸಮೀಪವಾಗಿದ್ದ ಕಾರಣ ೪ ಗಣಗಳ ತಾಳದ ಆವರ್ತನಕ್ಕೆ ಹೆಚ್ಚು ಸರಿಹೋಗಬಹುದೆಂದು ಕೊನೆಯ ಚರಣದಲ್ಲಿ ಕುಮುದೇಂದು ತನ್ನ ಸ್ವತಂತ್ರ ಪ್ರಯೋಗ ಮಾಡಿರ ಬಹುದೆಂದು ನಮಗೆ ತೋರುತ್ತದೆ. ಮೃದುಪದಭಾವ, ಅರ್ಥ, ರಸ, ಗುಣ, ಅಲಂಕಾರಗಳನ್ನು ಬಯಸಿ ಇವನು ಗ್ರಂಥ ರಚಿಸಿದ್ದಾನೆ. ಬಯಕೆಗೆ ಅನುಗುಣವಾಗಿ ಹಾಡುಗಬ್ಬದಲ್ಲಿಯೂ ಪ್ರೌಢ ಕಾವ್ಯದ ಲಕ್ಷಣಗಳನ್ನು ತಂದಿದ್ದಾನೆ. ಹಳೆಯ ಹೊಸ ಶೈಲಿಗಳ ಮಿಶ್ರಣವನ್ನು ಮಾಡಿದ್ದಾನೆ. ವರ್ಣಕದಲ್ಲಿ ವಸ್ತುಕದ ಪ್ರೌಢಿಮೆಯನ್ನು ಮೆರೆಯುವ ಈ ಒಲವು ಇನ್ನುಮುಂದೆ ಅನೇಕರಲ್ಲಿ ಕಂಡುಬರುತ್ತದೆ. 'ಕವಿರಾಜಶಿಖಾಮಣಿ' ಎಂಬ ಇವನ ಬಿರುದು ಉಳಿದ ಅನೇಕರ ಬಿರುದಿನಂತೆ ಶ್ಲಾಘನೀಯ ರೀತಿ ಅಷ್ಟೆ. "ಮತ್ಕೃತಿ ಮಾಡುವುದು ಚಮತ್ಕೃತಿಯಂ" (ಪೀ. ೪೨) ಎಂಬುದು ಮಾತ್ರ ನಿಜ. ರಾಘವಾಂಕನ 'ಹರಿಶ್ಚಂದ್ರಕಾವ್ಯ'ವನ್ನು ಇವನು ಓದಿರಬೇಕೆಂದು ಪೀ. ೪೭ ಮುಂತಾದ ಪದ್ಯಗಳಿಂದ ಅನುಮಾನಿಸಲು ಬರುವಂತಿದೆ. ಇಲ್ಲಿಯೇ ಉಲ್ಲೇಖಿಸಬೇಕಾದ ಮತ್ತೊಂದು ಸಂಗತಿ : ಈ ಹಿಂದೆ ವಾದಿಕುಮುದಚಂದ್ರ ಎಂಬಾತನ ಹೆಸರಲ್ಲಿ ಪ್ರಚುರವಾಗಿದ್ದ 'ಪ್ರತಿಷ್ಠಾಕಲ್ಪಟಿಪ್ಪಣ' ಈತನ ಕೃತಿಯೇ ಎಂದು ಈಗ ಸಿದ್ಧಪಟ್ಟಿದೆ. ಆ ವಾದಿಕುಮುದಚಂದ್ರ ಈ ಕುಮುದೇಂದುವೇ ಎಂಬ ಎ. ವೆಂಕಟಸುಬ್ಬಯ್ಯನವರ ಅಭಿಪ್ರಾಯಕ್ಕೆ ಇಂಬುದೊರೆತು ಅದು ಮಾನ್ಯವಾಗಿದೆ.

## ಟಿಪ್ಪಣಿಗಳು

1. ಡಿ. ಕೆ. ರಾಜೇಂದ್ರ : ಕಮಲಭವ ('ಕನ್ನಡ ಸಾಹಿತ್ಯ ಚರಿತ್ರೆ', ಕ.ಅ. ಸಂಸ್ಥೆ, ಸಂ. ೪, ಪು. ೧೯೮೧).
2. ದ. ರಾ. ಬೇಂದ್ರೆ : 'ಆಂಡಯ್ಯ', ಮುನ್ನುಡಿ, ಪು. ೩, ೪.

## ಪ್ರಕರಣ : ೨೧

# ಬಸವ ಯುಗದ ಇತರರು (೨)

**ಮಾ**ರ್ಗದಿಂದ ದೇಸಿಯತ್ತ ಮೊಗದಿರುವಿ ವೀರಶೈವರೂ ಜೈನರೂ ಈ ಯುಗದಲ್ಲಿ ವಾಙ್ಮಯ ನಿರ್ಮಾಣಮಾಡಿದಂತೆ ೧೪ನೆಯ ಶತಮಾನದ ಮುಂದೆ ವೈದಿಕರೂ ಮಾಡಿದ್ದಾರೆ. ಲೌಕಿಕ ಗ್ರಂಥಗಳ ರಚನೆಯ ಅನಂತರ ಕನ್ನಡದಲ್ಲಿ ಧಾರ್ಮಿಕ ಗ್ರಂಥಗಳ ರಚನೆಗೆ ರುದ್ರಭಟ್ಟನು ಕೈಯಿಕ್ಕಿದನು. ಆದರೆ ಮಾರ್ಗಕಾವ್ಯದ ಪದ್ಧತಿಯನ್ನು ಬಿಡಲಿಲ್ಲ. ೧೪ನೆಯ ಶತಮಾನದಿಂದ ಮುಂದೆ ವಿಷಯ–ಪದ್ಧತಿ ಗಳೆರಡರಲ್ಲಿಯೂ ದೇಸಿತನವು ಕಂಡುಬಂದಿದೆ. ಇದಕ್ಕೆ ಮುಖ್ಯ ನಿದರ್ಶನ ದಾಸ ವಾಙ್ಮಯದ್ದು. ದಾಸಕೂಟ ಸಂಸ್ಥೆಯ ಪರಾಮರ್ಶೆಯನ್ನು ಮುಂದೆ ಮಾಡಲಿದ್ದೇವೆ. ಈಗ ದಾಸ ವಾಙ್ಮಯದ ಪ್ರಾರಂಭವು ಕನ್ನಡದಲ್ಲಿ ಎಂದಾಯಿತೆಂಬುದು ಪ್ರಸ್ತುತವಾಗಿದೆ. ಅಚಲಾನಂದದಾಸರೆಂಬುವರು ಕ್ರಿ.ಶ. ೮೭೮ರಲ್ಲಿ ಅಂದರೆ ೯ನೆಯ ಶತಮಾನದಲ್ಲಿದ್ದು ಉಗಾಭೋಗ, ಹಾಡುಗಳನ್ನು ಬರೆದರೆಂದೂ, "ದಾಸಸಾಹಿತ್ಯರಚನೆಗೆ ಮೊದಲಿಗರು" ಎಂದೂ ಬೇಲೂರು ಕೇಶವದಾಸರು ಅಭಿಪ್ರಾಯಪಟ್ಟಿದ್ದಾರೆ.[1] ಅವನಿಗೆ ವಿಟ್ಠಲನು ಪ್ರತ್ಯಕ್ಷನಾದ ಕಾಲವನ್ನು ಸೂಚಿಸುವ ಸಂಸ್ಕೃತ ಪದ್ಯವೊಂದರ ಆಧಾರದ ಮೇಲೆ ಅವನ ಕಾಲವನ್ನು ಅಷ್ಟು ಹಿಂದೆ ಒಯ್ಯಲಾಗಿದೆ. ಆದರೆ ದಾಸಸಾಹಿತ್ಯದ ಉಳಿದೆಲ್ಲ ಅಭ್ಯಾಸಿಗಳ ಅಭಿಪ್ರಾಯದಲ್ಲಿ ಅಚಲಾನಂದನು ಅಷ್ಟು ಪ್ರಾಚೀನನಲ್ಲ. ಇಷ್ಟೇ ಅಲ್ಲ, ಅವನು ಮಧ್ವಾಚಾರ್ಯರ ಉಲ್ಲೇಖ ಮಾಡಿದ್ದರಿಂದ ಅವರ ತರುವಾಯದವನು, ಬಹುಶಃ ೧೬ನೆಯ ಶತಮಾನದಲ್ಲಿದ್ದವನು.[2] "ಭಾಷೆಯ ಸ್ವರೂಪದಿಂದಲೂ ವಿಚಾರ–ಶಬ್ದಪ್ರಯೋಗಗಳ ಸಾಮ್ಯ ದಿಂದಲೂ ಅವರು ಪುರಂದರ ದಾಸರಿಗಿಂತ ಇತ್ತೀಚಿನವರೆಂದೂ ತಿಳಿಯಬೇಕಾಗುತ್ತದೆ."[3] ಈ ಅಭಿಪ್ರಾಯವು ಸರಿಯೆಂದು ತೋರುತ್ತದೆ. ಆ ಸಂಸ್ಕೃತ ಪದ್ಯವು ಅರ್ವಾಚೀನಕಾಲವನ್ನಾದರೂ ಸೂಚಿಸುತ್ತಿರಬೇಕು. ಇಲ್ಲವೆ ಪ್ರಾಚೀನತೆಯ ಆಭಾಸಕ್ಕಾಗಿ ರಚಿಸಲ್ಪಟ್ಟಿರಬೇಕು. ಈಗ ತಿಳಿದಮಟ್ಟಿಗೆ ದಾಸಸಾಹಿತ್ಯಕ್ಕೆ ಮೊದಲಿಗನೆಂದರೆ ನರಹರಿ ತೀರ್ಥನು. ಇವನು ಮಧ್ವಾಚಾರ್ಯರ ತರುವಾಯ ಮೂರನೆಯವನಾಗಿ ಪೀಠಕ್ಕೆ ಗುರುವಾದನು. ೧೩ನೆಯ ಶತಮಾನದ ಕೊನೆ ಇಲ್ಲವೆ ೧೪ನೆಯ ಶತಮಾನದ ಮೊದಲಲ್ಲಿ ಜೀವಿಸಿದನು. ಸಂನ್ಯಾಸಿಯಾಗುವ ಮುಂಚೆ ಇವನು ಓರಿಸ್ಸಾ ದೇಶದ ಅರಸರಲ್ಲಿ ಅಧಿಕಾರಿಯಾಗಿದ್ದನೆಂದೂ ವ್ಯವಹಾರನಿಪುಣನಾಗಿದ್ದನೆಂದೂ ತಿಳಿಯುತ್ತದೆ. ಆ ದೇಶವನ್ನು ಕೆಲವು ಕಾಲ ಆಳಿದ ಹಾಗೆಯೂ ತಿಳಿಯುತ್ತದೆ. ರಘುಕುಲ ತಿಲಕ ಎಂಬ ಅಂಕಿತದಿಂದ ಇವನು ಬರೆದ ಹಾಡುಗಳಲ್ಲಿ ಎರಡು ಮಾತ್ರ ಉಳಿದಿವೆ : "ಎಂತು ಮರುಳಾದೆ" ; "ಹರಿಯೇ ಇದು ಸರಿಯೇ". ಮೊದಲ ಹಾಡಿನಲ್ಲಿನ "ಮಾತಿನಲ್ಲಿ ಹರಿದಾಸತನ, ನೀತಿಯಲ್ಲಿ ಪ್ರಭುದಾಸತನ" ; "ಶ್ರೀಕಾಂತನ ಸೇವೆಗೆ ಅನುಮಾನ ! ಭೂಕಾಂತನ ಸೇವೆಗೆ ಸುಮ್ಮಾನ" ಎಂಬ ಮಾತುಗಳು ಆತನ ರಾಜಸೇವೆಯನ್ನೂ ಸೂಚಿಸುತ್ತವೆ. ದೊರೆತ ಹಾಡುಗಳಲ್ಲಿ ಗುಣವಿಶೇಷ ವೇನೂ ಇಲ್ಲ. ಭಾಷೆಯೂ ನಯರಹಿತವಾಗಿದೆ. ಅದರಲ್ಲಿ ತೀರ ಅರ್ವಾಚೀನ, ಅಶುದ್ಧವೆನ್ನುವ ರೂಪಗಳು ಹಾಡುಗಾರರ ಬಾಯಲ್ಲಿ ಹಾಗೆ ಆಗಿರಬಹುದು. ಇಲ್ಲವೆ ಮಾತಿನ ಭಾಷೆಗೆ ಸಮೀಪ ವಾಗಿಯೇ ಹಾಡು ಕಟ್ಟುವ ದಾಸಕೂಟದ ಪರಂಪರೆ ನರಹರಿತೀರ್ಥನಿಂದಲೇ ಮೊದಲಾಗಿರಬಹುದು.

### ಚೌಂಡರಸ

ಬ್ರಾಹ್ಮಣಕವಿಗಳಲ್ಲಿ ರುದ್ರಭಟ್ಟನು ಧಾರ್ಮಿಕ ಕಥೆಯನ್ನು ವಸ್ತುಕಕಾವ್ಯವಾಗಿ ಮೊದಲು ಬರೆದರೆ, ಚೌಂಡರಸನು ಲೌಕಿಕಕಥೆಯನ್ನೇ ಮುಖ್ಯವಾಗಿ ನಿರೂಪಿಸುತ್ತ ಧಾರ್ಮಿಕ ಅಂಶದ ವಿಚಿತ್ರ

ಮಿಶ್ರಣವನ್ನು ಮೊದಲುಮಾಡಿದನು. 'ಕಾದಂಬರಿ'ಯ ನಾಗವರ್ಮ, 'ಪಂಚತಂತ್ರ'ದ ದುರ್ಗಸಿಂಹನ ಹಾಗೆ ಇವನು ಸಂಸ್ಕೃತ ಗ್ರಂಥದ ಅನುವಾದವನ್ನು ಪ್ರೌಢಕಾವ್ಯಸರಣಿಯಲ್ಲಿ ಮಾಡಿದನು. ವಿಶೇಷವಾಗಿ ನಾಗವರ್ಮನು 'ಕಾದಂಬರಿ'ಯ ಗದ್ಯವನ್ನು ಚಂಪುವಿಗೆ ತಿರುಗಿಸಿದಂತೆ ಇವನು 'ದಶಕುಮಾರಚರಿತೆ'ಯ ಗದ್ಯಕ್ಕೆ ಚಂಪುರೂಪ ಕೊಟ್ಟನು. ಪಂಪ, ರನ್ನ (ಪೊನ್ನ ?), ಚಂದ್ರ, ರುದ್ರ ಇವರನ್ನು ಇವನು ನೆನೆದ ಕಾರಣ ೧೨ನೆಯ ಶತಮಾನದ ನಂತರದವನೆಂದು ತಿಳಿದರೂ ಯಾವ ಕಾಲದಲ್ಲಿದ್ದನೆಂದು ನಿರ್ಧರಿಸಲು ಆಧಾರವು ದೊರೆತಿಲ್ಲ ಎಂದು ಕವಿಚರಿತಕಾರರು ಹೇಳಿದ್ದಾರೆ. ಸು. ೧೩೦೦ರಲ್ಲಿದ್ದಿರಬಹುದೆಂದು ಊಹಿಸಿದ್ದಾರೆ. ಇವನು ಪಂಡರಾಪುರದ ವಿಟ್ಠಲನ ಭಕ್ತನೆಂಬುದು ಗ್ರಂಥದಿಂದ ಸ್ಪಷ್ಟವಾಗಿ ತಿಳಿಯುತ್ತದೆ. "ಪಂಡರೀರಾಯನಭಂಗ ವಿಟ್ಠಲಂ" ಎಂದು ಮೊದಲ ಪದ್ಯದಲ್ಲಿಯೇ ಇದೆ. ಅಭಂಗ ಎಂಬುದು ಮರಾಠಿಯಲ್ಲಿ ಪದ್ಯದ ಒಂದು ಧಾಟಿಗೆ ಹೆಸರು. "ಅಭಂಗಗಳಿಂದ ಸ್ತುತನಾದ ವಿಟ್ಠಲ" ಎಂದರ್ಥವು ಸರಿಯಾದರೆ ೧೩ನೆಯ ಶತಮಾನ ದಲ್ಲಿಯೇ ಚೌಂಡರಸನು ಇದ್ದಿರಬೇಕು. ೮–೭೧ರಲ್ಲಿ ಬಂದಿರುವ ಸಿಂಹಣದೊರೆಯ ಉಲ್ಲೇಖವೂ ಇದಕ್ಕೆ ಪುಷ್ಟಿಕೊಡುವಂತಿದೆ. ತಾನು 'ಮನೋಹರಪ್ರಚುರಶಿಷ್ಯ' ಎಂದೂ 'ವಿಟ್ಠಲಪದಾಂಭೋಜಾತ ಭೃಂಗ'ನೆಂದೂ ಹೇಳಿಕೊಂಡಿದ್ದಾನೆ. ಇವನು ಪಂಡರಾಪುರದವನಾದರೂ ಆಗಿರಬೇಕು ಇಲ್ಲವೆ ಅಲ್ಲಿ ಕೆಲಕಾಲ ವಾಸಮಾಡಿದವನಾದರೂ ಆಗಿರಬೇಕು. "ದೊರಕಿದ ಶಬ್ದದಿಂ ನೆಗಟ್ದಿ ಕಾವ್ಯಮನೆನ್ನಱಿ ವಂತು ಪೇೞ್ದೆಂ' (೧–೧೫) ಎನ್ನುತ್ತ—

> ಸಕಲಾಂತರ್ಯಾಮಿ ಜೀವಪ್ರಕರವಿವಿಧಚೈತನ್ಯರೂಪಂ ಜಗದ್ವ್ಯಾ-
> ಪಕಭಾವಂ ವಿಷ್ಣುವೆಂದಾಗಮತತಿ ಸತತಂ ಸಾರ್ವ ಸಂಬಂಧದಿಂ ಕೌ- ।
> ತುಕದಿಂದಾವಾವುದಂ ಬಣ್ಣಿಸಿರ್ದೊಡದು ಹರಿಸ್ತೋತ್ರಮೆಂದೀಗಳೀ ಚಿ-
> ತ್ರಕಥಾವಿಸ್ತಾರಮಂ ಬಣ್ಣಿಸಲೊಡರಿಸಿದೆಂ ಸತ್ಕವಿಶ್ರೇಣಿ ಮೆಚ್ಚಲ್ ॥ (೧–೧೬)

ಎಂದೂ ಮುಂದಿನ ಪದ್ಯದಲ್ಲಿ ದಂಡಿ ಬರೆದ 'ದಶಕುಮಾರಚರಿತೆ'ಯನ್ನು "ಆಂ ಪ್ರಸಿದ್ಧಿಯವತಾರಾ ಕಾರಮಂ ತಾಳ್ದಿ ಸದ್ವಿದಿತಂ ರಂಗದೊಳಾಡಿ ತೋರ್ಪ ತೆಱದಿಂ ಪೇೞ್ದೆಂ ಸುಕರ್ಣಾಟದಿಂ" (೧–೧೭) ಎಂದೂ ಹೇಳಿದ್ದಾನೆ. ಇದನ್ನೆಲ್ಲ ನೋಡಿದರೆ ಲೌಕಿಕವಾದ ಅದರಲ್ಲಿಯೂ ತಮ್ಮ ಉದ್ದೇಶಸಾಧನೆಗಾಗಿ ಎಂಥ ಉಪಾಯವನ್ನಾದರೂ ಕೈಗೊಳ್ಳಲು ಹಿಂಜರಿಯದ ತರುಣವೀರರ ಸಾಹಸಚಿತ್ರವುಳ್ಳ ಕಥೆಯನ್ನು ಅನುವಾದಿಸುವಲ್ಲಿ ಒಂದು ಧಾರ್ಮಿಕ ಇಲ್ಲವೆ ಆಧ್ಯಾತ್ಮಿಕ ಸಮಾಧಾನವನ್ನು ಹೊಂದುವ ಪ್ರಯತ್ನವು ಇಲ್ಲಿ ಕಾಣುತ್ತದೆ. "ಎಲ್ಲ ಜೀವರಲ್ಲಿ ದೇವರಿದ್ದ ಕಾರಣ, ಯಾವುದನ್ನು ಬಣ್ಣಿಸಿದರೂ ಅದು ಹರಿಸ್ತೋತ್ರ" ಎಂಬ ಸಮರ್ಥನೆ ವಿಚಿತ್ರವೇ ಆಗಿದೆ. ಪಂಡರಾಪುರ ಹಾಗೂ ವಿಟ್ಠಲದೇವರನ್ನು ಬಣ್ಣಿಸಲು 'ದಶಕುಮಾರಚರಿತೆ'ಯ ಅನುವಾದದಲ್ಲಿ ಸ್ವಕಲ್ಪಿತವನ್ನು ಅನುಗೊಳಿಸುವುದು ಸಾಧ್ಯ ಎಂಬ ಕಾರಣದಿಂದ ಅದನ್ನು ಆರಿಸಿಕೊಂಡು ಆಮೇಲೆ ಸ್ವಂತದ ಭಕ್ತಿಭಾವನೆಗೆ ಸರಿಹೋಗುವಂತೆ ಕವಿ ಅದರ ಸಮರ್ಥನೆ ಮಾಡಿಕೊಂಡಂತೆ ತೋರು ತ್ತದೆ.

'ಅಭಿನವದಶಕುಮಾರಚರಿತೆ' ದಂಡಿಯ ಗದ್ಯಕಾವ್ಯದ ಚಂಪೂರೂಪದಲ್ಲಿಯ ಪ್ರೌಢ ಆದರೂ ಬಹುಮಟ್ಟಿಗೆ ಸರಳವಾದ ಅನುವಾದವಾಗಿದೆ, ತದ್ರೂಪ ಭಾಷಾಂತರವಲ್ಲ. ಮುಖ್ಯ ಕಥಾನಕವು ಯಥಾಮೂಲವಾದರೂ ವರ್ಣನೆಗಳಲ್ಲಿ ಮೂಲದಲ್ಲಿಲ್ಲದ ವಿಸ್ತಾರ, ಸ್ವತಂತ್ರಕಲ್ಪನೆಗಳು ಬಂದಿವೆ. ಒಮ್ಮೊಮ್ಮೆ ಮೂಲತ್ಯಾಗ ಇಲ್ಲವೆ ವ್ಯತ್ಯಾಸವು ತಲೆದೋರಿದೆ. ಮುಖ್ಯವಾದ ವ್ಯತ್ಯಾಸ ವೆಂದರೆ ೧೪ನೆಯ ಆಶ್ವಾಸದ ವಿಶ್ರುತನ ಕಥೆಯಲ್ಲಿ ಅವನು ಪಂಡರಾಪುರಕ್ಕೆ ಹೋಗಿ ಆ ಪುಣ್ಯ ಕ್ಷೇತ್ರದ ಮತ್ತು ವಿಟ್ಠಲನ ಭಕ್ತಿಪೂರ್ವಕವಾದ ವರ್ಣನೆಯನ್ನು ಮಾಡಿದ್ದು. ಈ ಆಶ್ವಾಸದಲ್ಲಿ

ವಿಶ್ರುತನನ್ನು ನಿಮಿತ್ತಮಾಡಿಕೊಂಡು ಚೌಂಡರಸನು ತನ್ನ ಇಷ್ಟದೇವತೆಯ ಸ್ತುತಿಗೆ ಅವಕಾಶವನ್ನು ಕಲ್ಪಿಸಿಕೊಂಡಿದ್ದಾನೆ. ಒಂದು ಪದ್ದಳಿಯಲ್ಲಿಯೂ ಅಷ್ಟಕದಲ್ಲಿಯೂ ವಿಟ್ಠಲನನ್ನು ಬಾಯ್ತುಂಬ ಹೊಗಳಿದ್ದಾನೆ :

> ಪುಲಕಂಗಳ್ ಮೆಯ್ಯೊಳ್ ಅಕ್ಷಿದ್ವಯದೊಳ್ ಅಸುರಜಿನ್ಮೂರ್ತಿ ಜಿಹ್ವಾಗ್ರದೊಳ್ ನಿ-
> ರ್ಮಲನಾಮಮ ಭಾಳದೊಳ್ ಸಂಪುಟಕರಮೆನಸುಂ ಚಿತ್ತದೊಳ್ ಭಕ್ತಿಭಾವಂ ।
> ನೆಲಸಲ್ ಮದ್ಭಾಗ್ಯಸಂವೃದ್ಧಿಗೆ ಮಿಗೆ ನಲಿಯುತ್ತಂ ಮನಃಪ್ರೀತಿಯಿಂ ವಿ-
> ಟ್ಠಲನಂ ಕಂಡಾರ್ತದಿಂ ಮೆಲ್ಲಡಿಗೆಱಗಿ ಕೃತಾರ್ಥಾತ್ಮನಾದೆಂ ನೃಪಾಲಾ ॥ (೧೪–೧೭)

ಇಂಥ ಪದ್ಯಗಳಲ್ಲಿ ಚೌಂಡರಸನ ಆತ್ಮೀಯ ಅನುಭವವೇ ವರ್ಣಿತವಾದಂತಿದೆ. ವಿಟ್ಠಲಾಷ್ಟಕ ದಲ್ಲಿಯ "ಶ್ರೀಗೆ ನಿರಂತರಂ ಬಯಸಿ ದುರ್ಜನರಂ ಸಲೆ ಸೇವೆಗೆಯ್ದು" ಮುಂತಾದ ಉಲ್ಲೇಖಗಳು ಅವನ ಆತ್ಮಚರಿತೆಯನ್ನು ಸೂಚಿಸುವಂತಿದೆ. ಹೃದಯಸರೋಜದಲ್ಲಿ ವಿಟ್ಠಲಮೂರ್ತಿಯನ್ನಿಟ್ಟು ನಾಮಬಲದಿಂದ ಪಾಪವನ್ನು ಗೆದ್ದು "ವೈಷ್ಣವಬಂಧು ಸಮೂಹಸಂಗದಿಂ ಸದಮಳ ಬೋಧೆಯಂ ತಿಳಿದು ಸತ್ಪಥಮಂ ಮಿಗೆ ಕಂಡೆನುರ್ವಿಪಾ" (೧೪–೮) ಎಂಬುದು ಕವಿಯ ಆತ್ಮನಿವೇದನವಿದ್ದಂತಿದೆ. ಅನುವಾದದಲ್ಲಿ ನಾಗವರ್ಮನ 'ಕಾದಂಬರಿ'ಯ ಸಮತೂಕದ ಪ್ರೌಢಿಮೆ ಇಲ್ಲವೆ ಲಾಲಿತ್ಯವಿಲ್ಲ. ಆದರೆ ಪ್ರೌಢಿಮೆಯನ್ನು ಪಡೆಯಬಯಸಿ ಸರಳತೆಯ ಸಹಜಪ್ರವೃತ್ತಿಗೆ ವಶವಾದ ಸರಣಿಯಿದೆ. ಹಳಗನ್ನಡ ರೂಪಗಳೊಡನೆ ಹೊಸ ರೂಪಗಳು ನುಸುಳಿಕೊಂಡಿವೆ. ಚೌಂಡರಸನ ಕವಿತಾಶಕ್ತಿ ಮಧ್ಯಮವಾದುದು. ಕಥನಕಲೆಯಲ್ಲಿ ಸಹಜಗತಿಯಿದೆ. ಅವನ 'ಅಭಿನವದಶಕುಮಾರಚರಿತೆ' ಮೂಲ ರೂಪವನ್ನು ಸ್ವಲ್ಪಮಟ್ಟಿಗೆ ಬದಲಿಸಿದ ಒಳ್ಳೆಯ ಅನುವಾದವೆಂದು ಹೇಳಬಹುದು. ಆದರೆ ಉದ್ದೇಶ ಮಿಶ್ರಣದಿಂದ ಅದು ಏಕಾಗ್ರತೆಯನ್ನು ಕಳೆದುಕೊಂಡಿದೆ. ಅವನ 'ನಳಚರಿತ್ರೆ' ಎಂಬ ಇನ್ನೊಂದು ಚಂಪೂಕೃತಿ ಸಾಂಪ್ರದಾಯಿಕ ಪ್ರೌಢಸರಣಿಯಲ್ಲಿ ಹೇಳಿದ ನಳದಮಯಂತೀ ಕಥಾನಕವನ್ನು ಒಳಗೊಂಡಿದೆ.

ಈ ಯುಗದಲ್ಲಿ ಶಾಸ್ತ್ರಕಾರರಾದ ಕೆಲವು ಬ್ರಾಹ್ಮಣಕವಿಗಳಾಗಿ ಹೋದರು. ಅವರಲ್ಲಿ ೧೪ನೆಯ ಶತಮಾನದ ಕೊನೆಯವನಾದ ಅಭಿನವಮಂಗರಾಜನು 'ಅಭಿನವನಿಘಂಟು'ವನ್ನು ವಾರ್ಧಕಷಟ್ಪದಿ ಯಲ್ಲಿ ಬರೆದಿದ್ದಾನೆ. 'ಹರಿಚಾರಿತ್ರ'ವನ್ನು ಬರೆದ ಪೋಲಾಳ್ವ ದಂಡನಾಥನ ತರುವಾಯ ಇದು ಬ್ರಾಹ್ಮಣಗ್ರಂಥಕಾರನ ಎರಡನೆಯ ಷಟ್ಪದಿಗ್ರಂಥ. ಉಪಲಬ್ಧವಾದ್ದರಲ್ಲಿ ಇದೇ ಮೊದಲನೆಯದು. ಇದರಲ್ಲಿ ಸಂಸ್ಕೃತಶಬ್ದಗಳಿಗೆ ಕನ್ನಡದಲ್ಲಿ ಅರ್ಥ ಹೇಳಿದೆ. ಸುಮಾರು ಇದೇ ಕಾಲದ ಕವಿಮಲ್ಲನು 'ಮನ್ಮಥವಿಜಯ'ವೆಂಬ ಕಾಮಶಾಸ್ತ್ರವಿಷಯವಾದ ಚಂಪುವನ್ನು ರಚಿಸಿದ್ದಾನೆ. ಶೃಂಗಾರಸಾರ ಕೋವಿದರು ಅದನ್ನು ಆದರಿಸುವರೆಂದೂ ತಾನೂ 'ಲಕ್ಷಣವಿವರ'ನೆಂದೂ ಹೇಳಿಕೊಂಡಿದ್ದಾನೆ. ಚಂದ್ರರಾಜನ 'ಮದನತಿಲಕ'ದ ಅನಂತರ ಇದು ಎರಡನೆಯದಾಗುತ್ತದೆ. ಇದೇ ಕಾಲದ ಅಭಿನವ ಚಂದ್ರನು ಅಶ್ವಶಾಸ್ತ್ರವನ್ನು ಪ್ರಾಯಿಕವಾಗಿ ಕಂದಗಳಾದ ಪದ್ಯಗಳಲ್ಲಿ ಬರೆದಿದ್ದಾನೆ. "ಕನ್ನಡಕವಿ ನಿಜಕವಿತೆಯ ಬಿನ್ನಣಮಂ ಮೆಱೆವುದರಿದೆ ಪದ್ಯದೊಳ್" ಎಂದು ತಾನೂ ಗ್ರಂಥವನ್ನು ಬರೆದುದಾಗಿ ಹೇಳಿದ್ದಾನೆ.

## ಭೀಮಕವಿ

೧೪ನೆಯ ಶತಮಾನದ ಉತ್ತರಾರ್ಧದಲ್ಲಿ ಭೀಮಕವಿ 'ಬಸವಪುರಾಣ'ವನ್ನು ಬರೆದು ರಾಘವಾಂಕನಿಂದ ಮೊದಲಾದ ಚಾರಿತ್ರಿಕ ಷಟ್ಪದಿ ಗ್ರಂಥಗಳ ಸಂಪ್ರದಾಯವನ್ನು ಮುಂಬರಿಸಿದನು. 'ಭೀಮಕವೀಶ್ವರರ ರಗಳೆ', 'ಭೃಂಗಿದಂಡಕ'ಗಳನ್ನೂ ಇವನು ಬರೆದಂತೆ ತಿಳಿಯುತ್ತದೆ. 'ಬಸವ ಪುರಾಣ' ಪಾಲ್ಕುರಿಕೆ ಸೋಮನಾಥನ ತೆಲುಗು 'ಬಸವಪುರಾಣ'ದ ಅನುವಾದವೆಂಬುದನ್ನು—

ಅಸಮಲಿಂಗೈಕ್ಯಾನುಭಾವ-
ಪ್ರಸರಮತಿ ಕವಿಸೋಮನಾಥಂ
ರಸಮೊಸರೆ ಮುನ್ನುಸುರ್ದುದನೆ ಕನ್ನಡಿಸಿ ಪೇಳೆಂದು ।
ಎಸೆವ ಬಸವಪುರಾಣಮಂ ಪಸ-
ರಿಸುವ ನಿರ್ಮಳಬೋಧೆಯಂ ಕರು-
ಣಿಸಿದ ಕಾರಣವೆನಗೆ ಪಿರಿದಾಯಸವಿನ್ನಿಲ್ಲ ॥ (೧–೧೬)

ಎಂಬುದರಿಂದ ತಿಳಿಯುತ್ತದೆ. ಶಿವಯೋಗನಿದ್ರೆಯಲ್ಲಿರುವಾಗ ಪಾಲ್ಕುರಿಕೆ ಸೋಮನೂ ಅನಘದೇವಾರ್ಯನೂ ಕನಸಿನಲ್ಲಿ ಬಂದು "ನಾವು ರಚಿಸುವೆವು ಬಸವಕಥಾವಿಸರಮಂ ಬರೆದುಕೊ" (೧–೧೫) ಎಂದು ಭರವಸೆಯನ್ನು ಕೊಟ್ಟರಂತೆ. "ವಸ್ತುಕವರ್ಣಕಂಗಳ ನೆರಪಿ ಹರಗಣಂಗಳನ್ನೆದೆ ಕೀರ್ತಿಸಿದ" (೧–೧೧) ಹರಿಹರ–ರಾಘವಾಂಕರ ಕೃಪೆಯಿಂದ ಇದನ್ನು ರಚಿಸುವುದಾಗಿ ಕವಿ ಹೇಳಿದ್ದಾನೆ. ಸೋಮನ 'ಬಸವಪುರಾಣ'ವನ್ನು ಚಾರಿತ್ರಿಕಸಾಮಗ್ರಿ, ಕಥನಕ್ರಮ, ಪವಾಡಗಳ ಮಾಲಿಕೆ, ಇತರ ಭಕ್ತರ ಚರಿತ್ರೆ ಈ ಮುಂತಾದ ಎಲ್ಲ ಅಂಶಗಳಲ್ಲಿ ಇದು ಕನ್ನಡಿಸಿದೆ ಎಂಬುದು ಸ್ಪಷ್ಟ. ಜೊತೆಗೆ ಕೆಳಗಿನ ಹೇಳಿಕೆಯನ್ನೂ ಗಮನಿಸಬೇಕು : "ಕನ್ನಡ ಬಸವಪುರಾಣವು ಮೂಲ ತೆಲುಗು ಕೃತಿಯ ಕೇವಲ ಅನುವಾದವಲ್ಲ. ಮೂಲವನ್ನು ಕೆಲವೆಡೆ ಹಾಗೇ ಅನುವಾದಿಸಿದ್ದಾನೆ; ಕೆಲವೆಡೆ ಸಂಗ್ರಹಿಸಿ ದ್ದಾನೆ, ಇನ್ನು ಕೆಲವೆಡೆ ವಿಸ್ತರಿಸಿದ್ದಾನೆ. ಮೂಲದಲ್ಲಿ ಇಲ್ಲದ ಅನೇಕ ವರ್ಣನೆಗಳು ಇಲ್ಲಿ ಬಂದಿವೆ. ಇದಕ್ಕಿಂತ ಮುಖ್ಯ ಸಂಗತಿಯೆಂದರೆ, ಮೂಲದಲ್ಲಿ ಇಲ್ಲದೆ, ತನಗೆ ತಿಳಿದುಬಂದ ಅನೇಕ ಪ್ರಸಂಗ ಗಳನ್ನೂ ಕತೆಗಳನ್ನೂ ಭೀಮಕವಿ ಹೊಸದಾಗಿ ಸೇರಿಸಿರುವುದು."[4]

ಭೀಮನ ಸಹಜಕಥನಕಲೆ ಇಲ್ಲಿ ಆವಿಷ್ಕಾರ ಹೊಂದಿದೆ. 'ಎರಡನೆಯ ಮುಕ್ಕಣ್ಣ ಬಸವಣ್ಣ'ನ ಚರಿತ್ರೆಯನ್ನು ಹೇಳುವಲ್ಲಿ ಸ್ವಯಂಸ್ಫೂರ್ತವಾದ ಉಕ್ತಿ–ಉತ್ಸಾಹಗಳು ಎದ್ದುಕಾಣುತ್ತವೆ. ಹರಿಹರನ 'ಬಸವರಾಜದೇವರ ರಗಳೆ'ಯ ನಂತರ ಇದು ಎರಡನೆಯ ಬಸವಚರಿತ್ರೆ. ಹರಿಹರನ ಕೃತಿಯ ಶ್ರೇಷ್ಠತೆ ಇದರಲ್ಲಿಲ್ಲ. ಯಾಕೆಂದರೆ ಅದು ಚರಿತ್ರಕಾವ್ಯ, ಇದು ಪುರಾಣಕಾವ್ಯ. ಅದರಲ್ಲಿ ಬಸವಣ್ಣನವರ ವ್ಯಕ್ತಿತ್ವಚಿತ್ರ ಪ್ರಮುಖವಾಗಿದೆ. ಇದರಲ್ಲಿ ಬಸವಣ್ಣನವರ ಕಾರ್ಯದ ಇಲ್ಲವೆ ಪವಾಡಗಳ ವರ್ಣನೆ ಪ್ರಧಾನವಾಗಿದೆ. ಷಟ್ಪದಿಯಲ್ಲಿ ಬರೆದರೂ ಪ್ರೌಢಕಾವ್ಯದ ಅಲಂಕಾರ–ಚಮತ್ಕೃತಿಗಳ ಹಂಬಲಿಕೆ ಭೀಮನನ್ನು ಆವರಿಸಿದೆ—

ಸರಸಮೃದುತರಯಮಕಗಮಕವಿ-
ಸರಸಮಾಸಪ್ರಾಸದೇಶೀ-
ಸರಣಿ ಶಬ್ದಾರ್ಥೋಪಮಾಚಾತುರ್ಯ ಮಾಧುರ್ಯ ।
ಸರಳಪದಶಯ್ಯಾ ದೃಢವ್ಯಾ-
ಕರಣಯುತ ಲಾಲಿತ್ಯ ನಿಯಮಾ-
ಕ್ಷರಸಲಕ್ಷಣಭಾವಮಾಗಿರೆ ರಚಿಸುವೆಂ ಕೃತಿಯ ॥ (೧–೯)

ಈ ಅವನ ಶೈಲಿಯ ಧ್ಯೇಯವನ್ನು ಅವನು ತನ್ನ ಮುಂದಿರಿಸಿಕೊಂಡಿದ್ದಾನೆ. "ವಸ್ತುಕದ ಮುಂದೆ ವಿಳಾಸಮೇ ಸಾಮಾನ್ಯವರ್ಣಕವೀ ಕವಿತೆಯೆಂದು ಓಸರಿಸದಿರಿ" (೧–೨೧) ಎಂದು ಓದುಗರನ್ನು ಕೇಳಿದ್ದಾನೆ. ಈ ಬಗೆಯಲ್ಲಿ ದೇಸಿಗಬ್ಬದಲ್ಲಿಯೂ ಮಾರ್ಗಲಕ್ಷಣವನ್ನು ಇರಿಸುವ ಸಂಪ್ರದಾಯವೊಂದು ಮುಂದೆ ಬೆಳೆದಿದೆ. ಅದಕ್ಕೆ ಮೊದಲಿಗರಲ್ಲಿ ಭೀಮನು ಒಬ್ಬನಾಗಿದ್ದಾನೆ. ಅವನ ಶೈಲಿಯಲ್ಲಿ ಧಾರಾಳತೆ ಇದೆ, ಮಾರ್ದವ–ಮಾಧುರ್ಯಗಳಿವೆ. ಪಾಂಡಿತ್ಯದ ಆವೇಶವು ಆಗಾಗ ಅವನನ್ನು ಆಕ್ರಮಿಸಿದರೂ ಪುರಾಣಕಾರಕವಿಯ ಸಹಜಸುಂದರ ರೀತಿಯಲ್ಲಿ ಅವನು ಕಥೆಯನ್ನು ಸಾಗಿಸಿಕೊಂಡು ಹೋಗು

ತ್ತಾನೆ. ಭಾಮಿನೀಷಟ್ಪದಿಯಲ್ಲಿ ಸಮಗ್ರವಾಗಿ ಬರೆದ ಮೊದಲನೆಯ ಗ್ರಂಥವೆಂದರೆ ಅವನ ಈ 'ಬಸವಪುರಾಣ'. ಈ ದೃಷ್ಟಿಯಿಂದ ನೋಡಿದರೆ ಮೂರನೆಯ ಯುಗದ ಭಾಮಿನೀಷಟ್ಪದಿಕಾರರಿಗೆ ಪೂರ್ವಭಾವಿಯಾಗಿ ಬಂದ ಅವನು ಭಾಮಿನಿಯ ಸಹಜಲಾಲಿತ್ಯಕ್ಕೆ ಮಾರ್ಗದರ್ಶಿಯಾಗಿದ್ದಾನೆ. ಅದರಲ್ಲಿ ಸೂಕ್ಷ್ಮವಲಯವನ್ನು ತಂದು ವಿವಿಧ ಶಕ್ತಿಗಳನ್ನು ತುಂಬುವ ಕಾರ್ಯ ಮುಂದಿನವರಿಗೆ ಮೀಸಲಾಯಿತು.

## ಪದ್ಮಣಾಂಕ

ಈ ಯುಗದ ಕೊನೆಯ ಷಟ್ಪದಿಕಾರ ಮತ್ತು ಚರಿತ್ರಕಾರನೆಂದರೆ ಪದ್ಮಣಾಂಕನು. ಇವನು 'ಪದ್ಮರಾಜಪುರಾಣ'ವನ್ನು ವಾರ್ಧಕಷಟ್ಪದಿಯಲ್ಲಿ ಬರೆದಿದ್ದಾನೆ. ಇದು ಕೆರೆಯ ಪದ್ಮರಸನ ಚರಿತ್ರೆ. ಆನುಷಂಗಿಕವಾಗಿ ೫ನೆಯ ಸಂಧಿಯಲ್ಲಿ ಹರಿಹರಚರಿತ್ರವೂ ಇದರಲ್ಲಿ ಬಂದಿದೆ. ಪದ್ಮಣಾಂಕನು ತಾನು ಪದ್ಮರಸನಿಂದ ಎಂಟನೆಯ ತಲೆಯವನೆಂದು ಹೇಳಿಕೊಂಡಿದ್ದಾನೆ. ಇದರಿಂದ ಅವನು ಬರೆದುದು ನೂತನ ಹಿರಿಯ ಪೂರ್ವಜನೊಬ್ಬನ ಚರಿತ್ರೆಯಾಗಿದೆ. ಭೀಮಕವಿಯಂತೆ ಪ್ರೌಢವೂ ಲಕ್ಷಣವೂ ಆದ ಕಾವ್ಯವನ್ನು ಬರೆಯಬೇಕು ಎಂಬುದು ಅವನ ಗುರಿಯಾಗಿದೆ, "ಉತ್ತಮಲಕ್ಷಣಮರಿವ ಚತುರರೀ ಕೃತಿಗೊಲಿಯರೆ" (೧–೩೬) ; "ಸರಸತ್ವದಿಂ ಸಲಕ್ಷಣದಿಂ ಬೆಡಗಿನಿಂ.... ಅಲಂಕಾರದಿಂ.... ನಿರುಪಮ ಮೃದೂಕ್ತಿಯಿಂ ಪ್ರೌಢಿಯಿಂ.... ಈ ಕೃತಿಯುವತಿ ಕೋವಿದರನೇಂ ಸೋಲಿಸದೆ ಬಿಡುವಳೆ" (೧–೪೦) ಎಂಬ ಅವನ ಉಕ್ತಿಗಳನ್ನು ನೋಡಬೇಕು. ಭೀಮಕವಿಯಲ್ಲಿ ಮಾರ್ದವ–ಲಾಲಿತ್ಯಗಳು ಸಾಧಿಸಿದಂತೆ ಇವನಿಗೆ ಸಾಧಿಸಿಲ್ಲ. ಇವನಲ್ಲಿ ಶೈಲಿಯ ಪ್ರೌಢಿ, ಸಂಸ್ಕೃತಪ್ರಾಚುರ್ಯ ಇದರ ಹಾವಳಿ ಹೆಚ್ಚಿದೆ. ಹಲವು ಕಡೆಗೆ ಇದು ತುಂಬ ಕ್ಲಿಷ್ಟವಾಗಿದೆ. ದೇಸಿಯಲ್ಲಿ ಮಾರ್ಗ ಬೆಳೆದುಕೊಳ್ಳುವು ದರ ಪ್ರತಿಯಾಗಿ ದೇಸಿಯ ಮೇಲೆ ಮಾರ್ಗದ ಅತಿಕ್ರಮಣವಾಗಿದೆ. ಹೀಗಾಗಿ ಶೈಲಿಯಲ್ಲಿ ಆಭಾಸ ವುಂಟಾಗಿದೆ. ಷಟ್ಪದಿಯ ರೂಪದಲ್ಲಿ ಕಠಿಣಕ್ಲಿಷ್ಟವಾದ ಸಮಾಸಬಹುಲವಾದ ಗೌಡೀಶೈಲಿಯನ್ನು ಬಳಸಿದರೆ ಏನಾಗುತ್ತದೆ ಎಂಬುದಕ್ಕೆ ಇವನ ಕೆಲಪು ಪದ್ಯಗಳು ದೃಷ್ಟಾಂತವಾಗಬಹುದು. ಉದಾ :

ಬಭ್ರುಸದ್ವೃಷ್ಟ್ಯಚಿತ್ತಭ್ರಾಂತಿಕೃಲ್ಲುಠ-
ತ್ಪ್ರಭ್ರಾಜಿತೋದ್ಯತ್ಕುಭ್ರಮಿತಘೃಣಿಚಯಾ-
ದಭ್ರುಸ್ಫುಲಿಂಗವಮಿವಿಭ್ರಮವಿಭೃತ್ ಖಡ್ಗಶುಭ್ರದಕ್ಷಕರಾಕ್ಷತಾ ।
ಬಭ್ರುವರ್ಣಜಟೋತ್ಕಟಾಭ್ರೇಷತತ್ಪರಾ-
ತ್ತಭ್ರಮರಸಾಂದ್ರ ಸಾಂಭೋಭ್ರನಿಭಗಳಭವ-
ಶ್ವಭ್ರಗಂ ದಕ್ಷಾಧ್ವರಭ್ರಂಶ ಕಾವಮಾಂ ಬಭ್ರುನುತ ವೀರಭದ್ರ ॥ (೧–೭)

ಇದೆಲ್ಲವೂ ಸುಲಭವಾಗಿ ಅರ್ಥವಾಗದ ಕ್ಲಿಷ್ಟಸಂಸ್ಕೃತವಾಗಿದೆ. ಇಂಥ ಪದ್ಯಗಳು ವಿರಳವಾಗಿ ದ್ದರೂ ಒಟ್ಟಿನ ರೀತಿಯಲ್ಲಿ ಈ ಪ್ರವೃತ್ತಿ ಕಂಡುಬರುತ್ತದೆ. ಸಂಸ್ಕೃತವಾಕ್ಯ ಹಾಗೂ ಅವತರಣಿಕೆ ಗಳನ್ನು ಪುರಾಣೋಪನಿಷತ್ತುಗಳಿಂದ ಎತ್ತಿ ಷಟ್ಪದಿಯಲ್ಲಿ ಹೆಣೆಯಲಾಗಿದೆ. ಹೀಗೆ ಪಾಂಡಿತ್ಯ ಚಮತ್ಕೃತಿಗಳ ಜೋಡಣೆ ಇದ್ದರೂ, ಪದ್ಮಣಾಂಕನಲ್ಲಿ ಕಥನಕವಿಯ ಶಕ್ತಿಯಿದೆ, ಅಚ್ಚಗನ್ನಡದ ಅರಿವಿದೆ. "ಏನಾನುಮೊಂದೆರಡು ತಾಣದೊಳಗೊಂದಿದ ರಸಾನಂದದಿಂ ಮರವೆಯಿಂ ಜಾಡ್ಯಭಾವ ದಿಂದೀ ನವ್ಯದಿವ್ಯಕೃತಿಯೊಳ್ ದೋಷಮಿರ್ದೊಡಂ' (೧–೪೩) ಅದನ್ನು ಗಮನಿಸಬಾರದೆಂದು ರಾಘವಾಂಕನ ರೀತಿಯಲ್ಲಿ ಅವನು ಹೇಳಿದ್ದಾನೆ. 'ನವ್ಯದಿವ್ಯಕೃತಿ' ಇಲ್ಲವೆ 'ಅಖಿಳಶಾಸ್ತ್ರಸಾರ' (೧೩–೯೯) ಎಂಬ ವಿಶೇಷಣಗಳು 'ಪದ್ಮರಾಜಪುರಾಣ'ದ ಅತಿಸ್ತುತಿಯಾಗುತ್ತವೆ ಎಂಬುದನ್ನು ನೆನೆಯಬೇಕು. ಚರಿತ್ರವಿಷಯವಾದ ವ್ಯಕ್ತಿ ಮಹಾವ್ಯಕ್ತಿಯಾಗಿದ್ದರೂ ಅವನನ್ನು ಕುರಿತು ಬರೆದ

ಚರಿತ್ರೆ ತನ್ನ ಕಾವ್ಯಗುಣದಿಂದಲ್ಲದೆ 'ಮಹಾಚರಿತ'ವಾಗಲಾರದು.

ಇಲ್ಲಿಯವರೆಗೆ ಈ ಯುಗದ ಗ್ರಂಥಕಾರರ ಮತ್ತು ಗ್ರಂಥಗಳ ಸಮೀಕ್ಷೆಯನ್ನು ಮಾಡಿದ್ದಾಯಿತು. ಮೊದಲಿನ ಯುಗಕ್ಕೆ ಸ್ಥೂಲವಾದ ಮಾರ್ಗಕಾವ್ಯದ ಏಕಮುಖತೆಯಿದೆ. ಆದರೆ ಈ ಯುಗದಲ್ಲಿ ಭಿನ್ನಭಿನ್ನ ಪ್ರವಾಹಗಳು ಕೂಡಿ ಹರಿದ ಕಾರಣ ಇದಕ್ಕೆ ಸಂಮಿಶ್ರತೆಯಿದೆ. ಹೀಗಿದ್ದರೂ ಕ್ರಾಂತದೃಷ್ಟಿ ಈ ಯುಗದ ಮೊದಲಲ್ಲಿ ಮಿಂಚಿತು. ಆಮೇಲೆ ಕಂಚುಮಿಂಚಾದಂತೆ ಕಂಡರೂ ಅದರ ಝಳ ತಾಗದೆ ಇದ್ದವರು ಕಡಿಮೆ. ವಿಷಯ–ರೂಪ–ಭಾಷೆಗಳಲ್ಲಿ ಸ್ವಾತಂತ್ರ್ಯ ಮತ್ತು ನವೀನ ಪ್ರಯೋಗ ಗಳಲ್ಲಿ ಆಸಕ್ತಿ ಹೆಚ್ಚಾಗಿ ಕಾಣುತ್ತದೆ. ವಚನ–ಷಟ್ಪದಿಗಳ ವಾಙ್ಮಯವು ಈ ಯುಗದ ಹಿರಿಯ ಸೊತ್ತು. ಮುಂದೆ ಮಾರ್ಗಕಾವ್ಯವು ದೇಸಿಯೊಡನೆ ಬೆಳೆದಿದೆ. ಆದರೆ ಅದರಲ್ಲಿಯೂ ದೇಸಿಯ ವರ್ಚಸ್ಸು ಮೂಡದೆ ಇಲ್ಲ. 'ಬಸವಯುಗ' ಎಂದಿದಕ್ಕೆ ಹೆಸರಿಡುವುದು ಬಸವೇಶ್ವರನ ಪ್ರಭಾವ ವನ್ನಲ್ಲದೆ ಕ್ರಾಂತದೃಷ್ಟಿಯ ಸರ್ವಸಾಮಾನ್ಯವಾದ ಪ್ರಭಾವವನ್ನು ಸೂಚಿಸುವುದಕ್ಕೆಂದು ತಿಳಿಯಬೇಕು. 'ಸಂಕ್ರಮಣಯುಗ' ಎಂದೂ ಇದನ್ನು ಕರೆಯಬಹುದು. ಈ ಯುಗದ ನವೀನ ಪ್ರೇರಣೆಗಳ ಅಂಕಿತಕ್ಕೆ ಒಳಗಾಗದ ಒಳ್ಳೆಯ ಕೃತಿಗಳು ಹುಟ್ಟಿವೆ. ಅವುಗಳಲ್ಲಿ ಒಂದೆರಡು ಮಹಾಕೃತಿಗಳೂ ಆಗಿವೆ. ಇದನ್ನೂ ನಾವು ನೆನೆದಿರಬೇಕು. ಒಂದೊಂದು ಶತಮಾನವನ್ನು ಎತ್ತಿ ಅದರ ವಿಶೇಷವನ್ನು ಹೇಳುವುದು ಇಂದಿನ ಅಭ್ಯಾಸ ಪದ್ಧತಿಯಲ್ಲಿ ವಾಡಿಕೆಯಾಗಿದೆ. ಆದರೆ ಅದರ ಇತಿಮಿತಿಗಳ ಅರಿವು ಮಾತ್ರ ಇರಬೇಕು. "ಹತ್ತನೆಯ ಶತಮಾನವನ್ನು ನಾವು ಉದ್ದಾಮಕವಿಗಳ ಕಾಲವೆಂದು ಕರೆಯಬಹುದಾದರೆ ಸಂಖ್ಯಾದೃಷ್ಟಿಯಿಂದ, ನವೀನ ಪ್ರಯೋಗಗಳ ದೃಷ್ಟಿಯಿಂದ ಹಾಗೂ ಜನಜೀವನದ ಮೇಲೆ ಅದರಿಂದುಂಟಾದ ಜಾಗೃತಿಯ ಮೇಲಿಂದ ಹನ್ನೆರಡನೆಯ ಶತಮಾನವನ್ನು ನಾವು ಸಾಹಿತ್ಯವು ಸಾರ್ಥಕತೆಯನ್ನು ಪಡೆದ ಕಾಲವೆಂದು ಹೇಳಬಹುದಾಗಿದೆ"[5] ಎಂದು ಮಾಳವಾಡರು ಹೇಳಿದ್ದಾರೆ. ೧೨ನೆಯ ಶತಮಾನವು ವಚನವಾಙ್ಮಯದ ಹಿರಿಮೆಯಿಂದ ಕನ್ನಡ ಸಾಹಿತ್ಯಕ್ಕೆ ಅಪೂರ್ವಕಾಂತಿ ಯನ್ನು ಬೀರಿದೆ ಎಂಬುದು ದಿಟ. ಆದರೆ ಅದರಿಂದ ಸಾಹಿತ್ಯವು ಸಾರ್ಥಕತೆಪಡೆದ ಕಾಲವೆಂದು ಈ ಶತಮಾನವನ್ನು ಮಾತ್ರ ಕರೆಯಬಹುದೇ ? ೧೦ನೆಯ ಶತಮಾನದಲ್ಲಿಯೂ ಕನ್ನಡ ಸಾಹಿತ್ಯವು ಶ್ರೇಷ್ಠವಾದ ಮಾರ್ಗಕಾವ್ಯಗಳಿಂದ ಸಾರ್ಥಕತೆಯನ್ನು ಪಡೆದಿದೆ. ಸಾರ್ಥಕತೆಯೆಂಬುದು ಸಂಖ್ಯೆ, ನವೀನ ಪ್ರಯೋಗ, ಜನಜೀವನದಲ್ಲುಂಟಾದ ಜಾಗೃತಿ ಇಷ್ಟನ್ನೇ ಅವಲಂಬಿಸಿಲ್ಲ. ಒಮ್ಮೊಮ್ಮೆ ಇವಿಷ್ಟು ಮಾತ್ರ ಇರುವುದರಿಂದ ಸಾಹಿತ್ಯ ಸಾರ್ಥಕವಾಗದೆ ಹೋಗಬಹುದು. ಸಾಹಿತ್ಯಕ್ಕೆ ಇರುವ ಎರಡು ಮುಖಗಳಲ್ಲಿ ಮಾರ್ಗದ ಮೇಲ್ಮೆಯನ್ನು ಹತ್ತನೆಯ ಶತಮಾನದಲ್ಲಿಯೂ ದೇಸಿಯ ಮಹಿಮೆಯನ್ನು ಹನ್ನೆರಡರಲ್ಲಿಯೂ ಕಾಣುತ್ತೇವೆ. ಎರಡೂ ಶತಮಾನಗಳಲ್ಲಿ ಸಾಹಿತ್ಯವು ಸಾರ್ಥಕ ವಾಗಿದೆ. ಇಲ್ಲಿ ಮುಖ್ಯವಾಗಿ ಅವುಗಳಲ್ಲಿಯ ಉತ್ತಮಾಂಶಗಳನ್ನು ಅನುಲಕ್ಷಿಸಿ ಈ ಮಾತನ್ನು ಹೇಳಿದೆ.

"ಹದಿಮೂರನೆಯ ಶತಮಾನವು ಪ್ರತಿಕ್ರಿಯೆಯ ಕಾಲವಾಗಿದೆ. ಹನ್ನೆರಡನೆಯ ಶತಮಾನದ ಸಾಹಿತ್ಯಚರಿತ್ರೆಯಲ್ಲಿಯ ಶಕ್ತಿವಿಶೇಷಗಳ ಪ್ರತಿಕ್ರಿಯೆಯು ಹದಿಮೂರನೆಯ ಶತಮಾನದಲ್ಲಿ ಕಂಡುಬರುತ್ತದೆ. ಹನ್ನೆರಡನೆಯ ಶತಮಾನದ ಕೊನೆಗೆ ಸ್ವಲ್ಪಮಟ್ಟಿಗೆ ತೋರಿದ ಜೈನರ ಪುನರುತ್ಥಾನ ಹದಿಮೂರನೆಯ ಶತಮಾನದ ತುಂಬ ವ್ಯಾಪಿಸಿದೆ"[6] ಎಂದು ಹೇಳಿ "ಈ ಶತಮಾನವು ಜೈನರ ಪುನರುತ್ಥಾನದ ಕಾಲವಷ್ಟೇ ಅಲ್ಲ, ಅವರ ಪ್ರಾಬಲ್ಯದ ಕಾಲವೆಂದು ಒಪ್ಪಬೇಕಾಗುತ್ತದೆ"[7] ಎಂದು ಮಾಳವಾಡರು ಸಮಾರೋಪ ಮಾಡಿದ್ದಾರೆ. ಕ್ರಿಯೆ–ಪ್ರತಿಕ್ರಿಯೆಗಳೆಷ್ಟು ಸಹಜವೋ ಸಮಕಾಲೀನ ವಾದ ಭಿನ್ನಕ್ರಿಯೆಗಳೂ ಅಷ್ಟೇ ಸಹಜ. ೧೨–೧೩ನೆಯ ಶತಕಗಳ ಸಾಹಿತ್ಯಚರಿತ್ರೆಯನ್ನು ಅವಲೋಕಿಸುವಾಗ ಎರಡನ್ನೂ ನೆನೆಯಬೇಕು. ಏರಿಕೆಯಲ್ಲಿದ್ದ ಜೈನಮತ ಮತ್ತು ವಾಙ್ಮಯ ಗಳಿಗೆ ೧೧ನೆಯ ಶತಮಾನದಲ್ಲಿ ಆಘಾತಗಳು ಉಂಟಾಗಲು, ಪ್ರಚಾರಕ ಆವೇಶವು ೧೧ನೆಯ

ಶತಮಾನದಿಂದ ೧೨ನೆಯ ಶತಮಾನದ ಮಧ್ಯದವರೆಗಿನ ಜೈನಗ್ರಂಥಕಾರರಲ್ಲಿ ಹೆಚ್ಚಿದಂತೆ ಕಾಣುತ್ತದೆ. ನಯಸೇನ, ಬ್ರಹ್ಮಶಿವ ಇವರ ಕಥನರೀತಿ, ವಾದಸರಣಿ, ವಿಡಂಬನೆ, ದೇಸಿಯೊಲವು ಇದರಿಂದ ಇದನ್ನು ಅರಿತುಕೊಳ್ಳಬಹುದು. ೧೨ನೆಯ ಶತಮಾನದ ಮಧ್ಯದಲ್ಲಿ ಕರ್ಣಪಾರ್ಯ ಮುಂತಾದ ಜೈನ ಗ್ರಂಥಕಾರರು ಆಗಿಹೋದರು. ಅವರಿಗೆ ರಾಜಾಶ್ರಯವೂ ದೊರೆಯಿತು. ೧೨ನೆಯ ಶತಮಾನದ ಉತ್ತರಾರ್ಧದಲ್ಲಿ ಹಾಗೂ ೧೩ನೆಯ ಶತಮಾನದ ಮೊದಲಲ್ಲಿ ನೇಮಿಚಂದ್ರ, ಅಗ್ಗಳ, ಆಚಣ್ಣ ಮೊದಲಾದವರು ಇದ್ದರು. ಇವರಿಗೂ ರಾಜಾಶ್ರಯವಿತ್ತು. ಆದ್ದರಿಂದ "ಹನ್ನೆರಡನೆಯ ಶತಮಾನದ ಮಧ್ಯಭಾಗದಲ್ಲಿ ವೀರಶೈವ ಕವಿಗಳನೇಕರು ಹೆಚ್ಚಾಗಿ ಸಾಹಿತ್ಯನಿರ್ಮಾಣಮಾಡಿದ್ದರಿಂದ ಜೈನಕವಿಗಳು ಹಿಮ್ಮೆಟ್ಟಬೇಕಾಯಿತು. ಮೊದಲಿಗೆ ಅವರಿಗೆ ದೊರೆಯುತ್ತಿದ್ದ ರಾಜಾಶ್ರಯವು ಕಡಿಮೆಯಾಯಿತು"[8] ಎಂಬುದು ಸತ್ಯಸಂಗತಿಯಲ್ಲ. ಆದರೆ ೧೨ನೆಯ ಶತಮಾನದ ವೀರಶೈವ ಆಂದೋಲನದಿಂದ ಜೈನಮತ ಮತ್ತು ಸಮಾಜಕ್ಕೆ ಬಲವಾದ ಪೆಟ್ಟುಬಿದ್ದಿತೆಂಬುದು ನಿಜ. ಆ ಆಂದೋಲನವು ಕಲ್ಯಾಣದಲ್ಲಿಯ ಆಕಸ್ಮಿಕವಾದ ಘಟನೆಗಳಿಂದ ಒಡೆದುಹೋಗದೆ ಇದ್ದರೆ, ಅದರ ಸಂಘಟನೆ ಅವ್ಯಾಹತವಾಗಿ ಸಾಗಿದ್ದರೆ ಇನ್ನೂ ಹೆಚ್ಚಾದ ಪರಿಣಾಮವು ಇಡೀ ಕರ್ನಾಟಕದ ಮೇಲೆ ಆಗಬಹುದಾಗಿತ್ತು. ಅಂದಿನ ವೀರಶೈವ ಸಾಹಿತ್ಯವು ಜನಾಶ್ರಯವನ್ನು ಪಡೆದು ಬೆಳೆಯಿತು. ಆದ್ದರಿಂದ ರಾಜಾಶ್ರಯವನ್ನು ಪಡೆಯುತ್ತಿದ್ದ ಜೈನ ಇಲ್ಲವೆ ಬ್ರಾಹ್ಮಣ ಸಾಹಿತ್ಯಕ್ಕೆ ಅದು ಪ್ರತಿಸ್ಪರ್ಧಿಯಾಗುವ ಕಾರಣವೇ ಇರಲಿಲ್ಲ. ೧೩ನೆಯ ಶತಮಾನದಲ್ಲಿ ೧೨ನೆಯ ಶತಮಾನದ ಶಕ್ತಿವಿಶೇಷಗಳ ಪ್ರತಿಕ್ರಿಯೆ ಸ್ವಲ್ಪಮಟ್ಟಿಗೆ ಆಗಿರುವುದು ನಿಜವಾದರೂ ಈ ಶತಮಾನವು ಪ್ರತಿಕ್ರಿಯೆಯ ಇಲ್ಲವೆ ಜೈನ ಪುನರುತ್ಥಾನದ ಕಾಲವೆಂದು ಹೇಳಲಾಗದು. ಪುನರುತ್ಥಾನಕ್ಕಿಂತ ಸಮರ್ಥವಾದ ಮುಂದುವರಿತದ ಕಾಲವೆಂದು ಹೇಳಬಹುದು. ಪ್ರತಿಕ್ರಿಯೆ ಸ್ವಮತದ ಶ್ರೇಷ್ಠತೆಯನ್ನು ತೋರಿಸಲು ಹೆಣಗಿದ ನೇರವಾದ ಇಲ್ಲವೆ ಸೂಚ್ಯವಾದ ಕಾವ್ಯ, ಶಾಸ್ತ್ರಗ್ರಂಥಗಳಲ್ಲಿಯೂ ಷಟ್ಪದಿರೂಪಸ್ವೀಕಾರದಲ್ಲಿಯೂ ಕಂಡುಬಂದಿದೆ. ಆದರೆ ಎಂದಿನಂತೆ ಚಂಪೂಕಾವ್ಯದ ರೀತಿಯಲ್ಲಿ ಹುಟ್ಟಿದ ಜೈನ ಮತ್ತು ಬ್ರಾಹ್ಮಣ ಪುರಾಣಗಳೂ ಕಥನಕಾವ್ಯಗಳೂ ಕಣ್ಣುತುಂಬಿ ನಿಲ್ಲುತ್ತವೆ ; ೧೨ನೆಯ ಶತಮಾನದ ಘಟನೆಗಳು ನಡೆದಿರಲಿಲ್ಲವೇನೊ ಎನ್ನುವಂತೆ ೧೧ನೆಯ ಶತಮಾನದ ಪ್ರೌಢಪರಂಪರೆಯನ್ನು ೧೩ನೆಯ ಶತಮಾನದ ಸಾಹಿತ್ಯ ಮುಂದುವರಿಸಿರುತ್ತದೆ. ಜನ್ನನು ಈ ಶತಮಾನದ ಹಿರಿಯ ಪ್ರಾತಿನಿಧಿಕ ಕವಿಯಾಗಿ ಮೆರೆಯುತ್ತಾನೆ. ೧೨–೧೩ನೆಯ ಶತಮಾನಗಳಲ್ಲಿ ದೇಸಿಮಾರ್ಗದ ಶಕ್ತಿಪ್ರವಾಹಗಳು ಹತ್ತಿರ ಹತ್ತಿರ ಆದರೂ ಬೇರೆಬೇರೆಯಾಗಿ ಹರಿದಿರುತ್ತವೆ.

ಹದಿಮೂರನೆಯ ಶತಮಾನದ ಕೆಲವು ವಿಶೇಷ ಲಕ್ಷಣಗಳನ್ನು ಹೇಳುತ್ತ ಡಿ. ಕೆ. ಭೀಮಸೇನ ರಾಯರು ಹೀಗೆ ಹೇಳಿದ್ದಾರೆ: "ವೀರಶೈವಮತವು ೧೨ನೆಯ ಶತಮಾನದಲ್ಲಿಯೇ ಅಷ್ಟು ಪ್ರಾಬಲ್ಯಕ್ಕೆ ಬಂದಿದ್ದರೂ ಈ ಮತದ ಕವಿಯೊಬ್ಬನೂ ಕಾಣದೇ ಇದ್ದುದು ಚಮತ್ಕಾರವಾಗಿದೆ. ಈ ಶತಮಾನದಲ್ಲಿದ್ದರೆಂದು ಹೇಳಲ್ಪಡುವ ಕೆಲವು ಕವಿಗಳ ಕಾಲವೇ ಇನ್ನೂ ಸಂದಿಗ್ಧವಾಗಿದೆ."[9] ಸೋಮರಾಜ, ಹರಿಹರ, ರಾಘವಾಂಕ, ಕೆರೆಯ ಪದ್ಮರಸ ಇವರನ್ನು ಕುರಿತು ಅವರ ಕೊನೆಯ ವಾಕ್ಯವಿದು. ಸೋಮರಾಜನ ಕಾಲವಿಚಾರ ಸಂದಿಗ್ಧವೆಂದು ಒಪ್ಪಿದರೂ, ಹರಿಹರಾದಿಗಳ ಕಾಲವು ೧೨ನೆಯ ಶತಮಾನದ ಕೊನೆ ಹಾಗೂ ೧೩ನೆಯ ಶತಮಾನದ ಮೊದಲರ್ಧವೆಂದು ಇಂದು ಬಹುಮಟ್ಟಿಗೆ ಸ್ವೀಕೃತವಾಗಿದೆ. ಆದ್ದರಿಂದ ವೀರಶೈವ ಕವಿಯೊಬ್ಬನೂ ೧೩ನೆಯ ಶತಮಾನದಲ್ಲಿ ಕಾಣುವುದಿಲ್ಲ ಎಂದು ಹೇಳಲಾಗದು. ಕುಮಾರ ಪದ್ಮರಸ, ಪಾಲ್ಕುರಿಕೆ ಸೋಮನಾಥ ಮತ್ತು ಬೇರೆ ರಗಳೆಯ ಕವಿಗಳೂ ಈ ಕಾಲದಲ್ಲಿದ್ದರು. ವಚನಕಾರರು ಮಾತ್ರ ಯಾರೂ ಈಗ ತಿಳಿದಮಟ್ಟಿಗೆ ಇಲ್ಲವೆನ್ನಬಹುದು. "ವೀರಶೈವ ಗ್ರಂಥಕಾರರು ತಮ್ಮ ಕೃತಿಗಳನ್ನು ರೂಢಿಯಲ್ಲಿದ್ದ ಚಂಪೂ

ರೂಪದಲ್ಲಿ ಬರೆಯಲಿಲ್ಲ. ವಚನಗಳಲ್ಲಿಯೋ, ಷಟ್ಪದಿಗಳಲ್ಲಿಯೋ, ಬರಿಯ ರಗಳೆಯಲ್ಲಿಯೋ ಬರೆಯುತ್ತಿದ್ದುದರಿಂದ ಪಂಡಿತರಲ್ಲಿ ಇವರ ಕೃತಿಗಳಿಗೆ ಮಾನ್ಯತೆ ಸಿಕ್ಕಲಿಲ್ಲ. ತಮ್ಮ ಕೃತಿಗಳು ಅಷ್ಟು ಆದರಣೀಯವಾಗದಿರುವಾಗ ಇನ್ನುಮುಂದೆ ನವೀನ ಕೃತಿರಚನೆ ಮಾಡುವುದರಿಂದ ಪ್ರಯೋಜನವಿಲ್ಲವೆಂದು ತಿಳಿದು ಈ ಮತೀಯರು ಈ ಶತಮಾನದಲ್ಲಿ ಗ್ರಂಥರಚನೆ ಮಾಡಲಿಲ್ಲ ವೆಂದು ಊಹಿಸಲು ಅವಕಾಶವಿದೆ"[10] ಎಂದೂ ಅದೇ ಲೇಖಕರು ಬರೆದಿದ್ದಾರೆ. ೧೨ನೆಯ ಶತಮಾನ ದಲ್ಲಿ ವೀರಶೈವಪ್ರಾಬಲ್ಯದಿಂದ ಜೈನಸಾಹಿತ್ಯವು ಹಿಮ್ಮೆಟ್ಟಿತೆಂಬುದು ಹೇಗೆ ಸರಿಯಲ್ಲವೋ ಹಾಗೆ ೧೩ನೆಯ ಶತಮಾನದಲ್ಲಿ ಜೈನಪ್ರಾಬಲ್ಯದಿಂದ ವೀರಶೈವಸಾಹಿತ್ಯವು ಕುಗ್ಗಿತು ಎಂಬುದು ದಿಟವಲ್ಲ. ಅದ್ಭುತವಾದ ವೇಗ ಮತ್ತು ಕಾಂತಿಯಿಂದ ಬೆಳಗಿದ ಶರಣರ ಸಾಹಿತ್ಯವು ಸಾಮಾಜಿಕ ಕ್ರಾಂತಿಯ ಪ್ರಯೋಗದಲ್ಲಿ ಒಂದು ಸ್ಫೋಟವನ್ನು ಅನುಭವಿಸಿ ಕೆಲಮಟ್ಟಿಗೆ ಚೆದರಬೇಕಾಯಿತು. ಹರಿಹರ ಮೊದಲಾದವರು ವ್ಯಕ್ತಿಶಃ ೧೩ನೆಯ ಶತಮಾನದಲ್ಲಿ ಅದನ್ನು ಉಜ್ವಲವಾಗಿ ಬೆಳಗಿಸಿದರು. ಆದರೂ ೧೨ನೆಯ ಶತಮಾನದಲ್ಲಿಯ ಸಾಮೂಹಿಕ ಶಕ್ತಿ ಮತ್ತೆ ತಲೆಯೆತ್ತಲು ಕೆಲಕಾಲ ಬೇಕಾಯಿತು. ೧೩ನೆಯ ಶತಮಾನದ ಕೊನೆ, ೧೪ನೆಯ ಶತಮಾನದ ಮೊದಲಲ್ಲಿ ನಡೆದ ಮಹಮ್ಮದೀಯರ ಅಭಿಯೋಗ ಮುಂತಾದ ರಾಜಕೀಯ ಘಟನೆಗಳ ತರುವಾಯದಲ್ಲಿ ವಿಜಯನಗರಸಾಮ್ರಾಜ್ಯ ಸ್ಥಾಪನೆಯಾಗಿ ಅದು ಸ್ಥಿರವಾಗುವವರೆಗೆ ಅಂದರೆ ಸುಮಾರು ೧೫ನೆಯ ಶತಮಾನದ ಆರಂಭದವರೆಗೆ ವೀರಶೈವ ಪುನರುಜ್ಜೀವನವು ತಡೆಯಬೇಕಾಯಿತು. ಆದ್ದರಿಂದ ವೀರಶೈವಸಾಹಿತ್ಯವು ಪಂಡಿತ ಮಾನ್ಯತೆಯ ಅಭಾವದಿಂದ ಸೊರಗಿತೆನ್ನುವುದಕ್ಕಿಂತ ಅದಕ್ಕೆ ಕೆಲಕಾಲದ ಸಂವರಣೆ ಅವಶ್ಯವಾಗಿತ್ತು ಎಂಬುದು ಹೆಚ್ಚು ಸಯುಕ್ತಿಕವಾದುದು.

## ಟಿಪ್ಪಣಿಗಳು

1. ಬೇಲೂರು ಕೇಶವದಾಸರು : 'ಹರಿದಾಸ ಸಾಹಿತ್ಯ', ಪು. ೬–೭ ; 'ಕರ್ನಾಟಕ ಭಕ್ತವಿಜಯ', ಭಾಗ ೧, ಪು. ೭–೧೨.

2. "ಕೇಳೋ ಜೀವವೇ ನೀ ಮಧ್ವಮತವನನುಸರಿಸಿ ಶ್ರೀಲೋಲನಂಘ್ರಿಗಳ ನೆನೆದು ಸುಖಿಸೊ"— (೧೭ ನುಡಿಗಳ ಪದದ ಪಲ್ಲವಿ)— ಅಚಲಾನಂದ.

3. ರಾ. ಸ್ವಾ. ಪಂಚಮುಖಿ : 'ಹರಿದಾಸ ಸಾಹಿತ್ಯ', ಪು. ೫೨.

4. ಎಂ. ಚಿದಾನಂದಮೂರ್ತಿ : ಬಸವಪುರಾಣ – ಒಂದು ಸಮೀಕ್ಷೆ ('ಸಮಗ್ರ ಕನ್ನಡ ಸಾಹಿತ್ಯ ಚರಿತ್ರೆ', ಸಂ. ೪, ಭಾಗ ೧, ಪು. ೫೨).

5. ಸ. ಸ. ಮಾಳವಾಡ : 'ಕರ್ನಾಟಕ ಸಾಹಿತ್ಯ ಸಂಸ್ಕೃತಿ ದರ್ಶನ', ಪು. ೮೮.

6. ಅದೇ.

7. ಅದೇ, ಪು. ೯೯.

8. ಅದೇ, ಪು. ೯೮.

9. ಡಿ. ಕೆ. ಭೀಮಸೇನರಾವ್ : 'ಹದಿಮೂರನೆಯ ಶತಮಾನದ ಕರ್ನಾಟಕಾಂಧ್ರಮಹಾರಾಷ್ಟ್ರ ಸಾಹಿತ್ಯಾವಲೋಕನ', ಪು. ೬೭.

10. ಅದೇ, ಪು. ೬೮.

## ಕುಮಾರವ್ಯಾಸ ಯುಗ

### ಪ್ರಕರಣ : ೨೨

# ಕುಮಾರವ್ಯಾಸ ಯುಗದ ರೂಪರೇಷೆ

೧೫ನೆಯ ಶತಕದಿಂದ ೧೯ನೆಯ ಶತಮಾನದ ಕೊನೆಯವರೆಗೆ ಅಂದರೆ ಆಧುನಿಕ ಕಾಲದವರೆಗೆ ಈ ಯುಗದ ವಿಸ್ತಾರವಿದೆ. ಎಲ್ಲ ಮತದ ಎಲ್ಲ ಪ್ರಕಾರಗಳ ಗ್ರಂಥರಚನೆಯ ಮೂಲಕ ಇದು ಮೊದಲಿನ ಯುಗಗಳಿಗಿಂತ ಹೆಚ್ಚಾಗಿ ಸಂಮಿಶ್ರವಾಗಿದೆ. ಇದನ್ನು ಒಂದು ಯುಗವೆಂದು ಇಲ್ಲಿ ಕಲ್ಪಿಸಲಾಗಿದೆ. ಇದನ್ನು ಎರಡು ಕಾಲಖಂಡಗಳಲ್ಲಿ ವಿಭಜಿಸುವುದು ಸಾಧ್ಯವಿದೆ. ಆದರೆ ಒಟ್ಟಿನಲ್ಲಿ ಇದು ಪ್ರಧಾನವಾಗಿ ದೇಸಿನಿಷ್ಠವಾದ ಇಲ್ಲವೆ ದೇಸಿಪ್ರಚುರವಾದ ಯುಗವಾಗಿದ್ದಕಾರಣ ಇದನ್ನು ಒಂದು ಯುಗವೆಂದು ಇಲ್ಲಿ ಕಲ್ಪಿಸಲಾಗಿದೆ. ಷಟ್ಪದಿ, ಸಾಂಗತ್ಯ, ತ್ರಿಪದಿ, ಕೀರ್ತನೆ ಇವುಗಳ ಪ್ರಸಾರವು ಈ ಯುಗದಲ್ಲಿ ಹೆಚ್ಚಿದೆ. ಚಂಪೂರೂಪವು ಮತ್ತೆ ತಲೆಯೆತ್ತಿದೆ. ವಿಜಯನಗರದ ರಾಯರ ಮತ್ತು ಮೈಸೂರಿನ ಒಡೆಯರ ವಿಶಾಲವಾದ ಛತ್ರದಲ್ಲಿ, ಬೇರೆ ಬೇರೆ ಮಾಂಡಳಿಕರ ಆಶ್ರಯದಲ್ಲಿ ಈ ಯುಗದ ವಾಙ್ಮಯವು ಬೆಳೆದುಕೊಂಡು ಬಂದಿದೆ. ಕುಮಾರವ್ಯಾಸನು ಈ ಯುಗದ ಪ್ರಾರಂಭಕಾಲದ ಮಹಾಕವಿಯಾಗಿ ಇದರ ದೇಸಿನಿಷ್ಠತೆಯ ಶ್ರೇಷ್ಠಪ್ರತಿನಿಧಿ ಆಗಿದ್ದಾನೆ. ತನ್ನ ಮುಂದಿನ ಕವಿಗಳಲ್ಲಿ ಕೆಲವರ ಮೇಲೆ ತನ್ನ ದರ್ಶನದ ಮತ್ತು ದೇಸಿನಿಷ್ಠೆಯ ಪ್ರಭಾವವನ್ನು ಬೀರಿದ್ದಾನೆ. (ಈ ಯುಗದ ಪ್ರಮುಖ ಗ್ರಂಥಕಾರರ ಪಟ್ಟಿಯನ್ನು ೨೦೭–೨೧೫ನೆಯ ಪುಟಗಳಲ್ಲಿ ಕೊಟ್ಟಿದೆ.)

## ಈ ಯುಗದ ಪ್ರಮುಖ ಗ್ರಂಥಕಾರರು

ಈ ಯುಗದಲ್ಲಿ ಹಲವರ ಕಾಲವು ಚರ್ಚಾಸ್ಪದವಾಗಿದೆ. ಇವರಲ್ಲಿ ಕುಮಾರವ್ಯಾಸನ ಕಾಲವನ್ನು ಕವಿಚರಿತಕಾರರು ಸು. ೧೪೩೦ ಎಂದಿದ್ದರೆ, ರಾಜಪುರೋಹಿತರು ಸು. ೧೫೩೦ ಎಂದು ಸಾಧಿಸಿದ್ದಾರೆ ; ೧೫ನೇ ಶತಮಾನದ ಪೂರ್ವಾರ್ಧವೆಂದು ಗೋವಿಂದ ಪೈಯವರು ತೀರ್ಮಾನಿಸಿದ್ದಾರೆ.[1] ಕೊನೆಯದು ದಿಟವಾದರೆ ಕುಮಾರವ್ಯಾಸನು ಈ ಯುಗದಿಂದ ಹಿಂದಿನ ಯುಗಕ್ಕೆ ಸರಿಯಬೇಕಾಗುತ್ತದೆ ; ಮೂರನೆಯ ಯುಗಕ್ಕೆ ಕುಮಾರವ್ಯಾಸಯುಗವೆಂಬ ಹೆಸರೂ ನಿರರ್ಥಕವಾಗುತ್ತದೆ. ಉಪಲಬ್ಧ ಪ್ರಮಾಣಗಳನ್ನು ಪರೀಕ್ಷಿಸಿದರೆ ಖಚಿತವಾದ ನಿರ್ಣಯವು ಸುಲಭವಲ್ಲ ಎಂದು ತೋರುತ್ತದೆ. ಸರ್ವಸಾಧಾರಣವಾಗಿ ಮೇಲಿನ ಮತ್ತು ಕೆಳಗಿನ ಗಡುವುಗಳನ್ನು ಗೊತ್ತುಪಡಿಸಬಹುದು. ೧೬ನೆಯ ಶತಮಾನದ ಶಿಲಾಶಾಸನದಲ್ಲಿ ಕುಮಾರವ್ಯಾಸನ ಉಲ್ಲೇಖ, ಕೃಷ್ಣದೇವರಾಯನ ಕಾಲದ ತಿಮ್ಮಣ್ಣ ಕವಿಯ ಭಾರತದಲ್ಲಿ ಕವಿ ಮತ್ತು ಕಾವ್ಯ ಇವೆರಡರ ಸ್ಪಷ್ಟ ಉಲ್ಲೇಖ ಇವುಗಳಿಂದ ಕುಮಾರವ್ಯಾಸನ ಕಾಲದ ಮೇಲ್ಗಡುವು ೧೫ನೆಯ ಶತಮಾನದ ಕೊನೆ ಇಲ್ಲವೆ ೧೬ನೆಯ ಶತಮಾನದ ಮೊದಲು ಎಂದಾಗುತ್ತದೆ. ಕೃಷ್ಣದೇವರಾಯನ ಕಾಲದವನಾದ ಕನಕದಾಸನು ತನ್ನ 'ಮೋಹನತರಂಗಿಣಿ' (೧–೧೭)ಯಲ್ಲಿ ಕುಮಾರವ್ಯಾಸ, ಕುಮಾರವಾಲ್ಮೀಕಿಗಳನ್ನು ಹೆಸರೆತ್ತದೆಯೂ ಸೂಚಿಸಿದ ಕಾರಣ, ೧೬ನೆಯ ಶತಮಾನದ ಉತ್ತರಾರ್ಧದಲ್ಲಿ ಇವರಿಬ್ಬರೂ ಇರುವ ಸಂಭವ ಕಡಿಮೆಯಾಗುತ್ತದೆ. ಕುಮಾರವಾಲ್ಮೀಕಿ ಕುಮಾರವ್ಯಾಸನ ಉಲ್ಲೇಖ ಮಾಡಿದ್ದರಿಂದ ಈ ಗಡುವು ಇನ್ನೂ ಕೆಳಗೆ ಸರಿಯುತ್ತದೆ. ಇದನ್ನು ಮತ್ತೂ ಕೆಳಗೆ ಒಯ್ಯಬಹುದಾದ ಪ್ರಮಾಣವೊಂದು ದೊರೆತಿದೆ. ಅದೆಂದರೆ ಭಾಸ್ಕರನ 'ಜೀವಂಧರಚರಿತೆ'.

ಕ್ರಿ.ಶ. ೧೪೨೩–೨೪ರಲ್ಲಿ ಗ್ರಂಥವನ್ನು ರಚಿಸಿದೆನೆಂದು ಹೇಳಿದ ಭಾಸ್ಕರನು 'ಕುಮಾರವ್ಯಾಸ ಭಾರತ'ದಿಂದ ಕಾವ್ಯಭಾಗಗಳನ್ನು ಒಂದೆರಡು ಕಡೆಗಳಲ್ಲಿಯಾದರೂ ಎರವಲಾಗಿ ತೆಗೆದುಕೊಂಡಂತಿದೆ.[2] ಕುಮಾರವ್ಯಾಸನಿಗೆ ವಿಶಿಷ್ಟವಾದ ಪದಪ್ರಯೋಗಗಳನ್ನೂ ಅಲ್ಲಲ್ಲಿ ಬಳಸಿದ್ದಾನೆ. ಈ ಕಾವ್ಯಋಣ ಖಂಡಿತವಾದರೆ ೧೪ನೆಯ ಶತಮಾನದ ಕೊನೆ ಅಥವಾ ೧೫ನೆಯ ಶತಮಾನದ ಮೊದಲಲ್ಲಿ ಮೇಲಿನ ಗಡುವನ್ನು ಇರಿಸಬೇಕಾಗುತ್ತದೆ. ಭಾಸ್ಕರನು ಅನುಕರಣಪ್ರಿಯ ಸಾಧಾರಣ ಕವಿಯಾಗಿದ್ದ ಕಾರಣ, ಅವನೇ ಕುಮಾರವ್ಯಾಸನಿಂದ ಉಪಕೃತನಾಗಿರುವ ಸಂಭವವು ಹೆಚ್ಚಿದೆ. ಕುಮಾರವಾಲ್ಮೀಕಿಯ ಕಾಲವನ್ನು ನಿರ್ಣಯಿಸಲು ಸ್ವತಂತ್ರ ಆಧಾರಗಳು ದೊರೆತಿದ್ದರೆ ಮೇಲಿನ ಎಲ್ಲೆಯನ್ನು ಗೊತ್ತುಪಡಿಸಲು ನೆರವಾಗುತ್ತಿತ್ತು. ಆದರೆ ಅವನ ಕಾಲವೇ ಕುಮಾರವ್ಯಾಸನ ಕಾಲ ನಿರ್ಣಯವನ್ನು ಈವರೆಗೆ ನೆಮ್ಮಿಕೊಂಡಿದೆ. ತನಗಿಂತ ಮುಂಚಿನ ಯಾವ ಕನ್ನಡಕವಿಗಳನ್ನೂ ಕುಮಾರವ್ಯಾಸನು ನೆನೆದಿಲ್ಲ, ಆದರೆ ಸೇವುಣ (ಸಾಹಣ), ಹೊಯ್ಸಳ (ಸಮುದ್ರಹೋಸಲ) ಈ ರಾಜವಂಶಗಳ ಉಲ್ಲೇಖದಿಂದ ಅವನು ೧೧–೧೨ನೆಯ ಶತಕದ ತರುವಾಯದವನೆಂಬುದು ತಿಳಿಯುತ್ತದೆ. ಹೀಗೆ ಸುಮಾರು ೧೩ನೆಯ ಶತಕವು ಕೆಳಗಿನ ಗಡುವಾದರೆ ೧೫ನೆಯ ಶತಕವು ಮೇಲಿನ ಗಡುವೆಂದು ಗ್ರಹಿಸಬಹುದು. ೧೩ನೆಯ ಶತಮಾನದ ಪೂರ್ವಾರ್ಧದಲ್ಲಿ ಅವನನ್ನಿರಿಸಲು ಗೋವಿಂದ ಪೈಗಳು ಕೊಟ್ಟ ಆಧಾರಗಳು ನಿರ್ವಿವಾದವೆಂದು ನಮಗೆ ತೋರುವುದಿಲ್ಲ. ಕುಮಾರವ್ಯಾಸನು ಮಾಡಿದ 'ಬುದ್ಧಲಿಂಗಿಗಳು' (ಆದಿಪರ್ವ, ೨೪–೨೪) ಎಂಬ ಉಲ್ಲೇಖದಲ್ಲಿಯ ಬೌದ್ಧರು ಕರ್ನಾಟಕದಲ್ಲಿ ಅವನಿಗೆ ಸಮಕಾಲೀನರಾಗಿಯೇ ಇರಬೇಕೆಂದು ಹೊರಡುವುದಿಲ್ಲ. ಒಂದು ಕಾಲಕ್ಕೆ ಆಗಿಹೋದವರನ್ನೂ ಕವಿ ಉಲ್ಲೇಖಿಸಬಹುದು. ಮಹಾಭಾರತಕಾಲದಲ್ಲಿ ಇದ್ದವರಲ್ಲದೆ ತರುವಾಯದ ಕಾಲದವರನ್ನೂ ದೇಶಕಾಲವಿರುದ್ಧವಾದರೂ ಕವಿ ಉಲ್ಲೇಖಿಸುತ್ತಾನೆ. ಅವರು ಸಮಕಾಲೀನರಿರಬಹುದು, ಪೂರ್ವಕಾಲೀನರಿರಬಹುದು. ಬೌದ್ಧರನ್ನು ಅರಿತಿರಬೇಕಾದರೆ ಕವಿ ೧೪ನೆಯ ಶತಮಾನಕ್ಕೆ ಮುಂಚಿನವನಾಗಿಯೇ ಇರಬೇಕೆಂದಿಲ್ಲ. 'ಲಿಂಗಿಗಳು' ಎಂದರೆ ಲಿಂಗಾಯತ ಇಲ್ಲವೆ ವೀರಶೈವರೆಂದು ಭಾವಿಸಿದರೂ ಕವಿಕಾಲದ ಕೆಳಗಡುವನ್ನು ಗೊತ್ತುಪಡಿಸಲು ಬಂದೀತಲ್ಲದೆ ಕಾಲನಿರ್ಣಯವಾಗಲಾರದು. ಬಲ್ಲಾಳದಡ್ಡಿ, ಬಲ್ಲಾಳನಾಥ, ಅಶನಿಸಂನಾಹ ಎಂಬ ಪದಪ್ರಯೋಗಗಳಿಂದಲೂ ಪೈಗಳು ಕೊಟ್ಟ ಅರ್ಥವು ಸರಿಯಾಗಿದ್ದರೆ ಇದೇ ಮಾತು ಹೊರಡುತ್ತದೆ. ಮುಖ್ಯವಾಗಿ ಕನ್ನಡ ಭಾರತದಲ್ಲಿ ಬಂದಿರುವ ಮರಾಠೀ ಶಬ್ದ, ವ್ಯಾಕರಣಲಕ್ಷಣಗಳಿಂದ ಕವಿಯ ಕಾಲ ೧೩ನೆಯ ಶತಮಾನದ ಪೂರ್ವಾರ್ಧವಾಗಿರಬೇಕೆಂದು ಪೈಗಳು ತೀರ್ಮಾನಿಸಿದ್ದಾರೆ.[3] ಕವಿಯ ಪ್ರಾಂತವಾದ ಗದಗು ದೇವಗಿರಿಯ ಸೇವುಣರ ಕೈಸೇರಿದಂದಿನಿಂದ ಮರಾಠಿಯ ಪ್ರಚಾರವು ಹೆಚ್ಚಾಗುತ್ತಿರಬೇಕು. ಆದರೆ "ಈತನ ಕಾಲದಲ್ಲಿ ಗದಗು ಸೇವುಣರ ಕೈಸೇರಿ ಹೆಚ್ಚಾದರೆ ೧೦–೨೦ ವರ್ಷಗಳಾಗಿರಬೇಕಷ್ಟೇ"[4] ಎಂದವರು ಹೇಳಿದ್ದಾರೆ. ಇಷ್ಟು ಸ್ವಲ್ಪ ವರ್ಷಗಳಲ್ಲಿ ಜನಭಾಷೆಯ ಮೇಲೆ ಮತ್ತು ಕುಮಾರವ್ಯಾಸನ ಶೈಲಿಯ ಮೇಲೆ ಮರಾಠಿಯ ಪ್ರಭಾವವು ಅಷ್ಟುಮಟ್ಟಿಗೆ ಆಯಿತೆನ್ನುವುದನ್ನು ನಂಬುವುದು ಕಷ್ಟ. ಕಾಲವಿಚಾರದಲ್ಲಿ ಭಾಷಾಶೈಲಿಯ ಪ್ರಮಾಣವು ಪೂರಕವಾಗಬಹುದೇ ಹೊರತು ನಿರ್ಣಾಯಕವಾಗಲಾರದು. ಆದರೂ ಅದೊಂದನ್ನೇ ಗಮನಿಸಬಹುದಾದರೆ ಸೇವುಣರ ಕಾಲದಿಂದ ವಿಜಯನಗರ ಕಾಲದ ಕೆಲಭಾಗದವರೆಗೆ ಸೈನಿಕರು, ಗಜಶಿಕ್ಷಕರು, ಕರಣಿಕರು ಮುಂತಾದವರ ಮೂಲಕ ಮರಾಠಿ, ಅರಬಿ, ಫಾರಸಿ ಶಬ್ದಗಳ ಆಯಾತವು ಗದಗು ಸೀಮೆಯಲ್ಲಿ ಹೆಚ್ಚಿ ಸಾಕಷ್ಟು ರೂಢವಾಗಲು ನೂರರ ಮೇಲೆ ವರ್ಷಗಳು ಸಂದಿರಬೇಕೆಂದೂ ಭಾಷಾಶೈಲಿಯ ದೃಷ್ಟಿಯಿಂದ ೧೪ನೆಯ ಶತಮಾನದ ಉತ್ತರಾರ್ಧವು ಕುಮಾರವ್ಯಾಸನ ಕೆಳಗಡುವಿರಬಹುದೆಂದೂ ನಮಗೆ ತೋರುತ್ತದೆ. 'ರಾವುತು' ಮುಂತಾದ್ದರಲ್ಲಿಯ ಉಕಾರವು ಮೂಲತಃ ಕನ್ನಡಪ್ರತ್ಯಯವಾಗಿ 'ಜ್ಞಾನೇಶ್ವರಿ'ಯಲ್ಲಿ ಅಂದಿನ ಮರಾಠಿಯ ಪ್ರತಿಬಿಂಬವಾಗಿ ಸೇರಿತು. ಮಹಾರಾಷ್ಟ್ರದಿಂದ ಕರ್ನಾಟಕಕ್ಕೆ

## ಕುಮಾರವ್ಯಾಸ ಯುಗದ ಪ್ರಮುಖ ಗ್ರಂಥಕಾರರು

| ಕ್ರಮಾಂಕ ಗ್ರಂಥಕಾರ | ಕಾಲ | ಮತ | ಆಶ್ರಯ | ಗ್ರಂಥ | ಸ್ವರೂಪ |
|---|---|---|---|---|---|
| ೧. ಕುಮಾರವ್ಯಾಸ | ಸು. ೧೪೦೦ | ಬ್ರಾಹ್ಮಣ | | ೧. ಕರ್ಣಾಟಕ ಭಾರತ ಕಥಾಮಂಜರಿ ಅಥವಾ ಕನ್ನಡ ಭಾರತ (ಮೊದಲ ಹತ್ತು ಪರ್ವಗಳು) | ಭಾಮಿನೀ ಷಟ್ಪದಿ |
| | | | | ೨. ಐರಾವತ ? | |
| ೨. ದೇವರಾಜ | ಸು. ೧೪೦೦ | ಶೈವ ರಾಜ ವಂಶೀಯ | | ೧ ಸೊಬಗಿನ ಸೋನೆ | ಸಾಂಗತ್ಯ |
| | | | | ೨ ಅಮರುಕ | ಪರಿವರ್ಧಿನೀ ಷಟ್ಪದಿ |
| ೩. ಭಾಸ್ಕರ | ೧೪೨೫ (ಗ್ರಂ.ರ. ೧೪೨೪) | ಜೈನ | | ೧ ಜೀವಂಧರಚರಿತೆ | ಭಾಮಿನೀ ಷಟ್ಪದಿ |
| ೪. ಲಕ್ಕಣ್ಣದಂಡೇಶ | ಸು. ೧೪೨೫ | ವೀರಶೈವ | ಪ್ರೌಢದೇವರಾಯ | ೧ ಶಿವತತ್ತ್ವಚಿಂತಾಮಣಿ | ವಾರ್ಧಕ ಷಟ್ಪದಿ |
| ೫. ಮಗ್ಗೆಯ ಮಾಯಿದೇವ | ಸು. ೧೪೩೦ | ವೀರಶೈವ | ಪ್ರೌಢದೇವರಾಯ | ೧ ಅನುಭವಸೂತ್ರ | ಗದ್ಯ |
| | | | | ೨ ಶತಕತ್ರಯ | ವೃತ್ತ |
| | | | | ೩ ಪ್ರಭುಗೀತ | ಹಾಡು |
| | | | | ೪ ಏಕೋತ್ತರಶತಸ್ಥಲದ ಷಟ್ಪದಿ | ಷಟ್ಪದಿ |
| | | | | ೫ ಮಗ್ಗೆಯ ಮಾಯಿದೇವ ವಚನ | ವಚನ |
| | | | | ೬ ಷಟ್ಸ್ಥಲ ಗದ್ಯ | ಗದ್ಯ |
| ೬. ಚಾಮರಸ | ಸು. ೧೪೩೦ | ವೀರಶೈವ | ? | ೧ ಪ್ರಭುಲಿಂಗಲೀಲೆ | ಭಾಮಿನೀ ಷಟ್ಪದಿ |
| ೭. ಗುರುಬಸವ | ಸು. ೧೪೩೦ | ವೀರಶೈವ | ಪ್ರೌಢದೇವರಾಯ | ೧ ಶಿವಯೋಗಾಂಗಭೂಷಣ | ಪರಿವರ್ಧಿನೀ ಷಟ್ಪದಿ |
| | | | | ೨ ಸದ್ಗುರುರಹಸ್ಯ | ಭಾಮಿನೀ ಷಟ್ಪದಿ |
| | | | | ೩ ಕಲ್ಯಾಣೇಶ್ವರ | ಪರಿವರ್ಧಿನೀ ಷಟ್ಪದಿ |
| | | | | ೪ ಸ್ವರೂಪಾಮೃತ | ಭಾಮಿನೀ ಷಟ್ಪದಿ |
| | | | | ೫ ವೃಷಭಗೀತೆ | ಭೋಗ ಷಟ್ಪದಿ |
| | | | | ೬ ಅವಧೂತಗೀತೆ | ಚೌಪದಿ |
| | | | | ೭ ಮನೋವಿಜಯಕಾವ್ಯ | ಕುಸುಮ ಷಟ್ಪದಿ |

...ಪುಟ ೨೦೮

ಪುಟ ೨೦೭ರಿಂದ ಮುಂದುವರಿದುದು

| ಕ್ರಮಾಂಕ ಗ್ರಂಥಕಾರ | ಕಾಲ | ಮತ | ಆಶ್ರಯ | ಗ್ರಂಥ | ಸ್ವರೂಪ |
|---|---|---|---|---|---|
| ೮. ಚಂದ್ರಕವಿ | ಸು. ೧೪೩೦ | ವೀರಶೈವ | ಪ್ರೌಢದೇವರಾಯ | ೧ ವಿರೂಪಾಕ್ಷಾಸ್ಥಾನ | ಚಂಪು |
| | | | | ೨ ಗುರುಮೂರ್ತಿಶಂಕರಶತಕ | ವೃತ್ತ |
| ೯. ಕಲ್ಯಾಣಕೀರ್ತಿ | ೧೪೪೦ (ಗ್ರಂ.ರ. ೧೪೪೮) | ಜೈನ | ಪಾಂಡ್ಯರಾಯ | ೧ ಜ್ಞಾನಚಂದ್ರಾಭ್ಯುದಯ | ವಾ.ಭಾ.ಪ.ಕು. ಷಟ್ಪದಿ |
| | | | | ೨ ಕಾಮನ ಕಥೆ | ಸಾಂಗತ್ಯ |
| | | | | ೩ ಅನುಪ್ರೇಕ್ಷೆ | ಪದ ಅಕ್ಷರವೃತ್ತ ? |
| | | | | ೪ ಜಿನಸ್ತುತಿ | ಕಂದ |
| | | | | ೫ ತತ್ತ್ವಭೇದಾಷ್ಟಕ | ವೃತ್ತ |
| | | | | ೬ ಚಿನ್ಮಯಚಿಂತಾಮಣಿ | ಸಾಂಗತ್ಯ |
| | | | | ೭ ನಾಗಕುಮಾರಚರಿತೆ | ಭಾಮಿನೀ ಷಟ್ಪದಿ |
| ೧೦. ವಿಜಯಣ್ಣ | ೧೪೫೦ (ಗ್ರಂ.ರ. ೧೪೪೮) | ಜೈನ | ದೇವರಾಜ | ೧ ದ್ವಾದಶಾನುಪ್ರೇಕ್ಷೆ | ಸಾಂಗತ್ಯ (ಕಂದವೃತ್ತಗಳು) |
| ೧೧. ಬೊಮ್ಮರಸ | ಸು. ೧೪೫೦ | ವೀರಶೈವ | | ೧ ಸೌಂದರಪುರಾಣ | ವಾರ್ಧಕ ಷಟ್ಪದಿ |
| ೧೨. ತೋಂಟದ ಸಿದ್ಧೇಶ್ವರ | ಸು. ೧೪೭೦ | ವೀರಶೈವ | ವಿರೂಪಾಕ್ಷ (೧೪೬೭-೭೮) | ೧ ಷಟ್ಸ್ಥಲಜ್ಞಾನಸಾರಾಮೃತ | ವಚನ |
| ೧೩. ಗುಬ್ಬಿಯ ಮಲ್ಲಣ್ಣ | ಸು. ೧೪೭೫ | ವೀರಶೈವ | | ೧ ಗಣಭಾಷ್ಯರತ್ನಮಾಲೆ | ವಚನ |
| | | | | ೨ ವಾತುಲತಂತ್ರಟೀಕೆ | ಶಾಸ್ತ್ರಗದ್ಯ |
| ೧೪. ಸ್ವತಂತ್ರಸಿದ್ಧಲಿಂಗೇಶ್ವರ | ಸು. ೧೪೮೦ | ವೀರಶೈವ | | ೧ ಸ್ವತಂತ್ರಸಿದ್ಧಲಿಂಗೇಶ್ವರ ವಚನ | ವಚನ |
| ೧೫. ತೆರಕಣಾಂಬಿ ಬೊಮ್ಮರಸ | ಸು. ೧೪೮೫ | ಜೈನ | | ೧ ಸನತ್ಕುಮಾರಚರಿತೆ | ಭಾಮಿನೀ ಷಟ್ಪದಿ |
| | | | | ೨ ಜೀವಂಧರಸಾಂಗತ್ಯ | ಸಾಂಗತ್ಯ |
| ೧೬. ಚತುರ್ಮುಖ ಬೊಮ್ಮರಸ | ಸು. ೧೫೦೦ | ವೀರಶೈವ | | ೧ ರೇವಣಸಿದ್ಧೇಶ್ವರಪುರಾಣ | ವಾರ್ಧಕ ಷಟ್ಪದಿ |
| ೧೭. ಕುಮಾರವಾಲ್ಮೀಕಿ | ಸು. ೧೫೦೦ | ಬ್ರಾಹ್ಮಣ | | ೧ ತೊರವೆರಾಮಾಯಣ | ಭಾಮಿನೀ ಷಟ್ಪದಿ |
| | | | | ೨ ಮೈರಾವಣ ಕಾಳಗ | ಭಾಮಿನೀ ಷಟ್ಪದಿ |
| ೧೮. ಶಿಶುಮಾಯಣ | ಸು. ೧೫೦೦ | ಜೈನ | | ೧ ತ್ರಿಪುರದಹನಸಾಂಗತ್ಯ | ಸಾಂಗತ್ಯ |
| | | | | ೨ ಅಂಜನಾಚರಿತ್ರೆ | |

...ಪುಟ ೨೦೯

ಪುಟ ೨೦೮ರಿಂದ ಮುಂದುವರಿದುದು

| ಕ್ರಮಾಂಕ ಗ್ರಂಥಕಾರ | ಕಾಲ | ಮತ | ಆಶ್ರಯ | ಗ್ರಂಥ | ಸ್ವರೂಪ |
|---|---|---|---|---|---|
| ೧೯. ಸಿಂಗಿರಾಜ | ಸು. ೧೫೦೦ | ವೀರಶೈವ | | ೧ ಅಮಲಬಸವರಾಜಚಾರಿತ್ರ | ವಾರ್ಧಕ ಷಟ್ಪದಿ |
| ೨೦. ಶ್ರೀಪಾದರಾಯ | ಸು. ೧೫೦೦ | ಬ್ರಾಹ್ಮಣ | ಸಾಳುವನರಸಿಂಹ | ೧ ಕೀರ್ತನೆಗಳು | ಹಾಡು |
| ೨೧. ನಿಜಗುಣ ಶಿವಯೋಗಿ | ಸು. ೧೫೦೦ | ವೀರಶೈವ | | ೧ ಅನುಭವಸಾರ | ತ್ರಿಪದಿ |
| | | | | ೨ ಅರವತ್ತುಮೂವರ ತ್ರಿಪದಿ | ತ್ರಿಪದಿ |
| | | | | ೩ ಕೈವಲ್ಯಪದ್ಧತಿ | ಹಾಡು |
| | | | | ೪ ಪರಮಾನುಭವಬೋಧೆ | ಸಾಂಗತ್ಯ |
| | | | | ೫ ಪರಮಾರ್ಥಗೀತೆ | ಲಲಿತರಗಳೆ |
| | | | | ೬ ಪರಮಾರ್ಥಪ್ರಕಾಶಿಕೆ | ಗದ್ಯ |
| | | | | ೭ ವಿವೇಕಚಿಂತಾಮಣಿ | ಗದ್ಯ |
| ೨೨. ಸುರಂಗಕವಿ | ಸು. ೧೫೦೦ | ವೀರಶೈವ | | ೧ ತ್ರಿಷಷ್ಟಿಪುರಾತನಚರಿತ್ರೆ | ಚಂಪು |
| ೨೩. ೩ನೆಯ ಮಂಗರಸ | ೧೫೧೦ (ಗ್ರಂ.ರ. ೧೫೦೮) | ಜೈನ | ಚೆಂಗಾಳ್ವನೃಪ | ೧ ಜಯನೃಪಕಾವ್ಯ | ಪರಿವರ್ಧಿನೀ ಷಟ್ಪದಿ |
| | | | | ೨ ಪ್ರಭಂಜನಚರಿತೆ | ಸಾಂಗತ್ಯ |
| | | | | ೩ ಶ್ರೀಪಾಲಚರಿತೆ | ಸಾಂಗತ್ಯ |
| | | | | ೪ ನೇಮಿಜಿನೇಶಸಂಗತಿ | ಸಾಂಗತ್ಯ |
| | | | | ೫ ಸಮ್ಯಕ್ತ್ವಕೌಮುದಿ | ವಾರ್ಧಕ ಷಟ್ಪದಿ |
| | | | | ೬ ಸೂಪಶಾಸ್ತ್ರ | ವಾರ್ಧಕ ಷಟ್ಪದಿ |
| ೨೪. ತಿಮ್ಮಣ್ಣಕವಿ | ಸು. ೧೫೧೦ | ಬ್ರಾಹ್ಮಣ | ಕೃಷ್ಣದೇವರಾಯ | ೧ ಕೃಷ್ಣರಾಜಭಾರತ | ಭಾಮಿನೀ ಷಟ್ಪದಿ |
| ೨೫. ಗುಬ್ಬಿಯ ಮಲ್ಲಣಾರ್ಯ | ೧೫೨೦ (ಗ್ರಂ.ರ. ೧೫೧೩, ೧೫೩೦) | ವೀರಶೈವ | | ೧ ಭಾವಚಿಂತಾರತ್ನ | ವಾರ್ಧಕ ಷಟ್ಪದಿ |
| | | | | ೨ ವೀರಶೈವಾಮೃತಪುರಾಣ | ವಾರ್ಧಕ ಷಟ್ಪದಿ |
| | | | | ೩ ಪುರಾತನರ ರಗಳೆ | ರಗಳೆ |
| ೨೬. ನಂಜುಂಡ | ಸು. ೧೫೨೫ | ವೀರಶೈವ | ನಂಜರಾಜ (೧೫೦೭-೩೩) | ೧ ಕುಮಾರರಾಮನ ಕಥೆ | ಸಾಂಗತ್ಯ (ನಡುವೆ ಷಟ್ಪದಿ) |
| ೨೭. ವ್ಯಾಸರಾಯ | ಸು. ೧೫೨೫ | ಬ್ರಾಹ್ಮಣ | ಕೃಷ್ಣದೇವರಾಯ | ೧ ಕೀರ್ತನೆಗಳು | ಹಾಡು |

...ಪುಟ ೨೧೦

ಪುಟ ೨೦೯ರಿಂದ ಮುಂದುವರಿದುದು

| ಕ್ರಮಾಂಕ ಗ್ರಂಥಕಾರ | ಕಾಲ | ಮತ | ಆಶ್ರಯ | ಗ್ರಂಥ | ಸ್ವರೂಪ |
|---|---|---|---|---|---|
| ೨೮. ಚಾಟುವಿಠಲನಾಥ (?) | ಸು. ೧೫೩೦ | ಬ್ರಾಹ್ಮಣ | ಕೃಷ್ಣರಾಯ | ೧ ಭಾಗವತ | ಭಾಮಿನೀ ಷಟ್ಪದಿ |
| | | | ಅಚ್ಯುತರಾಯ | ೨ ಭಾರತ (ಕೆಲಭಾಗ) | ಭಾಮಿನೀ ಷಟ್ಪದಿ |
| ೨೯. ಅಭಿನವವಾದಿ ವಿದ್ಯಾನಂದ | ಸು. ೧೫೫೦ (ಗ್ರಂ. ರ. ೧೫೩೩) | ಜೈನ | ಕೃಷ್ಣದೇವರಾಯ | ೧ ಕಾವ್ಯಸಾರ | ಕಂದ-ವೃತ್ತ |
| ೩೦. ಪುರಂದರದಾಸ | ಸು. ೧೫೫೦ | ಬ್ರಾಹ್ಮಣ | | ೧ ಕೀರ್ತನೆಗಳು | ಹಾಡು |
| ೩೧. ಕನಕದಾಸ | ಸು. ೧೫೫೦ | ಕುರುಬ | | ೧ ಕೀರ್ತನೆಗಳು | ಹಾಡು |
| | | | | ೨ ಮೋಹನತರಂಗಿಣಿ | ಸಾಂಗತ್ಯ |
| | | | | ೩ ರಾಮಧಾನ್ಯಚರಿತ್ರೆ | ಭಾಮಿನೀ ಷಟ್ಪದಿ |
| | | | | ೪ ನಳಚರಿತ್ರೆ | ಭಾಮಿನೀ ಷಟ್ಪದಿ |
| | | | | ೫ ಹರಿಭಕ್ತಿಸಾರ | ಭಾಮಿನೀ ಷಟ್ಪದಿ |
| ೩೨. ಸಾಳ್ವ | ಸು. ೧೫೫೦ | ಜೈನ | ಸಾಳ್ವಮಲ್ಲ | ೧ ಸಾಳ್ವಭಾರತ | ಭಾಮಿನೀ ಷಟ್ಪದಿ |
| | | | | ೨ ರಸರತ್ನಾಕರ | ಕಂದ-ವೃತ್ತ-ವಚನ |
| | | | | ೩ ವೈದ್ಯಸಾಂಗತ್ಯ | ಸಾಂಗತ್ಯ |
| | | | | ೪ ಶಾರದಾವಿಳಾಸ | ? |
| | | | | ೫ ಬೆಳ್ಗುಳೇಶ್ವರಾಷ್ಟಕ | ಭೋಗ ಷಟ್ಪದಿ |
| ೩೩. ಲಕ್ಷ್ಮೀಶ | ಸು. ೧೫೫೦ | ಬ್ರಾಹ್ಮಣ | | ೧ ಜೈಮಿನಿಭಾರತ | ವಾರ್ಧಕ ಷಟ್ಪದಿ |
| ೩೪. ಸರ್ವಜ್ಞ | ಸು. ೧೫೫೦ | ವೀರಶೈವ | | ೧ ವಚನಗಳು | ತ್ರಿಪದಿ |
| ೩೫. ರತ್ನಾಕರವರ್ಣಿ | ೧೫೬೦ (ಗ್ರಂ. ರ. ೧೫೫೭) | ಜೈನ | | ೧ ಭರತೇಶವೈಭವ | ಸಾಂಗತ್ಯ |
| | | | | ೨ ತ್ರಿಲೋಕಶತಕ | ಕಂದ |
| | | | | ೩ ರತ್ನಾಕರಾಧೀಶ್ವರಶತಕ | ವೃತ್ತ |
| | ತ್ರಿಲೋಕಶತಕ | | | ೪ ಅಪರಾಜಿತೇಶ್ವರಶತಕ | ವೃತ್ತ |
| | | | | ೫ ಹಾಡುಗಳು (ಅಣ್ಣಗಳ ಪದ) | ಹಾಡು |

...ಪುಟ ೨೧೧

ಪುಟ ೨೧೦ರಿಂದ ಮುಂದುವರಿದುದು

| ಕ್ರಮಾಂಕ | ಗ್ರಂಥಕಾರ | ಕಾಲ | ಮತ | ಆಶ್ರಯ | ಗ್ರಂಥ | ಸ್ವರೂಪ |
|---|---|---|---|---|---|---|
| ೩೬. | ವಾದಿರಾಜ | ಸು. ೧೫೬೦ | ಬ್ರಾಹ್ಮಣ | | ೧ ಕೀರ್ತನೆಗಳು | ಹಾಡು |
| | | | | | ೨ ವೈಕುಂಠವರ್ಣನೆ | ಸಾಂಗತ್ಯ, ಹಾಡು |
| | | | | | ೩ ಸ್ವಪ್ನಗದ್ಯ | ಭಾಮಿನೀ ಷಟ್ಪದಿ |
| | | | | | ೪ ಲಕ್ಷ್ಮಿಯ ಶೋಭಾನೆ | ಹಾಡು |
| | | | | | ೫ ಭಾರತತಾತ್ಪರ್ಯನಿರ್ಣಯ ಟೀಕೆ | ಟೀಕೆ |
| ೩೭. | ವಿರೂಪಾಕ್ಷಪಂಡಿತ | ೧೫೮೫ (ಗ್ರಂ.ರ. ೧೫೮೪) | ವೀರಶೈವ | | ೧ ಚೆನ್ನಬಸವಪುರಾಣ | ವಾರ್ಧಕ ಷಟ್ಪದಿ |
| ೩೮. | ಭಟ್ಟಾಕಳಂಕ | ೧೬೦೦ (ಗ್ರಂ.ರ. ೧೬೦೪) | ಜೈನ | ಶ್ರೀರಂಗರಾಜ | ೧ ಶಬ್ದಾನುಶಾಸನ | ಸಂಸ್ಕೃತ-ಸೂತ್ರ-ವೃತ್ತಿ |
| ೩೯. | ಗೋವಿಂದವೈದ್ಯ (ಭಾರತಿನಂಜ) | ೧೬೫೦ (ಗ್ರಂ.ರ. ೧೬೪೮) | ಬ್ರಾಹ್ಮಣ | ನಂಜರಾಜೇಂದ್ರ | ೧ ಕಂಠೀರವನರಸರಾಜವಿಜಯ | ಸಾಂಗತ್ಯ |
| ೪೦. | ಗೋಪಕವಿ (ಗೋವಿಂದ) | ೧೬೦೦ (ಗ್ರಂ.ರ. ೧೫೮೧) | ಬ್ರಾಹ್ಮಣ | | ೧ ನಂದಿಮಹಾತ್ಮ್ಯ | ವಾರ್ಧಕ ಷಟ್ಪದಿ |
| | | | | | ೨ ಚಿತ್ರಭಾರತ | ವಾರ್ಧಕ ಷಟ್ಪದಿ |
| ೪೧. | ನಾಗರಸ | ಸು. ೧೬೫೦ | ಬ್ರಾಹ್ಮಣ | | ೧ ಕನ್ನಡ ಭಗವದ್ಗೀತೆ | ಭಾಮಿನೀ ಷಟ್ಪದಿ |
| ೪೨. | ಷಡಕ್ಷರದೇವ | ೧೬೫೦ (ಗ್ರಂ.ರ. ೧೬೫೫-೧೬೭೭) | ವೀರಶೈವ | | ೧ ರಾಜಶೇಖರವಿಲಾಸ | ಚಂಪು |
| | | | | | ೨ ಬಸವರಾಜವಿಜಯ | ಚಂಪು |
| | | | | | ೩ ಶಬರಶಂಕರವಿಲಾಸ | ಚಂಪು |
| | | | | | ೪ ವೀರಭದ್ರದಂಡಕ | ? |

...ಪುಟ ೨೧೨

ಪುಟ ೨೧೧ರಿಂದ ಮುಂದುವರಿದುದು

| ಕ್ರಮಾಂಕ ಗ್ರಂಥಕಾರ | ಕಾಲ | ಮತ | ಆಶ್ರಯ | ಗ್ರಂಥ | ಸ್ವರೂಪ |
|---|---|---|---|---|---|
| ಷಡಕ್ಷರದೇವ (ಮುಂ.) | | | | ೫ ಗುರುರಗಳೆ | ರಗಳೆ |
| | | | | ೬ ಷಡಕ್ಷರಮಂತ್ರಸ್ತೋತ್ರ | ರಗಳೆ |
| ೪೩. ಚಿಕದೇವರಾಜ | ೧೭೦೦ | ವೈಷ್ಣವ | ಅರಸು | ೧ ಚಿಕ್ಕದೇವರಾಜಬಿನ್ನಪ ? | ಗದ್ಯ |
| | (೧೬೭೨- | | | ೨ ಗೀತಗೋಪಾಲ ? | ಹಾಡು |
| | ೧೭೦೪) | | | ೩ ಭಾಗವತ | ಗದ್ಯಟೀಕೆ |
| | | | | ೪ ಶೇಷಧರ್ಮ | ಗದ್ಯಟೀಕೆ |
| | | | | ೫ ಭಾರತ | ಟೀಕೆ |
| ೪೪. ತಿರುಮಲಾರ್ಯ | ೧೭೦೦ | ಬ್ರಾಹ್ಮಣ | ಚಿಕ್ಕದೇವರಾಯ | ೧ ಅಪ್ರತಿಮವೀರಚರಿತೆ | ಗದ್ಯ, ಕಂದ, ವೃತ್ತ |
| | (೧೬೪೫- | | | ೨ ಚಿಕದೇವರಾಯವಿಜಯ | ಚಂಪು |
| | ೧೭೦೬) | | | ೩ ಚಿಕದೇವರಾಯವಂಶಾವಳಿ | ಗದ್ಯ |
| | | | | ೪ ಚಿಕದೇವರಾಜಶತಕ | ವೃತ್ತ |
| | | | | ೫ ಲಕ್ಷ್ಮೀಸ್ವಯಂವರ ಶೋಭಾನೆ | ಹಾಡು |
| ೪೫. ಚಿಕುಪಾಧ್ಯಾಯ | ೧೭೦೦ | ಬ್ರಾಹ್ಮಣ | ಚಿಕದೇವರಾಜ | ೧ ದಿವ್ಯಸೂರಿಚರಿತ್ರೆ | ಚಂಪು |
| | (ಗ್ರಂ.ರ. | | | ೨ ಕಮಲಾಚಲಮಾಹಾತ್ಮ್ಯ | |
| | ೧೬೭೨) | | | ೩ ಪಶ್ಚಿಮರಂಗಮಾಹಾತ್ಮ್ಯ | |
| | | | | ೪ ವೆಂಕಟಗಿರಿಮಾಹಾತ್ಮ್ಯ | |
| | | | | (ಮುಂ. ೩ಂರ ಮೇಲೆ) | |
| ೪೬. ಮಹಲಿಂಗರಂಗ | ಸು. ೧೬೭೫ | ಬ್ರಾಹ್ಮಣ | ಚಿಕದೇವರಾಜ | ೧ ಅನುಭವಾಮೃತ | ಭಾಮಿನೀ ಷಟ್ಪದಿ |
| ೪೭. ಸಿಂಗರಾರ್ಯ | ಸು. ೧೭೦೦ | ಬ್ರಾಹ್ಮಣ | ಚಿಕದೇವರಾಜ | ೧ ಮಿತ್ರವಿಂದಾಗೋವಿಂದ | ನಾಟಕ |
| | | | | ೨ ಚಿಕದೇವರಾಜ ಚೌಪದ | |
| ೪೮. ಹೊನ್ನಮ್ಮ | ಸು. ೧೭೦೦ | ? | | ೧ ಹದಿಬದೆಯ ಧರ್ಮ | ಸಾಂಗತ್ಯ |
| ೪೯. ನಿರಾಲಂಬಶರಣ | ಸು. ೧೭೦೦ | ವೀರಶೈವ | | ೧ ಅಖಂಡೇಶ್ವರ ವಚನ | ವಚನ |

...ಪುಟ ೨೧೩

ಪುಟ ೨೧೨ರಿಂದ ಮುಂದುವರಿದುದು

| ಕ್ರಮಾಂಕ ಗ್ರಂಥಕಾರ | ಕಾಲ | ಮತ | ಆಶ್ರಯ | ಗ್ರಂಥ | ಸ್ವರೂಪ |
|---|---|---|---|---|---|
| ೫೦. ಚಿದಾನಂದಾವಧೂತ | ಸು. ೧೭೦೦ | ಬ್ರಾಹ್ಮಣ | | ೧ ಜ್ಞಾನಸಿಂಧು<br>(ಮುಂ. ೧೩ ಕೃತಿಗಳು) | ಭಾಮಿನೀ ಷಟ್ಪದಿ |
| ೫೧. ಹೆಳವನಕಟ್ಟೆ ಗಿರಿಯಮ್ಮ | ಸು. ೧೭೫೦ | ಬ್ರಾಹ್ಮಣ | | ೧ ಚಂದ್ರಹಾಸಕಥೆ<br>೨ ಸೀತಾಕಲ್ಯಾಣ<br>೩ ಬ್ರಹ್ಮಕೊರವಂಜಿ<br>೪ ಹಾಡುಗಳು | ಸಾಂಗತ್ಯ<br>ಹಾಡು<br>ಹಾಡು<br>ಹಾಡು |
| ೫೨. ಲಿಂಗಣ್ಣ | ಸು. ೧೭೫೦ | ಬ್ರಾಹ್ಮಣ | | ೧ ಕೆಳದಿನೃಪವಿಜಯ | ಚಂಪು |
| ೫೩. ಜಗನ್ನಾಥದಾಸ | ೧೭೭೫<br>(೧೭೨೮-<br>೧೮೦೯) | ಬ್ರಾಹ್ಮಣ | | ೧ ಹರಿಕಥಾಮೃತಸಾರ<br>೨ ಕೀರ್ತನೆಗಳು<br>೩ ತತ್ತ್ವಸುವ್ವಾಲಿ | ಭಾಮಿನೀ ಷಟ್ಪದಿ<br>ಹಾಡು<br>? |
| ೫೪. ದೇವಚಂದ್ರ | ೧೮೦೦<br>(೧೭೭೦-<br>೧೮೪೧) | ಜೈನ | ೩ ಕೃಷ್ಣರಾಜ | ೧ ರಾಮಕಥಾವತಾರ<br>೨ ರಾಜಾವಳೀಕಥೆ | ಚಂಪು<br>ಗದ್ಯ |
| ೫೫. ಮುಮ್ಮಡಿ ಕೃಷ್ಣರಾಜ | ೧೮೫೦<br>(೧೭೯೪-<br>೧೮೬೮) | | ಅರಸು | ೧ ಅಖಂಡಕಾವೇರಿಮಾಹಾತ್ಮ್ಯ<br>ಮುಂ. ೫೦ ಗ್ರಂಥಗಳು | ಗದ್ಯ |
| ೫೬. ಕೆಂಪುನಾರಾಯಣ | ೧೮೫೦<br>(ಗ್ರಂ.ರ. ೧೮೨೩) | ಬ್ರಾಹ್ಮಣ | ೩ ಕೃಷ್ಣರಾಜ | ೧ ಮುದ್ರಾಮಂಜೂಷ | ಗದ್ಯ |
| ೫೭. ಅಳಿಯ ಲಿಂಗರಾಜ | ೧೮೫೦<br>(೧೮೨೩-<br>೧೮೭೪) | | ಅರಸು | ೧ ಅಂಗದಸಂಧಾನ<br>ಮುಂ. ೪೭ ಗ್ರಂಥಗಳು | ಚಂಪು, ಷಟ್ಪದಿ<br>ಸಾಂಗತ್ಯ ಮುಂ. |
| ೫೮. ನಂದಳಿಕೆ ಲಕ್ಷ್ಮೀನಾರಣಪ್ಪ<br>(ಮುದ್ದಣ) | ೧೯೦೦<br>(೧೮೬೯-<br>೧೯೦೧) | ಬ್ರಾಹ್ಮಣ | | ೧ ರಾಮಪಟ್ಟಾಭಿಷೇಕ<br>೨ ಅದ್ಭುತರಾಮಾಯಣ<br>೩ ರಾಮಾಶ್ವಮೇಧ | ವಾರ್ಧಕ ಷಟ್ಪದಿ<br>ಗದ್ಯ<br>ಗದ್ಯ |

ಬಂದು ನೆಲಸಿದ ಸೈನಿಕರ ಹಾಗೂ ರಾವುತ–ಮಾವುತರ ಬಾಯಲ್ಲಿಯೂ ಅದು ನೆಲಸಿರಬಹುದು. ವಿಜಯನಗರಕಾಲದಲ್ಲಿಯೂ ಅವರು ಇದ್ದಿರಬಹುದು. ಆದ್ದರಿಂದ ಅದರ ಪ್ರಯೋಗಮಾತ್ರದಿಂದ ಕುಮಾರವ್ಯಾಸನು ೧೬ನೆಯ ಶತಮಾನದವನಾಗಬೇಕಿಲ್ಲ. ಫೌಜು ಶಬ್ದವನ್ನು ಕುಮಾರವ್ಯಾಸನು ಬಳಸಿಲ್ಲ, ತುರುಕರ ಹಾವಳಿಯ ಉಲ್ಲೇಖ ಮಾಡಿಲ್ಲ ಎಂಬ 'ಇಲ್ಲ' ಸ್ವರೂಪ ಆಧಾರಗಳಿಂದ ಏನೂ ನಿಷ್ಪತ್ತಿಯಾಗದು. ೧೬ನೆಯ ಶತಮಾನದ ಮೊದಲಿನಲ್ಲಿ ಇದ್ದವನಾದರೆ ಅವನು ೧೨ನೆಯ ಶತಮಾನದಲ್ಲಿಯ ರಾಜಕೀಯ–ಧಾರ್ಮಿಕ ಕ್ರಾಂತಿಯ ಉಲ್ಲೇಖವನ್ನೇಕೆ ಮಾಡಲಿಲ್ಲ ಎಂದೂ ಕೇಳಬಹುದಲ್ಲವೇ ?

ಕುಮಾರವ್ಯಾಸನ ಕಾಲವು ಸು. ೧೪೩೦ ಎಂದು ನಿರ್ಧರಿಸುವಾಗ, ೧೭–೧೮ನೆಯ ಶತಮಾನ ಗಳಲ್ಲಿ ರಚಿತವಾದ ಚರಿತ್ರಗ್ರಂಥಗಳಲ್ಲಿಯ ದಂತಕಥೆಗಳನ್ನು ಕವಿಚರಿತಕಾರರು ಇತಿಹಾಸವೆಂದು ಭಾವಿಸಿದ್ದಾರೆ. ಅದರಿಂದ ಪ್ರೌಢದೇವರಾಯನ (೧೪೧೯–೪೬) ಕಾಲದಲ್ಲಿ ಕುಮಾರವ್ಯಾಸ–ಚಾಮರಸರು ಸಮಕಾಲವರ್ತಿಗಳೆಂದು ಹೇಳಿದ್ದಾರೆ. ಇದರಲ್ಲಿ ಸತ್ಯಾಂಶವಿರಬಹುದಾದರೂ ಸ್ವತಂತ್ರ ಪ್ರಮಾಣವೆಂದು ಇದನ್ನು ಗ್ರಹಿಸಲಾಗದು. ಹಾಗೆ ನೋಡಿದರೆ, ಇನ್ನೊಂದು ವೀರಶೈವಸಂಪ್ರದಾಯ ದಂತೆ ಕುಮಾರವ್ಯಾಸ–ರಾಘವಾಂಕ ಇವರನ್ನು ಸಮಕಾಲೀನರೆನ್ನಬೇಕಾಗುತ್ತದೆ. ತಿಮ್ಮಣ್ಣಕವಿಯನ್ನು ಕುರಿತು ಕೃಷ್ಣದೇವರಾಯನು (೧೫೦೯–೧೫೩೦) "ಲೇಸೆನಿಸಿ ಮೊದಲಾ ಕುಮಾರವ್ಯಾಸ ದಶಪರ್ವಗಳ ಹೇಟಿಿದ, ಭಾರತದ ಉಟಿದ ಪರ್ವಗಳ ನೀ ಸಕಲಜನ ಮೆಚ್ಚುವಂತೆ ಹೇಳು" ಎಂದು ಹೇಳಿದ್ದರಿಂದ, ಕೃಷ್ಣದೇವರಾಯನ ಹೇಳಿಕೆಯ ಮೇರೆಗೆ ಮೊದಲು ಕುಮಾರವ್ಯಾಸನು ದಶಪರ್ವಗಳನ್ನು ರಚಿಸಿ ನಿರ್ಯಾಣಹೊಂದಲು, ಉಳಿದ ಪರ್ವಗಳನ್ನು ಬರೆದು ಮುಗಿಸಲು ಆ ದೊರೆ ತಿಮ್ಮಣ್ಣನಿಗೆ ಹೇಳಿರ ಬೇಕು ; ಅಂತೆಯೇ "ತಿಳಿಯ ಹೇಳುವೆ ಕೃಷ್ಣಕಥೆಯನು.... ಕೃಷ್ಣ ಮೆಚ್ಚಲಿಕೆ" (ಆದಿಪರ್ವ, ೧–೨೫) ಎಂಬಲ್ಲಿ ಶ್ಲೇಷದಿಂದ ಕೃಷ್ಣದೇವರಾಯನನ್ನು ಕುಮಾರವ್ಯಾಸನು ಸೂಚಿಸಿದ್ದಾನೆ ಎಂದು ಮುಂತಾಗಿ ರಾಜಪುರೋಹಿತರು ವಾದಿಸಿದ್ದಾರೆ.[5] 'ಕನ್ನಡಭಾರತ'ದಲ್ಲಿ ಕೃಷ್ಣಪಾತ್ರ ಬಂದಾಗ ಹಲವೆಡೆಗಳಲ್ಲಿ ತಂದ 'ಕೃಷ್ಣರಾಯ' ಎಂಬ ಪ್ರಯೋಗವು ಇದಕ್ಕೆ ಪೋಷಕವೆಂದು ತೋರಬಹುದು. ಜೊತೆಗೆ ಪುರಂದರದಾಸರ ಒಂದೆರಡು ಸುಳಾದಿಗಳಲ್ಲಿ ಕುಮಾರವ್ಯಾಸನು ಅವರ ಮನೆಗೆ ಬಂದಿದ್ದನೆಂದು ಆದರಪೂರ್ವಕವಾಗಿ ಸೂಚಿಸಲಾಗಿದೆ. ಸ್ಪಷ್ಟವಾಗಿ ಅವನ ಮತ್ತು ಅವನ ಗ್ರಂಥದ ಉಲ್ಲೇಖ ಮಾಡಲಾಗಿದೆ.[6] ("ವೀರನಾರಾಯಣ ನೀ ಕವಿಯೆನಿಸಿಕೊಂಡೆ, ಕುಮಾರವ್ಯಾಸಗೊಲಿದು ಕನ್ನಡಿಸಿದೆ ಭಾರತವ") ಪುರಂದರದಾಸರು ಕೃಷ್ಣದೇವರಾಯನ ಸಮಕಾಲೀನರಾದ್ದರಿಂದ ಮೇಲಿನ ವಾದಕ್ಕೆ ಈ ಆಧಾರವೂ ಬಲವನ್ನೀಯಬಹುದು. ಅಲ್ಲದೆ ಕೋಳಿವಾಡದ ಗೌಡ ಮನೆತನದಲ್ಲಿ ದೊರೆತ ಲೆಕ್ಕದ ಪುಸ್ತಕದಲ್ಲಿ ಕುಮಾರವ್ಯಾಸನ ವಂಶಾವಳಿ ಬಂದಿದ್ದು ಅದೂ ೧೫–೧೬ನೆಯ ಶತಮಾನದ ತೀರ್ಮಾನಕ್ಕೆ ಬೆಂಬಲಕೊಡುವಂತಿದೆ. ಯಾಕೆಂದರೆ ವಂಶದ ಮೂಲಪುರುಷನಾದ ಚಿನ್ನದಕ್ಕೆ ಮಾಧವರಸನು ಸಾಳುವ ನರಸಿಂಗರಾಜನಲ್ಲಿ (೧೪೮೬–೯೨) ದಂಡಾಳುವಾಗಿದ್ದನಂತೆ.[7] ವೀರ ನಾರಣಯ್ಯ ಇಲ್ಲವೆ ಕುಮಾರವ್ಯಾಸನು ಅವನ ಮರಿಮಗನೆಂದ ಮೇಲೆ ಸು. ೧೫೫೦ ಅವನ ಕಾಲ ವಾಗುತ್ತದೆ. ರಾಜಪುರೋಹಿತರು ಹೇಳುವಂತೆ ನೋಡಿದರೆ ಕುಮಾರವ್ಯಾಸನು ೧೫೧೦ರಲ್ಲಿ ಕೃಷ್ಣದೇವ ರಾಯನ ಗಜಸೇನಾಧಿಪತಿಯಾಗಿದ್ದನು. ಏಕೆಂದರೆ ಕೋಳಿವಾಡದಲ್ಲಿಯ ಒಂದು ಶಾಸನದ ಮೇರೆಗೆ ೧೫೬೬ರಲ್ಲಿ ಕುಮಾರವ್ಯಾಸನ ಮೊಮ್ಮಗನು ಆನೆಯ ದೇವಪ್ಪಯ್ಯನಾಗಿದ್ದನೆಂದು ಹೇಳಿದೆ. ಈ ಎರಡರಲ್ಲಿ ಸ್ವಲ್ಪ ಕಾಲವ್ಯತ್ಯಾಸವನ್ನು ಅಲಕ್ಷಿಸಬಹುದು. ಇವೆರಡಕ್ಕೂ ಪ್ರತಿಯಾಗಿ ವಂಶಾವಳಿಯ ಆಧಾರದಿಂದಲೇ ಕುಮಾರವ್ಯಾಸನ ಕಾಲವು ೧೪೨೫–೫೫ ಎಂದೊಬ್ಬರು ನಿರ್ಣಯಿಸಿದ್ದಾರೆ. ಇದಕ್ಕೆ ಕಾರಣವೆಂದರೆ ಕುಮಾರವ್ಯಾಸನ ತಂದೆಯಾದ ಲಕ್ಷ್ಮಣದೇವ(ಲಕ್ಕರಸಯ್ಯ)ನು ೧ನೆಯ ದೇವರಾಯ ನಲ್ಲಿ (೧೪೦೬–೨೨) ಮಂತ್ರಿಯಾಗಿದ್ದನು ಎಂದು ಊಹಿಸಲು ಬರುವಂತಿದೆ.[8]

ಈ ಎಲ್ಲಾ ಆಧಾರಗಳು ಭಾಸ್ಕರನ 'ಜೀವಂಧರಚರಿತೆ'ಯ ಆಧಾರವು ತಿಳಿಯುವುದಕ್ಕಿಂತ ಮುಂಚಿನವು. ೧೪೨೪ರಲ್ಲಿ ಗ್ರಂಥರಚನೆ ಮಾಡಿದ ಭಾಸ್ಕರನ ಮೇಲೆ ಕುಮಾರವ್ಯಾಸನ ಪ್ರಭಾವವಾಗಿರುವುದು ಖಚಿತವೆಂದಾದರೆ ಕುಮಾರವ್ಯಾಸನು ೧೫ನೆಯ ಶತಮಾನದ ಉತ್ತರಾರ್ಧ ಇಲ್ಲವೆ ೧೬ನೆಯ ಶತಮಾನದ ಪೂರ್ವಾರ್ಧದಲ್ಲಿ ಜೀವಿಸಿದ್ದನೆಂಬುದು ಸಾಧ್ಯವಿಲ್ಲ. ಕುಮಾರವ್ಯಾಸ ಹಾಗೂ ಭಾಸ್ಕರ ಇಬ್ಬರಿಗೂ ಮೂಲಪ್ರೇರಕವಾದ ಇನ್ನೊಂದು ಗ್ರಂಥವಿರಬಹುದು. ಹಾಗೆ ತಿಳಿದುಕೊಳ್ಳಲು ಕೆಲಮಟ್ಟಿಗೆ ಅವಕಾಶವಿದೆ. ಆದರೆ "ತರುಣಿಯರಿಗಾಸತಿಯ ರೂಪನು ಧರಿಸಿ ಬಟಲದು ಚಿತ್ತ ದೇಹದಿ ಚರಿಸಿ ನೊಗ್ಗದು ನೋಟ" ('ಜೀವಂಧರಚರಿತೆ', ೪–೧೦) ಮುಂತಾದ ಭಾಸ್ಕರನ ಪದ್ಯ "ಹೊರೆಯ ಸಖಿಯರ ನೋಟ ಮೈಯಲಿ ಹರಿದು ಬಳಲದು ಚಿತ್ತವೀಕೆಯ ಧರಿಸಿ ಕುಸಿಯದು" (ಆದಿಪರ್ವ, ೨೯–೧೦) ಎಂಬ ಕುಮಾರವ್ಯಾಸನ ಪದ್ಯದಿಂದ ಪ್ರಭಾವಿತನಾಗಿರಬೇಕೆಂದು ಹೇಳದೆ ಗತಿಯಿಲ್ಲ. ಎಲ್ಲ ಅಂಶಗಳನ್ನು ಮನದಂದು ಸದ್ಯದ ಮಟ್ಟಿಗೆ ಕುಮಾರವ್ಯಾಸನ ಕಾಲವು ೧೪ನೆಯ ಶತಮಾನದ ಉತ್ತರಾರ್ಧ ಹಾಗೂ ೧೫ನೆಯ ಶತಮಾನದ ಪೂರ್ವಾರ್ಧದಲ್ಲಿರಬಹುದೆಂದು ನಾವು ತಿಳಿಯುತ್ತೇವೆ. ಇದಕ್ಕನುಸರಿಸಿ ಸು. ೧೪೦೦ ಎಂದವನ ಕಾಲವನ್ನು ಕೊಡಲಾಗಿದೆ. ೧೫ನೆಯ ಶತಮಾನದ ಮೊದಲ ಭಾಗವೆಂಬುದು ಮಾತ್ರ ನಮಗೆ ಒಪ್ಪಿಗೆಯಾಗಿಲ್ಲ. 'ಭಾಸ್ಕರಕವಿಯ ಜೇಬಿನಲ್ಲಿ ಕುಮಾರವ್ಯಾಸನ ನಾಣ್ಯಗಳು' (ಪ್ರ.ಕ., ೪೧–೩) ಲೇಖನದಲ್ಲಿ ಸುಜನಾ ಅವರು ಭಾಸ್ಕರಕವಿಯ ಮೇಲೆ ಕುಮಾರವ್ಯಾಸನ ಪ್ರಭಾವವು ಹೇರಳವಾಗಿದೆಯೆಂದು ತೋರಿಸಲು ೨೫ಕ್ಕೆ ಮೇಲ್ಪಟ್ಟು ನಿದರ್ಶನಗಳನ್ನು ಕೊಟ್ಟು, "೧೪೨೩ರಲ್ಲಿ ಕಾವ್ಯ ರಚಿಸಿದ ಭಾಸ್ಕರನಿಗಿಂತ ೫೦–೧೦೦ ವರ್ಷ ಮುನ್ನವೇ ಕುಮಾರವ್ಯಾಸನಿದ್ದನೆಂಬುದು ನಮ್ಮ ನಿಲುವು" ಎಂದು ಅಭಿಪ್ರಾಯಪಟ್ಟಿದ್ದಾರೆ. ಆದರೆ 'ಕುಮಾರವ್ಯಾಸ–ಭಾಸ್ಕರರ ಕಾಲವನ್ನು ಕುರಿತು' (ಪ್ರ.ಕ., ೪೨–೧) ಎಂಬ ಲೇಖನದಲ್ಲಿ ಎಚ್. ದೇವೀರಪ್ಪ ಅವರು ಭಾಸ್ಕರನು ತನ್ನ ಗ್ರಂಥವನ್ನು ಮುಗಿಸಿದ ಕಾಲದ ಬಗ್ಗೆ ಬರೆದ ಪದ್ಯವು ಸಂದೇಹಗ್ರಸ್ತವಾಗಿದೆಯೆಂದು ವಿವರಿಸಿದ್ದಾರೆ. "ಭಾಸ್ಕರನ ಕಾಲವೇ ಅನಿಶ್ಚಿತವಾಗಿರುವಾಗ ಆ ಅನಿಶ್ಚಿತಕಾಲಕ್ಕೆ ಹಿಂದೆಯೋ ಮುಂದೆಯೋ ಕುಮಾರವ್ಯಾಸನಿದ್ದನು ಎಂದು ಆ ಒಂದೇ ಆಧಾರದ ಮೇಲೆ ಹೇಳುವುದು ಸೂಕ್ತವೇ ಅಲ್ಲವೇ ಎಂಬುದು ಯೋಚನೆ ಮಾಡತಕ್ಕ ವಿಚಾರ ; ಬೇಂದ್ರೆ ಅವರು, ಆರ್. ಎಸ್. ಪಂಚಮುಖಿ ಅವರೂ ಹೇಳುವಂತೆ ಕುಮಾರವ್ಯಾಸನು ಸು. ಕ್ರಿ.ಶ. ೧೫೦೦ರಲ್ಲಿದ್ದವನು ಎಂದೇ ನಮ್ಮ ನಿಲುವು" ಎಂದು ತಮ್ಮ ಲೇಖನವನ್ನು ಕೊನೆಗಾಣಿಸಿದ್ದಾರೆ. ಸುಜನಾ ಅವರ 'ನಾಣ್ಯಗಳ' ಎಣಿಕೆ ನಮ್ಮ ಅಭಿಪ್ರಾಯಕ್ಕೆ ಇನ್ನಿಷ್ಟು ಪೋಷಕವೇ ಆಗಿದೆ. ಆದರೆ ಇಷ್ಟು ಪ್ರಭಾವವಾಗಬೇಕಾದರೆ ೫೦–೧೦೦ ವರ್ಷಗಳ ಕಾಲಾವಧಿ ಅವಶ್ಯವೆಂದು ಅವರು ಭಾವಿಸಿರುವಂತಿದೆ. ೩೦–೪೦ ವರ್ಷ ಸಾಕೆಂದು ನಮಗೆ ತೋರುತ್ತದೆ. ದೇವೀರಪ್ಪನವರು ಎತ್ತಿದ ಸಂದೇಹಗಳು ಸಕಾರಣವಾಗಿವೆಯಾದರೂ ಖಚಿತವಾದ ಪಾಠವು ತಿಳಿಯುವವರೆಗೆ ಕವಿಚರಿತಕಾರರ ವಿವರಣೆಯನ್ನು ಅನುಸರಿಸಿ ಭಾಸ್ಕರನು ತನ್ನ ಗ್ರಂಥವನ್ನು ೧೪೨೪ರಲ್ಲಿ ಮುಗಿಸಿರಬಹುದೆಂದು ತಾತ್ಪೂರ್ತಿಕವಾಗಿ ಗ್ರಹಿಸಬಹುದು. ಕುಮಾರವ್ಯಾಸನ ಕಾಲವಿಚಾರದಲ್ಲಿ ಪ್ರಸ್ತುತವಾದ ಕುಮಾರವಾಲ್ಮೀಕಿ ಮುಂತಾದವರ ಕಾಲದ ಬಗ್ಗೆ ಬೇರೆ ಆಧಾರಗಳೊಡನೆ ಹೊಸದಾಗಿ ಕೆಲವರು ಚರ್ಚೆ ನಡೆಸಿದ್ದಾರೆ. ಅವು ಕೂಡ ಊಹಾತ್ಮಕವಾಗಿದ್ದು ನಿರ್ಣಾಯಕ ಆಧಾರಗಳನ್ನು ಒಳಗೊಂಡಿಲ್ಲ.

ಚಾಮರಸನ ಕಾಲವು ಸು. ೧೪೪೦ ಎಂಬುದು ಸರಿಯೆಂದು ತೋರುತ್ತದೆ. ಪ್ರೌಢದೇವರಾಯನ (೧೪೧೯–೪೬) ಕಾಲದಲ್ಲಿದ್ದವರೆಂದು ಎಣಿಸಲಾದ ನೂರೊಂದು ವಿರಕ್ತರಲ್ಲಿ ಅವನ ಹೆಸರಿರುವುದು ಇದಕ್ಕೆ ಮುಖ್ಯ ಕಾರಣ. ಕುಮಾರವ್ಯಾಸನ ಕಾಲದೊಡನೆ ಇವನ ಕಾಲವನ್ನು ತಳಕುಹಾಕಬೇಕಾಗಿಲ್ಲ. ಇಬ್ಬರ ಆಪ್ತಸಂಬಂಧ ಮತ್ತು ಸಾಹಿತ್ಯಸ್ಪರ್ಧೆ ಬಹುಶಃ ಕಪೋಲಕಲ್ಪಿತವಾಗಿವೆ. ಆದರೂ ಅವರು

ಹತ್ತಿರಹತ್ತಿರದ ಕಾಲದವರಾಗಿರಬೇಕೆಂದು "ಸತ್ತವರ ಕಥೆಯಲ್ಲ ಜನನದ ಕುತ್ತದಲಿ ಕುದಿ ಕುದಿದು ಕರ್ಮದ ಕತ್ತಲೆಗೆ ಸಿಲ್ಕುವರ ಸೀಮೆಯ ಹೊಲಬು ತಾನಲ್ಲ" (ಪ್ರ.ಲೀ., ೧–೧೩) ಎಂಬ ಚಾಮರಸನ ಸೂಚ್ಯವಾದ ಉಕ್ತಿಯಿಂದ ಊಹಿಸುವಂತಿದೆ. ಇದು ನಿಜವಾದರೆ ಕುಮಾರವ್ಯಾಸ ಭಾರತ ರಚನೆಯಾದ ಮೇಲೆ ಚಾಮರಸನು ತನ್ನ 'ಪ್ರಭುಲಿಂಗಲೀಲೆ'ಯನ್ನು ಬರೆದಿರ ಬಹುದು. 'ಸತ್ತವರ ಕಥೆ'ಯ ಪ್ರಸ್ತಾಪವು ಅದೃಶ್ಯ ಅಥವಾ ಅದೃಶ್ಯಕವಿಯ 'ಪ್ರೌಢರಾಯನ ಕಾವ್ಯ'ದಲ್ಲಿಯೂ ಬಂದಿರುವುದನ್ನು ನೆನೆಯಬೇಕು. ಚಾಮರಸನು ಸಾಮಾನ್ಯವಾಗಿ ತನ್ನ ಕಾವ್ಯವಿಷಯ ವನ್ನು ಕುರಿತು ಹೇಳಿದ್ದನ್ನು ಅದೃಶ್ಯಕವಿ ಕುಮಾರವ್ಯಾಸಭಾರತಕ್ಕೆ ಅನ್ವಯಿಸಿ ಕತೆಕಟ್ಟಿರುವ ಸಂಭವವೂ ಇದೆ.

ಸೋಮರಾಜನಂತೆ ಗ್ರಂಥರಚನೆಯ ಕಾಲವನ್ನು ಹೇಳಿಯೂ ಹೇಳದಂತೆ ವಾದಕ್ಕೆಡೆಯಾದವನು ಶಿಶುಮಾಯಣನು. ತನ್ನ 'ತ್ರಿಪುರದಹನಸಾಂಗತ್ಯ'ವು "ಶಕವರ್ಷದ ಸಾವಿರದ ನೂಱಜೊಳುತ್ಸಕಲ ವಾದಾಱುವತ್ಸರದ" ಪುತ್ರವರ್ಷ ಮಾಘ ಶುದ್ಧ ಪಾಡ್ಯದ ದಿನದಲ್ಲಿ ಆಯಿತೆಂದು ಹೇಳಿದ್ದಾನೆ. ಇದರಿಂದ ೧೨೨೩ ಇವನ ಕಾಲವಾಗಿರಬಹುದೇನೋ ಎಂದು ಕವಿಚರಿತಕಾರರು ಸಂದೇಹಪೂರ್ವಕ ವಾಗಿ ಸೂಚಿಸಿದ್ದಾರೆ. ವೆಂಕಟಸುಬ್ಬಯ್ಯನವರು ಈ ಪದ್ಯದ ಆಧಾರಬಲದಿಂದ ಕಾಲನಿರ್ಣಯ ಅಸಾಧ್ಯವೆಂದೂ 'ಅಂಜನಾಚರಿತ್ರೆ'ಯಲ್ಲಿ ಶಿಶುಮಾಯಣನು ಸ್ತುತಿಸಿರುವ ಜೈನಗುರುಗಳ ಹೆಸರಿನ ಆಧಾರದಿಂದ ಇವನು ೧೭ನೆಯ ಶತಮಾನದವನೆಂದೂ ಊಹಿಸಿದ್ದಾರೆ.[9] ಗೋವಿಂದ ಪೈಯವರು ಈ ವಿಷಯವನ್ನು ಚರ್ಚಿಸಿ ಶಿಶುಮಾಯಣನು ೧೪೭೨ರಲ್ಲಿ ತನ್ನ 'ತ್ರಿಪುರದಹನ'ವನ್ನು ಬರೆದು ಮುಗಿಸಿದನೆಂದು ಅಭಿಪ್ರಾಯಪಟ್ಟಿದ್ದಾರೆ.[10] ಅವರ ನಿದರ್ಶನಕ್ಕೆ ಎಲ್ಲ ಆಧಾರಗಳು ಆಗ ಬಂದಿರ ಲಿಲ್ಲ. ಅವನ್ನು ನೋಡಿದರೆ ಅವರ ಅಭಿಪ್ರಾಯಕ್ಕೆ ಪುಷ್ಟಿ ದೊರೆಯುತ್ತದೆ. ಶಿಶುಮಾಯಣನು ತನ್ನ 'ಅಂಜನಾಚರಿತ್ರೆ'ಯ "ಉತ್ತರದೇಶದೊಳಗೆ ಸುರತ್ರಾಣನ ಪತ್ತಣವನು (ವಾದ ?) ಬಿದಿರೆ ಯೊಳು ಕರ್ತಾರನಲ್ಲದುಳಿದ ದೈವವಿಲ್ಲೆಂದು ಮತ್ತರಾಗಿರುತಿಹರಲ್ಲಿ" (ಪೀ. ४೭) ಎಂಬ ಪದ್ಯ ದಲ್ಲಿ ಮಾಡಿದ ಬಿದಿರೆಯ ಸುಲ್ತಾನರ ಉಲ್ಲೇಖದಿಂದ ಅವನು ೧೩ನೆಯ ಶತಮಾನಕ್ಕಿಂತ ಮುಂದೆ ಅಂದರೆ ೧೫ನೆಯ ಶತಮಾನದ ಕೊನೆಗೆ ಬಹಮನೀ ರಾಜ್ಯಗಳ ಸ್ಥಾಪನೆಯಾದಮೇಲಿನ ಕಾಲದವ ನೆಂಬುದು ನಿಶ್ಚಿತವಾಗುತ್ತದೆ. ಜೊತೆಗೆ ಅವನ ಶೈಲಿಯಲ್ಲಿ ಹೊಸಗನ್ನಡ ಹೆಚ್ಚಳವುಳ್ಳ ಪ್ರವೃತ್ತಿಗಳು, ಫೌಜು ಮುಂತಾದ ಶಬ್ದಪ್ರಯೋಗಗಳು ಅವನು ೧೫ನೆಯ ಶತಮಾನದ ಗ್ರಂಥಕಾರನಾಗಿರ ಬೇಕೆಂದು ಸೂಚಿಸುತ್ತವೆ. ಇದಕ್ಕೆ ಅನುಸರಿಸಿ ಅವನ ಕಾಲಸೂಚಕ ಪದ್ಯವನ್ನು "ಶಕವರ್ಷದ ಸಾವಿರದ ನಾಲ್ಕುನೂಱಜೊಳು" ಎಂದು ತಿದ್ದಿದರೆ ಅದು ಸರಿಯಾದ ಪಾಠವಾದೀತು, ಇಲ್ಲವೆ ಅದಕ್ಕೆ ಹತ್ತಿರ ವಾದೀತು. ಈಗಿದ್ದಂತೆ 'ನಾಲ್ಕು' ಇಲ್ಲದ ಮೊದಲ ಪಾದವಾದ "ಶಕವರ್ಷದ ಸಾವಿರದ ನೂಱ ಜೊಳು" ಇದರಲ್ಲಿ ಸಾಂಗತ್ಯದ ನಾಲ್ಕು ಗಣಗಳನ್ನು ಪಡೆಯಲು ತುಂಬ ಕೃತ್ರಿಮವಾದ ಎಳೆದಾಟ ವನ್ನು ಮಾಡಬೇಕಾಗುತ್ತದೆ. "ಶಕವರ್ಷ(ದ) ಸಾವಿರದ ನಾನೂರರೊಳ್" ಎಂಬ ಪಾಠವು ಮೂಡು ಬಿದರೆಯ ಮೂಲಪ್ರತಿಯಲ್ಲಿದ್ದಂತೆ 'ಕನ್ನಡ ಸಹಕಾರಿ'ಯಲ್ಲಿ ಪ್ರಕಟಿತವಾದುದನ್ನು ಇಲ್ಲಿ ಗಮನಿಸ ಬೇಕು.

ನಿಜಗುಣ ಶಿವಯೋಗಿಯ ಕಾಲವು ಸು. ೧೫೦೦ ಎಂದು 'ಕವಿಚರಿತ್ರೆ'ಯಲ್ಲಿದೆ. ೧೭ನೆಯ ಶತಮಾನದ ಮಧ್ಯದ ಷಡಕ್ಷರಿ ಅವನ ಉಲ್ಲೇಖ ಮಾಡಿದ ಕಾರಣ ಮೇಲಿನ ಕಾಲಮರ್ಯಾದೆ ತಿಳಿಯುತ್ತದೆ. ಕೆಳಗಿನ ಎಲ್ಲೆ ಸು. ೧೨೫೦ ಎಂದು ಕವಿಚರಿತಕಾರರು ಹೇಳಿದ್ದಾರೆ. ಯಾಕೆಂದರೆ ನಿಜಗುಣಶಿವಯೋಗಿ ಉಲ್ಲೇಖಮಾಡಿದ ಅಮಲಾನಂದನು ೧೩ನೆಯ ಶತಮಾನದ ಮಧ್ಯ ದವನು. ಆದರೆ 'ವಿವೇಕಚಿಂತಾಮಣಿ'ಯ ಪ್ರಾಚೀನ ತಾಳೆವೋಲೆಗಳಲ್ಲಿ ಅಮಲಾನಂದನ

‘ಕಲ್ಪತರು’ವಿನ ಉಲ್ಲೇಖವಿಲ್ಲವೆಂದೂ ಆಮೇಲೆ ಅದನ್ನು ಸೇರಿಸಿರಬೇಕೆಂದೂ ಬಿ. ಶಿವಮೂರ್ತಿ ಶಾಸ್ತ್ರಿಗಳು ಅಭಿಪ್ರಾಯಪಡುತ್ತಾರೆ.[11] ಅಲ್ಲದೆ ನಾಗಚಂದ್ರ, ನೇಮಿಚಂದ್ರ, ಅಗ್ಗಳ ಮೊದಲಾದ ಕನ್ನಡ ಕವಿಗಳು ಹಾಗೂ ರೇವಣಸಿದ್ಧ ಮುಂತಾದ ವೀರಶೈವ ಆಚಾರ್ಯರು ಇವರ ಉಲ್ಲೇಖದಿಂದ ನಿಜಗುಣಶಿವಯೋಗಿ ೧೨ನೆಯ ಶತಮಾನದಿಂದ ಈಚೆಯವನೆಂದೂ ಬಸವೇಶ್ವರನಿಗಿಂತ ಕೊಂಚ ಈಚಿನವನಾಗಿರಬೇಕೆಂದೂ ಊಹಿಸಿದ್ದಾರೆ.[12] “ವಿದ್ಯಾರಣ್ಯರ ‘ಪಂಚದಶಿ’ ಮತ್ತು ‘ಜೀವನ್ಮುಕ್ತಿ ವಿವೇಕ’ ಈ ಗ್ರಂಥಗಳನ್ನು ನಿಜಗುಣಶಿವಯೋಗಿಗಳು ನೋಡಿದ್ದರು ಎಂಬುದರಲ್ಲಿ ಸಂದೇಹ ವಿಲ್ಲ”[13] ಎಂದು ಬೇಂದ್ರೆಯವರು ಹೇಳಿದ್ದು ದಿಟವಾದರೆ ನಿಜಗುಣಶಿವಯೋಗಿ ೧೪ನೆಯ ಶತಮಾನದ ತರುವಾಯದವನಾಗುತ್ತಾನೆ. ೧೩–೧೪ನೆಯ ಶತಮಾನದಿಂದ ೧೭ನೆಯ ಶತಮಾನದ ನಡುವೆ ಎಂದು ಅವನ ಕಾಲವನ್ನು ಹೇಳಬಹುದೇ ಹೊರತು ಸು. ೧೫೦೦ ಎಂಬುದು ತಾತ್ಪೂರ್ತಿಕ ಊಹೆ.

ಲಕ್ಷ್ಮೀಶನ ಕಾಲವೂ ಭಿನ್ನಾಭಿಪ್ರಾಯಗಳಿಗೆ ಎಡೆಕೊಟ್ಟಿದೆ. ಅವನು ಸು. ೧೭೦೦ಕ್ಕೆ ಈಚೆಯವನಲ್ಲವೆಂದೂ ಸು. ೧೬೫೦ರಲ್ಲಿದ್ದವನೆಂದೂ ಕವಿಚರಿತಕಾರರು ಅಭಿಪ್ರಾಯಿಸಿದ್ದಾರೆ. ಅವನು ೧೩೦೦ರಿಂದ ೧೪೦೫ರೊಳಗಣ ಕಾಲದಲ್ಲಿ ಜೀವಿಸಿರಬೇಕೆಂದು ಗೋವಿಂದ ಪೈಯವರು ನಿರ್ಣಯಿಸಿದ್ದಾರೆ. ೧೫೨೦ರಲ್ಲಿ ಲಕ್ಷ್ಮೀಶನು ಜೈಮಿನಿಭಾರತವನ್ನು ರಚಿಸಿ ಮುಗಿಸಿದನೆಂದು ರಾಜಪುರೋಹಿತರು ತೋರಿಸಿದ್ದಾರೆ (ಕ.ಸಾ.ಪ., ೮–೪). ಸು. ೧೬೦೦ಕ್ಕಿಂತ ಹಿಂದಿನವನೆಂಬುದು ನಿರ್ವಿವಾದ. ಎಷ್ಟು ಹಿಂದೆ ಎಂಬುದನ್ನು ನಿರ್ಧರಿಸಲು ಸಾಕಾದಷ್ಟು ಆಧಾರಗಳಿಲ್ಲವೆಂದು ಡಿ.ಎಲ್. ನರಸಿಂಹಾಚಾರ್ಯರು ಹೇಳಿದ್ದಾರೆ. ಮೇಲಿನ ಗಡುವನ್ನು ಖಚಿತಗೊಳಿಸುವ ದೃಷ್ಟಿಯಿಂದ ಹೊಸದಾಗಿ ತಿಳಿದ ಸಂಗತಿಯೆಂದರೆ ಗೋವಿಂದಕವಿಯ ‘ಚಿತ್ರಭಾರತ’ದ ಕಾಲನಿರ್ದೇಶ. ೧೫೮೧ರಲ್ಲಿ ಅದು ರಚಿತವಾಯಿತೆಂದು ತಿಳಿಯುತ್ತದೆ.[14] ಲಕ್ಷ್ಮೀಶನನ್ನು ಗೋವಿಂದಕವಿ ನೆನೆದಿದ್ದ ಕಾರಣ ಲಕ್ಷ್ಮೀಶನು ೧೬ನೆಯ ಶತಮಾನದ ಉತ್ತರಾರ್ಧದಲ್ಲಿ ಸಾಕಷ್ಟು ಪ್ರಸಿದ್ಧಿ ಪಡೆದಿದ್ದನೆಂದು ಹೇಳಬಹುದು. ಆದ್ದರಿಂದ ೧೭ನೆಯ ಶತಮಾನದಲ್ಲಿ ಬರೆಯಲಾದ ‘ಕನ್ನಡಕುವಲಯಾನಂದ’ದ ಆಧಾರವು ಅನಾವಶ್ಯಕವಾಗಿದೆ. ೧೬ನೆಯ ಶತಮಾನಕ್ಕೆ ಮುಂಚೆ ಲಕ್ಷ್ಮೀಶನು ಯಾವಾಗ ಜೀವಿಸಿದ್ದನೆಂಬುದು ಸದ್ಯಕ್ಕೆ ಅನಿರ್ಣೀತವಾಗಿ ಉಳಿಯುವ ಸಂಭವವಿದೆ. ೧೫೧೩ರ ಗುಬ್ಬಿಯ ಮಲ್ಲಣಾರ್ಯನ ‘ಭಾವಚಿಂತಾರತ್ನ’ದಲ್ಲಿಯ ನವಗ್ರಹಕಲ್ಪನೆ, ಸು. ೧೪೫೦ರ ಬೊಮ್ಮರಸನ ‘ಸೌಂದರಪುರಾಣ’ದಲ್ಲಿಯ ಆದ್ಯಕ್ಷರ ಪ್ರಾಸಯೋಜನೆ—ಇವು ಲಕ್ಷ್ಮೀಶನ ‘ಜೈಮಿನಿಭಾರತ’ದ ಪ್ರಭಾವಸೂಚಕವಾಗಿವೆ ; ಅಲ್ಲದೆ ‘ಜೈಮಿನಿಭಾರತ’ದ ಹಳೆಯ ಕೆಲವು ಪ್ರತಿಗಳ ಕಾಲ ೧೫೩೦, ೧೪೧೫ ಎಂದಿರುವುದು, ಫೌಜು ಎಂಬ ಶಬ್ದಪ್ರಯೋಗ ‘ಲಿಂಗಮಿಲ್ಲದ ಪೀಠ’ ಎಂಬುದರಿಂದ ಸೂಚಿತವಾಗುವ ತುರುಕರ ಹಾವಳಿ ಇವುಗಳಿಂದ ೧೩೦೦ಕ್ಕಿಂತ ಮುಂಚೆ ‘ಜೈಮಿನಿಭಾರತ’ ಹುಟ್ಟಿರಲಾರದು. ಈ ಎಲ್ಲ ಆಧಾರಗಳ ಬಲದಿಂದ ೧೩೦೦–೧೪೧೫ರೊಳಗಣ ಕಾಲದಲ್ಲಿ ಲಕ್ಷ್ಮೀಶನು ಜೀವಿಸಿರಬೇಕೆಂದು ಗೋವಿಂದ ಪೈಯವರು ನಿರ್ಧರಿಸಿದ್ದಾರೆ.[15] ವಿಜಯನಗರದ ೧ನೆಯ ಹರಿಹರನಿಗೆ ಅವನು ಸಮಸಾಮಯಿಕನೆಂದೂ ತರ್ಕಿಸಿದ್ದಾರೆ.[16] ಈ ಆಧಾರಗಳಲ್ಲಿ ಮಲ್ಲಣಾರ್ಯ ಮತ್ತು ಬೊಮ್ಮರಸನ ಭಾವ–ಪ್ರಾಸ ಸಾಮ್ಯದ ಆಧಾರವು ಮನವರಿಕೆ ಯಾಗುವಂತಿಲ್ಲ. ಪ್ರತಿಗಳ ಕಾಲವಿಚಾರ ತುಂಬ ವಾದಗ್ರಸ್ತವಾಗಿದೆ. ಕೆಳಗಿನ ಗಡುವನ್ನು ಗೊತ್ತು ಪಡಿಸಲು ಪೈಯವರು ಕೊಟ್ಟ ಆಧಾರವು ಯೋಗ್ಯವೆಂದು ತೋರುತ್ತದೆ. ಆದ್ದರಿಂದ ೧೩–೧೪ನೆಯ ಶತಮಾನದಿಂದ ೧೬ನೆಯ ಶತಮಾನದೊಳಗಣ ಕಾಲದಲ್ಲಿ ಲಕ್ಷ್ಮೀಶನ ಕಾಲಾವಧಿಯನ್ನು ನಿರ್ವಿವಾದವಾಗಿ ಇಟ್ಟುಕೊಳ್ಳಬಹುದು. ಸು. ೧೫೦೦ ಎಂದು ನಾವು ತಾತ್ಪೂರ್ತಿಕವಾಗಿ ಗ್ರಹಿಸಿದ್ದಕ್ಕೆ ಕಾರಣವೆಂದರೆ ಅದಕ್ಕಿಂತ ತರುವಾಯ ಅವನು ಇದ್ದಿರಲಾರನೆಂಬುದು. ಹಲವಾರು ಆಧಾರಗಳನ್ನು

ಕೊಟ್ಟು ಲಕ್ಷ್ಮೀಶನ ಕಾಲವು ನಿಶ್ಚಿತವಾಗಿ ೧೫೫೦ರ ಹಿಂದೆ ಎಂದೂ ಅವನ 'ಜೈಮಿನಿಭಾರತ' ರಚನಾಕಾಲವು ೧೫೨೦-೨೧ ಎಂದೂ ವಾಮನ ದತ್ತಾತ್ರೇಯ ಬೇಂದ್ರೆಯವರು ನಿರ್ಧರಿಸಿರುವುದನ್ನು ಗಮನಿಸಬೇಕು.[17]

೧೫ನೆಯ ಶತಮಾನದಿಂದ ೧೯ನೆಯ ಶತಮಾನದ ಕೊನೆಯವರೆಗಿನ ಐದು ಶತಮಾನಗಳ ಕಾಲವು ಅತಿವಿಸ್ತಾರವಾಗಿದೆ. ವಿವಿಧ ಘಟನೆಗಳಿಂದ ಜಟಿಲವಾಗಿದೆ. ಈ ಕಾಲದಲ್ಲಿ ಕರ್ನಾಟಕವು ಉಳಿದ ದಕ್ಷಿಣಭಾರತದೊಡನೆ ರಾಜಕೀಯವಾಗಿಯೂ ಸಾಂಸ್ಕೃತಿಕವಾಗಿಯೂ ಹಿಂದೆಂದೂ ಕಾಣದ ಉನ್ನತಿಯ ಶಿಖರವನ್ನೇರಿತು, ಹಿಂದೆಂದೂ ತೋರದ ಅವನತಿಯ ಕಂದರದಲ್ಲಿಳಿಯಿತು. ೧೪ನೆಯ ಶತಮಾನದಲ್ಲಿ ಉದಯಹೊಂದಿದ ವಿಜಯನಗರ ಸಾಮ್ರಾಜ್ಯವು ೧೫ನೆಯ ಶತಮಾನದಿಂದ ೧೭ನೆಯ ಶತಮಾನದ ಮಧ್ಯದವರೆಗೆ ಸಂಗಮ, ಸಾಳುವ, ತುಳುವ, ಅರವೀಡು, ಈ ನಾಲ್ಕು ವಂಶಗಳ ಕೈಯಿಂದ ಕೈಗೆ ಹೋಗಿ ಹೊರಹಗೆ, ಒಳಜಗಳಗಳ ಕಾರಣದಿಂದ ಕಾಲಕಾಲಕ್ಕೆ ಹತಬಲವಾದರೂ ಹತಾಶವಾಗದೆ ದಕ್ಷಿಣಭಾರತಕ್ಕೆ ಉಜ್ವಲವಾದ ಪ್ರಭುತ್ವಶಕ್ತಿಯ ಕೇಂದ್ರವಾಗಿತ್ತು. ಬುಕ್ಕರಾಯ, ಪ್ರೌಢದೇವರಾಯ, ಕೃಷ್ಣದೇವರಾಯ, ರಾಮರಾಯರಂಥ ಶೂರರೂ ಮುತ್ಸದ್ದಿಗಳೂ ಆದ ಅರಸರು ಅದರ ಏರಿಕೆಗೆ ಕಾರಣರಾದರು. ೧೭ನೆಯ ಶತಮಾನದ ಮೊದಲಲ್ಲಿ ಮೆರೆದ ಕೃಷ್ಣದೇವರಾಯನಂತೂ ಅವರಲ್ಲಿ ಶ್ರೇಷ್ಠನಾಗಿ ಅಂದಿನ ಭಾರತದ ಪ್ರಖ್ಯಾತ ರಾಜನೆಂದು ಕರೆಯಿಸಿಕೊಂಡನು. ಪರದೇಶಗಳ ಪ್ರವಾಸಿಗಳ ಮತ್ತು ವ್ಯಾಪಾರಿಗಳ ಕಣ್ಣುಕುಕ್ಕಿಸುವಂಥ ರಾಜಧಾನಿ, ಸಂಪತ್ತಿ, ಸೈನ್ಯ, ಸೌಖ್ಯಸಾಮಗ್ರಿ ಇವುಗಳಿಂದ ವಿಜಯನಗರ ಸಾಮ್ರಾಜ್ಯವೆಂದರೆ ದಂತಕಥೆಯಲ್ಲಿಯ ಒಂದು ರೋಮಾಂಚಕಾರಿ ಸ್ವಪ್ನವು ಮೂರ್ತರೂಪ ತಾಳಿದಂತಾಯಿತು. ರಕ್ಕಸತಂಗಡಿಯ ಕಾಳಗದಲ್ಲಿ ಕ್ಷುಲ್ಲಕ ಕಾರಣಕ್ಕಾಗಿ ಈ ಸ್ವಪ್ನವು ಕ್ಷಣದಲ್ಲಿ ಒಡೆದುಹೋಯಿತು ; ಮಹಮ್ಮದೀಯ ವಿಘಾತಶಕ್ತಿಗಳನ್ನೂ ಅಂತಃಕಲಹದ ಪ್ರಬಲ ಪ್ರವೃತ್ತಿಗಳನ್ನೂ ತಡೆಗಟ್ಟಿದ ಸಾಮ್ರಾಜ್ಯಶಕ್ತಿ ನಷ್ಟವಾಗಿ ನಿರಂಕುಶತ್ವವು ತಲೆಯೆತ್ತಿತ್ತು ; ಸಂಯೋಜಕವೂ ಸಂರಕ್ಷಕವೂ ಆದ ಏಕಪ್ರಭುತ್ವದ ಸ್ಥಾನದಲ್ಲಿ ದಕ್ಷಿಣಭಾರತದಲ್ಲೆಲ್ಲ ವಿಘಟನಕಾರಿಯಾದ ಸಂಕುಚಿತ ಸ್ವಾರ್ಥಪರವಾದ ಶಕ್ತಿಗಳು ತಲೆದೋರಿದುವು. ೧೯ನೆಯ ಶತಮಾನದ ಕೊನೆಯವರೆಗೆ ಅನ್ಯೋನ್ಯಕಲಹದಿಂದ, ಅಲ್ಪಲಾಭ ಬುದ್ಧಿಯಿಂದ ಬ್ರಿಟಿಷರ ಕುಟಿಲ ತಂತ್ರಕ್ಕೆ ಒಳಗಾಗಿ ಕರ್ನಾಟಕದ ದೊರೆಗಳು ಸತ್ವವನ್ನು ಕಳೆದುಕೊಂಡರು. ನಾಡಿನ ಬಹುಭಾಗವನ್ನು ಪರಕೀಯರ ಆಧಿಪತ್ಯಕ್ಕೆ ಬಿಟ್ಟುಕೊಟ್ಟರು. ಸುದೈವದಿಂದ ಮೈಸೂರು ರಾಜ್ಯವು ವಿಜಯನಗರದ ರತ್ನಸಿಂಹಾಸನವನ್ನೂ ಕನ್ನಡ ಸಂಸ್ಕೃತಿಪರಂಪರೆಯನ್ನೂ ಕಾಯ್ದುಕೊಂಡುಬಂದಿತು. ಮೈಸೂರಿನ ಒಡೆಯರಲ್ಲಿ ರಾಜನೃಪ, ಕಂಠೀರವನರಸರಾಜ, ಚಿಕ್ಕದೇವರಾಜ ಇವರು ತಮ್ಮ ಶೌರ್ಯಸಾಹಸಗಳಿಂದಲೂ, ಮುತ್ಸದ್ದಿತನದಿಂದಲೂ ದಕ್ಷಿಣ ಕರ್ನಾಟಕವನ್ನು ತಮ್ಮ ಅಂಕೆಯಲ್ಲಿ ಇಟ್ಟುಕೊಂಡರು, ಕನ್ನಡ ಸಾಹಿತ್ಯಸಂಸ್ಕೃತಿಗಳನ್ನು ಪೋಷಿಸಿದರು. ಮುಸ್ಲಿಂ-ಮರಾಠಾ ಪರಾಕ್ರಮ, ಬ್ರಿಟಿಷ್ ಪ್ರಭುತ್ವ ಇವುಗಳಿಂದ ಆಗಾಗ ಮೈಸೂರು ಆಧಿಪತ್ಯಕ್ಕೆ ಬಂದ ಕುತ್ತುಗಳು ಅಂಥಿಂಥವಲ್ಲ. ಆದರೆ ಅವನ್ನು ಕನ್ನಡ ಕಲಿತನವು ಹಿಮ್ಮೆಟ್ಟಿಸಿತು. ಹೈದರ-ಟೀಪುವಿನಂಥ ಸ್ವಧರ್ಮಾಭಿಮಾನಿಗಳು ಮೈಸೂರು ರಾಜ್ಯವನ್ನು ಆಳಿದರೂ ಅವರು ವಿಶಾಲವಾದ ಕನ್ನಡಧರ್ಮಕ್ಕೆ ಬಹುಶಃ ಹೊಂದಿಕೊಂಡರು. ವಿದೇಶೀಯರಂತೆ ವಿನಾಶಪರರಾಗಲಿಲ್ಲ. ೧೯ನೆಯ ಶತಮಾನದ ಕೊನೆಯಷ್ಟು ಹೊತ್ತಿಗೆ ಮೈಸೂರು ರಾಜ್ಯವೊಂದನ್ನು ಬಿಟ್ಟರೆ ಉಳಿದರ್ಧ ಕರ್ನಾಟಕ ಹೆಚ್ಚಾಗಿ ಬ್ರಿಟಿಷರ ವಶವಾಗಿತ್ತು. ಇನ್ನು ಉಳಿದ ಭಾಗವು ಹಲವಾರು ತುಂಡುಗಳಾಗಿ ಸಣ್ಣಪುಟ್ಟ ಸಂಸ್ಥಾನಗಳಲ್ಲಿ ಹಾಗೂ ನಿಜಾಮ ರಾಜ್ಯದಲ್ಲಿ ಹರಿಹಂಚಾಗಿತ್ತು.

೧೫ನೆಯ ಶತಮಾನದಿಂದ ಮುಂದೆ ಕರ್ನಾಟಕದ ಜನಜೀವನವು ತನ್ನ ಅದ್ಭುತವಾದ ಸಾಮರ್ಥ್ಯವನ್ನೂ ಅತ್ಯಂತವಾದ ದೌರ್ಬಲ್ಯವನ್ನೂ ತುತ್ತತುದಿಯಲ್ಲಿ ತೋರಿಸಿದೆ. ಅದನ್ನು

ಅರಿತುಕೊಂಡರೆ ಅಂದಿನ ಸಾಹಿತ್ಯಕ್ಕೆ ಸರಿಯಾದ ಹಿನ್ನೆಲೆಯನ್ನು ಅರಿಯಬಹುದು. ಸಾಹಿತ್ಯದಲ್ಲಿ ಮೂಡಿದ ಅದರ ಪಡಿನೆಳಲನ್ನು ಗುರುತಿಸಬಹುದು. ಅಲ್ಲದೆ ಕನ್ನಡ ಸಂಸ್ಕೃತಿಯ ಗುಣದೋಷಗಳ ನಿದಾನದಿಂದ ಇಂದು ಮಾಡಬೇಕಾದ ಚಿಕಿತ್ಸೆಯ ಸ್ವರೂಪವನ್ನು ಕಂಡುಹಿಡಿಯಬಹುದು. ೧೪ನೆಯ ಶತಮಾನಕ್ಕಿಂತ ಹಿಂದೆ ಜನಜೀವನವನ್ನು ತಿಳಿಯಲು ಶಾಸನ-ಗ್ರಂಥಗಳ ಆಕರಗಳು ಮಾತ್ರ ಇದ್ದರೆ ೧೪ನೆಯ ಶತಮಾನದಿಂದ ಮುಂದೆ ಅವುಗಳ ಜೊತೆಗೆ ವಿದೇಶೀಯ ಪ್ರವಾಸಿಗರ ಮತ್ತು ವ್ಯಾಪಾರಿಗಳ ವರ್ಣನೆಗಳೂ ಚರಿತ್ರಲೇಖಕರ ಬಖೈರುಗಳೂ ದೊರೆಯುತ್ತವೆ. ವಿಜಯನಗರ ಕಾಲದಲ್ಲಿ ದೊರೆಯುವ ವಿಪುಲ ಸಾಮಗ್ರಿಯಿಂದ ಕನ್ನಡ ರಾಜರ ಮತ್ತು ಪ್ರಜೆಗಳ ಶೌರ್ಯ, ಸಂಘಟನಶಕ್ತಿ, ಸರ್ವಧರ್ಮಪ್ರೇಮ, ಉಪಕಾರಬುದ್ಧಿ, ರಸಿಕತೆ ಇವನ್ನು ತಿಳಿದುಕೊಳ್ಳುವಂತೆ ಪರಿಸ್ಥಿತಿಯೊಡನೆ ಬದಲಾಗದ ಅವರ ಸ್ಥಿತಿಪ್ರಿಯತೆ, ಅಂಧವಾದ ವ್ಯಕ್ತಿಪೂಜೆ, ಲೋಭಪೂರ್ವಕವಾದ ಅಂತಃಕಲಹ-ಅನೈಕ್ಯ, ಭೋಗಾತಿರೇಕ ಈ ಮುಂತಾದ ದೌರ್ಬಲ್ಯದರ್ಶಕ ದೋಷಗಳನ್ನೂ ತಿಳಿಯಬಹುದು. ವಿಜಯನಗರ ಸಾಮ್ರಾಜ್ಯದಲ್ಲಿ ಇವೆರಡೂ ಸಂಮಿಶ್ರವಾಗಿ ತೋರಿದುವು. ಆದರೆ ಇವುಗಳಲ್ಲಿಯ ಗುಣಭಾಗವು ಬಲಿಷ್ಠವಾದಾಗ ಸಾಮ್ರಾಜ್ಯವೂ ಕನ್ನಡ ಸಂಸ್ಕೃತಿಯೂ ಮುಗಿಲೆತ್ತರಕ್ಕೆ ಏರಿದುವು. ದೋಷಭಾಗವು ಪ್ರಬಲವಾಗಲು ಅವೆರಡೂ ತೀರ ಕೆಳಗಿಳಿದುವು. ತನ್ನ ಉತ್ತಮಿಕೆಯಲ್ಲಿ ವಿಜಯನಗರವು ದಕ್ಷಿಣಭಾರತದ ಕನ್ನಡ, ತಮಿಳು, ತೆಲುಗು ಮುಂತಾಗಿ ಎಲ್ಲ ಭಾಷೆಗಳ ಹಾಗೂ ಶೈವ, ವೈಷ್ಣವ, ವೀರಶೈವ, ಜೈನ, ಮುಸ್ಲಿಂ ಮುಂತಾದ ಎಲ್ಲ ಮತಗಳ ಆಶ್ರಯಸ್ಥಾನವಾಯಿತು. ಸಮಗ್ರಭಾರತದ ಪೂರ್ವಪರಂಪರೆಯಲ್ಲಿಯ ವಿಶಾಲವಾದ ವೈದಿಕಧರ್ಮವನ್ನು ಅದು ಎತ್ತಿಹಿಡಿಯಿತು. ಕನ್ನಡಿಗರ ಸಮನ್ವಯಬುದ್ಧಿ ಈ ಕಾಲದಲ್ಲಿ ಕಳಸಕ್ಕೆ ಮುಟ್ಟಿತು. ೧೩೬೮ರಲ್ಲಿ ಜೈನರಿಗೂ ಶ್ರೀವೈಷ್ಣವರಿಗೂ ಉಂಟಾದ ತಿಕ್ಕಾಟದಲ್ಲಿ ಬುಕ್ಕರಾಯನು ನಡುವಾಗಿ ಎರಡೂ ಪಂಗಡದವರಲ್ಲಿ ಮಾಡಿದ ಒಡಂಬಡಿಕೆ ಬರೀ ರಾಜನೀತಿಯನ್ನಲ್ಲ, ಕನ್ನಡ ಸಂಸ್ಕೃತಿಯ ತಿರುಳಾದ ಜೀವನನೀತಿಯನ್ನು ಸಾರಿಹೇಳುವ ಘೋಷಣೆಯಾಗಿದೆ. ವಿಜಯನಗರದ ತರುವಾಯ ಕನ್ನಡ ಸಂಸ್ಕೃತಿಯ ದೋಷಗಳು ಪ್ರಧಾನವಾಗಿ, ನಾಡಿಗೆ ಒಂದು ಬಗೆಯ ಸಾಂಸ್ಕೃತಿಕ ಅನಾರೋಗ್ಯವು ಉಂಟಾಯಿತು. ಮೈಸೂರೊಂದರಲ್ಲಿ ದೃಷ್ಟಿ ಸಂಕುಚಿತವಾದರೂ ಕನ್ನಡಿಗರ ಶಕ್ತಿ ಕುಂಠಿತವಾಗಲಿಲ್ಲ. ಸಾಹಿತ್ಯ-ಕಲೆಗಳು ರಾಜಾಶ್ರಯದಲ್ಲಿ ಬೆಳೆಯುತ್ತಬಂದುವು. ಕೆಳದಿ ಮುಂತಾದ ಸಣ್ಣ ರಾಜ್ಯಗಳಲ್ಲಿಯೂ ಕನ್ನಡಪ್ರತಿಭೆ ಬೆಳಗಿತು. ಉತ್ತರ ಕರ್ನಾಟಕದ ಬಹುಭಾಗದಲ್ಲಿ ಮಾತ್ರ ಕವಿದ ಕತ್ತಲೆ ಇನ್ನೂ ಸಂಪೂರ್ಣವಾಗಿ ನಷ್ಟವಾಗಿಲ್ಲ. ೧೮-೧೯ನೆಯ ಶತಮಾನಗಳಲ್ಲಿ ಉಜ್ವಲವಾದ ಸಾಹಿತ್ಯ ನಿರ್ಮಾಣದ ಅಭಾವ ಮತ್ತು ೨೦ನೆಯ ಶತಮಾನಗಳಲ್ಲಿಯೂ ತಡವಾಗಿ ಕಾಲಿಟ್ಟ ಹೊಸ ಸಾಹಿತ್ಯದ ಮಂದಗತಿ ಇವಕ್ಕೆ, ಇನ್ನೂರು ವರ್ಷಗಳ ಮೇಲಿನ ಕಾಲದಲ್ಲಿ ಕನ್ನಡ ಜೀವನವು ದಿಙ್ಮೂಢವೂ ಅಗತಿಕವೂ ಆತ್ಮಪ್ರಜ್ಞೆಯಿಲ್ಲದುದೂ ಆಗಿ ಬಾಳಿದ್ದೇ ಮುಖ್ಯ ಕಾರಣವಾಗಿದೆ.

## ಈ ಯುಗದ ವೈಶಿಷ್ಟ್ಯಗಳು

ಪಂಪಯುಗವು ಮಾರ್ಗ ಇಲ್ಲವೆ ಪ್ರೌಢಕಾವ್ಯದಿಂದ ಪ್ರಚುರವೆಂದು ಕಂಡೆವು. ಬಸವಯುಗದಲ್ಲಿ ಮಾರ್ಗದಿಂದ ದೇಸಿಗೆ ಸಂಕ್ರಮಣವಾಗುತ್ತಿರುವುದನ್ನು ಅರಿತೆವು. ಮೂರನೆಯ ಕುಮಾರವ್ಯಾಸ ಯುಗವು ದೇಸಿಪ್ರಚುರವೆಂದು ಕರೆಯಿಸಿಕೊಳ್ಳಲು ಯೋಗ್ಯವಾಗಿದೆ. ಈ ಯುಗದ ಕಾಲವಿಸ್ತಾರವು ಮೊದಲಿನ ಯುಗಗಳಿಗಿಂತ ಇಮ್ಮಡಿಯಾಗಿದೆ. ಇದರಲ್ಲಿ ಸಾಹಿತ್ಯನಿರ್ಮಿತಿಯೂ ಸಂಕೀರ್ಣವಾಗಿದೆ. ಯಾವೊಂದೇ ತಲೆಪಟ್ಟಿಯಿಂದ ಇದನ್ನು ಗುರುತಿಸುವುದು ಕಷ್ಟ. ಎಲ್ಲ ಮತದವರೂ ಹಳೆಯ-ಹೊಸ ವಿಷಯರೂಪ-ಶೈಲಿಗಳನ್ನು ಬಳಸಿ ಬರೆದಿದ್ದಾರೆ. ಸಂಕೀರ್ಣತೆಯೇ ಈ ಯುಗದ ವೈಶಿಷ್ಟ್ಯ

ವೆನ್ನುವಂತೆ ಪರಿಸ್ಥಿತಿ ಇದೆ. ಅಲ್ಲದೆ ರಾಜಾಶ್ರಯದ ದೃಷ್ಟಿಯಿಂದ ವಿಜಯನಗರದ ರಾಯರು, ಮೈಸೂರಿನ ಒಡೆಯರು ಹಾಗೂ ಕಿರುದೊರೆಗಳು ಇವರೆಲ್ಲರ ಆಶ್ರಯದಲ್ಲಿದ್ದ ಮತ್ತು ಪ್ರೇರಣೆಯಿಂದ ಕನ್ನಡಸಾಹಿತ್ಯವು ಅನೇಕಮುಖವಾಗಿ ಈ ಯುಗದಲ್ಲಿ ಹೊಮ್ಮಿದೆ. ಇಷ್ಟಿದ್ದರೂ ಸಹ ಚಾರಿತ್ರಿಕವಾಗಿ ಸ್ಥೂಲಮಾನದಿಂದ ನೋಡಿದರೆ ದೇಸಿಯ ಮುಖ್ಯತತ್ತ್ವಗಳಾದ ಅಭಿವ್ಯಕ್ತಿಯ ಸ್ವಾತಂತ್ರ್ಯ ಮತ್ತು ಜನತಾದೃಷ್ಟಿ ಇವು ಈ ಯುಗದಲ್ಲಿ ಹೆಚ್ಚು ಪ್ರಮಾಣದಲ್ಲಿ ತೋರಿದ್ದು ಬಹುಶಃ ಎಲ್ಲ ಗ್ರಂಥಕಾರರ ಮೇಲೆ ದೃಢವಾದ ಪರಿಣಾಮವನ್ನು ಉಂಟುಮಾಡಿದೆ. ೧೯ನೆಯ ಶತಮಾನದ ಕೊನೆ ಮತ್ತು ೨೦ನೆಯ ಶತಮಾನದಲ್ಲಿ ಉದಯವಾದ ಹೊಸ ಸಾಹಿತ್ಯಕ್ಕೆ ಹಿನ್ನೆಲೆಯನ್ನು ಕಲ್ಪಿಸಿಕೊಟ್ಟಿವೆ. ಇದನ್ನು ನೆನೆದು ಕೆಲವು ವೈಶಿಷ್ಟ್ಯಗಳನ್ನು ಹೀಗೆ ಹೇಳಬಹುದು :

(೧) ಈ ಯುಗದಲ್ಲಿಯೆ ಬ್ರಾಹ್ಮಣ ಇಲ್ಲವೆ ಭಾಗವತವಾಙ್ಮಯವು ವಿಪುಲವಾಗಿ ಬೆಳೆದಿದೆ. ಮೊದಲಿನ ಮೀನಮೇಷವೃತ್ತಿಯನ್ನು ತೊರೆದು ಅದು ಕನ್ನಡದಲ್ಲಿ ಶ್ರದ್ಧೆಯನ್ನು ಬಲಪಡಿಸಿಕೊಂಡು ಜನಸಂಮುಖವಾಗಿ ಮುಂದುವರಿದಿದೆ. ಕುಮಾರವ್ಯಾಸನು ಈ ದೇಸಿನಿಷ್ಠೆಗೆ ಮೊದಲಿಗನಾದ ಮಹಾಕವಿಯಾಗಿ ತನ್ನ ಭಾರತದಲ್ಲಿ ಅದಕ್ಕೆ ದೃಷ್ಟಾಂತವನ್ನು ಅದ್ಭುತವಾಗಿ ಒದಗಿಸಿದನು. ಅವನ ಪ್ರತ್ಯಕ್ಷ–ಅಪ್ರತ್ಯಕ್ಷ ಪ್ರಭಾವದಿಂದ ಅನೇಕ ಭಾಗವತ ಕವಿಗಳು ಮುಂಬಂದು ರಾಮಾಯಣ–ಭಾರತಗಳನ್ನೂ ಭಾಗವತ ಮುಂತಾದ ಪುರಾಣಗಳನ್ನೂ ಕನ್ನಡಿಸುತ್ತ ತಮ್ಮ ದರ್ಶನಕ್ಕೆ ಮೂರ್ತಸ್ವರೂಪ ಕೊಟ್ಟರು. ಹಾಗೆ ಮಾಡುವಲ್ಲಿ ಸಾಮಾನ್ಯವಾಗಿ ಷಟ್ಪದಿ, ಸಾಂಗತ್ಯ ಈ ರೂಪಗಳನ್ನು ಬಳಸಿಕೊಂಡರು. (೨) ಭಾಗವತಸಾಹಿತ್ಯದ ಒಂದು ವಿಶಿಷ್ಟ ಶಾಖೆಯಾಗಿ ಹಿಂದಿನ ಯುಗದಲ್ಲಿ ಮೊಳೆತ ದಾಸವಾಙ್ಮಯವು ಈ ಯುಗದಲ್ಲಿ ಸಮೃದ್ಧವಾಗಿ ಬೆಳೆಯಿತು. ಸ್ಥಿರವಾದ ಪರಂಪರೆಯುಳ್ಳ ದಾಸಕೂಟವೆಂಬ ಒಂದು ಸಂಸ್ಥೆ, ಜನಸಂಸ್ಕಾರಕವಾದ ಒಂದು ಆಂದೋಲನ ಎಂಬ ಸ್ವರೂಪ ತಾಳಿತು. ಅದು ಮಾಧ್ವತತ್ತ್ವ–ಆಚಾರಧರ್ಮವನ್ನು ಕನ್ನಡದಲ್ಲಿ ಪ್ರಚಲಿಸಿತು. ಅದಕ್ಕಿಂತ ಹೆಚ್ಚಾಗಿ ವಿಶಾಲವಾದ ಭಾಗವತ ಮನೋಧರ್ಮವನ್ನೂ ಸಾಮಾಜಿಕ ನೀತಿಯನ್ನೂ ಬೋಧಿಸಿತು. ಪದ, ಸುಳಾದಿ, ಉಗಾಭೋಗ ಈ ರೂಪಗಳಲ್ಲಿ ಅದು ಹೊರಹೊಮ್ಮಿ ಕರ್ನಾಟಕ ಸಂಗೀತವನ್ನು ಜನಪ್ರಿಯಗೊಳಿಸಿತು. ಶಾಸ್ತ್ರವನ್ನು ಕಲೆಯ ರಂಜಕತೆಗೆ ಇಳಿಸಿತು. (೩) ಕನ್ನಡದಲ್ಲಿ ಶ್ರೀವೈಷ್ಣವಮತ–ತತ್ತ್ವ ಮತ್ತು ಸಂಪ್ರದಾಯಗಳನ್ನು ತಿಳಿಸಿಹೇಳುವ ಪ್ರೌಢ ಮತ್ತು ಸುಲಭಸಾಹಿತ್ಯವು ಈ ಯುಗದ ಉತ್ತರಾರ್ಧದಲ್ಲಿ ಸ್ವಲ್ಪ ಕವಿಗಳಿಂದ ಬಹಳವಾಗಿ ದೊರೆಯಿತು. (೪) ಈ ಯುಗದಲ್ಲಿ ವೀರಶೈವ ವಾಙ್ಮಯದ ಪುನರುಜ್ಜೀವನವು ಬಹುದೊಡ್ಡ ಪ್ರಮಾಣದಲ್ಲಿ ನಡೆಯಿತು. ೧೨ನೆಯ ಶತಮಾನದಂತೆ ಹೇರಳವಾದ ವಚನಕಾರರು ಈಗ ಉದಯವಾಗಲಿಲ್ಲ. ಆದರೆ ಹಲಕೆಲವರಾದರೂ ಆಗಾಗ ಬೆಳ್ಳಿಯಂತೆ ಹೊಳೆದರು. ಮುಖ್ಯವಾಗಿ ವಚನಗಳ ಸಂಕಲನ, ಸಂಪಾದನೆ, ಟೀಕೆ–ಟಿಪ್ಪಣಿ ಈ ಮೊದಲಾದ ವಿಧಾಯಕ ಮತ್ತು ವಿವರಣಾತ್ಮಕ ಕಾರ್ಯವು ಹೆಚ್ಚಾಯಿತು. ಜೊತೆಗೆ ಶಿವಶರಣರ ಮತ್ತು ಶೈವಕವಿಗಳ ಚರಿತ್ರಗ್ರಂಥಗಳು, ಅವುಗಳೊಡನೆ ಮಿಶ್ರವಾಗಿ ಇಲ್ಲವೆ ಬೇರೆಯಾಗಿ ವೀರಶೈವ ವಿಶ್ವಕೋಶವೆನ್ನಿಸಿಕೊಳ್ಳುವ ಬಹುವಿಷಯಗರ್ಭಿತ ಗ್ರಂಥಗಳು, ಕಾಲಜ್ಞಾನ, ಶತಕಗಳು ಈ ಮೊದಲಾದ ಗ್ರಂಥರಾಶಿ ನಿರ್ಮಾಣವಾಯಿತು. (೫) ಜೈನಕವಿಗಳು ದೇಸಿಯ ದಿಕ್ಕಿನತ್ತ ಬೀಸುವ ಗಾಳಿಯನ್ನರಿತು ತಮ್ಮ ಸಾಹಿತ್ಯರಥವನ್ನು ಅತ್ತ ಸಾಗಿಸಿದರು. ತೀರ್ಥಂಕರಚರಿತೆಗಳು ಹಾಗೂ ಇತರ ಜೈನಸಾಂಪ್ರದಾಯಿಕ ವಿಷಯಗಳು ಜನಸುಲಭವಾದ ಷಟ್ಪದಿ–ಸಾಂಗತ್ಯಗಳಲ್ಲಿ ನೆಲೆನಿಂತುವು. ಅಲ್ಲದೆ ಶೈವ–ಶ್ರೈವಷ್ಣವ ಭಕ್ತಿಪ್ರವಾಹವು ಸಹ ಜೈನಗ್ರಂಥಕಾರರ ಮೇಲೆ ಆಯಿತೆಂದು ಕಂಡುಬರುತ್ತದೆ. (೬) ಚಂಪುವಿನ ಅಸ್ತ ಮತ್ತು ಮೈಸೂರೊಡೆಯರ ಕಾಲದಲ್ಲಿ ಅದರ ಪುನರುದಯ ಇದು ಈ ಯುಗದ ದೇಸಿಪ್ರಾಚುರ್ಯಕ್ಕೆ

ನಿದರ್ಶನವಾದಂತೆ ಇದರ ಸಂಕೀರ್ಣತೆಗೆ ಸಾಕ್ಷಿಯಾಗಿದೆ. ಚಂಪೂರೂಪದ ಬಳಕೆ ತೀರ ಕಡಿಮೆ ಯಾಯಿತು. ಈ ಯುಗದ ಕೊನೆಯ ಭಾಗದಲ್ಲಿದ್ದ ದೇವಚಂದ್ರನನ್ನು ಬಿಟ್ಟರೆ ಯಾವ ಜೈನಕವಿಯೂ ಚಂಪುವಿನತ್ತ ಹೋಗಲಿಲ್ಲ. ಅಭಿನವವಾದಿ ವಿದ್ಯಾನಂದನ 'ಕಾವ್ಯಸಾರ'ವು ಕೇವಲ ಸಂಕಲನ ಗ್ರಂಥ. ೧೭ನೆಯ ಶತಮಾನದವರೆಗೆ ಚಂಪುವಿನಲ್ಲಿ ಕೆಲಮಟ್ಟಿಗೆ ವೀರಶೈವ ಕವಿಗಳು ಗ್ರಂಥ ರಚಿಸಿದರು ; ಮುಂದೆ ಅದರ ಪುನರುಜ್ಜೀವನ ಪ್ರಯತ್ನದಲ್ಲಿ ಶ್ರೀವೈಷ್ಣವರೊಡನೆ ಅವರು ಸಹಕರಿಸಿ ದರು. (೭) ಷಟ್ಪದಿಯೇ ಈ ಯುಗದ ಪ್ರಧಾನಕಾವ್ಯರೂಪವಾಯಿತು. ಅದರಲ್ಲಿಯೂ ಭಾಮಿನಿ, ತರುವಾಯ ವಾರ್ಧಕ ಇವು ಹೆಚ್ಚು ಲೋಕಪ್ರಿಯವಾದುವು. ಎಲ್ಲ ಮತಪರಂಪರೆಯ ಎಲ್ಲ ವಿಷಯಗಳು ಷಟ್ಪದಿಯಲ್ಲಿ ವಿಶೇಷ ಪ್ರಮಾಣದಲ್ಲಿ ಪ್ರತಿಪಾದಿತವಾದದ್ದನ್ನು ನೋಡಿದರೆ ಈ ಯುಗಕ್ಕೆ ಸ್ಥೂಲವಾಗಿ 'ಷಟ್ಪದಿಯುಗ' ಎನ್ನಲು ಅಡ್ಡಿಯಿಲ್ಲ. ಷಟ್ಪದಿಯಲ್ಲಿಯೇ ಕುಮಾರವ್ಯಾಸನ 'ಭಾರತಕಥಾಮಂಜರಿ', ಚಾಮರಸನ 'ಪ್ರಭುಲಿಂಗಲೀಲೆ', ಲಕ್ಷ್ಮೀಶನ 'ಜೈಮಿನಿಭಾರತ', ವಿರೂಪಾಕ್ಷನ 'ಚೆನ್ನಬಸವಪುರಾಣ' ಈ ಬಗೆಯ ಗಣ್ಯ ಗ್ರಂಥಗಳು ಹುಟ್ಟಿವೆ. ಮತತತ್ತ್ವವನ್ನು ಲೌಕಿಕದೃಷ್ಟಾಂತಗಳಿಂದಲೂ ಸುಲಭಶೈಲಿಯಿಂದಲೂ ಪ್ರಚಾರಗೊಳಿಸಿದ 'ಅನುಭವಾಮೃತ', 'ಹರಿಕಥಾಮೃತಸಾರ'ದಂಥ ಗ್ರಂಥಗಳು ಷಟ್ಪದಿಯನ್ನು ಸಾರ್ಥಕಗೊಳಿಸಿವೆ. ಕ್ರಿಯೆಗೆ ಪ್ರತಿಕ್ರಿಯೆ ಯೆಂಬಂತೆ ಷಟ್ಪದಿಗೆ ಮಾರ್ಗದೀಕ್ಷೆಯನ್ನು ಕೊಟ್ಟು ಪ್ರೌಢಗೊಳಿಸುವ ಪ್ರಯತ್ನಗಳೂ ಆಗಿವೆ. (೮) ದೇಶ್ಯಛಂದಸ್ಸಿನ ಇತರ ರೂಪಗಳಲ್ಲಿ ಸಾಂಗತ್ಯವು ಬಹುಶಃ ಇದೇ ಯುಗದಲ್ಲಿ ಸಾಹಿತ್ಯಮಂದಿರ ವನ್ನು ಪ್ರವೇಶಿಸಿ ಏರೇರುತ್ತಹೋಗಿ ರತ್ನಾಕರವರ್ಣಿಯ 'ಭರತೇಶವೈಭವ'ದಲ್ಲಿ ಕಳಸವನ್ನು ಮುಟ್ಟಿತು. ಬರಿಯೊಂದು ಜನತೆಯ ಹಾಡಿನ ಮಟ್ಟ ಈ ಸಿದ್ಧಿಗೆ ಸಂದುದು ಈ ಯುಗದಲ್ಲಿಯ ದೇಸಿದಿಗ್ವಿಜಯಕ್ಕೆ ಒಂದು ಹೆಗ್ಗುರುತೆನ್ನಬಹುದು. (೯) ಇದೇ ಯುಗದಲ್ಲಿ ನೇರವಾಗಿ ತತ್ಕಾಲೀನ ಇತಿಹಾಸವನ್ನು ನಿರೂಪಿಸುವ ಚಾರಿತ್ರಿಕ ಗ್ರಂಥಗಳು ಜನ್ಮತಾಳಿವೆ. ಪಂಪಯುಗ ಇಲ್ಲವೆ ಬಸವ ಯುಗದ ಚಾರಿತ್ರಿಕ ಧ್ವನಿಕಾವ್ಯಗಳಿಗಿಂತ ಇವುಗಳ ರೀತಿ ಬೇರೆ. (೧೦) ಈ ಯುಗದಲ್ಲಿ ಪದ್ಯವೇ ಹೆಚ್ಚಾಗಿದ್ದರೂ ಬರಬರುತ್ತ ಗದ್ಯದತ್ತ ಒಲವು ಬೆಳೆಯುತ್ತ ಬಂದಿದೆ. 'ಚಿಕದೇವರಾಯವಂಶಾವಳಿ' 'ರಾಜಾವಳೀ ಕಥೆ' 'ಮುದ್ರಾಮಂಜೂಷ' 'ರಾಮಾಶ್ವಮೇಧ' — ಈ ಗದ್ಯಗ್ರಂಥಗಳಲ್ಲಿ ಗದ್ಯದ ಬೆಳವಣಿಗೆಯನ್ನು ಗುರುತಿಸಬಹುದು. 'ಪದ್ಯಂ ವಧ್ಯಂ, ಗದ್ಯಂ ಹೃದ್ಯಂ' ಎಂಬ ಮುದ್ದಣನ ಸೂತ್ರದಲ್ಲಿ ಗದ್ಯವನ್ನೇ ಹೆಚ್ಚಾಗಿ ಬಯಸುವ ಹೊಸಗನ್ನಡ ವಾಚಕನ ಒಂದು ಪ್ರತಿಕ್ರಿಯೆಯನ್ನು ಕಾಣಬಹುದು.

## ಟಿಪ್ಪಣಿಗಳು

1. ಕುಮಾರವ್ಯಾಸನು ೧೫ನೆಯ ಶತಮಾನದಲ್ಲಿ ಆಗಿಹೋದವನೆಂಬುದನ್ನು ಬೇರೆ ಬೇರೆ ಕಾರಣ ಗಳಿಂದ ಕೆಲವು ವಿದ್ವಾಂಸರು ಅಭಿಪ್ರಾಯಪಟ್ಟಿದ್ದಾರೆ—

(ಅ) ಕೆ. ವೆಂಕಟರಾಯಾಚಾರ್ಯ : ಕುಮಾರವ್ಯಾಸನ ಕಾಲ ಯಾವುದು ? ('ಸಾಹಿತ್ಯದ ಹಿನ್ನೆಲೆ', ಪು. ೪೦).

(ಆ) ಸೀತಾರಾಮ ಜಾಗೀರದಾರ : ಕುಮಾರವ್ಯಾಸ ಹಾಗೂ ಕುಮಾರವಾಲ್ಮೀಕಿ ಕವಿಗಳ ಕಾಲ ಮತ್ತು ಮತಗಳ ವಿಚಾರ ('ಸಾಧನೆ', ೫–೨, ಪು. ೧೫೧–೫೨).

2. ಭಾಸ್ಕರ : 'ಜೀವಂಧರಚರಿತೆ' ೪–೮೧('ಕು.ವ್ಯಾ.ಭಾರತ' – ದ್ರೋಣಪರ್ವ, ೭–೩೦)

| | | | |
|---|---|---|---|
| " " | ೮–೧೦ " | ಆದಿಪರ್ವ, | ೨೯–೧೦ |
| " " | ೮–೨೭ " | " | ೨೯–೨೧ |
| " " | ೧೭–೩೩ " | ವಿರಾಟಪರ್ವ, | ೩–೮ |

3. ಗೋವಿಂದ ಪೈ : ಕುಮಾರವ್ಯಾಸನ ಕಾಲವಿಚಾರ ('ಕುಮಾರವ್ಯಾಸ ಪ್ರಶಸ್ತಿ', ಪು. ೮–೧೦).

4. ಅದೇ, ಪು. ೨೦–೨೧.

5. ನಾ. ಶ್ರೀ. ರಾಜಪುರೋಹಿತ : ಕುಮಾರವ್ಯಾಸನ ಕಾಲಮತಗಳ ನಿರ್ಣಯ (ಕ.ಸಾ.ಪ., ೧೯–೧, ಪು. ೨೫).

6. 'ಪುರಂದರದಾಸರು ಮತ್ತು ಕರ್ನಾಟಕ ಶ್ರೀಹರಿದಾಸ ಪರಂಪರೆ' : ಪ್ರಕಟನೆ ೧–೨ (ವರದೇಂದ್ರ ಹರಿದಾಸ ಸಾಹಿತ್ಯ ಮಂಡಲ), ಸುಳಾದಿ ೧೮, ಪು. ೭೭–೮ ; ಬೇಲೂರು ಕೇಶವದಾಸರು : 'ಕರ್ನಾಟಕ ಭಕ್ತವಿಜಯ', ಭಾಗ ೧, ಪು. ೨೮೩–೮೪.

7. ಜೋಶಿ ಶಂಕರಭಟ್ಟ : ಕೋಳಿವಾಡಗೌಡರ ಕುಲವೃತ್ತಾಂತ ('ಜೀವನ', ೪–೧, ಪು. ೪೬–೪೭).

8. ಶ. ಕ. ಕೋಳಿವಾಡ : ಕೋಳಿವಾಡಗೌಡರ ಕುಲವೃತ್ತಾಂತ (ಶಾರದೆ, ೩–೪), 'ಕುಮಾರವ್ಯಾಸ ಪ್ರಶಸ್ತಿ', ಪು. ೨೨–೨೩.

9. ವೆಂಕಟಸುಬ್ಬಯ್ಯ : 'ಕೆಲವು ಕನ್ನಡ ಕವಿಗಳ ಜೀವನಕಾಲವಿಚಾರ', ಪು. ೨೨೮–೩೧.

10. ಗೋವಿಂದ ಪೈ : ಶಿಶುಮಾಯಣನ ಕಾಲವಿಚಾರ (ಸ್ವದೇಶಾಭಿಮಾನಿ, ರಜತೋತ್ಸವದ ಸಂಚಿಕೆ, ಪು. ೨೫–೨೬).

11–12. ಬಿ. ಶಿವಮೂರ್ತಿಶಾಸ್ತ್ರಿ : ಶ್ರೀ ನಿಜಗುಣ ಶಿವಯೋಗಿ (ಶರಣ ಸಾಹಿತ್ಯ, ೧–೧, ಪು. ೩೫–೬).

13. ದ. ರಾ. ಬೇಂದ್ರೆ : ಕನ್ನಡದ ಧಾರ್ಮಿಕ ಸಂಸ್ಕೃತಿ (ವಾಗ್ಭೂಷಣ, ಹೊಸ ಸಂ. ೧–೩, ೪, ಪು. ೧೧)

14. ದ. ರಾ. ಬೇಂದ್ರೆ : ಚಿತ್ರಭಾರತ (ಸಾಹಿತ್ಯ ಸಂಶೋಧನ), ಜೀವನ, ೨–೨, ಪು. ೧೨೨.

15. ಗೋವಿಂದ ಪೈ : ಲಕ್ಷ್ಮೀಶಕವಿಯ ಕಾಲ ('ಕವಿ ಲಕ್ಷ್ಮೀಶ', ಪು. ೮೬).

16. ಅದೇ, ಪು. ೯೬.

17. ವಾ. ದ. ಬೇಂದ್ರೆ : ಲಕ್ಷ್ಮೀಶ : ಕಾಲ, ದೇಶ, ಮತ ('ಲಕ್ಷ್ಮೀಶ', ಐಬಿಎಚ್ ಪ್ರಕಟಣೆ, ಪು. ೧೭), ಇನ್ನಷ್ಟು ವಿವರಗಳಿಗಾಗಿ ಲಕ್ಷ್ಮೀಶನನ್ನು ಕುರಿತ ಅವರ ಸಂಶೋಧನ ಪ್ರಬಂಧವನ್ನು ನೋಡಬಹುದು.

## ಪ್ರಕರಣ : ೨೩

# ಕುಮಾರವ್ಯಾಸ

**ಈ** ಯುಗಕ್ಕೆ ಮೊದಲಿಗನಾದ ಕುಮಾರವ್ಯಾಸನು ಕನ್ನಡಕ್ಕೆ ತಲೆಮಣಿಯಾದ ಕವಿಗಳಲ್ಲಿ ಒಬ್ಬನು. ಅವನ ಚರಿತ್ರೆ ಬಹುಶಃ ಕಣ್ಮರೆಯಾಗಿದ್ದರೂ ಅವನ ಕೃತಿ ನಮ್ಮ ಕಣ್ಣಮುಂದಿದೆ. ಅದೇ ಹತ್ತು ಪರ್ವಗಳಲ್ಲಿರುವ 'ಕರ್ಣಾಟಭಾರತಕಥಾಮಂಜರಿ' ಇಲ್ಲವೆ 'ಕನ್ನಡಭಾರತ'. ಇದಕ್ಕೆ 'ಗದುಗಿನ ಭಾರತ', 'ಕುಮಾರವ್ಯಾಸಭಾರತ' ಎಂದು ಕರೆಯುವ ರೂಢಿಯೂ ಇದೆ. ಹತ್ತು ಪರ್ವಗಳ ಈ ಒಂದು ಕೃತಿ ಹತ್ತು ದಿಕ್ಕುಗಳಲ್ಲಿ ಹರಡಿದ ವಿಶ್ವದಂತೆ ವಿಶಾಲವಾಗಿದೆ, ಪೂರ್ಣವಾಗಿದೆ. ಮಹಾಭಾರತದ ಹದಿನೆಂಟು ಪರ್ವಗಳಲ್ಲಿ ಹತ್ತು ಪರ್ವಗಳನ್ನು ಮಾತ್ರ ಒಳಗೊಂಡ ಈ ಹೊತ್ತಗೆ ಅಪೂರ್ಣವೆಂದು ತೋರಬಹುದು. ಪೂರ್ಣಗೊಳಿಸುವುದಾಗದೆ ಕವಿ ಕಾಲವಾದನೆಂದು ಕೆಲವರ ತಿಳಿವಳಿಕೆಯಿದೆ. ಮುಂದೆ ತಿಮ್ಮಣ್ಣಕವಿ ಕೃಷ್ಣದೇವರಾಯನ ಇಚ್ಛೆಯಂತೆ ಉಳಿದ ಪರ್ವಗಳನ್ನು ರಚಿಸಿ ಗ್ರಂಥ ಪೂರ್ತಿ ಮಾಡಿದನು. ಆದರೆ ಗದಾಪರ್ವದ ಕೊನೆಗೆ ತನ್ನ ಗ್ರಂಥವನ್ನು ಮುಗಿಸುವುದೇ ಕುಮಾರವ್ಯಾಸನ ಉದ್ದೇಶವಾಗಿರಬೇಕೆಂದು ಕೊನೆಯ ಪದ್ಯಗಳಿಂದ ಸೂಚಿತವಾಗುತ್ತದೆ. ಇಲ್ಲವಾದರೆ ಮುಕ್ತಾಯ ದಲ್ಲಿರಬೇಕಾದ ಗ್ರಂಥಸ್ತುತಿ–ಫಲಶ್ರುತಿಗಳಿಗೆ ಅರ್ಥವಿಲ್ಲದೆ ಹೋಗಬಹುದು.

ಕುಮಾರವ್ಯಾಸನು 'ಐರಾವತ'ವೆಂಬ ೮ ಸಂಧಿಗಳ ಕಾವ್ಯವನ್ನು ಬರೆದನೆಂಬ ಪ್ರತೀತಿಯಿದೆ. ಇದರ ಹಸ್ತಲಿಖಿತ ಪ್ರತಿಗಳ ಕೊನೆಯಲ್ಲಿ ಬರುವ ಗದುಗಿನ ವೀರನಾರಾಯಣನ ಅಂಕಿತವು ಈ ಪ್ರತೀತಿ ಯನ್ನುಂಟುಮಾಡಿದೆ. 'ಇದಲ್ಲದೆ ಭಾಷೆ, ವಿಚಾರ, ಶೈಲಿ ಮತ್ತು ಶಬ್ದಸಂಗ್ರಹ ಇವೆಲ್ಲವುಗಳನ್ನು ಕರ್ಣಾಟಕ ಮಹಾಭಾರತದೊಂದಿಗೆ ಹೋಲಿಸಿ ನೋಡಿದರೆ ಐರಾವತದ ಕರ್ತನು ಕುಮಾರವ್ಯಾಸನೇ ಇರಬೇಕು ಎಂದು ಸ್ಪಷ್ಟವಾಗುತ್ತದೆ"[1] ಎಂದು ಹೇಳಲಾಗಿದೆ. ಕುಮಾರವ್ಯಾಸನು ಈ ಕಾವ್ಯದ ಕರ್ತೃವಾಗಿರ ಲಾರನೆಂದೂ, ಬೇರೊಬ್ಬ ತರುವಾಯದ ಸಾಧಾರಣ ಕವಿ ಕುಮಾರವ್ಯಾಸನ ಆದಿಪರ್ವದ 'ಐರಾವತ' ಭಾಗವನ್ನು ತನಗೆ ತೋರಿದಂತೆ ವಿಸ್ತರಿಸಿ ಬರೆದಿರಬಹುದೆಂದೂ ನಮಗೆ ತೋರುತ್ತದೆ. ಏಕೆಂದರೆ ಭಾವ–ಭಾಷೆಗಳಲ್ಲಿ ಕುಮಾರವ್ಯಾಸನ ಉಜ್ವಲತೆ, ಸಹಜತೆಗಳ ಅನುಭೂತಿ ಇದರಲ್ಲಿ ಆಗುವುದಿಲ್ಲ.

ಸಮಗ್ರಭಾರತವನ್ನು ಆದಿಪಂಪನ ತರುವಾಯ ನಿರೂಪಿಸಿದವನೆಂದರೆ ಕುಮಾರವ್ಯಾಸ. ಇಲ್ಲಿ ಸಮಗ್ರಭಾರತ ಎಂದರೆ ವ್ಯಾಸಭಾರತದಲ್ಲಿದ್ದುದೆಲ್ಲ ಎಂದಲ್ಲ, ಕಥಾನಕದೃಷ್ಟಿಯಿಂದ ಪ್ರಮುಖ ವಾದದ್ದು. ಆದಿಯಿಂದ ಗದಾಪರ್ವದ ಅಂತ್ಯದವರೆಗೆ ಇದರ ಹರವಿದೆ. ಕುಮಾರವ್ಯಾಸನು ಈ ಭಾರತಕಥೆಯನ್ನು ಹೇಳಿದ ಬಗೆಯೇನು, ಅದರ ಸವಿಯೇನು ಎಂಬುದನ್ನು ಅರಿಯಬೇಕು, ಪಂಪನ ಜೊತೆಗೆ ಹೋಲಿಸಿ ನೋಡಬೇಕು. ಪೀಠಿಕಾಪದ್ಯಗಳಲ್ಲಿ "ಕೃತಿಯು ಸತ್ಕರ್ಣಾಟಕದ ಭಾರತಕ್ಕೆ ಮಂಜುಳ–ಮಂಜರಿಯು ಮಹಾಕೃತಿಗೆ ನಾಯಕನಾದ ಗದುಗಿನ ವೀರನಾರಾಯಣ" (೧–೧೩), "ತಿಳಿಯಹೇಳುವೆ ಕೃಷ್ಣಕಥೆಯನು" (೧–೨೫) ಎಂದು ಹೇಳಿರುವುದಲ್ಲದೆ 'ಕುಮಾರವ್ಯಾಸಭಾರತ' 'ಭಾರತಕಥೆ'ಯೆಂದೂ ಕವಿ ಇದನ್ನು ಕರೆದಿದ್ದಾನೆ. ಇದರಿಂದ ಇದರ ಕಥಾರಚನೆಯಲ್ಲಿ ಸುಂದರ ವಾದ ಬಂಧದೃಷ್ಟಿ ಮತ್ತು ಇದರ ದರ್ಶನದಲ್ಲಿ ಭಾಗವತದೃಷ್ಟಿ ಇರುತ್ತವೆಂದು ತಿಳಿಯುತ್ತದೆ. ಈ ಎರಡೂ ದೃಷ್ಟಿಗಳ ಸಮನ್ವಯದಲ್ಲಿ 'ಕುಮಾರವ್ಯಾಸಭಾರತ' ಸೃಷ್ಟಿಯ ಮೂಲವಿದೆ. 'ಮಹಾ ಭಾರತ'ದಲ್ಲಿ ಇರುವ ಮಾನವಜೀವನದ ಜಟಿಲ ಕಥೆಯನ್ನು ಕಲಾಮಯವಾಗಿ ಚಿತ್ರಿಸುತ್ತಲೆ ಅದಕ್ಕೆ ಪ್ರೇರಕ–ತಾರಕವಾಗಿರುವ ಭಗವತ್‌ಶಕ್ತಿಯ ಲೀಲೆಯನ್ನೂ ಮಹಿಮೆಯನ್ನೂ ಬಾಯ್ತುಂಬ

ಬಣ್ಣಿಸಬೇಕೆಂಬುದರಲ್ಲಿ ಆ ಸಮನ್ವಯವಿದೆ, ಕುಮಾರವ್ಯಾಸನ ವಿಶಿಷ್ಟವಾದ ಸಮ್ಯಕ್‌ದರ್ಶನವಿದೆ. ಅವನ ಕಥಾರಚನೆಯ ಗುಣಾವಗುಣಗಳನ್ನು ಅಳೆಯುವಾಗ ಇದನ್ನು ಮೊದಲು ತಿಳಿದಿರಬೇಕು. 'ವ್ಯಾಸಭಾರತ'ವನ್ನು ಓದಿ ಹಲವು ಸಲ ಪಾರಾಯಣ ಮಾಡಿ ಅದನ್ನು ಆತ್ಮಸಾತ್ ಮಾಡಿಕೊಂಡು ಅದರ ಚಿತ್ರಗಳನ್ನೂ ಭಾವರಸಗಳನ್ನೂ ಕಣ್ಣಮುಂದೆ ಬೇಡಿದಾಗ ತಂದುಕೊಳ್ಳುವಷ್ಟು ಕುಮಾರ ವ್ಯಾಸನು ಭಾರತ-ತನ್ಮಯನಾಗಿರಬೇಕು. ಯೋಗಸಾಧನೆಯ ಬಲದಿಂದ ಮನಸ್ಸಿನ ಮೇಲಣ ಅಂತಃ ಪ್ರಜ್ಞೆಯನ್ನೂ ದೈವಕೃಪೆಯನ್ನೂ ಪಡೆದವನಾಗಿರಬೇಕು. ಕವಿತ್ವ–ಪಾಂಡಿತ್ಯಗಳ ಕೃಷಿಯಿಂದ ಕಾವ್ಯ ರಚನೆಯ ಸಲಕರಣೆಗಳನ್ನೆಲ್ಲ ಸಹಜ-ಸೊತ್ತಾಗಿಸಿಕೊಂಡಿರಬೇಕು, ಅವನ ಮಹಾಕೃತಿ ಈ ಎಲ್ಲದರ ಫಲವಾಗಿ ಹೊರಹೊಮ್ಮಿದೆ.

'ಕುಮಾರವ್ಯಾಸಭಾರತ'ವು 'ವ್ಯಾಸಭಾರತ'ವನ್ನು ಎಷ್ಟರಮಟ್ಟಿಗೆ ಅನುಸರಿಸಿದೆ ? ಯಾವ ಮಾರ್ಪಾಡುಗಳನ್ನು ಮಾಡಿಕೊಂಡಿದೆ ? ಅವುಗಳಿಂದ ಉಂಟಾದ ಸ್ವಾರಸ್ಯವೇನು ? ಎಂಬ ಪ್ರಶ್ನೆಗಳಿಗೆ ಸಮರ್ಪಕವಾದ ಉತ್ತರವನ್ನು ಕೊಡುವುದಕ್ಕೆ ಸಂಶೋಧನಸಾಮಗ್ರಿ ಸಾಲದು. ಎರಡೂ ಭಾರತಗಳಲ್ಲಿ ಅನೇಕ ಪ್ರಕ್ಷೇಪಗಳಾಗಿವೆ. ಯಾವುದು ಮೂಲ ಯಾವುದು ಪ್ರಕ್ಷಿಪ್ತ ಎಂಬುದನ್ನು ನಿರ್ಣಯಿಸುವುದು ಕಷ್ಟ. ಈ ವಿಷಯದಲ್ಲಿ ಸಂಶೋಧನೆ ಶಾಸ್ತ್ರಶುದ್ಧವಾಗಿ ನಡೆಯುತ್ತಿದೆ. ಅದರ ಫಲಗಳಿನ್ನೂ ಸಂಪೂರ್ಣವಾಗಿ ಲಭಿಸಿಲ್ಲ. ಸದ್ಯಕ್ಕೆ ಸ್ಥೂಲಮಾನದಿಂದ ಕೆಲವು ಅನುಮಾನಗಳನ್ನು ಮಾಡಬಹುದು. ಸಾಮಾನ್ಯವಾಗಿ ಕೃಷ್ಣನೆಂದರೆ ಪರಮಾತ್ಮನೆಂಬ ಭಾಗವತದೃಷ್ಟಿಯಿಂದ ರೂಪುಗೊಂಡು ವಿಸ್ತಾರವಾಗಿ ಬೆಳೆದು ತನ್ನ ಕಾಲದಲ್ಲಿ ಪ್ರಚಲಿತವಾದ 'ಮಹಾಭಾರತ'ದ ಕಥೆಯನ್ನು ಅಂದರೆ ದಕ್ಷಿಣ ಭಾರತದಲ್ಲಿ ಪ್ರಚಾರದಲ್ಲಿದ್ದ ಆವೃತ್ತಿಯನ್ನು ಕುಮಾರವ್ಯಾಸನು ಮುಖ್ಯವಾಗಿ ಅನುಸರಿಸಿರಬೇಕು. ಅದರಲ್ಲಿಯೂ ದೊರೆಯದ ಅಂಶಗಳನ್ನು ತನಗೆ ಹಿಂದಿನ ಸಂಸ್ಕೃತ–ಕನ್ನಡ ಕಾವ್ಯ ಮತ್ತು ಭಗವದ್ಭಕ್ತರ ಕಥನ ಪರಂಪರೆಗಳಿಂದ ಎತ್ತಿಕೊಂಡಿರಬೇಕು. ಸ್ವಂತವಾಗಿಯೂ ಕೆಲವು ಕಡೆಗೆ ಕಲ್ಪಿಸಿರಬಹುದು. ಒಟ್ಟಿನಲ್ಲಿ 'ಮಹಾಭಾರತ'ದ ಪ್ರತಿ ಪರ್ವದ ಪ್ರಮುಖ ಭಾಗಗಳನ್ನು 'ಕುಮಾರವ್ಯಾಸಭಾರತ'ವು ಕನ್ನಡಿಸಿದೆ. ಕನ್ನಡಿಸುವ ಪ್ರಕ್ರಿಯೆಯಲ್ಲಿ ಸಂಕೋಚ–ವಿಸ್ತಾರಗಳಾಗಿವೆ, ಮೂಲತ್ಯಾಗ ಇಲ್ಲವೆ ವ್ಯತ್ಯಾಸಗಳಾಗಿವೆ, ಅದರಿಂದ 'ಕನ್ನಡಭಾರತ'ವು 'ವ್ಯಾಸಭಾರತ'ದ ಸರಳಾನುವಾದವಲ್ಲ. ಸ್ವತಂತ್ರಕಳೆಯುಳ್ಳ ಪ್ರತಿ ನಿರ್ಮಾಣ. ಅದರ ಸ್ವಾತಂತ್ರ್ಯ ಇಲ್ಲವೆ ವೈಶಿಷ್ಟ್ಯ ಮೂಲದಿಂದ ಭಿನ್ನವಾಗಿರುವ ಅಂಶಗಳಿಗಿಂತ ಮೂಲವನ್ನು ಅನುಸರಿಸಿಯೂ ಅದರ ಉನ್ಮೀಲನದಲ್ಲಿ ತೋರಿದ ಕವಿಪ್ರತಿಭೆಯ ಮತ್ತು ಭಕ್ತಿ ದರ್ಶನದ ಪರಮಸೀಮೆಯಲ್ಲಿದೆ, ಕನ್ನಡದೇಸಿಯ ಸಹಜ ಸಂಪತ್ತಿಯಲ್ಲಿದೆ.

ಉದಾಹರಣೆಗೆ, ಕೆಲವು ಸಂನಿವೇಶಗಳನ್ನು ಅವಲೋಕಿಸಬಹುದು. ಆದಿಪರ್ವದಲ್ಲಿ ಪಾಂಡು ಮರಣಪ್ರಸಂಗ ಹೃದಯಸ್ಪರ್ಶಿಯಾದ ಭಾಗ. ಇದನ್ನು ಚಿತ್ರಿಸುವಲ್ಲಿ ಕುಮಾರವ್ಯಾಸನು ಮೂಲವನ್ನು ಇದ್ದಂತೆ ಎತ್ತಿಕೊಂಡಿದ್ದಾನೆ. ಎತ್ತಿದ್ದನ್ನು ಉಚಿತ ಉದ್ದೀಪನ, ಭಾವಪುಷ್ಟಿಗಳಿಂದ ರಸವತ್ತಾಗಿಸಿ ದ್ದಾನೆ. ಮೂಲದಲ್ಲಿರುವ ಒಂದೆರಡು ಅಂಶಗಳೇನೊ ಇವೆ. "ಹೂವಿನಲಿ ಸರ್ವಾಂಗಶೃಂಗಾರದ ವಿಳಾಸದಲಿ" (೧೬–೧೧) ಎಂಬ ವಿವರ ಮೂಲದಲ್ಲಿಲ್ಲ. ಇದಕ್ಕೆ 'ಪಂಪಭಾರತ'ದ "ವನಕುಸುಮಂಗಳಂ ಬಗೆಗೆವಂದುವನಟ್ಟಿಯೊಳಾಯ್ದು ಕೊಯ್ದು" (೨–೧೬) ಮುಂತಾದ ಪದ್ಯವು ಸ್ಫೂರ್ತಿಕೊಟ್ಟಿರ ಬಹುದು. "ವಿಷಕನ್ನಿಕೆಯನೆನ್ನನು ಮುಟ್ಟಿದೈ" (ಕು.ವ್ಯಾ.ಭಾ., ೧೬–೫೪) ಇದು "ವಿಷವಲ್ಲಿಯನಪ್ಪಿ ದಂತೆ" (ಪಂ.ಭಾ., ೨–೧೮ ವ)ಎಂಬುದನ್ನು ನೆನಪಿಸುತ್ತದೆ. ಮೂಲದಲ್ಲಿ ಸಂಗ್ರಹವೂ ಸಪ್ಪೆಯೂ ಆದ ಈ ಪ್ರಸಂಗವು ಇಲ್ಲಿ ಸಾಕಷ್ಟು ವಿಸ್ತೃತ ಮತ್ತು ಸರಸವಾಗಿದೆ. 'ಕುಸುಮಮಯಸಮಯ'ದ ವರ್ಣನೆ ಸಾಮಯಿಕವಾಗಿದ್ದರೂ ಸಾರ್ಥಕವಾಗಿದ್ದು ಉತ್ಕಟವಾದ ಉದ್ದೀಪನವಿಭಾವವನ್ನು ಒದವಿ ಸಿದೆ. "ಭಾಸುರವಸಂತನೃಪಾಲ ನಡೆದನು ಪಾಂಡುವಿನ ಮೇಲೆ" (೧೬–೭) ಎಂಬುದರ ಔಚಿತ್ಯವನ್ನು

ಗಮನಿಸಬೇಕು. ಪಾಂಡುವಿನ ಕಾಮಬಾಧೆಯಲ್ಲಿ ಅವನ ವಿವೇಕ ಕ್ರಮೇಣ ನಷ್ಟವಾಯಿತೆಂಬುದನ್ನು "ಪ್ರಜ್ಞಾಸಾಗರಂಗಳು ಮಧ್ಯಕಟಿಜಾನ್ವಂಘ್ರಿಮಿತವಾಯ್ತು" (೧೬-೧೨) ಎಂಬುದು ಸಹಜರೂಪಕ ವಾಗಿ ತಿಳಿಸುತ್ತದೆ. ಮುಂದಣ ದುರಂತದ ಚಿತ್ರ ಕರುಳನ್ನು ಹಿಂಡುತ್ತದೆ. ಆದರೂ "ಕನ್ನಡಭಾರತದಲ್ಲಿ ಈ ಸಂದರ್ಭವು ಉಜ್ವಲವಾದ, ಸರ್ವಾಂಗಪೂರ್ಣವಾದ ಒಂದು ಬಿಡಿವಜ್ರದಂತೆ ಹೊಳೆಯುತ್ತದೆ. ಈ ಸಂದರ್ಭವನ್ನು ಚಿತ್ರಿಸುವುದರಲ್ಲಿ ನಾರಣಪ್ಪನು ಪ್ರಕಟಿಸಿರುವ ಕಲಾಪರಿಣತಿಯನ್ನು ಎಷ್ಟು ಶ್ಲಾಘಿಸಿದರೂ ತೀರದು"[2] ಎಂಬ ಹೊಗಳಿಕೆ ಹೆಚ್ಚೆಂದು ನಮಗೆ ತೋರುತ್ತದೆ. ಇಲ್ಲಿಯ ಸ್ವಾರಸ್ಯ ವನ್ನು ಅಲ್ಲಗಳೆಯುವಂತಿಲ್ಲ. ಆದರೆ ಕುಮಾರವ್ಯಾಸನ ಕಲಾಪರಿಣತಿಗೆ ಇದು ಉದಾಹರಣೆಯಲ್ಲ. ಸಾಮಾನ್ಯವಾಗಿ ಮೂಲಾನುವಾದವನ್ನು ಸಾವಧಾನವಾಗಿ ಮಾಡಿರುವ ಆದಿಪರ್ವದ ಪ್ರವಾಹದಲ್ಲಿ ಉಬ್ಬೆದ್ದು ಮೆರೆದ ತೆರೆ ಇದೊಂದು, ಇನ್ನೂ ಮುಂದೆ ಬರಲಿರುವ ಬೆಟ್ಟದೆರೆಗಳಿಗೆ ಪೂರ್ವಸೂಚಿ ಯಿದ್ದಂತೆ.

ಸಭಾಪರ್ವದಲ್ಲಿ ಅವಶ್ಯವಾದ ಉಪಾಖ್ಯಾನಗಳನ್ನು ಸಂಗ್ರಹಿಸುವಲ್ಲಿ ಸಂಯಮವಿದ್ದರೆ ನಾರದ ನೀತಿ, ಕೃಷ್ಣಮಾಹಾತ್ಮ್ಯಗಳ ವರ್ಣನೆಯಲ್ಲಿ ಬೇಸರ ತರುವ ಬಿತ್ತರವಿದೆ. ದ್ಯೂತಪರ್ವ, ಅದ ರಲ್ಲಿಯೂ ದ್ರೌಪದೀಮಾನಭಂಗದ ಸಂದರ್ಭವು 'ಕುಮಾರವ್ಯಾಸಭಾರತ'ದ ಉನ್ನತ ಶಿಖರಗಳಲ್ಲಿ ಒಂದು. ಮೂಲದಿಂದ ಸ್ಫೂರ್ತಿಹೊಂದಿಯೂ ಅದನ್ನು ಮೀರಿದ ಮೇಲ್ಮೆ ಅದರಲ್ಲಿದೆ. ಈ ಮೇಲ್ಮೆಗೆ ಮುಖ್ಯ ಕಾರಣ ಅಸತ್ಯ-ಅನ್ಯಾಯಗಳನ್ನು ಕಂಡು ಕೆರಳಿ ಸಿಡಿದೇಳುವ ಕುಮಾರವ್ಯಾಸನ ವೀರ ವ್ಯಕ್ತಿತ್ವ, ಅದ್ಭುತವಾದ ಸಕಲ ಶಕ್ತಿಯುತವಾದ ಕವಿತ್ವ. ಸಂನಿವೇಶ-ಸಂವಾದಗಳು ಮೂಲಾನುಸಾರಿ ಯಾದರೂ ಮೂಲಕ್ಕಿಂತ ಹೆಚ್ಚು ಪರಿಸ್ಫುಟ, ಭಾವತಪ್ತ, ಕಲ್ಪನಾರಮ್ಯವಾಗುತ್ತವೆ. ಆಯಾ ವ್ಯಕ್ತಿಗಳು ಒಂದೊಂದು ಮಾತಿನಲ್ಲಿ ಮೂರ್ತಿಗೊಂಡು ಇದಿರು ನಿಲ್ಲುತ್ತಾರೆ. ಈ ಜೀವಂತಿಕೆ, ಕಲ್ಪಕತೆಗಳಿಂದ ಸನ್ನಿವೇಶವು ತನ್ನದೊಂದು ಸ್ವತಂತ್ರ ವಿಶ್ವವನ್ನು ನಮ್ಮ ಮುಂದೆ ಪಸರಿಸುತ್ತದೆ. ತಾನು ಪುಷ್ಪವತಿ ಯೆಂದು ದ್ರೌಪದಿ ಹೇಳಿದ್ದಕ್ಕೆ ದುಶ್ಶಾಸನನು "ನೀ ಪುಷ್ಪವತಿಯಾಗಲ್ಲಿ ಫಲವತಿಯಾಗು ನಡೆ ಕುರುರಾಜಭವನದಲಿ" (೧೫-೬೬) ಎಂದ ಮಾತು ಅಸಭ್ಯವಾದರೂ ಆ ಸಂದರ್ಭದಲ್ಲಿ ಆ ಪಾತ್ರಕ್ಕೆ ತೀರ ಯೋಗ್ಯವಾಗುತ್ತದೆ. ಶೈಲಿಯ ಒರಟುತನ ಇಂಥಲ್ಲಿ ಸಾರ್ಥಕವಾಗುತ್ತದೆ. ಭೀಮ-ಅರ್ಜುನರು ದ್ರೌಪದಿಯ ದುಃಸ್ಥಿತಿಯನ್ನು ಕಂಡು, "ಮನದೊಳಗೆ ಕೌರವನ ಕರುಳನು ತನಿರಕುತದಲಿ ಕುದಿಸಿ ದರು" (೧೫-೭೬) ಎಂಬುದು ತನ್ನ ಉತ್ಕಟಚಿತ್ರದ ಮೂಲಕ ಅವರ ಸುಪ್ತಸಂತಾಪದ ಪರಮಾವಧಿ ಯನ್ನು ಎತ್ತಿತೋರುತ್ತದೆ. ದುಶ್ಶಾಸನನು ದ್ರೌಪದಿಯ ಸೆರಗನ್ನು ಹಿಡಿಯಲು ಅವಳು ಕಂಬನಿ ಗರೆಯುತ್ತ ಪತಿಗಳ ಕಡೆ ನೋಡಿ ಆಮೇಲೆ ಭೀಷ್ಮ ಮುಂತಾಗಿ ಎಲ್ಲರನ್ನೂ ಕುರಿತು ಮೊರೆಯಿಟ್ಟಳು, ಕೊನೆಗೆ ಕೃಷ್ಣನ ಮೊರೆಹೊಕ್ಕಳು (೧೫-೧೦೬-೧೨). ಮೂಲದಲ್ಲಿ ಆ ದುಷ್ಟನು ಸೀರೆಗೆ ಕೈಯಿಕ್ಕಿ ದೊಡನೆ ದ್ರೌಪದಿ ಕೃಷ್ಣನನ್ನು ನೆನೆದಳು ಎಂದಿದೆ ("ಆಕೃಷ್ಯಮಾಣೇ ವಸನೇ ದ್ರೌಪದೀ ಕೃಷ್ಣಮ ಸ್ಮರತ್"—ದ್ಯೂತ, ೯೧-೪೨). ಈ ಮಾರ್ಪಾಡು ತುಂಬ ಸಹಜವೂ ಕರುಣಪೋಷಕವೂ ಆಗಿದೆ. ಮೂಲದಲ್ಲಿ ಮೊಟಕಾದ ಸಾಂಪ್ರದಾಯಿಕವಾದ ಕೃಷ್ಣಸ್ತುತಿ ಇಲ್ಲಿ ಹೃದ್ಯವಾದ ಕರುಳಿನ ಕೂಗಾಗಿದೆ. ಈ ಮೊದಲು ಕುಮಾರವ್ಯಾಸನ ವೀರವ್ಯಕ್ತಿತ್ವವು ಪ್ರಕಟಗೊಂಡಂತೆ ಇಲ್ಲಿ ಭಕ್ತಜೀವನವು ಅರಳಿದೆ. ತರುವಾಯ ದ್ರೌಪದಿಯನ್ನು ತೊತ್ತುಗಳ ಮನೆಗೆ ಅಟ್ಟಬೇಕೆಂದು ಕೌರವರು ಹಿಡಿದೆಳೆಯುವಾಗ ಆಕೆಯ ಹಲುಬನ್ನು ಕೇಳಿ ಭೀಮನು ಅತ್ಯಂತ ರೋಷದಿಂದ ಪ್ರತಿಜ್ಞೆ ಮಾಡಿದ ಸಂದರ್ಭವು ರುದ್ರಬೀಭತ್ಸಗಳ ಯುತಿಯಿಂದ ಉತ್ಕಟತಮವಾಗಿದೆ. 'ವ್ಯಾಸಭಾರತ'ಕ್ಕೆ ಹೋಲಿಸಲಾಗಿ ಅಲ್ಲಿದ್ದ ಮೂಲಸಾಮಗ್ರಿಯನ್ನು ಬಳಸಿಯೂ ಮುಗಿಲೆತ್ತರಕ್ಕೆ ಮುಟ್ಟುವಂತೆ ಕುಮಾರವ್ಯಾಸನು ಅದನ್ನು ಬೆಳೆಸಿದ ವೈಖರಿ ತಿಳಿಯುತ್ತದೆ. ಹೀಗೆ ಮಾಡುವಾಗ ಒಂದೆರಡು ಕಡೆ ರಸಪೋಷಕವಾದ ನವೀನ ಅಂಶಗಳು ಬಂದಿವೆ. ಸಭೆಯಲ್ಲಿ ತನ್ನನ್ನು ಭಂಗಪಡಿಸಿದವನ ಕರುಳದಂಡೆಯನ್ನು ಮುಡಿದು ಆಮೇಲೆ

ತುರುಬು ಕಟ್ಟುವೆನೆಂದು ಸಾರಿದ ದ್ರೌಪದಿಗೆ ಅದನ್ನು ನಡೆಸಿಕೊಡುವುದಾಗಿ ಭೀಮ ವ್ರತ ತೊಡು ತ್ತಾನೆ. (ಸಭಾ, ೧೬–೪೬). 'ವ್ಯಾಸಭಾರತ'ದಲ್ಲಿ ಕಾಣದೊರೆಯದ ಈ ಭಾವವು 'ಪಂಪಭಾರತ' (೭–೧೦, ೧೨)ದಲ್ಲಿ ದೊರೆಯುತ್ತದೆ. ಆದರಿಂದ ಕುಮಾರವ್ಯಾಸನು ಪ್ರೇರಣೆ ಹೊಂದಿರಬಹುದು. ಮುಂದೆ—

ತರುಣಿ ದುಶ್ಶಾಸನನ ನೊರೆನೆ-
ತ್ತರಲಿ ನಾದುವೆ ನಿನ್ನ ಮಂಡೆಯ
ಕುರುಳ ಬಾಚುವೆನಿವನ ದಂತದ ಹಣಿಗೆಯಲಿ ಖಳನ ।
ಕರುಳದಂಡೆಯ ಮುಡಿಸಿ ಶಾಕಿನಿ-
ಯರನು ಕರೆಯಿಸಿ ನಿನ್ನ ಕಯ್ಯಲಿ
ಧುರದೊಳಗೆ ಬಾಯಿನವ ಕೊಡಿಸುವೆನಬಲೆ ಕೇಳೆಂದ ॥ (೧೬–೪೮)

ಎಂಬಲ್ಲಿಯ ಭಾವ 'ವ್ಯಾಸಭಾರತ'ದಲ್ಲಿಲ್ಲ ; 'ಪಂಪಭಾರತ'ದಲ್ಲಿಯೂ ಈ ಸಂದರ್ಭದಲ್ಲಿಲ್ಲ ; ಮುಂದೆ ವೈರಿವಧೆಯ ಅನಂತರ ೧೨ನೆಯ ಆಶ್ವಾಸದಲ್ಲಿ 'ಪಲ್ಲಪಣಿಗೆಯಿಂ ಬಾರ್ಚಿ' ಎಂದು ಬಂದಿದೆ. '**ದಂತದ ಹಣಿಗೆ**' ಎಂಬ ಕಲ್ಪನೆಯಲ್ಲಿ ಮತ್ತು ಸಹಜಪದಸೃಷ್ಟಿಯಲ್ಲಿ ಇರುವ ಧ್ವನಿ ಸ್ವಾರಸ್ಯವನ್ನು ಅರಿತು ನುರಿಯಬೇಕು. 'ಪಲ್ಲಪಣಿಗೆ' ಎಂಬುದಕ್ಕಿಂತಲೂ ಅದು ಅರ್ಥಪೂರ್ಣ ವಾಗಿದೆ. ಅತ್ಯಂತ ಹತಾಶಳಾದ ದ್ರೌಪದಿಗೆ ಸಾಮಾನ್ಯವಾದ ಹಣಿಗೆಯಿಂದಲ್ಲ "ಇವನ **ದಂತದ** ಹಣಿಗೆಯಲಿ" "ನಿನ್ನ ಮಂಡೆಯ ಕುರುಳ ಬಾಚುವೆನು" ಎಂಬ ಭೀಮನ ಭರವಸೆ ಹೆಚ್ಚಿನ ನಲಿವು ನೀಡುವುದೆಂದು ಕವಿಯ ಆಶಯವಿರಬೇಕು. ದಂತದ ಪಣಿಗೆಯೆಂದರೆ ವೈರಿಯ ಹಲ್ಲಿನ ಹಣಿಗೆ ಯೆಂದಲ್ಲದೆ ಹಸ್ತಿದಂತದ ಹಣಿಗೆ ಎಂಬ ಅರ್ಥವೂ ಧ್ವನಿತವಾಗುತ್ತದೆ. ಇಡೀ ಪದ್ಯವು ಪ್ರತಿ ವಿವರದಲ್ಲಿಯೂ ರಸೋತ್ಕಟವಾದ ಚಿತ್ರಣದಿಂದ ಭೀಮನ ಸಂಕಲ್ಪಿತ ಪ್ರತೀಕಾರದ ಪರಮಾವಧಿ ಯನ್ನು ಸೂಚಿಸುತ್ತದೆ.

ಈ ರೀತಿಯಾಗಿ ಇನ್ನುಳಿದ ಪರ್ವಗಳಲ್ಲಿ ಹೇರಳವಾದ ದೃಷ್ಟಾಂತಗಳನ್ನು ಕೊಡಬಹುದು : ಅರಣ್ಯಪರ್ವದಲ್ಲಿ ಘೋಷಯಾತ್ರೆ, ವಿರಾಟದಲ್ಲಿ ಕೀಚಕಪ್ರಸಂಗ ಮತ್ತು ಉತ್ತರಗೋಗ್ರಹಣ, ಉದ್ಯೋಗದಲ್ಲಿ ಕೃಷ್ಣಸಂಧಾನ ಮತ್ತು ಕರ್ಣಬುದ್ಧಿಭೇದ ಮುಂತಾಗಿ. ಉದ್ಯೋಗಪರ್ವದಲ್ಲಿ ಕವಿ ಮಾಡಿಕೊಂಡಿರುವ ಕೆಲವು ಬದಲಾವಣೆಗಳನ್ನು ಗಮನಿಸುವುದು ಅವಶ್ಯ. ಮೂಲದಲ್ಲಿ ತಂದೆ ಮತ್ತು ಹಿರಿಯರ ಅಪ್ಪಣೆಯಂತೆ ದುರ್ಯೋಧನನು ತೋರಿಕೆಗಾದರೂ ಸಂಧಾನಕ್ಕೆ ಬರುತ್ತಿರುವ ಕೃಷ್ಣನ ಸ್ವಾಗತಕ್ಕೆ ದಾರಿಯಲ್ಲಿ ಸಭಾಮಂಟಪಗಳನ್ನು ಮಾಡಿಸುತ್ತಾನೆ ; ಅವನ್ನು ಕಣ್ಣೆತ್ತಿ ನೋಡ ದೆಯೇ ಕೃಷ್ಣ ಸಾಗುತ್ತಾನೆ. ಅವನನ್ನು ಕಟ್ಟಿಹಾಕಬೇಕೆಂದು ಕೌರವನು ಹಂಚಿಕೆಹಾಕುತ್ತಾನೆ. ಕೃಷ್ಣನು ಧೃತರಾಷ್ಟ್ರಭವನಕ್ಕೆ ಹೋಗಿ ಅವನ ಪೂಜೆ ಸ್ವೀಕರಿಸಿ ವಿದುರನ ಮನೆಗೆ ಹೋಗುವನು. ಕುಮಾರವ್ಯಾಸ ನಲ್ಲಿ ಎಲ್ಲ ಸ್ವಾಗತದ ಸಿದ್ಧತೆ ಧೃತರಾಷ್ಟ್ರನ ಹೇಳಿಕೆಯಂತೆ ಆಗುತ್ತದೆ. ದುರ್ಯೋಧನನು ಅದರಲ್ಲಿ ಸೇರಿಕೊಳ್ಳದೆ ಕೃಷ್ಣನನ್ನು ಬಿಗಿದು ಕೆಡಹುವೆನೆನ್ನುವನು. ಕೃಷ್ಣನು ಬಂದ ಕೂಡಲೆ ಎಲ್ಲ ಮನೆಗಳನ್ನು ದಾಟಿ "ವರಭಾಗವತ ವಿದುರನ ಮನೆಗೆ ನಡೆತರುತಿರ್ದನು" (೮–೪). ಇದರಲ್ಲಿ ದುರ್ಯೋಧನ ಪಾತ್ರಕ್ಕೆ ಪ್ರಕಟದುಷ್ಟತನದ ಸ್ವರೂಪ ಬಂದಿದೆ, ಕೃಷ್ಣನ ಭಕ್ತಿಪ್ರಿಯತೆ ಸುವ್ಯಕ್ತವಾಗಿದೆ. ಮುಂದೆ ವಿದುರನ ಮನೆಗೆ ಹೋಗಿ ಕರ್ಣ–ದುರ್ಯೋಧನರು ಕೃಷ್ಣನನ್ನು ಸಭೆಗೆ ಆದರದಿಂದ ಕರೆತರುವರೆಂದು 'ವ್ಯಾಸಭಾರತ'ದಲ್ಲಿದ್ದರೆ ಇಲ್ಲಿ ದುರ್ಯೋಧನನು ಸಿಂಹಾಸನವನ್ನು ಬಿಟ್ಟು ಕೂಡ ಏಳುವುದಿಲ್ಲ. ಕೃಷ್ಣನು ಉಂಗುಟದ ತುದಿಯಿಂದ ಭೂಮಿಯನ್ನು ಒತ್ತಲು ಅವನ ಚರಣದಲ್ಲಿ ದುರ್ಯೋಧನನು ಬಂದು ಬೀಳುತ್ತಾನೆ. ಈ ಸಂನಿವೇಶವನ್ನು ಭಾಸನ 'ದೂತವಾಕ್ಯ' ನಾಟಕದಿಂದ ತೆಗೆದುಕೊಂಡಿರಬಹು

ದೆಂಬ ಸೂಚನೆ ಮಾಡಲಾಗಿದೆ. 'ಮಹಾಭಾರತ'ವು ತಾಳಿದ ಭಾಗವತಸ್ವರೂಪವು ಲೋಕಪ್ರಿಯವಾಗಿ ಶ್ರುತಿಪರಂಪರೆಯಲ್ಲಿದ್ದು ಕುಮಾರವ್ಯಾಸನಿಗೆ ಪ್ರೇರಣೆಕೊಟ್ಟಿರುವ ಸಂಭವವೂ ಇದೆ. ಮುಖ್ಯವಾಗಿ ಕುಮಾರವ್ಯಾಸನು ಈ ಎಲ್ಲ ಬದಲಾವಣೆಗಳಿಂದ ಮತ್ತು ತನ್ನ ವಿಶಿಷ್ಟನಿರೂಪಣೆಯಿಂದ 'ವ್ಯಾಸಭಾರತ'ಕ್ಕಿಂತಲೂ ಮುಂದೆ ಹೋಗಿ ತನ್ನ ಭಾಗವತಪ್ರಜ್ಞೆಯ ಮತ್ತು ಕಲಾಪ್ರಜ್ಞೆಯ ಸಾರ್ಥಕ್ಯ ವನ್ನು ಸಾಧಿಸಿದ್ದಾನೆ. ಈ ಸಂದರ್ಭದಲ್ಲಿ ಕೃಷ್ಣ–ವಿದುರ–ದುರ್ಯೋಧನ ಇವರ ಚಿತ್ರಣದಲ್ಲಿ ಪರಮಾತ್ಮ–ಭಕ್ತ–ಅಹಂಕಾರಿಜೀವ ಇವರ ಚಿತ್ರಣವುಳ್ಳ ಸಾರ್ವತ್ರಿಕವಾದ ಸಾಂಕೇತಿಕ ಧ್ವನಿ ಹೊರ ಪಡುವಂತೆ ರಸಾನುಭವವುಂಟಾಗುತ್ತದೆ. ಇದೇ ಪರ್ವದಲ್ಲಿ ಮೂಲ 'ಭಾರತ'ದಲ್ಲಿಲ್ಲದ, ಆದರೆ ಕುಮಾರವ್ಯಾಸನಲ್ಲಿರುವ ಒಂದೆರಡು ಸಂನಿವೇಶಗಳು 'ಪಂಪಭಾರತ'ದಿಂದ ಎತ್ತಿದುವಾಗಿರಬೇಕೆಂದು ವಿಮರ್ಶಕರು ಹೇಳಿದ್ದಾರೆ. ಅವೆಂದರೆ ಸಂಧಿಯ ಮಾತುಕತೆಯಲ್ಲಿ ವಿದುರನನ್ನು ತೊತ್ತಿನ ಮಗನೆಂದು ದುರ್ಯೋಧನ ಮಾಡಿದ ಹೀಯಾಳಿಗೆ ವಿದುರ ತನ್ನ ಬಿಲ್ಲನ್ನು ಮುರಿದುದು, ಕುಂತಿಯು ಕರ್ಣನನ್ನು ಕಾಣಲು ಬಂದಾಗ ಗಂಗಾದೇವಿ ಬಂದು ತನ್ನ ಕೈಯೆಡೆಯಾದ ಕರ್ಣನನ್ನು ಅವಳಿಗೆ ಒಪ್ಪಿಸಿದುದು. ಪಂಪ–ಕುಮಾರವ್ಯಾಸರ ನುಡಿಗಳು ಸಹ ಈ ಸಂದರ್ಭದಲ್ಲಿ ಸರಿಹೋಗುತ್ತವೆ. ಇದರಿಂದ ಮತ್ತು ಇತರ ಹೋಲಿಕೆಗಳಿಂದ ಕುಮಾರವ್ಯಾಸನು ಹಳಗನ್ನಡಕಾವ್ಯದ, ವಿಶೇಷವಾಗಿ 'ಪಂಪಭಾರತ'ದ ವ್ಯಾಸಂಗ ಮಾಡಿದ್ದನೆಂಬುದು ಸೂಚಿತವಾಗುತ್ತದೆ. ಈ ಹೋಲಿಕೆಗಳು ಆಕಸ್ಮಿಕವೆಂದೂ ತೀರ ಸ್ವಲ್ಪವೆಂದೂ ಸಮಾನ ಆಕರದಿಂದ ತೆಗೆದುಕೊಂಡವಾಗಿರಬಹುದೆಂದೂ ಹೇಳಬಹುದೇ ? ಇನ್ನಿತರ ಪರ್ವಗಳಲ್ಲಿಯ ಹೋಲಿಕೆಗಳನ್ನು ಲಕ್ಷಿಸಿದರೆ ಅವು ಆಕಸ್ಮಿಕ ಇಲ್ಲವೆ ತೀರ ಸ್ವಲ್ಪವೆಂದು ತೋರಲಾರವು. 'ಕರ್ಣಪರ್ವ'ದಲ್ಲಿ ಇದಕ್ಕೆ ಸ್ಪಷ್ಟ ನಿದರ್ಶನಗಳು ದೊರೆಯುತ್ತವೆ.[3]

ಕುಮಾರವ್ಯಾಸನ ಸಂವಿಧಾನದಲ್ಲಿ ಏಕಸೂತ್ರತೆ ಎದ್ದು ಕಾಣುತ್ತದೆ. ಅದಕ್ಕೆ ಕೃಷ್ಣನ ಪ್ರಾಮುಖ್ಯ ಕಾರಣ. "ಕೃಷ್ಣನಿಂದ ಭಾರತಕ್ಕೆ ಆದಿ–ಮಧ್ಯ–ಮುಕ್ತಾಯ.... ಕನ್ನಡಭಾರತದ ಎಲ್ಲ ಮಜಲುಗಳಲ್ಲಿಯೂ ಕೃಷ್ಣನ ಕೈವಾಡವೇ ಕೈವಾಡ, ವಿರಾಟಪರ್ವದ ವಿನಾ."[4] 'ಮಹಾಭಾರತ'ದ ಪ್ರಧಾನಕಥೆಯನ್ನು ನಿರುಕಿಸಿದರೆ ಅಣ್ಣತಮ್ಮಂದಿರ ಅಸೂಯೆಯಲ್ಲಿ ಹೊತ್ತಿಕೊಂಡು ದ್ವೇಷದಲ್ಲಿ ಬೆಳೆದು ಯಾದವೀಕಲಹದ ಬೇಗೆಯಾಗಿ ಹಬ್ಬಿದ ಮಾನವ–ದುರಂತಚಿತ್ರವು ಕಣ್ಣೆದಿರು ಕಟ್ಟುತ್ತದೆ. ಅದರಲ್ಲಿ ಕೃಷ್ಣನಿಗೆ ಪ್ರಾಧಾನ್ಯ ಬರಲೇಬೇಕು ಎಂದಿಲ್ಲ, ಆದರೆ ಭಾಗವತದೃಷ್ಟಿಯ ನಿರೂಪಣೆಯಿಂದ 'ಕುಮಾರವ್ಯಾಸಭಾರತ'ವು ಕೃಷ್ಣಮೂಲವೂ ಕೃಷ್ಣಮಯವೂ ಆಗಿದೆ ಎಂಬುದು ನಿಜ. ಮಾನವದೃಷ್ಟಿಯಿಂದ ನೋಡಿದಾಗ ಸಂವಿಧಾನಕ್ಕೆ ಬಂದಿರುವ ಈ ಬಣ್ಣವು ಅವಾಸ್ತವ ಆರೋಪಣೆಯೆಂದು ತೋರಬಹುದು. ಆದರೆ ಜಟಿಲವಾದ ಜೀವನವು ಮಾನವ–ಅತಿಮಾನವಶಕ್ತಿಗಳ ಸಂಮಿಶ್ರಲೀಲೆಯೆಂಬ ಸಮಗ್ರಸತ್ಯದ ದರ್ಶನವನ್ನು 'ಕುಮಾರವ್ಯಾಸಭಾರತ'ವು ಪ್ರತೀಕಗೊಳಿಸುತ್ತದೆ. ಇದನ್ನರಿತಾಗಲೇ ಅವರ ರಸಾನುಭವವು ಸಮರ್ಪಕವಾಗುತ್ತದೆ. ಕೃಷ್ಣನ ತರುವಾಯ ಕೃಷ್ಣದ್ವೈಪಾಯನರಾದ ವೇದವ್ಯಾಸರು 'ಮಹಾಭಾರತ' ಕಥಾನಕದಲ್ಲಿ ಮೊದಲಿನಿಂದಲೂ ಪ್ರಮುಖಪಾತ್ರವನ್ನು ವಹಿಸುತ್ತ ಬಂದಿದ್ದಾರೆ ಎಂಬುದನ್ನು ನೆನೆಯಬೇಕು. ಪರಮಾತ್ಮಪ್ರಶಂಸೆ, ನೀತಿಬೋಧೆ ಇವುಗಳ ಅತಿರೇಕ ಕನ್ನಡಭಾರತದ ಕಥಾವಸ್ತುವಿಗೆ ಆಗಾಗ ಕೊರತೆಯುಂಟುಮಾಡಿದೆ ಎಂಬುದು ನಿಜ. ಇದಕ್ಕೆ ಕವಿಯ ಭಕ್ತಿನಿರ್ಭರತೆ, ಬೋಧನೆಯ ಹವ್ಯಾಸ ಕಾರಣವಾದಂತೆ ಮೂಲಭಾರತದ ಭಾಗವತ, ನೈತಿಕ ಭಾಗಗಳೂ ಕಾರಣವಾಗಿವೆ. ಕೃತಿಬಂಧವನ್ನು ಸಮಗ್ರವಾಗಿ ನೋಡಿದರೆ ವ್ಯಾಸಭಾರತದ ನಿಷ್ಠಾಯುತವಾದ ಅನುಸರಣದ ಮೂಲಕ ಅದರ ಗುಣದೋಷಗಳು ಇಲ್ಲಿಯೂ ಹಣಿಕಿವೆ. ರಸೋತ್ಕಟವಾದ ಕೆಲವು ಸಂದರ್ಭಗಳಲ್ಲಿ ನಾಟ್ಯಪೂರ್ಣ ಸನ್ನಿವೇಶರಚನೆ, ಪಾತ್ರಪ್ರಜ್ಞೆ, ಸಮುಚಿತ ಶೈಲಿ–ವರ್ಣನೆಗಳಿಂದ ಗತಕಾಲದ ಚಿತ್ರಗಳು ವರ್ತಮಾನಕಾಲದವಾಗಿ ಮನವರಿಕೆಯನ್ನು ಉಂಟುಮಾಡುತ್ತವೆ ;

ಬಂಧವು ಉತ್ತಮಿಕೆಯನ್ನು ತೋರುತ್ತದೆ. ಆದರೆ ಒಟ್ಟಿನ ಹೆಣಿಕೆಯಲ್ಲಿ ಸಡಿಲಗಳೂ ಬಿರುಕುಗಳೂ ತೋರದಿಲ್ಲ. 'ವ್ಯಾಸಭಾರತ'ದಲ್ಲಿಯ ಕಥನದೋಷಗಳನ್ನು ತಿದ್ದಿಕೊಂಡು ನವೀನ ಸೃಷ್ಟಿಯನ್ನು ರಚಿಸುವ ದೃಷ್ಟಿ ಕುಮಾರವ್ಯಾಸನಲ್ಲಿಲ್ಲ. ಅಂತೆಯೇ ಅನುದ್ಯೂತಪರ್ವದಲ್ಲಿ, ಒಮ್ಮೆ ದ್ಯೂತವಾಡಿ ಸೋತು ವಂಚನೆಗೆ ಗುರಿಯಾದ ಮತ್ತು ಅಪಮಾನಹೊಂದಿದ ಯುಧಿಷ್ಠಿರನು ಮತ್ತೆ ಜೂಜಾಡಲು ಬಂದು ಅತಿ ದುರ್ಬಲವಾದ ಸಾತ್ವಿಕತೆಯನ್ನು ಪ್ರಕಟಗೊಳಿಸಿದ್ದಾನೆ. ಪಾತ್ರವಿಸಂಗತಿಯ ಮೂಲಕ ಕಥಾನಕದಲ್ಲಿಯೂ ಹೀಗೆ ವಿಸಂಗತಿಗಳುಂಟಾಗಿವೆ. ಆದರೂ ಸಹ ಒಟ್ಟಿನಲ್ಲಿ ಮಹಾರಣ್ಯದಂತೆ ಆಖ್ಯಾನ–ಉಪಾಖ್ಯಾನ–ನೀತಿ–ತತ್ತ್ವಗಳಿಂದ ನಿಬಿಡವಾದ 'ಮಹಾಭಾರತ'ವನ್ನು ಸಂಗ್ರಹಗೊಳಿಸುವಲ್ಲಿ ರಸದ ಮೇಲೆ ಮತ್ತು ವ್ಯಕ್ತಿಗಳ ಮೇಲೆ ಮುಖ್ಯ ಗಮನವಿಟ್ಟು 'ಪ್ರತಿಪರ್ವರಸೋದಯ'ವಾದ ಕನ್ನಡಭಾರತವನ್ನು ಕುಮಾರವ್ಯಾಸನು ಒದಗಿಸಿದ್ದಾನೆ ಎಂಬುದರಲ್ಲಿ ಸಂಶಯವಿಲ್ಲ. ಪಂಪನಿಗೂ ಅವನಿಗೂ ಹೋಲಿಸಿದರೆ ಪ್ರತಿಭೆಯ ಉನ್ನತಿ ಸಮಾನವಾದರೂ ಇಬ್ಬರ ದೃಷ್ಟಿ, ತಂತ್ರ, ಶೈಲಿ ಬೇರೆಯಾದುವು ಎಂಬುದು ವಿಶದವಾಗುತ್ತದೆ. ಪಂಪನ ದೃಷ್ಟಿಯಲ್ಲಿ 'ಭಾರತ'ವು ಬಹುಶಃ ಒಂದು ಮಾನವೀಯ ಸಂಘರ್ಷದ ಚಿತ್ರವಾಗಿದೆ, ಕುಮಾರವ್ಯಾಸನು ಮಾನವೀಯತೆಯನ್ನು ಅಲ್ಲಗಳೆಯದೆ ಅದಕ್ಕೆ ಪ್ರೇರಕವಾದ ದೈವೀಶಕ್ತಿಯ ಲೀಲೆಯನ್ನು ಬಣ್ಣಿಸಿದ್ದಾನೆ. ಅವರವರ ಮತಶ್ರದ್ಧೆಯೂ ಈ ಭೇದಕ್ಕೆ ಕಾರಣವಾಯಿತು. ಪಂಪನ ತಂತ್ರ ಮಾರ್ಗಕಾವ್ಯದ್ದು, ಕುಮಾರವ್ಯಾಸನದು ದೇಸಿಯದು. ತಮ್ಮ ತಂತ್ರಕ್ಕೆ ಅನುಸರಿಸಿ ಇಬ್ಬರೂ ಅಪೂರ್ವಸಿದ್ಧಿಯನ್ನು ಪಡೆದರು. ಇಬ್ಬರ ಶೈಲಿಗೂ ಈ ಮಾತು ಸರಿಹೋಗುತ್ತದೆ. ಇಬ್ಬರೂ 'ಮಹಾಭಾರತ'ವನ್ನು ಸಂಗ್ರಹಗೊಳಿಸಿರುವವರಾದರೂ "ಕಥೆಯನ್ನು ಹಿಗ್ಗಿಸಿ ಹಿಗ್ಗಿಸಿ ಹೇಳುವುದು ನಾರಣಪ್ಪನ ಹುಟ್ಟುಗುಣ ; ದೊಡ್ಡ ಕಥೆಯನ್ನು ಸಂಕ್ಷೇಪಿಸುವುದು ಪಂಪನ ಹುಟ್ಟುಗುಣ"[5] ಎಂಬುದು ದಿಟ.

'ಕುಮಾರವ್ಯಾಸಭಾರತ'ವು ಯಾವ ಪ್ರಕಾರಕ್ಕೆ ಸೇರುವ ಗ್ರಂಥವೆಂದು ಕೇಳಲಾಗಿದೆ. ಅದು ಕಾವ್ಯವೇ ಪುರಾಣವೇ ? 'ಮೂಲಭಾರತ'ವು ಇತಿಹಾಸಕಾವ್ಯವಾಗಿದ್ದು ಪುರಾಣವಲ್ಲ, ಪುರಾಣ ಲಕ್ಷಣಗಳು ಅಲ್ಲಲ್ಲಿ ಆನುಷಂಗಿಕವಾಗಿ ಬಂದಿವೆ ಮಾತ್ರ ; ಎಂದಮೇಲೆ 'ಕನ್ನಡಭಾರತ'ವು ಅದೇ ಲಕ್ಷಣಕ್ಕೆ ಒಳಪಡುತ್ತದೆ. ಪಂಪಭಾರತದಂತೆ ಅದು ಶ್ರೇಷ್ಠ ಕಾವ್ಯ ಎಂಬ ಅಭಿಪ್ರಾಯವು ವ್ಯಕ್ತವಾಗಿದೆ.[6] ಈ ಅಭಿಪ್ರಾಯವು ವಾದಗ್ರಸ್ತವಾಗಿರುವ ಅಗತ್ಯವಿಲ್ಲ. ಆದರೆ ಮುಖ್ಯತಃ ಕಾವ್ಯವಾದ 'ಕುಮಾರವ್ಯಾಸಭಾರತ'ದಲ್ಲಿ ಇತಿಹಾಸ, ಆಖ್ಯಾಯಿಕೆ, ನೀತಿತತ್ತ್ವಗಳು ಮೂಲಭಾರತದಂತೆ ಸೇರಿಕೊಂಡಿವೆಯೆಂದೂ ಇದರಿಂದ ಕಾವ್ಯಕ್ಕಿಂತ ಇವಕ್ಕೆ ಕೆಲವು ಸಲ ಮಹತ್ವ ಬಂದಿದೆಯೆಂಬುದನ್ನೂ ಅರಿಯಬೇಕು. ಸಾಂಪ್ರದಾಯಿಕ ಪುರಾಣದ ಲಕ್ಷಣಗಳೇನೇ ಇರಲಿ, ಕಥನಮೂಲಕವಾಗಿ ಭಾಗವತ ದರ್ಶನವನ್ನು ಜನಸುಲಭರೀತಿಯಲ್ಲಿ ನಿರೂಪಿಸಿದ ಕಾರಣ 'ಕುಮಾರವ್ಯಾಸಭಾರತ'ವು ಪುರಾಣಕಾವ್ಯವಾಗಿದೆ ಎಂದು ಹೇಳಿದರೆ ತಪ್ಪಲ್ಲ.

ಕಥಾರಚನೆಗಿಂತಲೂ ಮಿಗಿಲಾಗಿ ಪಾತ್ರನಿರೂಪಣೆಯಲ್ಲಿ ಕುಮಾರವ್ಯಾಸನು ಘನತೆಯನ್ನು ಮೆರೆದಿದ್ದಾನೆ. ಅವೇ 'ಮಹಾಭಾರತ'ದ ಪಾತ್ರಗಳು ಅವನ ಕೃತಿರಂಗದಲ್ಲಿ ಕಾಲಿಟ್ಟು ಜೀವಂತ ವ್ಯಕ್ತಿಗಳಾಗಿ ಸಾಮಾನ್ಯರಿಗೂ ಗುರುತಿನವರಾಗಿಬಿಡುತ್ತಾರೆ. ಮೂಲದಿಂದ ಅವರೇನು ಬೇರೆಯವರಲ್ಲ, ಆದರೆ ಮೂಲದಲ್ಲಿ ಎದ್ದುಕಾಣದ ಅವರ ವ್ಯಕ್ತಿತ್ವವು ಇಲ್ಲಿ ಹುಬೇಹೂಬಾಗಿ ರೂಪ ತಾಳುತ್ತದೆ. ಈ ಕೃತಿರಂಗಕ್ಕೆ ಅಂದರೆ ಭಾರತನಾಟಕಕ್ಕೆ ಕೃಷ್ಣನೇ ಸೂತ್ರಧಾರನೆಂದು 'ಕೃಷ್ಣಕಥೆ' ಎಂಬ ಕವಿ ಕೊಟ್ಟ ಹೆಸರಿಂದಲೇ ತಿಳಿಯುತ್ತದೆ. ವ್ಯಾಸ, ಪಂಪ, ಕುಮಾರವ್ಯಾಸರನ್ನು ಹೋಲಿಸಿ ವಿಮರ್ಶಕರು ಕುಮಾರವ್ಯಾಸಭಾರತದಲ್ಲಿ ಕೃಷ್ಣನಿಗೆ ದೊರೆತ ಅಪೂರ್ವಸ್ಥಾನವನ್ನು ಗುರುತಿಸಿದ್ದಾರೆ. "ಆತನೇ ಮಹಾಭಾರತಕ್ಕೆ ಸೂತ್ರಧಾರ ; ಕಥೆಯ ಒಬ್ಬನೇ ನಾಯಕ ; ಎಲ್ಲ ಚೈತನ್ಯಕ್ಕೂ ಮೂಲ, ಎಲ್ಲರ ಪ್ರವೃತ್ತಿಗಳಿಗೂ ಕಾರಣ ; ಎಲ್ಲ ಪ್ರಯತ್ನಗಳ ಗುರಿ ; ಎಲ್ಲ ಆಸೆಗಳ ನೆಲೆ. ಅವನಿಲ್ಲದೆ

ಭಾರತವಿಲ್ಲ."[7] ಯಾವುದೇ ಕಾವ್ಯದ ನಾಯಕನಾಗುವವನ ಲಕ್ಷಣಗಳೇನು ಎಂಬ ಸಾಂಪ್ರದಾಯಿಕ ವಿಮರ್ಶೆಯ ವಿಚಾರಗಳನ್ನು ಬದಿಗಿಟ್ಟರೂ, ಕೃಷ್ಣನು ಈ ಕಾವ್ಯದ ನಾಯಕನಾಗಿರಬೇಕಾದರೆ ಅವನಲ್ಲಿರುವ ಅಂಥ ಲಕ್ಷಣವೇನು, ಅದು ಇತರ ಕಾವ್ಯಗಳಿಗೆ ಅನ್ವಯಿಸುತ್ತದೆಯೆ ಎಂಬುದನ್ನು ತಿಳಿಯುವುದು ಅವಶ್ಯ. ಮೇಲಿನ ಅವತರಣಿಕೆಯಲ್ಲಿ ಸೂಚಿತವಾದಂತೆ ಕೃಷ್ಣನೇ ಭಾರತಕ್ಕೆ ಪ್ರೇರಕ–ಚಾಲಕಶಕ್ತಿಯಾಗಿದ್ದಕಾರಣ ಅವನೊಬ್ಬನೇ ನಾಯಕನೆಂದಾಗುತ್ತದೆ. ಈ ಲಕ್ಷಣವನ್ನು ಇತರ ಸಂಸ್ಕೃತ–ಕನ್ನಡ ಕಾವ್ಯಗಳಿಗೆ ಹಾಗೂ ಇಂಗ್ಲಿಷ್ ವಾಙ್ಮಯಕ್ಕೆ ವಿಶೇಷವಾಗಿ ಶೇಕ್ಸ್‌ಪಿಯರನ ನಾಟಕಗಳಿಗೆ ಅನ್ವಯಗೊಳಿಸಿದರೆ ಕೃಷ್ಣನಂಥ ಪಾತ್ರವಿಲ್ಲದಲ್ಲಿ, ಭಾಗವತದೃಷ್ಟಿ ಇಲ್ಲದಲ್ಲಿ ಇದು ಸರಿಹೋಗಲಾರದು. ಬಹುಶಃ ಎಲ್ಲ ಕೃತಿಗಳಲ್ಲಿ ಮಾನವ ವ್ಯಕ್ತಿಗಳು ನಾಯಕರಾಗಿರುತ್ತಾರೆ. ಅವರಿಗೆ ಬೆಂಬಲವಾದ ಇಲ್ಲವೆ ವಿರೋಧವಾದ ದೈವವು ಪ್ರಭಾವಿಯಾದರೂ ಹಿನ್ನೆಲೆಯಲ್ಲಿರುತ್ತದೆ. 'ಕನ್ನಡಭಾರತ'ದಲ್ಲಿ ದೈವವು ಮುನ್ನೆಲೆಗೆ ಬಂದು ಮನುಷ್ಯಾವತಾರ ತಾಳಿದೆ, ಮಾನವ ವ್ಯಕ್ತಿಗಳು ಸ್ವಭಾವಕ್ಕನುಸರಿಸಿ ನಡೆಯುತ್ತಿದ್ದರೂ ಅದರ ಅಂತಿಮ ನಿಯಂತ್ರಣಕ್ಕೆ ಒಳಪಟ್ಟಂತೆ ಕಾಣುತ್ತಾರೆ. ಆದ್ದರಿಂದ ಕೃಷ್ಣನ ನಾಯಕತ್ವವು ಇತರ ಕಾವ್ಯಗಳ ಲಕ್ಷಣಕ್ಕೆ ಒಳಪಡದೆ ವಿಲಕ್ಷಣವಾಗಿದೆ. ವಾಡಿಕೆಯ ಅರ್ಥದಲ್ಲಿ ಅವನನ್ನು ಕಾವ್ಯನಾಯಕನೆನ್ನದೆ ಕಾವ್ಯಚಾಲಕನಾದ ದಿವ್ಯಮಾನುಷ ಅಥವಾ ಮನುಷ್ಯರೂಪದಲ್ಲಿಯ ದೇವನೆಂದು ಕರೆಯುವುದು ಹೆಚ್ಚು ಯುಕ್ತ. ಕಥಾನಕದೃಷ್ಟಿಯಿಂದ ಧರ್ಮರಾಜನನ್ನು ಕಾವ್ಯನಾಯಕ ಎಂದು ಪರಿಗ್ರಹಿಸಬಹುದು.

ಕೃಷ್ಣಪಾತ್ರದ ವಿವರಣೆ ಕೆಲವರಿಂದ ಸಾಕಷ್ಟು ಆಗಿದೆ. ಆದರೆ ಅವನಲ್ಲಿ ತೋರುವ ದ್ವಿವಿಧ ವ್ಯಕ್ತಿತ್ವವನ್ನು ಕುರಿತು ಅನೇಕರಿಗೆ ಸಮಾಧಾನವಿಲ್ಲ. ಪಂಪ–ರನ್ನರಂಥ ಕೆಲವು ಕವಿಗಳು ಅವನ ವೈರಿಗಳ ಮುಖಾಂತರ ಅವನ ನಿಂದೆಯನ್ನು ಮಾಡಿಸಿದ್ದಾರೆ. 'ಕೃಷ್ಣಕಾರಸ್ಥಾನ' ಎಂಬ ರೂಢವಾದ ಪದವು ಅವನು ಕುಟಿಲಕಾರಸ್ಥಾನಿ ಎಂಬುದನ್ನು ಸೂಚಿಸುತ್ತದೆ. ಒಮ್ಮೆ ಮುತ್ಸದ್ದಿ–ಕಾರಸ್ಥಾನಿ ಎಂದು ತೋರಿದರೆ ಇನ್ನೊಮ್ಮೆ ಕರುಣಾಳು, ಆಪದ್ಬಂಧು, ಧರ್ಮ–ರಕ್ಷಕನೆಂದು ಅವನು ತೋರುತ್ತಾನೆ. ಈ ವಿಸಂಗತಿಯನ್ನು ಕುಮಾರವ್ಯಾಸನಲ್ಲಿಯೂ ಕಾಣುತ್ತೇವೆ. ಇದನ್ನು ಅರ್ಥವಿಸುವಾಗ "ದುಷ್ಟಶಿಕ್ಷಣಕ್ಕೂ ಭಕ್ತೋದ್ಧರಣಕ್ಕೂ ಎಲ್ಲ ಮಾರ್ಗಗಳೂ ಸರಿಯೆ ಎಂದು ಆತನು ಸಮಯವನ್ನು ಸಾಧಿಸುವನು" ಎನ್ನುವುದು ಮುಗಿಯುತ್ತಲೆ "ಅವನ ಉದ್ದೇಶವನ್ನು ಅಳೆಯುವುದಾಗಲಿ ತೂಗುವುದಾಗಲಿ ನಮಗೆ ಹೇಗೆ ಸಂದೀತು ?"[8] ಎಂದು ವಿಮರ್ಶಕರು ಕೈಚೆಲ್ಲುತ್ತಾರೆ. ಅಂತೂ ಸ್ಥೂಲವಾದ ಇಲ್ಲವೆ ಶುಷ್ಕತರ್ಕದಿಂದ ಪರಿಮಿತವಾದ ಮನಸ್ಸಿಗೆ ಕೃಷ್ಣಪಾತ್ರ ವಿರೋಧಗಳ ಕಗ್ಗಂಟು ; ಸೂಕ್ಷ್ಮವಾದ ತಿಳಿವಳಿಕೆಯುಳ್ಳ ಇಲ್ಲವೆ ಭಕ್ತಿಪ್ರವಣವಾದ ಚಿತ್ತಕ್ಕೆ ಅದು ಅರ್ಥವಾದರೂ ಆಗದ ಒಗಟು, ಒಗಟಾಗಿ ಉಳಿದರೂ ಸರಿ, ಎರಡನೆಯ ಮನಃಪ್ರಕೃತಿಗೇ ಕುಮಾರವ್ಯಾಸನ ಕೃಷ್ಣನ ಹತ್ತಿರಕ್ಕೆ ಬರುವ ಅರ್ಹತೆಯಿದೆ. ಸಾಮಾನ್ಯವಾಗಿ ಅವನು ದಯಾನಿಧಿಯಾದರೂ ಅಧರ್ಮವನ್ನು ಇದಿರಿಸುವ ಧರ್ಮಮೂರ್ತಿಯಾಗಿ ನಿಷ್ಠುರನಾಗುತ್ತಾನೆ, ಚತುರಮುತ್ಸದ್ದಿಯಾಗುತ್ತಾನೆ. ಅಧರ್ಮವನ್ನು ಗೆದ್ದು ಧರ್ಮವು ನೆಲೆಗೊಳ್ಳಬೇಕಾದರೆ ಧರ್ಮರಾಜನ ದುರ್ಬಲ ಸಾತ್ವಿಕತೆಯಿಂದಲ್ಲ, ಕೃಷ್ಣನ ಸಮರ್ಥವಾದ ಸತ್ವನಿಷ್ಠವಾದ ರಾಜಸಧರ್ಮದಿಂದ ಎಂದು 'ಮಹಾಭಾರತ'ವು ಸಾರಿದ್ದನ್ನು ಕುಮಾರವ್ಯಾಸನು ಎತ್ತಿತೋರಿಸಿದ್ದಾನೆ. ಹೀಗೆ ಮಾಡುವಾಗ ಅವನಿಂದ ಅಲ್ಲಲ್ಲಿ ಅತಿರೇಕಗಳಾಗಿರಬಹುದು. ಆದರೆ ಅದರಿಂದ ಕೃಷ್ಣನ ಸಮಗ್ರಪಾತ್ರದರ್ಶನದಲ್ಲಿ ಲೋಪವಿರುವುದೆಂದು ತಿಳಿಯಲಾಗದು.

ಇತರ ಪಾತ್ರಗಳಲ್ಲಿ ಭೀಮ, ದ್ರೌಪದಿ ಇವರು ಕುಮಾರವ್ಯಾಸನ ವೀರಪ್ರತಿಭೆಯ ಗಂಭೀರ ಅಂಗದ ಮತ್ತು ಉತ್ತರಕುಮಾರನು ಹಾಸ್ಯಪರ ಅಂಗದ ಶ್ರೇಷ್ಠ ನಿರ್ಮಿತಿಗಳಾಗಿದ್ದಾರೆ, ಎಲ್ಲರ ಕೊಂಡಾಟಕ್ಕೆ ಪಾತ್ರರಾಗಿದ್ದಾರೆ. "ನಾರಣಪ್ಪ ಮಹಾಕವಿ ಎನ್ನುವುದಕ್ಕೆ ಅವನ ಭೀಮಪಾತ್ರವೊಂದು

ಸಾಕ್ಷಿ"[9] ಎಂದೊಬ್ಬರು ಹೇಳಿದರೆ, "ದ್ರೌಪದಿಯು ಸದ್ಗುಣಭರಿತಳಾಗಿ ಸರ್ವಾದರಣೀಯಳೆನಿಸಿರುವ ಅದ್ಭುತ ವ್ಯಕ್ತಿ. ಅವಳನ್ನು ಹೀಗೆ ವಾಚಕರೆದುರಿಗೆ ನಿಲ್ಲಿಸಿರುವ ಕುಮಾರವ್ಯಾಸನು ಮಹಾಕವಿಯೆಂದೆನ್ನಲು ಲೇಶವೂ ಸಂಶಯವಿಲ್ಲ"[10] ಎಂದು ಇನ್ನೊಬ್ಬರು, "ಕುಮಾರವ್ಯಾಸನ ಉತ್ತರನು ಕನ್ನಡ ಸಾಹಿತ್ಯದಲ್ಲಿ ಅದ್ವಿತೀಯನಾಗಿದ್ದಾನೆ ; ಉತ್ತರನು ಅಪೂರ್ವ"[11] ಎಂದು ಇನ್ನೂ ಒಬ್ಬರು ಹೇಳಿದ್ದಾರೆ. ಭೀಮನು ವೀರದ ಪುರುಷರೂಪ, ದ್ರೌಪದಿ ಅದರ ಸ್ತ್ರೀರೂಪ. ರೌದ್ರ–ಬೀಭತ್ಸ–ಅದ್ಭುತಗಳು ಅವರ ಪ್ರಕೃತಿಗೆ ಹತ್ತಿರವಾಗಿವೆ. ಉತ್ತರಕುಮಾರನು 'ವಾಚಿವೀರ್ಯ'ದ ಪ್ರತೀಕ. ಹೀಗೆ ಅವರು ಒಂದು ಗುಣದ ಇಲ್ಲವೆ ರಸದ ಸಾಕಾರಮೂರ್ತಿಯಂತಿದ್ದರೂ ಇವರನ್ನು ಚಿತ್ರಿಸುವಲ್ಲಿ ಸಜೀವ ಮನುಷ್ಯವ್ಯಕ್ತಿಗಳಂತೆ ಇವರ ಓರೆಕೋರೆಗಳನ್ನೂ ಗುಣಾವಗುಣಗಳನ್ನೂ ಸೂಕ್ಷ್ಮವಾದ ಔಚಿತ್ಯಪ್ರಜ್ಞೆಯಿಂದ ಕವಿ ನಿರೂಪಿಸಿದ್ದಾನೆ. ತನ್ನ ಪ್ರತಿಭೆಯ ಸಾರವನ್ನು ಈ ಪಾತ್ರನಿರ್ಮಾಣದಲ್ಲಿ ಎರಕಹೊಯ್ದಿದ್ದಾನೆ. ಇನ್ನಿತರ ಪಾತ್ರಗಳಲ್ಲಿ ಕೌರವಪಕ್ಷದವರಾದ ದುರ್ಯೋಧನ–ದುಶ್ಶಾಸನ–ಶಕುನಿ–ಕರ್ಣರು ಖಲಚತುಷ್ಟಯವೆಂದು ಹೆಸರುಗೊಂಡು 'ಮೂಲಭಾರತ'ದ ಪಡಿಯಚ್ಚಾಗಿದ್ದಾರೆ. ಇವರಲ್ಲಿ ದುರ್ಯೋಧನನು ಕೇವಲ ಖಲನಲ್ಲ. ಕರ್ಣನೂ ಜಟಿಲಪಾತ್ರ. ದುರ್ಯೋಧನನು 'ಛಡಾಳಛಲ'ದವನೂ ಮಾನಿಯೂ ತೇಜಸ್ವಿಯೂ ಆದ ವೀರನೆಂದು 'ವ್ಯಾಸಭಾರತ'ವು ಬಿಡಿಸಿದ ಚಿತ್ರವನ್ನು ಕುಮಾರವ್ಯಾಸನು ಇನ್ನಿಷ್ಟು ತೀವ್ರಗೊಳಿಸಿ ತೋರಿಸಿದ್ದಾನೆ. ದ್ಯೂತಪರ್ವದಲ್ಲಿ ಅವನ ದುಷ್ಟತನ–ಕೀಳುತನಗಳು ಕಳಸಮುಟ್ಟಿವೆ. ದ್ವೇಷಾಸೂಯೆಗಳಿಂದಲೂ ಅವನು ದುಮುದುಮು ಉರಿಯುತ್ತಾನೆ. ಗದಾಪರ್ವದಲ್ಲಿ ಅವನು ಹತಾಶನಾಗಿ ಕಂಬನಿಗರೆದರೂ—

ಖ್ಯಾತಿ ಕಂದದು ಮನದ ಧೈರ್ಯದ
ಧಾತು ಕುಂದದು ಲಜ್ಜೆಯಭಿಮತ
ಜಾತಿಗೆಡದು ವಿರೋಧಬಿಡದು ಯುಧಿಷ್ಠಿರಾದ್ಯರಲಿ ।
ಏತಕಿದು ನಿನ್ನೀ ಪ್ರಳಾಪ ವಿ-
ಧೂತರಿಪು ಕುರುರಾಯನೆಂಬೀ
ಖ್ಯಾತಿಯಲ್ಲದೆ ಬೇಚೆ ರಾಜ್ಯವನೊಲ್ಲೆ ನಾನೆಂದ ॥ (ಗದಾ, ೩–೨೨)

ಎಂಬಲ್ಲಿ ಅವನ ವೀರಲಕ್ಷಣವು ಪ್ರಕಟವಾಗಿದೆ. "ನೆಲಕಿೞಿವೆನೆಂದು ಬಗೆದಿರ ಚಲಕಿೞಿವೆಂ" ('ಗದಾಯುದ್ಧ', ೫–೪೭) ಎಂದು ರನ್ನನ ದುರ್ಯೋಧನ ಹೇಳಿದ ಸರಣಿಯಲ್ಲಿ ಈ ಮಾತಿದೆ. ದುರ್ಯೋಧನನು ಮಹಾಸತ್ವಶಾಲಿ ಎಂದರೆ ಹೆಚ್ಚಿನ ವೀರಧೀರ ಎಂದು ಕುಮಾರವ್ಯಾಸನು ಪಂಪ–ರನ್ನರಂತೆ ತೋರಿಸಿದ್ದರೂ ಮಹಾನುಭಾವ, ಧೀರೋದಾತ್ತ ಎಂದು ತೋರಿಸುವ ಗೊಡವೆಗೆ ಹೋಗಿಲ್ಲ. ಇದರಿಂದ ಪಾತ್ರದ ಒಟ್ಟುಸ್ವರೂಪದಲ್ಲಿ ಬಹುಮಟ್ಟಿಗೆ ಹೊಂದಿಕೆ ಉಳಿದುಕೊಂಡು ಬಂದಿದೆ. ಧೃತರಾಷ್ಟ್ರಗಾಂಧಾರಿಯರು ದುರ್ಬಲ ತಂದೆತಾಯಿಗಳಿಗೆ ಮಾದರಿಯಾಗಿದ್ದಾರೆ. ಹುಟ್ಟಿನಿಂದ ಕಾಣದ ಕಣ್ಣು, ಬೇಕೆಂದು ಕಟ್ಟಿದ ಕಣ್ಣು ಇವುಗಳ ಜೋಡೆಂದರೆ ಅವರ ಜೋಡಾದ ಸ್ವಭಾವ ಚಿತ್ರ. ಒಂದು ಮೋಹದ ಕುರುಡು, ಇನ್ನೊಂದು ಸತ್ಯದ ಕಡೆಗೆ ನೋಡಿಯೂ ನೋಡದ ಕುರುಡು. ಇದರಿಂದ ಅವರು ಮಕ್ಕಳ ದುರುದುಂಬಿತನಕ್ಕೆ ಎಡೆಕೊಟ್ಟು, ಕುಟುಂಬವಿನಾಶಕ್ಕೆ ಕಾರಣರಾಗುತ್ತಾರೆ. ಅವರ ಹೊಯ್ದಾಟವನ್ನೂ ವಿವಶತೆಯನ್ನೂ ಕುಮಾರವ್ಯಾಸನು ಸಮರ್ಪಕವಾಗಿ ಚಿತ್ರಿಸಿದ್ದಾನೆ. ಪಾಂಡವರಿಗೆ ಹಿರಿಯನಾದ ಯುಧಿಷ್ಠಿರನು ಯುದ್ಧದಲ್ಲಿ ಧರ್ಮದಲ್ಲಿ ಸ್ಥಿರನಾದರೂ ಅವನ ಸತ್ವಗುಣವು ಹಲವು ಸಲ ದುಷ್ಟಶಕ್ತಿಗಳಿಗೆ ವಶವಾದ ದೌರ್ಬಲ್ಯವಾಗಿಯೂ ನಿಷ್ಕ್ರಿಯೆಯಾಗಿಯೂ ಪರಿಣಮಿಸುತ್ತದೆ. ಅದೇ ಘೋಷಯಾತ್ರೆಯಂಥ ಸಂದರ್ಭಗಳಲ್ಲಿ ಉದಾತ್ತ ಸಂಸ್ಕೃತಿಯ ಘೋಷಣೆಯಾಗುತ್ತದೆ.

ಮುಖ್ಯವಾಗಿ ಚರ್ಚಿಸಬೇಕಾದ ಪಾತ್ರ ಕರ್ಣನದು. ನಿಜವಾಗಿ ಪಾಂಡವರ ಹಿರಿಯಣ್ಣ ಅವನು. ಆದರೆ ತಾಯಿ ಕುಂತಿಯ ಸಮಾಜಭೀತಿಯಿಂದ ಸೂತಪುತ್ರನಾಗಿ ದುರ್ಯೋಧನನಿಂದ ಅಂಗರಾಜನಾಗಿ ಅವನ ಪಕ್ಷಕ್ಕೆ ಸೇರಿದನು. ತಮ್ಮಂದಿರೊಡನೆ ಯುದ್ಧಮಾಡಿ ಅವರಲ್ಲಿ ಒಬ್ಬನಿಂದ ಸಾವು ಪಡೆದನು. ಅವನ ದುರಂತಚರಿತ್ರೆಯನ್ನು ಮೆಚ್ಚಿದ ಪಂಪನು "ಕರ್ಣನಿಂದ ಭಾರತವು ಕರ್ಣರಸಾಯನವಾಯಿತು" ಎಂದು ಸಾರಿ ಅವನ ಸತ್ಯ–ತ್ಯಾಗಾದಿ ಗುಣಗಳನ್ನು ಬಾಯ್ತುಂಬ ಹೊಗಳಿದನು. ಕುಮಾರವ್ಯಾಸನು ಒಂದು ಕಡೆ ವ್ಯಾಸ, ಇನ್ನೊಂದು ಕಡೆ ಪಂಪ ಇವರಿಬ್ಬರ ಪ್ರಭಾವಕ್ಕೂ ಒಳಗಾಗಿ ಭಾಗವತಪರಂಪರೆಯಲ್ಲಿ ಕರ್ಣನ ಕೃಷ್ಣಭಕ್ತಿಯನ್ನೂ ಬೆರೆಸಿ ಒಂದು ಸಂಮಿಶ್ರಪಾತ್ರವನ್ನು ನಿರ್ಮಿಸಿದನು. ಅದರ ಒಟ್ಟು ನೋಟದಲ್ಲಿ ಒಂದುತನವನ್ನು ಕಾಣುವುದು ಕಷ್ಟವಾಗಿದೆ. ದ್ಯೂತಪರ್ವದಲ್ಲಿ 'ಖಲಚತುಷ್ಟಯ'ದಲ್ಲಿ ಒಬ್ಬನಾಗಿ ಕಪಟದ್ಯೂತಕ್ಕೆ ಪ್ರೇರಕನೂ ದ್ರೌಪದೀಮಾನಭಂಗಕ್ಕೆ ಪ್ರಚೋದಕನೂ ಆದ ಕರ್ಣನು ಉದ್ಯೋಗಪರ್ವದಲ್ಲಿ ಸತ್ಯವಂತಿಕೆ, ಸ್ವಾಮಿನಿಷ್ಠೆಗಳನ್ನು ತೋರಿಸುತ್ತಾನೆ. ದುಷ್ಟರಲ್ಲಿ ನಿಷ್ಠೆ ಸಹಜ, ಆದರೆ ಸತ್ಯವಂತಿಕೆ ಹೃದಯಪರಿವರ್ತನವಾಗದೆ ಸಹಜವೇ ? ಬೇರೊಂದು ದೃಷ್ಟಿಯಿಂದ ವಿಮರ್ಶಕರೊಬ್ಬರು ಕರ್ಣಪಾತ್ರದ ವಿಸಂಗತಿಯನ್ನು ತೋರಿದ್ದಾರೆ. ದುರ್ಯೋಧನನಲ್ಲಿ ನಿಷ್ಠೆಯುಳ್ಳ ಕರ್ಣನು ಯುದ್ಧದಲ್ಲಿ ಪಾಂಡವರನ್ನು ನೋಯಿಸಲಾರೆನೆಂದೂ ಬಿಟ್ಟ ಬಾಣವನ್ನು ಮತ್ತೆ ಬಿಡುವುದಿಲ್ಲವೆಂದೂ ಕೃಷ್ಣ–ಕುಂತಿಯರಿಗೆ ವಚನ ಕೊಟ್ಟು ಅದರಂತೆ ನಡೆಯುತ್ತಾನೆ. ಇದರಿಂದ ಅವನು "ಕೃತಜ್ಞ, ಪ್ರಾಮಾಣಿಕ"ನೆಂದು ಹೇಳುವುದಕ್ಕಾದೀತೇ ? "ಕರ್ಣನು ತಾನು ಏನು ಮಾಡುತ್ತಿರುವೆನೆಂಬ ಆಮೂಲಾಗ್ರ ವಿಚಾರಿಯಾಗಿರದೆ ಗೊಂದಲಬಡಕ ಹಾಗೂ ಎಲ್ಲರನ್ನೂ ತಣಿಸುವ ವ್ಯಕ್ತಿಯಾಗಿತ್ತೆನ್ನಬೇಕು."[12] ಈ ವಿಮರ್ಶಕರ ಪ್ರಕಾರ ಅವನಲ್ಲಿ ತೂಕತಾರತಮ್ಯಗಳು ಕಡಿಮೆ ; ಅವನು ಎಬಡನಾಗಿ ತೋರುತ್ತಾನೆ. ಕುಮಾರವ್ಯಾಸನಲ್ಲಿ ಸಾಹಿತ್ಯದ ದೃಷ್ಟಿಗಿಂತ ಭಕ್ತಿಮಾರ್ಗದ ದೈವಿಕ ಭಾವನೆಯೇ ಕಂಡುಬರುತ್ತದೆ. ಆದ್ದರಿಂದ ಸುಸಂಬದ್ಧ ಪಾತ್ರರಚನೆಯನ್ನು ಅಪೇಕ್ಷಿಸುವುದೇ ಸರಿಯಾಗಲಾರದು. ಈ ಮುಂದೆ ಪಂಪನ ಮತ್ತು ವ್ಯಾಸನ ಕರ್ಣನೊಡನೆ ಹೋಲಿಸಿ ಪಂಪ–ಕುಮಾರವ್ಯಾಸರಿಗಿಂತಲೂ ವ್ಯಾಸನ ಚಿತ್ರವು ಹೆಚ್ಚು ಸುಸಂಗತವಾಗಿದೆಯೆಂದು ಇವರು ಬಿತ್ತರಿಸಿ ತೋರಿದ್ದಾರೆ.

ಕೃಷ್ಣ–ಕುಂತಿಯರ ಭೆಟ್ಟಿಯ ಕಾಲದಿಂದ ಕರ್ಣನು ಸಂಘರ್ಷದ ಸುಳಿಗೆ ಸಿಕ್ಕು ಸ್ವಾಮಿನಿಷ್ಠೆಯನ್ನೂ ತೋರಿದನು, ಬಂಧುಪ್ರೇಮವನ್ನೂ ಮೆರೆದನು. ಸಮಾನಕರ್ತವ್ಯಗಳ ಕರೆ ಒಮ್ಮೆಲೇ ಕೇಳಿಬರಲು ಧರ್ಮಸಂಕಟದಲ್ಲಿ ಸಿಲುಕಿದ ಎಂಥ ಗಟ್ಟಿಗರೂ ಒಂದು ಕ್ಷಣವಾದರೂ ಗೊಂದಲಬಡಕರೂ ಎಬಡರೂ ಆಗುತ್ತಾರೆ. ಪಾತ್ರವಿಸಂಗತಿಯನ್ನು ಅಳೆಯುವಾಗ ಜೀವನದ ಜಟಿಲತೆಯನ್ನು ನೆನೆದಿರಬೇಕು. ಸಂದರ್ಭವನ್ನು ತೂಗಿನೋಡಬೇಕು. ಕೃತಜ್ಞತೆ, ಪ್ರಾಮಾಣಿಕತೆಗಳಿಗೆ ಬಾಧೆ ಬರದಂತೆ ನಡೆಯಬೇಕಾಗಿದ್ದರೆ ಕರ್ಣನೇನು ಮಾಡಬೇಕಾಗಿತ್ತು ? ತನ್ನ ಹೃದಯವನ್ನು ಕಲ್ಲುಮಾಡಬೇಕಾಗಿತ್ತೇ ? ಅದೂ ಒಂದು ಬಗೆಯ ಅಪ್ರಾಮಾಣಿಕತನವಲ್ಲವೇ ? ಇಷ್ಟು ಮಾತ್ರ ನಿಜ—ತನ್ನ ಜನ್ಮಕಥೆ ತಿಳಿದು ಭಾಷೆ ಕೊಟ್ಟಮೇಲೆ ಕೌರವ ದೊರೆಯ ಕೂಡ ಅವನು ಹೇಗೆ ನಡೆದನು ? ಮನಸ್ಸಿನ ಒಳತೋಟಿ ಹೇಗೆ ಹೊರಪಟ್ಟಿತು ? ಸೇನಾಪತಿಪಟ್ಟವನ್ನು ಸ್ವೀಕರಿಸುವಾಗ ಅವನಲ್ಲಿ ಅಂತಃಕ್ಷೋಭೆ ಉಂಟಾಗಲಿಲ್ಲವೆ ?—ಈ ಮೊದಲಾದ ಅಂಶಗಳ ಕಡೆಗೆ ಕುಮಾರವ್ಯಾಸನು ಗಮನಕೊಡಲಿಲ್ಲ ಎನ್ನಬಹುದು. ಈ ರೀತಿ ಪಾತ್ರನಿಬಿಡವಾದ 'ಮಹಾಭಾರತ'ದ ಸಂದಣಿಯಲ್ಲಿ ಇನ್ನೂ ಹಲವು ಸಂನಿವೇಶಗಳ ಮತ್ತು ಪಾತ್ರಗಳ ವಿಶ್ಲೇಷಣೆ ಸಮರ್ಪಕವಾಗದೆ ಉಳಿದಿದ್ದರೆ ಅದು ಆಶ್ಚರ್ಯವಲ್ಲ. ಮುಖ್ಯವಾಗಿ ತನ್ನ ಆಕರಗಳಿಂದೆತ್ತಿದ ಕರ್ಣಪಾತ್ರದಲ್ಲಿಯ ಶೌರ್ಯ, ತ್ಯಾಗ, ನಿಷ್ಠೆ, ದುರ್ವಿಧಿವಿಲಾಸ, ದೈವಭಕ್ತಿ ಇವನ್ನು ಕುಮಾರವ್ಯಾಸನು ಚಿತ್ರದಲ್ಲಿ ಅಚ್ಚೊತ್ತುವಂತೆ ಪ್ರಭಾವಿಯಾಗಿ ಚಿತ್ರಿಸಿರುವನೆಂದು ಹೇಳಬಹುದು.

ಕುಮಾರವ್ಯಾಸನ ವರ್ಣನೆಗಳಲ್ಲಿ ಒಂದು ಅಪೂರ್ವತೆಯಿದೆಯೆಂದು ರಸಿಕರು ಕಂಡಿದ್ದಾರೆ. ಇದಕ್ಕೆ ಮುಖ್ಯಕಾರಣವೆಂದರೆ ಅವನು ಕವಿಸಮಯ ತ್ಯಾಗಮಾಡಿರದಿದ್ದರೂ ಅದರ ಕೃತಕ ಬಂಧನಕ್ಕೆ ಒಳಗಾಗಿರಲಿಲ್ಲ. ಹದಿನೆಂಟು ವರ್ಣನೆಗಳ ಸಮಯಕ್ಕೆ ಅವನು ಕಟ್ಟುಬೀಳಲಿಲ್ಲ. ಅದರಲ್ಲಿ ಕೆಲವು ಸಂದರ್ಭವಶಾತ್ ಬಂದಿರಬಹುದು. ವರ್ಣನೆಗಳ ಅತಿವಿಸ್ತರ, ಅಲಂಕಾರ ಜಾಲ, ಶಬ್ದಚ್ಛಲ ಇವುಗಳ ಬುಡದಲ್ಲಿ ಸಿಕ್ಕು ಕತೆ–ಪಾತ್ರಗಳು ಎಚ್ಚರತಪ್ಪುವಂತೆ ಅವನು ಮಾಡಲಿಲ್ಲ. ಹೇಗಾದರೂ ಮಾಡಿ ಸೂಳೆಗೇರಿಯ ವರ್ಣನೆಯನ್ನು ತರಬೇಕೆಂಬ ಹವ್ಯಾಸಕ್ಕೆ ಬಲಿಯಾಗಲಿಲ್ಲ. ಅವನ ಹಲವಾರು ನಿಸರ್ಗವರ್ಣನೆಗಳು ಒಂದು ಸಾಭಿಪ್ರಾಯ–ಸಾದೃಶ್ಯ ಇಲ್ಲವೆ ರೂಪಕವಾಗಿ ಸಹಜಪ್ರಾಸದ ಕಿರುನುಡಿಗಳಲ್ಲಿ ಅಡಕಗೊಳ್ಳುತ್ತವೆ. ಉದಾ : "ತರಣಿ ತೆಗೆದನು ತಾವರೆಯ ಬಾಗಿಲಿನ ಬೀಯಗವ". ಇಲ್ಲಿ 'ಬೆಳಗಾಯಿತು' ಎಂಬುದನ್ನು ಕವಿಸಮಯ ಸ್ವೀಕಾರದ ತಳಹದಿಯ ಮೇಲೆ ಕಟ್ಟಿದ ಹೊಸ ರೂಪಕದಲ್ಲಿ ವ್ಯಕ್ತಮಾಡಿದೆ. ಜೊತೆಗೆ ಬಾಗಿಲಿನ ಬೀಯಗವನ್ನು ತೆಗೆದು ತರಣಿಯ ಬೆಳಕನ್ನು ಒಳಗೆ ಬರಮಾಡಿ ಸೆರೆಯಲ್ಲಿದ್ದ ತುಂಬಿಗಳನ್ನು ಹೊರಬಿಟ್ಟು ತಾವರೆ ಪಡೆದ ಮುಕ್ತಮನದ ಉಲ್ಲಾಸವನ್ನು ಕೀಚಕನ ಕೊಲೆಗೆ ಬದ್ಧಕಂಕಣನಾದ ಭೀಮವಚನದಿಂದ ದ್ರೌಪದಿ ಪಡೆದಳೆಂಬ ಧ್ವನಿಯೂ ಅದರಲ್ಲಿ ಸಾಜಸೊಬಗಿನಿಂದ ಸೇರಿಕೊಂಡಿದೆ. ಪಾಂಡುನಿಧನದ ಪ್ರಸಂಗದಲ್ಲಿ ವಸಂತಾಗಮ, ಕೀಚಕವಿರಹಕಾಲದಲ್ಲಿ ಚಂದ್ರೋದಯ – ಇಂಥಲ್ಲಿ ಉದ್ದೀಪನೆಯ ಔಚಿತ್ಯವರಿತು ಕುಮಾರವ್ಯಾಸನು ವರ್ಣನೆಗಳನ್ನು ತುಸು ಬೆಳೆಸುತ್ತಾನೆ. ಅವನೆಲ್ಲ ಕಲ್ಪನೆಗಳು ಆಗ ನವೀನವಾಗಿರುವುದಿಲ್ಲ. ಆದರೆ ಅವನ ಮಾತಿನ ವಿವಿಧ ಸಂಪತ್ತಿಯಿಂದ ಅದಕ್ಕೆ ನಾವೀನ್ಯವು ಒದಗುತ್ತದೆ. ಸಾಮಾನ್ಯವಾಗಿ ಪಾತ್ರಗಳ ಮನಶ್ಚಿತ್ರ, ಭಾವರಸನಿರೂಪಣೆ ಈ ಬಗೆಯ ಮನೋಲೋಕದ ವರ್ಣನೆಗಳಲ್ಲಿ ಅವನ ಪ್ರತಿಭೆ ಕಾವುಗೊಳ್ಳುತ್ತದೆ. ಎಲ್ಲಕ್ಕಿಂತ ಮಿಕ್ಕಿದ ವಿಸ್ತಾರ ವೈವಿಧ್ಯಗಳು ಅವನ ಯುದ್ಧವರ್ಣನೆಗಳಲ್ಲಿ ಎಂಬುದನ್ನು ಕಾಣಬೇಕು. 'ಮಹಾಭಾರತ'ದ ಅನುವಾದದಲ್ಲಿ ಬೇಸರ ತರಬಹುದಾದ ಈ ಭಾಗಗಳಲ್ಲಿ ಶಸ್ತ್ರಾಸ್ತ್ರಗಳ ತಾಕಲಾಟ, ಅವುಗಳಿಂದ ರಣಭೂಮಿಯ ಮೇಲಾಗುವ ಕೋಲಾಹಲ, ವೀರರ ಮೂದಲಿಕೆ ಮಾತು ಮುಂತಾದ ಅಂಶಗಳಿಂದ ಯುದ್ಧವನ್ನು ಪ್ರತ್ಯಕ್ಷೀಕರಿಸಿಕೊಂಡ ಹಾಗೆ ಅವನು ಎದೆಯುಬ್ಬಿ ಬರೆದಿದ್ದಾನೆ.

ಕುಮಾರವ್ಯಾಸನ ಕಲ್ಪನಾಶಕ್ತಿಯನ್ನು ಕೈವಾರಿಸದ ವಿಮರ್ಶಕರಿಲ್ಲ. "ನಾರಣಪ್ಪನು ರೂಪಕ ಸಾಮ್ರಾಜ್ಯದ ಚಕ್ರವರ್ತಿ"[13] ಎಂಬುದು ಗಾದೆಮಾತಾಗಿದೆ. ವಿಸ್ತಾರವಾದ ಪುರಾಣಕಾವ್ಯವನ್ನು ರಚಿಸಿದ ಕಾರಣ ಅವನ ಬರೆವಣಿಗೆಯಲ್ಲಿ ವಿಶೇಷವಾಗಿ ಆದಿಪರ್ವದಲ್ಲಿ ಮತ್ತು ರಸವುಕ್ಕದ ಸಂನಿವೇಶಗಳಲ್ಲಿ ತನ್ನ ಈ ಚಕ್ರವರ್ತಿತ್ವದ ಕಿರೀಟವನ್ನು ಕೆಳಗಿಟ್ಟಂತೆ ಒಂದು ಮಧ್ಯಮಗುಣದ ಕಲೆಯನ್ನು ತೋರಿಸುತ್ತಾನೆ. ಇಂಥಲ್ಲಿ ಅಪರೂಪವಾಗಿ ಒಂದು ಉಜ್ವಲಕಾಂತಿಯ ಮಣಿ ದೊರಕಬಹುದು. ಆದರೆ ನಾಟ್ಯಮಯ ಸಂನಿವೇಶಗಳನ್ನು ನಿರ್ಮಾಣ ಮಾಡಿಕೊಂಡು ತನಗೆ ಪ್ರಿಯವಾದ ವೀರ–ರೌದ್ರ, ಭಕ್ತಿ–ಅದ್ಭುತ ರಸಗಳನ್ನು ನಿರೂಪಿಸುವಾಗ, ಸ್ಥಾಯಿ–ಸಂಚಾರಿಗಳನ್ನು ತೆರೆದು ತೋರಿಸುವಾಗ, ಅವನ ರೂಪಕಶಕ್ತಿ ಅದೆಷ್ಟು ಸೂಕ್ಷ್ಮ, ಸಹಜ ಮತ್ತು ಉಚಿತವಾಗಿ ಬಾಣದ ಮೇಲೆ ಬಾಣ ಬಿಟ್ಟಹಾಗೆ ಸೊಮ್ಮುತ್ತದೆ ! ಆದರೂ "ಕವಿಸಮಯಕೋಶವನ್ನು ಕಂಠಪಾಠ ಮಾಡಿ ಪೂರ್ವಕವಿಪ್ರಯೋಗಗಳನ್ನು ಧಾರಾಳವಾಗಿ ತೆಗೆದುಕೊಂಡು ಸೃಜಿಸಿದ ಸಾದೃಶ್ಯವಾವುದೂ ಇಲ್ಲ. ಎಲ್ಲವೂ ನಾರಣಪ್ಪನು ತಾನೇ ಅನುಭವಿಸಿದುವು; ನಾರಣಪ್ಪನ ಪ್ರತಿಭೆಯೆಂಬ ಗಿಡದಲ್ಲಿ ಅರಳಿದ ಹೂಗಳು."[14] "ಕನ್ನಡ ಕವಿಗಳಲ್ಲಿ ನೂತನತೆ ಅವನಿಗೆ ಮೊದಲು ನೈವೇದ್ಯ. ಅವನ ಭಾರತ ಸಂಪೂರ್ಣವಾಗಿ ಅವನದೇ"[15]—ಎಂಬ ಉಕ್ತಿಗಳಲ್ಲಿಯ ಅತ್ಯಾವೇಶದ ಅರ್ಥವನ್ನು ಅರಿತುಕೊಳ್ಳಬಹುದಾದರೂ ಅತಿಶಯೋಕ್ತಿಯ ಬಣ್ಣವು ಅವಕ್ಕೆ ಬರುತ್ತದೆ. ಮುಖ್ಯವಾಗಿ ಕುಮಾರವ್ಯಾಸನ ರೂಪಕಶಕ್ತಿಯ ಆಶ್ಚರ್ಯಕರವಾದ ಸಿದ್ಧಿಗೆ

ಮೂಲವು ಅವನ ಮಾಗಿದ ಪ್ರಜ್ಞೆಯಲ್ಲಿದೆ. ಋಷಿತುಲ್ಯವಾದ ಜೀವಸಿದ್ಧಿಯಿಂದ ಸಂತುಷ್ಟಳಾದ ಸರಸ್ವತಿ ಅವನಿಗೆ ಒಲಿದಿದ್ದಾಳೆ. ಅವಳ ನಾಲ್ಕು ರೂಪಗಳಲ್ಲಿ 'ಪಶ್ಯಂತೀ ವಾಕ್' ಅವನ ಸೊತ್ತಾಗಿದೆ. ಅಂತೇ ಅವನು ಕಂಡುದೆಲ್ಲ ಸದೃಶಚಿತ್ರವಾಗಿ ಕಾಣುತ್ತದೆ, ಉಕ್ತಿ-ವೈಚಿತ್ರ್ಯವಾಗಿ ಹೊಮ್ಮುತ್ತದೆ. ಬಾಹ್ಯಜಗತ್ತಲ್ಲದೆ ಭಾವಪ್ರಪಂಚದ ಅನುಭವಗಳು ಸಹ ರೂಪಕರಾಶಿಯಾಗಿ ಕಾಣುವುದು ಅದರ ಸಹಜಧರ್ಮ. ಆದುದರಿಂದಲೇ ಬಹುಭಾಗದಲ್ಲಿ ಚಿತ್ರಕಚಮತ್ಕೃತಿಯಾಗುವುದರ ಬದಲು ಅದು ಸಮಗ್ರ ಮತ್ತು ಸಮುಚಿತರೂಪಕವಾಗಿ ಕವಿಶಕ್ತಿಯ ಹಿರಿಮೆಯನ್ನು ಎತ್ತಿ ತೋರುತ್ತದೆ. ಉದಾಹರಣೆಗೆ, ದುರ್ಯೋಧನನು ಕಾಳಗವನ್ನು ಹೇಗೆ ನಿಶ್ಚಯಿಸಿದನೆಂಬುದನ್ನು ರೂಪಕವಾಗಿ ಹೇಳುವ ಪದ್ಯವನ್ನು ಓದಬೇಕು :

> ನೆನೆದ ಮಂತ್ರವ ತನ್ನ ತಂದೆಯ
> ಮನದ ಮಚ್ಚದೊಳೆರೆದು ಕರ್ಣನ
> ನೆನಹಿನೊಳು ಪುಟವಿಟ್ಟು, ಶಕುನಿಯ ನೀತಿಯೊಳು ನಿಗುಚಿ ।
> ಅನುಜಮತದೊಳು ವಿಸ್ತರಿಸಿ, ಮೈ-
> ದುನನ ಮತದೊಳು ಬಣ್ಣವಿಟ್ಟನು
> ಜನಪನಪಕೀರ್ತ್ಯಂಗನೆಗೆ ತುಡಿಸಿದನು ಭೂಷಣವ ॥ (ಉದ್ಯೋಗ, ೨–೨೨)

ಈ ಪದ್ಯದಲ್ಲಿ ಅರ್ಥವತ್ತಾಗಿ ಬಂದ ರೂಪಕವು ತನ್ನ ಕೊನೆಯ ಚಿತ್ರದಲ್ಲಿ ಅರ್ಥಸ್ವಾರಸ್ಯದ ಮತ್ತು ಧ್ವನಿರಮ್ಯತೆಯ ಪರಾಕಾಷ್ಠೆಯನ್ನು ಮುಟ್ಟಿದೆ.

ಕುಮಾರವ್ಯಾಸನ ಶೈಲಿಯ ವೈಶಿಷ್ಟ್ಯವನ್ನೂ ಘನತೆಯನ್ನೂ ವಾಚಕರೂ ವಿಮರ್ಶಕರೂ ಮನವಾರೆ ಮೆಚ್ಚಿದ್ದಾರೆ. ದ್ರೌಪದಿಗೆ ಕೃಷ್ಣನ ಕೃಪೆಯಿಂದ ಅಕ್ಷಯಪಾತ್ರೆ ದೊರೆತಂತೆ ಕುಮಾರವ್ಯಾಸನಿಗೆ ವೀರನಾರಾಯಣನ ಕರುಣೆಯಿಂದ ಕನ್ನಡದೇಸಿಯ ಅಕ್ಷಯಸಂಪತ್ತಿ ದೊರೆತಿದೆ. ಅದರ ಸಹಜಸಾಮರ್ಥ್ಯ, ಸುಲಭವೇದ್ಯವಾದ ಘನತೆ, ರೂಪಕವೈಭವ ಇವನ್ನು ಅಚ್ಚರಿಯಾಗಿ ಮೆರೆದವರಲ್ಲಿ ಕುಮಾರವ್ಯಾಸನೊಬ್ಬನು. "ಗಂಡರೈವರು ಮೂರುಲೋಕದ ಗಂಡರೊಬ್ಬಳನಾಳಲಾರಿರಿ" (ವಿರಾಟ, ೩–೪೯) ಎಂಬ ದ್ರೌಪದಿಯ ಮಾತಿಗೆ ಭೀಮನ "ರೋಷದ ಘನತೆ ಹೆಚ್ಚಿತು ಹಿಂಡಿದನು ಹಗೆಗಳನು ಮನದೊಳಗೆ" (ವಿರಾಟ., ೩–೬೮) ಎಂಬ ಪ್ರತಿಕ್ರಿಯೆಯುಳ್ಳ ವರ್ಣನೆಯಲ್ಲಿ ಕನ್ನಡ ದೇಸಿಯನ್ನು ಉಜ್ಜ್ವಲವಾಗಿ ಆದರೂ ಸಹಜವಾಗಿ ಕವಿ ಬಳಸಿದ್ದಕ್ಕೆ ನಿದರ್ಶನವಿದೆ. ನೂರಾರು ಇಂಥ ನಿದರ್ಶನಗಳನ್ನು ಕಾಣಬಹುದು. ಇಂಥಲ್ಲಿ ಕವಿ ಜನಭಾಷೆಯ ರೂಢಿಯಲ್ಲಿ ಹುದುಗಿದ ರೂಪಕಗಳನ್ನು ಉಚಿತ ಪ್ರಯೋಗದಿಂದ ಹೊರದೆಗೆದು ತೋರಿಸುತ್ತಾನೆ. ಮಾತಿನಲ್ಲಿದ್ದ ಮಾಹಾಕಾವ್ಯವು ಕಣ್ದೆರೆದು ನಿಲ್ಲುತ್ತದೆ. ರಸಾನುಭವವು ಉತ್ಕಟ-ಸಹಜವಾಗಿ ಎಲ್ಲ ಜನದ ಎದೆಮುಟ್ಟುತ್ತದೆ. ಜನಪದಸಾಹಿತ್ಯದ ಸಿದ್ಧಿಯೇ ಇದು. ಹೀಗೆ 'ಕನ್ನಡ ಭಾರತ'ವು ಸಾರ್ಥಕವಾಗಿದ್ದರೂ ಅದರಲ್ಲಿ ಸಂಸ್ಕೃತಮಾರ್ಗದ ಸಂಸ್ಕಾರಗಳಿವೆ. ಸಂಸ್ಕೃತ ಶಬ್ದಗಳೂ ಸಮಾಸಗಳೂ ಒಮ್ಮೊಮ್ಮೆ ಹವಣುಮೀರಿ ಇಲ್ಲದ ಆಡಂಬರವಾಗಿ, ಅರ್ಥಕ್ಲಿಷ್ಟವಾಗಿ ಬಂದಿವೆ. ಆದರೆ ಅವುಗಳ ಹಾವಳಿ ಕಡಿಮೆ. ಕನ್ನಡದೇಸಿ, ಕನ್ನಡದಲ್ಲಿ ಬೆರೆತುಬಂದ ಅನ್ಯದೇಸಿ ಇದನ್ನು ಬಳಸುವುದರ ಕಡೆಗೆ ಕುಮಾರವ್ಯಾಸನ ಒಲವಿದೆ. ಈ ಶೈಲಿಯಲ್ಲಿದ್ದ ಸಮಯಸ್ವಾತಂತ್ರ್ಯದ ಮೂಲಕ ಕೆಲವು ಸಲ ಛಂದಸ್ಸಿಗಾಗಿ, ಪ್ರಾಸಕ್ಕಾಗಿ ಶಬ್ದರೂಪಗಳು ಪಲ್ಲಟಿಸಿವೆ, ವ್ಯಾಕರಣವು ಗಾಳಿಗೆ ಹಾರಿದೆ. ಕೇಳಿದು (ಕೇಳ್ದು), ತೊಳಲಿದು (ತೊಟಿಲ್ದು) ಎಂಬ ತೆರದ ಬದಲಾವಣೆಗಳು ವಿಶಿಷ್ಟವಾಗಿವೆ. ಹಳೆಯ ಸಾಹಿತ್ಯದಿಂದೆತ್ತಿದ, ಜನಭಾಷೆಯಿಂದ ತೆಗೆದುಕೊಂಡ, ಆದರೆ ಹಳೆಯ ಸಾಹಿತ್ಯದಲ್ಲಿ ದೊರೆಯದ, ಶಬ್ದಭಂಡಾರವೆಂದು ನಮ್ಮನ್ನು ದಂಗುಬಡಿಸುತ್ತದೆ. ಭಾಮಿನೀಷಟ್ಪದಿಯ ಸಾಮಾನ್ಯ ನಿಯಮಕ್ಕೆ ಭಂಗತಾರದೆ ವಿಧವಿಧವಾಗಿ ಸಂದರ್ಭೋಚಿತವಾಗಿ ನಡೆಯುವ ಛಂದ, ಪಡೆಯುವ ನಾದ ಕವಿಮಹಿಮೆಗೆ ಹೆಗ್ಗುರುತಾಗಿದೆ.

ಕುಮಾರವ್ಯಾಸನು ದೇಸಿಯನ್ನು ಉಚಿತ ಮಾರ್ಗದಿಂದ ಸಂಸ್ಕಾರಗೊಳಿಸಿದವನಾದರೂ ಶುದ್ಧಶೈಲಿಯ ಉಪಾಸಕನಲ್ಲ. ಅಲ್ಲಲ್ಲಿ ನಿರ್ಬಂಧವಿಲ್ಲದೆ ಗ್ರಾಮ್ಯವೆನ್ನಬಹುದಾದ ರೂಪಗಳನ್ನು ಅವನು ಬಳಸಿದ್ದಾನೆ. 'ನಾಯಿ', 'ಕುನ್ನಿ'ಗಳು ಅವನ ಕೃತಿಯಲ್ಲಿ ತುಂಬ ಸುಳಿದಾಡುತ್ತವೆ. ಕನ್ನಡ ಬೈಗುಳ ಮಾದರಿಗಳು ದೊರೆಯುತ್ತವೆ. ಅವುಗಳಿಂದ ಪ್ರಕಟವಾಗುವ ಪಾತ್ರಗಳ ಮನೋಧರ್ಮ, ನಾಟಕೀಯ ಸಂಭಾಷಣೆಯ ಸಹಜತೆ ಇದಕ್ಕಾಗಿ ಅವನ್ನು ತಂದಿದ್ದಾನೆ. ಆದರೆ ಒಂದೊಂದು ಸಲ ಔಚಿತ್ಯಮೀರಿದ ಒರಟುತನ, ಗಾಂಭೀರ್ಯದ ಕೊರತೆ ತೋರಿದ್ದೂ ಉಂಟು. ಆದಿಪ್ರಾಸವು ಅವನ ಬರೆವಣಿಗೆಯಲ್ಲಿ ಸಹಜ ಓಘವಾಗಿ ಹರಿದುಬಂದಿದೆಯಾದರೂ ಪ್ರಯತ್ನಪೂರ್ವಕವಾದ ಪದಲಾಲಿತ್ಯವೆಂಬ ಆರೋಪಕ್ಕೆ ಆಗಾಗ ಗುರಿಯಾಗುತ್ತದೆ.

ಅನ್ಯಭಾಷೆಯ ಶಬ್ದಗಳು ಫಾರಸಿ, ಅರಬಿ ಮತ್ತು ಮರಾಠಿ ಇವುಗಳಿಂದ ಎತ್ತಿಕೊಂಡುವಾಗಿವೆ. ಇವುಗಳಲ್ಲಿ ಮರಾಠಿಪದಗಳ ಪ್ರಾಬಲ್ಯ ಹೆಚ್ಚಾಗಿದೆ. ಆವರೆಗಿನ ಯಾವ ಕನ್ನಡ ಕಾವ್ಯದಲ್ಲಿಯೂ ಇಷ್ಟುಮಟ್ಟಿಗೆ ಅವುಗಳನ್ನು ಬಳಸಿಲ್ಲ. ಅವುಗಳಲ್ಲಿ ಒಡ್ಡವಣೆ, ಚಡ್ಡಣೆ, ಆದರಣೆ, ಘಡಾವಣೆ, ಭಾರಣೆ(ವಣೆ), ಪಾರುಖಾಣೆ ಎಂಬ ಶಬ್ದಗಳು ಅವುಗಳ 'ಣೆ' ಅಂತ್ಯವೂ ವೀರಪಣ, ಜಾಣಪಣ, ವಿಸ್ತಾರಪಣ ಈ ಭಾವನಾಮಗಳಲ್ಲಿಯ 'ಪಣ' ಉಪಪದವೂ ಮರಾಠಿಯ ಖಂಡಿತವಾದ ಪ್ರಭಾವ ವನ್ನು ತೋರಿಸುತ್ತವೆ. 'ಉ, ಓ' ಪ್ರತ್ಯಯಗಳು [ರಾವುತೋ (ತು)] ಮೂಲತಃ ಕನ್ನಡವಾಗಿದ್ದು ಜ್ಞಾನೇಶ್ವರಕಾಲೀನ ಮರಾಠಿಯಲ್ಲಿ ಸೇರಿಕೊಂಡು, ಮತ್ತೆ ಜನ್ನ ಮತ್ತು ಕುಮಾರವ್ಯಾಸರ ಕೃತಿಗಳಲ್ಲಿ ಹಾಗೂ ಶಾಸನದಲ್ಲಿ ಸೇರಿಕೊಂಡುವಾದಕಾರಣ ಅಚ್ಚಮರಾಠಿ ವರ್ಚಸ್ಸೆಂದು ಇದನ್ನು ಕರೆಯ ಲಾಗದು. ಮರಾಠಿ ಧಾತು–ನಾಮ–ಅವ್ಯಯ ಹಾಗೂ ವಿಶಿಷ್ಟಾರ್ಥದ ದೇಸಿ ಕುಮಾರವ್ಯಾಸನಿಗೆ ಚೆನ್ನಾಗಿ ತಿಳಿದಿತ್ತೆಂಬುದಕ್ಕೆ 'ಪತಿಕರಿಸು, ನಿವಡಿಸು, ಖೇಪೆ, ಪೈಸರ, ಹಳುಹಳು, ಮೇಲುಗುಡುಕೆ (ಗುಡುಘಾ–ಮ), ಖೇಳ–ಮೇಳ, ನವಾಯಿ, ಗರುವಾಯಿ, ಖರೆಯ, ಖಡಿಯ, ಚಾವಟಿ, ರಹಣೆ [ರಾಹಣಿ (ಮ)] ತಳಪದ, ಬೈಸಿಗೆ, ಬಾಷ್ಕಳ' ಈ ಮುಂತಾದ ಪ್ರಯೋಗಗಳು ಸಾಕ್ಷಿಯಾಗಿವೆ. ವಿಶೇಷವಾಗಿ 'ಖೇಳಮೇಳ' ಎಂಬುದು ಸಂಸ್ಕೃತ ಮೂಲವಾದರೂ 'ಖೇಳೀಮೇಳೀನೆ' ಎಂಬ ಮರಾಠಿ ರೂಪದಲ್ಲಿ 'ಸಲಿಗೆಯಿಂದ ಸಲೀಲವಾಗಿ' ಎಂಬುದಾಗಿ ಪಡೆದ ಅರ್ಥದಲ್ಲಿ ಅದನ್ನು ಕುಮಾರವ್ಯಾಸನು ಬಳಸಿದ್ದಾನೆ. ಕ್ರಮೇಣ ಅವನ ಕಾಲದ ಜನಭಾಷೆಯಲ್ಲಿ ಸೇರಿ ಬಹುಶಃ ಪ್ರಚಲಿತವಾದ ಮರಾಠಿ ಪದಗಳನ್ನೇ ಅವನು ತನ್ನ ಕೃತಿಯಲ್ಲಿ ಅಳವಡಿಸಿರುವನೆಂಬುದು ದಿಟ. ಆದರೂ ಗದುಗಿನ ಸೀಮೆ ಯಲ್ಲಿ ಅವುಗಳಲ್ಲಿ ಕೆಲವು ಇಂದು ಬಳಕೆಯಲ್ಲಿಲ್ಲ. ತರುವಾಯದ ಶಿವಾಜಿ–ಪೇಶ್ವೆ–ಕಾಲೀನ ಮರಾಠಿ ಪ್ರಭಾವದಿಂದ ಕನ್ನಡದ ಗಡಿನಾಡಿನಲ್ಲಿ ಇನ್ನೂ ಹೆಚ್ಚಿನ ಪ್ರಯೋಗಗಳು ಸೇರಿಕೊಂಡಿವೆ. ಇವು ಎಂದಾದರೂ ಗದುಗಿನ ಸೀಮೆಯ ಮಾತಿನಲ್ಲಿದ್ದುವೆಂದು ಹೇಳಲು ಬರುವಂತಿಲ್ಲ. ಆದ್ದರಿಂದ ಮರಾಠಿ ಗ್ರಂಥಗಳನ್ನು ಕೇಳಿ ಇಲ್ಲವೆ ಓದಿ ಮರಾಠಿ ತಾಯ್ನುಡಿಯುಳ್ಳ ರಾವುತ–ಮಾವುತರ ಮತ್ತು ಅಧಿಕಾರಿಗಳ ಬಾಯ್ಮಾತನ್ನು ಕೇಳಿ ಕುಮಾರವ್ಯಾಸನು ತನ್ನ ಕೋಶವನ್ನು ಸ್ವತಂತ್ರಧೈರ್ಯದಿಂದ ವಿಸ್ತರಿಸಿಕೊಂಡಿರಬಹುದೆಂದು ತೋರುತ್ತದೆ. ಅವನ ವಂಶವೆಲ್ಲ ವಿಜಯನಗರದ ಗಜಸೇನಾಪತಿಯ ವೃತ್ತಿಯದಾಗಿತ್ತೆಂಬುದನ್ನು ಇಲ್ಲಿ ನೆನೆಯಬೇಕು.

ಕುಮಾರವ್ಯಾಸನ ಮತ ಮತ್ತು ವ್ಯಕ್ತಿತ್ವದ ವಿಚಾರವಾಗಿ ಸಾಕಷ್ಟು ಚರ್ಚೆಯಾಗಿದೆ. ಎಲ್ಲ ಭಿನ್ನಾಭಿಪ್ರಾಯಗಳೂ ಅಭಿವ್ಯಕ್ತವಾಗಿವೆ. 'ಕನ್ನಡಭಾರತ'ದ ಮೂಲ ಆವೃತ್ತಿಯಲ್ಲಿ ಆಗಿರಬಹು ದಾದ ಪ್ರಕ್ಷೇಪಗಳಿಂದ ನಿರ್ಣಯವು ಕಠಿಣವಾಗಿದೆ. ಆದರೂ ಕುಮಾರವ್ಯಾಸನು ಅದ್ವೈತಿಯಾದ ಸ್ಮಾರ್ತ ಬ್ರಾಹ್ಮಣನೆಂದೂ ಹರಿಭಕ್ತಿನಿರತನಾದರೂ ಹರಿಹರರಲ್ಲಿ ಭೇದವನ್ನೆಣಿಸದ ಭಾಗವತ ಸಂಪ್ರದಾಯಿಯೆಂದೂ ನಮಗೆ ತೋರಿದೆ. ಕೋಳಿವಾಡ ಗೌಡಕುಲದಲ್ಲಿ ಇಂದಿನವರೆಗೆ ನಡೆದು ಬಂದ ಮತಪರಂಪರೆ, ಅದರ ವಂಶಾವಳಿಯಲ್ಲಿ ಕುಮಾರವ್ಯಾಸನ ಅಣ್ಣತಮ್ಮಂದಿರಲ್ಲಿದ್ದ

ಶಂಕರಸಯ್ಯ ಎಂಬ ಹೆಸರು, ಭೀಷ್ಮಪರ್ವದ ಭಗವದ್ಗೀತೆಯ ಕನ್ನಡ ಅನುವಾದದಲ್ಲಿ ಕಂಡು ಬರುವ ಅದ್ವೈತಪರ ನಿರೂಪಣೆ ಇವು ಇದಕ್ಕೆ ಸ್ಪಷ್ಟ ಪ್ರಮಾಣಗಳಾಗಿವೆ. ಇತರ ಮತಗಳತ್ತ ಒಲವನ್ನು ತೋರಿಸುವ ಭಾಗಗಳನ್ನು ಕವಿಯ ಭಾಗವತಧರ್ಮದ ವಿಶಾಲ ಕ್ಷಿತಿಜದಲ್ಲಿ ಅಳವಡಿಸಬಹುದು ಇಲ್ಲವೆ ಪ್ರಕ್ಷಿಪ್ತವೆಂದು ಅಲ್ಲಗಳೆಯಬಹುದು. ಶ್ರೀ ಮಧ್ವಾಚಾರ್ಯರ 'ಭಾರತತಾತ್ಪರ್ಯ ನಿರ್ಣಯ' ಎಂಬ ಗ್ರಂಥವನ್ನು ಅವನು ಓದಿಕೊಂಡು ಅದನ್ನು ಹಲವು ಕಡೆಗೆ ಅನುಸರಿಸಿರುವನೆಂದು ತೋರಿಸಲಾಗಿದೆ. ಅವನ ವಿಶಾಲಭೂಮಿಕೆಗೆ ಇದು ಸುಸಂಗತವಾದುದೆಂಬುದನ್ನು ಅರಿತಿರಬೇಕು. ಮತವಿಚಾರಕ್ಕಿಂತ ಮುಖ್ಯವಾದದ್ದೆಂದರೆ ಕುಮಾರವ್ಯಾಸನ ಮನೋಧರ್ಮ ಮತ್ತು ವ್ಯಕ್ತಿತ್ವ, 'ಯೋಗೀಂದ್ರ' ಎಂದು ತಾನೇ ಹೇಳಿಕೊಂಡ ಮಾತ್ರದಿಂದಲ್ಲ, ಅವನ ಕೃತಿಯ ಉನ್ನತಿಯಿಂದಲೂ ಅವನು ಆರ್ಷದೃಷ್ಟಿಯನ್ನು ಪಡೆದ ಯೋಗಿ ವೀರನಾರಾಯಣನ ವೀರಭಕ್ತನಾದ ವರಕವಿಯೆಂಬುದು ತಿಳಿಯುತ್ತದೆ. ಅವನ ಮನಃಪ್ರಕೃತಿಯಲ್ಲಿದ್ದ ವೀರಸಹಜ ರಾಜಸಗುಣದಿಂದ 'ಮಹಾಭಾರತ'ದ ವೀರರೌದ್ರಾದಿಗಳನ್ನು ಚಿತ್ರಿಸಲು ಅವನು ಸಹಜಸ್ಫುರಣವನ್ನು ಪಡೆದಂತೆ ದೇವಭಕ್ತಿ–ಸಮರ್ಪಣ ಭಾವಗಳಿಂದ ನಮ್ರವಾದ ಸಾತ್ತ್ವಿಕಗುಣದ ಮೂಲಕ ಅವನು ಕೃಷ್ಣಭಕ್ತಿಯನ್ನು ಕೊಂಡಾಡುತ್ತ ಕುಣಿದಾಡಿದನು. ತೋರಲಿಕ್ಕೆ ವಿರುದ್ಧವೆನ್ನಬಹುದಾದ ವೀರ ಮತ್ತು ಭಕ್ತಿಯ ಅಂಶಗಳು ಅವನಲ್ಲಿ ಬೆರೆತುಕೊಂಡವು. ಕುಮಾರವ್ಯಾಸನ ಮನೋಧರ್ಮದಲ್ಲಿ ಸಮನ್ವಯ ಇದೆ, ಸಮರಸವಿದೆ ಎಂಬುದಕ್ಕೆ ಗ್ರಂಥದಲ್ಲಿ ಬೇಕಾದಷ್ಟು ಸಾಕ್ಷ್ಯಗಳಿವೆ. ಪೀಠಿಕೆಯ ಸಂಧಿಯಲ್ಲಿ ಭಕ್ತಿ–ವಿನಯಗಳನ್ನು ತೋರಿದಂತೆ ಆತ್ಮವಿಶ್ವಾಸವನ್ನು ಮೆರೆದಿದ್ದಾನೆ. ಆದರೂ ಒಮ್ಮೊಮ್ಮೆ ಉತ್ಸಾಹದ ಅತಿರೇಕದಲ್ಲಿ ಇಲ್ಲವೆ ಮಾತಿನ ಮುರುಕದಲ್ಲಿ ಕುಮಾರವ್ಯಾಸನ ವ್ಯಕ್ತಿತ್ವದಲ್ಲಿ ವಿಸಂಗತಿ ತೋರಿದರೆ ಅಚ್ಚರಿಯಲ್ಲ.

'ಕುಮಾರವ್ಯಾಸಭಾರತ'ವು ಮಹಾಕವಿಯ ಮಹಾಕೃತಿ ಎಂಬುದೀಗ ಒಪ್ಪಿದ ವಿಷಯವಾಗಿದೆ. ಆದರೂ ಈ ನಿರ್ಣಯಕ್ಕೆ ಬಂದುದೇಕೆ ಎಂಬುದನ್ನು ತಿಳಿದಿರಬೇಕು. "ವಿಶೇಷ ವ್ಯತ್ಯಾಸಗಳನ್ನು ಮಾಡಿಕೊಳ್ಳದೆ ವ್ಯಾಸಭಾರತವನ್ನು ನಿಷ್ಠೆಯಿಂದ ಅನುವಾದಿಸಿದ ಈ ಕೃತಿಯಲ್ಲಿ ವಿಶೇಷವೇನಿದೆ ?" ಎಂಬ ಪ್ರಶ್ನೆಗೆ ಉತ್ತರ ಪಡೆಯಬೇಕು. ಈ ಕೃತಿ ಕೊಡುವ ಶ್ರೇಷ್ಠ ರಸಾನುಭವವೇ ಉತ್ತರ ಎಂಬುದು ಸಾಲದು. ಈ ರಸಾನುಭವವನ್ನು ವಿಂಗಡಿಸಿ ನೋಡಿದರೆ, 'ಕನ್ನಡಭಾರತ'ವು 'ವ್ಯಾಸಭಾರತ'ವನ್ನು ಕನ್ನಡಿಸಿದ ಸಮಗ್ರ ರೀತಿಯಲ್ಲಿಯೇ ಅದರ ಹಿರಿಮೆ ಎದ್ದು ಕಾಣುತ್ತದೆ. ತನ್ನ ಜೀವನಸಾಧನೆ, ವಾಙ್ಮಯತಪಶ್ಚರ್ಯೆ ಇದರಿಂದ ತನ್ನ ಬೆಳೆದ ಮನಸ್ಸನ್ನು ತಿಳಿಯಾದ ಕನ್ನಡಿಯಂತಾಗಿಸಿ 'ಮಹಾಭಾರತ'ದ ಇದಿರು ಹಿಡಿದು ಕುಮಾರವ್ಯಾಸನು ಅದರ ಸಾರಚಿತ್ರವನ್ನು ಹೀರಿಕೊಂಡಿದ್ದಾನೆ. ಕನ್ನಡ ನುಡಿಯ ಸಾಜದೇಸಿಯಲ್ಲಿ ಪಡಿನೆಳಲಾಗಿ ಅದನ್ನು ಮೂಡಿಸಿದ್ದಾನೆ. ಹೀಗೆ 'ವ್ಯಾಸಭಾರತ'ವನ್ನು 'ಕುಮಾರವ್ಯಾಸಭಾರತ'ವು ಸಾರ್ಥಕವಾಗಿ ಕನ್ನಡಿಸಿರುತ್ತದೆ. ಮೂಲವನ್ನು ಗತಕಾಲದ ಗವಿಯಿಂದೆತ್ತಿ ಪ್ರಾತಿಭಚಕ್ಷುವಿನ ಮುಂದೆ ತಂದುಕೊಂಡು ಕವಿಶಕ್ತಿಯ ಶ್ರೇಷ್ಠ ಸಾಧನಗಳಿಂದ ಸಚೇತನಗೊಳಿಸಿದ್ದರಲ್ಲಿಯೇ ಈ ಕೃತಿಯ ಹೆಚ್ಚಳವಿದೆ. ಮೂಲದಲ್ಲಿಯ ಮಾರ್ಪಾಡುಗಳಿರಲಿ, ಮೂಲದ ಅನುಸರಣವಿರಲಿ, ಎಲ್ಲವೂ ಈ ಮೂಲ ಉದ್ದೇಶಕ್ಕೆ ಸಹಕಾರಿಯಾಗಿದೆ. ಕೃತಿಯಲ್ಲಿ ಕೆಲವೆಡೆಗೆ ಬಂಧಶೈಥಿಲ್ಯವಿರಬಹುದು, ಜಾಬಾಳವಾದ ಬೋಧನೆ ಬಂದಿರಬಹುದು, ಕಲಾದೃಷ್ಟಿಯಿಂದ ಸಾಮಾನ್ಯವೆನ್ನಬಹುದಾದ ಕಥನವೂ ಇರಬಹುದು. ಆದರೆ ಒಟ್ಟಿನಲ್ಲಿ ತೋರಿದ ಉತ್ಕಟತೆ, ಜೀವಂತಿಕೆ, ಕಲ್ಪಕತೆ, ವಾಕ್‌ಸಹಜತೆ—ಎಲ್ಲಕ್ಕಿಂತ ಮಿಗಿಲಾಗಿ ಅದ್ಭುತ ತಾದಾತ್ಮ್ಯ—ಇದರಿಂದ 'ಕುಮಾರವ್ಯಾಸಭಾರತ'ವು ಕನ್ನಡದ ಮಹಾಕೃತಿಗಳಲ್ಲಿ ಒಂದಾಗಿದೆ. "ನಮ್ಮ ಕವಿಗಳಲ್ಲಿ ಹಿರಿಯ ತಲೆ : ಹಿರಿಯರಲ್ಲಿ ಹಿರಿಯ—ನಮ್ಮ ಸಾಹಿತ್ಯದ ಉತ್ತಮ ರತ್ನಗಳಲ್ಲಿ ನಾಯಕರತ್ನ"[16] ಎಂದು ಶ್ರೀಯವರು ಹೇಳಿದ್ದಾರೆ. "ಆ ವಾಙ್ಮಯದ ಪ್ರಾಯಶಃ ಈ ಕೃತಿ ಒಂದೇ ಮಹಾಕಾವ್ಯದ ಮೆಟ್ಟಿಲನ್ನು ಮುಟ್ಟಿರತಕ್ಕ ಕೃತಿ"[17]

ಎಂದು ಶ್ರೀನಿವಾಸರು ಹೇಳಿದ್ದಾರೆ. ಕನ್ನಡದಲ್ಲಿ ಬೇರೆ ಮಹಾಕಾವ್ಯಗಳಿವೆ ಎಂಬುದನ್ನು ಅಲ್ಲಗಳೆಯದೆ 'ಕುಮಾರವ್ಯಾಸಭಾರತ'ವು ತನ್ನ ವಿಶಿಷ್ಟರೀತಿಯಲ್ಲಿ ಏಕಮೇವಾದ್ವಿತೀಯವಾದ ಮಹಾಕೃತಿಯೆಂದು ಹೇಳಲು ಅಭ್ಯಂತರವಿಲ್ಲ.[18]

## ಟಿಪ್ಪಣಿಗಳು

1. ರಾ. ಸ್ವಾ. ಪಂಚಮುಖಿ : 'ಐರಾವತ', ಉಪೋದ್ಘಾತ, ಪು. ೫.
2. ತೀ. ನಂ. ಶ್ರೀಕಂಠಯ್ಯ : ಕನ್ನಡ ಭಾರತದಲ್ಲಿ ಶೃಂಗಾರದ ಸಂನಿವೇಶಗಳು ('ಕುಮಾರವ್ಯಾಸ ಪ್ರಶಸ್ತಿ', ಪು. ೨೯೮, ೩೦೦).
3. ಪಾನ್ಯಂ ಸುಂದರಶಾಸ್ತ್ರೀ : ಕನ್ನಡ ಭಾರತಕ್ಕೂ ಸಂಸ್ಕೃತ ಭಾರತಕ್ಕೂ ಇರುವ ಸಂಬಂಧ ('ಕುಮಾರವ್ಯಾಸಪ್ರಶಸ್ತಿ', ಪು. ೧೨೪-೧೩೯).
4. ಎಸ್. ವಿ. ರಂಗಣ್ಣ : 'ಕುಮಾರವ್ಯಾಸ', ಪು. ೩೬, ೩೮.
5. ಎಲ್. ಗುಂಡಪ್ಪ : ಪಂಪ – ನಾರಣಪ್ಪ ('ಕುಮಾರವ್ಯಾಸಪ್ರಶಸ್ತಿ', ಪು. ೧೫೧).
6. ಉಗ್ರಾಣ ಮಂಗೇಶರಾವ್ : ಕನ್ನಡ ಭಾರತವು ಮುಖ್ಯವಾಗಿ ಕಾವ್ಯವೇ ಅಥವಾ ಪುರಾಣವೇ ? ('ಕುಮಾರವ್ಯಾಸಪ್ರಶಸ್ತಿ', ಪು. ೧೦೭-೧೨೩).
7. ವಿ. ಸೀ. : ಭಾರತಗಳ ಶ್ರೀಕೃಷ್ಣ ('ಕುಮಾರವ್ಯಾಸಪ್ರಶಸ್ತಿ', ಪು. ೧೮೩).
8. ಅದೇ, ಪು. ೧೭೫.
9. ಎಸ್. ವಿ. ರಂಗಣ್ಣ : 'ಕುಮಾರವ್ಯಾಸ', ಪು. ೫.
10. ಸಿ. ಕೆ. ವೆಂಕಟರಾಮಯ್ಯ : ಕುಮಾರವ್ಯಾಸನು ಚಿತ್ರಿಸಿರುವ ದ್ರೌಪದಿಯ ಪಾತ್ರ ('ಕುಮಾರವ್ಯಾಸಪ್ರಶಸ್ತಿ', ಪು. ೨೦೨) .
11. ದ. ರಾ. ಬೇಂದ್ರೆ : ಕುಮಾರವ್ಯಾಸನ ಉತ್ತರಕುಮಾರ ('ಕುಮಾರವ್ಯಾಸಪ್ರಶಸ್ತಿ', ಪು. ೨೭೦).
12. ಶಂ. ಬಾ. ಜೋಶಿ : 'ಕರ್ಣನ ಮೂರು ಚಿತ್ರಗಳು', ಪು. ೧೭.
13. ಎಸ್. ವಿ. ರಂಗಣ್ಣ : ನಾರಣಪ್ಪನ ಶೈಲಿ ('ಕುಮಾರವ್ಯಾಸಪ್ರಶಸ್ತಿ', ಪು. ೩೩೧).
14. ಎಸ್. ವಿ. ರಂಗಣ್ಣ : ಕುಮಾರವ್ಯಾಸನ ಶೈಲಿ ('ರನ್ನಕವಿಪ್ರಶಸ್ತಿ', ಪು. ೩೩೩).
15. ಎಸ್. ವಿ. ರಂಗಣ್ಣ : 'ಕುಮಾರವ್ಯಾಸ', ಪು. ೬೩.
16. ಬಿ. ಎಂ. ಶ್ರೀಕಂಠಯ್ಯ : 'ಕುಮಾರವ್ಯಾಸಪ್ರಶಸ್ತಿ', ಮುನ್ನುಡಿ, ಪು. xi.
17. ಮಾಸ್ತಿ ವೆಂಕಟೇಶ ಅಯ್ಯಂಗಾರ್ : 'ಕುಮಾರವ್ಯಾಸ' (ಕನ್ನಡ ಸಾಹಿತ್ಯ ಪರಿಷತ್ ಪತ್ರಿಕೆ, ೨೭-೨, ಪು. ೧೩೩).
18. ಕುಮಾರವ್ಯಾಸನನ್ನು ಕುರಿತು ಬಂದಿರುವ ಈಚಿನ ಪುಸ್ತಕ ಮತ್ತು ಲೇಖನಗಳಲ್ಲಿ 'ಕುಮಾರವ್ಯಾಸ' (ಐ.ಬಿ.ಎಚ್. ಪ್ರಕಟಣೆ) ಮತ್ತು 'ಸಮಗ್ರ ಕನ್ನಡ ಸಾಹಿತ್ಯ ಚರಿತ್ರೆ', ಸಂಪುಟ ೪, ಭಾಗ ೧—ಇವನ್ನು ಪರಿಶೀಲಿಸಬಹುದು.

## ಪ್ರಕರಣ : ೨೪

# ಇತರ ಭಾಗವತ ಕವಿಗಳು

**ಕು**ಮಾರವ್ಯಾಸನ ತರುವಾಯ ಅವನಿಂದ ಪ್ರತ್ಯಕ್ಷವಾಗಿ ಇಲ್ಲವೆ ಅಪ್ರತ್ಯಕ್ಷವಾಗಿ ಪ್ರೇರಣೆಹೊಂದಿದ ಭಾಗವತಕವಿಗಳ ಪರಂಪರೆಯೊಂದು ಈ ಯುಗದಲ್ಲಿ ಬೆಳೆದುಕೊಂಡುಬಂದಿತು. ಕನ್ನಡದಲ್ಲಿ ಧಾರ್ಮಿಕ, ತಾತ್ತ್ವಿಕ ವಿಷಯಗಳನ್ನು ನೇರವಾಗಿಯೂ ಕಥಾರೂಪದಲ್ಲಿಯೂ ನಿರೂಪಿಸಬೇಕೆಂಬ ವಿಷಯದಲ್ಲಿ ಈವರೆಗಿನ ಮೀನಮೇಷ, ಅಸಡ್ಡೆಗಳು ಮಾಯವಾಗಿ ಬ್ರಾಹ್ಮಣ ಕವಿಗಳ ಶ್ರದ್ಧೆ ದೃಢತರವಾಯಿತು. ವಿಜಯನಗರಸಾಮ್ರಾಜ್ಯದ ಉದಯಕ್ಕೆ ಮೊದಲು ದಕ್ಷಿಣದಲ್ಲಿ ಹಿಂದೂ ಧರ್ಮದ, ಅದರಲ್ಲಿಯೂ ವೈದಿಕಪರಂಪರೆಯ ಮೇಲೆ ಮೇಲೆ ಪರಕೀಯರಿಂದ ಆಘಾತ ಗಳುಂಟಾಗಲು ಸಂರಕ್ಷಕಶಕ್ತಿಯೊಂದು ವಿಜಯನಗರದಲ್ಲಿ ಕೇಂದ್ರಿತವಾಯಿತು. ಅದರ ಪ್ರಭಾವವು ಕುಮಾರವ್ಯಾಸನಿಂದ ಮೊದಲುಗೊಂಡ ಕನ್ನಡ ವೈದಿಕವಾಙ್ಮಯದಲ್ಲಿಯೂ ಕಂಡುಬಂದಿತು. 'ರಾಮಾಯಣ', 'ಮಹಾಭಾರತ', 'ಭಗವದ್ಗೀತೆ', 'ಭಾಗವತ', 'ಪುರಾಣಗಳು', ದರ್ಶನಗಳು, ಮತತ್ರಯಗಳು, ಕನ್ನಡರೂಪ ತಾಳಿ ವೆಗ್ಗಳವಾದುದು ಈ ಯುಗದಲ್ಲಿಯೇ. "ಕಾವ್ಯಕೆ ಗುರುವೆನಲು ರಚಿಸಿದ ಕುಮಾರವ್ಯಾಸ" ಎಂಬುದನ್ನು ಈ ಅರ್ಥದಲ್ಲಿಯೂ ನಾವಿಂದು ತಿಳಿದುಕೊಳ್ಳಬಹುದು.

## ಕುಮಾರವಾಲ್ಮೀಕಿ

ಪಂಪನ ಪ್ರೇರಣೆಯಿಂದ ಮತ್ತು ಅವನ ವಿಷಯಕವಾದ ಹೆಮ್ಮೆಯಿಂದ ನಾಗಚಂದ್ರನು ಅಭಿನವ ಪಂಪನಾದಂತೆ ಕುಮಾರವ್ಯಾಸನ ಪ್ರೇರಣೆಯಿಂದ ಕುಮಾರವಾಲ್ಮೀಕಿ ತಲೆದೋರಿದನು. ಪಂಪ–ಅಭಿನವಪಂಪ ಇವರು ಭಿನ್ನಗುಣರಾದಂತೆ ಕುಮಾರವ್ಯಾಸ–ಕುಮಾರವಾಲ್ಮೀಕಿ ಇವರೂ ಭಿನ್ನ ರಾದರು. ಒಬ್ಬರು ಇನ್ನೊಬ್ಬರ ನೆಳಲಾಗಲಿಲ್ಲ. ಒಬ್ಬರ ಯೋಗ್ಯತೆ ಇನ್ನೊಬ್ಬರದಾಗಲಿಲ್ಲ. ಕುಮಾರ ವಾಲ್ಮೀಕಿ ತನ್ನ ಕಾಲವನ್ನು ಹೇಳಿಲ್ಲ, ಕಾಲಸೂಚಕವಾದ ನಿರ್ದಿಷ್ಟವಾದ ಅಂಶಗಳನ್ನೂ ಹೇಳಿಲ್ಲ. "ಉರಗಾಲಯವ ಪೆಸರ್ವಡೆದನ" ('ಮೋಹನತರಂಗಿಣಿ', ೧–೧೭) ಮುಂತಾದ ಪದ್ಯಗಳಲ್ಲಿ ಕುಮಾರವ್ಯಾಸನೊಡನೆ ಅವನನ್ನು ಕನಕದಾಸನು ನೆನೆದಿದ್ದಾನೆ. ಅವನು ಸ್ವತಃ ತನ್ನ 'ರಾಮಾಯಣ'ದ ಕೊನೆಯಲ್ಲಿ ಕುಮಾರವ್ಯಾಸನನ್ನು ಹೊಗಳಿದ್ದಾನೆ (ಯುದ್ಧಕಾಂಡ, ೫೫–೬೬, ೬೭). ಇವರಿಬ್ಬರ ನಡುವಣ ಕಾಲವೆಂದರೆ ಸು. ೧೪೦೦ರಿಂದ ೧೬೦೦ರೊಳಗೆ ಅವನು ಜೀವಿಸಿರಬೇಕೆಂದು ತೋರು ತ್ತದೆ. ಕುಮಾರವ್ಯಾಸನ ಕಾಲವು ಸು. ೧೪೦೦ ಎಂಬುದೇನು ಸರ್ವಸಂಮತವಾಗಿಲ್ಲ. ಆದ್ದರಿಂದ ೧೬ನೆಯ ಶತಮಾನಕ್ಕೆ ಹಿಂದೆ ಕುಮಾರವ್ಯಾಸನ ತರುವಾಯದಲ್ಲಿ ಕುಮಾರವಾಲ್ಮೀಕಿ ಇದ್ದನೆಂದು ಸದ್ಯಕ್ಕೆ ಹೇಳಿದರೆ ಎಲ್ಲರೂ ಒಪ್ಪುವಂತಿದೆ. ಅವನ ಚರಿತ್ರೆಯೇನೂ ತಿಳಿದಿಲ್ಲ. ವಿಜಾಪುರದ ಬಳಿಯ ತೊರವೆಯಲ್ಲಿ ಅವನ ವಂಶದವರು ಇನ್ನೂ ಇದ್ದ ಕಾರಣ ಹೆಚ್ಚು ಸಂಶೋಧನೆ ನಡೆದರೆ ಚರಿತ್ರೆ ತಿಳಿಯ ಬಹುದಾಗಿದೆ. ಅವನು ತೊರವೆಯ ನರಸಿಂಹನ ಭಕ್ತನಾಗಿದ್ದ ಸ್ಮಾರ್ತಭಾಗವತ ಕವಿಯೆಂದು ಸದ್ಯಕ್ಕೆ ಗ್ರಹಿಸಬಹುದು. ಕುಮಾರವಾಲ್ಮೀಕಿ 'ಮಧ್ವಾಚಾರ್ಯ ಗುರುರಾಯ' ಎಂದು ತನ್ನ ಕೃತಿಯ ಪೀಠಿಕೆ ಯಲ್ಲಿ ಸ್ತುತಿಸಿರುವುದರಿಂದಲೂ, ಮಧ್ವಾಚಾರ್ಯರ ತತ್ತ್ವವಾದದ ಪ್ರಭಾವವು ಅದರಲ್ಲಿ ನಿಚ್ಚಳ ವಾಗಿ ವ್ಯಕ್ತವಾಗಿರುವುದರಿಂದಲೂ ಅವನು ಮಾಧ್ವನೆಂದು ಹೊಸಬೆಟ್ಟು ಸೀತಾರಾಮ ಆಚಾರ್ಯರು ಅಭಿಪ್ರಾಯಪಟ್ಟಿದ್ದಾರೆ. ಅವನ ಕೃತಿಯಲ್ಲಿ ಇದಕ್ಕೆ ವಿಸಂವಾದಿಯಾಗಿರಬಹುದಾದ ಅಂಶಗಳನ್ನು

ಗಮನಕ್ಕೆ ತಂದುಕೊಂಡು ಈ ವಿಷಯವನ್ನು ಇನ್ನೂ ಪರಾಮರ್ಶಿಸಬೇಕಾಗಿದೆ. ಅವನು 'ತೊರವೆಯ ರಾಮಾಯಣ', 'ಐರಾವಣಕಾಳಗ' ಎಂಬ ಎರಡು ಗ್ರಂಥಗಳನ್ನು ರಚಿಸಿದ್ದಾನೆ. 'ತೊರವೆಯ ರಾಮಾಯಣ'ವು ಐದುಸಾವಿರದ ಮೇಲಿನ ಭಾಮಿನೀಷಟ್ಪದಿಯ ಪದ್ಯಗಳುಳ್ಳ ದೊಡ್ಡ ಗ್ರಂಥ. 'ವಾಲ್ಮೀಕಿರಾಮಾಯಣ'ದ ಎಲ್ಲ ಕಾಂಡಗಳನ್ನು ಮೊದಲನೆಯ ಸಲ ಅನುವಾದಿಸಿದ ಕನ್ನಡಕಾವ್ಯ. "ರಘುವರಕಥಾವಿಮಲೋದಧಿೞಂದು ಮಹಾಮುನಿಪ್ರಾಚೇತಸಂ ವಂದೇ" (೧–೧೦) ಎಂದು ವಾಲ್ಮೀಕಿಯನ್ನು ವಂದಿಸಿ ಕುಮಾರವಾಲ್ಮೀಕಿ ಅವನ ರಾಮಾಯಣವನ್ನು ಕನ್ನಡಿಸಲು ಪ್ರವೃತ್ತನಾಗಿದ್ದಾನೆ. ಒಟ್ಟಿನಲ್ಲಿ 'ತೊರವೆಯ ರಾಮಾಯಣ'ವು 'ವಾಲ್ಮೀಕಿರಾಮಾಯಣ'ದ ಸಂಗ್ರಹವೇ ಆಗಿದ್ದರೂ ರಾಮನನ್ನು ವಿಷ್ಣುವಿನ ಅವತಾರವೆಂದು ಭಕ್ತಿಪರವಾಗಿ ನೋಡುವ ಭಾಗವತ ದೃಷ್ಟಿಯ ಪ್ರಭಾವವು ಅದರಲ್ಲಿ ನಿಚ್ಚಳವಾಗಿದೆ. ರಾಮನಾಮದ ಮಹತ್ವ ಹೇಳಿ, ರಾಮಾಯಣವನ್ನು ಪಾರ್ವತಿಗೆ ಶಿವನು ಹೇಳಿದನೆಂಬ ಪೀಠಿಕಾಭಾಗವು ಇದನ್ನು ಸೂಚಿಸುತ್ತದೆ. ಕಥಾನಕದಲ್ಲಿ 'ಅದ್ಭುತ ರಾಮಾಯಣ'ದ ವರ್ಚಸ್ಸನ್ನೂ ಕೆಲವರು ಊಹಿಸುತ್ತಾರೆ. 'ಆನಂದರಾಮಾಯಣ ಮತ್ತು ಅಧ್ಯಾತ್ಮ ರಾಮಾಯಣಗಳ' ಪ್ರೇರಣೆಯೂ ಅದಕ್ಕಿದೆ. ನೇರವಾದ ಕಥನಗತಿಯ ಮೂಲಕ ಸಂಕ್ಷೇಪದಲ್ಲಿಯೇ ಕವಿಗೆ ಹೆಚ್ಚು ಆಸಕ್ತಿ. ಆದರೂ ತನಗೆ ತೋರಿದಾಗ ಮಹತ್ವದ ಸಂದರ್ಭಗಳನ್ನು ಅವನು ವಿಸ್ತರಿಸುತ್ತಾನೆ. ಅರ್ಧಕ್ಕಿಂತ ಹೆಚ್ಚು ಭಾಗವನ್ನು ಯುದ್ಧಕಾಂಡವೇ ಆಕ್ರಮಿಸಿಕೊಂಡಿದೆ ಎಂಬುದನ್ನು ಗಮನಿಸಬೇಕು. ಮೂಲಕಥೆಯ ಅನುವಾದದಲ್ಲಿ ಕೆಲವು ವ್ಯತ್ಯಾಸಗಳನ್ನು ಮಾಡಲಾಗಿದೆ. ಅವು ಸಾಮಾನ್ಯವಾಗಿ ಕಥೆಯ ಸ್ವಾರಸ್ಯವನ್ನು ಹೆಚ್ಚಿಸಲು ಬರವಣಿಗೆಯ ಭರದಲ್ಲಿ ಆದುವು, ಅಷ್ಟೇನೂ ಕಣ್ಣುಕೋರೈಸುವಂಥಲ್ಲ. ಮಂಥರೆ ಜ್ಞಾತಿದಾಸಿಯಾಗಿರದೆ ಮಾಯೆಯ ಅವತಾರವಾಗಿದ್ದಾಳೆ. ರಾಜ್ಯಾಭಿಷೇಕದ ದಿನ ತನ್ನ ಬಳಿಗೆ ಬಂದ ಮುನಿ ವಸಿಷ್ಠನಿಗೆ ರಾಮನು ಹೇಳಿದನಂತೆ : "ಕಂಡೆನಿದೊಂದು ಕನಸನು ಕಾನನದೊಳರವಿಂದಮುಖಿಸಹಿತೆಮಗೆ ಸಂಭವಿಸಿತು ಪರಿಭ್ರಮಣ" (ಅಯೋಧ್ಯಾ ಕಾಂಡ, ೨–೧೫), ಮುನಿವೇಷದಲ್ಲಿ ರಾವಣು ಬರಲು ಸೀತೆ "ನಮ್ಮಯ್ಯ ಜನಕ ಬಂದವೊಲಾಯಿತೆಂದಳು ಮುಗಿದು ಕರಯುಗವ" (ಅರಣ್ಯಕಾಂಡ, ೯–೨೪), ಮುಂದೆ "ಮಾರೀಚನೆಂಬಗ್ಗಳದ ಮಾಯಾಮೃಗದಲಲಿದನು ರಾಮನೆಂಬ ನೃಪ" (೯–೩೩) ಎಂದು ರಾವಣ ಸುಳ್ಳಾಡುತ್ತಾನೆ. ಹೀಗೆ ಇನ್ನೂ ಕೆಲವನ್ನು ಗುರುತಿಸಬಹುದು. ಪಾತ್ರದೃಷ್ಟಿಯಿಂದ ರಾವಣನಲ್ಲಿ ಒಳ್ಳೆಯತನದ ಅಂಶಗಳನ್ನು ತೋರಿಸುವ ಪ್ರಯತ್ನವು ಕಾಣುತ್ತದೆ. ಅವನು ಯುದ್ಧಕ್ಕೆ ಹೊರಡುವ ಮುಂಚೆ ತನ್ನ ಸಂಪತ್ತಿಯನ್ನೆಲ್ಲ ಬಡಬಗ್ಗರಿಗೆ ದಾನ ಮಾಡಿ, ಸೆರೆಯಲ್ಲಿದ್ದವರ ಬಿಡುಗಡೆ ಮಾಡಿ, ತಾನು ಅಳಿದರೆ ನಂಬಿಗೆಗೇಡಾದ ವಿಭೀಷಣನನ್ನು ಪತಿಕರಿಸಬೇಕೆಂದು ನೇಮಿಸಿದನಂತೆ. ರಣಪರಾಜಿತನಾಗಿರುವ ಕ್ಷಣದಲ್ಲಿ ಅವನಿಗೆ ಪಶ್ಚಾತ್ತಾಪವಾಗಿದೆ : "ಮಾಣದಾದೆನು ಮಾವನಾಡಿದ ವಾಣಿಯಲಿ ಕಾಮುಕವಿಕಾರದಿ ಕಾಣದಾದೆನು ಕಲಿವಿಭೀಷಣನುಚಿತಭಾಷಣವ" (ಯುದ್ಧಕಾಂಡ, ೪೮–೨) ಎಂದು ಮರುಗಿ ಇನ್ನೇನು ಉಪಾಯವೆಂದು ಅವನು ಸ್ವಲ್ಪ ಹೊತ್ತು ಹೊಯ್ದಾಡುತ್ತಾನೆ. ಆದರೆ ಅವನ ಮೂಲ ಪ್ರಕೃತಿ ಅವನನ್ನು ಬಿಡುವುದಿಲ್ಲ. ಅವನು ಮಹಾನುಭಾವ ಎಂಬ ವಿಶೇಷಣಕ್ಕೆ ಯೋಗ್ಯನಲ್ಲ. ನಾಗಚಂದ್ರನ ರಾವಣ ಚಿತ್ರದ ಪರಿಣಾಮ ಈ ನಿರೂಪಣೆಯ ಮೇಲೆ ಆಗಿರಬಹುದೆಂಬ ಅನುಮಾನ ಅಷ್ಟು ಸರಿಯಲ್ಲ. ಕವಿಗೇ ಆ ಸಂದರ್ಭದಲ್ಲಿ ತೋರಿದ ಅಂಶವಿರಬೇಕು. ಇಬ್ಬರ ಪಾತ್ರಕಲ್ಪನೆ, ಕಥನಪರಂಪರೆ ಬೇರೆಯೇ ಆಗಿವೆ.

'ವಾಲ್ಮೀಕಿರಾಮಾಯಣ'ವನ್ನು ಕನ್ನಡಿಸುವಲ್ಲಿ ಕುಮಾರವಾಲ್ಮೀಕಿ ಭಕ್ತಿಯನ್ನೂ ನಿಷ್ಠೆಯನ್ನೂ ತೋರಿದಷ್ಟು ಕವಿತಾಶಕ್ತಿಯನ್ನು ತೋರಿಲ್ಲ. ಜೀವಾಳದ ಸಂದರ್ಭಗಳಲ್ಲಿ ಅವನು ಚಿತ್ರಗಳನ್ನು ಸರಿಯಾಗಿ ಬಿಡಿಸುತ್ತಾನೆ. ಪಾತ್ರಗಳ ಮನೋಧರ್ಮವನ್ನು ಹೊರಪಡಿಸುತ್ತಾನೆ. ಕಥನಶೈಲಿಯಲ್ಲಿ ಓಟವಿದೆ, ಮಾಟವಿದೆ. ಆದರೆ ಬರವಣಿಗೆ ಉಜ್ವಲವಾಗಿ ಏರೇರುತ್ತ ಹೋಗುವುದಿಲ್ಲ. ಬಹುವಾಗಿ

ಮಧ್ಯಮಸಪ್ತಕದಲ್ಲಿ ನಡೆದಿರುವ ಸಾಂಪ್ರದಾಯಿಕ ಗಾಯನದಂತೆ ಅದು ತೋರುತ್ತದೆ. ಅವನ ವೇಗ ಕೆಲವು ಸಲ ರಸಭಂಗಕ್ಕೆ ಕಾರಣವಾಗುತ್ತದೆ. ತನ್ನ ವರಗಳೆರಡನ್ನು ಕೈಕೇಯಿ ವಿವರಿಸಿ ಹೇಳಿದೊಡನೆ "ವನಿತೆಯುತ್ತರದಲಗು ನಾಟಿತು ಜನಪನುರವನು" (ಅಯೋಧ್ಯಾಕಾಂಡ, ೨-೮) ಎಂದು ಮುಂತಾಗಿ ಒಂದು ಪದ್ಯದಲ್ಲಿ ವರ್ಣಿಸಿ ಮುಂದಿನದರಲ್ಲಿ ರಾತ್ರಿ ಕಳೆದು ಬೆಳಗಾಯಿತು ಎಂಬುದನ್ನು ಕವಿ ಹೇಳಲು ಧಾವಿಸಿದ್ದಾನೆ. ಅದೂ ಹೇಗೆ ? ರಾವಣನ ವಧೆಗಾಗಿ ರಾಮ ತೊಡಗುವ ನೆಂದು ಶಚಿ "ಪೊಂದಳಿಗೆಯ ನಿವಾಳಿಯ ಧರಿಸಿದಳೊ" ಎಂಬಂತೆ ಸೂರ್ಯಬಿಂಬ ತೋರಿತಂತೆ. ಕಲ್ಪನೆ ತನ್ನಷ್ಟಕ್ಕೆ ಚೆನ್ನಾಗಿದ್ದರೂ ಕರುಣಸಂದರ್ಭದಲ್ಲಿ ಅದು ಹೊಂದಿಕೊಳ್ಳುವುದಿಲ್ಲ. ಶೋಕ ಮೂಢನಾದ ದಶರಥನ ಹತ್ತಿರ ರಾಮ ಬರಲು ಅವನ ಮಾತನ್ನು ಕೇಳಿದೊಡನೆ "ರಾಮನೇ ಬಂದಾತ ಜಗದಭಿರಾಮನೇ ನುಡಿವಾತ ಮಂಗಳನಾಮನೇ" (೨-೩೧) ಮುಂತಾದ ದಶರಥನ ಉದ್ಗಾರವೂ ಮುಂದಣ ವಿಲಾಪವೂ ಸಹಜ ರಮ್ಯವಾಗಿವೆ. ಇಲ್ಲಿ ಸುಕ್ಷೇಪದ ಬದಲು ಸಮುಚಿತ ವಿಸ್ತಾರವು ಒಂದು ಸಂದರ್ಭಕ್ಕೆ ಕಳೆಕಟ್ಟಿದೆ. "ಪರಮಹರುಷದ್ರುಮದ ಬೇರಿಂಗೆ ಉರಿಯನುರೆ ಚಾಚಿದೆವಲಾ" (೨-೩೭) ಎಂಬ ದಶರಥನ ಕೂಗು ಕರುಳನ್ನು ಹಿಂಡುತ್ತದೆ. ಸೀತಾಹರಣದ ಸಂದರ್ಭದಲ್ಲಿಯೂ ತಕ್ಕಮಟ್ಟಿಗೆ ವಿಸ್ತಾರವಿದ್ದರೂ ಅಲ್ಲಿ ಮುನಿವೇಶದ ರಾವಣನ ಮೋಸಗಾರಿಕೆಯನ್ನು ಬಣ್ಣಿಸುವಲ್ಲಿ ಕಲೆಯನ್ನು ವ್ಯಯಿಸಲಾಗಿದೆ. ಸೀತೆಯನ್ನು ತನ್ನ ಐಶ್ವರ್ಯ-ಅಧಿಕಾರಗಳ ಮೋಹಿನಿಯಿಂದ ವಶಗೊಳಿಸಿಕೊಳ್ಳಬೇಕೆಂದು ಅವನಾಡಿದ ಪಂಟುನುಡಿಗಳು ಅಂಥ ಕಲೆಯ ಎತ್ತರಕ್ಕೆ ಹೋಗುವುದಿಲ್ಲ. ಇಲ್ಲಿ 'ಪಂಪರಾಮಾಯಣ'ಕ್ಕೆ ಹೋಲಿಸಿ ನೋಡಬಹುದು. ಸೀತೆ ಮೊದಲು ಮೋಸಹೋಗಿ ಮಧುರ ವಚನಗಳಿಂದ ಉಪಚರಿಸಿ ಆಮೇಲೆ ರೋಷದಿಂದ ಕೊಂಚ ಬಯ್ದಾಡಿದಳೆಂದು ಮಾತ್ರ ಇಲ್ಲಿದೆ. ಇನ್ನೂ ಹೆಚ್ಚಾದ ಪಾತ್ರನಿರೂಪಣೆ ಅವಶ್ಯವಾಗಿತ್ತು. ಒಟ್ಟಿನಲ್ಲಿ ಕುಮಾರವಾಲ್ಮೀಕಿಯ ಯೋಗ್ಯತೆ ಮಧ್ಯಮಪ್ರತಿಯದಾದ ಕಾರಣ ಅವನ ಕಥನಕಲೆಯಲ್ಲಿ ಮಧ್ಯಮಗುಣ ತೋರಿದೆ. ಕುಮಾರವ್ಯಾಸ ನಂತೆ ಭಾರತೀಯಪರಂಪರೆಯಲ್ಲಿ ಪರಮಪೂಜ್ಯವಾದ ಗ್ರಂಥವನ್ನು ಕುಮಾರವಾಲ್ಮೀಕಿ ಅನುವಾದ ಕ್ಕೆಂದು ಆರಿಸಿದನು. ಅವನ ಹಾಗೆ ಭಾಗವತದೃಷ್ಟಿಯನ್ನು ಬೆಳೆಸಿಕೊಂಡನು. ಆದರೆ ಅವನು ಅಸಾಧಾರಣಪ್ರತಿಭೆಯಿಲ್ಲದ ಕಾರಣ ಮಹಾಕೃತಿಯನ್ನು ನಿರ್ಮಿಸಲಿಲ್ಲ.

ಸರಸವರ್ಣಕಕವಿಗಳೊಳು ಭಾ-
ಸುರಕುಮಾರವ್ಯಾಸನೊಬ್ಬನು
ಪರಿಕಿಪೊಡೆ ತಾನೊಬ್ಬ ಮಗುಳೆರಡನೆಯ ವರ್ಣಕಕೆ ।
ವರಕುಮಾರವ್ಯಾಸನೊಬ್ಬನು-
ಯೆರಡನೆಯ ತಾನೊಬ್ಬ ಮಿಕ್ಕಿನ
ಬರಡುಕವಿಗಳ ಲೆಕ್ಕಿಸುವನೆ ಕುಮಾರವಾಲ್ಮೀಕಿ ॥ (ಯುದ್ಧಕಾಂಡ, ೫೫-೭೭)

ಎಂಬ ಅವನ ಶ್ಲಾಘನೆ ಅರ್ಧಸತ್ಯವಾಗಿದೆ, ಅವನ ಮಟ್ಟಿಗೆ ಹುಸಿಹೆಮ್ಮೆಯ ನುಡಿಯಾಗಿದೆ.

ಕುಮಾರವಾಲ್ಮೀಕಿಯ ಭಾಷೆ ಮತ್ತು ಭಾಮಿನೀಷಟ್ಪದಿಯ ನುಡಿ ಇವುಗಳಲ್ಲಿ ಕಥನಕ್ಕಿಂತ ಮಿಗಿಲಾದ ಶಕ್ತಿಯಿದೆ, ಆಕರ್ಷಣೆಯಿದೆ. ಇಲ್ಲಿ ಕುಮಾರವ್ಯಾಸನ ಪ್ರಭಾವವೂ ಸುಸ್ಪಷ್ಟವಾಗಿದೆ, ಅವನ ಅನೇಕ ದೇಶ್ಯ-ಅನ್ಯದೇಶ್ಯಗಳನ್ನು ಕವಿ ಎತ್ತಿಕೊಂಡಿದ್ದಾನೆ. ಆದರೂ "ಪರರ ಬಗೆ ಪರರುಕ್ತಿ.... ತಿರುಗಿನೋಡದ ಬಿರುದು ಬೇರೆ ಕುಮಾರವಾಲ್ಮೀಕಿಯ ವಚೋಹಲರಿ" ಎಂಬುದು ಕುಮಾರವ್ಯಾಸನ "ಪರರೊಡ್ಡವದ ರೀತಿಯ ಕೊಳ್ಳದಗ್ಗಳಿಕೆ" ಎಂಬುದರ ಅನುಕರಣವಾಗಿದ್ದು ಪದ್ಯರೂಪದಲ್ಲಿಯೇ ತನ್ನ ಅಸತ್ಯವನ್ನು ಸಾರಿದೆ ! ಕುಮಾರವ್ಯಾಸನಲ್ಲದೆ ಕಾಳಿದಾಸನಿಂದಲೂ ಅವನು ಕಲ್ಪನೆ-ಶೈಲಿಗಳಲ್ಲಿ ಪ್ರಭಾವಿತನಾಗಿದ್ದಾನೆ. ಪರರಿಂದ ಏನನ್ನೂ ಕೊಂಡಿಲ್ಲವೆಂಬ ಅಗ್ಗಳಿಕೆ ಶ್ರೇಷ್ಠಪ್ರತಿಭೆಯ ಕುಮಾರವ್ಯಾಸನ ವಿಷಯದಲ್ಲಿಯೇ ಸಟೆಯಾಗಿರುವಾಗ ಕುಮಾರವಾಲ್ಮೀಕಿಯಲ್ಲಿ

ಸಟೆಯಾದರೆ ಆಶ್ಚರ್ಯವೇನು ?

ಕುಮಾರವ್ಯಾಸನಿಂದ ಸ್ಫೂರ್ತಿಪಡೆದು ಅವನ ಗ್ರಂಥವನ್ನೇ ಪೂರ್ತಿಗೊಳಿಸಿದವನು ತಿಮ್ಮಣ್ಣಕವಿ. ಕೃಷ್ಣದೇವರಾಯನ ಓಲಗದಲ್ಲಿದ್ದು ಅವನಿಂದ ಸಂಮಾನಿತನಾಗಿ ಉತ್ತರಭಾರತದ ಏಳು ಪರ್ವಗಳನ್ನು ಅವನು ಕನ್ನಡಕ್ಕೆ ತಂದನು. "ಲೇಸೆನಿಸಿ ಮೊದಲಾ ಕುಮಾರವ್ಯಾಸ ದಶಪರ್ವ ಗಳ ಹೇಳಿದ, ಭಾರತದ ಉಳಿದ ಪರ್ವಗಳ ನೀ ಸಕಲಜನ ಮೆಚ್ಚುವಂತೆ ಹೇಳು ; ಸುರ ನದಿಯ ಯಮುನಾತರಂಗಿಣಿ ಬೆರಸಿ ಹರಿವಂದದಲಿ ಕವಿಕುಂಜರ ಕುಮಾರವ್ಯಾಸನುರುವಾಗ್ಲಹರಿ ಯೊಡನೀಗ ಸರಿಯೆನಿಸಿ ನೀ ಕೂಡಿಸೈ" ಎಂದು ಕೃಷ್ಣರಾಯನು ಆಜ್ಞಾಪಿಸಲು, ಹಸಾದವೆಂದು ಅವನ ಅಂಕಿತದಲ್ಲಿ ತಾನು ಬರೆದುದಾಗಿ ತಿಮ್ಮಣ್ಣ ಹೇಳಿದ್ದಾನೆ. ಗ್ರಂಥಕ್ಕೆ ಅಂತೆಯೇ 'ಕೃಷ್ಣರಾಯ ಭಾರತ' ಎಂಬ ಹೆಸರು ಕೊಟ್ಟಿದ್ದಾನೆ. ಕೃಷ್ಣರಾಯನು 'ಕನ್ನಡ ರಾಜ್ಯ ರಮಾರಮಣ'ನಾಗಿದ್ದರೂ ತೆಲುಗು ಗ್ರಂಥ ಕಾರನೂ ತೆಲುಗು ಕವಿಗಳಿಗೆ ಆಶ್ರಯದಾತನೂ ಆಗಿದ್ದನು. ಅವನ ಕಾಲದಲ್ಲಿ ಕನ್ನಡ ತೆಲುಗು ಸಾಹಿತ್ಯಗಳು ಮೇಲಾದ ಅನ್ಯೋನ್ಯಪ್ರಭಾವವನ್ನು ಪಡೆದುವು. ತಿಮ್ಮಣ್ಣನ ಭಾರತದಲ್ಲಿ ತೆಲುಗಿನ 'ಕವಿಬ್ರಹ್ಮ'ನಾದ ತಿಕ್ಕನನ ವರ್ಚಸ್ಸು ತೋರಿ ಬರುತ್ತದೆ, ತಿಕ್ಕನನು ೧೩ನೆಯ ಶತಮಾನದಲ್ಲಿದ್ದು ವಿರಾಟಪರ್ವದಿಂದ ಮುಂದಿನ ಪರ್ವಗಳನ್ನು ತೆಲುಗಿಸಿದ್ದಾನೆಂದು ಹೇಳುತ್ತಾರೆ. ತಿಕ್ಕನನೇ ಸಂಸ್ಕೃತ, ತೆಲುಗು ಭಾರತಗಳ ಪ್ರಭಾವಕ್ಕೆ ಒಳಪಟ್ಟು ತಕ್ಕಮಟ್ಟಿಗೆ ಅನುವಾದಕಾರ್ಯದಲ್ಲಿ ಯಶಸ್ವಿಯಾಗಿದ್ದಾನೆ. ಅವನ ಬರವಣಿಗೆಯಲ್ಲಿ ಪ್ರಸನ್ನತೆಯಿದೆ, ಓಘವಿದೆ. ಕಲ್ಪನೆ ಚಮತ್ಕೃತಿಯ ಚದುರನ್ನು ತೋರುತ್ತದೆ. ಆದರೂ 'ಕರ್ಣಾಟಕಕವಿಕುಲಸಾರ್ವಭೌಮ' ಎಂಬ ಬಿರುದು ಯಥಾರ್ಥವಾಗಿಲ್ಲ. 'ಕವಿಕುಂಜರ ಕುಮಾರವ್ಯಾಸನುರುವಾಗ್ಲಹರಿ'ಯೊಡನೆ ಅದು ಸರಿಯಾಗಿಲ್ಲ, ಸಮಾನಗುಣವನ್ನು ಪಡೆದಿಲ್ಲ. ಗಂಗೆಯಲ್ಲಿ ಯಮುನೆಯ ಪ್ರವಾಹ ಸೇರಿದರೂ ತನ್ನ ಬೇರೆ ಬಣ್ಣದಿಂದ ಹರಿಯುವಂತೆ ಕುಮಾರವ್ಯಾಸನೊಡನೆ ತಿಮ್ಮಣ್ಣನ ಪ್ರತಿಭೆ ಪ್ರತ್ಯೇಕ ವಾಗಿ ಸಾಗಿದೆ. ಗಂಗೆಯ ತೀವ್ರರಭಸ, ಧವಳ ಕಾಂತಿ, ಉತ್ಕಟರುಚಿ ಯಮುನೆಯಲ್ಲಿ ಹೇಗೆ ತೋರೀತು ?

ಸುಮಾರು ಇದೇ ಕಾಲದಲ್ಲಿ ಭಾರತದ ಮತ್ತೆ ಬೇರೆ ಅನುವಾದ ಮತ್ತು ಭಾಗವತದ ಮೊದಲನೆಯ ಪದ್ಯರೂಪ ಅನುವಾದ ಇವು ಕನ್ನಡಕ್ಕೆ ದೊರೆತುವು. 'ಚಾಟುವಿಠ್ಠಲನಾಥ'ನೆಂಬ ಕವಿ ಇದನ್ನು ರಚಿಸಿದನೆಂದು ಕವಿಚರಿತೆಕಾರರು ಹೇಳಿದ್ದಾರೆ. ಭಾರತ ಹಾಗೂ ಭಾಗವತ ಇವೆರಡೂ ಗ್ರಂಥಗಳ ಕರ್ತೃತ್ವವು ಚರ್ಚಾಸ್ಪದವಾಗಿದೆ. ಒಬ್ಬನೇ ಕವಿ 'ಭಾಗವತ'ವನ್ನು ಕನ್ನಡಿಸಿಲ್ಲವೆಂದೂ ಆರಾಧ್ಯೇಂದ್ರ ಅಥವಾ ನಿತ್ಯಾತ್ಮನಾಥ, ವಿದ್ಯಾಯೋಗಿ ಅಥವಾ ವಿದ್ಯಾನಾಥ, ಸದಾನಂದಯೋಗಿ, ನಿರ್ವಾಣನಾಥ ಮತ್ತು ಚಾಟುವಿಠ್ಠಲನಾಥ ಎಂದು ಐವರು ಅದರ ಬೇರೆ ಬೇರೆ ಭಾಗಗಳ ಅನುವಾದಕ ರೆಂದೂ ಬೆಟಗೇರಿ ಕೃಷ್ಣಶರ್ಮರು ಅಭಿಪ್ರಾಯಪಟ್ಟಿದ್ದಾರೆ.[1] 'ಭಾಗವತ'ದ ಹತ್ತು ಸ್ಕಂಧಗಳನ್ನು ಆರಾಧ್ಯೇಂದ್ರ ಬರೆದನೆಂದೂ, ೧೧ನೆಯ ಸ್ಕಂಧವನ್ನು ಸದಾನಂದಯೋಗಿ ಬರೆದನೆಂದೂ ತಿಳಿಯಲು ಆಧಾರವಿದೆ. ಇವರೆಲ್ಲರ ಕೃತಿಗಳನ್ನು ಒಟ್ಟುಗೂಡಿಸಿ ಸಂಗ್ರಹಗೊಳಿಸಿದ ಶ್ರೇಯಸ್ಸು ಮಾತ್ರ ಚಾಟು ವಿಠ್ಠಲನಾಥನಿಗೆ ಸಲ್ಲುತ್ತದೆ. ಇವರೆಲ್ಲರೂ ಸಂನ್ಯಾಸಿಗಳಾಗಿದ್ದು ಉತ್ತರಭಾರತದಲ್ಲಿ ಪ್ರಚಾರದಲ್ಲಿದ್ದ 'ನವನಾಥಪಂಥ'ದವರಿರಬೇಕೆಂದು ಬೆಟಗೇರಿಯವರು ಊಹಿಸಿದ್ದಾರೆ. ಇದೇ ಕಾಲದಲ್ಲಿದ್ದ ಮಹಾ ರಾಷ್ಟ್ರೀಯ ಸಂತಕವಿ 'ಏಕನಾಥ'ನು ಮರಾಠಿಯಲ್ಲಿ 'ಭಾಗವತ'ವನ್ನು ಭಾಮಿನೀಷಟ್ಪದಿಯ ೧೭ ಸಾವಿರಕ್ಕೆ ಮಿಕ್ಕಿದ ಪದ್ಯಗಳಲ್ಲಿ ೨೪೦ ಸಂಧಿಗಳಲ್ಲಿ ಬರೆದಿದ್ದಾನೆ. ಹರಿಗುಣಸ್ತುತಿ, ಹರಿಪದಾಂಬುಜ ಶರಣನ ಸಂಕೀರ್ತನಸ್ತುತಿ, ಹರಿಪದಾನತ ಭಕ್ತಿ ತತ್ಸಾಧನದ ವಿಸ್ತಾರ ಮುಂತಾಗಿ ಅದರಲ್ಲಿ 'ಸಂಗ್ರಹ ವಾಗಿ' ಬಂದಿರುವುದು. ಹೀಗೆ ಭಾಗವತಸಂಪ್ರದಾಯಿಗಳಾದ ಕನ್ನಡಿಗರಿಗೆ ಹರಿಭಕ್ತಿಕೋಶವೊಂದು ದೊರಕಿತು. ಕೃಷ್ಣಕಥೆಯ, ಭಕ್ತಿಯ ಹಾಗೂ ತತ್ತ್ವದ ನಿರೂಪಣೆಯನ್ನು ಮೂಲಾನುಸಾರಿಯಾಗಿ

ಮಾಡಿರುವುದರಲ್ಲಿ ಇದರ ಸಾಜಸೊಬಗಿದೆ, ದೇಸಿಯ ಕಸುವಿದೆ. ಎರಡನೆಯ ಗ್ರಂಥ 'ಭಾರತ'ದ ಆದಿಪರ್ವಕ್ಕೆ ಸೇರಿದ ಪೌಲೋಮ, ಆಸ್ತಿಕ ಎಂಬ ಪರ್ವಗಳ ಕನ್ನಡ ಅನುವಾದವಾಗಿದೆ. 'ನಿತ್ಯಾತ್ಮ ನಾರಾಯಣ' ಎಂಬ ಅಂಕಿತವು ಸಂಧಿಯ ಕೊನೆಗಳಲ್ಲಿ ಬರುತ್ತದೆ. ಚಾಟುವಿಠ್ಠಲನ ಉಲ್ಲೇಖವಿಲ್ಲ. ನಿತ್ಯಾತ್ಮನು ಆರಾಧ್ಯೇಂದ್ರ ಎಂಬ ಬೇರೆ ಕವಿಯಾಗಿದ್ದುದೇ ನಿಜವಾದರೆ ಇದರ ಕರ್ತೃತ್ವ ಚಾಟು ವಿಠ್ಠಲನಿಗೆ ದೊರೆಯುವುದಿಲ್ಲ. ಇದರಲ್ಲಿ ಸರಳಕಥನವಿದೆ. ಕುಮಾರವ್ಯಾಸನ ಪ್ರಭಾವವಿದ್ದರೂ, ಅವನ ಪ್ರತಿಭೆ ಕಿಂಚಿತ್ತಾದರೂ ಕಾಣದು. ಸಾಂಪ್ರದಾಯಿಕ ವ್ಯಾಕರಣಕ್ಕೆ ಸಂಮತವಲ್ಲದ ಅಶುದ್ಧದೇಶಿ ಇದರಲ್ಲಿ ಹಣೆಯಿಕ್ಕಿದೆ.

## ಲಕ್ಷ್ಮೀಶ

ಕುಮಾರವ್ಯಾಸನು ಪೂರ್ವಭಾರತವೆನ್ನಬಹುದಾದ ಹತ್ತು ಪರ್ವಗಳನ್ನು ಕನ್ನಡಿಸಿದನು ; ತಿಮ್ಮಣ್ಣಕವಿ ಉತ್ತರಭಾರತವನ್ನು ಅನುವಾದಿಸಿದನು ; ಉತ್ತರೋತ್ತರಭಾರತವೆನ್ನಬಹುದಾದ 'ಜೈಮಿನಿಭಾರತ'ವನ್ನು ಲಕ್ಷ್ಮೀಶನು ಕನ್ನಡಕ್ಕೆ ಒದವಿಸಿದನು. ಲಕ್ಷ್ಮೀಶನ ಕಾಲವಿಚಾರವನ್ನು ಹಿಂದೆ ಪ್ರಸ್ತಾಪಿಸಿದೆ. ಅವನು ೧೬ನೆಯ ಶತಮಾನದ ಉತ್ತರಾರ್ಧಕ್ಕಿಂತ ಮುಂಚಿನವನೆಂದು ತೋರಿಸ ಲಾಗಿದೆ. ಅವನ ಸ್ಥಳ ದೇವನೂರೋ ಸುರಪುರವೋ ಎಂಬುದರ ಚರ್ಚೆ ಬೆಳೆದಿದೆ. ದೇವನೂರು ಇರಬೇಕೆಂದು ಸಿದ್ಧಮಾಡಲು ಕೊಟ್ಟಿರುವ ಎಲ್ಲ ಪ್ರಮಾಣಗಳನ್ನು ಅಂಗೀಕರಿಸುವುದು ಸಾಧ್ಯವಿಲ್ಲ ವಾದರೂ ಸುರಪುರ–ಪಕ್ಷಕ್ಕಿಂತ ಅವು ನಂಬತಕ್ಕುವೆಂದು ತೋರುತ್ತದೆ. ಲಕ್ಷ್ಮೀಶನ ಹೆಸರಿನ ಸುತ್ತ ಸಟೆ–ದಿಟ ಬೆರೆತ ಒಂದು ಪರಿವೇಷ ದೇವನೂರಿನಲ್ಲಿರುವುದೇ ಅವನು ಆ ಊರವನಿರಬಹುದೆಂಬು ದಕ್ಕೆ ಸಾಕ್ಷಿಯಾಗಿದೆ. ಅವನ ಮತವಿಷಯವೂ ವಿಸ್ತಾರವಾದ ಚರ್ಚೆಗೆ ಒಳಗಾಗಿದೆ. ಅವನು ಕುಮಾರವ್ಯಾಸನಂತೆ ಭಾಗವತಸಂಪ್ರದಾಯಿಯೆಂಬುದನ್ನು ಎಲ್ಲರೂ ಒಪ್ಪುವಂತಿದೆ. ಅದೇ ಅವನ ವ್ಯಕ್ತಿತ್ವದ ಜೀವಾಳವನ್ನು ಸೂಚಿಸುತ್ತದೆ. 'ಜೈಮಿನಿಭಾರತ'ಕ್ಕೆ ಅದರಿಂದಲೇ ಉತ್ಕಟಭಕ್ತಿಯ ಮತ್ತು ವಿಶಾಲಮನೋಭಾವದ ಮಿರುಗುಬಂದಿದೆ. ಇನ್ನುಳಿದುದು ಅವನು ಶೈವನೋ ಶ್ರೀವೈಷ್ಣವನೋ ಎಂಬ ವಾದ. ಒಮ್ಮೆ ಹಾಗೆ ಒಮ್ಮೆ ಹೀಗೆ ತೋರುವಂತಿದೆ. ಸದ್ಯಕ್ಕೆ ಈ ವಿಷಯದ ನಿರ್ಧಾರ ಸಾಧ್ಯ ವಿಲ್ಲ ಎಂದರೆ ತಪ್ಪೇನು ? ಗೋವಿಂದ ಪೈಯವರು ಹೇಳುವಂತೆ ಅವನ ಮತವು ಭಾಗವತ ಸಂಪ್ರದಾಯವೇ ಆಗಿದ್ದಿರಬೇಕೆನ್ನುವುದರಿಂದ ಪ್ರಶ್ನೆ ಬಗೆಹರಿಯಿತೆಂದು ಮಾತ್ರ ಭಾವಿಸಕೂಡದು. ಯಾಕೆಂದರೆ ವೈದಿಕಪರಂಪರೆಯ ಮತತ್ರಯದಲ್ಲಿ ಅವನು ಜನ್ಮತಃ ಯಾವುದಕ್ಕೆ ಸಂಬಂಧಪಟ್ಟವನು ಎಂಬ ಪ್ರಶ್ನೆಗೆ ಅದು ಉತ್ತರವಲ್ಲ.

ಲಕ್ಷ್ಮೀಶನ ಕೃತಿ ಸಂಸ್ಕೃತ ಜೈಮಿನಿಭಾರತದ ಸಂಗ್ರಹರೂಪವಾದ ಅನುವಾದವಾಗಿದೆ. ಮೂಲದ ೬೮ ಅಧ್ಯಾಯದ ವಿಸ್ತಾರವು ಇಲ್ಲಿ ೩೪ ಸಂಧಿಗಳಲ್ಲಿ ಅಡಕವಾಗಿದೆ. ಈ ಅಡಕದಲ್ಲಿಯೂ ಇದರ ಹರಹು ಇದ್ದೇ ಇದೆ. ಸಾಮಾನ್ಯವಾಗಿ ಕನ್ನಡಕವಿಗಳ ಪದ್ಧತಿಯಲ್ಲಿ ಅವನು ಮೂಲವನ್ನು ಬಹುಮಟ್ಟಿಗೆ ಅನುಸರಿಸಿದ್ದಾನೆ. ಎದ್ದುಕಾಣುವಂಥ ವ್ಯತ್ಯಾಸಗಳನ್ನು ಯಾವಲ್ಲಿಯೂ ಮಾಡಿ ಕೊಂಡಿಲ್ಲ. ಇಷ್ಟಾದರೂ ಸಂಗ್ರಹಕಾರ್ಯದಲ್ಲಿ ಅವನ ಸ್ವತಂತ್ರ ಪ್ರತಿಭೆ ಬೆಳಗದೆ ಇಲ್ಲ. ಮೂಲ ದಲ್ಲಿಯೂ ಹಲವಾರು ಧಾರ್ಮಿಕ ಮಹತ್ವದ ಮತ್ತು ಕಾವ್ಯಬಂಧಕ್ಕೆ ಅನಾವಶ್ಯಕವಾದ ವರ್ಣನೆ–ಬೋಧನೆಗಳನ್ನು ಅವನು ಬಿಟ್ಟಿದ್ದಾನೆ. ನವೀನ ಮತ್ತು ಪ್ರಸಂಗೋಚಿತವಾದ ವರ್ಣನೆಗಳನ್ನು ಸೇರಿಸಿದ್ದಾರೆ. ಅಲ್ಲಲ್ಲಿ ಮೂಲವಿಸ್ತಾರವನ್ನು ಮಾಡಿದ್ದಾನೆ. ಶೃಂಗಾರ, ವಿಶೇಷವಾಗಿ ಭಕ್ತಿ ಮತ್ತು ವೀರ—ಈ ರಸಗಳ ವರ್ಣನೆಗೆ ಹೆಚ್ಚಿನ ಅವಕಾಶವನ್ನು ಕಲ್ಪಿಸಿದ್ದಾನೆ. ಕಥಾಸಂಗತಿಗಳಲ್ಲಿ ಕನ್ನಡ 'ಜೈಮಿನಿಭಾರತ'ಕ್ಕೂ ಸಂಸ್ಕೃತದ 'ಜೈಮಿನಿಭಾರತ'ಕ್ಕೂ ಇರುವ ಹಲವು ಸಾಧಾರಣ ವ್ಯತ್ಯಾಸ ಗಳನ್ನು ಗುರುತಿಸಬಹುದು : (೧) ಮರುತ್ತನ ಯಜ್ಞದಲ್ಲಿ ಬ್ರಾಹ್ಮಣರು ಬಿಸುಟ ಧನವನ್ನು

ಧರ್ಮರಾಯನು ತನ್ನ ಅಶ್ವಮೇಧಕ್ಕಾಗಿ ತಂದನು ಎಂಬುದು ಸಂಸ್ಕೃತದ 'ಜೈಮಿನಿಭಾರತ'ದಲ್ಲಿಲ್ಲ. ಅದನ್ನು 'ವ್ಯಾಸಭಾರತ'ದ ಅಶ್ವಮೇಧಪರ್ವದಿಂದ ಲಕ್ಷ್ಮೀಶನು ಎತ್ತಿಕೊಂಡಿದ್ದಾನೆ. (೨) ಬಭ್ರುವಾಹನನು ಕುದುರೆಯ ಪಟದ ಲಿಪಿಯನ್ನು ನೋಡಿದೊಡನೆಯೇ ತನಗೂ ಅರ್ಜುನನಿಗೂ ಇದ್ದ ಸಂಬಂಧವನ್ನರಿತು ಅವನಿಗೆ ಕುದುರೆಯನ್ನೊಪ್ಪಿಸಲು ಹೊರಟನೆಂದು ಸಂಸ್ಕೃತದ 'ಜೈಮಿನಿಭಾರತ'ದಲ್ಲಿದ್ದರೆ ತಾಯಿ ಚಿತ್ರಾಂಗದೆಯ ಬುದ್ಧಿವಾದವನ್ನು ಕೇಳಿದ ಮೇಲೆ ಹಾಗೆ ಮಾಡಿದನೆಂದು ಕನ್ನಡದ 'ಜೈಮಿನಿಭಾರತ'ದಲ್ಲಿದೆ. (೩) ಕುಶಲವರ ಕಾಳಗದ ಸಂಗತಿ ಬಭ್ರುವಾಹನಯುದ್ಧ ಆರಂಭವಾದ ಮೇಲೆ ಸಂಸ್ಕೃತದ 'ಜೈಮಿನಿಭಾರತ'ದಲ್ಲಿ ಹೇಳಲಾಗಿದೆ. ಕನ್ನಡದಲ್ಲಿ ಕಾಳಗಕ್ಕೆ ಮೊದಲೇ ಅದು ವರ್ಣಿತವಾಗಿದೆ. ಇಂಥ ಹಲವು ವ್ಯತ್ಯಾಸಗಳನ್ನುಳಿದರೆ 'ಜೈಮಿನಿಭಾರತ'ವು ಕಥಾನಕದ ಪ್ರಮುಖ ಭಾಗದಲ್ಲಿ ಮತ್ತು ಭಕ್ತಚರಿತ್ರಾವಳಿಯ ಜೋಡಣೆಯ ಸಂಸ್ಕೃತ ಗ್ರಂಥವನ್ನು ಹಿಂಬಾಲಿಸಿರುತ್ತದೆ. 'ವ್ಯಾಸಭಾರತ'ದಲ್ಲಿಯಾಗಲಿ ಪುರಾಣಗಳಲ್ಲಿಯಾಗಲಿ ಕಾಣದೊರೆಯದ ಯೌವನಾಶ್ವ, ಸುಧನ್ವ, ಮಯೂರಧ್ವಜ, ವೀರವರ್ಮ, ಚಂದ್ರಹಾಸ ಮುಂತಾದ ವ್ಯಕ್ತಿಗಳು ಪರಮವೈಷ್ಣವರಾಗಿ ಇಲ್ಲಿ ಬರುತ್ತಾರೆ. ಇವರ ಕಥೆಗಳು ಭಾಗವತಪರಂಪರೆಯಲ್ಲಿ ಪ್ರಚಲಿತವಾಗಿರಬೇಕು, ಚಾರಿತ್ರಿಕ ಸತ್ಯಾಂಶವನ್ನು ಒಳಗೊಂಡಿರಬೇಕು. ಈ ವಿಷಯದಲ್ಲಿ ಸಂಶೋಧನೆ ಮುನ್ನಡೆಯಬೇಕಾಗಿದೆ.[2]

ಲಕ್ಷ್ಮೀಶನ ಕಥನಕಲೆಯನ್ನು ವಿಮರ್ಶಿಸುವಾಗ ಅವನ ಕೃತಿ ಮೂಲವನ್ನು ಎಷ್ಟರಮಟ್ಟಿಗೆ ಅನುಸರಿಸಿದೆ ಎಂಬುದನ್ನು ಅರಿತಿರಬೇಕಾಗುತ್ತದೆ. ಅವನ ಕಥನದಲ್ಲಿಯ ಅನೇಕ ಗುಣದೋಷಗಳಿಗೆ ಮೂಲಾನುಸರಣವೇ ಕಾರಣವಾಗಿದೆ. ಮೂಲದಲ್ಲಿಯ ವಿವಿಧ ವೀರಭಕ್ತರ ಮನಸೆಳೆಯುವ ಚರಿತ್ರೆ, ಹೃದಯಸ್ಪರ್ಶಿಯಾದ ಸಂನಿವೇಶ ಇವುಗಳಿಗೆ ದೊರೆಯುವ ಶ್ರೇಯಸ್ಸು ಅವನದಲ್ಲ. ಹಾಗೆ ಮೂಲದಲ್ಲಿಯ ಅದ್ಭುತ–ಅಸಂಭವಗಳಿಗೂ ಅವನು ಹೊಣೆಗಾರನಲ್ಲ. ಇಷ್ಟಾದರೂ ಮೂಲದಲ್ಲಿಯ ಪುರಾಣಪ್ರಧಾನ ಕಥನವನ್ನು ಕಾವ್ಯಪ್ರಧಾನ ಕಥನವನ್ನಾಗಿಸಿ ಅದನ್ನು ರಸವತ್ತಾಗಿ ಮಾಡಿದ ಕೈವಾಡವೆಲ್ಲ ಲಕ್ಷ್ಮೀಶನದೇ. ಮೂಲದಿಂದ ಬಂದ ಕಥೆ ಯಾವುದೇ ಇರಲಿ ಅದನ್ನು ತನ್ನದಾಗಿ ಮಾಡಿಕೊಂಡು ಅದರ ಸಂನಿವೇಶ–ವ್ಯಕ್ತಿಗಳಲ್ಲಿಯೂ ವರ್ಣನಾಸಂದರ್ಭ–ರಸಸ್ಥಾನಗಳಲ್ಲಿಯೂ ಅತ್ಯಂತ ತಾದಾತ್ಮ್ಯವನ್ನು ಹೊಂದಿ ರುಚಿರುಚಿಯಾಗುವಂತೆ ಹೇಳುವ ಕಥನಕಲೆ ಅವನಲ್ಲಿತ್ತು. ಕತೆಯನ್ನು ಹೇಳಹೇಳುತ್ತ ಅವನು ಸೊಗಸಾದ ಚಿತ್ರಗಳನ್ನು ಬಿಡಿಸುತ್ತಾನೆ. ಉತ್ಪ್ರೇಕ್ಷೆಗಳ ಮಾಲೆಯನ್ನು ರಚಿಸುತ್ತಾನೆ, ಕುಣಿತದ ಗೆಜ್ಜೆಗಳಂತೆ ಮಧುರವಾದ ವಿವಿಧವಾದ ಲಯದಿಂದ ಉಲಿಯುವ ನುಡಿಗಡಣವನ್ನು ಹೆಣೆಯುತ್ತಾನೆ. ಒಮ್ಮೊಮ್ಮೆ ಅವನೆಳೆಯುವ ಸಣ್ಣ ಕುಂಚದ ಗೆರೆಯೂ ಕಥೆಯ ಕುತೂಹಲಕ್ಕೆ ಕಾರಣವಾಗುತ್ತದೆ. ತೀರ ಮೊದಲು ವ್ಯಾಸನು ಧರ್ಮರಾಜನಲ್ಲಿಗೆ ಬರಲು ಅತಿಥಿ ಸತ್ಕಾರವಾದ ಮೇಲೆ "ಅರಸನನುತಾಪದಿಂ ತಲೆವಾಗಿ ಮಾತಾಡದಿರುತಿರ್ದನನಿಲಸಂಚಾರ ಮೊಂದಿನಿತಿಲ್ಲದುರಿವ ಕಡುವೇಸಗೆಯ ಬಿಸಿಲಿಂದ ಬಸವಳಿವ ಕೋಮಲರಸಾಲದಂತೆ" (೨–೧೪). ಮೂಲದಲ್ಲಿ ದುಃಖಾಕ್ರಾಂತನಾದ ಧರ್ಮರಾಜನು "ಜ್ಞಾತಿವಧೆಯ ಪಾಪಕ್ಕೆ ಪರಿಹಾರವೇನು ?" ಎಂದು ವ್ಯಾಸನನ್ನು ತಟ್ಟನೆ ಕೇಳಿಬಿಡುತ್ತಾನೆ. ಇಲ್ಲಿ ಮೊದಲು ಅತಿದುಃಖದಿಂದುಂಟಾದ ಮೌನ, ಆಮೇಲೆ 'ಏನಾಗಿದೆ ?' ಎಂದು ಕೇಳಿದ್ದಕ್ಕೆ "ಜೀಯ ಸಂತಾಪದಿಂ ಬೆಂಡಾದುದೆನ್ನೊಡಲ್ ಸೈರಿಸಲರಿಯೆನು" ಎಂಬ ನಸುಮಾತು, ಕೊನೆಗೆ ಬಿಸುಸುಯ್ಯುತ್ತ ಆಡಿದ ಗೋತ್ರವಧೆಯ ಬಿಚ್ಚುಮಾತು. ಈ ಕ್ರಮ ಎಷ್ಟು ಸಹಜ ಎಂಬುದನ್ನು ನೋಡಬೇಕು. ಧರ್ಮರಾಯನ ಮೊದಲ ಮೌನವನ್ನು ಬಣ್ಣಿಸಲು ಕೊಟ್ಟ ಹೋಲಿಕೆಯ ಸಮರ್ಪಕತೆ, ಹೋಲಿಕೆಯ ನುಡಿಗಳ ನಾದಮಯತೆ ಇವನ್ನು ನಿರುಕಿಸಿದರೆ ಲಕ್ಷ್ಮೀಶನ ಕಥನಶಕ್ತಿಯ ಮತ್ತು ಉನ್ನತ ಪ್ರತಿಭೆಯ ಪ್ರಥಮ ದರ್ಶನವು ನಮಗಾಗುತ್ತದೆ. ಹೀಗೆ ಇನ್ನೂ ಹಲವು ನಿದರ್ಶನಗಳನ್ನು ಕಾಣಬಹುದು. ಅಶ್ವಮೇಧದ ಕುದುರೆಯಂತೆ

ಅವನ ಕಥೆ ವಿಸಟಂಬರಿದಿದೆ. 'ಜೈಮಿನಿಭಾರತ'ವು ಒಂದು ಕಥೆ ಎನ್ನುವುದಕ್ಕಿಂತ ಕಥಾಸಂಗ್ರಹವೆನ್ನಲು ಯೋಗ್ಯವಾಗಿದೆ ಎಂಬ ವಿಮರ್ಶೆ ಅವನಿಗೂ ಮೂಲಕ್ಕೂ ಕೂಡಿಯೆ ಅನ್ವಯಿಸುತ್ತದೆ. ಕಥೆಯ ಏಕತೆಗಿಂತ ರಸದ ಏಕತೆ ಇಲ್ಲವೆ ಭಾಗವತ ದೃಷ್ಟಿಯ ಏಕತೆ 'ಜೈಮಿನಿಭಾರತ'ದ ವಿಶೇಷವೆನ್ನಬೇಕು. ಇದನ್ನು ಲಕ್ಷ್ಮೀಶನು ಚೆನ್ನಾಗಿ ಸಾಧಿಸಿದ್ದಾನೆ. ಅವನು ಹೇಳಿದ ಕಥೆಗಳಲ್ಲಿ ಸುಧನ್ವ, ಬಭ್ರುವಾಹನ, ಸೀತೆ–ಲವಕುಶರು, ಚಂದ್ರಹಾಸ ಇವುಗಳಲ್ಲಿ ಕಥನಕಲೆ ಗುಣ ದೃಷ್ಟಿಯಿಂದ ಏರೇರುತ್ತಹೋಗಿದೆ. ಚಂದ್ರಹಾಸದಲ್ಲಿ ಅದು ಕಳಸವನ್ನೇ ಮುಟ್ಟಿದೆ, ಅವನೂ ಅದಕ್ಕೆ 'ಕರ್ಣಪೀಯೂಷ' ಎಂದು ಕರೆದಿದ್ದಾನೆ. ಉಳಿದ ವೀರರ ಕಥೆಗಳಲ್ಲಿ ತೋರಿದ ಭಕ್ತಿ–ಮಹಿಮೆ ಚಂದ್ರಹಾಸನ ಕಥೆಯಲ್ಲಿ ಹೆಚ್ಚು ಸಹಜವೂ ಜೀವನದೊಡನೆ ನಿಕಟಸಂಬದ್ಧವೂ ಆಗಿ ಬಂದಿದೆ. ಅಲ್ಲದೆ ಚಂದ್ರಹಾಸನ ಬಾಲ್ಯದಿಂದ ಮೊದಲಾದ ರೋಮಾಂಚಕಾರಿಯಾದ ಜೀವನಕಥೆ ಸಮಗ್ರತೆಯಿಂದ ಕೂಡಿ ಕರುಣ ವೀರಾದ್ಭುತಗಳಿಗೆ ಭಕ್ತಿಯ ರಸ ಬೆರೆಸಿ ಒಂದು ಸಂಪೂರ್ಣವಾದ ಕತೆಯ ತೃಪ್ತಿಯನ್ನುಂಟುಮಾಡುತ್ತದೆ. ಲಕ್ಷ್ಮೀಶನು ಕನ್ನಡಸಾಹಿತ್ಯದಲ್ಲಿ ಮೂಲಾನುಸರಣವನ್ನು ಮಾಡಿಯೂ ಮೇಲ್ಮೆಯನ್ನು ಮೆರೆದ ಹಿರಿಯ ಕಥನಕವಿಯೆಂಬುದಕ್ಕೆ ಚಂದ್ರಹಾಸನ ಸಾಕ್ಷ್ಯವೊಂದು ಸಾಕು.

ಲಕ್ಷ್ಮೀಪತಿಯ ಕಾವ್ಯರಚನೆ "ಪುಣ್ಯಮಿದು ಕೃಷ್ಣಚರಿತಾಮೃತಂ" (೩೪–೪೬) ಎಂದು ತಾನೇ ಹೇಳಿಕೊಂಡಿದ್ದಾನೆ. ಧರ್ಮರಾಜನ ಅಶ್ವಮೇಧಕಥಾನಕಕ್ಕೆ 'ಕೃಷ್ಣಚರಿತಾಮೃತ' ಎಂದರೆ ಅಸಂಬದ್ಧವಾಗಿ ತೋರಬಹುದು. ಆದರೆ ಮೂಲವನ್ನು ನೋಡಿದರೆ ಅಶ್ವಮೇಧನಿಮಿತ್ತವಾಗಿ ಕೃಷ್ಣಭಕ್ತಿಯ ಚರಿತೆ ಪ್ರಧಾನವಾಗಿ ಕಂಡುಬರುತ್ತದೆ. ಯಜ್ಞದ ಕುದುರೆ ಸಂಚಾರಿಯಾದರೆ ಅದನ್ನು ಅಲ್ಲಲ್ಲಿ ಕಟ್ಟಿಹಾಕಿದ ವೀರರ ಭಕ್ತಿ ಜೈಮಿನಿಭಾರತದ ಸ್ಥಾಯಿಯಾಗಿದೆ. ಇಂಥ ವಸ್ತುವಿನ್ಯಾಸದಲ್ಲಿಯ ಪ್ರಚಾರ ಹೇತುವಿನ ಮೂಲಕ ಕೆಲವು ಸಲ ಕಥೆಯ ಸಹಜತೆಗೆ ಬಾಧೆ ಬಂದಿದೆ. ಆದರೂ ಅದರ ಭಾಗವತ ಸ್ವರೂಪದ ಸ್ವಾರಸ್ಯ, ಸಾಂಕೇತಿಕ ಧ್ವನಿಗಳನ್ನು ಮೆಚ್ಚಬೇಕು. ಏಕಾಂತ ಭಕ್ತಿಗೆ ದೇವರೊಲಿಯುತ್ತಾನೆ, ಎಂಥ ಸಂಕಟದಿಂದಲೂ ಪಾರುಗಾಣಿಸುತ್ತಾನೆ ಎಂಬ ಎಲ್ಲ ಕಥೆಗಳ ಆಂತರಿಕ ಆಶಯದಲ್ಲಿ ಕೃಷ್ಣಚರಿತಾಮೃತವಿದೆ. ಕೃಷ್ಣನಿಲ್ಲದೆ ಕಥೆ ಮುನ್ನಡೆಯದು, ಬಂದ ತಡೆ ಬಗೆಹರಿಯದು ಎಂಬುದರಿಂದ 'ಜೈಮಿನಿಭಾರತ'ದಲ್ಲಿ ಅವನ ಪ್ರಾಮುಖ್ಯವನ್ನು ಅರಿತುಕೊಳ್ಳಬಹುದು. ಕುಮಾರವ್ಯಾಸನು ತನ್ನ ಭಾರತಕ್ಕೆ 'ಕೃಷ್ಣಕಥೆ' ಎಂದಿರುವುದನ್ನು ಇಲ್ಲಿ ನೆನೆಯಬೇಕು. ಭಾಗವತದರ್ಶನದ ಸಾಮ್ಯ ಕುಮಾರವ್ಯಾಸ–ಲಕ್ಷ್ಮೀಶರಲ್ಲಿದೆಯಾದರೂ ಕಥನಸಾಮಗ್ರಿ ಇಲ್ಲವೆ ಕಥನಕಲೆಯಲ್ಲಿ ಭೇದವಿದೆ. "ಕೃಷ್ಣನೇ ಇದರ ಕಥಾನಾಯಕ" ಎಂಬ ಉಕ್ತಿಯನ್ನು 'ಜೈಮಿನಿಭಾರತ'ದ ವಿಷಯದಲ್ಲಿಯೂ ವಿಮರ್ಶಕರು ಬಳಸಿದ್ದಾರೆ. 'ಕುಮಾರವ್ಯಾಸಭಾರತ'ಕ್ಕೆ ಅದು ಯಾವ ಅರ್ಥದಲ್ಲಿ ಸರಿಹೋಗುತ್ತದೆಯೋ ಅದೇ ಅರ್ಥದಲ್ಲಿ ಇಲ್ಲಿಯೂ ಸರಿಹೋಗುತ್ತದೆ ಎಂಬುದನ್ನು ಗಮನಿಸಬೇಕು.

'ಜೈಮಿನಿಭಾರತ'ದಲ್ಲಿಯ ಪಾತ್ರವರ್ಗ ದ್ವಿವಿಧವಾಗಿದೆ. ಮೂಲ 'ಭಾರತ'ಕ್ಕೆ ಪರಿಚಿತವಾದ ಪಾಂಡವರು ಮತ್ತು ಅವರ ಪಕ್ಷಪಾತಿಗಳ ಒಂದು ವರ್ಗ, 'ಜೈಮಿನಿಭಾರತ'ದ ಅಶ್ವಮೇಧಕಥೆಗೆ ಸಂಬಂಧವುಳ್ಳವರಾಗಿ ಬಂದ ವ್ಯಕ್ತಿಗಳ ಇನ್ನೊಂದು ವರ್ಗ, ಒಳ್ಳೆಯ ಕತೆಗಾರನು ತನ್ನ ಪಾತ್ರ ಹೃದಯವನ್ನು ಸೂಕ್ಷ್ಮವಾಗಿ ಅರಿತಿರಬೇಕು. ಲಕ್ಷ್ಮೀಶನು ಈ ಅರಿವನ್ನು ಸಂದರ್ಭೋಚಿತವಾಗಿ ತೋರಿದ್ದಾನೆ. ಎಲ್ಲ ಗಂಡುಪಾತ್ರಗಳಲ್ಲಿ ವೀರ ಮತ್ತು ಅನೇಕರಲ್ಲಿ ಭಕ್ತಿ ಇವು ಸಮಾನವಾಗಿದ್ದರೂ ಅವರವರ ಪ್ರಕೃತಿ ಮತ್ತು ಪ್ರತಿಕ್ರಿಯೆಗಳಲ್ಲಿ ವೈವಿಧ್ಯವಿದೆ. ಸುಪರಿಚಿತರಾದ ಧರ್ಮ, ಭೀಮ, ಅರ್ಜುನರಲ್ಲದೆ ಹೊಸಬರಾದ ಯೌವನಾಶ್ವ, ಸುಧನ್ವ, ಮಯೂರಧ್ವಜ ಮುಂತಾದವರು ಬೇರೆಬೇರೆಯಾಗಿ ತಮ್ಮ ಶೌರ್ಯವನ್ನೂ ಭಕ್ತಿಭಾವವನ್ನೂ ಮೆರೆದಿದ್ದಾರೆ. ವೀರ–ಭಕ್ತಿಗಳ ಸಮನ್ವಯ ಅವರಲ್ಲಿ ತೋರಿದೆ. ಆದರೂ ಮೂಲ ಮತ್ತು ಅನುವಾದದಲ್ಲಿಯ ಭಕ್ತಿಪಕ್ಷಪಾತದಿಂದ ಅವರ ವೀರವು ಕೆಲವು ಸಲ ಸಪ್ಪೆಯಾಗಿಯೂ ನಾಟಕೀಯವಾಗಿಯೂ ಭಾಸವಾಗುತ್ತದೆ.

ಚಂದ್ರಹಾಸನು ಸಹ "ಸಿಕ್ಕಿದಡೆ ಕೃಷ್ಣದರ್ಶನದ ಪುಣ್ಯಮೆ ಸಾಕು" ಎಂದು ಧರ್ಮಯಜ್ಞದ ಕುದುರೆಗಳನ್ನು ಕಟ್ಟಿದರೆ ಪುರುಷಾರ್ಥವೇನೆಂದು ತನ್ನ ಮಕ್ಕಳನ್ನು ಕೇಳುತ್ತಾನೆ. ಪಾಂಡವರ ಕುದುರೆ, ಕೃಷ್ಣನ ದರ್ಶನಸಂದರ್ಭ ಎಂದೊಡನೆ ಹುಚ್ಚೆದ್ದು ಹೋರಾಡಿದ ಬಂಟರು ಆಯುಧಗಳನ್ನು ಕೆಳಗಿಡುತ್ತಾರೆ. ಮೂಲವಸ್ತುವಿನಲ್ಲಿಯೂ ಪಾತ್ರಕಲ್ಪನೆಯಲ್ಲಿಯೂ ಅಶ್ವಮೇಧ ಮತ್ತು ಕೃಷ್ಣಭಕ್ತಿ ಇವುಗಳ ಹೊಂದಿಕೆಯಲ್ಲಿ ಉಂಟಾದ ಕೊರತೆ ಲಕ್ಷ್ಮೀಶನಲ್ಲಿಯೂ ಕಂಡುಬಂದಿದೆ. ಅವನ ಸೊಗಸಾದ ಕತೆಗಾರಿಕೆಯ ಮೋಹಿನಿಯಿಂದ ನಾವದನ್ನು ಓದಿನ ಭರದಲ್ಲಿ ಅಲಕ್ಷಿಸುತ್ತೇವೆ. ಹೆಣ್ಣುಪಾತ್ರಗಳಲ್ಲಿ 'ಉತ್ತರರಾಮಾಯಣ'ದ ಭಾಗದಲ್ಲಿ ಕರುಣಾಮೂರ್ತಿಯಾಗಿ ಮೆರೆದ ಸೀತಾದೇವಿ ಪ್ರಮುಖಳಾಗಿದ್ದಾಳೆ. ಅವಳ ಆದರ್ಶ ರಾಮನಿಷ್ಠೆಯನ್ನೂ ಸಹನಶೀಲತೆಯನ್ನೂ ಚಿತ್ರಿಸುವುದರ ಜೊತೆಗೆ ಅನ್ಯಾಯವಾದ ಪರಿತ್ಯಾಗದ ಬಗ್ಗೆ ಪ್ರತಿಭಟನೆಯನ್ನೂ ಕವಿ ಚಿತ್ರಿಸಿದ್ದಾನೆ. ಲಕ್ಷ್ಮಣನಿಂದ ಪರಿತ್ಯಾಗದ ಕಾರಣವನ್ನು ತಿಳಿದೊಡನೆ ಅವಳಲ್ಲಿ ಉಂಟಾದ ಪ್ರತಿಕ್ರಿಯೆಗಳನ್ನು ಲಕ್ಷ್ಮೀಶನು ಸೂಕ್ಷ್ಮವಾಗಿಯೂ ಜಟಿಲವಾಗಿಯೂ ನಿರೂಪಿಸಿ ತನ್ನ ಪಾತ್ರಪ್ರಜ್ಞೆಯ ಮೇಲ್ಮಟ್ಟವನ್ನು ಮೆರೆದಿದ್ದಾನೆ. ಶೃಂಗಾರರಸಿಕೆಯಾದ ಪ್ರಭಾವತಿ, ಚಲವಾದಿನಿಯಾದ ಜ್ವಾಲೆ, ವಿಪರೀತ ಪ್ರಕೃತಿಯ ಚಂಡಿ, ಪ್ರಣಯಚತುರೆಯಾದ ವಿಷಯೆ ಇವರನ್ನೂ ಲಕ್ಷ್ಮೀಶನು ತನ್ನ ಕಥಾಮಂದಿರದಲ್ಲಿ ಮೂರ್ತಿಗಳನ್ನಾಗಿ ಕೆತ್ತಿ ನಿಲ್ಲಿಸಿದ್ದಾನೆ. ಪ್ರೇರಣೆ ಮೂಲದಿಂದ, ಆದರೆ ಪ್ರತಿಕೃತಿ ಅವನದು.

ಲಕ್ಷ್ಮೀಶನ ಛಂದಸ್ಸು–ಶೈಲಿಗಳಲ್ಲಿ ಪ್ರೌಢಪಾಂಡಿತ್ಯದ ಲೇಪವುಳ್ಳ ಸಹಜ ಆವಿಷ್ಕಾರವಿದೆ. ದೇಸಿಮಾರ್ಗಗಳ ಸಂಮಿಲನವಿದೆ. ಅವನ ಪ್ರತಿಭೆಯ ಸಹಜಾವೇಶಕ್ಕೆ ಅವನ ಪಾಂಡಿತ್ಯವು ಬೆಂಬಲವಾಗಿದೆ. ಸವಿಯಾದ ಶಾರೀರವುಳ್ಳ ಸಂಗೀತಗಾರನು ಸಶಾಸ್ತ್ರವಾಗಿ ಹಾಡಿ ರಂಜಿಸುವಂತೆ ಲಕ್ಷ್ಮೀಶನು ಹಾಡಿದ್ದಾನೆ. ತನ್ನ ಕಾವ್ಯವು "ಸಕಲಜನರಿದಂ ಸುಶ್ರಾವ್ಯಮಪ್ಪಂತೆ ಎನ್ನ ವದನಾಬ್ಜದಲ್ಲಿ ನೀನೇ ವ್ಯಾಪಿಸಿರ್ದು ಅಮಲಸುಮತಿಯಂ **ತಾಯೆನಗೆ ತಾಯೆ ನಗೆಗೂಡಿ ನೋಡಿ**" ಎಂದವನು ವಾಣಿಯನ್ನು ಬೇಡಿದನು. ಬೇಡುವ ವಾಣಿಯಲ್ಲಿಯೇ, ಆ ತಾಯಿ ಅವನಿಗೆ ಸಹಜಯಮಕದ ಚಮತ್ಕೃತಿಯನ್ನು ನೀಡಿದನು. ಮುಂದೆ ಗ್ರಂಥದ ತುಂಬೆಲ್ಲ ತರತರದ ಪ್ರಾಸಾನುಪ್ರಾಸಯಮಕಗಳೂ ಶ್ಲೇಷಗಳೂ ಬಹುಭಾಗದಲ್ಲಿ ಔಚಿತ್ಯ ಮತ್ತು ಸಹಜತೆಯಿಂದ ಕೂಡಿ ಮೆರೆದುವು. ಅವನ ನುಡಿಗೆ ಸೂಕ್ಷ್ಮ ನಾದಶಕ್ತಿ ಪ್ರಾಪ್ತವಾಯಿತು. ವಾಣಿಯ ಅನುಗ್ರಹದೊಡನೆ ದೇವರ ಅನುಗ್ರಹವೂ ಬೆರೆಯಿತು. ಎರಡೂ ಒಂದೇ ಎಂದರೂ ಸರಿಯೆ. ಅವನ ಆರಾಧ್ಯದೇವನು "ವೀಣೆಯಿಂ ಗಾನಮಂ ನುಡಿಸುವಂದದೊಳೆನ್ನ ವಾಣಿಯಿಂ ಕವಿತೆಯಂ ಪೇಳಿಸಿದನು" ಎಂಬ ಶ್ರದ್ಧೆ ಭಾಗವತ ಕವಿಗೆ ಯೋಗ್ಯವಾಗಿ ಮೊಳೆಯಿತು.

ಷಟ್ಪದಿಕಾರರಲ್ಲಿ ವರ್ಣಕಕಾವ್ಯಕ್ಕೆ ಸಹ ಲಕ್ಷಣ ಬೇಕೆಂದು ಬಗೆದು ದೇಸಿಯ ಛಂದದಲ್ಲಿ ಮಾರ್ಗದ ಪ್ರೌಢಿಮೆಯನ್ನು ತುಂಬಿದ ಕವಿ ಲಕ್ಷ್ಮೀಶನು, "ಪಾರದೆ ಪರಾರ್ಥಮಂ.... ಸುಮಾರ್ಗದೊಳ್ನಡೆದ ಸತ್ಪುರುಷನ ಗಂಭೀರದಶೆಯ ಪೋಲ್ವ ಕಾವ್ಯಪ್ರಬಂಧ" (೧–೫). "ಛಂದಸ್ಸುಲಕ್ಷಣಮಲಂಕಾರಭಾವರಸಮೊಂದಿ ಕಳೆವೆತ್ತ ಸತ್ಕೃತಿ–ಚಮತ್ಕೃತಿಯುಕ್ತಮೊಂದುಮಿಲ್ಲದ ಕಾವ್ಯಮಶ್ರಾವ್ಯಮಹುದು" (೧–೫) ಎಂದು ಹೇಳಿದ್ದಲ್ಲದೆ "ಸಕಲಜನಕ್ಕೆ ವ್ಯಾಪಿಸಿದ ಸುಪ್ರೌಢಿ ಮೆರೆಯೆ" (೩೪–೪೧) ಎಂದವನು ಕೊನೆಗೆ ಸಾರಿದ್ದರಲ್ಲಿ ಪಂಡಿತಮಾನ್ಯವೂ ಸಕಲಜನಹೃದ್ಯವೂ ಆದ ಕಾವ್ಯಪ್ರಬಂಧವನ್ನು ರಚಿಸಿದ್ದಾನೆಂದು ತಿಳಿಯಬಹುದು. ಅವನ ಬರೆವಣಿಗೆಯಲ್ಲಿ ಹಸನಿದೆ, ಚೊಕ್ಕತನವಿದೆ, ಸವಿಯಿದೆ. ಜೊತೆಗೆ ತನ್ನ ಬೆಡಗನ್ನು ಲೋಕಕ್ಕೆ ತೋರಿಸಬೇಕೆಂಬ ಕಾವ್ಯಕನ್ಯೆಯ ಒಯ್ಯಾರವಿದೆ, ಬಡಿವಾರವಿದೆ. ಕಾವ್ಯಕಲ್ಪನೆ, ಶಬ್ದಶ್ಲೇಷಗಳ ಚಮತ್ಕೃತಿ, ಆಡಂಬರ ಕೆಲವು ಸಲ ಔಚಿತ್ಯ ಮೀರಿ ಹರಡಿಕೊಳ್ಳುತ್ತವೆ. ಅವನ ನಿಸರ್ಗ ಮತ್ತು ಯುದ್ಧವರ್ಣನೆಗಳಲ್ಲಿ ಇದನ್ನು ವಿಶೇಷವಾಗಿ

ನೋಡಬಹುದು. ಒಮ್ಮೊಮ್ಮೆ ಶೃಂಗಾರವು ಧ್ವನಿರಮ್ಯತೆಯನ್ನು ಕಳೆದುಕೊಂಡು ಅತಿರೇಕಕ್ಕಿಳಿಯುತ್ತದೆ. ಯುದ್ಧಕ್ಕೆ ಹೊರಟ ಸುಧನ್ವನು ತನ್ನ ಅರಸಿ ಪ್ರಭಾವತಿಯನ್ನು ಕಂಡಾಗಿನ ಸಂದರ್ಭವನ್ನು ಇದಕ್ಕೆ ಉದಾಹರಣೆಯಾಗಿ ತೆಗೆದುಕೊಳ್ಳಬಹುದು. ಸಕಾರಣವಾಗಿ ಸುರತಕ್ಕೆ ಕರೆಯುವ ಪ್ರಭಾವತಿ ತೀರ ಸ್ಫುಟವಾಕ್ಯಳೂ ಲಜ್ಜಾಹೀನೆಯೂ ಆಗುತ್ತಾಳೆ. ಪ್ರಣಯದ ರಮ್ಯಲೀಲೆ ಇಲ್ಲಿ ಮೈಗೂಟದ, ಮಕ್ಕಳ ಬಯಕೆಯ ವ್ಯವಹಾರವಾಗಿ ಪರಿಣಮಿಸುತ್ತದೆ.

"ಭಕ್ತಿರಸ–ವೀರರಸಪ್ರಧಾನವಾದ ಈ ಕಥೆಗಳನ್ನು ಹೇಳಿದಾತನು ಉತ್ತಮವರ್ಗದ ಕವಿ."[3] ಕಾವ್ಯದ ಕೆಲವೆಡೆಗಳಲ್ಲಿ ಆತನು ಉದ್ದಾಮಕವಿಯೆಂದು ತೋರಿಬಂದರೂ ಸಮಗ್ರ ಕಾವ್ಯದೃಷ್ಟಿಯಿಂದ ಆತನನ್ನು ಪ್ರಥಮತಮ ಶ್ರೇಣಿಗೆ ಸೇರಿದ ಮಹಾಕವಿಯೆಂದು ಕರೆಯುವುದು ಅತಿಶಯೋಕ್ತಿಯಾಗಬಹುದು. ಆದರೂ ಲಕ್ಷ್ಮೀಶನು ಶ್ರೇಷ್ಠಕವಿ.... ಲಕ್ಷ್ಮೀಶನ ಕಾವ್ಯಜ್ಯೋತಿಯು ಮಬ್ಬಾಗಿದ್ದರೆ, ಅದು ಮಹತ್ವದ ಅಭಾವದಿಂದಲ್ಲ, ನೀರಸತೆಯ ಭಾವದಿಂದ,"[4] "ಲಕ್ಷ್ಮೀಶನ ಕಾವ್ಯವು ಉತ್ತಮ ಗುಣಗಳಿಂದ ಕೂಡಿದ್ದರೂ ಅದು ವಿಶೇಷವಾಗಿ ಜನಪ್ರಿಯವಾಗಿದ್ದರೂ ಶುದ್ಧಕವಿತಾದೃಷ್ಟಿಯಿಂದ ಅದು ಪಂಪ, ರನ್ನ, ನಾರಣಪ್ಪನ ಗ್ರಂಥಗಳ ಮಟ್ಟಕ್ಕೆ ಏರಲಾರದೆಂದು ಅನೇಕ ವಿಮರ್ಶಕರ ಅಭಿಪ್ರಾಯ. ಇದು ಬಲುಮಟ್ಟಿಗೆ ನಿಜವೂ ಹೌದು.... ಅವನು ಪ್ರಥಮತಃ ಪಂಡಿತ, ಸಂಪ್ರದಾಯ ಶರಣ, ಉತ್ತಮ ಸಂಗ್ರಾಹಕ, ಮೇಲ್ಮಟ್ಟದ ಕತೆಗಾರ."[5] ಈ ಅವತರಣಿಕೆಗಳಲ್ಲಿ ಲಕ್ಷ್ಮೀಶನ ವಿಷಯವಾಗಿ ವ್ಯಕ್ತವಾದ ತರತರದ ತೀರ್ಮಾನದ ಮಾದರಿಗಳನ್ನು ನೋಡಿಕೊಳ್ಳಬಹುದು. ಲಕ್ಷ್ಮೀಶನು ಮಹಾಕವಿಯೇ ? ಅವನ 'ಜೈಮಿನಿಭಾರತ'ವು ಮಹಾಕಾವ್ಯವೇ ? ಎಂಬ ಪ್ರಶ್ನೆಗಳಿಗೆ ವಿಮರ್ಶಕರ ಉತ್ತರವು ಒಂದೇ ಸಮನಾಗಿಲ್ಲ. 'ಜೈಮಿನಿಭಾರತ'ವು ಸಾಂಪ್ರದಾಯಿಕ ಲಕ್ಷಣಗಳಿಂದ ಕೆಲಮಟ್ಟಿಗೆ ಮಹಾಕಾವ್ಯವಾಗಿದ್ದರೂ ಕಲಾದೃಷ್ಟಿಯಿಂದ ಸಮಗ್ರಸ್ವರೂಪದಲ್ಲಿ ಮಹಾಕೃತಿಯಲ್ಲವೆಂದೂ ಮಹಾಕೃತಿಯ ತೇಜೋಂಶವನ್ನು ಅಲ್ಲಲ್ಲಿ ತೋರಿದೆಯೆಂದೂ ನಮಗೆನಿಸುತ್ತದೆ. ಮೂಲದಲ್ಲಿಯ ಕಥಾವಸ್ತುವಿನ ಕೃತಕತೆಯನ್ನೂ ಲಕ್ಷ್ಮೀಶನು ಅನುಕರಿಸಿ ಬಿಡಿಯಾದ ಹಲಕೆಲವು ಕತೆಗಳಲ್ಲಿ ಮಾತ್ರ ಗ್ರಥನಕೌಶಲದ ಹಿರಿಮೆಯನ್ನು ತೋರಿಸಿದ್ದಾನೆ. ಅದರಿಂದಲೇ ಅವನದು ಮಹಾಕವಿಯೋಗ್ಯತೆ ಎಂಬುದು ಸಿದ್ಧವಾಗುತ್ತದೆ. ಇಡಿಯ ಗ್ರಂಥದಲ್ಲಿಯ ಛಂದಸ್ಸು–ಶೈಲಿಗಳ ಪರಿಪಾಕದಿಂದಲೂ ಅವನ ಶಕ್ತಿ ತಿಳಿಯುತ್ತದೆ. ಅವನು ಪ್ರಥಮತಃ ಪಂಡಿತ ಎನ್ನುವುದಕ್ಕಿಂತ ಕಥನಕವಿ ಎಂದರೆ ಹೆಚ್ಚು ಯುಕ್ತ. ಅವನು ಸಾಂಪ್ರದಾಯಿಕನಾದರೂ ಸಂಪ್ರದಾಯಶರಣನಲ್ಲ. ಪಾಂಡಿತ್ಯ–ಚಮತ್ಕೃತಿಗಳ ವ್ಯಾಮೋಹ ಅವನ ಕಾವ್ಯರಚನೆಯಲ್ಲಿ ಎದ್ದುಕಾಣುತ್ತಿದ್ದರೂ ಅದರ ಬುಡದಲ್ಲಿ ಕವಿತಾಸತ್ವವು ಸಿಲುಕಿ ಜರ್ಜರಿತವಾದ ಸಂದರ್ಭಗಳು ಕಡಿಮೆ. ಒಟ್ಟಿನಲ್ಲಿ, ಲಕ್ಷ್ಮೀಶ ಮಹಾಕವಿಯ ಯೋಗ್ಯತೆಯುಳ್ಳವನಾದರೂ ಅವನ 'ಜೈಮಿನಿಭಾರತ'ವು ಅಂಶದಲ್ಲಿ ಮಹತ್ತಾಗಿದೆ, ಸಮಗ್ರದಲ್ಲಿ ಮಹಾಕೃತಿಯಾಗಿಲ್ಲ.

## ಗೋಪಕವಿ

ಕುಮಾರವ್ಯಾಸ ಮತ್ತು ಲಕ್ಷ್ಮೀಶರ ಪ್ರಭಾವಳಿಯಲ್ಲಿ ಬೆಳೆದ ಕವಿಗಳಲ್ಲಿ ಗೋಪ ಇಲ್ಲವೆ ಗೋವಿಂದ ಕವಿಯೊಬ್ಬನು. ಇವನು 'ಚಿತ್ರಭಾರತ', 'ನಂದಿಮಾಹಾತ್ಮ್ಯ' ಎಂಬೆರಡು ಗ್ರಂಥಗಳನ್ನು ಬರೆದಿದ್ದಾನೆ. ಇತ್ತೀಚೆಗೆ ಉಪಲಬ್ಧವಾದ 'ಚಿತ್ರಭಾರತ'ದ ರಚನೆಯ ಕಾಲವನ್ನು ೧೫೪೧ ಎಂದಿವನೇ ಹೇಳಿದ ಕಾರಣ, ೧೬ನೆಯ ಶತಮಾನದ ಉತ್ತರಾರ್ಧದಲ್ಲಿ ಇವನು ಜೀವಿಸಿದ್ದನೆಂಬುದು ಸ್ಪಷ್ಟವಾಗುತ್ತದೆ. ಇವನ ಗ್ರಂಥಗಳಿಂದ ಇವನು ವಿಜಾಪುರ ಜಿಲ್ಲೆಯ ಬೇಡಬುಯ್ಯರದ ಕರಣಿಕ

ಕುಲದವನೆಂದೂ ಬ್ರಹ್ಮಚಾರಿಯಾಗಿ ಭಾರತವನ್ನೆಲ್ಲ ತೀರ್ಥಯಾತ್ರೆಗೋಸ್ಕರ ಸುತ್ತಿರಬಹುದೆಂದೂ ತಿಳಿಯುತ್ತದೆ. ಪೂರ್ವಕವಿಗಳಲ್ಲಿ 'ಲಕ್ಷ್ಮೀಪತಿ'ಯನ್ನು ನೆನೆದಿದ್ದಾನೆ. ಅಲ್ಲದೆ 'ಉತ್ತಮ ಕವೀಂದ್ರೋತ್ಸವಂ ಚೈತ್ರಶುಕನಲಿ ಈವುತ್ತಿರಲು ಸದ್ಗುರು ಕೃಪಾಮೃತದ ಪೆದ್ದೊರೆಯ ಒತ್ತಿಬಹ ಪರ್ವಿನಿಂದ ತಳೆದು' ('ಚಿತ್ರಭಾರತ', ಪೀಠಿಕೆ, ಪು. ೨೩) ಎಂಬಲ್ಲಿ ಲಕ್ಷ್ಮೀಶ-ಕುಮಾರವ್ಯಾಸ ಇಬ್ಬರನ್ನೂ ಸೂಚಿಸಿರಬೇಕೆಂಬ ಊಹೆಯಿದೆ. ಅವರಂತೆ ಇವನೂ ಭಾಗವತಸಂಪ್ರದಾಯಿಯಾಗಿದ್ದನು. ಎರಡೂ ಕೃತಿಗಳಲ್ಲಿ 'ಶ್ರೀವಿಷ್ಣುಮದನಗೋಪಾಲ'ನು ತನ್ನ ಆರಾಧ್ಯದೈವವೆಂದು ಹೇಳುತ್ತಾನೆ. ಲಕ್ಷ್ಮೀಶನಂತೆ ಮದನಗೋಪಾಲನೇ ತನ್ನಲ್ಲಿ ನಿಂತು ಕಾವ್ಯ ಹೇಳಿಸಿದವನೆಂದು ಸಮರ್ಪಣಭಾವದಿಂದ ಹೇಳುತ್ತಾನೆ (ಚಿ.ಭಾ., ಪೀಠಿಕೆ, ೨೪; ನಂ.ಮಾ., ೧-೧೮). ಲಕ್ಷ್ಮೀಶನ ಭಾವ-ಭಾಷೆ, ಪ್ರಾಸ ಯಮಕಗಳ ಅನುಕರಣ ಹೇರಳವಾಗಿದೆ. 'ಚಿತ್ರಭಾರತ'ದಲ್ಲಿ ಭಾರತಕಥಾಂಶವೇ ಇದೆ. ಸುಮಾರು ಅರ್ಧದವರೆಗೆ ರಾಜಸೂಯ, ದ್ಯೂತ, ವನವಾಸವಿದ್ದು ಉಳಿದರ್ಧದಲ್ಲಿ ವತ್ಸಲಾಹರಣದ ವಿಸ್ತಾರವಿದೆ. ಮಹಾರಾಷ್ಟ್ರ ಭಾಷೆಯಲ್ಲಿ ಈ ಕಥೆ ಪ್ರಚಾರವಾಗಿದೆಯೆಂದು ಕನ್ನಡದಲ್ಲಿ ಬರೆದೆನಾಗಿ ಹೇಳಿದ್ದಾನೆ. "ಸಾರಮಿದು ಶ್ರೀಹರಿಕಥಾಮೃತಂ" ಎಂಬಲ್ಲಿ ಅವನ ಭಾಗವತದೃಷ್ಟಿ ಪ್ರಕಟವಾಗಿದೆ. ಕುಮಾರವ್ಯಾಸಾದಿಗಳ ಪರಂಪರೆಗೆ ಅನುಗುಣವಾಗಿದೆ. ಚಿತ್ರಕವಿತ್ವದ ಚಮತ್ಕೃತಿ ಶಬ್ದಾರ್ಥದಲ್ಲಿ ವೆಗ್ಗಳವಾದ ಕಾರಣ 'ಚಿತ್ರಭಾರತ' ಎಂದಿದಕ್ಕೆ ಹೆಸರು. ೩೦ ಸಂಧಿಗಳ ಸಾವಿರಾರು ವಾರ್ಧಕಷಟ್ಪದಿಗಳ ಈ ಕೃತಿಯಲ್ಲಿ ಭಕ್ತಿಯಿದೆ, ಚಮತ್ಕೃತಿಯಿದೆ. ಮಧ್ಯಮಕಾವ್ಯದ ಗುಣವಿದೆ. ಆದರೆ ಅವನೆಂದಂತೆ ಇದು 'ಮಹಾಕೃತಿ'ಯಲ್ಲ. 'ನಂದಿಮಾಹಾತ್ಮ್ಯ' ಅವನ ಹೆಚ್ಚು ಪರಿಪಕ್ವವಾದ ಕೃತಿ. ಅದರಲ್ಲಿಯೂ ನಂದಿಯ ಮಾಹಾತ್ಮ್ಯವನ್ನು ಸಾರುವ ಒಂದು ಸೂತಪುರಾಣವಿದೆ. ಕಥಾನಕದಲ್ಲಿ ಆಕರ್ಷಕವಾದದ್ದೇನೂ ಇಲ್ಲ. ಆದರೂ ಕವಿಯ ಕಲ್ಪನಾಶಕ್ತಿ, ಭಾಷಾಶೈಲಿಗಳು ಹೆಚ್ಚು ಪಾಡಿಗೆ ಬಂದಿವೆ. "ತನುವಿಲ್ಲದಲ್ಲಿ ಪ್ರಾಣಪ್ರತಿಷ್ಠೆಯಂ ಮಾಡಿ.... ಕವೀಶ್ವರರ ಘನತೆಯಂ ಬಣ್ಣಿಸುವರಾರ್ ಆನೆ ಹೋದುದೆ ಬೀದಿಯಲ್ಲವೆ ಜಗದೊಳು" (೧-೧೬) ಎಂಬ ತೆರದ ಪದ್ಯಗಳಲ್ಲಿ ಶ್ರೇಷ್ಠಕಾವ್ಯದ ತಿಳಿವು ಮಾಗಿದೆ. 'ಚಿತ್ರಭಾರತ'ದಲ್ಲಿಯ ಕ್ಲಿಷ್ಟತೆ, ವೈಷಮ್ಯಗಳು ಇಲ್ಲಿ ಕಡಿಮೆಯಾಗಿ ಲಕ್ಷ್ಮೀಶನಿಗೆ ಸಮಾನವಾದ ಪ್ರಸಾದಮಾಧುರ್ಯಗಳು ಕಾಣುತ್ತವೆ. 'ನವೀನರಸ ಚಿತ್ರಾರ್ಥಭರಿತ ಕಾವ್ಯಂ ಸುಜನಸೇವ್ಯಸುಶ್ರಾವ್ಯಮಾಗಿದೆ ಮಹೀಮಂಡಲದೊಳು' (೧-೨೦) ಎಂಬ ಹೇಳಿಕೆ ಸಫಲವಾಗಿದೆ. 'ಈ ನವ್ಯಂ ಕಾವ್ಯಂ ಜಗತ್‌ಸೇವ್ಯಮಾಗುವಂತೆ' (೧-೧೦) ನಂದಿ ಮಾಡಲಿ ಎಂದು ಕವಿ ಬೇಡಿಕೊಂಡಿದ್ದಾನೆ. ನಂದೀಶಮಾಹಾತ್ಮ್ಯ ಎಂಬ ವಿಷಯದ ಹೊರತಾಗಿ ಇದರಲ್ಲಿ ನವ್ಯತೆಯೇನೋ ತಿಳಿಯದು.

## ನಾಗರಸ

ಇದೇ ಭಾಗವತಪರಂಪರೆಯಲ್ಲಿ ಕನ್ನಡಕ್ಕೆ ತನ್ನದೊಂದು ಕಾಣಿಕೆಯನ್ನು ನೀಡಿದವನು ನಾಗರಸನು. ಇವನ ಕಾಲದೇಶಾದಿ ಚರಿತ್ರೆಯೇನೂ ತಿಳಿದಿಲ್ಲ. ತಾನು ವಿಶ್ವೇಶ್ವರನ ಸುತ, ಶಂಕರ ಗುರುವಿನ ಶಿಷ್ಯ ಎಂದು ಹೇಳಿದ್ದಾನೆ. 'ವಿಟ್ಠಲರಾಯ'ನನ್ನು ನೆನೆದಿದ್ದಾನೆ. ಯಾವ ಕಾರಣವನ್ನೂ ಕೊಡದೆ "ಇವನು ಸುಮಾರು ೧೬೫೦ರಲ್ಲಿ ಇದ್ದಿರಬಹುದೆಂದು ಊಹಿಸುತ್ತೇವೆ" ಎಂದು ಕವಿಚರಿತಕಾರರು ಹೇಳಿದ್ದಾರೆ. ಶೈಲಿಯೇನೋ ಶಿಥಿಲದೇಸಿಯಿಂದ ಮಿಶ್ರವಾದ ಕಾರಣ ೧೬-೧೭ನೆಯ ಶತಮಾನದಲ್ಲಿ ಇವನಿದ್ದಿರಬಹುದು, ದಾಸಕೂಟದ ಭಕ್ತಿವಾಙ್ಮಯದ ಪ್ರಭಾವಕ್ಕೆ ಒಳಪಟ್ಟಿರಬೇಕು. ಇವನು ಭಾಗವತ ಸಂಪ್ರದಾಯದ ಸ್ಮಾರ್ತ ಎಂದರೆ ಶಂಕರ-ಅದ್ವೈತಮತದವನೆಂಬುದು ಗ್ರಂಥಸ್ಥಪ್ರಮಾಣಗಳಿಂದ ತಿಳಿಯಬಹುದು. ಭಗವದ್ಗೀತೆಯ ಕನ್ನಡ ಅನುವಾದವನ್ನು ಪದ್ಯಕ್ಕೆ

ಪದ್ಯವಾಗಿ ಭಾಮಿನೀಷಟ್ಪದಿಯಲ್ಲಿ ಮಾಡಿದ್ದಾನೆ. "ವಾಸುದೇವ ಕಥಾಮೃತವ ವಿಶ್ವಾಸದಿಂ ನೆರೆತಿಳಿದು ಸುಖಿಸುವುದು ಆಸೆಯೆಲ್ಲವ ಬಿಟ್ಟು ಮುನಿಗಳು ಹರಿಪರಾಯಣರು" (ಪೀ, ೩) ಎಂಬುದು ಇವನ ಭಾಗವತತನಕ್ಕೆ ಸಾಕ್ಷಿ. 'ಭಗವದ್ಗೀತೆ' ಎಂದರೆ ಅವನಿಗೆ **'ವಾಸುದೇವ ಕಥಾಮೃತ'**. ಕುಮಾರ ವ್ಯಾಸನಿಂದ ನಾಗರಸನವರೆಗೆ ಬಹುಶಃ ಎಲ್ಲ ಭಾಗವತಕವಿಗಳೂ ಹೀಗೆ ಹೇಳಿರುವುದನ್ನು ಲಕ್ಷಿಸ ಬೇಕು. ಗೀತೆಯ ಅನುವಾದದಲ್ಲಿ ಅನೇಕ ಕಡೆಗಳಲ್ಲಿ ಮೂಲದಲ್ಲಿ ಸ್ಫುಟವಾಗಿ ಇಲ್ಲದಾಗಲೂ ಶಂಕರಾದ್ವೈತದ ರೀತಿಯಲ್ಲಿ ಕನ್ನಡಿಸಿದ್ದಾನೆ. ಉದಾಹರಣೆಗೆ, "ಪರಮಮುನಿಗಳು ಯತ್ನದಿಂ ಕಾಂಬರು ಕಣಾ ಜೀವಾತ್ಮನೇ ನಿರ್ಧರಿಸಿ ನೋಡಲು ತಮ್ಮೊಳಿಹ ಪರಮಾತ್ಮನೆಂದಿಂತು" (೧೫–೧೧). ಇದಕ್ಕೆ ಮೂಲವಾದ ಪದ್ಯದಲ್ಲಿ "ಯತಂತೋ ಯೋಗಿನಶ್ಚೈನಂ ಪಶ್ಯಂತ್ಯಾತ್ಮನ್ಯವಸ್ಥಿತಂ" ಎಂದಿದೆ. ಹಲವು ಕಡೆಗೆ ಮಾಯಾವಾದವನ್ನು ಅನುಗೊಳಿಸಿದ್ದಾನೆ.

ಒಟ್ಟಿನಲ್ಲಿ ನಾಗರಸನ ಅನುವಾದಕಾರ್ಯವು ಸಮರ್ಪಕವಾಗಿದೆ, ಹೃದ್ಯವಾಗಿದೆ. ತನ್ನ ಮತದೃಷ್ಟಿಯಿಂದ 'ಗೀತೆ'ಯ ಶ್ಲೋಕಗಳನ್ನು ಚೆನ್ನಾಗಿ ತಿಳಿದುಕೊಂಡು ಅವಕ್ಕೆ ತಿಳಿಗನ್ನಡದ ಸ್ವರೂಪ ಕೊಡುವುದರಲ್ಲಿ ಅವನು ಪಡೆದ ಯಶಸ್ಸು ಹೆಚ್ಚಿನದು. ಸಂಸ್ಕೃತ ಪದಗಳನ್ನು ಹಾಗೇ ಇಟ್ಟು ಇಲ್ಲವೆ ಇನ್ನೂ ಕಠಿಣವಾದ ಪದಗಳನ್ನು ಸೇರಿಸಿ ಅವನು ಭಾಷಾಂತರ ಮಾಡಿದ್ದರೆ ಅದಕ್ಕಿಂತ 'ಭಗವದ್ಗೀತೆ' ಸರಳವೆನಿಸಿಕೊಳ್ಳಬಹುದಾಗಿತ್ತು. ಇವನ ಸರಳ, ಸ್ಪಷ್ಟ, ಅಚ್ಚಗನ್ನಡದ ಅನುವಾದಕ್ಕೆ "ಅವನೊಬ್ಬನು ತನುವಿನೊಳಗಿಹ ಜೀವವನು ಕೊಲುವಾತನೆಂಬವನಾವನೊಬ್ಬನು ಕೊಲಿಸಿಕೊಂಬವ ತಾನೆಯೆಂಬವನು" (೨–೧೯) ಎಂದು ಮುಂತಾದ ಪದ್ಯವನ್ನು ಉದಾಹರಣೆಗೆ ನೋಡಬೇಕು. ಕೆಲವು ಸಲ ಮೂಲದ ಅರ್ಥವು ಅಸ್ಪಷ್ಟವಾಗಿದೆ. ಶೈಲಿ ಕ್ಲಿಷ್ಟವಾಗಿದೆ. ಆದರೆ ಹೆಚ್ಚು ಕಡೆಗಳಲ್ಲಿ ನಾಗರಸನು ಕನ್ನಡಿಗನಾಗಿ 'ಕನ್ನಡ ಭಗವದ್ಗೀತೆ'ಯನ್ನು ಅಂದವಾಗಿ ರಚಿಸಿದ್ದಾನೆ. ಪದ್ಯಪೂರಕವೆಂದು ತನ್ನ ಕೆಲವು ಮಾತುಗಳನ್ನು ಸೇರಿಸುವಲ್ಲಿ 'ಕನಸಿನ ಕತ್ತಲೆಯಲ್ಲಿಹ ಕಳ್ಳನಂದದಿ" (೧೪–೫) ಎಂಬ ಕ್ವಚಿತ್ತಾದ ಹೋಲಿಕೆಗಳನ್ನು ಕೊಟ್ಟಿದ್ದಾನೆ. ತಾತ್ತ್ವಿಕ ಗ್ರಂಥಗಳ ಸರಳಾನುವಾದಕ್ಕೆ ಮಾದರಿಯಾಗಿರುವ ಇವನ ಗ್ರಂಥವು ಕನ್ನಡ ಜನರಲ್ಲಿ ಹೆಚ್ಚು ಪ್ರಚಾರಗೊಳ್ಳಬೇಕಾಗಿದೆ.

## ಟಿಪ್ಪಣಿಗಳು

1. ಬೆಟಗೇರಿ ಕೃಷ್ಣಶರ್ಮ : ಕನ್ನಡ ಭಾಗವತದ ಕವಿ ಯಾರು ? (ಕ.ಸಾ.ಪ., ಸಂ. ೧೨–೩).
2. ಲಕ್ಷ್ಮೀಶನನ್ನು ಕುರಿತು ಮಾಡಿದ ಸಮಗ್ರ ಅಧ್ಯಯನವೊಂದರ ಇತ್ಯರ್ಥಗಳನ್ನು ವಾಮನ ದತ್ತಾತ್ರೇಯ ಬೇಂದ್ರೆಯವರ ಪ್ರಕಟಿತವಾದ ಸಂಶೋಧನ ಗ್ರಂಥದಲ್ಲಿ ನೋಡಬಹುದು.
3. ಮಾಸ್ತಿ ವೆಂಕಟೇಶ ಅಯ್ಯಂಗಾರ್ : ಅಧ್ಯಕ್ಷ ಭಾಷಣ ('ಕವಿ ಲಕ್ಷ್ಮೀಶ', ಪು. ೮).
4. ಕೆ. ವಿ. ಪುಟ್ಟಪ್ಪ : ಉಪಮಾಲೋಲ ಲಕ್ಷ್ಮೀಶ ('ಕವಿ ಲಕ್ಷ್ಮೀಶ', ಪು. ೧೯೨–೩).
5. ಎನ್. ಅನಂತರಂಗಾಚಾರ್ : 'ಲಕ್ಷ್ಮೀಶ', ಪು. ೩೧, ೬೦.

ಪ್ರಕರಣ : ೨೫

# ದಾಸವಾಙ್ಮಯ (೧)

**ಕು**ಮಾರವ್ಯಾಸನಿಂದ ನಾಗರಸನವರೆಗೆ ಆಗಿಹೋದ ಭಾಗವತಕವಿಗಳು 'ಭಾರತ', 'ರಾಮಾಯಣ', 'ಭಾಗವತ', 'ಭಗವದ್ಗೀತೆ' ಇವನ್ನು ಕನ್ನಡಿಸಿ ದೇಸಿಯ ಛಂದಸ್ಸಿನಲ್ಲಿ ವೈದಿಕ ಪರಂಪರೆಯ ವಾಙ್ಮಯವನ್ನು ಕನ್ನಡ ನುಡಿಯಲ್ಲಿ ನೀಡಿದ್ದನ್ನು ನೋಡಿದೆವು. ಇನ್ನು ಇದೇ ಯುಗದಲ್ಲಿ ಅದೇ ಪರಂಪರೆಯ ದಾಸವಾಙ್ಮಯವು ಹಾಡಿನ ರೂಪತಾಳಿ ಬಳಕೆಮಾತಿಗೆ ಇನ್ನೂ ಹತ್ತಿರ ಬಂದು ರಾಶಿರಾಶಿಯಾಗಿ ಬೆಳೆಯಿತು, ಜನಜೀವನದಲ್ಲಿ ಒಂದು ಚಿರಂತನವಾದ ಸ್ಫೂರ್ತಿ ಕೇಂದ್ರವನ್ನು ನಿರ್ಮಾಣ ಮಾಡಿತು. ಬಸವಯುಗದ ಕೊನೆಯಲ್ಲಿ ನರಹರಿತೀರ್ಥನ ಉಲ್ಲೇಖ ಮಾಡಿ ದಾಸವಾಙ್ಮಯದ ಉದಯವನ್ನು ಸೂಚಿಸಿದೆವು. ಶ್ರೀಪಾದರಾಯನು ೧೫ನೆಯ ಶತಕದಲ್ಲಿ ಈ ವಾಙ್ಮಯಮಂದಿರಕ್ಕೆ ಭದ್ರವಾದ ಬುನಾದಿಯನ್ನು ಹಾಕಿದನು. ಈ ಯುಗದಲ್ಲಿ ಅದರಲ್ಲಿಯೂ ೧೬ನೆಯ ಶತಮಾನದ ಮೊದಲ ಅರ್ಧದಲ್ಲಿ ಈ ವಾಙ್ಮಯ ತನ್ನ ಶಿಖರವನ್ನು ಮುಟ್ಟಿತು. ವ್ಯಾಸರಾಯ, ಅವನ ಶಿಷ್ಯಂದಿರಾದ ಪುರಂದರದಾಸರು–ಕನಕದಾಸರು ಈ ಮೂರ್ತಿಗಳೇ ಇದಕ್ಕೆ ಅಂಥ ಉನ್ನತಿಯನ್ನು ತಂದುಕೊಟ್ಟರು. ಅವರ ತರುವಾಯ ವಾದಿರಾಜ, ವಿಜಯದಾಸ, ಜಗನ್ನಾಥದಾಸ, ಪ್ರಸನ್ನವೆಂಕಟದಾಸ ಮೊದಲಾದವರು ಈ ವಾಙ್ಮಯದ ಪರಂಪರೆಯನ್ನು ಮುಂದುವರಿಸಿದ್ದಾರೆ. ಈ ಪರಂಪರೆ ಅಖಂಡವಾಗಿದೆಯೆಂದೂ, ಎಲ್ಲರಲ್ಲಿ ಅಷ್ಟೇ ಉಜ್ವಲವಾಗಿದೆ ಎಂದೂ ಹೇಳಲು ಬರುವುದಿಲ್ಲ. ಶಿವಶರಣರ ವಚನವಾಙ್ಮಯದಲ್ಲಿ ಹೇಗೋ ಹಾಗೆ ಇಲ್ಲಿಯೂ ಕೃತಿಗೆ ಮೂಲ ಜೀವನಸಿದ್ಧಿ, ವ್ಯಕ್ತಿತ್ವ ಪರಿಣತಿ. ಕೇವಲ ಪಾಂಡಿತ್ಯ–ಕವಿತಾಶಕ್ತಿಗಳಿಂದ ಇಂಥ ಸಾಹಿತ್ಯ ಸಹಜಸಂಪನ್ನವಾಗಿ ನಿರ್ಮಾಣವಾಗದು. ಅಂತೆಯೇ ಈ ಕಾರಣದಿಂದಲೂ ಒಮ್ಮೊಮ್ಮೆ ಚಾರಿತ್ರಿಕ ಕಾರಣಗಳಿಂದಲೂ ಪರಂಪರೆ ಅವ್ಯಾಹತವಾಗದಿದ್ದರೆ ಅದರಲ್ಲಿ ಆಶ್ಚರ್ಯವಿಲ್ಲ. ದಾಸವಾಙ್ಮಯದಲ್ಲಿ ಚಾರಿತ್ರಿಕವಾಗಿ ನಾಲ್ಕು ಮೆಟ್ಟಿಲುಗಳು ಆಗಿವೆಯೆಂದು ಹೇಳಲಾಗುತ್ತದೆ.[1] ೧ನೆಯದು ಮಧ್ವಾಚಾರ್ಯರ ಕಾಲದಲ್ಲಿ ಅವರ ಶಿಷ್ಯಸಂಘವು ನರಹರಿತೀರ್ಥನ ನೇತೃತ್ವದಲ್ಲಿ ಪ್ರಕಟಮಾಡಿದ್ದು— "ನರಹರಿತೀರ್ಥರು ಕನ್ನಡದಲ್ಲಿ ಪದಗಳನ್ನು ರಚಿಸಿ ದಾಸಕೂಟದ ಮೂಲಪುರುಷರೆಂದು ಪ್ರಸಿದ್ಧಿ ಪಡೆದಿದ್ದಾರೆ."[2] ೨ನೆಯದು ಕೃಷ್ಣದೇವರಾಯನ ಕಾಲದ ಪುರಂದರದಾಸ, ಕನಕದಾಸರು ವ್ಯಾಸರಾಯನ ಗುರುತ್ವದಲ್ಲಿ ಅಭಿವ್ಯಕ್ತಿಗೊಳಿಸಿದ್ದು. ೩ನೆಯದು ವಿಜಯದಾಸ ಮುಂತಾದ ದಾಸವೃಂದವು ಸೃಷ್ಟಿಮಾಡಿದ್ದು. ೪ನೆಯದು ಪ್ರಾಣೇಶ, ಗುರುಪ್ರಾಣೇಶ ಮುಂತಾದ ದಾಸರು ರಚಿಸಿದ್ದು. "ಮೊದಲನೆಯ ಗುಂಪಿನ ಪ್ರಭಾವವು ಸುಮಾರು ೩೦೦ ವರ್ಷಗಳವರೆಗೆ ಮೆರೆದಿದ್ದರೆ, ಎರಡನೆಯ ಗುಂಪು ಸುಮಾರು ೨೫೦ ವರ್ಷ ಬಾಳಿತು. ಮೂರನೆಯ ಗುಂಪು ಹುಟ್ಟಿದ ಸುಮಾರು ೬೦–೭೦ ವರ್ಷಗಳಾಗುವಷ್ಟರಲ್ಲಿ ಪ್ರಾಣೇಶ ಮುಂತಾದವರು ಅಲ್ಲಲ್ಲಿ ಉದಯಹೊಂದಿ ಪುರಂದರದಾಸ–ವಿಜಯದಾಸಾರ್ಯರ ಉಪದೇಶಗಳನ್ನು ಮತ್ತೆ ವಿಷಯಲೋಲುಪರಾಗಿ ಶ್ರೀಹರಿಯ ಉಪಾಸನೆಯನ್ನು ಮರೆತಿದ್ದ ಜನರಿಗೆ ತಮ್ಮ ಪ್ರೌಢನುಡಿಗಳಿಂದ ಬೋಧಿಸಹತ್ತಿದರು."[3] ಭಕ್ತರೂ ಕವಿಗಳೂ ಕಾಲಕಾಲಕ್ಕೆ ಉದಯಿಸಿ ಪೂರ್ವಿಕರ ಪ್ರಭಾವವು ಮಸುಳಿಸಲಿ ಬಿಡಲಿ, ಹೊಸ ಕೃತಿಗಳಿಂದ ಹೊಸ ವರ್ಚಸ್ಸು ಬೀರುತ್ತಾರೆ. ಆದರೆ ಯಾವಾಗಲೂ ಒಂದು ಅಖಂಡ ಪರಂಪರೆಯ ಸ್ವರೂಪವು ಅವರ ಕಾರ್ಯಕ್ಕೆ ಇರುವುದೆಂದು ಹೇಳಲಾಗದು. ೧೩ನೆಯ ಶತಮಾನದ ಕೊನೆಗಿದ್ದ ನರಹರಿತೀರ್ಥನು 'ದಾಸಕೂಟದ ಮೂಲಪುರುಷ'ನಾಗಿ

ಹೋದನು. ಆದರೆ ಅವನ ತರುವಾಯ ೧೫ನೆಯ ಶತಮಾನದ ಶ್ರೀಪಾದರಾಯನವರೆಗೆ ಯಾರ ಹೆಸರೂ ಕೇಳಿಬರುವುದಿಲ್ಲ. ದಾಸಕೂಟಕ್ಕೆ ಹಿರಿಯನೆಂದು ಕೀರ್ತನಕಾರರು ಮೊದಲಾಗಿ ಶ್ರೀಪಾದ ರಾಯನನ್ನು ನೆನೆದಿರುವುದನ್ನು ನೋಡಿದರೆ ನರಹರಿತೀರ್ಥನ ಬದಲು ಅವನೇ ಮೊದಲಿಗನಾಗಿರ ಬೇಕೆಂದು ತೋರುವಂತಿದೆ. ಈ ವಿಷಯದಲ್ಲಿ ಸಂಶೋಧನೆ ನಡೆಯಬೇಕಾಗಿದೆ. ಸದ್ಯದಮಟ್ಟಿಗೆ ನರಹರಿತೀರ್ಥನೇ ಮೊದಲಿಗನೆಂದು ನಾವು ಗ್ರಹಿಸಿದ್ದೇವೆ. ಪರಂಪರೆ ತ್ರುಟಿತವಾಗಿದೆ ಎಂಬುದರಿಂದ ಅವನು ಮೊದಲಿಗನಲ್ಲ ಎಂದು ತಿಳಿಯಬೇಕಾಗಿಲ್ಲ. ಕನ್ನಡದಲ್ಲಿ ಧಾರ್ಮಿಕ ವಾಙ್ಮಯವನ್ನು ರಚಿಸಬೇಕೋ ಬೇಡವೋ ಎಂಬ ಬಗ್ಗೆ ಬ್ರಾಹ್ಮಣಕವಿಗಳ ಮನೋವೃತ್ತಿ ೧೫ನೆಯ ಶತಮಾನದವರೆಗೆ ದೃಢವಾಗಿರಲಿಲ್ಲ. ವಿಜಯನಗರಕಾಲದಲ್ಲಿ ಅದು ದೃಢವಾಯಿತು ಮಾತ್ರವಲ್ಲ, ಒಂದು ಆಳವಾದ ಶ್ರದ್ಧೆ ಬೇರೂರಿತು. ಅಂತೆಯೇ ಕುಮಾರವ್ಯಾಸ ಮುಂತಾದವರ ವಿಪುಲ ನಿರ್ಮಾಣವು ಈ ಕಾಲದಲ್ಲಿ ಆಯಿತು. ದಾಸವಾಙ್ಮಯವೂ ಸಮೃದ್ಧವಾಯಿತು. ಇಷ್ಟಾದರೂ ವಿಜಯನಗರದ ಪತನದ ತರುವಾಯ ಉಂಟಾದ ವಿಷಮ ವಾತಾವರಣದಲ್ಲಿ ಮತ್ತೆ ಆದರ ಪರಂಪರೆ ಕೆಲಕಾಲ ಕುಂಠಿತ ವಾಯಿತು. ಅನಂತರ ವಿಜಯದಾಸ ಮೊದಲಾದವರು ಅದನ್ನು ಮುಂಬರಿಸಿದರು. ಬರಬರುತ್ತ ಬ್ರಾಹ್ಮಣ್ಯಕ್ಕೆ ಪ್ರಾಪ್ತವಾದ ದುರವಸ್ಥೆಯಲ್ಲಿ ದಾಸಜೀವನದ ತೇಜಸ್ವಿತೆ ಕಡಿಮೆಯಾದಂತೆ ದಾಸ ಸಾಹಿತ್ಯವೂ ಕಳೆಗುಂದಿತೆಂದು ಹೇಳಬಹುದು.

## ಶ್ರೀಪಾದರಾಯ

ಲಕ್ಷ್ಮೀನಾರಾಯಣಮುನಿಯೆಂದು ಹೆಸರಾದ ಇವನು ಶ್ರೀಮಧ್ವಾಚಾರ್ಯಶಿಷ್ಯನಾದ ಪದ್ಮ ನಾಭತೀರ್ಥನ ಪೀಳಿಗೆಯ ಮುಳುಬಾಗಿಲ ಮಠಕ್ಕೆ ಒಂಬತ್ತನೆಯ ತಲೆಯವನಾದ ಸ್ವಾಮಿ ಯಾದನು. ಮಹಾಪಂಡಿತನೆಂದು ಖ್ಯಾತಿಪಡೆದನು. ಕನ್ನಡದಲ್ಲಿ ಧರ್ಮಗ್ರಂಥಗಳನ್ನು ಪರಿವರ್ತಿಸ ಬೇಕೆಂಬ ಅಭಿಲಾಷೆ ಇವನಲ್ಲಿ ಉಂಟಾದುದು ಅಂದಿನ ಪರಿಸ್ಥಿತಿಯಲ್ಲಿ ಕ್ರಾಂತಿಕಾರಕವೇ ಆಗಿತ್ತು. "ಇದಕ್ಕಾಗಿ ಭಾಗವತ ತಂಡವೊಂದನ್ನು ಏರ್ಪಡಿಸಿ ಪೂಜಾಕಾಲದಲ್ಲಿ ವೇದಪಾರಾಯಣ ಮಾಡಿ ದಂತೆ ಭಾಗವತರ ಮುಖದಿಂದ ಕನ್ನಡ ದೇವರನಾಮಗಳನ್ನು ಹಾಡಿಸಿದರು."[4] ಅವುಗಳಲ್ಲಿ ಮುಖ್ಯವಾದುವು ಅವನೇ ರಚಿಸಿದ 'ಭ್ರಮರಗೀತೆ', 'ವೇಣುಗೀತೆ', 'ಗೋಪೀಗೀತೆ'ಗಳು. ಇವುಗಳಲ್ಲಿ ಗೇಯತೆಯಿದೆ, ಪ್ರಾಸದ ಸೊಗಸಿದೆ. ಶೈಲಿಯಲ್ಲಿ ಅಶುದ್ಧವಾದ ಮಾತಿನ ದೇಸಿಯೂ ಸೇರಿಕೊಂಡಿದೆ. ಅವನ ಕೃತಿಗಳಲ್ಲಿ ಅವೆಷ್ಟೋ ದೊರೆಯದೆ ಹೋಗಿವೆ. ಕೆಲವನ್ನು ಮಾತ್ರ 'ರಂಗವಿಠ್ಠಲ' ಎಂಬ ಮುದ್ರಿಕೆಯಲ್ಲಿ ಅವನು ರಚಿಸಿದ್ದನ್ನು ನಾವು ಓದಬಹುದು. "ಶ್ರೀಪಾದರಾಜರ ಕನ್ನಡ ಕೃತಿ ಗಳಲ್ಲಿ ಪದಲಾಲಿತ್ಯ, ಅಲಂಕಾರ ಪ್ರೌಢಿಮೆ, ಶೃಂಗಾರ, ಶಾಂತಿ, ಭಕ್ತಿರಸಗಳ ನಿರೂಪಣೆ ಇವು ಓದುಗರ ಚಿತ್ತವನ್ನೂ ಹೃದಯವನ್ನೂ ಆಕರ್ಷಿಸುವುವು. ಶ್ರೀಭಾಗವತದ ಕೃಷ್ಣಕತೆಯನ್ನು ಚಿಕ್ಕ ಚಿಕ್ಕ ಪದಗಳಲ್ಲಿ ಬಹುರಸವತ್ತಾಗಿ ಹಾಡಿದ್ದಾರೆ."[5] ಉಪಲಬ್ಧ ಕೃತಿಗಳಲ್ಲಿ ಅವನ ವ್ಯಕ್ತಿತ್ವ ಮಹಿಮೆಯ ಅಚ್ಚು ಮೂಡಿದೆಯಾದರೂ ಸಾಹಿತ್ಯದೃಷ್ಟಿಯಿಂದ ಅವೆಲ್ಲ ಹಿರಿದಾಗಿವೆ ಎಂದು ಹೇಳ ಲಾಗದು.

## ವ್ಯಾಸರಾಯ ಇಲ್ಲವೆ ವ್ಯಾಸತೀರ್ಥ

ಇವನು ಶ್ರೀಪಾದರಾಯನ ಶಿಷ್ಯೋತ್ತಮನಾಗಿ ಅಷ್ಟೇ ದೊಡ್ಡ ಪಂಡಿತನೆಂದು ಪ್ರಖ್ಯಾತ ನಾದನು. ವ್ಯಾಸರಾಯಮಠದ ಸ್ವಾಮಿಯಾದನು. ವಿಜಯನಗರದ ದೊರೆಗಳಿಂದ ಇವನು ವಿಶೇಷ ಮನ್ನಣೆ ಪಡೆದನು. ವಿಶೇಷವಾಗಿ ಕೃಷ್ಣದೇವರಾಯನ ಆಳ್ವಿಕೆಯಲ್ಲಿ ಒದಗಿದ ಕುಹುಯೋಗ ವನ್ನು ನಿವಾರಿಸಿದನು. ವಿದ್ಯಾರಣ್ಯನು ವಿಜಯನಗರದ ಸಾಮ್ರಾಜ್ಯದ ಆರಂಭಕ್ಕೆ "ಜ್ಞಾನಿನಾ

ಚರಿತುಂ ಶಕ್ಯಂ ಸಮ್ಯಗ್‌ರಾಜ್ಯಾದಿಲೌಕಿಕಂ" ಎಂದು ತೋರಿ ಕ್ಷತ್ರಿಯತೇಜಸ್ಸಿಗೆ ಬ್ರಹ್ಮತೇಜದ ಬೆಂಬಲ ನೀಡಿದಂತೆ ವ್ಯಾಸರಾಯನು ಆ ಸಾಮ್ರಾಜ್ಯದ ವೈಭವಕಾಲದಲ್ಲಿ ಅದೇ ಬಗೆಯ ಆಂತರಿಕ ಶಕ್ತಿಯುಳ್ಳ ಆಧಾರವಾಗಿದ್ದನು. ಸಂಸ್ಕೃತದಲ್ಲಿ ಅವನ ತರ್ಕಶಾಸ್ತ್ರದ ಮತ್ತು ಮಧ್ವಮತ ಪ್ರತಿಪಾದಕವಾದ ಗ್ರಂಥಗಳು ಹೆಸರಾಗಿವೆ. ಕನ್ನಡದಲ್ಲಿ ದೇವರ ನಾಮಗಳನ್ನು ಬರೆದು ಬರೆಯಿಸಿ ತನ್ನ ಗುರು ಶ್ರೀಪಾದರಾಯನ ಹೊಸ ಸಂಪ್ರದಾಯವನ್ನು ಶ್ರದ್ಧೆಯಿಂದ ಅವನು ಮುಂದುವರಿಸಿದನು. ವ್ಯಾಸಕೂಟ ಮತ್ತು ದಾಸಕೂಟ ಎಂಬ ಎರಡು ಟಿಸಿಲುಗಳು ಅದಕ್ಕೆ ಒಡೆದುವು. ಅವುಗಳಲ್ಲಿ ವಿರೋಧವುಂಟಾಯಿತೆಂದೂ ಅನ್ಯೋನ್ಯ ಅವಹೇಳನೆ ನಡೆಯಿತೆಂದೂ ಕೆಲವರು ಹೇಳುತ್ತಾರೆ. ಆದರೆ ಒಂದೇ ಭಾಗವತ ಸಂಪ್ರದಾಯದ ಪಂಡಿತಮಾನ್ಯವಾದ ಸಂಸ್ಕೃತ ಶಾಖೆ ವ್ಯಾಸಕೂಟವೆಂದೂ ಜನಸಂಮುಖವಾದ ಕನ್ನಡ ಕೀರ್ತನೆಗಳ ಶಾಖೆ ದಾಸಕೂಟವೆಂದೂ ಅವುಗಳಲ್ಲಿ ಸ್ವತಃವಿವ ವಿರೋಧವಿಲ್ಲವೆಂದೂ ಬೇರೆ ಕೆಲವರು ಹೇಳುತ್ತಾರೆ. ಎರಡರಲ್ಲಿಯೂ ಸತ್ಯಾಂಶವಿದೆ. ತತ್ತ್ವತಃ ವಿರೋಧವಿರದಿದ್ದರೂ ಆಚರಣೆಯಲ್ಲಿ ಒಬ್ಬರೊಬ್ಬರ ಹೀಯಾಳಿಕೆ ತೋರಿರುವ ಸಂಭವವಿದೆ. ಪುರಂದರದಾಸ–ಕನಕದಾಸರು ವ್ಯಾಸರಾಯನ ದಾಸಕೂಟದಲ್ಲಿಯ ಶ್ರೇಷ್ಠಶಿಷ್ಯರಾಗಿ ಕನ್ನಡಸಾಹಿತ್ಯದ ಸಿರಿವಂತಿಕೆಯನ್ನು ಹೆಚ್ಚಿಸಿದರು.

ವ್ಯಾಸರಾಯನು ಬರೆದ ಕೀರ್ತನೆಗಳವೆಷ್ಟೋ ಈಗ ಲುಪ್ತವಾಗಿವೆ. ಉಪಲಬ್ಧವಾದವುಗಳು ನೂರಾರು ಮಾತ್ರ. ಅವುಗಳಲ್ಲಿ ಅವನ ಭಕ್ತಿನಿರ್ಭರತೆ, ಸಂಗೀತಜ್ಞಾನ, ಜನತಾದೃಷ್ಟಿಗಳನ್ನು ಕಾಣಬಹುದು. 'ವೃತ್ತನಾಮ' ಎಂಬ ಹೆಸರಿನ ಪ್ರಕಾರವು ಶ್ರೀಪಾದರಾಯನಿಂದ ಆರಂಭವಾಗಿ ವ್ಯಾಸರಾಯನ ಕಾಲದಲ್ಲಿ ಹೆಚ್ಚು ರೂಢವಾಯಿತು. ಅದರಲ್ಲಿ ಒಂದು ಪದ್ಯದ ಪಲ್ಲವಿ, ಒಂದು ವೃತ್ತ, ಒಂದು ನುಡಿ ಹೀಗೆ ಪರ್ಯಾಯದಿಂದ ಬರುತ್ತವೆ. ಈ ವೃತ್ತನಾಮದಲ್ಲಿ ವ್ಯಾಸರಾಯನು ಸುಲಭವಾದ ಭಗವದ್ಗೀತೆಯನ್ನು ಬರೆದಿದ್ದಾನೆ. ಅವನ ಕೀರ್ತನೆಗಳಲ್ಲಿ 'ದಾವಾನಲನ ತಪ್ಪಿಸಿ ಕಾಡಾನೆಯ ದೇವಗಂಗೆಗೆ ತಂದು ಹೊಗಿಸಿದಂತೆ" (ಹರಿದಾಸರ ಸಂಗ) ಎಂಬ ಉಪಮೆಗಳು, "ಗಾತ್ರವೇ ಮಂದಿರ, ಹೃದಯವೇ ಮಂಟಪ, ನೇತ್ರವೇ ಮಹದೀಪ" ಎಂಬ ಮಾನಸಪೂಜೆಯ ರೂಪಕಗಳು ಮೆಚ್ಚತಕ್ಕುವಾಗಿದ್ದರೂ ಕೇವಲ ಸಾಹಿತ್ಯದೃಷ್ಟಿಯಿಂದ ಅಚ್ಚರಿಗೊಳಿಸುವ ಹಿರಿಮೆಯಿದೆ ಎಂದು ತಿಳಿಯುವುದಕ್ಕೆ ಆಧಾರಗಳಿಲ್ಲ. ಶ್ರೇಷ್ಠತರಗತಿಯ ಪಂಡಿತನೂ ಯತಿಯೂ ಆಗಿ ತತ್ಕಾಲೀನ ಜನಜೀವನದ ಮೇಲೆ ಪ್ರಭಾವವನ್ನು ಬೀರಿ ಶಿಷ್ಯರ ಮೂಲಕ ದಾಸಕೂಟ ವಾಙ್ಮಯಕ್ಕೆ ಎತ್ತರದ ಪೀಠವನ್ನು ಕಲ್ಪಿಸಿಕೊಟ್ಟು ಕನ್ನಡ ಜನತೆಗೆ ಮಹೋಪಕಾರ ಮಾಡಿದ ಮಹಾವ್ಯಕ್ತಿಯೆಂದು ವ್ಯಾಸರಾಯನನ್ನು ನೆನೆಯಬೇಕು.

## ಪುರಂದರದಾಸ

'ದಾಸಶ್ರೇಷ್ಠ' ಎಂದು ಹೊಗಳಿಸಿಕೊಂಡ ಪುರಂದರದಾಸನು ಹಿರಿಯ ಭಕ್ತ, ಹಿರಿಯ ಹಾಡುಗಾರ. ಸಿರಿತನದ ಮಡಿಲಲ್ಲಿ ಬೆಳೆದು ಯಾವುದೋ ಒಂದು ಪ್ರಸಂಗದಲ್ಲಿ ಎಲ್ಲವನ್ನೂ ತ್ಯಾಗ ಮಾಡಿ ಅವನು ಸ್ವೇಚ್ಛೆಯಿಂದ ತಿರುಕನಾದನು. ಹೆಂಡಿರುಮಕ್ಕಳೊಡನೆ ವಿಜಯನಗರಕ್ಕೆ ಬಂದು ವ್ಯಾಸರಾಯನಿಂದ ಮಂತ್ರೋಪದೇಶ ಪಡೆದು ದಾಸನಾದನು. ಅವನ ಮುಂದಿನ ಜೀವನವೆಲ್ಲ ಹರಿಸಮರ್ಪಿತವಾಯಿತು. ಅವನ ವಿಷಯವಾಗಿ ಪ್ರಚಲಿತವಾಗಿದ್ದ ದಂತಕಥೆ, ಕೀರ್ತನೆಗಳ ಮಥಿತಾರ್ಥವು ಇದೇ ಆಗಿದೆ. ಅವನೇ ಬರೆದ ಹಾಡುಗಳಿಂದಲೂ ಇದಕ್ಕೆ ಪುಷ್ಟಿ ದೊರೆಯುತ್ತದೆ. ಅವನು ಭಾರತವೆಲ್ಲ ಸಂಚರಿಸಿ ತೀರ್ಥಯಾತ್ರೆ ಮಾಡಿರಬೇಕು. ಎಲ್ಲ ತರದ, ಮತಪಂಥದ ಜನರೊಡನೆ ನಿಕಟಸಂಬಂಧವನ್ನು ಬೆಳೆಸಿ ಸೂಕ್ಷ್ಮವಾಗಿ ಲೋಕಜೀವನ ನಿರೀಕ್ಷಣೆಯನ್ನು ಮಾಡಿರಬೇಕು. ತನ್ನ ಭಕ್ತಿ-ಸ್ಥಾಯಿಗೆ ವಿವಿಧ ಸಂನಿವೇಶಗಳಿಂದ ಸಹಜ ಸ್ಫೂರ್ತಿಯನ್ನು ಪಡೆದು ಹಾಡು

ಕಟ್ಟಿರಬೇಕು, ನಕ್ಕು ನಗಿಸುವ ವಿಡಂಬಕ ಹಾಸ್ಯದಲ್ಲಿ ಮೇಲುಗೈಯಾಗಿರಬೇಕು ಎಂಬುದನ್ನು ಅರಿತರೆ ಅವನ ವ್ಯಕ್ತಿತ್ವದ ಕೆಲವಂಗಗಳ ದರ್ಶನವಾಗುತ್ತದೆ. ಅವನು ಬರೆದ ಕೀರ್ತನೆಗಳು ನಾಲ್ಕುಲಕ್ಷ ಎಪ್ಪತ್ತೈದುಸಾವಿರ ಎಂಬುದನ್ನು ಅವನೇ ಹೇಳಿದ್ದರೂ ನಂಬುವುದು ಸಾಧ್ಯವಿಲ್ಲ. ಈವರೆಗೆ ದೊರೆತು ಪ್ರಕಟವಾದುವು ಒಂದು ಸಾವಿರದ ಮೇಲೆ ಕೆಲವಾಗುತ್ತವೆ. ಇನ್ನೂ ಕೆಲವು ದೊರೆಯದೆ ಹೋಗಿರ ಬಹುದು. ದೊರೆತವುಗಳಲ್ಲಿ ಕೆಲವು ಅವನಿಂದ ರಚಿತವಾಗಿರದೆ ಬೇರೆಯವರು ರಚಿಸಿ ಅವನ ಅಂಕಿತ ಹಾಕಿರಲೂಬಹುದು. ಹಲಕೆಲವು ಕೀರ್ತನೆಗಳು ಪ್ರಮುಖ ದಾಸರಲ್ಲಿ ಪುನರುಕ್ತವಾಗಿರುತ್ತವೆ. ಯಾರಾದರೊಬ್ಬರು ಅವನ್ನು ಬರೆದಿರಬೇಕು. ಈ ಸಂಗತಿಗಳನ್ನು ಇನ್ನೂ ಹೆಚ್ಚಿನ ಸಾಮಗ್ರಿಯ ಆಧಾರದಿಂದ ಪರೀಕ್ಷಿಸುವ ಅಗತ್ಯವಿದೆ.

ಪುರಂದರದಾಸನ ಕೀರ್ತನೆಗಳನ್ನು ಮತೀಯಗೌರವದಿಂದಾಗಲಿ, "ಹಿರಿಯರು ಬರೆದದ್ದೆಲ್ಲ ಹಿರಿದೇ" ಎಂಬ ಭಾವನಾವಶತೆಯಿಂದಾಗಲಿ, ನೋಡಿದರೆ ಆಗದು. ಇಲ್ಲವೆ ಸಾಹಿತ್ಯದ ಕೆಲವು ಸಾಂಪ್ರದಾಯಿಕ ಲಕ್ಷಣಗಳ ಅಳತೆಗೋಲಿನಿಂದ ಅಳೆದರೂ ಸಾಲದು–ಒಂದು ಭಕ್ತಿತನ್ಮಯ ವಾದ ಜೀವನವು ತನ್ನ ಅಭಿವ್ಯಕ್ತಿಯನ್ನು ಹೇಗೆ ಮಾಡಿದೆ, ಅದರಲ್ಲಿಯ ಅನುಭವಸಂಪತ್ತಿ ಯೆಷ್ಟು ? ಅಭಿವ್ಯಕ್ತಿಯ ಪ್ರತಿಕ್ರಿಯೆಯಲ್ಲಿ ಅದು ಪಡೆದ ಸಾಹಿತ್ಯಸೌಂದರ್ಯವೆಷ್ಟು ಎಂಬುದನ್ನು ಹಿಂಜಿ ತಿಳಿಯಬೇಕಾಗುತ್ತದೆ. ಒಂದೊಂದು ಸಲ ದೇವರನಾಮ ಎಂಬ ದೃಷ್ಟಿಯಿಂದ, ಗೇಯವಾದ ಕೀರ್ತನೆ ಎಂಬ ದೃಷ್ಟಿಯಿಂದ ಗುಣಶೂನ್ಯವಾಗಲಿ ಸಾಧಾರಣವಾಗಲಿ ಇರಬಹುದು. ಹಾಗೆ ಅವನ್ನು ಹೇಳ ಬೇಕಾಗುತ್ತದೆ. ಹೇಳುವುದರಲ್ಲಿ ವ್ಯಕ್ತಿಗೆ ಅಗೌರವ ಎಂಬುದನ್ನು ಭಾವಿಸಬಾರದು. ಇದು ಶೈವ, ವೈಷ್ಣವ, ಜೈನ ಮುಂತಾದ ಎಲ್ಲ ಮತಗಳ ಧಾರ್ಮಿಕವಾಙ್ಮಯಕ್ಕೆ ಅನ್ವಯಿಸುತ್ತದೆ. ಇನ್ನೊಂದು ಸಲ ಬೆಲೆಯುಳ್ಳ ಒಂದು ಅನುಭವ, ಒಂದು ಸತ್ಯದರ್ಶನ ತಕ್ಕಮಟ್ಟಿಗೆ ಚೆನ್ನಾದ ಇಲ್ಲವೆ ಎಷ್ಟೂ ಚೆಂದವಿಲ್ಲದ ಹಾಡಿನಲ್ಲಿ ರೂಪಗೊಂಡಿರಬಹುದು. ಆರಂಭ ಉಜ್ವಲವಾಗಿ ಮುಂದೆ ಮುಂದೆ ತೀರ ಸಪ್ಪೆಯಾಗಿರಬಹುದು. ರಸಪೂರ್ತಿಯ ಅಭಾವದಿಂದ ಅತೃಪ್ತಿಯನ್ನು ಉಂಟುಮಾಡು ತ್ತಿರಬಹುದು. ಈ ಅಂಶಗಳನ್ನೆಲ್ಲ ಮನದಂದು ಕೆಳಗಿನ ವಿಮರ್ಶೆಯನ್ನು ಸಂಗ್ರಹವಾಗಿ ಮಾಡಿದೆ.

ವಿಷಯಾನುಗುಣವಾಗಿ ನಾಮಮಹಿಮೆ, ಹರಿಗುರುಗಳ ಸ್ಮರಣೆ–ಸ್ತುತಿ, ಅಂತರಂಗನಿವೇದನೆ, ಕೃಷ್ಣಲೀಲೆ, ಸಮಾಜವಿಮರ್ಶೆ, ಸಮಾಜಬೋಧನೆ–ಹೀಗೆ ಸ್ಥೂಲವಾಗಿ ಎಲ್ಲ ದಾಸರ, ವಿಶೇಷವಾಗಿ ಪುರಂದರದಾಸನ ಕೀರ್ತನೆಗಳನ್ನು ವಿಭಾಗಿಸಬಹುದು. ಬೆಳೆಯುತ್ತಿರುವ ಭಕ್ತಜೀವ ತನ್ನಲ್ಲಿ ತಾನು ಕಾಣುವುದನ್ನೂ ತನ್ನ ಸುತ್ತಮುತ್ತಿನ ಸಮಾಜದಲ್ಲಿ ಕಾಣುವುದನ್ನೂ ಸಹಜಸ್ಫೂರ್ತವಾಗಿ ಹೇಳಬಯಸುವುದು ಈ ಎಲ್ಲ ಕೀರ್ತನೆಗಳ ಮೂಲಪ್ರೇರಕವಾಗಿದೆ. ವ್ಯಕ್ತಿತ್ವದ ಏಕಸೂತ್ರವು ವಿವಿಧ ವಿಷಯಗಳನ್ನು ಒಂದುಗೊಳಿಸಿದೆ. ಆದರೆ ಹೇಳಿಕೊಳ್ಳುವುದು ಮುಖ್ಯವಾಗಿ, ಹೇಗೆ ಹೇಳುವುದು ಅಮುಖ್ಯವಾಗಿಬಿಡುವ ಸಂಭವವು ಇಂಥ ವ್ಯಕ್ತಿತ್ವದಲ್ಲಿರುತ್ತದೆ. ವಿಷಯ–ರೀತಿಗಳ ಸಂಗಮವು ಕೆಲವು ಸಲ ಮಾತ್ರ ಸೊಗಸಾಗಿ, ಅದ್ಭುತವಾಗಿ ಒದಗಿಬರುತ್ತದೆ. ಪುರಂದರದಾಸನ ಕೀರ್ತನೆಗಳಲ್ಲಿ ಇದನ್ನು ನೋಡಬಹುದು. "ನಾರಾಯಣ ನಿಮ್ಮ ನಾಮದ ಸ್ಮರಣೆಯ ಸಾರಾಮೃತವೆನ್ನ ನಾಲಿಗೆಗೆ ಬರಲಿ" (೧–೭೩) ಈ ಪಲ್ಲವಿಯಲ್ಲಿಯ ಭಾವ ಮುಂದಿನ ನುಡಿಗಳಲ್ಲಿ ಸೊಗಸಾಗಿ ಅರಳುತ್ತದೆ. ಈ ಕೀರ್ತನೆಯಲ್ಲಿ ಕಲ್ಪನಾಶಕ್ತಿ ಎಷ್ಟೂ ಇರದಿದ್ದರೂ ಒಂದು ಅತ್ಯಂತ ನೈಜವಾದ ಅಂತರಂಗದ ಬಯಕೆ ತನ್ನ ಸರಳ ಉತ್ಕಟತೆಯಲ್ಲಿ ಅಭಿವ್ಯಕ್ತವಾಗಿದೆ. ಕೀರ್ತನೆಗಳಲ್ಲಿಯ ಸಾಹಿತ್ಯಸ್ವಾರಸ್ಯ ಬಹುಭಾಗದಲ್ಲಿ ಹೀಗಿರುತ್ತದೆ. ಇನ್ನು "ನೀನ್ಯಾಕೋ ನಿನ್ನ ಹಂಗ್ಯಾಕೋ ನಿನ್ನ ನಾಮದ ಬಲವೊಂದಿ ದ್ದರೆ ಸಾಕೋ" (೧–೧೮) ಎಂಬುದನ್ನು ನೋಡಿದರೆ ಅದರ ಪಲ್ಲವಿಯಲ್ಲಿಯ ಸಲಿಗೆಯ ಆತ್ಮ ವಿಶ್ವಾಸ, ಹಳಿಯಬಾರದ ಔದ್ಧತ್ಯ ಮುಂದಿನ ನುಡಿಗಳಲ್ಲಿ ಪ್ರಕಟಗೊಂಡಿಲ್ಲ. ನಿರೀಕ್ಷೆ ಸಫಲವಾಗಿಲ್ಲ.

ನಾಮಸ್ಮರಣೆಯಿಂದ ಉದ್ಧಾರವಾದವರ ನಿದರ್ಶನಗಳು ಅಲ್ಲಿ ಅಪ್ರಸ್ತುತವಲ್ಲದಿದ್ದರೂ ಮೂಲ ಭಾವಕ್ಕೆ ಪೋಷಕವಾಗಿಲ್ಲ. ಈ ಹಾಡು ಗೇಯತೆಯಿಂದಲೂ ನಿದರ್ಶನಗಳ ಹೃದಯಸ್ಪರ್ಶಿತೆಯಿಂದಲೂ ಜನಪ್ರಿಯವೇನೊ ಆಗಿದೆ. ಆದರೆ ಸಾಹಿತ್ಯದೃಷ್ಟಿಯಿಂದ ಇದು ಅಷ್ಟು ಯಶಸ್ವಿಯಲ್ಲವೆಂದು ಹೇಳಬೇಕು. ನಾಮಸ್ಮರಣೆಯ ಹಾಗೂ ಸ್ತುತಿಯ ಅನೇಕ ಕೀರ್ತನೆಗಳು ಕಿವಿಗಿಂಪಾದ ನುತಿ-ನಾಮಾವಳಿಗಳಾಗಿವೆ. ಮತೀಯರಿಗೂ ಸಾಧಕರಿಗೂ ಅವುಗಳ ಬೆಲೆಯಿದ್ದಷ್ಟು ಇತರರಿಗೆ ಇರಲಾರದು. ಆದರೂ ಅವುಗಳಲ್ಲಿ "ಯಾದವ ನೀ ಬಾ ಯದುಕುಲನಂದನ" (೧–೧೩), "ಮೂರುತಿಯನು ನಿಲ್ಲಿಸೊ" (೧–೧೭), "ನೀನೇ ದಯಾಳು ನಿರ್ಮಲಚಿತ್ತ" (೧–೫೮), "ಹುಲ್ಲ ತರುವರ ಮನೆಗೆ ಹುಲ್ಲ ತರುವ" (೧–೧೪೭) ಇಂಥವು ಚಿತ್ರರಮ್ಯತೆಯಿಂದಲೂ ನಾದಮಾಧುರ್ಯದಿಂದಲೂ ಮನಸೆಳೆಯುತ್ತವೆ. ಇಂಥ ಕೆಲವದರಲ್ಲಿ ಆಯಾ ದೇವತೆಯ ಇಲ್ಲವೆ ವ್ಯಕ್ತಿಗಳ ಚರಿತ್ರೆ ಮತ್ತು ಲೀಲೆಗಳು ಪ್ರೌಢಸರಣಿಯಲ್ಲಿಯೂ ಜಾನಪದ ಧಾಟಿಯಲ್ಲಿಯೂ ಸೊಗಸಾಗಿ ವರ್ಣಿತವಾಗಿರುತ್ತವೆ. ಕೆಲವು ಸಲ ಅವುಗಳ ಅದೆತನವು ಮಾತ್ರ ಬೇಸರ ತರುತ್ತದೆ. "ಭಾಗ್ಯದ ಲಕ್ಷ್ಮಿ ಬಾರಮ್ಮ" (೧–೨೧೨) ಇದು ಇಂಥ ವಿಭಾಗದಲ್ಲಿ ತುಂಬ ಮೆಚ್ಚಿಗೆಯಾಗತಕ್ಕ ಗೀತೆ. ಇದರಲ್ಲಿ "ಗೆಜ್ಜೆಕಾಲ್ಗಳ ಧ್ವನಿಯ ತೋರುತ, ಹೆಜ್ಜೆಯನಿಕ್ಕುತ, ಸಜ್ಜನಸಾಧು ಪೂಜೆಯ ವೇಳೆಗೆ, ಮಜ್ಜಿಗೆಯೊಳಗಿನ ಬೆಣ್ಣೆಯಂತೆ" ಎಂಬ ನುಡಿಯಲ್ಲಿ ಸಹಜ ಪ್ರಾಸ, ಸೊಗಸಾದ ಚಿತ್ರ ಮತ್ತು ಹೊಸ ಹೋಲಿಕೆ ಇವನ್ನು ನೋಡಬೇಕು. ಪುರಂದರದಾಸನ ಕೃತಿಗಳಲ್ಲಿಯ ಸಾಹಿತ್ಯಸತ್ವವು ಇಂಥಲ್ಲಿ ಸಹಜವಾಗಿ ತೋರಿದೆ.

ಅಂತರಂಗದ ಕೀರ್ತನೆಗಳಲ್ಲಿ ಭಕ್ತಿಜೀವನದ ಬಯಕೆ–ಬೇಡಿಕೆಗಳು, ಕುಗ್ಗು–ಕೊರತೆಗಳು ವ್ಯಕ್ತವಾಗಿವೆ. ಇಂಥ ಕೆಲವು ಗೀತೆಗಳಲ್ಲಿ ಪುರಂದರದಾಸನು ಸೊಗಸನ್ನೂ ಹಿರಿಮೆಯನ್ನೂ ಸೂರೆಗೊಳಿಸಿದ್ದಾನೆ. "ನಾ ನಿನ್ನೊಳನ್ಯ ಬೇಡುವುದಿಲ್ಲ ಎನ್ನ ಹೃದಯಕಮಲದೊಳು ನಿಂದಿರು ಹರಿಯೇ" (೧–೨೧), "ಕಣ್ಣಾರೆ ಕಂಡೆನಚ್ಯುತನ" (೧–೮೩), "ಕಂಡು ಕಂಡು ನೀ ಎನ್ನ ಕೈಬಿಡುವರೆ" (೧–೯೩), "ಆದದ್ದೆಲ್ಲ ಒಳಿತೇ ಆಯಿತು" (೧–೯೫), "ಇನ್ನೂ ದಯ ಬಾರದೆ ದಾಸನ ಮೇಲೆ" (೧–೧೩೫), "ನಾನೇಕೆ ಬಡವನು ನಾನೇಕೆ ಪರದೇಶಿ" (೧–೧೪೬), "ಹರಿ ನಿನ್ನೊಲುಮೆಯು ಆಗುವತನಕ ಅರಿತು ಸುಮ್ಮನಿರುವುದು ಲೇಸು" (೧–೧೫೭), "ಸಕಲಗ್ರಹಬಲ ನೀನೆ" (೨–೨೭), "ಬದುಕಿದೆನು ಬದುಕಿದೆನು ಭವ ಹಿಂಗಿತು" (೨–೩೫), "ಹ್ಯಾಗೆ ಮೆಚ್ಚಿಸಲಿ ಅರ್ಚಿಸಲಿ ನಿನ್ನ" (೨–೬೯), "ಬಂದದ್ದೆಲ್ಲ ಬರಲಿ ಗೋವಿಂದನ ದಯ ನಮಗಿರಲಿ" (೨–೬೭), "ಅಪರಾಧಿ ನಾನಲ್ಲ ಅಪರಾಧವೆನಗಿಲ್ಲ" (೨–೧೦೦), "ನಾ ನಿನ್ನ ಧ್ಯಾನದೊಳಿರಲು" (೨–೧೨೧), "ಬಿನ್ನಹಕೆ ಬಾಯಿಲ್ಲವಯ್ಯಾ" (೨–೧೫೩), "ಕಾಯಲಾರೆನು ಕೃಷ್ಣ ಕಂಡವರ ಬಾಗಿಲನು" (೨–೧೬೭), "ಹುಚ್ಚು ಹಿಡಿಯಿತು ಎನಗೆ" (೩–೨೯), "ಕೆಂಡಕೆ ಒರಳೆ ಮುತ್ತುವದುಂಟೆ" (೩–೧೮೯), "ಯಾಕೆನ್ನ ಈ ರಾಜ್ಯಕೆಳತಂದೆ" (೩–೧೨೨), "ಸಂಸಾರವೆಂಬಂಥ ಭಾಗ್ಯವಿರಲಿ" (೪–೭೭), "ಅನುಭವದಡಿಗೆಯ ಮಾಡಿ" (೪–೧೧೭), "ಬೈಲಿಗೆ ಬೈಲಾಗಿತು ಬೈಲೊಳಗೆ" (೪–೬೩)—ಈ ಮೊದಲಾದ ಕೀರ್ತನೆಗಳಲ್ಲಿ ಆರ್ತಭಕ್ತನ ಕೋರಿಕೆ-ಕಳವಳಗಳಿದ್ದಂತೆ ಸಿದ್ಧಭಕ್ತನ ಸಮಗ್ರ ಸಮರ್ಪಣೆ, ಸಾಕ್ಷಾತ್ಕಾರ, ನಿರ್ಭೀತಿ–ನಿಶ್ಚಿಂತೆಗಳು ಭಾವಗೀತೆಯ ಸುಂದರ ರೂಪವನ್ನು ತಾಳಿರುತ್ತವೆ. ಒಂದೊಂದಾಗಿ ನೋಡಿದಾಗ ನಕ್ಷತ್ರಗಳು ಚೆಲುವಾಗಿ ಮಾತ್ರ ತೋರಿ, ಒಟ್ಟಾಗಿ ನೋಡಿದಾಗ ಭವ್ಯ–ರಮಣೀಯವಾಗಿ ತೋರುವಂತೆ ಇವುಗಳ ರೀತಿ ಇದೆ. ಉತ್ಕಟಭಾವನೆಗಾಗಿ "ನಾ ನಿನ್ನೊಳನ್ಯ ಬೇಡುವುದಿಲ್ಲ", "ಕಂಡು ಕಂಡು ನೀ ಎನ್ನ ಕೈಬಿಡುವರೆ", "ಯಾಕೆನ್ನ ಈ ರಾಜ್ಯಕೆಳತಂದೆ"—ಈ ಭಾವಗೀತೆಗಳು ಹೃದ್ಯವಾಗಿವೆ. ಕಲ್ಪಕತೆಗಾಗಿ "ಹರಿ ನಿನ್ನೊಲುಮೆಯು ಆಗುವತನಕ, ಹ್ಯಾಗೆ ಮೆಚ್ಚಿಸಲಿ, ನಾ ನಿನ್ನ ಧ್ಯಾನದೊಳಿರಲು" ಇವು ಮೇಲಾಗಿವೆ. "ನಾ ನಿನ್ನ ಧ್ಯಾನದೊಳು" ಇದು ಮೂರೇ ನುಡಿಗಳ

ಹಾಡಾದರೂ ಅಸಾಧಾರಣವಾದ ಚೈತನ್ಯದಿಂದ ಕೂಡಿದ್ದು ಅಭಯವಾಣಿಯಾಗಿ ಪುರಂದರದಾಸನ ಹಿರಿಮೆಯನ್ನು ಸಾರುತ್ತದೆ. ಅದರಲ್ಲಿ "ಕಿಚ್ಚಿಗೆ ಇರುವೆ ಮುತ್ತುವದೆ, ಗಾಳಿಗೆ ಗಿರಿ ನಡುಗುವದೇ" ಇಂಥ ಸಾದೃಶ್ಯಗಳು ನವೀನವಲ್ಲದಿದ್ದರೂ ಉಚಿತ ಸಂದರ್ಭದಲ್ಲಿ ಸೇರಿಕೊಂಡು ಮೂಲಭಾವವನ್ನು ಎತ್ತಿತೋರುತ್ತವೆ. ರಸಪೂರ್ತಿಯ ದೃಷ್ಟಿಯಿಂದ ಈ ಬಗೆಯ ಕೀರ್ತನೆಗಳಲ್ಲಿ ಕೆಲವು ಸಲ ಇನ್ನಿಷ್ಟು ವಿಸ್ತಾರ ಮತ್ತು ಪುಷ್ಟಿ ಬೇಕೆಂದು ತೋರಬಹುದು. ಕೇಂದ್ರಭಾವದಿಂದ ಒಂದು ಬಗೆಯ ಅಪಸರಣೆಯಾಗಿದೆ ಇಲ್ಲವೆ ಸಾಂಪ್ರದಾಯಿಕ ವಿವರಣೆಯಾಗಿದೆ ಎಂದು ತೋರಬಹುದು. ಈ ದೋಷಗಳನ್ನು ಅಲ್ಲಗಳೆಯುವಂತಿಲ್ಲ. ಉದಾಹರಣೆಗೆ, "ಬಿನ್ನಹಕೆ ಬಾಯಿಲ್ಲವಯ್ಯಾ" ಎಂಬಲ್ಲಿಯ ಭಾವವಿಶೇಷವು ನುಡಿಗಳಲ್ಲಿ ಸಮರ್ಪಕವಾಗಿ ಸಫಲಗೊಂಡಿದೆ ಎಂದು ಹೇಳಲಾಗದು. "ಶಿಶುಮೋಹ ಸತಿಮೋಹ", ಆಮೇಲೆ "ಅನ್ನಮದವರ್ಥಮದ" ಇತ್ಯಾದಿ ಮದಗಳ ಪಟ್ಟಿಗೆ ಪ್ರಾಮುಖ್ಯ ದೊರೆತು ಆ ಭಾವದ ಸೂಕ್ಷ್ಮಸುಂದರವಾದ ನಿರೂಪಣೆ ಕಣ್ಮರೆಯಾಗಿಬಿಡುತ್ತದೆ.

ಕೃಷ್ಣಲೀಲೆಯ ಕೀರ್ತನೆಗಳಲ್ಲಿ ಭಾಗವತಪುರಾಣದ ಹಲವಾರು ಸಂನಿವೇಶಗಳೂ ವ್ಯಕ್ತಿಗಳೂ ತಲೆದೋರಿವೆ ; ಶೃಂಗಾರ, ವಾತ್ಸಲ್ಯ, ಹಾಸ್ಯರಸಗಳು ಹೊರಹೊಮ್ಮಿವೆ. ಇವುಗಳಲ್ಲಿ "ಬಗೆಬಗೆ ಆಟಗಳೆಲ್ಲಿ ಕಲಿತಯ್ಯ ಜಗವ ಮೋಹಿಪನೆ" (೧–೯೬), "ಆಡಿದನು ರಂಗ ಅದ್ಭುತದಿಂದಲಿ ಕಾಳಿಂಗನ ಫಣೆಯಲಿ" (೨–೧೦೫), "ಹೋಗದಿರೆಲೊ ರಂಗ ಬಾಗಿಲಿಂದಾಚೆಗೆ" (೨–೧೧೨) ಈ ಮುಂತಾದುವು ಹೃದಯಂಗಮವಾಗಿವೆ. 'ರಂಗನೊಲಿದಾ ನಮ್ಮ ಕೃಷ್ಣನೊಲಿದಾ' (೫–೭೨) ಇದರಲ್ಲಿ ದ್ರೌಪದಿಯ ಮಾನಸಂರಕ್ಷಣೆಯ ಸಂದರ್ಭವನ್ನು ವಿಸ್ತಾರವಾಗಿ ವರ್ಣಿಸಲಾಗಿದೆ. ಪುರಂದರದಾಸನ ಮತ್ತು ಉಳಿದ ದಾಸರ ಕೃಷ್ಣಲೀಲೆಯ ಕೀರ್ತನೆಗಳನ್ನು ಒಟ್ಟುಗೂಡಿಸಿದರೆ ಕೀರ್ತನರೂಪದಲ್ಲಿಯ ಭಾರತ–ಭಾಗವತವನ್ನು ಕಾಣಬಹುದು. ಕೆಲವು ಸಲ ಇಂಥ ಹಾಡುಗಳ ಶೃಂಗಾರ ಉತ್ತಾನಕ್ಕೆ ಇಳಿಯುತ್ತದೆ, ಶೈಲಿ ತೀರ ಗ್ರಾಮ್ಯವಾಗುತ್ತದೆ. ಆದರೆ ಒಟ್ಟಿನಲ್ಲಿ ಇವುಗಳ ಕಥನ, ನಾಟ್ಯನಿರೂಪಣ ಮತ್ತು ಸಾಂಕೇತಿಕ ಧ್ವನಿ ನಾದಮಯವಾಗಿ ತೋರಿರುತ್ತವೆ.

ಪುರಂದರದಾಸನ ಕೀರ್ತನೆಗಳಲ್ಲಿ ಸಮಾಜಜೀವನವನ್ನು ಕುರಿತ ಕೀರ್ತನೆಗಳು ಹೇರಳವಾಗಿವೆ. ಅವುಗಳಲ್ಲಿ ಸಂಸಾರದ ನಿಸ್ಸಾರತೆ, ವೈರಾಗ್ಯಬೋಧೆಯಿದ್ದಂತೆ ಜೀವನನಿಷ್ಠೆಯಿದೆ. ಅನೀತಿ–ದಾಂಭಿಕತೆಗಳ ಕಟುವಿಮರ್ಶೆಯೊಡನೆ ಚಿರಂತನಮೂಲ್ಯಗಳ ಮತ್ತು ಭಕ್ತಿ ಮಹಿಮೆಯ ಉಪದೇಶವಿದೆ. ಸಮಾಜವಿಮರ್ಶೆಯ ಗೀತೆಗಳಲ್ಲಿ "ನಗೆಯು ಬರುತಿದೆ" (೧–೨೨), "ತನುವ ನೀರೊಳಗದ್ದಿ ಫಲವೇನು" (೧–೨೫), "ಬೇವು ಬೆಲ್ಲದೊಳಿಡಲೇನು ಫಲ" (೧–೬೧), "ಮೂರ್ಖ ರಾದರು ಜನರು ಲೋಕದೊಳಗೆ" (೧–೬೨), "ಮಡಿಮಡಿ ಮಡಿಯೆಂದು ಅಡಿಗಡಿ ಹಾರುವಿ" (೧–೧೧೪), "ಜಾಲಿಯ ಮರದಂತೆ ಧರೆಯೊಳು ದುರ್ಜನರು" (೧–೧೧೬), "ಹೊಲೆಯ ಹೊರಗಿಹನೆ ಊರೊಳಗಿಲ್ಲವೆ" (೧–೧೭೮), "ಮಲವ ತೊಳೆಯಬಲ್ಲರಲ್ಲದೆ ಮನವ ತೊಳೆಯ ಬಲ್ಲರೆ" (೧–೧೮೦), "ಉದರವೈರಾಗ್ಯವಿದು" (೨–೨೬), "ಒಲ್ಲೆನೆ ವೈದಿಕ ಗಂಡನ" (೨–೧೯೭), "ಬೇನೆ ತಾಳಲಾರೆ ಬಾಯೆನ್ನ ಗಂಡ" (೩–೧೮೭), "ತಾಳಿಯ ಹರಿದು ಬೀಸಾಟೆ" (೪–೫೩), "ಕೇಳನೊ ಹರಿ ತಾಳನೊ" (೪–೮೩), "ಇಬ್ಬರ್ಹೆಂಡಿರ ಸುಖವ ಇಂದು ಕಂಡೆನಯ್ಯ" (೫–೨೪) ಇವನ್ನು ಗಮನಿಸಿದರೆ ಮನುಷ್ಯಸ್ವಭಾವದ ವೈವಿಧ್ಯಪರಿಚಯ, ವಿಡಂಬಕವಿಹಾಸ್ಯ ಮತ್ತು ಸಮಾಜಜೀವನ ದಲ್ಲಿಯ ಸಾಮಾನ್ಯ ಅಧೋಗತಿಯ ನಿಚ್ಚಳವಾದ ಅರಿವು ಪುರಂದರದಾಸನಲ್ಲಿ ಎಷ್ಟುಮಟ್ಟಿಗೆ ಇತ್ತೆಂಬುದು ತಿಳಿಯುತ್ತದೆ. "ಉದರವೈರಾಗ್ಯವಿದು" ಇದರಂತೆ ಎಲ್ಲ ಹಾಡುಗಳಲ್ಲಿ ಭಾವಗೀತೆಯ ಸಂಪೂರ್ಣತೆ ಕಂಡುಬಂದಿಲ್ಲ. ಪುನರುಕ್ತಿ–ಶೈಥಿಲ್ಯಗಳೂ ಅಲ್ಲಲ್ಲಿ ಹಣೆಯಿಕ್ಕಿವೆ. ರಚನಾ ಸೌಂದರ್ಯದ ಕಡೆಗೆ ಸಹೇತುಕವಾದ ಲಕ್ಷ್ಯ ಕಾಣುವುದಿಲ್ಲ. ಅದರಿಂದಲೇ ಗುಣದೋಷಗಳು ಉಂಟಾಗಿವೆ.

ಸಮಾಜಬೋಧನೆಯ ಕೀರ್ತನೆಗಳು ಸಮಾಜವಿಮರ್ಶೆಗಿಂತಲೂ ಹೆಚ್ಚಾಗಿವೆ. ಬೋಧಕನ ಆವೇಶ ಪುರಂದರದಾಸನ ಮನಃಪ್ರಕೃತಿಯಲ್ಲಿ ವಿಲಕ್ಷಣವಾಗಿದೆ. ಜನರಲ್ಲಿ ದೇವಭಕ್ತಿ, ಸತ್ಯಧರ್ಮ, ನೈಜನೀತಿ, ಜೀವನನಿಷ್ಠೆಗಳು ಬೆಳೆಯಬೇಕೆಂಬುದೇ ಅವನ ಬೋಧನೆಯ ತಿರುಳು. "ಈಸಬೇಕು ಇದ್ದು ಜೈಸಬೇಕು" (೧-೧೨), 'ಮಾನವಜನ್ಮ ದೊಡ್ಡದು" (೧-೧೪) —ಈ ಪ್ರಸಿದ್ಧ ಕೀರ್ತನೆಗಳಲ್ಲಿ ಕರ್ಮಯೋಗದ ಸಂದೇಶವನ್ನು ಸಾರಲಾಗಿದೆ. ಇವೆರಡೂ ಚಿಕ್ಕವಾಗಿದ್ದು ನುಡಿಗಳಲ್ಲಿ ಮೂಲಭಾವವು ರಸಪದವಿಗೆ ಏರುವಷ್ಟು ಪೋಷಣೆಹೊಂದಿಲ್ಲ. ಆದರೂ ವ್ಯಕ್ತಿಮಹಿಮೆಯಿಂದ ಮತ್ತು ಅಭಿಪ್ರಾಯಮಹತ್ವದಿಂದ ಅವಕ್ಕೆ ಮಹತ್ವಬಂದಿವೆ. ಇನ್ನುಳಿದವುಗಳಲ್ಲಿ "ಇದು ಭಾಗ್ಯವಿದು ಭಾಗ್ಯ" (೧-೩೨), "ಡಂಗುರವ ಸಾರಿ" (೧-೬೩), "ಸ್ನಾನವ ಮಾಡಿರೊ ಜ್ಞಾನತೀರ್ಥದಲಿ" (೧-೬೯), "ಸಕಲವೆಲ್ಲವೂ ಹರಿಸೇವೆಯೆನ್ನಿ" (೧-೭೧), "ಧರ್ಮವೇ ಜಯವೆಂಬ ದಿವ್ಯಮಂತ್ರ" (೨-೭೭), "ಹೊಡಿ ನಗಾರಿಮ್ಯಾಲ ಕೈಯ್ಯ" (೨-೧೦೬), "ಎಚ್ಚರದಲಿ ನಡೆ ಮನವೆ" (೩-೧೨೬), "ಇರಬೇಕು ಇರದಿರಬೇಕು" (೪-೪೭), "ಇನ್ನಾದರೂ ನಿನಗೆ ನೀನು ತಿಳಿಯದೆ" (೫-೨೨), "ಬ್ರಾಹ್ಮಣನೆಂದರೆ ಬ್ರಹ್ಮನ ತಿಳಿದವ" (೫-೬೨) ಇವನ್ನು ಬೋಧನೆ ಮತ್ತು ಭಾವಗೀತೆಯ ಗುಣ ಇವುಗಳ ಮೇಳವಿಕೆಗಾಗಿ ಉದಹರಿಸಬಹುದು. "ಧರ್ಮವೇ ಜಯವೆಂಬ ದಿವ್ಯಮಂತ್ರ" ಎಂಬುದು ಅತ್ಯುಚ್ಚವಾದ ಪ್ರೀತಿತತ್ತ್ವದ, ಅಹಿಂಸಾಧರ್ಮದ ಬೋಧನೆಯನ್ನು ಜನಸಾಮಾನ್ಯಕ್ಕೆ ತಿಳಿಯುವ ರೀತಿಯಲ್ಲಿ ಮಾಡುತ್ತದೆ. ೧-೩೨ರಲ್ಲಿ "ಕಲ್ಲಾಗಿ ಇರಬೇಕು ಕಠಿಣಭವತೊರೆಯೊಳಗೆ ಬಿಲ್ಲಾಗಿ ಇರಬೇಕು ಬಲ್ಲವರೊಳಗೆ" ಎಂಬ ತೆರದ ಉಕ್ತಿಗಳು ಗಾದೆಮಾತುಗಳಾಗಿ ಕನ್ನಡಿಗರ ಮನೆಮಾತಿನಲ್ಲಿ ಸೇರಿಕೊಂಡುಬಿಟ್ಟಿವೆ ; ಜನತೆಯ ಹೃದಯಪೀಠದಲ್ಲಿ ಪುರಂದರದಾಸನನ್ನು ಚಿರಸ್ಥಾಯಿಯಾಗಿ ನಿಲ್ಲಿಸಿರುತ್ತವೆ. ಬೋಧನೆಯ ಹಾಡುಗಳಲ್ಲಿ ವ್ಯವಹಾರದಲ್ಲಿಯ ವಿಶೇಷಸಂದರ್ಭಗಳನ್ನು ತೆಗೆದುಕೊಂಡು ಅವುಗಳಿಗೆ ಆಧ್ಯಾತ್ಮಿಕ ಪ್ರತೀಕದ ಸ್ವರೂಪ ಕೊಟ್ಟದ್ದು ಹೆಚ್ಚಾಗಿ ಕಂಡುಬರುತ್ತದೆ. ಉದಾ : ೧-೧೨೬ರಲ್ಲಿ "ಕಲ್ಲುಸಕ್ಕರೆ ಕೊಳ್ಳಿರೊ", ೧-೧೦೨ರಲ್ಲಿ "ಮುತ್ತು ಕೊಳ್ಳಿರೊ", ೩-೯೭ರಲ್ಲಿ "ಗುಡುಗುಡಿಯನು ಸೇದಿನೋಡೊ". ದಾಸಕೂಟದಲ್ಲಿ ಇದೊಂದು ಕವಿಸಮಯವಾದಂತಾಗಿ ಕೃತಕತೆಯನ್ನು ಉಂಟುಮಾಡಿದೆ. ಆದರೂ ಒಮ್ಮೊಮ್ಮೆ ಇಂಥ ಕೀರ್ತನೆಗಳಲ್ಲಿ ಜನಮನವನ್ನು ಆಕರ್ಷಿಸಿ ಭಾಗವತ ಧರ್ಮವನ್ನು ತಿಳಿಸುವ ಶಕ್ತಿಯೂ ಉಂಟಾಗಿದೆ.

ಪುರಂದರದಾಸನು ವ್ಯಾಸರಾಯನ ಪಟ್ಟಶಿಷ್ಯನೂ ಮಧ್ವಮತಾನುಯಾಯಿಯೂ ಎಂಬುದು ಸ್ಪಷ್ಟವಾಗಿದೆ. "ಮಧ್ವಮತದಲ್ಲಿ ಮೀನಾಗಿರಲು ಬೇಕು" (೧-೩೨), "ಮಧ್ವಮತಸಿದ್ಧಾಂತದ ಪದ್ಧತಿ ಬಿಡಬೇಡ" (೧-೨೦೫), "ಮತದೊಳಗೆ ಒಳ್ಳೆ ಮತ ಮಧ್ವಮತವೂ" (೨-೧೯೧) ಇಂಥ ಹಾಡುಗಳಿಂದಲೂ ಮಧ್ವಮತತತ್ತ್ವಗಳ ಪ್ರತಿಪಾದನೆಯಿಂದಲೂ ಇದು ತಿಳಿಯುತ್ತದೆ. "ಶಿವ ನೀನ್ಹ್ಯಾಗಾದ್ಯೊ" (೧-೧೮೮) ಎಂಬಂಥ ಕೀರ್ತನೆಗಳಲ್ಲಿ ಅದ್ವೈತದ ಹೀಯಾಳಿಕೆಯೂ ಬಂದಿದೆ. ಇಂಥ ಕೀರ್ತನೆ ಪುರಂದರದಾಸಕೃತವೇ ಅಲ್ಲವೇ ಎಂಬುದಿನ್ನೂ ನಿಶ್ಚಿತವಿಲ್ಲ. ಇದೇನೇ ಇದ್ದರೂ ಮಧ್ವಮತದ ಪ್ರಮೇಯಗಳಲ್ಲಿ ಪುರಂದರದಾಸನಿಗೆ ಸಂಪೂರ್ಣ ಶ್ರದ್ಧೆಯುಂಟೆಂಬುದನ್ನು ಯಾರೂ ಅಲ್ಲಗಳೆಯಲಾರರು. ಆದರೆ ಇದರೊಡನೆ ಒಂದು ಮಹತ್ವದ ಮಾತನ್ನು ಅರಿತಿರಬೇಕು. ಪುರಂದರದಾಸನ ಮಧ್ವಮತವು ಅವನ ಪ್ರತಿನಿತ್ಯದ ಬಾಳಿನಲ್ಲಿ ಬೆರೆತು ಆಚರಣೆಯಲ್ಲಿ ಇಳಿದ ಜೀವನದರ್ಶನವಾಗಿತ್ತು. ಅಂತೆಯೇ ಅದು ಬರೀ ಮತವಾಗಿರಲಿಲ್ಲ, ಜೀವಂತಶ್ರದ್ಧೆಯಾಗಿತ್ತು. ಸ್ವಮತಾಸಕ್ತಿ ಎಷ್ಟೇ ಇದ್ದರೂ ಇತರ ಮತಗಳ ಹಾಗೂ ಮತೀಯರ ಕೂಡ ತನ್ನ ರೀತಿಯಲ್ಲಿ ಅವನು ಸಮನ್ವಯವನ್ನು ಸಾಧಿಸಿದ್ದನು. "ಜಂಗಮರು ನಾವು ಜಗದೊಳು, ಜಂಗಮರು ನಾವು ಲಿಂಗಾಂಗಿಗಳು ಮಂಗಳವಂತರು ಭವಿಗಳೆಂತೆಂಬಿರಿ" (೪-೧೫೩), "ಅರಿಯದೆ ಬಂದೆವು ಕಿಮ್ಸನ್ ಪರಿಹರಿಸಯ್ಯ ಭಮ್ಸನ್" (೨-೫೯) ಇಂಥ ಗೀತೆಗಳು ಸಾಕ್ಷಿಯಾಗಿವೆ.

"ಆವ ಕುಲವಾದರೇನು ಅವನಾದರೇನು" (೩–೧೪೩) ಇದರಲ್ಲಿ "ಕುಲದ ಮೇಲೆ ಹೋಗಬೇಡ, ಕುಲವಿಲ್ಲ ಜ್ಞಾನಿಗಳಿಗೆ" ಎಂಬ ಮಾತು, "ವಿಧಿನಿಷೇಧ ನಿನ್ನವರಿಗೆಂತೋ" (೩–೧೦೬) ಎಂಬಲ್ಲಿ "ನಡೆದದ್ದೆಲ್ಲವೂ ಲಕ್ಷಪ್ರದಕ್ಷಿಣೆ, ನುಡಿದದ್ದೆಲ್ಲ ಗಾಯತ್ರಿಮಂತ್ರಗಳು.... ಕಂಡದ್ದೇ ವಿಶ್ವಾದಿ ಮೂರ್ತಿಗಳು, ಭೂಮಂಡಲದಿ ಶಯನವೇ ನಮಸ್ಕಾರ, ಥಂಡಥಂಡ ಕ್ರಿಯೆಗಳು ಹರಿಪೂಜೆ ತೊಂಡರಾಗಿ ಬಿದ್ದಿಹ ಭಾಗವತರಿಗೆ" ಎಂಬ ನುಡಿಗಳು, ಮಡಿ, ಹೊಲೆತನ ಇವಕ್ಕೆ ಸಂಬಂಧಿಸಿದ ಅಸಾಂಪ್ರದಾಯಿಕ ವಿಚಾರಗಳು (೧–೧೧೪, ೧೧೫, ೧೧೭)—ಇವನ್ನೆಲ್ಲ ಗಮನಿಸಿದರೆ ಪುರಂದರ ದಾಸನ ವಿಶಾಲ ಧಾರ್ಮಿಕ ದೃಷ್ಟಿ ತಿಳಿಯುತ್ತದೆ.

ಕೀರ್ತನೆಗಳಲ್ಲದೆ ಪುರಂದರದಾಸನು ಹಲವಾರು ಸುಳಾದಿಗಳನ್ನೂ ಉಗಾಭೋಗಗಳನ್ನೂ ಬರೆದಿದ್ದಾನೆ. ಅವುಗಳಲ್ಲಿ ಅವನ ಭಕ್ತಿಯೂ ಬೋಧನೆಯೂ ಸ್ವಚ್ಛಂದವಾಗಿ ಹರಿದಿದೆ. "ಗೋಪಿ ದೇವಿಯಂತೆ ಒರಳಿಗೆ ಕಟ್ಟದೆ ಬರಿದೆ ದೈನ್ಯಪಡುವೆ" ಮುಂತಾದ ಸುಳಾದಿಯ ಕಲ್ಪನೆ ಚೆನ್ನಾಗಿದೆ. "ಬೆಲ್ಲದ ಕಟ್ಟೆಯ ಕಟ್ಟಿ ಬೇವಿನ ಬೀಜವ ಬಿತ್ತಿ ಜೇನು ಮಳೆಗರೆದರೆ ವಿಷ ಹೋಗುವದೇನಯ್ಯ" ಎಂಬಂತಹ ಸಮರ್ಪಕಸಾದೃಶ್ಯದ ಉಗಾಭೋಗಗಳು ಹಿತಮಿತವಾಗಿವೆ. ಇವುಗಳ ರಚನಾರೀತಿಯನ್ನು ಕುರಿತು ಮುಂದೆ ಪ್ರಸ್ತಾಪಿಸೋಣ.

ಪುರಂದರದಾಸನು ನರಹರಿತೀರ್ಥ–ಶ್ರೀಪಾದರಾಯರಿಂದ ಉಗಮಹೊಂದಿ ಬಂದ ದಾಸ ವಾಙ್ಮಯವನ್ನು ವ್ಯಾಸರಾಯನ ಆಧ್ಯಾತ್ಮಿಕ ನೇತೃತ್ವದಲ್ಲಿ ಸಂಪನ್ನ ಮತ್ತು ಉಜ್ವಲಗೊಳಿಸಿದನು, ದಾಸಕೂಟವೆಂಬ ಪರಂಪರೆಗೆ ಮೊದಲಿಗನಾದನು. "ದಾಸರೆಂದರೆ ಪುರಂದರದಾಸರಯ್ಯ" ಎಂಬ ಹೊಗಳಿಕೆಯನ್ನು ತನ್ನ ಗುರುವಿನಿಂದಲೇ ಪಡೆದನು. "ನೀತಿಯೆಲ್ಲವನರಿತು ನಿಗಮವೇದ್ಯನ ನಿತ್ಯ ಮಾತುಮಾತಿಗೆ ಬಿಡದೆ ವರ್ಣಿಸುತಲಿ, ಗೀತನರ್ತನದಿ ಶ್ರೀಕೃಷ್ಣನ ಪೂಜಿಸುವ ಪೂತಾತ್ಮದಾಸ ಪುರಂದರದಾಸರಯ್ಯ" ಎಂಬ ವ್ಯಾಸಸ್ತುತಿ ಸಾರ್ಥಕವಾಗಿದೆ. ಕೀರ್ತನಪದ್ಧತಿಯ ಉದ್ಧಾರ, ಮತವೈರಿಗಳ ಪರಿಹಾರ, ಪಂಚಮರಲ್ಲಿ ಸಹಾನುಭೂತಿಪ್ರದರ್ಶನ, ಕರ್ಣಾಟಕ ಭಾಷೋಜ್ಜೀವನ, ಸಂಗೀತ ಶಾಸ್ತ್ರದ ಉದ್ಧಾರ ಇವನ್ನು ಪುರಂದರದಾಸನು ಮಾಡಿದನೆಂದು ಬೇಲೂರು ಕೇಶವದಾಸರು ಹೇಳಿದ್ದಾರೆ.[6] ಕೀರ್ತನಪದ್ಧತಿಯೆಂದರೆ ಭಕ್ತಿಗೀತಗಳನ್ನು ಸಶಾಸ್ತ್ರವಾಗಿ ರಚಿಸಿ ಹಾಡುವುದೆಂದಿಷ್ಟೇ ಇರದೆ ಹರಿಕಥೆಯ ಮೂಲಕ ಭಕ್ತಿಪ್ರಚಾರವೆಂಬ ಅರ್ಥದಲ್ಲಿ ಅದು ಎಂದು ಮೊದಲಾಯಿತು ಎಂಬ ಪ್ರಶ್ನೆ ಅಭ್ಯಾಸಾರ್ಹವಾಗಿದೆ. ಈಗ ತಿಳಿದಮಟ್ಟಿಗೆ ಹಿಂದಿನ ದಾಸರಿಂದ ಮೊದಲಾದ ಈ ಪದ್ಧತಿಯನ್ನು ಪುರಂದರದಾಸನು ಸ್ಥಿರಗೊಳಿಸಿದನೆಂದು ತೋರುತ್ತದೆ. ಕರ್ಣಾಟಕ ಸಂಗೀತಶಾಸ್ತ್ರಕ್ಕೆ ಪುರಂದರ ದಾಸನು ಮಾಡಿದ ಉಪಕಾರವನ್ನು ಶಾಸ್ತ್ರಜ್ಞರು ಕೊಂಡಾಡಿದ್ದಾರೆ. ತ್ಯಾಗರಾಜನಿಗೆ ಅವನು ಕೊಟ್ಟ ಸ್ಫೂರ್ತಿ ತಿಳಿದ ವಿಷಯವಾಗಿದೆ. ಮುಖ್ಯವಾಗಿ ಪುರಂದರದಾಸನು ಹೇರಳವಾಗಿ ಭಕ್ತಿಗೀತೆಗಳನ್ನು ರಚಿಸಿ ಜನಸಾಮಾನ್ಯಕ್ಕೂ ಕನ್ನಡ ಸಾಹಿತ್ಯಕ್ಕೂ ಚಿರವಾದ ಬೆಸುಗೆಯನ್ನುಂಟುಮಾಡಿದ ಹಿರಿಯ ವ್ಯಕ್ತಿಗಳಲ್ಲಿ ಒಬ್ಬನಾದನು.

## ಟಿಪ್ಪಣಿಗಳು

1. ರಾ. ಸ್ವಾ. ಪಂಚಮುಖಿ : 'ಹರಿದಾಸ ಸಾಹಿತ್ಯ', ಪು. ೪೯, ೫೦.
2. ಅದೇ, ಪು. ೪೯.
3. ಅದೇ, ಪು. ೪೯, ೫೦.
4. ಬೇಲೂರು ಕೇಶವದಾಸರು : 'ಕರ್ಣಾಟಕ ಭಕ್ತವಿಜಯ', ಭಾಗ ೧, ಪು. ೩೧.
5. ರಾ. ಸ್ವಾ. ಪಂಚಮುಖಿ : 'ಹರಿದಾಸ ಸಾಹಿತ್ಯ', ಪು. ೫೫.
6. ಬೇಲೂರು ಕೇಶವದಾಸ : 'ಕರ್ಣಾಟಕ ಭಕ್ತವಿಜಯ', ಭಾಗ ೨, ಪು. ೩೦೫-೩೧೪.

ಪ್ರಕರಣ : ೨೬

# ದಾಸವಾಙ್ಮಯ (೨)

## ಕನಕದಾಸ

**ಪು**ರಂದರದಾಸನಿಗೆ ಸಮತೂಕದವನೂ ಸ್ವತಂತ್ರಕಾಂತಿಯುಳ್ಳವನೂ ಆಗಿ ಕನಕದಾಸನು ಅದೇ ಕಾಲದಲ್ಲಿ ಜೀವಿಸಿದನು. ಉಪಲಬ್ಧ ಸಾಮಗ್ರಿಯನ್ನು ಕಣ್ಣಿಟ್ಟು ನೋಡಲಾಗಿ ಅವನು ಬಾಡ ಎಂಬ ಹಳ್ಳಿಯಲ್ಲಿ ಕುರುಬರ ಕುಲದಲ್ಲಿ ಹುಟ್ಟಿ ಬೆಳೆದು ದಂಡನಾಯಕನಾದನೆಂದೂ ಯಾವುದೋ ಯುದ್ಧಕಾಲದಲ್ಲಿ ಸಂಸಾರದ ಬಗ್ಗೆ ಉಪರತಿ ಹುಟ್ಟಿ ಭಕ್ತನಾದನೆಂದೂ ತೋರುತ್ತದೆ. ಕಾಗಿನೆಲೆಯಲ್ಲಿ ಆದಿಕೇಶವನ ಗುಡಿಯನ್ನು ಕಟ್ಟಿಸಿ ಅವನನ್ನೇ ತನ್ನ ಆರಾಧ್ಯದೈವತವಾಗಿ ಮಾಡಿಕೊಂಡನು. ಪುರಂದರದಾಸನು ಸರ್ವಸ್ವ ತ್ಯಾಗಮಾಡಿ ವಿಜಯನಗರಕ್ಕೆ ಬಂದಂತೆ ಕನಕದಾಸನು ಬಂದು ಬಡತನದ ವ್ರತವನ್ನು ಕೈಕೊಂಡು ವ್ಯಾಸರಾಯನ ಅಚ್ಚುಮೆಚ್ಚಿನ ಶಿಷ್ಯನಾದನು, ಮಾಧ್ವ ಪರಂಪರೆಯ ಭಕ್ತನಾದನು. ಆದರೂ ಅವನು ಸ್ವೀಕಾರಮಾಡಿದ ಮತದ ಬಗ್ಗೆ ಸಂದೇಹಕ್ಕೆ ಆಸ್ಪದವಿದೆ. ಇದಕ್ಕೆ ಅವನ 'ಮೋಹನತರಂಗಿಣಿ' ಕಾವ್ಯದಲ್ಲಿಯ ಶ್ರೀವೈಷ್ಣವಪರವಾದ ಸಾಕ್ಷ್ಯಗಳು ಕಾರಣವಾಗಿವೆ. "ಮೊದಲು ಶ್ರೀರಾಮಾನುಜಮತದ ಶ್ರೀವೈಷ್ಣವತತ್ತ್ವವನ್ನು ಸ್ವೀಕರಿಸಿ 'ಮೋಹನತರಂಗಿಣಿ' ಮೊದಲಾದ ಗ್ರಂಥಗಳನ್ನು ಬರೆದಿದ್ದರೂ 'ಹರಿಭಕ್ತಿಸಾರ'ದಲ್ಲಿಯೂ ಉಳಿದ ಪದಪದ್ಯಗಳಲ್ಲಿಯೂ ಮಾಧ್ವಸಂಪ್ರದಾಯದ ಪ್ರಮೇಯಗಳನ್ನು ಎತ್ತಿಹಿಡಿದಿದ್ದಾರೆ. ಆದ್ದರಿಂದ ಇವರು ಕಡೆಯ ಭಾಗದಲ್ಲಿ ಮಾಧ್ವವೈಷ್ಣವರಾಗಿ ಕಾಗಿನೆಲೆಯಲ್ಲಿ ನೆಲೆಸಿ ಅಲ್ಲಿಯೇ ಹರಿಪದವನ್ನೈದಿದರೆಂದು ತಿಳಿಯಬಹುದು"[1] ಎಂದು ಪಂಚಮುಖಿಯವರು ಹೇಳಿದ್ದಾರೆ. ಕನಕದಾಸನು ಶ್ರೀವೈಷ್ಣವಸಂಪ್ರದಾಯದವನೇ ಆಗಿರಬೇಕು ಎಂಬ ಕೆಲವರ ವಾದಕ್ಕೆ ಇದು ಉತ್ತರ. ಮೊದಲೊಂದು ಮತ, ಆಮೇಲೆ ಇನ್ನೊಂದು ಎಂಬ ಸಂಪ್ರದಾಯಸ್ವೀಕಾರದ ಕಟ್ಟಿನಲ್ಲಿ ಕನಕದಾಸನನ್ನು ಇರಿಸುವುದು ಅವನಿಗೆ ಅನ್ಯಾಯವೆಂದು ನಮಗೆ ತೋರುತ್ತದೆ. ಪುರಂದರದಾಸನಿಗೂ ಅವನಿಗೂ ಈ ವಿಷಯದಲ್ಲಿ ಮೂಲಭೂತವಾದ ಭೇದವಿದೆ. ಪುರಂದರದಾಸನು ತನ್ನ ಗುರುವನ್ನೂ ಮಧ್ವಮತವನ್ನೂ ಸಮಗ್ರವಾಗಿ ಸ್ವೀಕರಿಸಿ ಅದರ ಸತತವಾದ ಆಚರಣೆಯಲ್ಲಿ ಅಳವಡುವಷ್ಟು ವಿಶಾಲಭಾವನೆಯನ್ನೂ ಸರ್ವಸಂಗ್ರಹವೃತ್ತಿಯನ್ನೂ ತೋರಿದನು. ಕನಕದಾಸನು ಬೆಳೆದಂತೆ ಎಲ್ಲ ಮೇಲಾದ ಸಂಸ್ಕಾರಗಳಿಗೆ ಒಳಗಾಗಿ ಭಾಗವತ ಧರ್ಮ ದೃಷ್ಟಿಯನ್ನು ಸ್ಥಿರಪಡಿಸಿಕೊಂಡನು. ನಮ್ಮ ದೃಷ್ಟಿಯಲ್ಲಿ ಅವನು ಯಾವೊಂದು ಮತದ ಪಡಿಯಚ್ಚಿನಲ್ಲಿ ಮಾತ್ರ ಬೆಳೆಯದೆ ಎಲ್ಲ ಮತದ ಸಾರಗ್ರಾಹಿಯಾದ ಪರಮಭಕ್ತನಾಗಿದ್ದನು. ಹೀಗಿದ್ದರೂ ರಾಮಾನುಜಮತವು ಮನೆತನದ ಸಂಪ್ರದಾಯದ ಮೂಲಕವೂ ಆಮೇಲಿನ ಸಂಪರ್ಕಗಳ ಮೂಲಕವೂ ಗಾಢಸಂಸ್ಕಾರಗಳನ್ನು ಉಂಟುಮಾಡಿರಬಹುದು. ಆಮೇಲಿನ ಇನ್ನೊಂದು ಪ್ರಬಲ ಸಂಸ್ಕಾರವೆಂದರೆ ಮಾಧ್ವಮತದ್ದು. "ಆದರೆ ಅದು ಮಾಧ್ವಮತತತ್ತ್ವ, ಸಂಪ್ರದಾಯ ಇವುಗಳ ಸಮಗ್ರ ಸ್ವೀಕಾರದ ಸ್ವರೂಪವನ್ನು ತಾಳಿರಲಾರದು. ಮಾಧ್ವಗುರುಗಳ ಹಾಗೂ ಹರಿಭಕ್ತರ ಸರ್ವಾರ್ಪಣದ ಜೀವನವು ದಾಸರನ್ನು ಮುಗ್ಧಮಾಡಿತು. ಹರಿವಾಯುಗಳ ಉಪಾಸನೆ ಅವರ ಮನಸೆಳೆಯಿತು" ; ".... ಅವರು ಕಾಲ–ದೇಶ, ಮತತತ್ತ್ವ ಇವುಗಳನ್ನು ಮೀರಿದ ದೇವಜೀವಿಗಳು, ಸರ್ವಸಮದರ್ಶಿಗಳು."[2]

ಕನಕದಾಸನು ಕೀರ್ತನೆಗಳನ್ನಲ್ಲದೆ ಈ ಯುಗದ ವರ್ಣಕಪರಂಪರೆಗನುಸರಿಸಿ ಹಲವು ಷಟ್ಪದಿ–ಸಾಂಗತ್ಯಕಾವ್ಯಗಳನ್ನು ರಚಿಸಿದನು. ಅವೆಂದರೆ 'ಹರಿಭಕ್ತಿಸಾರ', 'ರಾಮಧಾನ್ಯಚರಿತ್ರೆ',

'ನಳಚರಿತ್ರೆ' ಮತ್ತು 'ಮೋಹನತರಂಗಿಣಿ', 'ನೃಸಿಂಹಸ್ತವ' ಎಂಬ ಚಿಕ್ಕ ಸಾಂಗತ್ಯವು ಅವನದೇ ಇರಬೇಕೆಂಬ ಊಹೆಯಿದೆ. 'ಮೋಹನತರಂಗಿಣಿ'ಯೊಂದರಲ್ಲಿ 'ಕನಕದಾಸನ ಕಾವ್ಯ'ವೆಂಬ ಉಲ್ಲೇಖವು ಆದಿಕೇಶವನ ಅಂಕಿತದೊಡನೆ ಇದೆ. ಉಳಿದ ಕೃತಿಗಳನ್ನು ಅಂಕಿತಬಲದಿಂದ ಮಾತ್ರ ಅವನವೆಂದು ತಿಳಿಯಲಾಗಿದೆ. ಜನಪ್ರತೀತಿ ಶೈಲಿಸಾಮ್ಯದ ಮೇಲಿಂದಲೂ ಇದಕ್ಕೆ ಬೆಂಬಲ ಕೊಡಬಹುದು. ಆದರೆ ಅಸಂದಿಗ್ಧ ಪ್ರಮಾಣಗಳು ಲಭಿಸಿಲ್ಲವೆಂಬುದನ್ನು ನೆನೆದಿರಬೇಕು.

'ಹರಿಭಕ್ತಿಸಾರ'ವು ಭಾಮಿನಿಯ ೧೧೦ ಪದ್ಯಗಳಲ್ಲಿ ಹರಿನಾಮಸ್ತವ, ಪ್ರಾರ್ಥನೆಗಳನ್ನು ಒಳಕೊಂಡಿದೆ. ಆದರೆ—

ಈ ತೆರದೊಳಚ್ಯುತನ ನಾಮವ
ನೂತನದಿ ವಸುಧಾತಳದಿ ವಿ-
ಖ್ಯಾತಿಯನು ಬಣ್ಣಿಸಿದ ಕನ್ನಡ ಕುಸುಮಷಟ್ಪದಿಯಲಿ ||

ಎಂದಿರುವುದು ಅಚ್ಚರಿಯೇ ಸರಿ. ಈ ಪದ್ಯವು ಅರಿಯದ ಯಾರದಾದರೂ ಪ್ರಕ್ಷೇಪವಿರಬಹುದೇ ? 'ಹರಿಭಕ್ತಿಸಾರ'ದಲ್ಲಿ ಭಕ್ತನ ಎದೆದುಂಬಿದ ಮೊರೆ ತಿಳಿಯಾದ ಸರಣಿಯಲ್ಲಿದೆ, ಛಂದಸ್ಸು ಪ್ರವಾಹಿಯಾಗಿದೆ. ತತ್ತ್ವನೀತಿಗಳ ಮಿಶ್ರಣವಿದ್ದರೂ ಆರ್ತಭಕ್ತಿಯ ಮತ್ತು ಶರಣವೃತ್ತಿಯ ರಸಾವೇಶವು ಅವಿರತವಾಗಿದ್ದು ಭಕ್ತಿಪ್ರಕೃತಿಯ ಜನರ ಪಾರಾಯಣಕ್ಕೆ ಯೋಗ್ಯವಾಗಿದೆ.

'ರಾಮಧಾನ್ಯಚರಿತ್ರೆ' ನಮಗೆ ತಿಳಿದಮಟ್ಟಿಗೆ ಕನ್ನಡದಲ್ಲಿ ಅಪರೂಪವಾದ ಸ್ವಕಲ್ಪಿತ ಕಥಾವಸ್ತುಗಳಲ್ಲಿ ಒಂದನ್ನು ನಿರೂಪಿಸುತ್ತದೆ. ದೇವನು ಬಡವರ ಕೈವಾರಿ, ಭಕ್ತರ ಪಕ್ಷಪಾತಿ ಎಂಬುದನ್ನು ಸೂಚಿಸುವ ರೀತಿಯಲ್ಲಿ ರಾಗಿ ಮತ್ತು ಬತ್ತಗಳ ನಡುವೆ ವಾದ ನಡೆಯಿಸಿ ಅದರಲ್ಲಿ ರಾಗಿ ಗೆದ್ದಿತೆಂದೂ ಅದಕ್ಕೆ ರಾಮನು 'ರಾಘವ' ಎಂಬ ತನ್ನ ಹೆಸರನ್ನಿತ್ತನೆಂದೂ ಇದರಲ್ಲಿ ಕನಕದಾಸನು ಕಲ್ಪಿಸಿದ್ದಾನೆ. ಈ ಕಲ್ಪನೆಯಲ್ಲಿಯೂ ಕವಿ ತನ್ನ ಭಾಗವತಮನೋಭಾವವನ್ನೂ ಜನತಾದೃಷ್ಟಿಯನ್ನೂ ಪ್ರಕಟಗೊಳಿಸಿದ್ದಾನೆ.

'ನಳಚರಿತ್ರೆ'ಯಲ್ಲಿ ಸುಪ್ರಸಿದ್ಧವಾದ ನಳದಮಯಂತೀ ಕತೆ ತುಂಬ ಸ್ವಾರಸ್ಯವಾಗಿ ನಿರೂಪಿತವಾಗಿದೆ. ಇದು ಪ್ರಧಾನವಾಗಿ ಲೌಕಿಕ ಕಾವ್ಯವಾದರೂ "ಕಮಲನಾಭನ ಕರುಣ ಕವಚವು ಸವೆದರಾರೇಗುವರು" (೪–೩೫), "ದೈವವ ನೆನೆವ ಭಕ್ತರಿಗುಂಟೆ ಭಯವೆಲೆ ನೃಪತಿ" (೫–೫೦) ಎಂಬ ಉಕ್ತಿಗಳು ಕನಕದಾಸನ ಭಕ್ತಿಪರತೆಯನ್ನು ತೋರುತ್ತವೆ. 'ಮಹಾಭಾರತ'ದಿಂದ ಮುಖ್ಯ ಕಥಾಂಶಗಳನ್ನು ಎತ್ತಿಕೊಂಡು ಕವಿ ಹಲಕೆಲವು ಹೃದ್ಯವಾದ ಮಾರ್ಪಾಡುಗಳನ್ನು ಮಾಡಿಕೊಂಡಿದ್ದಾನೆ. ಕಥೆ ಎಲ್ಲಿಯೂ ನೀರಸ ಇಲ್ಲವೆ ಅಸ್ಫುಟವಾಗದೆ ಮುಂಬರಿಯುತ್ತದೆ. ನಳದಮಯಂತಿಯರ ಉದಾತ್ತಪಾತ್ರಗಳು ಎದ್ದುನಿಲ್ಲುತ್ತವೆ. ೪–೫ನೆಯ ಸಂಧಿಗಳಲ್ಲಿ ರಾಜ್ಯವನ್ನು ಕಳೆದುಕೊಂಡು ಹಲವಾರು ಕೋಟಲೆಗಳಿಗೆ ಸಿಲುಕಿದ ಆ ದಂಪತಿಗಳ ಕರುಣಚಿತ್ರವು ಹೃದಯಸ್ಪರ್ಶಿಯಾಗಿದೆ, ಕನಕದಾಸನ ಕಾವ್ಯಶಕ್ತಿಯ ಹೆಚ್ಚಳಕ್ಕೆ ನಿದರ್ಶನವಾಗಿದೆ. ಕುಮಾರವ್ಯಾಸ ಕುಮಾರವಾಲ್ಮೀಕಿಗಳ ಪ್ರಭಾವವು ಇದರಲ್ಲಿ ಮೂಡಿರಬೇಕು. ವಿಶೇಷವಾಗಿ ಕುಮಾರವ್ಯಾಸನ ವರ್ಣನಾಮಿತಿ, ಕಲ್ಪಕತೆಯ ಬೆಡಗು, ಶೈಲಿಯ ಪ್ರಸನ್ನತೆ ಇಲ್ಲಿ ಕೆಲವಂಶದಲ್ಲಿ ಕಾಣದೊರೆಯುತ್ತವೆ. ಕನಕದಾಸನ ಭಾಷಾಶೈಲಿಯಲ್ಲಿ ಆಡಂಬರವಿಲ್ಲದ ಸಂಸ್ಕೃತವು ತಿಳಿಯಾದ ತಿರುಳ್ಗನ್ನಡದೊಂದಿಗೆ ಹೊಂದಿದ ಸಮರಸತೆಯನ್ನು 'ನಳಚರಿತ್ರೆ' ಚೆನ್ನಾಗಿ ಉದಹರಿಸುತ್ತದೆ.

'ಮೋಹನತರಂಗಿಣಿ' – ಈ ಸಾಂಗತ್ಯಕೃತಿ 'ನಳಚರಿತ್ರೆ'ಗಿಂತ ಗಾತ್ರದಲ್ಲಿಯೂ ಗುಣದಲ್ಲಿಯೂ ತುಂಬ ದೊಡ್ಡದು. ಭಾರತ–ಭಾಗವತಗಳಲ್ಲಿ ಬಂದಿರುವ ಕಾಮದಹನ, ಉಷಾ–ಅನಿರುದ್ಧ ಪ್ರಣಯ, ಹರಿ–ಹರ ಸಮಾನತೆಯ ಸಂದೇಶಗಳಲ್ಲಿ ಕೃಷ್ಣ–ಬಾಣಾಸುರ ಯುದ್ಧದ ಪರ್ಯವಸಾನ – ಈ ಕಥಾನಕವನ್ನು ಸಾಂಗತ್ಯರೂಪದಲ್ಲಿ ಬಿತ್ತರಿಸಲಾಗಿದೆ. ಭಾಗವತಧರ್ಮದ ಪ್ರಚಾರಕ್ಕಾಗಿ ಕನಕದಾಸನು

ಈ ವಿಷಯವನ್ನು ಆರಿಸಿಕೊಂಡರೂ ರಾಜಕೀಯ ಉದ್ದೇಶವನ್ನೂ ಇಟ್ಟುಕೊಂಡಿರಬೇಕು. 'ಕೃಷ್ಣಚರಿತೆ' ಎಂದಿದನ್ನು ಕರೆದು 'ಕೃಷ್ಣದೇವರಾಯನ ಚರಿತೆ' ಎಂಬ ಅರ್ಥವನ್ನು ಸೂಚಿಸಿರಲೂಬಹುದು. ಯಾಕೆಂದರೆ ಗ್ರಂಥದ ವರ್ಣನಾಭಾಗಗಳಲ್ಲಿ ವಿಜಯನಗರ ಕಾಲದ ವಿವಿಧ ಜೀವನವು ಪರ್ಯಾಯ ವಾಗಿ ಚಿತ್ರಿತವಾಗಿದೆ. ಹೀಗೆ ಮಾಡುವಾಗ ಇತಿಹಾಸ ವಿಸಂಗತಿಗಳಾದರೂ ಕವಿ ಅದನ್ನು ಗಮನಿಸಿಲ್ಲ. ಇದರ ಕಥಾನಕವು ದೀರ್ಘವರ್ಣನೆಗಳಿಂದ ಕಿಕ್ಕಿರಿದು ತಡೆತಡೆದು ಸಾಗುತ್ತದೆ. ಅಸಾಧ್ಯ–ಅದ್ಭುತ ಸಂನಿವೇಶಗಳು ಹೆಚ್ಚಾಗಿವೆ, ಕೆಲವು ಕರುಣ ಮತ್ತು ವೀರರಸದ ಪ್ರಸಂಗಗಳು ಚಿತ್ತವೇಧಕವಾಗಿವೆ. 'ಮೋಹನತರಂಗಿಣಿ'ಯ ಮುಖ್ಯ ದೋಹನವೆಂದರೆ ವಿವಿಧ ವರ್ಣನೆಗಳಲ್ಲಿಯ ಸ್ವಭಾವೋಕ್ತಿ ಮತ್ತು ಕಲ್ಪಕತೆ. ಕಾವ್ಯಮಾರ್ಗದ ಹದಿನೆಂಟು ವರ್ಣನೆಗಳನ್ನೂ ಹಲವು ರಸಗಳನ್ನೂ ಸಾಂಗತ್ಯದ ಧಾಟಿಯಲ್ಲಿ ಕನಕದಾಸನು ತಂದಿದ್ದಾನೆ, ತನ್ನ ಕವಿತಾಶಕ್ತಿಯ ಮೇಲ್ತರವನ್ನು ತೋರಿದ್ದಾನೆ. ಅವನ ಶೈಲಿ 'ಕೇಳ್ವರಿಗಿದು ತನಿಬೆಲ್ಲದಚ್ಚು", "ಜೇನುತುಪ್ಪದ ತೊರೆ"ಯಾಗಿದೆ. ನಾಣ್ನುಡಿ–ಒಳ್ನುಡಿಗಳೂ ಅನ್ಯದೇಶ್ಯಗಳೂ ಇದರಲ್ಲಿವೆ. ಇದನ್ನು 'ಮೇಲ್ಗತೆ'ಯೆಂದು ಕವಿ ಅದೆಷ್ಟೋ ಸಲ ಹೇಳಿಕೊಂಡಿದ್ದಾನೆ. ಕಥಾನಕ ಹಾಗೂ ಪಾತ್ರಗಳಲ್ಲಿ ಮಾನವತೆಯ ಗಾಢ ಸಂಪರ್ಕವಿಲ್ಲ. ಸಾಂಗತ್ಯರಚನೆ, ವರ್ಣನೆ, ಶೈಲಿಗಳಲ್ಲಿ ಮಾತ್ರ ಮೇಲ್ಮೆ ತೋರಿದೆ. ಒಟ್ಟಿನಲ್ಲಿ ಪೌರಾಣಿಕ ಕಥೆಯ ಮೂಲಕ ತತ್ಕಾಲೀನ ಜೀವನವನ್ನು ಚಿತ್ರಿಸಿ ಚಿರಂತನವಾದ ಭಕ್ತಿಸಂದೇಶವನ್ನು ಬೀರಿ ಈ ಕೃತಿ ಸಫಲವಾಗಿದೆ. ರಾಜಕೀಯ ಧ್ವನಿ ಮತ್ತು ತತ್ಕಾಲೀನ ಚಿತ್ರವುಳ್ಳ ಪೌರಾಣಿಕ ಕಾವ್ಯಗಳಲ್ಲಿ ಇದಕ್ಕೊಂದು ಮೇಲಾದ ಸ್ಥಾನವಿದೆ. ಈ ಅರ್ಥದಲ್ಲಿ ಇದು ಮೇಲ್ಗತೆಯಾದರೂ ಮಹಾಕೃತಿಯಲ್ಲವೆಂಬುದು ಸ್ಪಷ್ಟವಾಗಿದೆ.

ಕನಕದಾಸನ ಭಕ್ತಿತರಂಗಿಣಿ ಕೀರ್ತನೆಗಳಲ್ಲಿ ಹೊರಸೂಸಿ ಹರಿದಿದ್ದಾಳೆ. ಅವನು ಮುಖ್ಯವಾಗಿ ಭಾಗವತನು, ಹರಿಭಕ್ತಿಯ ಮತ್ತು ಸರ್ವಾರ್ಪಣದ ಪ್ರತಿಪಾದಕನು. ಮಾಧ್ವ, ರಾಮಾನುಜ ಇವುಗಳ ಮತಸಾರವನ್ನು ಒಪ್ಪಿಯೂ ತಿರುತಿರುಗಿ ಯಾವುದೊಂದರ ನಿರ್ದಿಷ್ಟ ಪ್ರಚಾರವನ್ನು ಮಾಡುವ ಗೊಡವೆಗೆ ಹೋದಂತಿಲ್ಲ. "ಅಂಧಂ ತಮಸ್ಸು ಮತ್ತಿನ್ಯಾರಿಗೆ" (೧–೧೨) ಎಂಬ ತೆರದ ಗೀತೆಗಳು ಅವನ ಸಾಮಾನ್ಯ ಮನೋವೃತ್ತಿಗೆ ವಿಸಂಗತವಾಗಿರುವ ಕಾರಣ ಪ್ರಕ್ಷಿಪ್ತವಾಗಿರಬಹುದು. ಏಕಾಂತಭಕ್ತಿ, ನೀತಿಧರ್ಮ ಇವನ್ನು ಅವನು ಬೋಧಿಸಿದ್ದಾನೆ, ದಂಭಾಚಾರ–ಸಂಕುಚಿತ ಮನೋವೃತ್ತಿಗಳನ್ನು ಖಂಡಿಸಿದ್ದಾನೆ. ದಾಸಕೂಟದ ಸಾಮಾನ್ಯ ಕ್ರಮದಂತೆ ದೇವತಾಸ್ತುತಿ, ನಾಮಸ್ಮರಣೆಯ ಹಾಡುಗಳು ಇವನಲ್ಲಿಯೂ ಇವೆ. ಆದರೆ ವೆಗ್ಗಳವಾಗಿಲ್ಲ. ಇದ್ದವುಗಳಲ್ಲಿ ಕೆಲವು ಶಬ್ದಚಿತ್ರ, ಪದಲಾಲಿತ್ಯ, ಸಂಗೀತಗುಣದಿಂದ ಮೆಚ್ಚತಕ್ಕುವಾಗಿವೆ. ನೀತಿ ಮತ್ತು ತತ್ತ್ವ – ಇವು ಮುಖ್ಯವಾದ ಕೀರ್ತನೆಗಳು ಮಾತ್ರ ಹೇರಳವಾಗಿವೆ. ಪುರಂದರದಾಸನಂತೆ ಬೋಧಕನ ಆವೇಶ ಕನಕದಾಸನಲ್ಲಿಯೂ ಸಹಜವಾಗಿದೆ. ಆದರೆ ಕನಕದಾಸನಲ್ಲಿ ವಿಚಾರಸ್ವಾತಂತ್ರ್ಯ ಹೆಚ್ಚು, ಜನಜೀವನದ, ಜನಭಾಷೆಯ ಅರಿವು ಹೆಚ್ಚು. ಬೋಧಪರ ಕೀರ್ತನೆಗಳಲ್ಲಿ ಉಚಿತವಾದ ಉಪಮೆ–ರೂಪಕಗಳಿಂದ ತತ್ತ್ವನೀತಿಗಳಿಗೆ ಕವಿತ್ವದ ಪರಿವೇಷಕಟ್ಟಿದ ಸೊಗಸುಗಾರಿಕೆ ಇದೆ. ಒಮ್ಮೊಮ್ಮೆ ಇಡೀ ಕೀರ್ತನೆ ರೂಪಕವಿಸ್ತಾರವಾದ ಸೊಗಸುತ್ತದೆ. 'ಕನಕನ ಮುಂಡಿಗೆ' ಎಂಬ ಹೆಸರಿನ ಹಾಡುಗಳು ಬೆಡಗಿನ ವಚನಗಳಂತೆ ಸಂಕೇತ ಬಲ್ಲವರಿಗೆ ಗಮ್ಯ, ಉಳಿದವರಿಗೆ ಗೂಢವಾಗಿಬಿಡುತ್ತವೆ. ಜನಪದ ಧಾಟಿಯಲ್ಲಿ ಕನಕದಾಸನು "ಸಾರಿ ದೂರಿ ಹೇಳುತೇನೆ" (೧–೩), "ಏನೂ ಇಲ್ಲದ ಎರಡು ದಿನದ ಸಂಸಾರ" (೧–೮), "ಡಿಂಬದಲ್ಲಿರುವ ಜೀವ" (೧–೪೨)—ಇಂಥ ಹಾಡುಗಳನ್ನು ಚೆಂದಾಗಿ ಕಟ್ಟಿದ್ದಾನೆ. "ಬೆಳ್ಳಿ ಬಂಗಾರಿಟ್ಟುಕೊಂಡು ಒಳ್ಳೆ ವಸ್ತ್ರ ಹೊದ್ದುಕೊಂಡು ಚಳ್ಳಪಿಳ್ಳೆ ಗೊಂಬೆಯಂತೆ ಆಡಿ ಹೋಯಿತು ! ಹಳ್ಳ ಹರಿದು ಹೋಗುವಾಗ ಗುಳ್ಳೆ ಬಂದು ಒಡಿಯುವಂತೆ ಉಳ್ಳೆಪೊರೆಯಂತೆ ನೋಡೊ ಸಂಸಾರದಾಟವೊ"—ಎಂಬ ನುಡಿ ರಮ್ಯವಾಗಿದೆ. ಅವನ ಹಾಡುಗಳಲ್ಲಿ ಪರಿಪಕ್ವವಾದ ಪ್ರಪಂಚಾನುಭವ, ಉತ್ತಮ ವಿವೇಕ ಕಂಡುಬರುತ್ತದೆ.

ಸಮಾಜವಿಮರ್ಶೆ ಮತ್ತು ಜನಜೀವನಚಿತ್ರಕ್ಕೆ ಮೀಸಲಾದ ಎಷ್ಟೋ ಕೀರ್ತನೆಗಳಿವೆ. ಅವುಗಳಲ್ಲಿ ಕನಕದಾಸನು ಸಮಾಜದ ಕುಂದುಕೊರತೆಗಳನ್ನು ಮುಚ್ಚುಮರೆಯಿಲ್ಲದೆ ಕೆಡೆ ನುಡಿದಿದ್ದಾನೆ. ಅವನ ಕಳಕಳಿ ನೈಜ, ಮಾತು ಹರಿತ, ನಿರೀಕ್ಷಣೆ ತೀವ್ರ ಎಂಬುದು ತಿಳಿಯುತ್ತದೆ. ಅವನ ಕಿರುನುಡಿಗಳು ಕೆಲವು ಸಲ ಕಿಡಿಯಂತೆ ಸಿಡಿಯುತ್ತವೆ. ಅವುಗಳ ಯಮಕ ಅಚ್ಚರಿಯನ್ನು ಹುಟ್ಟಿಸುತ್ತದೆ. ೧–೬೪, ೧೫೪ರಲ್ಲಿ ಕುಲವಿಚಾರ, ೬೩ರಲ್ಲಿ "ಮಗನಿಂದ ಗತಿ" ಎಂಬ ಕಲ್ಪನೆ ಇವುಗಳಲ್ಲಿ ವಿಮರ್ಶೆ ಖಂಡಿತ ವಾಗಿದೆ. 'ಮೋಹನತರಂಗಿಣಿ'ಯಲ್ಲಿ ವಿಜಯನಗರ ಕಾಲದ ಸುಖಸಂತೋಷಗಳ ಚಿತ್ರ ಹೆಚ್ಚಾಗಿದ್ದರೆ ಕೀರ್ತನೆಗಳಲ್ಲಿ ಲೋಪದೋಷಗಳ ಚಿತ್ರವಿದೆ. ಹಲವು ದೈವದ ಹುಚ್ಚು, ಅವಕ್ಕೆ ಸಂಬಂಧಿಸಿದ ಮೂಢ ಆಚಾರಗಳು, ಪ್ರಾಣಿಬಲಿಯ ಪದ್ಧತಿ ಇವೆಲ್ಲ ೧–೧೪೨, ೧೬೩, ೧೬೭, ೧೬೮, ೧೭೩, ೧೭೭—ಇವುಗಳಲ್ಲಿ ಕನಕದಾಸನ ವಿಡಂಬನೆಗೆ ಗುರಿಯಾಗಿವೆ.

ಅವನ ಅಂತರಂಗದ ಆಳವನ್ನೂ ಭಕ್ತಿನಿರ್ಭರತೆಯನ್ನೂ ತಿಳಿಸುವ ಕೀರ್ತನೆಗಳು ಕನ್ನಡ ನುಡಿಗೆ ತೊಡವಾದ ಹಿರಿಯ ಭಾವಗೀತೆಗಳಾಗಿವೆ. "ತನು ನಿನ್ನದು ಜೀವನ ನಿನ್ನದು", "ತಲ್ಲಣಿಸದಿರು ಕಂಡ್ಯ ತಾಳು ಮನವೇ", "ನೀ ಮಾಯೆಯೊಳಗೊ ನಿನ್ನೊಳು ಮಾಯೆಯೊ", "ನನ್ನಿಂದ ನಾನೇ ಜನಿಸಿ ಬಂದೆನೇ"—ಈ ಮೊದಲಾದುವುಗಳಲ್ಲಿ ಭಾವಗೀತೆ ಮತ್ತು ಭಕ್ತಿ ಸಮರಸವಾಗಿವೆ. ಇನ್ನೂ ಹಲವದ ರಲ್ಲಿ ಯಾವುದೋ ವಿಶಿಷ್ಟ ಭಾವವು ಮೊಳೆತು ಮುಂದೆ ಸಾಂಪ್ರದಾಯಿಕವಾಗಿ ಬೆಳೆಯುತ್ತದೆ. ಪಲ್ಲವಿಯಲ್ಲಿ ಹುಟ್ಟಿದ ಆಕಾಂಕ್ಷೆಯನ್ನು ನುಡಿಗಳು ಸ್ವತಂತ್ರವಾಗಿ ಪೂರೈಸದೆ ಸಾಮಯಿಕಸ್ತುತಿಯಲ್ಲಿ ಕೊನೆಗೊಳ್ಳುತ್ತವೆ. "ನೀನುಪೇಕ್ಷೆಯ ಮಾಡೆ ಬೇರೆ ಗತಿ ಯಾರೆನಗೆ" ಎಂಬುದು ಇದಕ್ಕೆ ನಿದರ್ಶನ. ಕೆಲವು ಕೀರ್ತನೆಗಳಲ್ಲಿ ಅನುಭಾವ, ದಿವ್ಯದರ್ಶನ ಇವು ಪ್ರಮುಖವಾಗಿವೆ. ಉದಾ : "ಇಷ್ಟು ದಿನ ಈ ವೈಕುಂಠ ಎಷ್ಟು ದೂರವೆನ್ನುತ್ತಿದ್ದೆ", "ಎಲ್ಲಿ ನೋಡಿದಲ್ಲಿ ರಾಮ", ಕೃಷ್ಣಗೋಪಿಯರನ್ನು ಕುರಿತು ಹಲವು ಕೀರ್ತನೆಗಳಲ್ಲಿ ವರ್ಣನೆ, ಶೈಲಿ, ನಾದ ಇವುಗಳ ಮುಪ್ಪುರಿ ಕಾಣುತ್ತದೆ.

ಕನಕದಾಸನ ಕೀರ್ತನೆಗಳೆಲ್ಲವೂ ಹಿರಿಯವಲ್ಲ. ಆದರೂ ಅವನ ಪ್ರತಿಭೆಯ ಉನ್ನತಿಯನ್ನು ತೋರುವ ಕಾವ್ಯಕಲ್ಪನೆಗಳು ಬೇಕಾದಷ್ಟಿವೆ. ಎಂಥ ಬೋಧನೆಯಲ್ಲಿಯೂ "ಪಂಚೇಂದ್ರಿಯಗಳೆಂಬ ಮಂಚಿಗೆಯ ಹಾಕಿರಯ್ಯ, ಚಂಚಲವೆಂಬ ಹಕ್ಕಿಯನ್ನು ಓಡಿಸಿರಯ್ಯ, ಉದಯಾಸ್ತಮಾನವೆಂಬ ಎರಡು ಕೊಳಗವ ಮಾಡಿ ಆಯುಷ್ಯದ ರಾಸಿಯನ್ನು ಅಳೆಯಿರಯ್ಯ" ಎಂಬ ಕಲ್ಪನೆ ಹೊಳೆಯುತ್ತದೆ. ಸಮಗ್ರ ರೂಪಕವಾದ "ಬೊಂಬೆಯಾಟವನಾಡಿಸಿದೆ ಮಹಾ ಭಾರತದಾ" ಎಂಬ ಕೀರ್ತನೆಯಲ್ಲಿ ಅದನ್ನು ಕಾಣಬಹುದು. ಸಂಸಾರದುಃಖದ ಅನುಭವಕ್ಕೆ "ನಾಯಿ ಬಾಯಿ ಅರಿವೀಯಂತೆ ನಾನಾ ಕೋಟಲೆಯಲ್ಲಿ ಬಿದ್ದು"—ಎಂಬ ಸ್ವತಂತ್ರ ಹೋಲಿಕೆಯಲ್ಲಿಯೂ "ಹಲವು ಜನುಮದಿ ತಾಯಿ ಎನಗಿತ್ತ ಮೊಲೆಹಾಲು ನಲಿದುಂಬಾಗ ಹನಿ ನೆಲಕ್ಕೆ ಬಿದ್ದುದು ಕೂಡಿ ಅಳೆಯೆ ಕ್ಷೀರಾಂಬುಧಿಗೆ ಇಮ್ಮಿಗಿಲೋ" ಎಂಬ ಭವ್ಯಕಲ್ಪನೆಯಲ್ಲಿಯೂ ಅವನ ಕಲ್ಪನಾಶಕ್ತಿ ಎತ್ತರಕ್ಕೆ ಪುಟನೆಗೆದಿರುವುದು ಕಾಣುತ್ತದೆ. ಅವನ ಕಾವ್ಯಗ್ರಂಥ ಮತ್ತು ಕೀರ್ತನೆಗಳಲ್ಲಿ ನವೋನವಪ್ರತಿಭೆ ಸಹಜಲಾಸ್ಯದಿಂದ ಕುಣಿದಿದ್ದಾಳೆ. ಅವನ ವಾಣಿಯಲ್ಲಿ ಸಹಜಸೊಮ್ಮು, ದೇಸಿಯ ಸವಿ ತಿರುಳು ಮೈಗೊಂಡಿವೆ. ಅವನು ಮಹಾಭಕ್ತನಾದಂತೆ ಮಹಾಕವಿಯ ಸತ್ತ್ವವುಳ್ಳವನು. ಅವನ ಜೀವನವೇ ಮಹಾಕೃತಿಯಾಗಿತ್ತು ; ಅವನ ಕೃತಿಗಳಲ್ಲೂ ಮಹೋನ್ನತಿ ಬೆಳಗಿದೆ. ಪುರಂದರದಾಸನಂತೆ ಆದರೂ ಅವನಿಗಿಂತ ಕೆಲಮಟ್ಟಿಗೆ ಬೇರೆಯಾಗಿ ಕನಕದಾಸನು ತನ್ನ ಜೀವನ ಮತ್ತು ಸಾಹಿತ್ಯಗಳ ಸಿದ್ಧಿಯಿಂದ ಕನ್ನಡಿಗರಿಗೆ ಬೆಳಕನ್ನು ನೀಡುವ ಚಿರಂತನವಾದ ಸಂಸ್ಕೃತಿ ಪ್ರದೀಪಗಳಲ್ಲಿ ಒಂದಾಗಿದ್ದಾನೆ.

## ವಾದಿರಾಜ

ವ್ಯಾಸರಾಯನ ಸಮಕಾಲೀನನಾಗಿ ಅವನಂತೆ ವ್ಯಾಸಕೂಟ–ದಾಸಕೂಟ ಎರಡರಲ್ಲಿಯೂ ಹೆಸರಾದವನು ಸೋದೆಮಠದ ಸ್ವಾಮಿಯಾದ ವಾದಿರಾಜತೀರ್ಥನು. ವ್ಯಾಸರಾಯನಂತೆ ನ್ಯಾಯ ವೇದಾಂತಗಳಲ್ಲಿ ಪರಿಣತನಾಗಿ ಅವನು ಸಂಸ್ಕೃತದಲ್ಲಿ ೧೬ ಗ್ರಂಥಗಳನ್ನು, ಕನ್ನಡದಲ್ಲಿ 'ವೈಕುಂಠ ವರ್ಣನೆ', 'ಲಕ್ಷ್ಮೀಶೋಭಾನೆ', 'ಸ್ವಪ್ನಪದ', 'ಕೀಚಕವಧ', 'ಕೇಶವನಾಮ', 'ಗುಂಡಕ್ರಿಯೆ' ಮುಂತಾದುವಲ್ಲದೆ 'ಹಯವದನ ಮುದ್ರಿಕೆ'ಯಲ್ಲಿ ಹಲವಾರು ಕೀರ್ತನೆ ಮತ್ತು ಸುಳಾದಿ–ಉಗಾಭೋಗಗಳನ್ನು ಬರೆದಿದ್ದಾನೆ. ಎಲ್ಲ ಗ್ರಂಥಗಳಲ್ಲಿ ಹಾಗೂ ಕೀರ್ತನೆಗಳಲ್ಲಿ ತರ್ಕಶುದ್ಧವಾಗಿ ಇಲ್ಲವೆ ಸಾಹಿತ್ಯರೀತಿಯಲ್ಲಿ ಮಧ್ವಮತದ ತತ್ತ್ವಗಳ ಪ್ರತಿಪಾದನೆ ಇರುತ್ತದೆ. "ಸ್ವೀಕರಿಸು ವೈಷ್ಣವರ ಮತವ, ನಿರಾಕರಿಸು ಅನ್ಯಮತವ" ಎಂಬುದೇ ಅವುಗಳ ಆಶಯ. "ಶಾಸ್ತ್ರೀಯ ಯುಕ್ತಿಗಳನ್ನು ಸಾಹಿತ್ಯಮುದ್ರೆಯಿಂದ ಮನಸ್ಸಿಗೆ ನೆಡುವಂತೆ ಸರಳವಾದ ಪ್ರೌಢ ಕನ್ನಡನುಡಿಯಲ್ಲಿ ಮುಖ್ಯ ಪ್ರಮೇಯವಾದ ಭಕ್ತಿಯಿಂದ ಶ್ರೀಹರಿಯನ್ನು ಒಲಿಸಿ ಮುಕ್ತಿಯನ್ನು ಪಡೆಯಬೇಕೆಂಬುದನ್ನು ಸಿದ್ಧಾಂತಿಸಿದ್ದಾರೆ. ಇವರ ಕೃತಿಗಳಿಗೆ ಶಾಸ್ತ್ರಸಾಹಿತ್ಯವೆನ್ನಬಹುದು."[3] ವ್ಯಾಸರಾಯನ ಶಿಷ್ಯಂದಿರಲ್ಲಿ ಒಬ್ಬನಾದ ವೈಕುಂಠದಾಸನು ಇದೇ ಕಾಲದಲ್ಲಿದ್ದು ಕೀರ್ತನೆಗಳನ್ನು ರಚಿಸಿದ್ದಾನೆ. ಮುಂದೆ ೧೭ನೆಯ ಶತಮಾನದ ಕೊನೆ, ೧೮ನೆಯ ಶತಮಾನದ ಮೊದಲಿನವರೆಗೆ ದಾಸರ ಪೀಳಿಗೆ ಕಣ್ಮರೆಯಾದಂತಿದೆ. ನಡುವಿನ ಅವಧಿಯಲ್ಲಿ ಪುರಂದರದಾಸನ ನಾಲ್ಕು ಮಕ್ಕಳು ದಾಸಕೂಟ ಪರಂಪರೆಯನ್ನು ಮುಂದುವರಿಸಿದರೆಂದು ಗ್ರಹಿಕೆಯಿದೆ. ಅದು ದಿಟವಾಗಿದ್ದರೂ ಪರಂಪರೆ ಆಬಾಧಿತವಾಗಿದೆ ಎಂದು ಹೇಳುವಂತಿಲ್ಲ. ಶ್ರೀವಿಜಯೀಂದ್ರತೀರ್ಥ ಮತ್ತು ಅವನ ಶಿಷ್ಯ ಪ್ರಶಿಷ್ಯರು ಅದನ್ನು ಮುಂದು ವರಿಸಿದರೆಂದೂ "ಶ್ರೀಸುಧೀಂದ್ರತೀರ್ಥರ ಕುಮಾರಕರಾದ ಶ್ರೀರಾಘವೇಂದ್ರತೀರ್ಥರು 'ಇಂದು ಎನಗೆ ಗೋವಿಂದ' ಎಂಬ ಒಳ್ಳೇ ವಿರಕ್ತಿ–ಭಕ್ತಿಪೂರ್ವಕವಾದ ಹಾಡನ್ನು ರಚಿಸಿ ದಾಸಸಂಪ್ರದಾಯದ ಪ್ರಭುತ್ವವನ್ನು ಎಲ್ಲರೂ ಮಾನ್ಯಮಾಡಿದ್ದಾರೆಂಬುದನ್ನು ಪ್ರಕಟಗೊಳಿಸಿರುವರು"[4] ಎಂದೂ ಹೇಳಲಾಗಿದೆ. ಅಲ್ಲದೆ "ಶ್ರೀರಾಘವೇಂದ್ರತೀರ್ಥರು ಪುರಂದರದಾಸರ ಗುಂಪಿಗೂ ವಿಜಯದಾಸಾದಿ ಹರಿಭಕ್ತರ ಗುಂಪಿಗೂ ಮಧ್ಯವರ್ತಿಗಳಾಗಿದ್ದು ಪರಂಪರೆಯಿಂದ ಬಂದ ದಾಸವ್ಯಾಸಕೂಟಗಳ ತಿರುಳನ್ನು ಮುಂದಿನ ಭಕ್ತವೃಂದಕ್ಕೆ ನೀಡುವ ಜೀವನಳಿಕೆಯಂತೆ ಆದರು."[5] ೧೮ನೆಯ ಶತಮಾನದಲ್ಲಿ ಉದಯಹೊಂದಿದ ದಾಸರಲ್ಲಿ ಅಗ್ರಗಣ್ಯರೆಂದರೆ ಪ್ರಸನ್ನ ವೆಂಕಟದಾಸ, ಮಹಿಪತಿದಾಸ, ವಿಜಯದಾಸ, ಗೋಪಾಲದಾಸ ಮತ್ತು ಜಗನ್ನಾಥದಾಸ ಇವರು. ಪ್ರಸನ್ನವೆಂಕಟದಾಸನು ಕೀರ್ತನೆ ಗಳಲ್ಲದೆ ಭಾಗವತ ದಶಮಸ್ಕಂಧದ ಪೂರ್ವಾರ್ಧವನ್ನು ಕನ್ನಡದಲ್ಲಿ ರಚಿಸಿದ್ದಾನೆ. ಮಹಿಪತಿದಾಸನು ತತ್ತ್ವದ ಮತ್ತು ಅನುಭಾವದೆತ್ತರದ ಅನೇಕ ಹಾಡುಗಳನ್ನು ರಚಿಸಿದ್ದಾನೆ. ವಿಜಯದಾಸನು ತನ್ನ ಕಾಲದಲ್ಲಿ ದಾಸಶ್ರೇಷ್ಠನೆಂದು ಕೀರ್ತಿಗಳಿಸಿ ಬಹುಸಂಖ್ಯೆಯಲ್ಲಿ ಸುಳಾದಿಗಳನ್ನೂ ಪದಗಳನ್ನೂ ರಚಿಸಿದನು. ಗೋಪಾಲದಾಸನು ಅವನ ಶಿಷ್ಯನಾಗಿ ಹಾಡುಗಳನ್ನು ಹಾಡಿದನು. ಇವರೆಲ್ಲರ ಕೃತಿಗಳ ವಿವೇಚನೆ ಆವಶ್ಯಕವಾಗಿದ್ದರೂ ವಿಸ್ತಾರಭಯದಿಂದ ಮಾಡಲಾಗಲಿಲ್ಲ. ಜಗನ್ನಾಥದಾಸನನ್ನು ಕುರಿತು ಮಾತ್ರ ಇಲ್ಲಿ ವಿವೇಚಿಸಲಾಗಿದೆ.

## ಜಗನ್ನಾಥದಾಸ

ಪುರಂದರದಾಸ–ಕನಕದಾಸರ ತರುವಾಯ ದಾಸಕೂಟದ ಪರಂಪರೆಯನ್ನು ಉಜ್ವಲವಾಗಿ ಬೆಳಗಿಸಿದವರಲ್ಲಿ ಜಗನ್ನಾಥನು ಹಿರಿಯನು. ಅವನಲ್ಲಿ ಸಂಸ್ಕೃತಪಾಂಡಿತ್ಯದೊಡನೆ ಕನ್ನಡಶ್ರದ್ಧೆ,

ಸಾಂಪ್ರದಾಯಿಕ ನಿಷ್ಠೆಯೊಡನೆ ವಿಶಾಲಮನೋಭಾವ, ಅಪರೋಕ್ಷಜ್ಞಾನದೊಡನೆ ಭಕ್ತಿ ಬೆರೆತುಕೊಂಡಿದ್ದುವು. 'ಭಕ್ತವಿಜಯ'ದಲ್ಲಿ ನಿರೂಪಿತವಾದ ಚರಿತ್ರೆಯನ್ನು ನಂಬಬಹುದಾದರೆ ಜಗನ್ನಾಥ ದಾಸನು ಮೊದಲು ಸಂಸ್ಕೃತಜ್ಞಾನದ ದರ್ಪದಲ್ಲಿ ದಾಸಕೂಟವನ್ನೂ ಕನ್ನಡಪದಗಳನ್ನೂ ಹೀಯಾಳಿಸುತ್ತಿದ್ದು ಆಮೇಲೆ ವಿಜಯದಾಸ–ಗೋಪಾಲದಾಸರ ಅನುಗ್ರಹದಿಂದ ಪರಿವರ್ತನೆ ಹೊಂದಿ ದಾಸಕೂಟವನ್ನು ಸೇರಿರಬೇಕು. ಅವನು 'ತಂತ್ರಸಾರ', 'ತತ್ತ್ವಸುವಾಲಿ', 'ಹರಿಕಥಾಮೃತಸಾರ'ಗಳನ್ನೂ ಕೀರ್ತನೆಗಳನ್ನೂ ರಚಿಸಿದ್ದಾನೆ. ಗೀತಾ, ಬ್ರಹ್ಮಸೂತ್ರ, ದಶೋಪನಿಷತ್ತು ಎಂಬ ಪ್ರಸ್ಥಾನತ್ರಯಿಯನ್ನು ಕನ್ನಡಿಸಿರಬಹುದೆಂಬ ಪ್ರತೀತಿಯಿದೆ. ಆದರೆ ಅವು ಉಪಲಬ್ಧವಿಲ್ಲ. 'ತಂತ್ರಸಾರ'ವು ೨೭ ನುಡಿಗಳಲ್ಲಿ ವಿಷ್ಣುಸ್ತುತಿ ಮತ್ತು ಮಂತ್ರಸ್ವರೂಪವನ್ನು ಒಳಗೊಂಡ ಹಾಡು. 'ತತ್ತ್ವಸುವಾಲಿ'ಯಲ್ಲಿ ತ್ರಿಪದಿ ಧಾಟಿಯಲ್ಲಿ ತತ್ತ್ವವನ್ನು ಹೇಳುವ ಸುಮಾರು ೬೦೦ ಪದ್ಯಗಳಿರುತ್ತವೆ. 'ಹರಿಕಥಾಮೃತಸಾರ'ವು ೩೨ ಸಂಧಿ ಮತ್ತು ಸುಮಾರು ಸಾವಿರದಷ್ಟು ಭಾಮಿನಿಷಟ್ಪದಿಯಲ್ಲಿ ರಚಿತವಾದ ಪದ್ಯಗಳುಳ್ಳ ಗ್ರಂಥ. 'ಹರಿಕಥಾಮೃತಸಾರ' ಎಂಬ ಹೆಸರು ಇದರ ಎಲ್ಲ ಸಂಧಿಗಳಿಗೂ ಅನ್ವರ್ಥಕವಾಗಿಲ್ಲ. ಇದರಲ್ಲಿ ಮಧ್ವಮತದ ತತ್ತ್ವಗಳನ್ನು ವಿವರವಿವರವಾಗಿ ಅಧಿಕಾರವಾಣಿಯಿಂದ ವಿವೇಚಿಸಲಾಗಿದೆ. ತತ್ತ್ವವನ್ನು ತಿಳಿಸಿಹೇಳುವಲ್ಲಿ ಸಾಹಿತ್ಯದೃಷ್ಟಿ ಮಾತ್ರವಲ್ಲ, ಅನಭಿಜ್ಞನಿಗೂ ತಿಳಿಸಿಕೊಡಬೇಕೆಂಬ ಉದ್ದೇಶವು ಈ ಗ್ರಂಥದಲ್ಲಿದೆ. ಬಹುಭಾಗದಲ್ಲಿ ಇದು ಶಾಸ್ತ್ರಜಡವಾಗಿದ್ದರೂ ಇದರ ವಿವೇಚನೆಯ ಸೊಗಸು, ಸಾದೃಶ್ಯಗಳ ಔಚಿತ್ಯ ಚಿತ್ತವನ್ನು ಸೆಳೆದುಕೊಂಡುಹೋಗುತ್ತವೆ. ಕರುಣಾಸಂಧಿ, ಸರ್ವಪ್ರತೀಕ ಸಂಧಿಗಳಲ್ಲಿಯ ಉತ್ಕಟ ಭಕ್ತಿ ಉದಾರಹೃದಯಗಳು ಜಗನ್ನಾಥದಾಸನ ವ್ಯಕ್ತಿತ್ವದ ಘನತೆಯನ್ನು ಎತ್ತಿತೋರುತ್ತವೆ. ಉತ್ತಮ ಕವಿತೆಯ ನಿದರ್ಶನಗಳು ಅಲ್ಲಲ್ಲಿ ಮಿನುಗುತ್ತವೆ. ಪರಮಾತ್ಮನ ಭಕ್ತಿಪ್ರಿಯತೆಯನ್ನು ಸಾರುವ "ಮನವಚನಕತಿ ದೂರ" (೨–೪), "ಮಲಗಿ ಪರಮಾದರದಿ ಪಾಡಲು" (೨–೫), "ಜನನಿಯನು ಕಾಣದಿಹ ಬಾಲಕ" (೨–೧೧), ೨–೨೪, ೨೫, ೨೬, ೨೭, ೨೮ ಈ ಪದ್ಯಗಳು ಅತ್ಯಂತ ಸರಳವೂ ಹೃದ್ಯವೂ ಆಗಿರುತ್ತವೆ. ಜಗನ್ನಾಥದಾಸನ ವಿಶಾಲ ದೃಷ್ಟಿಗೆ ಉದಾಹರಣೆಯಾಗಿ "ಆವ ದೇಹವ ಕೊಡಲಿ ಹರಿ ಮತ್ತಾವ ಲೋಕದೊಳಿಡಲಿ ತಾ ಮತ್ತಾವ ದೇಶದೊಳಿರಲಿ ಆವಾವಸ್ಥೆಗಳು ಬರಲಿ.... ಈ ವಿಧದಿ ಸುಜ್ಞಾನಭಕುತಿಯ ಬೇಡು ಕೊಂಡಾಡು" (೬–೨೨).

ಸರ್ವದೇಶವು ಪುಣ್ಯದೇಶವು
ಸರ್ವಕಾಲವು ಪುಣ್ಯಕಾಲವು
ಸರ್ವಜೀವರು ದಾನಪಾತ್ರರು ಮೂರು ಲೋಕದೊಳು ।
ಸರ್ವಮಾತಿಗಳೆಲ್ಲ ಮಂತ್ರವು
ಸರ್ವಕೆಲಸಗಳೆಲ್ಲ ಪೂಜೆಯು
ಶರ್ವವಂದ್ಯನ ವಿಮಲಮೂರ್ತಿಧ್ಯಾನವುಳ್ಳವಗೆ ॥ (೧೦–೪)

ಇಂಥ ಪದಗಳನ್ನು ನೋಡಬಹುದು. ಸರ್ವಜನಕ್ಕೆ ತಿಳಿಯುವ ಮತ್ತು ಎದೆನಡುವ ಹೋಲಿಕೆಗಳಂತೂ ಈ ಗ್ರಂಥದಲ್ಲಿ ಹೇರಳವಾಗಿವೆ. ಉದಾ :

ನದನದಿಗಳಿಳೆಯೊಳಗೆ ಪರಿವವು
ಉದಧಿಪರಿಯಂತರದಿ ತರುವಾ–
ಯದಲಿ ರಮಿಸುವವಲ್ಲಿ ತನ್ಮಯವಾಗಿ ತೋರದಲೆ ।
ವಿಧಿನಿಷೇಧಗಳಾಚರಿಸುವರು
ಬುಧರು ಭಗವದ್ರೂಪ ಸರ್ವ–
ತ್ರದಲಿ ಚಿಂತನೆ ಬರಲು ತ್ಯಜಿಸುವರಖಿಳಕರ್ಮಗಳ ॥ (೧೦–೮)

'ಬುದ್ಧಿವಿದ್ಯಾಬಲದಿ ಪೇಳಿದ ಶುದ್ಧಕಾವ್ಯವಿದಲ್ಲ ತತ್ತ್ವಸುಪದ್ಧತಿಗಳು ತಿಳಿದ ಮಾನವನಲ್ಲ" (೧೦–೧೮) ಎಂದು ಮುಂತಾಗಿ ಹೇಳಿದ್ದರಲ್ಲಿ ವಿನಯ ತುಂಬಿದೆ. ಆದರೆ 'ಶುದ್ಧಕಾವ್ಯವಲ್ಲ' ಎಂಬಲ್ಲಿ ಸತ್ಯಾಂಶವಿದೆ. ಈ ಗ್ರಂಥ ಶುದ್ಧಕಾವ್ಯವಲ್ಲ, ತತ್ತ್ವಪ್ರತಿಪಾದಕ ಕಾವ್ಯ ಎಂಬರ್ಥವಾಗಬಹುದು, ಅಶುದ್ಧರೂಪಗಳನ್ನು ಒಳಕೊಂಡಿದೆ ಎಂಬರ್ಥದಲ್ಲಿಯೂ ಹೇಳಬಹುದು. 'ಈ ಮಹಾದ್ಭುತಕಾವ್ಯ' ಎಂದಿದನ್ನು ಫಲಸ್ತುತಿಸಂಧಿಯಲ್ಲಿ ಬಣ್ಣಿಸಲಾಗಿದೆ. ಅದ್ಭುತತನದ ಅಂಶಗಳಿದ್ದರೂ ಈಶಪ್ರೇರಣೆಯಿಂದ ಓಘುವತಿಯಾಗಿ ಬರೆದುದಾದರೂ, 'ಮಹಾದ್ಭುತಕಾವ್ಯ' ಎಂಬುದು ಹೆಮ್ಮೆಯ ಮಾತು.

ಜಗನ್ನಾಥದಾಸನ ಕೀರ್ತನೆಗಳಲ್ಲಿ ಹರಿಗುರುಸ್ತುತಿ, ಆಧ್ಯಾತ್ಮಿಕ ಅನುಭವ ಇವಕ್ಕೆ ಮಿಗಿಲಾದ ಸ್ಥಾನವಿದೆ. ಅವುಗಳಲ್ಲಿ 'ಎಂಥಾದೋ ಶ್ರೀವೈಕುಂಠವೆಂಥಾದೊ" (೨), "ದಾಸೋಹಂ ತವ ದಾಸೋಹಂ" (೮), "ರಂಗ ನಿನ್ನ ಕೊಂಡಾಡುವ ಮಂಗಳಾತ್ಮರು" (೧೦), "ಪಿಡಿಯೆನ್ನ ಕೈಯ್ಯ" (೧೨೩), "ಸಿರಿರಮಣ ತವ ಚರಣ" (೧೩೩), "ಕಂಡೆ ಕಂಡೆ ಕೃಷ್ಣನ ಕಂಡೆ" (೧೩೪) ಇವನ್ನು ವಿಶೇಷವಾಗಿ ನೆನೆಯಬಹುದು. "ಅರಿತವರಿಗತಿಸುಲಭ ಹರಿಯ ಪೂಜೆ" (೧೧೯)—ಈ ಸಮಗ್ರ ಕೀರ್ತನೆ ಜಗನ್ನಾಥದಾಸನ ಮಹಾವ್ಯಕ್ತಿತ್ವದ ಮತ್ತು ಸರ್ವಾರ್ಪಣಸಿದ್ಧಿಯ ಪ್ರತೀಕವಾದ ಭವ್ಯ ರೂಪಕವಾಗಿದೆ. ದಾಸಸಾಹಿತ್ಯದ ಹಿರಿಯ ಗೀತೆಗಳಲ್ಲಿ ಒಂದಾಗಿದೆ. ಪುರಂದರದಾಸನಲ್ಲಿಯೂ ಇಂಥ ಹರಿಪೂಜೆಯ ಕಲ್ಪನೆಯಿದೆ. ಇವನು 'ಹರಿಕಥಾಮೃತಸಾರ'ದಲ್ಲಿ—

> ಮೇದಿನಿಯ ಮೇಲುಳ್ಳ ಗೋಷ್ಪಾ-
> ದೋದಕಗಳೆಲ್ಲಮಲತೀರ್ಥವು
> ಪಾದಪಾದ್ರಿ ಧರಾತಳವು ಸುಕ್ಷೇತ್ರ, ಜೀವಗಣಾ ।
> ಶ್ರೀಧರನ ಪ್ರತಿಮೆಗಳು, ಇವರುಂ-
> ಬೋದನವೆ ನೈವೇದ್ಯ, ನಿತ್ಯದಿ
> ಹಾದಿ ನಡೆವನೆ ನರ್ತನಗಳೆಂದರಿತ ಯೋಗಿ ॥ (೧೦–೩)

ಎಂಬಲ್ಲಿಯೂ ಈ ಭಾವವಿದೆ. ಕೀರ್ತನೆಯಲ್ಲಿಯ "ನಡೆವ ನಡೆಗಳು ಹರಿಗೆ ಬಿಡದೆ ನರ್ತನವೆಂದು" ಎಂಬುದನ್ನು ಮೇಲಿನ ಪದ್ಯಕ್ಕೆ ಹೋಲಿಸಬೇಕು. ಜಗನ್ನಾಥದಾಸನು ಮತೀಯತತ್ತ್ವವನ್ನು ಸಮಗ್ರವಾಗಿ ತಿಳಿದುಕೊಂಡು ಆಚರಣೆಯಲ್ಲಿ ತಂದಿರುವ ವಿಶಾಲ ಹೃದಯದ ರಸಯೋಗಿಗಳಲ್ಲಿ ಒಬ್ಬನಾಗಿದ್ದನೆಂಬುದು ಕನ್ನಡಸಂಸ್ಕೃತಿಯ ಚರಿತ್ರೆಯಲ್ಲಿ ನೆನೆಯತಕ್ಕ ಮಾತಾಗಿದೆ.

## ದಾಸಸಾಹಿತ್ಯದ ಸಾಮಾನ್ಯ ಸ್ವರೂಪ

ಕನ್ನಡ ಸಾಹಿತ್ಯದ ತವನಿಧಿಗಳಲ್ಲಿ ದಾಸಸಾಹಿತ್ಯವೂ ಒಂದು. ಹಿಮಾಲಯದ ಎತ್ತರದಿಂದ ಹರಿದುಬಂದ ಗಂಗೆ ಬಯಲಿನಲ್ಲಿಳಿದು ನೆಲವನ್ನೆಲ್ಲ ಫಲಪ್ರದಮಾಡುವಂತೆ ಕನ್ನಡಸಾಹಿತ್ಯ ಶರಣರ ಮತ್ತು ದಾಸರ ಸಾಹಿತ್ಯಗಳಲ್ಲಿ ಚಿತ್ತದ ಎತ್ತರದಿಂದ ಹುಟ್ಟಿತು. ಕೆಳಗಿನ ಎಲ್ಲ ಜನದವರೆಗೆ ಹಬ್ಬಿಕೊಂಡಿತು, ಜನತೆಯಲ್ಲಿ ಸಂಸ್ಕೃತಿಯನ್ನು ಬೆಳೆಯಿಸುವ ಪ್ರಭಾವಿಯಾದ ಸಾಧನವಾಯಿತು. ಓದದ ಕನ್ನಡ ಜನಕ್ಕೆ ಪಂಪಾದಿ ಪ್ರೌಢಕವಿಗಳು ಗೊತ್ತಿರಲಿ ಬಿಡಲಿ, ಶರಣರ ಮತ್ತು ದಾಸರ ಸೂಳ್ನುಡಿ–ಸವಿಹಾಡುಗಳು ಗೊತ್ತಿಲ್ಲದವರು ಅಪರೂಪ. ಜನದ ಮೇಲೆ ನಿತಾಂತ, ನಿರಂತರ ಪ್ರಭಾವವನ್ನು ಬೀರುವ ಜನಸಂಮುಖತೆ ಇದು ದಾಸಸಾಹಿತ್ಯದ ಪ್ರಮುಖ ಲಕ್ಷಣಗಳಲ್ಲಿ ಒಂದು. ಆದರೆ ಕೆಲಭಾಗದಲ್ಲಿ ಒಂದು ವಿಶಿಷ್ಟಮತದ ಪ್ರತಿಪಾದನೆಯಿದೆ. ಕ್ವಚಿತ್ತಾಗಿ ಇತರ ಮತಗಳಿಗಿಂತ ಅದು ಮೇಲಾದುದೆಂಬ ಸಮರ್ಥನೆಯಿದೆ. ಆದರೆ ಎರಡು ಮಾತುಗಳನ್ನು ಗಮನಿಸಬೇಕು. ಆ ಮತದ ಭಾಗವತಧರ್ಮವನ್ನು ಮತ್ತು ಭಕ್ತಿತತ್ತ್ವವನ್ನು ತಮ್ಮ ಜೀವನದಲ್ಲಿ ಅಳವಡಿಸಿಕೊಂಡು

ವ್ಯಕ್ತಿಗಳು ಅದನ್ನು ಪ್ರತಿಪಾದಿಸಿದರು. ಪುಸ್ತಕ ಓದಿ ಸ್ವಂತ ಜೀವನಕ್ಕೆ ಸಂಬಂಧವಿಲ್ಲದ ತತ್ತ್ವಗಳನ್ನು ಪ್ರತಿಪಾದಿಸಿದಂತೆ ಮಾಡಲಿಲ್ಲ. ಅಲ್ಲದೆ ಮತವನ್ನು ಮೀರಿದ ನೀತಿ, ಧರ್ಮ, ಮಾನವಮೌಲ್ಯಗಳು ಇವನ್ನು ದಾಸರು ಅರಿತವರಾಗಿದ್ದರು. ಇವಕ್ಕೆ ಹೆಚ್ಚಿನ ಬೆಲೆ ಕೊಡುವವರಾಗಿದ್ದರು. ಇವಿಲ್ಲದ ತಮ್ಮ ಮತವೇ ಇರಲಿ, ಅದನ್ನು ಅವರು ಒಪ್ಪುವವರಲ್ಲ. ಆದ್ದರಿಂದಲೇ ದಾಸಸಾಹಿತ್ಯಕ್ಕೆ ಸರ್ವಮಾನ್ಯತೆ ದೊರೆಯಿತು. ಇಷ್ಟು ಹೇಳಿಯೂ ಕೆಲವು ಕಡೆಗೆ ತೂಕತಪ್ಪಿದ ಮತಾಭಿಮಾನ, ಬಿರುಸುಮಾತು ಬಂದಿವೆಯೆಂಬುದನ್ನು ಅಲ್ಲಗಳೆಯಬೇಕಾಗಿಲ್ಲ. ಸಮನ್ವಯವು ಆಚರಣೆಯಲ್ಲಿ ಸುಲಭವಲ್ಲ ಎಂಬುದೇ ಇದರರ್ಥ. "ಹಿಂದೆ ಇವುಗಳನ್ನು ಸಾಹಿತ್ಯವೆಂದು ಎಣಿಸುತ್ತಿರಲಿಲ್ಲವೆಂದು ತೋರುತ್ತದೆ. ದಾಸರು ಕವಿಗಳ ಜೊತೆಗೆ ತಾವೂ ಕವಿಗಳೆಂದು ಹೇಳಿಕೊಳ್ಳದೆ ಇದ್ದುದು ಇದರ ಮುಖ್ಯ ಕಾರಣವಾಗಿರಬೇಕು.... ಮತಗ್ರಂಥಗಳಿಗೆ ಸೇರಿದಮೇಲೆ ಸಾಹಿತ್ಯವು ಇವನ್ನು ತನ್ನ ಗುಂಪಿಗೆ ಸೇರಿದುವೆಂದು ಸ್ಥಾಪಿಸಲು ಯತ್ನಮಾಡಲಿಲ್ಲ"[6] ಎಂದು ಮಾಸ್ತಿಯವರು ಹೇಳಿದ್ದಾರೆ. ಕೆಲವೊಂದು ಸಾಹಿತ್ಯವು ತಮ್ಮ ಮತದ ಸೊತ್ತೆಂಬ ಒಂದು ಮತದವರ ಪ್ರತಿಪಾದನೆಯಿಂದ ಉಳಿದ ಜನ ಅದರಿಂದ ದೂರವಾಗಿರುವ ಸಂದರ್ಭವು ಒದಗುತ್ತದೆ ಎಂಬುದೇನೋ ನಿಜ. ಸಾಹಿತ್ಯಗ್ರಂಥವನ್ನು ಮತಗ್ರಂಥವಾಗಿ ಮಾಡಿಕೊಳ್ಳುವ, ಮತಸಾಹಿತ್ಯವುಳ್ಳ ಗ್ರಂಥವನ್ನು ಕೇವಲ ಮತೀಯ ಗ್ರಂಥವಾಗಿ ಭಾವಿಸುವ ವೃತ್ತಿ ಈ ನಾಡಿನಲ್ಲಿ ಕಂಡುಬಂದಿದೆ. ಆದರೂ ದಾಸಸಾಹಿತ್ಯದ ವಿಷಯದಲ್ಲಿ ಈ ಮಾತು ಸಂಪೂರ್ಣವಾಗಿ ಅನ್ವಯಿಸುವುದಿಲ್ಲ. ಮತವಿರಲಿ ಬಿಡಲಿ, ಅದನ್ನು ಮೀರಿದ ತತ್ತ್ವ ಮತ್ತು ಸಾಹಿತ್ಯವುಳ್ಳ ಭಾಗ ಎಲ್ಲ ಕನ್ನಡ ಜನದ ಅಂತಃಕರಣವನ್ನು ಹೊಕ್ಕುನಿಂತಿದೆ. "ಸಂಸಾರವನ್ನು ತೊರೆದು ಅರಣ್ಯವನ್ನು ಸೇರಿ ತಪಸ್ಸುಮಾಡುವುದೇ ಲೇಸು ಎಂದು ಅವರು ಉಪದೇಶಿಸುತ್ತಿದ್ದರು. ಅಂದರೆ ದ್ವೈತಸಿದ್ಧಾಂತದ ಅನುಯಾಯಿಗಳಾದ ಹರಿದಾಸರ ಕೃತಿಗಳಿಂದ ಈ ವಿಪರೀತಭಾವನೆ ಜನರ ಮನಸ್ಸಿನಿಂದ ತೆಗೆದುಹಾಕಲ್ಪಟ್ಟಿತು"[7] ಎಂದು ಪಂಚಮುಖಿಯವರು ಸಾಧಿಸಿದ್ದಾರೆ. ದ್ವೈತಸಿದ್ಧಾಂತ ಇಲ್ಲವೆ ಹರಿದಾಸಸಾಹಿತ್ಯದ ವೈಶಿಷ್ಟ್ಯವೆಂದು ಇದನ್ನು ಹೇಳಲಾಗದು. ಕೆಲವು ಸಿದ್ಧಾಂತಗಳಲ್ಲಿಯ ಸಂಸಾರತ್ಯಾಗ ಮತ್ತು ತಪಶ್ಚರಣೆಯ ಅಂಶಗಳಿಗೆ ಪ್ರತಿಕ್ರಿಯೆಯಾಗಿ ವೈದಿಕ, ಅವೈದಿಕ ಮತಗಳು ಎಂದಿನಿಂದಲೋ ಪ್ರವೃತ್ತಿಮಾರ್ಗವನ್ನೂ ಕರ್ಮಭಕ್ತಿಜ್ಞಾನಗಳ ಸಮನ್ವಯವನ್ನೂ ತಂತಮ್ಮ ರೀತಿಯಲ್ಲಿ ಬೋಧಿಸುತ್ತಬಂದಿವೆ. ಶರಣ ಸಾಹಿತ್ಯದಲ್ಲಿ ಇದು ಸುಸ್ಪಷ್ಟವಾಗಿದೆ. ಹರಿದಾಸರು ಅದನ್ನೇ ಒತ್ತಿಹೇಳಿದರೆಂದೂ ಜನತೆಯನ್ನು ಮತ್ತೆ ಪ್ರವೃತ್ತಿಪರವನ್ನಾಗಿ ಮಾಡಿದರೆಂದೂ ಹೇಳಬಹುದು. ಜೊತೆಗೆ ಸಂಸಾರಹೇಯವೆಂಬುದನ್ನು ಶಿವಶರಣರಂತೆ ಹರಿದಾಸರೂ ಹಾಡಿ ಹಾಡಿ ದಣಿದಿದ್ದಾರೆ. "ದ್ವೈತಸಿದ್ಧಾಂತದ ಅನುಯಾಯಿ"ಗಳೆಂದು ಹರಿದಾಸರನ್ನು ವಿಶೇಷೀಕರಿಸಿ ಅವರ ಸಾಹಿತ್ಯವೆಂದರೆ ದ್ವೈತಸಿದ್ಧಾಂತ ಪ್ರಮೇಯಗಳ ಪ್ರಚಾರತಂತ್ರವೆಂಬಂತೆ ವಿಸ್ತಾರವಾಗಿ ಲಕ್ಷ್ಯಪೂರ್ವಕವಾಗಿ ಹೇಳುವುದು ಒಂದು ಬಗೆಯ ಮನೋವೃತ್ತಿ. ಆದರೆ ಸಾಹಿತ್ಯ-ಸಂಸ್ಕೃತಿಗಳ ದೃಷ್ಟಿಯಿಂದ ನೋಡುತ್ತಿರುವವರಿಗೆ ಆ ಮನೋವೃತ್ತಿ ಸಲ್ಲದು. ಹರಿದಾಸರು ಪ್ರಾಯಶಃ ಮಧ್ವಸಿದ್ಧಾಂತದ ಅನುಯಾಯಿಗಳೇನೋ ನಿಜ. ಆದರೆ ಅವರು ಹೆಚ್ಚಾಗಿ ಅದರ ಜೀವನಸ್ಪರ್ಶಿಯಾದ ಭಾಗವತ ಧರ್ಮದ ಅನುಯಾಯಿಗಳು ; ಶುಷ್ಕಸಂಪ್ರದಾಯದ ಇಲ್ಲವೆ ತರ್ಕಕರ್ಕಶವಾದ ಸರಣಿಯ ಅನುಯಾಯಿಗಳಲ್ಲ. ಅವರಲ್ಲಿ ನ್ಯಾಯವೇದಾಂತಪಂಡಿತರಾಗಿದ್ದ ಹಲವರು ತರ್ಕಪದ್ಧತಿಯನ್ನು ಅವಲಂಬಿಸಿದ್ದರೂ ಭಕ್ತರೂ ಜ್ಞಾನಿಗಳೂ ಆಗಿ ರಾಗದ್ವೇಷರಹಿತರಾಗಿದ್ದರು ಎಂಬುದನ್ನು ನೆನೆಯಬೇಕು.

ದಾಸಸಾಹಿತ್ಯವು ಕೀರ್ತನೆ, ಸುಳಾದಿ, ಉಗಾಭೋಗ ಈ ಮುಖ್ಯ ರೂಪಗಳಲ್ಲಿದೆ. ವಿಷಯಾನುಗುಣವಾದ ರೂಪವನ್ನು ಆಯ್ದುಕೊಳ್ಳುವ ರೀತಿಯಲ್ಲಿ ಅದು ಭಾವಗೀತೆಯ ಲಕ್ಷಣವನ್ನು ಸ್ವೀಕರಿಸಿದೆ. ಸ್ವಯಂಪೂರ್ಣವಾದ ಏಕಮೇವ ಭಾವದ ನಿರೂಪಣೆಯಿಂದಲೂ ಅದು ಭಾವ

ಗೀತೆಯ ಸ್ವರೂಪ ತಾಳಿದೆ. ಕೀರ್ತನೆಯಲ್ಲಿ ರಾಗ-ತಾಳಬದ್ಧವಾಗಿ ಪಲ್ಲವಿ, ಅನುಪಲ್ಲವಿ, ನುಡಿಗಳ ಯೋಜನೆಯಿರುತ್ತದೆ. ಕೊನೆಯ ನುಡಿಯಲ್ಲಿ ದಾಸನ ಅಂಕಿತವಿರುತ್ತದೆ. ಮಾತ್ರೆಗಿಂತ ಲಯಕ್ಕೆ ಪ್ರಾಧಾನ್ಯವಿದ್ದರೂ ಕೆಲವು ಸಲ ಎರಡೂ ಹೊಂದಿಕೊಳ್ಳಬಹುದು. ಹಲವು ಕೀರ್ತನೆಗಳು ಷಟ್ಪದಿ, ಸಾಂಗತ್ಯ, ಚೌಪದಿ ಇವುಗಳ ಬೇರೆ ಬೇರೆ ಜೋಡಣೆಗಳನ್ನು ಒಳಗೊಂಡಿರುತ್ತವೆ. ಕರ್ಣಾಟಕ ಸಂಗೀತ ಸಂಪ್ರದಾಯಕ್ಕೆ ಪಿಳ್ಳಾರಿಗೀತೆಗಳನ್ನು ಮಾತ್ರವಲ್ಲ, ಪುರಂದರದಾಸನು ಸಾವಿರಾರು ರಸಾನುಗುಣವಾದ ತಾಳಭೇದವುಳ್ಳ ಪ್ರಬಂಧಗಳನ್ನು ಒದಗಿಸಿಕೊಟ್ಟನು. ಉಳಿದ ದಾಸರೂ ಅದಕ್ಕೆ ತಮ್ಮ ಸೇರ್ಪಡೆಗಳನ್ನು ಮಾಡಿದರು. ತ್ಯಾಗರಾಜನು ಪುರಂದರದಾಸನಿಂದ ಸ್ಫೂರ್ತಿ ಪಡೆದು ಸಾಹಿತ್ಯ-ಸಂಗೀತಗಳ ಸಂಮಿಲನವನ್ನು ಇನ್ನೂ ಹೆಚ್ಚು ಮಾಡಿದನು. ಪ್ರಬಂಧಗಳಿಗೆ ಪ್ರಸ್ತಾರವು ದೊರೆಯಿತು. ಒಂದು ದೃಷ್ಟಿಯಿಂದ ಈ ಪ್ರಸ್ತಾರದ ಮತ್ತು ಲಯದ ಬಿಗಿಕಟ್ಟಿಲ್ಲದೆ ಕೀರ್ತನೆಗಳು ಸಹಜಮನೋಹರವಾದ ಗೇಯತೆಯನ್ನು ಪಡೆದುದು ಹರಿದಾಸಸಾಹಿತ್ಯದ ವೈಶಿಷ್ಟ್ಯವೆಂದು ತೋರುತ್ತದೆ. ಸಂಗೀತಶಾಸ್ತ್ರವರಿಯದ ಹೆಣ್ಣುಮಕ್ಕಳು, ಹಳ್ಳಿಯ ದಾಸಯ್ಯನವರು ಹಳೆಯ ಧಾಟಿಗಳಲ್ಲಿ ಈಗ ಕೂಡ ಕೀರ್ತನೆಗಳನ್ನು ಸೊಗಸಾಗಿ ಹಾಡುತ್ತಿರುವುದನ್ನು ಕೇಳಿದರೆ ಅತಿಶಾಸ್ತ್ರದ ಬಾಧೆಯಿಲ್ಲದ ಈ ಸಂಪ್ರದಾಯವನ್ನು ಉಳಿಸಿಕೊಳ್ಳುವುದು ಉಚಿತವೆಂದು ತೋರುತ್ತದೆ. ಇಲ್ಲವಾದರೆ ನಾಟಕ ಸಿನಿಮಾ ಧಾಟಿಗಳಲ್ಲಿ ಸಿಲುಕಿ ಹರಿದಾಸ ಸಾಹಿತ್ಯವು ಹಳ್ಳಗೂಡಿಹೋಗಬಹುದು !

ಕೀರ್ತನೆ ಇಲ್ಲವೆ ಪದ ಎಂಬುದೇನೂ ಹೊಸದಲ್ಲ. ವೈದಿಕಪರಂಪರೆಯಿಂದ ಅದು ಬಂದದ್ದೆಂಬುದು ದೂರದ ಮಾತು. ಕನ್ನಡದ ಮಟ್ಟಿಗೆ ಪಾಡು, ಮೆಲ್ಪಾಡು, ಬಾಜನೆ ಗಬ್ಬಗಳಿದ್ದುವು. ಆಮೇಲೆ ಶಿವಶರಣರಲ್ಲಿ ಕೆಲವರು ಪದಗಳನ್ನು ಹಾಡಿದರು. ಅದೇ ಹರಿದಾಸರ ಬಾಯಲ್ಲಿ 'ಕೀರ್ತನೆ' ಅಂದರೆ ಹರಿಸ್ತುತಿಪರವಾದ ಹಾಡಾಯಿತು. ಸಂಗೀತದಲ್ಲಿ ಪ್ರಮಾಣಸ್ವರೂಪ ಪಡೆಯಿತು. 'ಸುಳಾದಿ' ಎಂಬ ರೂಪವು ಶ್ರೀಪತಿರಾಯನಿಂದ ಮೊದಲಾಗಿ ದಾಸ ಸಾಹಿತ್ಯದಲ್ಲಿ ತುಂಬ ಪ್ರಚುರವಾಯಿತು. ಸಪ್ತತಾಳಗಳಲ್ಲಿ ಒಂದೊಂದು ತಾಳದಲ್ಲಿ ಹಾಡಬರುವ ಚಿಕ್ಕ ಪ್ರಬಂಧಗಳೇ ಸುಳಾದಿಗಳಾದವು. ಪಲ್ಲವಿಯಿಲ್ಲದ ನುಡಿಗಳಂತೆ ಅವು ತೋರುತ್ತಿದ್ದರೂ ವಚನಗದ್ಯ ಮತ್ತು ಕೀರ್ತನೆಗಳ ನಡುವಣ ಒಂದು ಲಯವು ಸುಳಾದಿಯಲ್ಲಿದೆ. ಪ್ರತಿ ತಾಳಕ್ಕೆ ಬೇರೆ ರಾಗವೆಂಬ ನಿಬಂಧನೆಯನ್ನು ಶ್ರೀಪಾದರಾಯ ಹಾಗೂ ಪುರಂದರದಾಸರು ಪಾಲಿಸಿದ್ದಾರೆ. ಅಸಂಖ್ಯ ಸುಳಾದಿಗಳನ್ನು ಬರೆದ ವಿಜಯದಾಸನು ರಾಗವೊಂದು, ತಾಳ ಏಳು ಇಲ್ಲವೆ ಕಡಿಮೆ ಎಂಬ ಕ್ರಮವನ್ನು ಇಟ್ಟುಕೊಂಡಿದ್ದಾನೆ. ಯಾವ ತಾಳದ ಸಾಹಿತ್ಯವನ್ನೂ ಬೇರೆ ಯಾವುದೇ ತಾಳದಲ್ಲಿ ಹಾಡಲು ಬರುವುದು ಸುಳಾದಿಗಳ ವೈಶಿಷ್ಟ್ಯವೆಂದು ಬೇಲೂರು ಕೇಶವದಾಸರು ಹೇಳಿದ್ದಾರೆ.[8] ಶಬ್ದಗಳನ್ನು ಎಳೆದಾಡಿದರೆ ಯಾವ ಸಾಹಿತ್ಯವನ್ನೂ ಎಲ್ಲ ತಾಳಗಳಲ್ಲಿ ಹೇಳಲು ಬಂದೀತು. ಎಳೆದಾಟವಿಲ್ಲದೆ ಮೇಲಿನ ಸಂಗತಿ ಜರುಗುತ್ತಿದ್ದರೆ ಅದು ವೈಶಿಷ್ಟ್ಯವೆನ್ನಬಹುದು. 'ಸುಳಾದಿ' ಈ ಶಬ್ದ ಹೇಗೆ ಬಂತು ? ಎಂಬುದು ಅರಿದಾಗಿದೆ. 'ಸೂಡಾಲಿ' ಎಂಬುದರ ಪರ್ಯಾಯವೆಂದು ತಿಳಿಯಲಾಗಿದೆ. ಆದರೆ ಸೂಡಾಲಿ ಎಂದರೇನು ? 'ಸುಲಭವಾದ ಹಾದಿ' ಎಂಬುದರಿಂದ 'ಸುಳಾದಿ'ಯನ್ನು ಹಿಂಡಿ ತೆಗೆಯುವುದು ಸುಲಭವಾದ ಹಾದಿಯಾದರೂ ನಂಬಲು ಕಠಿಣವಾದದ್ದು ! ಶುದ್ಧದ ಅಪಭ್ರಂಶ ಸೂಡ, ಸೂದ. ಧ್ರುವ ಮುಂತಾದ ಎಂಟು ತಾಳಗಳಿಗೆ ಸೂಡಾದಿ (ಸುಳಾದಿ) ಎಂಬುದಾಗಿ ಪುಂಡರೀಕವಿಠ್ಠಲನ 'ನರ್ತನ-ನಿರ್ಣಯ'ದಲ್ಲಿದೆ. ಹಲಗೂರ ಕೃಷ್ಣಾಚಾರ್ಯರು ಕೊಟ್ಟಿರುವ ಈ ವಿವರಣೆ ಹೆಚ್ಚು ಗ್ರಾಹ್ಯವಾಗಿದೆ.[9] 'ಉಗಾಭೋಗ' ಎಂಬ ಇನ್ನೊಂದು ರೂಪದ ವ್ಯುತ್ಪತ್ತಿ ಮಾತ್ರ ತಿಳಿದಿದೆ. ಉದ್ಗ್ರಾಹ ಮತ್ತು ಆಭೋಗ ಇವೆರಡರ ಕೂಡಿಕೆಯಿಂದ 'ಉಗಾಭೋಗ'ವಾಗಿದೆ. 'ಸಂಗೀತರತ್ನಾಕರ'ದ ನಾಲ್ಕನೇ ಪ್ರಬಂಧಾಧ್ಯಾಯದಲ್ಲಿ 'ಉದ್ಗ್ರಾಹಃ ಪ್ರಥಮಸ್ತತ್ರ ತತೋ ಮೇಲಾಪಕಧ್ರುವೌ। ಆಭೋಗಶ್ಚೇತಿ ಕ್ರಮಾಲ್ಲಕ್ಷ್ಮಾಭಿ

ದಧ್ಮಹೇ' (೭) ಎಂದು ಅದರ ಲಕ್ಷಣ ಹೇಳಿ, ಉದ್ಗ್ರಾಹ ಮತ್ತು ಧ್ರುವ ಇಂಥ ಪ್ರಬಂಧದಲ್ಲಿ ನಿತ್ಯವೆಂದೂ ಮೇಲಾಪಕ, ಆಭೋಗಗಳು ಐಚ್ಛಿಕವೆಂದೂ ವಿವರಿಸಲಾಗಿದೆ. ಉದ್ಗ್ರಾಹ ಪ್ರಬಂಧದ ಪ್ರಾರಂಭವನ್ನೂ ಆಭೋಗ ಅದರ ಪರಿಪೂರ್ಣತೆಯನ್ನೂ ಸೂಚಿಸುತ್ತದೆ. 'ಸುಳಾದಿ' ಲಯಪ್ರಧಾನ ಗೀತವಾದರೆ 'ಉಗಾಭೋಗ'ವು ಸ್ವರಪ್ರಧಾನಗೀತವೆಂದು ತಿಳಿಯಬಹುದು. "ಉತ್ತರ ಭಾರತದಲ್ಲಿ ಸ್ಥಾಯೀ, ಠಾಯೀ, ಅಸ್ತಾಯೀ ಎಂದು ಕರೆಯಿಸಿಕೊಳ್ಳುವ ಪ್ರಬಂಧವು ಕನ್ನಡ ಹರಿದಾಸ ಸಾಹಿತ್ಯದ ಮೊದಲ ಪ್ರಬಂಧವಾಯಿತು. ಉದ್ಗ್ರಾಹ, ಮೇಲಾಪಕ, ಧ್ರುವ, ಅಂತರ, ಆಭೋಗವೆಂಬವುಗಳು ಉಗಾಭೋಗದ ಐದು ಧಾತುಗಳು. ಒಂದು ರಾಗವನ್ನು ಗ್ರಹಿಸಿ ಮೇಳದಲ್ಲಿ ನಿಲ್ಲಿಸಿ ರಾಗವನ್ನು ಧ್ರುವಗೊಳಿಸಿ, ಸಮೀಪರಾಗಗಳ ಸೂಕ್ಷ್ಮಸ್ಥಾನಗಳಲ್ಲಿ ವಿನ್ಯಾಸಗೊಳಿಸಿ ರಾಗ ಸಮಾರೋಪಣಮಾಡುವುದು ಧಾತುಗಳ ತಾತ್ಪರ್ಯ"....[10] "ಇಷ್ಟನ್ನೂ ಮೂಕರಾಗದಲ್ಲಿ ವಿನ್ಯಾಸ ಮಾಡದೆ ಲಲಿತಸಾಹಿತ್ಯ ಸಹಿತವಾಗಿ ಪೂರ್ಣಮಾಡಿದರೆ ಅದು ಉಗಾ ಭೋಗವೆನಿಸುವುದು"[11]; "ಜಗವ ಸುತ್ತಿಹುದೆಲ್ಲ ನಿನ್ನ ಮಾಯವಯ್ಯ ! ನಿನ್ನ ಸುತ್ತಿಹುದೆಲ್ಲಯೆನ್ನ ಮಾನ(ಯ ?)ವಯ್ಯ ॥ ಜಗಕೆ ಬಲ್ಲಿದ ನೀನು । ನಿನಗೆ ಬಲ್ಲಿದ ನಾನು । ಮೂರು ಜಗವು ನಿನ್ನೊಳಗೆ । ನೀನು ಯೆನ್ನೊಳಗೆ । ಕರಿಯು ಕನ್ನಡಿಯಲ್ಲಿ ಅಡಗಿಪ್ಪ ತೆರದಂತೆ । ಯೆನ್ನೊಳು ಅಡಗಿದೆಯೊ ಪುರಂದರವಿಠಲಾ"[12] ; "ಯಾರು ಮುನಿದು ನಮಗೇನು ಮಾಡುವರಯ್ಯ । ಯಾರು ಒಲಿದು ನಮಗೇನು ಕೊಡುವರಯ್ಯ । ಕೊಡಬ್ಯಾಡ ನಮ್ಮ ಕುನ್ನಿಗೆ ಕಾಸನು । ಈಯಲು ಬ್ಯಾಡ ನಮ್ಮ ಶುನಕಗೆ ತಳಗಿಯ । ಆನೆಮ್ಯಾಲೆ ಪೋಪಗೆ ಶ್ವಾನ ಮುಟ್ಟಬಲ್ಲುದೆ ನಮಗೆ ಶ್ರೀ ಪುರಂದರವಿಠಲಾನೆ ಸಾಕು."[13] – ಇಂಥ ಉದಾಹರಣೆಗಳಲ್ಲಿ ಉಗಾಭೋಗಗಳಿಗೂ ವಚನಗಳಿಗೂ ಭಾವ ಮತ್ತು ರೂಪದಲ್ಲಿಯ ಸಾಮ್ಯ ತಿಳಿಯುತ್ತದೆ. ಎಲ್ಲ ಕಾಲದ ಭಕ್ತರಲ್ಲಿ ಕೆಲವು ಭಾವಗಳು ಸಮಾನವೆನ್ನಬಹುದಾದರೂ ದಾಸಸಾಹಿತ್ಯದ ಮೇಲೆ ಶರಣವಚನಗಳ ವರ್ಚಸ್ಸು ಆಗಿದೆ ಎಂಬುದು ದಿಟ. ಈ ಅನ್ಯೋನ್ಯಭಾವ ಕನ್ನಡಿಗರಿಗೆ ಹೆಮ್ಮೆಯ ಮಾತು. ಅಂಕಿತವನ್ನು ಬದಲಿಸಿದರೆ ಅಂತಃಕರಣ ಒಂದೇ, ಅಭಿವ್ಯಕ್ತಿ ಒಂದೇ ಎಂದು ಕಾಣುತ್ತದೆ. ಸೂಕ್ಷ್ಮವಾಗಿ ನೋಡಿದಲ್ಲಿ ವಚನರೂಪಕ್ಕೂ ಉಗಾಭೋಗಕ್ಕೂ ರಚನೆಯಲ್ಲಿ ಗಮಕ ರೀತಿಯಲ್ಲಿ ಭೇದವಿದ್ದಂತಿದೆ. ಈ ವಿಷಯದಲ್ಲಿ ಮತಭೇದಕ್ಕೆ ಅವಕಾಶವುಂಟು. ದಾಸಸಾಹಿತ್ಯದಲ್ಲಿ ವೃತ್ತನಾಮ, ಸುವ್ವಾಲಿ, ಗುಂಡಕ್ರಿಯೆ, ದಂಡಕಗಳಲ್ಲದೆ ರಗಳೆ, ಸಾಂಗತ್ಯ, ಷಟ್ಪದಿಗಳ ಬಳಕೆಯಿದೆ. ಜನಪದ ಧಾಟಿಗಳ ಅನುಕರಣವೂ ಇದೆ.

ಭಾಷೆಯ ದೃಷ್ಟಿಯಿಂದ ದಾಸಸಾಹಿತ್ಯ ಜನಭಾಷೆಯ ಅಶುದ್ಧರೂಪಗಳನ್ನು ಬೇಕಾದಂತೆ ಎತ್ತಿ ಬಳಸಿ ತನ್ನ ವಿಶಿಷ್ಟತೆಯನ್ನು ತೋರಿದೆ. ಕೀರ್ತನೆ ಮುಂತಾದ್ದರಲ್ಲಿ ಅಲ್ಲದೆ 'ಹರಿಕಥಾಮೃತ ಸಾರ'ದಂಥ ಷಟ್ಪದಿಗ್ರಂಥದಲ್ಲಿಯೂ ಪ್ರೌಢತತ್ತ್ವಪ್ರತಿಪಾದನೆಗೂ 'ಕಲುಷವಚನ'ಗಳನ್ನು ಉಪಯೋಗಿಸಲಾಯಿತು. ಹೆಚ್ಚು ಜನಕ್ಕೆ ತಿಳಿಯುವಂಥ ಹಾಗೂ ಸೊಗಸುವಂಥ ಭಾಷೆ ಸಾಹಿತ್ಯದಲ್ಲಿರಬೇಕು ; ಮಾತಿನಲ್ಲಿದ್ದ ರೂಪಕ್ಕೆ ಇದ್ದ ಅರ್ಥದ ಸಾಹಚರ್ಯ ತಿದ್ದಿದ ರೂಪಕ್ಕೆ ಬಾರದು ಎಂಬ ದೃಷ್ಟಿ ಇದರ ಮೂಲದಲ್ಲಿರಬೇಕು. ವಚನಸಾಹಿತ್ಯದಲ್ಲಿಯೂ ಇದೇ ದೃಷ್ಟಿಯಿದ್ದು ಹಳಗನ್ನಡದ ದೃಷ್ಟಿಯಿಂದ ಅಗ್ರಾಹ್ಯವೆನ್ನಬಹುದಾದ ರೂಪಗಳನ್ನು ಅದು ಬಳಸಿತು. ಹೊಸಗನ್ನಡ ದೃಷ್ಟಿಯಿಂದಲೂ ಅಗ್ರಾಹ್ಯವೆನ್ನಬಹುದಾದ ರೂಪಗಳನ್ನು ದಾಸಸಾಹಿತ್ಯ ಬಳಸಿದೆ. ಕೆಲವು ಸಲ ಈ ಶೈಲಿಯ ಅತಿರೇಕವಾಗಿ ಗ್ರಾಮ್ಯ ಇಲ್ಲವೆ ಪ್ರಚಲಿತದೇಸಿ ಬಂದು ಸಂದರ್ಭದ ಗಾಂಭೀರ್ಯಕ್ಕೆ ಕೊರತೆಯುಂಟುಮಾಡುತ್ತದೆ. ಸಲಿಗೆ, ತಿಳಿನಗೆ, ಕಟಕಿಯಿದ್ದಲ್ಲಿ ಅದು ಬಹಳ ಸೊಗಸಾಗಿ ಪರಿಣಮಿಸುತ್ತದೆ. ಒಟ್ಟಿನಲ್ಲಿ ವಿಷಯ, ರೂಪ, ಭಾಷೆಗಳಲ್ಲಿ ದಾಸಸಾಹಿತ್ಯ ವಿಶಿಷ್ಟ ಕಾಂತಿಯುಳ್ಳುದಾಗಿ ಕನ್ನಡಿಗರ ಚಿರಸ್ಥಾಯಿಯಾದ ಸೊತ್ತಾಗಿದೆ. ಜನಕ್ಕೆ ಅದು ಹತ್ತಿರ ಬಂದಂತೆ ಜನವೂ ಅದರ ಹತ್ತಿರ ಹೋಗಿ ಸಂಸ್ಕೃತಿ ಸಂವರ್ಧನ ಕಾರ್ಯದಲ್ಲಿ ಅದರಿಂದ ಸ್ಫೂರ್ತಿ ಪಡೆಯಬೇಕು.

## ಟಿಪ್ಪಣಿಗಳು

1. ರಾ. ಸ್ವಾ. ಪಂಚಮುಖಿ : 'ಹರಿದಾಸ ಸಾಹಿತ್ಯ', ಪು. ೬೬.
2. ರಂ. ಶ್ರೀ. ಮುಗಳಿ : ಕನಕದಾಸರು ('ಜೀವನ', ೨–೮, ಪು. ೪೫೭).
3. ರಾ. ಸ್ವಾ. ಪಂಚಮುಖಿ : 'ಹರಿದಾಸ ಸಾಹಿತ್ಯ', ಪು. ೧೫೭.
4. ಅದೇ, ಪು. ೬೭.
5. ಅದೇ, ಪು. ೬೮.
6. ಮಾಸ್ತಿ ವೆಂಕಟೇಶ ಅಯ್ಯಂಗಾರ್ : 'ವಿಮರ್ಶೆ ೧', ಪು. ೨೯.
7. ರಾ. ಸ್ವಾ. ಪಂಚಮುಖಿ : 'ಹರಿದಾಸ ಸಾಹಿತ್ಯ', ಪು. ೨೪೯.
8. ಬೇಲೂರು ಕೇಶವದಾಸ : 'ಹರಿದಾಸ ಸಾಹಿತ್ಯ', ಪು. ೫೦.
9. ಹಲಗೂರು ಕೃಷ್ಣಾಚಾರ್ಯ : 'ಕರ್ಣಾಟಕ ಸಂಗೀತವೂ ದಾಸಕೂಟವೂ', ಪು. ೧೦೦.
10. ಬೇಲೂರು ಕೇಶವದಾಸ : 'ಹರಿದಾಸ ಸಾಹಿತ್ಯ', ಪು. ೧೮.
11. ಅದೇ, ಪು. ೧೮–೧೯.
12. ಪುರಂದರದಾಸ : 'ಕೀರ್ತನೆಗಳು', ಭಾಗ ೫ (ಉಗಾಭೋಗ ೧೯, ಪು. ೯೭).
13. ಅದೇ (ಉಗಾಭೋಗ ೭೭, ಪು. ೧೦೯).

## ಪ್ರಕರಣ : ೨೭

# ಒಡೆಯರ ಕಾಲದ ಬ್ರಾಹ್ಮಣ ಸಾಹಿತ್ಯ

ಮೈಸೂರೊಡೆಯರ ಕಾಲದಲ್ಲಿ ಕನ್ನಡ ಸಾಹಿತ್ಯ ತೋರಿದ ವಿಶೇಷಾಂಶಗಳಲ್ಲಿ ನೇರವಾದ ಚಾರಿತ್ರಿಕ ಕಾವ್ಯಗಳ ಹೆಚ್ಚಳವೊಂದಾಗಿದೆ. ಪಂಪಯುಗದಲ್ಲಿಯೂ ಮುಂದೆಯೂ ಲೌಕಿಕ ಕಾವ್ಯಗಳಲ್ಲಿ ಚಾರಿತ್ರಿಕ ಧ್ವನಿಯಿದೆ ; ಆದರೆ ಚರಿತ್ರೆಯ ಲೇಖನವೇ ಮುಖ್ಯ ಗುರಿಯಾಗಿಲ್ಲ. ನಂಜುಂಡನ 'ಕುಮಾರರಾಮನ ಚರಿತ್ರೆ' ಇದಕ್ಕೆ ಅಪವಾದವಾಗಿದೆ, ಅದ್ರೀಶ ಕವಿಯ 'ಪ್ರೌಢರಾಯನ ಕಾವ್ಯ'ವೂ ಹೆಸರಿನಲ್ಲಿ ಚರಿತ್ರೆಯ ನಿದರ್ಶಕವಾಗಿದ್ದರೂ ಅದರಲ್ಲಿ ಶಿವಶರಣರ ಕಥೆ ಮುಖ್ಯವಾಗಿದೆ. ೧೭ನೆಯ ಶತಮಾನದ ಮಧ್ಯದಲ್ಲಿ ರಚಿತವಾದ 'ಕಂಠೀರವ ನರಸರಾಜವಿಜಯ' ಎಂಬ ಸಾಂಗತ್ಯಗ್ರಂಥ ಮಾತ್ರ ಮುಖ್ಯವಾಗಿ ಚಾರಿತ್ರಿಕ ಕಾವ್ಯ. ಇದನ್ನು ಬರೆದವನು ಗೋವಿಂದವೈದ್ಯ ಇಲ್ಲವೆ ಭಾರತಿನಂಜ ಇರಬೇಕು. ಗೋವಿಂದ ವೈದ್ಯನು ಇದನ್ನು ಬರೆದು ಭಾರತಿನಂಜನಿಂದ ರಾಜಾಸ್ಥಾನದಲ್ಲಿ ಓದಿಸಿರಬಹುದೆಂದು ತಿಳಿಯಲೂ ಆಧಾರವಿದೆ. "ದೇವತಾಸ್ತುತಿಯಲ್ಲ ಕೇಳ್ವೊಡೆ ನರಸ್ತುತಿ ಯಾವ ವೆಗ್ಗಳವೆನ್ನಬೇಡ। ನಾವಿಷ್ಣುಃ ಪೃಥಿವೀಪತಿಯೆಂದು ವೇದಾವಳಿಗಳು ಸಾರುತಿವೆ ಕೊ" (೧–೧೭) ಎಂದು ಕಾವ್ಯವಿಷಯದ ಬಗ್ಗೆ ಕವಿಯು ಸಮರ್ಥನೆ ಮಾಡಿಕೊಂಡಿದ್ದಾನೆ. "ಈ ಮಹಿಮನ ಸುಚರಿತ್ರಶೌರ್ಯಗಳ ಸುತ್ರಾಮ ಭೋಗವ ಧರ್ಮದಿರವ। ನೇಮದೆ ಮಾಂಗಲ್ಯಕೃತಿಯಾಗೆ ಪೇಟ್ವೆನು" (೧–೨೦), "ನೆರೆ ಕರ್ನಾಟಕ ಚಕ್ರೇಶನರಸಭೂವರನ ಚರಿತ್ರೆಯ ಪೇಳುವೆನು" (೧–೨೧), "ಭೂವರಕಂಠೀರವನೆನಿಸಿದ ನರದೇವನ ಕೃತಿಯ ಪೇಳುವೆನು" (೧–೨೪) ಎಂದು ತನ್ನ ಚಾರಿತ್ರಿಕ ಉದ್ದೇಶವನ್ನು ಸ್ಪಷ್ಟಪಡಿಸಿದ್ದಾನೆ. ಈ ಕಾವ್ಯದಲ್ಲಿ ಕಥಾವಸ್ತುವಿಲ್ಲ. ಕಂಠೀರವನರಸರಾಜನ ರಾಜ್ಯ, ವಂಶ, ರಾಜಧಾನಿವರ್ಣನೆ, ಚರಿತ್ರವರ್ಣನೆ ವಿಸ್ತಾರವಾಗಿವೆ. ೯–೧೦ ಸಂಧಿಗಳಲ್ಲಿ ಮದನಮೋಹಿನಿ ಕಥೆ ಮಾತ್ರ ಬಂದಿದೆ. ನರಸರಾಜಚರಿತ್ರೆಗೆ ಅದರ ಸಂಬಂಧವೇನೂ ಇಲ್ಲದ ಕಾರಣ ಶೃಂಗಾರರಸದ ಸಂದರ್ಭವಿರಲೆಂದು ಅದನ್ನು ಸೇರಿಸಿದಂತಿದೆ. ಅದರಲ್ಲಿಯೂ ಕಥಾಂಶಕ್ಕಿಂತ ಶೃಂಗಾರವರ್ಣನೆ ಹೆಚ್ಚಾಗಿದೆ. ಪ್ರಣಯರಮ್ಯವಾದ ಉತ್ಕಟ ಕಲ್ಪನೆ ಬಹುಶಃ ಸಾಮಯಿಕವಾಗಿ ಪ್ರಕಟವಾಗಿದೆ. ಈ ಕಾವ್ಯದಲ್ಲಿಯ ಪ್ರಮುಖ ಗುಣವು ಅದರಲ್ಲಿಯ ಜನಜೀವನ ಮತ್ತು ರಾಜಕೀಯ ಜೀವನದ ವಾಸ್ತವ ಚಿತ್ರದಲ್ಲಿದೆ. ವಿಶೇಷವಾಗಿ, ಕರ್ನಾಟಕಕ್ಕೆ ರಣದುಲ್ಲಾಖಾನನು ಬಂದ ಸಂದರ್ಭದಲ್ಲಿ ಏನೇನು ನಡೆಯಿತು, ಅವನನ್ನು ಕಂಠೀರವ ನರಸರಾಜನು ಹೇಗೆ ಸೋಲಿಸಿದನೆಂಬುದನ್ನು ಕಣ್ಣಿದಿರು ಕಟ್ಟುವಂತೆ ಬಣ್ಣಿಸಲಾಗಿದೆ. 'ರಣಧೂಳಿಖಾನ'ನು ಕರ್ನಾಟಕಕ್ಕೆ ಬರುವಾಗ ಮಾಡಿದ ಹಾವಳಿ, ಹುಟ್ಟಿಸಿದ ಗಾಬರಿಯನ್ನು ಅದೇ ಕಾಲದಲ್ಲಿದ್ದ ಕವಿ ಯಥಾರ್ಥವಾಗಿ ಬಣ್ಣಿಸಿದ್ದಾನೆ. ಬಣ್ಣನೆಯಲ್ಲಿ ಒಮ್ಮೊಮ್ಮೆ ಕಲ್ಪನೆ ಅಸಾಧಾರಣ ಶಕ್ತಿಯನ್ನು ತೋರಿದೆ. ಉದಾ :

ಸಿಡಿಲ ಕುಡುಹಿನಿಂದೆ ಬ್ರಹ್ಮಾಂಡಭೇರಿಯ
ಬಡಿವವೊಲಾನೆಯ ಮೇಲೆ ।
ಹೊಡೆವ ಡಮಾಮಿಗಳಬ್ಬರ ಗಗನವ
ತುಡುಕಿತೇವೇಳ್ವೆನದ್ಭುತವ ॥ (೧೧–೨೩)

ಜನಜೀವನ ಮತ್ತು ಯುದ್ಧಗಳ ಚಿತ್ರ ಹೇಗಿದೆ ಎಂದು ತಿಳಿಯಲು 'ಕರ್ನಾಟಕ ಜನಜೀವನ' ಇದರಲ್ಲಿ ಬಂದಿರುವ ಬೆಟಗೇರಿ ಕೃಷ್ಣಶರ್ಮರ ಲೇಖನವನ್ನು ನೋಡಬೇಕು. ಚಾರಿತ್ರಿಕ ಗ್ರಂಥ ಎಂಬ ದೃಷ್ಟಿಯಿಂದ ಮಾತ್ರವಲ್ಲ, ಕಾವ್ಯವೆಂಬ ದೃಷ್ಟಿಯಿಂದಲೂ ಈ ಕೃತಿ ಮಧ್ಯಮಕಾವ್ಯದ

ಗುಣಗಳಿಂದ ಕೂಡಿ ಮೆಚ್ಚುವಂತಿದೆ. ಇದರಲ್ಲಿ ಕವಿಯು ಕಲ್ಪನಾಶಕ್ತಿ, ನಿರೀಕ್ಷಣಶಕ್ತಿ, ನಿರೂಪಣಸಾಮರ್ಥ್ಯ ಚೆನ್ನಾಗಿರುವವಲ್ಲದೆ ಶೈಲಿ ಪ್ರವಾಹಿಯೂ ಪ್ರಸನ್ನವೂ ಆಗಿದೆ. ಸಾಂಗತ್ಯ ರಚನೆ ಸರಾಗವಾಗಿ ಸಾಗಿದೆ. ಚಾರಿತ್ರಿಕ ಗ್ರಂಥಗಳಲ್ಲಿ ಇದಕ್ಕೆ ಮನ್ನಣೆಯ ಸ್ಥಾನವು ಸಲ್ಲುತ್ತದೆ.

ಮೈಸೂರೊಡೆಯರ ಕಾಲದ ಸಾಹಿತ್ಯ ತೋರಿದ ಇನ್ನೊಂದು ವಿಶೇಷವೆಂದರೆ ಶ್ರೀವೈಷ್ಣವ ಪರವಾದ ತಾತ್ತ್ವಿಕ ಹಾಗೂ ಭಕ್ತಿಪ್ರಧಾನವಾದ ಸಾಹಿತ್ಯಸೃಷ್ಟಿ. ೧೨ನೆಯ ಶತಮಾನದಿಂದಲೂ ಕರ್ನಾಟಕದಲ್ಲಿ ಶ್ರೀರಾಮಾನುಜಮತವು ಪ್ರಸಾರವಾಗುತ್ತಿದ್ದರೂ ಕನ್ನಡದಲ್ಲಿ ಈ ಮತಕ್ಕೆ ಸಂಬಂಧಿಸಿದ ವಾಙ್ಮಯವು ಈವರೆಗೆ ಹುಟ್ಟಿರಲಿಲ್ಲ. ಸಂಸ್ಕೃತ ಗ್ರಂಥಗಳು, ದ್ರಾವಿಡ ಪ್ರಬಂಧಗಳು ಇವುಗಳಿಂದ ತೃಪ್ತಿಯಾದಂತಿತ್ತು. ಮೈಸೂರು ರಾಜರ, ವಿಶೇಷವಾಗಿ ಚಿಕದೇವರಾಜನ ಆಶ್ರಯದಲ್ಲಿ ಚಂಪೂ–ಗದ್ಯರೂಪಗಳಲ್ಲಿಯ ಮಾರ್ಗಕಾವ್ಯವು ಮತ್ತೆ ತಲೆಯೆತ್ತಿತಲ್ಲದೆ ಶ್ರೀವೈಷ್ಣವಪರವಾದ ಅನೇಕ ಗ್ರಂಥಗಳು ಜನ್ಮತಾಳಿದುವು. ಚಿಕದೇವರಾಜನು ಸ್ವತಃ 'ಚಿಕದೇವರಾಜಬಿನ್ನಪ', 'ಗೀತ ಗೋಪಾಲ', 'ಭಾಗವತ', 'ಶೇಷಧರ್ಮ', 'ಭಾರತ' ಇವನ್ನು ಬರೆದನೆಂದು ಪ್ರತೀತಿಯಿದೆ. ಅವನು ಪಂಡಿತನೂ ರಸಿಕನೂ ಆಗಿದ್ದ ಕಾರಣ ಗ್ರಂಥರಚನೆಯನ್ನು ಮಾಡಿರಬಹುದು. 'ಭಾಗವತ', 'ಶೇಷ ಧರ್ಮ', 'ಭಾರತ' ಈ ಟೀಕಾತ್ಮಕ ಗ್ರಂಥಗಳನ್ನು ಬರೆದಿರಲೂಬಹುದು. ಆದರೆ 'ಚಿಕದೇವರಾಜ ಬಿನ್ನಪ' ಮತ್ತು 'ಗೀತಗೋಪಾಲ' ಇವು ತಿರುಮಲಾರ್ಯವಿರಚಿತವಾಗಿ ಚಿಕದೇವರಾಜನಿಂದ ವಿರಚಿತ ವೆಂಬ ಆಭಾಸವನ್ನು ತಿರುಮಲಾರ್ಯನಿಂದಲೇ ಪಡೆದಿರಬೇಕು. ಇವೆರಡರಲ್ಲಿಯೂ ಬಂದಿರುವ ಚಿಕದೇವರಾಜಸ್ತುತಿಯ ಪದ್ಯಗಳು ಬಹುಮಟ್ಟಿಗೆ ತಿರುಮಲಾರ್ಯನ ಹೆಸರಿನಲ್ಲಿದ್ದ ಗ್ರಂಥಗಳಿಂದ ಎತ್ತಿದವುಗಳಾಗಿವೆ. ರಾಜನು ತನ್ನ ಸ್ತುತಿಯನ್ನು ಇಷ್ಟುಮಟ್ಟಿಗೆ ತಾನೇ ಮಾಡಲಾರನು. "ತಿರುಮಲೆ ಯಾರ್ಯರ ದಿವ್ಯಕೃತಿಯನಿದ ಪಾಡುವೆನು"(ಪ. ೭, ಪು. ೬೪) ಎಂದೂ 'ಗೀತಗೋಪಾಲ'ದಲ್ಲಿ ಸ್ಪಷ್ಟವಾಗಿ ಹೇಳಿದೆ. ಇವೆಲ್ಲ ಸಾಕ್ಷ್ಯಗಳು ಕರ್ತೃತ್ವದ ಆಭಾಸವನ್ನು ಕಳೆಯಲು ಸಾಕು. ಚಿಕದೇವ ರಾಜನು ಸ್ವತಃ ಗ್ರಂಥಕಾರನಾಗಿರಲಿ ಬಿಡಲಿ, ಗ್ರಂಥಕಾರರ ತಂಡವೊಂದನ್ನು ನಿರ್ಮಾಣಮಾಡಿದ ನೆಂಬುದು ಖಂಡಿತ. ಇವನ ಪ್ರೋತ್ಸಾಹದಿಂದಲೇ ತಿರುಮಲಾರ್ಯ, ಸಿಂಗರಾರ್ಯ, ಚಿಕುಪಾಧ್ಯಾಯ, ಶೃಂಗಾರಮ್ಮ, ಹೊನ್ನಮ್ಮ, ವೇಣುಗೋಪಾಲವರಪ್ರಸಾದ, ತಿಮ್ಮಕವಿ, ಮಲ್ಲಿಕಾರ್ಜುನ, ಚಿದಾನಂದಕವಿ, ಮಲ್ಲರಸ ಮುಂತಾದ ಕವಿಗಳು ಕನ್ನಡದಲ್ಲಿ ಉದ್ಗ್ರಂಥಗಳನ್ನು ಬರೆದು ಆ ಭಾಷೆಗೆ ಉನ್ನತಿಯನ್ನುಂಟುಮಾಡಿದರು.[1]

'ಚಿಕದೇವರಾಜಬಿನ್ನಪ'ದಲ್ಲಿ ಯದುಗಿರಿನಾರಾಯಣನನ್ನು ಕುರಿತು ಗದ್ಯದಲ್ಲಿ ೩೦ ಬಿನ್ನಪ ಗಳಿವೆ. ಬಿನ್ನಪದ ರೂಪದಲ್ಲಿ ಶ್ರೀವೈಷ್ಣವಮತದ ತತ್ತ್ವಗಳನ್ನು ವಿವರಿಸಲಾಗಿದೆ. "ಎಲ್ಲರುಮಱಿ ವಂತೆ ಕನ್ನಡವಾತಿನೊಳು ಮೆಲ್ನುಡಿಗಳಿಂದ ಅಖಿಲತತ್ತ್ವಾರ್ಥಂಗಳಂ ಸಂಗತಿಗೊಳಿಸಿ" ಎಂದು ಪೀಠಿಕೆಯಲ್ಲಿದೆ. ಇದು ಕೇವಲ ತತ್ತ್ವಪ್ರತಿಪಾದಕವಾದ ಶಾಸ್ತ್ರಗ್ರಂಥವಲ್ಲ, ಶಾಸ್ತ್ರವನ್ನು ಸಾಹಿತ್ಯ ರೂಪಕ್ಕೆ ಇಳಿಸಿದ ಭಕ್ತಿಜ್ಞಾನಸಂಮಿಶ್ರವಾದ ಗ್ರಂಥ. ಮತತತ್ತ್ವಗಳನ್ನು ತರ್ಕಬದ್ಧವಾಗಿ ಅಚ್ಚು ಕಟ್ಟಾಗಿ ನಿರೂಪಿಸುತ್ತಲೆ ಉಚಿತವಾದ ಉಪಮೆಗಳಿಂದಲೂ ಶೈಲಿಯ ಸೊಬಗಿನಿಂದಲೂ ತತ್ತ್ವದ ತಿಳಿವು ಸುಲಭವೂ ಮೋಹವೂ ಆಗುವಂತೆ ಮಾಡಲಾಗಿದೆ. ಕನ್ನಡದಲ್ಲಿ ರಾಮಾನುಜಮತದ ಮುಖ್ಯ ಪ್ರಮೇಯಗಳನ್ನು ತಿಳಿದುಕೊಳ್ಳಲು ಸ್ಪಷ್ಟವೂ ಸಂಕ್ಷಿಪ್ತವೂ ಆದ ಕೃತಿ ಇದೊಂದೇ. ಪ್ರತಿ ಯೊಂದು ಬಿನ್ನಪದ ಮೊದಲು–ಕೊನೆಗಳಲ್ಲಿ ಭಕ್ತನಿದರ್ಶಕವಾದ ಸಂಬೋಧನೆ–ಪ್ರಾರ್ಥನೆಗಳು ಬಂದಿದ್ದು ತತ್ತ್ವನಿರೂಪಣೆಗೂ ಭಾವನೆಯ ಕಾವು ಕೆಲಮಟ್ಟಿಗೆ ದೊರೆತಿದೆ. "ಎನ್ನೊಳಂ ಅಕಾರಣ ಕರುಣಾಬ್ಧಿ ಕಲ್ಲೋಲಂಗಳಂ ಕವಿಸಿ ಮನ್ನಿಪುದು ಮನ್ನಿಪುದನನ್ಯಜನಸುಲಭ ಶ್ರೀಯದುಶೈಲ ವಲ್ಲಭಾ"—ಈ ಬಗೆಯ ಉಕ್ತಿಗಳನ್ನು ನೋಡಬೇಕು. ಕನ್ನಡ ಸಾಹಿತ್ಯದಲ್ಲಿ ಅಷ್ಟಕ–ಶತಕಗಳು ಭಕ್ತಿಜ್ಞಾನಸಂಮಿಶ್ರವಾಗಿವೆ. ಗದ್ಯದಲ್ಲಿ ವಚನಗಳು ಬಿಡಿಬಿಡಿಯಾಗಿ ಈ ರೂಪ ತಾಳಿವೆ. ಗೇಯವಾದ

ಸುಳಾದಿ–ಉಗಾಭೋಗಗಳು ಹೀಗಿವೆ. ಆದರೂ 'ಚಿಕದೇವರಾಜ ಬಿನ್ನಪ'ದ ಅನನ್ಯತೆಗೆ ಬಾಧೆಯಿಲ್ಲ. ಅದರ 'ಉದಾರಗದ್ಯ'ದಲ್ಲಿ ಪ್ರೌಢಿಮೆಯಿದೆ, ಚೊಕ್ಕಟತನವಿದೆ. 'ಎಲ್ಲರುಮಱಿವಂತೆ' ಎಂಬ ಉದ್ದೇಶವು ಎಲ್ಲ ಕಡೆಗೆ ಕೈಗೂಡಿಲ್ಲ. ಆದರೆ ವಿವರಣೆಯ ಕಾರ್ಯ ಯಶಸ್ವಿಯಾಗಿದೆ. ಇದರ ಗದ್ಯಕ್ಕೆ ಆಂದೋಲಕವಾದ ಸಹಜಲಯವಿದೆ. 'ಚಿಕದೇವರಾಯ ವಂಶಾವಳಿ'ಯ ಸರಣಿಗೆ ಸಮಾನವಾದ ಗದ್ಯಗುಣವಿದೆ.

'ಗೀತಗೋಪಾಲ'ವು ಏಳು ಸಪ್ತಪದಿಗಳಲ್ಲಿ ರಚಿತವಾದ ಭಕ್ತಿಗೀತಗಳ ಸಂಗ್ರಹ. "ಹರಿ ಸಂಕೀರ್ತನಮೊಂದೇ ಪರಗತಿಗನುಕೂಲಮೆಂದು ನಿರವಿಸಿ ನೆಗಟ್ದಿಂ, ತೊಡರ್ದಿರೆ ನುಡಿನುಣ್ಚರಗಳ ಬೆಡಂಗು ಮನವೊಲ್ದು ಗೀತಗೋಪಾಲವೆಸರ್ವಡೆದು" (೧–೯), "ಒಳ್ಗನ್ನಡಗಬ್ಬಮನೊಡರಿಸಿ ಚಿಕದೇವರಾಯನುನ್ನತಿವೆತ್ತಂ" ಎಂದು ಹೇಳಿದಂತೆ ಒಂದು ಕ್ರಮಬದ್ಧವಾಗಿ 'ಗೀತಗೋಪಾಲ'ವನ್ನು ರಚಿಸಲಾಗಿದೆ. ಶ್ರೀವೈಷ್ಣವತತ್ತ್ವಕ್ಕೆ ಅನುಸರಿಸಿದ ಭಕ್ತಿ ಇದರಲ್ಲಿ ಹೊರಪಟ್ಟಿದೆ. ತತ್ತ್ವವನ್ನು ಮುನ್ನೆಲೆಯಲ್ಲಿ ತಂದು ನಿಲ್ಲಿಸಿಲ್ಲ. 'ಚಿಕದೇವರಾಯಬಿನ್ನಪ'ದಲ್ಲಿ ತತ್ತ್ವ ಮುಖ್ಯವಾಗಿ ಭಕ್ತಿ ಅದಕ್ಕೆ ಕಾವುಕೊಡುವ ಗುಣವಾಗಿದ್ದರೆ ಇಲ್ಲಿ ಭಕ್ತಿ ಮುಖ್ಯವಾಗಿ ತತ್ತ್ವ ಹಿನ್ನೆಲೆಯಲ್ಲಿ ಶ್ರುತಿಗೊಡುತ್ತದೆ. ಹರಿದಾಸರ ಕೀರ್ತನೆಗಳ ಸ್ಥಾಯಿ–ಸಂಚಾರಿಗಳು ಬಂದಿದ್ದರೂ ಇಲ್ಲಿಯ ಕೀರ್ತನೆಗಳ ಶೈಲಿ ಶುದ್ಧ ವಾಗಿದೆ, ತಿಳಿಗನ್ನಡದತ್ತ ಒಲವುತೋರಿದೆ. ಭಾವಸಂಪತ್ತಿ–ಕಲ್ಪನಾಸಂಪತ್ತಿ 'ಗೀತಗೋಪಾಲ'ದಲ್ಲಿ ಅಷ್ಟುಮಟ್ಟಿಗೆ ಕಾಣದೊರೆಯುವುದಿಲ್ಲವಾದರೂ ಭಕ್ತಿಭಾವವು ನೈಜವೂ ಉತ್ಕಟವೂ ಆಗಿ ತೋರಿದೆ. "ಬಡವನೆ ನೀನು ಏನೇನೇನು ಬಡವನೆ ನೀನು", "ನಿಂದೆಗೆಯ್ವರು ಮಿಗೆ ನಿಂದಿಸುತಿರಲಿ", "ತನ್ನ ನೆನೆವುದು ಜೀವ ತಲ್ಲಣಿಪುದು" ಈ ಮುಂತಾದ ಕೆಲವು ಗೀತಗಳಲ್ಲಿ ಈ ಮಾತಿಗೆ ನಿದರ್ಶನಗಳನ್ನು ನೋಡಬಹುದು. ಗೋಪಾಲಕನಾದ ಕೃಷ್ಣನನ್ನು ಎಬ್ಬಿಸುವ ಮತ್ತು ಅವನ ಲೀಲೆಗಳನ್ನು ವರ್ಣಿಸುವ ಗೀತೆಗಳಲ್ಲಿ ಕೆಲವು ಸೊಗಸಾಗಿವೆ. ಹರಿಕೀರ್ತನೆಗಳ ಭಾಂಡಾರಕ್ಕೆ 'ಗೀತಗೋಪಾಲ'ವು ಉನ್ನತವಾದ ಅಲ್ಲದಿದ್ದರೂ ತುಂಬ ಮೆಚ್ಚುವಂಥ ಗೀತನಿಧಿಯನ್ನು ನೀಡಿರುತ್ತದೆ. ಶ್ರೀವೈಷ್ಣವಸಂಪ್ರದಾಯದ ಗೀತೆಗಳಲ್ಲಿಯಂತೂ ಕನ್ನಡದಲ್ಲಿ ಇದೇ ಮೊದಲನೆಯದು.

## ತಿರುಮಲಾರ್ಯ

ತಿರುಮಲಾರ್ಯನು ಚಿಕದೇವರಾಜನ ಕಾಲದ ಪ್ರಭಾವಶಾಲಿಯಾದ ಮತ್ತು ಸಾವ್ಯಸಾಚಿಯಾದ ವ್ಯಕ್ತಿ. ಸಂಸ್ಕೃತ–ಕನ್ನಡ ಪಂಡಿತನಾಗಿ ಎರಡೂ ಭಾಷೆಗಳಲ್ಲಿ ಅವನು ಗ್ರಂಥ ರಚಿಸಿದನು. ಮಂತ್ರಿಯಾಗಿ ಮೈಸೂರು ರಾಜ್ಯದ ಏಳಿಗೆ ಮಾಡಿದನು. ಕನ್ನಡದಲ್ಲಿ ಮೇಲೆ ವಿಮರ್ಶಿಸಿದ ಎರಡು ಕೃತಿಗಳಲ್ಲದೆ 'ಅಪ್ರತಿಮವೀರಚರಿತ', 'ಚಿಕದೇವರಾಜವಿಜಯ', 'ಚಿಕದೇವರಾಯವಂಶಾವಳಿ', 'ಚಿಕದೇವರಾಯಶತಕ' ಇವನ್ನು ಬರೆದಿದ್ದಾನೆ. ಕೊನೆಯದು ದೊರೆತಿಲ್ಲ. ಎಲ್ಲ ಗ್ರಂಥಗಳಲ್ಲಿ ಅವನ ಮನಸ್ಸು ಚಿಕದೇವರಾಯಮಯವಾಗಿದೆಯೆಂಬುದನ್ನೂ ಅವನ ಕಾವ್ಯಗಳಿಗೆ ಅವನ ದೊರೆಯ ಚರಿತೆಯೇ ವಸ್ತು, ದೊರೆಯೇ ನಾಯಕನೆಂಬುದನ್ನೂ ಕಾಣಬಹುದು. 'ಅಪ್ರತಿಮವೀರಚರಿತ' ಎಂದು 'ಕುವಲಯಾನಂದ'ವನ್ನು ಮುಖ್ಯವಾಗಿ ಅನುಸರಿಸಿ ಬರೆದ ಅರ್ವಾಚೀನ ಅಲಂಕಾರ ಗ್ರಂಥ. 'ಅಪ್ರತಿಮವೀರಚರಿತ' ಎಂಬ ಅಪ್ರತಿಮವಾದ ಹೆಸರು ! ಯಾಕೆಂದರೆ ಅದರಲ್ಲಿಯ ಲಕ್ಷ್ಯಪದ್ಯ ಗಳೆಲ್ಲ ಅಪ್ರತಿಮವೀರನೆಂಬ ಬಿರುದುಳ್ಳ ಚಿಕದೇವರಾಯನ ಚರಿತೆಯನ್ನು ತಿಳಿಸುತ್ತವೆ, ಗುಣಗಳನ್ನು ಹೊಗಳುತ್ತವೆ. ಲಕ್ಷ್ಯಪದ್ಯಗಳಲ್ಲಿಯ ಈ ಏಕವಿಷಯತೆ, ಅವುಗಳ ಚಾರಿತ್ರಿಕ ವಿವರಗಳ ಮಹತ್ವ— ಈ ದೃಷ್ಟಿಯಿಂದಲೇ ಈ ಗ್ರಂಥ ವೈಶಿಷ್ಟ್ಯ ಪಡೆದಿದೆ. ಅಲಂಕಾರಶಾಸ್ತ್ರದೃಷ್ಟಿಯಿಂದ ಮಮ್ಮಟ, ವಾಮನ, ಕುವಲಯಾನಂದಕಾರ ಇವರ ಅನುಸರಣೆಯೇ ಇಲ್ಲಿ ಕಾಣುತ್ತದೆ. ಲಕ್ಷ್ಯಪದ್ಯಗಳಲ್ಲಿಯ

ವಿಷಯೈಕ್ಯದ ನಿರ್ಬಂಧದ ಮೂಲಕ ಕೆಲವು ಸಲ ಸಮರ್ಪಕವೂ ಸ್ಪಷ್ಟವೂ ಆಗಿರುವುದಿಲ್ಲ, ಅಭ್ಯಾಸಿಗಳಿಗೆ ಸುಕರವೂ ಆಗಿಲ್ಲ. ಆದರೆ ಇತಿಹಾಸಕಾವ್ಯದ ಮೇಲ್ಮೆ ಮಾತ್ರ ಅವುಗಳಲ್ಲಿ ಎದ್ದು ಕಾಣುತ್ತದೆ. 'ಚಿಕದೇವರಾಜವಿಜಯ'ವು ಪ್ರೌಢವಾದ ಚಂಪೂಕಾವ್ಯ. ಈ ಯುಗದಲ್ಲಿ ಅಪರೂಪವಾದ ಚಂಪೂಕಾವ್ಯವು ಮತ್ತೆ ಇಲ್ಲಿ ತಲೆಯೆತ್ತಿದೆ. "ಸಕ್ಕದಗನ್ನಡವೆರಡಜೊಳೆಕ್ಕ ಸರಂಗೊಳ್ವುದೋಜೆಗಬ್ಬಂ" (೧–೧೫) ಎಂಬಲ್ಲಿ ಹೇಳಿದಂತೆ ಈ ಓಜೆಗಬ್ಬವು "ಎಡೆಯೆಡೆಯೊಳ್ ತಕ್ಕ ತಕ್ಕ ಬಣ್ಣಿಗೆಬವಣಿಂ" (೧–೧೬) ಸೊಗಸನ್ನು ಪಡೆದಿದೆ. ವಿಷಯ ಕವಿಗೆ ಪ್ರಿಯವಾದದ್ದು. ಚರಿತ್ರೆ–ವರ್ಣನೆಗಳಿಂದ ಪ್ರಚುರವಾದದ್ದು. ಪುನರುಜ್ಜೀವನ ಹೊಂದಿದ ಚಂಪೂಶೈಲಿಯ ಬಿಗುವಿಗೂ ಕನ್ನಡಸಂಸ್ಕೃತಗಳ ಸೇರುವೆಯ ಮಿದುವಿಗೂ ಈ ಕೃತಿಯನ್ನು ನೋಡಬೇಕು. 'ಚಿಕದೇವರಾಯ ವಂಶಾವಳಿ' ತಿರುಮಲಾರ್ಯನ ಗುಣಸರ್ವಸ್ವವನ್ನು ಮೆರೆಯುವ ಗದ್ಯಗ್ರಂಥ. ಇದರಲ್ಲಿ ರಾಜನೃಪನಿಂದ ಮೊದಲಾಗಿ ಚಿಕದೇವರಾಜನವರೆಗೆ ಮೈಸೂರು ರಾಜವಂಶದ ಪ್ರಸಿದ್ಧ ರಾಜರ ಚರಿತ್ರೆಯಿದೆ. ಚಿಕದೇವರಾಯನ ವಿಜಯಯಾತ್ರೆಯನ್ನು ವರ್ಣಿಸುತ್ತಲೆ ಅಪೂರ್ಣವಾಕ್ಯದಲ್ಲಿ ದೊರೆತ ಮಾತೃಕೆ ಮುಗಿಯುತ್ತದೆ. ಗ್ರಂಥವಿನ್ನೂ ಮುಂದೆ ಸಾಗಿರಬೇಕು. ಇದರಲ್ಲಿ ವಂಶಾವಳಿಯ ಚರಿತ್ರೆಯಿದೆ ಎಂದರೂ ಚಾರಿತ್ರಿಕ ಅಂಶಗಳಿವೆ ಎನ್ನುವುದು ಹೆಚ್ಚು ಯುಕ್ತ. ಯಾಕೆಂದರೆ ಚರಿತ್ರೆಯಲ್ಲಿ ಕಲ್ಪನಾಂಶಗಳನ್ನು ಬೆರಸಿ, ತೋರಿದಲ್ಲಿ ವರ್ಣನಾಸಂದರ್ಭಗಳನ್ನು ಕಲ್ಪಿಸಿಕೊಂಡು ಪ್ರೌಢವಾದ ಗದ್ಯಕಾವ್ಯವನ್ನು ರಚಿಸುವುದೇ ಇದರ ಗಮ್ಯವಾಗಿತ್ತು. ಚಿಕದೇವರಾಜನಿಂದ ಹಿಂದುಹಿಂದಿನ ಚರಿತ್ರೆ ಹೆಚ್ಚಾಗಿ ಕವಿಗೆ ಕೇಳಿಕೆಯಾದ ಕಾರಣ ಅವನ ಕಲ್ಪನಾಶಕ್ತಿ ಹೆಚ್ಚು ಕೆಲಸ ಮಾಡಿದಂತಿದೆ. ದೊಡದೇವರಾಜ, ಚಿಕದೇವರಾಜರ ತತ್ಕಾಲೀನ ಚರಿತ್ರೆ ಮಾತ್ರ ಅವನಿಗೆ ತೀರ ಪರಿಚಿತವಾದುದು. ಅದರ ನಿರೂಪಣೆಯಲ್ಲಿ ಅವನು ಚಾರಿತ್ರಿಕ ಸತ್ಯಕ್ಕೆ ಬಹುಶಃ ಎರವಾಗಿಲ್ಲ. ಅಂದಿನ ಘಟನೆಗಳ ಮತ್ತು ವಿವರಗಳ ಜ್ಞಾನ ಅವನೆಲ್ಲ ಗ್ರಂಥಗಳಲ್ಲಿ ನಿಚ್ಚಳವಾಗಿದೆ. 'ಚಿಕದೇವರಾಯವಂಶಾವಳಿ'ಯ ಸಮಗ್ರ ಗ್ರಂಥದಲ್ಲಿ ಹೀಗೇ ಇರಬೇಕು. ಅಪೂರ್ಣಮಾತೃಕೆಯಲ್ಲಿ ಬಂದಿರುವ ದೊಡದೇವರಾಜನ ಚರಿತ್ರೆ ಮಾತ್ರ ಬಹುಭಾಗವನ್ನು ಆಕ್ರಮಿಸಿಯೂ ಚರಿತ್ರೆಯಾಗಿಲ್ಲ, ವರ್ಣನೆಯ ಅತಿರೇಕವಾಗಿದೆ. "ಚರಿತ್ರೆ, ಮತತತ್ತ್ವ, ಕಾವ್ಯ—ಇವುಗಳ ಮುಪ್ಪುರಿಯೇ 'ಚಿಕದೇವರಾಯವಂಶಾವಳಿ' ಎಂದು ಹೇಳುವುದಕ್ಕೆ ಈ ಭಾಗವು ಬಲವಾದ ಪ್ರಮಾಣವಾಗಿದೆ."[2] ಈ ಹೇಳಿಕೆಯಲ್ಲಿ ಸತ್ಯವಿದೆ. ಆದರೆ ಚರಿತ್ರೆ, ಮತತತ್ತ್ವ ಕಾವ್ಯ ಇವುಗಳನ್ನು ಸಮವಾಗಿ ಹೊಂದಿಕೊಂಡು ಏಕಜೀವವಾದ ಕೃತಿ ಎಂದರ್ಥ ದಲ್ಲಿ ಇದು ಮುಪ್ಪುರಿಯಲ್ಲ, ಮೂರು ಬೇರೆ ಹುರಿಗಳು ವಿಷಮಪ್ರಮಾಣದಲ್ಲಿ ಕೂಡಿರುವ ಸಂದರ್ಭವೇ ಹೆಚ್ಚು. ರಾಜನೃಪನ ಚರಿತ್ರೆಯಲ್ಲಿ ಕಲ್ಪನಾಂಶ ಬೆರೆತಿದ್ದರೂ ವರ್ಣನೆಗಳಲ್ಲಿ ಅತಿಶಯೋಕ್ತಿಯಿದ್ದರೂ ಚಾರಿತ್ರಿಕ ಕಾವ್ಯದ ಗತಕಾಲದೃಷ್ಟಿ, ನಿರೂಪಣೆಯ ಸ್ವಾರಸ್ಯ ಇವೆ. ಮುಂದೆ ಹೋದಂತೆ ಪ್ರಮಾಣಜ್ಞಾನ ಕಡಿಮೆಯಾಗುತ್ತ ಹೊರಟಿದೆ. ಕಂಠೀರವ ನರಸರಾಜನ ಚರಿತ್ರೆಗೆ ದೊರೆಯಬೇಕಾದ ಪ್ರಾಮುಖ್ಯ, ವಿಸ್ತಾರ ದೊರೆತಿಲ್ಲ. ದೊಡದೇವರಾಜನ ಚರಿತವಂತೂ ಅತ್ಯುಕ್ತಿ ಗಳ ಮಾಲಿಕೆಯಾಗಿದ್ದು ತರತರದ ವರ್ಣನೆಗಳಿಗೆ ನಿಮಿತ್ತಮಾತ್ರವಾಗಿದೆ. ಇಲ್ಲಿ ಕವಿ ಪ್ರಮಾಣ ಜ್ಞಾನವನ್ನು ಸಂಪೂರ್ಣವಾಗಿ ಕಳೆದುಕೊಂಡಿದ್ದಾನೆ. ಇದಕ್ಕೆ ಮತೀಯ ಆವೇಶ, ವರ್ಣನೆಯ ಉತ್ಸಾಹಗಳು ಕಾರಣಗಳಾಗಿವೆ. ಒಟ್ಟಿನಲ್ಲಿ ಕೃತಿಬಂಧದಲ್ಲಿ ಏಕತಾನತೆಯಿಲ್ಲ. ಪೂರ್ಣಗ್ರಂಥ ಹೇಗಿದೆಯೋ ಗೊತ್ತಿಲ್ಲ. ಮೈಸೂರು ರಾಜರನ್ನು ಆದರ್ಶ ನೃಪರೆಂದು ಚಿತ್ರಿಸುವ ಹೇತು ಸಫಲ ವಾಗಿದೆ. ಆದರೆ ಚಾರಿತ್ರಿಕ ಕಾವ್ಯವೆಷ್ಟು ಕಾಲ್ಪನಿಕವಾದರೂ ಇಷ್ಟುಮಟ್ಟಿನ ಅತಿಶಯೋಕ್ತಿ ಇದರಲ್ಲಿ ಹೊಂದಿಕೊಳ್ಳಲಾರದು.

'ಚಿಕದೇವರಾಯವಂಶಾವಳಿ'ಯ ಮುಖ್ಯ ಗುಣ ಅದರ ಗದ್ಯಶೈಲಿಯಲ್ಲಿ ಮತ್ತು ಬಿಡಿಯಾದ

ವರ್ಣನೆ ಹಾಗೂ ಸಾದೃಶ್ಯಮಾಲಿಕೆಗಳಲ್ಲಿದೆ. ತಿರುಮಲಾರ್ಯನು ಮೇಲಾದ ಕವಿ ಮತ್ತು ಶೈಲಿಕಾರನೆಂಬುದು ದಿಟ. ಅವನ ವರ್ಣನೆಗಳಲ್ಲಿ "ಅಕೃತಕವಾದ ಉತ್ಸಾಹಿತವಾದ ವಿಸ್ತಾರವೈಭವವಿದೆ ; ವಿವರವಿವರದಲ್ಲಿಯೂ ನೂತನವಾದ ಕಣ್ಣಿಂದ ನೋಡುವ ಕಲ್ಪನೆಯ ಚಿರಯೌವನವಿದೆ ; ಉಚಿತವಾಗಿ ವಿಧವಿಧವಾಗಿ ಮಾತು ಹೆಣೆದು ಮುಂದುವರಿಯುವ ಅನೂನ ವಾಣಿಯಿದೆ. ವಿಶೇಷವಾಗಿ, ಭಕ್ತಿರಸದಲ್ಲಿ ಕವಿ ತಲ್ಲೀನನಾಗಿ ತನ್ನ ಶಕ್ತಿಯನ್ನೆಲ್ಲ ಸೂರೆಮಾಡಿರುವನು.... ಆದರೆ ತಿರುಮಲಾರ್ಯನ ಉತ್ಪ್ರೇಕ್ಷೆ ತನ್ನ ನಾವೀನ್ಯಹಟದಿಂದ ಹೊರಟು ಕೃತ್ರಿಮವಾಗಿಯೂ ಶುಷ್ಕವಾಗಿಯೂ ಸಾಧಾರಣವಾಗಿಯೂ ತೋರಿರುವುದುಂಟು."[3] "ತಿರುಮಲಾರ್ಯನಲ್ಲಿ ನಾವೀನ್ಯ, ನೈಪುಣ್ಯ ತೋರಲಿ ತೋರದಿರಲಿ, ಅವನ ಗದ್ಯಶಕ್ತಿಯೇ ಅವನ ಹೆಚ್ಚಿನ ಕಾವ್ಯಶಕ್ತಿಯ ನಿತ್ಯನಿದರ್ಶನವೆಂದು ಅವನ 'ಚಿಕದೇವರಾಯವಂಶಾವಳಿ' ಕನ್ನಡ ರಸಿಕರ ವಂಶಾವಳಿಗೆ ಸಾರುತ್ತಿದೆ. ತಿರುಮಲಾರ್ಯನ ಶೈಲಿಯೇ ಅವನ ಜೀವಾಳ, ರೀತಿಯೇ ಅವನ ಕಾವ್ಯಕ್ಕೆ ಆತ್ಮ. ಸಂಸ್ಕೃತ ಹಾಗೂ ಕನ್ನಡ ಕಾವ್ಯಶೈಲಿಗಳ ಒಳದಿರುಳನ್ನು ಹೀರಿ ಪುಷ್ಟವಾಗಿಯೂ ಹೊಸ ನಡೆಯ ಬೆಡಗುಳ್ಳುದು ಅವನ ಗದ್ಯ. ಯಾವ ತಡೆಯೂ ಇಲ್ಲದೆ ತಿಳಿಯಾಗಿ ಅಚ್ಚುಕಟ್ಟಾಗಿ ತುಂಬಿ ತುಂಬಿ ಹರಿಯುವುದೇ ಅದರ ಲಕ್ಷಣ" ; ..... "ಆಂಡಯ್ಯನ ಅಚ್ಚಗನ್ನಡಕ್ಕೆ ಒಲಿದರೂ ಸಂಸ್ಕೃತದ ಸವಿಯನ್ನು ಬಿಡದೆ ಹೊಸ ಒಂದು ಓರಣವನ್ನು ಅವನ ಶೈಲಿ ತೋರಿದೆ. ಸಮತೂಕ ಹಾಗೂ ಲಾಲಿತ್ಯ ಇವುಗಳ ಸರಿಬೆರಕಿ ಅಡಿಗಡಿಗೆ ಸಹಜವಾಗಿಯೇ ಸ್ಫುರಣದಿಂದ ಹೊರ ಉಕ್ಕಿದೆ."[4] "ತಿರುಮಲಾರ್ಯನದು ನಿಜವಾಗಿಯೂ ತಲೆದೂಗಿಸುವ ಶೈಲಿ"..... "ಮುಸುಕಿದ ಮುಗಿಲನೊಡೆದು ಮೆಯ್ದೋಱುವ ಪೆಱೆಯಂತೆಯು, ಮಂಜಂ ಕಳೆದು ತೊಳಗುವ ನೇಸಱಿಂತೆಯು" ಈ ಮೊದಲಾದ ಉದ್ದ ಹೋಲಿಕೆಯಿರಲಿ, "ಒಡಲೊಳೆಡರಂ, ಪಾಸಿನೊಳ್ ತೇಟಿಂ" ಮೊದಲಾದ ತುಂಡು ಹೋಲಿಕೆಯಿರಲಿ, ಆ ತಲೆದೂಗಿಸುವ ಸಮತೂಕವು ತೋರಿದೆ.[5]

'ಚಿಕದೇವರಾಜವಂಶಾವಳಿ' ಚಾರಿತ್ರಿಕ ಕಾವ್ಯದೃಷ್ಟಿಯಿಂದ ಏಕಾಗ್ರವಾಗಿಲ್ಲ, ಗುಣದೋಷಮಿಶ್ರವಾಗಿದೆ. ಆದರೆ ಅದರ ಗದ್ಯಶೈಲಿಯಲ್ಲಿ ಮತ್ತು ಕಲ್ಪಕತೆಯಲ್ಲಿ ಅಸಾಧಾರಣ ಗುಣವಿದೆ. ವಿರಳವಾದ ಕನ್ನಡ ಗದ್ಯಗ್ರಂಥಗಳಲ್ಲಿ ಅದಕ್ಕೆ ಮೇಲಾದ ಎಡೆಯಿದೆ. "ಎನಿತಂದಮಾಗಿ ಮೆಲ್ಪುವಡೆದ ಸಬುದಂಗಳ ಸೇರುವೆಯಿಂ ಸರಳಮುಂ ಕರಮೆಸೆವ ಪುರುಳಪವಣಿಗೆಯಿಂ ಸರಸಮುಮೆನಿಸಿ ತನಿಸೊದೆಯ ಸೋನೆಯಂತೆ ಇನಿದಂ ಕಿವಿಗಳ್ಗೆ ಕಱೆಗುಮೀ ತಿರುಮಲಾರ್ಯರ ಬಾಯ್ದೆಱೆಯ ಸರಸತಿಯ ಸೈಪುವಡೆದ ಸಾಹಿತ್ಯಸೌಂದರ್ಯಂ" ಎಂಬ ಸಿಂಗರಾರ್ಯಸ್ತುತಿ ಯಥಾರ್ಥವಾಗಿದೆ. ಆದರೆ ವ್ಯಂಗ್ಯಪ್ರಧಾನವಾಗಿ ಕನ್ನಡದಲ್ಲಿ ಕಾವ್ಯ ಬರೆಯಲು ಈತನು ಮೊದಲುಮಾಡಿದನೆಂದಾಗಲಿ, ಸಂಸ್ಕೃತದಲ್ಲಿ ಕಾದಂಬರಿಯಂತೆ 'ಚಿಕದೇವರಾಯವಂಶಾವಳಿ' ಕನ್ನಡದಲ್ಲಿ ಉತ್ತಮ ಗದ್ಯಗ್ರಂಥವೆಂದಾಗಲಿ ಕೆಲವರು ಮಾಡಿದ ಪ್ರಶಂಸೆ ನಮಗೆ ಸಂಮತವಿಲ್ಲ.

ತಿರುಮಲಾರ್ಯನಂತೆ ಚಿಕದೇವರಾಯನಿಗೆ ಮಂತ್ರಿಯೂ ಪಂಡಿತನೂ ಆದ ಇನ್ನೊಬ್ಬ ಗ್ರಂಥಕಾರ ಚಿಕುಪಾಧ್ಯಾಯನು. ಗ್ರಂಥಗಳ ಗಾತ್ರ ಮತ್ತು ಸಂಖ್ಯೆಯಲ್ಲಿ ತಿರುಮಲಾರ್ಯನನ್ನು ಇವನು ಮೀರಿದನು. ಸುಮಾರು ೩೦ರ ಮೇಲೆ ಇವನು ಗ್ರಂಥ ಬರೆದಿದ್ದಾನೆ. ಕನ್ನಡ ಸಾಹಿತ್ಯದ ಇತಿಹಾಸದಲ್ಲಿಯೇ ಇಷ್ಟು ಗ್ರಂಥಗಳನ್ನು ಬರೆದ ಬೇರೊಬ್ಬರು ಈವರೆಗೆ ಹುಟ್ಟಿರಲಿಲ್ಲ. ಎಲ್ಲವೂ ಗ್ರಂಥವೆಂಬ ಪದವಿಗೆ ಯೋಗ್ಯವೆಂದಲ್ಲ ; ಯೋಗ್ಯವಾಗಿದ್ದುವು ಸಹ ತಕ್ಕಮಟ್ಟಿಗೆ ಗುಣವುಳ್ಳುವು. ಸಾಮಾನ್ಯವಾಗಿ ತನ್ನ ಕೃತಿಗಳಲ್ಲಿ ಅವನು ಶ್ರೀವೈಷ್ಣವಮತದ ತತ್ತ್ವ, ಸಂಪ್ರದಾಯ, ಚರಿತ್ರೆ ಎಲ್ಲವನ್ನೂ ನಿರೂಪಿಸಿ ರಾಮಾನುಜಮತಕೋಶವೊಂದನ್ನು ರಚಿಸಿದಂತೆ ಮಾಡಿದ್ದಾನೆ. ಅವನ ಗ್ರಂಥಗಳಲ್ಲಿ 'ಕಮಲಾಚಲಮಹಾತ್ಮ್ಯ' 'ಹಸ್ತಗಿರಿಯ ಮಹಾತ್ಮ್ಯ', 'ರುಕ್ಮಾಂಗದಚರಿತೆ', 'ವಿಷ್ಣುಪುರಾಣ', 'ದಿವ್ಯಸೂರಿಚರಿತೆ', 'ಸಾತ್ವಿಕಬ್ರಹ್ಮವಿದ್ಯಾವಿಲಾಸ', 'ಅರ್ಥಪಂಚಕ'

ಎಂಬ ಚಂಪೂಗ್ರಂಥಗಳ ಗುಂಪು, 'ವೆಂಕಟಗಿರಿಮಹಾತ್ಮ್ಯ', 'ಶ್ರೀರಂಗಮಹಾತ್ಮ್ಯ', 'ಯದುಗಿರಿ ಮಹಾತ್ಮ್ಯ' ಮುಂತಾದ ಗದ್ಯಗ್ರಂಥಗಳ ಗುಂಪು, 'ಪಶ್ಚಿಮರಂಗಮಹಾತ್ಮ್ಯ', 'ಶೃಂಗಾರಶತಕ', 'ರಂಗಧಾಮಸ್ತುತಿ' ಮುಂತಾದ ಸಾಂಗತ್ಯಗ್ರಂಥಗಳ ಗುಂಪು–ಹೀಗೆ ನಾಲ್ಕೈದು ವಿಭಾಗಗಳಾಗು ತ್ತವೆ. ಅವನು ಶೃಂಗಾರದ ಹಾಡುಗಳನ್ನೂ ಬರೆದಿದ್ದಾನೆ. ಆದರೆ ಅವುಗಳಲ್ಲಿ ಚಿಕದೇವರಾಯನ ಸ್ತುತಿಯಿದೆ. ವಸ್ತುಕ–ವರ್ಣಕದ ಪದ್ಧತಿಗಳನ್ನೆಲ್ಲ ಬಳಸಿದ್ದಾನೆ. ದೊರೆತ ಗ್ರಂಥಗಳಲ್ಲಿ ಷಟ್ಪದಿಗೆ ಮಾತ್ರ ಉದಾಹರಣೆಯಿಲ್ಲ. ಇವನ ಕೆಲವು ಚಂಪೂ ಗ್ರಂಥಗಳು ತುಂಬ ದೊಡ್ಡವಾಗಿವೆ. ಅವು ಗಳಲ್ಲಿ ಶ್ರೇಷ್ಠವೆಂದು ಪರಿಗಣಿಸಲಾದ 'ದಿವ್ಯಸೂರಿಚರಿತೆ'ಯಲ್ಲಿ ಹನ್ನೆರಡು ಆಳ್ವಾರುಗಳ ಚರಿತ್ರೆ ಬಂದಿದೆ, ರಾಮಾನುಜಾಚಾರ್ಯ ಚರಿತ್ರೆಯೂ ಅದರಲ್ಲಿ ಸೇರಿದೆ. ಚಂಪೂಕಾವ್ಯಕ್ಕೆ ಈ ವಿಷಯ ಹೊಸದು. 'ಸಾತ್ವಿಕಬ್ರಹ್ಮವಿದ್ಯಾ ವಿಲಾಸ'ದಲ್ಲಿ ವಿಶಿಷ್ಟಾದ್ವೈತಮತವನ್ನು ಸಪ್ರಮಾಣವಾಗಿ ಪ್ರತಿಪಾದಿಸಲಾಗಿದೆ. ಮತತತ್ತ್ವವನ್ನು ಚಂಪುವಿನ ರೂಪದಲ್ಲಿ ಹಿಂದೆ ಜೈನಕವಿಗಳು ನಿರೂಪಿಸಿದ್ದರು. ಇದು ಶ್ರೀವೈಷ್ಣವಮತದ ವಿಷಯದಲ್ಲಿ ಅಂಥ ಪ್ರಯತ್ನ. ಇವನ ಚಂಪೂಕೃತಿಗಳಲ್ಲಿ ಪ್ರೌಢ ಮತ್ತು ಸಂಸ್ಕೃತಪ್ರಚುರವಾದ ಶೈಲಿಯಿದ್ದರೆ ಸಾಂಗತ್ಯಕೃತಿಗಳಲ್ಲಿ ತಿಳಿಗನ್ನಡವಿದೆ. ಇವನ ಪಾಂಡಿತ್ಯ ಮತ್ತು ಕವಿತಾರಚನೆಯ ಶಕ್ತಿ ನಿರ್ವಿವಾದ ವಾದರೂ ಕವಿತ್ವದ ಮಟ್ಟ ಉನ್ನತವಾದುದಲ್ಲ.

ತಿರುಮಲಾರ್ಯನ ತಮ್ಮನಾದ ಸಿಂಗರಾರ್ಯನು ಕನ್ನಡಕ್ಕೆ ಮೊದಲನೆಯದಾಗಿ ಉಪಲಬ್ಧ ವಾದ 'ಮಿತ್ರವಿಂದಾಗೋವಿಂದ' ನಾಟಕವನ್ನು ಬರೆದಿದ್ದಾನೆ. ಅದು 'ರತ್ನಾವಳಿ' ನಾಟಕದ ಭಾಷಾಂತರವಾದರೂ ಹಾಗೆಂದು ಒಪ್ಪಿಕೊಂಡಿಲ್ಲ. ಇವನು ಮೂಲದಲ್ಲಿಯ ಪಾತ್ರವರ್ಗದ ಹೆಸರುಗಳನ್ನು ಬದಲಿಸಿಕೊಂಡಿದ್ದಾನೆ. ಕೃಷ್ಣನನ್ನು ನಾಯಕನೆಂದು ಇಟ್ಟುಕೊಂಡಿದ್ದಾನೆ. ಹೆಚ್ಚಿನ ವ್ಯತ್ಯಾಸಗಳೇನೂ ಇಲ್ಲದೆ ಮೂಲವನ್ನು ಬಿಟ್ಟುಬಿಡದೆ ಕನ್ನಡಿಸಿದ್ದರೂ ಇದು ಸ್ವತಂತ್ರ ಕೃತಿ ಯೆಂದು ತೋರುವಂತೆ ಮಾಡಿದ್ದು ಕೃತಿಚೌರ್ಯದ ಮಾದರಿಯೇ ಸರಿ. ಕಥಾನಕದಲ್ಲಿ ಮಾಡಿ ಕೊಂಡ ಒಂದೆರಡು ವ್ಯತ್ಯಾಸಗಳಿಂದ ಭಾಷಾಂತರಕ್ಕೆ ಕಳೆ ಬರುವ ಬದಲು ಕಲಂಕವೇ ತಟ್ಟಿದೆ, ವಿಶೇಷ ಪ್ರಯೋಜನವೇನೂ ಆಗಿಲ್ಲ. ನಾಯಕನಾದ ವಾಸುದೇವನ ಪಾತ್ರಕಲ್ಪನೆ ಸುಸಂಗತ ವಾಗಿಲ್ಲ. ಒಮ್ಮೆ ಸಾಮಾನ್ಯ ಮನುಷ್ಯ, ಒಮ್ಮೆ ವಿಷ್ಣುವಿನ ಅವತಾರ ಎನ್ನುವಂತೆ ಅವನು ಅಸಂಗತ ನಾಗಿ ತೋರುತ್ತಾನೆ ; ಮೂಲಕ್ಕೆ ಅನುಸರಿಸಿ ಶೃಂಗಾರನಾಯಕನಾದರೆ ಕವಿಯ ವ್ಯತ್ಯಾಸಕ್ಕನುಸರಿಸಿ 'ಪುರುಷೋತ್ತಮ'ನಾಗುತ್ತಾನೆ. ಎರಡೂ ಹೊಂದಿಕೆಯಾಗಿಲ್ಲ. ಭಾಷಾಂತರ ದೃಷ್ಟಿಯಿಂದ ತಿರುಮಲಾರ್ಯನ ವರ್ಚಸ್ಸುಳ್ಳ ತಿಳಿಯಾದ ಹಳಗನ್ನಡದ ಶೈಲಿಯಿದೆ. ಮೂಲವನ್ನು ಕನ್ನಡಿಸು ವಲ್ಲಿ ಕೆಲವು ಕಡೆ ದೋಷಗಳಾಗಿವೆ. ಕ್ವಚಿತ್ತಾಗಿ ಮೂಲಕ್ಕಿಂತ ಹೆಚ್ಚಿನ ಸೊಗಸು ಬಂದಿದೆ. ನಾಟಕವು ತೀರ ಸಾಮಾನ್ಯವಾದರೂ ಇದರ ಗುಣಭಾಗವೆಲ್ಲ ಭಾಷಾಶೈಲಿಯಲ್ಲಿದೆ ಎಂದು ನಮಗೆ ತೋರುತ್ತದೆ.

## ಹೊನ್ನಮ್ಮ

ಸಿಂಗರಾರ್ಯನು ತನ್ನ ನಾಟಕದಲ್ಲಿ ಗುಣಾತಿಶಯವನ್ನು ತೋರದಿದ್ದರೂ ತನ್ನ ಶಿಷ್ಯೆಯಾದ ಹೊನ್ನಮ್ಮನಿಗೆ ಯೋಗ್ಯ ಸಂಸ್ಕಾರ ಕೊಟ್ಟು ಅವಳಿಂದ ಅಪರೂಪವಾದ ಕೃತಿ ಬರೆಯಿಸಿದನು. ಅರಸಿಯ ಊಳಿಗದಲ್ಲಿದ್ದು ಬುದ್ಧಿಯಿದ್ದರೂ ವಿದ್ಯೆಯಿಲ್ಲದ ಹೆಂಗಸು "ಚೆನ್ನಿಗ ಚಿಕದೇವರಾಯನ ಸಂಚಿಯ ಹೊನ್ನಮ್ಮ"ನಾಗಿ ರಾಯನ ಪ್ರೇರಣೆಯಿಂದ ಸಿಂಗರಾರ್ಯನಲ್ಲಿ ವ್ಯಾಸಂಗ ಮಾಡಿ 'ಹದಿ ಬದೆಯ ಧರ್ಮ'ವೆಂಬ ನೀತಿಕಾವ್ಯ ಬರೆದದ್ದು ಕನ್ನಡ ಸಾಹಿತ್ಯ ಚರಿತ್ರೆಯಲ್ಲಿ ಸೋಜಿಗದ ಸಂಗತಿಯೇ ಸರಿ. ನಮ್ಮ ನಾಡಿನಲ್ಲಿ ಹೆಂಗಳೆಯರು ಕವಯಿತ್ರಿಯರೂ ಲೇಖಿಕೆಯರೂ ಹೆಚ್ಚಾಗಿ ಹಿಂದೆ ಆಗದಿರಲು

ಅವರಲ್ಲಿ ಪ್ರತಿಭೆ–ಮೇಧಾಶಕ್ತಿಗಳು ಇರಲಿಲ್ಲವೆಂಬುದಲ್ಲ ; ಅವರ ವ್ಯಕ್ತಿತ್ವವಿಕಾಸಕ್ಕೆ ಸೌಕರ್ಯಗಳು ದೊರೆಯಲಿಲ್ಲವೆಂಬುದು ಮುಖ್ಯ ಕಾರಣ. ಹೊನ್ನಮ್ಮ ಚಿಕದೇವರಾಯನ ಕೃಪಾರಸದಿಂದ ಕರ್ಬೊನ್ನು ಚೆಂಬೊನ್ನಾದಂತೆ ಆಗಿ ಬೆಲೆಯುಳ್ಳ ಕೃತಿಯೊಂದನ್ನು ರಚಿಸಿದ ಕಥೆ ಹೆಂಗಳೆಯರ ವಿಕಾಸಕ್ಕೆ ಅನುಮಾಡಿಕೊಟ್ಟರೆ ಏನು ಸಾಧ್ಯ ಎಂಬುದಕ್ಕೆ ನಿದರ್ಶನವಾಗಿದೆ. ಆದರೆ ಹೊನ್ನಮ್ಮನ ಚರಿತ್ರೆ ತಿಳಿಯಬೇಕಾದಷ್ಟು ತಿಳಿದಿಲ್ಲ. 'ಹದಿಬದೆಯ ಧರ್ಮ'ವನ್ನು ಬರೆಯಲು ವ್ಯಾಸಂಗಬಲದಿಂದ ಅವಳು ಅರ್ಹತೆ ಪಡೆದಳೋ, ಅಂಥ ಜೀವನವನ್ನು ನಡೆಸಿದಳೋ ಎಂಬುದು ಸ್ಪಷ್ಟವಾಗಿಲ್ಲ. ಚಿಕದೇವರಾಯನ ಅಂತಃಪುರದಲ್ಲಿ ಬಹುಶಃ 'ಬಂಗಾರ'ದವಳಾಗಿ ಅವಳು ಸ್ಥಾನ ಪಡೆದಿದ್ದಳೆಂದು ಕೆಲವರು ಅಭಿಪ್ರಾಯಪಡುತ್ತಾರೆ. ಇದು ನಿಜವಾಗಿದ್ದರೆ ಸ್ವಾನುಭವದಿಂದೆಂಬಂತೆ ಅವಳು 'ಹದಿಬದೆಯ ಧರ್ಮ'ವನ್ನು ವಿವರವಾಗಿ ಬಣ್ಣಿಸಿರುವುದು ಸಾಹಿತ್ಯಪ್ರಾಂತದಲ್ಲಿ ಒಂದು ಗೂಢವಾಗಿ ತೋರುತ್ತದೆ. ಅದರಿಂದ ಹೊನ್ನಮ್ಮನೇ ಈ ಕೃತಿಯನ್ನು ರಚಿಸಿದಳೇ ಅಥವಾ ಬೇರೊಬ್ಬ ಕವಿ ಇದನ್ನು ಬರೆದು ಅವಳ ಮೇಲೆ ಕರ್ತೃತ್ವದ ಆರೋಪ ಮಾಡಿರುವನೇ ಎಂಬ ಸಂಶಯಕ್ಕೆ ಆಸ್ಪದವುಂಟಾಗಿದೆ. ಅವಳ ಗುರುವಾದ ಸಿಂಗರಾರ್ಯನೇ ಇದನ್ನು ಬರೆದಿರಬಹುದೆಂಬ ಅನುಮಾನಕ್ಕೂ ಎಡೆಯಿದೆ.[6]

ಹದಿಬದೆಯ ಧರ್ಮ ಎಂಬ ವಿಷಯವೇ ಕನ್ನಡಕ್ಕೆ ಹೊಸದು. "ಪದಿನೆಂಟು ಬಣ್ಣನೆಯೊಂದು ಬವಣೆಗೊಂಡು ಪದಗೆಟ್ಟು ಬಯಲು ಬಣ್ಣಿಸದೆ" (೧–೩೫) ಹದಿಬದೆಯ ಧರ್ಮವನ್ನು ಬಣ್ಣಿಸುವೆನೆಂದು ಅವಳು ಧೈರ್ಯವಾಗಿ ಹೇಳಿದ್ದಾಳೆ. ಇದರಲ್ಲಿ ಕಥಾನಕವೆಂಬುದಿಲ್ಲ. ಉದಾಹರಣೆಗಾಗಿ ಅಲ್ಲಲ್ಲಿ ಚಿಕ್ಕ ಕಥೆಗಳನ್ನು ಹೇಳಿದೆ. 'ರಾಮಾಯಣ', 'ಭಾರತ', ಮನ್ವಾದಿ ಧರ್ಮಶಾಸ್ತ್ರದಲ್ಲಿ ಹೇಳಿದ ಸತೀಧರ್ಮವನ್ನು ಹೇಳುವುದೇ ಇದರ ಉದ್ದೇಶ. "ಬಲ್ಲರಿಂದಾನು ಕೇಳಿದುದಕೆ ಪೆರ್ಚುಕುಂದಿಲ್ಲದಂತೆಚ್ಚರುಗೂಡಿ ಎಲ್ಲರುಮರಿವಂತೆಳವಾತುಗಳಿಂದ ಸೊಲ್ಲಿಸುವೆನು ಸೊಗಸುವೊಲು" (೧–೩೮) ಎಂದು ಹೊನ್ನಮ್ಮ ವಿನಯಪೂರ್ವಕವಾಗಿ ಅಂದಿದ್ದಾಳೆ. ಇದರಲ್ಲಿ ಬಂದಿರುವ ಪತಿವ್ರತಾಧರ್ಮದ ನಿಯಮಗಳು, ಭಾರತೀಯ ಸ್ತ್ರೀಯ ಸ್ಥಾನಮಾನದ ವರ್ಣನೆಗಳು, ಉದಾಹರಣರೂಪವಾದ ಕಥೆಗಳು, ಶ್ರೀವೈಷ್ಣವತತ್ತ್ವಗಳು ಇವನ್ನೆಲ್ಲ ಅವಳು ತಾನು ಓದಿದ ಗ್ರಂಥಗಳಿಂದ ಎತ್ತಿಕೊಂಡಿದ್ದಾಳೆ. ಆದರೆ ಇವನ್ನು ಅನುವಾದಿಸುವ ಕಾಲಕ್ಕೆ ತನ್ನ ಅನುಭವದ ಮತ್ತು ಶೈಲಿಯ ಮುದ್ರೆಯೊತ್ತಿದ್ದಾಳೆ. ಅಲ್ಲದೆ ಹದಿಬದೆಯ ಧರ್ಮವನ್ನು ನೀತಿ ಗ್ರಂಥದಂತೆ ನೀರಸವಾಗಿ ಹೇಳಿಲ್ಲ. ಹದಿಬದೆ ತನ್ನ ಪತಿಯ ಕೂಡ ಹೇಗಿರಬೇಕು, ಅಗಲಿದಾಗ ಹೇಗಿರಬೇಕು, ಅತ್ತೆಮಾವಂದಿರು ಮತ್ತು ಉಳಿದ ಬಳಗದೊಡನೆ ಹೇಗೆ ನಡೆಯಬೇಕೆಂಬುದನ್ನು ಮಾದರಿ ನಡತೆಯ ಸರಸಚಿತ್ರವನ್ನು ಬಿಡಿಸಿದಂತೆ ಬಣ್ಣಿಸಿದ್ದಾಳೆ. ಇದರಿಂದಲೇ ಈ ಕೃತಿ ಕಾವ್ಯಸ್ವರೂಪವನ್ನು ತಾಳಿದೆ. ಇದನ್ನು ವಿಶೇಷವಾಗಿ ೭ನೆಯ ಸಂಧಿಯಲ್ಲಿ ನೋಡಬೇಕು. ಇಲ್ಲಿ ವಿರಹಿಣಿಯಾದ ಆದರ್ಶಸತಿಯ ಚಿತ್ರವನ್ನು ಹೊನ್ನಮ್ಮನು ಸರಳವಾಗಿಯೂ ಕಲ್ಪನಾರಮ್ಯವಾಗಿಯೂ ಬರೆದಿದ್ದಾಳೆ. ವಿರಹದಲ್ಲಿಯ ಉತ್ಕಂಠೆ–ನಿರೀಕ್ಷೆ, ಪತಿಯ ಪುನರಾಗಮನದಿಂದ ಉಂಟಾದ ಹರ್ಷ–ಪ್ರೀತಿ ಇವೆಲ್ಲ ಸೊಗಸಾಗಿ ನಿರೂಪಿತವಾಗಿವೆ. ಉದಾಹರಣೆಗೆ—

ಬಾಗಿಲ ಬಳಿಗೆ ಬಂದಪನೆಂಬುದುಮನು-
ರಾಗರಸದ ಲಹರಿಯೊಳು ।
ಏಗೈವೆನೆಂಬುದರಿಯದವನಿಗಿದಿ-
ರಾಗಿ ನಿಟ್ಟಿಸಿ ನಿಂದಿಹಳು ॥ (೭–೪೦)
ಪುಳಕದ ನೆವದಿಂದ ಪೊಣ್ಮುವ ಹರ್ಷದ
ಬೆಳೆಗೈಗೆ ನೀರೆರೆವಂತೆ ।
ತುಳುಕುವ ಸೊಗದಾಲಿನೀರ್ದೊರೆಯನು ತಂ-
ಣಳ್ಳುಪುತವನ ನಿಟ್ಟಿಪಳು ॥ (೭–೪೪)

ಇಂಥಲ್ಲಿ ಅವಳ ಕಾವ್ಯಗುಣವು ತಿಳಿಯುತ್ತದೆ.

ಹೊನ್ನಮ್ಮನ ಸತೀಧರ್ಮವಿಷಯಕವಾದ ವಿಚಾರಗಳೆಲ್ಲ ಸಾಂಪ್ರದಾಯಿಕವೆಂಬುದು ದಿಟ. ಅದು ಅಪರಿಹಾರ್ಯವಾಗಿತ್ತು. ಆದರೆ ಸಂಪ್ರದಾಯದಲ್ಲಿಯೂ ಶ್ರೇಷ್ಠವಾದದ್ದನ್ನು ಅವಳು ಎತ್ತಿ ತೋರಿದ್ದಾಳೆ —

ಪೆಣ್ಣಲ್ಲವೆ ತಮ್ಮನೆಲ್ಲ ಪಡೆದ ತಾಯಿ
ಪೆಣ್ಣಲ್ಲವೆ ಪೊರೆದವಳು ।
ಪೆಣ್ಣುಪೆಣ್ಣೆಂದೇತಕೆ ಬೀಳುಗಳೆವರು
ಕಣ್ಣು ಕಾಣದ ಗಾವಿಲರು ॥ (೫–೭)

ಕುವರನಾದೊಡೆ ಬಂದ ಗುಣವೇನದರಿಂದೆ ।
ಕುವರಿಯಾದೊಡೆ ಕುಂದೇನು ॥ (೫–೮)

ಎಂಬ ರೂಢಿವಿರುದ್ಧವಾದ ಹೊಸ ಮಾತುಗಳನ್ನೂ ಹೇಳಿದ್ದಾಳೆ. ಸತೀಧರ್ಮದೊಡನೆ ಕೆಲವು ಕಡೆಗೆ ಪತಿಧರ್ಮವನ್ನೂ ಅವಳು ತಿಳಿಸಿರುವಳು. ೬ನೆಯ ಸಂಧಿಯಲ್ಲಿ ಇದು ತುಂಬ ಕಾವ್ಯಮಯ ವಾಗಿ ಬಂದಿದೆ—

ಅರಿಯದ ಪೆಣ್ಣನಾದರಿಸಿಯಂಜಿಕೆಗಳ
ಪರಿಪುಗೆಯ್ಯದೆ ಬಲ್ಮೆದೋರೆ ।
ತರಿಸಂದು ಮಳೆಗೆ ಬಾಯ್ದೆರೆವ ಚಾದಗೆಯೊಳು
ಬರಸಿಡಿಲೆರಗಿದಂತೆ ॥ (೬–೨೬)

ಮುಗುದೆ ನಾಚಿಕೆಗೊಳೆ ಮುದ್ದಿಸಿ ತಿಳಿಪದೆ
ಪಗೆಸಾಧಿಸಿ ಬಲ್ಮೆದೋರೆ ।
ಉಗುರೊಳು ಬಾಜಿಪ ಬೀಣೆಗೊನಕೆಗೊಂಬ
ಬಗೆಯೆನಿಪುದು ಭಾವಿಪೊಡೆ ॥ (೬–೨೭)

ಈ ಮುಂತಾದ ಪದ್ಯಗಳನ್ನು ನೋಡಬೇಕು.

'ಹದಿಬದೆಯ ಧರ್ಮ'ದ ಶೈಲಿ ತಿರುಮಲಾರ್ಯ–ಸಿಂಗರಾರ್ಯರ ಪ್ರಭಾವದಿಂದಲೂ ಹೊನ್ನಮ್ಮನ ಸ್ವಂತ ಸತ್ವದಿಂದಲೂ ಮಾದರಿಯ ಅಚ್ಚಗನ್ನಡವಾಗಿದೆ. "ಎಲ್ಲರುಮರಿವಂತೆ ಎಳವಾತುಗಳಿಂದ" ಹೇಳಿದ ಸೊಲ್ಲಾಗಿದೆ. ಅದರಲ್ಲಿ ಪ್ರೌಢಿಯಿದೆ, ಆದರೆ ಕ್ಲೇಶವಿಲ್ಲ. ಸಹಜಪ್ರಾಸ ವಿದೆ, ತಿಳಿಯಾದ ಓಟವಿದೆ. 'ಸರಸ ಸಾಹಿತ್ಯದ ವರದೇವತೆ' ಎಂಬ ಬಿರುದಿಗೆ ತಕ್ಕವಳೆನ್ನುವಂತೆ ಹೊನ್ನಮ್ಮ ಈ ನೀತಿಕಾವ್ಯವನ್ನು ಪ್ರಾಸಾದಿಕ ವಾಣಿಯಿಂದ ಬರೆದಿದ್ದಾಳೆ. ಸಾಂಗತ್ಯರಚನೆಯೂ ಒಟ್ಟಿನಲ್ಲಿ ಹೃದ್ಯವಾಗಿದೆ.

ಈ ಮಹಿಮೆಯೊಳೆಸೆವಳಸಿಂಗಾರ್ಯನು-
ದ್ದಾಮಕೃಪಾವೈಭವಕೆ ।
ಭೂಮಿಯೆನಿಸಿ ನೆಗಳಿದ ಮೈಮೆಯಿಂದಾಗಿ
ಮಹಾಕೃತಿ ಪೇಳಿದನು ॥

ಎಂದು ಅವಳು ಹೇಳಿದಂತೆ ಕೃಪಾವೈಭವವೇನೊ ನಿಜ ; ಕೃತಿ ಮಹಾಕೃತಿಯಲ್ಲ, ಸತ್ಕೃತಿ. "ಈಕೆಯ ಗ್ರಂಥ ಓದಲು ಸುಲಭವಾಗಿದ್ದರೂ, ಮರೆಯಲು ಸುಲಭವಲ್ಲ"[7] ಎಂಬ ಮೆಚ್ಚಿಗೆಯ ಮಾತು ಸತ್ಯವಾಗಿದೆ. ಹೊನ್ನಮ್ಮನು ನೀಡಿದ ಈ ಗೃಹಿಣಿಯರ ಕೈಪಿಡಿ ಕನ್ನಡ ಸಾಹಿತ್ಯಕ್ಕೆ ಚಿರವಾದ ಕೊಡುಗೆ.

## ಹೆಳವನಕಟ್ಟೆ ಗಿರಿಯಮ್ಮ

ಸಂಚಿಯ ಹೊನ್ನಮ್ಮನ ತರುವಾಯ ತುಸು ಮುಂದಿನ ಕಾಲದಲ್ಲಿ ಆಗಿಹೋದ ಇನ್ನೊಬ್ಬ ಕವಯಿತ್ರಿಯೆಂದರೆ ಹೆಳವನಕಟ್ಟೆ ಗಿರಿಯಮ್ಮ ಎಂಬುವಳು. ಹೊನ್ನಮ್ಮ ತನ್ನಲ್ಲಿದ್ದ ಶಕ್ತಿಯನ್ನು ಗುರುಸಹಾಯದಿಂದ ಸಾಧನೆಮಾಡಿ ಬೆಳಸಿಕೊಂಡರೆ ಗಿರಿಯಮ್ಮ ದೇವೋನ್ಮಾದದಲ್ಲಿ ಹುಟ್ಟಿ ಬೆಳೆದು ಆವೇಶಬಲದಿಂದ ತನ್ನ ಕೃತಿಗಳನ್ನು ರಚಿಸಿರಬೇಕೆಂದು ತೋರುತ್ತದೆ. ವಿವಾಹಿತೆಯಾದರೂ ವೈರಾಗ್ಯ ಶೀಲಳಾಗಿ ಕೃಷ್ಣಭಕ್ತಿಯಲ್ಲಿ ತಲ್ಲೀನಳಾಗಿ ಅವಳು ಬಾಳಿದಳು. ಹಲವು ಪವಾಡಗಳನ್ನು ಮಾಡಿದ ಳೆಂದೂ ಖ್ಯಾತಿಯಿದೆ. 'ಚಂದ್ರಹಾಸನ ಕಥೆ', 'ಸೀತಾಕಲ್ಯಾಣ', 'ಉದ್ದಾಲಕನ ಕಥೆ', 'ಭಕ್ತಿಯ ಹಾಡುಗಳು' ಇವು ಅವಳ ಕೃತಿಗಳು. ಕವಿಚರಿತೆಯಲ್ಲಿ ಉಲ್ಲೇಖವಾಗಿರದ 'ಬ್ರಹ್ಮಕೊರವಂಜಿ' ಎಂಬುದೂ ಅವಳ ಕೃತಿಯಾಗಿರಬೇಕು. 'ಚಂದ್ರಹಾಸನ ಕಥೆ' ಸಾಂಗತ್ಯ ; ೫ ಸಂಧಿಗಳಲ್ಲಿದೆ. ಅದರ ಒಂದು ಪ್ರತಿಯ ಕೊನೆಗೆ "ಶ್ರೀಮತ್ಪರಮಹಂಸಾರೂಢರಾದ ನಿತ್ಯನಿರ್ಮಲಪರಮಾನಂದಹೃದಯ ರಾದ ಶ್ರೀ ಹೆಳವನಕಟ್ಟೆ ರಂಗನಾಥಸ್ವಾಮಿಯ ಕರುಣವುಳ್ಳವರಾದ ಹೆಳವನಕಟ್ಟೆ ಗಿರಿಯಮ್ಮನವರು" ಎಂಬ ವರ್ಣನೆಯಿಂದ ಅವಳು ಮುಟ್ಟಿದ ನೆಲೆ ಎಷ್ಟು ಎತ್ತರದ್ದು ಎಂಬುದು ತಿಳಿಯುತ್ತದೆ. ಕೆಲ ಮಟ್ಟಿಗೆ ಅದರಲ್ಲಿ ಅತಿಶಯೋಕ್ತಿ ಇದೆಯೆಂದರೂ ಅವಳ ಜೀವನಯೋಗ್ಯತೆಗೆ ಬಾಧೆಯಿಲ್ಲ. ಅವಳ ಕೃತಿಗಳಲ್ಲಿ ಶುದ್ಧದೇಸಿಯ ಸರಳ ಸೌಂದರ್ಯವಿದೆ, ನಿರ್ವ್ಯಾಜವಾದ ಭಾವನಾಶಕ್ತಿಯಿದೆ.

## ಮಹಲಿಂಗರಂಗ

ದೇಸಿಪ್ರಧಾನವಾದ ಈ ಯುಗದಲ್ಲಿ ವೇದಾಂತತತ್ತ್ವಗಳನ್ನು ಜನಸಾಮಾನ್ಯಕ್ಕೆ ಮಂದಟ್ಟಾಗು ವಂತೆ ತಿಳಿಸಿಹೇಳುವ ಪ್ರಯತ್ನಗಳು ನಡೆದವು. ಮಾಧ್ವ, ರಾಮಾನುಜತತ್ತ್ವಗಳನ್ನು ಈ ಬಗೆಯಲ್ಲಿ ವಿವರಿಸಿದ ಗ್ರಂಥಗಳನ್ನು ಹಿಂದೆ ಅವಲೋಕಿಸಿದ್ದೇವೆ. ಈಗ ಶಾಂಕರತತ್ತ್ವಜ್ಞಾನವನ್ನು ತಿಳಿಯಾಗಿ ನಿರೂಪಿಸಿದ ರಂಗನಾಥನ ಇಲ್ಲವೆ ಮಹಲಿಂಗರಂಗ ಕವಿಯ 'ಅನುಭವಾಮೃತ'ವನ್ನು ನೋಡಬೇಕು. ಇದರಲ್ಲಿ "ಅಖಿಲ ವೇದಾಂತಾರ್ಥವನು ನಾ ಯುಕುತಿಯಲಿ ಸಂಗ್ರಹಿಸಿ ಹೇಳುವೆ ಸಕಲರಿಗೆ ತಿಳಿವಂತೆ ಸುಲಭೋಪಾಯದಿಂದೊಲಿದು" (೧–೯) ಎಂದು ಗ್ರಂಥಕಾರನು ತನ್ನ ನಿರೂಪಣಪದ್ಧತಿಯನ್ನು ಸೂಚಿಸಿದ್ದಾನೆ. "ಸುಲಿದ ಬಾಳೆಯ ಹಣ್ಣಿನಂದದಿ" (೧–೫) ಮುಂತಾದ ಪ್ರಸಿದ್ಧ ಪದ್ಯದಲ್ಲಿ ಕನ್ನಡಶ್ರದ್ಧೆಯನ್ನು ತೋರಿದ್ದಾನೆ. 'ಅನುಭವಾಮೃತ'ದಲ್ಲಿ ಅಧಿಕಾರಲಕ್ಷಣ, ವೈರಾಗ್ಯ, ತ್ವಂಪದ, ತತ್‌ಪದ, ಅಸಿಪದ, ಸಪ್ತಭೂಮಿಕೆ, ಪರಮಾತ್ಮ, ಮಾಯಾವಾದ, ಜೀವತ್ರಯ, ಜೀವನ್ಮುಕ್ತಿ, ನಿರ್ಗುಣಾರಾಧನೆ ಈ ವಿಷಯಗಳಲ್ಲಿ ಒಂದೊಂದಕ್ಕೆ ಒಂದು ಅಧಿಕಾರವಾಗಿ ವಿರವಣೆ ಬಂದಿದೆ. ಸಂಸ್ಕೃತವರಿಯದ ಕನ್ನಡಿಗನಿಗೆ ಅದ್ವೈತಮತದ ಪ್ರಮುಖ ತತ್ತ್ವಗಳನ್ನು ತಿಳಿದುಕೊಳ್ಳಲು ಇದರಷ್ಟು ತಿಳಿಯಾದ, ದೃಷ್ಟಾಂತಸಂಪತ್ತಿಯಿಂದ ಕೂಡಿದ ಸೊಗಸಾದ ಗ್ರಂಥವು ಇನ್ನೊಂದಿಲ್ಲ. ಸುಮಾರು ಪ್ರತಿ ಯೊಂದು ಪದ್ಯದಲ್ಲಿ ಉಚಿತವಾದ ಲೋಕಾನುಭವಯುತವಾದ ಹೋಲಿಕೆಯಿರುತ್ತದೆ. ೨–೨೦, ೨೨, ೨೫ರಲ್ಲಿಯಂತೆ ಇಂಥ ಸಾದೃಶ್ಯಗಳು ವಚನಸಾಹಿತ್ಯದಿಂದ ತೆಗೆದುಕೊಂಡವು ಇರಬಹುದು, ಬೇರೆ ಆಧಾರದಿಂದ ಎತ್ತಿಕೊಂಡವೂ ಇರಬಹುದು. ಒಮ್ಮೊಮ್ಮೆ ಸಾದೃಶ್ಯಗಳ ಸಮಾನತೆ ಆಕಸ್ಮಿಕ ವಾಗಿರಲೂಬಹುದು. ಯಾಕೆಂದರೆ ಜನರ ಮಾತಿನಲ್ಲಿ ಎಂದಿನಿಂದಲೋ ಬೆರೆತುಕೊಂಡ ಕೆಲವು ಸಾಮತಿಗಳು ಎಲ್ಲ ಕಾಲದ ಕವಿಗಳಿಗೆ ಸಾಮಗ್ರಿಯನ್ನೊದಗಿಸುತ್ತವೆ—

ಇರುಳು ಮನೆಯಲಿ ಮಲಗಿ ನಿದ್ರೆಯ
ಭರದಲೆದ್ದವ ಮೆಲ್ಲಮೆಲ್ಲನೆ
ಕರದಿ ಕಂಬವ ಹುಡುಕಿ ತಡವರಿಸುತ್ತ ಭೀತಿಯಲಿ ।
ಹೊರಡುವನು ಪೂರ್ವಾನುಭವಸಂ-

ಸ್ಮರಣಸಾಧನಬುದ್ಧಿಯಿಂದೀ-
ಪರಿಯ ಬುದ್ಧಿಯನರಿವರಿವೆ ನೀನೆಂದು ನಿಶ್ಚಯಿಸಿ ॥ (೩–೧೭೯)

ಕೆಂಡ ಮನೆಯೊಳಗಿರಲು ಕತ್ತಲೆ-
ಯಂಡಲೆವುದಕ್ಷಿಗಳನಂತಾ
ಕೆಂಡದಲಿ ದೀವಿಗೆಯ ಬೆಳಗಲು ತಿಮಿರವಳಿವಂತೆ ।
ಪಂಡಿತನೆ ಪರಬೊಮ್ಮವಿದ್ದೂ
ಚಂಡಮಾಯೆ ವಿಜೃಂಭಿಸುತ್ತಲ-
ಖಂಡವಹ ಸುಜ್ಞಾನದೀಪವ ಬೆಳಗೆ ಲಯವಹುದು ॥ (೮–೩೦)

"ಮಣ್ಣಬೆನಕಗೆ ಮಜ್ಜನದೊಳೇ ತನ್ನ ಮರಣವದೆಂಬ ಗಾದೆಯಲಿನ್ನು ಮಾಯೆಗೆ ತನ್ನ ಮೂಲ ವನರಿಯೆ ಲಯವಹುದು" (೮–೩೧)—ಈ ಬಗೆಯ ಹೇರಳವಾದ ದೃಷ್ಟಾಂತಗಳಿಂದ ಅತ್ಯಂತ ಗಹನವಾದ ಪ್ರಮೇಯವನ್ನು ತಿಳಿಹೇಳುವುದರಲ್ಲಿ ರಂಗನಾಥಕವಿ ಬಹುಮಟ್ಟಿಗೆ ಯಶಸ್ವಿಯಾಗಿ ದ್ದಾನೆ. 'ಭಗವದ್ಗೀತೆ', 'ಭಾರತ', 'ರಾಮಾಯಣ', 'ಶಾಂಕರಭಾಷ್ಯ' ಮುಂತಾದ ಗ್ರಂಥಗಳಿಂದ ಅವನು ಉಪಕೃತನಾಗಿರುವುದು ನಿಜ. ಆದರೆ ಅವನಲ್ಲಿ ಸ್ವತಂತ್ರವಾದ ಲೋಕಾನುಭವಪೂರ್ಣವಾದ ವಿವರಣಶಕ್ತಿಯಿದೆ, ಕವಿತಾಶಕ್ತಿಯಿದೆ ಎಂಬುದನ್ನು ಅರಿತು ಮೆಚ್ಚಬೇಕು. 'ಹರಿಕಥಾಮೃತಸಾರ'ದಲ್ಲಿ ದ್ವೈತಮತವು ಭಾಮಿನೀಷಟ್ಪದಿಯಲ್ಲಿ ಳಿದಂತೆ ಇಲ್ಲಿ 'ಅನುಭವಾಮೃತ'ದಲ್ಲಿ ಅದ್ವೈತಮತವು ಅದೇ ರೂಪದಲ್ಲಿ ಅವತರಿಸಿದೆ, ಎರಡರಲ್ಲಿಯೂ ಸಾದೃಶ್ಯಸಂಪತ್ತಿಯಿದೆ. ಆದರೆ ಜಗನ್ನಾಥದಾಸನ ಭಕ್ತಿನಿರ್ಭರತೆ ಇಲ್ಲಿಲ್ಲ ; ರಂಗನಾಥನ ಪ್ರಸನ್ನತಾತ್ವಿಕತೆ ಈ ಗ್ರಂಥದಲ್ಲಿಲ್ಲ. 'ಹರಿಕಥಾಮೃತಸಾರ'ವು ಕೆಲವು ಕಡೆ ಕ್ಲಿಷ್ಟವೂ ಜಡವೂ ಆಗಿದೆಯೆಂಬುದನ್ನು ಅಲ್ಲಗಳೆಯುವಂತಿಲ್ಲ.

'ಅನುಭವಾಮೃತ'ವನ್ನು ಬಹಳ ಮಟ್ಟಿಗೆ ಅನುಸರಿಸಿ ೧೮ನೆಯ ಶತಮಾನದ ಮಧ್ಯದಲ್ಲಿ ಚಿದಾನಂದಾವಧೂತನು 'ಜ್ಞಾನಸಿಂಧು' ಎಂಬ ದೊಡ್ಡ ಗ್ರಂಥವನ್ನು ಭಾಮಿನೀಷಟ್ಪದಿಯಲ್ಲಿ ಬರೆದನು. ಅದರಲ್ಲಿ ಅದ್ವೈತವೇದಾಂತವು ವಿಸ್ತಾರವಾಗಿ ನಿರೂಪಿತವಾಗಿದೆ. "ತಾನೆ ತನ್ನನು ತಿಳಿದು ತಾನೇ ತಾನಾಗಿಯೇ ತನ್ನಯನುಭವ ತುಂಬಿಕೊಂಡಿರಲು ಜ್ಞಾನಸಿಂಧುವು ಎಂಬ ಪೆಸರಾಯ್ತು" ಎಂದೂ ಅದರಲ್ಲಿ "ಸರ್ವಶಾಸ್ತ್ರಾರ್ಥವನು ಪೇಟಿಸಿಹೆ ಸರ್ವಗೀತಗಳರ್ಥಸಾರವನಿದರೊಳುಸಿರಿರ್ಪೆಂ' ಎಂದೂ ಕವಿ ಹೇಳಿದ್ದಾನೆ. ನಿರೂಪಣೆಯ ಸರಣಿ ರಂಗನಾಥನದೇ ಆಗಿದೆ. ಹೀಗೆ ಅವನ ಪ್ರಭಾವವನ್ನು ಗುರುತಿಸಬಹುದು.

ಇಲ್ಲಿಯವರೆಗೆ ಈ ಯುಗದಲ್ಲಿ ವೈದಿಕಪರಂಪರೆಯಲ್ಲಿ ವಿಧವಿಧವಾದ ಗ್ರಂಥಗಳನ್ನೂ ಕೀರ್ತನೆಗಳನ್ನೂ ರಚಿಸಿ ಕನ್ನಡವಾಙ್ಮಯಕ್ಕೆ ತಮ್ಮ ಕಾಣಿಕೆಗಳನ್ನು ಸಲ್ಲಿಸಿದ ಗ್ರಂಥಕಾರರು ಮತ್ತು ದಾಸರ ಸಾಹಿತ್ಯವನ್ನು ಸಮಾಲೋಚಿಸಿದೆವು. ಈ ಪರಂಪರೆಯ ಲೇಖಕರಲ್ಲಿ ಕನ್ನಡದ ಬಗೆಗೆ ನಂಬಿಕೆ ಹೇಗೆ ಬೆಳೆಯಿತು, ನೆಲೆಗೊಂಡಿತು ಎಂಬುದಕ್ಕೆ ಈ ಸಮಾಲೋಚನೆ ಸಾಕಷ್ಟು ನಿದರ್ಶನವಾಗಬಹುದೆಂದು ನಂಬಿರುತ್ತೇವೆ.

## ಟಿಪ್ಪಣಿಗಳು

1. ಆರ್. ನರಸಿಂಹಾಚಾರ್ಯ : 'ಕವಿಚರಿತೆ ೨', ಪು. ೪೫೬.
2. ಸ. ಸ. ಮಾಳವಾಡ : ಚಿಕದೇವರಾಯವಂಶಾವಳಿಯ ಚರಿತ್ರಾಂಶಗಳು (ಕರ್ನಾಟಕ ವಿದ್ಯಾಲಯ ಪತ್ರಿಕೆ), ಪು. ೩೨.
3. ರಂ. ಶ್ರೀ. ಮುಗಳಿ : ಚಿಕದೇವರಾಯವಂಶಾವಳಿಯ ಕಾವ್ಯಶೈಲಿ ('ತವನಿಧಿ', ಪು. ೧೭೭).
4. ಅದೇ, ಪು. ೧೭೮.
5. ಅದೇ, ಪು. ೧೭೯–೧೮೦.
6. ರಂ. ಶ್ರೀ. ಮುಗಳಿ : ಹೊನ್ನಮ್ಮ ಮತ್ತು ಹದಿಬದೆಯ ಧರ್ಮ (ಕನ್ನಡಪ್ರಭ, ೧೩–೪–೧೯೭೦).
7. ಡಿ. ಚಂಪಾಬಾಯಿ : 'ಹದಿಬದೆಯ ಧರ್ಮ', ಪೀಠಿಕೆ, ಪು. ೪೦.

## ಪ್ರಕರಣ : ೨೮

# ಕುಮಾರವ್ಯಾಸ ಯುಗದ ವೀರಶೈವ ಸಾಹಿತ್ಯ (೧)

**ಈ** ಯುಗದಲ್ಲಿ ಎರಡನೆಯ ವಿಭಾಗ ವೀರಶೈವ ಸಾಹಿತ್ಯಕ್ಕೆ ಸಂಬಂಧಪಟ್ಟುದು. ಹಿಂದೆ ಹೇಳಿದಂತೆ ವೀರಶೈವಪುನರುಜ್ಜೀವನವು ದೊಡ್ಡ ಪ್ರಮಾಣದಲ್ಲಿ ನಡೆಯಿತು. ಅದರ ಪರಿಣಾಮವಾಗಿ ವೀರಶೈವ ಸಾಹಿತ್ಯವು ನಾನಾಮುಖವಾಗಿ ಬೆಳೆಯಿತು. ವಿಜಯನಗರ ಸಾಮ್ರಾಜ್ಯದ ಕಾಲದಲ್ಲಿಯೇ ಹೆಚ್ಚಾಗಿ ಅದು ನಿರ್ಮಾಣವಾಯಿತು. ವಿಜಯನಗರಸಾಹಿತ್ಯದಲ್ಲಿ ವೈದಿಕಸಾಹಿತ್ಯದಷ್ಟೇ ಅದಕ್ಕೆ ಮಹತ್ವವಿದೆ. "ಈ ಕಾಲದ ಸಾಹಿತ್ಯವನ್ನು (೧) ಶೈವಪುರಾಣಗಳಿಂದ ಉದ್ಧೃತವಾದ ಕಥೆಗಳು, (೨) ಅರವತ್ತು ಮೂವರು ಪುರಾತನರು ಮುಕ್ತಿಪಡೆದ ವಿಧಾನವನ್ನು ವಿವರಿಸುವ ಕಥೆಗಳು, (೩) ನೂತನ ಪುರಾತನರೆಂದು ಕರೆಸಿಕೊಂಡ ಬಸವ ಮತ್ತು ಅವನ ಸಮಕಾಲೀನರ ಕಥೆಗಳು, (೪) ನೂತನ ಕಥೆಗಳು, (೫) ವೀರಶೈವರ ಅನೇಕ ಕಥೆಗಳನ್ನು ಒಳಗೊಂಡಿರುವ ಗ್ರಂಥಗಳು ಎಂದು ಐದು ಭಾಗವಾಗಿ ವಿಂಗಡಿಸಬಹುದು"[1] ಎಂದು ಹೇಳಲಾಗಿದೆ. ಇನ್ನಿಷ್ಟು ವ್ಯಾಪಕವಾಗಿ ನೋಡಿದರೆ ಈ ಯುಗದ ವೀರಶೈವ ಸಾಹಿತ್ಯವನ್ನು ವಚನಸಂಕಲನ ಮತ್ತು ಸಂಪಾದನೆ, ವಚನಗಳ ಟೀಕೆ–ಟಿಪ್ಪಣಿ, ನವೀನ ವಚನಗಳು, ವೀರಶೈವ ಶಾಸ್ತ್ರಸಂಬಂಧಿ ಗ್ರಂಥ ಗಳು, ವೀರಶೈವಕೋಶರೂಪ ಪುರಾಣಗಳು, ಪುರಾತನ–ನೂತನ ಶರಣಚರಿತ್ರೆಗಳು, ತಾತ್ತ್ವಿಕ ಪದ ಗಳು, ಶೈವಪುರಾಣದಿಂದ ಎತ್ತಿಕೊಂಡ ಕಥೆಗಳು, ಲೌಕಿಕ ಮತ್ತು ಶಾಸ್ತ್ರೀಯ ಗ್ರಂಥಗಳು, ನೀತಿಪದ್ಯ ಗಳು, ತಾತ್ತ್ವಿಕ ಮತ್ತು ಭಕ್ತಿಪರವಾದ ಶತಕಗಳು ಈ ಮುಂತಾಗಿ ವಿಷಯಾನುಗಣವಾಗಿ ವಿಭಾಗಿಸ ಬಹುದು. ರೂಪ ಇಲ್ಲವೆ ಛಂದಸ್ಸಿನ ದೃಷ್ಟಿಯಿಂದ ಷಟ್ಪದಿಯೇ ಪ್ರಮುಖವಾಗಿದೆ. ವಚನ, ಇತರ ಗದ್ಯ, ಸಾಂಗತ್ಯ, ತ್ರಿಪದಿ, ಅಕ್ಷರವೃತ್ತ, ಕ್ವಚಿತ್ತಾಗಿ ಚಂಪು, ಗೀತೆ ಇವುಗಳಿಗೂ ಇಂಬುದೊರೆತಿದೆ.

ಈ ಯುಗದ ರಾಜಕವಿ ದೇಪರಾಜನು ವೀರಶೈವನಹುದೋ ಅಲ್ಲವೊ, ಶೈವನೆಂಬುದು ದಿಟ. ತಾನು ಸಂಗಮವಂಶದ ಕಂಪಸುತನೆಂದು ಅವನು ಹೇಳಿಕೊಂಡಿದ್ದಾನೆ. ಬುಕ್ಕರಾಯನ ಮೊಮ್ಮಗನಾಗಿ ೧೫ನೆಯ ಶತಮಾನದ ಮೊದಲಲ್ಲಿರಬೇಕೆಂದು ಊಹಿಸಲಾಗಿದೆ. ಇವನ 'ಸೊಬಗಿನ ಸೋನೆ'ಯು ಸುರಭಾವತಿ ಮುಂತಾದ ಏಳು ಕಥೆಗಳ ಸಂಗ್ರಹ. ಇದನ್ನು ಸಾಂಗತ್ಯದಲ್ಲಿ ಬರೆದಿದೆ. ಹದಿನೆಂಟು ವರ್ಣನೆಗಳ ವ್ಯಾಮೋಹ, ಶಬ್ದಶ್ಲೇಷಪ್ರೀತಿ ಈ ಮುಂತಾದ ಸಾಂಪ್ರದಾಯಿಕ ಕಾವ್ಯಲಕ್ಷಣಗಳನ್ನು ಇದರಲ್ಲಿ ಕಾಣ ಬಹುದು. ಶೈಲಿಯೂ ಬಹುಮಟ್ಟಿಗೆ ಹಳಗನ್ನಡವಾಗಿದೆ. ಸಾಂಗತ್ಯದ ಧಾಟಿಯಲ್ಲಿ ಬಿಗುವುಳ್ಳ ಹಳ ಗನ್ನಡ ಪ್ರಯೋಗಗಳನ್ನು ಹೆಣೆದ ಮೂಲಕ ಲಯವು ಅಲ್ಲಲ್ಲಿ ಕುಂಠಿತವಾಗುತ್ತದೆ. ಉದಾಹರಣೆಗೆ—

> ಪುಳಕಿಸಿ ಮುತ್ತುಗಳಿಂ ರಾಗಿಸಿ ಕೆಂಬ-
> ವಳವಳ್ಳಿಯಿಂ ನೊರೆಯಿಂ ನಕ್ಕು ।
> ವಳಿಗೈಯಿಂ ತಟ್ಟೈಸಲುರ್ವುವೊಲಬ್ಧಿ
> ಬಳೆವುದು ತಿಂಗಳೊಗೆಯಲಾಗ ॥[2]

ಈ ಪದ್ಯವನ್ನು ನೋಡಬೇಕು. ದೇಪರಾಜನ ಕಲ್ಪನಾಶಕ್ತಿ ಗಣ್ಯವೆಂಬುದನ್ನು ಈ ಪದ್ಯ ತೋರಿಸು ತ್ತದೆ. ಶೈಲಿ–ಛಂದಸ್ಸುಗಳ ದೃಷ್ಟಿಯಿಂದ ಬಹುಶಃ ಇವನೇ ಮೊದಲನೆಯ ಸಾಂಗತ್ಯಕಾರನೆಂದು, ಶಿಶುಮಾಯಣನು ತರುವಾಯದವನೆಂದೂ ತಾತ್ಪೂರ್ತಿಕವಾಗಿ ತಿಳಿಯಬಹುದು. ಇದೀಗ ವಿದ್ವದ್ ವಲಯದಲ್ಲಿ ಒಪ್ಪಿತವಾದ ಅಭಿಪ್ರಾಯವೇ ಆಗಿದೆ. ದೇಪರಾಜನು ಬಳಸಿದ ಪದ್ಯರೂಪವು ಸಾಂಗತ್ಯವಲ್ಲವೆಂದೂ ಸಾಂಗತ್ಯದ ವಿಸ್ತರಣೆಯಂತೆ ತೋರುವ 'ಸೊಬಗಿನ ಸೋನೆ'ಯಲ್ಲಿ

ಬಂದಿರುವ ಬಗೆಯ ಬೇರೆ ಛಂದೋರೂಪವೆಂದೂ ಅಭಿಪ್ರಾಯವು ತಲೆದೋರಿದೆ. ಅದಕ್ಕೆ ಅನುಸರಿಸಿ ನೋಡಿದರೆ ದೇಪರಾಜನು ಮೊದಲನೆಯ ಸಾಂಗತ್ಯಕಾರನಲ್ಲವೆಂದು ವಾದಿಸಲಾಗಿದೆ. ನಮಗೆ ಮಾತ್ರ ನಮ್ಮ ಹೇಳಿಕೆಯನ್ನು ಬದಲಿಸಬೇಕಾದ ಅಗತ್ಯ ಕಾಣಲಿಲ್ಲ. ಕಾಲದೃಷ್ಟಿಯಿಂದಲೂ ಇವನು ೧೫ನೆಯ ಶತಮಾನದ ಪೂರ್ವಾರ್ಧದವನಾದರೆ ಶಿಶುಮಾಯಣನು ಉತ್ತರಾರ್ಧದಲ್ಲಿದ್ದವನೆಂದು ಊಹಿಸಲು ಅವಕಾಶವಿದೆ. ಇವನ ಎರಡನೆಯ ಗ್ರಂಥವು 'ಅಮರುಶತಕ'ವೆಂಬ ಸಂಸ್ಕೃತಕಾವ್ಯದ ಭಾಷಾಂತರ. ಪ್ರಣಯಚಿತ್ರಗಳನ್ನು ಬಿಡಿಬಿಡಿಯಾದ ಅಕ್ಷರವೃತ್ತಗಳಲ್ಲಿ ಬಿಡಿಸಿದ ಮೂಲವನ್ನು ದೇಪರಾಜನು ಪರಿವರ್ಧಿನಿ ಷಟ್ಪದಿಯಲ್ಲಿ ಕನ್ನಡಿಸಿದ್ದಾನೆ. ಇದಕ್ಕೂ ಮೊದಲು ಕುಮುದೇಂದು, ಕುಮಾರಪದ್ಮರಸರ ನಾನಾ ಷಟ್ಪದಿಗಳಲ್ಲಿ ಪರಿವರ್ಧಿನಿಗೆ ಸ್ಥಾನ ದೊರೆತಿದ್ದರೂ ಪರಿವರ್ಧಿನಿಯಲ್ಲಿಯೇ ರಚಿಸಲಾದ ಇಡಿಯ ಗ್ರಂಥ ಇದೇ ಮೊದಲನೆಯದೆಂದು ತೋರುತ್ತದೆ. ಛಂದೋರಚನೆ ಅಷ್ಟು ಹಿತವಾಗಿಲ್ಲವೆಂಬುದಕ್ಕೆ

ಸ್ಮರರಾಜ್ಯದ ಮೈಸಿರಿ ಶೃಂಗಾರದ
ಶರನಿಧಿ ರತಿನಾಟ್ಯದ ರಂಗಸ್ಥಳ
ವಿರಹದ ನೆಲೆವೀಡೋಪರ ಕೂರಾಟದ ಕೊಸರಿನ ಗೊತ್ತು ।
ಸರಸರ ಸಂತವಣೆಯ ಮನೆ ಸುಗ್ಗಿಯ
ಪೊರೆವಾಗರ ಭಾವಾಲಯವಪ್ಪಂ-
ತಿರೆ ಪೇಟಿದನಮರುಕವನು ದೇಪಮಹೀಪತಿ ಕನ್ನಡಿಸಿ ॥

—ಈ ಪದ್ಯ ಉದಾಹರಣೆಯಾಗಿದೆ.

### ಈ ಕಾಲದ ವಚನಸಂಕಲನ – ವಚನಸೃಷ್ಟಿ

ಬಸವೇಶ್ವರನ ಕಾಲದಲ್ಲಿ ವಚನಗಳು ಶರಾವತಿಯ ಪ್ರವಾಹದಂತೆ ತುಂಬಿಕೊಂಡುಬಂದುವು. ಆದರೆ ಒಮ್ಮಿಂದೊಮ್ಮೆಲೆ ರೂಪಗೊಳ್ಳುತ್ತಿದ್ದ ಸಂಘಟನೆ ಒಡೆಯಿತು. ವಚನಗಳ ಪ್ರವಾಹ ಹತ್ತು ಕಡೆಗೆ ಹರಿದು ತಡಸಲಾಗಿ ಬೀಳತೊಡಗಿತು. ತೇಜೋಗರ್ಭವಾದ ಈ ಜಲವನ್ನು ಸಂಗ್ರಹಿಸಿ ತೇಜಸ್ಸನ್ನು ಹೊರಗೆಡಹುವ ಕಾರ್ಯವು ವಿಜಯನಗರಕಾಲದ ಶಿವಶರಣರಿಗೆ ಮೀಸಲಾಗಿತ್ತು. ವಿಶೇಷತಃ ಪ್ರೌಢದೇವರಾಯನ ಆಳಿಕೆಯಲ್ಲಿ ನೂರೊಂದು ವಿರಕ್ತರಾಗಿಹೋದರೆಂದೂ ಅವರು ಈ ಮಹಾಕಾರ್ಯವನ್ನು ಮಾಡಿದರೆಂದೂ ತಿಳಿಯುತ್ತದೆ. ಅವರಲ್ಲಿ ಮಹಾಲಿಂಗದೇವ, ಅವನ ಪ್ರಶಿಷ್ಯನಾದ ಜಕ್ಕಣಾರ್ಯ ಇವರನ್ನು ಮೊದಲು ನೆನೆಯಬೇಕು. ಮಹಾಲಿಂಗದೇವನು ಷಟ್ಸ್ಥಲ ಸಿದ್ಧಾಂತದ ನೂರೊಂದು ನೆಲೆಗಳಲ್ಲಿ ವಚನಗಳನ್ನು ವಿಭಾಗಿಸಿ 'ಏಕೋತ್ತರಶತಸ್ಥಲ' ಎಂಬ ವಚನಸಂಕಲನವನ್ನು ರಚಿಸಿದನು. ಅವನು ದೊಡ್ಡ ಅನುಭಾವಿಯಾಗಿರಬೇಕೆಂದು "ಮಹಾಲಿಂಗ ದೇವರು ತಮ್ಮ ಪರಮಜ್ಞಾನಾನುಭವ ಪ್ರಸನ್ನಪ್ರಕಾಶದಿಂ" ಎಂಬ ಮಾತಿನಿಂದ ತಿಳಿಯುತ್ತದೆ. 'ಭಕ್ತಿಭಂಡಾರಿ' ಜಕ್ಕಣಾರ್ಯನಿಗೆ ಇದನ್ನು ಹೇಳುವುದಕ್ಕೋಸ್ಕರ ಸಂಕಲನವನ್ನು ಮಾಡಿದ್ದೂ ತಿಳಿಯುತ್ತದೆ. ಈ ರೀತಿಯಾಗಿ ವಚನಗಳಿಗೆ ತಾತ್ತ್ವಿಕ ವ್ಯವಸ್ಥೆಯೊಂದು ಏರ್ಪಟ್ಟಿತು. 'ಪ್ರಭುದೇವರ ಷಟ್ಸ್ಥಳಜ್ಞಾನಚರಿತ್ರವಚನದ ಟೀಕೆ' ಅಥವಾ 'ಷಟ್ಸ್ಥಲ ವಿವೇಕ' ಎಂಬುದು ಮಹಾಲಿಂಗದೇವನ ಗ್ರಂಥ. ಇದರಲ್ಲಿ ವಚನಗಳಿಗೆ ಟೀಕೆ ಬರೆದು ವೀರಶೈವ ಸಿದ್ಧಾಂತವನ್ನು ವಿವರಿಸುವ ಕ್ರಮವು ಮೊದಲಾಯಿತು.

ಜಕ್ಕಣಾರ್ಯನು ತನ್ನ ಗುರುವಿನಂತೆ ತಾನೂ 'ಏಕೋತ್ತರಶತಸ್ಥಲ'ವನ್ನು ಬರೆದಿದ್ದಾನೆ. ಮಹಾಲಿಂಗದೇವನ ಶಿಷ್ಯನಾದ ಕುಮಾರಬಂಕನಾಥನ ಕರಜಾತನೆಂದು ಇವನ ವರ್ಣನೆಯಿದೆ. ಆದರೂ ಮಹಾಲಿಂಗದೇವನು ಇವನಿಗೆ ಪ್ರತ್ಯಕ್ಷ ಗುರುವಾಗಿರಬೇಕು. ಪ್ರೌಢದೇವರಾಯನಲ್ಲಿ

ಇವನು ದಂಡನಾಯಕನಾಗಿದ್ದನು. ತನ್ನ ಶಕ್ತಿಯನ್ನೂ ಸಂಪತ್ತಿಯನ್ನೂ ವೀರಶೈವ ಗ್ರಂಥಗಳ ರಚನೆಗಾಗಿ ಇವನು ಸೂರೆಮಾಡಿರಬೇಕು. "ಅವನೆ ನಿರೂಪಿಸಿದ ಪುರಾತನರ ಮಹಾವಚನಂಗಳೊಳಗೆ ಜಕ್ಕಣಾರ್ಯರು ಸಾರಾಯವಾದ ನೂಱೊಂದು ಸ್ಥಲವಚನಂಗಳಂ ತೆಗೆದುಕೊಂಡು ಸೂತ್ರವಿಟ್ಟು ಸಂಗ್ರಹಿಸಿದರು" ಎಂದು ಇವನ ಗ್ರಂಥಾರಂಭದಲ್ಲಿದೆ. ಮಹಾಲಿಂಗದೇವನಂತೆಯೇ ಷಟ್ಸ್ಥಲ ವಿವರಗಳುಳ್ಳ ಎರಡನೆಯ ಸಂಕಲನ ಗ್ರಂಥವಿದು. 'ಭೈರವೇಶ್ವರಕಾವ್ಯದ ಕಥಾಸೂತ್ರರತ್ನಾಕರ'ದಲ್ಲಿ "ವಸ್ತುಕ ವರ್ಣಕದಿಂದ ಸಂಗ್ರಹಿಸಿ" ಎಂದಿದರ ಬಗೆಗೆ ಹೇಳಿದೆ, ಅಲ್ಲದೆ ಪ್ರಭುದೇವರ ವಚನಗಳಿಗೂ ಸೂತ್ರಸ್ಥಲವಿಟ್ಟು ವ್ಯಾಖ್ಯಾನಮಾಡಿರುವುದಾಗಿ ಹೇಳಿದೆ. ನೂರಿನ್ನೂರು ವರ್ಷಗಳ ತರುವಾಯದ ಈ ಹೇಳಿಕೆಯಲ್ಲಿ ಸತ್ಯಾಂಶವೆಷ್ಟು ಎಂಬುದಿನ್ನೂ ತಿಳಿಯಬೇಕು. ಇನ್ನುಮುಂದೆ ವಚನಸಂಕಲನ ಮಾಡಿದವರಲ್ಲಿ ಕಲ್ಲುಮಠದ ಪ್ರಭುದೇವ, ಗುಬ್ಬಿಯ ಮಲ್ಲಣ್ಣ, ಎಳಮಲೆಯ ಗುರುಶಾಂತದೇವ, ಸಂಪಾದನೆಯ ಚೆನ್ನಂಜೆದೇವ, ಸಿದ್ಧವೀರಣಾಚಾರ್ಯ, ಗೂಳೂರು ಸಿದ್ಧವೀರಣಾಚಾರ್ಯ ಇವರು ಪ್ರಮುಖರಾಗಿದ್ದಾರೆ. ಇವರಲ್ಲಿ ಕಲ್ಲುಮಠದ ಪ್ರಭುದೇವನಂತೆ ಕೆಲವರು ಸಂಕಲನದೊಡನೆ ವ್ಯಾಖ್ಯಾನಮಾಡಿದ್ದಾರೆ. ಅಲ್ಲಮಪ್ರಭುದೇವನ 'ಮಂತ್ರಗೋಪ್ಯ'ದಂಥ ಕೃತಿಗಳಿಗೆ ಟೀಕೆ ಬರೆದಿದ್ದಾರೆ. 'ಲಿಂಗಲೀಲಾವಿಲಾಸಚಾರಿತ್ರ' ಎಂಬ ತನ್ನ ಗ್ರಂಥದ ಆರಂಭದಲ್ಲಿ "ಪುರಾತನರ ವಚನಂಗಳಲ್ಲಿ ಸಾರವಾದ ವಚನಂಗಳಂ ತೆಗೆದುಕೊಂಡು ಷೋಡಶಸ್ಥಲಪರಿಕ್ರಮದಿಂದ ಸೇರಿಸಿ ಅರ್ಥೈಸಿದ ವಚನಾಗಮವಿದು" ಎಂದು ಕಲ್ಲುಮಠದ ಪ್ರಭುದೇವನು ಹೇಳಿದ್ದಾನೆ. ಹೀಗೆ ವಚನಗಳ ಸಂಕಲನ ಮತ್ತು ನಿರ್ವಚನ ಇವೆರಡನ್ನೂ ಬೆರೆಸಿರುವುದರ ಮೂಲಕ 'ವಚನಾಗಮ' ಎಂಬ ವಿಶೇಷರೂಪವು ಇಲ್ಲಿ ಕಾಣುತ್ತದೆ. ಗುಬ್ಬಿಯ ಮಲ್ಲಣ್ಣನು ತನ್ನ 'ಗಣಭಾಷ್ಯರತ್ನಮಾಲೆ'ಯಲ್ಲಿ ವಚನಸಂಗ್ರಹಕ್ಕೆ ಇನ್ನೊಂದು ರೂಪ ಕೊಟ್ಟಿದ್ದಾನೆ. ೧೦೧ ಸ್ಥಲಗಳಲ್ಲಿ ವೀರಶೈವರ ಆಚರಣೆಗಳನ್ನು ಸಂಗ್ರಹಿಸಿ ಅದಕ್ಕೆ "ವೇದಾಗಮಪುರಾಣೇತಿಹಾಸಾದಿ ಗ್ರಂಥಗಳಿಂದ ಪ್ರಮಾಣಗಳನ್ನೂ ಪುರಾತನರ ಕನ್ನಡ ವಚನಗಳನ್ನೂ ಉದಹರಿಸಿ ವಿವರಿಸಿದ್ದಾನೆ." ವೀರಶೈವಸಿದ್ಧಾಂತ ಮತ್ತು ಆಚಾರಧರ್ಮ ಇವೆರಡೂ ಉದಾಹೃತವಾಗುವಂತೆ ವಚನಗಳನ್ನು ಪೋಣಿಸಲಾಗಿದೆ. ಸಂಪಾದನೆಯ ಚೆನ್ನಂಜೆದೇವ ಮತ್ತು ಸಿದ್ಧವೀರಣಾಚಾರ್ಯ ಇವರು ಆಚರಣೆಯ ಸಂಬಂಧದ ಮತ್ತು ಬಸವಾದಿಗಳ ಸ್ತೋತ್ರದ ವಚನಗಳನ್ನು ಸಂಕಲನ ಮಾಡಿದ್ದಾರೆ. 'ಶೂನ್ಯಸಂಪಾದನೆ'ಯ ೪ ಸಂಕಲನಗ್ರಂಥಗಳಿರುವುವೆಂದೂ ಶಿವಗಣಪ್ರಸಾದಿ ಮಹದೇವಯ್ಯ, ಹಲಗೆಯಾರ್ಯ, ಗುಮ್ಮಳಾಪುರದ ಸಿದ್ಧಲಿಂಗಯತಿ, ಗೂಳೂರು ಸಿದ್ಧವೀರಣಾಚಾರ್ಯ ಇವರು ಅವನ್ನು ಬರೆದಿರುವರೆಂದೂ ತಿಳಿದಿದೆ. ಇವರೆಲ್ಲರಲ್ಲಿ ವಚನಸಂಪಾದನೆಯನ್ನು ವ್ಯಕ್ತಿಮತ್ವಸೂಚಕವೂ ತತ್ತ್ವಬೋಧಕವೂ ನಾಟಕೀಯವೂ ಆದ ನವೀನ ಸಂವಾದರೀತಿಯಲ್ಲಿ ಮಾಡಿದವನು ಗೂಳೂರು ಸಿದ್ಧವೀರಣಾಚಾರ್ಯನು. ಅವನ 'ಶೂನ್ಯಸಂಪಾದನೆ' ಕನ್ನಡ ಸಾಹಿತ್ಯದಲ್ಲಿ ಶ್ರೇಷ್ಠ ಸಂಕಲನಗ್ರಂಥವಾಗಿದೆ. ಅದರ ಮಹತಿಯನ್ನು ಅಲ್ಲಮಪ್ರಭುದೇವನ ಸಂದರ್ಭದಲ್ಲಿ ತಿಳಿಸಲಾಗಿದೆ.

ಬಸವೇಶ ಎಂಬ ಸಂಕಲನಕಾರನು ತನ್ನ 'ಪದ್ಯೈಕೋತ್ತರಶತಸ್ಥಲ' ಎಂಬ ವಾರ್ಧಕಷಟ್ಪದಿಯ ಗ್ರಂಥದಲ್ಲಿ ಶರಣರ ವಚನಗಳನ್ನು ಪದ್ಯರೂಪಕ್ಕೆ ತಿರುಗಿಸಿ ಹೊಸತನವನ್ನು ತೋರಿಸಿದ್ದಾನೆ. ವಚನಗಳನ್ನೂ ಶಿವಶರಣರ ಇತರ ಕೃತಿಗಳನ್ನೂ ವಿಸ್ತರಿಸುತ್ತ ಟೀಕೆ ಟಿಪ್ಪಣಿಗಳನ್ನು ಈ ಯುಗದಲ್ಲಿ ಅನೇಕರು ಬರೆದಿದ್ದಾರೆ. ಸಂಕಲನದ ಜೊತೆಗೆ ವ್ಯಾಸಂಗ ಮತ್ತು ಆಧ್ಯಾತ್ಮಿಕಸಾಧನೆ ಗುರುಶಿಷ್ಯ ಪರಂಪರೆಯ ಮೂಲಕ ಅವ್ಯಾಹತವಾಗಿ ಮುಂದುವರಿಯಿತು. ಅದರ ಫಲವೇ ಟೀಕೆಟಿಪ್ಪಣಿಗಳುಳ್ಳ ಗ್ರಂಥರಚನೆ, ಹಿಂದೆ ಹೇಳಿದವರಲ್ಲದೆ ಶ್ರೀಗಿರೀಂದ್ರ, ೨ನೆಯ ಚೆನ್ನಬಸವ, ಉಜ್ಜೈನೀಶ, ಚೆನ್ನಮಲ್ಲಿಕಾರ್ಜುನ, ಪರ್ವತಶಿವಯೋಗಿ, ಸೋಮಶೇಖರಶಿವಯೋಗಿ ಈ ಮುಂತಾದವರನ್ನು ಈ ಸಂದರ್ಭದಲ್ಲಿ ಗಮನಿಸಬೇಕು. ಇವರಲ್ಲಿ ಕೊನೆಯ ಇಬ್ಬರು ಶಿವಯೋಗಿಗಳು ಬರೆದ ಟೀಕೆಗಳು

ಹೇರಳವೂ ಉಪಯುಕ್ತವೂ ಆಗಿರುತ್ತವೆ.

೧೨ನೆಯ ಶತಮಾನದ ಮಧ್ಯದಲ್ಲಿ ಒಂದೇ ಹೊತ್ತಿಗೆ ತಲೆದೋರಿದ ನಕ್ಷತ್ರಪುಂಜದಂತೆ ವಚನಕಾರರು ಉದಯವಾದರು. ತರುವಾಯದ ಈ ಯುಗದಲ್ಲಿ ಅವರಿಂದ ಸ್ಫೂರ್ತಿಪಡೆದು ವೀರಶೈವಪುನರುಜ್ಜೀವನವನ್ನು ಮಾಡಿದ ಶರಣರೂ ಸಾಧಕರೂ ಅನೇಕರಾಗಿಹೋದರೂ ಸ್ವತಂತ್ರ ವಚನಕಾರರು ಹೆಚ್ಚು ಜನರಾಗಲಿಲ್ಲ. ಇಷ್ಟು ವಿಸ್ತಾರವಾದ ನಾಲ್ಕೈದು ಶತಕಗಳ ಅವಧಿಯಲ್ಲಿ ಐದಾರು ಜನ ಮಾತ್ರ ವಚನಕಾರರಾಗಿದ್ದಾರೆ. ಅವರಲ್ಲಿಯೂ ಬಸವಾದಿ ಶರಣರ ಅನುಕರಣವಿದೆ, ಸ್ವತಂತ್ರವೆನ್ನಬಹುದಾದ ತೇಜಸ್ಸು ಕಡಿಮೆ. ಅವರಲ್ಲಿ ಕೆಲವರ ಅನುಭಾವಿಕಸಿದ್ಧಿ ಉನ್ನತವಾದು ದೆಂಬಲ್ಲಿ ಸಂಶಯವಿಲ್ಲ. ಆದರೆ ಅದನ್ನು ಸಾಹಿತ್ಯರೂಪಕ್ಕೆ ಇಳಿಸಿ ಹೇಳಬಲ್ಲ ಪ್ರತಿಭೆ ಅಸಾಧಾರಣ ವಲ್ಲ. ಅವರ ವಚನಗಳ ಗುಣವಿಶೇಷವನ್ನು ಮೆಚ್ಚಿಯೂ ಈ ಮಾತನ್ನು ಹೇಳಬಹುದು. ತೋಂಟದ ಸಿದ್ಧೇಶ್ವರನು ಅವರಿಗೆಲ್ಲ ಹಿರಿಯನು, ಗುರುಸ್ವರೂಪನು. ತೋಂಟದ ಸಿದ್ಧಲಿಂಗಯತಿ ಎಂಬ ಹೆಸರೂ ಅವನಿಗಿತ್ತು. ಅವನು ನಾಗಣೀನದಿಯ ತೀರದ ತೋಟದಲ್ಲಿ ಶಿವಯೋಗದಲ್ಲಿದ್ದುದ ರಿಂದ ಹಾಗೆ ಅವನಿಗೆ ಹೆಸರಾಯಿತು. ಎಡೆಯೂರಲ್ಲಿ ಅವನು ಸಮಾಧಿಹೊಂದಿದನು. ಅಂದಿನ ವೀರಶೈವ ಕೇಂದ್ರಗಳಲ್ಲಿ ಹಂಪೆಯೊಂದು, ಎಡೆಯೂರು ಇನ್ನೊಂದು ಎನ್ನುವಷ್ಟು ಇವನ ಸುತ್ತ ಶಿಷ್ಯಪರಿವಾರವು ನೆರೆಯಿತು. ವೀರಶೈವ ಸಿದ್ಧಾಂತವನ್ನು ಜೀವನದಲ್ಲಿ ಇಳಿಸಿ ವಚನರೂಪದಲ್ಲಿ ಹೊರಹೊಮ್ಮಿಸುವ ಹೊಸ ಅನುಭವಮಂಟಪವೊಂದು ತಲೆಯೆತ್ತಿತು. ಇವನನ್ನು ಕುರಿತು ಅನೇಕ ಚರಿತ್ರಗ್ರಂಥಗಳು ಹುಟ್ಟಿವೆ. ದಿವ್ಯಶಿವಯೋಗಿ, ಅಗಣಿತಮಹಾಪುರುಷ ಎಂದಿವನನ್ನು ಹೊಗಳಲಾಗಿದೆ. 'ಷಟ್ಸ್ಥಲ ಜ್ಞಾನಸಾರಾಮೃತ' ಎಂಬುದಿವನ ವಚನರೂಪವಾದ ಗ್ರಂಥ. ಇದರಲ್ಲಿ ೭೦೧ ವಚನಗಳು, ೭ ವೃತ್ತಗಳಿವೆ. 'ಮಹಾಲಿಂಗಗುರುಶಿವಸಿದ್ಧೇಶ್ವರಪ್ರಭು' ಇದು ಇವನಂಕಿತ. ವಚನಕಾರರ ಪರಂಪರೆಗನು ಸರಿಸಿ ಷಟ್ಸ್ಥಲನಿರೂಪಣೆ ಸ್ವಾನುಭವದಿಂದ ಪ್ರತೀತವಾಗಿ ಇಲ್ಲಿ ಅಭಿವ್ಯಕ್ತವಾಗಿದೆ. ಹಿಂದಿನ ಪ್ರಭಾವಗಳೂ ಸ್ವಾಭಾವಿಕವಾಗಿವೆ. "ಕರಣದ ಕತ್ತಲೆಯ ಸದಮಲದ ಬೆಳಗನುಟ್ಟು ಪರಿಹರಿಸಬೇಕು ನೋಡಿರೋ, ಜವ್ವನದ ಹೊರಮಿಂಚ ಕಣ್ಣಿಗೆ ತೋರುವ ಕಾಮಜಲಂಗಳ ಶಿವಜ್ಞಾನಾಗ್ನಿಯಲಿ ಸಿಕ್ಕಿ ಸುಟ್ಟುರುಪಿ ಭಸ್ಮವ ಧರಿಸಬಲ್ಲರೆ ಶರಣರೆಂಬೆ ಉಳಿದವರೆಲ್ಲ ಪುಸಿಯೆಂಬೆ ಕಾಣಾ" ಎಂಬುದು ಅಕ್ಕಮಹಾದೇವಿಯ "ಕರಣದ ಕತ್ತಲೆಯ ಬೆಳಗನುಟ್ಟುಗೆಲಿದೆ" ಮುಂತಾದ ವಚನವನ್ನು ಅನುವಾದಿಸಿದಂತಿದೆ. ಅನುವಾದವಲ್ಲದ ವಚನಗಳಲ್ಲಿ ಸ್ವಾನುಭಾವ, ಸ್ವತಂತ್ರ ನಿರ್ಮಾಣವಿವೆ ಯಾದರೂ ಹಿಂದಿನ ವಚನಕಾರರ 'ಶ್ರುತಿ' ಈ ಸಂಗೀತಕ್ಕೆ ಇದ್ದೇ ಇದೆ ; ಅವರಿಂದ ಅಭಿವ್ಯಕ್ತವಾದ ಭಾವದ ಇನ್ನೊಂದು ಛಾಯೆಯೆಂದು ತೋರುತ್ತದೆ. ಉದಾ : "ಉದಯಕಾಲದೊಳೆದ್ದು ಹೂಪತ್ರೆಗಳ ಕೊಯ್ಯೆಂದು ಹೊಱ ಉಪಚಾರ ಮಾಡುವುದೆಲ್ಲ ಬಱಿಯ ಭಾವದ ಬಟಲಿಕೆ ನೋಡಾ, ನಿತ್ಯತೃಪ್ತಂಗೆ ಹಸಿವಿನ ಭಯವುಂಟೆ ?.... ಸ್ವಯಂಜ್ಯೋತಿ ಪ್ರಕಾಶವುಳ್ಳಾತನು ಚಂದ್ರಸೂರ್ಯಾದಿಗಳನಾಶ್ರಯಿಸುವನೆ ? ತನ್ನ ತಾನರಿದು ತಾನೇ ತಾನಾ ದಾತನು ಮಾಯೆಯ ಗಜಬಜೆಯ ಹುಸಿಗೆ ಬೆದಱುವನೆ ಮಹಾಶರಣನು ?" ಭಾವಾನುವಾದ, ಛಾಯಾನುವಾದವಿಲ್ಲದೆ ಇದ್ದ ಹಲವು ವಚನಗಳು ಸೊಗಸಾಗಿವೆ : ತೋಂಟದ ಸಿದ್ಧೇಶ್ವರನ ಅನುಭವ ಸಿದ್ಧಿಗೂ ಸಾಹಿತ್ಯಶಕ್ತಿಗೂ ಸಾಕ್ಷಿಯಾಗಿವೆ. ಉದಾ : "ತಾನೊಬ್ಬನು ಕೊಲುವರು ಹಲಬರು.... ಜಲಧಿಯ ಸಾಗರವ ದಾಂಟಿ ಅಮೃತಸಾಗರವ ಬೆರೆಸಿ ಅನುಪಮಸುಖಿಯಾನಯ್ಯ" ಎಂಬುದನ್ನು ಲಕ್ಷಿಸಬೇಕು. "ಅವನ ವಚನಗಳು ಕಾವ್ಯದ ಕಾವಿಲ್ಲದೆ ಉಪದೇಶಾತ್ಮಕವಾಗಿ ಸಾಹಿತ್ಯದೃಷ್ಟಿ ಯಿಂದ ನೀರಸವಾಗಿವೆ. ಬಸವನೂ ಅವನ ಅನುಯಾಯಿಗಳೂ ಬರೆದ ವಚನಗಳೊಡನೆ ಹೋಲಿಸಿ ನೋಡಿದರೆ ಇವನ ವಚನಗಳು ನಿಕೃಷ್ಟವಾದುವುಗಳೆಂದು ಹೇಳಬಹುದು."[3] ಈ ವಿಮರ್ಶೆ ಅಷ್ಟು ಸಮರ್ಪಕವಾಗಿಲ್ಲ. ಇವನ ವಚನಗಳು ನೀರಸವಾಗಿಲ್ಲ; ತಕ್ಕಮಟ್ಟಿಗೆ ಸರಸ

ವಾಗಿವೆ. ಬಸವಾದಿಗಳ ವಚನಗಳಷ್ಟು ಕಲ್ಪನಾಸಂಪತ್ತಿ, ಭಾವನಾಸಂಪತ್ತಿ ಇಲ್ಲವೆನ್ನಬಹುದು. ಆದರೆ ನಿಕೃಷ್ಟವೆನ್ನುವುದು ಅನ್ಯಾಯವಾಗುತ್ತದೆ.[4]

ತೋಂಟದ ಸಿದ್ಧೇಶ್ವರನ ತರುವಾಯ ಅವನ ಶಿಷ್ಯಂದಿರಲ್ಲಿ ಒಬ್ಬನಾದ ಸ್ವತಂತ್ರಸಿದ್ಧ ಲಿಂಗೇಶ್ವರನು ೪೦೦ರ ಮೇಲೆ ವಚನಗಳನ್ನು ಬರೆದಿದ್ದಾನೆ. ಸ್ವತಂತ್ರ ಎಂಬ ವಿಶೇಷಣವನ್ನು ತಾನೇ ಹಚ್ಚಿಕೊಂಡಿದ್ದರೂ ಅವನ ವಚನಗಳಲ್ಲಿ ಕೆಲವು ಹಿಂದಿನ ವಚನಕಾರರನ್ನು ನೆನಪಿಸುತ್ತವೆ. "ಹಾವಾಡಿಗ ಹಾವನಾಡಿಸುವಲ್ಲಿ ತನ್ನ ಕಾದುಕೊಂಡು ಹಾವನಾಡಿಸುವನವನಂತೆ ಆವ ಮಾತನಾಡಿದರೂ ತನ್ನ ಕಾದು ಆಡಬೇಕು" ಎಂಬುದು ಅಕ್ಕಮಹಾದೇವಿಯ ಸುಪ್ರಸಿದ್ಧ ವಚನವನ್ನು ನೆನಪಿಗೆ ತರುತ್ತದೆ. ವಚನಸಮಯವೊಂದು ಬೆಳೆದುಬಂದಿತ್ತೆನ್ನುವಂತೆ ಕೆಲವು ವಚನಗಳ ರಚನೆಯಿದೆ. ಇವನು 'ಮುಕ್ತ್ಯಂಗನೆಯ ಕಂಠಮಾಲೆ' ಎಂಬ ವಚನವನ್ನೂ 'ಜಂಗಮರಗಳೆ' ಎಂಬ ಪದ್ಯವನ್ನೂ ಬರೆದಿದ್ದಾನೆ. ಇವನ ಕವಿತಾಶಕ್ತಿಯನ್ನು ತಿಳಿಯಲು ಹೆಚ್ಚಿನ ಆಧಾರಗಳು ಬೇಕು. ಗುಮ್ಮಳಾಪುರದ ಸಿದ್ಧಲಿಂಗೇಶ್ವರನು ತೋಂಟದ ಯತಿಯ ಇನ್ನೊಬ್ಬ ಶಿಷ್ಯನಾಗಿ 'ಷಟ್ಸ್ಥಲ ಲಿಂಗಾಂಗಸಂಬಂಧದ ನಿರ್ವಚನ' ಎಂಬ ಹೆಸರಿನಲ್ಲಿ ೧೫ ಸ್ವಂತ ವಚನಗಳನ್ನು ಬರೆದಿದ್ದಾನೆ. ವಚನಗಳು ಹೆಚ್ಚಾಗಿ ಬೌದ್ಧಿಕವಾಗಿವೆ, ವೀರಶೈವಸಿದ್ಧಾಂತವನ್ನು ಬೋಧಿಸುತ್ತವೆ. ಗುರುಕೃಪೆಯಿಂದ ಪಡೆದ ತುರೀಯಾನುಭವವು ಅವುಗಳಲ್ಲಿ ಮೂಡಿದೆ. ತೋಂಟದ ಸಿದ್ಧಲಿಂಗಯತಿಯ ಇನ್ನೂ ಒಬ್ಬ ಶಿಷ್ಯನೂ ತನ್ನ ಕಾಲಕ್ಕೆ ಪ್ರಸಿದ್ಧ ಪಂಡಿತನೂ ಆದ ಘನಲಿಂಗನು ವಚನಗಳನ್ನು ಬರೆದಿದ್ದಾನೆ. "ಸುತ್ತೂರು ಸಿಂಹಾಸನದ.... ಶರಣುವೆಣ್ಣಿಯ್ಯ ನಾನು" ಎಂದು ಹೇಳಿ "ಎನ್ನ ಗುರುವಿನ ಗುರು ಪರಮಗುರು ಪರಮಾರಾಧ್ಯ ತೋಂಟದಾರ್ಯನಿಗೆ ಗುರುಭಕ್ತಿಯಿಂದ ಎನ್ನ ಶರಣುಮಾಡಿದರು" (೧೨) ಎಂದು ಗುರುಭಕ್ತಿಯನ್ನು ತೋರಿದ್ದಾನೆ. ಇವನಲ್ಲಿ ಉತ್ಕಟವಾದ ಆರ್ತತೆಯಿದೆ, ಪ್ರಭಾವಿಯಾದ ವಾಣಿಯಿದೆ. ಪೂರ್ವದ ಅನುಕರಣವನ್ನು ಮೀರಿದ ಸ್ವತಂತ್ರ ಕಲ್ಪನಾಶಕ್ತಿಯೂ ಇದೆ. "ಎನ್ನಾತ್ಮನದೊಂದು ಅರಸುತನದ ಅನ್ಯಾಯವ ಕೇಳಯ್ಯ ಗುರುವೇ" ಎಂಬ ಮೊದಲನೆಯ ವಚನರೂಪಕವನ್ನು ನೋಡಬೇಕು. "ಇಂದ್ರಿಯವಿಕಾರವೆಂಬ ಹುಚ್ಚುನಾಯಿಗಳು ಕಚ್ಚಿ ಕಚ್ಚಿ ಒದರುತ್ತವೆ. ಸಾವನ್ನಬರ ಸರಸ ಉಂಟೇ ಲಿಂಗವೇ ? ಅನ್ಯಸಮಯದ ಗುಮ್ಮಟನ ಕೈವಿಡಿದೆತ್ತಿಕೊಂಡು ನಿನ್ನ ಸಮಯದ ಶಿಶುವು ಬಾವಿಯಲ್ಲಿ ಬೀಳ್ವರೆ ನೋಡುತಿರ್ಪರೆ ಕರುಣಿ ?" (೧), "ಕುನ್ನಿಗೆ ರನ್ನದ ಹಲ್ಲಣ ಹಾಕಿದಂತೆ ಹಂದಿಯ ತಂದು ಅಂದಣವನೇರಿಸಿದಂತೆ ಎನಗೊಲಿದ ಶಿವಲಾಂಛನವ ಕೊಟ್ಟ ಕಾರಣವೇನಯ್ಯಾ ಗುರುವೆ ?" (೨), "ನಿನ್ನ ನೆನೆನೆನೆದು ಎನ್ನ ಮನ ಬೀಗಿ ಬೆಳೆದು ತಳಿರಾಗಿ ಹೂಮಿಡಿಗೊಂಬುದಯ್ಯ. ನಿನ್ನ ಹಾಡಿ ಹಾಡಿ ಜಿಹ್ವೆ ಅಮೃತಸಾಗರದೊಳೋಲಾಡುತಿಪ್ಪುದಯ್ಯ" (೬), "ದೇವಾ ಕಂಬಳಕ್ಕೆ ಹೋಗಿ ಕನಕದ ಕೊಡನ ಕಂಡಂತೆ ಮರ್ತ್ಯಲೋಕಕ್ಕೆ ಬಂದು ಮಾನವಜನ್ಮವ ಕಂಡೆ" (೧೫)—ಈ ಮುಂತಾದ ವಚನಗಳಲ್ಲಿ ಘನಲಿಂಗನ ಘನವಾದ ಭಾವಶಕ್ತಿಯಿದೆ, ಮೇಲಾದ ಕಲ್ಪನಾಶಕ್ತಿಯಿದೆ. ಸತಿಪತಿಭಾವದರ್ಶಕವಾದ ಶರಣಾವಸ್ಥೆ ಅವನ ವಚನಗಳಲ್ಲಿ ಕೆಲವು ಸಲ ಕಾಣುತ್ತದೆ. ೧೨, ೧೩, ೧೪ ಈ ವಚನಗಳಲ್ಲಿ ಅದಕ್ಕೆ ನಿದರ್ಶನಗಳಿವೆ. "ಅಯ್ಯಾ ಬಸವಾದಿ ಪ್ರಮಥರೇ ನಿಮ್ಮ ಕರುಣ ಪ್ರಸಾದವ ನಾನು ಆದಿ ಅನಾದಿಯಲ್ಲಿ ದಣಿಯಲುಂಡ ದೆಸೆಯಿಂದಲೆನ್ನ ತನು ಷಟ್‌ಸ್ಥಲವ ನೊಳಕೊಂಡು ಉದಯವಾಯಿತ್ತು.... ಎನ್ನ ಪ್ರಾಣ ಷಟ್‌ಸ್ಥಲಕ್ಕೆ ಸಲೆಸಂದ ಅಕ್ಕಮಹಾದೇವಿಯರು ಹೋದ ಬಟ್ಟೆಯಲ್ಲಿ ನಡೆವುದಲ್ಲದೆ, ಕಿರುಬಟ್ಟೆಯಲ್ಲಿ ನಡೆಯದು" (೪೫). ಇದರಲ್ಲಿ ಬಸವಾದಿಗಳ ವಿಷಯದಲ್ಲಿ ಅತ್ಯಂತ ಆದರವಿದೆ, ಉಪಕೃತಭಾವವಿದೆ, ಕಿರುಬಟ್ಟೆಯಲ್ಲಿ ನಡೆಯದೆ ಶರಣರು ತುಳಿದ ದೊಡ್ಡ ದಾರಿಯಲ್ಲಿ ನಡೆಯುವ ಹಂಬಲಿದೆ. ಆದರೆ ಘನಲಿಂಗನ ವಚನದಲ್ಲಿ ಭಾವಗೀತೆಯ ಮನೋಧರ್ಮವು ಪಾಂಡಿತ್ಯದಿಂದಲೂ ಗೂಢತೆಯಿಂದಲೂ ವ್ಯಗ್ರವಾಗಿ ಶುದ್ಧ ವಚನಪರಂಪರೆ ವಿರಳವಾಗಿ ತೋರಿದೆಯೆನ್ನಲು ಅಡ್ಡಿಯಿಲ್ಲ. "ಕಾಮಧೇನುವಿನಲ್ಲಿ ಕಲ್ಪಿಸಿದ ಸವಿ ಇಪ್ಪುದಲ್ಲದೆ

ಮರ್ತ್ಯದ ಪಶುವಿನಲ್ಲಿ ಉಂಟೇ ಅಯ್ಯಾ" (೫೭) ಈ ಮುಂತಾದ ವಚನದಲ್ಲಿಯ ಭಾವಗೀತೆಯ ಸ್ವಯಂಪೂರ್ಣತೆ ಹಾಗೂ ಸಂಕ್ಷಿಪ್ತತೆ ಅನೇಕ ವಚನಗಳಲ್ಲಿ ಕಾಣುವುದಿಲ್ಲ. ಅವು ಉದ್ದಾನುದ್ದವಾಗಿ ಬೆಳೆದಿವೆ. ಉದಾಹರಣೆಗೆ : ೬, ೭, ೪೩, ೪೪ ಇವನ್ನು ನೋಡಬೇಕು. ಅವುಗಳಲ್ಲಿ ಒಂದು ರೂಪಕವು ವಿಸ್ತಾರವಾಗಿ ದಾಂಗುಡಿಬಿಟ್ಟಿರಬಹುದು, ಸಿದ್ಧಾಂತ ಇಲ್ಲವೆ ಅನುಭಾವವು ಬಿಡಿಬಿಡಿಯಾಗಿ ಬಂದಿರಬಹುದು. ೨೧ರಲ್ಲಿ ಆನೆಯನ್ನು ಕಂಡ ಕುರುಡರ ಕಥೆ ಒಂದು ವಚನವಾಗಿದೆ. ೨೯, ३೦, ३೧, ३೨ರಲ್ಲಿ ಷಟ್‌ಸ್ಥಲಸಿದ್ಧಾಂತವು ಪ್ರಧಾನವಾಗಿದೆ. ಇಂಥಲ್ಲಿಯೂ "ಇದನರಿಯದೆ ಜ್ಞಾನಕ್ರಿಯೆಗಳಿಂದಾಚರಿಸಿ ಲಿಂಗಾಂಗಸಂಯೋಗವಾಗದೆ, ಕೆರಹಿನಟ್ಟೆಗೆ ನಾಯಿ ತಲೆದೂಗುವಂತೆ ತಮ್ಮ ಅರುಹಿಂಗೆ ತಾವೆ ತಲೆದೂಗಿ ಅಹಂ ಬ್ರಹ್ಮವೆಂಬ ಚೌರಾಸಿ ಹೊಲೆಯರ ಎನಗೊಮ್ಮೆ ತೋರದಿರಯ್ಯ" (३೧) ಎಂಬ ಆವೇಶಯುತವಾದ ವಾಕ್ಯಗಳಿವೆ. ಆದರೂ ಘನಲಿಂಗನ ವ್ಯಕ್ತಿತ್ವದಲ್ಲಿ ಬುದ್ಧಿ-ಭಾವನೆಗಳ, ಪಾಂಡಿತ್ಯಗಳ ಸಮರಸವು ಪೂರ್ಣವಾಗಿರಲಿಲ್ಲವೆಂಬುದನ್ನು ಅವನ ವಚನಗಳು ಸೂಚಿಸುತ್ತವೆ. ಈ ಯುಗದ ಸಮರ್ಥವಚನಕಾರರಲ್ಲಿ ಅವನೊಬ್ಬನೆಂಬುದೂ ಅವುಗಳಿಂದ ತಿಳಿಯುತ್ತದೆ.

ಇನ್ನುಳಿದ ವಚನಕಾರರಲ್ಲಿ ಬೆಂಗಳೂರು ಮುದ್ದುವೀರಸ್ವಾಮಿ ಎಂಬುವನ ಹೆಸರು ಕವಿಚರಿತೆಯಲ್ಲಿದೆ, ವಚನಗಳು ನೋಡಲು ದೊರೆತಿಲ್ಲ. 'ನಿರಾಲಂಬಶರಣ' ಎಂಬುವನು ಬರೆದ ಅಖಂಡೇಶ್ವರವಚನಗಳು ಪ್ರಸಿದ್ಧವಾಗಿವೆ. ಇವನು ಕಲಬುರ್ಗಿಯ ಹತ್ತಿರದ ಜೀವರಗಿಯ ವಿರಕ್ತಮಠದ ಷಣ್ಮುಖಸ್ವಾಮಿಯೆಂದೂ ಸು. ೧೭೦೦ರಲ್ಲಿದ್ದವನೆಂದೂ ತಿಳಿಯುತ್ತದೆ. ಇವನ ೭೧೭ ವಚನಗಳು ಮತ್ತು ೪೧ ಜೋಗುಳದ ಪದಗಳು ದೊರೆತಿವೆ. ವಚನಗಳಲ್ಲಿ ಷಟ್‌ಸ್ಥಲಗಳಿಗೆ ಅನುಗುಣವಾದ ಆತ್ಮಾವಿಷ್ಕಾರವಿದೆ. ಜೊತೆಗೆ ಅಷ್ಟಾವರಣಗಳ ಮಹತ್ವವನ್ನೂ ಸ್ವರೂಪವನ್ನೂ ತಿಳಿಸುವ ಹೇರಳವಾದ ವಚನಗಳೂ ಇವೆ. ಅಖಂಡೇಶ್ವರವಚನಗಳಲ್ಲಿ ವೀರಶೈವ ಆಚಾರಧರ್ಮಕ್ಕೆ ಹೆಚ್ಚಿನ ಪ್ರಾಶಸ್ತ್ಯ ದೊರೆತದ್ದು ವಿಶಿಷ್ಟ ಲಕ್ಷಣವಾಗಿದೆ. ಒಟ್ಟಿನಲ್ಲಿ ಪ್ರಚಾರಭಾವನೆ, ಪರಿಣಾಮಕರವಾದ ಪುನರುಕ್ತಿ—ಇವು ಅಂದಿನ ಕಾಲಕ್ಕೆ ಅಗತ್ಯವಾಗಿ ವಚನಗಳಲ್ಲಿ ಬಂದಿವೆ. ಈ ವಚನಗಳಲ್ಲಿ ತಿಳಿಯಾದ ಕಳಕಳಿಯಿದೆ, ಆತ್ಮಜ್ಞಾನದ ಕುರುಹಿದೆ. ಉದಾ : "ಅನಂತಕಾಲ ಎನ್ನ ಒಡಲ ಮರೆಯೊಳಗೆ ಅಡಗಿರ್ದು ಎನಗೆ ಕಾಣಿಸದೆ ಇರ್ದುದು ಇದೇನು ನಿಮ್ಮ ಗಾರುಡವಯ್ಯ, ನೀವು ನಿಮ್ಮ ಕರುಣದಿಂದೆನ್ನ ಒಡಲ ಮರವೆಯ ಒಡೆದು ಎನ್ನ ಕಣ್ಣಮುಂದಣ ಸತ್ವರಜತಮದ ಪರದಿಯ ಹರಿಯಲೊಡನೆ ನಿಮ್ಮ ನಿತ್ಯದ ನಿಲವು ಕಂಡೆನಯ್ಯ ಅಖಂಡೇಶ್ವರಾ" (೨-೫). ಕಲ್ಪನೆಯ ರಭಸ ಮತ್ತು ಸೂಕ್ಷ್ಮತೆಗೆ "ಕೋಟಿಸಿಡಿಲು ಹೊಯ್ದಂತೆ ವಿಷ್ಣುಪ್ರಸೂತಿಯ ಗಾಳಿ ಬೀಸಲು ಅದ ಕಂಡು ಥರಥರನೆ ನಡುಗಿ ಧ್ಯಾನಪಲ್ಲಟವಾಗಿ ದಿಗ್ಭ್ರಮಣೆಗೊಂಡು ಊರ್ಧ್ವಮುಖನಾಗಿ ಕುಳಿತಿರ್ದ ಶಿಶುವು ಗಿರ್ರನೆ ತಿರುಗಿ ತಲೆಕೆಳಕಾಗಿ ಕರ್ತಾರನ ಕಂಬಚ್ಚಿನಲ್ಲಿ ಚಿನ್ನದ ಸಲಾಕೆಯ ತೆಗೆದಂತೆ ಬಚ್ಚಲಹುಳುವಿನಂದದಿ ಯೋಗಿಯೆಂಬ ಸೂಕ್ಷ್ಮದ್ವಾರದಿಂದೆ ಪೊರಮಟ್ಟು ಹುಟ್ಟಿದಲ್ಲಿ" (३-೭) ಈ ಮುಂತಾದ ವಚನವನ್ನು ಓದಬೇಕು. ಘನಲಿಂಗನಂತೆ ಅಖಂಡೇಶ್ವರವಚನಗಳಲ್ಲಿ ಕೆಲವು ದೀರ್ಘವಾಗಿದ್ದರೂ ಸುದೀರ್ಘವಾಗಿಲ್ಲ. ಕಿರುವಚನಗಳ ಸಂಖ್ಯೆ ಹೆಚ್ಚಿದೆ. ಘನಲಿಂಗನಿಗಿಂತಲೂ ಹೆಚ್ಚಾದ ಪ್ರಸನ್ನತೆ ಮತ್ತು ಸರಳತೆ ಇವುಗಳಲ್ಲಿದೆ. ಪೂರ್ವಿಕರ ಪ್ರಭಾವವು ಅನೇಕ ವಚನಗಳಲ್ಲಿದೆ. ಹಲವು ಸಲ ಆತ್ಮಾವಿಷ್ಕಾರಕ್ಕಿಂತ ಸರಳವಾದ ಮತೀಯಬೋಧನೆಯಿದೆ. ಸಾಹಿತ್ಯದೃಷ್ಟಿಯಿಂದ ಮೇಲಾದ ವಚನಗಳು ಇವಕ್ಕಿಂತ ಕಡಿಮೆಯಾಗಿದ್ದರೂ ಅವುಗಳ ಸಾಹಿತ್ಯಗುಣವು ಮೇಲಾದುದೆಂದು ತೋರುತ್ತದೆ.

ಈ ಯುಗದಲ್ಲಿ ವೀರಶೈವಶಾಸ್ತ್ರಸಂಬಂಧಿಯಾದ ವಿವಿಧಸ್ವರೂಪದ ಗ್ರಂಥಗಳು ಹುಟ್ಟಿವೆ. ಅವುಗಳಲ್ಲಿ ವೇದಾಗಮೋಪನಿಷತ್ತುಗಳೊಡನೆ ಅದನ್ನು ಸಮನ್ವಿತಗೊಳಿಸುವ ಪ್ರಯತ್ನವು ಆಗಿದೆ. ಮೊದಲನೆಯದಾಗಿ, ಮಗ್ಗೆಯ ಮಾಯಿದೇವನ ಸಂಸ್ಕೃತದಲ್ಲಿರುವ 'ಶಿವಾನುಭವಸೂತ್ರ'ವು ಒಂದು

ಪ್ರಮಾಣಗ್ರಂಥವಾಗಿದೆ. ಕನ್ನಡದಲ್ಲಿ ಬರೆದ 'ಷಟ್‌ಸ್ಥಲಗದ್ಯ', 'ಶತಕತ್ರಯ'ಗಳಲ್ಲಿ ಶಾಸ್ತ್ರವಿಚಾರವಿದೆ. ಮುಂದೆ ಶತಕಸಾಹಿತ್ಯದ ಸಂದರ್ಭದಲ್ಲಿ ಈ ಶತಕತ್ರಯವನ್ನು ಪರಾಮರ್ಶಿಸುತ್ತೇವೆ. ಷಟ್‌ಸ್ಥಲಗದ್ಯವು ನೋಡಲು ದೊರೆತಿಲ್ಲ. ಆನಂದಬಸವಲಿಂಗ ಶಿವಯೋಗಿಯ 'ಮಾಚಿದೇವ ಮನೋವಿಲಾಸ'ವು ೩೪ ಪ್ರಕರಣಗಳಲ್ಲಿ ವೀರಶೈವಸಿದ್ಧಾಂತವನ್ನು ನಿರೂಪಿಸುವ ಗದ್ಯಗ್ರಂಥವಾಗಿದೆ. ಮಡಿವಾಳ ಮಾಚಿದೇವನ ಮನೋಭಾವವನ್ನು ಅನುಸರಿಸಿ ಇದನ್ನು ಬರೆದ ಕಾರಣ ಈ ಹೆಸರು ಬಂದಿದೆ. ಹಾಗೆಂದರೇನೆಂಬುದು ಗ್ರಂಥವನ್ನು ಅವಲೋಕಿಸಿದಾಗ ತಿಳಿಯಬಹುದು. ಸಂಸ್ಕೃತ ಶ್ಲೋಕ ಮತ್ತು ಕನ್ನಡ ಟೀಕೆ ಇವುಗಳ ಸ್ವರೂಪದಲ್ಲಿ ಇದು ಇದ್ದಂತಿದೆ. ಸಿದ್ಧಾಂತವನ್ನು ತಿಳಿಸಿಕೊಡುವ ಹೆಚ್ಚು ಗ್ರಂಥಗಳು ಪದ್ಯರೂಪದಲ್ಲಿವೆ, ಅದರಲ್ಲಿಯೂ ದೇಶ್ಯ ಛಂದಸ್ಸಿನಲ್ಲಿವೆ. 'ಕರಸ್ಥಲದ ನಾಗಿದೇವತ್ರಿವಿಧಿ' (೩೧ ಗೂಢಾರ್ಥವುಳ್ಳ ತ್ರಿಪದಿಗಳುಳ್ಳ ಗ್ರಂಥ), ಗುರುಬಸವನ 'ಸಪ್ತಕಾವ್ಯ' (ವಿವಿಧ ಷಟ್ಪದಿಗಳಲ್ಲಿ ಮತ್ತು ಹಾಡಿನ ರೂಪದಲ್ಲಿದ್ದುವು), ವಿರತಮಹಲಿಂಗದೇವನ 'ಗುರುಬೋಧಾಮೃತ' (ತ್ರಿಪದಿ ಮತ್ತು ಕಂದವೃತ್ತವಚನಗಳುಳ್ಳ ಗ್ರಂಥ), ನಿಜಗುಣಶಿವಯೋಗಿಯ 'ಅನುಭವಸಾರ' ಮುಂತಾಗಿ ತ್ರಿಪದಿ, ರಗಳೆ, ಸಾಂಗತ್ಯ, ಗೀತಗಳಲ್ಲಿಯ ಐದು ಗ್ರಂಥಗಳು, ಮುರಿಗೆಯ ಶಾಂತವೀರನ 'ಪ್ರಭುಲಿಂಗದ ಕಂದ ಮತ್ತು ವೈರಾಗ್ಯಷಟ್ಪದಿ', ಶಾಂತಮಲ್ಲನ 'ಅನುಭವಮುದ್ರೆ' ಎಂಬ ಸಾಂಗತ್ಯ ಗ್ರಂಥ ಇವನ್ನೆಲ್ಲ ನೋಡಿದರೆ ಸಾಮಾನ್ಯ ಜನತೆಗಾಗಿ ಸಿದ್ಧಾಂತವನ್ನು ಸುಲಭವೂ ಹೃದ್ಯವೂ ಆಗಿ ಮಾಡಿರುವುದು ಕಂಡುಬರುತ್ತದೆ. ಇವರಲ್ಲಿ ಗುರುಬಸವ ಮತ್ತು ನಿಜಗುಣಶಿವಯೋಗಿ ಹೆಚ್ಚು ಗಣ್ಯರೂ ಪ್ರಖ್ಯಾತರೂ ಆಗಿದ್ದಾರೆ. 'ವೀರಶೈವಮತಸ್ಥಾಪನಾಚಾರ್ಯ' ಎಂದು ತನ್ನ ಕಾಲಕ್ಕೆ ಬಿರುದು ಹೊತ್ತಿರಬೇಕಾದರೆ ವೀರಶೈವಧರ್ಮದ ಪುನರುದ್ಧಾರಕಾರ್ಯದಲ್ಲಿ ಗುರುಬಸವನು ಪ್ರಮುಖ ಪಾತ್ರವನ್ನು ವಹಿಸಿರಬೇಕೆಂದು ತೋರುತ್ತದೆ. ಇವನ ಸಪ್ತಕಾವ್ಯಗಳಲ್ಲಿ ಒಂದಾದ 'ಶಿವಯೋಗಾಂಗ ಭೂಷಣ'ದಲ್ಲಿ ಯೋಗಶಾಸ್ತ್ರವು 'ಅಖಿಲಾದ್ಯರ ವಚನಂಗಳ ನಿಶ್ಚಿತಮತ'ವಾಗಿ ಬಂದಿದೆ. 'ಸದ್ಗುರು ರಹಸ್ಯ'ದಲ್ಲಿ—

ವೇದದಂತುಟಿದಲ್ಲ ಶಾಸ್ತ್ರದ
ಹೋದ ಹೊಲಬಲ್ಲೆಲೆ ಪುರಾಣದ
ಗಾದೆಗಳ ಜಂಜಡದ ಜಾಡ್ಯದ ಜಿನುಗು ತಾನಲ್ಲ ।
ಆದರಿಸಿ ಕೇಳುವಡೆ ಪರಮಸ-
ಮಾಧಿ ಶಾಂಭವಸತ್ಯಸಮ್ಯಗ್-
ಬೋಧಲೀಲಾಲೋಲಶೀಲಾನ್ವಯರಹಸ್ಯವಿದು ॥

ಎಂದು ಆ ಗ್ರಂಥವನ್ನು ಗುರುತಿಸಲಾಗಿದೆ. ಶಾಸ್ತ್ರಜ್ಞಾನ, ಶಿವಾನುಭವಗಳ ಜೊತೆಗೆ ಗುರುಬಸವನಲ್ಲಿ ಮೇಲಾದ ಕವಿತಾಶಕ್ತಿಯಿದೆಯೆಂಬುದನ್ನು ಅವನ ಎಲ್ಲ ಕೃತಿಗಳು ತೋರುತ್ತವೆ.

ಪ್ರಳಯಾರ್ಕನ ದೀಪ್ತಿಯನೊಳಕೊಂಡು
ಜ್ವಲಿಸುವ ಲಿಂಗದ್ಯುತಿ ಸರ್ವಾಂಗವ
ಬಳಸಿ ಮಹಾತೇಜಃಪುಂಜೀಕೃತಮಾಗಿ ಬಹಿಷ್ಕರಿಸಿ ।
ಮಲೆಯುತ ದಳವೇಱುತ ಥಳಥಳಿಸುತ
ಘುಳುಘುಳಿಸುತ ಘೂರ್ಮಿಸುತ ಸಮಸ್ತವ
ಸುಟಿಸುಟಿಗೊಳುತಿಹುದೀಗ ಮಹಾಸಿದ್ಧಿಗೆ ಕುಱುಹಱಿಯೆಂದ ॥

ಎಂದು ಮುಂತಾದ ಪದ್ಯಗಳಲ್ಲಿ ಬರವಣಿಗೆಯ ಒಂದು ತೇಜಸ್ವಿಯಾದ ಓಘವು ಕಾಣುತ್ತದೆ. 'ವೃಷಭಗೀತೆ'ಯಲ್ಲಿ "ಪಱಿಯದಿಹುದೆ ಧರ್ಮ, ತನುವ ಕಳೆಯದಿಹುದೆ ಸಿದ್ಧಿ, ಚಿತ್ತವಲುಗದಿಹುದೆ

ಮುಕ್ತಿ" ಮುಂತಾದ ಸುಲಭಗ್ರಾಹ್ಯವಾದ ಕಿರುನುಡಿಗಳಿವೆ. ತತ್ತ್ವ, ಅನುಭಾವ, ಸಾಹಿತ್ಯ ಇವು ಮುಪ್ಪುರಿಯಾಗಿ ಸತ್ಕಾವ್ಯವನ್ನು ಬಹುಭಾಗದಲ್ಲಿ ಒದವಿಸಿದ ಕನ್ನಡ ಗ್ರಂಥಕಾರರಲ್ಲಿ ಇವನಿಗೆ ಮನ್ನಣೆಯ ಸ್ಥಾನವಿದೆ.

## ಟಿಪ್ಪಣಿಗಳು

1. ಡಿ. ಎಲ್. ನರಸಿಂಹಾಚಾರ್ : ವಿಜಯನಗರ ಕಾಲದ ಕನ್ನಡ ಸಾಹಿತ್ಯ (ಪ್ರ. ಕ., ೨೨–೯, ಪು. ೧೫).
2. ಆರ್. ನರಸಿಂಹಾಚಾರ್ : 'ಕವಿಚರಿತೆ', ಸಂ. ೨, ಪು. ೪೪.
3. ಡಿ. ಎಲ್. ನರಸಿಂಹಾಚಾರ್ : ವಿಜಯನಗರ ಕಾಲದ ಕನ್ನಡ ಸಾಹಿತ್ಯ (ಪ್ರ. ಕ., ೨೨–೪, ಪು. ೨೧).
4. ಮೂಲತಃ ಡಿ. ಎಲ್. ನರಸಿಂಹಾಚಾರ್ಯರು ಇಂಗ್ಲೀಷಿನಲ್ಲಿ ಬರೆದ ಲೇಖನದ ಈ ಭಾಗವು ಅನುವಾದದಲ್ಲಿ ಅಷ್ಟು ಸಮರ್ಪಕವಾಗಿಲ್ಲವೆಂದು ಅವರಿಂದ ತಿಳಿಯಿತು. ಆದ್ದರಿಂದ ಮೂಲದಲ್ಲಿಯ ವಾಕ್ಯಗಳನ್ನೇ ಇಲ್ಲಿ ಎತ್ತಿಕೊಡುತ್ತೇವೆ : 'Of original writers Tontada Siddhalinga (*c.* 1470), the nucleus of the movement, is easily the best. But his vachanas are cold and didactic and seldom give the glow of literature. When compared with the writing of Basava and his followers, his is a miserable performance.'

## ಪ್ರಕರಣ : ೨೯

# ಕುಮಾರವ್ಯಾಸ ಯುಗದ ವೀರಶೈವ ಸಾಹಿತ್ಯ (೨)

## ನಿಜಗುಣ ಶಿವಯೋಗಿ ಮತ್ತು ಇತರರು

ನಿಜಗುಣ ಶಿವಯೋಗಿ ಕನ್ನಡನಾಡಿನ ಅದ್ಭುತ ವ್ಯಕ್ತಿಗಳಲ್ಲಿ ಒಬ್ಬನು. ಅಗಾಧ ವಿದ್ವತ್ತೆಯಿಂದಲೂ ದೀರ್ಘತಪಶ್ಚರ್ಯೆಯಿಂದಲೂ ಜ್ಞಾನದ ತುತ್ತತುದಿಯನ್ನೇರಿ ಕೆಳಗಿಳಿದುಬಂದು ತರತರದ ಗದ್ಯಪದ್ಯ ಗಳಲ್ಲಿ ಕನ್ನಡ ಜನಕ್ಕೆ ತನ್ನ ಅರಿವನ್ನು ಹಂಚಿಕೊಟ್ಟವನು. ಜ್ಞಾನಿಯ ಚರಿತ್ರೆ ತಿಳಿಯದಿರುವುದೇ ಜ್ಞಾನಿಯ ಲಕ್ಷಣ. ನಿಜಗುಣದಲ್ಲಿ ಅಂದರೆ ಆತ್ಮಸ್ವರೂಪದಲ್ಲಿ ನೆಲೆನಿಂತ ಶಿವಯೋಗಿ ಎಂಬುದು ತಿಳಿದರೆ ಸಾಕು. ಅವನ ಗ್ರಂಥದಲ್ಲಿ 'ಶಂಭುಲಿಂಗ' ಎಂಬ ಅಂಕಿತವಿದೆ. ಶಂಭುಲಿಂಗನ ಬೆಟ್ಟದಲ್ಲಿ ಶಂಭುಲಿಂಗೇಶ್ವರ ಗುಡಿಯೂ ನಿಜಗುಣ ಶಿವಯೋಗಿ ತಪಸ್ಸುಮಾಡಿದ ಗವಿಯೂ ಇಂದಿಗೂ ಇರುತ್ತವೆ. ಮೊದಲು ಅರಸನಾಗಿದ್ದು ಆಮೇಲೆ ವಿರಕ್ತನಾದನೆಂದು ಹೇಳುತ್ತಾರೆ. ಇವನ ಗುರು ಚೆನ್ನಸದಾಶಿವ ಯೋಗಿ ಇರಬೇಕೆಂದು ತಿಳಿವಳಿಕೆಯಿದೆ. ಗುರುವೆಂದು ಅವನು ಉಲ್ಲೇಖ ಮಾಡಿಲ್ಲವಾದ ಕಾರಣ ಸ್ಪಷ್ಟವಾದ ಆಧಾರವಿಲ್ಲ ಎಂದು ಕೆಲವರು ಅನ್ನುತ್ತಾರೆ. ಇವನ ಮತವಿಷಯವಾಗಿಯೂ ಚರ್ಚೆಯಾಗಿದೆ. 'ನಿರಾಭಾರಿ ದೇಶಿಕೋತ್ತಮ' ಪದಪ್ರಯೋಗ, ವೀರಶೈವಲಕ್ಷಣದಲ್ಲಿ ವೀರಶೈವನ ಸರ್ವೋತ್ತಮತ್ವದ ಪ್ರತಿಪಾದನೆ, ಶಿವಯೋಗಪಕ್ಷಪಾತ, ಶಿವಾಧಿಕ್ಯದ ವರ್ಣನೆ ಇವುಗಳಿಂದ ಇವನು ವೀರಶೈವನೆಂಬುದನ್ನು ಸ್ಥಾಪಿಸಲಾಗಿದೆ.[1] ಷಡಕ್ಷರ ಕವಿ ಮಾಡಿದ ನಿಜಗುಣಸ್ತುತಿಯಿಂದಲೂ ಅದಕ್ಕೆ ಪುಷ್ಟಿ ಪಡೆಯಲಾಗಿದೆ. ಅರವತ್ತುಮೂರು ಪುರಾತನರ ಸ್ಮರಣೆಮಾಡಿದ್ದನ್ನು ನೋಡಿದರೆ ಇವನು ವೀರಶೈವನಿರಬೇಕೆಂಬುದಕ್ಕೆ ಇನ್ನೊಂದು ಆಧಾರವು ದೊರೆಯುತ್ತದೆ. 'ಪರಮಾರ್ಥಪ್ರಕಾಶಿಕೆ'ಯಲ್ಲಿ ವೀರಶೈವಷಟ್‌ಸ್ಥಲಮಾರ್ಗ ಸರ್ವೋತ್ಕೃಷ್ಟವೆಂದು ಹೇಳಿದ್ದನ್ನೂ ಇಲ್ಲಿ ನೆನೆಯಬಹುದು. ಬೇಂದ್ರೆಯವರ ಅಭಿಪ್ರಾಯದಲ್ಲಿ "ಅದ್ವೈತ ವೇದಾಂತವು ಮೂಲತಃ ಶೈವವಾಗಿದ್ದರೂ ಷಣ್ಮತಗಳ ಸಮನ್ವಯದಿಂದುಂಟಾಗಿದೆ. ಶುದ್ಧಶೈವವು ಹಾಗಲ್ಲ. ಆದರೂ ನಿಜಗುಣರು ಉದಾರರಾದ, ತತ್ತ್ವಜ್ಞರಾದ, ವಿವೇಕಿಗಳಾದ ಶೈವರೆಂಬುದು ಅವರ ಪ್ರತಿಯೊಂದು ಗ್ರಂಥದಲ್ಲಿ ಕಂಡುಬರುವುದು."[2] ನಮಗೆ ತೋರುವಂತೆ ನಿಜಗುಣ ಶಿವಯೋಗಿ ವೀರಶೈವನೇಸೋ ನಿಜ, ಆದರೆ ವೇದೋಪನಿಷತ್ತುಗಳಿಗೆ ಸಂಮತವೆಂದು ಅವನಿಗೆ ತೋರಿದ ಆಗಮಸಂಮತವಾದ ಷಟ್‌ಸ್ಥಲಸಿದ್ಧಾಂತವನ್ನು ಸಮನ್ವಯಗೊಳಿಸಿದ ವೀರಶೈವ ಯತಿ ಮತ್ತು ಜ್ಞಾನಿ. "ಕೈವಲ್ಯಪದ್ಧತಿ"ಯನ್ನು ಸಕಲವೇದವೇದಾಂತಾಗಮಸ್ಮೃತಿ ಪುರಾಣೇತಿಹಾಸಸೂತ್ರಾದಿ ಶಾಸ್ತ್ರಸಂಮತದಿಂ ಪುರಾತನ ಗೀತಾನುಗಣ್ಯವೆನಿಸಿ" ಬರೆದುದಾಗಿ ಅವನು ಹೇಳಿದ್ದಾನೆ. ಅದರ ಮೊದಲನೆಯ ಹಾಡಿನಲ್ಲಿ, "ಬಳಸದಿರದ್ವೈತವನು ಬಾಹ್ಯದಲಿ", "ನಿನ್ನೊಳಗೇಕೋ ಭಾವನೆಯೊಡಗೂಡು", "ತಿಳಿದು ಸಮಯನಿಷ್ಠೆಯಲಿ", "ವೇದವಿಧಿಭಕ್ತಿಗಳನಗಲದಿರು", 'ಪರಮಾರ್ಥಗೀತೆ'ಯ ಕೊನೆಗೆ "ಇತಿಹಾಸ ಪುರಾಣಸ್ಮೃತಿಶ್ರುತಿಯರ್ಥವನಿಂತು ಕನ್ನಡಿಸಿದಂ ನಿಜಗುಣಯತಿ ಶಂಭುಲಿಂಗದೊಲವಿಂ"—ಈ ಮುಂತಾದ ಉಕ್ತಿಗಳಿಂದ ಅವನ ಸಮನ್ವಯ ದೃಷ್ಟಿ ಗೊತ್ತಾಗುತ್ತದೆ. ತನ್ನ ಅನೇಕ ಗ್ರಂಥಗಳಲ್ಲಿ ಷಟ್‌ಸ್ಥಲ ಸಿದ್ಧಾಂತದ ಸಾಂಪ್ರದಾಯಿಕ ನಿರೂಪಣೆಗಿಂತ ಅದ್ವೈತ ಸಿದ್ಧಾಂತದ ವಿಶಾಲಭೂಮಿಕೆಯನ್ನು ವಿವರಿಸಿದ್ದಾನೆ. 'ಪರಮಾನುಭವಬೋಧೆ' ಯಾಜ್ಞವಲ್ಕ್ಯ-ಮೈತ್ರೇಯಿ ಇವರ ಸಂವಾದರೂಪದಲ್ಲಿದೆ. ಬಸವೇಶ್ವರ, ಪ್ರಭುದೇವರ ಶರಣಮಾರ್ಗಕ್ಕೆ ಈ ಭೂಮಿಕೆ ಸುಸಂಗತವಾಗಿದೆ. ಅದನ್ನು ವೀರಶೈವ ಎಂದು ಕರೆಯುವುದು ಯುಕ್ತವಾದರೂ ಸರ್ವ

ಸಂಗ್ರಾಹಕವಾದ ಸಮನ್ವಯಶೀಲವಾದ ವೀರಶೈವ ಎಂಬುದು ಹೆಚ್ಚು ಉಚಿತ.

'ಕೈವಲ್ಯಪದ್ಧತಿ', 'ಪರಮಾನುಭವಬೋಧೆ', 'ಪರಮಾರ್ಥಗೀತೆ', 'ಅನುಭವಸಾರ', 'ಅರವತ್ತು ಮೂವರ ತ್ರಿಪದಿ', 'ಪರಮಾರ್ಥಪ್ರಕಾಶಿಕೆ', 'ವಿವೇಕಚಿಂತಾಮಣಿ' ಇವು ಏಳು ಅವನ ಗ್ರಂಥಗಳು. ಮೊದಲಿನ ಐದು ಅನುಕ್ರಮವಾಗಿ ಹಾಡು, ಸಾಂಗತ್ಯ, ರಗಳೆ, ತ್ರಿಪದಿ (ಎರಡು) ಇವುಗಳಲ್ಲಿದ್ದು ಕೊನೆಯವೆರಡು ಶಾಸ್ತ್ರಗದ್ಯದಲ್ಲಿವೆ. 'ಕೈವಲ್ಯಪದ್ಧತಿ'ಯಲ್ಲಿ ತತ್ತ್ವೋಪದೇಶಪರವಾದ ಮತ್ತು ಶಿವಸ್ತುತಿಯುಳ್ಳ ಹಾಡುಗಳಿವೆ. ಅವುಗಳಲ್ಲಿ ಕಲ್ಪನಾವಿಲಾಸವಿಲ್ಲ, ತಿಳಿಗನ್ನಡದಲ್ಲಿ ಸ್ಫೂರ್ತಿದಾಯಕವಾದ ಬೋಧನೆಯಿದೆ. "ಕೋಗಿಲೆ ಚೆಲ್ವ ಕೋಗಿಲೆ ಮುದ್ದು ಕೋಗಿಲೆ" (ಪು. ೨೧) ಎಂಬಂಥ ಹಾಡುಗಳಲ್ಲಿ ಭಾವಗೀತೆಯ ಕಾವು ಏರುತ್ತದೆ. ಮೊದಲಿನಿಂದ ಕೊನೆಯವರೆಗೆ ಗುರುಭಕ್ತಿ ತುಂಬಿತುಳುಕುತ್ತದೆ. "ಶ್ರೀಗುರುವಚನೋಪದೇಶವನಾಲಿಸಿದಾಗಳಹುದು ನರರಿಗೆ ಮುಕ್ತಿ" (ಪು. ೧), "ಬೇರೊಂದು ಪದವಿಯನು ಪಡೆವೆನೆಂಬಳಿಯಾಸೆದೋರದೆನ್ನೊಳು ಗುರುವಿನೊಲುಮೆ ದೊರೆಕೊಳ್ಳಲು" (ಪು. ೫೩), "ಶ್ರೀಗುರುವೆ ನೀನೆ ಶರಣಾಗೆನಗೆ ನಿಜಸುಖದ ಸಾಗರನೆ ಸಕಲವಿದ್ಯಾಗುಣನಿವಾಸಾ" (ಪು. ೫೪), "ಗುರುವೆ ನಿಮ್ಮಯ ಕರುಣದೊಳೆನ್ನ ತತ್ತ್ವದಿರವನರಿದು ನಿತ್ಯಸುಖಿಯಾದೆ" (ಪು. ೧೨೧) ಎಂಬ ಹಾಡುಗಳಲ್ಲಿ ನಿಜಗುಣ ಶಿವಯೋಗಿ ಅದನ್ನು ಭಾವಪೂರ್ಣವಾಗಿ ತೋರಿದ್ದಾನೆ. "ಅರಿವೆ ನೀನೆಂದು ಸದ್ಗುರು ಪೇಳೆ ತಿಳಿವನು ಜಾಣ" (ಪು. ೯೨) ಮುಂತಾದ ಹಾಡುಗಳಲ್ಲಿ ಜ್ಞಾನಮಾರ್ಗದ ಸಿದ್ಧಿ ಗುರುಕೃಪೆಯಿಂದ ದೊರೆಯುವುದಾಗಿ ಹೇಳಿದೆ. 'ಪರಮಾನುಭವಬೋಧೆ'—ಇದು "ಅದ್ವೈತ ತತ್ತ್ವವನಿಲ್ಲಿ ಪ್ರಕಟಿಸುವೆನು ಬೋಧಗತಿಯಿಂದ" (೧) ಎಂದು ಯಾಜ್ಞವಲ್ಕ್ಯ–ಮೈತ್ರೇಯಿಯವರ ಸಂವಾದರೂಪವಾಗಿ ಬಂದಿದೆ. "ಇದು ವೇದವೇದಾಂತದೊಳು ಗೋಪ್ಯವಾದರ್ಥ" ಎಂದು ಮುಂತಾಗಿ ಸಮನ್ವಯವನ್ನು ಸಾಧಿಸಲಾಗಿದೆ. ಇದರ ರಚನೆಯಲ್ಲಿ ವಿಶೇಷವೊಂದಿದೆ. ಪ್ರತಿಯೊಂದು ಸೂತ್ರವೂ ಹಾಡಿನ ರೂಪದಲ್ಲಿದ್ದು ಸ್ಥೂಲವಾಗಿ ಸಾಂಗತ್ಯರೂಪದಂತಿದ್ದರೂ ಅದಕ್ಕೆ ಒಂದು ವಿಶಿಷ್ಟವಾದ ಛಂದೋಬಂಧವಿದೆ. "ಶ್ರೀಗುರುಶಂಭುಲಿಂಗದ ಪಾದಪಂಕಜ । ವೀಗೆನ್ನ ಮತಿಗೆ ಮಂಗಳವಾ ।" — ಈ ಪಲ್ಲವಿಯಲ್ಲಿ ತ್ರಿಪದಿಯ ಒಂದುವರೆ ಪಾದದ ಇಲ್ಲವೆ ಸಾಂಗತ್ಯದ ೨ ಪಾದದ ನಡೆಯಿದೆ. ಮುಂದಿನ ನುಡಿಗಳಲ್ಲಿ ಬಹುಶಃ ವಿಸ್ತಾರಗೊಂಡ ಸಾಂಗತ್ಯವಿದೆ.

ಶ್ರೀಮಹಾದೇವಂಗೆ ಸೋಮಂಗೆ ಸುಖಪೂರ್ಣ-
ಧಾಮಂಗೆ ಸತ್ಯಚಿದ್ರೂಪಂಗೆ ।
ಕಾಮಿತನ ಕಲ್ಪಭೂಜಂಗೆ ಶಂಭುವಿಂ-
ಗಾಮೋದದಿಂದೆ ವಂದಿಪೆನೊ ॥

ಇಲ್ಲಿ ೨ನೆಯ ಪಾದದಲ್ಲಿ ೫ । ೫ । ೩ರ ಬದಲು ೫ । ೫ । ೫ ಇದ್ದು ೪ರಲ್ಲಿ ಮಾತ್ರ ೫ । ೫ । ೩ ಇದೆ. ಸಾಮಾನ್ಯವಾಗಿ ೫ । ೫ । ೫ರ ಪ್ರಯೋಗವೇ ಹೆಚ್ಚು. ಒಟ್ಟಿನಲ್ಲಿ "ಇದು ಪ್ರಾಕೃತವೆ ಎಲ್ಲರಜಿವಂತೆ" ಎಂಬ ಸಕಲವೇದ್ಯತೆ ಮತ್ತು ಮಾಧುರ್ಯ ಈ ಗ್ರಂಥದ ಭಾಗಗಳಾಗಿವೆ. 'ಅನುಭವಸಾರ'ವು ತ್ರಿಪದಿಯಲ್ಲಿ "ಸಕಲವೇದಾಂತಸಾರವನು ತಿಳಿವಂತೆ ಸಾಧಕರಿಗೆ" ಬರೆದ ಗ್ರಂಥ. ಇದರಲ್ಲಿ ಪ್ರತಿಜ್ಞೆಮಾಡಿದಂತೆ ತಿಳಿಯಾಗಿ ಉಚಿತ ದೃಷ್ಟಾಂತಗಳಿಂದ ಆತ್ಮಸ್ವರೂಪವನ್ನೂ ಅದ್ವೈತಸಿದ್ಧಿಯನ್ನೂ ವಿವರಿಸಲಾಗಿದೆ. 'ಪರಮಾರ್ಥಗೀತೆ' 'ಅನುಭವಸಾರ'ದಂತೆ ಗುರು–ಶಿಷ್ಯಸಂವಾದರೂಪವಾಗಿದ್ದು ಲಲಿತರಗಳೆ ಮತ್ತು ಕಂದಗಳಲ್ಲಿ ಮೋಕ್ಷಶಾಸ್ತ್ರವನ್ನು ತಿಳಿಸುತ್ತದೆ. ಇದರಲ್ಲಿ ಯೋಗಶಾಸ್ತ್ರಕ್ಕೆ ಸಂಬಂಧಪಟ್ಟ ವಿಷಯಗಳೂ ಬಂದಿವೆ. 'ಅರವತ್ತುಮೂವರ ತ್ರಿವಿಧಿ'— ಇದು ತ್ರಿಪದಿಯಲ್ಲಿ ೬೩ ಪುರಾತನರ ಸ್ತುತಿರೂಪವಾಗಿದೆ. ಈ ಐದು ಗ್ರಂಥಗಳು ಅಚ್ಚಗನ್ನಡದ ಛಂದಸ್ಸಿನಲ್ಲಿ ಸಾಧ್ಯವಾದಷ್ಟು ತಿಳಿಯಾದ ಮೃದುಮಧುರವಾದ ಭಾಷೆಯಲ್ಲಿ ಎಲ್ಲರೂ ತಿಳಿಯಲೆಂಬ ಹೇತುವಿನಿಂದ ಬರೆದವು

ಗಳು. ಇವುಗಳಲ್ಲಿ ಉನ್ನತ ಪ್ರತಿಭೆ ಪ್ರಕಟವಾಗಿದೆಯೆಂದಲ್ಲ. ಆದರೆ ಉನ್ನತವಾದ ಸಿದ್ಧಿ, ನಿಚ್ಚಳವಾದ ಭಕ್ತಿಜ್ಞಾನ ಇವು ನಿಜವಾಗಿಯೂ ಸಕಲವೇದ್ಯವಾದ ಸಾಹಿತ್ಯಗುಣವನ್ನು ತೋರಿವೆ, ಕ್ವಚಿತ್ತಾಗಿ ಮೇಲ್ಮಟ್ಟವನ್ನು ಮುಟ್ಟಿವೆ ಎನ್ನಬಹುದು.

ಉಳಿದೆರಡು ಗ್ರಂಥಗಳಲ್ಲಿ 'ಪರಮಾರ್ಥಪ್ರಕಾಶಿಕೆ' ಚೆನ್ನಸದಾಶಿವಯೋಗಿಯ 'ಶಿವಯೋಗ ಪ್ರದೀಪಿಕೆ'ಯ ಕನ್ನಡ ವ್ಯಾಖ್ಯಾನ. "ಸಮ್ಯಗ್‌ಜ್ಞಾನಸಂಪನ್ನ ನಿಜಗುಣ ಶಿವಯೋಗಿಯು.... ಮೋಕ್ಷಮಾತ್ರಾಪೇಕ್ಷಿತರಾದ ಸಾಧುಜನಂಗಳಾಯಾಸವಿನಿತಿಲ್ಲದೋದಿ ಕೇಳಿ ತಿಳಿದು ಕೃತಾರ್ಥರಾಗ ಲೆಂದು" ಇದರಲ್ಲಿ ಶಿವಯೋಗಶಾಸ್ತ್ರಗ್ರಂಥಕ್ಕೆ ಗದ್ಯದಲ್ಲಿ ವ್ಯಾಖ್ಯಾನ ಬರೆದಿದ್ದಾನೆ. ಯೋಗಕ್ಕೆ ಸಂಬಂಧಿಸಿದ ಎಲ್ಲ ವಿಷಯಗಳು ನಿರೂಪಿತವಾಗಿವೆ. ಇದರಲ್ಲಿ ವೀರಶೈವಷಟ್‌ಸ್ಥಲವು ಅಷ್ಟಾಂಗ ಯೋಗದ ಪರ್ಯಾಯವೆಂದು ನಿರೂಪಿಸಲಾಗಿದೆ. 'ವಿವೇಕಚಿಂತಾಮಣಿ' ನಿಜಗುಣ ಶಿವಯೋಗಿಯ ಹೆಬ್ಬೊತ್ತಿಗೆ, ಕನ್ನಡ ಜನಕ್ಕೆ ಅವನು ನೀಡಿದ ಜ್ಞಾನಭಂಡಾರ. ಇದರಲ್ಲಿ ಅಂದಿನ ಎಲ್ಲ ತಾತ್ತ್ವಿಕ, ಭೌಗೋಳಿಕ, ಸಾಹಿತ್ಯಿಕ ವಿಷಯಗಳ ಜ್ಞಾನವು ಸಂಗ್ರಹವಾಗಿ ಕೆನೆಗಟ್ಟಿನಿಂತಿದೆ. ಗ್ರಂಥದಲ್ಲಿ ಹತ್ತು ಪ್ರಕರಣ, ೭೬೫ ವಿಷಯಗಳಿವೆ. "ವೇದಪುರಾಣಶಾಸ್ತ್ರದೊಳ್ ನೇಮಿಸಿ ತೋರ್ಪ ವಿಶ್ವ ವಿಷಯಂಗಳ ಸುಸ್ಥಿತಿಯಂ ವಿವೇಕಚಿಂತಾಮಣಿಯೆಂದು ಸಲ್ವ ಪೆಸರಿಟ್ಟು ಮಹಾಕವಿತಾಪ್ರಬಂಧಮಂ ಪ್ರೇಮದಿ ಪೇಳ್ವೆ" ಎಂದು ಪ್ರಾರಂಭವಾದ ಈ ಗ್ರಂಥ ಮಹಾಕವಿತಾಪ್ರಬಂಧವಲ್ಲ ಮಹಾಜ್ಞಾನನಿಧಿ ಯೆಂಬುದು ಖಂಡಿತ. "ಆಗಮಾಮ್ನಾಯಸಂಮತದಿಂ.... ಸ್ಮೃತಿಪುರಾಣೇತಿಹಾಸ ಪುರಾಣೋಕ್ತಿಗಳನು ಸಾರದಿಂದನುಭವಿಗಳಹುದೆಂಬಂತೆ ಸ್ವಕಪೋಲಕಲ್ಪಿತಮಲ್ಲದ ಸಾರತರಮಾದ ಸತ್ಯಾರ್ಥಂಗಳನೆ ಸಂಗ್ರಹಿಸಿ.... ಮುಮುಕ್ಷುಜನಂಗಳು.... ಬಳಲದೆ ಅಭಿವ್ಯಕ್ತಮಾಗಿಲ್ಲಿಯೆ ಸಲೀಲೆಯೆಂದರಿತು ಕೃತಾರ್ಥರಾಗಲೆಂದು ನಿಜಗುಣ ಶಿವಯೋಗಿ ಬೆಳುಗನ್ನಡಮಾದ ವಚನರಚನೆಗಳಿಂದ ವಿವೇಕ ಚಿಂತಾಮಣಿಯೆಂಬ ಪ್ರಕರಣಮಂ ಪೇಳ್ದಂ" ಎಂಬ ಇದರ ಪೀಠಿಕೆಯಲ್ಲಿ ಇದರ ಉದ್ದೇಶವು ಸ್ಫುಟವಾಗಿದೆ. ಶಾಸ್ತ್ರವಿಷಯಗಳನ್ನು ಬಹುಶಃ ಸಂಸ್ಕೃತಪದಭೂಯಿಷ್ಠವಾಗಿ ಹೇಳಬೇಕಾಗಿ ಬಂದುದರಿಂದಲೂ ಕೆಲವು ಕಡೆಗೆ ಬರೀ ಪಾರಿಭಾಷಿಕ ಪದಗಳ ಪಟ್ಟಿಯೇ ಇರುವುದರಿಂದಲೂ 'ಬೆಳುಗನ್ನಡದ ವಚನರಚನೆ' ಎಲ್ಲ ಕಡೆಗೆ ಸಾಧ್ಯವಾಗಿಲ್ಲ. ಸರ್ವಸಂಗ್ರಹವಾಗಬೇಕು, ಸರ್ವರಿಗೂ ವೇದ್ಯವಾಗಬೇಕು ಎಂಬ ಉದ್ದೇಶವು ಒಟ್ಟಿನಲ್ಲಿ ಫಲಿಸಿದೆ. ಇದು ಒಂದು ಮತದ ಇಲ್ಲವೆ ತತ್ತ್ವದ ಜ್ಞಾನಕೋಶವಲ್ಲ, ಇಲ್ಲವೆ ವಿದ್ಯಾರಣ್ಯರ 'ಸರ್ವದರ್ಶನಸಂಗ್ರಹ'ದಂತೆ ದಾರ್ಶನಿಕ ಮಾತ್ರವಲ್ಲ, ಮತಾತೀತವಾದ ಸಕಲ ಜ್ಞಾನಕೋಶವೆಂಬ ಸ್ವರೂಪದಲ್ಲಿ ಇದು ಕನ್ನಡವಾಙ್ಮಯ ದಲ್ಲಿ ಅದ್ವಿತೀಯವಾದ ಗದ್ಯಗ್ರಂಥ. "ಇದರಲ್ಲಿ ಹತ್ತು ಪ್ರಕರಣಗಳಿದ್ದು ವೇದಾಂತಿ–ಸಿದ್ಧಾಂತಿ– ಯೋಗಿಗಳಿಗೆ ಇದೊಂದು ಜ್ಞಾನಕೋಶದಂತಿದೆ. ಇವರು ಬರೆದ ಗ್ರಂಥಗಳಲ್ಲಿ ಇದು ಎಲ್ಲಕ್ಕೂ ದೊಡ್ಡದು. ಇವರ ಅಭ್ಯಾಸ, ಅವಲೋಕನ, ಸಂಗ್ರಹಚಾತುರ್ಯ ಮೊದಲಾದುವುಗಳ ಅನು ಭವವೂ ಇದರಲ್ಲಿ ಬರುವುದು. ತತ್ತ್ವಜ್ಞಾನಿಯ ನಿಷ್ಪಕ್ಷಪಾತವೃತ್ತಿಯೂ ಮತಮಾರ್ಗದೊಡನೆ ಹೊಂದಿಸಿಕೊಂಡು ಹೋಗುವ ಜಾಣ್ಮೆಯೂ ಇಲ್ಲಿ ಕಂಡುಬರುವುದು, ತತ್ತ್ವಪ್ರತಿಪಾದಕರಲ್ಲಿ ನಿಜಗುಣರ ಸ್ಥಾನವು ಮಹತ್ವದ್ದಾಗಿದೆ"[3] ಎಂಬುದು ಒಪ್ಪತಕ್ಕ ಮಾತು. ನಿಜಗುಣಶಿವಯೋಗಿ ಕನ್ನಡನಾಡಿನ ಜ್ಞಾನಿಗಳಲ್ಲಿ ಉನ್ನತನೂ ಕವಿಗಳಲ್ಲಿ ಗಣ್ಯನೂ ಆದ ವ್ಯಕ್ತಿಯಾಗಿಹೋದನು.

## ಮುಪ್ಪಿನ ಷಡಕ್ಷರಿ ಮತ್ತು ಸರ್ಪಭೂಷಣ

ವೀರಶೈವ ಸಾಹಿತ್ಯದಲ್ಲಿ ಹಾಡಿನ ಪರಂಪರೆ ಬಸವೇಶ್ವರನ ಕಾಲದಲ್ಲಿ ಮೊದಲಾಗಿ ಮತ್ತೆ ನಿಜಗುಣಶಿವಯೋಗಿಯ ಕಾಲಕ್ಕೆ ತಲೆಯೆತ್ತಿತು. ಅದನ್ನು ಹಲವು ಶಿವಶರಣರು ಮುಂದೆ

ಸಾಗಿಸಿಕೊಂಡು ಹೋದರು. ಅವರಲ್ಲಿ ನಿಜಗುಣ ಶಿವಯೋಗಿಯ ಸಮಕಾಲೀನನೂ, ಅದೇ ಶಂಭುಲಿಂಗನ ಬೆಟ್ಟದಲ್ಲಿ ತಪಸ್ಸು ಮಾಡಿದವನೂ ಆದ ಮುಪ್ಪಿನ ಷಡಕ್ಷರಿ ಪ್ರಖ್ಯಾತನು. ನಿಜಗುಣ ಶಿವಯೋಗಿಯಲ್ಲಿ ಜ್ಞಾನಪ್ರಧಾನವಾದ ಭಾವಶಾಂತಿಯಿದ್ದರೆ ಮುಪ್ಪಿನ ಷಡಕ್ಷರಿಯಲ್ಲಿ ಭಕ್ತಿ ಪ್ರಧಾನವಾದ ಭಾವಕ್ಷೋಭವಿದೆ ; ಉತ್ಕಟವಾದ ಮೊರೆಯಿದೆ. ಅವನ ಹಾಡುಗಳು 'ಸುಬೋಧ ಸಾರ' ಎಂಬ ಹೆಸರಿನಲ್ಲಿ ಸಂಗ್ರಹವಾಗಿವೆ. ಅವುಗಳಲ್ಲಿ ಅವನ ವ್ಯಕ್ತಿತ್ವದ ವಿಶಾಲ ಸ್ವರೂಪವು ಕಾಣುತ್ತದೆ. "ಸಕಲಕೆಲ್ಲಕೆ ನೀನು ಅಕಲಂಕ ಗುರುವೆಂದು ನಿಖಿಲಶಾಸ್ತ್ರವು ಪೇಳುತಿರಲರಿದೆನು" ಎಂಬ ಹಾಡಿನಲ್ಲಿ "ಅವರವರ ದರುಶನಕೆ ಅವರವರ ವೇಷದಲಿ ಅವರವರಿಗೆಲ್ಲ ಗುರು ನೀನೊಬ್ಬನೇ । ಅವರವರ ಭಾವಕ್ಕೆ ಅವರವರ ಪೂಜೆಗಂ ಅವರವರಿಗೆಲ್ಲ ದೇವ ನೀನೊಬ್ಬನೇ ।" ಎಂಬ ನುಡಿ ಇದಕ್ಕೆ ಸಾಕ್ಷಿಯಾಗಿದೆ. "ಹೆಮ್ಮಗಳು ನಾ ನಿಮ್ಮ ಕರೆಯಬನ್ನಿ", "ಎನ್ನ ಕರದೊಳಗಿರ್ದು ಏಕೆ ನುಡಿಯೆ" "ಎನ್ನ ಕಾಯವು ನಿನಗೆ ಉನ್ನತಾಲಯವಾಯಿತಿನ್ನೆನಗೆ ಭಯವುಂಟೆ ಎಲೆ ಲಿಂಗವೆ"— ಈ ಮುಂತಾದ ಹಾಡುಗಳಲ್ಲಿ ಉತ್ಕಂಠೆ, ಸಮರ್ಪಣಭಾವ, ಸತ್ಯಧರ್ಮದರಿವು, ಅನುಭಾವದೆತ್ತರ ಇವು ತಿಳಿತಿಳಿಯಾದ ಮಾತುಗಳಲ್ಲಿ ಮೂಡಿರುತ್ತವೆ. ಹಾಡುಗಳೆಲ್ಲ ಹಾಡಿನ ಧಾಟಿಯಲ್ಲಿದ್ದರೂ ಷಟ್ಪದಿಯ ಎಲ್ಲ ಪ್ರಕಾರದ ಪದ್ಯರೂಪಗಳಲ್ಲಿವೆ. ಅನೇಕ ಹಾಡುಗಳು ಕುಸುಮ ಮತ್ತು ಭೋಗಷಟ್ಪದಿಯಲ್ಲಿ ರಚಿತವಾಗಿವೆಯೆಂಬುದನ್ನು ನೋಡಬೇಕು. ತರುವಾಯ ಸರ್ಪಭೂಷಣ ಇಲ್ಲವೆ ಸಪ್ಪಣ್ಣನು ಅದೇ ಬಗೆಯ ಉದಾತ್ತಮನೋಧರ್ಮ ಮತ್ತು ಅನುಭಾವದಾಳವುಳ್ಳ ಹಾಡುಗಾರನು ಆಗಿಹೋದನು. ಅವನ 'ಕೈವಲ್ಯಕಲ್ಪವಲ್ಲರಿ'ಯಲ್ಲಿ ಅವನ ಹಾಡುಗಳು ಸಂಕಲಿತವಾಗಿವೆ. 'ಗುರುಸಿದ್ಧ' ಎಂಬ ಅಂಕಿತದಲ್ಲಿ ಅವನು ಬರೆದಿದ್ದಾನೆ. ಅವುಗಳಲ್ಲಿ "ಆ ದೇವನ ಪದಪದ್ಮವನಾವಗಮಭಿವಂದಿಸುವೆನೀ ಮೂದೇವರ ನಾಮಕ್ರಿಯೆರೂಪಗಳಳಿದುಳಿದಾ" ಎಂಬುದು ಮತಾತೀತವಾದ ರೀತಿಯಲ್ಲಿ ದೇವನ ಭವ್ಯಕಲ್ಪನೆ ಕೊಡುವ ವಂದನಾಗೀತವಾಗಿದೆ. "ದಯ ಪಾಲಿಸೆಲೊ ದೇವ ನೀನೆ ನಿಶ್ಚಲಪದವಿಯನಿನ್ನಾವ ವರವ ನಾನೊಲ್ಲೆನು", "ಸಿರಿಯನೆ ಕರುಣಿಸು ನಿನ್ನಯೆ" ಮತ್ತು "ಕರುಣ ಮೂರರಲ್ಲಿಯೂ" ಈ ಹಾಡುಗಳನ್ನು ವಿಶೇಷವಾಗಿ ನೆನೆಯಬೇಕು. ಈ ತಾತ್ತ್ವಿಕ ಭಕ್ತಿಗೀತೆಗಳ ಪರಂಪರೆಯನ್ನು ಮುಂದೆ ಘನಮಠದಾರ್ಯ, ಬಾಲಲೀಲಾ ಮಹಂತ ಶಿವಯೋಗಿ, ಮೈಲಾರ ಬಸವಪ್ಪ ಮುಂತಾದವರು ಮೊನ್ನಿನವರೆಗೆ ನಡೆಸಿಕೊಂಡುಬಂದಿದ್ದಾರೆ. ಜನಪದ ಕವಿಗಳಲ್ಲಿ ಶರೀಫ ಸಾಹೇಬನು ಸಮನ್ವಯಶೀಲನಾದ ಮೇಲಾದ ವೇದಾಂತಿಯಾಗಿ ಜನ ಜೀವನದಿಂದೆತ್ತಿಕೊಂಡ ಪ್ರತಿಮೆಗಳಲ್ಲಿ ಜನತೆಯ ಆಡುನುಡಿಯಲ್ಲಿಯೇ ಹಲವಾರು ಹಾಡುಗಳನ್ನು ಕಟ್ಟಿದನು. ಇನ್ನೂ ಇಂಥವರು ನಾಡಿನಲ್ಲಿ ಅಪರೂಪವಾಗಿ ಕಣ್ಣಿಗೆ ಬೀಳುತ್ತಾರೆ.

## ಲಕ್ಕಣ ಮತ್ತು ಗುಬ್ಬಿಯ ಮಲ್ಲಣಾರ್ಯ

ವೀರಶೈವ ಸಿದ್ಧಾಂತವನ್ನು ನಿರೂಪಿಸುವ ಹೊಸ ಪದ್ಧತಿಯ ಬರವಣಿಗೆ ಈ ಯುಗದ ಹಲಕೆಲವು ಗ್ರಂಥಗಳಲ್ಲಿದೆ. ಪ್ರೌಢದೇವರಾಯನ ಮಹಾಪ್ರಧಾನನೂ ಮಹಾಶೂರ ದಂಡೇಶನೂ ಆಗಿದ್ದ ಲಕ್ಕಣನ 'ಶಿವತತ್ತ್ವಚಿಂತಾಮಣಿ' ಇದಕ್ಕೆ ಮೊದಲನೆಯ ಉದಾಹರಣೆಯಾಗಿದೆ. ೫೫ ಸಂಧಿಗಳಲ್ಲಿ ಎರಡು ಸಾವಿರಕ್ಕೆ ಮೇಲ್ಪಟ್ಟ ವಾರ್ಧಕಷಟ್ಪದಿಗಳುಳ್ಳ ಈ ದೊಡ್ಡ ಗ್ರಂಥದ ಪ್ರಾರಂಭಪದ್ಯದಲ್ಲಿ "ವಿತತವೇದಾಗಮಪುರಾತನೋಕ್ತಿಗಳ ಸಂಮತದ ಸಾರಾಯ ಶಿವತತ್ತ್ವಚಿಂತಾಮಣಿಯ ಕೃತಿಯಂ ವಿಸ್ತರಿಸುವೆಂ" ಎಂದಿದೆ. ವೀರಶೈವಕ್ಕೆ ಸಂಬಂಧಿಸಿದ್ದುದಾಗಿ ಇದರಲ್ಲಿ ಬಾರದ ತಾತ್ತ್ವಿಕ ಮತ್ತು ಚಾರಿತ್ರಿಕ ವಿಷಯವಿಲ್ಲ. ನಿತ್ಯಾನಿತ್ಯವಸ್ತುವಿವರಣ, ಸಕಲನಿಷ್ಕಲವಿಚಾರ, ಶಿವನ ೨೫ ಲೀಲೆಗಳು, ಭುವನಕೋಶ, ಶಿವಲೋಕವರ್ಣನ, ಶಿವನಂದೀಶಸಂವಾದ, ಬಸವಚರಿತ, ಗಣಪ್ರಶಂಸೆ,

ಧರ್ಮಾಧರ್ಮವಿವರಣ, ಪಂಚಾಕ್ಷರೀಭಸಿತಾದಿ ಮಾಹಾತ್ಮ್ಯ, ಲಿಂಗಧಾರಣಶಿವಪೂಜಾವಿಧಿ, ಪಾದೋದಕಪ್ರಸಾದಮಹಿಮೆ, ಶಿವಾಧಿಕ್ಯ, ಮಾಹೇಶ್ವರಾಚರಣೆ, ಷಟ್‌ಸ್ಥಲ—ಈ ಮುಂತಾದ ವಿಷಯಗಳಿವೆ. ವೀರಶೈವ ಷಟ್‌ಸ್ಥಲಸಿದ್ಧಾಂತಕ್ಕೆ ಪ್ರಾಧಾನ್ಯವಿದ್ದರೂ ಅಷ್ಟಾವರಣಗಳು ಮತ್ತು ಆಚಾರಧರ್ಮ, ಶಿವಾಧಿಕ್ಯ, ಶಿವಲೀಲೆ – ಶಿವಶರಣರ ಚರಿತ್ರೆ, ಸೃಷ್ಟಿಶಾಸ್ತ್ರ ಮುಂತಾದುವು ಸೇರಿ ಇದು ಕಲಸುಮೇಲೋಗರವಾದಂತೆ ತೋರಬಹುದು. ಆದರೆ ವೀರಶೈವಕೋಶವನ್ನು ಒಂದೇ ಗ್ರಂಥದಲ್ಲಿ ಒದಗಿಸಿಕೊಡಬೇಕೆಂಬ ಹೇತು ಇದಕ್ಕೆ ಪ್ರೇರಕವಾಗಿದೆ, 'ಶಿವತತ್ತ್ವಚಿಂತಾಮಣಿ' ಎಂಬ ಹೆಸರೂ ಸಾರ್ಥಕವಾಗಿದೆ. ಶಿವತತ್ತ್ವಕ್ಕೆ ಸಂಬಂಧಿಸಿದ ಯಾವುದನ್ನು ಬೇಡಿದರೂ ಈ 'ಚಿಂತಾಮಣಿ' ಕೊಡುತ್ತದೆ ಎಂದು ಅಭಿಪ್ರಾಯ. ಬಸವಚರಿತ್ರೆ ೩೦, ೩೧, ೩೨ ಈ ಸಂಧಿಗಳಲ್ಲಿ ಬಂದಿದ್ದು ಲಕ್ಕಣನಲ್ಲಿ ಚರಿತ್ರಕಾರಕವಿಯ ಶಕ್ತಿಯಿದೆ ಎಂಬುದಕ್ಕೆ ನಿದರ್ಶನವಾಗಿದೆ. ಷಟ್ಪದಿರಚನೆಯಲ್ಲಿಯೂ ಈ ಗ್ರಂಥ ತಕ್ಕಮಟ್ಟಿನ ಗುಣವನ್ನು ತೋರಿಸಿದೆ. ಅಲ್ಲಲ್ಲಿ ಪ್ರಾಸಮೋಹ ಹೆಚ್ಚಿದ್ದರೂ ಕವಿತಾಶಕ್ತಿ ಸಹಜವೆಂಬುದಕ್ಕೆ ಬಾಧಕವಿಲ್ಲ. ಇನ್ನೊಂದು ಗ್ರಂಥ ಗುಬ್ಬಿಯ ಮಲ್ಲಣಾರ್ಯನ 'ವೀರಶೈವಾಮೃತ ಪುರಾಣ', ಇದೂ ವಾರ್ಧಕಷಟ್ಪದಿ ; ೧೩೬ ಸಂಧಿಗಳಲ್ಲಿ ಏಳು ಸಾವಿರಕ್ಕೆ ಮಿಕ್ಕಿದ್ದ ಪದ್ಯಗಳಲ್ಲಿದ್ದು 'ಶಿವತತ್ತ್ವಚಿಂತಾಮಣಿ'ಗಿಂತಲೂ ದೊಡ್ಡದಾಗಿದೆ. ಇದರಲ್ಲಿ ಶಿವನ ೨೫ ಲೀಲೆಗಳು, ಪುರಾತನ–ನೂತನ ಶರಣರ ಕಥೆಗಳು, ವೇದಾಗಮಾದಿ ವಾಕ್ಯಗಳು ಮುಂತಾದ ಅನೇಕ ವಿಷಯಗಳಿವೆ. ಲಕ್ಕಣ ದಂಡೇಶನ ಪ್ರಭಾವವು ಇವನ ಮೇಲಾಗಿದೆ. ಆದರೆ 'ಶಿವತತ್ತ್ವಚಿಂತಾಮಣಿ' ಸಿದ್ಧಾಂತಪ್ರಧಾನ ವಾಗಿದ್ದರೆ ಇದು ಚರಿತ್ರಪ್ರಧಾನವಾಗಿದೆ. ಅಂತೆಯೇ ಪುರಾಣ ಎಂಬ ಹೆಸರು ಇದಕ್ಕೆ ಬಂದಿರಬೇಕು. ವೀರಶೈವಪುರಾಣ ಎಂದು ಯಾವುದಕ್ಕೆ ಕರೆಯಬೇಕೆಂದು ತಿಳಿಯಬೇಕಾದ ವಿಷಯ. ಈ ಯುಗದ ಚರಿತ್ರೆಗಳನ್ನು ವಿಮರ್ಶಿಸುವಾಗ ಇದನ್ನು ಚರ್ಚಿಸುತ್ತೇವೆ. ಸದ್ಯಕ್ಕೆ ಈ ಗ್ರಂಥ ಬಹುವಿಷಯಗರ್ಭಿತ ವೀರಶೈವಕೋಶವಾಗಿದೆಯೆಂದೂ ಇದರಲ್ಲಿಯ ಕವಿತಾಶಕ್ತಿ, ಪದ್ಯರಚನಾಶಕ್ತಿ, ಭಾಷಾಶೈಲಿಗಳು ಸತ್ಕವಿಗೆ ಶೋಭಿಸುವಷ್ಟು ಚೆನ್ನಾಗಿವೆಯೆಂದೂ ಹೇಳಬಹುದು.

ಈ ಯುಗದ ಚರಿತ್ರಗ್ರಂಥಗಳಲ್ಲಿ ವೀರಶೈವಕವಿರಚಿತವಾದುವೇ ಹೆಚ್ಚಾಗಿವೆ. ಅವುಗಳಲ್ಲಿ ಪುರಾತನ ಮತ್ತು ನೂತನ ಶರಣರ ಚರಿತ್ರೆ, ಶೂರವ್ಯಕ್ತಿಗಳ ಚರಿತ್ರೆ ಎಂದು ವಿಭಾಗ ಮಾಡಬಹುದು. ಪುರಾತನ ಚರಿತ್ರೆಗಳಲ್ಲಿ ಬೊಮ್ಮರಸನ 'ಸೌಂದರಪುರಾಣ', ಸುರಂಗಕವಿಯ 'ತ್ರಿಷಷ್ಟಿಪುರಾತನ ಚರಿತ್ರೆ', ಗುಬ್ಬಿಯ ಮಲ್ಲಣಾರ್ಯನ 'ಭಾವಚಿಂತಾರತ್ನ', ಚೇರಮಾಂಕನ 'ಚೇರಮಕಾವ್ಯ' ಇವು ಉಲ್ಲೇಖಯೋಗ್ಯವಾಗಿವೆ. ಸುರಂಗಕವಿಯ ಗ್ರಂಥವೊಂದು ಚಂಪೂರೂಪದಲ್ಲಿದೆ. ಉಳಿದುವೆಲ್ಲ ವಾರ್ಧಕಷಟ್ಪದಿಯಲ್ಲಿವೆ. 'ಸೌಂದರಪುರಾಣ'ದಲ್ಲಿ ನಂಬಿಯಣ್ಣನ ಚರಿತ್ರೆ, 'ಚೇರಮಕಾವ್ಯ'ದಲ್ಲಿ ನಂಬಿಯಣ್ಣನ ಕಾಲಕ್ಕೆ ಶಿವಭಕ್ತನಾದ ಚೇರಮನ ಚರಿತ್ರೆ ನಿರೂಪಿತವಾಗಿದೆ. 'ರಸಿಕರ್ಗೆ ನಲವೀವುದೀ ದಿವ್ಯಕಾವ್ಯಂ'' ಎಂದು ಒಂದರಲ್ಲಿ ಹೇಳಿಕೊಂಡಿದ್ದರೆ, ''ಪೊಸಬಗೆಯಿದೆಂದು ಕೊಂಡಾಡೆ ಲಾಕ್ಷಣಿಕರ್'' ಎಂದು ಇನ್ನೊಂದರಲ್ಲಿದೆ. ಎರಡೂ ಮಧ್ಯಮ ತರಗತಿಯ ಲಕ್ಷಣಯುಕ್ತ ಷಟ್ಪದಿ ಕಾವ್ಯಗಳಾಗಿವೆ. ''ಭಾವಚಿಂತಾರತ್ನ''ವು ಪಂಚಾಕ್ಷರಿಯ ಮಹಿಮೆಯನ್ನು ಬೋಧಿಸುವ ಸತ್ಯೇಂದ್ರ ಚೋಳನ ಕಥೆ. ತಮಿಳಿನಿಂದ ಕನ್ನಡಕ್ಕೆ ಅನುವಾದವಾಗಿದೆ. ''ಕೃತಿಯ ಪಲ್ಲವಿ ತೊಡಗಿ ಪೂರ್ಣಮಪ್ಪನ್ನಮೀಕೃತಿಯೊಳುತ್ಪ್ರೇಕ್ಷೆಯಿಲ್ಲದುದೊಂದು ಪದವಿಲ್ಲ'' (೧–೧೭) ಎಂದು 'ಭಾವ ಚಿಂತಾರತ್ನ'ವೆಂಬ ಹೆಸರು ಈ ಕಾವ್ಯಕ್ಕೆ ಬಂದಿದೆ. 'ಕ್ಷಳಜಟಕುಳಾಕ್ಷರ.... ಅಲಂಕಾರ ಚಿತ್ರಾರ್ಥ ರಸಭಾವವೆಗ್ಗಳಿಸೆ'' (೧–೧೮), ''ಈ ಕಾವ್ಯರತ್ನದಲ್ಲಿ ಒಸೆದು ತೋಱುವ ಲಕ್ಷಣೋಕ್ತಿ'' (೧–೨೦) ಎಂಬ ಹೇಳಿಕೆಗಳಿಂದ ಪ್ರೌಢ ಮತ್ತು ಸಲಕ್ಷಣವಾದ ಷಟ್ಪದಿಕಾವ್ಯವನ್ನು ರಚಿಸಲು ಕವಿ ಹೊರಟಿದ್ದಾನೆ. ವರ್ಣಕಕಾವ್ಯಕ್ಕೆ ಲಕ್ಷಣವಿಲ್ಲ ಎಂಬ ವಾದಕ್ಕೆ ಪ್ರತಿಕ್ರಿಯೆಯಾಗಿ ಇಂಥ ದೇಸಿಗಬ್ಬಗಳು ಈ ಯುಗದಲ್ಲಿ ನಿರ್ಮಿತವಾಗಿವೆ. ಅವುಗಳಲ್ಲಿ 'ಭಾವಚಿಂತಾರತ್ನ'ವೂ ಒಂದು. ಕಥಾನಕದಲ್ಲಿ

ಸ್ವತಂತ್ರವೇನೂ ಇಲ್ಲ, ಮೂಲಕಥೆಯಲ್ಲಿಯೂ ಅಂಥ ಸ್ವಾರಸ್ಯವಿಲ್ಲ. ಬಾಲಕನ ಮೇಲೆ ಕುದುರೆ ಹಾಯ್ದು ಸಾವನ್ನು ತರಲು ತಿರುಕೊಳವಿನಾಚಿ ಹಲುಬಿದ ಸಂದರ್ಭದಲ್ಲಿ ಮಾತ್ರ ಕರುಣರಸವಿದೆ. ಉಳಿದದ್ದೆಲ್ಲ ವರ್ಣನೆ ಉತ್ಪ್ರೇಕ್ಷೆಗಳಿಂದ ತುಂಬಿಕೊಂಡ ಕೃತಿ. "ಉತ್ಪ್ರೇಕ್ಷೆಯಿಲ್ಲದುದೊಂದು ಪದವಿಲ್ಲ" ಎಂಬ ಪ್ರತಿಜ್ಞೆಯನ್ನು ಶಬ್ದಶಃ ತೆಗೆದುಕೊಳ್ಳದಿದ್ದರೆ ಉತ್ಪ್ರೇಕ್ಷೆಗಳ ವಿಪುಲತೆ ಈ ಕಾವ್ಯದಲ್ಲಿ ಕಾಣುತ್ತದೆ ಎನ್ನಬಹುದು. ಅವುಗಳಲ್ಲಿ ಮಲ್ಲಣಾರ್ಯನ ಕಲ್ಪನಾಚಮತ್ಕೃತಿ ಮಿನುಗುತ್ತದೆ. ಕ್ವಚಿತ್ತಾಗಿ ಅದು ರಸಪೋಷಕವೂ ಆಗಿದೆ. ತಿರುಕೊಳವಿನಾಚಿ ದುಃಖದ ಕಡಲೊಳೀಸಾಡುತ್ತಿರುವಾಗ "ತೋಱಿದ ಜಲಂ" (೧–೨೭) ಮುಂತಾದ ಪದ್ಯದಲ್ಲಿ "ಚೀಱುವಂಗನೆಯಬ್ಬರದೊಳೊದವೆ ಸಿಡಿಲು, ಅಳುವ ಮಾಱುದನಿಯವಳ ಕಣ್ಣೊಳು ಕಱೆಯೆಮಱೆ, ಶೋಕ ವರ್ಷಋತುವೆನಲೆಸೆದುದು" ಎಂಬ ಉತ್ಪ್ರೇಕ್ಷೆ ಸಂದರ್ಭಕ್ಕೆ ಅನುಚಿತವೂ ಕೃತಕವೂ ಆಗಿ ತೋರುತ್ತದೆ. ಉತ್ಪ್ರೇಕ್ಷೆಯ ಪ್ರತಿಜ್ಞೆ ಹೀಗೆ ರಸಭಂಗಕ್ಕೆ ಕಾರಣವಾದದ್ದುಂಟು. ಶೈಲಿ ಪ್ರೌಢವೂ ಅಚ್ಚಗನ್ನಡದ ಒಲವುಳ್ಳದ್ದೂ ಆಗಿದೆ. ಮಲ್ಲಣಾರ್ಯನ ಕವಿತಾಶಕ್ತಿ ಮೇಲಾದುದಾದರೂ ಹಿರಿದಲ್ಲ ಎಂಬುದನ್ನು 'ಭಾವಚಿಂತಾರತ್ನ' ತೋರಿಸುತ್ತದೆ.

ನೂತನ ಶರಣರ ಚರಿತ್ರೆಗಳು ಈ ಕಾಲಾವಧಿಯಲ್ಲಿ ಹೇರಳವಾಗಿವೆ. ಅವುಗಳಲ್ಲಿ ಚಾಮರಸನ 'ಪ್ರಭುಲಿಂಗಲೀಲೆ', ನೀಲಕಂಠಾಚಾರ್ಯನ 'ಆರಾಧ್ಯಚಾರಿತ್ರ', ಚತುರ್ಮುಖ ಬೊಮ್ಮರಸನ 'ರೇವಣಸಿದ್ಧೇಶ್ವರಪುರಾಣ', ಸಿಂಗಿರಾಜನ 'ಅಮಲಬಸವರಾಜಚಾರಿತ್ರ', ಕಿಕ್ಕೇರಿಯಾರಾಧ್ಯ ನಂಜುಂಡನ 'ಭೈರವೇಶ್ವರಕಾವ್ಯ', ಚೆನ್ನಬಸವಾಂಕನ 'ಮಹಾದೇವಿಯಕ್ಕನ ಪುರಾಣ', ಅದ್ರೀಶನ 'ಪ್ರೌಢದೇವರಾಯನ ಕಾವ್ಯ', 'ವಿರೂಪಾಕ್ಷಪಂಡಿತನ ಚೆನ್ನಬಸವಪುರಾಣ', ಚಿಕ್ಕನಂಜೇಶ ಅಥವಾ ಸಿದ್ಧನಂಜೇಶನ 'ರಾಘವಾಂಕಚಾರಿತ್ರ' ಮತ್ತು 'ಗುರುರಾಜಚಾರಿತ್ರ', ಶಾಂತಲಿಂಗದೇಶಿಕನ 'ಭೈರವೇಶ್ವರ ಕಾವ್ಯದ ಕಥಾಸೂತ್ರರತ್ನಾಕರ' ಇವನ್ನು ವಿಶೇಷವಾಗಿ ನೆನೆಯಬೇಕು. 'ಪ್ರಭುಲಿಂಗ ಲೀಲೆ' ಮತ್ತು 'ಚೆನ್ನಬಸವಪುರಾಣ' ಇವೆರಡು ಈ ಚಾರಿತ್ರಗಳ ಚರಿತ್ರೆಯಲ್ಲಿ ಮೇಲ್ತರಗತಿಯ ಗ್ರಂಥಗಳು. ಉಳಿದವುಗಳಲ್ಲಿ ಚಾರಿತ್ರಿಕ ಸಾಮಗ್ರಿಯಿದೆ, ಭಕ್ತಿ–ಉತ್ಸಾಹಗಳಿಂದ ಕೂಡಿದ ನಿವೇದನ ವಿದೆ, ಕವಿತಾಶಕ್ತಿಯಿದೆ ಆದರೆ ಮೇಲ್ಮೆಯಿಲ್ಲ. ಸಿಂಗಿರಾಜನ 'ಅಮಲಬಸವರಾಜಚಾರಿತ್ರ'ವು ಬಸವೇಶ್ವರನ ಚರಿತ್ರೆಯ ಒಂದು ವಿಶಿಷ್ಟ ಸಂಪ್ರದಾಯವನ್ನು ಒಳಗೊಂಡಿರುವ ಕಾರಣ ಮಹತ್ವದ್ದಾಗಿದೆ. ಪಾಲ್ಕುರಿಕೆಸೋಮ, ಭೀಮಕವಿ ಇವರ ಬಸವಚರಿತ್ರೆಗಿಂತ ಕೆಲವು ಮುಖ್ಯಾಂಶಗಳಲ್ಲಿ ಇದು ಬೇರೆಯಾಗಿದೆ. ಲಕ್ಕಣದಂಡೇಶನ 'ಶಿವತತ್ತ್ವಚಿಂತಾಮಣಿ'ಯಲ್ಲಿಯೆ ಈ ಬೇರೆ ಸಂಪ್ರದಾಯವಿದೆ. ಅವನ ಅನುಯಾಯಿಯಾದ ಸಿಂಗಿರಾಜನು ಅವನನ್ನು ಅನುಸರಿಸಿದ್ದು ಸಹಜವಾಗಿದೆ. ಚೆನ್ನಬಸವಾಂಕನ 'ಮಹಾದೇವಿಯಕ್ಕನ ಪುರಾಣ'ವು ನಾನಾ ಷಟ್ಪದಿಗಳಲ್ಲಿ ಬರೆದಿದ್ದು ಕೆಲವು ಸಾಂಗತ್ಯಗಳನ್ನೂ ಒಳಗೊಂಡಿದೆ. ಹರಿಹರನು ರಗಳೆಯಲ್ಲಿ ಹೇಳಿದ ಚರಿತ್ರೆಯನ್ನೇ ತಾನು ಷಟ್ಪದಿಯಲ್ಲಿ ಬರೆದಿರುವುದಾಗಿ ಹೇಳಿದ್ದಾನೆ. ಚೆನ್ನಬಸವಾಂಕನ ಬರವಣಿಗೆಯಲ್ಲಿ ಚದುರಿದೆ, ಚಮಕಿಲ್ಲ. ಅವನು ಕವಿಸಮಯನಿಷ್ಠ ವರ್ಣನೆಗಳನ್ನು ಮಾಡಿದ್ದಾನೆ. "ಬಹಳ ದೊಡ್ಡ ಗ್ರಂಥವಾದರೂ ಕಾವ್ಯದೃಷ್ಟಿಯಿಂದ ಚೆನ್ನಾಗಿಲ್ಲದಿಲ್ಲ. ಈ ಗ್ರಂಥವನ್ನು ಅನೇಕ ದೇಶೀಯ ಛಂದಸ್ಸುಗಳಲ್ಲಿ ಬರೆದು ಅದರ ನಾಯಕಿಯು ಪಟ್ಟ ಅನೇಕ ತೊಂದರೆಗಳನ್ನು ಚೆನ್ನಾಗಿ ತಂದಿದ್ದಾನೆ."[4] ವಿರಕ್ತತೋಂಟದಾರ್ಯನು 'ಸಿದ್ಧೇಶ್ವರ ಪುರಾಣ'ದಲ್ಲಿ ತೋಂಟದ ಸಿದ್ಧಲಿಂಗನ ಚರಿತೆಯನ್ನೂ 'ಪಾಲ್ಕುರಿಕೆ ಸೋಮೇಶ್ವರಪುರಾಣ'ದಲ್ಲಿ ಪಾಲ್ಕುರಿಕೆ ಸೋಮೇಶ್ವರನ ಚರಿತೆಯನ್ನೂ ವಾರ್ಧಕಷಟ್ಪದಿಯಲ್ಲಿ ವಿಸ್ತಾರವಾಗಿ ಬರೆದಿದ್ದಾನೆ. ಎರಡನೆಯ ಗ್ರಂಥದಲ್ಲಿ ಕವಿ "ಅವನ ಜೀವನ ಚರಿತ್ರೆಯನ್ನು ಸ್ವಾರಸ್ಯವಾಗಿ ತರದೆ ಅವನಿಗೆ ಅನ್ಯಾಯ ಮಾಡಿದ್ದಾನೆ. ಕಥೆಯ ಮಧ್ಯದಲ್ಲಿ ಇತರ ಅನೇಕ ಕೆಲಸಕ್ಕೆ ಬಾರದ ಘಟನೆಗಳನ್ನೆಲ್ಲಾ ತಂದು ಸೇರಿಸಿ ಮಧ್ಯೆ ಎಲ್ಲೋ ಒಂದೊಂದು ಕಡೆ ನಾಯಕನ ಜೀವನದಲ್ಲಿ ನಡೆದ ಒಂದೆರಡು

ಘಟನೆಗಳನ್ನು ಮಾತ್ರ ಹೇಳಿದ್ದಾನೆ. ಇದು ಒಂದಕ್ಕೊಂದು ಸಂಬಂಧವಿಲ್ಲದ ನೂರಾರು ಕಥೆಗಳು ಸೇರಿಸಿ ಹೊಲಿದ ಬಂತೆಯಂತಿದೆ ; ಬಗೆಬಗೆಯ ಪದಾರ್ಥಗಳನ್ನೊಳಗೊಂಡ ರೀತಿರಂಗವಿಲ್ಲದ ರಾಶಿಯಂತಿದೆ. ವೀರಶೈವಕಥಾನಕಗಳು ನಿಘಂಟುವಾಗಿರುವುದರಿಂದ ಇದಕ್ಕೆ ಸ್ವಲ್ಪ ಬೆಲೆಯುಂಟು."[5] ಈ ಯುಗದ ಹಲವಾರು ಗ್ರಂಥಗಳಲ್ಲಿ ಈ ಬಗೆಯ ಅನೇಕಾಗ್ರತೆ ಕಂಡುಬಂದಿದೆ. ಆದರಿಂದ ಗ್ರಂಥಕಾರನ ಯೋಗ್ಯತೆ ಎಷ್ಟು ಮೇಲಾದರೂ ಕಲಾದೃಷ್ಟಿಯಿಂದ ಗ್ರಂಥದ ಬೆಲೆ ತಗ್ಗುತ್ತದೆ. ಅದ್ರೀಶಕವಿಯ 'ಪ್ರೌಢರಾಯನ ಕಾವ್ಯ'ವು ತೋರಲಿಕ್ಕೆ ಐತಿಹಾಸಿಕವಾದರೂ ನಿಜವಾಗಿ ಧಾರ್ಮಿಕ ವಾಗಿದೆ. ಅದರಲ್ಲಿ ಪ್ರೌಢರಾಯನಿಗೆ ಅವನ ಮಂತ್ರಿ ಹೇಳಿದ ಶಿವಶರಣರ ಕಥೆಯ ಸಾರವಿದೆ. ಸಿದ್ಧನಂಜೇಶನು 'ರಾಘವಾಂಕಚಾರಿತ್ರ' ಮತ್ತು 'ಗುರುರಾಜಚಾರಿತ್ರ' ಎಂಬ ಎರಡು ಮಹತ್ವದ ಗ್ರಂಥಗಳನ್ನು ರಚಿಸಿದ್ದಾನೆ. ಮೊದಲನೆಯದು ರಾಘವಾಂಕನ ಚರಿತ್ರೆಯನ್ನು ನಿರೂಪಿಸಿದ ಒಂದೇ ಒಂದಾದ ಗ್ರಂಥ. ಅದರಲ್ಲಿ ಸತ್ಯಾಂಶಗಳಿದ್ದರೂ ೩–೪ ನೂರು ವರ್ಷಗಳಾದ ಮೇಲೆ ಬರೆದಿದ್ದ ಕಾರಣ ಪೂರ್ತಿಯಾಗಿ ವಿಶ್ವಸನೀಯವಲ್ಲ. ಎರಡನೆಯದು ಅನೇಕ ವೀರಶೈವ ಗುರುಗಳ ಮತ್ತು ಕವಿಗಳ ಚರಿತ್ರೆಯನ್ನು ಹೇಳಿದೆ, ತತ್ತ್ವಸಂಪ್ರದಾಯಗಳನ್ನೂ ಶಿವಲೀಲೆಗಳನ್ನೂ ವಿವರಿಸಿದೆ. ನೂತನ ಶರಣರ ಚರಿತ್ರೆಗಳನ್ನು ಪ್ರಧಾನವಾಗಿಟ್ಟುಕೊಂಡು ಒಂದು ಬಹುವಿಷಯಗರ್ಭಿತವಾದ ಧಾರ್ಮಿಕ ಕೋಶವನ್ನು 'ಗುರುರಾಜಚಾರಿತ್ರ'ವು ಒದವಿಸಿರುತ್ತದೆ. 'ವೀರಶೈವಾಮೃತಪುರಾಣ'ವನ್ನು ಕೆಲಮಟ್ಟಿಗೆ ಹೋಲುತ್ತದೆ. 'ಗುರುರಾಜಚಾರಿತ್ರ'ದಲ್ಲಿ ಕಾವ್ಯಾಂಶಕ್ಕಿಂತ ಧರ್ಮಾಂಶ ಹೆಚ್ಚಿದೆ. ಇದೇ ಕವಿಯ ಕೃತಿ ರಾಘವಾಂಕಚಾರಿತ್ರವನ್ನು ಓದುವಾಗ ನಮ್ಮ ಭಾವನೆ ತಿರುವುಮುರುವಾಗುತ್ತದೆ.... ನೂರುಗಟ್ಟಲೆ ಕಥೆಗಳನೊಳಗೊಂಡಿರುವ 'ಗುರುರಾಜಚಾರಿತ್ರ' ಒಂದು ಸಣ್ಣ 'ಶಿವಕಥಾಸರಿತ್ಸಾಗರ' ದಂತಿದೆ.... ಕನ್ನಡ ಸಾಹಿತ್ಯ ಮತ್ತು ವೀರಶೈವಸಂಪ್ರದಾಯದ ದೃಷ್ಟಿಯಿಂದ ಗುರುರಾಜಚಾರಿತ್ರಕ್ಕೆ ಇಂದು ಒಳ್ಳೇ ಪ್ರಾಶಸ್ತ್ಯವಿದೆಯೆಂದು ಹೇಳಬೇಕು.[6] ಈ ರೀತಿಯಾಗಿ ಭೂಸನೂರಮಠರು ಮಾಡಿದ ವಿಮರ್ಶೆಯನ್ನು ಲಕ್ಷಿಸಬೇಕು.

ಶೂರಚರಿತ್ರೆಗಳಲ್ಲಿ ನಂಜುಂಡನ 'ಕುಮಾರರಾಮಕಥೆ' ಮತ್ತು ಗಂಗನ 'ಕುಮಟರಾಮಕಥೆ' ಇವೆರಡಿವೆ. ಎರಡರ ಕಥಾನಾಯಕ ಕುಮಾರರಾಮ, ಎರಡೂ ಸಾಂಗತ್ಯದಲ್ಲಿ ಬರೆದುವು. 'ಕುಮಾರರಾಮಕಥೆ'ಯಲ್ಲಿ ಅಲ್ಲಲ್ಲಿ ಕೆಲವು ಷಟ್ಪದಿಗಳೂ ಇವೆ. ಸಾಮಾನ್ಯವಾಗಿ ವೀರಶೈವ ಕವಿಗಳು ಹರಿಹರನು ಹಾಕಿಕೊಟ್ಟ ವಿಷಯನಿಯಮವನ್ನು ಅನುಸರಿಸಿದ್ದಾರೆ. ಅದಕ್ಕೆ ಅಪವಾದವಾಗಿ ಇವರಿಬ್ಬರೂ ಕುಮಾರರಾಮನೆಂಬ ಕಂಪರಾಜನ ಮಗನು ತೋರಿದ ಶೌರ್ಯ ಸಚ್ಚಾರಿತ್ರ್ಯಗಳ ಲೌಕಿಕಕಥೆಯನ್ನು ನಿರೂಪಿಸಿದ್ದಾರೆ; ಧಾರ್ಮಿಕ ವಿಷಯಗಳಿಂದ ಇಡಿಕಿರಿದ ಸಾಹಿತ್ಯಕ್ಕೆ ಸ್ವಲ್ಪಮಟ್ಟಿಗೆ ವೈವಿಧ್ಯವನ್ನು ಕಲ್ಪಿಸಿಕೊಟ್ಟಿದ್ದಾರೆ, ಕಥನಶೈಲಿಯಲ್ಲಿ ಮತ್ತು ವರ್ಣನೆಯಲ್ಲಿ ಸೊಗಸಿದೆ.

> ರಸದಿಂದೆ ಪುಟ್ಟಿಸಿ ಭಾವದಿಂ ಬಲಿಯಿಸಿ
> ಪೊಸಬಗೆವೆತ್ತಲಂಕೃತಿಯ ।
> ಎಸಕದಿಂ ಬಳೆಯಿಸಿ ಕೃತಿಯೆನಿಸುವೆನಿದ
> ರಸಿಕರು ಮೆಚ್ಚುವಂದದಲಿ ॥

ಎಂದು ಹೇಳಿ ನಂಜುಂಡನು ತನ್ನ ಕಥೆಯಲ್ಲಿ ಜಾನಪದಸರಣಿಯ ಕಾವ್ಯಕ್ಕೆ ಪಂಡಿತಪ್ರಿಯವಾಗುವ ರಸಾಲಂಕಾರಗಳ ಜೋಡನ್ನು ಕೊಟ್ಟಿದ್ದಾನೆ. ಸಾಂಗತ್ಯಗ್ರಂಥಗಳಲ್ಲಿ ನಂಜುಂಡನ 'ಕುಮಾರರಾಮಕಥೆ' ಮನ್ನಣೆಯ ಸ್ಥಾನ ಗಳಿಸಿದೆ.

## ಟಿಪ್ಪಣಿಗಳು

1. ಬಿ. ಶಿವಮೂರ್ತಿಶಾಸ್ತ್ರೀ : ಶ್ರೀ ನಿಜಗುಣ ಶಿವಯೋಗಿಯ ಚರಿತ್ರೆ (ಶರಣಸಾಹಿತ್ಯ, ೧–೧, ಪು. ೩೩–೩೪).

2. ದ. ರಾ. ಬೇಂದ್ರೆ : ನಿಜಗುಣ ಶಿವಯೋಗಿ (ವಾಗ್ಭೂಷಣ – ಹೊಸ ಸಂ., ೧೩, ೪).

3. ಅದೇ (ವಾಗ್ಭೂಷಣ – ಹೊಸ ಸಂ., ೧–೩, ೪, ಪು. ೧೨).

4. ಡಿ. ಎಲ್. ನರಸಿಂಹಾಚಾರ್ : ವಿಜಯನಗರ ಕಾಲದ ಕನ್ನಡ ಸಾಹಿತ್ಯ (ಪ್ರ.ಕ., ೨೨–೪, ಪು. ೧೯).

5. ಅದೇ, ಪು. ೧೮–೧೯.

6. ಸಂ.: ಶಿ. ಭೂಸನೂರಮಠ : 'ಗುರುರಾಜಚಾರಿತ್ರ', ಪ್ರಸ್ತಾವನೆ, ಪು. ೧೩.

## ಪ್ರಕರಣ : ೩೦

# ಕುಮಾರವ್ಯಾಸ ಯುಗದ ವೀರಶೈವ ಸಾಹಿತ್ಯ (೩)

## ಚಾಮರಸ

ಈ ಯುಗದ ಚರಿತ್ರಗ್ರಂಥಗಳಲ್ಲಿ ಚಾಮರಸನ 'ಪ್ರಭುಲಿಂಗಲೀಲೆ' ಶ್ರೇಷ್ಠ ಕೃತಿ. ಚಾಮರಸನ ಚರಿತ್ರೆ ಅವನ ಕಥಾನಾಯಕನ ಚರಿತ್ರೆಯಂತೆ ತಿಳಿದದ್ದು ಸ್ವಲ್ಪ. ಪ್ರೌಢದೇವರಾಯನ ಕಾಲದ ವಿರಕ್ತರಲ್ಲಿ ಅವನ ಗಣನೆ ಮಾಡುತ್ತಾರೆ. ಅವನ ಕೃತಿಯನ್ನು ನೋಡಿದರೆ ಜ್ಞಾನವೈರಾಗ್ಯಗಳ ಮೂರ್ತಿಯೂ ಸ್ವತಂತ್ರ ಸಿದ್ಧಪುರುಷನೂ ಆದ ಅಲ್ಲಮನ ಜೀವಾಳವನ್ನು ಅರಿತು ಬಿತ್ತರಿಸುವುದಕ್ಕೆ ಬೇಕಾದ ವಿರಕ್ತಿ–ಸ್ವತಂತ್ರ ದೃಷ್ಟಿಗಳು ಅವನಲ್ಲಿರಬೇಕೆಂದು ಊಹಿಸಬಹುದು. 'ಪ್ರಭುಲಿಂಗಲೀಲೆ'ಯ ಶ್ರೇಷ್ಠತೆಗೆ ಕಥಾನಾಯಕ ಮತ್ತು ಚರಿತ್ರಕಾರ ಇವರ ಮನೋಧರ್ಮದ ಮೇಳವಿಕೆ ಮುಖ್ಯ ಕಾರಣವಾಗಿದೆ. ಚಾಮರಸನ ಪ್ರತಿಭೆಗೆ ವ್ಯಕ್ತಿತ್ವದ ಜೋಡಿರುವುದರಿಂದಲೇ ಅವನ ಕೃತಿ ಸಫಲವಾಯಿತು.

ಅಲ್ಲಮಪ್ರಭುವಿನ ಚರಿತ್ರೆಯನ್ನು ಮೊಟ್ಟಮೊದಲು ಬರೆದವನು ಹರಿಹರನು. ಅವನ 'ಪ್ರಭುದೇವರ ರಗಳೆ' ಮತ್ತು ಚಾಮರಸನ 'ಪ್ರಭುಲಿಂಗಲೀಲೆ' ಇವೆರಡರ ಕಥಾನಕ ಮತ್ತು ಕ್ರಮದಲ್ಲಿ ಅನೇಕ ವ್ಯತ್ಯಾಸಗಳಿವೆ. ಹರಿಹರನ ಅಲ್ಲಮನು ಕಾಮಲತೆಗೆ ಮರುಳಾಗಿ ವಿರಹದಿಂದ ಬೆಂದು ವೈರಾಗ್ಯಪಡೆಯುವನು. ಚಾಮರಸನ ಅಲ್ಲಮನು ಮಾಯೆಯನ್ನು ಮರುಳುಮಾಡಿ ಅವಳ ಕೈಗೆ ಸಿಕ್ಕದೆ ವೈರಾಗ್ಯ ಮೆರೆಯುವನು. ಹರಿಹರನಲ್ಲಿ ಅಲ್ಲಮನು ಸಿದ್ಧರಾಮನನ್ನು ಕಂಡು ಶ್ರೀಪರ್ವತಕ್ಕೆ ಹೋದನೆಂದಿದೆ, ಕಲ್ಯಾಣಕ್ಕೆ ಹೋದ ಸಂದರ್ಭವಿಲ್ಲ. ಮುಕ್ತಾಯಿ–ಅಕ್ಕಮಹಾದೇವಿ–ಗೋರಕ್ಷನಾಥರ ಸನ್ನಿವೇಶಗಳಿಲ್ಲ. ಹರಿಹರನ ರಗಳೆ ಒಂದು ಬಿರುಗಾಳಿಯ ವೇಗದಿಂದ ಮುಂದುವರಿದು ಮುಗಿಯುತ್ತದೆ. ಚಾಮರಸನ 'ಲೀಲೆ' ಸಲೀಲವಾಗಿ ತುಂಬಿದ ತೊರೆಯಂತೆ ಸಾಗುತ್ತದೆ. ಅಲ್ಲಮನ ಚರಿತ್ರೆಯ ಸತ್ಯಾಂಶ ತಿಳಿಯುವುದು ಸುಲಭವಲ್ಲ. ಆದರೆ ಎಲ್ಲ ಸಾಮಗ್ರಿಗಳ ಅವಲೋಕನದಿಂದ ಅಲ್ಲಮನ ಚರಿತ್ರೆಯಲ್ಲಿ ತರುವಾಯ ಮಾರ್ಪಾಟು ಆಗಿದೆ ಎಂಬ ಅಭಿಪ್ರಾಯವೊಂದು ಉಂಟಾಗಿದೆ. "ಮೇಲೆ ಹೇಳಿರುವ ಈ ಕಥೆಗಳನ್ನೆಲ್ಲ ವಿಮರ್ಶಿಸಿದರೆ ಅಲ್ಲಮನ ಚರಿತ್ರೆಯನ್ನು ಲಕ್ಕಣದಂಡೇಶ, ಚಾಮರಸ, ಅದೃಶ್ಯಕವಿ ಮುಂತಾದವರು ಒಂದು ರೀತಿ ತಿದ್ದುವುದಕ್ಕೆ ಪ್ರಯತ್ನಪಟ್ಟ ಹಾಗೆ ತೋರುತ್ತದೆ."[1] "ಅಲ್ಲಮಪ್ರಭು ಸಂಪ್ರದಾಯದ ಸಲ್ಲಲಿತ ಸನ್ಮಾರ್ಗವನು ನಾನೆಲ್ಲರಜಿವಂದದಲಿ ಪೇಳುವೆನುಚಿತವಚನದಲಿ"[2] ಎಂಬ ಚಾಮರಸನ ಹೇಳಿಕೆಯಲ್ಲಿ ಒಂದು ವಿಶಿಷ್ಟ ಸಂಪ್ರದಾಯದ ಸೂಚನೆಯಿದೆ. ಅದು ಹಾಗಿರಲಿ ಬಿಡಲಿ, ಚಾಮರಸನು ಬೆಳೆಯುತ್ತಿರುವ ಇಲ್ಲವೆ ಬಿದ್ದು ಎದ್ದ ವ್ಯಕ್ತಿಯನ್ನಲ್ಲ, ಬೆಳೆದ ಮತ್ತು ಸಿದ್ಧನಾದ ವ್ಯಕ್ತಿಯನ್ನು ಚಿತ್ರಿಸುವ ಉದ್ದೇಶವನ್ನಿಟ್ಟುಕೊಂಡಿದ್ದನೆಂಬುದು ಸ್ಪಷ್ಟವಾಗಿದೆ. ಇಷ್ಟೇ ಯಾಕೆ, 'ಪ್ರಭುಲಿಂಗಲೀಲೆ' ಎಂಬ ಹೆಸರು ತೋರಿಸುವಂತೆ, ಅಲ್ಲಮಪ್ರಭುವಿನ ರೂಪದಲ್ಲಿ ಲಿಂಗನು ಮಾಡಿದ ಲೀಲೆಯನ್ನು ಚಾಮರಸನು ಬಣ್ಣಿಸಲು ಹೊರಟಿದ್ದಾನೆ. ತನ್ನ ಉದ್ದೇಶದ ಘನತೆಗೆ ಅನುಗುಣವಾಗಿ ಅವನು ಅಹಂಕಾರವನ್ನು ಬದಿಗೊತ್ತಿ ವಿನಯವನ್ನು ಮೆರೆದಿದ್ದಾನೆ, ದೈವೀಶಕ್ತಿಗೆ ತಾನು ಸಾಧನಮಾತ್ರವೆಂದು ನಂಬಿದ್ದಾನೆ. "ದೇಗುಲವೆ ಮಾತಾಡುವಂದದೊಳು" (೧–೯), "ವಿವರಿಸುವಡೀ ಲೀಲೆಯನು ಹೇಳುವನು ದಿಟ ನಾನಲ್ಲ... ಶಿವನ ನಟನಾಟಕದ ಮಹಿಮೆಯ ಶಿವನೆ ಬಲ್ಲನು" (೧–೧೦) ಎಂದು ಮುಂತಾದ ಪದ್ಯಗಳನ್ನು ನೋಡಬೇಕು. "ಕಾಳಗದ ಕಥೆಯಲ್ಲ, ಸತ್ತವರ ಕಥೆಯಲ್ಲ" (೧–೧೨–೧೩) ಈ ಪದ್ಯಗಳಲ್ಲಿಯೂ ಅವನ ದೃಷ್ಟಿವಿಶೇಷ

ತೋರಿದೆ. ತತ್ಕಾಲೀನವಾದ ವಿಷಯವಾದವೂ ಸೂಚಿತವಾಗಿದೆ.

ಅಲ್ಲಮಪ್ರಭುವಿನ ವ್ಯಕ್ತಿಚಿತ್ರಣದಲ್ಲಿಯೇ ತನ್ನೆಲ್ಲ ಶಕ್ತಿಯನ್ನು ಕೇಂದ್ರೀಕರಿಸಿ ಎಲ್ಲ ಸಂನಿವೇಶ ಗಳನ್ನು ಮೂಲ ಉದ್ದೇಶಸಿದ್ಧಿಗೆ ಅನುಗೊಳಿಸಿಕೊಂಡು ಇತರ ವಿಲೋಭನಗಳ ಮಾಯೆಗೆ ಬಲಿ ಬೀಳದೆ ವ್ಯಕ್ತಿಕೇಂದ್ರಿತ ಚರಿತ್ರೆಯನ್ನು ಸಮರ್ಪಕವಾಗಿ ಸಹಜವಾಗಿ ಬರೆದಿರುವು ದರಲ್ಲಿ ಚಾಮರಸನ ಹಿರಿಮೆಯಿದೆ. ಮೊದಲೇ ಪಾರ್ವತಿಗೆ ಶಿವನು ಅಲ್ಲಮನ ಪರಿಚಯಮಾಡಿ ಕೊಡುವಾಗ,

ಖಾತಿಗೊಳ್ಳದಿರಾಡಿ ತೋಱಿದ-
ಡೀತ ನಿಷ್ಠುರನೆನ್ನದಿರು ಬಱಿ
ಮಾತುಮಾತಿಗೆ ಸಿಕ್ಕನಾರಾರಾವ ಭಕ್ತಿಗಳ ।
ರೀತಿಗಳಲಿಹರವರಿಗವರ
ಪ್ರೀತಿಯಲಿ ರೂಪಾಗಿ ತೋಱುವ-
ನಾತನನುಪಮನಗಜೆ ಕೇಳ್ ಸಾಮಾನ್ಯನಲ್ಲೆಂದ ॥ (೧–೨೩)[3]

ಎಂದು ಅಲ್ಲಮನ ಅಸಾಮಾನ್ಯತೆಯನ್ನು ತಿಳಿಸುತ್ತಾನೆ. ಮುಂದೆ ಅನೇಕ ಸಂದರ್ಭಗಳಲ್ಲಿ ಈ ಹೇಳಿಕೆ ಸತ್ಯವಾಗುತ್ತದೆ. ಕೆಲವು ಕಡೆ ಸ್ಪಷ್ಟವಾಗಿ "ಅಲ್ಲಮಪ್ರಭುವೆಂದೆನಿಸಿಕೊಂಬವನು ತಾ ಪ್ರತ್ಯಕ್ಷಪರಬೊಮ್ಮ" (೪–೧೩೬) ಎಂದು ಬಣ್ಣಿಸಿದೆ. ಸಿದ್ಧಪುರುಷನ ರೂಪದಲ್ಲಿದ್ದ ಪರಬ್ರಹ್ಮ, ಪರಮಜ್ಞಾನಿ ಎಂಬುದಾಗಿ ಚಾಮರಸನು ಅಲ್ಲಮನನ್ನು ಚಿತ್ರಿಸಿದ್ದಾನೆ. ಹೀಗೆ ಚಿತ್ರಿಸುವಾಗ ಪವಾಡಗಳನ್ನು ತೆರೆತೆರೆಯಾಗಿ ಚಿಮ್ಮಿಸುವ ರೀತಿ ಬಂದಿದ್ದರೆ, ಸಾಂಪ್ರದಾಯಿಕ ವರ್ಣನೆಗಳಿಂದ ಅದು ರಂಗುರಂಗಾಗಿದ್ದರೆ 'ಪ್ರಭುಲಿಂಗಲೀಲೆ' ಉನ್ನತಿಯನ್ನು ಪಡೆಯುತ್ತಿರಲಿಲ್ಲ. ಮಾಯೆಯ ಸಂನಿವೇಶದಿಂದ ಕೊನೆಯವರೆಗೆ ಅಲ್ಲಮನು ತನ್ನನ್ನು ಇದಿರಿಸಿದ ಜೀವಸಂನಿವೇಶಗಳಲ್ಲಿ ಸಂಪೂರ್ಣ ವೈರಾಗ್ಯ, ನಿರ್ಲಿಪ್ತತೆ, ಸಮಯಾತೀತತೆ, ಆದರ್ಶ ಗುರುವಿನ ಮಾರ್ಗದರ್ಶನ, ನಿಷ್ಠುರತೆಯೊಡನೆ ಬೆರೆತ ಪ್ರೇಮಳತೆ ಈ ಮೊದಲಾದ ವ್ಯಕ್ತಿತ್ವದ ಅಂಗಗಳನ್ನು ತೋರ್ಪಡಿಸಿದ್ದಾನೆ. ಮಾಯೆ ಯಲ್ಲಮರನ್ನು ಸಜ್ಜೆವನೆಯಲ್ಲಿ "ತಮವ ತರಣಿಯನೊಂದುಗೂಡುವೆವೆಂಬ ಭಾವಭ್ರಮಿತ ಬುದ್ಧಿ ಯಲಿ" (೩–೮೬) ಕೆಳದಿಯರು ಸೇರಿಸಿದರಂತೆ. ಆಗ ಅಲ್ಲಮನು ಎಷ್ಟು ನಿರ್ಲಿಪ್ತನೂ ಮಾಯಾ ತೀತನೂ ಆಗಿ ನಡೆದನೆಂಬುದನ್ನು ಚಾಮರಸನು ಚೆಲುವಾಗಿ ವರ್ಣಿಸಿದ್ದಾನೆ. "ಮಳೆಗೆ ನೆನೆವುದೆ ಗಾಳಿ ಬೀಸಿದೊಡೊಲೆವುದೆ ಬಲುಗಿಚ್ಚಿನುರಿಯಿಂದಳಿವುದೇ ನಭವು, ಆ ಪರಿಯ ಬಯಲಿಗನು ತಾನಾಗಿ" (೩–೮೭) ಎಂದು ಮುಂತಾದ ಪದ್ಯವನ್ನು ನೋಡಬೇಕು. ಮುಂದೆ ನರ್ತಿಸುವ ಮಾಯೆಯ ಜೊತೆಗೆ ಮದ್ದಳೆಯನ್ನು ಬಾರಿಸುವ ಅಲ್ಲಮನನ್ನು ವರ್ಣಿಸುತ್ತ–

ಲಲಿತನಿರ್ಮಳ ಚಂದ್ರಕಾಂತದ
ಶಿಲೆಯ ಹತ್ತಿರ ಲತೆಯ ದಾವಾ-
ನಳನು ಕೊಳಲಾ ಜ್ವಾಲೆಯಾ ಶಿಲೆಯೊಳಗೆ ತೋರ್ಪಂತೆ ।
ತಳಿತ ಕಾಮಜ್ವಾಲೆಯಲ್ಲಮ-
ನೊಳಗೆ ಪ್ರತಿಬಿಂಬಿಸಿದುದಾತನೆ ಕಾಮಿಯೆಂಬಂತೆ ॥ (೫–೧೪೧)

ಎಂದು ಚಾಮರಸನು ಕೊಟ್ಟ ಹೋಲಿಕೆ ಅತ್ಯಂತ ಸೂಕ್ಷ್ಮವೂ ಸಮರ್ಪಕವೂ ಆಗಿದೆ. ಅವನ ವ್ಯಕ್ತಿತ್ವದರ್ಶನ ಮತ್ತು ಅಸಾಧಾರಣ ಪ್ರತಿಭೆ ಇವಕ್ಕೆ ಈ ಪದ್ಯ ಉತ್ತಮ ನಿದರ್ಶನವಾಗಿದೆ. ಅಲ್ಲಮನು ಕಾಮಿಯಂತೆ ಸಾಮಾನ್ಯನಂತೆ ಸಾಮಾನ್ಯ ಜನಕ್ಕೆ ತೋರುವವನು. ಆದರೆ ನಿಜವಾಗಿ ಅವನು ನಿರ್ಮಾಯನು, ಈಶ್ವರಸ್ವರೂಪನು ಎಂಬುದನ್ನು ಇಲ್ಲಿಯ ಕಲ್ಪನೆ ತಿಳಿಸುತ್ತದೆ. ಮಾಯೆ ಯನ್ನು ಅವನು ತಿರಸ್ಕರಿಸಿ ಹೊರಡಲು "ಗಾಜುದೂಜಿನ ಮಾಯೆಗೀಯೆಗೆ ತೋಱಿಸುವನೇ ತನ್ನ

ನಿಜವನು, ಮೀರಿ ಮೀಸಲನಲ್ಲಮಪ್ರಭು ಗುರುಗುಹೇಶ್ವರನು" (೫–೧೮೦) ಎಂದಿದೆ. ಗೊಗ್ಗಯ್ಯನ ಸಂದರ್ಭದಲ್ಲಿ 'ನರನು ತಾ ದಿಟವೆಂಬ ಬಳಕೆಯ ಪರಿಯನಂಗೀಕರಿಸಿ ಪರರಿಗೆ ಪರಮನಲ್ಲಮ ನಟಿಸುತಿರ್ದನು ತನ್ನ ಲೀಲೆಯಲಿ" (೮–೨೫೧) ಎಂಬುದು ಇದನ್ನೇ ಹೇಳುತ್ತದೆ. ಸಿದ್ಧರಾಮ, ಬಸವೇಶ್ವರ ಮೊದಲಾದ ಶರಣರು ತಂತಮ್ಮ ನೆಲೆಯಲ್ಲಿ ಎತ್ತರ ಮುಟ್ಟಿದವರಾದರೂ ಅಲ್ಲಮನಂಥ ಆಕಾಶದೆತ್ತರದ ಮುಂದೆ ಅವರು ನಮ್ರರಾಗುತ್ತಾರೆ ; ಅವನಿಂದ ಜರೆಯಿಸಿಕೊಂಡು ಅರಿವು ಪಡೆಯುತ್ತಾರೆ. ಯಾರ ಗುಣವೇನು, ಕೊರತೆ ಯಾವುದು, ಪ್ರಗತಿಯನ್ನು ತಡೆದಿರುವ ಒಳಗಂಟು ಯಾವುದು, ಇದರ ಸೂಕ್ಷ್ಮ ಪರಿಜ್ಞಾನದಿಂದ ಅಲ್ಲಮನು ಅವರನ್ನು ಒರೆಯುತ್ತಾನೆ, ಕೆಡೆನುಡಿಯುತ್ತಾನೆ, ದಾರಿ ತೋರುತ್ತಾನೆ. ಅವನ ಆ ಬೆಳಕೆಲ್ಲ ಒಲವಿನ ಬೆಳಕು, ಅಹಮ್ಮಿನ ಥಳುಕಲ್ಲ. 'ಸತ್ಯ ಶಾಶ್ವತಸ್ವರೂಪದ ತತ್ತ್ವ ತಾನು ಎಂದಱಿವುದೇ ಫಲ" ಎಂಬ ತನ್ನರಿವು ಇದೇ ಅವನ ಜ್ಞಾನಮಾರ್ಗ. ಕರ್ಮಮಾರ್ಗ ಅದರ ಮುಂದೆ ಗೌಣ. ಹೀಗೆ ಅಲ್ಲಮನ ಮೂರ್ತಿಸ್ವರೂಪವನ್ನು ಚಾಮರಸನು ಸಂಪೂರ್ಣವಾಗಿ ಸಹಜೋಜ್ವಲವಾಗಿ ಚಿತ್ರಿಸಿದ್ದಾನೆ. ಅವನ ಚಿತ್ರಣದಲ್ಲಿ ಆದರ್ಶೀಕರಣವಿದೆ, ಧಾರ್ಮಿಕ ಅಭಿನಿವೇಶವಿದೆ. ಆದರೆ ಚರಿತ್ರೆಯ ಜೀವಾಳಕ್ಕೆ ಬಾಧೆಯನ್ನು ತರುವಷ್ಟು ಅವು ಮಿತಿಮೀರಿಲ್ಲ. ಒಂದು ದೃಷ್ಟಿಯಿಂದ ಪಾರ್ವತಿಯ ತಾಮಸಕಳೆಯಾಗಿ ಬಂದ ಮಾಯೆ, ಅವಳಿಗೆ ತಿಳಿವನ್ನು ಕೊಟ್ಟ ವಿಮಳೆ, ಸಾತ್ವಿಕಕಳೆಯಾಗಿ ಬಂದ ಅಕ್ಕಮಹಾದೇವಿ, ಸುಜ್ಞಾನಿ ಮತ್ತು ನಿರಹಂಕಾರರ ಮಗನಾಗಿ ಹುಟ್ಟಿದ ಅಲ್ಲಮ ಈ ಮುಂತಾದ ಕಥಾರಚನೆಯನ್ನು ಆಧ್ಯಾತ್ಮಿಕವಾದ ಸಾಂಕೇತಿಕಧ್ವನಿಯ ಏಕತೆ ಕಾಣುತ್ತದೆ. "ಮಹಾತ್ಮರ ಜೀವನಚರಿತ್ರೆಯನ್ನು ಕಾವ್ಯರೂಪದಲ್ಲಿ ಹೇಗೆ ಬರೆಯಬೇಕೆಂಬುದಕ್ಕೆ 'ಪ್ರಭುಲಿಂಗಲೀಲೆ' ಉತ್ತಮ ನಿದರ್ಶನವಾಗಿದೆ. ಎರಡನೆಯದಾಗಿ 'ಪ್ರಭುಲಿಂಗಲೀಲೆ' ವೀರಶೈವಪುರಾಣವಾಗಿ ಪರಿಗಣಿತವಾದರೂ ಸಾಮಾನ್ಯವಾಗಿ ಬಸವ–ಚೆನ್ನಬಸವಪುರಾಣಾದಿಗಳಲ್ಲಿ ಬರುವಂತೆ ಪುರಾತನರ ಮತ್ತು ಇತರ ಶಿವಶರಣರ ಉಪಕಥೆಗಳನ್ನು ಹೇರಿ ಮೂಲಕಥೆಗಳನ್ನು ಮುಳುಗಿಸಿಲ್ಲ."[4] "ಉಜ್ವಲವ್ಯಕ್ತಿಗಳ ಚರಿತ್ರೆಯನ್ನು ಅವರ ವ್ಯಕ್ತಿತ್ವಕ್ಕೆ ಕುಂದುಬಾರದ ರೀತಿಯಲ್ಲಿ ಬರೆಯಬೇಕೆನ್ನುವವರಿಗೆ ಚಾಮರಸನ ಮಾರ್ಗವು ಆದರ್ಶವಾಗಿದೆ."[5] —ಈ ಬಗೆಯ ಅಭಿಪ್ರಾಯಗಳು ಚಾಮರಸನ ಮೇಲ್ಮೆಯನ್ನು ಸಾರುತ್ತವೆ.

ಕಾವ್ಯದೃಷ್ಟಿಯಿಂದ ಚಾಮರಸಕೃತಿಯನ್ನು ಪರೀಕ್ಷಿಸಲಾಗಿ, ಅವನ ಕಲ್ಪನಾಸಂಪತ್ತಿಯ ಮತ್ತು ಶಬ್ದಶಕ್ತಿಯ ಸಹಜವಿಲಾಸವು ಹೆಜ್ಜೆಹೆಜ್ಜೆಗೆ ಗೋಚರವಾಗುತ್ತದೆ. ಅವನ ಆಂತರಿಕಶಕ್ತಿಯ ಜೊತೆಗೆ ಅಲ್ಲಮನಲ್ಲಿ ಅವನು ಹೊಂದಿದ ತಾದಾತ್ಮ್ಯ, ಪಡೆದ ಸೂಕ್ಷ್ಮಜ್ಞಾನ ಇವು ಅವನ ಬರೆವಣಿಗೆಗೆ ಪ್ರಾಸಾದಿಕಪ್ರವಾಹವನ್ನೂ ಕಲ್ಪನಾವಿಲಾಸವನ್ನೂ ಒದವಿಸಿರಬೇಕು. ಮಾಯೆಯ ಸೌಂದರ್ಯವರ್ಣನೆ, ಶೃಂಗಾರವರ್ಣನೆ ಈ ಮುಂತಾದುವು ಇದಕ್ಕೆ ನಿದರ್ಶನವಾಗಿವೆ. ಅವನ ಅಚ್ಚಗನ್ನಡದೇಸಿ ಅಪ್ರಯತ್ನಸಮೃದ್ಧಿಯಾಗಿ ಬಂದು ಕಲ್ಪನೆಯ ಸ್ಪಷ್ಟತೆಯನ್ನು ಇನ್ನಷ್ಟು ನಿಚ್ಚಳವಾಗಿಸುತ್ತದೆ. ಸರಳವಾದ ಉತ್ಕಟತೆಯ ಪರಿಣಾಮವುಂಟುಮಾಡುತ್ತದೆ. 'ಅಣ್ಣ ಕೇಳುದಕದಲಿ ಮುಳುಗಿದ ಸುಣ್ಣಕಲ್ಲಂತಾಗಿ ಕುದಿವುತ ಬನ್ನಬಟ್ಟಳು ಮಾಯೆ ಕಾಣುತ ನಿನ್ನ ಬೇಟದಲಿ" (೩–೯೮).

ಬಳಿಕ ಮಾಯಾಂಗನೆಯ ಮನಸಿಗೆ
ತಿಳಿವು ತಿಣ್ಣನೆ ತಿಟ್ಟವಿಟ್ಟಿತು
ಹೊಳಿಹು ಹೊಮ್ಮಿತು ತನ್ನ ಪೂರ್ವದ ಕಥನಕಾರಣದ ।
ಬೆಳವಿಗೆಗೆ ಬೆದೆಯಾಯ್ತು ನೆನಹಿನ
ನೆಳಲು ಮಿಂಚಿದುದೊಳಗೊಳಗೆ ನಿ-
ರ್ಮಳರ ಸಂಗವು ಕಳೆಯದಿಹುದೇ ಮನದ ಮೈಲಿಗೆಯ ॥ (೪–೧೦೭)

ಸಿಡಿಲುವಕ್ಕಿಯ ಪಕ್ಕವನು ಕಿ-
ತ್ತಡಬಳದ ಬಾಣಸವ ಮಾಡುವ
ಕಡುಗಲಿಗಳಾರುಂಟು ಕಾಳೋರಗನ ನಿದ್ರೆಯನು ।
ಕಿಡಿಸಿ ಬದುಕುವ ಕೀಲಣದ ಗಾ-
ರುಡಿಗರಾರುಂಟೆನ್ನ ತತ್ತ್ವದ
ತೊಡಕು ದುರ್ಘಟ ಚಿಂತೆಯೇತಕೆ ಗಿರಿಜೆ ಕೇಳೆಂದ ॥ (೬–೧೮೬)

ಬಳಿಕ ಸಂತೋಷದಲಿ ತನ್ನಯ
ಸಲುಗೆ ಬಿನ್ನಹವೆಂಬ ಬೀಜದ
ಬೆಳೆಗೆ ಹದವಳೆ ಹಣ್ಣೆ ಹಸರಿಸಿತೆನುತ ಹರುಷದಲಿ ॥ (೬–೧೯೧)

ಈ ಮುಂತಾದ ಉದಾಹರಣೆಗಳಲ್ಲಿ ತಿಳಿಗನ್ನಡದ ಚಿಕ್ಕ ಹಾಗೂ ಚೊಕ್ಕ ನುಡಿಗಳು ಕಲ್ಪನೆಯ ವೈಹಾಳಿಗೆ ದೊರೆತ ಮರಿಗುದುರೆಗಳಂತೆ ಮೆರೆಯುತ್ತವೆ. ಚಾಮರಸನ ಶೈಲಿಯಲ್ಲಿ ಆಡಂಬರವಿಲ್ಲ, ಅತಿ ಅಲಂಕಾರವಿಲ್ಲ, ಸಂಸ್ಕೃತದ ಅತಿರೇಕವಿಲ್ಲ ; ಸಮಾನವಾದ ಸಲೀಲವಾದ ಗತಿಯಿದೆ. ಭಾಮಿನಿ ಷಟ್ಪದಿಯ ನಿರರ್ಗಳವಾದ ಬಳಸುವಿಕೆಯಲ್ಲಿಯೂ ರೂಪಕಸಂಪತ್ತಿಯಲ್ಲಿಯೂ ಕುಮಾರವ್ಯಾಸನೂ ಚಾಮರಸನೂ ಒಂದೇ ಒಕ್ಕಲಿನವರು. ಅಷ್ಟಾದಶವರ್ಣನೆಗಳ ವಿಷಯದಲ್ಲಿಯೂ ಇಬ್ಬರೂ ಸಂಪ್ರದಾಯವಿಮುಖರು. ಸಂದರ್ಭವಶವಾಗಿ ಬಂದ ವರ್ಣನೆಯನ್ನು ಔಚಿತ್ಯವರಿತು ಮಾಡುತ್ತಾರೆ. ವರ್ಣನೆ ಬರಲೇಬೇಕೆಂದು ಸಂದರ್ಭವನ್ನು ಹಿಡಿದು ತರುವುದಿಲ್ಲ.

ಚಾಮರಸನು ಕನ್ನಡದ ಶ್ರೇಷ್ಠ ಕವಿಗಳಲ್ಲಿ ಒಬ್ಬನೆಂದೂ 'ಪ್ರಭುಲಿಂಗಲೀಲೆ' ಶ್ರೇಷ್ಠ ಚರಿತ್ರ ಕಾವ್ಯವೆಂದೂ ವಿಮರ್ಶಕರು ಕೈವಾರಿಸಿದ್ದಾರೆ. ಹರಿಹರನ 'ಬಸವರಾಜದೇವರರಗಳೆ'ಯ ತರುವಾಯ 'ಪ್ರಭುಲಿಂಗಲೀಲೆ' ಅಷ್ಟೇ ತೂಕದ ಚರಿತ್ರಕಾವ್ಯ. ಒಂದರಲ್ಲಿ ಭಕ್ತಿಪೂರವಿದೆ, ಇನ್ನೊಂದರಲ್ಲಿ ಜ್ಞಾನಸಾಗರವಿದೆ. ಇಬ್ಬರೂ ಕವಿಗಳು ತಮ್ಮ ಚರಿತ್ರನಾಯಕರ ಜೀವಾಳವನ್ನರಿತುಕೊಳ್ಳಲು ಸಮಾನ ಧರ್ಮಿಗಳಾಗಿ ತಮ್ಮ ಜೀವನವನ್ನೇ ಧಾರೆಯೆರೆದರು. ಅಂತೆಯೇ ಅಷ್ಟು ಉಜ್ವಲ ಜೀವಂತಚಿತ್ರ ಗಳನ್ನು ಮೂಡಿಸಿದರು. ಚರಿತ್ರಕಾವ್ಯಗಳ ಮಹತಿಗೆ ಪ್ರತಿಭೆಯ ಹೆಚ್ಚಳದೊಡನೆ ಚರಿತ್ರಕಾರನ ವ್ಯಕ್ತಿತ್ವದ ಹೆಚ್ಚಳ ಬೇಕು. ಚರಿತ್ರನಾಯಕನೊಡನೆ ಏಕಜೀವವಾಗುವಂಥ ಜೀವನಸಿದ್ಧಿ ಬೇಕು. ಇದರಿಂದಲೇ ಹರಿಹರ–ಚಾಮರಸರು ಕನ್ನಡಸಾಹಿತ್ಯಕ್ಕೆ ಉತ್ತಮ ಕೃತಿಗಳನ್ನು ನೀಡಿದರು.

## ವಿರೂಪಾಕ್ಷಪಂಡಿತ

ಇನ್ನೊಂದು ಗಣ್ಯವಾದ ಚರಿತ್ರಗ್ರಂಥವೆಂದರೆ ವಿರೂಪಾಕ್ಷಪಂಡಿತನ 'ಚೆನ್ನಬಸವಪುರಾಣ'. ಚೆನ್ನಬಸವೇಶ್ವರನ ಚರಿತೆಗಾಗಿಯೇ ಮೀಸಲಾದ ಮೊದಲನೆಯ ಗ್ರಂಥವಿದು. ಆದರೆ ಆ ಚರಿತೆಯಿಂದ ಪ್ರಾರಂಭವಾಗಿ ಶಿವಲೀಲೆಗಳು, ಇತರ ಶರಣರ ಚರಿತೆ, ವೀರಶೈವ ಸಿದ್ಧಾಂತ, ಸಂಪ್ರದಾಯ ಮುಂತಾಗಿ ಅನೇಕ ವಿಷಯಗಳನ್ನೊಳಗೊಂಡು ಇದು ವೀರಶೈವಮತದ ಕೈಪಿಡಿಯಾಗಿ ಪರಿಣಮಿಸಿದೆ. ಕವಿಯ ಉದ್ದೇಶವೂ ಇಂಥ ಪುರಾಣವನ್ನು ರಚಿಸುವುದೇ ಆಗಿತ್ತು. ಚೆನ್ನಬಸವನು ಸಿದ್ಧರಾಮನಿಗೆ "ಪರಮಶಿವತತ್ತ್ವಮಂ ತಿಳಿಪಿ ದೀಕ್ಷೆಯನಿತ್ತ ಪರಮಸತ್ಕಥೆ"ಯೆಂದಿದನ್ನು ವಿರೂಪಾಕ್ಷನು ಮೊದಲನೆಯ ಸೂಚನೆಯ ಪದ್ಯದಲ್ಲಿ ಬಣ್ಣಿಸಿದ್ದಾನೆ. ಪರಮಶಿವತತ್ತ್ವವನ್ನು ತಿಳಿಸುವಲ್ಲಿ ಆನುಷಂಗಿಕವಾಗಿ ಎಲ್ಲ ಮತೀಯ ವಿಷಯಗಳು ಬರುತ್ತವೆ. ಅಲ್ಲದೆ "ಕರ್ಣಾಟಕ ವ್ಯಾಕರಣ ಛಂದಸ್ಸಲಂಕಾರ ಶಬ್ದಂಗಳ ಅನುಗೊಳಿಸಿ ವರ್ಣಕಕಿಲ್ಲ ಲಕ್ಷಣಮೆಂಬ ನಾಣ್ಣುಡಿಯನಲ್ಲೆನಿಸಿ ಪೇಳ್ದೆಂ ವಿನೂತನಕಾವ್ಯಮಂ ಜಗತ್ಸೇವ್ಯಮಂ ಕಿವಿಗೊಟ್ಟು ಕೇಳ್ವುದೆಲ್ಲಾ ಸುಜನರು" (೧–೨೮) ಎಂದು

ಪ್ರೌಢಮಹಾಕಾವ್ಯದ ಹದಿನೆಂಟು ವರ್ಣನೆ, ನವರಸಗಳ ನಿರೂಪಣೆಗಳಿಗೂ ಕವಿ ಅವಕಾಶ ಕಲ್ಪಿಸಿಕೊಂಡಿದ್ದಾನೆ. ಹೀಗಾಗಿ, ೫ ಕಾಂಡ, ೬೩ ಸಂಧಿ, ೨೯೦೬ ವಾರ್ಧಕಷಟ್ಪದಿ ಪದ್ಯಗಳ ಹಿರಿಹೊತ್ತಗೆ ಕೈಗೆ ದೊರೆತಿದೆ. ಒಬ್ಬ ಚರಿತ್ರವಿಷಯನಾದ ವ್ಯಕ್ತಿಯ ನಿಮಿತ್ತದಿಂದ ಇಷ್ಟೆಲ್ಲ ವಿಸ್ತಾರವಾದ ಮತೀಯ ಪ್ರಪಂಚವನ್ನು ಪ್ರೌಢಕಾವ್ಯದ ಸರಣಿಯಲ್ಲಿ ಪರುಠವಿಸಿದ್ದರಲ್ಲಿ ಈ ಪುರಾಣದ ವಿನೂತನತೆಯಿದೆ. "ಶಿವಕವಿ, ಸದಮಲಜ್ಞಾನಿ, ಸಕಲಾಗಮಪುರಾಣಕೋವಿದ"ನಾದ ವಿರೂಪಾಕ್ಷಪಂಡಿತನು ಈ 'ಮಹಾಕೃತಿ'ಯಲ್ಲಿ ಒಂದು ಪವಾಡವನ್ನೇ ಮೆರೆದಿದ್ದಾನೆ. 'ವೀರಶೈವಾಮೃತಪುರಾಣ'ದಂತೆ ಇದು ವೀರಶೈವ ವಿಶ್ವಕೋಶವಾಗಿದೆ, ಆದರೆ ಚಾರಿತ್ರಿಕಧ್ಯೇಯ, ಕ್ರಮ ಮತ್ತು ಕವಿತಾಪ್ರೌಢಿಮೆಯಲ್ಲಿ ಇದರ ರೀತಿ ಬೇರೆಯಾಗಿದೆ. ಇದರಲ್ಲಿ ಮೇಲಾದ ಪಾಂಡಿತ್ಯವಿದೆ, ಕವಿತ್ವವಿದೆ, ಸಮಯನಿಷ್ಠೆಯಿದೆ, ಶೈಲಿಸೌಷ್ಠವವಿದೆ. "ಕಡುಜಾಣರಂ ಮೆಚ್ಚಿಸುವ ವಾಗ್ವಿಲಾಸ" (೧-೨೫) ಇದರಲ್ಲಿ ನಿಶ್ಚಿತವಾಗಿದೆ. ತನಗಿಂತ ಮೊದಲಿನ ವೀರಶೈವ ಮತ್ತು ಇತರ ಕವಿಗಳಿಗೆ ವಿರೂಪಾಕ್ಷಪಂಡಿತನು ಋಣಿಯಾಗಿದ್ದಾನೆ. ಲಕ್ಷ್ಮೀಶನಿಗೂ ಅವನಿಗೂ ಸಾಕಷ್ಟು ಸಾಮ್ಯಗಳು ಕಂಡುಬಂದಿವೆ. ಇತ್ತೀಚೆ ದೊರೆತ ಆಧಾರದಿಂದ ಲಕ್ಷ್ಮೀಶನು ಇವನಿಗಿಂತ ಮೊದಲಿಗನೆಂಬುದು ದಿಟವಾದರೆ ಅವನಿಂದಲೇ ವಿರೂಪಾಕ್ಷನು ಕೆಲವು ಕಾವ್ಯಭಾವಗಳನ್ನೂ ಶೈಲಿರೂಪಗಳನ್ನೂ ತೆಗೆದುಕೊಂಡಿರಬಹುದು. ಇಷ್ಟಾದರೂ ಅವನ ಶಕ್ತಿ ಸ್ವತಂತ್ರವಾದುದು, ಮೇಲಾದುದು. ಆದರೆ ಅವನು ಪ್ರಥಮ ಶ್ರೇಣಿಯ ಕವಿಯಲ್ಲ, ಅವನ ಕೃತಿಯೂ ಮಹಾಕೃತಿಯಲ್ಲ. "ಒಟ್ಟಿನಲ್ಲಿ ಈ ಕವಿಯು ಪಂಪರನ್ನಷಡಕ್ಷರದೇವರೊಡನೆ ಪ್ರಥಮಶ್ರೇಣಿಯ ಕವಿಮಾಲಿಕೆಯಲ್ಲಿ ಸೇರಲು ತಕ್ಕವನಲ್ಲವೆಂದರೂ ಲಕ್ಷ್ಮೀಶಕುಮಾರವ್ಯಾಸರ ಮಾಲಿಕೆಯಲ್ಲಿ ಸೇರಲಿಕ್ಕೆ ಆವ ಸಂದೇಹವೂ ಇಲ್ಲೆನ್ನಬಹುದು"[6] ಎಂಬ ತೀರ್ಮಾನವು ವ್ಯಕ್ತವಾಗಿದೆ. ಇದರಲ್ಲಿ ಮಾಡಿದ ವರ್ಗೀಕರಣ ಮತ್ತು ಆಯಾ ವರ್ಗದಲ್ಲಿ ಸೇರಿಸಿದ ಕವಿಗಣ ಈ ವಿಷಯ ಚರ್ಚಾಸ್ಪದವಾದುದು. ಆದರೆ ಇಲ್ಲಿ ಅದು ಪ್ರಸ್ತುತವಲ್ಲ. ವಿರೂಪಾಕ್ಷಪಂಡಿತನು ಮತ ಮತ್ತು ಕಾವ್ಯ ಎರಡೂ ದೃಷ್ಟಿಯಿಂದ ತುಂಬ ಸಾಂಪ್ರದಾಯಿಕನು. ಅವನ ಸೌಂದರ್ಯಪ್ರಜ್ಞೆಗಿಂತ ಅವನ ಮತಾಸಕ್ತಿ ಪಾಂಡಿತ್ಯ ಪ್ರೌಢಿಮೆಗಳು ಹೆಚ್ಚು ಬಲಿಷ್ಠವಾದುವು. ಚಾಮರಸನಿಗೆ ಅವನನ್ನು ಹೋಲಿಸಿ ನೋಡಿದರೆ, ಇಬ್ಬರಲ್ಲಿಯ ಭೇದ ತಿಳಿಯುತ್ತದೆ. ಚಾಮರಸನು ತನ್ನ ಕಾವ್ಯವಸ್ತುವಿನಲ್ಲಿ ತಲ್ಲೀನನಾಗಿ ಇತರ ವಿಷಯಗಳಿಗೆ ಗೌಣಸ್ಥಾನವನ್ನು ಕೊಟ್ಟನು ; ತನ್ನ ಕಲ್ಪನಾಶಕ್ತಿಯನ್ನು ಸ್ವತಂತ್ರವಾಗಿ ಹರಿಬಿಟ್ಟನು. ಇದಕ್ಕೆ ವಿರುದ್ಧವಾಗಿ ವಿರೂಪಾಕ್ಷನು ತನ್ನ ವಿಷಯದ ಆಯ್ಕೆಯಲ್ಲಿ ತೋರಿದ ಏಕಾಗ್ರತೆಯನ್ನು ಸಮಯನಿಷ್ಠೆಯ ಮೂಲಕ ಕಳೆದುಕೊಂಡು "ಅದೂ ಇರಲಿ ಇದೂ ಇರಲಿ" ಎಂಬ ಸರ್ವಸಂಮಿಶ್ರವಾದ ಗ್ರಂಥರಚನೆಗೆ ತೊಡಗಿದನು. ಅವನ ಕವಿತಾಶಕ್ತಿ ಮೇಲಾದುದಾಗಿಯೂ ಲಕ್ಷಣಯುಕ್ತವಾಗಬೇಕೆಂದು ಹೊರಟು ಚಮತ್ಕೃತಿಯ ಬೆನ್ನುಹತ್ತಿತು, ವರ್ಣನೆಗಳ ಸಂಕೋಲೆ ತೊಟ್ಟಿತು.

## ವೀರಶೈವಪುರಾಣದ ಲಕ್ಷಣ

ವೀರಶೈವಪುರಾಣದ ಲಕ್ಷಣವೇನು ? ಯಾವ ಗ್ರಂಥವನ್ನು ಪುರಾಣವೆಂದು ಕರೆಯಬೇಕು ? ವೀರಶೈವಕವಿಗಳು ತಂತಮ್ಮ ಗ್ರಂಥಗಳಿಗೆ ಚಾರಿತ್ರ, ಚರಿತ್ರೆ, ಪುರಾಣ, ಲೀಲೆ-ಹೀಗೆ ಪದಗಳನ್ನು ಬಳಸಿದ್ದಾರೆ. ಪುರಾಣವೆಂದು ಕರೆದಿರದ ಗ್ರಂಥಗಳೂ ಪುರಾಣಗಳಾಗಿರಬಹುದು. ಪುರಾಣವೆಂದು ಕರೆದ ಗ್ರಂಥಗಳು ಹಾಗೆ ಇರದೆ ಹೋಗಿರಬಹುದು. ಆದ್ದರಿಂದ ಈ ವಿಷಯದ ಪರಿಶೀಲನೆ ಅವಶ್ಯ. ರಾಘವಾಂಕನು 'ಸಿದ್ಧರಾಮಚಾರಿತ್ರ' ಇಲ್ಲವೆ ಪುರಾಣ ಎಂದು ಕರೆದಿದ್ದಾನೆ. ಆದರೆ 'ಹರಿಶ್ಚಂದ್ರಚಾರಿತ್ರ'ವೆಂದು ಮಾತ್ರ ಹೆಸರಿಸಿದ್ದಾನೆ. ಭೀಮಕವಿಯ 'ಬಸವಪುರಾಣ' ಪುರಾಣವಾಗಿದೆ.

ವಿರೂಪಾಕ್ಷನ 'ಚೆನ್ನಬಸವಪುರಾಣ'ವೂ ಹಾಗೇ ಸರಿ. ಪುರಾಣವೆಂದು ಕರೆದ ಗ್ರಂಥಗಳಲ್ಲಿ ಒಬ್ಬ ಇಲ್ಲವೆ ಅನೇಕ ಶಿವಶರಣರ ಚರಿತ್ರೆ ಪ್ರಮುಖವಾಗಿರುತ್ತದೆ. ಅವರಲ್ಲಿ ಪುರಾತನ ಮತ್ತು ನೂತನ ಶರಣರ ನಿರ್ದಿಷ್ಟಸಂಖ್ಯೆಯಿದೆ. ಈ ನೆರವಿಯಲ್ಲಿ ಬಾರದ ಹರಿಶ್ಚಂದ್ರನಂಥ ಶಿವಭಕ್ತರು ಪುರಾಣ ವಿಷಯವಾಗದೆ ಚರಿತ್ರವಿಷಯವಾಗುತ್ತಾರೆ. ಈ ಬಗೆಯ ಲಕ್ಷಣವನ್ನು ನಾವು ಪುರಾಣಕ್ಕೆ ಸ್ಥೂಲವಾಗಿ ಕಲ್ಪಿಸಿಕೊಳ್ಳಬಹುದು. ಆದರೆ ವೀರಶೈವಸಾಹಿತ್ಯ ಮುಂಬರಿದಂತೆ 'ಶಿವತತ್ತ್ವಚಿಂತಾಮಣಿ', 'ವೀರಶೈವಾಮೃತಪುರಾಣ', 'ಚೆನ್ನಬಸವಪುರಾಣ'ದಂಥ ಗ್ರಂಥಗಳು ಕಣ್ಣಿಗೆ ಬೀಳುತ್ತವೆ. ಇವುಗಳಲ್ಲಿ ಬಹುವಿಷಯಗರ್ಭಿತವಾದ ವೀರಶೈವ ಧರ್ಮಕೋಶವನ್ನು ರಚಿಸುವ ಉದ್ದೇಶವು ಪ್ರಧಾನವಾಗಿ ಕಂಡುಬಂದಿದೆ. ಶಿವಶರಣರ ಚರಿತ್ರೆ ಇವುಗಳಲ್ಲಿದೆ. 'ಚೆನ್ನಬಸವಪುರಾಣ'ದಲ್ಲಿಯಂತೂ ಚೆನ್ನ ಬಸವೇಶ್ವರನ ಚರಿತ್ರೆಯ ಸುತ್ತು ಉಳಿದ ಜಾಲವನ್ನು ಹೆಣೆದಿದೆ. ಆದರೆ ಶಿವಲೀಲೆ, ವೀರಶೈವತತ್ತ್ವ ಸಂಪ್ರದಾಯ ಇವುಗಳ ವರ್ಣನೆ–ವಿವರಣೆಗಳಿಗೆ ಪ್ರಾಮುಖ್ಯ ಬಂದಿದೆ. ಆದ್ದರಿಂದ ವೀರಶೈವ ಪುರಾಣದ ಕಲ್ಪನೆ ಬೆಳೆಯುತ್ತಹೋಗಿ ಸರ್ವಸಂಗ್ರಹ ಮತ್ತು ಸಂಮಿಶ್ರವಾಯಿತೆನ್ನಬಹುದು. ಇದನ್ನು ಲಕ್ಕಣದಂಡೇಶ ಮತ್ತು ಗುಬ್ಬಿಯ ಮಲ್ಲಣಾರ್ಯ ಇವರು ಹೇಳಿದ ೧೮ ಲಕ್ಷಣಗಳಿಂದ ಗುರುತಿಸ ಬಹುದು. ವಿಜಯನಗರ ಕಾಲದಲ್ಲಿ ಧರ್ಮಶ್ರದ್ಧೆ ಮತ್ತು ಜ್ಞಾನಗಳ ಪ್ರಸಾರಕ್ಕೆ ಇಂಥ ಪುರಾಣಗಳ ಅಗತ್ಯ ಹೆಚ್ಚಾಗಿ ತೋರಿರಬೇಕು. ಇಲ್ಲಿ ವೈದಿಕಪುರಾಣಗಳ ಸಂಮಿಶ್ರಲಕ್ಷಣಕ್ಕೆ ವೀರಶೈವಪುರಾಣಗಳು ಹತ್ತಿರ ಬರುತ್ತವೆ. ಜೈನಪುರಾಣಗಳ ಚರಿತ್ರಪ್ರಾಧಾನ್ಯದ ಲಕ್ಷಣದಿಂದ ದೂರ ಸರಿಯುತ್ತವೆ. ಹೀಗಾಗಿ ವಿಷಯೈಕ್ಯದ ಅಭಾವದಿಂದಲೂ ಅನೇಕಾಗ್ರತೆಯಿಂದಲೂ ಕೆಲವು ವೀರಶೈವ ಗ್ರಂಥಗಳು ಸಾಹಿತ್ಯಸೌಂದರ್ಯವನ್ನು ಪಡೆಯಬೇಕಾದಷ್ಟು ಪಡೆದಿಲ್ಲ. ಚರಿತ್ರಪ್ರಧಾನವಾದ ಪುರಾಣಗಳಲ್ಲಿ 'ಬಸವರಾಜದೇವರ ರಗಳೆ', 'ಪ್ರಭುಲಿಂಗಲೀಲೆ'ಯಂಥ ಕೃತಿಗಳು ಮತಧರ್ಮ ಮತ್ತು ಕಾವ್ಯಧರ್ಮ ಇವುಗಳ ಸಂಮಿಳನದಲ್ಲಿ ಬಹುಮಟ್ಟಿಗೆ ಯಶಸ್ವಿಯಾಗಿವೆ. ಉಳಿದುವುಗಳಲ್ಲಿ ಕಾವ್ಯಕ್ಕಿಂತ ಮತವು ಹೆಚ್ಚು ಪ್ರಭಾವಶಾಲಿಯಾಗಿ ಪರಿಣಮಿಸಿದೆ. ವೈದಿಕ, ಜೈನಪುರಾಣಗಳಲ್ಲಿಯೂ ಕಾವ್ಯ ಮತ್ತು ಧರ್ಮಗಳನ್ನು ಒಂದುಗೂಡಿಸಿದ ಕೃತಿಗಳು ವಿರಳವೆಂದೇ ಹೇಳಬೇಕು. ಪುರಾಣ, ಚಾರಿತ್ರ, ಲೀಲೆ ಎಂದು ವಿಭಾಗಮಾಡಿ, ಶಿವಶರಣನ ಚರಿತ್ರೆಯಾಗಿರುವುದು ಚಾರಿತ್ರ, ನಿರ್ದಿಷ್ಟ ಶಿವಶರಣರ ಸಾಂಪ್ರದಾಯಿಕ ಪದ್ಧತಿಯ ಕಥೆ ಪುರಾಣ, ಶಿವನ ಪಂಚವಿಂಶತಿಲೀಲೆಗಳ ವಿಷಯವಾಗಿ ಬರೆದದ್ದು ಲೀಲೆ ಎಂದು ಕರೆಯಬೇಕೆಂಬ ಸೂಚನೆ ಬಂದಿದೆ. ಆ ಮೇರೆಗೆ 'ಪ್ರಭುಲಿಂಗಲೀಲೆ', 'ಭಿಕ್ಷಾಟನ ಚರಿತೆ' ಲೀಲೆಗಳಾಗುತ್ತವೆ. 'ಸಿದ್ಧರಾಮಚರಿತ್ರೆ' ಚಾರಿತ್ರವಾಗುತ್ತದೆ. 'ಗುರುರಾಜಚಾರಿತ್ರ' ಪುರಾಣವಾಗುತ್ತದೆ. ಆದರೆ ಚರಿತ್ರೆ, ಲೀಲೆ, ತತ್ತ್ವ ಎಲ್ಲವೂ ಸೇರಿದ ಗ್ರಂಥಕ್ಕೆ ಏನೆನ್ನಬೇಕು ? ಅಲ್ಲದೆ 'ಪ್ರಭುಲಿಂಗಲೀಲೆ'ಯಲ್ಲಿ ಅಲ್ಲಮಪ್ರಭು ಮನುಷ್ಯರೂಪದಲ್ಲಿಯ ಪರಶಿವನ ಅವತಾರ ವೆಂದಿದ್ದ ಕಾರಣ ಪಂಚವಿಂಶತಿಲೀಲೆಗಳ ಹಾಗೆ ಲೀಲೆಯಲ್ಲ, ಅದು ಚರಿತ್ರೆಯೇ ಆಗುತ್ತದೆ. ಚರಿತ್ರೆಗೂ ಪುರಾಣಕ್ಕೂ ಇರುವ ವ್ಯತ್ಯಾಸವನ್ನು ತೋರಿಸಲು ಬರಬಹುದಾದರೂ ವ್ಯಾಪಕವಾದ ಪುರಾಣಲಕ್ಷಣವು ಹೊರಪಡುವುದಿಲ್ಲ. ಚರಿತ್ರಗ್ರಂಥಗಳಿಗೆ ಪುರಾಣಸ್ವರೂಪವನ್ನು ಕೊಟ್ಟಿರುವ ಹಿಂದಿನ ರೂಢಿಗೆ ಧಕ್ಕೆತಗಲುತ್ತದೆ. ಒಟ್ಟಿನಲ್ಲಿ, ಗ್ರಂಥಗಳಿಗೆ ಕೊಟ್ಟ ಹೆಸರು ಏನೇ ಇರಲಿ, ನಿರ್ದಿಷ್ಟ ಶಿವಶರಣರಲ್ಲಿ ಒಬ್ಬನ ಅಥವಾ ಹಲವರ ವಿವಿಧ ಪ್ರಕಾರದ ಚರಿತ್ರೆ ಆಗಲಿ ಚರಿತ್ರೆಗಳನ್ನೊಳಗೊಂಡ ಸಂಮಿಶ್ರಮತೀಯಕೋಶವಾಗಲಿ ವೀರಶೈವಪುರಾಣವೆನ್ನಿಸಿಕೊಳ್ಳಲು ಯೋಗ್ಯವಾದುವು.

## ಟಿಪ್ಪಣಿಗಳು

1. ಎಂ. ಆರ್. ಶ್ರೀನಿವಾಸಮೂರ್ತಿ : 'ಪ್ರಭುಲಿಂಗಲೀಲೆಯ ಸಂಗ್ರಹ', ಪೀಠಿಕೆ, ಪು. ೪೪.
2. 'ಪ್ರಭುಲಿಂಗಲೀಲೆ', ೧–೮, ೯, ೧೦, ೧೨, ೧೩.

3. ಇಲ್ಲಿಂದ ಮುಂದಿನವುಗಳೆಲ್ಲ 'ಪ್ರಭುಲಿಂಗಲೀಲೆ ಸಂಗ್ರಹ'ದ ಪದ್ಯಸಂಖ್ಯೆಗಳನ್ನು ಸೂಚಿಸುತ್ತವೆ.
4. ಎಂ. ಆರ್. ಶ್ರೀನಿವಾಸಮೂರ್ತಿ : 'ಪ್ರಭುಲಿಂಗಲೀಲೆಯ ಸಂಗ್ರಹ', ಪೀಠಿಕೆ, ಪು. ೪೫.
5. ಶಿ. ಶಿ. ಬಸವನಾಳ : 'ಪ್ರಭುಲಿಂಗಲೀಲೆ', ಪ್ರಸ್ತಾವನೆ, ಪು. ೧೫.
6. ಶಿ. ಶಿ. ಬಸವನಾಳ : 'ಚೆನ್ನಬಸವಪುರಾಣ', ಪ್ರಸ್ತಾವನೆ, ಪು. ೧೫.

## ಪ್ರಕರಣ : ೨೧

# ಕುಮಾರವ್ಯಾಸ ಯುಗದ ವೀರಶೈವ ಸಾಹಿತ್ಯ (೪)

ಶೈವಪುರಾಣದಿಂದ ಉದ್ಧೃತವಾದ ಕಥೆಗಳು ಈ ಯುಗದಲ್ಲಿ ಓದುವಗಿರಿಯ ಮತ್ತು ಬೊಂಬೆಯಲಕ್ಕ ಇವರ 'ಹರಿಶ್ಚಂದ್ರಸಾಂಗತ್ಯ', ವೀರಭದ್ರರಾಜನ 'ವೀರಭದ್ರವಿಜಯ', ಗುರುಲಿಂಗ ವಿಭುವಿನ 'ಭಿಕ್ಷಾಟನಚರಿತೆ', ಮಲ್ಲಿಕಾರ್ಜುನನ 'ಶ್ವೇತಸಾಂಗತ್ಯ'ಗಳಲ್ಲಿವೆ. ಓದುವಗಿರಿಯ ಮತ್ತು ಬೊಂಬೆಯಲಕ್ಕ "ಇಬ್ಬರೂ ರಾಘವಾಂಕನನ್ನೇ ಬಹುವಾಗಿ ಅನುಸರಿಸಿದ್ದಾರೆ. ಇದರಲ್ಲಿ ಬೊಂಬೆಯ ಲಕ್ಕನಂತೂ ಅವನಲ್ಲಿ ಕಂಡುಬರುವ ಅನೇಕ ಪದಸಮುದಾಯಗಳನ್ನೇ, ಅದೇ ಭಾವಗಳನ್ನೇ ಉಪಯೋಗಿಸಿಕೊಂಡುಬಿಟ್ಟಿದ್ದಾನೆ."[1] ವೀರಭದ್ರರಾಜನ 'ವೀರಭದ್ರವಿಜಯ'ವು ಕಟ್ಟುನಿಟ್ಟಾದ ಚಂಪೂರೂಪದಲ್ಲಿ ಬರೆದ ಕಾವ್ಯ. ದಕ್ಷಯಜ್ಞಧ್ವಂಸಮಾಡಿದ ವೀರಭದ್ರನ ವಿಜಯವೇ ಇದರಲ್ಲಿಯ ವಿಷಯ. ಮೊದಲಿನ ಆರು ಆಶ್ವಾಸಗಳಲ್ಲಿ ಬರೀ ಸಾಂಪ್ರದಾಯಿಕ ವರ್ಣನೆಗಳು ಬಂದಿವೆ. ತಂದೆ ವಿರೂಪರಾಜನ 'ತ್ರಿಭುವನತಿಲಕ'ವೆಂಬ ಸಾಂಗತ್ಯ ಗ್ರಂಥಕ್ಕೂ ಇತರ ಪ್ರಾಚೀನ ಕಾವ್ಯಗಳಿಗೂ ಅವನು ಋಣಿಯಾಗಿದ್ದಾನೆ. ದೇಸಿಯ ಯುಗದಲ್ಲಿ ಇದೊಂದು ಮಾರ್ಗಕಾವ್ಯ ಪ್ರಯತ್ನ, ಸಾಧಾರಣ ಗುಣವುಳ್ಳ ಕೃತಿ. ಗುರುಲಿಂಗವಿಭುವಿನ 'ಭಿಕ್ಷಾಟನಚರಿತೆ' ಈ ಗುಂಪಿನ ಕಾವ್ಯಗಳಲ್ಲಿ ಒಳ್ಳೆಯದು. ಸಂಸ್ಕೃತ 'ಭಿಕ್ಷಾಟನಕಾವ್ಯ'ದ ಆಧಾರದ ಮೇಲೆ ಇದನ್ನು ಬರೆದಿದೆ. "ಧರೆಯೊಳಗೆ ಗೋಪಾಲಕೃಷ್ಣ ಹದಿನಾರು ಸಾವಿರ ಗೋಪಿಯರೊಳಿಹುದು ನೋಡಬೇಕೆಂದು ಪುರಹರನು ಭಿಕ್ಷುಕನಾಗಿ ದ್ವಾರಾವತಿಗೆ ಬಂದ ಪರಿ" ಇಲ್ಲಿಯ ಕಥೆ. ಹದಿನೆಂಟು ವರ್ಣನೆಗಳಿಂದ ಹಿರಿದಾದ ಕಾವ್ಯಗಳಿರಲು ಇದು ಏಕೆಂದು ಅನ್ನದಿರಿ, "ನರಸ್ತುತಿಯಲ್ಲ ಚರಿತೆಗೊಳಿಂತಿದಕೆ ಚರಿತೆಯೆಂದೆನೆ ಪೇಳ್ವೆ" ಎಂದು ಮುಂತಾಗಿ ಕವಿ ಹೇಳಿದ್ದಾನೆ. ಆದರೆ ಇದು ಚರಿತ್ರೆಯಲ್ಲ, ಲೀಲೆಯೆಂಬುದು ಸ್ಪಷ್ಟ ; ವಿಷ್ಣುವಿನ ಶಿವಭಕ್ತಿಯನ್ನೂ ಶಿವಾಧಿಕ್ಯವನ್ನೂ ತೋರಿಸುವ ಮತೀಯಗ್ರಂಥ. ವಾರ್ಧಕಷಟ್ಪದಿಯ ೧೫೦ ಪದ್ಯಗಳು ೩ ಸಂಧಿ ಗಳಲ್ಲಿ ಅಡಕವಾದ ಚಿಕ್ಕ ಕಾವ್ಯವಾದರೂ ಇದರಲ್ಲಿ ಕವಿ ತನ್ನ ಕವಿತ್ವಶಕ್ತಿ, ಸಮಯಶರಣತೆಗಳನ್ನು ಸಾಕಷ್ಟು ಪ್ರದರ್ಶಿಸಿದ್ದಾನೆ. ೨ನೆಯ ಸಂಧಿಯಲ್ಲಿ ಶಿವನನ್ನು ಸೂಳೆಗೇರಿಯ ಸಂಚಾರಕ್ಕೆ ಕರೆದೊಯ್ಯು ತ್ತಾನೆ, ಚರ್ವಿತ ಚರ್ವಣ ಮಾಡುತ್ತಾನೆ. ಗುರುಲಿಂಗವಿಭುವಿನ ಛಂದಸ್ಸು-ಶೈಲಿಗಳಲ್ಲಿಯೂ ಹದ ವಿದೆ, ಕವಿತಾಶಕ್ತಿ ಸಹಜವಾಗಿದೆ. ವಾರ್ಧಕಷಟ್ಪದಿಗಳಲ್ಲಿ ತನ್ನದು ಲಾಕ್ಷಣಿಕ ಗ್ರಂಥವೆಂದು ಅವನು ಹೇಳಿಕೊಳ್ಳುತ್ತಾನೆ : "ಎಸೆದಿಹ ಸುರೇಖೆಯಿಂದಂ.... ಅಲಂಕಾರದಿಂ ಲಕ್ಷಣೋಚಿತಮಾದ ಶುದ್ಧಾಂಗದಿಂ" (೨-೨), "ವಿರಚಿಸಲು ಬಲ್ಲ ವಸ್ತುಕಕವೀಂದ್ರರ ವಸ್ತುನಿರತವರ್ಣಕ ಕವೀಶ್ವರರ ಕರ್ಣಾಭರಣ" (೩-೨). ಹೀಗೆ ದೇಸಿಗಬ್ಬಗಳಿಗೆ ಮಾರ್ಗಸಂಸ್ಕಾರವನ್ನು ಕೊಟ್ಟು ಪ್ರೌಢಗೊಳಿಸ ಬೇಕೆಂದ ಅಂದಿನ ಕವಿಗಳಲ್ಲಿ ಗುರುಲಿಂಗವಿಭು ಒಬ್ಬನಾಗಿದ್ದಾನೆ. ಸಣ್ಣ ಗಾತ್ರದಲ್ಲಿ ಅವನ ಉದ್ದೇಶ ವೇನೋ ಕೈಗೂಡಿದೆ. ಆದರೆ ತನ್ನ ಗುಣವನ್ನು ಕಾಣಿಸಿಕೊಡಲು ಅವನು ಬೇರೆ ವಿಷಯವನ್ನು ಆರಿಸಬೇಕಾಗಿತ್ತು. ದೇಸಿ-ಮಾರ್ಗಗಳ ಜೋಡಣೆಯಲ್ಲಿಯ ಅಸಂಗತಿಗಳನ್ನು ಕಳೆಯಬೇಕಾಗಿತ್ತು.

### ಶತಕಗಳು

ಈ ಯುಗದಲ್ಲಿ ಹೆಚ್ಚಾದ ಶತಕಗಳನ್ನು ವೀರಶೈವ ಕವಿಗಳು ರಚಿಸಿದ್ದಾರೆ. ಅವುಗಳಲ್ಲಿ ಮಗ್ಗೆಯ ಮಾಯಿದೇವನ 'ಶತಕತ್ರಯ', ಚಂದ್ರಕವಿಯ 'ಗುರುಮೂರ್ತಿಶಂಕರಶತಕ',

ವೀರಭದ್ರರಾಜನ 'ಪಂಚಶತಕ', ಸಿರಿನಾಮಧೇಯನ 'ಮಲ್ಲೇಶ್ವರಶತಕ', ಚೆನ್ನಮಲ್ಲಿಕಾರ್ಜುನನ 'ಶಿವಮಹಿಮಾಶತಕ', ಶಂಕರದೇವನ 'ಶಂಕರಶತಕ', ಶಾಂತವೃಷಭೇಶನ 'ಅನುಭವಶತಕ'—ಇವನ್ನು ಉಲ್ಲೇಖಿಸಬಹುದು. ಈ ಎಲ್ಲ ಶತಕಗಳಲ್ಲಿ ವೀರಶೈವತತ್ತ್ವಕ್ಕನುಸರಿಸಿ ಭಕ್ತಿಜ್ಞಾನವೈರಾಗ್ಯಗಳ ಬೋಧನೆಯಿದೆ, ಷಟ್ಸ್ಥಲಸಿದ್ಧಾಂತದ ವಿವರಣೆಯಿದೆ. ಅಕ್ಷರವೃತ್ತದಲ್ಲಿ ಬರೆದ ತಾತ್ತ್ವಿಕ ಮತ್ತು ನೀತಿಪ್ರಧಾನ ಕಾವ್ಯದ ಮಾದರಿಯೆಂದು ಇದನ್ನು ಕರೆಯಬಹುದು. ಯಾವ ಶತಕಗಳಲ್ಲಿಯೂ ಶೃಂಗಾರಕ್ಕೆ ಎಡೆಯಿಲ್ಲ. ಅಲ್ಲಲ್ಲಿ ಭಾವಗೀತೆಯ ಅಂತಸ್ಸತ್ವವು ಕಂಡುಬರುತ್ತದೆ. ಚಂದ್ರಕವಿಯ ಶತಕದಲ್ಲಿ ಪ್ರಸನ್ನಪದ್ಮರಚನೆಯಿದೆ, "ನಾಟ್ಟುಡಿಗಳಂ ಛಂದಕ್ಕೆ ಬರ್ಪಂತೆ ನೆಟ್ಟಗೆ ಮಾತಾಡುವ ಬಲ್ಮೆ"ಯಿದೆ. ವೀರಭದ್ರರಾಜನ ಪಂಚಶತಕಗಳಲ್ಲಿ ಶಿವಸ್ತುತಿ, ತತ್ತ್ವ, ನೀತಿ, ವೈರಾಗ್ಯ ಇವುಗಳಲ್ಲಿ ಬೋಧನೆ 'ಸಲ್ಲಕ್ಷಣೋದರಮಾಗಿರ್ದು' ಪ್ರೌಢಪದ್ಯಗಳಲ್ಲಿ ಬಂದಿವೆ. ಅವುಗಳಲ್ಲಿ ಒಂದು ಶತಕ ಕಂದಪದ್ಯದಲ್ಲಿದೆ. ಸಿರಿನಾಮಧೇಯನ 'ಮಲ್ಲೇಶ್ವರಶತಕ'ವು 'ಅಷ್ಟಾವರಣಸ್ತವ'ವಾಗಿದೆ. ಬಹುಭಾಗದಲ್ಲಿ ತಾತ್ತ್ವಿಕವಾಗಿದೆ. ಚೆನ್ನಮಲ್ಲಿಕಾರ್ಜುನನ 'ಶಿವಮಹಿಮಾಶತಕ'ವು ಶಿವಪಾರಮ್ಯವನ್ನು ಪ್ರತಿಪಾದಿಸುತ್ತದೆ. "ವೈಷ್ಣವವಾಗದ್ವೈತಿ–ಕರ್ಮಿಗಳ ಹೃಚ್ಛಲ್ಯಂ" ಎಂದು ಕವಿ ಅದನ್ನು ವರ್ಣಿಸಿದಂತೆ ಪರಮತನಿಂದೆಯೂ ಅದರಲ್ಲಿ ಬಂದಿದೆ. ಶಂಕರದೇವನ 'ಶಂಕರಶತಕ'ವು ವೀರಶೈವ ವೇದಾಂತವನ್ನು ಬೋಧಿಸುತ್ತಲೆ ಭಕ್ತಿಭಾವನೆಯನ್ನು ಚೆನ್ನಾಗಿ ವ್ಯಕ್ತಗೊಳಿಸಿದೆ. 'ಮನದಧಿಕಾರಮಾಗಿ ಕೆಲಸಾರಿತು ಭಕ್ತಿವಸಂತಕಾಲ ಜನಿಸಿತು ಲಿಂಗಮೋಹಲತೆಯಂಕುರಿಸಿತ್ತು" ಮತ್ತು "ಕಾಮದ ಗಾಳಿ ಬೀಸಿ ನೆಚೆ ಕೋಪದ ಮೋಡಮುಸುಕಿ.... ಜೀವಹಂಸಿಗೆರವಿಲ್ಲ" ಎಂಬ ಪದ್ಯಗಳನ್ನು ನೋಡಬಹುದು.

## ಮಗ್ಗೆಯ ಮಾಯಿದೇವ

ಬಹುಶಃ ಈ ಎಲ್ಲ ಶತಕಗಳಲ್ಲಿ ಮಗ್ಗೆಯ ಮಾಯಿದೇವನ ಶತಕತ್ರಯಕ್ಕೆ ಎಲ್ಲ ದೃಷ್ಟಿಯಿಂದಲೂ ಅಗ್ರಮಾನ ಸಲ್ಲುತ್ತದೆ; ಅವನು ತನ್ನ 'ಶಿವಾಧವಶತಕ'ದಲ್ಲಿ ಜ್ಞಾನವನ್ನೂ 'ಶಿವಾವಲ್ಲಭಶತಕ'ದಲ್ಲಿ ಭಕ್ತಿಯನ್ನೂ 'ಐಪುರೀಶ್ವರಶತಕ'ದಲ್ಲಿ ವೈರಾಗ್ಯವನ್ನೂ ಮುಖ್ಯವಾಗಿ ನಿರೂಪಿಸಿದ್ದಾನೆ. ಭರ್ತೃಹರಿಯ ಸಂಸ್ಕೃತಶತಕತ್ರಯದಲ್ಲಿ ಶೃಂಗಾರ, ವೈರಾಗ್ಯ, ನೀತಿಗಳಿದ್ದರೆ ಇವನ ಶತಕತ್ರಯದಲ್ಲಿ ಜ್ಞಾನಭಕ್ತಿವೈರಾಗ್ಯಗಳು ಪ್ರತಿಪಾದಿತವಾಗಿವೆ, ಸ್ವಸಿದ್ಧಾಂತಬೋಧನೆಯ ಹೇತು ಪ್ರಚೋದಕವಾಗಿದೆ. ಅಲ್ಲಲ್ಲಿ ಸುಂದರ ಸಾದೃಶ್ಯಗಳನ್ನು ಕೊಟ್ಟು ತತ್ತ್ವವನ್ನು ತಿಳಿಸಲಾಗಿದೆ (ಉದಾಹರಣೆಗೆ, 'ಶಿವಾಧವ ಶತಕ', ಪದ್ಯ ೨೩, ೯೬, ೯೭), ಶೈಲಿಯ ಮೇಲೆ ಸಂಸ್ಕೃತ ಪ್ರಭಾವ ಹೆಚ್ಚಿದೆ. ಶಾಸ್ತ್ರೀಯ ಪದ್ಧತಿಯ ಅನುಸರಣವಿದೆ. ಆದರೂ ಮಂದಟ್ಟಾಗುವಂತೆ ಹೇಳಬೇಕೆಂಬ ಉದ್ದೇಶ ಮತ್ತು ಹೇಳುವ ಸೌಲಭ್ಯ ಮಾಯಿದೇವನಲ್ಲಿವೆ. ಮೂರನೆಯದಾದ 'ಐಪುರೀಶ್ವರ ಶತಕ'ದಲ್ಲಿ ಮಾಯಿದೇವನ ಆರ್ತಭಕ್ತಿ ಹಾಗೂ ಅನುಭವಪರಿಪಾಕ ಪ್ರಕಟವಾಗಿವೆ. "ದಿನದೆಡೆಯುಂಟೆ ಸೂರ್ಯನುದಯಕ್ಕೆ ತಮೋವಿಲಯಕ್ಕೆ" (೨೨), "ಆರಿಗೆ ಪೇಳ್ವೆನಾರಿಗೆ ಪಲಂಬುವೆನಾರಿಗೆ ತೋರ್ಪೆನೆನ್ನ ಸಂಸಾರದುರಾಪ್ತ ದುಃಖಭಯಮಂ" (೨೩), "ಭುವನಚತುರ್ದಶೈಕವಿಭುವಾಗಿ ವಿರಾಜಿಸುತಿರ್ಪ ನಿನ್ನ ವೈಭವದೊಳಗಾಂ ದರಿದ್ರನೆನಿಸಿರ್ಪುದೇಂ" (೨೬), "ಕ್ಷೀರಸಮುದ್ರಸನ್ನಿಧಿಯೊಳಿರ್ದು ಪಿಪಾಸಿತನಾಗಿ ಬಾವಿಯಂ ಹಾರೆಯನಾಂತಗುಳ್ವವನೊಲಾಯ್ತು" (೨೮) ಈ ಮುಂತಾದ ಪದ್ಯಗಳನ್ನು ನಿದರ್ಶನಕ್ಕಾಗಿ ಓದಬೇಕು. ವಚನಕಾರರ ಸಲಿಗೆ, ಉತ್ಕಟತೆ, ಧೈರ್ಯ ಇವು ಮಾಯಿದೇವನಲ್ಲಿ ತೋರುತ್ತವೆ. "ಬೇಡುವ ಕಾಡುವಾಯಸಗೊಳುತ್ತಿಹ ಭಕ್ತಿಯೆ ಪಾಪಮಿಂತಿದಂ ಬೇಡದ ಹಾಂಗೆ ಹಾಡು" (೯೧) ಎಂದು ತಿರುತಿರುಗಿ ಬೇಡುತ್ತಾನೆ. ಹೀಗೆ ಶತಕಗಳಲ್ಲಿ ಮಾಯಿದೇವನ ವಿದ್ವತ್ತೆ ಮತ್ತು ಕಳಕಳಿಗಳು ಮೆಚ್ಚುವಂತಿವೆ.

ನೀತಿಬೋಧಕವಾದ ಮತ್ತು ಅನುಭವನಿವೇದಕವಾದ ಪದ್ಯಗಳು ಈ ಯುಗದಲ್ಲಿ ಹೆಚ್ಚಿವೆ. ಆದರೆ ಅವು ಇದೇ ಯುಗದಲ್ಲಿ ಮಾತ್ರ ರಚಿತವಾದುವೆಂದು ನಿಶ್ಚಿತವಾಗಿ ಹೇಳಲು ಬರುವುದಿಲ್ಲ. ಕನ್ನಡಜಾಣ, ಕವಿಪಂಚಮಾರ್ಗಣ, ಗುಣರತ್ನ, ಚೂಡಾರತ್ನ ಮುಂತಾದ ಅಂಕಿತಗಳಲ್ಲಿ ಅವು ಕೊನೆಗೊಳ್ಳುತ್ತವೆ. ಕೆಲವು ಕವಿಗಳ ಅಭ್ಯಾಸಕವಿತೆಯಾಗಿ ಅವು ಜನ್ಮತಾಳಿರಬಹುದು; ಇಲ್ಲವೆ ಆ ಬಗೆಯ ಅವರ ಗ್ರಂಥಗಳಲ್ಲಿ ಸೇರ್ಪಡೆಹೊಂದಿರಬಹುದು. ವೀರಭದ್ರರಾಜನು 'ಕನ್ನಡಜಾಣ ಹಂಪೆಯ ಹರೀಶ್ವರನ ಬಗೆ' ಎನ್ನುತ್ತಾನೆ. ಹಾಗಾದರೆ ಕನ್ನಡಜಾಣವೆಂಬ ಅಂಕಿತದ ಪದ್ಯಗಳು ಹರಿಹರರಚಿತವೇ ಎಂಬ ಪ್ರಶ್ನೆ ಹುಟ್ಟುತ್ತದೆ. ೧ನೆಯ ಮಂಗರಾಜನ 'ಖಗೇಂದ್ರಮಣಿದರ್ಪಣ'ದಲ್ಲಿ ವಿವೇಕಚೂಡಾರತ್ನ ಮುಂತಾದ ಬಿರುದಿನ ಕೆಲ ಪದ್ಯಗಳು ದೊರೆಯುತ್ತವೆ. ಇದನ್ನು ಬರೆದವರು ಯಾರೋ ತಿಳಿಯದು. ಸಾಮಾನ್ಯವಾಗಿ ಇವು ಕಂದಪದ್ಯಗಳಲ್ಲಿರುತ್ತವೆ, ಇವುಗಳ ಶೈಲಿ ಸರಳವಾಗಿರುತ್ತದೆ.

ಪೊಸಕಾಲದ ನವಿಲಾಟಂ
ಸಿಸುಗಳ ಮುದ್ದಾಟ ಹರಿಣಹರಿಣಿಯ ನೋಟಂ ।
ರಸಕವಿಗಳ ಕರ್ಣಾಟಂ
ಶಶಿಮುಖಿಯೊಡಗೂಡಿದಂತೆ ಕನ್ನಡಜಾಣ ॥

ಎಲ್ಲಿ ಸುಶೀಲಂ ಸದ್ಗುಣ-
ಮೆಲ್ಲಿ ದಯಾಧರ್ಮಮೆಸೆವ ಸತ್ಯಂ ನೆಲೆಗೊಂ- ।
ಡಲ್ಲಿಯೆ ಆಯುಂ ಸಿರಿಯುಂ
ಸಲ್ಲೀಲೆಯೊಳಿರ್ಪುವಲ್ತೆ ಚೂಡಾರತ್ನಾ ॥

ಶರಣೆನೆ ಕಾವುದು ಬೇಡಿದೊ-
ಡಿರದೀವುದು ತೊಡರೆ ಸೆಡೆಯದಿರುವುದು ಪುಸಿಯೊಳ್ ।
ಬೆರೆಯದೆ ನಡೆವುದು ನಡೆಯದೊ-
ಡರಸಂ ಕಡುಬರಸನಲ್ತೆ ಚೂಡಾರತ್ನಾ ॥

ಕುಡಲುಂ ಭೋಗಿಸಲುಂ ಸಿರಿ
ಕಿಡುವುದೆ ಕೆಟ್ಟೊಜಿತೆ ತೋಡೆ ತವನಿಧಿಯಕ್ಕುಂ ।
ಕುಡದನ ಭೋಗಿಸದನ ಸಿರಿ
ಪಡಿಗದ ನೀರಂತೆ ಸುಗುಣರತ್ನಕರಂಡಾ ॥

ಈ ಮುಂತಾದ ಉದಾಹರಣೆಗಳಲ್ಲಿ ಇಂಥ ಪದ್ಯಗಳ ವಿವೇಕವನ್ನೂ ಸ್ವಾರಸ್ಯವನ್ನೂ ಅರಿತುಕೊಳ್ಳಬಹುದು. ಶತಕಗಳು ಪ್ರೌಢವಾಗಿ ಪರಿಮಿತಜನಕ್ಕೆ ಪ್ರಯೋಜನಕಾರವಾಗಿರಲು, ಇಂಥ ಕಂದಪದ್ಯಗಳು ಹೆಚ್ಚು ಜನಕ್ಕೆ ಮಾರ್ಗದರ್ಶಿಯಾದುವು.

## ಸರ್ವಜ್ಞ

ಸರ್ವಜ್ಞಮೂರ್ತಿ ಈ ಯುಗದ ವ್ಯವಹಾರಜ್ಞಾನ–ವಿವೇಕಗಳ ಮೂರ್ತಿಯಾಗಿ ಬಾಳಿದನು.

ಪಾಪಮಿದು ಪುಣ್ಯಮಿದು ಹಿತ-
ರೂಪಮಿದಹಿತಪ್ರಕಾರಮಿದು ಸುಖಮಿದು ದುಃ- ।
ಖೋಪಾತ್ತಮಿದೆಂದಱಿಪುಗು-
ಮಾ ಪರಮಕವಿಪ್ರಧಾನರಾ ಕಾವ್ಯಂಗಳ್ ॥

ಎಂದು ಕವಿರಾಜಮಾರ್ಗಕಾರನು ಹೇಳಿದಂತೆ ಪ್ರಾಚೀನಕಾಲದಿಂದಲೂ ನಮ್ಮ ನಾಡಿನ ಕವಿಗಳು

ಕಾಂತಾಸಂಮಿತಿಯಿಂದ ಉಪದೇಶಮಾಡುತ್ತ ಬಂದಿದ್ದಾರೆ. ವಿಜಯನಗರಕಾಲದ ಜನಸಂಮುಖವಾದ ಸಾಹಿತ್ಯದಲ್ಲಿ ಶರಣರು, ದಾಸರು ಹಾಗೂ ಇತರ ಕವಿಗಳು ನೀತಿಧರ್ಮದ ಬೋಧನೆಯನ್ನು ಹೆಚ್ಚಾಗಿ ಮಾಡಿದರು. ಆ ಸಾಮ್ರಾಜ್ಯವು ಪತನಹೊಂದಿದಮೇಲೆ ಮರಗಾಳಿಯ ಬಿರುಬಿಗೆ ಸಿಕ್ಕ ನೆಲದಲ್ಲಿ ಹಾಳುಬೀಳುಗಳು ಎಲ್ಲ ಕಡೆಗೆ ಕಾಣುವಂತೆ ಜನಜೀವನ ದಿಕ್ಕೆಟ್ಟಿತು. ಅಸ್ತವ್ಯಸ್ತವಾಯಿತು. ಹಿಂದಿನ ಅನುಭವ ಅಳಿಸಿದಂತಾಯಿತು, ವಿವೇಕ ಮಸುಳಿದಂತಾಯಿತು. ಇಂಥ ಕಾಲದಲ್ಲಿ ಸರ್ವಜ್ಞ ಹುಟ್ಟಿ ಸಮಾಜವೈದ್ಯನಾಗಿ ರೋಗಪರೀಕ್ಷೆಮಾಡಿದನು, ಬಿಚ್ಚುಮಾತಿನ ಔಷಧಿಯನ್ನು ನೀಡಿದನು. ಅವನ ಚರಿತ್ರೆ ದಂತಕಥೆಯಾಗಿಬಿಟ್ಟಿದೆ. ಅದು ಹೀಗಿದೆ ಎಂದು ಹೇಳುವುದಕ್ಕಿಂತ ಹೀಗಿರಬಹುದೇನೋ ಎಂಬ ಉತ್ಪ್ರೇಕ್ಷೆಯಲ್ಲಿ ಹೇಳಬೇಕಾಗುತ್ತದೆ. ಯಾವ ಅವನ ಆತ್ಮಚರಿತ್ರಪರವಾದ ವಚನಗಳಿಂದ ಅವನ ಚರಿತ್ರೆಯನ್ನು ಹೇಳಬಹುದೋ ಅವೆಷ್ಟುಮಟ್ಟಿಗೆ ಅವನವು ಎಂಬುದು ಸಂಶಯವೆ. ಎರಡು ಸಾವಿರದವರೆಗೆ ಸಂಗ್ರಹವಾದ ಅವನ ತ್ರಿಪದಿಗಳಲ್ಲಿ ಬೇರೆಯವರು ಬರೆದುವು ಸೇರಿಕೊಂಡಿವೆ. ಅಂಥ ಕೆಲವನ್ನು ಗುರುತಿಸಬಹುದು. ಕೆಲವನ್ನು ಗುರುತಿಸಲಾರೆವು. ಸದ್ಯಕ್ಕೆ ಅನ್ಯಕೃತವೆಂದು ನಿಶ್ಚಿತವಾಗಿ ಹೇಳಬಹುದಾದ ವಚನಗಳನ್ನು ಬಿಟ್ಟು ಉಳಿದವುಗಳಿಂದ ಅವನ ವ್ಯಕ್ತಿಸ್ವರೂಪದ ಹೊಳಹನ್ನು ಹಾಕಿಕೊಳ್ಳಬೇಕು. ಅದಕ್ಕೆ ಸರಿಹೋಗುವಂತೆ ಅವನ ಚರಿತ್ರೆಯನ್ನು ಹೇಳುವ ಪದ್ಯಗಳಿದ್ದರೆ ಅವನ್ನು ತಾತ್ಪೂರ್ತಿಕವಾಗಿ ಅಂಗೀಕರಿಸಬಹುದು. ಈ ಭೂಮಿಕೆಯಿಂದ ವಿಚಾರಮಾಡಲಾಗಿ, ಅವನು ಅನುಭವಶಾಲಿ, ಸತ್ಯಪ್ರೇಮಿ, ಖಂಡಿತವಾದಿ, ವಿಶಾಲಮನಸ್ಕ, ವಿರಕ್ತ, ವಿವೇಕಿ ಎಂಬ ಮೂರ್ತಿಚಿತ್ರವು ನಮ್ಮ ಕಣ್ಣಮುಂದೆ ಅವನ ತ್ರಿಪದಿಗಳನ್ನು ಓದುತ್ತ ಹೋದ ಹಾಗೆ ಸುಳಿಯುತ್ತದೆ. ಅವನ ಚರಿತ್ರೆಯಲ್ಲಿ ಬಂದಿರುವ ಬಸವರಸ ಮತ್ತು ಕುಂಬಾರ ಮಾಳಿಯ ಪ್ರಣಯಕಥೆ ಸತ್ಯವಿರಲಿ ಬಿಡಲಿ ಅವನ ಜನ್ಮ ಅಸಾಂಪ್ರದಾಯಿಕವಾಗಿರಬಹುದೆಂದು ತೋರುತ್ತದೆ. ಅವನ ಬಾಲ್ಯದಲ್ಲಿ ತಾಯಿ ಯಾರು, ತಂದೆ ಯಾರು ಎಂದು ಕೇಳಿ ಅನೇಕರು ಅಣಕಿಸಿರಬಹುದು. ಆಗಲೆ ಅವನು "ನಾ ಶಿವನ ಮಗನೆಂದು" ಹೇಳಲು ಮೊದಲುಮಾಡಿರಬೇಕು. ತಾಯಿಯೊಡನೆ ಹೊಂದಿಕೆಯಾಗದೆ ಅವನು ಸಣ್ಣ ವಯಸ್ಸಿನಲ್ಲಿಯೇ ಮನೆ ಬಿಟ್ಟು ಹೋಗಿರಬಹುದು.

ನೂಕಿದರು ಅವರಾಗ ಕುಹಕತನದೊಳು ಬೇಗ
ಲೋಕದೊಳಗೆಲ್ಲ ಕಂಡುದನು ನುಡಿದು ತಾ-
ನೇಕವಾಗಿಹನು ಸರ್ವಜ್ಞ ||

ಈ ಪದ್ಯ ಸಾಭಿಪ್ರಾಯವಾಗಿದೆ. ಕಂಡದ್ದನ್ನಾಡುವ ಅವನ ಸ್ವಭಾವವು ಮನೆಬಿಡಿಸಿತು. ಬಾಳಿನ ಬಗ್ಗೆ ಕಹಿ ಹೆಚ್ಚಿ ಅವನು ಸಮಾಜವೈರಿಯಾಗಿ ಅಲೆಯಬಹುದಾಗಿತ್ತು. ಆದರೆ ಸದ್ಗುರುವಿನ ಲಾಭದಿಂದ ಅವನ ಬುದ್ಧಿ ಬೆಳೆಯಿತು, ವಿವೇಕ ಜಾಗೃತವಾಯಿತು. ಕಹಿ ಹೋಗಿ ಸಿಹಿಯಾಯಿತು. ಬಾಳನ್ನು ಅವನು ಪ್ರೀತಿಸಹತ್ತಿದನು, ಊರೂರು ಸುತ್ತಿ ಎಲ್ಲವರೂ ತನ್ನವರೇ ಎಂಬ ಉದಾತ್ತ ಭಾವವನ್ನು ಬೆಳೆಸಿಕೊಂಡನು. ಅವನು ಸ್ವಾರ್ಥರಹಿತನೂ ವೈರಾಗ್ಯಪೂರ್ಣನೂ ಆದನು. ಅವನ ಒಳಗಣ್ಣು ತೆರೆಯಿತು. ಅವನು ರಾಗದ್ವೇಷರಹಿತವಾಗಿ ಜೀವನಸತ್ಯವನ್ನು ಕಂಡನು. ಕಂಡದ್ದನ್ನು ಆಡಬೇಕಾದರೆ ಕಂಡದ್ದು ಸತ್ಯವಾಗಿರಬೇಕು. ಸತ್ಯವನ್ನು ಕಾಣುವುದಕ್ಕೆ ಶುದ್ಧಪ್ರೀತಿ ಬೇಕು, ದೃಢ ವೈರಾಗ್ಯ ಬೇಕು, ನಿರ್ಭೀತಿ ಬೇಕು. ಸರ್ವಜ್ಞನು ಬೆಳೆದಂತೆ ಅಂಥ ಸತ್ಯದರ್ಶಿಯೂ ಖಂಡಿತವಾದಿಯೂ ಆದನು.

ಜೀಯ ಸದ್ಗುರುನಾಥ ಕಾಯ ಪುಸಿಯನೆ ತೋರಿ
ಮಾಯಪಾಶವನು ಹರಿಸುತ್ತ ಶಿಷ್ಯಂಗೆ
ತಾಯಿಯಂತಾದ ಸರ್ವಜ್ಞ ||

ಮುಂತಾಗಿ ಗುರುಮಹಿಮೆಯ ಪದ್ಯಗಳನ್ನೂ

ಊರೆಲ್ಲ ನೆಂಟರು ಕೇರಿಯೆಲ್ಲವು ಬಳಗ
ಧಾರಿಣಿಯು ಎಲ್ಲ ಕುಲದೈವವಾಗಿನ್ನು
ಯಾರನ್ನು ಬಿಡಲಿ ಸರ್ವಜ್ಞ ||

ಎಂದು ಮೊದಲಾದ ಪದ್ಯಗಳನ್ನೂ ನೋಡಿದರೆ ಅವನ ವ್ಯಕ್ತಿಚಿತ್ರವು ಸ್ಫುಟವಾಗುತ್ತದೆ. ಅವನು ಯಾವ ಮತದವನು, ಯಾವ ಪಂಥದವನು ಎಂದು ಕೇಳುವುದುಂಟು. ಜೀವಾಳದಲ್ಲಿ ಅವನಿಗೆ ಮತವೊಂದೇ ಎಂಬುದಿಲ್ಲ. ಈ ವಿಷಯದಲ್ಲಿ ಅವನು ವಿಲಕ್ಷಣ ವ್ಯಕ್ತಿ. ಅನುಭವವೇ ಅವನ ವೇದ, ಜೀವನವೇ ಅವನ ಪಾಠಶಾಲೆ, ಅವನದು ಸರ್ವಸಂಗ್ರಹವಾದ ಮೂಲಗಾಮಿಯಾದ ದೃಷ್ಟಿ. ಆದರೂ ಅವನ ಗುರು ವೀರಶೈವನಾಗಿರಬಹುದು. ಅವನಿಂದ ದೊರೆತ ಸಂಸ್ಕಾರವೇ ಹೆಚ್ಚು ದೃಢವಾಗಿರಬಹುದು. ಒಮ್ಮೊಮ್ಮೆ ಅವನು ಭಟ್ಟಂಗಿಯಂತೆ ಎಲ್ಲರನ್ನೂ ಮೆಚ್ಚುತ್ತಾನೆ, ಕುಹಕಿಯಂತೆ ಎಲ್ಲರನ್ನೂ ತೆಗಳುತ್ತಾನೆ ಎಂದು ತೋರಬಹುದು. ಅವನವಲ್ಲದ ವಚನಗಳಿಂದಲೂ ಈ ಗೊಂದಲ ಹೆಚ್ಚಬಹುದು. ಆದರೆ ಅವನ ವ್ಯಕ್ತಿತ್ವದ ಜೀವಾಳವನ್ನು ಹಿಡಿದು ಎಲ್ಲವನ್ನು ಅರ್ಥವಿಸುವುದು ಒಳ್ಳೆಯದು. ಸರ್ವಜ್ಞ ಎಂಬುದು ಅವನ ಹೆಸರೇ ಎಂಬ ಪ್ರಶ್ನೆಯ ಚರ್ಚೆಯೂ ಆಗಿದೆ. ಅದು ಅವನಿಗೆ ಕೊಟ್ಟ ಬಿರುದು ಎಂದು ಕೆಲವರ ಊಹೆ. ಅವನ ಅಂಕಿತವಾಗಿರಬೇಕೆಂದು ಇನ್ನೊಂದು ಊಹೆ. "ಸರ್ವಜ್ಞ ಎಂಬುದು ಎಲ್ಲವನ್ನು ತಿಳಿದ ಜ್ಞಾನಸ್ವರೂಪನಾದ ಭಗವಂತನನ್ನು ಮನಸ್ಸಿನಲ್ಲಿಟ್ಟುಕೊಂಡು ಉಪಯೋಗಿಸುವ ಅಂಕಿತವಾಗಿ ಕಾಣುತ್ತದೆ."[2] "ಒಬ್ಬ ಸರ್ವಜ್ಞಕರ್ತನು, ಜಗಕೆಲ್ಲ ಒಬ್ಬನೇ ದೈವ" ಎಂದವನೇ ಹೇಳಿದ್ದಾನೆ. ನಮಗೆ ತೋರುವಂತೆ ಸರ್ವಜ್ಞ ಇದು ಅವನ ಹೆಸರಲ್ಲವೆಂಬುದೇನೊ ದಿಟ. ಆದರೆ ಅದು ಬರೀ ದೇವರ ಅಂಕಿತವಾಗಿರದೆ ಅವನಿಗೆ ಜನತೆ ಕೊಟ್ಟ ವ್ಯಕ್ತಿತ್ವನಿದರ್ಶಕವಾದ ಬಿರುದೂ ಆಗಿರಬೇಕು.

ಸರ್ವಜ್ಞನೆಂಬುವನು ಗರ್ವದಿಂದಾದವನೆ
ಸರ್ವರೊಳಗೊಂದೊಂದು ನುಡಿಗಲಿತು
ವಿದ್ಯದ ಪರ್ವತವೆ ಆದ ಸರ್ವಜ್ಞ ||

ಎಂಬುದು ಇದಕ್ಕೆ ಆಧಾರವಾಗಿದೆ. ಅವನಿಗೆ ದೊರೆತ ವಿಧವಿಧವಾದ ಲೋಕಾನುಭವಪರಿಪಕ್ವವಾದ ವಿವೇಕ, ವಿಶಾಲವಾದ ಮನೋಭಾವ ಇವುಗಳಲ್ಲಿ ಅವನ ಸರ್ವಜ್ಞತ್ವವಿದೆ. ಅವನೇನು ಸಕಲಶಾಸ್ತ್ರಪಂಡಿತನಾಗಿರಲಿಲ್ಲ, ವೇದಾಂತಶಿರೋಮಣಿಯಾಗಿರಲಿಲ್ಲ. ಆದರೆ ಯುಗಯುಗದ ಜಾಣ್ಮೆಯೂ ಭಾರತೀಯ ಮತ್ತು ಕನ್ನಡ ಸಂಸ್ಕೃತಿಯ ಸಾರಾಯವೂ ಅವನಲ್ಲಿ ಮನೆಮಾಡಿತು. "ಆತ್ಮನನ್ನು ಅರಿತರೆ ಇದನ್ನೆಲ್ಲ ಅರಿತಂತೆ" ("ಆತ್ಮನಿ ಖಲ್ವರೇ ವಿದಿತೇ ಇದಂ ಸರ್ವಂ ವಿದಿತಂ") ಎಂದು ಉಪನಿಷತ್ತು ಹೇಳಿದ ರೀತಿಯಲ್ಲಿ ಅವನು ಸರ್ವಜ್ಞನಾದನು. ಅವನಿಗೆ ಅದು ಸಾರ್ಥಕವಾದ ಬಿರುದಾಯಿತು. ಇಂಥ ಸರ್ವಜ್ಞನು ಸರ್ವಕಾಲದಲ್ಲಿಯೂ ಅರಿಯುತ್ತಲೇ ಹೋಗುತ್ತಾನೆ, ಗರ್ವರಹಿತನಾಗಿರುತ್ತಾನೆ ಎಂಬುದನ್ನೂ ಅವನು ತೋರಿದನು.

ಸರ್ವಜ್ಞನ ತ್ರಿಪದಿಗಳಲ್ಲಿ ಕಥೆಯಿಲ್ಲ, ವರ್ಣನೆಯಿಲ್ಲ. ಆದರೆ ಸಮಗ್ರಜೀವನಕಥೆ ಇಲ್ಲವೆ ಜೀವನಧರ್ಮ ಅವುಗಳಲ್ಲಿ ರೂಪುಗೊಂಡಿದೆ, ಜೀವನರಸಕ್ಕೆ ಪೋಷಕವಾಗಿದೆ. ಅವು ಬರೀ ನೀತಿಬೋಧಕವಾದವುಗಳಲ್ಲ. ಅನುಭವದ ವೇದ, ವಿವೇಕದ ವಾಣಿ ಅವುಗಳಲ್ಲಿದೆ. ಕೆಲವು ಪದ್ಯಗಳಲ್ಲಿ ಇದು ಲೇಸು, ಇದು ಹೊಲ್ಲ ಎಂದು ಹೇಳುವಾಗ ಮಾತಿನ ಚತುರವಾದ ಜೋಡಣೆ, ಹಗುರವಾದ ನಗೆ ಮಾತ್ರ ಕಾಣುತ್ತದೆ. ಉಳಿದನೇಕ ವಚನಗಳಲ್ಲಿ ಸಮಾಜದ ಗುಣದೋಷಗಳ ಚಿತ್ರವಿದೆ, ವಿಡಂಬನೆಯಿದೆ, ಬೋಧನೆಯಿದೆ. ಯಾರ ಭಿಡೆ–ಮುರವತ್ತುಗಳಿಲ್ಲದೆ, ಮುಚ್ಚುಮರೆಯಿಲ್ಲದೆ ಅವನು ಕಂಡಿದ್ದನ್ನಾಡಿದ್ದಾನೆ. ಕನ್ನಡ ಸಾಹಿತ್ಯದ ಚರಿತ್ರೆಯಲ್ಲಿ ಇಷ್ಟುಮಟ್ಟಿನ ಸ್ವಾತಂತ್ರ್ಯ–

ಮನೋಧೈರ್ಯಗಳು ಬೇರೆಯವರಲ್ಲಿ ಕಾಣವು. ಬ್ರಹ್ಮಶಿವನಂಥ ವಿಡಂಬನಕಾರರು ಕಟುವಾಗಿ ಕೆಡೆನುಡಿದಿದ್ದಾರೆ. ಆದರೆ ಅವರದು ಮತೀಯವಾದ ಮರ್ಯಾದಿತವಾದ ದೃಷ್ಟಿ. ತಮ್ಮ ಮತದ ವಿಷಯದಲ್ಲಿ ಅವರು ಪರತಂತ್ರರು, ಸಮಯಶರಣರು. ದೇವ, ಧರ್ಮ, ಪೂಜೆ, ಗುರು, ದಾನ, ಕುಲ, ಮತ, ನೀತಿ ಮುಂತಾದ ಅನೇಕ ವಿಷಯಗಳಲ್ಲಿ ಸರ್ವಜ್ಞನದು ಸಮಯಸ್ವತಂತ್ರವಾದ ಸಾರ್ವಕಾಲಿಕವಾದ ಮೂಲ್ಯಪ್ರಜ್ಞೆ.

ಸರ್ವಜ್ಞನ ತ್ರಿಪದಿ ಕಾವ್ಯವೇ, ಸರ್ವಜ್ಞನು ಕವಿಯೇ ಎಂಬ ಕೇಳಿಕೆ ಸಹಜವಾಗಿದೆ. ಅವನ ತ್ರಿಪದಿಗಳನ್ನು ಸಂಗ್ರಹಿಸಿ, ಪರಿಶ್ರಮದಿಂದ ಅಭ್ಯಸಿಸಿ, ಸರ್ವಜ್ಞತಜ್ಞರೆಂದು ಹೆಸರಾದ ಚೆನ್ನಪ್ಪ ಉತ್ತಂಗಿಯವರು ಈ ಪ್ರಶ್ನೆ ಕೇಳಿ ಉತ್ತರ ಕೊಟ್ಟಿದ್ದಾರೆ : "ಸರ್ವಜ್ಞನ ಪದಗಳಲ್ಲಿ ಜೀವನವನ್ನೂ ಭಾವನಿರ್ಭರತೆಯನ್ನೂ ವಕ್ರೋಕ್ತಿಪ್ರಕಾರವನ್ನೂ ಕಂಡವರು ಇವುಗಳಿಗೆ ಕಾವ್ಯರೂಪವಿದೆಯೆಂದೇ ಭಾವಿಸುವರಲ್ಲದೆ ನೀತಿಯ ರಗಳೆಯೆಂದು ಎಂದಿಗೂ ತಿಳಿಯರು."[3] "ಅವನು ಸಂಸ್ಕೃತರ ಸಂಸ್ಕೃತ ಕವಿಯಲ್ಲ, ಪ್ರಾಕೃತಕವಿ"[4] ಎಂದೂ ಸಂಗ್ರಹಶಕ್ತಿ, ಬಿರುಸು, ಚಿತ್ತಾಕರ್ಷಣ, ಹಿಡಿನುಡಿಗಳ ಪ್ರಯೋಗ, ಸ್ವಾಭಾವಿಕತೆ—ಸರ್ವಜ್ಞಕಾವ್ಯದ ಲಕ್ಷಣಗಳೆಂದೂ ಅವರು ಹೇಳಿದ್ದಾರೆ. "ಕವಿಗಳಲ್ಲಿ ಎರಡು ಜಾತಿ : ವರ್ಣಕ, ದರ್ಶಕ ಎಂದು. ವರ್ಣಕರು ಎಲ್ಲರೂ ಕಂಡುದನ್ನೇ ಸರಸವಾಗಿ ಬಣ್ಣಿಸುವರು. ದರ್ಶಕರು ಸಾಮಾನ್ಯವಾಗಿ ಕಣ್ಣಿಗೆ ಮರೆಯಾದುದನ್ನು ತಾವು ಕಂಡುಕೊಂಡು ಅನ್ಯರು ಅದನ್ನು ಕಾಣುವಂತೆ ಮಾಡುವರು. ಸರ್ವಜ್ಞ ಅಂಥ ದರ್ಶನ ಕವಿ.... ಇಲ್ಲಿಯ ನೀತಿ ಬರಡುಮಾತಲ್ಲ. ರಸಮಯವಾದ ಸುಭಾಷಿತ. ಹಾಸ್ಯವು ಕರುಣಾಶಾಲಿಯ ಶಲ್ಯತಂತ್ರ" ಎಂದು ಮುಂತಾಗಿ ಬೇಂದ್ರೆಯವರು ಹೇಳಿದ್ದಾರೆ.[5] "ಸರ್ವಜ್ಞನ ಕಾವ್ಯ ಒಟ್ಟಿನ ಮೇಲೆ ನೀತಿಕಾವ್ಯ. ರಸಿಕತೆಯೇ ಕವಿಯ ಜೀವ. ಅದು ಸರ್ವಜ್ಞನಲ್ಲಿ ಬೇಕಾದಷ್ಟಿದೆ. ಆದ್ದರಿಂದ ಅವನ ನೀತಿಕಾವ್ಯವು ಕಾವ್ಯವಾಗಿದೆ. ಉತ್ತಮ ಕಾವ್ಯವಾಗಿದೆ"[6] ಎಂದು ಎ. ಆರ್. ಕೃಷ್ಣಶಾಸ್ತ್ರಿಗಳು ಅಭಿಪ್ರಾಯಪಟ್ಟಿದ್ದಾರೆ. ತಮಿಳಿನ ಕುರಳ್ ಕಾವ್ಯಕ್ಕೂ ತೆಲುಗಿನಲ್ಲಿಯ ವೇಮನನ ಕಾವ್ಯಕ್ಕೂ ಸರ್ವಜ್ಞನ ವಚನಗಳನ್ನು ಹೋಲಿಸಿ, "ಸರ್ವಜ್ಞನು ಕನ್ನಡಿಗರ ತಿರುವಳ್ಳುವರ್, ಕನ್ನಡಿಗರ ವೇಮನ. ಅವರಂತೆ ಇವನಿಗೂ ನೀತಿಸಾಹಿತ್ಯದಲ್ಲಿ ಉಚ್ಚಸ್ಥಾನವು ಸಲ್ಲುತ್ತದೆ"[7] ಎಂದಿದ್ದಾರೆ.

ಮೊದಲನೆಯದಾಗಿ ಬಿಡಿಪದ್ಯಗಳಲ್ಲಿಯೂ ಕಾವ್ಯವಿರುತ್ತದೆ, ಅದು ಉತ್ತಮಿಕೆಯನ್ನೂ ತೋರುತ್ತದೆ ಎಂಬುದನ್ನು ನೆನೆಯಬೇಕು. ಜನಪದಸಾಹಿತ್ಯದ ತ್ರಿಪದಿಗಳು ಇದಕ್ಕೆ ಸಾಕ್ಷಿ. ಆದರೆ ಇಂಥ ಬರೆವಣಿಗೆಯೆಲ್ಲ ಕಾವ್ಯವಾಗಿರುತ್ತದೆ ಎಂದು ಭಾವಿಸಕೂಡದು. ಒಟ್ಟಿನಲ್ಲಿ ಕವಿಯ ಭೂಮಿಕೆಯಿಂದ ಅದರ ನಿರ್ಮಾಣವಾಗುತ್ತದೆ. ಅದರಲ್ಲಿ ಸಾದೃಶ್ಯಲಕ್ಷ್ಮಿ ಒಮ್ಮೆ ಛಂದಸ್ಸು, ಪ್ರಾಸ, ನಾದಗಳಿಂದ ಭೂಷಿತಳಾಗಿರಬಹುದು. ಒಮ್ಮೆ ಅವಳಿಲ್ಲದೆ ಅವಳ ಭೂಷಣ ಮಾತ್ರ ಇರಬಹುದು. ಸರ್ವಜ್ಞನಲ್ಲಿ ತಾನು ಕಂಡ ಸತ್ಯವನ್ನು ರಸಾನುಭವವಾಗಿಸಿ ಹೇಳುವ ಕವಿಯ ಮನೋಧರ್ಮವಿದೆ ಎಂದು ಅವನನ್ನು ಕವಿಯೆನ್ನಬೇಕು. ಆದರೆ ಅವನು ಬರೆದದ್ದೆಲ್ಲ ಕವಿತೆಯಾಗಿದೆ ಎಂದಲ್ಲ.

ರಾಗವಿದ್ದರೆ ಭೋಗ ಭೋಗವಿದ್ದರೆ ರಾಗ
ರಾಗದಲಿ ಸಕಲಸಂಪದವು ಜಗದಲಿ ವಿ-
ರಾಗವೇ ಯೋಗ ಸರ್ವಜ್ಞ ||

ಇಂಥ ಪದ್ಯಗಳಲ್ಲಿ ಸತ್ಯಪ್ರದರ್ಶನವು ಪ್ರಾಸಬದ್ಧರಚನೆಯಾಗಿದೆ. ಆದರೆ ಕವಿತೆಯಾಗಿದೆ ಎಂದು ಹೇಳಲು ಬಾರದು. ಅದೇ—

ಸರವೆ ಸುರಲತೆಯಕ್ಕು ಗೊರವ ಸುರಪತಿಯಕ್ಕು
ಹರ ಕೊಟ್ಟ ಗರಿಯು ಗಿರಿಯಕ್ಕು ಗುರುವಿನಾ

ಕರುಣವಿರುವನಕ ಸರ್ವಜ್ಞ ||
ರಸಿಕನಾಡಿದ ಮಾತು ಶಶಿಯುದಿಸಿ ಬಂನಂತೆ
ರಸಿಕನಲ್ಲದನ ಬರಿಮಾತು ಕಿವಿಯೊಳು -
ರ್ದಸಿಯ ಬಡಿದಂತೆ ಸರ್ವಜ್ಞ ||

ಇಂಥಲ್ಲಿ ಕವಿತೆಯ ಲಕ್ಷಣವಿದೆ. ಸರ್ವಜ್ಞನ ತ್ರಿಪದಿಗಳ ಬಹುಭಾಗ ಇಂಥ ಪದ್ಯಗಳಿಂದ ಕೂಡಿದ್ದು ಸಹಜವಾದ ಕವಿತಾಸತ್ವಕ್ಕೆ ನಿದರ್ಶನವಾಗಿದೆ. ಅವನ ಕೃತಿಯನ್ನು ಬರಿಯ ನೀತಿಕಾವ್ಯ ಎನ್ನಲಾಗದು. ಅನುಭವ, ನೀತಿ, ತತ್ತ್ವ, ಭಕ್ತಿ ಎಲ್ಲವೂ ಇರುವ ಜೀವನಸತ್ಯದ ಕಾವ್ಯ ಎಂದರೆ ಹೆಚ್ಚು ಒಳ್ಳಿತು. ಈ ಕಾವ್ಯದಲ್ಲಿ ಜೀವನಸತ್ವದ ನಿಚ್ಚಳವಾದ ಕಾಣ್ಕೆ ಅತ್ಯಂತ ಸಹಜವಾದ ರಸಾನುಭವವಾಗಿ ಹೊಮ್ಮುತ್ತದೆ. ಸಮಗ್ರತೆಯಲ್ಲಿ ವಚನಕಾರರ ಮಾತಿನ ಘನತೆಯನ್ನು ಪಡೆಯುತ್ತದೆ. ವಚನಕಾರರ ಗಾಂಭೀರ್ಯ ಸರ್ವಜ್ಞನಲ್ಲಿ ಸತತವೂ ಕಾಣುವುದಿಲ್ಲ. ಆದರೆ ಅದರ ಶಕ್ತಿ ಅವನ ಶಕ್ತಿ ಒಂದೇ. "ಕಿಱಿದಱೊಳೆ ಪಿರಿದುಮರ್ಥಮನಱಿಪಲ್ ನೆಱಿವಾತ"ನಾದ ಸರ್ವಜ್ಞನ ಸಂಕ್ಷೇಪ ಸ್ವಾರಸ್ಯ, ತ್ರಿಪದಿಯಲ್ಲಿ ತ್ರಿವಿಕ್ರಮ ಅಚ್ಚಗನ್ನಡ ಸೊಬಗು ಇವನ್ನು ಎಷ್ಟು ಹೊಗಳಿದರೂ ಸಾಲದು. ಅವನ ಬರೆವಣಿಗೆಯೆಲ್ಲ ಉತ್ತಮ ಕಾವ್ಯವೆನ್ನಲಾಗದಿದ್ದರೂ ಅವನಲ್ಲಿ ಉತ್ತಮ ಕವಿಯ ಸತ್ವವಿದೆ ಎನ್ನ ಬೇಕು. ಅವನ ವಚನಗಳು ಜನತೆಯ ಜ್ಞಾನಕೋಶವಾಗಿವೆ, ಸ್ಫೂರ್ತಿವಾಕ್ಯಗಳಾಗಿವೆ, ಗಾದೆಮಾತು ಗಳಾಗಿವೆ. ಕನ್ನಡ ಸಾಹಿತ್ಯದ ದೇಸಿತತ್ತ್ವವು ಸರ್ವಜ್ಞನಲ್ಲಿ ಸಾರ್ಥಕ್ಯವನ್ನು ಪಡೆದಿದೆ.

## ಟಿಪ್ಪಣಿಗಳು

1. ಡಿ. ಎಲ್. ನರಸಿಂಹಾಚಾರ್ : ವಿಜಯನಗರ ಕಾಲದ ಕನ್ನಡ ಸಾಹಿತ್ಯ (ಪ್ರ.ಕ., ೨೨–೩, ಪು. ೧೫–೧೬).
2. ಎ. ಆರ್. ಕೃಷ್ಣಶಾಸ್ತ್ರೀ : 'ಸರ್ವಜ್ಞಕವಿ', ಪು. ೭–೮.
3. ಚೆನ್ನಪ್ಪ ಉತ್ತಂಗಿ : 'ಸರ್ವಜ್ಞವಚನಗಳು', ಪ್ರಸ್ತಾಪನೆ, ಪು. ೬೫.
4. ಅದೇ, ಪು. ೬೬.
5. ದ. ರಾ. ಬೇಂದ್ರೆ : 'ಸರ್ವಜ್ಞಕವಿ' (ಜೀವನ, ೩–೨, ಪು. ೮೨–೮೩).
6. ಎ. ಆರ್. ಕೃಷ್ಣಶಾಸ್ತ್ರೀ : 'ಸರ್ವಜ್ಞಕವಿ', ಪು. ೫೩.
7. ಅದೇ.

ಪ್ರಕರಣ : ೩೨

# ಕುಮಾರವ್ಯಾಸ ಯುಗದ ವೀರಶೈವ ಸಾಹಿತ್ಯ (೫)

## ಷಡಕ್ಷರದೇವ

**ಈ** ಯುಗದ ಸೋಜಿಗವೆಂದರೆ ದೊರೆಯುವ ಹಲಕೆಲವು ಚಂಪೂಗ್ರಂಥಗಳನ್ನು ವೀರಶೈವಕವಿಗಳೇ ಹೆಚ್ಚಾಗಿ ರಚಿಸಿರುತ್ತಾರೆ. ಜೈನಕವಿಗಳು ಚಂಪುವಿನ ಹತ್ತಿರ ಹಾಯಲಿಲ್ಲವೆಂದರೂ ಸರಿ. ಬಹುಶಃ ಇದಕ್ಕೆ ಕಾರಣವೆಂದರೆ ಜೈನವ್ಯಾಸಂಗಪರಂಪರೆ ಕುಂಠಿತವಾಗಿರಬೇಕು. ಪ್ರೌಢಕಾವ್ಯದ ಅಭ್ಯಾಸ-ಅಭಿರುಚಿಗಳು ಕಡಿಮೆಯಾಗಿರಬೇಕು. ಜೊತೆಗೆ ದೇಸಿಗಬ್ಬದ ಅಗತ್ಯವನ್ನು ಉಳಿದವರಂತೆ ಜೈನರೂ ಅರಿತುಕೊಂಡು ವಾತಾವರಣಕ್ಕೆ ಸರಿಯಾಗಿ ಹೊಂದಿಕೊಂಡರು. ಅದೇ ವೀರಶೈವಪುನರ್ಘಟನೆಯ ಆಂದೋಲನದ ಮೂಲಕ ಪ್ರೌಢ ವ್ಯಾಸಂಗವು ಮಠಮಠಗಳಲ್ಲಿ ಹೆಚ್ಚುತ್ತಹೋಯಿತು. ಅದರ ಪರಿಣಾಮವಾಗಿ ಷಟ್ಪದಿ ಸಾಂಗತ್ಯ ಕಾವ್ಯಗಳಲ್ಲಿಯೂ ಲಕ್ಷಣವುಳ್ಳ ವರ್ಣಕ, ಲಕ್ಷಣವಿರದ ವರ್ಣಕ ಎಂದು ಎರಡು ಪ್ರಕಾರಗಳು ತಲೆದೋರಿದುವು. ಅನೇಕ ವೀರಶೈವ ಪಂಡಿತರು "ವರ್ಣಕಕ್ಕೆ ಲಕ್ಷಣ ವಿಲ್ಲ" ಎಂಬ ಅಪವಾದವನ್ನು ತೊಡೆದುಹಾಕಲು ಕಂಕಣತೊಟ್ಟು ದೇಸಿಯ ಛಂದಸ್ಸಿನಲ್ಲಿ ಮಾರ್ಗದ ಬಿಗುವನ್ನು ತರಲು ಹವಣಿಸಿದರು. ಅವರಲ್ಲಿ 'ಚೆನ್ನಬಸವಪುರಾಣ'ದ ವಿರೂಪಾಕ್ಷಪಂಡಿತನು ಪ್ರಖ್ಯಾತ ನಾದನು. ಇದೇ ರೀತಿ ಚಂಪೂಕಾವ್ಯಗಳನ್ನು ಬರೆದು ಪ್ರೌಢಿಮೆಯನ್ನು ಮೆರೆಯುವ ಪ್ರಘಾತವು ಆರಂಭವಾಯಿತು. ವೀರಶೈವ ಚಂಪೂಕಾಲದಲ್ಲಿ ಚಂದ್ರಕವಿ, ಸುರಂಗಕವಿ, ಪ್ರಭುಗ, ವೀರಭದ್ರರಾಜ, ಸದಾಶಿವಯೋಗಿ, ಮುರಿಗೆದೇಶಿಕೇಂದ್ರ, ಸಿದ್ಧಲಿಂಗಶಿವಯೋಗಿ, ಶಾಂತವೀರದೇಶಿಕ, ಕವಿ ಮಾದಣ್ಣ, ಷಡಕ್ಷರದೇವ ಇವರನ್ನು ಉಲ್ಲೇಖಿಸಬೇಕು. ಇವರೆಲ್ಲರೂ ಬಹುಶಃ ಕಾವ್ಯವಿಷಯ, ರಸಪ್ರತಿಪಾದನೆ, ಶಿವಕವಿತ್ವ ದೃಷ್ಟಿಯಲ್ಲಿ ಹರಿಹರನ ಮಾರ್ಗವನ್ನು ಅನುಸರಿಸಿದರು; ವರ್ಣನೆ-ಅಲಂಕಾರ-ಕವಿ ಸಮಯಗಳಲ್ಲಿ ಕನ್ನಡ ಚಂಪೂಕಾವ್ಯ ಇಲ್ಲವೆ ಸಂಸ್ಕೃತ ಮಹಾಕಾವ್ಯದ ದಾರಿಯಲ್ಲಿ ಹೆಜ್ಜೆಯಿಟ್ಟರು. ಚಂದ್ರಕವಿಯ 'ವಿರೂಪಾಕ್ಷಾಸ್ಥಾನ' ಹಂಪೆಯ ವಿರೂಪಾಕ್ಷನ ಆಸ್ಥಾನವನ್ನು ವರ್ಣಿಸುವ ಐತಿಹಾಸಿಕ-ಧಾರ್ಮಿಕ ಕಾವ್ಯ. ಧಾರ್ಮಿಕ ಅಂಶವೇ ಇದರಲ್ಲಿ ಹೆಚ್ಚೆಂದು ಹೇಳಬೇಕು. "ತಿಂಗಳ ಬಿಂಬಮಂ ಹಿಡಿದು ಹಿಂಡೆ ಪಳಚ್ಚನೆ ಸೋರ್ವ ಸೋನೆಯಂತೆ" ಮುಂತಾದ ಪದ್ಯವನ್ನು ನೋಡಿದರೆ ಚಂದ್ರಕವಿ ಒಳ್ಳೆಯ ಕವಿಯೆಂಬುದು ತಿಳಿಯುತ್ತದೆ. ಸುರಂಗಕವಿಯ 'ತ್ರಿಷಷ್ಟಿಪುರಾತನರ ಚರಿತ್ರೆ' ೬೩ ಆಶ್ವಾಸ ಗಳಲ್ಲಿ ತಮಿಳುನಾಡಿನ ೬೩ ಶಿವಭಕ್ತರ ಚರಿತ್ರೆಯನ್ನು ನಿರೂಪಿಸುವ ದೊಡ್ಡ ಗ್ರಂಥ. ಹರಿಹರನ ಚಂಪೂರೀತಿಯ ಅನುಕರಣೆಯಿದ್ದರೂ ವರ್ಣನಶಕ್ತಿ ಚೆನ್ನಾಗಿದೆ. ವೀರಭದ್ರರಾಜನ 'ವೀರಭದ್ರವಿಜಯ' ವನ್ನು ಕುರಿತು ಹಿಂದೆ ಹೇಳಿದೆ. ಸದಾಶಿವಯೋಗಿಯ 'ರಾಮನಾಥವಿಲಾಸ'ವು ವೀರಶೈವ ಮತಶ್ರೇಷ್ಠತೆ ಯನ್ನು ಸಿದ್ಧಮಾಡಿದ ರಾಮನಾಥಗುರುವಿನ ಚರಿತ್ರೆಯಾಗಿದೆ. ಚಂಪೂರೂಪದಲ್ಲಿಯೂ ಅಲ್ಲಲ್ಲಿ ಷಟ್ಪದಿಗಳನ್ನು ಸೇರಿಸಿದ್ದು ಇದರ ವಿಶೇಷವಾಗಿದೆ ; "ಚಮತ್ಕೃತಿ ಪ್ರಥಿತಮೀ ಮತ್ಕಾವ್ಯಂ" ಎಂಬ ಕವಿಯ ಆತ್ಮವಿಮರ್ಶೆ ಸರಿಯೆಂದು ತೋರುತ್ತದೆ. ಮುರಿಗೆದೇಶಿಕೇಂದ್ರನ 'ರಾಜೇಂದ್ರವಿಜಯ ಅಥವಾ ಹಮ್ಮೀರಕಾವ್ಯ'ವು ಹಮ್ಮೀರಪುರ ಇಲ್ಲವೆ ಪಟ್ಟದಕಲ್ಲಿನಲ್ಲಿ ಆಳಿದ ಹಮ್ಮೀರನ ಚರಿತ್ರೆಯಾಗಿದೆ. ಹಿಂದೆ ಶರಣರು ಹೇಳಿದ ಈ ಕಥೆ ಒಬ್ಬ ಶಿವಭಕ್ತನದೇ ಆಗಿದೆ. "ಪರಮಶಿವಶರಣ ರಾಜೇಂದ್ರ ಹಮ್ಮೀರ ವಿಕ್ರಮಾತುಳಪ್ರಬಂಧ" ಎಂದು ಪ್ರಕರಣಾಂತ್ಯಗದ್ಯವು ಹೇಳುತ್ತದೆ. ಕಾವ್ಯವೆಲ್ಲ ಸಾಂಪ್ರ ದಾಯಿಕ ಸರಣಿಯಲ್ಲಿದೆ. ಸಿದ್ಧಲಿಂಗಶಿವಯೋಗಿಯ 'ಭೈರವೇಶ್ವರಪುರಾಣ'ದಲ್ಲಿ ಭೈರವರಾಜನೆಂಬ

ಶಿವಭಕ್ತನ ಕಥೆಯನ್ನು ಹೇಳಿದೆ. ಮತೀಯವಾದವೂ ಇದರಲ್ಲಿ ತಲೆಯಿಕ್ಕಿದೆ. ಶಾಂತವೀರದೇಶಿಕನ 'ಶಿವಲಿಂಗಚಾರಿತ್ರ'ವು ಶಿವಲಿಂಗಾರ್ಯನ ಚರಿತ್ರೆಯಾಗಿದೆ. ಕವಿ ಮಾದಣ್ಣನ 'ನನ್ನಯ್ಯಗಳ ಚರಿತ್ರೆ' ಚಿಕ್ಕದಾಗಿದ್ದು ಗುರುಭಕ್ತನೊಬ್ಬನ ಚರಿತ್ರೆಯನ್ನು ನಿರೂಪಿಸುತ್ತದೆ.

ಷಡಕ್ಷರದೇವನೇ ಈ ಯುಗದ ವೀರಶೈವ ಚಂಪೂಕಾರರಲ್ಲಿ ಶ್ರೇಷ್ಠನು. ಮೈಸೂರು ದೊರೆ ಚಿಕ್ಕದೇವರಾಯನ ಕಾಲದಲ್ಲಿ ಕನ್ನಡಸಾಹಿತ್ಯಕ್ಕೆ ಬಂದ ಮರುಸುಗ್ಗಿಯಲ್ಲಿ ಷಡಕ್ಷರಿ ತನ್ನ 'ರಸಗಾನ'ವನ್ನು ಬೆರೆಸಿದನು. ತಿರುಮಲಾರ್ಯ, ಚಿಕುಪಾಧ್ಯಾಯರು ಸ್ವಮತದ ವಾಹಕವಾಗಿ ಪ್ರೌಢಚಂಪುವನ್ನು ಆಶ್ರಯಿಸಿದಂತೆ ಷಡಕ್ಷರಿಯೂ ತನ್ನ ರೀತಿಯಲ್ಲಿ ಅದನ್ನೇ ಕೈಕೊಂಡನು. ಚಂಪೂರೂಪಕ್ಕೆ ಮತ್ತೆ ತುಂಬುಕಳೆ ಬಂದಿತು. ಸಹಜಾತವಾದ ಕವಿತ್ವ, ಕುಶಾಗ್ರವಾದ ಮತಿ ಇವುಗಳಿಗೆ ವ್ಯುತ್ಪತ್ತಿಯ ಜೋಡು ದೊರೆತ ಕಾರಣ ಮಠಾಧಿಪತಿಯೂ ಯತಿಯೂ ಆದ ಷಡಕ್ಷರಿ ಬಾಲ್ಯದಿಂದ ಜೀವನರಸಿಕನೂ ಕವಿತಾ ರಚನೆಯಲ್ಲಿ ನಿಷ್ಣಾತನೂ ಆದನು. ಅದನ್ನವನು ಹೆಮ್ಮೆಯಿಂದ ಹೇಳಿಕೊಳ್ಳುತ್ತಾನೆ. ಗಿಡಕ್ಕೆ ಎಲೆಗಳು, ಹೂಗಳು ಬರುವಂತೆ ಕವಿಗೆ ಕವಿತೆ ಬರಬೇಕೆಂಬ ಕೀಟ್ಸ್ ಕವಿಯ ಉಕ್ತಿ ಅವನಿಗೆ ಬಹಳ ಚೆನ್ನಾಗಿ ಅನ್ವಯಿಸುತ್ತದೆ. ಅವನು ಕನ್ನಡ–ಸಂಸ್ಕೃತ ಎರಡರಲ್ಲಿಯೂ ಅನೇಕ ಗ್ರಂಥಗಳನ್ನು ರಚಿಸಿದನು. ಕನ್ನಡದಲ್ಲಿ ಅವನ ಗ್ರಂಥಗಳೆಂದರೆ 'ರಾಜಶೇಖರವಿಳಾಸ', 'ಶಬರಶಂಕರವಿಳಾಸ', 'ವೃಷಭೇಂದ್ರ ವಿಜಯ'. ಇವು ಮೂರೂ ಚಂಪೂರೂಪದಲ್ಲಿವೆ. ಕವಿತ್ವ–ಪಾಂಡಿತ್ಯಗಳ ಅಚ್ಚರಿಯ ಬೆರಕೆಯಾಗಿದೆ. 'ರಾಜಶೇಖರವಿಳಾಸ'ದಲ್ಲಿ ಮಲ್ಲಣಾರ್ಯನು 'ಭಾವಚಿಂತಾರತ್ನ'ದಲ್ಲಿ ವರ್ಣಕವಾಗಿ ಹೇಳಿದ ಕಥೆಯನ್ನು ತಾನು ವಸ್ತುಕವಾಗಿ ಹೇಳುವೆನೆಂದಿದ್ದಾನೆ.

ಮೃದುಮಧುರ ಪದವಿಲಾಸಾ-
ಸ್ಪದ ರಸವಿಸರಪ್ರಕಾಶ ಕರ್ಣಾಟಕ ಕವಿ- ।
ತ್ವದೊಳೊರ್ವನೆ ಪೆಸರ್ವಡೆದ-
ಗ್ಗದ ಹರಿಹರನುದಿತಮಾರ್ಗದಿಂದಿದನೊರೆವೆಂ ॥ (೧–೭೯)

ಎಂಬಲ್ಲಿ ತನ್ನದು ಹರಿಹರನ ಮಾರ್ಗವೆಂದು ಅವನು ಸ್ಪಷ್ಟವಾಗಿ ಸಾರಿದ್ದಾನೆ. ಅದಕ್ಕೆ ಅನುಸರಿಸಿ ಪಂಚಾಕ್ಷರೀಮಂತ್ರದ ಮಹಿಮೆಯನ್ನು ತಿಳಿಸುವ ಶಿವಭಕ್ತನ ಕಥೆಯನ್ನು ಆಯ್ದುಕೊಂಡಿದ್ದಾನೆ. ಸಾಮಾನ್ಯವಾದ ಪದ್ಧತಿಯಂತೆ ಮೊದಲೇ ಅಲ್ಪವಾಗಿರುವ ಕಥೆಯ ಹಂದರದ ಮೇಲೆ ಅದನ್ನು ಮುಚ್ಚಿ ಬಾಗಿಸುವಷ್ಟು ವರ್ಣನೆಯ ಬಳ್ಳಿಯನ್ನು ದಾಂಗುಡಿಬಿಡಿಸಿದ್ದಾನೆ. ೧೪ ಆಶ್ವಾಸಗಳೂ ವರ್ಣನಾಮಯವಾಗಿದೆ. ಕಥೆ ಜಂಬೂಸವಾರಿಯ ಮೆರವಣಿಗೆಯಂತೆ ಮೆಲ್ಲನೆ ಸಾಗುತ್ತದೆ. ಅದರಲ್ಲಿ ಯಾವ ಕುತೂಹಲಜನಕ ಅಂಶವೂ ಇಲ್ಲ. ೧೩ನೆಯ ಆಶ್ವಾಸದ ತಿರುಕೊಳವಿನಾಚಿ ಸಂದರ್ಭದಲ್ಲಿ ಕರುಣರಸವುಕ್ಕುತ್ತದೆ. ಉಳಿದದ್ದೆಲ್ಲವೂ ಶಿವಸಮಯ ಇಲ್ಲವೆ ಕವಿಸಮಯ ; ಇವುಗಳ ಜಾಡುಹಿಡಿದು ಹೊರಟ ಉತ್ಪ್ರೇಕ್ಷೆ, ಪ್ರೌಢಿಮೆ. ಈ ಕಾವ್ಯದಲ್ಲಿ ಶೃಂಗಾರ–ಕರುಣಭಕ್ತಿರಸಗಳು ತಲೆದೋರಿವೆ. ಗಾತ್ರದಲ್ಲಿ ಶೃಂಗಾರವೇ ಇಲ್ಲಿ ಪ್ರಮುಖವೆಂದು ತೋರಿದರೂ ಜೀವಾಳದಲ್ಲಿ ಭಕ್ತಿಯೇ ಇಲ್ಲಿ ಪ್ರಧಾನವಾಗಿದೆ. ಕರುಣ ಅದಕ್ಕೆ ಪೋಷಕವಾಗಿದೆ, ತಿರುಕೊಳವಿನಾಚಿಯ ಸಂದರ್ಭವು ನಿಜವಾಗಿಯೂ ಹೃದಯಸ್ಪರ್ಶಿಯಾಗಿದೆ. ಷಡಕ್ಷರಿ ಎಂಥ ಪಂಡಿತನಾದರೂ ಎಷ್ಟು ಉತ್ಪ್ರೇಕ್ಷೆಗಳ ಉದ್ಯಾನವನ್ನೇ ರಚಿಸಿದರೂ ರಸಮಯಸಂನಿವೇಶಗಳಲ್ಲಿ ಅವನು ತೀರ ಸರಳ, ಮಾನವಸಹಜನಾಗುತ್ತಾನೆ. ತಾನು ಹರಿಹರನ ರಸವತ್ಕವಿತಾಮಾರ್ಗದ ಅನುಯಾಯಿಯೆಂಬುದನ್ನು ತೋರುತ್ತಾನೆ. ತಿರುಕೊಳವಿನಾಚಿ "ತನುಭವನೆಲ್ಲಿದನಿನಿವಾತಿನ ನೀರನೆಲ್ಲಿದಂ ಮೆಲ್ಲಗೆಯಿಂಪಿನ ಸೊಬಗನೆಲ್ಲಿದಂ ಚೆಲ್ವಿನ ಕಣಿಯೆಲ್ಲಿದನೊ ಮನ್ಮನೋಂಬುಜಹಂಸಂ" (೧೩–೧೪) ಎಂದು ಆಲ್ಪರಿಯುತ್ತ ಬಂದು ಸತ್ತ ಮಗನನ್ನು ನೋಡಿದೊಡನೆ "ಅಡವಿಗಿರ್ಚುಗೊಂಡ ಪುಲ್ಲೆಯಂತೆ ಹರಣಂ ಹಮ್ಮೈಸಿ

ಪರ್ದೆರಗಿದುರಗಿಯಂತೆ ಮಿಡುಮಿಡನೆ ಮಿಡುಕಿ ಕಡಿವಡೆದೆಳವಳ್ಳಿಯಂತೆ ಕೊರಗಿ ಪೊಸೆದಿಟ್ಟ ಪೂಮಾಲೆಯಂತೆ ಕಂದಿ ಕಂದಿ ಮಂದೈಸಿದಳಲಿಂ ಮುಂದುಗೆಟ್ಟು ಕೆಟ್ಟೆಂ ಕೆಟ್ಟೆನೆಂದು ಬಸಿರಂ ಪೊಸೆದು ದೆಸೆದೆಸೆಗೆ ಬಾಯಂ ಬಿಟ್ಟು ಮೊರೆಯಿಟ್ಟು ಮರುಗಿ'' ಶೋಕಿಸಿದಳಂತೆ. ಇಲ್ಲಿ ಅವನ ಕಲ್ಪನೆ–ಭಾವನೆಗಳು ಸಹಕರಿಸಿ ಒಂದು ಉತ್ಕಟರಮ್ಯ ಚಿತ್ರವನ್ನು ಒದವಿಸಿರುತ್ತವೆ. ಮುಂಬರುವ ವಿಳಾಪದಲ್ಲಿ ತಾಯಿಕರುಳಿನ ಸಹಜವಾದ ಮೊರೆಯಿದೆ, ಅಲಂಕಾರಗಳ ಬೇಗಡೆಯಿಲ್ಲ. 'ರಾಜಶೇಖರವಿಳಾಸ'ವು ಮುಖ್ಯವಾಗಿ ಷಡಕ್ಷರಿಯ ಕಲ್ಪನಾವಿಲಾಸಕ್ಕೆ ನಿದರ್ಶನ. ''ತೂಗುತೆ ತೊನೆಯುತೆ'' (೨/೧೧–೧೫) ಮುಂತಾದ ಪದ್ಯಗಳಲ್ಲಿ ನಿಸರ್ಗಚಿತ್ರವನ್ನು ಇದ್ದಕ್ಕಿದ್ದಹಾಗೆ ಸ್ವಭಾವೋಕ್ತಿಯ ಕುಶಲಕುಂಚದಿಂದ ಬರೆಯುವಂತೆ ಕಲ್ಪನೆಗಳನ್ನು ಒಂದರಮೇಲೊಂದು ತೂರುವಲ್ಲಿಯೂ ಮೇಲಾದ ಕನ್ನಡ ಕವಿಗಳಲ್ಲಿ ಅವನೊಬ್ಬನು. ಅವುಗಳಲ್ಲಿ ವಿದಗ್ಧತೆ–ಚಮತ್ಕೃತಿಗಳ ಪ್ರಾಬಲ್ಯವಿದೆ. ಆದರೂ ಪ್ರತಿಭೆಯ ಉಜ್ವಲತೆ ಇದೆ. ಉದಾಹರಣೆಗೆ, ರಾಜನ ಕೀರ್ತಿಯನ್ನು ಬಣ್ಣಿಸುವ–

ಸುರನದಿಯಲ್ಲಿ ಮಿಂದು ಸುರಮಾರ್ಗ ಕಚೌಘಮನ್ನೆದೆ ಬಿಚ್ಚಿ ವಿ-
ಸ್ಫುರಿತ ತದುತ್ಪ್ರತಾಪತಪನಾತಪದಾರಿಸಿ ಸೂಡಿ ತಾರಕೋ- ।
ತ್ಕರ ಕುಸುಮಂಗಳಂ ತಳೆದು ಚಂದ್ರಿಕೆಯೆಂಬ ವಿಶಾಲಚೇಲಮಂ
ಧರಣಿಪ ಕೀರ್ತಿಕಾಂತೆ ವಿಧುದರ್ಪಣಮಂ ನೆರೆನಿಂದು ನಿಟ್ಟಿಪಳ್ ॥ (೩–೫)

ಈ ಪದ್ಯದಲ್ಲಿಯ ಭವ್ಯಕಲ್ಪನೆಯನ್ನು ನೋಡಬೇಕು. ಒಟ್ಟಿನಲ್ಲಿ ಅವನ ವರ್ಣನಶಕ್ತಿ ಕಲ್ಪನೆಯ ಕುದುರೆಯನ್ನೇರಿ ಬೇಕಾದಲ್ಲಿ ನಿರ್ಭಯವಾಗಿ ನಿರರ್ಗಳವಾಗಿ ವೈಹಾಳಿಸಬಹುದೆಂಬುದು ಮೆಚ್ಚತಕ್ಕ ಮಾತು. ಪ್ರಥಮ ಕೃತಿಯಾದರೂ 'ರಾಜಶೇಖರವಿಳಾಸ'ದ ಕಂದವೃತ್ತಗದ್ಯಗಳಲ್ಲಿ ಪರಿಪಕ್ವವಾದ ಆಶ್ಚರ್ಯಕಾರಕವಾದ ರಚನಾಸಾಮರ್ಥ್ಯವಿದೆ, ಸುಖವನ್ನು ಕೊಡುವ ಮಾರ್ದವ–ಮಾಧುರ್ಯವಿದೆ. ಅದು ಉದ್ದಾಮಕಾವ್ಯ, ಆದರೆ ಉನ್ನತಕಾವ್ಯವಲ್ಲ. ವರ್ಣನಪ್ರಚುರವಾದ ಮತ್ತು ವಸ್ತುಪಾತ್ರಗಳ ವಿನ್ಯಾಸವೈಭವದಿಂದ ಜೀವನಸಂಸ್ಪರ್ಶಿಯಾಗದೆ ಕೃತಿ ಉನ್ನತಕಾವ್ಯವಾಗದು. ಉನ್ನತಿಯ ಬೀಜರೂಪ ಶಕ್ತಿಯನ್ನು ತೋರಬಲ್ಲುದು.

'ಶಬರಶಂಕರವಿಳಾಸ'ವು ಶಿವಲೀಲೆಯನ್ನು ವರ್ಣಿಸುವ ೫ ಆಶ್ವಾಸಗಳ ಚಿಕ್ಕ ಗ್ರಂಥ. ಇದನ್ನು ಲಘುಕಾವ್ಯ ಇಲ್ಲವೆ ಖಂಡಕಾವ್ಯ ಎಂದು ಕರೆಯುವುದಕ್ಕಿಂತ ಮಧ್ಯಮಕಾವ್ಯ ಎನ್ನುವುದು ಲೇಸು. ಮಹಾಭಾರತದಲ್ಲಿ ಪಾಶುಪತಾಸ್ತ್ರ ಪಡೆಯಲು ಅರ್ಜುನನು ಶಿವನನ್ನು ಕುರಿತು ತಪಸ್ಸು ಮಾಡಿದ್ದು, ಬೇಡನಾಗಿ ಶಿವನು ಬಂದು ಅವನನ್ನು ಪರೀಕ್ಷಿಸಿ ಬೇಡಿದ ವರವನ್ನು ನೀಡಿದ್ದು ಇಲ್ಲಿಯ ಕಥೆ. ಈ ವಿಷಯವು ಅನೇಕ ಕವಿಗಳಿಗೆ ಸ್ಫೂರ್ತಿಕೊಟ್ಟಿದೆ. ಭಾರವಿಯ 'ಕಿರಾತಾರ್ಜುನೀಯ'ಕ್ಕೆ ಸಾಮಗ್ರಿಯಾಗಿ ಇದು ಸಂಸ್ಕೃತಕಾವ್ಯದಲ್ಲಿ ಸೇರಿತು. ಕನ್ನಡದಲ್ಲಿ ಷಡಕ್ಷರಿಗಿಂತ ಮೊದಲು ಪಂಪ, ಕುಮಾರವ್ಯಾಸ, ವಿರೂಪಾಕ್ಷಪಂಡಿತ ಇವರ ಕೃತಿಗಳಲ್ಲಿ ಈ ಕಥಾನಕವು ಬಂದಿತ್ತು. ಷಡಕ್ಷರಿ ಇದರಲ್ಲಿ ಶೈವಸಂಪ್ರದಾಯದ ಮೂಲವನ್ನು ಮುಖ್ಯವಾಗಿ ಅನುಸರಿಸಿದ್ದಾನೆ. ಅಂತೆಯೇ ಈಶ್ವರನು ಮುಖ್ಯ, ಅರ್ಜುನನು ಗೌಣನಾಗಿದ್ದಾನೆ. ಕಥೆಯ ಪ್ರಾರಂಭ ಮತ್ತು ಬೆಳವಣಿಗೆಯಲ್ಲಿ ಅವಧಾರಣೆ ಈಶ್ವರಲೀಲೆಯ ಮೇಲಿದೆ. ಕಥಾನಕವಿವರಗಳಲ್ಲಿ 'ಕುಮಾರವ್ಯಾಸಭಾರತ'ಕ್ಕೂ 'ಶಬರಶಂಕರವಿಳಾಸ'ಕ್ಕೂ ಹೋಲಿಕೆಯಿದೆ. ಕುಮಾರವ್ಯಾಸನ ಕೃತಿ ಷಡಕ್ಷರಿಗೆ ಅವನ್ನು ಒದವಿಸಿರಬೇಕು. ''ಕವಿಯು ಕುಮಾರವ್ಯಾಸನನ್ನು ಕಥಾವಸ್ತುವಿನಲ್ಲಿ ಅನುಸರಣ ಮಾಡುವುದಲ್ಲದೆ ಶೈಲಿಯಲ್ಲಿಯೂ ಅವನ ಅನುಕರಣ ಮಾಡಿರುವನೆಂದು ಸಕೃದ್ದರ್ಶನಕ್ಕೆ ತೋರಬಹುದು.... ಇಲ್ಲಿ ಕಾಣುವುದು ಕುಮಾರವ್ಯಾಸನ ಭಾವಗಳ ಇಲ್ಲವೆ ಶೈಲಿಯ 'ಮಕ್ಕಾಮಕ್ಕಿ' ತೆರದ ಶುಷ್ಕಾನುಕರಣವಲ್ಲ ; ವರ್ಣಕವನ್ನು ವಸ್ತುಕಕ್ಕೆ ತಿರುಗಿಸುವಲ್ಲಿ ಕಂಡುಬರುವ ಆತನ ಪರುಷಹಸ್ತದ ಪ್ರಭಾವ.... ಹೀಗೆ ಆಳವಾಗಿ

ವಿವೇಚಿಸುವುದರಿಂದ 'ಕರ್ಣಾಟಕಭಾರತ'ಕ್ಕೂ, 'ಶಬರಶಂಕರವಿಳಾಸ'ಕ್ಕೂ ಇರುವ ಸಾಮ್ಯ ಹೋಲಿಕೆಗಳು ಹೊರಮೈಯ ಹೋಲಿಕೆಗಳೆಂದು ಹೇಳಬಹುದೇ ಹೊರತು ಒಳದಿರುಳಿನವಲ್ಲ"[1] ಎಂದು ಬಸವನಾಳರು ಹೇಳಿದ್ದಾರೆ. ಕುಮಾರವ್ಯಾಸನ ಶೈಲಿ ಬೇರೆ, ಷಡಕ್ಷರಿಯ ಶೈಲಿ ಬೇರೆ. ಕಾವ್ಯಮಾರ್ಗಗಳೂ ಭಿನ್ನ. ಕುಮಾರವ್ಯಾಸನ ಭಾವ ಇಲ್ಲವೆ ಶೈಲಿಯ ಅನುಕರಣವನ್ನು ಷಡಕ್ಷರಿ ಮಾಡಿರುವನೆನ್ನುವುದಕ್ಕಿಂತ ಕಥಾ ಸಂದರ್ಭದಲ್ಲಿ ಬರುವ ಭಾವವನ್ನು ತೆಗೆದುಕೊಂಡು ತನ್ನ ರೀತಿಯಲ್ಲಿ ಪರಿವರ್ತನೆ ಮಾಡಿಕೊಂಡಿರುವನೆಂದರೆ ಲೇಸು. ಹೀಗೆ ಮಾಡುವಾಗ ಮೂಲಕ್ಕಿಂತ ಚೆನ್ನಾದ ಪರಿವರ್ತನ ಬಂದಿದೆ, ಮೂಲದಷ್ಟೇ ಚೆನ್ನಾದ ಅನುವಾದವೂ ಇದೆ. ತನಗಿಂತ ಪೂರ್ವಿಕರ ಸಾಮಗ್ರಿಯನ್ನು ಹೇಗೆ ಕುಮಾರವ್ಯಾಸ ಬಳಸಿಕೊಂಡನೋ ಹಾಗೇ ಷಡಕ್ಷರಿಯೂ ಬಳಸಿ ಕೊಂಡಿದ್ದಾನೆ. ಇದರಲ್ಲಿ ಯಾರಿಗೂ ಹೀನಾಯವಿಲ್ಲ. ಎಲ್ಲಿಯೋ ಕೆಲವು ಭಾವಗಳನ್ನು ಒಳದಿರುಳಿನಲ್ಲಿ ತೆಗೆದುಕೊಂಡರೆ ಸ್ವತಂತ್ರಕಲ್ಪಕನಾದ ಷಡಕ್ಷರಿಗೆ ಕುಂದಕವಲ್ಲ. ಹಾಗೆ ಅವನು ತಿಳಿದಿರಲಾರನು. ಆದ್ದರಿಂದ ಹೋಲಿಕೆಗಳೆಲ್ಲ ಹೊರಮೈಯ ಹೋಲಿಕೆಗಳೆಂಬ ತೀರ್ಮಾನವು ನಮಗೆ ಸಮ್ಮತವಾಗಿಲ್ಲ. 'ರಾಜಶೇಖರವಿಳಾಸ'ದಂತೆ ಇಲ್ಲಿಯೂ ವರ್ಣನಾವಿಲಾಸವೇ ಹೆಚ್ಚು. ಅದರಲ್ಲಿ ಶಬ್ದಶ್ಲೇಷ, ಸಂಸ್ಕೃತಮೋಹ ಇನ್ನೂ ಮಿಕ್ಕಿವೆ. ಉತ್ತರಭಾಗದಲ್ಲಿ ಓಡುವ ಹಂದಿಯ ಬೆನ್ನಟ್ಟಿ ಕಿರಾತವೇಷದ ಶಿವನು ಬರುತ್ತಲೇ ಕಥೆಯೂ ಓಡತೊಡಗುತ್ತದೆ. "ಕಿರಾತ–ಅರ್ಜುನರ ಸಂದರ್ಶನ, ಸಂವಾದ, ಸಂಗ್ರಾಮ, ಸಾಮರಸ್ಯ ಇವುಗಳೇ ಆ ಕಾವ್ಯದ ಜೀವಾಳ"ವಾಗುತ್ತವೆ. ಇದರಲ್ಲಿ ಪಾತ್ರಸೃಷ್ಟಿ ಹೇಳಿ ಕೊಳ್ಳುವಂತಿಲ್ಲ. ಈಶ್ವರನು ಕಥಾನಾಯಕನಾದರೂ ಮಾನವನಾಯಕ ಪಾತ್ರವಲ್ಲ. ಅರ್ಜುನನ ಪಾತ್ರದಲ್ಲಿ ತಪೋನಿಷ್ಠೆ, ಶೌರ್ಯ, ಸ್ವಾಭಿಮಾನ, ಶಿವಭಕ್ತಿ ಇವನ್ನು ಚೆನ್ನಾಗಿ ಚಿತ್ರಿಸಿದೆ. ಕಿರಾತನೆಂದು ನಟನೆಮಾಡಿದವನು ಶಿವನೇ ಎಂದು ಗೊತ್ತಾದೊಡನೆ ಅವನ ಮನಃಸ್ಥಿತಿ ಹೇಗಾಯಿತೆಂಬ ಚಿತ್ರಣ ಯಥಾರ್ಥವಾಗಿದೆ. "ಪಡಿದೆಱೆದಂತೆ ಪಾಱಿತೆರ್ದೆ ಪವ್ವನೆ, ಜುಮ್ಮೆನೆ ಮೆಯ್ಯುವಿರ್ ಪೊದಟ್ಟಿಡಿಕಿಱಿದತ್ತು" (೪–೧೧೨) ಮುಂತಾದ ಪದ್ಯವನ್ನೂ

ಉಱಿವೆಳಗು ಸಂಜೆ ನಸುಮ-
ರ್ಬೞುರ್ದಂಬರದಂತೆ ತಿಳಿವು ರಾಗಂ ನೆಗಳ್ದು-
ಮ್ಮಳಮನೊಳಕೊಂಡ ಬಗೆಯಿಂ
ತಳವೆಳಗಾಗುತ್ತೆ ಪಾರ್ಥನಂದಿಂತೆಂದಂ ॥ (೪–೪೪)

ಈ ಪದ್ಯವನ್ನೂ ಉದಹರಿಸಬಹುದು. ಚಮತ್ಕೃತಿಪ್ರಧಾನವಾದ ಸ್ವತಂತ್ರಕಲ್ಪನೆಗಳ ಸನ್ನಾಹದಲ್ಲಿ ಷಡಕ್ಷರಿಯದು ಎತ್ತಿದ ಕೈ. ಚಿತ್ರಕಾರನಿಗೆ ಸಾಮಗ್ರಿಯನ್ನು ಒದಗಿಸತಕ್ಕ ನೂರಾರು ರಮ್ಯಚಿತ್ರಗಳು ಇವನ ಕಾವ್ಯಮಂದಿರದಲ್ಲಿವೆ. ಅವುಗಳಲ್ಲಿ—

ವಿಳಸನ್ಮಂದಾರಭೂಜಾತದ ಬಱಿನೆೞಲೊಳ್ ನಿಂದು ಚಂದ್ರಾಶ್ಮಪೀಠ-
ಸ್ಥಳದೊಳ್ ಪೂಗೊಂಚಲೊಂದಂ ಪಿಡಿದಡಿಗಾಘ್ರಾಣಿಸುತ್ತೊಲ್ಮೆಯಿಂ ಚೆಂ-
ದಳಿರುದ್ಯತ್ತಾಲವೃಂತಂಬಿಡಿದು ಪದಪಿನಿಂ ಬೀಸೆ ಕಲ್ಯಾಣಿ ತಾಂ ಕಣ್-
ಗೊಳಿಸಿರ್ದಂ ನೋಡುತಂ ಬೇಂಟೆಯ ಪೊಸ ಪರಿಯಂ ಲೀಲೆಯಿಂ ಭಾಳನೇತ್ರಂ ॥

ಎಂಬುದು ತುಂಬ ರಮಣೀಯವಾಗಿದೆ. ಚಂಪೂಶೈಲಿಯ ಪ್ರೌಢಿಯಿದ್ದರೂ ಪ್ರಸಾದಕ್ಕೆ ಬಾಧೆಯಿಲ್ಲ. ಶ್ಲೇಷ ಬಂದಲ್ಲಿ ಬರೆವಣಿಗೆ ಗಡಚಾಗುತ್ತದೆ. "ಸಂಸ್ಕೃತಮಾರ್ಗದ ಬಿಗುವಿಗೂ ಕನ್ನಡದೇಸಿಯ ಸರಲತೆಗೂ ಅವೆರಡರ ಲಲಿತವಾದ ಮಿಶ್ರಣಕ್ಕೂ ಒಳ್ಳೆಯ ಉದಾಹರಣೆಗಳನ್ನು ಈತನ ಕೃತಿಗಳಿಂದ ಕೊಡಬಹುದು"[2] ಎಂಬುದು ಹರಿಹರನಲ್ಲಿ ಹೆಚ್ಚು ಸಾರ್ಥಕವಾಗಿದೆ. ಇವನದೂ ಅದೇ ಮಾರ್ಗವಾದರೂ ಕ್ಲಿಷ್ಟ ಸಂದರ್ಭಗಳಲ್ಲಿ ಇದರ ಸಂಸ್ಕೃತಾಡಂಬರ, ದುರ್ಬೋಧತೆಗಳು ತೋರಿಬರುತ್ತವೆ.

ಒಟ್ಟಿನಲ್ಲಿ 'ಶಬರಶಂಕರವಿಳಾಸ'ವು ಮಧ್ಯಮಗುಣದ ವಿದಗ್ಧಕಾವ್ಯ. ಅದರಲ್ಲಿ ಷಡಕ್ಷರಿಯ ಕಲ್ಪನಾಶಕ್ತಿ, ರಚನಾಶಕ್ತಿ ಮತ್ತು ಶಬ್ದಶಕ್ತಿಗಳು ತಮ್ಮ ಮೇಲ್ಮೆಯನ್ನು ಸಾರಿ ಬೆರಗುಗೊಳಿಸುತ್ತವೆ. ಆದರೆ ಕೃತಿಯ ಸಮಗ್ರಸೌಂದರ್ಯವನ್ನು ಹೆಚ್ಚಿಸುವಷ್ಟು ಅವು ಪ್ರಭಾವಿಯಾಗಿಲ್ಲ.

'ವೃಷಭೇಂದ್ರವಿಜಯ'ವೆಂಬ ಮೂರನೆಯದು ಬಸವೇಶ್ವರಚರಿತೆಯನ್ನು ನಿರೂಪಿಸುವ ಗ್ರಂಥ. ಪಾಲ್ಕುರಿಕೆಸೋಮ, ಭೀಮಕವಿ ಮೊದಲಾದವರು ಹೇಳಿದ ಚರಿತೆಯನ್ನು "ಬೇರೆ ಮೇಣ್ ಪೇಟ್ದುದು ಹಾಸ್ಯಕ್ಕಾಸ್ಪದಂ ಬೆಳ್ತನಮನುಚಿತಮಂತಾದೊಡಂ ತದ್ಗಣಸ್ತೋಮದ ಜ್ಞಾನಂ ಸಾರ್ಪುದೀ ವ್ಯಾಜದಿನೆನುತಿದನಾಂ ಪೇಳಲುದ್ಯುಕ್ತನಾದಂ" (೧-೭೯) ಎನ್ನುತ್ತಾನೆ. ಇದು ೪೨ ಆಶ್ವಾಸಗಳಲ್ಲಿ ಸುಮಾರು ನಾಲ್ಕುಸಾವಿರ ಪದ್ಯಗಳುಳ್ಳ ದೊಡ್ಡ ಚಂಪೂಗ್ರಂಥ. ಇದರಲ್ಲಿಯ ಗದ್ಯಭಾಗಗಳು ಅಷ್ಟು ದೀರ್ಘವಾಗಿಲ್ಲ. ಹೆಚ್ಚಾಗಿಯೂ ಇಲ್ಲ. ಬಸವಚರಿತ್ರೆಯನ್ನು ಅತ್ಯಂತ ನಿಷ್ಠೆಯಿಂದ ಹೇಳಿದೆ. ಆದರೆ ಹರಿಹರಮಾರ್ಗದವನು ತಾನೆಂದು ಹೇಳಿಕೊಳ್ಳುವ ಈ ಕವಿ ಹರಿಹರನ 'ಬಸವರಾಜದೇವರ ರಗಳೆ'ಯ ಚರಿತ್ರಸಂಪ್ರದಾಯವನ್ನೂ ಚರಿತ್ರಪದ್ಧತಿಯನ್ನೂ ಅನುಸರಿಸಿಲ್ಲ. "ಪುರಾಣದ ಕಥಾವಸ್ತುವನ್ನೇ ಕವಿಯು ಅನುಸರಿಸಿದ್ದರೂ ಬಸವೇಶ್ವರನ ಪರಿಶುದ್ಧವಾದ ಚಾರಿತ್ರಕ್ಕೆ ಕುಂದಕವಾಗಬಹುದಾದ ಸಂನಿವೇಶಗಳನ್ನು ಅಲ್ಲಲ್ಲಿ ಮಾರ್ಪಡಿಸಿಕೊಂಡಿರುವುದು ಆತನ ಔಚಿತ್ಯಜ್ಞಾನದ ನಿದರ್ಶಕವಾಗಿದೆ."[3] ಇದು ಕಥನಕವನಗಳ ಕಣಿಯಾಗಿದ್ದು ಇದರಲ್ಲಿ ಶೃಂಗಾರದ ಅತಿರೇಕವಾಗಲಿ ವರ್ಣನೆಗಳ ಬಾಹುಲ್ಯವಾಗಲಿ ಇಲ್ಲ. "ಒಟ್ಟಿನಲ್ಲಿ ವೃಷಭೇಂದ್ರವಿಜಯವು ಷಡಕ್ಷರದೇವನ ಕೃತಿಗಳಲ್ಲೆಲ್ಲ ಶ್ರೇಷ್ಠವಾದುದೆಂದು ನಿರ್ಣಯಿಸಬಹುದಲ್ಲದೆ ಕನ್ನಡಸಾಹಿತ್ಯದಲ್ಲಿಯ ಶ್ರೇಷ್ಠವರ್ಗದ ಕಾವ್ಯಗಳಲ್ಲಿಯೂ ಇದೊಂದು ಎಂದು ಪರಿಗಣಿಸಬಹುದು"[4] ಎಂಬ ಅಭಿಪ್ರಾಯವು ವ್ಯಕ್ತವಾಗಿದೆ. ಗುಣವನ್ನು ಕೊಂಡಾಡುವ ಭರದಲ್ಲಿ ಇದು ಅತ್ಯುಕ್ತಿಯಾಗಿದೆಯೆಂದು ನಮಗೆ ತೋರುತ್ತದೆ.

ಷಡಕ್ಷರದೇವನು ಕನ್ನಡಕ್ಕೆ ಕೊಟ್ಟ ಮೂರೂ ಗ್ರಂಥಗಳಿಂದ ಅವನ ಯೋಗ್ಯತಾವಿಶೇಷವನ್ನು ಅರಿತುಕೊಳ್ಳಬಹುದು. ಸಹಜಕವಿತಾಶಕ್ತಿಯಲ್ಲಿಯ ಪವಾಡಗುಣವು ಅವನಲ್ಲಿ ಎದ್ದುಕಾಣುತ್ತದೆ. ಈ ವಿಷಯದಲ್ಲಿ ಹರಿಹರನನ್ನು ಅವನು ಹೋಲುತ್ತಾನೆ. ಒಂದು ದೃಷ್ಟಿಯಿಂದ ಹರಿಹರನಿಗಿಂತ ಬೇಗನೆ ಅವನ ಪ್ರತಿಭೆ ತನಿಯರಳಿ ಗಮಗಮಿಸತೊಡಗಿತೆಂದು ಹೇಳಬಹುದು. ಹರಿಹರನ ವ್ಯಕ್ತಿತ್ವ ವರಳುತ್ತಹೋದಂತೆ ಪ್ರತಿಭೆಯೂ ಅರಳಿರಬೇಕು. ಜೀವನ ಮತ್ತು ಕೃತಿಗಳ ನಿಕಟಸಂಬಂಧದಿಂದ ಹರಿಹರನು ತನ್ನ ಹಿರಿಮೆಯನ್ನು ಪಡೆದನು. ಅದೇ ಷಡಕ್ಷರಿ ಪ್ರತಿಭೆಯ ಮಹಾಪೂರದಲ್ಲಿ ತನ್ನ ಶಕ್ತಿಗೆ ತಾನೇ ಮುಗ್ಧನಾಗಿ ತನ್ನ ಜೀವನದ ವಿಕಾಸಕ್ಕೆಂದು ತಡೆಯದೆ ತಾನು ಪಡೆದ ವ್ಯುತ್ಪತ್ತಿ ಸಾಕೆಂದು ಕೃತಿರಚನೆಗೆ ತೊಡಗಿದನು. ಇದೇ ಇಬ್ಬರಲ್ಲಿಯೂ ಮೂಲಭೂತವಾದ ಭೇದ, ಹರಿಹರನ ಕೃತಿಗಳಲ್ಲಿ ಎಷ್ಟು ಕೊರತೆಗಳು ಸೇರಿಕೊಂಡಿದ್ದರೂ ಅವನ ಪ್ರತಿಭೆ ಪರಿಪಕ್ವ ಜೀವನದ ವಾಣಿಯಾಗಿ ಹೊರಹೊಮ್ಮಿದೆಯೆಂಬ ಅರಿವು ರಸಿಕನಿಗೆ ಉಂಟಾಗುತ್ತದೆ. ಷಡಕ್ಷರಿಯ ಕೃತಿಗಳಲ್ಲಿ ಆಶ್ಚರ್ಯಕರವಾದ ಪ್ರತಿಭೆ, ಆಳವಾದ ಜೀವನವನ್ನು ಸ್ಪರ್ಶಿಸದೆ ವೈದುಷ್ಯದ ಇಲ್ಲವೆ ಚಮತ್ಕೃತಿಯ ರೂಪ ತಾಳಿರುವುದು ಹೆಚ್ಚು. ಅವನು ಮಹಾಕವಿಯೆಂದು ಕೆಲವರು ಭಾವಿಸುತ್ತಾರೆ. ನಮ್ಮ ನಮ್ರವಾದ ತಿಳಿವಳಿಕೆಗೆ ಅವನು ಮಹಾಕವಿಯ ತೇಜೋಂಶವುಳ್ಳವನೇ ಹೊರತು ಮಹಾಕವಿಯ ಸಿದ್ಧಿಪಡೆದವನಲ್ಲ. ಅವನ ಯಾವ ಕೃತಿಗಳೂ ಭವ್ಯಸೌಂದರ್ಯದ, ಜೀವನಸಂಸ್ಪರ್ಶದ ಎತ್ತರವನ್ನು ಪಡೆಯಲಿಲ್ಲ. ಯಾಕೆಂದರೆ ಕೃತಿಯ ಎತ್ತರಕ್ಕೆ ಕವಿಯಲ್ಲಿ ಅನುಭವದ ಆಳ ಬೇಕು. ಕಲ್ಪನಾಸಂಪತ್ತಿ, ರಚನಾಶಕ್ತಿ ಮತ್ತು ಭಾಷಾಪ್ರಭುತ್ವ ಇವು ಮಹಾಕವಿಯ ಸಾಧನಗಳೇ ಹೊರತು ಜೀವನಾನುಭವದ ಆಳ, ಜೀವಂತವಾದ ದರ್ಶನವು ಇವು ಅವನ ಮುಖ್ಯ ಆಧಾರಗಳು. ಶ್ರೇಷ್ಠಪ್ರತಿಭೆಯ ಪ್ರೇರಣೆ ಅಲ್ಲಿದೆ. "ಕವಿಗಳಲ್ಲಿ ಸಾಧಾರಣವಾಗಿ ಕವಿತಾಶಕ್ತಿ ಮತ್ತು ಕವಿತಾಚಾತುರ್ಯ ಎಂಬ ಎರಡು ಲಕ್ಷಣಗಳಿರು

ತ್ತವೆ. ಷಡಕ್ಷರಿಯಲ್ಲಿ ಕವಿತಾಚಾತುರ್ಯವೇ ಹೆಚ್ಚಾಗಿರುತ್ತದೆ"[5] ಎಂದು ಎಂ. ಆರ್. ಶ್ರೀನಿವಾಸ ಮೂರ್ತಿಯವರು ಹೇಳಿದ್ದಾರೆ. ಇದರ ಆಶಯವನ್ನು ನಾವು ತಿಳಿದುಕೊಳ್ಳಬಹುದಾದರೂ ಕವಿತಾಶಕ್ತಿ ಮತ್ತು ಕವಿತಾಚಾತುರ್ಯ ಈ ಪದಗಳು ಒಂದನ್ನೊಂದು ಬಿಟ್ಟಿವೆಯೇನೊ ಎನ್ನುವಂತೆ ಭಾಸ ಮಾಡುವ ರೀತಿ ಅಷ್ಟು ಪ್ರಸನ್ನವಾಗಿಲ್ಲ. ಅವರು ಮೇಲಿನ ಅಭಿಪ್ರಾಯದ ವಿವರಣೆಯನ್ನು ವಿಸ್ತಾರವಾಗಿ ಮಾಡಿದ್ದಾರೆ. ಅದನ್ನೆಲ್ಲ ನೋಡಿದರೆ ಷಡಕ್ಷರಿ ಕವಿತಾಶಕ್ತಿಯ ಪಂಗಡದ ಹರಿಹರನಿಗಿಂತ ಬೇರೆ ಎಂದು ಅರ್ಥವಾಗುತ್ತದೆ. ಆದರೆ ಕವಿತಾಚಾತುರ್ಯದಲ್ಲಿ ಕವಿತಾಶಕ್ತಿ ಪ್ರಬಲವಾಗಿ ಸೇರಿಕೊಂಡು ಬರಬಹುದು. ಚಾತುರ್ಯ ಕಡಿಮೆಯಾಗಿದ್ದಲ್ಲಿಯೇ ಕವಿತಾಶಕ್ತಿ ಹೆಚ್ಚಾಗಿರುವುದೆಂದಲ್ಲ. ಷಡಕ್ಷರಿಯಲ್ಲಿ ಕವಿತಾಶಕ್ತಿ ಚಾತುರ್ಯವಾಗಿ ಸಹಜಸ್ಫೂರ್ತವಾಗಿ ಬಂದಿತು. ಅದನ್ನು ಹರವಾದ, ಆಳವಾದ ಜೀವನಪಾತ್ರದಲ್ಲಿ ಹರಿಯಿಸಿಕೊಳ್ಳುವ ಸಂಯಮ–ಸೈರಣೆ ಅವನಲ್ಲಿರಲಿಲ್ಲ. ಅದೇ ಹರಿಹರನು ತನ್ನಲ್ಲಿಗೆ ರಸಾವೇಶವಾಗಿ ಚಾತುರ್ಯವಾಗಿ ಬಂದ ಶಕ್ತಿಯನ್ನು ಜೀವನಸಿದ್ಧಿಯಲ್ಲಿ ಸಮರಸ ಮಾಡಿದನು. ಇದೇನೇ ಇದ್ದರೂ ಷಡಕ್ಷರಿ ನಮ್ಮ ನಾಡಿನ ಅಸಾಮಾನ್ಯ ಪ್ರತಿಭಾಶಾಲಿಗಳಲ್ಲಿ ಒಬ್ಬನೆಂಬುದು ನಿಶ್ಚಿತ.

## ಟಿಪ್ಪಣಿಗಳು

1. ಶಿ. ಶಿ. ಬಸವನಾಳ : 'ಶಬರಶಂಕರವಿಳಾಸ', ಪ್ರಸ್ತಾವನೆ, ಪು. ೨೪, ೨೯.
2. ಅದೇ, ಪು. ೩೧.
3. ಅದೇ, ಪು. ೧೫.
4. ಅದೇ, ಪು. ೧೫–೧೬.
5. ಎಂ. ಆರ್. ಶ್ರೀನಿವಾಸಮೂರ್ತಿ : ಕರ್ಣಾಟಕ ಸಾಹಿತ್ಯದಲ್ಲಿ ಷಡಕ್ಷರಿಯ ಸ್ಥಾನನಿರ್ದೇಶನ (ಪ್ರ. ಕ., ೪–೧).

ಪ್ರಕರಣ : ೩೩

# ಕುಮಾರವ್ಯಾಸ ಯುಗದ ಜೈನ ಸಾಹಿತ್ಯ (೧)

## ಭಾಸ್ಕರ

**ಈ** ಯುಗದಲ್ಲಿ ಜೈನಕವಿಗಳು ಪಲ್ಲಟವಾದ ಪರಿಸ್ಥಿತಿಗೆ ಅನುಗುಣವಾಗಿ ಹೊಸ ವಿಷಯಗಳನ್ನು ಆರಿಸಿಕೊಂಡು, ಅಚ್ಚಕನ್ನಡದ ಛಂದೋರೂಪಗಳಲ್ಲಿ ಅದನ್ನು ಸುಗಮವಾಗಿ ನಿರೂಪಿಸಿದ್ದಾರೆ. ತೀರ್ಥಂಕರಚರಿತೆ, ತತ್ತ್ವವಿವರಣೆಯಂಥ ಹಳೆಯ ವಿಷಯಗಳನ್ನು ಎತ್ತಿಕೊಂಡಾಗಲೂ ಹೊಸ ಛಂದಸ್ಸು, ಭಾಷಾಶೈಲಿಗಳಿಗೆ ಶರಣುಹೋಗಿದ್ದಾರೆ. ನೀತಿಪರವಾದ ಕಥೆಗಳನ್ನು ಹೇಳುವ ಸಂಪ್ರದಾಯವು ನಯಸೇನನ 'ಧರ್ಮಾಮೃತ'ದಂಥ ಚಂಪುಗಳಲ್ಲಿಯೂ 'ವಡ್ಡಾರಾಧನೆ'ಯಂಥ ಗದ್ಯಕಥೆಗಳಲ್ಲಿಯೂ ಹಿಂದೆಯೇ ಪ್ರಾರಂಭವಾಗಿತ್ತು. ಈಗ ಮತ್ತೆ ಬೇರೆ ನೀತಿಬೋಧಕವಾದ ಕಥೆಗಳು ಮುಂದೆ ಬಂದುವು. ಅವುಗಳಲ್ಲಿ 'ಜೀವಂಧರಕಥೆ'ಯೊಂದು. ೧೫ನೆಯ ಶತಮಾನದ ಮೊದಲಲ್ಲಿದ್ದ ಭಾಸ್ಕರನು 'ಜೀವಂಧರ ಚರಿತೆ'ಯನ್ನು ಭಾಮಿನಿಷಟ್ಪದಿಯಲ್ಲಿ ಬರೆದು ಮೊದಲಿಗನಾದನು. "ವಾದಿಮದಗಜಸಿಂಹಸೂರಿ ಗಳಾದಿಯಲಿ ನವಸಂಸ್ಕೃತದೆ ಸಂಪಾದಿಸಿದ ಭೂವಿನುತ ಜೀವಂಧರಚರಿತವನು" ವೇದಿಸುವೆನೆಂದು ಅವನು ಹೇಳಿದ್ದಾನೆ. ಸು. ೧೨ನೆಯ ಶತಮಾನದಲ್ಲಿ ದಕ್ಷಿಣದಲ್ಲಿ ಆಗಿಹೋದ ಒಡೆಯದೇವ ಇಲ್ಲವೆ ವಾದೀಭಸಿಂಹ ಎಂಬ ಕವಿ 'ಗದ್ಯಚಿಂತಾಮಣಿ' ಮತ್ತು 'ಕ್ಷತ್ರಿಯಚೂಡಾಮಣಿ' (ಪದ್ಯ ದಲ್ಲಿ) ಇವೆರಡರಲ್ಲಿಯೂ 'ಜೀವಂಧರಚರಿತೆ'ಯನ್ನೇ ಬರೆದಿದ್ದಾನೆ. ಮೊದಲನೆಯದು ಗುಣಭದ್ರನ 'ಉತ್ತರಪುರಾಣ'ವನ್ನು ಆಧರಿಸಿದ್ದು, ಎರಡನೆಯದು 'ಜೀವಕಚಿಂತಾಮಣಿ'ಯೆಂಬ ತಮಿಳು ಕಾವ್ಯವನ್ನು ಬಹುಭಾಗದಲ್ಲಿ ಅನುವಾದಿಸಿದೆ. ಭಾಸ್ಕರನು ಎರಡೂ ಸಂಸ್ಕೃತಗ್ರಂಥಗಳನ್ನು ಅನುಸರಿಸಿ ದಂತೆ ತೋರುತ್ತದೆ. ಹರಿಶ್ಚಂದ್ರನ 'ಜೀವಂಧರಚಂಪು'ವಿನಿಂದಲೂ ಅವನು ಉಪಕೃತವಾಗಿರ ಬೇಕೆಂದು ಅಂತಃಸ್ಥ ಪ್ರಮಾಣಗಳಿಂದ ತಿಳಿಯುತ್ತದೆ. ಸತ್ಯಂಧರ ರಾಜನ ಮಗನಾದ ಜೀವಂಧರನು ಜನನದಿಂದ ತೊಟ್ಟುತೊಂದರೆಗಳನ್ನು ಅನುಭವಿಸಿ ಕಾಷ್ಠಾಂಗಾರ ಮಂತ್ರಿಯ ಕ್ರೂರಕರ್ಮಗಳಿಂದ ಹತನಾಗಲಿ ಹತಾಶನಾಗಲಿ ಆಗದೆ ವಿಜಯಶಾಲಿಯಾದನೆಂಬುದನ್ನೂ ಅನೇಕ ಮದುವೆಗಳನ್ನು ಮಾಡಿ ಕೊಂಡನೆಂಬುದನ್ನೂ ಈ ಕಥೆಯಲ್ಲಿ ಹೇಳಿದೆ. ಇದನ್ನು ಭಾಸ್ಕರನು ಮೂಲದಲ್ಲಿದ್ದಂತೆ ಹೇಳುತ್ತ ಹೋಗಿದ್ದಾನೆ. ಕ್ವಚಿತ್ತಾಗಿ ವಿವರಗಳಲ್ಲಿ ತನ್ನದೆಂಬುದನ್ನು ತಂದಿದ್ದಾನೆ. ಮೂಲದಲ್ಲಿ ಕಾಣದ ಇಲ್ಲವೆ ಕಾಣಲು ಅಶಕ್ಯವಾದ ಒಂದು ಮಹತ್ವದ ವ್ಯತ್ಯಾಸವೆಂದರೆ ಜಿನಸ್ತುತಿಯ ಪದ್ಯಗಳು ಬಂದಲ್ಲಿ ಉಪ ನಿಷತ್ತಿಗೂ ಭಕ್ತಿಪಂಥಕ್ಕೂ ಸರಿಹೋಗುವ ವಿಚಾರಗಳನ್ನೂ ವಿಶೇಷಣಗಳನ್ನೂ ಅವನು ಪ್ರಯೋಗಿಸಿ ದ್ದಾನೆ. ಉದಾಹರಣೆಗೆ, "ಭಕ್ತವತ್ಸಲ ಲಯವಿಹೀನ ಮಹೇಶ ಮಾಯಾತೀತ" (೧–೩೮), "ಶ್ರೀವರ ಜಗನ್ನಾಥ ಜನನವಿದೂರ ಸಾಕಾರ" (೧–೩೯), "ಸರ್ವಗತ ಸರ್ವಜ್ಞ ಸದಮಲ ಸರ್ವಮಯ.... ಸರ್ವಲೋಕೇಶ್ವರ.... ಸರ್ವಭೂತಾತ್ಮಕ" (೧–೪೧), "ವಿಶ್ವಮಯ ವಿಶ್ವೇಶ ವಿಶ್ವಗ ವಿಶ್ವತೋಮುಖ" (೧–೪೨), "ಗರುಡಮತದಿಂದಲ್ಲದಹಿಭಯ ಕರಗುವುದೆ, ಸರ್ವಜ್ಞನಾಮಸ್ಮರಣೆಯಿಂದಲ್ಲದೆ ಭವಾಂಭೋರಾಶಿ ಬತ್ತುವುದೆ" (೧೨–೬), "ಅವ್ಯಯನನಂತಾತ್ಮನದ್ವಯ" (೧೨–೭), "ಜಗಭರಿತ ನೀನಭವ ಮಿಗೆ ಮೂಜಗಕೆ ಗತಿಮತಿ ನೀನೆ ಕೇಳ್ಳೆ ಜಗದುದಯ" (೧೨–೧೬), "ದೋಷರಹಿತನು ನೀನೆ ಕರುಣಾವಾಸ ನೀನೆ ಮಹೇಶ ನೀನೆ ಸುರೇಶನುತ ನೀನೆಂದು ಸಂಸ್ತುತಿಸಿದನು ಜಿನಪತಿಯ' (೧೨–೧೮). ಇದಲ್ಲದೆ "ಹೃದಯದಮಳಜ್ಯೋತಿಯನು ಬೆಳಗದೆ ನವಾರತಿಯೆತ್ತಲೇನಹುದು"

(೧೨–೪), "ಕರ್ಮಗಳ ದಂದುಗವದೇಕಿವನುಳಿದು ಸಾನಂದದಲಿ ಸರ್ವಜ್ಞನನು ಭಜಿಸೊಂದು ಮುಕ್ತಿಶ್ರೀಯನು" (೧೨–೫) ಈ ಪದ್ಯಭಾಗಗಳನ್ನು ನೋಡಿದರೆ ಭಾಗವತ ತತ್ತ್ವಜ್ಞಾನ ಮತ್ತು ಉಪಾಸನೆಯ ಪ್ರಭಾವ ಅವನ ಮೇಲೆ ವಿಶೇಷವಾಗಿ ಆಗಿರಬೇಕೆಂದು ತೋರುತ್ತದೆ. ಯಾವ ಮೂಲ ಗಳಲ್ಲಿಯೂ ಇವುಗಳಿಗೆ ಆನುಪೂರ್ವಿಯಿಲ್ಲ. ಇದ್ದುದನ್ನು ಭಾಸ್ಕರನು ಬದಲಿಸಿಕೊಂಡಿದ್ದಾನೆ. ಜೈನಶಾಸ್ತ್ರದಂತೆ ಇವುಗಳಲ್ಲಿ ಕೆಲವಕ್ಕೆ ಅರ್ಥ ಹೇಳಬಹುದಾದರೂ ಇನ್ನೂ ಕೆಲವಕ್ಕೆ ಹೇಳುವುದು ಸಾಧ್ಯವಿಲ್ಲ. "ಸರ್ವಜ್ಞನಾಮಸ್ಮರಣೆಯಿಂದಲ್ಲದೆ ಭವಾಂಭೋರಾಶಿ ಬತ್ತುವುದೆ" ಎಂಬಲ್ಲಿ ನಾಮ ಸ್ಮರಣೆ ಮತ್ತು ಶರಣಾಗತಿಯ ಮಹತ್ತ್ವವು ಜೈನಶಾಸ್ತ್ರಕ್ಕೆ ಅನುಗುಣವೆಂದು ತೋರುವುದಿಲ್ಲ. 'ಕುಮಾರವ್ಯಾಸಭಾರತ'ವನ್ನು ಭಾಸ್ಕರನು ಓದಿ ಮೆಚ್ಚಿರಬೇಕೆಂದು ಅವನು ಸ್ವೀಕರಿಸಿದ ಭಾವ ಮತ್ತು ಪದಗಳಿಂದ ತಿಳಿಯುತ್ತದೆ. ಭಾರತದಲ್ಲಿ ಕಂಡುಬರುವ ಭಾಗವತಧರ್ಮದ ಪ್ರಭಾವವೂ ಅವನನ್ನು ಆವರಿಸಿರಬೇಕು. ಜನಜೀವನದಲ್ಲಿ ಪ್ರಚಾರವಾಗಿದ್ದ ಜೈನಮತದಲ್ಲಿ ಭಕ್ತಿಪಂಥಗಳ ವರ್ಚಸ್ಸಿನಿಂದ ಜಿನಭಕ್ತಿ ಹರಿಭಕ್ತಿಯಂತೇ ಭಾವನಾಪ್ರಚುರವಾಗಿರಬೇಕು. ಭಾಸ್ಕರನು ತಾನು 'ಭೂಸುರೋತ್ತಮ ಬಸವಣಾಂಕಸುತ' ಎಂದು ಹೇಳಿದ್ದನ್ನು ನೋಡಿದರೆ ಅವನ ತಂದೆ ಶೈವಬ್ರಾಹ್ಮಣ ನಾಗಿದ್ದು ಆಮೇಲೆ ಜೈನಧರ್ಮವನ್ನು ಒಪ್ಪಿಕೊಂಡಿರಬಹುದೇನೋ ಎಂಬ ಸಂದೇಹಕ್ಕೆ ಅವಕಾಶವಿದೆ. "ಇದರ ವಸ್ತುರಚನೆಯಲ್ಲಿ ಸರಿಯಾದ ಕ್ರಮವಿಲ್ಲ. ಎಲ್ಲ ಸಂದರ್ಭಗಳನ್ನೂ ಪೋಣಿಸಿರುವವನು ಕಥಾನಾಯಕ. ಒಟ್ಟಿನಲ್ಲಿ ಅಕ್ರಮವಾದ ಕಥಾನಿರೂಪಣೆ ಇದ್ದರೂ ಈ ಗ್ರಂಥ ಸ್ವಾರಸ್ಯವಾಗಿದೆ."[1]— ಈ ವಿಮರ್ಶೆ ಯಥಾಯೋಗ್ಯವಾಗಿದೆ. ಸಾಂಪ್ರದಾಯಿಕವಾಗಿ ಬಂದ ಕಥೆಯನ್ನು ಸರಳವಾಗಿ ಸ್ವಾರಸ್ಯ ವಾಗಿ ಹೇಳುವುದು ಭಾಸ್ಕರನ ಉದ್ದೇಶವಾಗಿತ್ತು. ಮೇಲ್ಕಾಣಿಸಿದ ವ್ಯತ್ಯಾಸದಲ್ಲಿ ಮಾತ್ರ ಈವರೆಗಿನ ಯಾವ ಜೈನಕಾವ್ಯದಲ್ಲಿಯೂ ದೊರೆಯದ ವಿಶೇಷವು ಕಾಣುತ್ತದೆ. ಕಥನರೀತಿ ಸಾಮಾನ್ಯವಾದರೂ ಭಾಸ್ಕರನ ಕಲ್ಪನಾಶಕ್ತಿ ಮೆಚ್ಚುವಂತಹುದೆಂದು ಅರಿಯಬೇಕು. ಪೂರ್ವಕವಿಗಳ ಪ್ರಭಾವಕ್ಕೆ ಅವನು ಬೇಕಾಗಿ ಒಳಪಟ್ಟಿದ್ದಾನೆ. ಅವರ ಭಾವಗಳನ್ನು ಇದ್ದಕ್ಕಿದ್ದಹಾಗೆ ಅಂಗೀಕರಿಸಿದ್ದಾನೆ, ಪದಗಳನ್ನು ಎತ್ತಿಕೊಂಡಿದ್ದಾನೆ, ತನ್ನ ಬಗೆಯಲ್ಲಿ ಅನುವಾದಿಸಿದ್ದಾನೆ. ಕಾಳಿದಾಸ, ನಾಗಚಂದ್ರ, ರಾಘವಾಂಕ, ವಿಶೇಷವಾಗಿ ಕುಮಾರವ್ಯಾಸ ಇವರ ಪ್ರಭಾವಗಳು ಅವನ ಗ್ರಂಥದಲ್ಲಿ ಸ್ಪಷ್ಟವಾಗಿ ಮೂಡಿವೆ. ಆದರೂ ಅವನ 'ಜೀವಂಧರಚರಿತೆ' ಕಲ್ಪನೆಯ ಸೌಷ್ಠವದಿಂದಲೂ ಶೈಲಿಯ ಲಾಲಿತ್ಯದಿಂದಲೂ ತಕ್ಕಮಟ್ಟಿಗೆ ಒಳ್ಳೆಯ ಕಾವ್ಯವಾಗಿ ಪರಿಣಮಿಸಿದೆ.

ಜೀವಂಧರಚರಿತೆಯನ್ನು ಮತ್ತೆ ಬರೆದವರೆಂದರೆ ತೆರಕಣಾಂಬಿ ಬೊಮ್ಮರಸ ಮತ್ತು ಕೋಟೇಶ್ವರ. ತೆರಕಣಾಂಬಿ ಬೊಮ್ಮರಸನು 'ಜೀವಂಧರಸಾಂಗತ್ಯ'ವನ್ನು ಬರೆದಿದ್ದರೆ ಕೋಟೇಶ್ವರನು 'ಜೀವಂಧರ ಷಟ್ಪದಿ'ಯನ್ನು ರಚಿಸಿದ್ದಾನೆ. ಇವರ ಮೇಲೆ ಭಾಸ್ಕರನ ಹಾಗೂ ಪೂರ್ವಿಕರ ಪ್ರಭಾವವು ಎಷ್ಟಾಗಿದೆ ಎಂಬುದು ಇನ್ನೂ ತಿಳಿಯಬೇಕಾದ ವಿಷಯ. ಕಲ್ಯಾಣಕೀರ್ತಿ ಇನ್ನೊಂದು ಜೈನಕಥೆಯನ್ನು 'ಜ್ಞಾನ ಚಂದ್ರಾಭ್ಯುದಯ'ದ ಮೂಲಕ ೨-೩ ಷಟ್ಪದಿಪ್ರಕಾರಗಳಲ್ಲಿ ಒದವಿಸಿದ್ದಾನೆ. 'ಕಾಮನ ಕಥೆ', 'ಅನುಪ್ರೇಕ್ಷೆ' ಮುಂತಾಗಿ ಅವನ ಉಳಿದ ಚಿಕ್ಕ ಗ್ರಂಥಗಳಿವೆ. 'ಕಾಮನ ಕಥೆ'ಯಲ್ಲಿ ಜೈನಮತಾನು ಸಾರವಾಗಿ ಕಾಮನ ಕಥೆಯನ್ನು ಪ್ರತ್ಯೇಕವಾಗಿ ಹೇಳಿದ್ದು ವಿಶೇಷ. ಜೊತೆಗೆ ಸಾಂಗತ್ಯದಲ್ಲಿ ಅದನ್ನು ರಚಿಸಿದ್ದರೂ ಅಲ್ಲಲ್ಲಿ ಕಂಡ ಷಟ್ಪದಿ, ವಚನಗಳನ್ನು ಸೇರಿಸಿದ್ದೂ ವಿಶೇಷವೇ ಸರಿ. ಇವನ ಶೈಲಿ ಲಲಿತವಾಗಿದೆ, ದೃಷ್ಟಿ ಸಾಂಪ್ರದಾಯಿಕವಾಗಿದೆ. ವಿಜಯಣ್ಣನು 'ದ್ವಾದಶಾನುಪ್ರೇಕ್ಷೆ'ಯನ್ನು ಸಾಂಗತ್ಯದಲ್ಲಿ ಬರೆದಿದ್ದು ನಡುನಡುವೆ ವೃತ್ತಕಂದಗಳನ್ನು ಸೇರಿಸಿದ್ದಾನೆ. ಜೈನಧರ್ಮದಲ್ಲಿಯ ೧೨ ಅನುಪ್ರೇಕ್ಷೆಗಳನ್ನು ಕುರಿತು ಪ್ರಮುಖವಾಗಿ ಸಾಂಗತ್ಯದಲ್ಲಿ ಬಂದಿರುವುದೇ ಈ ಕಾಲದಲ್ಲಿ ನಡೆದ ಪಲ್ಲಟವನ್ನು ಸೂಚಿಸುತ್ತದೆ. ಜನತೆಯನ್ನು ಒಲಿಸಿಕೊಳ್ಳಲು ಕಾವ್ಯ ಜನತೆಯ ಮಟ್ಟ ಕ್ಕಿಳಿಯಬೇಕು ಎಂಬುದು ಉಳಿದ ಮತೀಯರಂತೆ ಜೈನರಿಗೂ ಅರಿತ ವಿಷಯವಾಗಿತ್ತು. ಇನ್ನೊಬ್ಬ

ಹೆಸರಾದ ಸಾಂಗತ್ಯಕಾರನೆಂದರೆ ಶಿಶುಮಾಯಣ. ಇವನು ಸಾಂಗತ್ಯರಚನೆಯಲ್ಲಿ ಮೊದಲಿಗ ನಾಗಿರಲಾರನೆಂಬುದು ಇವನ ಕಾಲವಿಷಯಕವಾದ ಹೊಸ ಆಧಾರದಿಂದ ತಿಳಿಯುತ್ತದೆ. 'ತ್ರಿಪುರ ದಹನ ಸಾಂಗತ್ಯ', 'ಅಂಜನಾಚರಿತ್ರೆ' ಇವು ಇವನ ಕೃತಿಗಳು. 'ತ್ರಿಪುರದಹನಸಾಂಗತ್ಯ' ಸುಮಾರು ೩೦೦ ಪದ್ಯಗಳ ಚಿಕ್ಕ ಕೃತಿ. ಶೈವಸಂಪ್ರದಾಯದಲ್ಲಿ ತ್ರಿಪುರದಹನ ಶಿವಲೀಲೆಯಿದ್ದಂತೆ ಜೈನ ತತ್ತ್ವಕ್ಕನುಸರಿಸಿ ಜನನಜರಾಮರಣಗಳೆಂಬ ಮೂರು ಪುರವನು ಆದೀಶ್ವರನು ಸುಟ್ಟ ವಿಷಯವನ್ನು ತೆಗೆದುಕೊಂಡು ಇದನ್ನು ಬರೆದಿದೆ. 'ಅಂಜನಾಚರಿತ್ರೆ' ೧೫ ಸಂಧಿ ಮತ್ತು ೬೦೦೦ ಪದ್ಯಗಳುಳ್ಳ ಅತಿ ದೊಡ್ಡದಾದ ಸಾಂಗತ್ಯಗ್ರಂಥ. ಇದರಲ್ಲಿ ರವಿಷೇಣನ 'ಪದ್ಮಚರಿತ್ರ'ದ ಅಂದರೆ ಜೈನ ರಾಮಾಯಣದಲ್ಲಿಯ 'ಅಂಜನಾಚರಿತ್ರೆ'ಯ ಭಾಗವನ್ನು ಮಾತ್ರ ಶಿಶುಮಾಯಣನು ಇಷ್ಟು ವಿಸ್ತಾರವಾಗಿ ಬರೆದಿದ್ದಾನೆ. ಎರಡೂ ಗ್ರಂಥಗಳ ಶೈಲಿ ತುಂಬ ಸರಳವಾಗಿದೆ, ಪ್ರವಾಹಿಯಾಗಿದೆ. ಶಿಶುಮಾಯಣನು ತಾನು ಅಂಥ ಪಂಡಿತನಲ್ಲವೆಂದೂ ಲಕ್ಷಣಜ್ಞಾನವಿಲ್ಲದವನೆಂದೂ "ಅಕ್ಷರ ಭೇದವನರಿಯದೆನಗೆ ಮತ್ತೆ ಲಕ್ಷಣಗಳು ಗೋಚರವೆ", "ಕವಿತೆಯ ಮಾರ್ಗದ ಸುವಿಚಾರಗಳ ವಿವರಿಪೊಡೇನೆಂದರಿಯೆ", "ಲಕ್ಷಣ ಮಿಲ್ಲದೊಡೀ ಕೃತಿಗೆ ಸಲ್ಲಕ್ಷಣಯುತೆ ಸತಿಯರೊಳು ಲಕ್ಷ್ಯ ವೆನಿಸುವಂಜನಾಚರಿತವನು ವಿಚಕ್ಷಣ ರೆಯ್ದೆ ಕೇಳುವುದು" ಎಂಬ ಅವನ ಕೃತಿಗಳ ಅವತರಣಿಕೆಗಳಿಂದ ತಿಳಿಯಬಹುದು. ಅಂತೆಯೇ ಅವನು ಜನತೆಯ ಹಾಡಿನ ಮಟ್ಟವಾದ ಛಂದಸ್ಸನ್ನು ಆರಿಸಿದನೇನೊ. ಈ ಯುಗದ ಸಾಂಗತ್ಯಕಾರರಲ್ಲಿ ಅವನಿಗೊಂದು ಮನ್ನಣೆಯ ಎಡೆಯಿದೆ.

## ೩ನೆಯ ಮಂಗರಸ

೩ನೆಯ ಮಂಗರಸನು ಈ ಯುಗದಲ್ಲಿ ಸಮೃದ್ಧ ಸಾಹಿತ್ಯವನ್ನು ನಿರ್ಮಿಸಿದ ಜೈನ ರಾಜಕವಿ. ಚಂಗಾಳ್ವರಾಜರ ಸಚಿವಕುಲದಲ್ಲಿ ಹುಟ್ಟಿ ಅವನು ಕಲ್ಲಹಳ್ಳಿಯ ಅರಸನಾಗಿದ್ದನು. ಮೈಸೂರು ಅರಸುಮನೆತನಗಳಲ್ಲಿ ಒಂದಾಗಿ ಅವನ ವಂಶವೃಕ್ಷವು ಇಂದಿನವರೆಗೂ ಬೆಳೆದುಬಂದಿದೆ. ಅವನು ಬರೆದ ಗ್ರಂಥಗಳೆಂದರೆ 'ನೇಮಿಜಿನೇಶಸಂಗತಿ', 'ಜಯನೃಪಕಾವ್ಯ', 'ಸಮ್ಯಕ್ತ್ವಕೌಮುದಿ', 'ಪ್ರಭಂಜನಚರಿತೆ', 'ಸೂಪಶಾಸ್ತ್ರ', 'ಶ್ರೀಪಾಲಚರಿತೆ'. ಎಲ್ಲ ಗ್ರಂಥಗಳನ್ನು ಷಟ್ಪದಿ ಇಲ್ಲವೆ ಸಾಂಗತ್ಯ ದಲ್ಲಿ ಕವಿ ಬರೆದಿದ್ದಾನೆ. 'ನೇಮಿಜಿನೇಶಸಂಗತಿ' ಎಲ್ಲಕ್ಕೂ ದೊಡ್ಡದಾದ ಗ್ರಂಥ. ಸಾಂಗತ್ಯದಲ್ಲಿ ತೀರ್ಥಂಕರಚರಿತ್ರೆಯನ್ನು 'ಪಾಡುಗಬ್ಬ'ವಾಗಿ ಬರೆದದ್ದು ಇದರಲ್ಲಿಯೇ ಮೊದಲನೆಯ ಸಲ. ನೇಮಿ ತೀರ್ಥಂಕರನ ಚರಿತ್ರೆ, ಜೊತೆಗೆ ಹರಿವಂಶ–ಕುರುವಂಶಗಳ ಚರಿತ್ರೆ ಇದರಲ್ಲಿವೆ. ನೇಮಿಚಂದ್ರನಂತೆ ಮಂಗರಸನು ಕತೆಗಾಗಿ 'ಚಾವುಂಡರಾಯಪುರಾಣ'ವನ್ನು ಆಧಾರವಾಗಿಟ್ಟುಕೊಂಡಿದ್ದಾನೆ. ನೇಮಿ ಚಂದ್ರನ ಛಾಯೆಯೂ ಅಲ್ಲಲ್ಲಿ ಕಾಣುತ್ತದೆ. ಮುಖ್ಯವಾಗಿ ಮೂಲಾನುಸರಣದೃಷ್ಟಿಯೆ ಇದರಲ್ಲಿದೆ. ಆದರೂ ಕವಿ ಮೂಲದ ಕೆಲವು ಸಂಗತಿಗಳನ್ನು ವಿಸ್ತರಿಸಿ ರಸವತ್ತಾಗಿ ಸ್ವಾಭಾವಿಕವಾಗಿ ಮಾಡಿದ್ದಾನೆ. ಕೆಲವು ಸನ್ನಿವೇಶಗಳನ್ನು ಹೊಸದಾಗಿ ಕಲ್ಪಿಸಿದ್ದಾನೆ. ಕತೆ ದೊಡ್ಡದೆಂದೊ ಏನೊ ಇದರಲ್ಲಿ ವರ್ಣನೆಗೆ ಅವಕಾಶ ಕಡಿಮೆ. ಆದರೂ ಪ್ರಾರಂಭಕ್ಕೆ ದೇಶ, ಪುರ, ಮಧ್ಯದಲ್ಲಿ ನಿಸರ್ಗ, ಬೇಟೆ, ಸೂಳೆಗೇರಿ, ಸ್ತ್ರೀಸೌಂದರ್ಯ ಈ ವಿಷಯವಾದ ವರ್ಣನೆಗಳು ಬಂದಿವೆ. ಅವುಗಳಲ್ಲಿ ಪಂಪ, ನೇಮಿಚಂದ್ರ, ಜನ್ನ, ಕುಮಾರವ್ಯಾಸ ಇವರ ಪ್ರಭಾವಗಳನ್ನು ಗುರುತಿಸಬಹುದಾಗಿದೆ. ಸಾಮಾನ್ಯವಾಗಿ ಕೇವಲ ವರ್ಣನೆಯ ಚಪಲಕ್ಕಾಗಿ ವರ್ಣಿಸದೆ ಕತೆಯಲ್ಲಿ ಕಳೆ ತುಂಬುವುದಕ್ಕಾಗಿ ಮಂಗರಸನು ಹದವರಿತು ವರ್ಣಿಸುತ್ತಾನೆ. ಕಥೆಯ ಓಟದಲ್ಲಿ ಬರುವ ವರ್ಣನೆ ಬೇಸರ ತರುವುದಿಲ್ಲ, ಬೇಕೆನಿಸುತ್ತದೆ. ಕತೆಗಾರಿಕೆ

ಯಲ್ಲಿ ಅವನು ಬಲ್ಲಿದನು. ಸರಳವಾಗಿ ರುಚಿಕಟ್ಟಾಗಿ ಕತೆ ಹೇಳುವ ಕಲೆ ಅವನಿಗೆ ಸಹಜವಾಗಿದೆ. ಪಾತ್ರಗಳು ವಿಷಯಾಸಕ್ತರಿಂದ ಪರಮಯೋಗಿಗಳವರೆಗೆ ವಿವಿಧವಾಗಿದ್ದು ಜೀವಂತವೆನಿಸುತ್ತವೆ, ಜನಜೀವನದಲ್ಲಿ ನಿತ್ಯವೂ ಕಾಣುವ ವ್ಯಕ್ತಿಗಳಾಗಿ ತೋರುತ್ತವೆ. ಇದರಲ್ಲಿ ಯೋಗಭೋಗಗಳ ಸಮತೂಕ, ಮೃದುಹಾಸ್ಯ ಮತ್ತು ವಿಶಾಲಜೀವನದೃಷ್ಟಿಯನ್ನು ನೋಡಿದರೆ ಮುಂದೆ ಬರಲಿರುವ ರತ್ನಾಕರವರ್ಣಿಯ 'ಭರತೇಶವೈಭವ'ಕ್ಕೆ ಇದು ಪೂರ್ವಸೂಚನೆಯಂತಾಗಿದೆ. ಸಾಂಗತ್ಯರಚನೆಯಲ್ಲಿ ರತ್ನಾಕರವರ್ಣಿಯ ಅಪ್ರತಿಮವಾದ ಸೌಲಭ್ಯವು ಮಂಗರಸನಲ್ಲಿ ಇಲ್ಲವಾದರೂ ಅವನದೇ ಆದ ಪ್ರವಾಹಿತ್ವ ಒಂದಿದೆ. ಬೇರೆ ಯಾರಲ್ಲಿಯೂ ಕಾಣದ ಆಂತರಿಕವಾದ ಅಂತ್ಯಪ್ರಾಸದ ಲಾಲಿತ್ಯ ಅವನ ಸಾಂಗತ್ಯದಲ್ಲಿದೆ—

ಅಲರ ಶರನ ಬೀಡವರಂಜಿಮಿಗದಾಡು-
ವೊಲ ಕಾಮಪಶು ಮೇವ ಕಾಡು
ನೆಲದ ಹಡೆದ ನಾಕಲೋಕದೇಳ್ಗೆಗೆ ಜೋಡು
ಸಲೆ ಸೊಗಯಿಪುದಾ ನಾಡು ॥ (೧–೬೧)

ಇದು ನೇಮವಾಗಿ ಬಂದಿಲ್ಲವಾದರೂ ಕೆಲವು ಸಲ ೨೦-೩೦ ಪದ್ಯಗಳವರೆಗೆ ಹರಡಿಕೊಂಡು ಬಂದಿದೆ. ಒಟ್ಟಿನಲ್ಲಿ 'ನೇಮಿಜಿನೇಶಸಂಗತಿ' ಇದು ಮೆಚ್ಚತಕ್ಕ ಸತ್ಕಾವ್ಯ. ಕಥನಕಲೆಯ ಸರಳ ರಮ್ಯತೆ ಮತ್ತು ಛಂದಸ್ಸು–ಶೈಲಿಗಳ ಲಾಲಿತ್ಯದಿಂದ ಸಾಂಗತ್ಯಗ್ರಂಥಗಳಲ್ಲಿ ಇದಕ್ಕೆ ಗಣ್ಯವಾದ ಸ್ಥಾನವಿದೆ.

'ಜಯನೃಪಕಾವ್ಯ'ದಲ್ಲಿ ಜಿನಸೇನನು ಹಿಂದೆ ಹೇಳಿದ ಕತೆಯನ್ನು ಮಂಗರಸನು ಪರಿವರ್ಧಿನಿ ಷಟ್ಪದಿಯಲ್ಲಿ ಬಿತ್ತರಿಸಿದ್ದಾನೆ. "ಪಾಲೊಳಗಯಿದಾರೆಯ ಸಕ್ಕರೆಯಂ ಓತೊಡವೆರಸುವ ತೆಱದಿಂ ನವರಸರೀತಿವಡೆದ ಸಕ್ಕದದೊಳು ಕನ್ನಡವಾತು ಸಮಱಿ ಬೆರಸಿ" (೧–೨೩) ಇದನ್ನು ಹೇಳಿರುವುದಾಗಿ ಮೊದಲು ಸಾರಿದ್ದಾನೆ. ಅಷ್ಟುಮಟ್ಟಿಗೆ ಅಚ್ಚಗನ್ನಡದತ್ತ ಅವನ ಒಲವಿದೆ. "ವಾಚಕವಾಚ್ಯ ವ್ಯಂಗ್ಯವ್ಯಂಜನ.... ಅಚರಿತೋಭಯ ಸಂಧಿಸಮಾಸವಿವೇಚನೆಗಳ ಭೇದಮನಿನಿಸಱಿಯದೆ ವಾಚಾಲತೆಯಿಂದುಸುರಿದ ದುಷ್ಕೃತಿಯಲ್ಲಿದು" (೧–೨೬) ಎಂದು ಈ ಗ್ರಂಥದ ಲಾಕ್ಷಣಿಕತೆಯನ್ನು ಹೊಗಳಿಕೊಂಡಿದ್ದಾನೆ. ಹೀಗಾಗಿ, ಶೈಲಿಯ ವಿಷಯದಲ್ಲಿ ದೇಸಿಯ ದೃಷ್ಟಿ, ವರ್ಣನೆಗಳಲ್ಲಿ ಮಾರ್ಗದೃಷ್ಟಿ ಇವುಗಳ ಮಿಶ್ರಣವು ಇದರಲ್ಲಿ ಕಾಣುತ್ತದೆ. ದೇಸಿಮಾರ್ಗಗಳ ಸಮನ್ವಯವೆಂದು ಇದನ್ನು ಕರೆಯಲಾಗದು. ಸ್ವತಂತ್ರಸಹಜಕಲ್ಪನೆ ಕ್ವಚಿತ್ತಾಗಿ ಮಿನುಗುತ್ತಿದ್ದರೂ ಸಮಯಶರಣವಾದ ಅಲಂಕಾರಪ್ರಿಯತೆ, ಕಲ್ಪನಾಕ್ಲೇಶವೇ ಹೆಚ್ಚು. ಅಚ್ಚಗನ್ನಡದ ಹವಣು ಒಮ್ಮೊಮ್ಮೆ ಅನಾವಶ್ಯಕವಾದ ಸಂಸ್ಕೃತಕ್ಕೆ ಇಂಬುಗೊಡುತ್ತದೆ. ಒಟ್ಟಿನಲ್ಲಿ ಛಂದೋರಚನೆಯಲ್ಲಿ ಮತ್ತು ಕಥಾನಿರೂಪಣೆಯಲ್ಲಿ ಒಳ್ಳೆಯ ಶಕ್ತಿ ಫಲಿಸಿದೆಯೆನ್ನಲು ಅಡ್ಡಿಯಿಲ್ಲ. 'ಸಮ್ಯಕ್ತ್ವಕೌಮುದಿ'ಯಲ್ಲಿ ಉದಿತೋದಯನೆಂಬ ರಾಜನು ಅರ್ಹದ್ದಾಸನೆಂಬ ವೈಶ್ಯತಿಲಕನ ಹೆಂಡತಿಯರು ತನಗೆ ಹೇಳಿದ ಸಮ್ಯಕ್ತ್ವವೊದಗಿದ ಕಥೆಗಳನ್ನು ಕೇಳಿ ವೈರಾಗ್ಯಹುಟ್ಟಿ ದೀಕ್ಷೆವಹಿಸಿ ಸ್ವರ್ಗಲೋಕದಲ್ಲಿ ಅಹಮಿಂದ್ರನಾದನೆಂಬುದು ಕಥಾಸಾರವಾಗಿದೆ. ಇದು ಧಾರ್ಮಿಕ ಕಥೆಗಳ ಸಂಗ್ರಹ, ಸಂಸ್ಕೃತ ಆನುಪೂರ್ವಿಯ ಅನುವಾದ, "ಅತಿಕಠಿಣಪಾಕಮಲ್ಲದೆ ಸುಭಗಮೆಂದೆನಿಪ ಷಟ್ಪದಿಯೊಳು ಸಂದ ಸಕ್ಕದಗನ್ನಡವನೆರಡನೊಡವೆರಸಿ.... ಮೃದುಪಾಕವಪ್ಪಂದದಿಂ" (೧೨–೪೫) ವಿರಚಿಸಿದೆನೆನ್ನುತ್ತಾನೆ. ಈ ಸುಭಗತೆ–ಸುಲಭತೆಗಳು ಇದರಲ್ಲಿವೆ. "ವಾರ್ಧಕಷಟ್ಪದಿಯಲ್ಲಿ ಬರೆದ ಗ್ರಂಥಗಳೊಳಗೆ ಇದೂ ಒಂದು ಉತ್ತಮ ಗ್ರಂಥ" ಎಂಬ ಮುನ್ನುಡಿಕಾರರ ಪ್ರಶಂಸೆ ಅತಿಶಯೋಕ್ತಿಯೆಂಬುದನ್ನು ಯಾರೂ ತಿಳಿಯಬಲ್ಲರು. 'ಪ್ರಭಂಜನಚರಿತೆ' ಇದು ಸಾಂಗತ್ಯದಲ್ಲಿ ಬರೆದ ಧಾರ್ಮಿಕ ಕಥೆ. ಇದರಲ್ಲಿ ಗುಣವಿಶೇಷವೇನೂ ಕಾಣಲಿಲ್ಲ. 'ಶ್ರೀಪಾಲಚರಿತೆ'ಯೂ ಸಾಂಗತ್ಯವಾಗಿ ೧೪ ಸಂಧಿ ಮತ್ತು ಸುಮಾರು ೧೫೦೦ ಪದ್ಯಗಳಿಂದ ತುಂಬ ದೊಡ್ಡದಾಗಿದೆ. ಗುಣಪಾಲನ ಮಗ

ಶ್ರೀಪಾಲನ ಕಥೆ ಇದರಲ್ಲಿ ಬಂದಿದೆ. 'ಸೂಪಶಾಸ್ತ್ರ'ದಲ್ಲಿ ಮಂಗರಸನು ವಾರ್ಧಕಷಟ್ಪದಿಯಲ್ಲಿ 'ಷಡ್ರಸವಿಪಾಕಭೇದ'ವನ್ನು ತಿಳಿಸಿದ್ದಾನೆ. ಪಾಕಶಾಸ್ತ್ರವನ್ನು ಕುರಿತು ದೇಸಿಯ ಛಂದಸ್ಸಿನಲ್ಲಿ ಬರೆದ ಮೊದಲನೆಯ ಗ್ರಂಥವಾದ ಸಂಸ್ಕೃತಗ್ರಂಥದ ಅನುವಾದವಾಗಿದೆ ಎಂದು ತಿಳಿಯುತ್ತದೆ. ಹೀಗೆ ಮಂಗರಸನು ತೀರ್ಥಂಕರಚರಿತ್ರೆ, ಅದರಲ್ಲಿ ಅಡಕವಾಗಿ ಬರುವ ಭಾರತ ಮಕತ್ತು ಕೃಷ್ಣಕಥೆ, ಧಾರ್ಮಿಕಮಹತ್ವದ ಚರಿತ್ರೆ ಮತ್ತು ಕಥೆಗಳು—ಈ ಮೊದಲಾದ ಸಾಮಗ್ರಿಯನ್ನು ದೇಶೀಯ ಕಾವ್ಯರೂಪಗಳಲ್ಲಿ ಹೇರಳವಾಗಿ ತಂದಿರಿಸಿ, ಜೈನಮತಪ್ರಸಾರಕನೂ ಜನಪ್ರಿಯನೂ ಆದ ಸತ್ಕವಿಯೆಂದು ಹೆಸರುಪಡೆದನು.

ಈ ಯುಗದ ಜೈನಕವಿಗಳು ಈ ರೀತಿ ಪೂರ್ವಪರಂಪರೆಯ ಚಂಪೂಕಾವ್ಯಗಳ ಹಾಲುಂಡು ಪುಷ್ಟರಾದರೂ, ವರ್ಣನೆ–ಕಲ್ಪನೆಗಳಲ್ಲಿ ಅವಕ್ಕೆ ಹಂಗಿಗರಾದರೂ ದೇಸಿಗಬ್ಬದ ಉಪಾಸಕರಾದರು, ಚಂಪೂಕೃತಿಗಳ ನಿರ್ಮಾಣಕ್ಕೆ ಕೈಹಾಕಲಿಲ್ಲ. ಕಾಲಮಾನದ ಸಂಗೀತದಲ್ಲಿ ಅದು ಅಪಸ್ವರವಾದೀತೆಂದು ಅವರಿಗೆ ತೋರಿತು. ಆದರೆ ಅವುಗಳ ಅಭ್ಯಾಸಕ್ಕೆ ಉತ್ತೇಜನ ದೊರೆಯಲಿ ಎಂದು ಮಲ್ಲಿಕಾರ್ಜುನನ 'ಸೂಕ್ತಿಸುಧಾರ್ಣವ'ದ ತರುವಾಯ ಅಭಿನವವಾದಿವಿದ್ಯಾನಂದನ 'ಕಾವ್ಯಸಾರ'ವೆಂಬ ಸಂಕಲನಗ್ರಂಥವು ೧೬ನೆಯ ಶತಮಾನದಲ್ಲಿ ಹುಟ್ಟಿತು. ಅದರಲ್ಲಿ ಅಷ್ಟಾದಶವರ್ಣನೆಗಳಲ್ಲಿ ಒಂದೊಂದಕ್ಕೂ ಅನುಕ್ರಮವಾಗಿ ಬೇರೆ ಬೇರೆ ಗ್ರಂಥಗಳಿಂದ ಆಯ್ದುಕೊಂಡ ಉದಾಹೃತ ಪದ್ಯಗಳು ಇರುತ್ತವೆ. ಇದರಲ್ಲಿ ೪೫ ಅಧ್ಯಾಯಗಳೂ ಸಾವಿರದ ಮೇಲೆ ಪದ್ಯಗಳೂ ಇರುತ್ತವೆ. 'ಉದಯಾದಿತ್ಯಾಲಂಕಾರ'ದಂಥ ಕಂದಪದ್ಯದಲ್ಲಿಯ ಗ್ರಂಥ, 'ಗುರುಮೂರ್ತಿಶಂಕರಶತಕ', ಚಾಟುಪದ್ಯ–ಮುಕ್ತಕಗಳನ್ನು ಬಿಟ್ಟರೆ ಉಳಿದೆಲ್ಲ ಪ್ರೌಢಚಂಪೂ ಗ್ರಂಥಗಳಾಗಿವೆ. ಅನುಪಲಬ್ಧವಾದ ೧ನೆಯ ಗುಣವರ್ಮನ 'ಹರಿವಂಶ' ಮತ್ತು 'ಶೂದ್ರಕ' ಇವು ಚಂಪೂಕೃತಿಗಳೆಂದು ಊಹಿಸಲು ಇದರಲ್ಲಿ ಆಧಾರವಿದೆ. ಇದರಲ್ಲಿಯ ಪದ್ಯಗಳಿಂದ ಅವುಗಳ ದಿಗ್ದರ್ಶನವಾದರೂ ದೊರೆತಿದೆ. ಇದು ಮಲ್ಲಿಕಾರ್ಜುನನ 'ಸೂಕ್ತಿಸುಧಾರ್ಣವ'ವನ್ನು ಬಹಳ ಮಟ್ಟಿಗೆ ಹೋಲುತ್ತಿದೆಯಾದರೂ ಅದರಲ್ಲಿ ಕವಿಗಳ ಅಥವಾ ಗ್ರಂಥಗಳ ಹೆಸರು ಹೇಳಿಲ್ಲ. ಇದರೊಳಗೆ ಅವನ್ನು ಹೇಳಿದ ಕಾರಣ ಕಾಲನಿರ್ಣಯಕ್ಕೆ ಇದರಿಂದ ಬಹಳ ಸಹಾಯವಾಗಿದೆ. ಪ್ರೌಢಕಾವ್ಯದಲ್ಲಿಯ ಒಳ್ಳೆಯ ವರ್ಣನೆಗಳ ವ್ಯಾಸಂಗಕ್ಕೂ ತುಲನಾತ್ಮಕವಾದ ವಿಮರ್ಶೆಗೂ ಈ ಸಂಕಲನವು ಉಪಯುಕ್ತವಾಗಿದೆ. ಎಲ್ಲ ಕಾವ್ಯಗಳನ್ನು ಓದಲಾರದವನಿಗೆ ಈ ಕಾವ್ಯಸಾರವು ಅಂದರೆ ಕಾವ್ಯಗಳಲ್ಲಿಯ ವರ್ಣನಸಾರವು ಯಥಾರ್ಥವಾದ ಕನ್ನಡಿಯಾಗಿದೆ.

ಸಾಳ್ವನೆಂಬ ಪಂಡಿತಕವಿ ೧೬ನೆಯ ಶತಮಾನದ ಮಧ್ಯದಲ್ಲಿದ್ದು 'ರಸರತ್ನಾಕರ' ಮತ್ತು 'ಸಾಳ್ವಭಾರತ'ಗಳನ್ನು ರಚಿಸಿದನು. 'ಶಾರದಾವಿಲಾಸ'ವೂ ಇವನದೆಂಬ ಗ್ರಹಿಕೆಯಿದೆ. 'ರಸರತ್ನಾಕರ'ದಲ್ಲಿ ಸಂಸ್ಕೃತ ಆಲಂಕಾರಿಕರಾದ ಅಮೃತಾನಂದಿ, ರುದ್ರಭಟ್ಟ, ವಿದ್ಯಾನಾಥ, ಹೇಮಚಂದ್ರರ ಮಾರ್ಗವಲ್ಲದೆ "ನಾಗವರ್ಮಕವಿಕಾಮಾದಿಗಳ ಮಾರ್ಗದಿಂ ರಸಭಾವಾದಿಗಳನೆಲ್ಲಂ" ಕನ್ನಡಿಸಲಾಗಿದೆ. "ರಸಮಿಲ್ಲದ ಕಾವ್ಯಂ ನೀರಸಮದಱಿಂ ಕೃತಿಗೆ ರಸಮೆ ಸಾರಂ" (೧–೪) ಎಂಬುದಾಗಿ ರಸಪಂಥೀಯನಾದ ಸಾಳ್ವನು ರಸಶಾಸ್ತ್ರವನ್ನು ವಿವರಿಸಿದ್ದಾನೆ, 'ಪ್ರಸಿದ್ಧ ಕನ್ನಡ ಕವಿಗಳಿಂದ ಉದಾಹರಣೆಗಳನ್ನು ಕೊಟ್ಟಿದ್ದಾನೆ. ಕವಿ ಕಾಮನ 'ಶೃಂಗಾರರತ್ನಾಕರ'ವು ಶೃಂಗಾರರಸಕ್ಕೆ ಪ್ರಾಮುಖ್ಯ ಕೊಟ್ಟಿತು. ಇದರಲ್ಲಿ ಎಲ್ಲ ಒಂಬತ್ತು ರಸಗಳೂ ನಿರೂಪಿತವಾಗಿವೆ. ಇದು ಈ ಗ್ರಂಥದ ವೈಶಿಷ್ಟ್ಯ. ಧ್ವನಿಯನ್ನು ಪ್ರತಿಪಾದಿಸುವ ಮೊದಲನೆಯ ಗ್ರಂಥವೆಂದು 'ಶಾರದಾವಿಲಾಸ'ದ ಖ್ಯಾತಿಯಿದೆ. ಸಂಪೂರ್ಣ ಗ್ರಂಥವು ದೊರೆತ ಮೇಲೆ ಈ ವಿಷಯದ ನಿಷ್ಕರ್ಷೆಯಾಗಬೇಕು. ಇವನ 'ಸಾಳ್ವಭಾರತ' ಜೈನಭಾರತಕಥೆಯನ್ನು ಮೊದಲನೆಯ ಸಲ ಸಮಗ್ರವಾಗಿ ೧೬ ಪರ್ವಗಳಲ್ಲಿ ನಿರೂಪಿಸುತ್ತದೆ, ಪಂಪ–ರನ್ನರು ವ್ಯಾಸಭಾರತಕಥೆಯನ್ನು ಕನ್ನಡಕ್ಕೆ ತರುವಲ್ಲಿ ಜೈನದೃಷ್ಟಿಯನ್ನು ಅದರ ಮೇಲೆ ಕೆಲಮಟ್ಟಿಗೆ ಬೀರಿದರೇ ಹೊರತು ಜೈನಭಾರತವನ್ನೇ ಕನ್ನಡಿಸ

ಲಿಲ್ಲ. ಆಮೇಲೆ ನೇಮಿಚಂದ್ರ, ಕರ್ಣಪಾರ್ಯ ಮುಂತಾದವರ 'ನೇಮಿನಾಥಪುರಾಣ'ಗಳಲ್ಲಿ ತೀರ್ಥಂಕರಚರಿತ್ರೆಯ ಅಂಗವಾಗಿ ಅದು ಬಂದಿದೆ. 'ಸಾಳ್ವಭಾರತ'ಕ್ಕೂ 'ನೇಮೀಶ್ವರಚರಿತೆ' ಎಂಬ ಹೆಸರಿದೆ. ಹರಿವಂಶ–ಕುರುವಂಶಗಳ ಚರಿತ್ರವು ಇದರಲ್ಲಿ ಅಡಕವಾಗಿದೆ. ಆದರೆ ಭಾರತಕಥೆಗೆ ಇಲ್ಲಿ ಪ್ರಾಮುಖ್ಯವಿದೆ.

ನವರಸದ ನೆಲೆ ಮಧುರಭಾವದ
ತವದಲಂಕಾರಂಗಳಿಂದೊ-
ಪ್ಪುವ ವಿಮಲಲಲಿತಾಂಗಮ್ಮೃದುಪದರಚನೆ ನೆಱೆ ಮೆಱೆವ ।
ವಿವಿಧಗುಣಗಣನಿಳಯೆ ಸೊಬಗಿನ
ಸವಿಯ ಸೈವಱಿಗಱಿವ ಮತ್ಕೃತಿ-
ಯುವತಿ ಚದುರರ ಮನವನಿರ್ಕುಳಿಗೊಳ್ಳುದಚ್ಚರಿಯೆ ॥

ಎಂಬ ಆತ್ಮಸ್ತುತಿ ಕವಿಪರಂಪರೆಯ ರೀತಿಯಲ್ಲಿದ್ದರೂ ಅದರಲ್ಲಿ ಸತ್ಯಾಂಶವಿದೆ. ಮಧ್ಯಮ ಕಾವ್ಯದ ಸರಳಮಾಧುರ್ಯ ಇದರಲ್ಲಿ ಕಾಣುತ್ತದೆ. 'ಐಟಿಕುಳಕ್ಷಳ'..... ಮುಂತಾದ ಪದ್ಯಗಳಲ್ಲಿ ವ್ಯಾಕರಣದೋಷಗಳ 'ಪಟಿಯನೇನುಂ ಪಾಡುಗವಿತೆಗಳೊಳು ವಿಚಾರಿಸಸಲ್ಲದೆಂಬಗ್ಗಳದ ಪಟಗಬ್ಬಿಗರ ಪೇಟ್ಕೆಯ ತೆಱದಿ ವಿರಚಿಸಿದೆ" ಎಂದಿದೆ. "ವರ್ಣಕಕ್ಕೆ ಲಕ್ಷಣಮಿಲ್ಲ" ಎಂಬ ಕವಿಗಳ ಗುಂಪಿಗೆ ಸಾಳ್ವನು ಸೇರಿಕೊಂಡಿದ್ದಾನೆ. ಈ ಗುಂಪಿನಲ್ಲಿ ಇಬ್ಬಗೆಯೆಂದು ತಿಳಿಯಬಹುದು. ಸಾಕಷ್ಟು ಪಾಂಡಿತ್ಯವಿಲ್ಲದೆ ಕಾವ್ಯರಚನೆ ಮಾಡಿರುವ ಕೆಲವರು ಈ ತತ್ತ್ವ ಹಿಡಿದು ತಮ್ಮಿಂದ ಆಗುವ ಲಕ್ಷಣದೋಷಗಳನ್ನು ಸಮರ್ಥಿಸುತ್ತಾರೆ. ಪಾಂಡಿತ್ಯವಿದ್ದೂ ಸಾಮಾನ್ಯವಾಗಿ ದೋಷಗಳನ್ನು ಅಷ್ಟುಮಟ್ಟಿಗೆ ಮಾಡದೆಯೂ ಈ ತತ್ತ್ವವನ್ನು ಒಪ್ಪಿಕೊಂಡವರು ಬೇರೆ ಕೆಲವರು ಇರುತ್ತಾರೆ. ಸಾಳ್ವನು ಅಂಥವರಲ್ಲಿ ಒಬ್ಬನೆಂದು ತೋರುತ್ತದೆ. ಇವನ ಭಾಮಿನಿಷಟ್ಪದಿಯ ಪದ್ಯಗಳಲ್ಲಿರುವ ಪ್ರಸಾದಕ್ಕೂ ಲಾಲಿತ್ಯಕ್ಕೂ ಕೆಳಗಿನ ಪದ್ಯವನ್ನು ಉದಹರಿಸಬಹುದು :

ಏಱಿದುದು ತಂಬೆರಲು ಹಿಮಪೊಱ-
ಮಾಱಿದುದಾ ಕಾಸಾರದೊಳು ಕಾ-
ಲೂಱಿದುವು ರಾಯಂಚೆ ಪದುಮಿನಿ ನಗೆಮೊಗದ ಮಧುವ ।
ತೂಱಿದುವು ಪರಪುಟ್ಟಗಳು ಸರ-
ದೋಱಿದುವು ದರ್ಪಕಗೆ ದರ್ಪವು
ಪೇಱಿದುದು ಜಾಱಿದುದು ಜಾತಿಯ ಪೂತ ಸೌಭಾಗ್ಯ ॥

ವಾರ್ಧಕಷಟ್ಪದಿಯನ್ನೂ ಇದರಲ್ಲಿ ಬಳಸಲಾಗಿದೆ. ಇದೇ ಗುಣವನ್ನು ಅದರ ರಚನೆಯಲ್ಲಿ ಕಾಣಬಹುದು.

## ಟಿಪ್ಪಣಿ

1. ಡಿ. ಎಲ್. ನರಸಿಂಹಾಚಾರ್ : ವಿಜಯನಗರ ಕಾಲದ ಕನ್ನಡ ಸಾಹಿತ್ಯ (ಪ್ರ.ಕ., ೨೨–೪, ಪು. ೧೨).

ಪ್ರಕರಣ : ೩೪

# ಕುಮಾರವ್ಯಾಸ ಯುಗದ ಜೈನ ಸಾಹಿತ್ಯ (೨)

## ರತ್ನಾಕರವರ್ಣಿ

**ರ**ತ್ನಾಕರವರ್ಣಿ ಈ ಯುಗದ ಹಿರಿಯ ಕವಿಗಳಲ್ಲಿ ಒಬ್ಬನು, ಕನ್ನಡಸಾಹಿತ್ಯದ ಐಶ್ವರ್ಯವನ್ನು ಹೆಚ್ಚಿಸಿದ ತೀರ ಸ್ವಲ್ಪ ಮಹಾಕವಿಗಳಲ್ಲಿಯೂ ಒಬ್ಬನು. ೧೬ನೆಯ ಶತಮಾನದ ಮಧ್ಯಭಾಗದಲ್ಲಿ ವಿಜಯನಗರ ಸಾಮ್ರಾಜ್ಯವು ತನ್ನ ವೈಭವಶಿಖರವನ್ನು ಮುಟ್ಟಿ ಇಳಿತರಕ್ಕೆ ಹತ್ತಿರ ಬಂದಾಗ ಇವನು ಪಶ್ಚಿಮಕರಾವಳಿಯ ಮೂಡಬಿದಿರೆಯಲ್ಲಿ ಹುಟ್ಟಿಬೆಳೆದನು. ಕಾರ್ಕಳ–ಮೂಡಬಿದಿರೆಯ ಆ ಪ್ರಾಂತವು ಜೈನಧರ್ಮದ ಜೀವಂತ ಕೇಂದ್ರಗಳಲ್ಲಿ ಒಂದಾಗಿತ್ತು. ಕ್ಷತ್ರಿಯವಂಶಜನಾಗಿ ಹುಟ್ಟಿ ಅಂಥ ಕೇಂದ್ರದ ವಿದ್ಯಾಮಯ ವಾತಾವರಣದಲ್ಲಿ ಅವನು ಬೇಗಬೇಗನೆ 'ಕಾವ್ಯಾಲಂಕಾರಶಾಸ್ತ್ರದೊಳತಿ ನಿಪುಣ'ನಾದನು. ಮುಂದೆ ಅವನ ಗುರುವಾದ ಚಾರುಕೀರ್ತಿ ಅವನಿಗೆ ಶ್ರೀಶುಚಿದೀಕ್ಷೆಯನ್ನು ಕೊಟ್ಟನು. "ಮೋಕ್ಷಗುರು ಹಂಸನಾಥನೆಂದು ಹೇಳುವುದು ಚಾರುಕೀರ್ತಿಯನ್ನು ಕುರಿತೇ ಎಂದು ತೋರುತ್ತದೆ"[1] ಎಂಬ ಅಭಿಪ್ರಾಯವು ಚರ್ಚಿಸತಕ್ಕುದು.

ದೀಕ್ಷಾಗ್ರಗುರು ಚಾರುಕೀರ್ತಿಯೋಗೀಶ್ವರ
ಮೋಕ್ಷಾಗ್ರಗುರು ಹಂಸನಾಥ ॥ (೨೭–೧೧೩), ಪಂಚಮಕಲ್ಯಾಣ)

ದೇಶಿಗಣಾಗ್ರಣಿ ಚಾರುಕೀರ್ತ್ಯಾಚಾರ್ಯ
ಶ್ರೀಶುಚಿದೀಕ್ಷೆಯಿತ್ತಾಗ ।
ಆಶಾತಿದೂರ ಶ್ರೀಗುರುಹಂಸನಾಥ ಪ್ರ-
ಕಾಶದೊಳ್ನೆಲಸಿ ರಕ್ಷಿಸಿದಾ ॥ (೨೭–೧೧೪, ಪಂ.ಕ.)

ಗುರುಹಂಸನಾಥನಾಜ್ಞೆಯೊಳು ಸಿದ್ಧಾಂತದ
ತಿರುಳರಿದಾತ್ಮಲೀಲಾರ್ಥ ।
ಭರತೇಶವೈಭವವೆಂಬ ಕಾವ್ಯವನಿದ-
ನೊರೆದೆನು ಸುಖಿಗಳಾಲಿಪುದು ॥ (೨೭–೧೧೫, ಪಂ.ಕ.)

ಈ ಪದ್ಯಗಳಿಂದ ದೀಕ್ಷಾಗುರು ಮತ್ತು ಮೋಕ್ಷಗುರು ಭಿನ್ನರೆಂದು ಸೂಚಿತವಾಗುತ್ತದೆ. ಗ್ರಂಥ ಪ್ರಾರಂಭದಲ್ಲಿ—

ಪರಬೊಮ್ಮ ತ್ರಿಭುವನಸಾರ ಚಿದಂಬರ–
ಪುರುಷ ನಿರಂಜನಸಿದ್ಧ ।
ದುರಿತಂಜಯ ಹಂಸನಾಥ ನಮೋ ನಮೋ
ಗುರುವೇ ಪ್ರತ್ಯಕ್ಷವಾಗೆನಗೆ ॥ (೧–೪)
ಬಿನ್ನಹ ಗುರುವೆ ಧ್ಯಾನಕೆ ಬೇಸರಾದಾಗ
ನಿನ್ನನಾದಿಯ ಮಾಡಿಕೊಂಡು ।
ಕನ್ನಡದೊಳಗೊಂದು ಕಥೆಯ ಪೇಳುವೆನದು
ನಿನ್ನಾಜ್ಞೆ ಕಂಡ್ಯಾ ನನ್ನೊಡೆಯ ॥ (೧–೫)

ಹೀಗೆ ಪ್ರಸ್ತಾಪವಿರುವುದು. ಮುಂದೆ ಗ್ರಂಥದ ಅನೇಕ ಕಡೆಗಳಲ್ಲಿ, ಸಂಧ್ಯಂತಪದ್ಯಗಳಲ್ಲಿ ಹಂಸನಾಥ, ಹಂಸತತ್ತ್ವ, ಹಂಸಯೋಗ ಈ ಪದಪ್ರಯೋಗಗಳು ಬಂದಿವೆ. ಹಂಸನಾಥನೆಂಬ ಹೆಸರಿನ

ಮೋಕ್ಷಗುರು ಬೇರೆಯಾಗಿದ್ದು ಅವನಿಗೆ ಜ್ಞಾನೋಪದೇಶವನ್ನು ಮಾಡಿರಬಹುದು. ಆದರೆ ವಿಶಾಲವಾದ ಅರ್ಥದಲ್ಲಿ ಹಂಸನಾಥನೆಂದರೆ ಅಂತರಾತ್ಮ, ಪರಮಾತ್ಮ ಎಂದು ತಿಳಿಯಬೇಕು. ಮೋಕ್ಷಗುರುವಿಗೂ ಅವನಿಗೂ ಕೂಡಿಯೇ ಅನ್ವಯಿಸುವಂತೆ ರತ್ನಾಕರವರ್ಣಿ ಕೆಲವು ಸಲ ವರ್ಣಿಸುತ್ತಾನೆ. ಕೆಲವು ಸಲ ಪರಮಾತ್ಮನೊಬ್ಬನನ್ನೇ ಕುರಿತು ಆ ಪದವನ್ನು ಬಳಸುತ್ತಾನೆ. "ಬಿನ್ನಹ ಗುರುವೇ" ಎಂಬಲ್ಲಿ "ನಿನ್ನನಾದಿಯ ಮಾಡಿಕೊಂಡು" ಎಂದರೆ "ನಿನ್ನನ್ನು ಮುಖ್ಯ ವಿಷಯವಾಗಿ ಮಾಡಿಕೊಂಡು" ಹಾಗೂ "ನಿನ್ನನ್ನು ಮುಖ್ಯವಾಗಿ ನೆನಹಿನಲ್ಲಿ ಇಟ್ಟುಕೊಂಡು" ಎಂಬೆರಡು ಅರ್ಥಗಳು ಪರಮಾತ್ಮನಿಗೂ ಮೋಕ್ಷಗುರುವಿಗೂ ಕೂಡಿ ಸರಿಹೋಗುತ್ತವೆ. 'ಪರಬೊಮ್ಮ, ತ್ರಿಭುವನಸಾರ' ಇತ್ಯಾದಿ ಪದ್ಯದಲ್ಲಿ ಪರಮಾತ್ಮಪರವಾದ ಅರ್ಥವು ಹೆಚ್ಚು ಪ್ರಮುಖವಾಗಿದ್ದರೂ ಅದೇ ಬಗೆಯ ಶ್ಲೇಷಹೇತುವಿದೆ. ಹಂಸನಾಥ ಎಂಬ ಹೆಸರಿನಿಂದ ರತ್ನಾಕರನ ಮೋಕ್ಷಗುರು ನಾಥಪಂಥದವನಾಗಿ ಅವನನ್ನು ಯೋಗಶಾಸ್ತ್ರಪಾರಂಗತನನ್ನಾಗಿ ಮಾಡಿರುವ ಸಂಭವವಿದೆ. ರತ್ನಾಕರನು ಸಂಪ್ರದಾಯಬದ್ಧನಾದ ಜೈನನಲ್ಲವೆಂಬುದನ್ನು ಅವನ ವಿಷಯವಾಗಿ ಪ್ರಚಲಿತ ಕಥೆಗಳಿಂದಲೂ ಗ್ರಂಥಸ್ಥ ಪ್ರಮಾಣಗಳಿಂದಲೂ ಊಹಿಸಬಹುದು. ದೇವಚಂದ್ರನು ಹೇಳುವಂತೆ ಅವನು ಭೈರಸ ಒಡೆಯರ ಸಭೆಯಲ್ಲಿ ಶೃಂಗಾರಕವಿಯಾಗಿ ಅರಸುಗುವರಿಯಲ್ಲಿ ನೇಹಮಾಡಿದ್ದು, ಯೋಗಬಲದಿಂದ ಅರಮನೆಯ ಅಟ್ಟವನ್ನೇರಿದ್ದು, ಅರಸನು ಹಿಡಿಯುವ ಯತ್ನ ಮಾಡಲು, ಓಡಿ ಹೋಗಿ ಅಣುವ್ರತದೀಕ್ಷೆ ಕೈಗೊಂಡದ್ದು, 'ಭರತೇಶವೈಭವ' ಬರೆದು ಜೈನಶಾಸ್ತ್ರವಿರೋಧವಿರುವು ದೆಂಬ ಕಾರಣದಿಂದ ಪುರಸ್ಕಾರಹೊಂದದೆ "ಆತ್ಮಜ್ಞಾನಿಗೆ ಜಾತಿಕುಲ ಯಾವುದಾದೊಡಂ ಸಮವೆಂದು" ಲಿಂಗಧಾರಣೆ ಮಾಡಿ ವೀರಶೈವಶಾಸ್ತ್ರ ಓದಿದ್ದು, ಮತ್ತೆ ಕೋಪ ಶಾಂತವಾದಮೇಲೆ ಜೈನಮತಕ್ಕೆ ಮರಳಿ ಬಂದದ್ದು—ಈ ಚರಿತ್ರೆಯಲ್ಲಿ ಸತ್ಯಾಂಶವಿದ್ದಂತೆ ಕಾಣುತ್ತದೆ. ವಿವರಗಳು ಏನೇ ಇರಲಿ, ಅವನು ಶೃಂಗಾರಪ್ರಿಯನೂ ಸ್ವತಂತ್ರಪ್ರಜ್ಞೆಯುಳ್ಳವನೂ ಆಗಿದ್ದನೆಂದೂ ಅವನ ಜೀವನವು ವಿಚಿತ್ರ ಘಟನೆಗಳಿಂದ ಕೂಡಿ ಅದ್ಭುತರಮ್ಯವಾಗಿತ್ತೆಂದೂ ತಿಳಿಯಲು ಆಸ್ಪದವಿದೆ.

ರತ್ನಾಕರನ ಕೃತಿಗಳೆಂದರೆ 'ತ್ರಿಲೋಕಶತಕ', 'ಅಪರಾಜಿತೇಶ್ವರಶತಕ', 'ರತ್ನಾಕರಾಧೀಶ್ವರಶತಕ', ಹಾಡುಗಳು ಮತ್ತು 'ಭರತೇಶವೈಭವ'. 'ತ್ರಿಲೋಕಶತಕ'ದಲ್ಲಿ ನೂರರ ಮೇಲೆ ಕಂದಪದ್ಯಗಳಿವೆ. ಇದರಲ್ಲಿ ಜೈನಮತಾನುಸಾರವಾಗಿ ಪ್ರಪಂಚಸ್ಥಿತಿ ಇಲ್ಲವೆ ಸೃಷ್ಟಿಶಾಸ್ತ್ರವನ್ನು ಹೇಳಲಾಗಿದೆ. ಸಾಮಾನ್ಯ ವಾಗಿ ಶೃಂಗಾರ, ಭಕ್ತಿ, ಜ್ಞಾನ, ವೈರಾಗ್ಯ, ನೀತಿ—ಈ ವಿಷಯಗಳು ಶತಕಗಳಲ್ಲಿರುತ್ತವೆ. ಇದರಲ್ಲಿ ಜೈನಶಾಸ್ತ್ರದಲ್ಲಿಯ ಒಂದು ಅಂಗವು ಮಾತ್ರ ನಿರೂಪಿತವಾಗಿದೆ. ಜ್ಞಾನ ವಿಭಾಗದಲ್ಲಿ ಇದು ಬರುವುದೆಂದು ಹೇಳಬಹುದು. 'ಅಪರಾಜಿತೇಶ್ವರಶತಕ'ದಲ್ಲಿಯೂ ಅಷ್ಟೇ ಪದ್ಯಗಳಿದ್ದು ಅದರಲ್ಲಿ ನೀತಿ, ವೈರಾಗ್ಯ, ಆತ್ಮವಿಚಾರಗಳು ಅಡಕವಾಗಿವೆ. ಇದರಲ್ಲಿಯ ಕೆಲವು ಪದ್ಯಗಳು ತುಂಬಾ ಚೆನ್ನಾಗಿವೆ. "ತನ್ಮಯನಾಗುವಂತೆ ತಾನೆ ತನ್ನೊಳೋಲಾಡುವ ಯೋಗಿಯೇ ಅಮೃತಭಾಗಿಯಲಾ" ಈ ಮುಂತಾದ ಭಾವಗಳಲ್ಲಿ ರತ್ನಾಕರನ ಆತ್ಮಾನುಭವವೇ ವರ್ಣಿತವಾದಂತಿದೆ. 'ಅಣ್ಣನ ಪದಗಳು' ಎಂಬ ಹೆಸರಿನಲ್ಲಿ ಅವನ ಹಾಡುಗಳಿದ್ದು ನೀತಿತತ್ತ್ವಬೋಧಕವಾಗಿವೆ. ಇವುಗಳ ಸಂಕಲನ ಮತ್ತು ಅಭ್ಯಾಸ ಆಗುವುದಗತ್ಯ. ಶರಣರೂ ದಾಸರೂ ಒದಗಿಸಿದ ಗೀತವಾಙ್ಮಯಕ್ಕೆ ರತ್ನಾಕರನು ಸಲ್ಲಿಸಿದ ಕಾಣಿಕೆ ಎಂಥದೆಂಬುದು ಅದರಿಂದ ತಿಳಿಯುತ್ತದೆ.[2]

ರತ್ನಾಕರಸಿದ್ಧನ ಸಿದ್ಧಹಸ್ತದಿಂದ ನಿರ್ಮಾಣವಾದ ಶ್ರೇಷ್ಠ ಕೃತಿಯೆಂದರೆ 'ಭರತೇಶವೈಭವ', ಜಿನಸೇನನ 'ಪೂರ್ವಪುರಾಣ'ವೆಂಬ ಸಂಸ್ಕೃತ ಗ್ರಂಥ, ಆಮೇಲೆ ಪಂಪನ 'ಆದಿಪುರಾಣ', ಚಾವುಂಡರಾಯನ 'ಚಾವುಂಡರಾಯಪುರಾಣ' ಈ ಮೊದಲಾದ ಕನ್ನಡ ಗ್ರಂಥಗಳಲ್ಲಿ ಮೊದಲನೆಯ ತೀರ್ಥಂಕರನಾದ ಪುರುದೇವನ ಚರಿತ್ರೆಯಲ್ಲಿ ಅವನ ಮಕ್ಕಳಾದ ಭರತಚಕ್ರವರ್ತಿ ಮತ್ತು ಬಾಹುಬಲಿ ಗಳ ಚರಿತೆ ಬಂದಿದೆ. "ಆದರೂ ಭರತನನ್ನೇ ಕಥಾನಾಯಕನನ್ನಾಗಿ ಮಾಡಿಕೊಂಡು ವಿಸ್ತಾರವಾಗಿ

ಪ್ರತಿಪಾದಿಸಿದ ಕೀರ್ತಿಯು ರತ್ನಾಕರವರ್ಣಿಗೆ ನಿರ್ವಿವಾದವಾಗಿ ಸೇರತಕ್ಕದ್ದು."[3] ಇಷ್ಟೇ ಅಲ್ಲ, ಯಾವ ಮೊದಲಿನ ಗ್ರಂಥಗಳಲ್ಲಿಯೂ ಕಾಣದೊರೆಯದ ಬಗೆಯಲ್ಲಿ ಜೈನ ಸಮಯಕ್ಕೆ ಬಹುಶಃ ಬಾಧೆ ತರದಂತೆ ಭರತೇಶನ ಭವ್ಯಮೂರ್ತಿಕಲ್ಪನೆ, ಆದರ್ಶಜೀವನದ ಸಂಪೂರ್ಣ ಸಮನ್ವಯಸಾಧನೆ ಇವು ಒಂದು ಸಾಕಾರಸ್ವಪ್ನದಂತೆ ಈ ಕಾವ್ಯದಲ್ಲಿ ಕಂಡುಬರುತ್ತವೆ. ಯಾವುದೇ ಆಕರಕ್ಕೆ ಅವನು ಎಷ್ಟೇ ಋಣಿಯಾಗಿರಲಿ ಅವುಗಳನ್ನು ಮೀರಿದ ಅದ್ಭುತದರ್ಶನದಿಂದ, ಚಿತ್ರಸಂಪತ್ತಿಯಿಂದ ಅವನ ಕೃತಿ ಅನನ್ಯವಾಗಿದೆ. ಎಂಬತ್ತು ಸಂಧಿ ಮತ್ತು ಸುಮಾರು ಹತ್ತು ಸಾವಿರ ಸಾಂಗತ್ಯಪದ್ಯಗಳುಳ್ಳ ಈ ಕಾವ್ಯವನ್ನು ಅವನು ಒಂಬತ್ತು ತಿಂಗಳಲ್ಲಿಯೇ ಬರೆದು ಮುಗಿಸಿದ್ದು ಆಶ್ಚರ್ಯವೇ ಸರಿ. ಅದಕ್ಕಿಂತ ಹೆಚ್ಚಾಗಿ ಇಷ್ಟು ಗಾತ್ರದಲ್ಲಿ ಉನ್ನತಜೀವನದರ್ಶನವನ್ನು ತರತರವಾಗಿ ಎರಕಹೊಯ್ದ ಅಸಾಧಾರಣ ಪ್ರತಿಭೆಯ ಕಾರ್ಯ ಪವಾಡಕ್ಕೆ ಸಮಾನವಾಗಿದೆ. ದೇವಚಂದ್ರನ ಕಾಲದಲ್ಲಿ ಇದು ೮೪ ಸಂಧಿಗಳಲ್ಲಿ ದ್ದಿರಬೇಕು. ಕೊನೆಯ ನಾಲ್ಕು ಶೋಭನಸಂಧಿಗಳಾಗಿದ್ದ ಕಾರಣ ಅವನ್ನು ಬರೆದಿಡುವ ಪರಿಪಾಠ ತಪ್ಪಿ ನಷ್ಟವಾಗಿಹೋಗಿದೆ ಎಂದು ಗ್ರಹಿಕೆಯಿದೆ. ಆದರೆ ಇತ್ತೀಚೆಗೆ ಶೋಭನಸಂಧಿಗಳು ದೊರೆತು ಅಚ್ಚಾಗಿವೆ. ಅವು ಭರತೇಶ್ವರನ ಪೂರ್ವಕಥೆಗೆ ಸಂಬಂಧಿಸಿದ್ದು ಕಡೆಯ ಸಂಧಿಗಳಾಗಲಾರವು. ಅವುಗಳ ಸರಣಿ ರತ್ನಾಕರವರ್ಣಿಯದೆಂದೂ ತೋರುವುದಿಲ್ಲ. ಅವನ್ನು ಇನ್ನೊಬ್ಬ ಕವಿ ಬರೆದು ದೇವಚಂದ್ರನ ಕಾಲದಷ್ಟು ಹೊತ್ತಿಗೆ ಸೇರಿಸಿರಬಹುದು. ಅಂತೆಯೇ ಒಟ್ಟು ೮೪ ಸಂಧಿಗಳೆಂದು ಅವನು ಹೇಳಿದಂತಿದೆ.

'ಭರತೇಶವೈಭವ'ದ ಕಥೆಯನ್ನು ಸ್ವಲ್ಪದರಲ್ಲಿ ಕವಿ ಹೀಗೆ ಹೇಳುತ್ತಾನೆ :

ಗಣನೆಯಿಲ್ಲದ ರಾಜ್ಯಸುಖದೊಳೋಲಾಡಿ ಧಾ-
ರಿಣಿ ಮೆಚ್ಚಿ ಜಿನಯೋಗಿಯಾಗಿ ।
ಕ್ಷಣಕೆ ಕರ್ಮವ ಸುಟ್ಟು ಜಿನನಾದ ಭೂಭುಜಾ-
ಗ್ರಣಿಯ ವೈಭವ ಲಾಲಿಸಿರೊ ॥

ಆಗಮವಧ್ಯಾತ್ಮವಳವಟ್ಟು ಶೃಂಗಾರ-
ತ್ಯಾಗಭೋಗದ ಮೋಡಿಮೆರೆಯೆ ।
ಭೋಗಿಯೋಗಿಗಳೆದೆ ಜುಮ್ಮುಜುಮ್ಮೆನೆ ನೇಮ-
ದಾಗಿ ಸೊಲ್ಲಿಸುವೆನಾಲಿಸಿರೊ ॥ (೧–೧೩, ೧೪)

ಈ ಕಾವ್ಯದಲ್ಲಿ ವರ್ಣಿತವಾದ ಭರತೇಶ್ವರನ ವೈಭವವು ಜಿನಯೋಗಿಯಾದ ಚಕ್ರವರ್ತಿಯ ಸಮ್ಯಕ್‌ಜೀವನದ, ತ್ಯಾಗಭೋಗಗಳ ಸಮನ್ವಯವೈಭವವೆಂಬುದು ಸ್ಪಷ್ಟವಾಗಿದೆ.

ವ್ಯಕ್ತಿತ್ವಚಿತ್ರಣದಲ್ಲಿ ಬಿಡಿಯಾಗಿಯೂ ಇಡಿಯಾಗಿಯೂ ಮೂಡಿಬಂದ ಈ ಸಮನ್ವಯವು ವಿಶಾಲಕಾವ್ಯದ ಕಥನಗತಿಯಲ್ಲಿ ಒಮ್ಮೊಮ್ಮೆ ಕೈಯಿಂದ ಜಾರಿ ವಿಸಂಗತಿಗಳಿಗೆ ಎಡೆಮಾಡಿದೆ. ಅಂತೆಯೆ "ರತ್ನಾಕರನ ಭೋಗಯೋಗದ ತೊಡಕು" ಎಂಬುದಾಗಿ ಕೆಲವು ವಿಮರ್ಶಕರಿಗೆ ತೋರಿದ್ದರೆ ಅಚ್ಚರಿಯಿಲ್ಲ. ಪಂಪರನ್ನಾದಿ ಕವಿಗಳ ಮಹಾಕೃತಿಗಳಲ್ಲಿಯೂ ಇಂಥ ತೊಡಕುಗಳು ಕಂಡುಬರುತ್ತವೆ. ಅವನ್ನು ವಿಮರ್ಶೆಯ ಒಟ್ಟುನೋಟದಲ್ಲಿ ಸರಿಯಾದ ನಿಲುಮೆಯಿಂದ ತೂಗಿನೋಡಬೇಕಾಗುತ್ತದೆ. ಹಾಗೆ ನೋಡಿದರೆ ಇಷ್ಟು ದೊಡ್ಡ ಕಾವ್ಯಕ್ಕೆ ಬೇಕಾಗುವಷ್ಟು ಕಥಾವಿಸ್ತಾರವು ಇದರಲ್ಲಿಲ್ಲ. ಇದು ಹೆಚ್ಚಾಗಿ ಭರತೇಶನಂತೆ ಸಿದ್ಧಪುರುಷನ ಜೀವನಚರ್ಯೆಯ ಬಿತ್ತರಣೆಯಾಗಿದೆ. ಆದಿತೀರ್ಥಂಕರನ ಹಿರಿಯ ಮಗನಾದ ಭರತೇಶನು ತನ್ನ ನಿರಾತಂಕವಾದ ಸಮನ್ವಯಪೂರ್ಣವಾದ ರಸಿಕ ಜೀವನವನ್ನು ತೊಂಬತ್ತಾರು ಸಾವಿರ ರಾಣಿಯರೊಂದಿಗೆ ನಡೆಸುತ್ತಿರಲು ದಿಗ್ವಿಜಯಕ್ಕೆ ಹೊರಡಬೇಕೆಂದು ಸೂಚಿಸುವ ಚಕ್ರರತ್ನವು ಆಯುಧಾಗಾರದಲ್ಲಿ ಉದಯಿಸಿತು. ಅವನು

ದಿಗ್ವಿಜಯಕ್ಕೆ ಹೊರಟುಹೋದಲ್ಲಿ ಗೆಲವುಪಡೆದು ಸ್ತ್ರೀರತ್ನಗಳನ್ನೂ ಕಪ್ಪಕಾಣಿಕೆಗಳನ್ನೂ ಪಡೆದನು. ಆರು ಖಂಡಗಳನ್ನು ಸಾಧಿಸಿ ಚಕ್ರವರ್ತಿಯಾಗಿ ಅವನು ಅಯೋಧ್ಯೆಗೆ ಹಿಂದಿರುಗುತ್ತಿರುವಾಗ ಅವನ ತಮ್ಮ ಬಾಹುಬಲಿಯ ರಾಜಧಾನಿಯಾದ ಪೌದನಪುರದ ಬಾಗಿಲ ಮುಂದೆ ಆ ಚಕ್ರ ನಿಲ್ಲುತ್ತದೆ. ಬಾಹುಬಲಿ ಅವನೊಡೆ ಸೆಣಸಲು ಹೊರಬರುತ್ತಾನೆ. ಅವನೊಡನೆ ಹೋರಾಡದೆ ಭರತನು ಮಾತಿನಿಂದ ಅವನ ಮನವೊಲಿಸಲಾಗಿ, ಅವನು ವಿರಕ್ತನಾಗಿ ದೀಕ್ಷೆ ಪಡೆದು ತಪೋನಿರತನಾಗುತ್ತಾನೆ. ಹೀಗೆ ಅವನ ತಾಯಿ, ಅವನ ಮಕ್ಕಳು ಸಂನ್ಯಾಸ ಪಡೆಯುತ್ತಾರೆ. ಭರತನು ತಂದೆಯ ಬಳಿ ಹೋಗಿ ಪೂಜೆ ಮಾಡಿ ಮುಂದೊಮ್ಮೆ ತಾನೂ ವೈರಾಗ್ಯತಾಳಿ ತಪಸ್ಸಿನಿಂದ ಕೈವಲ್ಯಪದವಿಯನ್ನು ಪಡೆಯು ತ್ತಾನೆ. ಈ ಕಥೆ ಬಹುಭಾಗದಲ್ಲಿ ಯಥಾಮೂಲವಾಗಿದೆ. ಆದರೆ ಚಕ್ರವರ್ತಿಯಾಗುವುದಕ್ಕೆ ಮುಂಚೆ ಭರತನ ಜೀವನ ಮತ್ತು ವ್ಯಕ್ತಿತ್ವಗಳು ಹೇಗಿದ್ದುವೆಂಬುದನ್ನು ಯಾವ ಮೂಲದಲ್ಲಿಯೂ ನಾವು ಪಡೆಯುವುದಿಲ್ಲ. ರತ್ನಾಕರವರ್ಣಿ ತನ್ನ 'ಭೋಗವಿಜಯ'ವೆಂಬ ಮೊದಲನೆಯ ಭಾಗದಲ್ಲಿ ಇದನ್ನು ಬಿಡಿಬಿಡಿಯಾಗಿ ಚಿತ್ರಿಸಿದ್ದಾನೆ. ಇದೇ ಅವನ ಮಹಾಕವಿತ್ವಕ್ಕೆ ನಿದರ್ಶನವಾದ, ಕನ್ನಡ ಸಾಹಿತ್ಯ ಪ್ರಪಂಚಕ್ಕೆ ನೂತನವಾದ ರಸಸೃಷ್ಟಿ. ಭರತೇಶನ ಜನನ–ಬಾಲ್ಯಗಳನ್ನು ಜಿನಸೇನನಂತೆ ಬಣ್ಣಿಸದೆ ಅವನು ದೊಡ್ಡವನಾಗಿ ಒಡ್ಡೋಲಗದಲ್ಲಿ ಕುಳಿತು ಅರಸನಾಗಿ ಹೇಗೆ ತೋರುತ್ತಿದ್ದನೆಂಬ ಬಣ್ಣನೆ ಯಿಂದಲೇ ಮೂಲದಲ್ಲಿಲ್ಲದ ರತ್ನಾಕರನು ತನ್ನ ಕಾವ್ಯವನ್ನು ಮೊದಲುಮಾಡುತ್ತಾನೆ. ಉಳಿದ ಭಾಗ ಗಳಲ್ಲಿ ಮೂಲದಲ್ಲಿಲ್ಲದ ಮುಖ್ಯಸಂಗತಿಯೆಂದರೆ ಭರತ–ಬಾಹುಬಲಿ ಸಂದರ್ಭದಲ್ಲಿಯ ವ್ಯತ್ಯಾಸ. ಇತರ ಗ್ರಂಥಗಳಲ್ಲಿ ಬಾಹುಬಲಿ ಭರತನಿಗಿಂತ ಹೆಚ್ಚು ಸತ್ವಶಾಲಿಯಾಗಿ ಅವನನ್ನು ಜಲಯುದ್ಧ– ದೃಷ್ಟಿ ಯುದ್ಧಗಳಲ್ಲಿ ಸೋಲಿಸಿ ಸಂಸಾರಕ್ಕೆ ತಾನೇ ಹೇಸಿ ವಿರಕ್ತನಾಗುತ್ತಾನೆ. ಇಲ್ಲಿ ಮಾತ್ರ ಭರತನ ಉದಾತ್ತತೆಗೆ ಭಂಗ ತರಕೂಡದೆಂದು ಯಾವುದೇ ಬಗೆಯ ಯುದ್ಧವನ್ನು ಹೂಡದೆ ಅವನು ಬಾಹುಬಲಿಯನ್ನು ಮಾತಿನಿಂದ ಮನವೊಲಿಸಿದನೆಂದು ಬಂದಿದೆ. ಮೂಲವನ್ನು ಅನುಸರಿಸುವಾಗ ಭರತೇಶ್ವರನ ಉನ್ನತ ವ್ಯಕ್ತಿತ್ವಕ್ಕೆ ಬಾಧೆಯುಂಟುಮಾಡುವ ಸಂನಿವೇಶ ಬಂದರೆ ಅದನ್ನು ಸ್ವತಂತ್ರ ಬುದ್ಧಿಯಿಂದ ಬದಲಿಸಿಕೊಳ್ಳುವ ದೃಷ್ಟಿ ರತ್ನಾಕರನಿಗೆ ಇತ್ತೆಂಬುದು ಇದರಿಂದ ವಿಶದವಾಗು ತ್ತದೆ.

ಸ್ವಲ್ಪವಾದ ಕಥಾನಕದ ನಿಮಿತ್ತಮಾಡಿಕೊಂಡು ವರ್ಣನೆ–ಬೋಧನೆಗಳನ್ನು ವಿಸ್ತಾರವಾಗಿ ತಂದು ಮಹಾಕಾವ್ಯರಚನೆ ಮಾಡುವುದು ಕನ್ನಡಕವಿಗಳ ಕುಲಧರ್ಮವೇ ಆಗಿದೆ. ರತ್ನಾಕರವರ್ಣಿ ಇದಕ್ಕೆ ಅಪವಾದವಾಗಿಲ್ಲವಾದರೂ ಇವನ ಬರೆವಣಿಗೆಯ ಬಗೆ ಹಿಂದಿನ ಕವಿಗಳ ಬಗೆಗೆ ಅಪವಾದವಾಗಿದೆ. ಹದಿನೆಂಟು ವರ್ಣನೆಗಳ ನಿಯಮ ಪಾಲಿಸಲು ಇಲ್ಲವೆ ವರ್ಣನೆ ತರಲು ಇವನು ಪ್ರವೃತ್ತನಾಗಿಲ್ಲ. ಕಥಾಸಂದರ್ಭದಲ್ಲಿ ಕಥಾನಾಯಕನ ಸ್ವಭಾವಚಿತ್ರಣಕ್ಕೆ ಪೋಷಕವಾದ ವರ್ಣನೆಗಳನ್ನು ಮಾತ್ರ ಬಹುಶಃ ಬಿತ್ತರಿಸಿದ್ದಾನೆ. ತತ್ತ್ವನಿರೂಪಣೆಯಲ್ಲಿಯೂ ಅದೇ ಹೇತು ಸಫಲವಾಗಿದೆ. ಭರತೇಶ್ವರನ ವ್ಯಕ್ತಿತ್ವದ ಸಂಪೂಣವಾದ ಚಿತ್ರಣಕ್ಕೆ ಉಳಿದೆಲ್ಲ ಪರಿಕರಗಳು ಪರಿವಾರವಾಗಿ ಬಂದಿವೆ. ಕಥೆಯ ಹೆಚ್ಚು ಭಾಗದಲ್ಲಿ ಗತಿ ಮಂದವಾಗಿದೆ. ಪ್ರಗತಿ ಇಲ್ಲವೇ ಇಲ್ಲ ಎನ್ನುವಷ್ಟು ಸಾವಕಾಶವಾಗಿದೆ. ಎಲ್ಲಿಯೂ ವಿಶೇಷವಾದ ತಿಕ್ಕಾಟವಿಲ್ಲ, ತೊಳಲಾಟವಿಲ್ಲ. ಭರತೇಶನಿದ್ದಲ್ಲಿ ಎಲ್ಲ ಗೆಲವು, ನಲಿವು. ಅವನ ಮೇಲೆ ಹೋದವರು ತಾವೇ ಇಳಿದುಬಿಡುತ್ತಾರೆ. ಈ ಅಖಂಡವಾದ ಸುಸೂತ್ರತೆ ಕಥಾವಸ್ತುವಿಗೆ ಚುರುಕನ್ನೂ ಸವಿಯನ್ನೂ ಕೊಡುವಂಥದಲ್ಲ. ಆದರೆ ರತ್ನಾಕರನ ಕೈಯಲ್ಲಿ ಮಣ್ಣು ಹೊನ್ನಾಗಿದೆ. ಅದು ಬರೀ ಕೈವಾಡವಲ್ಲ. ಅಂತರಿಕ ಶ್ರದ್ಧೆಯ ಮತ್ತು ಸ್ವಾನುಭಾವದ ವಾಣಿಯಾಗಿ ಹೊರಸೂಸಿದ ಅಪೂರ್ಣ ಪ್ರತಿಭೆಯ ಪವಾಡ. 'ಭರತೇಶವೈಭವ'ವು ರತ್ನಾಕರನ ಭಾವಗೀತೆ ಯಾಗಿದೆ, ಅವನ ದರ್ಶನಪ್ರತೀಕವಾಗಿದೆ. ಒಂದು ಶ್ರೇಷ್ಠವಾದ ದಾರ್ಶನಿಕ ಕಾವ್ಯವೆಂದಿದನ್ನು

ನೋಡಿದಾಗ ಇದರ ರಚನೆಯ ಸ್ವಾರಸ್ಯ ಮಂದಟ್ಟಾಗುತ್ತದೆ. ಇದರಲ್ಲಿ ಭೋಗವಿಜಯ, ದಿಗ್ವಿಜಯ, ಯೋಗವಿಜಯ, ಅರ್ಕಕೀರ್ತಿವಿಜಯ, ಮೋಕ್ಷವಿಜಯ ಎಂಬ ಐದು ಭಾಗಗಳಿವೆ. ಇವನ್ನು ಕವಿ ಪಂಚಕಲ್ಯಾಣಗಳೆಂದು ಕರೆದಿದ್ದಾನೆ. ತೀರ್ಥಂಕರನ ಕೊನೆಯ ಜನ್ಮದಲ್ಲಿ ಪಂಚಕಲ್ಯಾಣಗಳನ್ನು ಬಣ್ಣಿಸುವುದುಂಟು. ಇಲ್ಲಿ ತೀರ್ಥಂಕರನ ಮಗನಾದ ಭರತೇಶ್ವರನ ಜೀವನದಲ್ಲಿಯ ಪಂಚಕಲ್ಯಾಣಗಳನ್ನು ಬೇರೆ ಅರ್ಥದಲ್ಲಿ ಬಣ್ಣಿಸಿರುವುದು ಹೊಸದಾಗಿದೆ. ಎರಡೂ ಕಲ್ಯಾಣಗಳಲ್ಲಿ ಸಾದೃಶ್ಯವೇನೂ ಕಾಣುವುದಿಲ್ಲ. ಅದನ್ನು ಕಾಣುವ ಪ್ರಯತ್ನ ಯಶಸ್ವಿಯಾಗಲಾರದು. "ತೀರ್ಥಂಕರನ ಜೀವನಚರಿತ್ರೆಯಲ್ಲಿ ಆತನ ಹಿಂದಿನ ಜನ್ಮದ ಸುಖಭೋಗಗಳನ್ನು ತೋರಿಸುವುದು ಪ್ರಥಮ ಕಲ್ಯಾಣ"[4] ಎಂಬುದು ಸರಿಯಲ್ಲ. ಗರ್ಭಾವತರಣ ಎಂದು ಪ್ರಥಮ ಕಲ್ಯಾಣಕ್ಕೆ ಹೇಳುತ್ತಾರೆ, ಕೊನೆಯ ಜನ್ಮದಲ್ಲಿ ತಾಯಿಯಾಗುವವಳ ಗರ್ಭದಲ್ಲಿ ಅವತರಣವೆಂದದಕ್ಕೆ ಅರ್ಥ, ಹಿಂದಿನ ಜನ್ಮದ ಸುಖಭೋಗಗಳಿಗೆ ಪ್ರಥಮ ಕಲ್ಯಾಣದ ಸಂಬಂಧವಿಲ್ಲ. ಹೀಗಿರುವಾಗ "ರತ್ನಾಕರನು ಭರತನ ಭೋಗಜೀವನವನ್ನು ಭೋಗವಿಜಯದಲ್ಲಿ ಚಿತ್ರಿಸಿ, ಇದನ್ನು ಸಾಧಿಸಿದ್ದಾನೆ. ಆದರೆ ತೀರ್ಥಂಕರನು ಭೋಗಿಸುವುದು ಸ್ವರ್ಗದಲ್ಲಿಯಾದರೆ ಚಕ್ರಿಯು ಭೋಗಿಸುವುದು ಭೂಲೋಕದಲ್ಲಿ"—ಈ ಮುಂತಾದ ವಾಕ್ಯಗಳಲ್ಲಿ ವಿವರಣೆಯ ಚಾತುರ್ಯವಿದೆಯೆಂದು ಮಾತ್ರ ಎನ್ನಬೇಕಾಗುತ್ತದೆ.

ಭರತೇಶ್ವರನೇ ಈ ಕಾವ್ಯದ ನಾಯಕ, ರತ್ನಾಕರನು ಕಂಡ ಆದರ್ಶಮಾನವನ ಸ್ವಪ್ನರೂಪಕ. ಜನಕ–ರಾಮಚಂದ್ರನಂಥ ರಾಜರ್ಷಿ–ಪುರುಷೋತ್ತಮರಲ್ಲಿ ಭಾರತೀಯ ಕವಿಗಳು ಇಂಥ ಆದರ್ಶಮಾನವನ ಕನಸನ್ನು ಕಂಡಿದ್ದಾರೆ, ತಮ್ಮ ಕೃತಿಗಳಲ್ಲಿ ಕಾಣಿಸಿದ್ದಾರೆ, 'ಭಾಗವತ'ದಲ್ಲಿ ಜಡಭರತನ ಚಿತ್ರವೂ ಇದೆ. ರತ್ನಾಕರನ ಕಾಣ್ಕೆ ಈ ದೃಷ್ಟಿಯಿಂದ ಹೊಸದೇನೂ ಅಲ್ಲ, ಆದರೆ ಜೈನತತ್ತ್ವದ ಕನ್ನಡಿಯಲ್ಲಿ ವಿಶ್ವದರ್ಶನದ ಚಿತ್ರವನ್ನು ಕಂಡು ಅದಕ್ಕೆ ಅನುಗುಣವಾಗಿ ಆದರ್ಶಮಾನವನ ಸಮನ್ವಯಸಮ್ಯಕ್ತ್ವವನ್ನು ಬಣ್ಣಿಸುವುದರಲ್ಲಿ ರತ್ನಾಕರನ ಸ್ವಂತಿಕೆಯಿದೆ. ಅವನ ಭರತೇಶನು ರಾಜಯೋಗಿ, ಜಿನಯೋಗಿ, ತ್ಯಾಗಿ–ಭೋಗಿ, ರಸಿಕ–ವಿರಕ್ತ, ಇದನ್ನು ಎದೆದುಂಬಿ ರಸವುಕ್ಕಿ ವಿವರವಿವರಗಳಲ್ಲಿ ರತ್ನಾಕರನು ಚಿತ್ರಿಸಿದ್ದಾನೆ. ಅವನು ಕಂಡ ಕನಸು ಕನಸಲ್ಲ, ನನಸೇ ಎಂದು ಭಾಸವಾಗುವಂತೆ ಬಣ್ಣಿಸಿದ್ದಾನೆ. ಎಲ್ಲ ಸಂಧಿಗಳೂ ಎಲ್ಲ ಪದ್ಯಗಳೂ ಈ ಚಿತ್ರಣದ ಸ್ಥಾಯಿಗೆ ಸಹಾಯಕ ಸಾಮಗ್ರಿಯಾಗಿವೆ. ಆರಂಭದಿಂದಲೂ ಭರತೇಶನು ಅಲೌಕಿಕ ವ್ಯಕ್ತಿಯೆಂಬುದನ್ನು ಕವಿ ತಿಳಿಸುತ್ತಾನೆ—

ಹಲವು ಮಾತೇನೊಂದ ಪೇಳ್ವೆನಾ ಕ್ಷತ್ರಿಯ-<br>
ಕುಲರತ್ನಗಾಹಾರವುಂಟು ।<br>
ಮಲವಿಲ್ಲ ಮೂತ್ರವಿಲ್ಲೆಂದರೀ ಲೋಕದ<br>
ಬಳಕೆಗಾರರ ಪೇಳ್ವ ತೆರನೆ ॥

ಅವನು ಕೋಮಲಾಂಗ, ಹೇಮವರ್ಣ, ಆಮೋದವುಕ್ಕುವ ಜವ್ವನಿಗನು. ಅವನಿಗೆ ಒಂದಲ್ಲ ಎರಡಲ್ಲ, ತೊಂಬತ್ತಾರುಸಾವಿರ ಹೆಂಡಂದಿರು. ಈ ಬಗೆಯ ಅಲೌಕಿಕತೆಯಿಂದ ಅವನು ಸಾಮಾನ್ಯ ಮಾನವನಿಂದ ಬೇರೆಯಾಗುತ್ತಾನೆ, ದೂರವಾಗುತ್ತಾನೆ, ಅವನಲ್ಲಿ ನಮ್ಮ ಆಸಕ್ತಿ ಕುಗ್ಗುತ್ತದೆ ಎಂದು ತೋರಬಹುದು. ಆದರೆ ದಾರ್ಶನಿಕ ಕಾವ್ಯದ ರೀತಿಯನ್ನು ನಾವು ತಿಳಿದಿರಬೇಕು. ಆದರ್ಶಮಾನವನು ಭರತೇಶನಂತೆ ದೇಹ ಪಡೆದವನಿರಬೇಕು, ಹೆಂಡಿರನ್ನು ಮಾಡಿಕೊಂಡಿರಬೇಕು ಎಂದಲ್ಲ. ಆದರೆ ಅವನು ಅತಿಮಾನವನಾಗುತ್ತಾನೆ, ಆಗಬೇಕು ಎಂಬುದೇ ಅದರ ಆಶಯ.

ತನ್ನ ಪ್ರತಿನಿತ್ಯದ ಪ್ರತಿಯೊಂದು ಕಾರ್ಯವಿವರದಲ್ಲಿ, ಮಾತುಕತೆಯಲ್ಲಿ ಭರತೇಶನು ಎತ್ತರದ ನೆಲೆಯಲ್ಲಿರುತ್ತಾನೆ ; ಅರಸು, ಪತಿ, ಸುತ, ಅಣ್ಣ, ಗೆಳೆಯ, ಭಕ್ತ ಮುಂತಾದ ಸ್ಥಾನಗಳಲ್ಲಿ ಅವನ

ನಡತೆಯು ಹೇಗೆ ಅವನ ಚಿತ್ತಸಾಮ್ಯದ ಮತ್ತು ಸಮನ್ವಯದ ಗುರುತಾಗಿರುತ್ತದೆ ಎಂಬುದನ್ನು ರತ್ನಾಕರನು ಸಹಜಸಂದರ್ಭಗಳಲ್ಲಿ ತೋರಿಸಿದ್ದಾನೆ. ಮೊದಲು ಅವನ ಸೌಂದರ್ಯ ಮತ್ತು ಕ್ಷಾತ್ರತೇಜವನ್ನು ವರ್ಣಿಸಿ ಆಮೇಲೆ ಅವನ ಗಾಂಭೀರ್ಯವನ್ನು ಹೀಗೆ ಚಿತ್ರಿಸಿದ್ದಾನೆ—

ನೋಡುವ ಠೀವಿ ಹತ್ತೆಂಟಕೊಮ್ಮೊಮ್ಮೆ ಮಾ-
ತಾಡುವ ನುಡಿಯ ವಿಡಾಯಾ ।
ಪಾಡರಿದೋಲಗಗೊಟ್ಟಾಬೆ ಶಿರವನ-
ಲ್ಲಾಡಿಸುತಿಹನು ನೋಳ್ಪವರಾ ॥ (೧–೩೭)

ಏಕೆ ನುಡಿಯನೋ ಇನ್ನೊಮ್ಮೆಯೆಂಬಂತೊಂದು ।
ತೂಕದೊಳೆಸೆದನಾ ರಾಯಾ ॥ (೧–೩೮)

ಗಂಭೀರವೆಂಬುದು ಸರ್ವಗುಣಂಗಳ
ಅಂಭೋಧಿಯಾದಿಯಾಗಿಹುದು ।
ಗಂಭೀರ ಬೇಕು ರಾಜಗು ರಾಜಯೋಗಿಗು
ಗಂಭೀರ ಕೆಟ್ಟರೇನುಂಟು ॥ (೧–೪೯)

ಭರತೇಶನ ಓಲಗದ ಕವಿ ಅವನನ್ನು ಬಾಯ್ತುಂಬ ಹೊಗಳುತ್ತ "ಭೋಗದೊಳಿದ್ದು ಯೋಗವ ಮಾಡಿ ಭವಮುಕ್ತರಾಗುವವರಾರು ನಿನ್ನಂತೆ" (೨–೬೦).

ವಿಷಯವಿಷವನುಂಡು ದಕ್ಕಿಸಬಲ್ಲ ನಿ-
ರ್ವಿಷಸಿದ್ಧಾ ನೀನವನೀಶ ।
ವಿಷಮಚಿತ್ತವನಾತ್ಮನೊಳು ನಿಲಿಸಿದ ರಾಜ-
ಋಷಿಯಲ್ತೆ ರಾಜನೆ ನೀನು ॥

ಎಂದು ಅವನ ವ್ಯಕ್ತಿತ್ವದ ಜೀವಾಳವನ್ನು ಗುರುತಿಸುತ್ತಾನೆ. ಓಲಗ ಹರೆಯಲೊಡನೆ ಅವನು ತನ್ನ "ಭೂರಿವಿಡಾಯವ ಬಿಟ್ಟು ದ್ವಾರಾವಲೋಕನಕೆ ಅಡಿಯಿಟ್ಟನು ಅಂಗಶೃಂಗಾರವೆರಸಿ ಭಕ್ತಿಯಿಂದ" (೩–೩). ಯಾಕೆಂದರೆ ಮುನಿಗಳನ್ನು ಭುಕ್ತಿಗೆ ಬರಮಾಡಿಕೊಳ್ಳುವ ಸಮಯವದು. ರಾಜಚಿಹ್ನೆಗಳನ್ನೆಲ್ಲ ಕಳೆದಿರಿಸಿ, "ಒಡನಿದ್ದ ಸೇವಕರೆಲ್ಲರ ತೊಲಗಿಸಿ" ಅವನು ಮಡಿಮುಟ್ಟಿ ಧೋತ್ರವನ್ನುಟ್ಟು ನಡೆದನಂತೆ. ಕ್ಷಣದ ಹಿಂದೆ ರಾಜನಾಗಿದ್ದವನು ಈಗ ಭಕ್ತನಾದನು, ನಮ್ರತೆಯ ಮೂರ್ತಿಯಾದನು.

ಲೋಕವೆಲ್ಲೆನ್ನನೋಲೈಸುತಿರ್ದರು ನಾನು
ಲೋಕವ ಬೆರಸೆನೆಂಬುದನು ।
ಲೋಕಕರಿಕೆಮಾಡಲೆಂದು ನಿಂದಂತೆ ತಾ-
ನೇಕಾಕಿಯಾಗಿರ್ದನಾಗ ॥ (೩–೩೦)

ಮುನಿಗಳ ನಿರೀಕ್ಷೆ, ಮುನಿಗಳ ದರ್ಶನವಾದೊಡನೆ ತೋರಿದ ಭಯಭಕ್ತಿ, ವಿನಯ ಇವುಗಳನ್ನು ಬಿಡಿಬಿಡಿಯಾಗಿ ಚಿತ್ರಿಸುತ್ತ ರತ್ನಾಕರವರ್ಣಿ ತನ್ನ ನಾಯಕನ ವ್ಯಕ್ತಿತ್ವದ ಈ ಅಂಗವನ್ನು ಸೊಗಸಾಗಿ ನಿರೂಪಿಸಿದ್ದಾನೆ. ಆರೋಗಣೆಸಂಧಿಯಿಂದ ಮುಂದೆ ಹಲವಾರು ಸಂಧಿಗಳಲ್ಲಿ ಅವನ ರಾಣೀವಾಸದೊಡನೆ ಊಟ, ಬೇಟ, ಸಂಗೀತ–ನೃತ್ಯ, ವಿರಸ–ಸರಸ ಇವೆಲ್ಲವೂ ಉಜ್ವಲವಾದ ವರ್ಣನೆಯ ವಿಷಯವಾಗಿ ಅಲೌಕಿಕ ರಸಿಕತೆಯ ಚಿತ್ರವನ್ನು ಇದಿರು ನಿಲ್ಲಿಸುತ್ತವೆ. ಅರಸಿಯರು ಅವನ ಆರೋಗಣೆಗೆಂದು ಎಲ್ಲವನ್ನೂ ಬಡಿಸಿದಮೇಲೆ—

ಶಾಂತಭಾವದೊಳು ಕಣ್ಮುಚ್ಚಿ ನೆನಹು ಲೋ-
ಕಾಂತಗೆ ನಡಿಸಿ ಸಿದ್ಧರನು ।
ಅಂತರಂಗಕೆ ತಂದು ಪೂಜಿಸಿ ಬೀಳ್ಕೊಟ್ಟು
ಕಂತುಸಂನಿಭನು ಕಣ್ದೆರೆದಾ ॥ (೪–೮೬)

"ಕಂಗಳಿಂದನ್ನವ ನೋಡಿ ಜ್ಞಾನದೊಳಂತರಂಗದೊಳಾತ್ಮನ ನೋಡಿ ತುಂಗಭಾವದೊಳನ್ನಪಾನವ ಹಂಸನಾಥಂಗೆ ಸಮರ್ಪಣೆಗೈದಾ" (೪–೮೭). ಭೋಜನ ಮಾಡುವಾಗಲೂ ಅದೇ ಸಮರ್ಪಣಭಾವ. ಭೋಜನಾಂತರದಲ್ಲಿ ಉಳಿದವರಿಗೆ ಬಡಿಸಿ ನೀವೆಂದು "ಯುವತಿಯರಿಗೆ ಸನ್ನೆ ಮಾಡಿ ಕಣ್ಮುಚ್ಚಿ ಮಾನವಪತಿ ಯೋಗದೊಳಿದ್ದಾ" (೫–೧೧೨). ಉಪ್ಪರಿಗೆಸಂಧಿಯಲ್ಲಿ ಅರಸಿಯರು ಒಬ್ಬೊಬ್ಬರಾಗಿ ಬಂದು ತಮ್ಮ ನಲ್ಗಾಣಿಕೆಗಳನ್ನು ಭರತೇಶನಿಗೆ ಕೊಡುತ್ತಾರೆ. ಹಾಡು ಹೊಮ್ಮುತ್ತದೆ, ಶೃಂಗಾರಶರಧಿ ಉಕ್ಕುತ್ತದೆ ಆಗ—

ಸಿಕ್ಕಿದಂತಿಹನು ಸಿಕ್ಕನು ರತಿಸುಖದಲ್ಲಿ
ಸೊಕ್ಕಿದಂತಿಹನು ಸೊಕ್ಕಾ ।
ಠಕ್ಕರಂತಿಹನು ಠಕ್ಕನಲ್ಲ ನಿಜವ ಕ-
ಣ್ಣಿಕ್ಕಿ ಕುಡವನ ಲೀಲೆಯದು ॥ (೫–೯೮)

ದುರ್ಗದಂತೊಮ್ಮೆ ಗ್ರಾಮಗಳಂತೆ ಹೂವಿನ
ಕೂರ್ಗಣೆಯಂತಿಹನೊಮ್ಮೆ ।
ಸ್ವರ್ಗವೆ ಪುರುಷನಾದಂತೆ ಹೆಂಗಳಿಗೆ ಸಂ-
ಸರ್ಗಸುಖವ ತೋರುತಿಹನು ॥ (೫–೯೯)

ಈ ಮುಂತಾಗಿ ಅವನ ವರ್ಣನೆಯಾಗುತ್ತದೆ. ರಾಜಲಾವಣ್ಯಸಂಧಿಯಲ್ಲಿ ಅಮೃತವಾಚಕನೆಂಬ ಗಿಳಿಗೆ ಅರಸಿಯೊಬ್ಬಳು ಹೇಳಿದ ಕಾವ್ಯದಲ್ಲಿ ಭರತೇಶನು ಎಲ್ಲ ಹೆಂಡಂದಿರೊಡನೆ ಸಮಾನಪ್ರೇಮ ದಿಂದ ಇರುವುದನ್ನು ಬಣ್ಣಿಸಲಾಗಿದೆ—

ಅಂಬರದೊಳಗಿದ್ದ ಸೂರ್ಯನೊಬ್ಬನು ಜಲ-
ತುಂಬಿದ ಹಲವು ಕುಂಭದೊಳು ।
ಬಿಂಬಿಸುವಂತಲ್ಲ ಪೆಂಗಳೆದೆಯೋಳೀತ-
ನಿಂಬುಗೊಂಡಿಹ ಪರಿಯೇನು ॥ (೬–೩೬)

ತವರೂರ ಮರೆಯಿಸಿ ನಿದ್ರೆಯ ತೊರೆಯಿಸಿ
ಸವಿಗಳನರಿಯಿಸಿ ನಮ್ಮ ।
ದಿವರಾತ್ರಿಯೆನ್ನದೆ ಸುಖದೊಳೋಲಾಡಿಸು-
ವವ ಗಡ ಯಾತರಿಂದಾಯ್ತು ॥ (೬–೩೯)

ಧರೆಯೊಳೊಬ್ಬರನ್ನೊಮ್ಮೆ ಕಂಡು ಮತ್ತೊಮ್ಮೆ ಕಂ-
ಡರೆ ಮೊದಲನಿತೊಪ್ಪವಿಲ್ಲ ।
ಭರತೇಶ ದಿನದಿನಕೆಮ್ಮ ನೋಟಕೆ ಹೊಸ-
ಪುರುಷನಾಗಿಹ ಪರಿಯೇನು ॥ (೬–೪೦)

ಮನ್ನಣೆಯ ಸಂಧಿಯಲ್ಲಿ ಶೃಂಗಾರಲೀಲೆ ಮುಗಿದೊಡನೆ ಹೆಂಗಳೆಯರೆಲ್ಲರೂ ಹೋಗುತ್ತಾರೆ, ಭರತೇಶನು ಕೂಡಲೇ ಧ್ಯಾನಲೀಲನಾಗುತ್ತಾನೆ. ಅದನ್ನು ಕವಿ ಬಣ್ಣಿಸಿದ ಬಗೆ ತುಂಬ ಮೆಚ್ಚು ವಂತಿದೆ—

ಊಳಿಗವೆಂಗಳು ಕಡಸಾರ್ದರರಸನಾ
ಜೋಲಿಯೆಲ್ಲವು ನಿಂದಮೇಲೆ ।
ಕಾಲೋಚಿತಾತ್ಮಯೋಗವನೆಸಗಿದ-
ನಾ ಲೇಸನೇನ ಬಣ್ಣಿಪೆನು ॥ (೮–೯೮)

ಎತ್ತ ಹೋದುದೊ ಹೆಂಗಳೊಡನುಬ್ಬಿನಿಂದಿಪ್ಪ
ಹೊತ್ತು ತಾನಾಡಿದ ಲೀಲೆ ।
ಹತ್ತುಸಾವಿರಕಾಲ ತಪಸುಮಾಡಿದ ಮುನಿ-
ಪೋತ್ತಮನಂತಿರ್ದನಾಗ ॥ (೮–೧೦೦)

ದೊರೆಯಿದ್ದು ಹೋಗೆನೆ ಹೋಗಿ ಬಾರೆಂದರೆ
ಬರುತಿಹ ಸೇವಕರಂತೆ ।
ಕರಣನಾಲ್ಕಿಂದ್ರಿಯವೈದವನುಸುರಿದಂ-
ತಿರುತಿಹವೇನ ಬಣ್ಣಿಪೆನು ॥ (೮–೧೦೧)

ಬೇಕಾದರಾಡಿಸಿ ಗಾಳಿಪಟವನರ್ತಿ
ಸಾಕಾಗೆ ಸುರುಳುವನಂತೆ ।
ನೂಕಿ ಚಿತ್ತವ ಹೊರಗಾಡಿಸುವನು ತನ್ನೊ-
ಳೇಕವಾಗಿರಿಸುವನೊಮ್ಮೆ ॥ (೮–೧೦೨)

ಸಂನಿವೇಶದಲ್ಲಿಯ ಈ ಹೋಲಿಕೆಗಳಿಂದ ಭರತೇಶನ ಆತ್ಮವೈಭವವು ಪರಿಸ್ಫುಟವಾಗಿರುತ್ತದೆ. ಅವನು "ಉಂಡುಪವಾಸಿ, ಬಳಸಿ ಬ್ರಹ್ಮಚಾರಿ, ಭೂಮಂಡಲವಿದ್ದು ನಿಸ್ಸಂಗ । ಮಂಡೆ ಬೆಳದು ಮನಬೋಳಾದ ತಪಸಿ" (೮–೧೧೧) ಆಗಿದ್ದನೆಂಬುದನ್ನು ಆಯಾ ಸಂನಿವೇಶಗಳಲ್ಲಿ ನಾವು ಅರಿತು ಅನುಭವಿಸುತ್ತೇವೆ. ಸರಸಸಂಧಿಯಲ್ಲಿ, ಸಾಮಾನ್ಯವಾಗಿ ಗಂಭೀರನಾದ ಭರತೇಶನು ತನ್ನ ಅರಸಿಯಾದ ಕುಸುಮಾಜಿಯ ತಂಗಿ ಮಕರಂದಾಜಿಯೊಡನೆ ಶುಚಿಯಾದ ನಗೆಯಾಟವನ್ನು ಆಡುತ್ತಾನೆ. ಅವನ ಸರಸವು ರಸವತ್ತಾಗಿ ನಕ್ಕುನಗಿಸುವ ನಗೆಯಾಗುತ್ತದೆ. ಇದೇ ಉತ್ತಮ ಸಂಸ್ಕೃತಿಯ ಕುರುಹು. ಸರಸಸಂಧಿ ಸಂವಾದ ಮತ್ತು ಚಿತ್ರಮಾಲಿಕೆಗಳಿಂದ ರತ್ನಾಕರವರ್ಣಿಯ ವಿಶಿಷ್ಟವಾದ ಮಹೋನ್ನತಿಗೆ ಸಾಕ್ಷಿಯಾಗಿದೆ. ಸನ್ಮಾನಸಂಧಿ–ವೀಣಾಸಂಧಿಗಳಲ್ಲಿ ಭರತೇಶ–ಕುಸುಮಾಜಿಯರ ದಿವ್ಯಪ್ರಣಯ ಸುರತದಲ್ಲಿ ನೆನೆಕೊನೆಯಾಗುತ್ತದೆ, ಸಂಗೀತದಲ್ಲಿ ಫಲಿಸುತ್ತದೆ. ರತ್ನಾಕರವರ್ಣಿ ಈ ಭಾಗದಲ್ಲಿ ತನ್ನ ಪ್ರತಿಭೆಯ ಶಿಖರವನ್ನು ಮುಟ್ಟಿದ್ದಾನೆ, ವೀಣೆ ಬಾರಿಸುತ್ತ ಕುಸುಮಾಜಿ ಹಾಡಿದರೆ—

ಒಳಗುಮ್ಮಿದಾನಂದರಸ ತನ್ನ ತನುತುಂಬಿ
ತುಳುಕಿ ಹೊರಸೂಸುವಂತೆ ।
ತೆಳುವಸಿರಿರಿಂದ ಬಾಯ್ದೆರೆಯೊಳು ಸುಸ್ವರ
ಹೊಳೆದು ಮೋಹಿಸುತಿದ್ದುದಾಗ ॥ (೧೧–೨)

ರತ್ನಾಕರನಿಗೂ ಈ ಕಾವ್ಯವನ್ನು ಬರೆಯುವಾಗ "ಒಳಗುಮ್ಮಿದಾನಂದರಸ ತನ್ನ ತನು ತುಂಬಿ ತುಳುಕಿ" ಹೊರಸೂಸಿದಂತಾಗಿರಬೇಕು. ಅದಿಲ್ಲದೆ ಅದ್ಭುತಪ್ರವಾಹವು ಹರಿಯಲಾರದು. ಗಾಯನವಾಯಿತು, ಪ್ರಣಯಲೀಲೆಯಾಯಿತು. ಮತ್ತೆ ಅರಸನು ಆತ್ಮಯೋಗನಿರತನಾದನು. "ಮರೆದನಾಗಳೆಯಿಷ್ಟುಹೊತ್ತು ನಲ್ಲಳ ಕೂಡೆ ಮೆರೆದುದು ಹಳೆಮರಹಾಯ್ತು । ಅರಿದನಾಗಳೆ ಕಂಡನಾಗಳೆ ಹಂಸನ ಕುರುಹನಾ ರಾಜಯೋಗೀಂದ್ರಾ", "ಸಂದು ಭೋಗದೊಳಿದ್ದು ಯೋಗಕ್ಕೆ ಸಲುವಾಗ ಹಿಂದಣ ವಾಸನೆಯಿಲ್ಲ । ಒಂದ ಬಿಟ್ಟೊಂದು ವಸ್ತ್ರವ ಹೊದೆವಂತಿಹುದೆಂದು ಭಾವವಾ

ನೃಪಗೆ" (೧೧–೧೩೦, ೧೩೧).

ಪಾರಣಾಸಂಧಿಯಲ್ಲಿ ಭರತೇಶನ ಮಾತೃಭಕ್ತಿಯನ್ನು ಕವಿ ಚೆನ್ನಾಗಿ ಚಿತ್ರಿಸಿದ್ದಾನೆ. ಪಾರಣೆಯ ದಿನ ತಾಯಿಯಿದ್ದಲ್ಲಿಗೆ ತನ್ನ ಸತಿಯರನ್ನು ಕಳಿಸಿ ತಾನೂ ಹೊರಡುತ್ತಾನೆ. ಸೊಸೆಂದಿರು ಮೊದಲು ಬರುತ್ತಾರೆ. ಅವರೂ ಅರಸನೂ ಉಪವಾಸಮಾಡಿದ್ದು ಕೇಳಿ "ನಿಮಗೆ ಕೆಲಸವಿಲ್ಲ ನಿಮ್ಮಾಣ್ಮಗಾದರೆ ಸುವಿವೇಕಯೆಳ್ಳನಿತಿಲ್ಲ । ಅವನಿಯನಾಳುತ ಮುನಿಯಂತೆ ನಡೆವುದಿದವಿವೇಕಿಗಳ ನಡೆಯಲ್ತೆ" (೧೯–೬೫) ಎಂದು ಯಶಸ್ವತಿದೇವಿ ಲೋಕದ ಎಲ್ಲ ತಾಯಂದಿರಂತೆ ಮಾತಾಡುತ್ತಾಳೆ. ಉಪವಾಸ ದಲ್ಲಿ ತನ್ನ ಮಗನು ನಡೆದು ನೊಂದಪನೆಂದು ತಾನೇ ಅವನಿದ್ದಲ್ಲಿಗೆ ಹೊರಡುತ್ತಾಳೆ. ಇತ್ತ ಮಗನು ಅವಳಲ್ಲಿಗೆ ಹೊರಟಿದ್ದಾನೆ. ಅವಳು ಬರುತ್ತಿರುವುದನ್ನು ನೋಡಿ ಮೋಸವಾಯ್ತು ಎನ್ನುತ್ತಾನೆ, ತನ್ನ ಕಾಂತೆಯರಿಗೆ ಬಯ್ಯುತ್ತಾನೆ. ಅವರ ತಪ್ಪಲ್ಲ ಎಂದು ತಾಯಿ ಸುಧಾರಿಸಿಕೊಳ್ಳುತ್ತಾಳೆ. ತಾಯಿಗೆ ತಲೆ ವಾಗುತ್ತಾನೆ, ಅವಳು ಹರಸುತ್ತಾಳೆ. 'ಉಪವಾಸವೇಕೆ' ಎನ್ನುತ್ತಾಳೆ.

ನರಜನ್ಮ ಪಡೆದಾಗ ತಾಳ್ವಷ್ಟು ವ್ರತದೊಳಾ-
ಚರಿಸಬೇಕೆಲ್ಲರು ತಾಯೆ ।
ಮರುಳಾಗಬಾರದು ಭೋಗಕರ್ಮಾಜಿ ಬ-
ಲ್ಲರ ನಡೆಯಿಂತಲ್ತೆ ಜನನಿ ॥ (೧೯–೯೮)

ಎಂದು ಭರತ ಹೇಳುತ್ತಾನೆ. ಆಮೇಲೆ ಎಲ್ಲರೂ ಕುಳಿತು ಪಾರಣೆಮಾಡುತ್ತಾರೆ. ಮುಂದೆ—

ತೂಗುಮಂಚದೊಳೊರಗಿದ ತಾಯ ಭರತೇಶ
ತೂಗಿದನಂದು ತೊಟ್ಟಿಲೊಳು ।
ರಾಗದೊಳಿಟ್ಟಾಕೆ ತೂಗಿದ ಸಾಲವ
ತೂಗಿ ತಿದ್ದುವನೊಯೆಂಬಂತೆ ॥ (೧೯–೧೩೧)

ತಾಯಿಮಕ್ಕಳ ಈ ಮಮತೆಯ ಮಾದರಿ ಪ್ರತಿಯೊಂದು ವಿವರದಲ್ಲಿ ಚೆಲುವಾಗಿ ಸಹಜವಾಗಿ ಚಿತ್ರ ಗೊಂಡಿದೆ.

ಬಾಹುಬಲಿಯೊಡನೆ ಕಾಳಗಮಾಡುವ ಪ್ರಸಂಗ ಬಂದಿರಲು ಭರತೇಶನ ಸತ್ವಪರೀಕ್ಷೆಯ ಕಾಲವು ಒದಗಿಬಂದಿತು. ರತ್ನಾಕರನಿಗೂ ಸತ್ವಪರೀಕ್ಷೆಯೆ ಅದು. ಯಾಕೆಂದರೆ ಎಲ್ಲ ಕಡೆಗೆ ದಿಗ್ವಿಜಯಪಡೆದು ತಾನು ಅಜೇಯನೆಂಬ ಅಹಂಕಾರದಿಂದ ಮುನ್ನಡೆದ ಚಕ್ರವರ್ತಿಯೆಂಬುದಾಗಿ ಭರತೇಶನನ್ನು ಎಲ್ಲ ಮೂಲಗಳು ನಿರೂಪಿಸುತ್ತವೆ. ಅದಕ್ಕೆ ಅನುಗುಣವಾಗಿ ಭರತನು ಬಾಹುಬಲಿಯ ಕೂಡ ಹೋರಾಡ ಬೇಕು. ಆದರೆ ರತ್ನಾಕರನ ಭರತನು ಅಹಂಕಾರಿಯಲ್ಲ, ರಾಜಯೋಗಿ. ತಮ್ಮನೊಡನೆ ಹೋರಾಟಕ್ಕೆ ನಿಲ್ಲುವುದೆಂದರೆ ಅವನ ವ್ಯಕ್ತಿಮಹತ್ವಕ್ಕೆ ಕುಂದು. ಅಂತೆಯೆ ಈ ಪ್ರಸಂಗದಲ್ಲಿ "ಸಾಹಸಪರರ ನೋಯಿಸಬೇಕು ಸ್ವಕುಟುಂಬದ್ರೋಹವ ಮಾಳ್ಪುದು ಗುಣವೆ", "ಶ್ರೀಹಂಸನಾಥ ನೀನೆ ಬಲ್ಲೆಯಿದಕೆ ತಕ್ಕೂಹೆ ಯಾವುದು ಸ್ವಾಮಿ" (೩೩–೪೨, ೪೩) ಎಂದು ಭರತೇಶನು ತನ್ನಷ್ಟಕ್ಕೆ ಯೋಚಿಸುತ್ತಾನೆ. ಕೊನೆಗೆ ಮನವೊಲಿಕೆಯ ಮಾತಿನಿಂದ ಬಾಹುಬಲಿಯಲ್ಲಿ ಪರಿವರ್ತನವುಂಟುಮಾಡುತ್ತಾನೆ. ಅಹಿಂಸೆಯ ತತ್ತ್ವಕ್ಕೆ ಸರಿಯಾಗಿ, ಅವನ ಉದಾತ್ತ ಭೂಮಿಕೆಗೆ ಸುಸಂಗತವಾಗಿ ಈ ಸಂಗತಿ ನಡೆಯು ತ್ತದೆ.

ಮನಸಿಜ ಕೇಳಣ್ಣ ನಿನಗೆನಗಿಂದು ದು-
ರ್ಮನದಿಂದ ಜಗಳವಪ್ಪುದಕೆ ।
ಘನವೇನು ಹೇಳು ನಿಷ್ಕಾರಣಕದನವ
ಜನಪರೆಸಗುವರೆಯೆಂದಾ ॥ (೩೨–೭೦)

ಈ ಸಿರಿಯನು ನಾನು ಪುಣ್ಯದ ಫಲವೆಂದು-
ದಾಸೀನದೊಳು ನೋಡುತಿಹೆನು ।
ಆಸೆಯಿಲ್ಲೆನಗೆ ನೀನೊಪ್ಪುಗೊಳ್ಳುಂದಣ
ಭೂಸುದತೀಶ ನೀನಲ್ತೆ ॥ (೩೨–೧೦೫)

ಇಂಥ ಸಮಂಜಸ ಮಾತಿಗೆ ಬಾಹುಬಲಿ ಒಲಿದನು—

ಗರುಡಮಂತ್ರಕೆ ವಿಷವಿಳಿವಂತೆ ಭರತಭೂ-
ವರನ ವಾಕ್ಯವ ಕೇಳಲಾಗಿ ।
ಜರಿಜರಿದಂಗಜಗೆತ್ತಿದ ಕೋಪ ಪೈ-
ಸರಿಸಿತು ಹೃದಯ ತಂಪಾಯ್ತು ॥ (೩೨–೧೧೯)

ಎಂದು ಕವಿ ವರ್ಣಿಸಿದ್ದು ಯಥೋಚಿತವಾಗಿದೆ. ಹೀಗೆ ಭರತೇಶ್ವರನ ಪಾತ್ರದಲ್ಲಿ ಕರ್ಮಯೋಗಿಯ ಚಿತ್ರವು ಆದರ್ಶರೂಪದಲ್ಲಿ ಬಂದಿದೆ. ಅವನು ಪಡೆದದ್ದೆಲ್ಲ ವಿಜಯ, ಅನುಭವಿಸಿದ್ದೆಲ್ಲ ಸುಖ ಎಂದಿರುವಾಗ "ಸುಖದುಃಖೇ ಸಮೇ ಕೃತ್ವಾ ಲಾಭಾಲಾಭೌ ಜಯಾಜಯೌ" ಎಂಬ ಸಮತ್ವಕ್ಕೆ ಅವಕಾಶವಿಲ್ಲ ಎನ್ನಬಹುದು. ಆದರೆ ಸೋಲನ್ನು ಅನುಭವಿಸಿಲ್ಲ ಎಂದಮಾತ್ರಕ್ಕೆ ಸೋಲನ್ನು ಇದಿರಿಸುವ ಶಕ್ತಿಯಿಲ್ಲ ಎಂದರ್ಥವಲ್ಲ. ದುಃಖದ ಪ್ರಸಂಗಗಳು ಬಂದಿಲ್ಲವೆಂದಲ್ಲ. ಅವನು ರಾಜಯೋಗಿಯೆಂದಮೇಲೆ ಸ್ಥಿತಪ್ರಜ್ಞನ ಸಮತ್ವ ಅವನಲ್ಲಿ ಸಹಜವಾಗಿತ್ತು. ತನ್ನನ್ನು ಗೆದ್ದವನು ಎಲ್ಲವನ್ನು ಗೆದೆಯುತ್ತಾನೆ ಎಂಬುದಕ್ಕೆ ಪ್ರತೀಕವಾಗಿ ಅವನ ಪಂಚವಿಜಯಗಳ ಕಥೆ ನಿರೂಪಿತ ವಾಗಿದೆ. "ಭರತನ ಜೀವನಚಿತ್ರವು ಶ್ರೀಕೃಷ್ಣನ ಜೀವನಚಿತ್ರವನ್ನು ಬಹುಮಟ್ಟಿಗೆ ಹೋಲುತ್ತದೆ. ಕವಿಯ ಆವೇಶಕ್ಕೆ ಉದ್ಗಮಸ್ಥಾನವು ಕೃಷ್ಣನ ಮಹತ್ತಾದ, ಅದ್ಭುತವಾದ, ಅಸಾಮಾನ್ಯವಾದ ಜೀವನ ಚಿತ್ರವೇ ಇರಬೇಕು ಎನ್ನಿಸುತ್ತದೆ. ಅವರ ವ್ಯಾಪ್ತಿಯು ಬೇರೆಬೇರೆಯಾಗಿರಬಹುದಾದರೂ ಇಬ್ಬರ ಮನೋವೃತ್ತಿಯೂ ಒಂದೇ. ಇಬ್ಬರೂ 'ಪದ್ಮಪತ್ರಮಿವಾಂಭಸ' ಜೀವಿಗಳು. ಕೃಷ್ಣನು ಹದಿನಾರು ಸಾವಿರ ಗೋಪಿಕಾಸ್ತ್ರೀಯರಿಂದ ಪರಿವೃತನಾಗಿ ಲೋಲುಪ್ತಿಯಲ್ಲಿದ್ದರೂ ಬ್ರಹ್ಮಚಾರಿ. ತೊಂಬತ್ತಾರು ಸಹಸ್ರ ರಾಣಿಯರಿಂದ ಸಂಸೇವ್ಯನಾಗಿ ಕೇವಲ ರಾಗರಸದಲ್ಲಿ ಮುಳುಗುವಂತೆ ತೋರುತ್ತಿದ್ದರೂ ಭರತನು ಮಹಾಯೋಗಿ."[5] ಭರತ–ಕೃಷ್ಣರಲ್ಲಿ ಹೋಲಿಕೆಯೇನೋ ಇದೆ. ಕೃಷ್ಣನಿಗಿಂತ ಭರತನು ಆರುಪಟ್ಟು ಶೃಂಗಾರರಸಿಕನೆಂದು ತೋರಿಸಲು ಸ್ಪರ್ಧೆ ಹೂಡಿದಂತೆ ಮೂಲಗ್ರಂಥಗಳು ಹೆಂಡಂದಿರ ಸಂಖ್ಯೆಯನ್ನು ಏರಿಸಿವೆ. ರತ್ನಾಕರವರ್ಣಿಯ ಮೇಲೆ ಕೃಷ್ಣಪಾತ್ರದ ಪ್ರಭಾವವಾಗಿರಲೂಬಹುದು. ಆದರೆ ರತ್ನಾಕರನ ದೃಷ್ಟಿ ಬೇರೆಯಾಗಿದೆ. ಅವನಿಗೆ ದಾಂಪತ್ಯಜೀವನದ ಯಶಸ್ಸಿಗೆ ಮೂಲಕಾರಣ ವನ್ನು ತಿಳಿಸಬೇಕಾಗಿದೆ. ಭೋಗಯೋಗದ ರಹಸ್ಯವನ್ನರಿತ ಮೋಕ್ಷರಸಿಕನಿಗೆ ಅಷ್ಟು ಜನ ಹೆಂಗಳೆಯ ರೊಂದಿಗೆ ಸಹ ವಿರಸವಿಲ್ಲದೆ ಬಾಳುವೆ ಮಾಡುವ ಶಕ್ತಿ ಬರುತ್ತದೆ. ರಹಸ್ಯವನ್ನರಿಯದ ಸಂಸಾರಿಗೆ ಒಬ್ಬಳೊಡನೆ ಸಹಬಾಳುವೆ ಮಾಡುವುದು ಕಷ್ಟ—ಇದೇ ಅದರ ಇಂಗಿತ.

ಉಳಿದ ಪಾತ್ರಗಳಲ್ಲಿ ಬಾಹುಬಲಿ, ರಾಣಿವರ್ಗ, ಯಶಸ್ವತಿದೇವಿ, ಪಂಡಿತ ಮೊದಲಾದವರು ಬರುತ್ತಾರೆ. ಭರತೇಶನ ಉದಾತ್ತಜೀವನಗಾಯನಕ್ಕೆ ಹೊಂದಿಕೊಂಡ ಮೇಳವಾದ್ಯಗಳಂತೆ ಅವ ರಿದ್ದಾರೆ. ಅಲ್ಲಲ್ಲಿ ಅಪಸ್ವರ ಹುಟ್ಟಿದರೂ ಅದನ್ನು ಭರತೇಶನು ತಿದ್ದಿ ಸಾಮರಸ್ಯವನ್ನು ಉಂಟು ಮಾಡುತ್ತಾನೆ. ಬಾಹುಬಲಿ ಇದಕ್ಕೆ ಉದಾಹರಣೆ. ವಿನಮಿ ಇನ್ನೊಂದು ನಿದರ್ಶನ. "ರತ್ನಾಕರ ವರ್ಣಿಯು ಧೀರೋದಾತ್ತನಾದ ತನ್ನ ಕಥಾನಾಯಕನಿಗೆ ಹೆಚ್ಚು ಮಹತ್ವವನ್ನು ಕಲ್ಪಿಸುವುದಕ್ಕಾಗಿ ಬಾಹುಬಲಿಯ ಪ್ರತಿಭೆಯನ್ನು ತಗ್ಗಿಸಿರುತ್ತಾನೆ."[6]— ಇದು ಅರ್ಧ ಸತ್ಯ. ಭರತೇಶನಿಗೆ ಇದ್ದ ಮಹತ್ವವನ್ನು ಪ್ರಕಟಿಸಬೇಕಾಗಿತ್ತು. ಅದರ ಪ್ರಭಾವದಿಂದ ತಮ್ಮನಾದ ಬಾಹುಬಲಿ ಸೋತದ್ದು

ಕಾಣಲಿಕ್ಕೆ ಸೋಲು, ನಿಜವಾಗಿ ಗೆಲವು. ಅವನ ಪ್ರಭೆ ತಗ್ಗುವ ಬದಲು ಹಿಗ್ಗುತ್ತದೆ. ಪಂಡಿತೆ ಸ್ತ್ರೀವಿದೂಷಕಳಂತೆ ಜಾಣ್ನುಡಿ–ಜಾಣ್ನಡೆಯಿಂದ ಅರಸನನ್ನೂ ಅರಸಿಯನ್ನೂ ಒಂದುಗೂಡಿಸುತ್ತಾಳೆ, ಹಗುರವಾದ ನಗೆಯಿಂದ ಕಾವ್ಯರಸಿಕರನ್ನು ರಮಿಸುತ್ತಾಳೆ.

ಈ ಕಾವ್ಯದಲ್ಲಿ ವರ್ಣನೆಗಳಿಗೆ ಮಿತಿಯಿಲ್ಲ. ಆದರೆ ಅವು ಸಾಮಯಿಕ ವರ್ಣನೆಗಳಲ್ಲ.

ಪ್ರಚುರದಿ ಪದಿನೆಂಟು ರಚನೆಯ ವಾಕ್ಯಕೆ
ರಚಿಸುವರಾನಂತು ಪೇಳೆ ।
ಉಚಿತಕೆ ತಕ್ಕಷ್ಟ ಪೇಳ್ವೆನಧ್ಯಾತ್ಮವೆ
ನಿಚಿತಪ್ರಯೋಜನವೆನಗೆ ॥ (೧–೧೫)

ಎಂದವನು ಹೇಳಿದಂತೆ ಹದಿನೆಂಟು ವರ್ಣನೆಗಳ ನಿರ್ಬಂಧಕ್ಕೆ ಒಳಪಟ್ಟಿಲ್ಲ. ಅವುಗಳಲ್ಲಿ ನಿಸರ್ಗ, ನಗರ ಮಂತಾಗಿ ಕೆಲವು ವರ್ಣನೆ ಸಮಯೋಚಿತವಾಗಿ ಬಂದಿವೆ. ಶೃಂಗಾರವರ್ಣನೆ 'ಭೋಗ ವಿಜಯ'ದಲ್ಲಿ ಪರಾಕಾಷ್ಠೆಯನ್ನು ಮುಟ್ಟಿದೆ, ಆದರೆ ಸೂಳೆಗೇರಿಯ ವರ್ಣನೆ ಎಲ್ಲಿಯೂ ಇಲ್ಲ. ಭರತೇಶ್ವರನ ವರ್ಣನೆಯೇ ಅತ್ಯಂತ ಮುಖ್ಯವಾದುದು. ಕವಿವಾಕ್ಯ, ಅರಗಿಳಿಯಾಲಾಪ, ಅರಸಿಯರ ಮಾತು–ಹಾಡು ಈ ಎಲ್ಲದರಲ್ಲಿ ಅವನ ವ್ಯಕ್ತಿತ್ವದ ಗುಣಾತಿಶಯವು ಚೆಂದಚೆಂದವಾಗಿ ಹೊಸ ಹೊಸ ಮಾತಿನಲ್ಲಿ ಬಣ್ಣಿಸಲಾಗಿದೆ. ಅದಕ್ಕೆ ಪೂರಕವಾಗಿ ಸ್ತ್ರೀರೂಪ, ವಾದ್ಯ, ನೃತ್ಯ, ನಾಟಕ ಮುಂತಾದ ಶೃಂಗಾರಿಕ ವಿಭಾಗಗಳ ವರ್ಣನೆ ವಿಪುಲವಾಗಿದೆ. 'ಭೋಗವಿಜಯ'ವಲ್ಲದೆ ದಿಗ್ವಿಜಯ ಮುಂತಾದ ಭಾಗಗಳಲ್ಲಿ ಭರತೇಶನ ರಾಜವೈಭವ, ವಿಜಯಶಾಲಿತ್ವ, ಶೃಂಗಾರ ರಸಿಕತೆ, ಅಧ್ಯಾತ್ಮನಿಷ್ಠೆ, ಜಿನಭಕ್ತಿ—ಇವೇ ವರ್ಣ್ಯವಿಷಯಗಳಾಗಿವೆ. ಸಂಗೀತಸುಖದ ವರ್ಣನೆಯನ್ನು ಕವಿ ತಿರುಗಿ ತಿರುಗಿ ಮಾಡುತ್ತಾನೆ. ಅವನಿಗೆ ಅದರಿಂದ ಬೇಸರವಿಲ್ಲ, ಕೇಳುವವರಿಗೂ ಬೇಸರವಿಲ್ಲ. ಅಷ್ಟು ತಲ್ಲೀನತೆ ಯನ್ನು ಉಂಟುಮಾಡುವ ರಸಾನುಭವವದು. ರತ್ನಾಕರವರ್ಣಿ ವರ್ಣನೆಗಳಲ್ಲಿ ವಿವರಪ್ರಿಯ, ಆದರೆ ಸಮಯಸ್ವತಂತ್ರ. ಸ್ವಭಾವೋಕ್ತಿ ಮತ್ತು ಕಲ್ಪಕತೆಗಳು ಕೈಯಲ್ಲಿ ಕೈಹಾಕಿ ಕನ್ನಡ ದೇಸಿಯ ಉಯ್ಯಾಲೆಯಲ್ಲಿ ತಿರುಗಿ ತಿರುಗಿ ತೂಗಿಕೊಳ್ಳುವಂತೆ ಅವು ತೋರುತ್ತವೆ. ಅವುಗಳ ಸಮಗ್ರ ಸೌಂದರ್ಯ ವೈಶಿಷ್ಟ್ಯಪೂರ್ಣವಾಗಿದೆ. ಭರತೇಶನ ಪ್ರಣಯಲೀಲೆಯನ್ನು ಬಣ್ಣಿಸುತ್ತ ಅವನು "ಇನ್ನು ಈ ಗೆರೆ ದಾಟಬಾರದು" ಎಂಬ ನಿರ್ಬಂಧವನ್ನು ತಾನೇ ಹಾಕಿಕೊಳ್ಳುತ್ತಾನೆ. ಆದರೆ ಕೆಲವು ಸಲ ತನ್ನ ನಿರ್ಬಂಧವನ್ನು ತಾನೇ ಮೀರಿ ಸುರತಕ್ರೀಡೆಯನ್ನು ಬಿತ್ತರಿಸುತ್ತಾನೆ. "ಉಚಿತಕ್ಕೆ ತಕ್ಕಷ್ಟು ಪೇಳ್ವೆ" ಎಂಬ ಪ್ರತಿಜ್ಞೆಯನ್ನು ಇಂಥಲ್ಲಿ ಅವನು ಪಾಲಿಸುತ್ತಾನೆ ಎಂದು ಹೇಳಬಾರದು. ಆದರೆ ಇತರರ ಕೈಯಲ್ಲಿ ಯಾವುದು ಕೇವಲ ಅಶ್ಲೀಲವಾಗಬಹುದಾಗಿತ್ತೋ ಅದು ರತ್ನಾಕರನ ಕೈಯಲ್ಲಿ ಉದಾತ್ತಭೋಗವಾಗುತ್ತದೆ. ಭರತೇಶನಂಥ ಆದರ್ಶಪುರುಷನ ಎಲ್ಲ ಕ್ರಿಯೆಗಳೂ ಎತ್ತರದ ನೆಲೆ ಯಲ್ಲಿ ನಡೆಯುತ್ತವೆ ಎಂಬುದನ್ನು ತೋರುವುದೇ ಅದರ ಉದ್ದೇಶ.

"ಅಧ್ಯಾತ್ಮವೆ ನಿಚಿತಪ್ರಯೋಜನವೆನಗೆ", "ಆಗಮವಧ್ಯಾತ್ಮವಳವಟ್ಟು ಶೃಂಗಾರ ತ್ಯಾಗ ಭೋಗದ ಮೋಡಿ ಮೆರೆಯೆ" ಎಂದು ಮುಂತಾದ ಉಕ್ತಿಗಳಿಂದ ರತ್ನಾಕರನ ಕಾವ್ಯೋದ್ದೇಶ ಸ್ಪಷ್ಟ ವಾಗುತ್ತದೆ. ಭರತೇಶನ ಕಥೆಯನ್ನು ಅವನು ತನ್ನ ಅಧ್ಯಾತ್ಮದರ್ಶನದ ನಿರೂಪಣೆಗೆ ಹೇಳುತ್ತಾನೆ. ಬಾಳಿನಲ್ಲಿ ಏಳುಬೀಳುಗಳನ್ನು ಅನುಭವಿಸಿ ಭೋಗಿಯಾಗಿ ಯೋಗಿಯಾಗಿ ಒಂದು ಭವ್ಯವಾದ ಮತ್ತು ಸಮನ್ವಯಪೂರ್ಣವಾದ ಜೀವನದರ್ಶನವನ್ನು ಅವನು ಕಂಡಿದ್ದಾನೆ, ಅದರಂತೆ ಜೀವಿಸಲು ಹವಣಿಸುತ್ತಿದ್ದಾನೆ. ಭರತೇಶನ ಕಥೆ ಅದರ ಪ್ರತೀಕವಾಗಿದೆ. ಅಂತೆಯೇ ಅವನ ಚಿತ್ರಣದಲ್ಲಿ ಹಾಗೂ ದೊರೆಯುವ ಎಲ್ಲ ಸಂದರ್ಭಗಳಲ್ಲಿ ರತ್ನಾಕರನು ತನ್ನ ದರ್ಶನವನ್ನು ತರತರವಾಗಿ ಬಣ್ಣಿಸುತ್ತಾನೆ. ಅದು ಅವನ ಅಂತರಂಗದಾಳದಿಂದ ಬಂದುದೆಂಬುದನ್ನು ಕಾಣಬಹುದು. ಹಂಸತತ್ತ್ವ,

ಆತ್ಮಯೋಗ ಎಂದು ಮುಂತಾಗಿ ಅವನದನ್ನು ಕರೆಯುತ್ತಾನೆ. ಅದರಲ್ಲಿ ಭಕ್ತಿಕರ್ಮಗಳುಳ್ಳ ಜ್ಞಾನ ಮಾರ್ಗವಿದೆ, ವಿಶ್ವಧರ್ಮವಿದೆ.

ಆರು ಬಲ್ಲರು ಹಂಸತತ್ತ್ವ ತಮ್ಮ ಶ-
ರೀರ ತುಂಬಿರುತಿಹುದದನು ।
ಹಾರದೆ ಸಾರದೆ ಹೊರಹೊರಗಾಡಿ ಸಂ-
ಸಾರದುಃಖವನುಣುತಿಹರು ॥ (೧–೧೦೨)

ಹೊಳೆವ ಕನ್ನಡಿ ಕೈಯೊಳಗಿರ್ದು ನೋಡದೆ ನೀರ
ನೆಳಲಲ್ಲಿ ಮೊಗವ ನೋಳ್ಪಂತೆ ।
ಒಳಗೆ ಚಿದ್ರೂಪ ನೋಡದೆ ಜಗವೆಲ್ಲ
ಬಳಲುತಿಹುದು ಹೊರಗಾಡಿ ॥ (೧–೧೦೩)

ಹಂಸವೆಂದರೆ ಆತ್ಮಜ್ಞಾನ, ಆತ್ಮಜ್ಯೋತಿ ಎಂದೂ ಹೇಳುತ್ತಾನೆ :

ತಿಳಿವೆ ಶರೀರ ತಿಳಿವೆ ರೂಪು ಬೆಳಗೆ ಮೈ
ಬೆಳಗೆ ತಾನಾಗಿರುತಿಹುದು ।
ತಿಳಿವುಬೆಳಗುಗಳೆ ಹಂಸನ ಕುರುಹೆಂದು
ತಿಳಿದು ನೋಳ್ಪವನೀಗ ಧನ್ಯಾ ॥ (೧–೧೯೮)

ಆಮೇಲೆ ತನ್ನ ಸಮನ್ವಯತತ್ತ್ವದ ಬೋಧನೆಯನ್ನು ತಿಳಿನುಡಿಯಲ್ಲಿ ಮಾಡುತ್ತಾನೆ :

ಭೋಗವಿಚಾರವು ಬೇಕು ನೃಪತಿಗಾತ್ಮ-
ಯೋಗವಿಚಾರವು ಬೇಕು ।
ರಾಗರಸಿಕನಾಗಬೇಕು ಭಾವಿಸೆ ವೀತ-
ರಾಗರಸಿಕನಾಗಬೇಕು ॥ (೨–೭)

ಇಹಲೋಕಸುಖವ ಭೋಗಿಸಬೇಕು ನೃಪತಿಯು-
ತ್ಸಹನಾಗಬೇಕು ಧರ್ಮದೊಳು ।
ಬಹುಕಾಂಕ್ಷೆಯೊಳು ಸಿಕ್ಕಿದಂತಿರಬೇಕು ನಿಃ-
ಸ್ಪೃಹನಾಗಬೇಕೆದೆಯೊಳಗೆ ॥ (೨–೯)

ಈ ಸರಣಿಯಲ್ಲಿ ಅವನು ಆದರ್ಶಪುರುಷನ ಮನುಸ್ಮೃತಿಯನ್ನೇ ಸಾರುತ್ತಾನೆ. ಅವನು ತನ್ನ ತತ್ತ್ವಪರ ಪದ್ಯಗಳಲ್ಲಿ ಜನಕ್ಕೆ ಹಿಡಿಸುವಂಥ ಸೊಗಸಾದ ಹೋಲಿಕೆಗಳನ್ನು ವೆಗ್ಗಳವಾಗಿ ಕೊಡುತ್ತಾನೆ. ಅವು ಗಳಲ್ಲಿ—

ಗಾನಮದ್ದಳೆ ತಾಳಲಯಕೆ ನರ್ತಿಪ ಮಂದ-
ಯಾನೆಗೆ ಶಿರದ ಕುಂಭದೊಳು ।
ಧ್ಯಾನವಿಪ್ಪಂತೆ ರಾಜ್ಯದೊಳಿರ್ದು ಮುಕ್ತಿಸಂ-
ಧಾನದೊಳಗೆ ತನ್ನ ನೆನಹು ॥ (೨–೪೨)

ಇದನ್ನು ನೋಡಬೇಕು.

ಒಳಗಿದ್ದ ದೇವನ ಕಾಣದೆ ಹೊರಗೆ ದೇ-
ಗುಲವ ಪೂಜಿಸುವೆಗ್ಗನಂತೆ ।
ಒಳಗಣಾತ್ಮನ ಬಿಟ್ಟು ಮೈಯನೇ ತಾನೆಂದು
ಸಲೆ ಹೊಗಳಿಸಿಕೊಳುತಿಹರು ॥ (೨–೫೫)

ಇಂಥ ಪದ್ಯಗಳಲ್ಲಿ ಅವನ ವಿಶಾಲಧಾರ್ಮಿಕದೃಷ್ಟಿಯನ್ನು ಅರಿಯಬಹುದು. ದಿವ್ಯಕಲಾಧರ ಕವಿ ಭರತೇಶನ ಆಂತರಿಕ ಅನುಭವವನ್ನು ವರ್ಣಿಸುತ್ತಾ ರತ್ನಾಕರನ ಸ್ವಾನುಭವವನ್ನೇ ನಿರೂಪಿಸುತ್ತಾನೆ. "ತನ್ನಂತರಂಗಾನುಭವವನೆಲ್ಲವನೀತ ಮುನ್ನ ಕಂಡಂತೆ ಪೇಳ್ದಪನು" (೨–೮೭) ಎಂಬಲ್ಲಿ ಈ ಅರ್ಥಸೂಚನೆಯಿದೆ. ಇಂಥ ಪದ್ಯಗಳಲ್ಲಿ ಕವಿ ತಾನೇ ಹೇಳಿದಂತೆ ಹೊಸ ಒಂದು 'ಅಧ್ಯಾತ್ಮರಸ'ವನ್ನು ನಿರ್ಮಿಸಿಕೊಂಡಿದ್ದಾನೆ. ಯಾವ ಕನ್ನಡ ಕಾವ್ಯದಲ್ಲಿಯೂ ಇಲ್ಲಿಯಷ್ಟು ಅದರ ಸವಿಯ ಬಿತ್ತರವಿಲ್ಲ.

ಸಮನ್ವಯಶೀಲನಾದ ರತ್ನಾಕರನು ತನ್ನ ಕೃತಿಯಲ್ಲಿ ಆಂತರಿಕ ಅನುಭವದೊಡನೆ ತಾನು ಕಂಡ ಬಾಹ್ಯಜೀವನದ ವಿವಿಧಾಂಗಗಳನ್ನು ವರ್ಣಿಸಿದ್ದಾನೆ. ಅವು ಹೆಚ್ಚಾಗಿ ರಾಜಜೀವನಕ್ಕೆ, ಸಂಗೀತ ನೃತ್ಯ ನಾಟಕ ಮುಂತಾದ ಸೌಖ್ಯಸಾಧನಗಳಿಗೆ ಸಂಬಂಧಪಟ್ಟುವು. ಜನಜೀವನದ ಈ ಚಿತ್ರ ವಿಜಯನಗರಕಾಲದ ವೈಭವವನ್ನೂ ಕವಿಯ ಪ್ರಾಂತದ ರಸಿಕತೆಯನ್ನೂ ತೋರುತ್ತದೆ.

ರತ್ನಾಕರನ ಶೈಲಿ–ಛಂದಸ್ಸುಗಳ ಅದ್ಭುತವಾದ ಸಂಪತ್ತಿಯನ್ನೂ ಸಹಯೋಗವನ್ನೂ ಎಷ್ಟು ವರ್ಣಿಸಿದರೂ ಸಾಲದು. ಜನಪದಸಾಂಗತ್ಯಧಾಟಿ ಮತ್ತು ಅಚ್ಚಗನ್ನಡ ದೇಸಿ ಅವನ ಪ್ರತಿಭೆಯ ಪರುಷದಿಂದ ಹೊಳೆಹೊಳೆಯುವ ಹೊನ್ನಾಗಿವೆ. ಅವನ ಬರೆವಣಿಗೆಯ ಓಘದಲ್ಲಿ ಸರಸ್ವತಿಯ ಪ್ರಸನ್ನತೆಯಿದೆ, ನಿರ್ಮಲತೆಯಿದೆ. ದರ್ಶನದ ಉನ್ನತಿ, ವ್ಯಕ್ತಿಯ ಉದಾತ್ತತೆ ಇವನ್ನು ಚಿತ್ರಿಸುವ ಭಾಷೆ ಮತ್ತು ನುಡಿಯುವ ಛಂದ ಎಷ್ಟು ಸರಳವೋ ಅಷ್ಟು ಭವ್ಯವಾಗಿವೆ.

ಸಕಲ ಲಕ್ಷಣವು ವಸ್ತುಕಕೆ ವರ್ಣಕಕಿಷ್ಟು
ವಿಕಳವಾದರು ದೋಷವಿಲ್ಲ ।
ಸಕಲ ಲಕ್ಷಣಕಾಗಿ ಬಿರುಸುಮಾಡಿದರೆ ಪು-
ಸ್ತಕದ ಬದನೆಕಾಯಹುದು ॥ (೧–೯)

ಇಲ್ಲಿ ಅವನು ಹೂಣಿಕೊಂಡಂತೆ ವರ್ಣಕಕಾವ್ಯದ ಸ್ವತಂತ್ರದೃಷ್ಟಿ ಫಲಿಸಿದೆ. ಹೀಗೆಂದು ದೋಷಗಳು ಹೆಚ್ಚಿವೆಯೆಂದಲ್ಲ. ದೇಸಿಯನ್ನು ಮಾರ್ಗದ ಮಟ್ಟಕ್ಕೆ ಒಯ್ಯುವ ಸಾಹಸ ಬಹುಮಟ್ಟಿಗೆ ಸಫಲವಾಗಿದೆ. ಕ್ವಚಿತ್ತಾಗಿ ಶೈಲಿ ಜನಪದಸಾಹಿತ್ಯದ ಹಾಗೆ ಮೊಂಡಾಗಿದೆ ಇಲ್ಲವೆ ಒರಟಾಗಿದೆ. "ರತ್ನಾಕರನು ಆಯ್ದುಕೊಂಡಿರುವ ವಸ್ತುವಿನಲ್ಲಿ ಹಲವು ಬಗೆಯ ಭಾವಾವೇಗಗಳು ಬರಲು ಆಸ್ಪದವಿಲ್ಲ. ಉಗ್ರಭಾವಗಳಿಗೆ ಇಲ್ಲಿ ಎಡೆಯಿಲ್ಲ. ಆದ್ದರಿಂದ ಅವನ ಶೈಲಿಯಲ್ಲಿ ಒಂದು ಸತ್ವವು ಕಡಿಮೆಯಾದಂತೆ ತೋರಿಬರುತ್ತದೆ.... ಮನಸ್ಸನ್ನು ಕೆರಳಿಸಬಲ್ಲ, ಕಿಚ್ಚನ್ನು ಹೆಚ್ಚಿಸಬಲ್ಲ ಉಗ್ರಭಾವಗಳು ಅವನಲ್ಲಿ ಕಡಿಮೆ. ಅವನ ದೃಷ್ಟಿಯೆಲ್ಲವೂ ಸುಂದರವಾದ, ಕೋಮಲವಾದ, ಕಳಕಳಿಸುವ ಲಲಿತ ಕಲೆಯ ಕಡೆಗೆ."[7] — ಈ ವಿಮರ್ಶೆ 'ಭರತೇಶವೈಭವ'ದ ಪ್ರತ್ಯಕ್ಷರೂಪಕ್ಕೆ ಅನ್ವಯಿಸುತ್ತದೆ. ಆದರೆ ಕೋಮಲ, ಉಗ್ರ ಮುಂತಾದ ಎಲ್ಲ ಭಾವಗಳಿಗೂ ರತ್ನಾಕರನ ಶೈಲಿ ಸಮರ್ಥವಾಗಬಲ್ಲುದು ಎಂಬುದಕ್ಕೆ ಅಪ್ರತ್ಯಕ್ಷಪ್ರಮಾಣವು ಅದರಲ್ಲಿ ಬೇಕಾದಷ್ಟು ದೊರೆಯುತ್ತದೆ. ಉಗ್ರವಲ್ಲದಿದ್ದರೂ ಉತ್ಕಟವಾದ ಅನೇಕ ಭಾವಗಳು ಈ ಕಾವ್ಯದಲ್ಲಿ ಸುಳಿಯುತ್ತವೆ. ಅವನ್ನು ಕವಿ ಸಮರ್ಪಕವಾಗಿ ಬಣ್ಣಿಸಿದ್ದಾನೆ. "ರತ್ನಾಕರನ ಕಾವ್ಯ ಕನ್ನಡದ ಮಕ್ಕಳ ಭಾವದ ಹಸಿವನ್ನು ತೀರಿಸಬಲ್ಲುದು. ನಾವು ಅವನ ಕಾವ್ಯದ ಕಡೆಗೆ ಹೆಚ್ಚುಹೆಚ್ಚಾಗಿ ತಿರುಗಬೇಕು. ಅವನ ಭಾವನೆಯ ಸಂಪತ್ತು ಅಪಾರವಾದದ್ದು. ಅದಕ್ಕೆ ಸಾಕ್ಷಿ ಅಪಾರವಾದ ಅವನ ಶಬ್ದಸಂಪತ್ತು."[8]—ಈ ಮೆಚ್ಚಿಗೆಯನ್ನು ಗಮನಿಸಬೇಕು.

'ಭರತೇಶವೈಭವ'ವು ಭರತೇಶನ ಆತ್ಮವೈಭವವಾಗಿರುವಂತೆ ರತ್ನಾಕರನ ಕಾವ್ಯವೈಭವವಾಗಿರುತ್ತದೆ. ಅದು ಒಬ್ಬ ಮಹಾಕವಿಯ ಮಹಾಕೃತಿಯೆಂಬುದು ನಿರ್ವಿವಾದ. ಪಂಪ, ಹರಿಹರ, ಕುಮಾರವ್ಯಾಸ ಇವರಿಗೆ ಸರಿಜೋಡಿಯಾಗಿ ನಿಲ್ಲುವ ಮಹಾಕವಿಯೆಂದರೆ ರತ್ನಾಕರನೇ. ಸಾಂಗತ್ಯವು

ಬೆಳೆಯುತ್ತಬಂದು ರತ್ನಾಕರನಲ್ಲಿ ಮಹಾಕಾವ್ಯದ ವಾಹಕವಾಯಿತು. "ಭಾಮಿನೀಷಟ್ಪದಿಗೆ ಕುಮಾರವ್ಯಾಸನು ಹೇಗೋ ರಗಳೆಗಳಿಗೆ ಹರಿಹರನು ಹೇಗೋ ಸಾಂಗತ್ಯಕ್ಕೆ ರತ್ನಕಾರನು ಹಾಗೆ"[9] ಎಂಬುದು ಸೂಕ್ತವಾದ ವಿಮರ್ಶೆ. ಈ ಯುಗದ ದೇಸಿ 'ಭರತೇಶವೈಭವ'ದಲ್ಲಿ ತನ್ನ ಪರಮಸೀಮೆ ಯನ್ನು ಮುಟ್ಟಿ ಕನ್ನಡಸಾಹಿತ್ಯವು 'ಜನತಾಂತರ್ದೃಷ್ಟಿ' ಎಂಬುದನ್ನು ಸಾರ್ಥಕಗೊಳಿಸಿತು.

## ಟಿಪ್ಪಣಿಗಳು

1. ತ.ಸು. ಶಾಮರಾಯ : ಭರತೇಶವೈಭವ (ಪ್ರ.ಕ., ೨೨–೧, ಪು. ೨೩).
2. 'ರತ್ನಾಕರನ ಹಾಡುಗಳು' ಎಂಬ ಸಂಕಲನವು ಹಂಪ ನಾಗರಾಜಯ್ಯನವರಿಂದ ಸಂಪಾದಿತವಾಗಿ ೧೯೭೦ರಲ್ಲಿ ಪ್ರಕಟವಾಗಿದೆ.
3. ತ. ಸು. ಶಾಮರಾಯ : ಭರತೇಶವೈಭವ (ಪ್ರ.ಕ., ೨೨–೧, ಪು. ೨೯).
4. ಅದೇ, ಪು. ೩೩.
5. ಅದೇ, (ಪ್ರ.ಕ., ೨೨–೩, ಪು. ೧೫).
6. ಅದೇ, ಪು. ೧೬.
7. ಅದೇ, ಪು. ೩೪.
8. ಮಾಸ್ತಿ ವೆಂಕಟೇಶ ಅಯ್ಯಂಗಾರ್ : ರತ್ನಾಕರನ ಶಬ್ದಸಂಪತ್ತು (ಜೀವನ, ೧೧–೬, ಪು. ೨೫೩).
9. ತ. ಸು. ಶಾಮರಾಯ : ಭರತೇಶವೈಭವ (ಪ್ರ.ಕ., ೨೨–೩, ಪು. ೩೫).

ಪ್ರಕರಣ : ೩೫

# ಕುಮಾರವ್ಯಾಸ ಯುಗದ ಕೊನೆಕೊನೆಯ ಗ್ರಂಥಕಾರರು

ರತ್ನಾಕರವರ್ಣಿಯ ಸಮಕಾಲೀನರೂ ಉತ್ತರಕಾಲೀನರೂ ಆದ ಅನೇಕ ಜೈನಕವಿಗಳು ಅವನ ಪ್ರಭಾವದಿಂದಲೂ ಕಾಲಮಹಿಮೆಯಿಂದಲೂ ಸಾಂಗತ್ಯಗ್ರಂಥಗಳನ್ನು ಬರೆದರು. ಬಹುಶಃ ಎಲ್ಲ ಗ್ರಂಥಗಳು ಗುಣದಿಂದ ಸಾಧಾರಣವಾದುವು. ದೊಡ್ಡಯ್ಯನ 'ಚಂದ್ರಪ್ರಭಚರಿತೆ'ಯೊಂದು ತೀರ್ಥಂಕರ ವಿಷಯವಾಗಿದೆ. ಉಳಿದುವೆಲ್ಲ ನೀತಿಬೋಧಕವಾದ ಚರಿತೆಗಳು : ಬಾಹುಬಲಿಯ 'ನಾಗಕುಮಾರಚರಿತೆ', ಬ್ರಹ್ಮಕವಿಯ 'ವಜ್ರಕುಮಾರಚರಿತೆ', ಚಂದ್ರಮನ 'ಗೋಮಟೇಶ್ವರಚರಿತೆ', ದೇವರಸನ 'ಗುರುದತ್ತಚರಿತೆ' ಮುಂತಾದುವು. ಚಿದಾನಂದಕವಿಯ 'ಮುನಿವಂಶಾಭ್ಯುದಯ', ಧರಣಿ ಪಂಡಿತನ 'ಬಿಜ್ಜಳರಾಯಚರಿತೆ', ಚಿಕ್ಕರಸನ 'ಸಣ್ಣಬೈರೇಗೌಡನ ಚರಿತೆ'ಗಳಲ್ಲಿ ಕಲ್ಪನಾಮಿಶ್ರವಾದ ಐತಿಹ್ಯವಿದೆ. ಕೆಲವು ಸಾಂಗತ್ಯಗಳು ತತ್ತ್ವ ಇಲ್ಲವೇ ನೀತಿಯನ್ನು ಬೋಧಿಸುತ್ತವೆ. ಉದಾಹರಣೆಗೆ, ನೇಮಣ್ಣನ 'ಜ್ಞಾನಭಾಸ್ಕರಚರಿತೆ'. ಕಂದಪದ್ಯಗಳಲ್ಲಿ ತತ್ತ್ವ, ನೀತಿಯನ್ನು ಹೇಳುವ ಗ್ರಂಥಗಳೆಂದರೆ ಶಾಂತರಸನ 'ಯೋಗರತ್ನಾಕರ', ಸಿಂಹರಾಜನ 'ಚಿನ್ಮಯಚಿಂತಾಮಣಿ'. ಸಾಂಗತ್ಯದ ಜೊತೆಗೆ ಪದ್ಮರಸನ 'ಶೃಂಗಾರಕಥೆ'ಯು ವಚನಗಳನ್ನೊಳಗೊಂಡಿದೆ. ಆದಿಯಪ್ಪನ 'ಧನ್ಯಕುಮಾರಚರಿತೆ' ಯಲ್ಲಿ ವೃತ್ತಗಳಿವೆ. ಒಂದೆರಡು ಷಟ್ಪದಿ ಗ್ರಂಥಗಳನ್ನು ಬಿಟ್ಟರೆ ೧೭–೧೭ನೆಯ ಶತಮಾನಗಳಲ್ಲಿಯ ಎಲ್ಲ ಗ್ರಂಥಗಳು ಸಾಂಗತ್ಯರೂಪದಲ್ಲಿವೆಯೆಂಬುದು ಗಮನಾರ್ಹ ಸಂಗತಿ. ಪ್ರೌಢವಾದ ಚಂಪೂ ರೂಪವನ್ನೂ ಕಂದವೃತ್ತಗಳನ್ನೂ ಬಳಸಿದ ಜೈನ ಕವಿಗಳ ಸಂಪ್ರದಾಯವು ಹಿಂದುಳಿದು, ಷಟ್ಪದಿ– ಸಾಂಗತ್ಯಗಳ ಹೊಸ ಸಂಪ್ರದಾಯ ರೂಢವಾದುದು ಕನ್ನಡ ಕವಿಗಳ ಮಣಿಬಲ್ಲತನಕ್ಕೆ ನಿದರ್ಶನ ವಾಗಿದೆ. ಶಾಸ್ತ್ರಗ್ರಂಥಗಳಲ್ಲಿ ಶೃಂಗಾರಕವಿಯ 'ಕರ್ಣಾಟಕಸಂಜೀವನ'ವೆಂಬ ನಿಘಂಟು, ಗುಣ ಚಂದ್ರನ 'ಛಂದಸ್ಸಾರ'ವಲ್ಲದೆ ಭಟ್ಟಾಕಳಂಕನ 'ಶಬ್ದಾನುಶಾಸನ' ಇವನ್ನು ನೆನೆಯಬೇಕು. ಭಟ್ಟಾ ಕಳಂಕನು ಈ ಯುಗದ ಶ್ರೇಷ್ಠ ಕನ್ನಡ ವ್ಯಾಕರಣಪಂಡಿತನಾದನು. ಅವನ 'ಶಬ್ದಾನುಶಾಸನ'ವು ಸಂಪೂರ್ಣವಾಗಿ ಸಂಸ್ಕೃತದಲ್ಲಿ ಸೂತ್ರವೃತ್ತಿವ್ಯಾಖ್ಯಾನಗಳುಳ್ಳ ಕನ್ನಡಭಾಷೆಯ ವ್ಯಾಕರಣಗ್ರಂಥ. ನಾಗವರ್ಮನ 'ಭಾಷಾಭೂಷಣ' ಸಂಸ್ಕೃತದಲ್ಲಿದೆ. 'ಶಬ್ದಾನುಶಾಸನ' ಅದಕ್ಕಿಂತ ತುಂಬ ವಿಸ್ತಾರ ವಾಗಿದ್ದು ಕೇಶಿರಾಜನ 'ಶಬ್ದಮಣಿದರ್ಪಣ'ದ ತರುವಾಯ ರಚಿತವಾದ ಪ್ರಮಾಣಗ್ರಂಥ ವಾಗಿದೆ.

ಈ ಯುಗದ ಕೊನೆಕೊನೆಯ ಗ್ರಂಥಕಾರರಲ್ಲಿ ದೇವಚಂದ್ರನನ್ನು ಹೆಸರಿಸುವುದು ಅಗತ್ಯ. ೧೮ನೆಯ ಶತಮಾನದ ಉತ್ತರಾರ್ಧ ಮತ್ತು ೧೯ನೆಯ ಶತಮಾನದ ಪೂರ್ವಾರ್ಧದಲ್ಲಿ ಮೈಸೂರು ದೊರೆಗಳ ಆಶ್ರಯದಲ್ಲಿದ್ದು ಇವನು ಚರಿತ್ರಕಾರ ಕವಿಯಾದನು. ಇವನ 'ರಾಮಕಥಾವತಾರ' ಎಂಬ ಚಂಪೂಗ್ರಂಥವು ನಾಗಚಂದ್ರನ 'ರಾಮಚಂದ್ರಚರಿತಪುರಾಣ'ದಲ್ಲಿ ಹೇಳಿರುವ ಜೈನರಾಮಾಯಣ ಕಥೆಯನ್ನು ವಿಸ್ತರಿಸಿ ಹೇಳಿದೆ. 'ರಾಜಾವಳೀ ಕಥೆ' ಚಾರಿತ್ರಿಕ ದೃಷ್ಟಿಯಿಂದ ಹೆಚ್ಚು ಮಹತ್ವದ್ದಾಗಿದೆ. ಪ್ರಾಯಿಕವಾಗಿ ಗದ್ಯರೂಪದಲ್ಲಿದ್ದ ಇದರಲ್ಲಿ ಜೈನಮತಕ್ಕೆ ಸಂಬಂಧಿಸಿದ ಹಲವು ಇತಿಹಾಸಗಳೂ ರಾಜರ ಮತ್ತು ಕವಿಗಳ ಚರಿತ್ರೆ ಮುಂತಾದ ವಿಷಯಗಳೂ ಹೇಳಲಾಗಿವೆ. ಕಾಲ್ಪನಿಕ ಅಂಶಗಳಿಂದ ಮಿಶ್ರವಾಗಿರುವ ಕಾರಣ ಚಾರಿತ್ರಿಕ ಸತ್ಯವನ್ನು ಇದರಿಂದ ಶೋಧಿಸಿ ತೆಗೆಯಬೇಕಾಗುತ್ತದೆ.

೧೯ನೆಯ ಶತಕವು ಮುಂದುವರಿದಂತೆ ಹೊಸ ಪ್ರೇರಕಶಕ್ತಿಗಳೂ ಹೊಸ ಸಾಹಿತ್ಯರೂಪಗಳೂ

ಹತ್ತಿರ ಬರತೊಡಗಿದವು. ಈ ಸಂಧಿಕಾಲದಲ್ಲಿ ತೀರ ಹಳೆಯ ಮಾರ್ಗದಲ್ಲಿ ಬರೆದವರಿದ್ದಾರೆ. ಹಳೆಯದನ್ನೂ ಹೊಸದನ್ನೂ ಮಿಶ್ರಗೊಳಿಸಿ ಬರೆದವರೂ ಇದ್ದಾರೆ. ಮೈಸೂರು ಒಡೆಯರ ಆಶ್ರಯದಲ್ಲಿ ಕನ್ನಡಸಾಹಿತ್ಯವು ಸಂಗೀತಾದಿ ಇತರ ಕಲೆಗಳಂತೆ ಅಭ್ಯುದಯ ಹೊಂದಿತು. ಚಿಕ್ಕದೇವರಾಯನಂತೆ ಈ ಕಾಲದಲ್ಲಿ ರಾಜರೂ ಗ್ರಂಥ ರಚಿಸಿದ್ದಾರೆ. ೧೭೯೪–೧೮೬೮ರವರೆಗೆ ಆಳಿದ ಮುಮ್ಮಡಿ ಕೃಷ್ಣರಾಜನು ಕನ್ನಡ–ಸಂಸ್ಕೃತ ಎರಡರಲ್ಲಿಯೂ ಪಂಡಿತನಾಗಿ ಐವತ್ತರವರೆಗೆ ಗ್ರಂಥಗಳನ್ನು ಬರೆದನೆಂದು ಖ್ಯಾತಿಯಿದೆ. "ಈ ಗ್ರಂಥಗಳಲ್ಲಿ ಹಲವನ್ನು ಆಸ್ಥಾನಪಂಡಿತರುಗಳಿಗೆ ಸೂಚನೆಗಳನ್ನು ಕೊಟ್ಟು ಬರೆಸಿರಬಹುದು" ಎಂದು ಕವಿಚರಿತಕಾರರು ಹೇಳಿದ್ದಾರೆ. ಪ್ರಾಯಿಕವಾಗಿ ಇವೆಲ್ಲ ಗದ್ಯರೂಪವಾಗಿವೆ. ಎರಡು ಮೂರು ಮಾತ್ರ ಪದ್ಯರೂಪವಾಗಿವೆ. ಇದರಿಂದ ಹೊಸಗನ್ನಡದ ಗದ್ಯಪ್ರಾಧಾನ್ಯದ ಗಾಳಿ ಬೀಸತೊಡಗಿತ್ತೆಂದು ತಿಳಿಯಬಹುದು. ಇವುಗಳಲ್ಲಿ ಕಥಾಸಾರ, ಪುರಾಣಸಂಗ್ರಹ, ಟೀಕೆ, ಮಾಹಾತ್ಮ್ಯ, ಶತಕ, ಹಾಡು ಈ ಎಲ್ಲ ಪ್ರಕಾರಗಳು ಸೇರಿಕೊಂಡಿವೆ. 'ಭಾಮಾಕಥೆ'ಯಂಥಲ್ಲಿ ಯಕ್ಷಗಾನವೂ ಇದೆ. ಬರೆವಣಿಗೆಯ ದೃಷ್ಟಿ, ರೀತಿ ಎಲ್ಲಾ ಸಾಂಪ್ರದಾಯಿಕವಾದುದು. ಅದೇ ಕೆಂಪುನಾರಾಯಣನ ಒಂದೇ ಒಂದು ಗ್ರಂಥವಾದ 'ಮುದ್ರಾಮಂಜೂಷ'ವನ್ನು ನೋಡಿದರೆ ಹೊಸಗನ್ನಡ ಗದ್ಯದ ನಸುಕು ಮೂಡಿತೆಂದು ನಿಚ್ಚಳವಾಗಿ ತೋರುತ್ತದೆ. ೧೮೨೩ರಲ್ಲಿ ಇದನ್ನು ಅವನು ಬರೆದು ಮುಗಿಸಿದನಂತೆ. "ಇದು ಮುದ್ರಾರಾಕ್ಷಸವೆಂಬ ಸಂಸ್ಕೃತನಾಟಕಕ್ಕೆ ಗದ್ಯರೂಪವಾದ ಭಾಷಾಂತರವು" ಎಂಬ ಹೇಳಿಕೆ ಯಥಾರ್ಥವಲ್ಲ. ಇದರಲ್ಲಿಯ ಮೊದಲಿನ ೧೨ ಪ್ರಕರಣಗಳ ಕಥೆ ಸಂಸ್ಕೃತ ನಾಟಕದ ಉಪೋದ್ಘಾತದಲ್ಲಿ ಸೂಚನೆಯಿಂದ ಮಾತ್ರ ಬಂದಿದೆ. ಇನ್ನುಳಿದ ಪ್ರಕರಣಗಳಿಗೂ ನಾಟಕಕ್ಕೂ ಸಂಬಂಧವಿದ್ದರೂ ಒಂದು ಇನ್ನೊಂದರ ಭಾಷಾಂತರವಲ್ಲ. ತನ್ನ ಅವತರಣಿಕೆಯಲ್ಲಿ "ಪುರಾಣದಲ್ಲಿ ಹೇಳಿದ ಕಥೆಯನ್ನು ಈಗ ಕೆಂಪುನಾರಾಯಣನೆಂಬ ಕವಿ ಕರ್ಣಾಟಭಾಷೆಯಿಂ ವಿಸ್ತರಿಸಿ ಇದಕ್ಕೆ ಮುದ್ರಾಮಂಜೂಷವೆಂಬ ಪೆಸರಿಟ್ಟು ಪೇಳ್ವನದೆಂತೆನೆ" ಎಂದಿದ್ದಾನೆ. 'ಮುದ್ರಾರಾಕ್ಷಸ' ನಾಟಕದ ಉಲ್ಲೇಖವೇ ಇಲ್ಲ. ಕಥೆಯಲ್ಲಿ ಕೆಲವು ಸ್ವತಂತ್ರ ಕಲ್ಪನೆಗಳನ್ನು ಸೇರಿಸಿದ್ದಾನೆ. ಮೂಲದಲ್ಲಿಯ ಕೆಲವನ್ನು ಬಿಟ್ಟಿದ್ದಾನೆ, ವ್ಯತ್ಯಾಸಮಾಡಿಕೊಂಡಿದ್ದಾನೆ. 'ಮುದ್ರಾಮಂಜೂಷ'ದ ಭಾಷಾಶೈಲಿ ಏಕರೂಪವಾಗಿಲ್ಲ. ಸಂಧಿಕಾಲದ ವಿಷಮತೆಯನ್ನು ಒಳಗೊಂಡಿದೆ. ಬಾಣನ 'ಕಾದಂಬರಿ', ಸಂಸ್ಕೃತಪ್ರೌಢಕಾವ್ಯ— ಇವುಗಳ ಪ್ರಭಾವದಿಂದ ಅನೇಕ ಭಾಗಗಳು ಉದ್ದಾನುದ್ದವಾಗಿದ್ದು ಸಂಸ್ಕೃತಮಯವಾಗಿವೆ. ಶೈಲಿ ಒಮ್ಮೆ ಪ್ರೌಢವಾದರೆ ಒಮ್ಮೆ ಸರಳವಾಗುತ್ತದೆ. ಹಳಗನ್ನಡ–ಹೊಸಗನ್ನಡಗಳ ತೀರ ವಿಚಿತ್ರ ಮಿಶ್ರಣವು ತಲೆದೋರಿದೆ. ಉದಾಹರಣೆಗೆ, "ಅದರ ಪರೀಕ್ಷೆಯಂ ಅವನು ತಿಳಿದು ಹೇಳಿದರೆ ಕಾರಾಗೃಹದಿಂದ ತಾನು ಬಿಡಿಸಲ್ಪಟ್ಟು ವಿಶೇಷ ಸನ್ಮಾನಕ್ಕೆ ಪಾತ್ರನಾಗುವನು" (ಪು. ೨೧), "ಇದು ಅರಗು ಮೇಣ ಈ ಮುಖ್ಯವಾದ ಸರಿಗಳಿಂ ತೊಡೆಯಲ್ಪಟ್ಟ ಬಟ್ಟೆಗೆ ಸಿಂಹದ ರೋಮಗಳಂ ಹತ್ತಿಸಿ ಅದಂ ಚರ್ಮದಂತೆ ಮಾಡಿ ಹೊರಗಿದ್ದ ಪುರುಷನ ಕೌಶಲ್ಯದಿಂದ ಮಾಂಸವಂ ಕೊಡುವ ರಂಧ್ರ ಮುಖವಂ ಹಿಡಿದು ಅದರ ಅಸ್ಥಿಸ್ಥಾನಕ್ಕೆ ಕಬ್ಬಿಣದ ಸಲಾಕಿಗಳಂ ಜೋಡಿಸಿ ಬಾಲಕತ್ತುಗಳಿಗೆ ರೋಮಸಹಿತವಾದ ಉಕ್ಕಿನ ತಂತಿಗಳಿಂ ಜತೆಗೊಳಿಸಿ ಅಲ್ಲಿಗಲ್ಲಿಗೆ ಬಣ್ಣವಂ ಬರೆದು ಪೂರೈಸಿದ ಕೃತ್ರಿಮ ಸಿಂಹವಾಗಿರಬಹುದು" (ಪು. ೨೨) – ಇಂಥ ದೀರ್ಘವಾಕ್ಯಗಳೊಡನೆ "ನಿಮ್ಮಂ ಶರಣಂ ಹೊಕ್ಕೆನು" ಎಂಬ ಚಿಕ್ಕ ವಾಕ್ಯಗಳೂ ಬಂದಿವೆ. ಈ ಶೈಲಿಯ ವಿಶಿಷ್ಟರೂಪಕ್ಕೆ ಪ್ರೇರಕವಾದ ತತ್ತ್ವ ಯಾವುದೂ ಇಲ್ಲ. ಹಳಗನ್ನಡವನ್ನು ಹೊಸಗನ್ನಡಕ್ಕೆ ಪರಿವರ್ತಿಸುತ್ತಿರುವಾಗ ತೋರುವ ಸಂಧಿಕಾಲದಲ್ಲಿಯ ಗೊಂದಲವೆಲ್ಲ ಇದರಲ್ಲಿದೆ. ಆದರೂ ಕೆಂಪುನಾರಾಯಣನಲ್ಲಿ ಶಬ್ದಶಕ್ತಿಯಿದೆ, ನವೀನದೃಷ್ಟಿಯಿದೆ ಎಂಬುದನ್ನು ಅರಿತಿರಬೇಕು. ಮೈಸೂರು ಅರಸುಗಳ ಮನೆತನಕ್ಕೆ ಸೇರಿದ ಅಳಿಯಲಿಂಗರಾಜನು (೧೮೨೩–೧೮೭೪) ೪೭ ಗ್ರಂಥಗಳನ್ನು ರಚಿಸಿದ್ದಾನೆ. ಮುಮ್ಮಡಿ ಕೃಷ್ಣರಾಜನ ಪೋಷಣೆಯಲ್ಲಿದ್ದು ವಿದ್ಯಾವಂತನಾಗಿ ಅವನಂತೆ ವಿಪುಲವಾದ ಸಾಹಿತ್ಯನಿರ್ಮಾಣ ಮಾಡಿದ್ದಾನೆ. "ಚಂಪು, ಸಾಂಗತ್ಯ,

ಷಟ್ಪದಿ, ಯಕ್ಷಗಾನ, ಶತಕ, ಹಾಡು, ಲಾವಣಿ ಇವೇ ಮೊದಲಾದ ರೂಪದಲ್ಲಿರುವ ಇವನ ಗ್ರಂಥಗಳು ಈತನ ಸರ್ವತೋಮುಖವಾದ ಕವಿತಾಶಕ್ತಿಯನ್ನು ಸೂಚಿಸುತ್ತವೆ" ಎಂದು ಕವಿಚರಿತಕಾರರು ಹೇಳಿದ್ದಾರೆ. ಕವಿತಾಶಕ್ತಿ ಸರ್ವತೋಮುಖವಾದರೂ ಊರ್ಧ್ವಮುಖವಲ್ಲ, ಅಲ್ಲದೆ ಸಂಪ್ರದಾಯ ಶರಣವೆಂದು ತೋರುತ್ತದೆ. ೧೯ನೆಯ ಶತಕದ ಕೊನೆಯ ಭಾಗದಲ್ಲಿ ಆಗಿಹೋದ ಕವಿಗಳಲ್ಲಿ ಬಸವಪ್ಪಶಾಸ್ತ್ರಿಯ ಉಲ್ಲೇಖವನ್ನು ವಿಶೇಷವಾಗಿ ಮಾಡಬೇಕು. ಅವನು 'ಶಾಕುಂತಲ', 'ಚಂಡ ಕೌಶಿಕ', 'ಉತ್ತರರಾಮಚರಿತ', 'ಶೂರಸೇನಚರಿತ್ರೆ' ಎಂಬ ನಾಟಕಗಳನ್ನೂ 'ದಮಯಂತೀ ಸ್ವಯಂವರ' ಎಂಬ ಚಂಪುವನ್ನೂ 'ಸಾವಿತ್ರೀಚರಿತೆ' ಎಂಬ ಷಟ್ಪದಿಕಾವ್ಯವನ್ನೂ 'ನೀತಿಸಾರಸಂಗ್ರಹ' ಮತ್ತು 'ಭರ್ತೃಹರಿಶತಕ' ಎಂದು ಅನುಕ್ರಮವಾಗಿ ಕಂದವೃತ್ತಗಳನ್ನೂ ರಚಿಸಿದ್ದಾನೆ. 'ರೇಣುಕಾರ್ಯ ವಿಜಯ' ಎಂಬ ಚಂಪೂಗ್ರಂಥವನ್ನೂ ಬರೆದಂತೆ ತಿಳಿಯುತ್ತದೆ. ನಾಟಕಗಳಲ್ಲಿ ಮೊದಲಿನ ಮೂರು ಸಂಸ್ಕೃತನಾಟಕಗಳ ಭಾಷಾಂತರಗಳಿದ್ದು 'ಶೂರಸೇನಚರಿತ್ರೆ' ಶೇಕ್ಸ್‌ಪಿಯರ್ ಕವಿಯ 'ಅಥೆಲ್ಲೊ' ನಾಟಕದ ಅನುವಾದವಾಗಿದೆ. ಕನ್ನಡಸಾಹಿತ್ಯದ ಸಾವಿರಾರು ವರ್ಷಗಳ ಚರಿತ್ರೆಯಲ್ಲಿ ಸಂಸ್ಕೃತಕಾವ್ಯ ನಾಟಕಗಳ ಪ್ರಭಾವವು ನಮ್ಮ ಕವಿಗಳ ಮೇಲೆ ಆಗಿದ್ದರೂ ಅವುಗಳ ಅನುವಾದವು ಮೊದಲನೆಯದಾಗಿ 'ಮಿತ್ರವಿಂದಾ ಗೋವಿಂದಾ' ನಾಟಕದಲ್ಲಿ ಆಯಿತು. ಶಾಕುಂತಲದಂಥ ಉತ್ತಮ ನಾಟಕದ ಅನುವಾದ ವಾದದ್ದು ಬಸವಪ್ಪಶಾಸ್ತ್ರಿಯಿಂದಲೇ ಮೊದಲು. ಶೇಕ್ಸ್‌ಪಿಯರ್‌ನಂಥ ಶ್ರೇಷ್ಠ ನಾಟಕಕಾರನ ಉತ್ತಮ ದುರಂತನಾಟಕವೊಂದರ ಅನುವಾದವೂ ಅವನಿಂದಲೇ ಮೊದಲು. ಹೊಸಗನ್ನಡ ಸಾಹಿತ್ಯಕ್ಕೆ ಇಂಗ್ಲಿಷ್ ಸಾಹಿತ್ಯ ಕೊಟ್ಟ ಸ್ಫೂರ್ತಿ ಇಲ್ಲಿ ಎದ್ದುಕಾಣುತ್ತದೆ. ಬಸವಪ್ಪಶಾಸ್ತ್ರಿ ಮೇಲಾದ ಅನುವಾದಕಾರ. ಅವನ ಕವಿತಾಶಕ್ತಿ ಮತ್ತು ಪದ್ಯರಚನಾಶಕ್ತಿ ಮೇಲಾದುವು. 'ಶಾಕುಂತಲದ' ಪದ್ಯಗಳಲ್ಲಿ ಇದನ್ನು ಕಾಣಬಹುದು. ಅವನಿಗೆ 'ಅಭಿನವ ಕಾಳಿದಾಸ' ಎಂಬ ಬಿರುದು ಕಾಳಿದಾಸನ ಅನುವಾದಕಾರ ಎಂಬರ್ಥದಲ್ಲಿದ್ದರೆ ಮಾತ್ರ ಯಥೋಚಿತವಾದುದು.

೧೯ನೆಯ ಶತಮಾನದ ಕೊನೆಕೊನೆಗೆ ಉದಯವಾಗಿ ೨೦ನೆಯ ಶತಮಾನದ ಮೊದಲಲ್ಲಿ ಅಸ್ತನಾದ ಮುದ್ದಣನು ಹಳೆಯ ಮತ್ತು ಹೊಸ ಸಾಹಿತ್ಯಗಳ ಸಂಧಿಸಮಯದ ಸಂಕೇತವಾದನು. ಸೂರ್ಯಾಸ್ತದ ಹೊತ್ತಿಗೆ ಬೆಳ್ಳಗೆ ಹೊಳೆದ ಬೆಳ್ಳಿ ಸಂಜೆಯಾದೊಡನೆ ಕೆಲಕಾಲ ತಳತಳಿಸಿ ಮುಳುಗಿ ದಂತೆ ಅವನ ಅಲ್ಪಜೀವನವಾಯಿತು. ನಂದಳಿಕೆ ಲಕ್ಷ್ಮೀನಾರಾಯಣ ಮತ್ತು ಮುದ್ದಣರು ಇಬ್ಬರೂ ಬೇರೆಯೊ ಒಂದೆಯೊ ಎಂಬ ಭೇದಾಭೇದ ಚರ್ಚೆ ಹಿಂದೆ ನಡೆದು ಭೇದವು ಕವಿಮಾಯೆಯಿಂದ ಕಲ್ಪಿತವಾದದ್ದೆಂದು ತಿಳಿದು ಅಭೇದಸಿದ್ಧಾಂತವು ಈಗ ಸ್ಥಾಪಿತವಾಗಿದೆ! ಅದೀಗ ಗತಕಾಲದ ವಾದ ವಾಯಿತು. ಮುದ್ದಣನು ತನ್ನ ಮೂವತ್ತೊಂದು ವರ್ಷಗಳ ಅಲ್ಪಾಯುಷ್ಯದಲ್ಲಿ ಹತ್ತಿಪ್ಪತ್ತು ರೂಪಾಯಿ ಸಂಬಳದ ವ್ಯಾಯಾಮಶಿಕ್ಷಕನಾಗಿ ಕನ್ನಡ ವ್ಯಾಸಂಗಪರಿಣತಿಯನ್ನು ಪಡೆಯುವ ಸಾಹಸ ಮಾಡಿದ್ದಲ್ಲದೆ 'ರತ್ನಾವತೀಕಲ್ಯಾಣ', 'ಕುಮಾರವಿಜಯ' ಎಂಬ ಯಕ್ಷಗಾನ ಪ್ರಸಂಗಗಳನ್ನೂ 'ಅದ್ಭುತರಾಮಾಯಣ', 'ರಾಮಪಟ್ಟಾಭಿಷೇಕ', 'ರಾಮಾಶ್ವಮೇಧ' ಎಂಬ ಕಾವ್ಯಗಳನ್ನೂ ರಚಿಸಿ ಕನ್ನಡನುಡಿಯ ಕಣಜಕ್ಕೆ ನೀಡಿದನು. ಇದಲ್ಲದೆ 'ಗೋದಾವರಿ' ಎಂಬ ಕಾದಂಬರಿಯ ಕೆಲವು ಪರಿಚ್ಛೇದ, ಭಗವದ್ಗೀತೆ–ರಾಮಾಯಣಗಳ ಕನ್ನಡ ಅನುವಾದ, ಕಾಮಶಾಸ್ತ್ರವನ್ನು ಕುರಿತು ಗ್ರಂಥ, ಸಂಶೋಧನೆಯ ಲೇಖನ ಇವನ್ನು ಬರೆದಿದ್ದಾನೆ. ವ್ಯಾಕರಣ, ನಿಘಂಟು ಇವುಗಳಿಗೆ ಸಂಬಂಧಿಸಿದ ಗ್ರಂಥಗಳನ್ನು ಬರೆಯುವ ಯೋಜನೆ ಮಾಡಿದ್ದನಂತೆ. ಅವನು ವಿಷಮಪರಿಸ್ಥಿತಿಯೊಡನೆ ಹೋರಾಡುತ್ತ ಇನ್ನೂ ಮೇಲಾದ ಅದ್ಭುತಕಾರ್ಯಗಳನ್ನು ಮಾಡಿದರೆ ಜನ ನಂಬಲಿಕ್ಕಿಲ್ಲವೆಂದು ಭಾವಿಸಿಯೊ ಏನೋ ಮೃತ್ಯು ಅವನನ್ನು ಬೇಗ ಅಪ್ಪಿಕೊಂಡಿತು.

ಮುದ್ದಣನ ಜೀವನಚರಿತ್ರೆಯಲ್ಲಿ ನಮ್ಮ ಕನಿಕರ–ಕೈವಾರಗಳನ್ನು ಸೆಳೆದುಕೊಳ್ಳುವ ವಿಶೇಷವಿದೆ.

ಆದರೂ ಅವನ ಗ್ರಂಥಗಳ ವಿಮರ್ಶೆಯಲ್ಲಿ ನಾವು ಮೈಮರೆಯಕೂಡದು. ಅವನ ಮೇಲೆ ಹಳೆಯ ಕಾವ್ಯದ ಸಂಸ್ಕಾರಗಳಾದಂತೆ ಹೊಸ ಪಾಶ್ಚಾತ್ಯ ಪದ್ಧತಿಯ ಸಾಹಿತ್ಯದ ಸಂಸ್ಕಾರಗಳೂ ಆದುವು. ಬಿ. ವೆಂಕಟಾಚಾರ್ಯರ ಕಾದಂಬರಿಗಳನ್ನು ಅವನು ಓದಿಕೊಂಡಿದ್ದನು. ಹಳೆಯ ತಂತ್ರ, ಹೊಸ ಮಂತ್ರ ಎರಡೂ ಅವನನ್ನು ಆಕರ್ಷಿಸಿದ್ದುವು, ಇನ್ನೂ ಹೆಚ್ಚಾದ ಇಂಗ್ಲಿಷ್ ಶಿಕ್ಷಣವನ್ನು ಪಡೆದಿದ್ದರೆ ಮತ್ತು ತನಗೆ ತೋರಿದಂತೆ ಬರೆದರೆ ಅಂದಿನ ಕನ್ನಡ ನಾಡಿನಲ್ಲಿ ಮನ್ನಣೆ ದೊರೆಯಬಹುದೆಂಬ ನಂಬಿಕೆ ಅವನಲ್ಲಿ ಹುಟ್ಟಿದ್ದರೆ ಅವನು ಹೊಸ ತಂತ್ರ, ಹೊಸ ಶೈಲಿಗಳನ್ನು ಅಂಗೀಕರಿಸಿ ಸ್ವತಂತ್ರ ನಿರ್ಮಾಣವನ್ನು ಮಾಡಬಹುದಾಗಿತ್ತು. ಆದರೆ ಅವೆರಡೂ ಅಂದಿನ ಪರಿಸ್ಥಿತಿಯಲ್ಲಿ ಸಾಧ್ಯವಿರಲಿಲ್ಲ. ಅಪರಿಹಾರ್ಯವಾಗಿ ಅವನು ಹಳೆಯ ತಂತ್ರವನ್ನು ಸ್ವೀಕರಿಸಿದನು. ಅದರಲ್ಲಿ ಸಾಧ್ಯವಾದಷ್ಟು ಹೊಸ ಮಂತ್ರವನ್ನು ಊದಿದನು.

ಅವನ 'ಅದ್ಭುತರಾಮಾಯಣ'ವು ಶಾಕ್ತಸಂಪ್ರದಾಯದ ರಾಮಾಯಣಕಥೆಯನ್ನು ಗದ್ಯದಲ್ಲಿ ಸಂಗ್ರಹಗೊಳಿಸಿದೆ. ವ್ಯಾಯಾಮಶಿಕ್ಷಕನು ಅಂಗಸಾಧನೆಯಲ್ಲಿ ಕೆಲವು ಬೈಠಕುಗಳನ್ನು ಮಾಡಿನೋಡು ವಂತೆ ಮುದ್ದಣನು ಇದರಲ್ಲಿ ತನ್ನ ನುಡಿಬಲ್ಮೆಯನ್ನೂ ಸಂಗ್ರಹಚಾತುರ್ಯವನ್ನೂ ಅರಿತುಕೊಳ್ಳಲು ಹವಣಿಸಿದ್ದಾನೆ. ರೀತಿಪ್ರಧಾನವಾದ ಚಿಕ್ಕ ಗ್ರಂಥವಿದು. ಮೂಲದಲ್ಲಿದ್ದ ವಸ್ತು, ಪಾತ್ರಗಳನ್ನು ಅವನು ಇದ್ದಂತೆ ಎತ್ತಿಕೊಂಡಿದ್ದಾನೆ. ವ್ಯತ್ಯಾಸ ಮಾಡುವ ಉದ್ದೇಶವು ಅವನಲ್ಲಿಲ್ಲ. ನೀರಸವಾದ ಭಾಗಗಳನ್ನು ಬಿಟ್ಟು ಅವಶ್ಯವಾದುವುಗಳನ್ನು ಸಂಕ್ಷೇಪಿಸಿ ಮುಖ್ಯವಾದ ಕಥಾನಕವನ್ನು ಮೂಲದಂತೆ ಸ್ವಾರಸ್ಯವಾಗಿ ಅನುವಾದ ಮಾಡುವುದು ಅವನ ಉದ್ದೇಶವಿತ್ತು. ಅದು ಕೈಗೂಡಿದೆಯೆನ್ನಬೇಕು. ಆದರೆ ಇದು 'ಸುಂದರವಾದ ವಚನಕಾವ್ಯ' ಎನ್ನಲು ನಾವು ಸಿದ್ಧರಿಲ್ಲ. "ಈ ವಚನಕಾವ್ಯ ಉತ್ತಮ ವಾದ ಕೆಲವು ಕಥೆಗಳನ್ನು ಒಳಗೊಂಡಿರುವುದರಿಂದ ಓದುವುದಕ್ಕೆ ತುಂಬ ಸೊಗಸಾಗಿದೆ. ಮುದ್ದಣನ ಅದ್ಭುತರಾಮಾಯಣವನ್ನು ಓದುತ್ತಿದ್ದರೆ ಆಧುನಿಕ ಸಣ್ಣ ಕಥೆಗಳನ್ನು ಓದುತ್ತಿರುವಂತೆ ನಮಗೆ ಭಾಸವಾಗುತ್ತದೆ"[1] ಎಂಬ ಪ್ರಶಂಸೆ ಹೆಚ್ಚೆಂದು ನಮಗೆ ತೋರುತ್ತದೆ. ಆದರೆ ಗುಣಭಾಗವೆಲ್ಲ ಚೊಕ್ಕಟವಾದ, ಬಿಗಿಯಾದರೂ ತಿಳಿಯಾದ ಹಳಗನ್ನಡ ಗದ್ಯದಲ್ಲಿದೆ. ಅಲ್ಲಲ್ಲಿ ಕವಿಗೆ ತಿಳಿದೋ ತಿಳಿಯದೆಯೋ ಹೊಸಗನ್ನಡ ಪ್ರಯೋಗಗಳು ಬಂದಿವೆ. ಚಿಕ್ಕ ಚಿಕ್ಕ ವಾಕ್ಯಗಳು ಹೊಸ ಗದ್ಯದ ಗುರುತಾಗಿ ಮೆರೆಯುತ್ತವೆ. ತದ್ಭವಗಳ ಅತಿರೇಕ, ಪ್ರಾಸದ ಆಡಂಬರ, ಅಚ್ಚಗನ್ನಡದ ಹುಚ್ಚು ಆವೇಶ ಒಮ್ಮೊಮ್ಮೆ ಈ ಶೈಲಿಯನ್ನು ಕೃತಕಗೊಳಿಸಿದರೂ ಮುದ್ದಣನು ತನ್ನದೇ ಆದ ಪ್ರೌಢ ಮತ್ತು ಪ್ರಸನ್ನಗದ್ಯದ ಹೊಳಹನ್ನು ಹಾಕುತ್ತಿದ್ದನೆಂದು ತಿಳಿಯಬೇಕು.

'ರಾಮಪಟ್ಟಾಭಿಷೇಕ'ವು ಮುದ್ದಣನ ಒಂದೇ ಒಂದಾದ ಪದ್ಯಕಾವ್ಯ. ಇದನ್ನು ವಾರ್ಧಕಷಟ್ಪದಿ ಯಲ್ಲಿ ಬರೆಯಲಾಗಿದೆ. ವನವಾಸದಿಂದ ಮರಳಿ ಬಂದ ಮೇಲೆ ಜರುಗಿದ ರಾಮಪಟ್ಟಾಭಿಷೇಕವೇ ಇದರ ವಿಷಯ. ಇದರಲ್ಲಿ ಕಥಾಭಾಗ ಕಡಿಮೆ, ವರ್ಣನಾಭಾಗವೇ ಹೆಚ್ಚು. ರಾಮನ ನಿರೀಕ್ಷೆಯನ್ನು ಮಾಡುತ್ತಿರುವ ಭರತನ ಪ್ರೇಮಾದರ, ಉತ್ಸುಕತೆ, ಸಂಭ್ರಮ ಇವುಗಳ ಚಿತ್ರ ಸೊಗಸಾಗಿದೆ. 'ರಾಮ ನಾಮಾಮೃತದ ಬಿಂದಿಗೆ'ಯೆಂಬುದು ಸಾರ್ಥಕವಾಗುವಂತೆ ರಾಮಭಕ್ತಿ, ನಾಮಸ್ಮರಣೆಗಳಿಗೆ ಇದರಲ್ಲಿ ಪ್ರಾಮುಖ್ಯ ಬಂದಿದೆ. ವರ್ಣನೆಗಳಲ್ಲಿ ಸಮುದ್ರವರ್ಣನೆಗಳು, ರಾಮನು ಹಿಂದೆ ಸಂದರ್ಶಿಸಿದ ಸ್ಥಳ ಗಳ ವರ್ಣನೆ ಮುಂತಾದುವು ಚಮತ್ಕೃತಿಪ್ರಧಾನವಾಗಿ ಬಂದಿವೆ. "ಅದರಲ್ಲಿ ಸುಲಭತೆಯಿರುವಂತೆ ಕ್ಲಿಷ್ಟತೆಯೂ ಇರುವುದು, ಶಬ್ದಚಮತ್ಕಾರಗಳಿರುವಂತೆ ಅರ್ಥಚಮತ್ಕಾರಗಳೂ ಕಂಡುಬರುವುವು"[2] ಎಂಬ ಹೇಳಿಕೆ ಸರಿಯಾಗಿದೆ. ಒಟ್ಟಿನಲ್ಲಿ ಗದ್ಯಕಥೆ ಬರೆಯುವ ವಿಷಯದಲ್ಲಿ 'ಅದ್ಭುತ ರಾಮಾಯಣ'ವು ಒಂದು ಕವಿತಾಪ್ರಯೋಗವಾದಂತೆ ಪದ್ಯಕಾವ್ಯದಲ್ಲಿ ಇದು ಪ್ರಯೋಗವಾಗಿದೆ. ಕ್ರಮೇಣ ಬೆಳೆಯುತ್ತಿರುವ ಮುದ್ದಣನ ಪ್ರತಿಭೆ, ಪಳಗುತ್ತಿರುವ ಶೈಲಿ ಇವುಗಳಿಗಾಗಿ ಇಲ್ಲಿ ಸಾಕ್ಷ್ಯಗಳು

ದೊರೆಯುತ್ತಿರುತ್ತವೆ. ಆದರೆ ಪಾಂಡಿತ್ಯ-ಚಮತ್ಕೃತಿಗಳ ವ್ಯಾಮೋಹವು ಅವನನ್ನು ಬಿಡಲೊಲ್ಲದು ಎಂಬುದನ್ನು ಇಲ್ಲಿ ಕಾಣಬಹುದು.

'ರಾಮಾಶ್ವಮೇಧ'ವು ಮುದ್ದಣನ ಮೂರನೆಯ ಮತ್ತು ಕೊನೆಯ ಕಾವ್ಯ. ಮೊದಲಿನೆರಡರಲ್ಲಿ ಹೇಗೋ ಹಾಗೇ ಇಲ್ಲಿಯೂ ರಾಮಾಯಣಕ್ಕೆ ಸಂಬಂಧಿಸಿದ ಕಥಾನಕವಿರುತ್ತದೆ. 'ಅದ್ಭುತರಾಮಾಯಣ'ದಲ್ಲಿ ಅಂಗಸಾಧನೆ ಮಾಡಿದ ಗದ್ಯವು ಇಲ್ಲಿ ಪಳಗಿದ ಜಟ್ಟಿಯಂತಾಗಿದೆ. 'ರಾಮಪಟ್ಟಾಭಿಷೇಕ'ದಲ್ಲಿ ತೋರಿದ ಕಲ್ಪನಾಚಮತ್ಕೃತಿ ಅಲ್ಲಿ ಸ್ವಚ್ಛಂದವಾಗಿ ವಿಹರಿಸುತ್ತದೆ. ಪದ್ಮಪುರಾಣದಲ್ಲಿಯ 'ಶೇಷರಾಮಾಯಣ'ವೇ ಇದರ ಮುಖ್ಯಕಥಾನಕಕ್ಕೆ ಆಕರವಾಗಿದೆ. ಸಾಮಾನ್ಯವಾಗಿ ಕಥಾಸಂಗತಿಗಳಲ್ಲಿ ಇದಕ್ಕೂ ಮೂಲಕ್ಕೂ ಭೇದವು ಕಡಿಮೆ. ಇರುವ ಭೇದವೆಲ್ಲ ಸೃಷ್ಟಿವರ್ಣನೆ, ಕಥಾಕ್ರಮ, ವಸ್ತುವಿಸ್ತರ ಹಾಗೂ ಮುಖ್ಯವಾಗಿ ಮುದ್ದಣ-ಮನೋರಮೆಯರ ಸರಸದಾಂಪತ್ಯದ ಸಂವಾದಸ್ವಾರಸ್ಯದ ಹೊರಕಟ್ಟು ಇವುಗಳಲ್ಲಿರುತ್ತದೆ. "ಓವೊ ಕಾಲಪುರುಷಂಗೆ ಗುಣಮಣಮಿಲ್ಲಂ ಗಡ" ಎಂದು ಕಥಾಮುಖವು ಆರಂಭವಾಗಲು ವಾಚಕರು ಅದರ ನವೀನತೆಯಿಂದ ಚಕಿತರಾಗುತ್ತಾರೆ. ದೇವತಾಪ್ರಾರ್ಥನೆ, ಗುರುಸ್ತುತಿ, ಕುಕವಿನಿಂದೆ, ಆತ್ಮಸ್ತುತಿ, ಇವು ಯಾವುವೂ ಇಲ್ಲದೆ ಮಳೆಗಾಲದ ವರ್ಣನೆಯ ಸ್ವತಂತ್ರ ರೂಪಕದಲ್ಲಿ ಮೊದಲಾಗುವ ಈ ಗದ್ಯಕಾವ್ಯ ಕ್ರಾಂತಿಕಾರಕವೆಂದು ತೋರುತ್ತದೆ. ಮುದ್ದಣ-ಮನೋರಮೆಯರ ಸಂವಾದವು ಆಮೇಲೆ ನಗೆಯ ತೆರೆತೆರೆಗಳನ್ನು ಎಬ್ಬಿಸಲು ಕವಿಯ ಬಗ್ಗೆ ಹೆಮ್ಮೆ ಇನ್ನೂ ಹೆಚ್ಚುತ್ತದೆ. ಶೈಲಿಯೆಲ್ಲ ಹಳೆಯದಾದರೂ ಮುದ್ದಣನು ಹೊಸ ಮಂತ್ರವನ್ನು ಅರಿತ ಮಾಂತ್ರಿಕನಾಗಿದ್ದನೆಂದು 'ರಾಮಾಶ್ವಮೇಧ'ದ ಈ ಭಾಗ ಸಾರುತ್ತದೆ. ಮುಂದೆಯೂ ಈ ದಂಪತಿಗಳ ಸಂಭಾಷಣೆಗಳು ಬಂದಲ್ಲೆಲ್ಲ ಮೋಹಕವಾಗಿವೆ. ಪೌರಾಣಿಕ ಕಥಾನಕಕ್ಕೆ ಮುದ್ದಣನು ಕೊಟ್ಟ ಈ ಪರಿವೇಶವನ್ನು ನೋಡಿದರೆ ನಿಜವಾಗಿಯೂ ಕನ್ನಡ ಕಾವ್ಯಸೃಷ್ಟಿಗೆ ಅಚ್ಚಹೊಸಬರಾದ ರಸಿಕದಂಪತಿಗಳನ್ನು ಕವಿ ಮತ್ತು ಪಾಠಕಿಯರನ್ನಾಗಿ ನಿರ್ಮಿಸಿ ಮುದ್ದಣನು ಕತೆಯಲ್ಲಿ ಹೊಸ ಜೀವವನ್ನು ತುಂಬಿರುವನೆಂದು ತೋರುತ್ತದೆ. ಆದರೆ ಕತೆಯ ಉದ್ದಳತೆಯಲ್ಲಿ ಇದರ ಆಳವು ತೀರ ಕಡಿಮೆಯಾಗಿರುವಾಗ ಮುಖ್ಯ ಕಥೆಯ ಕಲೆ ಸಾಂಪ್ರದಾಯಿಕವಾಗಿ ಸಾಮಾನ್ಯ ಕೌಶಲದಿಂದ ಕೂಡಿರುವಾಗ, ಇಡಿಯ ಕಥಾರಚನೆ ಗುಣಪೂರ್ಣವೆಂದಾಗಲಿ ಉಜ್ವಲವೆಂದಾಗಲಿ ಹೇಳುವುದು ಸಾಧ್ಯವಿಲ್ಲ. ಪಾತ್ರದೃಷ್ಟಿಯಿಂದ ಕಥೋಪಕಥೆಗಳ ಓಟದಲ್ಲಿ ವ್ಯಕ್ತಿಗಳನ್ನು ಕಡಿಕಡಿದು ಚಿತ್ರಿಸುವ ಪುರಾಣವೃತ್ತಿ ಬಹುಭಾಗದಲ್ಲಿ ತೋರಿದೆಯಾದರೂ ರಾಮ-ಸೀತೆ, ಮುದ್ದಣ-ಮನೋರಮೆ ಈ ಹಳೆಯ ಹಾಗೂ ಹೊಸ ಆದರ್ಶದಂಪತಿಗಳ ವಿಷಯದಲ್ಲಿ ಕವಿ ಒಂದು ಪಾತ್ರಕಲ್ಪನೆಯನ್ನು ಪೂರ್ಣಗೊಳಿಸಲು ಪ್ರಯತ್ನಿಸಿರುವನು. ರಾಮನ ಪಾತ್ರನಿರ್ಮಾಣ ಮಾತ್ರ ತುಂಬ ವಾದಗ್ರಸ್ತವಾಗಿದೆ. ಸೀತಾಪರಿತ್ಯಾಗದ ಸಂದರ್ಭದಲ್ಲಿ ಅವನನ್ನು ಸಮರ್ಥಿಸುವುದು ಯಾವ ಕವಿಗೂ ಕಷ್ಟ. ಮುದ್ದಣನು ಅವನಲ್ಲಿ ಮಿಕ್ಕಿದ ವಿಕಾರವಶತೆಯನ್ನೂ ಸಲ್ಲದ ನಿಷ್ಠುರತೆಯನ್ನೂ ಆರೋಪಿಸಿ ಅವನಿಗೂ ಸೀತೆಗೂ ಕೂಡಿಯೆ ಅನ್ಯಾಯ ಮಾಡಿದ್ದಾನೆ. ಅಲ್ಲದೆ ರಾಮನೂ ಒಮ್ಮೆ ದೇವ ಮತ್ತೊಮ್ಮೆ ಮಾನವನಾಗಿ ಅಸ್ಥಿರವಾದ ಅಸಂಗತವಾದ ವ್ಯಕ್ತಿತ್ವವನ್ನು ತೋರುತ್ತಾನೆ. ಸೀತೆಯ ಸ್ವಭಾವಚಿತ್ರವು ಮಾತ್ರ ಇಲ್ಲಿ ಬಂದಿರುವಷ್ಟು ಸಮರ್ಪಕವಾಗಿದೆ.

"ಕರ್ಮಣಿಸರದೊಳ್ ಚೆಂಬವಳಮಂ ಕೋದಂತಿರೆ ರಸಮೊಸರೆ ಲಕ್ಕಣಂ ಮಿಕ್ಕಿರೆ ಎಡೆಎಡೆಯೊಳ್ ಸಕ್ಕದದ ನಲ್ನುಡಿ ಮೆಡೆಯೆ ತಿರುಳ್ಗನ್ನಡದೊಳೆ ಕತೆಯನುಸಿರ್ವೆಂ' ಎಂದು ಮುದ್ದಣನು ತನ್ನ ಹೃದ್ಯವಾದ ಗದ್ಯಶೈಲಿಯ ಆದರ್ಶವನ್ನು ಸಾರಿದ್ದಾನೆ. ಈ ತಿರುಳ್ಗನ್ನಡವು ಅವನಿಗೆ ಬಹುಮಟ್ಟಿಗೆ ಸಾಧಿಸಿದೆ. ಆದರೂ ನಿಷ್ಕಾರಣವಾದ ಸಂಸ್ಕೃತ, ಕ್ಲಿಷ್ಟವಾದ ಕನ್ನಡ ಇವುಗಳಿಂದ ಅವನಿಗೆ ಒಂದೇ ಸಮನಾದ ಸಿದ್ಧಿ ದೊರೆತಿಲ್ಲ. 'ಸಾಮಾನ್ಯ ಚಿತ್ರಕ್ಕೆ ಸುವರ್ಣದ ಚೌಕಟ್ಟು' ಎಂಬ ಎಸ್. ವಿ. ರಂಗಣ್ಣನವರ ತೀರ್ಮಾನವು 'ರಾಮಾಶ್ವಮೇಧ'ಕ್ಕೆ ಒಟ್ಟಿನಲ್ಲಿ ಸರಿಹೋಗುತ್ತದೆ. ಆದರೆ ಸಾಮಾನ್ಯ

ಚಿತ್ರದಲ್ಲಿಯೂ ಅಲ್ಲಲ್ಲಿ ಮಿನುಗುತ್ತಿರುವ ಸುವರ್ಣದ ಗೆರೆಗಳನ್ನು ನೋಡಿ ನಾವು ಮುಗ್ಧರಾಗಬೇಕು.

ಮುದ್ದಣನು ಮಹಾಕವಿಯೇ ?— ಎಂಬ ಪ್ರಶ್ನೆಗೆ ಉತ್ತರಗಳು ಒಂದೇ ರೀತಿಯಾಗಿಲ್ಲ. 'ರಾಮಾಶ್ವಮೇಧ'ದಲ್ಲಿಯ ಸಮಯಸ್ವತಂತ್ರವಾದ ವರ್ಷಾರಂಭಚಿತ್ರದಲ್ಲಿಯ ಕಲ್ಪನಾವೈಭವ, ಕನ್ನಡಕ್ಕೆ ನವೋನವವಾದ ಮುದ್ದಣ–ಮನೋರಮೆಯರ ಸಂವಾದಪರಿವೇಶ, ಅಲ್ಲಲ್ಲಿ ಅನೂನವಾಗಿ ಸಹಜಲೀಲೆಯಿಂದ ಸೊಲ್ಲುವ ತಿರುಳ್ಗನ್ನಡ ಇವು ಮಹಾಕವಿಯೋಗ್ಯವಾಗಿವೆ. ಅವನಲ್ಲಿ ಮಹಾಕವಿಯ ಅಂಶವಿದೆಯಾದರೂ ಒಟ್ಟಿನಲ್ಲಿ ಅವನು ಸತ್ಕವಿಯಾಗಿ ತನ್ನ ಕೃತಿಗಳಲ್ಲಿ ತೋರಿದ್ದಾನೆ. ತನ್ನ ಅಲ್ಪಾಯುಷಿಯಾದ ಬಾಳಿನಲ್ಲಿ, ದಿನದಿನದ ಜೀವನಕಲಹದಲ್ಲಿ ಅವನು ಈ ನೆಲೆಯನ್ನು ಮುಟ್ಟಿ ಮೆರೆದದ್ದು ಸೋಜಿಗವೇ ಸರಿ.

## ಟಿಪ್ಪಣಿಗಳು

1. ಎಸ್. ವಿ. ಪರಮೇಶ್ವರಭಟ್ಟ : 'ಅದ್ಭುತರಾಮಾಯಣ', ಪೀಠಿಕೆ, ಪು. ೪೦.
2. ಮ. ಪ್ರ. ಪೂಜಾರ : ರಾಮಪಟ್ಟಾಭಿಷೇಕ ('ಮುದ್ದಣ', ಪು. ೩೧).

## ಸಮಾರೋಪ

# ಕನ್ನಡ ಸಾಹಿತ್ಯದ ವೈಲಕ್ಷಣ್ಯಗಳು

ಈವರೆಗೆ ಕನ್ನಡ ಸಾಹಿತ್ಯದ ಚಾರಿತ್ರಿಕ ಸಮೀಕ್ಷೆಯನ್ನು ಮಾಡಿದ್ದಾಯಿತು. ಎಷ್ಟು ಸಂಗ್ರಹವೆಂದರೂ ಈ ಸಮೀಕ್ಷೆ ವಿಸ್ತಾರವಾಯಿತೆಂಬುದು ನಿಜ. ಸಾವಿರಾರು ವರ್ಷಗಳ ಕಾಲವೀಧಿಯಲ್ಲಿ ಹಾಯ್ದು ಹೋದ ಸಾವಿರಾರು ಗ್ರಂಥಕಾರರಲ್ಲಿ ಕೆಲವರ ಮುಖಪರಿಚಯವನ್ನಾದರೂ ಮಾಡಿಕೊಡುವುದು ನಮ್ಮ ಉದ್ದೇಶವಾಗಿತ್ತು. ಅದರೊಡನೆ ಅವರಲ್ಲಿ ಗಣ್ಯರಾದ ಗ್ರಂಥಕಾರರ ವಿಷಯವಾಗಿ ಸಾಧ್ಯವಾದಷ್ಟು ವಿಮರ್ಶನಸಾಮಗ್ರಿಯನ್ನು ಒದಗಿಸಬೇಕೆಂದೂ ನಮ್ಮ ಸಂಕಲ್ಪವಿತ್ತು. ಇವೆರಡೂ ತಕ್ಕ ಮಟ್ಟಿಗೆ ಕೈಗೂಡಿವೆಯೆಂದು ವಾಚಕರಿಗೆ ತೋರಿದರೆ ಈ ಶ್ರಮ ಸಫಲವಾಗುತ್ತದೆ.

ಕನ್ನಡ ಸಾಹಿತ್ಯದ ಕಾಲವಿಸ್ತಾರ ಬೆರಗುಗೊಳಿಸುವಂಥದು. ಗ್ರಂಥಕಾರರ ಮತ್ತು ಗ್ರಂಥಗಳ ಸಂಖ್ಯೆ ಸಹ ಎದ್ದುಕಾಣುವಂಥದು. 'ಕವಿಚರಿತೆ'ಯ ಮೂರು ಸಂಪುಟಗಳು ಸೇರಿ ಗ್ರಂಥಕರ್ತರ ಸಂಖ್ಯೆ ೧೧೪೮ ಎಂದು ಕವಿಚರಿತಕಾರರು ಲೆಕ್ಕಮಾಡಿ ತಿಳಿಸಿದ್ದಾರೆ. ಇದರಲ್ಲಿ ಕೆಲವು ಬರಿ ಹೆಸರುಗಳಾಗಿರಬಹುದು. ಇನ್ನು ಕೆಲವು ಹೆಚ್ಚಿನ ಬರವಣಿಗೆಯಿಲ್ಲದ ಹೆಸರುಗಳಾಗಿರಬಹುದು. ಇಂಥವನ್ನು ತೆಗೆದು ಆಮೇಲಿನ ಸಂಶೋಧನೆಯಿಂದ ಕಂಡುಹಿಡಿದ ಕೆಲವನ್ನು ಕೂಡಿಸಿದರೆ ಸುಮಾರು ಒಂದು ಸಾವಿರದಷ್ಟು ಜನ ಗ್ರಂಥಕರ್ತರು ಆಗುತ್ತಾರೆ. ಯಾವ ಸಾಹಿತ್ಯದ ಮೇಲ್ಮೆಯೂ ಕಾಲವಿಸ್ತಾರ ಇಲ್ಲವೆ ಗ್ರಂಥಕರ್ತರ ವಿಪುಲಸಂಖ್ಯೆಯ ಮೇಲೆ ನಿರ್ಣಯವಾಗುವುದಿಲ್ಲ. ಆದರೆ ಅದರಿಂದ ತಿಳಿಯುವ ಪರಂಪರೆಯ ಸುದೀರ್ಘತೆಯನ್ನೂ ಗಾಢಸಂಸ್ಕಾರವನ್ನೂ ಅಲ್ಲಗಳೆಯಲಾಗದು. ಕನ್ನಡ ಸಾಹಿತ್ಯಕ್ಕೆ ಇಂಥ ಪರಂಪರೆಯಿದೆ, ಅದು ದೃಢಮೂಲವಾಗಿದೆ ಎಂಬುದನ್ನು ನೆನೆಯಬೇಕು. ಸಂಸ್ಕೃತ ಮತ್ತು ತಮಿಳುಗಳ ತರುವಾಯ ಭಾರತ ದೇಶದಲ್ಲಿ ಕನ್ನಡ ಭಾಷೆ–ಸಾಹಿತ್ಯಗಳಿಂದ ಪ್ರಾಚೀನವೂ ಸಂಪನ್ನವೂ ಆದ ಪರಂಪರೆಯಿದೆ ಎಂಬುದು ಚಾರಿತ್ರಿಕಸತ್ಯ.

ಕನ್ನಡ ಸಾಹಿತ್ಯದ ವೈಲಕ್ಷಣ್ಯಗಳೇನು ? ವೈಲಕ್ಷಣ್ಯವೆಂಬುದಾದರೂ ಅದಕ್ಕೆ ಇದೆಯೆ ? — ಈ ಪ್ರಶ್ನೆ ಸಾಹಿತ್ಯಚರಿತ್ರೆಯ ಅಭ್ಯಾಸಕನಿಗೆ ಉಂಟಾದರೆ ಅದು ಸಹಜ. ಈ ಸಾಹಿತ್ಯದ ಸ್ಫೂರ್ತಿಕೇಂದ್ರಗಳನ್ನೂ ಆಕರಗಳನ್ನೂ ನೋಡಿದಲ್ಲಿ ಇದರ ಬಹುಭಾಗ ಅನುಕರಣಶೀಲವಾದದ್ದೆಂದು ತೋರಬಹುದು. ಇದನ್ನು ನಾವು ಅಭಿಪ್ರಾಯವೆಂದು ಮಾಡಿಕೊಂಡರೆ ಅರ್ಧಸತ್ಯವನ್ನು ಸಂಪೂರ್ಣಸತ್ಯವೆಂದು ತಿಳಿದುಕೊಂಡಂತಾಗುತ್ತದೆ.

ಶ್ರೀಯವರು ಹೇಳಿದಂತೆ "ಕನ್ನಡ ಸಾಹಿತ್ಯಕ್ಕೆ ಸಂಸ್ಕೃತ ಸಾಹಿತ್ಯವೇ ಪ್ರೇರಕ, ಪೋಷಕ, ಗುರು"[1] ಎಂಬುದು ದಿಟ. ಆದರೆ ಗುರುವಿನಿಂದ ಪ್ರೇರಣೆ–ಪೋಷಣೆಯನ್ನು ಪಡೆದ ಸತ್ ಶಿಷ್ಯನು ತನ್ನ ರೀತಿಯಲ್ಲಿ ಬೆಳೆದು ಸ್ವತಂತ್ರ ವ್ಯಕ್ತಿಯಾಗುತ್ತಾನೆ. ಹಾಗೆ ಕನ್ನಡ ಸಾಹಿತ್ಯವು ಸಂಸ್ಕೃತ ಸಾಹಿತ್ಯದಿಂದ ಪ್ರಾರಂಭದಿಂದಲೂ ಅನೇಕಾಂಶಗಳಲ್ಲಿ ಸ್ಫೂರ್ತಿ ಹೊಂದಿರುವುದಾದರೂ ತನ್ನ ಸ್ವತಂತ್ರ ವಿಕಾಸದಿಂದ ವೈಲಕ್ಷಣ್ಯವನ್ನು ಪಡೆದಿರುತ್ತದೆ. ಕನ್ನಡ ನುಡಿಗೆ ದ್ರಾವಿಡ ಮೂಲದಿಂದ ಬಂದ ತನ್ನದೆಂಬ ಸೊತ್ತಿದೆ. ಕನ್ನಡ ಜನದ ಬಾಳಿಗೆ ಅದೇ ಬಗೆಯ ತನ್ನತನವಿದೆ. ಸಂಸ್ಕೃತದ ಪ್ರಭಾವಗಳು ಎಷ್ಟು ಪರಿಯಿಂದ ಆವರಿಸಿದರೂ ಈ ಮೂಲಸತ್ವವನ್ನು ಅವು ನಷ್ಟಗೊಳಿಸಲಿಲ್ಲ. ಕನ್ನಡದ ಬೇರಿಗೆ ಸಂಸ್ಕೃತದ ನೀರು ಬಿದ್ದು ಒಂದು ವಿಶಿಷ್ಟವಾದ ಸಂಸ್ಕೃತಿಯ ಮರವು ಮೊಳೆತು ಬೆಳೆಯಿತು. ದಕ್ಷಿಣ ಭಾರತದಲ್ಲಿಯ ಇತರ ದ್ರಾವಿಡ ಭಾಷೆಗಳಿಗೆ ಅವುಗಳ ರೀತಿಯಲ್ಲಿ

ಈ ಸಂಮಿಳನ, ಅದರ ಫಲವಾದ ಸಂತಾನ ತೋರಿದೆ. ಒಟ್ಟಿನಲ್ಲಿ ಕನ್ನಡ ಸಾಹಿತ್ಯದ ವೈಲಕ್ಷಣ್ಯವು ಕನ್ನಡ ನಾಡು–ನುಡಿಗಳಿಗೆ ವಿಶಿಷ್ಟವಾಗಿ ಫಲಿಸಿದ ಆರ್ಯ–ದ್ರಾವಿಡ ಅಂಶಗಳ ಸಂಗಮದಿಂದ ಪ್ರಾಪ್ತವಾದ ಸಮಗ್ರತೆಯಲ್ಲಿದೆ ಎಂದು ಅರಿಯಬೇಕು.

ಬಿಡಿಯಾಗಿ ನೋಡಿದರೆ ಕನ್ನಡ ಸಾಹಿತ್ಯದ ಪ್ರಮುಖವಾದ ವೈಲಕ್ಷಣ್ಯವೆಂದರೆ ಅಭಿವ್ಯಕ್ತಿ ಹೊಂದಿದ ಮತಪಂಥಗಳ ವೈವಿಧ್ಯ ಮತ್ತು ಅವುಗಳ ಅನ್ಯೋನ್ಯ ಸಂಪರ್ಕ ಮತ್ತು ಸಂಘರ್ಷಗಳಿಂದ ಉಂಟಾದ ನವೀನ ಸಾಮರಸ್ಯ. ಕನ್ನಡ ಸಂಸ್ಕೃತಿಯ ವೈಲಕ್ಷಣ್ಯವೆಲ್ಲ ಕನ್ನಡ ಸಾಹಿತ್ಯದಲ್ಲಿ ಮೂಡಿದೆ. ವೈದಿಕ ಪರಂಪರೆಯ ಶೈವ, ವೈಷ್ಣವ ಭಕ್ತಿಮಾರ್ಗಗಳು, ಆಮೇಲೆ ತಲೆದೋರಿದ ಶಾಂಕರ, ರಾಮಾನುಜ, ಮಾಧ್ವ ಮತತ್ರಯಗಳು ಇವಕ್ಕೆಲ್ಲ ಕನ್ನಡ ಸಾಹಿತ್ಯ ವಾಣಿಯಾಗಿದೆ. ಶಾಂಕರ ಮತದಲ್ಲಿ ವಿಷ್ಣುಭಕ್ತಿ ಸೇರಿ ರೂಪಗೊಂಡ ಸ್ಮಾರ್ತಭಾಗವತ ಸಂಪ್ರದಾಯ, ರಾಮಾನುಜಮತದ ವರ್ಣವ್ಯವಸ್ಥೆಯಲ್ಲಿ ಸಮನ್ವಯಗೊಳಿಸಿದ ಸಮಾನಭಾವ ಮತ್ತು 'ಉಭಯವೇದಾಂತ', ಮಾಧ್ವಮತದ ತಾರತಮ್ಯ ಕ್ರಮದಲ್ಲಿ ಸೇರಿದ ಶಿವಭಕ್ತಿ ಮತ್ತು ಯಜ್ಞಯಾಗಗಳಲ್ಲಿ ಹಿಂಸೆಯ ತ್ಯಾಗ— ಇವು ಕನ್ನಡ ನಾಡಿನಲ್ಲಿ ನಡೆದ ವೈದಿಕ, ಅವೈದಿಕ ಮತಪಂಥಗಳ ಮಂಥನದಿಂದ ಹೊರಪಟ್ಟ ಸಮನ್ವಯದ ಗುರುತುಗಳಾಗಿವೆ. ಪ್ರತ್ಯೇಕವಾಗಿ ಇವುಗಳಲ್ಲಿ ಕೆಲವು ಬೇರೆ ಕಡೆಗೂ ಕಾಣಬಹುದು. ಆದರೆ ಸಮದೃಷ್ಟಿಯಲ್ಲಿ ಕನ್ನಡ ಸಂಸ್ಕೃತಿ ಮತ್ತು ಸಾಹಿತ್ಯದ ವೈಲಕ್ಷಣ್ಯವನ್ನು ಇವು ಎತ್ತಿತೋರುತ್ತವೆ. ಇವುಗಳಲ್ಲದೆ ವೈದಿಕ ಪರಂಪರೆಗೆ ಸಂಬಂಧವಿಲ್ಲದ ಮತ್ತು ಅದಕ್ಕೆ ವಿರೋಧಿಯಾದ ಬೌದ್ಧ ಮತ್ತು ಜೈನಮತಗಳು ಬಹುಪ್ರಾಚೀನಕಾಲದಿಂದ ಈ ನಾಡಿನಲ್ಲಿ ಕಾಲಿಟ್ಟು ತಮ್ಮ ವರ್ಚಸ್ಸನ್ನು ಬೀರತೊಡಗಿದುವು. ಬೌದ್ಧ ವರ್ಚಸ್ಸು ಕನ್ನಡ ಸಾಹಿತ್ಯದಲ್ಲಿ ಮೂಡಿರಬೇಕೆಂದು ಕೆಲವರು ಭಾವಿಸುತ್ತಾರೆ. ಆದರೆ ಅದಕ್ಕೆ ಆಧಾರಗಳು ಬಲವಾಗಿಲ್ಲ. ಜೈನಮತವು ಕ್ರಿಸ್ತಶಕಪೂರ್ವದಿಂದಲೂ ಕರ್ಣಾಟಕದಲ್ಲಿ ಬೆಳೆಯುತ್ತ ಬಂದಿದೆ. ಕ್ರಿ.ಶ.ದ ಮೊದಲ ಶತಕಗಳಲ್ಲಿ ಕನ್ನಡನುಡಿಯನ್ನು ಸಾಹಿತ್ಯಪದವಿಗೇರಿಸಿ ಕನ್ನಡ ಸಾಹಿತ್ಯದ ಪ್ರಾರಂಭಕಾರ್ಯವನ್ನು ಮಾಡಿದ ಶ್ರೇಯಸ್ಸು ಜೈನಮತಕ್ಕೆ ಸಲ್ಲುತ್ತದೆ. ಕ್ರಿ.ಶ. ೫–೬ನೆಯ ಶತಮಾನದಿಂದ ೧೨ನೆಯ ಶತಮಾನದವರೆಗೆ ಕನ್ನಡ ಸಾಹಿತ್ಯ ಜೈನಭೂಯಿಷ್ಠವಾಗಿದೆ. ಮುಂದೆಯೂ ಅದು ಹೊಸ ಪ್ರಭಾವಗಳಿಗೆ ಒಳಪಟ್ಟು ಹೊಸ ರೂಪಗಳಲ್ಲಿ ಮೈದಾಳಿದೆ. ೧೨ನೆಯ ಶತಮಾನದಿಂದ ಮುಂದೆ ಇನ್ನೂ ಒಂದು ನವೀನ ಶಕ್ತಿಯಾಗಿ ಹರಿದು ವೀರಶೈವವು ಕನ್ನಡ ಸಾಹಿತ್ಯಕ್ಕೆ ಮಹಾಪೂರವನ್ನು ತಂದಿತು. ಒಂದು ದೃಷ್ಟಿಯಿಂದ ಇದನ್ನೂ ಅವೈದಿಕ ಎನ್ನಬಹುದಾದರೂ ವೇದಾಂತ, ಆಗಮಗಳ ಅನುಭಾವ ಮತ್ತು ಭಕ್ತಿಪರಂಪರೆ ಇದರಲ್ಲಿ ಸೇರಿದ ಕಾರಣ ಇದನ್ನು ವಿಶಾಲ ಅರ್ಥದಲ್ಲಿ ವೈದಿಕವೆಂದೂ ಕರೆಯಬಹುದು. ಮುಖ್ಯವಾಗಿ ವರ್ಣಾಶ್ರಮಧರ್ಮದ ಕಟ್ಟುನಿಟ್ಟಿಗೆ ವಿರೋಧಕವಾದ ಸರ್ವಸಮತ್ವವು ಇದರಲ್ಲಿ ತಲೆಯೆತ್ತಿತ್ತು. ವೀರಶೈವ ವಚನ, ಷಟ್ಪದಿ ಮುಂತಾದ ರೂಪಗಳಲ್ಲಿ ಕನ್ನಡ ಸಾಹಿತ್ಯವು ವೀರಶೈವ ಸಂಸ್ಕೃತಿಯ ಸಾರವನ್ನು ಒಳಗೊಂಡಿದೆ. ಕನ್ನಡ ಸಾಹಿತ್ಯಕ್ಕೆ ಇದು ಕೇವಲವಾದ ವೈಲಕ್ಷಣ್ಯವೆಂದು ಹೆಮ್ಮೆಯಿಂದ ಹೇಳಬಹುದು. ಬೇರೆಡೆಗೆ ಜನ್ಮತಾಳಿ ಕನ್ನಡ ಭೂಮಿಯಲ್ಲಿ ಬೆಳೆದುಬಂದ ಜೈನ, ಶಾಂಕರ, ರಾಮಾನುಜ ಮತಗಳು, ಕನ್ನಡ ನೆಲದಲ್ಲಿಯೇ ಹುಟ್ಟಿ ಬೆಳೆದ ವೀರಶೈವ, ಮಾಧ್ವಮತಗಳು ಕ್ರಿಯೆ–ಪ್ರತಿಕ್ರಿಯೆಯಿಂದ ತಾಕಲಾಡಿ ಹೊಂದಿಕೊಂಡು ಹೊಸ ಸಮನ್ವಯವನ್ನು ಪಡೆದು ಕನ್ನಡ ಸಾಹಿತ್ಯದಲ್ಲಿ ಅವನ್ನು ಮೂಡಿಸಿರುವುದು ಅದರ ವೈಲಕ್ಷಣ್ಯವಾಗಿದೆ. ಈ ವೈಲಕ್ಷಣ್ಯ, ವೈವಿಧ್ಯಗಳು ದಕ್ಷಿಣ ಭಾರತದ ಇತರ ಸಾಹಿತ್ಯಗಳಲ್ಲಿ ಕಾಣವು. ತಮಿಳು, ತೆಲುಗು, ಮಲೆಯಾಳ ಭಾಷೆಗಳಲ್ಲಿಯ ಪ್ರಾಚೀನ ಸಾಹಿತ್ಯದಲ್ಲಿ ಕನ್ನಡದಲ್ಲಿದ್ದಷ್ಟು ಅಖಂಡವಾದ, ವೈಭವಶಾಲಿಯಾದ ಜೈನ, ವೀರಶೈವ ಮತ್ತು ಮಾಧ್ವ ಪರಂಪರೆಗಳಿಲ್ಲ. ಅವುಗಳಲ್ಲಿಯ ಶೈವ, ವೈಷ್ಣವ ಎಂಬ ಪರಂಪರೆಗಳು ಕನ್ನಡಕ್ಕೆ ಸಮಾನವಾಗಿರುತ್ತವೆ. ಮರಾಠಿ ಭಾಷೆಯಲ್ಲಿ ಹಿಂದಿನ

ಸಾಹಿತ್ಯವೆಲ್ಲ ಪ್ರಾಯಶಃ ವೈದಿಕ ಸ್ವರೂಪದ್ದು. ಮಹಾನುಭಾವಸಾಹಿತ್ಯದ ಹೊರತಾಗಿ ಉಳಿದುದೆಲ್ಲ ಶಾಂಕರ ಅದ್ವೈತವನ್ನೂ ಸ್ಮಾರ್ತಭಾಗವತ ಸಂಪ್ರದಾಯದ ವಿಠ್ಠಲಭಕ್ತಿಯನ್ನೂ ಪ್ರತಿಪಾದಿಸುವಂಥದು. ಜೈನಸಾಹಿತ್ಯವೆಂಬುದಕ್ಕೆ ಅಲ್ಲಿ ಆಸರೆ ದೊರೆತಿಲ್ಲ. ಗುಜರಾತಿಯಲ್ಲಿ ಜೈನ ಗ್ರಂಥಗಳಿವೆಯಾದರೂ ಕನ್ನಡದಲ್ಲಿದ್ದ ಪರಂಪರೆ ಅದಕ್ಕಿಲ್ಲ. ಭಾರತದೇಶದ ಎಲ್ಲ ಪ್ರಮುಖ ಭಾಷೆಗಳ ಹಿಂದಿನ ಸಾಹಿತ್ಯವನ್ನು ನೋಡಿದರೆ ಅವುಗಳಲ್ಲಿ ರಾಮಾಯಣ, ಭಾರತ, ಭಾಗವತ ಇವುಗಳ ಪ್ರೌಢ ಇಲ್ಲವೆ ಸರಳ ಅನುವಾದ, ಭಕ್ತಿಪರವಾದ ಗೀತವಾಙ್ಮಯ ಇವುಗಳ ಸಮಾನತೆ ಎದ್ದುಕಾಣುತ್ತದೆ. ಕನ್ನಡವು ಇದಕ್ಕೆ ಅಪವಾದವಾಗಿಲ್ಲ. ಇತರ ಭಾರತೀಯ ಸಾಹಿತ್ಯಗಳ ಲಕ್ಷಣಗಳನ್ನೊಳಗೊಂಡಿದ್ದರೂ ತನ್ನದೆಂಬ ಪರಂಪರೆಯನ್ನು ಅದು ಬೆಳೆಸಿಕೊಂಡು ಬಂದಿದೆ.

ಹೀಗೆ ದಾರ್ಶನಿಕ ವೈವಿಧ್ಯವನ್ನು ಪಡೆದ ಕನ್ನಡ ಸಾಹಿತ್ಯವು ಗ್ರಂಥವಿಷಯ, ಗ್ರಂಥರೂಪ, ಛಂದಸ್ಸು, ಶೈಲಿ ಮುಂತಾದ ಅಂಶಗಳಲ್ಲಿಯೂ ವಿವಿಧವಾಗಿದೆ, ವಿಲಕ್ಷಣವಾಗಿದೆ. ವೈದಿಕ ಸಂಪ್ರದಾಯದ ವಿಷಯಗಳಲ್ಲದೆ ಜೈನ ಮತ್ತು ವೀರಶೈವ ವಿಷಯಗಳು ಹಟತೊಟ್ಟು ಕನ್ನಡದಲ್ಲಿ ಪ್ರವೇಶಮಾಡಿವೆ ; ಸತ್ಕೃತಿ, ಮಹಾಕೃತಿಗಳಿಗೆ ಪ್ರೇರಣೆಯನ್ನೊದವಿಸಿರುತ್ತವೆ. ಇವು ಒಂದೊಂದರ ಮೇಲಿನ ಪ್ರಭಾವದಿಂದ ಹೊಸ ರುಚಿಯನ್ನು ಒಮ್ಮೆ ಪಡೆದಿದ್ದರೆ ಒಂದೊಂದರ ನಡುವಿನ ಕಾದಾಟದಿಂದ ಹೊಸ ಈರ್ಷೆಯನ್ನು ತೋರಿವೆ. ಬೆದಂಡೆ–ಚತ್ತಾಣದಂಥ ತೀರ ಹಳೆಯ ಕಾವ್ಯರೂಪಗಳು, ಆಮೇಲಿನ ಚಂಪೂರೂಪ, ಶತಕ–ಅಷ್ಟಕಗಳು ಇವುಗಳಲ್ಲಿ ಸಂಸ್ಕೃತಪ್ರಭಾವವನ್ನು ಹೀರಿ ಕನ್ನಡ ಅಂಶಗಳನ್ನು ಒಳಗೊಂಡ ಮಿಶ್ರಸ್ವರೂಪದ ವೈಶಿಷ್ಟ್ಯವಿದೆ. ತ್ರಿಪದಿ, ಷಟ್ಪದಿ, ರಗಳೆ, ಸಾಂಗತ್ಯ, ವಚನ, ಕೀರ್ತನೆ ಈ ಮುಂತಾದುವಲ್ಲಿ ಬಹುಮಟ್ಟಿಗೆ ಇಲ್ಲವೆ ಸಂಪೂರ್ಣವಾಗಿ ಕನ್ನಡವೆನ್ನಬಹುದಾದ ವೈಶಿಷ್ಟ್ಯವಿದೆ. ಕನ್ನಡ ಛಂದಸ್ಸು ಬರುಬರುತ್ತ ತನ್ನ ಸ್ವತ್ವವನ್ನು ಪಡೆಯಿತೆಂಬುದನ್ನು ಕಾವ್ಯರೂಪಗಳ ಚರಿತ್ರೆ ತಿಳಿಸುತ್ತದೆ. ಮಾರ್ಗ–ದೇಸಿ, ಸಂಸ್ಕೃತ–ಕನ್ನಡ ಇವುಗಳ ಸಮನ್ವಯದಲ್ಲಿ ಕನ್ನಡ ಶೈಲಿಯ ಉಗಮವಿದೆ, ವಿಕಾಸವಿದೆ. ಆದರೆ ಪ್ರತ್ಯಕ್ಷಕೃತಿಯಲ್ಲಿ ಈ ಸಮನ್ವಯದ ಆದರ್ಶವು, ಬೇರೆ ಬೇರೆ ಗ್ರಂಥಗಳಲ್ಲಿ ತೋರಿದ ವೈವಿಧ್ಯವು ಕನ್ನಡಸಾಹಿತ್ಯದ ವೈಲಕ್ಷಣ್ಯಗಳಲ್ಲಿ ಒಂದಾಗಿದೆ. ಆಂಡಯ್ಯನ ಅಚ್ಚಗನ್ನಡದ ಪ್ರಯೋಗವು ಅದರಲ್ಲಿ ಒಂದು ಮಾದರಿ. ಶುದ್ಧದೇಶ್ಯವೆಂಬುದು ಕನ್ನಡ ಸಾಹಿತ್ಯದಲ್ಲಿ ಅಸಾಧ್ಯವೆಂಬುದನ್ನು ಅವನ ಈ ಪ್ರಯೋಗವೇ ಸಿದ್ಧಮಾಡಿದಂತಾಯಿತು.

"ಕನ್ನಡ ಸಾಹಿತ್ಯದಲ್ಲಿ ಮತೀಯತೆಯಿದೆ, ಚರ್ವಿತಚರ್ವಣವಿದೆ, ಕವಿಸಮಯದ ಅತಿರೇಕವಿದೆ, ಸಂಸ್ಕೃತದ ಆಡಂಬರವಿದೆ, ವರ್ಣನೆಯ ವೆಗ್ಗಳವಿದೆ"—ಈ ಮುಂತಾಗಿ ಕೆಲವು ವಿಮರ್ಶಕರು ಹೇಳುವುದುಂಟು. ಹಳೆಯ ಯಾವ ಸಾಹಿತ್ಯವನ್ನು ಕುರಿತೂ ಸಾಮಾನ್ಯವಾಗಿ ಇಂಥ ವಿಮರ್ಶೆಯನ್ನು ಮಾಡಬಹುದಾಗಿದೆ. ಕನ್ನಡ ಸಾಹಿತ್ಯದ ಗುಣಾತಿಶಯವನ್ನು ಅಲ್ಲಗಳೆಯದೆ ಅದರ ವಿವಿಧ ಸಂಪತ್ತಿಯನ್ನು ಕೊಂಡಾಡಿಯೂ ಅದರಲ್ಲಿ ದೋಷಗಳಿರುತ್ತವೆಂಬುದನ್ನು ಒಪ್ಪಬೇಕು. ಆದರೆ ಅವನ್ನು ಸರಿಯಾಗಿ ಗುರುತಿಸಬೇಕು, ಆಯಾ ಕಾಲದ ಸ್ಥಿತಿಗತಿಗಳನ್ನು ಗಮನದಲ್ಲಿಟ್ಟು ಅವನ್ನು ಖಂಡಿಸಬೇಕು. ಕನ್ನಡ ಸಾಹಿತ್ಯ ಚರಿತ್ರೆಯನ್ನು ಸುಮಾರು ನಾಲ್ವತ್ತು ವರ್ಷಗಳ ಹಿಂದೆ ಮೊದಲನೆಯದಾಗಿ ಇಂಗ್ಲಿಷಿನಲ್ಲಿ ಬರೆದು ಮಹೋಪಕಾರ ಮಾಡಿದ ಇ.ಪಿ. ರೈಸ್ ಅವರು 'ಕನ್ನಡ ಸಾಹಿತ್ಯದ ವೈಲಕ್ಷಣ್ಯಗಳು' ಎಂಬ ಪ್ರಕರಣ ಬರೆದು ಅಲ್ಲಿಯ ಕೆಲವು ಉಕ್ತಿಗಳಿಂದ ತಿಳಿದೋ ತಿಳಿಯದೆಯೋ ಕನ್ನಡಕ್ಕೆ ತುಂಬ ಅಪಕಾರ ಮಾಡಿದರೆಂದು ಖೇದದಿಂದ ಹೇಳಬೇಕಾಗುತ್ತದೆ. ಅವರ ವಿಮರ್ಶೆ ಕನ್ನಡವನ್ನರಿಯದ ಇತರ ಜನರಲ್ಲಿ ಪ್ರಸಾರವಾಯಿತು, ಪ್ರಮಾಣಭೂತವಾಯಿತು. ಅದರ ಸತ್ಯಾಸತ್ಯತೆಯನ್ನು ಚರ್ಚಿಸಿರುವ ಒಂದು ಪುಸ್ತಕ, ಲೇಖನ ಕೂಡ ಇಂಗ್ಲಿಷಿನಲ್ಲಿ ಈವರೆಗೆ ಪ್ರಕಟವಾಗಿಲ್ಲ. ಅದು ಹಳೆಯ ಮಾತಾಯಿತು. ಅವರಿಗಿದ್ದ ಅಂದಿನ ತಿಳಿವಳಿಕೆಯಂತೆ ಏನೇನನ್ನೋ ಅವರು ಬರೆದುಕೊಂಡರು ಎಂದು ಈಗ ಉದಾಸೀನ ಮಾಡುವುದು ಸರಿಯಲ್ಲ. ಅದರಲ್ಲಿಯೂ ಸತ್ಯಾಂಶ

ವೆಷ್ಟು ಎಂಬುದನ್ನು ಪರೀಕ್ಷಿಸುವುದು ಅಗತ್ಯವಾಗಿದೆ.

ಅವರು ಕನ್ನಡ ಸಾಹಿತ್ಯದ ಏಳು ವೈಲಕ್ಷಣ್ಯಗಳನ್ನು ಹೇಳಿದ್ದಾರೆ. ಅವುಗಳಲ್ಲಿ ಕೆಲವು ಇತರ ಭಾಷೆಗಳಲ್ಲಿಯೂ ಕಂಡುಬರಬಹುದೆಂದು ಸೂಚಿಸಿದ್ದಾರೆ. ಒಂದೊಂದಾಗಿ ಅವನ್ನು ಇಲ್ಲಿ ಸಂಕ್ಷೇಪವಾಗಿ ಚರ್ಚಿಸೋಣ. (೧) "ಮೊದಲನೆಯ ವೈಲಕ್ಷಣ್ಯವೆಂದರೆ ಕನ್ನಡ ಗ್ರಂಥಕಾರರ ಆಸಕ್ತಿ ಬಹುಶಃ ಧಾರ್ಮಿಕವಾಗಿರುತ್ತದೆ. ವ್ಯಾಕರಣ ಮುಂತಾದ ಶಾಸ್ತ್ರಗ್ರಂಥಗಳನ್ನು ಬಿಟ್ಟರೆ ಧರ್ಮಕ್ಕೆ ಸಂಬಂಧಪಡದ ಕೃತಿಯೇ ಇಲ್ಲ. ಅವರು ಬರೆದ ಇತಿಹಾಸವೆಲ್ಲ ಬಹುಭಾಗದಲ್ಲಿ ಧಾರ್ಮಿಕ, ಸಾಧುಸಂತರ ಚರಿತ್ರೆ ; ಪುರಾಣ–ಪುಣ್ಯಕಥೆಗಳೇ ಹೆಚ್ಚಾಗಿವೆ. ಲೌಕಿಕಚರಿತ್ರೆ ಶಿಲಾಶಾಸನಗಳಲ್ಲಿ ಮಾತ್ರ ಕಾಣುತ್ತದೆ ; ಗ್ರಂಥಗಳಲ್ಲಿ ಮುಂದೆ ತಡವಾಗಿ ಬರುತ್ತದೆ." ಈ ವೈಲಕ್ಷಣ್ಯ ವಿದೇಶೀಯರ ಕಣ್ಣಿಗೆ ಬೀಳುವುದು ಸ್ವಾಭಾವಿಕ. ಆದರೆ ಹಳೆಯ ಭಾರತೀಯ ಸಾಹಿತ್ಯಕ್ಕೆಲ್ಲ ಇದು ಸಮಾನವಾದುದು. ಒಟ್ಟಿನಲ್ಲಿ ರೈಸ್ ಅವರ ಹೇಳಿಕೆ ಇಲ್ಲಿ ಯಥಾರ್ಥವಾಗಿದೆ. ಆದರೆ ಕನ್ನಡದಲ್ಲಿ ಧಾರ್ಮಿಕ ಗ್ರಂಥಗಳ ಜೊತೆಗೆ ಲೌಕಿಕ ಗ್ರಂಥಗಳ ಪರಂಪರೆಯೊಂದು ನಡೆದುಬಂದಿದೆಯೆಂಬುದನ್ನು ಅಲಕ್ಷಿಸಕೂಡದು. ಉಪಲಬ್ಧ ಸಾಹಿತ್ಯದಲ್ಲಿ ಆದಿಪಂಪನ 'ಭಾರತ' ಅದಕ್ಕೆ ಆದಿಗ್ರಂಥ. ಅದು ಲೌಕಿಕವೆಂದು ಅವನೇ ಸಾರಿದ್ದಾನೆ. ರನ್ನನು ಅದನ್ನು ಅನುಸರಿಸಿದನು. ಇಬ್ಬರೂ ಮತದಿಂದ ಜೈನರಾದರೂ ಭಾರತಕಥೆಯನ್ನು ಲೌಕಿಕ ದೃಷ್ಟಿಯಿಂದ ಉಜ್ವಲವಾಗಿ ನಿರೂಪಿಸಿದ್ದಾರೆ. ಇದೇ ರೀತಿ ಬಹುಮಟ್ಟಿಗೆ ಲೌಕಿಕವಾದ ಬೇರೆ ಗ್ರಂಥಗಳೂ ಕಾಲಕಾಲಕ್ಕೆ ನಿರ್ಮಾಣವಾಗಿವೆ. ಅನುವಾದರೂಪವಾದ 'ಕರ್ಣಾಟಕ ಕಾದಂಬರಿ', 'ಅಭಿನವ ದಶಕುಮಾರ ಚರಿತೆ', ಸ್ವತಂತ್ರವಾದ 'ಹರಿಶ್ಚಂದ್ರಚಾರಿತ್ರ', 'ರಾಮಧಾನ್ಯಚರಿತೆ' ಇಂಥ ಕೃತಿಗಳನ್ನು ನೋಡಬೇಕು. 'ಕುಮಾರರಾಮನ ಕಥೆ', 'ಕಂಠೀರವನರಸರಾಜವಿಜಯ', 'ಕೆಳದಿನೃಪ ವಿಜಯ' ಇಂಥ ಗ್ರಂಥಗಳಲ್ಲಿ ನೇರವಾಗಿ ಚರಿತ್ರೆ ಮೂಡಿದೆ ; 'ಪಂಪಭಾರತ'ದಂಥ ಲೌಕಿಕ ಗ್ರಂಥಗಳಲ್ಲಿಯೂ 'ಚಿಕದೇವರಾಯವಂಶಾವಳಿ'ಯಂಥ ಸಂಮಿಶ್ರ ಗ್ರಂಥಗಳಲ್ಲಿಯೂ ವ್ಯಂಗ್ಯವೂ ವಾಚ್ಯವೂ ಆಗಿ ಬಂದಿದೆ. ಸಾಮಾನ್ಯವಾಗಿ ಕನ್ನಡ ಸಾಹಿತ್ಯ ಧಾರ್ಮಿಕ, ಮತೀಯವೆಂಬುದು ನಿಜ. ಹೀಗೆನ್ನುವಾಗ ಅದರ ವೈವಿಧ್ಯ, ವಿಶಾಲಭಾವ, ವಿವಿಧ ಸಮನ್ವಯಗಳನ್ನು ಮಾತ್ರ ನೆನೆದಿರಬೇಕು.

(೨) "ಎರಡನೆಯ ವೈಲಕ್ಷಣ್ಯವೆಂದರೆ ೧೯ನೆಯ ಶತಮಾನದವರೆಗೆ ಕನ್ನಡ ಸಾಹಿತ್ಯದ ಹೆಚ್ಚು ಭಾಗ ಪದ್ಯದಲ್ಲಿದೆ. ಚಂಪುವಿನಲ್ಲಿ ಮಾತ್ರ ಗದ್ಯವಿದೆ. ಸಂಪೂರ್ಣ ಗದ್ಯಗ್ರಂಥಗಳು ಕಡಿಮೆ." ಶಾಸನಗದ್ಯ, ಶಾಸ್ತ್ರಗದ್ಯ ಇವುಗಳಿಂದ ಪ್ರಾಚೀನವಾಗಿ ಮೊದಲಾದ ಕನ್ನಡ ಸಾಹಿತ್ಯ ಚಂಪೂಗದ್ಯ ಮುಂತಾದ ಪ್ರಕಾರಗಳನ್ನು ಒಳಗೊಂಡಿದೆ. ಕನ್ನಡ ಗದ್ಯಕ್ಕೆ ವೈವಿಧ್ಯವಿದೆ. ಆದರೆ ಸಂಪೂರ್ಣ ಗದ್ಯ ಗ್ರಂಥಗಳ ಸಂಖ್ಯೆ ಬೆರಳಿನ ಮೇಲೆ ಎಣಿಸುವಷ್ಟು ಮಾತ್ರ ಎಂಬುದು ಒಪ್ಪತಕ್ಕ ಮಾತು. ಅಂದಿನ ಪದ್ಯಪ್ರಿಯತೆಗೆ ಕಾರಣವಿತ್ತು. ಆದರೂ 'ಕವಿರಾಜಮಾರ್ಗ'ದ ಕಾಲದಲ್ಲಿ ಮತ್ತು ಅದಕ್ಕೆ ಹಿಂದೆ ದುರ್ವಿನೀತನಂಥ ಅನೇಕ ಪ್ರಸಿದ್ಧ ಗದ್ಯಕಾರರು ಆಗಿಹೋದರೆಂಬ ಉಲ್ಲೇಖವನ್ನು ನೆನೆದಿರಬೇಕು.

(೩) "ಮೂರನೆಯದಾಗಿ ಶೈಲಿಯಲ್ಲಿ ಹಳಗನ್ನಡ ರೂಪಗಳಿವೆ, ಸಂಸ್ಕೃತ ಪ್ರಯೋಗಗಳಿವೆ. ಪುಸ್ತಕಗಳನ್ನು ಪಾಮರರ ಸಲುವಾಗಿ ಅಲ್ಲ, ಪಂಡಿತರ ಸಲುವಾಗಿ ಬರೆಯುತ್ತಾರೆ. (The books are written for scholars, not for the man in the street.)"[2] ಈ ಮಾತು ಅರ್ಧಸತ್ಯವಾಗಿದ್ದು ಪರಿಣಾಮದಲ್ಲಿ ಘಾತಕವಾಗಿದೆ. ಕನ್ನಡದಲ್ಲಿ ಪ್ರೌಢಕಾವ್ಯಗಳಿದ್ದಂತೆ ಸುಲಭ ಗ್ರಂಥಗಳಿವೆ. ವಚನ, ಕೀರ್ತನೆ, ತ್ರಿಪದಿ, ಸಾಂಗತ್ಯಗಳಲ್ಲಿ ಜನಸಾಮಾನ್ಯಕ್ಕಾಗಿ ಕನ್ನಡ ಸಾಹಿತ್ಯವು ಹುಟ್ಟಿದೆ. ಇದನ್ನು ತಾವೇ ಮೊದಲು ವರ್ಣಿಸಿದ ರೈಸ್ ಸಾಹೇಬರು ಈ ಪ್ರಕರಣದಲ್ಲಿ ಹೇಗೆ ಮರೆತುಬಿಟ್ಟರೋ ತಿಳಿಯದು.

(೪) "ನಾಲ್ಕನೆಯ ವೈಲಕ್ಷಣ್ಯವೆಂದರೆ ಶ್ಲೇಷ ಮತ್ತು ಶಬ್ದಚಮತ್ಕೃತಿಯ ವ್ಯಾಮೋಹ." ಭಾರತೀಯ ಸಾಹಿತ್ಯದಲ್ಲಿ ಇದು ಹೆಚ್ಚಾಗಿದೆಯೆಂದೂ ಇದರಿಂದ ಟೀಕೆಟಿಪ್ಪಣಿಗಳಿಲ್ಲದೆ ಅರ್ಥವು ತಿಳಿಯದಂತಾಗುವುದೆಂದೂ ರೈಸ್‌ರು ಹೇಳಿದ್ದಾರೆ. ಜಗತ್ತಿನ ಯಾವ ಸಾಹಿತ್ಯದಲ್ಲಿ ಈ ಹುಚ್ಚಿಲ್ಲ ? ಶೇಕ್ಸ್‌ಪಿಯರನ ನಾಟಕಗಳನ್ನೂ ಮಿಲ್ಟನ್ನನ ಕಾವ್ಯಗಳನ್ನೂ ಟೀಕೆಯ ನೆರವಿಲ್ಲದೆ ತಿಳಿದುಕೊಳ್ಳ ಬಹುದೇ ? ಪ್ರೌಢವಾದ ಮಾರ್ಗಕಾವ್ಯ ಎಲ್ಲ ಕಡೆಗಿದೆ. ಇಷ್ಟು ಹೇಳಿಯೂ ಭಾರತೀಯ ಸಾಹಿತ್ಯದಲ್ಲಿ ಸಂಸ್ಕೃತಕ್ಕೆ ವಿಶಿಷ್ಟವಾದ ಶ್ಲೇಷವು ಕಾವ್ಯಸೌಂದರ್ಯದ ಒಂದು ಭಾಗವಾಗಿ ಬರುತ್ತದೆ ಎಂಬುದನ್ನು ಒಪ್ಪಬೇಕು. ಅದನ್ನು ಅತಿರೇಕಕ್ಕೆ ಒಯ್ದ ಸಂಸ್ಕೃತ ಮತ್ತು ಕನ್ನಡ ಗ್ರಂಥಗಳ ಕೆಲವು ಭಾಗಗಳಿವೆ ಎಂಬುದೂ ದಿಟ.

(೫) "ಐದನೆಯದಾಗಿ ಕಮಲ, ಭ್ರಮರ ಇತ್ಯಾದಿಗಳಿಂದ ಕೂಡಿದ ಪ್ರಸಿದ್ಧ ರೂಪಕಗಳು ಕಾವ್ಯದಲ್ಲಿ ಬರುತ್ತವೆ. ನಿಸರ್ಗಕ್ಕೆ ವಿರುದ್ಧವಾದ ಕವಿಸಮಯವನ್ನು ಕವಿಗಳು ಪಾಲಿಸುತ್ತಾರೆ." ಈ ವೈಲಕ್ಷಣ್ಯಕ್ಕೆ ಆಕ್ಷೇಪವೆತ್ತಬೇಕಾಗಿಲ್ಲ. ಆದರೆ ಇದರಿಂದ ಭಾರತೀಯ ಮತ್ತು ಕನ್ನಡಕವಿಗಳ ಕಲ್ಪನಾ ಶಕ್ತಿ ಸಂಪೂರ್ಣ ಪರತಂತ್ರವೆಂದು ತಿಳಿಯಕೂಡದು. ಕವಿಸಮಯವನ್ನು ಉಪಯೋಗಿಸಿಯೂ ಅವರು ತಮ್ಮ ಪ್ರತಿಭೆಯನ್ನು ಮೆರೆದಿದ್ದಾರೆ. ಅವರಲ್ಲಿ ಕೆಲವರು ಕವಿಸಮಯವನ್ನು ಬದಿಗಿರಿಸಿ ಸ್ವತಂತ್ರಕಲ್ಪನೆಗಳನ್ನು ಹೆಣೆದಿದ್ದಾರೆ. ಕವಿಸಮಯವೆಂದರೆ ಎಲ್ಲವೂ ನಿಸರ್ಗಕ್ಕೆ ವಿರುದ್ಧವಾದುದೆಂದು ತಿಳಿಯಕೂಡದು.

(೬) "ಆರನೆಯದಾಗಿ ಭಾರತೀಯ ಸಾಹಿತ್ಯದಲ್ಲಿ ಶುದ್ಧವಾದ ಮಾನವಪ್ರೇಮದ ಕಾವ್ಯ (the poetry of pure human love) ಕಾಣುವುದಿಲ್ಲ. ಪಾಶ್ಚಾತ್ಯ ಸಾಹಿತ್ಯದಲ್ಲಿ ಇದು ಹೇರಳವಾಗಿದೆ. ಹೆಂಗಸಿಗೆ ಭಾರತೀಯ ಸಮಾಜದಲ್ಲಿರುವ ಬಹಳ ಕೀಳಾದ ಸ್ಥಾನವು ಇದಕ್ಕೆ ಅಂಶತಃ ಕಾರಣವಾಗಿದೆ. ಈ ದೇಶದಲ್ಲಿ ಬಾಲ್ಯವಿವಾಹ ಪದ್ಧತಿಯಿದ್ದ ಕಾರಣ ವಿವಾಹಪೂರ್ವ ಪ್ರೇಮವಿಲ್ಲ, ಪ್ರಣಯಾರಾಧನೆ ಯಿಲ್ಲ. ಸಾಹಿತ್ಯದಲ್ಲಿ ಇದರ ಪರಿಣಾಮವಾಗಿ ಪ್ರಣಯಿನಿಯ ಬದಲು ವೇಶ್ಯೆ ಬಂದಿರುತ್ತಾಳೆ. ಶುದ್ಧಪ್ರೇಮದ ಸದ್ಭಾವನೆಯ ಸ್ಥಾನದಲ್ಲಿ ಶೃಂಗಾರಿಕ ವರ್ಣನೆಗಳ ಅಶ್ಲೀಲವು ಸೇರಿಕೊಂಡು ಕಾವ್ಯಗ್ರಂಥಗಳ ಬಹುಭಾಗವನ್ನು ವಿರೂಪಗೊಳಿಸುತ್ತವೆ. ಸೀತಾ–ದಮಯಂತಿ–ಸಾವಿತ್ರಿ ಇವರ ಪತಿಭಕ್ತಿಯ ಚಿತ್ರಗಳು ಮಾತ್ರ ಹೃದ್ಯವಾಗಿರುತ್ತವೆ." ರೈಸ್‌ರ ಈ ವಿಮರ್ಶೆ ಸ್ವಲ್ಪಮಟ್ಟಿಗೆ ಮಿಸ್ ಮೇಯೋಳ ಸರಣಿಯಲ್ಲಿದ್ದರೂ ಇದರಲ್ಲಿ ಸತ್ಯಾಂಶವಿದೆ. ವಾಸವದತ್ತಾ, ಶಾಕುಂತಲಾ, ಕಾದಂಬರಿ, ಮಹಾಶ್ವೇತಾ, ಮಾಲತಿ, ಸೀತಾ ಈ ಮುಂತಾದ ಪ್ರಣಯಿನಿಯರ ಮತ್ತು ಸತಿಯರ ಚಿತ್ರದಲ್ಲಿ, ಅವರಿಗೆ ಒಲಿದ ಪ್ರಣಯಿಗಳ ಮತ್ತು ಪತಿಗಳ ಚಿತ್ರದಲ್ಲಿ ಯಾವ ಪ್ರೇಮವಿದೆ ? ಶುದ್ಧ ಮಾನವ ಪ್ರೇಮವೆಂದರಾದರೂ ಏನು ? ಕನ್ನಡ ಸಾಹಿತ್ಯದಲ್ಲಿ ಸಂಸ್ಕೃತಪ್ರಭಾವದಿಂದ ಮತ್ತು ಬೇರೆಯಾಗಿ ಇಂಥ ಚಿತ್ರಗಳು ಬಂದಿವೆ. 'ಆದಿಪುರಾಣ'ದ ಆದಿದೇವನ ಪೂರ್ವಭವದ ಚಿತ್ರಗಳಿಂದ ಹಿಡಿದು 'ಭರತೇಶವೈಭವ'ದ ಭರತೇಶ್ವರನ ದಾಂಪತ್ಯ ಜೀವನಚಿತ್ರಗಳವರೆಗೆ ಇವನ್ನು ಉದಹರಿಸಬಹುದು. ವಿವಾಹಪೂರ್ವ ಪ್ರೇಮಕ್ಕಿಂತ ವಿವಾಹೋತ್ತರ ಪ್ರೇಮನಿಷ್ಠೆಗಳ ನಿರೂಪಣೆ ನಮ್ಮ ಸಾಹಿತ್ಯದಲ್ಲಿ ಹೆಚ್ಚಾಗಿದ್ದರೆ ಅದು ಸ್ವಾಭಾವಿಕ. ಜನ್ನನಂಥ ಕವಿ ಪ್ರಣಯಸಮಸ್ಯೆಗಳನ್ನು ಸೂಕ್ಷ್ಮವಾಗಿ ಚಿತ್ರಿಸಿ ದ್ದನ್ನೂ ಈ ಸಂದರ್ಭದಲ್ಲಿ ಸ್ಮರಿಸಬೇಕು. ಔಚಿತ್ಯದೃಷ್ಟಿಯನ್ನು ಕಳೆದುಕೊಂಡು ಪ್ರಮಾಣಜ್ಞಾನ ವಿಲ್ಲದೆ ಅನೇಕ ಕನ್ನಡ ಕವಿಗಳು ವೇಶ್ಯಾವಾಟಿಯ ವರ್ಣನೆ ಮಾಡಿದ್ದು ಪ್ರಮಾದವೇ ಸರಿ. ಈ ಬಗ್ಗೆ ರೈಸ್ ಅವರು ಮಾಡಿದ ವಿಮರ್ಶೆ ಸರಿಯಾಗಿದೆ.

(೭) ಏಳನೆಯ ವೈಲಕ್ಷಣ್ಯವನ್ನು ಕನ್ನಡ ಲೇಖಕರಿಗೆ ಸಂಬಂಧಿಸಿಯೆ ರೈಸ್‌ರು ಘಂಟಾಘೋಷ ವಾಗಿ ಹೇಳಿದ್ದಾರೆ. ಅದೆಂದರೆ "ಕನ್ನಡ ಲೇಖಕರು ಭಾಷೆಯ ಪ್ರಯೋಗದಲ್ಲಿ ಅತ್ಯಂತ ಕುಶಲರಾಗಿ ಕರ್ಣಮಧುರವಾದ ಪದರಚನೆಗಳನ್ನು ಮಾಡುವವರಾದರೂ ಜಗತ್ತಿನ ಜ್ಞಾನಭಂಡಾರಕ್ಕೆ ಮತ್ತು

ಸ್ಫೂರ್ತಿಸಾಹಿತ್ಯಕ್ಕೆ ಈವರೆಗೆ ತೀರ ಸ್ವಲ್ಪವಾಗಿ ತಮ್ಮದೆಂಬ ಕಾಣಿಕೆಯನ್ನು ಸಲ್ಲಿಸಿರುವರೆಂದು ಒಪ್ಪಬೇಕಾಗುತ್ತದೆ. ವ್ಯಾಕರಣದ ವ್ಯಾಸಂಗದಲ್ಲಿ, ಋತುಗಳ ವರ್ಣನೆಯಲ್ಲಿ ಅವರು ಮೇಲಾಗಿದ್ದಾರೆ. ಆದರೆ ಮನುಷ್ಯನಿಗೆ ಯಾವಾಗಲೂ ಪ್ರಿಯವಾದ ವಿಷಯಗಳ ಬಗ್ಗೆ ಅವರಲ್ಲಿ ಸ್ವತಂತ್ರವಾದ ಮತ್ತು ಅಮರವಾದ ವಿಚಾರವಿಲ್ಲ.... ಜೀವನವೆಂದರೆ ಒಂದು ಮುಗಿಯದ ಜನ್ಮಯಾತ್ರೆ, ನಿರ್ವಾಣದ ಶೋಧನೆ ಎಂದು ತಿಳಿದ ಕಾರಣ ಆಸೆಯನ್ನು ಹುಟ್ಟಿಸುವ ಹಿರಿಯ ಸಾಹಸಕ್ಕೆ ಸ್ಫೂರ್ತಿಯನ್ನು ಕೊಡುವ ಸಾಹಿತ್ಯವು ಅವರಿಂದ ನಿರ್ಮಾಣವಾಗಿಲ್ಲ." ("I am afraid it must be confessed that Kanarese writers, highly skilful thought they are in the manipulation of language, and very pleasing to listen to in the original, have as yet contributed extremely little to the stock of the world's knowledge and inspiration... there is little of original and imperishable though on the questions of perennial interest to man... Hence a lack of that which stimulates hope and inspires to great enterprises.")[3] ರೈಸ್ ಅವರು ಒತ್ತುಕೊಟ್ಟು ಹೇಳಿದ ಈ ವಿಳನೆಯ ವೈಲಕ್ಷಣ್ಯದ ಹೇಳಿಕೆ ಕನ್ನಡ ಸಾಹಿತ್ಯಕ್ಕೆ ಅತ್ಯಂತ ಅನ್ಯಾಯ ಮಾಡಿರುತ್ತದೆ. ಕನ್ನಡ ಸಾಹಿತ್ಯ ಚರಿತ್ರೆಯನ್ನು ಬರೆದು ಅವರು ಮಾಡಿದ 'ಉಪಕೃತಿ' ಈ ನಿರ್ಣಯಾತ್ಮಕ ವಾಕ್ಯಗಳಿಂದ ತೊಳೆದುಹೋದಂತಾಗಿದೆ. ಕನ್ನಡ ಸಾಹಿತ್ಯವನ್ನು ಅವರು ಸ್ವತಂತ್ರವಾಗಿ ಎಷ್ಟು ಓದಿ ತಿಳಿದಿದ್ದರೋ ನಾವರಿಯೆವು. ಆದರೆ ಅವರ ಅಭಿಪ್ರಾಯಕ್ಕೆ ಅರ್ಧಜ್ಞಾನವಾಗಲಿ ಪೂರ್ವಗ್ರಹವಾಗಲಿ ಕಾರಣವಾಗಿರಬೇಕೆಂದು ನಮಗೆ ತೋರುತ್ತದೆ. ಜಗತ್ತಿನ ಜ್ಞಾನಭಂಡಾರಕ್ಕೆ ಕನ್ನಡದ ಕಾಣಿಕೆ ಏನೆಂಬುದನ್ನು ತಿಳಿಯಲು ಶಾಸ್ತ್ರೀಯ ಮತ್ತು ತಾತ್ತ್ವಿಕ ಗ್ರಂಥಗಳನ್ನು ಕೂಲಂಕಷವಾಗಿ ಪರೀಕ್ಷಿಸ ಬೇಕು. ವೈದ್ಯ, ಜ್ಯೋತಿಷ ಮುಂತಾದ ಶಾಸ್ತ್ರಗಳನ್ನು ಕುರಿತು ಕನ್ನಡದಲ್ಲಿ ಹಲವಾರು ಗ್ರಂಥಗಳಿವೆ. ಅವುಗಳಲ್ಲಿ ಸಂಸ್ಕೃತ ಆನುಪೂರ್ವಿಯ ಪ್ರಭಾವವಿದ್ದರೂ ಸ್ವಾನುಭವದ ಸ್ವತಂತ್ರ ಅಂಶಗಳಿವೆ. ಈ ವಿಷಯದ ಪರಿಶೋಧನೆಯಾಗಬೇಕು. ಅಲ್ಲಿಯವರೆಗೆ ಯಾವ ನಿರ್ಣಯವೂ ತಪ್ಪಾದುದು. ತಾತ್ತ್ವಿಕ ಗ್ರಂಥ ಗಳಲ್ಲಿ ವೀರಶೈವ, ಮಾಧ್ವ ಇವುಗಳ ಸ್ವತಂತ್ರ ದರ್ಶನಗಳು ಕನ್ನಡ ಸಾಹಿತ್ಯದಲ್ಲಿಯೇ ಮುಖ್ಯವಾಗಿ ಅಭಿವ್ಯಕ್ತವಾಗಿವೆ. ಜಗತ್ತಿನ ಜ್ಞಾನಭಂಡಾರಕ್ಕೆ ಇವು ಉಜ್ವಲ ಕಾಣಿಕೆಗಳಲ್ಲವೇ ? ಜೈನಧರ್ಮ ಮತ್ತು ಶಾಂಕರ-ರಾಮಾನುಜ ದರ್ಶನಗಳು ಕನ್ನಡ ಜನಕ್ಕಾಗಿ ವಿವಿಧ ಸಾಹಿತ್ಯ ರೂಪಗಳಲ್ಲಿ ಇಳಿದು ಬಂದು ಜನಸಾಮಾನ್ಯದ ತಿಳಿವನ್ನು ಹೆಚ್ಚಿಸಿದ್ದು ಸಣ್ಣ ಸಂಗತಿಯೇ ? ಇನ್ನು ಜಗತ್ತಿನ ಸ್ಫೂರ್ತಿ ಸಾಹಿತ್ಯಕ್ಕೆ ಕನ್ನಡದ ಕಾಣಿಕೆಯೇನು ? ಸ್ಫೂರ್ತಿ ಪಡೆಯಬೇಕೆನ್ನುವವರಿಗೆ ಅದು ವಿಪುಲವಾಗಿದೆ, ಪ್ರಭಾವಿಯಾಗಿದೆ. ಪಂಪನ 'ಆದಿಪುರಾಣ' ಮತ್ತು 'ಪಂಪಭಾರತ', ರಾಘವಾಂಕನ 'ಹರಿಶ್ಚಂದ್ರ ಕಾವ್ಯ', ಕುಮಾರವ್ಯಾಸನ 'ಭಾರತ', ರತ್ನಾಕರನ 'ಭರತೇಶವೈಭವ'— ಈ ಮೊದಲಾದ ಕೆಲವು ಕನ್ನಡದ ಶ್ರೇಷ್ಠ ಗ್ರಂಥಗಳು ಕಲಾದೃಷ್ಟಿಯಿಂದ ಉನ್ನತವಾಗಿರುವುದಲ್ಲದೆ ಒಂದೊಂದೂ ಭವ್ಯವಾದ ಜೀವನದರ್ಶನಪ್ರತೀಕಗಳಾಗಿವೆ. ಜನ್ಮದಿಂದ ಜನ್ಮಕ್ಕೆ ವಿಕಾಸಗೊಳ್ಳುವ ಜೀವನಸಮ್ಯಕ್ತ್ವ ಸಿದ್ಧಿ, ಸತ್ಯವೇ ಪರಮಾತ್ಮನೆಂಬ ಸಾಕ್ಷಾತ್ಕಾರ, ಭಗವತ್‌ಶಕ್ತಿಯಿಂದ ಸಮಗ್ರಜೀವನದ ಚಾಲಕತ್ವ, ತ್ಯಾಗ ಭೋಗಗಳ ಸಮನ್ವಯವಾದ ಜೀವನ ರಸಿಕತೆ—ಒಂದೇ ಎರಡೇ, ಇಂಥ ಸಂದೇಶಗಳನ್ನು ಸಮೃದ್ಧವಾಗಿ ರಸೋತ್ಕಟವಾಗಿ ಕನ್ನಡ ಸಾಹಿತ್ಯವು ಕನ್ನಡಿಗರ ಮತ್ತು ಇತರರ ಕಲ್ಯಾಣಕ್ಕಾಗಿ ನೀಡುತ್ತದೆ. ಶಿವಶರಣರ ವಚನಗಳು ಮತ್ತು ಹರಿದಾಸರ ಹಾಡುಗಳು ಅಧ್ಯಾತ್ಮಿಕವಾದ ಜೀವನನಿಷ್ಠೆಯನ್ನು ಬೇಸರಿಲ್ಲದೆ ಬೋಧಿಸಿರುತ್ತವೆ. ಜ್ಞಾನ-ಭಕ್ತಿಪೂರ್ವಕವಾದ ಕರ್ಮಯೋಗವನ್ನು ಕನ್ನಡ ಸಂಸ್ಕೃತಿ ತನ್ನ ಸಾಹಿತ್ಯದ ಉತ್ತಮಿಕೆಯಲ್ಲಿ ಸಾರುತ್ತಲಿದೆ. ಜೈನಮತದಲ್ಲಿ ವೈರಾಗ್ಯವನ್ನು ಉಪದೇಶಿಸಿದ್ದರೂ ಅದಕ್ಕೂ ಒಂದು ತಾತ್ತ್ವಿಕ ಭೂಮಿಕೆಯಿದೆ ; ಯತಿಧರ್ಮ, ಗೃಹಸ್ಥಧರ್ಮ ಎಂಬ ತಾರತಮ್ಯವಿದೆ.

ಸರ್ವಜ್ಞನಂಥ ಜ್ಞಾನಿಗಳೂ ಜನತಾಕವಿಗಳೂ ಕಲ್ಪಿಸಿದ ವಿವೇಕವು ಎಲ್ಲ ಜಗತ್ತಿಗೆ ಸ್ಫೂರ್ತಿಯನ್ನು ಕೊಡಬಲ್ಲುದು. 'ಶೂನ್ಯಸಂಪಾದನೆ'ಯಂಥ ಗ್ರಂಥದಲ್ಲಿಯೂ ಪ್ರಭುದೇವನ ವಚನಗಳಲ್ಲಿಯೂ ಕಾಣುವ ಅನುಭವಮಂಟಪದ ವಿಚಾರಮಂಥನ, ಜ್ಞಾನದ ಪ್ರಖರತೆಗಳನ್ನು ಕನ್ನಡ ಸಾಹಿತ್ಯವು ತನ್ನ ಕಾಣಿಕೆಗಳೆಂದು ಹೆಮ್ಮೆಯಿಂದ ಹೇಳಿಕೊಳ್ಳಬಹುದು. "ಮನುಷ್ಯಜಾತಿ ತಾನೊಂದೆವಲಂ", "ಮರ್ತ್ಯಲೋಕವೆಂಬುದು ಕರ್ತಾರನ ಕಮ್ಮಟವಯ್ಯ", "ಅಯ್ಯಾ ಎನೆ ಸ್ವರ್ಗ, ಎಲವೋ ಎನೆ ನರಕ", "ತನ್ನ ತಾನರಿದಡೆ ತನ್ನರಿವೆ ಗುರು", "ಮಾತೆಂಬುದು ಜ್ಯೋತಿರ್ಲಿಂಗ", "ಈಸಬೇಕು ಇದ್ದು ಜಯಿಸಬೇಕು", "ಬಿಲ್ಲಾಗಿರಬೇಕು ಬಲ್ಲವರೊಳು, ಕಲ್ಲಾಗಿರಬೇಕು ಕಠಿಣ ಭವತೊರೆಯೊಳು", "ಬೆಟ್ಟದ ಮೇಲೊಂದು ಮನೆಯ ಮಾಡಿ ಮೃಗಂಗಳಿಗಂಜಿ ದಡೆಂತಯ್ಯ", "ತನ್ನಂತೆ ಪರರ ಬಗೆದಡೆ ಕೈಲಾಸ ಬಿನ್ನಣವಕ್ಕು"— ಇಂಥ ನೂರಾರು ನುಡಿಕಿಡಿಗಳು ಕೂಡಿ ಜೀವನಶಕ್ತಿಯನ್ನು ಕೊಡುವ ತೇಜೋರಾಶಿಯಂತೆ ಕನ್ನಡ ಸಾಹಿತ್ಯದಲ್ಲಿರುವಾಗ "ಸ್ವತಂತ್ರವಾದ, ಅಮರವಾದ ವಿಚಾರವಿಲ್ಲ" ಎಂದರೇನು ? ಈ ವಿಚಾರಗಳಿಗೆ ಭಾರತೀಯವೆಂಬ ದೊಡ್ಡ ಹಿನ್ನೆಲೆಯಿದೆ, ಸ್ವಾನುಭವದ ಪೀಠಿಕೆ ಯಿದೆ. ಒಟ್ಟುಗೂಡಿದ ಅಭಿವ್ಯಕ್ತಿಯಲ್ಲಿ ಸ್ವತಂತ್ರ ತೇಜಸ್ಸಿದೆ. ಹಾಗೆ ನೋಡಿದರೆ ಯಾವುದು ಶುದ್ಧ ವಾದ ಸ್ವತಂತ್ರ ?

ಹಳೆಯ ಕನ್ನಡ ಸಾಹಿತ್ಯವು ವಿಷಯದಲ್ಲಿ, ನಿರೂಪಣೆಯಲ್ಲಿ ಎಷ್ಟು ವೈವಿಧ್ಯಮಯವಾದರೂ ಮರ್ಯಾದಿತವಾಗಿದೆ, ಸಮಯಶರಣವಾಗಿದೆ ಎಂಬುದು ನಿಜವಾದರೂ ಅಂದಂದಿನ ಆವರಣದಲ್ಲಿ ಅದು ಪಡೆದ ಶಕ್ತಿಯನ್ನೂ ಬೀರಿದ ಪ್ರಭಾವವನ್ನೂ ಅರಿತು ಮೆಚ್ಚಬೇಕು. ಹೊಸ ಕನ್ನಡ ಸಾಹಿತ್ಯವು ವಿಷಯದ ಆಯ್ಕೆಯಲ್ಲಿ, ವ್ಯಕ್ತಿತ್ವನಿರೂಪಣೆಯಲ್ಲಿ ಹೆಚ್ಚು ಸ್ವತಂತ್ರವಾಗಿ ಮತ್ತು ಸಾಮಾಜಿಕವಾಗಿ ಬೆಳೆಯುತ್ತಲಿದ್ದು ಹೊಸ ಶಕ್ತಿಯ ಕೇಂದ್ರವಾಗುತ್ತಲಿದೆ. ಅದನ್ನು ಬೆಳೆಸುವಾಗ ಹಳೆಯ ಸಾಹಿತ್ಯದಿಂದ ದೊರೆಯುವ ಸ್ಫುರಣವನ್ನು ಪಡೆಯುವುದು ಅವಶ್ಯವಾಗಿದೆ.

ಕನ್ನಡ ಸಾಹಿತ್ಯವು ಕನ್ನಡದ ನಂದಾದೀಪ, ಕರ್ನಾಟಕದ ತವನಿಧಿ ಎಂಬ ಶ್ರದ್ಧೆ ಕನ್ನಡಿಗರಲ್ಲಿಯೇ ಬೆಳೆಯದಿದ್ದರೆ ಇತರರಲ್ಲಿ ಹೇಗೆ ಬೆಳೆದೀತು ?

## ಟಿಪ್ಪಣಿ

1. ಬಿ. ಎಂ. ಶ್ರೀಕಂಠಯ್ಯ : 'ಕನ್ನಡ ಕೈಪಿಡಿ', ಸಂ. ೨., ಪು. ೪೭೨.
2. E. P. Rice : *A History of Kanarese Literature*, p. 106.
3. ಅದೇ, p. 108.

# ಅಕಾರಾದಿ